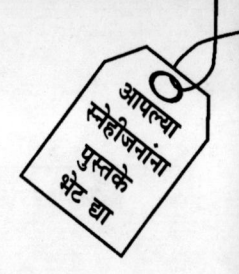

# पर्व

लेखक
## डॉ. एस. एल. भैरप्पा

मराठी भावानुवाद
## सौ. उमा वि. कुलकर्णी

मेहता पब्लिशिंग हाऊस

**PARVA** by Dr. S. L. BHYRAPPA

लेखक : डॉ. एस. एल. भैरप्पा

© डॉ. एस. एल. भैरप्पा

Translated into Marathi Language by Uma Kulkarni

**पर्व / अनुवादित कादंबरी**

अनुवाद : उमा कुलकर्णी

Email : author@mehtapublishinghouse.com

मराठी अनुवादाचे व प्रकाशनाचे हक्क मेहता पब्लिशिंग हाऊस, पुणे.

प्रकाशक : सुनील अनिल मेहता, मेहता पब्लिशिंग हाऊस,
१९४१, सदाशिव पेठ, माडीवाले कॉलनी, पुणे – ४११०३०.

अक्षरजुळणी : इफेक्ट्स, २१/६ब, आयडिअल कॉलनी, कोथरूड, पुणे – ४११०३८.

मुद्रक : टेक्श्रेष्ठा सोल्यूशन्स प्रायवेट लिमिटेड, भारत

मुखपृष्ठ : अनिल उपळेकर

प्रकाशनकाल : १९९१ / १९९३ / २००० / ऑगस्ट, २००३ / मार्च, २००६ /
डिसेंबर, २००७ / सप्टेंबर, २००९ / मार्च, २०११ /
मे, २०१२ / जुलै, २०१३ / ऑक्टोबर, २०१४ /
नोव्हेंबर, २०१५ / नोव्हेंबर, २०१६ / फेब्रुवारी, २०१८ /
एप्रिल, २०१९ / पुनर्मुद्रण : ऑगस्ट, २०२०

किंमत : ₹550

P Book ISBN 9788177666731
E Book ISBN 9788184989298

E Books available on : play.google.com/store/books
www.amazon.in

## चार शब्द

मराठी भाषेत महाभारतावर आजवर उदंड लेखन आढळते. कथा-कादंबऱ्या-नाटकांपासून ललित लेख-वैचारिक लेख अशा अनेक लेखन-प्रकारांचा त्यासाठी वापर केलेला आढळतो. केवळ वैचारिक, केवळ कल्पना-विलासावर आधारित आणि केवळ मूळ महाभारताला धरून अशा विविध दृष्टिकोनांमधून भरपूर लिहिले गेले आहे. त्यात आज महाभारतावरील दूरदर्शन-चित्रमालिकेमुळे अशा ग्रंथांमध्ये अभूतपूर्व वाढ झाली आहे. मराठीमधील 'व्यासपर्व', 'युगांत' यासारख्या कलाकृती इतर भाषांमध्ये गेल्याच पाहिजेत, अशा योग्यतेच्या आहेत आणि तशा त्या गेल्याही आहेत. अशा वेळी दुसऱ्या भाषेतील ही बृहद्‌कादंबरी मराठीत का आणली, असा प्रश्न वाचकांच्या मनात उपस्थित झाल्याशिवाय राहणार नाही.

'वंशवृक्ष', 'धर्मश्री', 'जा ओलांडूनी' आणि 'गृहभंग' या कादंबऱ्यांच्या मराठी अनुवादांमुळे डॉ. एस. एल. भैरप्पा हे मराठी वाचकांना आता अपरिचित राहिलेले नाहीत. तत्त्वज्ञान, जीवन-दर्शन आणि कलात्मकता यांचे मनोहारी मिश्रण असलेल्या त्यांच्या कलाकृती मराठी वाचकांना भावल्या आहेत.

महाभारत हा वेळोवळी प्रज्ञावंतांना आणि विचारवंतांना आव्हान देणारा विषय आहे. जेव्हा अशा चिरतरुण विषयाला डॉ. भैरप्पांसारखा प्रतिभासंपन्न कादंबरीकार आणि तत्त्वज्ञानाचा जिज्ञासू अभ्यासक/प्राध्यापक बारा-चौदा वर्षांच्या प्रदीर्घ तपश्चर्येनंतर हात घालतो, तेव्हा निर्माण होणारी कलाकृती कशी असते, हे मराठी वाचकांना समजावं, म्हणून हा मराठी अनुवादाचा खटाटोप केला आहे.

हा अनुवाद तयार होऊन चार-पाच वर्षं होऊन गेली आहेत. आज महाभारताला भाव आहे, म्हणून घाईगर्दीत केलेला हा अनुवाद नाही.

एका मुलाखतीत एका प्रश्नाला उत्तर देताना डॉ. भैरप्पांनी सांगितलं होतं :

'मी भरपूर प्रवास करत असतो. हिमालयात फिरणं हा तर माझ्या दृष्टीनं अपरिमित आनंद आहे! पण माझ्या कादंबरीतला हिमालय हा सर्वस्वी माझा असतो.'

याच दृष्टिकोनातून लिहिलेल्या या कादंबरीतील व्यासांच्या पात्रांनाही भैरप्पांचा रंग चढलेला दिसून येईल.

एवढी मोठी (आशयाच्या दृष्टीनं आणि व्यावहारिक दृष्टीनं महत्त्वाचं म्हणजे पृष्ठसंख्येच्या दृष्टीनं) कादंबरी प्रकाशित करायची अत्यंत महत्त्वाची जबाबदारी मेहता पब्लिशिंग हाऊसच्या मेहता पिता-पुत्रांनी घेतली!

मार्गदर्शनाच्या दृष्टीने डॉ. द. दि. पुंडे यांचे सहकार्य बहुमोलच! आणि श्री. विरुपाक्ष कुलकर्णी यांच्या सर्वतोपरी सहकार्याचा उल्लेख न करता हे 'चार शब्द' संपणंच शक्य नाही!

एका दिवाळी अंकातल्या लेखामध्ये डॉ. चंद्रकांत बांदिवडेकर यांनी 'पर्व' (हिंदी) वाचल्यानंतर आपण भैरप्पांचे चाहते झाल्याचा उल्लेख केला आहे.

मराठी वाचकांनाही असा अनुभव आला, तर त्यात मला समाधान आहे.


८ मे, १९९०                                सौ. उमा. वि. कुलकर्णी

## 'पर्व' अशी लिहिली...

एकोणीसशे सहासष्टची गोष्ट असावी. चिकमंगळूर येथील एका सभेत 'पाहुण्यांची ओळख' करून देताना डॉ. ए. नारायणप्पा हे माझे मित्र उत्साहानं सांगते झाले,

'...भैरप्पांनी केवळ एवढंच लिहिलं नाही, यानंतर आपण सगळ्यांनी उत्कंठेनं वाट पाहावी, अशी महाभारतावर आधारित कादंबरी ते लिहिताहेत...' वगैरे वगैरे.

माझा उत्साह वाढवण्याच्या सद्हेतूनं त्यांनी ही घोषणा केली असेल, असा विचार करून त्या वेळी मी गप्प बसलो, तरी घरी आल्यावर मी त्यावर आक्षेप घेतला.

यावर तो म्हणाला,

'का, बरं? कुंती, द्रौपदी, कर्ण वगैरेंचं खरं स्वरूप अमुक प्रकारे आहे, वगैरे चर्चा तूच माझ्याशी केली आहेस ना? तेच लिहून काढ, म्हणजे झालं!...'

एखादी कादंबरी माझ्या मनात कशी आकार घेते, ह्याविषयी अज्ञानी असलेल्या या वैद्यकीय क्षेत्रातील तज्ज्ञ मित्राला काहीही ठाऊक नाही, असं मनात म्हणत मी हसलो.

त्यानंतर वर्षभरातील गोष्ट. अश्वयुज कार्तिक महिना असावा. हिमालयातील गढवाल भागात प्रवास करत असताना, मला तिथल्या एका बहुपतिकत्वाची पद्धत रूढ असलेल्या खेड्यात मुक्काम करावा लागला. इथे घरात येणारी प्रत्येक सून त्या घरातील प्रत्येक भावाची पत्नी असते. या विवाह-पद्धतीविषयी मी अनेक ग्रंथांमधून वाचलं असलं, तरी अशी स्त्री आणि कुटुंब प्रत्यक्ष पाहताना मात्र मी अस्वस्थ झालो. त्या कुटुंबाच्या भाव-जीवनाविषयी जाणून घेण्याची उत्कंठा वाढली. त्यातूनच या संदर्भातली अधिकाधिक माहिती मिळत गेली.

त्यानंतरच्या प्रवासात मात्र माझं मन तिथल्या प्रत्येक स्त्रीच्या अंतर्मनातल्या

द्रौपदीचा वेध घेत होतं.

हिमालयात मनमुराद भटकणं ही मला माझ्या दिल्लीतील वास्तव्यात लागलेली सवय. या प्रवासात पांडवांशी नातं सांगणारी स्थळं भेटत होती. बद्री आणि ज्योतिर्मठाच्या मध्ये असलेल्या पांडुकेश्वरच्या पठारावर वावरत असताना, गमावलेलं पुरुषत्व मिळवण्यासाठी इथं वास्तव्य करणारा आणि अखेर इथंच मरून गेलेला पांडुराजा आणि त्याच्या कुंती-माद्री या व्यक्तिरेखा माझ्या मनात भरून गेल्या.

केवळ याच वेळी नव्हे, भव्य हिमालयानं, तिथल्या संपन्न हिरवळीनं आणि हिमाच्या शुभ्रतेनं माझ्या अंतर्मनाला नेहमीच चेतना दिली आहे. मी वाचलेल्या उपनिषद् आणि महाभारतासारख्या प्राचीन साहित्यकृतींचा वेगळाच गर्भित अर्थ हिमालयाच्या पार्श्वभूमीवर एकाएकी सामोरा येतो, असा माझा आजवरचा अनुभव. सांस्कृतिकदृष्ट्या हिमालयाशी असलेलं माझं नातं यासाठी कारणीभूत आहे. ज्यांना मी माझी साहित्यिक परंपरा मानतो, त्या व्यास, कालिदास आणि उपनिषद्-कर्त्यांनाही याच हिमालयानं प्रेरणा दिली आहे, ही माझी मनोभावनाही त्यामागे असेल. माझ्या कितीतरी कादंबऱ्या हिमालयाच्या अंगा-खांद्यावर निवांतपणे वावरताना विकसित झाल्या आहेत. आता महाभारतातील व्यक्तित्त्वेही इथेच साकार होऊ लागली.

माझ्या दिल्लीतील वास्तव्यात मी तिथं भेटणाऱ्या पंजाब, हरियाणा, उत्तर प्रदेश, बिहार, इत्यादी देशांमधून आलेल्या स्त्री-पुरुषांची देहयष्टी, स्वरूप, त्यांच्या सामाजिक पद्धती आणि त्यांचे मनोधर्म न्याहाळले होते. त्यांच्या पूर्वजांच्या समाज-जीवनाविषयी काही ग्रंथ वाचले होते. त्यावेळी हे महाभारताशी संबंधित आहेत, असा कुठं तरी विश्वासही वाटत होता. पंजाबातील 'चद्दर ओढना' नावानं ओळखले जाणारे दिराशी केले जाणारे पुनर्विवाह पाहिले. असा विवाह केलेल्या स्त्रीशी दीर्घ चर्चाही केली. एकंदरीत, बऱ्याच दृष्टींनी हे लोक आम्हा 'दाक्षिणात्यां'पेक्षा महाभारताशी जवळचे आहेत, अशी माझी भावना झाली.

एकोणीसशे एकाहत्तर साली बदली झाल्यामुळं मी म्हैसूरला आलो. बारा वर्षांपेक्षा अधिक काळ दूर उत्तरेत राहत असताना मन कर्नाटक आणि कन्नड भाषेकडे ओढ घेत होतं. आता कर्नाटकात परतल्यावर दूर गेलेल्या उत्तर भारताकडे माझं मन ओढलं जाऊन तिथलं जीवन लेखनात पकडण्याचा माझ्या अंतर्मनानं न कळत प्रयत्न केला किंवा कसं, हे मला सांगता येणार नाही. एकीकडे मी पाहिलेल्या उत्तर भारताच्या इतिहास-काळात डोकावून तिथलं ऐतिहासिक समाज-जीवन जाणून घेण्याची आशा आणि दुसरीकडे जीवनामध्ये मला सतत छळत असलेल्या काही समस्या जाणून घ्यायची उत्कंठा यामधून महाभारताचं सखोल

अध्ययन करण्याची दुर्दम्य इच्छा मनात दाटून आली.

केवळ एक साहित्य-कृती म्हणून मला महाभारत वाचायचं नव्हतं. देशातील संस्कृती आपलं रूप बदलत असलेल्या काळाचं चित्रण म्हणून मला ते अभ्यासायचं होतं. त्यातून कादंबरी जन्म घेऊ शकेल, असंही वाटू लागलं.

कन्नड भाषेतील कुमारव्यास, पंप मी वाचले-अभ्यासले होते. या कवींच्या कृती मूळ महाभारतापासून खूपच लांब असल्यामुळं मला त्यांचा सांस्कृतिक अध्ययनाच्या दृष्टीनं उपयोग नव्हता. कृष्णशास्त्रींचं 'वचन-भारत' हे कन्नडमधील एकच व्यास-भारताचं रूप. तेही पूर्वी वाचलं होतं. मूळ व्यासकृत महाभारत वाचायचं ठरवलं. सुकथनकरकृत परिष्कृत महाभारताची प्रस्तावना वाचताच तो ग्रंथ बाजूला सारला आणि अखेर गोरखपूरची अपरिष्कृत आवृत्ती हाती घेतली. तीमध्ये आढळणारी कौरव कथेच्या दृष्टीनं अनावश्यक वाटणारी अनेक उपकथानकं सांस्कृतिक पार्श्वभूमी जाणायच्या दृष्टीनं अधिक महत्त्वाची ठरतात, असं जाणवलं.

एवढं सगळं व्हायला सुमारे दीड वर्षाचा कालावधी गेला. त्यानंतर माझा महाभारताचा खरा अभ्यास सुरू झाला. महाभारताचा काळ, ते लिहिले गेल्याचा काळ आणि आज ते ज्या स्थितीत आढळतं, त्या स्थितीला पोहोचल्याचा काळ यामध्ये इतिहास-तज्ज्ञांच्या दृष्टीनं बरीच तफावत आहे. म्हणजे वेगवेगळ्या काळात विस्तार पावलेल्या महाभारताचं काव्य-सत्त्वच तर बदलून गेलं नसेल? माझं मन अनेक विचारांनी गोंधळून जात होतं. या मानसिक गोंधळातून जाताना माझं मन, मला काय हवंय्, याचाही शोध घेत होतं.

काही विद्वानांनी सप्रमाण सिद्ध केल्याप्रमाणे मीही महाभारताचा काळ इ.स.पू. बारावं शतक हा मान्य केला. त्यातही विशिष्ट घटना इसवी सन-काळात घडली, असा आग्रह धरण्यापेक्षा वैदिक संस्कृतीच्या विशिष्ट पातळीवर यज्ञयागांचं महत्त्व पराकोटीला जाऊन ओसरल्याचा हा काळ असावा, हे मला पटलं. चिंतनाला अधिक प्राधान्य देणारा उपनिषदांचाही हाच आरंभकाळ. इतिहास हा पहिल्यापासूनच माझ्या आवडीचा विषय. त्यामुळं त्यासंदर्भात बरंच वाचन झाल्यामुळं थोडी-फार पार्श्वभूमी तयार होती. तरीही थोड्या-फार मार्गदर्शनाची मला आवश्यकता होती. सुरुवातीला मी या बाबतीत बराच निराश झालो, तरी लवकरच पत्रव्यवहारानं मी आवश्यक ती माहिती, ग्रंथ-सूची वगैरे मिळवण्यात यशस्वी झालो.

टिपणांचा तपशील वाढत चालला, तशी सुरुवातीची धूसरताही नष्ट होऊ लागली. तरीही मनात उमटणारे विचार कुणा तज्ज्ञ जाणकारापुढं व्यक्त करून, त्यावर चर्चा करणं आवश्यक वाटू लागलं. अशा वेळी वेळोवेळी मला तशी माणसं भेटत गेली. एन. बालसुब्रह्मण्यम्, पां. वें. आचार्य आणि इतर अनेक नावं सांगता येतील.

साडेतीन वर्षांच्या काळात या विशिष्ट काळातील जीवन-पद्धती, कृषि-पशुपालनादी व्यवसाय, लोहासारख्या धातूचा शोध आणि विकसित झालेलं नवं तंत्रज्ञान, राज्यकारभाराची पद्धत, युद्धाची पद्धत, आहार-विहार, धार्मिक आचरण, आर्यांमधील विविध पोटजाती, आर्येतर समाज, आर्य-आर्येतर समाजांतील परस्पर विवाह आणि लैंगिक संबंध, तत्कालीन उत्तर भारतातील अरण्य आणि कृषिभूमीचा तपशील वगैरे गोष्टी स्पष्ट होत गेल्या. त्याचबरोबर मी त्या काळात जगत असल्याचा भाव दाटून येऊ लागला. या साऱ्यांचा एकत्रित परिणाम म्हणून व्यासांच्या महाभारताच्या पार्श्वभूमीवर वेगळंच महाभारत माझ्यासमोर उलगडू लागलं. त्यातील कुंती, द्रौपदी, कृष्ण, भीम हे सगळे माझ्याच व्यक्तिमत्त्वाची विविध रूपं असल्याचा मला अनुभव येऊ लागला. माझ्या या भावी कादंबरीचं मूलद्रव्य भावनांमध्ये चांगलंच एकजीव होऊन गेलं.

आता मला ग्रांथिक संशोधन थांबवावंसं वाटू लागलं. एकाएकी मला मी काढलेली एवढाली टिपणं निरर्थक वाटू लागली. मी कितीही तपशील जमवला, तरी मला ठाऊक होतं– साहित्यकृतीचं मूलद्रव्य मानवी भाव-भावना, आशा-आकांक्षा, सुख-दुःखं हेच असतं– इतिहासाचा तपशील नव्हे. या विचारासरशी माझा मी जमवलेल्या सामग्रीकडे बघायचा दृष्टिकोनच बदलून गेला!

अगदी थोडक्यात सांगायचं, तर महाभारताच्या पार्श्वभूमीवर द्रौपदी, कुंती, कर्ण वगैरे पात्रं माझ्या मनातल्या भाव-कल्पना व्यक्त करण्यासाठी अनुकूल पात्रं झाली.

माझ्या मनात प्रगल्भतेला पोहोचलेल्या या पात्रांचा बाह्य-परिसर निश्चित करण्यासाठी मला महाभारताची कथा ज्या परिसरात घडल्याचं परंपरा सांगते, त्या परिसराचा तपशील आवश्यक वाटू लागला. त्याप्रमाणे मी प्रवासाच्या तयारीला लागलो. उत्तर भारतातील वास्तव्यात मी तसा खूप प्रवास केला असला, तरी त्यामागे दृष्टिकोन नसल्यानं त्याला आता काहीच अर्थ नव्हता. आता मैसूरमधल्या केंद्र सरकारच्या पुरातत्त्व खात्यात नोकरीला असलेल्या डॉ. रमेश यांच्या मार्गदर्शनाखाली एक नकाशा तयार करून पंचाहत्तरच्या ऑगस्ट महिन्याच्या अखेरीस मी प्रवासासाठी बाहेर पडलो. पोटार्थी प्राध्यापकाला अशा उपक्रमासाठी लागणाऱ्या रजेचा प्रश्न उपस्थित झाला. पण त्यातून मार्ग निघाला. मी जिथं-जिथं जाणार होतो, तिथं प्रत्येक ठिकाणी रेल्वे-बसचीही सोय नव्हती. त्यामुळं बऱ्यापैकी हॉटेल वगैरे लांबची गोष्ट! जिथं जे मिळेल, ते खावं लागणार, हे तर स्पष्टच होतं. त्यामुळं कॉलरा-टायफाईडची लस टोचूनच बाहेर पडलो.

संपूर्ण प्रवासाचं वर्णन इथं करायचं कारण नाही. तरी काही ठिकाणचे अनुभव सांगतो. हरिवंशामध्ये कृष्णाची द्वारका समुद्रानं गिळंकृत केली, असं म्हटलं, तरी

मला तीच द्वारका पाहायची होती. द्वारकेत गेल्यावर या स्थळाची व्यवस्थित माहिति जाणणारं कुणी आहे का? याची चौकशी करताच डॉ. जे. जे. ठाकर यांचं नावं समजलं. मी त्यांच्या घरी जाऊन त्यांना भेटलो. वैद्यकीय पेशा असला, तरी द्वारकेचं ऐतिहासिक दृष्टीनं संशोधन करण्यात त्यांनी आपलं संपूर्ण आयुष्य खर्ची घातलं होतं. महाभारत-हरिवंशाबरोबरच वैष्णव संप्रदायातील इतर अनेक ग्रंथ अभ्यासून, त्यांनी ज्या जागा दाखवल्या, तिथं उत्खनन केल्यावर काही जुन्या वास्तूंचे अवशेष आढळले आहेत. स्वत:च्या घराच्या चौथ्या मजल्यावरून सर्व दिशांना बोट दाखवत ते संध्याकाळपर्यंत माझ्याबरोबर कृष्णाच्या द्वारकेविषयी भरभरून बोलत होते. त्यानंतर आम्ही गावातही फेरफटका मारला. त्या रात्री मी एकटाच समुद्रकिनाऱ्यावर फिरत राहिलो. पहाटे तिथल्या लाईटहाऊसवरही गेलो. किती तरी वेळा मी समोरची द्वारका पाहत होतो. आता माझं मन वास्तवापासून पूर्ण अलग होऊन यादवांच्या काळात वावरू शकत होतं. बलराम, कृष्ण, उग्रसेन, कंस यांच्याबरोबर द्वारकेतील जन-सामान्यांशीही माझं नातं जुळलं होतं. त्यामुळंच यादवांवरचं प्रकरण लिहिताना क्रतु, त्याची आई, उग्रसेनाच्या बायकोची सखी, अभीर, मथुरेहून आलेला नंदक यासारखी पात्रं आपोआपच निर्माण झाली. शिवाय युयुधान आणि सत्यक ही पात्रंही मला अनुकूल वाटतील, अशा प्रकारे मी बनवली.

या माझ्या प्रवासात रेल्वेचा मार्ग सोडून मी शक्यतो बसचा प्रवास करत होतो. प्रवास करता-करता मी दिल्लीला आलो. येथील वास्तव्यात महत्त्वाचं म्हणजे भारतीय विज्ञान मंडळाचे प्रमुख संपादक डॉ. डी. व्ही. सुब्बरायप्पा यांची ओळख झाली. त्यांच्याशी चर्चा करताना महाभारत-कालीन विज्ञान, गणित, कृषी वगैरे बाबींवर भरपूर ऐकायला मिळालं. मुळातच विज्ञाननिष्ठ असलेल्या सुब्बरायांनी या चर्चेबरोबरच अनेक संदर्भ-ग्रंथांचीही माहिती दिली.

त्यानंतर रेल्वेनं मी कुरुक्षेत्राला गेलो. तिथं मला डॉ. फडके यांना भेटायला सांगण्यात आलं. त्यांचा कुरुक्षेत्र हा संशोधनाचा विषय होता. महायुद्धाच्या वेळी युद्धाची जागा कशी कशी बदलत गेली, याचा सविस्तर अभ्यास करून त्यांनी स्वत:चं असं एक युद्ध-चित्र तयार केलं आहे. मलाही हेच हवं होतं. कुरुक्षेत्राच्या सभोवताली एतिह सांगणारी स्थळं आहेत. अभिमन्यूच्या मृत्यूची जागा, कर्णाच्या मृत्यूची जागा, आपल्या गुरूसाठी अर्जुनानं बाण मारून पाणी आणलं, ते कुंड वगैरे वगैरे. हे सर्व फिरून पाहत असताना युद्ध किती विस्तीर्ण प्रदेशात झालं, त्याची कल्पना येते. या महायुद्धात दोन्हींकडून लढणाऱ्यांची संख्या किती होती, हे सांगणं मात्र अशक्य आहे. कारण अक्षौहिणी म्हणजे नेमकं किती, हे सांगताना वेगवेगळ्या संख्या दिल्या गेल्या आहेत. त्यामुळं त्या गोंधळात न पडता युद्ध-भूमीच्या विस्तारावरून या युद्धाच्या भव्यतेची कल्पना केली. डॉक्टर फडकेंबरोबर

रिक्षात बसून कुरुक्षेत्रात उभं-आडवं भटकताना मनानं आणखी एक खूणगाठ मारली– हे युद्ध संपूर्ण आर्यावर्तातल्या जनसमुदायाचं आणि आर्येतरांच्या समूहाचं जीवन आणि स्वभावदर्शन घडवणारं दाखवलं पाहिजे.

जरासंधाचं गिरिव्रज म्हणजे आजचं राजगीर पाहायचं मी आधीच ठरवलं होतं. महाभारतात वैहार, वराह, वृषभ, ऋषिगिरी आणि चैत्यक या पर्वतांनी वेढलेला हा प्रदेश. आज हेच पर्वत वैभार, विपुरगिरी, रत्नकूट, वज्रगिरी आणि रत्नाचल या नावांनी ओळखले जातात. व्यासकृत महाभारतातलं भीम-जरासंधाचं युद्ध-प्रकरण सविस्तरपणे वाचताना त्या काळच्या आर्य-आर्येतर वस्तींची कल्पना करून त्या भीषण नाट्याच्या पार्श्वभूमीची आपण कल्पना करू शकतो. कधी काळच्या गिरिव्रजात आज वस्ती नाही. तिथल्या पोलिसांनीच या भागात एकेकटं किंवा छोट्या प्रवासी समूहानं फिरू नये, म्हणून इशारा दिला आणि चोर-दरोडेखोरांचं भय असल्याचं सांगितलं. हातातलं रिस्टवॉच आणि अंगावरचे शर्ट-पँट काढून ठेवून केवळ फाटका बनियन आणि अंडरवेअरवर मी या भागात मनमुराद भटकलो! येथील उष्ण कुंडांमध्ये मनमुराद अंघोळही केली.

उत्तर भारताच्या इतिहासात मौर्यांपेक्षाही आधी हजार वर्षं जरासंधानं साम्राज्य-स्थापनेचा प्रयत्न केला, असं मला जाणवलं. याला भारतातला पहिला साम्राज्य-आकांक्षी म्हणता येईल. पण नैतिक मूल्यांचा ऱ्हास आणि स्वभाव यामुळं ती रानटी स्वरूपात राहिली. जरासंध कितीही प्रबल असला, तरी त्याची ही वैयक्तिक शक्ती असून आपल्या पश्चात या साम्राज्याचं काय होईल? याविषयी त्यानं विचार केला नव्हता, असं दिसतं. जरासंधाची पार्श्वभूमी पाहता-पाहता त्याचं सामर्थ्य जाणवू लागलं, तसंच, कृष्णाचं महत्त्वही वेगळ्या दृष्टीनं सामोरं आलं. पश्चिम किनाऱ्यावरच्या द्वारकेपासून संपूर्ण आर्यावर्ताचा विचार करून या साम्राज्याच्या मुळावरच घाव घालायचं कृष्णाचं साहस सामान्य म्हणता येणार नाही– या राजकीय पार्श्वभूमीवरही कुरुक्षेत्र-युद्धाचा विचार केला पाहिजे, अशी मनानं ताकीद दिली.

प्रवास संपवून मैसूरला परतताना माझ्या डोक्यात एक किडा वळवळू लागला. माझ्या या कादंबरीमध्ये भीष्मापासून अभिमन्यूपर्यंत अनेक लहान-मोठी पात्रं एका वेळी उभी असतात. भीष्मापेक्षा वयानं कितीतरी लहान असलेल्या भावाच्या बायकांच्या मुलांच्या मुलांची मुलं म्हणजे अभिमन्यु आणि त्याची पिढी. प्रत्येक महत्त्वाची घटना घडत असताना प्रत्येकाचं काय वय असेल, त्या वेळी कोण हयात असेल, याचं एका दृष्टिक्षेपात आकलन होण्यासाठी एक तक्ता तयार करणं आवश्यक वाटू लागलं. अशी कुठली शिस्त पाळली नाही, तर प्रत्यक्ष कादंबरी लिहायला घेतल्यावर गोंधळ उडाल्याशिवाय राहणार नाही, हे माझ्या

लक्षात आलं.

त्यातही खरा प्रश्न होता, युद्धाच्या वेळी भीष्माचं वय काय असावं, हा. त्यानं आपल्या दीर्घजीवनात पाहिलेल्या महत्त्वाच्या घटना आणि युद्धाच्या वेळी तो किमान बसण्याच्या अवस्थेत असणं अत्यावश्यक होतं. शंभर-एकशेवीस वर्षांच्या आणि दररोज मैल-दीड मैल फिरून येणाऱ्या वृद्धांविषयी मी ऐकलं-वाचलं होतं. हिमालायातल्या एका साधूनं एकशेवीस वर्षांच्या वृद्धांना चिरंजीवी म्हणावं, असं सांगितलं होतं, ते आठवलं. त्यामुळं त्याचं युद्धाच्या वेळी एकशेवीस वर्षांचं वय निश्चित केलं. त्याचबरोबर अभिमन्यूची पत्नी उत्तरा युद्धप्रसंगी गर्भार होती, याचं भान ठेवून त्याचं वय सोळा वर्षांशी निश्चित केलं. एका भल्यामोठ्या कागदावर चौकटी घातल्या, इतर पात्रांना कॉलम दिले, प्रमुख घटनांना खुणा दिल्या, नव्यानं जन्मलेल्या व्यक्तींच्यासाठी अधिक चिन्हं आणि मृत व्यक्तीसाठी लाल खुणा करत चाललो. संपूर्ण दिवस-रात्र मी त्या नकाशात बुडून गेलो. नंतरही वेळोवेळी मी हा तक्ता अधिकधिक सुस्पष्ट करत गेलो.

सर्व तयारी झाल्यावर प्रत्यक्ष कादंबरीच्या रचनेचा प्रश्न समोर आला. व्यासानं ही कथा दुसऱ्याला सांगत असल्याचं तंत्र (जाणीवपूर्वक साहित्यिक अंगानं वापरलं आहे, असं म्हणता आलं नाही, तरी) वापरलं आहे. हेच तंत्र कुमारव्यास आणि पंप यांनीही वापरलं आहे. आधुनिक काळात राजाजी-मुन्शी यांनी सरळ निरूपणाचा मार्ग स्वीकारला आहे. मला जे सांगायचं आहे, त्यासाठी हा मार्ग सोयीचा नाही, असं वाटलं.

मग काय करायचं? परतीच्या प्रवासात माझं मन याच विचारात बुडून गेलं होतं. काही विचार स्थिरावत चालले. प्रत्येक पात्राच्या जीवनातील तीव्र तळमळीचा क्षण शोधून त्या पार्श्वभूमीवर ते पात्र आपल्या संपूर्ण जीवनाचा परामर्श घेत असल्याचं दाखवलं पाहिजे. यामुळं संपूर्ण कथा-वस्तूवर माझं नियंत्रणही राहील हे माझ्या लक्षात आलं. पुढं त्यातील तपशीलही अधिकाधिक सुस्पष्ट होऊ लागले. त्याचबरोबर एवढी मोठी कथावस्तू केवळ एका तंत्राच्या अधीन करून मी अंधपणे चालू लागलो, तर तो निश्चित मूर्खपणा ठरेल, असा इशाराही माझ्या अंतर्मनानं दिला.


एवढ्या सगळ्या पूर्वतयारीनंतर जेव्हा मी प्रत्यक्ष कादंबरी लिहायला सुरुवात केली, तेव्हा वेगळ्याच अडचणी आल्या. शरीर, मेंदू आणि मनाला थकवा आल्यामुळं कादंबरी-लेखनात व्यत्यय येत चालला होता. त्या प्रकारात सुट्टी संपली, पगारी रजा संपली, अखेर बिनपगारी रजा सुरू झाली. त्या वेळची माझी मनःस्थिती अशी होती, की रजा मिळाली नसती, तर मी राजीनामाही द्यायला तयार होतो. पण आमच्या प्राचार्यांनी मला तो मूर्खपणा करू दिला नाही. आमच्या प्रकाशकांनी गोविंदरायांनीही

सर्वपरीनं सहकार्य दिलं. मित्र-मंडळींनीही सहकार्य दिलं.

प्रत्यक्ष लिहिताना यादव व कृष्णाविषयीचं प्रकरण लिहिताना मी अत्यंत सावध होतो. महाभारतातील ही व्यक्तिरेखा इतकी बहुरंगी आहे, की तिचं पूर्णपणे आकलन होणं कठीण! शिवाय इतकी बलिष्ठ, की कुमारव्यासाच्या 'महाभारता'चीही 'हरिकथा' होऊन गेली आहे! मी नेहमीच साहित्यिक स्वातंत्र्याचा पुरस्कार केला आहे. आपल्या कुठल्याही पात्रावर प्रेम करायचं नाही आणि द्वेष करायचा नाही, त्याला पूजनीय करायचं नाही, याची जाणीव माझ्या मनात पहिल्यापासून आहे. अशा परिस्थितीत कृष्णाची व्यक्तिरेखा अत्यंत सावधपणे रंगवणं भाग होतं.

अखेर एकदा 'पर्व' लिहून संपली. खूप वर्षं रेंगाळलेल्या मोठ्या आजारातून उठावं, तसं मला झालं. मनामध्ये एक निर्वात स्थिती भरून राहिली. त्यानंतर जाणीवपूर्वक विश्रांती घेऊन मी माझी प्रकृती ताळ्यावर आणली, तरी संपूर्ण जीवनात एक प्रकारची निर्लिप्तता भरल्याचा अनुभव काही कमी होत नव्हता. जेव्हा मी सारं हस्तलिखित सलगपणे वाचून पाहिलं, त्या वेळी मला माझ्यामधील या परिवर्तनाचा अर्थ समजला.

मृत्यू हेच जीवनाचं अंतिम सत्य आहे. त्या पार्श्वभूमीवर बुद्धी, मन आणि अंत:करणात रुतलेल्या मानवी संबंधांना अर्थ आहे. त्याच वेळी मानवनिर्मित नीति-नियमांचा थिटेपणा अधिक प्रकर्षानं मनाला भिडतो. आपल्या सर्व विश्वासांचं मूळ रुढींमध्ये रुतलेलं आहे. ते बाजूला सारून, जीवनाकडे त्या अंतिम सत्याच्या दृष्टीनं पाहिलं, तरच नवी दृष्टी येईल.

यातलं मला माहीत नसलेलं काहीच नव्हतं. पण आपल्याला ठाऊक असलेले सारे विचार आपले स्वत:चे झालेले असतात काय? 'पर्व'नं मला हा नवा अनुभव दिला होता. माझा तो एक नवा जन्मच होता. मी कधी जन्मलो? आणखी किती जगणार आहे? आजवर मी पाहिलं-अनुभवलं, त्याला काही अर्थ आहे काय? या तीन प्रश्नांच्या तारा माझ्या अंतर्मनात सतत झंकारत ठेवायचं काम 'पर्व'नं केलं आहे, याचा मला अनुभव येत होता.

**जून, १९७९** **डॉ. एस. एल. भैरप्पा**

गांधार
ब्रह्मावर्त
चंद्रभागा
मद्र
केकय
शाकाल
शतद्रु नदी
सिंधु नदी
सिंधु देश
कुरु
खांडववन
वारणावत
विराट
उपप्लाव्य
मत्स्यदेश
इंद्रप्रस्थ
पांचाल
मथुरा
एकचक्रा नगरी
अर्बुद
सिंधु नदी
अवंती
चेदी
द्वारका
आनर्त
विदर्भ

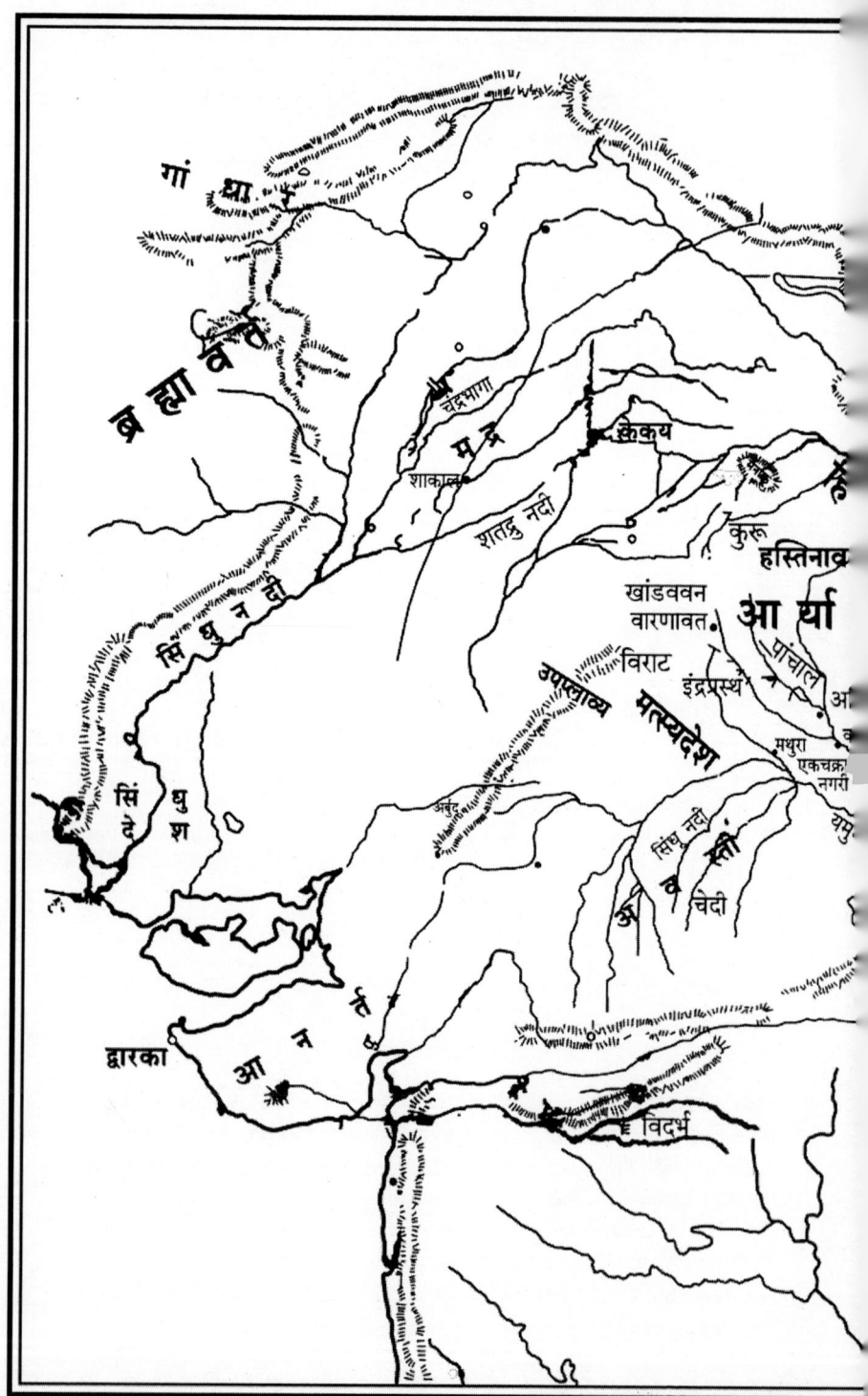

प्राचीन चरित्रकोशाकरितां तयार केलेला

# वेद, भारतीय युद्ध व पुराणे यांतील

प्रमुख स्थलें व लोक दर्शविणारा

# हिंदुस्तान

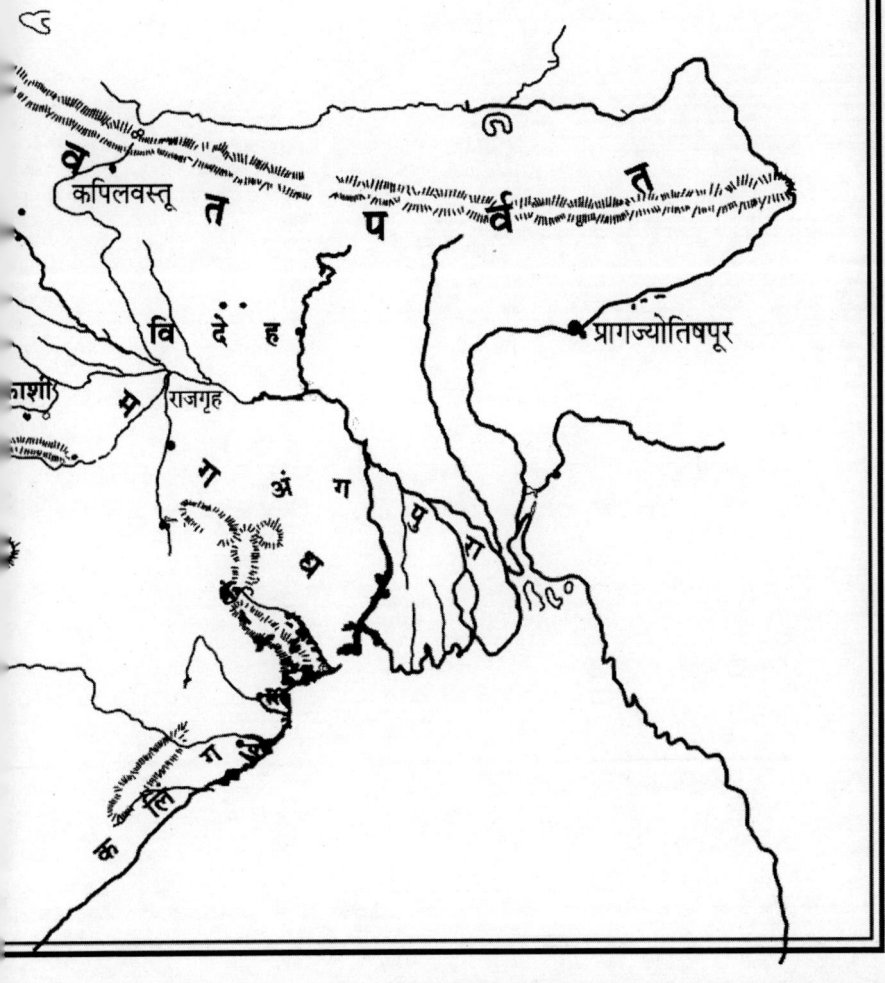

# १

इरावती आणि चंद्रभागा यांच्या मधल्या प्रदेशात राहणाऱ्या लोकांना मद्र जन म्हणत. त्यांच्या राजाचं नाव शल्य.

वृद्ध शल्यराजा नातीला शेजारी बसवून विचारत होता,

"सांग पाहू, माझं वय काय असेल?"

"तुमच्याहून कुणीच मोठं नाही ना, आज्जा?" विशीतली नात विचारत होती.

"तरीही चालताना कंबर वाकत नाही, की पाठीचा कणा झुकत नाही! का, ठाऊक आहे?"

"खरंच, किती शक्तिवान!" अभिमानानं मंद हसत नात उद्गारली.

"तसं नव्हे. आम्ही गेल्या पिढीतली माणसं..." कधी काळी घनदाट असलेल्या आणि आता विरळ झालेल्या दाढीतून लहर उठवत हसत तो म्हणाला.

"आम्ही, म्हणजे कितीजण?" मध्येच नातीनं विचारलं.

"असं कसं निश्चित सांगता येईल? माझ्या वयाची सगळी माणसं."

"पण तुमच्या वयाचं कुणीच नाही ना आपल्यांत?"

"दुसऱ्या देशांत आहेत ना! आणि राजवाड्यात नाहीत आपल्या; पण सामान्य प्रजेत असतील काही. काहीही असलं, तरी मागच्या पिढीतली माणसंच दणकट."

"का बरं?"

"त्यांच्या पद्धतीच वेगळ्या. जगायची पद्धत निराळी. तुमच्यासारखं नव्हे. आपला देशाचार आणि कुळाचार सोडायचा आणि इतरांसारखं जगायला धडपडायचं!"

आजोबांचं बोलणं खोडून काढत ती मध्येच म्हणाली,

"हे काय आज्जा! काय ठरलं होतं आपलं? तरीही का हा विषय काढलात तुम्ही?"

"तेही खरंच म्हणा! तुझ्याशी या बाबतीत बोलून काय उपयोग? येऊ दे तुझ्या बापाला. द्यूत खेळायला गेलाय्, म्हणे. कधी येणार, कोण जाणे. आजवर कितीतरी वेळा सांगून झालंय्. आता मात्र त्याची गठडी वळूनच सांगावं लागेल..." क्षणापूर्वी दाढीतूनही दिसण्याइतकं हसणारा शल्यराजा आता गंभीर झाला होता. "आतापर्यंत लग्न होऊन दोन-तीन मुलांची आई व्हायचं वय तुझं! बापाचं ऐकून अजूनही कुमारीच राहिलीस! बरं दिसतं का हे?"

यावर काहीही बोललं, तरी आजोबा संतापतील, हे हिरण्यवतीलाही समजत होतं. पाठीत एखादा धपाटाही बसण्याची शक्यता होती, पण खरं तर तिलाही वडलांचंच पटलं होतं. ते द्यूत खेळायला गेले आहेत, असं आजोबांना वाटत असलं, तरी हिरण्यवतीला खरी गोष्ट ठाऊक होती. आदल्या दिवशी आईनंच सांगितलं होतं ते गुपित. शिवाय म्हणाली होती,

"हे एवढं काम झालं, तर संध्याकाळी अग्निदेवतेला आणखी दोन हविस् अर्पण करेन..."

आजोबा मात्र स्वत:शीच बोलावं, तसं बोलत होते :

"वीस गाड्या तांबं, पितळ, वस्त्रं-आभरणं यावीत, एवढं देखणं रूप लाभलंय् तुला."

हे हिरण्यवतीला मुळीच आवडलं नाही. स्वत:च्या रूपाची तिला जाणीव होती. आपल्या देशातल्या कन्या अशाच रूपवती असल्याचा सार्थ अभिमानही होता. घासून लखलखीत केलेल्या लोहदर्पणात पाहिलेला आपला चेहरा तिला आठवला. पौर्णिमेच्या दुसऱ्या दिवशीच्या चंद्रासारखा मोहक चेहरा! पण म्हणून शुल्क घेऊन मुलींना विकायचं? ते कुरू, पांचाल, शूरसेन, चेदि, काशी, विराट वगैरे ईशान्य दिशेचे लोक आपल्याला याच कारणासाठी तर हीन मानतात. खरं आहे बाबांचं. पूर्व किंवा दक्षिणेचे राजे जसं स्वयंवर मांडतात, तसं मांडून, जेत्या राजाला गाडीभर सोनं-नाणं देऊन लग्न लावून दिलं, तर तिचं पतीच्या घरी काहीतरी स्थान राहील. माहेरच्या घराण्याला त्या घरी गौरव लाभेल. किंवा एखादा क्षत्रिय राजकुमार अवचित रथातून आला आणि भुरळ पाडून, स्वत:ही मोहित होऊन, आपलं अपहरण करून रथात खेचून घेऊन पळून गेला, तर?– तो रथाचा खडखडाट, तो घोड्यांच्या टापांचा आवाज, तो उडणारा धुरळा, सगळ्यांना झुकांडी देऊन पळून जाणं आणि तरीही कुणी पाठलाग केला, तर शूरपणे त्यांच्याशी लढून त्यांचा पराभव करणं– पण पाठलाग करण्याची आजोबांची ताकद आहे? या वयातही कंबर वाकली नाही, की पाठ झुकली नाही–

"आज्जा, वय किती तुमचं?"

"अं? पुन्हा तोच प्रश्न विचारतेस! फार हुशार तू! विषय बदलू पाहतेस ना?"

"पण तरी कुठं सांगितलं वय?"

"सांगू? चौऱ्याऐंशी."

"खरं? असं कसं लक्षात ठेवलंत?"

"कसं लक्षात ठेवलं?" म्हणून शल्यराजानं लाकडात कोरलेल्या छताकडे दृष्टी रोखली आणि म्हणाला, "भीष्मापेक्षा छत्तीस वर्षांनी लहान आहे. आता तो आहे एकशेवीस वर्षांचा. म्हणजे माझं वय किती? मोज पाहू?"

मोजक्याच रेषांनी सुशोभित असलेल्या मऊसूत तळव्यावर नाजूक, लांबसडक बोटं दुमडून ती मोजू लागली; पण उत्तरापर्यंत पोहोचण्याआधीच मनात एक प्रश्न उभा राहिला. तिनं विचारलं,

"पण, आज्जा, तुम्हाला कसं ठाऊक भीष्माचं वय?"

पण या प्रश्नानं आजोबांच्या चेहऱ्यावर अप्रसन्नता उमटली. ती पाहताच हिरण्यवतीनं खुलासा केला,

"मी का विचारलं, ठाऊक आहे? तो भीष्म कधी आपल्या देशात आला नाही आणि तुम्हीही तिकडं कधी गेला नाहीत."

शल्यराजाचा चेहरा अधिकच गंभीर झाला.

ती काही क्षण स्तब्ध झाली आणि पुन्हा एकदा एकशेवीसातले छत्तीस गेले, तर किती राहतील, या हिशेबात बुडून गेली. गोऱ्यापान आणि बारीक सुरकुत्यांनी भरून गेलेल्या गंभीर मुद्रेच्या आपल्या आजोबांच्या वयाचा तिला अभिमान वाटला. पण तो भीष्म तर आजोबांपेक्षाही मोठा! एक दोन नव्हे, छत्तीस वर्षांनी मोठा! म्हणजे किती मोठा? काहीतरी आठवून तिनं विचारलं,

"आज्जा, एक विचारू?... अं... रागावणार नाही ना?"

"काय?"

"आता आठवलं मला. मागं भीष्म इथं आला होता ना आपल्या पुतण्यासाठी माझ्या आजीला मागणी घालायला? तेव्हा तर मी जन्मलेच नव्हते. बाबा जन्मले होते का?"

तरीही शल्यराजा बोलला नाही. कारण तिलाही समजलं नाही. तो उठून दारातून बाहेर पडला आणि चालू लागला.

उन्हाच्या धगीनं उद्यानातली झाडं कोमेजली होती. या शाकलपट्टणात– फक्त शाकलपट्टणातच नव्हे, तर संपूर्ण मद्र-देशात पाण्याची मुळीच कमतरता नव्हती. पण अशा उन्हात सगळ्या झाडांना टवटवी देण्याइतकं पाणी कुठून येणार?

पलीकडची झाडंही सुकून उभी होती. आता पाऊस कधी पडणार? सूर्यास्त होऊन बराच वेळ लोटला, तरी उद्यानातले दगड तापलेलेच होते.

राजानं जमिनीवर बसू नये, म्हणून पाठोपाठ एक सेवक दर्भाचं आसन घेऊन येत होता. एके ठिकाणी सेवकानं दर्भासन अंथरताच त्यावर बसून शल्यराजानं सेवकाला दूर जाण्याची आज्ञा दिली. उडणाऱ्या कीटकाच्या पंखाचंही वारं नसलेल्या त्या वातावरणात तो एकटाच बसून राहिला. कपाळ, मान, छाती घामानं चिकट झाली होती.

छे:! या महिन्यातच पाऊस यायला हवा. हे पर्जन्यराज–

महांतं कोषं उदचा निशिंच
स्पंदंतां कुल्यदिषितां पुरस्तात्।
घृतेन द्यावा-पृथिवि न्युंधि
सुप्रपाणं भवन् यत्यध्न्या भ्या:।

धो धो पाऊस कोसळायला पाहिजे. पहिल्या पावसात डोकं-अंग चिंब भिजवून अंगावरच्या उष्णतेच्या फोडांचं शमन व्हायला पाहिजे– शांति: शांति: शांति:।

तो आला आणि घेऊन गेला माझ्या बहिणीला. संवत्सर चक्राच्या गतीला तर खंडच नाही. सैन्याची रग गावाबाहेर उभी करून, दर्प भरलेल्या मनात विश्वास निर्माण करत येऊन, 'माझ्या विचित्रवीर्याच्या मुलासाठी तुझी भगिनी दे,' असं म्हटल्याला कितीतरी वर्षं उलटून गेली.

त्यानंतर मात्र एकदाही आला नाही.

"भीष्मा, माझ्या बहिणीला कुरुकुलात देणं हा माझा मोठा सन्मान आहे. पण कुंतिभोजाची मानसकन्या आणि शूरसेनाची मुलगी पंडूला दिल्याचं मीही ऐकलं आहे. पहिली बायको असताना दुसरेपणावर दिल्यावर माझ्या बहिणीला तरी कुठलं सुख मिळणार?"

भव्य देहयष्टी आणि रुंद चेहऱ्यावरची दृढता त्याच्या कंठातही भरली होती.

"मद्रराज, लग्न होऊन तीन वर्षं झाली, तरी गर्भ धारण न करणाऱ्या स्त्रीचं ज्येष्ठ पत्नीचं स्थान ते कसलं? शुद्ध आर्य कुटुंबात स्त्रीचं स्थान तिच्या पोटी जन्मलेल्या मुलांच्या संख्येवरूनच ठरतं, नाही का! तुझ्या देशातल्या स्त्रियांच्या पोटी दशपुत्र धारण करण्याची गर्भशक्ती असते, हे मीही ऐकलंय्. रूपाविषयी तर बोलायचाच प्रश्न नाही."

त्या वेळीही किती अभिमान वाटला होता! पण! ती नेमकी कशी दिसत होती? नेमका कुठलाच चेहरा त्याच्या दृष्टीसमोर येईना. रूपवती होती, एवढं नक्की. मद्र-राज्यातील कुठलीही स्त्री सुंदरच असणार. शल्यराजानं छातीवरचा घाम सुती

वस्त्रानं पुसून काढला.

"भीष्मा, तुला आमच्या देशाची पद्धत ठाऊक आहे?"

"ओ हो! आमच्या कुरु-राष्ट्राच्या पश्चिमेला कन्या-शुल्काशिवाय कन्या देत नाहीत, हे ठाऊक आहे मला! हे शुल्क कन्येच्या रूपावरून ठरवायचं का? हे एवढं आणलंय् मी. वीस गाड्या भरून तांब्यांची भांडी, सुती-रेशमी वस्त्रं, एक पात्रभर निष्क. कुरु-राष्ट्राचे निष्क म्हणजे ठाऊक आहे? शुद्ध सुवर्ण! तुमच्या इथल्या सोन्यासारखं नव्हे!"

ते कुरु-राष्ट्राचं वैभव! हस्तिनावतीत जेवढी संपत्ती एकवटली आहे, तेवढी आणखी कुठंच नाही, म्हणे!

एवढ्या श्रेष्ठ घराण्याशी संबंध जोडला खरा; पण त्यानंतर एकदाही आला नाही तो. मलाही बोलावणं पाठवलं नाही. ती तरी कुठं आली? एकदाही नाही. किती निरोप पाठवले, तरीही आली नाही. रागावली असेल. षंढ पतीशी लग्न करून दिलं, म्हणून. सामर्थ्यवान पती नसेल, तर मद्र-देशातली कुठली स्त्री संतापणार नाही?

छे:! धो धो पाऊस कोसळायला पाहिजे. तप्त भूमी पावसानं चिंब भिजून शांत व्हायला पाहिजे. शांतिः शांतिः शांतिः...

तिथं आलेल्या सुंदर दासी मातीच्या जाडसर घड्यांत पाणी आणून उद्यानातल्या जमिनीवर शिंपडू लागल्या. तापलेल्या भूमीवर पडलेलं पाणी वाफ होऊन क्षणार्धात अदृश्य झालं. त्यांनी पुन्हा घडे भरून आणून शिंपडायला सुरुवात केली. तेही नाहीसं झालं. पुन्हा पाणी आणलं.

"भरपूर पाणी ओता!" राजा गरजला.

"पण चिखल होईल..." प्रमुख दासी म्हणाली.

"होऊ दे. पण जमीन चांगली चिंब होऊ दे."

राजानं सांगताच घड्याच्या तोंडावर उजव्या हाताचा तळवा ठेवून त्यांनी सभोवताली जमिनीवर ओतलं.

उकाडा थोडा कमी होऊन हायसं झालं. त्या निघून गेल्या.

राजाचं मन पुन्हा कुरु-राजाच्या संपत्तीचा विचार करण्यात गढून गेलं.

किती हत्ती! किती गाई! रथ, घोडे, भांडी– तीही मातीची नव्हेत. फक्त तांब्याची! शिवाय सोन्या-नाण्याचा हिशेबच वेगळा! कुठंच पाहायला मिळणार नाही, असं वैभव! किती पिढ्यांपासून साठत आलंय् हे धन? भीष्म, शंतनु, रुष्टिसेन– हाताची बोटं दुमडत आठवणींचीं पुटं टोकरत शल्यराजा आठवायचा प्रयत्न करत होता– रुष्टिसेन, प्रताप, दिलीप, भीमसेन, ऋक्ष, देवातिथी अक्रोधन-अक्रोधन...

आठवणींच्या प्रवाहात भलाथोरला खडक उभा राहिला. त्या आधी कितीतरी राजे होऊन गेले, म्हणे! कुरु-राष्ट्राचा एक सूत मध्यंतरी आला होता. त्यानं तर सांगितलं होतं, हस्तिनावतीची स्थापना करणारा हस्तिन राजा या भीष्माआधी चाळीस पिढ्यांपूर्वी होऊन गेला, म्हणे! किती संपत्ती एकवटली असेल त्या नगरीत! आपणही एखादा योग्य सूत शोधून मद्र-देशाची गाथा ऐकायला पाहिजे.

जमीन शांत झाली होती. हवेत गुंई गुंई करत उठलेले किडेही आता शांत झाले होते. हात वर करून अंग मोडत, एक भलीमोठी जांभई देत असताना त्याची नात हिरण्यवती आली आणि तिनं सांगितलं,

"आज्जा, बाबा आले."

"इथंच पाठव त्याला."

काही वेळातच रुक्मरथ तिथं आला. पन्नाशी जवळ आली, तरी तारुण्य मुळीच न ओसरलेल्या रुक्मरथानं खांद्यावरील उत्तरीय सावरत वडिलांपुढं वाकून, जमिनीला स्पर्श करून नमस्कार केला. वडिलांनी मस्तक अवघ्राण केल्यावर तो दोन पावलं मागं सरून बसला.

"रुक्मरथा, पंधरा दिवस होऊन गेले ना तुला जाऊन?"

"होय, बाबा..."

"किती गमावलंस? काय काय गेलं?"

"मी काही गमावणारा जुगारी नाही. तसा फारसा जिंकलोही नाही, म्हणा! ते तर फक्त निमित्त होतं."

"का? आणखी कसलं राजकारण?"

"तसं काही राजकारण नव्हे. पण... खरं सांगितलं, तर तुम्ही रागावाल... कुलाचार नष्ट होतो, म्हणून."

"मुलीच्या स्वयंवराचं म्हणतोस का?"

"तुम्हांला सगळं ठाऊक आहे, बाबा!"

"आता आपल्यालाही अनुकूल काळ आहे, म्हणा! पण जे व्हायचं, ते लवकर व्हायला पाहिजे. अरे, मुलगी ऋतुमती होऊन कितीतरी काळ लोटला. आतापर्यंत पन्नास वेळा तरी ती रजस्वला झाली असे! असा तिचा ऋतुकाल नष्ट होऊ देणं म्हणजे किती मोठं पाप! या पन्नास वेळच्या पापासाठी तू, मी आणि तुझे आजोबा-तिघंही नरकात जाऊ, की काय, कोण जाणे!"

"तुमचं म्हणणं खरं आहे, बाबा. पण स्वयंवर करायचं, म्हणजे पैसा नको का? देशोदेशीच्या राजांना आमंत्रणं पाठवायला हवीत, त्यांचं आदरातिथ्य

करायचं, त्यांना भेटवस्तू द्यायच्या, शिवाय लग्नाची तयारी, आहेर– हे सगळं काय कमी खर्चात होतं? आपण कुरु-पांचाल आहोत, की काशी-मगध आहोत, हवं तेवढं धन भांडारातून काढायला?''

''त्यांच्याएवढी संपत्ती आपल्याकडे नाही, तर त्यांच्या त्या पद्धती तरी कशाला हव्यात? त्यापेक्षा कन्याशुल्क घेतलं, तर तेवढीच भांडारात भर तरी पडेल! शिवाय मुलीच्या ऋतुनष्टाचं पापही चुकेल. कानीन मूल जन्मलं, तर त्यातही अपमान आहे, असं म्हणत मुलीवरही कडेकोट बंदोबस्त ठेवला आहेस तू! छे:! अविवेकाची परिसीमाच ही!''

रुक्मरथ काही बोलला नाही. तो निरुत्तर झाला, असा त्याचा अर्थ घेऊन शल्यराजा चढ्या आवाजानं म्हणाला,

''ऋतुकाल नष्ट होणं म्हणजे महापाप आहे! अरे, हाच मूलधर्म आहे! या धर्माचं उल्लंघन करणारं कुठलंही कृत्य मी यापुढं सहन करणार नाही!''

''बाबा, मद्र-देशाच्या पलीकडे जाऊन तुम्ही जगच पाहिलं नाही! आपल्या मद्र-देशाच्या स्त्रियांच्या सौंदर्याची जेवढी प्रसिद्धी आहे, तेवढाच त्यांच्या रतिस्वातंत्र्याचाही बोलबाला आहे. आपल्याकडचं कुणीही तिकडे गेलं, की त्यांना बाहेरचे लोक काय म्हणतात, ठाऊक आहे? 'तुझा मद्र देश? आपल्यालाही तिथं घेऊन चल, गड्या! एकदा तिथला स्वर्ग अनुभवायचा आहे मला!' बाबा, याचाही आपण काहीतरी विचार करायला नको का?''

''आपल्याकडची पद्धत आहे ती. तिला आपण अशी नावं ठेवू नयेत.'' शल्यराजानं थोडं दरडावून सांगितलं; पण त्यात रागाचा लवलेशही नव्हता.

रुक्मरथ काही बोलला नाही. वडिलांचा विरोध पहिल्याइतका प्रखर राहिला नाही, हे गेल्या दोन वर्षांच्या अनुभवानं त्यालाही समजत होतं. स्वयंवर का होईना, पण लवकर व्हायला पाहिजे, एवढाच त्यांचा आग्रह होता. नातीचा नष्ट होणारा प्रत्येक ऋतुकाल आपल्याला नरकात लोटत असल्याच्या प्रबल भावनेपोटी ते संतापतात, हे त्याला समजत होतं. अर्थात ती भीती आपल्याला तरी कुठं टळलीय्? पण फक्त या भीतीपोटी कन्याशुल्क घेऊन किंवा कन्या-शुल्क न घेता कसंबसं मुलीचं लग्न करून दिलं, तर चार देशांत आपल्या कुलाचा मान कसा राहणार?

''बरं! जुगाराचं निमित्त करून स्वयंवराच्याच कामासाठी तू गेला होतास ना? काय झालं तिथं?''

''तूर्त तरी स्वयंवर रचण्यासारखी परिस्थिती नाही.''

''बघ! कुलाचार मोडायला निघालं, की अशी कितीतरी विघ्नं पुढ्यात येतात. पण असं झालं तरी काय?'' शल्यराजाचा आवाज पुन्हा थोडा कठोर

झाला आणि त्यात थोडा संतापही डोकावू लागला.

रुक्मरथ सांगू लागला,

"रथ-घोडे आणि पन्नास धनुर्धारी सैनिकांबरोबर मी त्रिगर्त-देशाला गेलो होतो. तिथला सुशर्म राजा माझा चांगला मित्र आहे ना! स्वयंवर करायचं, हे तर खरंच. पण त्यासाठी फक्त आपल्या या भागातले राजे हजर राहिले, तर असं कितीसं वजन येईल? स्वयंवरासाठी कुरु, पांचाल, काशी, मगध, चेदी, तिकडचा विदर्भ, आता यादव राहतात, ती द्वारका असे इंद्र, अग्नि, यम, वायव्य अशा सगळ्या भागांतले राजे आले पाहिजेत. कुरु-पांचालचे ब्राह्मणही यायला हवेत. तर या स्वयंवराला भारदस्तपणा येईल! सुशर्माची सर्वतोपरीनं मदत करायची तयारी आहे. पण तूर्त पूर्वेकडचे कुणीही स्वयंवराला यायच्या परिस्थितीत नाहीत."

"का? काय झालं?"

"हस्तिनावतीतलं ते जुनं भांडण नाही का! धृतराष्ट्र आणि पंडूच्या मुलांचं भांडण. पंडूची मुलं बारा वर्षांचा वनवास आणि एक वर्षाचा अज्ञातवास संपवून आली. आता त्या दोघांचं युद्ध..."

मध्येच शल्यराजानं विचारलं,

"अरे, हो! त्यांनी अज्ञातवास कुठं काढला, ते समजलं का?"

"तिथं लगतच. विराट नगरात!"

"चोर नेहमी दाराच्या मागंच लपतो, म्हणतात, ते खोटं नाही!"

"आणि दुर्योधन मात्र लांबवर शोधत राहिला त्यांना. पाहुण्यांच्या, द्रुपदराजाच्या राज्यात आणि स्नेह्याच्या, कृष्णाच्या द्वारकेत लपले असतील, म्हणून हेरांकरवी ते देश विंचरून काढले. हिमालयाच्या दिशेनंही खूप शोध घेतला. तेरा वर्षांनंतर त्यांनी राज्य मागितलं, तर हा नकार देतोय् त्यांना."

दंतविहीन शल्यराजा फुस्सकन हसला आणि म्हणाला,

"भूमी आणि स्त्री एकदा वापरायला मिळाल्यावर कोण परत करेल?"

"एवढंच नव्हे, तर दुर्योधन म्हणतो, म्हणे, 'मी आणि माझे सारे भाऊ कुरुवंशात जन्मलो. माझी बहीणही. पंडूच्या बायकांनी कुणाकुणापासून मुलांना जन्म दिला आहे. त्यामुळे ते कौरवच नव्हेत.' त्यानं इतर वयोवृद्धांनाही ठणकावलं, म्हणे 'त्यांना आधी खांडवप्रस्थ दिलं, तेच चुकलं. द्यूतात जिंकून ती चूक मी सुधारली आहे. आता यात तुम्ही डोकं घालू नका.'"

"काय म्हणाला तो?" संतापाच्या भरात शल्यराजाला रुक्मरथाच्या बोलण्याचा अर्थच समजला नाही.

"त्यांच्या मातांनी कुणाकुणाशी संग करून त्यांना जन्म दिल्यामुळं ते कौरवच

नाहीत. मग त्यांना राज्य द्यायचा प्रश्नच कुठून येतो? असा दुर्योधनाचा प्रश्न.''

वृद्ध राजाच्या मेंदूला मुंग्या आल्या.

आता संपूर्ण अंधार पसरला होता. बाहेर थोडाफार चांदण्याचा उजेड होता. कुठली तिथी आज? शुक्ल पंचमी. अंधारात दृष्टी फिरवून अंगावरच्या वस्त्रानं चेहरा टिपत वृद्ध राजा एकेक शब्द उच्चारत म्हणाला,

''पंडूच्या राण्यांनी कुणाकुणाला जवळ करून व्यभिचारानं मुलांना जन्म दिले नाहीत. शास्त्रसंमत नियोगाद्वारे पंडूच्या मुलांना जन्म दिले आहेत! पंडूच्या आज्ञेनं! वंशवृद्धीसाठी. हा दुर्योधन कुटिल बुद्धीचा आहे. राज्य परत द्यावं लागेल, म्हणून तो तसं म्हणतोय्. छे:! सगळाच अधर्म! तू आपली सेना पाठवून दे. पांडवांच्या बाजूनं लढून धर्मस्थापना करू या.''

''बाबा, अलीकडे तुम्ही इतके का संतापता उगाच?''

''धर्माला अधर्म आणि अधर्माला धर्म म्हटलं, तर राग नाही का येणार? मी म्हणतो, तुला कसा राग येत नाही? की दुर्योधनाचं म्हणणं तुला मान्य आहे?''

''तो राज्य परत द्यावं लागेल, म्हणून असं म्हणतो, हे खरं आहे. पण विशिष्ट घराण्यातील बीजापासून जन्मणं: आणि, पतीच्या आज्ञेनं का होईना, दुसऱ्यापासून जन्मणं यांत काही अंतर आहे, की नाही?''

''धर्माप्रमाणे म्हणशील, तर काहीच फरक नाही. धर्मावर श्रद्धा तर ठेवायलाच हवी.''

रुक्मरथाला लगेच काही उत्तर सुचलं नाही.

वडिलांचे ओठ संतापानं थरथरत होते. समोर दुर्योधन उभा आहे, असं समजून उगारलेला हात भानावर येऊन त्यांनी मागं घेतला होता.

वाऱ्याची झुळूक पाठ आणि मानेवर साचलेल्या घामाची जाणीव करून देऊन गेली. वस्त्रानं मान पुसत असताना शल्यराजाला आणखी एक गोष्ट आठवली. दुर्योधनाचा पिता आणि पांडवांचा पिता हे दोघेही नियोगातूनच जन्मले आहेत ना! तेही वडिलांच्या पश्चात. त्यांच्या अनुमतीशिवाय. फक्त पतीचं नाव सांगून त्यांच्या मातांनी बीजाचा स्वीकार केला. मग हा दुर्योधन तरी कसा कुरुवंशाचा?

नेमक्या त्याच क्षणी रुक्मरथानं विचारलं,

''फक्त श्रद्धेवर विश्वास ठेवून एखादा दुसऱ्याचा मुलगा होणं शक्य आहे का?''

मनात उमटणारा प्रश्न आणि रुक्मरथानं विचारलेला प्रश्न एकमेकांवर आदळून चक्काचूर झाले. दोघांचेही प्रश्न एकमेकांच्या मेंदूपर्यंत पोहोचू शकले नाहीत.

दोघंही काहीही न बोलता बसून राहिले.

राजवाड्यात तेलाचा दिवा मूकपणानं जळत होता.

असा किती वेळ गेला, कोण जाणे.

रुक्मरथाला एकापाठोपाठ अशा तीन जांभया आल्या. ते पाहून शल्यराजा म्हणाला,

"प्रवासामुळं दमलास, वाटतं. आता झोप, जा."

रुक्मरथ उठला आणि वडिलांच्या राजवाड्यातून बाहेर पडून शेजारीच असलेल्या आपल्या निवास-स्थानाकडे निघाला.

दुधात शिजलेला मऊ भात खाऊन शल्यराजा बाहेर आला. अंगणात पाणी शिंपून गार केलेल्या जमिनीवर लाकडी फळ्या टाकून, त्यांवर दर्भाची चटई आणि कापसाची गादी पसरून अंथरूण तयार केलं होतं. त्यावर तो झोपला. त्याची बायको कधीच मरण पावली होती. राजवाड्यात सुंदर दासींचा तुटवडा नव्हता. तरी गेल्या कित्येक वर्षांत त्यानं त्यांना जवळ बोलावलं नव्हतं. स्त्री-स्पर्श त्यागून किती वर्षं झाली होती, हे त्यालाही आठवत नव्हतं.

विस्तीर्ण पसरलेल्या निळाईत मंदपणे प्रकाशणाऱ्या चांदण्या पाहत उताणा झोपलेल्या शल्यराजाच्या मनात भीष्माची आठवण पुन्हा पुन्हा येत होती. पूर्व-पश्चिम, दक्षिण-उत्तर पसरलेल्या संपूर्ण क्षत्रिय समाजात धर्मज्ञ म्हणून ख्याती होती भीष्माची! त्याकाळी त्यानंच पुढाकार घेऊन मृत भावांच्या पत्नींचा नियोग घडवून आणला होता. पंडूच्या मुलांनाही पाहताक्षणीच नातवंडं मानून हृदयाशी धरलं होतं. आणि हा दुर्योधन मात्र स्वार्थापोटी– मूर्ख! उंच उंच आकाशात आपली धर्मश्रद्धा खोलवर रुजत असल्याची भावना शल्य राजाचं मन व्यापून राहिली.

तो कुशीवर वळला.

खरं तर त्याला आपल्या मुलाचाही राग आला होता. कन्याशुल्क घेण्यात अपमान वाटतो, म्हणे, त्याला! लग्नाच्या आधी मुलीला मूल होणंही अयोग्य, म्हणे! नियोगही योग्य नव्हे, म्हणे! इतकी वर्षं चालत आलेल्या या सगळ्या रीती चुकीच्या म्हणायच्या? मूर्ख! शतमूर्ख!!

तेही जाऊ दे. आता लवकर हिरण्यवतीचं स्वयंवर तरी करायला काय हरकत आहे? तिथं ती पंडु आणि धृतराष्ट्राची मुलं युद्ध करत असतील, तर इथं आमच्या हिरण्यवतीच्या स्वयंवराला का आडकाठी यावी? चांगलं खडसावून विचारलं पाहिजे याला.

झोप आली. आजवर शल्यराजाला निद्रेनं कधीच त्रास दिला नव्हता. पण अलीकडे वय झाल्यापासून रात्री एकदा जाग येत होती. त्या वेळी निळ्या

विशाल आकाशातल्या चांदण्या पाहत, त्यांची नावं आठवत पडलं, की मुळीच कंटाळा येत नव्हता. नंतर पुन्हा गाढ झोप लागत होती. थंडीच्या दिवसांत बंदिस्त राजवाड्यात झोपताना मात्र हा रिकामा वेळ गतकाळाकडे खेचणारा रज्जू बनत होता.

वाड्याच्या छतावर थंडगार वाऱ्यात झोपलेल्या हिरण्यवतीचा मात्र डोळ्याला डोळा लागत नव्हता. त्रिगर्ताहून आलेले बाबा आईला सांगत होते; ते तिच्याही कानांवर आलंच होतं. तिथं कुरु-राज्यात युद्ध होणार आहे, म्हणे. काही साधंसुधं युद्ध नव्हे. पूर्व-दक्षिणेकडले सारे राजे त्यात भाग घेणार आहेत. आतापर्यंत कितीतरी राजांनी आणि त्यांच्या सैन्यानं आपापल्या राज्यातून या युद्धासाठी प्रयाणही केलं आहे, म्हणे. अशा परिस्थितीत स्वयंवर उभारलं, तर कोण येणार? पूर्व-दक्षिणेकडच्या राजांना वगळून फक्त पंचनद, केकय, गांधार देशांच्या राजांना बोलावून स्वयंवर केलं, तर फारसा भारदस्तपणा दिसणार नाही, असं बाबांचं म्हणणं. आईही बिचारी खिन्न झाली होती, हे ऐकून. पण तरीही तिचं दुःखं माझ्याएवढं असेल का? या उन्हाळ्याच्या उकाड्यातही परगावाहून आलेल्या बाबांबरोबर आत राजवाड्यात झोपलीय् ती! आणि इथं मात्र माझ्यावर पाळत ठेवायला या म्हाताऱ्या दासी!

आकाशात तारांचा नुसता खच दिसत होता. हिरण्यवतीच्या डोळ्यांसमोर मात्र वेगळंच दृश्य तरळत होतं. एक उमदा राजपुत्र धुरळा उडवत घोड्यावरून येऊन, मला पुढं बसवून बलिष्ठ कवेत गच्च कवटाळून... अंहं... भल्या मोठ्या मांडवात देशोदेशीचे कितीतरी देखणे राजकुमार जमले असता त्यांमधून आपल्या आवडीचा राजकुमार शोधायचं स्वातंत्र्य... बाबांचंच म्हणणं खरं आहे. पण... किती दिवस वाट पाहायची?

तिनं कूस पालटली. झोप अजूनही तिच्याकडे फिरकत नव्हती.

पण आजोबांचं म्हणणं खरंच आहे ना! धर्माविषयी जेवढं आजोबांना ठाऊक आहे, तेवढं बाबांना कसं ठाऊक असणार? लग्नाच्या आधी मुलं झाली, तर त्यात काय चुकलं? बायकोबरोबर मुलंही मिळाली, तर त्यात फायदाच नाही का? या दासीही तेच सांगतात. वेगळीच तऱ्हा आहे या आमच्या राजवाड्याची! बाबांचा विचित्रच हट्ट आहे. माझ्यावरची ही पाळत...

पुन्हा ती त्या कुशीवर वळली. धाडकन उठून बसली.

पायऱ्यांपाशी बसलेली वृद्ध दासी धावत येऊन तिच्या जवळ उभी राहिली.

"घाबरू नकोस. मी काही कुणाबरोबर पळून चालले नाही! पाणी दे."

माठातलं थंडगार पाणी दासीनं आणून देताच ती गटागटा प्यायली. पोटात

पाणी जाताच तिच्या देहातून घाम झिरपला. तशीच अंथरुणावर कलंडली. पाण्याचं भांडं खाली ठेवून तिच्या दाट केसांवरून हात फिरवत दासी म्हणाली,

“झोप येत नाही का? तुझ्या वयाची असताना दोन मुलं झाली होती मला...”

काही न बोलता हिरण्यवती डोळे मिटून पडून राहिली.

दासी बोलतच होती,

“बाईला असं झोपेशिवाय तळमळत ठेवलं, तर देव हविसही स्वीकारणार नाही! आता राजाच असा धर्माविरुद्ध वागू लागला, तर पाऊस तरी कसा पडणार, बाई? पीक-पाणी तरी कसं येणार? गाईंची आचळं दुधानं ओथंबतील तरी कशी? बाई गर्भारशी राहिली पाहिजे! एकाची दहा माणसं झाली पाहिजेत! दहाची शंभर, शंभराची हजार...”

जिन्यावर पावलांचा आवाज ऐकू येताच ती बोलायची थांबली. पावलांच्या चाहुलीवरून हिरण्यवतीची आई माडीवर येत असल्याचं दोघींच्याही लक्षात आलं. ती मुलीच्या शेजारी झोपायला येत होती. तिची राखण करायला! दासी पुन्हा पहिल्या जागी पायऱ्यांशी जाऊन बसली.

“काय उकडतंय् आज...” म्हणत राणी मुलीच्या शेजारी झोपली. पाहता पाहता तिचे डोळे मिटले आणि तिचा संथ श्वासोच्छ्वास ऐकू येऊ लागला.

हिरण्यवती मात्र तळमळतच होती.

❑

शल्यराजाची मध्यरात्रीनंतरची दुसरी झोप फारशी दीर्घ नव्हती. रोजच्यासारखा ब्राह्म मुहूर्तावर तो जागा झाला आणि शाकलपट्टणाच्या पूर्व दिशेला चालू लागला. नेहमीचे चौघे रक्षक त्याच्या पाठोपाठ निघाले. प्रातर्विधी उरकून, गावाच्या पूर्व दिशेला वाहणाऱ्या नदीवर स्नान करून, शुभ्र वस्त्रं परिधान करून तो माघारी आला. नेहमीप्रमाणे होमदत्त सांगेल, तसा श्रद्धेनं होम केला. स्वत:ला सारे मंत्र आणि विधी पाठ असले, तरी ब्रह्मपीठावर कुलपुरोहिताला बसवून त्याच्या आदेशानुसार होम करण्याची त्याची नेहमीचीच पद्धत होती. या ब्राह्मणाशी त्याच्या पहिल्यापासूनचा चांगला स्नेह होता. कितीतरी वेळा संध्याकाळी दोघं बरोबरीनं घोड्यांवरून फिरूनही येत होते.

मुलगा, सून, नातवंडांबरोबर होम झाल्यानंतर सगळे जेवायला बसले. अलीकडे शल्यराजाची सातूंवर विशेष मर्जी बसली होती. फक्त चवीसाठी नव्हे– पचायलाही ते हलके असतात. म्हणून. लाह्यांचं पीठ दह्यात कालवून, त्यावर मध ओतून खायचं. याचा अर्थ त्यानं इतर पदार्थांचा त्याग केला होता, असं

मुळीच नव्हे.

जेवताना रुक्मरथ म्हणाला,

''आपल्या इथल्यासारखं करंभ इतर कुठल्याच देशात होत नाही.''

''पण मत्स्य देशातली जनावरं जेवढं घट्ट दूध देतात, तेवढी इतर कुठलीही जनावरं देत नाहीत, असं ऐकलंय्.'' मध्येच पुरोहित म्हणाला.

''ते असं म्हणतात; पण उत्तम सातू नसेल, तर कसा करंभ करणार? आपल्या इथल्या जेवणाची चवच वेगळी. आपण कसा करतो करंभ?''

लगेच वाढणारा स्वयंपाकी ताठ उभा राहिला आणि सांगू लागला,

''सातू तुपात परतून, लाही करून त्यांचं पीठ करायचं आणि पुन्हा तुपात शिजवायचं– नुसतं सांगून तितकंसं समजणार नाही. शिजवायची पद्धतही वेगळी आहे.''

''हस्तिनावतीच्या करंभाहून आपला चांगला असतो?''

''बाबा, प्रत्येक गोष्ट तुम्ही हस्तिनावतीशी का पडताळून बघता? त्यांचा करंभ श्रेष्ठ, त्यांचा परिवाप उत्तम, त्यांचा पुरोडाश उत्कृष्ट! एवढंच नव्हे, तर त्यांचं ऐश्वर्य श्रेष्ठ, त्यांचं राष्ट्र श्रेष्ठ, त्यांचा तो म्हातारा भीष्म तर सर्वश्रेष्ठ! पहिल्यापासून पाहतोय् मी!''

''खरं सांगितलं, तर त्याचा तुला का एवढा राग? आज संपूर्ण आर्यावर्तात कुरु-पांचाल श्रेष्ठ आहेत, हे सगळ्यांनी मान्य केलंच आहे. मग मी म्हटलं, तर काय बिघडलं? तूच सांग, होमदत्ता, शास्त्राभ्यासात कोण सर्वश्रेष्ठ आहे?''

विस्तवावर भाजलेली तांदळाची भाकरी आणि पुरोडाशचा पुख्खा झोडत असलेल्या होमदत्तानं तोंडातला घास गिळून म्हटलं,

''वेद-विद्या, कर्मभाग, भाषाशुद्धी या विषयांत कुरु-पांचालातलेच ब्राह्मण स्वत:ला श्रेष्ठ मानतात.''

''ते स्वत:ला श्रेष्ठ समजतात, एवढंच ना?'' रुक्मरथानं स्पष्टपणे विचारलं.

''फक्त ते मानतात, एवढंच नव्हे, या विषयांतले तज्ज्ञही त्या देशात भरपूर आहेत. तिथले राजेही हवे तितके यज्ञ करतात, वेदोपंडितांचं पोषण करतात. आता पाहा ना! पंडूचा मुलगा धर्मराजा. वयाच्या फक्त सदतीस-अडतिसाव्या वर्षी राजसूय यज्ञ केला त्यानं! या वयात यज्ञ करायची बुद्धी इतर राजांना का होत नाही? साहजिकच विद्वान तिथंच जाणार. स्वत: भीष्म वेदविद्येत पारंगत आहे. कुरुवंशाच्या विस्तारासाठी वीर्यदान करणारा कृष्णद्वैपायन तर हल्ली तिथंच असतो, म्हणे. द्रोण म्हणा, अश्वत्थामा किंवा कृप हे काय सामान्य विद्वान आहेत? तिथले पांचाल राजेही तसेच आहेत– हवं तर अख्खा दिवसभर सांगेन तिकडच्या कथा.'' म्हणत त्यानं समोर ठेवलेला लाकडाचा कटोरा उचलून

त्यातलं दह्या-दुधापासून बनवलेलं सान्नाय्य ओरपून खायला सुरुवात केली.

"ही काही फक्त अलिकडची कथा नव्हे. जुन्या वंशावळी काढून पाहिल्या, तर कुरु-पांचालात गेल्या कितीतरी पिढ्यांनी असे असंख्य यज्ञयाग केले आहेत. एकेक यज्ञ करणं म्हणजे काही थट्टा नव्हे! कुबेराचं भांडारच पाहिजे त्यासाठी!"

आपले वडील किंवा होमदत्त हे सारं काही फक्त वादासाठी सांगत नाहीत, हे रुक्मरथालाही ठाऊक होतं. त्यामुळं तो काहीच बोलला नाही. होमदत्त पुढं सांगत होता,

"दिवसेंदिवस यज्ञयाग करणंही कठीण होत चाललंय्. अलीकडे यज्ञासाठी मंत्रशक्ती जाणणारे अधिकाधिक पुरोहित लागतात. पूर्वी एखादा पुरोहित पुरेसा असे. त्यानंतर ब्रह्मस्थानी एक, होतृ एक, एक उद्गातृ आणि अध्वर्यु एक अशा चौघांची गरज भासू लागली. आता तर– पांडव वनवासात गेल्यानंतर दुर्योधनानं एक यज्ञ केला होता ना! तेव्हा तर चार होतृ, उद्गातृ चौघं, चार अध्वर्यु आणि ब्रह्मस्थानी चौघं असे सोळा वेदविद्वान होते! याशिवाय त्यांचे शिष्य वगैरे! अेकंदर काय, असे यज्ञयाग करणं सामान्यांच्या कुवतीतलं राहिलं नाही."

रुक्मरथ अंतर्मुख झाला. यज्ञयाग ही खर्चाची बाब आहे, हे त्यालाही ठाऊक होतं. पण एवढा खर्च? त्याचं मन पुन्हा स्वयंवराच्या खर्चाच्या विचारात बुडून गेलं.

कितीतरी राजे, त्यांचा परिवार, एवढ्या सगळ्यांच्या भोजनाची व्यवस्था, राहण्याची व्यवस्था, त्यांच्या घोड्यांना दाणा-पाणी, मोठा विवाह-मंडप उभारणं– एक, ना दोन. जमेल आपल्याला? या राजांकडे कुठून आली एवढी संपत्ती? एवढाले खर्च कसे परवडतात या कुरु-पांचालांना? रुक्मरथाला अजूनही सदतीस-अडतिसाव्या वर्षी धर्मराजानं केलेला राजसूय आठवत होता. पंधरा वर्षांपूर्वी आपला आत्तेभाऊ नकुल शुभ्र घोड्याच्या पाठोपाठ आला होता. सोबत रथ-घोडे-सैन्यही होतंच. किती केलं, तरी आत्याचीच मुलं. त्यांनी यज्ञकार्य काढलं होतं. त्यांना आदरानं बोलावून थोडी लोकरीची वस्त्रं, धान्य, दहा रथ, वीस घोडे द्यावेत असं बाबांचं मत पडलं. त्या वेळी नकुलानं किती नम्रपणे बाबांना नमस्कार केला होता! काही ठिकाणी त्यानं युद्ध करून विजयही मिळवला होता तेव्हा. तसेच त्याचे दोन मोठे आणि एक धाकटा भाऊही वेगवेगळ्या दिशांना जाऊन विजय संपादन करून आले होते, म्हणे. हे आठवताच तो म्हणाला,

"दहा ठिकाणचं लुटून आणायचं आणि महा-यज्ञ केले, म्हणून टेंभा मिरवायचा!"

"पण त्यासाठीही शक्ती हवी, बेटा! तुला जमेल ते?" शल्यराजानं हसत हसत विचारलं.

रुक्मरथ पुन्हा निरुत्तर झाला. बऱ्याच दिवसांनी तो गावी परतला असल्यामुळं त्याच्यासाठी मुद्दाम बैलाचं मांस शिजवलं होतं. त्याचा एक तुकडा तो मुकाट्यानं चघळू लागला.

"बैलाच्या मांसापुढं मेंढ्याचं मांस सपक वाटतं, नाही का?" असं होमदत्तानं विचारलं, तरी त्यानं काही उत्तर दिलं नाही.

काही वेळ तसाच शांततेत गेला. वृद्ध राजाही मध घातलेलं दूध पिण्यात गुंतला होता.

जेवण आटोपून शल्यराजा वामकुक्षीसाठी गेला. दारांना आणि खिडक्यांना वाळ्याचे पडदे बांधून, त्यांवर पाणी शिंपडून सेवकांनी खोली थंड केली होती. तिथं जेवणानंतर दोन तास झोप काढून रात्रीची कमी पडलेली झोप भरून काढायची त्याची नेहमीची सवय होती.

रुक्मरथही आपल्या निवासस्थानी गेला. त्यानं झोपायचा प्रयत्न केला, तरी त्याला झोप येत नव्हती. डोक्यातला प्रश्न अजूनही तसाच होता. आपल्याला स्वयंवराचा मांड मांडणं शक्य आहे का? की बाबांचं ऐकावं आणि कन्याशुल्क घेऊन मुलगी द्यावी? छे:! त्यानं हा विचार झटकून टाकला. आपण योग्य मुलगा शोधून मुलगी दिली पाहिजे. त्रिगर्तच्या राजानंही पाठिंबा द्यायचं आश्वासन दिलंय ना! या विचारासरशी त्याला थोडं बरं वाटलं. पण आता मध्येच हे युद्ध उपटलंय्! आपण स्वयंवर उभारलं आणि कुणीच आलं नाही तर?

डोळ्यांची उघडझाप करत तो पडला असतानाच त्याची पत्नी जवळ येऊन उभी राहिली आणि म्हणाली,

"हिरण्यवती ऋतुमती झाली. आत्ता एवढ्यातच."

रुक्मरथ अधिकच गंभीर झाला. संपूर्ण मनावर करड्या रंगाचं पाप माखल्यासारखं होऊन त्यानं डोळे मिटून घेतले. स्त्रीचा एकेका ऋतुचक्राचा काळ वाया जाणं म्हणजे चांगली सुपीक जमीन नापीक ठेवण्याएवढं मोठं पाप! बाबा तर नेहमी सांगतात– नुसते बाबाच कशाला, आपला आर्यधर्मही तेच सांगतो ना! हे एक्कावन्नावं ऋतुनष्टचक्र हिरण्यवतीचं! आधीच कन्याशुल्क घ्यायचं नाही, म्हणून उशीर झाला. त्यानंतर स्वयंवर करायचं, म्हणून बारा ऋतुचक्रं फुकट घालवली. आता मध्येच हे युद्ध आलं!

तो तसाच डोळे मिटून पडून होता. अंधारात करड्या रंगाचं पाप अधिकच भेसूर भासत होतं. चौथ्या दिवशी अंघोळ केल्यावर पती गावात नसल्यामुळं

शिष्याकडे याचना करणाऱ्या गुरुपत्नीची कथा त्याला पुन्हा पुन्हा आठवत होती. त्यांना धर्म समजला नसेल का? तिच्या मनातली पतिभक्ती कनिष्ठ दर्जाची असेल का? आपल्याच घरी केवढं घोर पातक घडतंय् हे!

हलकेच पत्नीनं विचारलं,

"झोप आली?"

"नाही." म्हणत त्यानं डोळे उघडले.

"मी म्हणते, कानीन अपत्य झालं, तर त्यात एवढं काय बिघडलं?"

त्यानं काहीच उत्तर दिलं नाही. उत्तर त्यालाही ठाऊक नव्हतं. पत्नी पुन्हा तोच प्रश्न विचारेल, म्हणून त्यानं डोळे मिटून घेतले. थोडा वेळ उत्तराची वाट पाहून ती पुढं बोलू लागली.

"माझ्या लग्नाआधी मला एक मुलगा होता ना माहेरी जन्मलेला? बाबांचा त्याच्यावर फार जीव होता, म्हणून लग्नानंतर त्यांनी फक्त मुलगी दिली, तर तुम्हीच त्यांच्याशी वाद घातला नव्हता का– 'मुलगी माझी झाली, तर तिच्या पोटी जन्मलेला मुलगाही माझाच', म्हणून? अखेर मीच जेव्हा अशी दहा मुलं तुम्हांला देईन, असा शब्द दिला, तेव्हा कुठं तुम्ही तो हट्ट सोडलात. आता कसे एवढे बदललात? काय झालंय् तुम्हांला?"

काय झालंय् मला?

त्यानं वळून बायकोच्या चेहऱ्याकडे पाहिलं.

अलीकडे त्याच कानीन मुलाच्या आठवणीनं आपल्याला हिचा तिरस्कार वाटतो; हे हिला समजलं, तर? यात तिची काहीही चूक नाही, हे मला ठाऊक आहे. मीच मोहून जाऊन लग्न केलं हिच्याशी. कानीन पुत्राची आई आहे, हे ठाऊक असतानाही. अजून मी मनातला तिरस्कार व्यक्त केला नाही आणि ही मात्र विचारतेय्, काय झालंय् तुम्हांला? मुलीसाठी? छे:! ऋतुकाल नष्ट झाल्यामुळं लागणाऱ्या पापासाठी!

तो काहीच बोलला नाही. ती मात्र एकटक त्याच्याकडे पाहत होती.

ती नजर असह्य होऊन तो चटकन उठून बसला आणि म्हणाला,

"तुला ठाऊक आहे? कुरु, पांचाल, काशी, विराट, मत्स्य या देशांमध्ये कानीन अपत्य असणं हे किती हीन समजतात, ते? काहीजण तर याला पापही मानतात. सामान्य लोकांविषयी सांगत नाही मी. राजघराण्यांतले लोक मात्र शरमेनं मान खाली घालण्यासारखी गोष्ट समजतात ही! पंधरा वर्षांपूर्वी आमच्या आत्तेभावंडांनी राजसूय यज्ञ केला होता; तेव्हा सारं पाहून आलोय मी. देशाटन करण्याऱ्या ब्राह्मणांनाही विचारलं. आधीच आपण जुन्या पद्धतीनं वागतो, म्हणून तिकडचे क्षत्रिय आपल्याला तुच्छ लेखतात. त्यात जर आपल्या मुलीला कानीन

अपत्य झालं, तर आर्यावर्तात आपल्याला मान वर करायला तरी जागा राहील का?''

आर्यावर्तापेक्षा ब्रह्मावर्तातले आपण आर्य थोड्या कमी दर्जाचे असल्याचं तिलाही ठाऊक होतं. त्यांच्या तोडीचे नाही, तरी आपणही त्यांच्या थोड्याफार जवळ जावं, अशी आशा तिच्याही मनात होतीच. पण त्यासाठी अकारण आपला धर्म सोडायचा? आर्ष धर्माची अवहेलना करून येनकेन प्रकारेन कोण कसं श्रेष्ठ ठरणार? आपण का त्यांचं अनुकरण करायचं? आपल्या पतीला आपल्यापेक्षा अधिक कळतं, हे मान्य करूनही प्रत्येक बाबतीत आर्यावर्ताचं अनुकरण करणं तिला मुळीच पसंत नव्हतं. ती म्हणाली,

''नेहमी शल्यराज सांगत असतात, तो कुरु-राज्याचा भीष्म आहे ना, त्याच्या आईलाही कानीन पुत्र झाला. आज संपूर्ण आर्यावर्त आणि ब्रह्मावर्त ज्याच्यासमोर नतमस्तक होतं, तो कृष्णद्वैपायन तिचा कानीन पुत्रच आहे, म्हणे. कुरु-वंशातच चाललंय् ना हे?''

''फार पूर्वीची गोष्ट झाली ती. आता त्यांचं सगळंच बदललं आहे. कितीतरी बाबतीत.''

ती गप्प बसली. धनाकडे पाहून एखाद्या अयोग्य तरुणाच्या हाती मुलगी देण्यापेक्षा अनेक तरुणांना बोलावून, मुलगी दाखवून, योग्य जावई शोधायचा विचार तिलाही एकीकडे पटत होता. नवऱ्यानंच पटवून सांगितलं होतं ते. पण कानीन अपत्याविषयी तो जे सांगतो, त्यावर कसा विश्वास ठेवायचा? हे योग्य, की अयोग्य? ऋतुनष्टाविषयी मात्र तोही गोंधळलाय्, हे तिलाही स्पष्टपणे दिसतच होतं. या पापाचा परिहार कसा होईल, या विचारात ती इतकी गुरफटली, की दुपारच्या उन्हाचा कडाकाही तिला जाणवेनासा झाला. अखेर उठून ती आतल्या चौकाकडे निघाली.

रजस्वला हिरण्यवती मात्र मध्यवस्त्र न घेता अंगावरच्या वस्त्रानं दंड आणि अंग झाकून दिङ्मूढ होऊन बसली होती.

❏

दुसऱ्या दिवशीच शल्यराजाला भेटायला एक दूत आला. पाच घोडेस्वारांबरोबर आलेला तो राजदूत ब्राह्मण असल्याचं पाहता क्षणीच समजत होतं.

शल्यराजानं त्याचं सभाभवनात स्वागत केलं. त्याच्यासोबत थोरला मुलगा रुक्मरथ, त्याचे धाकटे भाऊ वज्र आणि अजयही होते. पुरोहित होमदत्तही होता. दूत या नात्यानं राजाला प्रणाम करून, ब्राह्मण या नात्यानं राजाला आशीर्वाद देऊन, मधुपर्कादींचा स्वीकार करून, स्थानापन्न होऊन त्यानं आपला सविस्तर

परिचय सांगितला,

"विराटाच्या राज्यात पांडवांनी अज्ञातवास संपवला आहे. पांडवांपैकी तिसरा अर्जुन. त्याच्या मुलाशी विराटाच्या धाकट्या मुलीचं लग्न आहे. आता ते सगळेजण विराट राज्याच्या उत्तरेला असलेल्या उपप्लव्य नगरीत वास्तव्य करून आहेत. त्यांच्या वाट्याचं राज्य अधर्मी दुर्योधन द्यायला तयार नाही. दुर्योधनाच्या अधर्मीपणाविषयी पुन्हा पुन्हा सांगायची आवश्यकता नाही. किती झालं, तरी पांडव शल्यराजाचे भाचे आहेत. स्वत: येऊन मामांच्या चरणाला स्पर्श करून अभययाचना करण्यासाठी ते स्वत:च निघाले होते. पण युद्धाच्या पूर्वतयारीत ते मग्न झाले आहेत. शिवाय आपले मामा आपल्याकडून रूक्ष व्यवहाराची अपेक्षा करणार नाहीत, अशी खात्री वाटल्यामुळं त्यांनी मला पाठवलं आहे. पायदळ, घोडदळ, हत्ती, रथ यांच्याबरोबर तुम्ही प्रत्यक्ष येऊन रणांगणावर नायकत्व स्वीकारून विजय मिळवावा, अशी त्यांनी कळकळीची प्रार्थना केली आहे."

सारं ऐकत असलेल्या होमदत्तानं विचारलं,

"ब्राह्मणा, तुझं मूळ गाव कुठलं?"

"कांपिल्य."

दक्षिण पांचालच्या द्रुपदाचं गाव! पांडवांच्या पाहुण्यांकडचा ब्राह्मण असल्याचं शल्यराजा आणि त्याच्या मुलांच्याही लक्षत आलं होतं. त्याची भाषाशैली, स्वत:ला किंचितही कमीपणा येऊ न देता व्यक्त केलेला विनय, मधूनच करून दिलेली नात्याची जाणीव! कुरु-पांचालांकडची उच्च भाषा आणि संस्कृती यांची थोरवी आठवता होमदत्त तल्लीन होऊन गेला.

"तुमच्या बाजूनं कोण कोण लढणार आहे?" रुक्मरथानं विचारलं.

"पांचाल आणि मत्स्य तर पांडवांचे सोयरेच आहेत. यादवही आमच्याच बाजूचे आहेत. पाचहीजण केकय, चित्तायुधा, चेकिताना, सत्यधृति, व्याघ्रदत्त, चंद्रसेन; महारथी काशिराजा, मामा आणि त्यांची तुम्ही मुलं. थोडक्यात काय, संपूर्ण आर्यवर्त आणि ब्रह्मावर्त पांडवांच्या बाजूचे आहेत. छे:! पांडवांच्या नव्हे, धर्माच्या बाजूचे! राजसूय यज्ञाच्या पुण्याईच्या बाजूचे! सगळे वेदज्ञ आणि धर्माभिलाषी पांडवांच्याच बाजूचे आहेत. हस्तिनावतीतही आचार्य द्रोण, कृपादीच नव्हे, तर स्वत: भीष्मही पांडवांना आशीर्वाद देतात. याचा अर्थ आपल्यासारख्या बुद्धिवंतांना मी सांगायची गरज नाही."

हे ऐकून शल्यराजाला आनंद झाला. होमदत्ताला ब्राह्मणाचं कौतुक वाटलं. रुक्मरथानंही ब्राह्मणाची विद्वत्ता मनोमन मानली. पण काही क्षणानंतर त्यानं विचारलं,

"म्हणजे एवढे सोडून इतर सगळेजण धार्तराष्ट्राच्या बाजूचे आहेत, असा याचा अर्थ झाला. दुर्योधनाकडे असलेले त्रिगर्तचे पाचही भाऊ, कोसलचा राजा ब्रहद्बल, मामा शकुनि, गांधारकडचे सगळे राजे, पौरव राजा, जलसंध, वाल्हिक राजे, अलंबूश, प्राग्ज्योतिषपूरचा भगदत्त, अचल, वृषक– एवढंच नव्हे, तर हस्तिनावतीत राहत असलेल्या आचार्य द्रोण आणि कृपांचं पांडवांवर कितीही प्रेम असलं, तरी युद्ध झालंच, तर त्यात ते आपल्या धन्याविरुद्ध, दुर्योधनाविरुद्ध लढतील, अशी खात्री देता येणार नाही. कर्ण तर अतिरथी आहे. त्याचा मुलगा वृषसेनही काही कमी नाही."

पांडवांच्या दूताच्या चेहऱ्यावर खिन्नतेची एक अस्पष्ट लकेर उमटून गेली; पण दुसऱ्याच क्षणी स्वत:ला सावरत म्हणाला,

"राजा, आता तू जी नावं घेतलीस, ते राजे अजूनपर्यंत पांडवांकडे आले नाहीत, हे खरं; पण त्यांनी अजून दुर्योधनाचीही बाजू स्वीकारली नाही. तो दुर्योधनाचा चाकर कर्ण एक सोडला, तर इतर सगळे पांडवांच्या बाजूनंच लढतील. मासा पाण्यात उडी घेईल, की वाळूत? आर्यधर्माला अनुसरून वागायचं, की अधर्माला? शल्यराजा, मी वृत्तीनं ब्राह्मण असलो, तरी ज्ञानाच्या दृष्टीनं तू श्रेष्ठ आहेस, तूच सांग आर्यधर्माविषयी."

रुक्मरथ काहीतरी बोलणार होता. पण शल्यराजानं घसा खाकरताच तो गप्प बसला. शल्यराजा म्हणाला,

"जर दुर्योधनानं पांडवांचं राज्य परत केलं नाही, तर या शल्याचे बाहू गदा, रथ, हत्ती, पायदळासह दुर्योधनावर कोसळतील! बस्स!"

"शल्यराजा, तुझे भाचे कृतार्थ झाले आज! तुझा आशीर्वादच त्यांना विजयप्राप्तीसाठी पुरेसा आहे!"

रुक्मरथानं पुन्हा काहीतरी बोलायचा प्रयत्न केला; पण शल्यराजानं उजवा हात आडवा धरला आणि म्हणाला,

"बस्स! आता मी शब्द दिला आहे. पुरोहिता, आता माझ्या भाच्यांचा निरोप आला, की निघूच आम्ही."

ब्राह्मणानं तो विषय तिथंच थांबवला. मामाच्या घरातल्या इतर मंडळींचं कुशल विचारलं आणि म्हणाला,

"नातीचं स्वयंवर उभारणार आहे, असं समजलं आम्हांला! एकापेक्षा एक पाच वीरपुत्र आहेत पांडवांना. त्यांपैकी थोरल्याला तुझ्या मुलीनं वरमाला घातली, तर त्याचंही सुदैवच म्हणायचं. मीच त्याला धनुर्विद्या आणि वेदाभ्यास शिकवला आहे. आता स्वयंवराच्या वेळी पुन्हा भेट होईलच म्हणा!"

नाही म्हटलं, तरी हे ऐकून रुक्मरथाचा चेहरा उजळला.

मद्रच्या इतर राजपुत्रांना द्यूतानिमित्त परगावी जायचं असल्यामुळं दुसरे दिवशी भल्या पहाटेच ब्राह्मण तिथून बाहेर पडला.

❑

पांडवांच्या बाजूनं आलेला पांचालचा पुरोहित शल्य राजाचं मन आणि सैन्याची मदत जिंकून गेला. आता युद्ध अटळ असल्याचं स्पष्टच होतं. पण केव्हा सुरू होईल, हे मात्र सांगता येत नव्हतं. साधं युद्ध नव्हे, महायुद्ध होणार, हे निश्चित, होतं. दोन्हीही बाजूंचे आपापले दूत संपूर्ण आर्यावर्तात आणि ब्रह्मावर्तात पाठवून तिथल्या प्रत्येक राजाला भेटून आपल्याकडे खेचण्याच्या प्रयत्नात होते. साहाय्याची आश्वासनं मिळवत होते. सैन्याची तयारी करत होते. पावसाळा दोन-तीन आठवड्यांवर येऊन ठेपला होता. एकदा तो आला, की ओढे-नाले भरून वाहू लागतील; झरे, ओढे, नाले, नद्या यांना पूर येतील; भरभरून वाहणारं पाणी खेड्या-शहरांना वेढून टाकेल, हे दोघांनाही ठाऊक होतं. आर्यांची वस्तीच नद्यांच्या आणि ओढ्यांच्या काठांवर वसलेली. चालणंच अशक्य होऊन बसेल; रथांची चाकं जमिनीत रुतून बसतील. हत्तींचे पाय घसरतील. सैन्यासाठी राहुट्या उभारण्यासाठी कोरडी जागा तरी कुठली? एवढ्या सैन्याच्या स्वयंपाकासाठी कोरडी लाकडं तरी कुठून आणायची? एकंदरीत युद्ध झालंच, तर ते पावसाळ्यानंतर, भाद्रपदातल्या अश्वयुजानंतर. तोपर्यंत तयारी करायला वाव होता. पण हे राजा-राजांना भेटण्याचं काम प्रचंड वेगानं घोंघावणाऱ्या नद्यांच्या प्रवाहातून पलीकडे जाऊन करणं सर्वस्वी अशक्य होतं.

शल्यराजानं सेनेला सज्ज राहण्याची आज्ञा दिली. रथांच्या विविध भागांची ठोकून तपासणी करून, सुतार ठाकठोक करून किरकोळ दुरुस्त्या करू लागले. गाड्या आणि रथांचे सांगाडे तपासून वाळवीनं खाल्लेली पोकळ लाकडं काढून नवी बसवू लागले. चाकं तपासली, रथाचे सांध्याचे भाग, घोडे जुंपण्याचे भाग, आसनं नीट तपासून आवश्यक तेवढी बदलली. लोहार बाणांची टोकं तीक्ष्ण करून भरून साठवून ठेवू लागले. चांभार कातड्याचे अंगरखे आणि ढालीच्या तयारीत गुंतून गेले. माहूत हत्तींना हलगी, ताशे, नगारे यांच्या आवाजाची सवय करू लागले. मद्र-देश काही युद्धासाठी प्रसिद्ध नव्हता. गेल्या कित्येक वर्षांमध्ये त्यानं सांगण्यासारखं एकही युद्ध केलं नव्हतं, आता सैनिकांना युद्धाचं शिक्षण देण्याच्या कामानंही वेग घेतला, चौऱ्याऐंशी वर्षांचा वृद्ध शल्यराजा स्वत: सगळ्या तयारीकडे लक्ष ठेवत होता. वापरात नसलेल्या लोखंडाप्रमाणे युद्ध न करणाऱ्या क्षत्रियाला गंज चढतो, असं वारंवार स्वत:ला बजावत होता. रोज सकाळ-संध्याकाळी रथावर आरूढ होऊन तो स्वत: हातात घोड्यांचे लगाम

घेऊन, रथ पळवत होता. अश्वरहस्य जाणणारा अशी आपली जुनी ख्याती घासूनपुसून उजळण्याचा त्याचा प्रयत्न करत होता. युद्ध होणार आणि आपण जल्लोश करत मुसंडी मारणार, हा उत्साह सैनिकांतही भरून वाहत होता. उन्हाळ्यामुळं शेतात कामं नाहीत, म्हणून शेतकरीही उत्साहानं नेमबाजीचं शिक्षण घेत होते.

पांचालचा पुरोहित रुक्मरथालाही जिंकून गेला होता. त्याच्या मनातल्या स्वयंवराच्या विचारांना त्यानंही अनुमोदन दिलं होतं. स्वयंवरासाठी पांडवांसह येण्याचंही तो बोलला होता. एवढंच नव्हे, तर पांडवांचा थोरला मुलगा आपला जावई झाला, तर ते पांडवांचं सुदैव असंही सूचित केलं होतं!

रुक्मरथाचं मन आता पांडवांच्या बाजूनं विचार करू लागलं. राजसूय यज्ञ करून आर्यावर्तात ख्याती मिळवणारे पांडव! अशा पांडवांच्या ज्येष्ठ मुलाशी विवाहबद्ध होऊन आपली मुलगी महाराणी झाली, तर? पत्नीला हे बोलून दाखवताच तीही हुरळून गेली. तिनं मुलीला बोलावून सांगितलं,

"तुझ्या आजोबांच्या बहिणीच्या नातवालाच वरमाला घाल हं! पुढं राजसूय किंवा अश्वमेध यज्ञाच्या वेळी कंकण बांधायचं भाग्य तुझंच!"

"मुलगा देखणा आणि सुदृढ आहे ना? तुम्ही पाहिलंय् त्याला?" हिरण्यवतीनं विचारलं.

"अग, एवढ्या मोठ्या पांडवांचा मुलगा सृदृढ असल्याशिवाय कसा राहील?"

हिरण्यवतीचा चेहराही प्रफुल्लित झाला.

रुक्मरथानं आपले धाकटे भाऊ वज्र आणि अजय यांच्याबरोबर आपल्या मुलांनाही युद्धावर न्यायचं ठरवलं.

पाहता पाहता आकाशात ढग जमू लागले. उकाडा पराकोटीचा वाढला. वातावरणातली धग असह्य झाली. एके रात्री सगळेजण माडीवर गच्चीत झोपले असता पावसाचे थेंब पडू लागले. सगळेजण उठून बसले.

योवर्धन ओषधीनं अपान्।
यो विश्वस्य जगतोदेव ईषे ॥

अशी प्रार्थना करू लागले. सुरुवातीला थेंबाथेंबानं पडणारा पाऊस काही वेळातच धो धो कोसळू लागला. राजवाड्याच्या उद्यानात असलेला राजा, झोपलेले इतर सगळेजण वाड्यात धावले. होमदत्तही पत्नीसह तिथं आला. रुक्मरथ, वज्र, अजय, त्यांची बायकामुलं जमली. होमदत्ताच्या रुंद आवाजात आपापले आवाज मिसळून सगळेजण पर्जन्यराजाची स्तुती करू लागले. बेफामपणे

कोसळणाऱ्या पावसाच्या आवाजाला भेदून त्यांचा आवाज चढत होता :

इदं वच: पर्जन्याय स्वराजे
हृदो अस्वंतरं तज्ज जोषत्
मयो भुवः वृष्ट्याः सूत्वस्ये
सुपिप्पला ओषधोर्देव गोपा:

स्तुती संपल्यावर आबाल-वृद्ध, तरुण-तरुणी, स्त्री-पुरुषांनी आपापलं उत्तरीय काढून टाकलं. ते घामोळ्यांनी भरलेल्या पाठीवर, दंडांवर, छातीवर वर्षाच्या पहिल्या पावसाच्या जलधारा झेलता झेलता विशिष्ट लयीत पर्जन्यमंत्र म्हणत पावसात नाचू लागले.

पाऊस कोसळतच होता. कुणीही वाड्यात गेलं नाही. मोकळ्या केसांवरून, अंगावरून, डोळे, नाक, ओठांवरून पावसाचं पाणी वाहत असतानाच वृद्ध शल्यराजा मोठ्यानं गात होता, उत्साहानं नाचत होता.

पाऊस झाल्यावर शेतकरी पुन्हा शेतीच्या कामाकडे वळले, तरी क्षत्रियांचा सराव सुरूच होता. आठवड्यातून तीन-चार वेळा प्रचंड पाऊस पडत होता, तापलेली भूमी मनसोक्त पाणी पीत होती. तिच्या अंगातून उष्णतेमुळं पडलेल्या पाण्याचे ढग होऊन पुन्हा पुन्हा पाऊस पडला. धरती शांत झाली होती. शेतकरी उल्हसित झाले होते. लोकांच्या मनातला युद्धाचा उत्साह आता ओसरल्यासारखा झाला होता.

पाऊस थांबून थोडी उघडीप पडली होती. हीच संधी साधून आल्यासारखा एक दिवस त्रिगर्तच्या पाच राजांपैकी एकजण, सुशर्म शाकलपट्टणला आला. महाराज शल्याला गौरवानं प्रणाम करून त्यानं मधुपर्काचा स्वीकार केला. हा रुक्मरथाच्या बरोबरीचा राजा रुक्मरथाचा मित्र आहे, हे ठाऊक असल्यामुळं सुशर्माच्या घोड्याच्या दाण्या-पाण्याची व्यवस्था लागल्यावर तो म्हणाला,

"रुक्मरथ आता सरावाच्या दालनात आहे. आता बोलावून घेतो. तोपर्यंत तू विश्रांती घे."

रुक्मरथाच्या वाड्यावरच्या सुसज्ज अतिथि-गृहात सुशर्म स्नान उरकून विश्रांती घेत असतानाच रुक्मरथ येऊन पोहोचला. दोघंही एकमेकांना अलिंगन देऊन भेटले. तिथंच भोजन मागवण्यात आलं. रुक्मरथ म्हणाला,

"तू येऊन पोहोचलास, त्या वेळी स्वयंपाक झाला होता. आज रात्री खास तुझ्यासाठी एक मस्त खोंड शिजवायला सांगतो. आता हे असं वाढलं, म्हणून रागावू नकोस."

सुशर्म एडक्याच्या मांसाचा तुकडा चघळत असताना रुक्मरथानं विचारलं,

"कुठून आलास?"

"आमच्या गावाहून."

"खोटं. शतद्रुनदीकडून आलास. चंद्रभागेकडून नव्हे."

"तुझं हेरखातं फारच कार्यक्षम दिसतं!"

"म्हणजे हस्तिनावतीला गेला होतास, तर!"

"तुझ्यापासून काय लपवून ठेवू, मित्रा? आधी जेवण होऊ दे. मग सांगतो."

वाढणाऱ्या तरुण सुंदरींसमोर न सांगण्यासारखं काहीतरी असेल, म्हणून रुक्मरथही पावसा-पाण्याच्या गप्पा मारू लागला. नंतर त्यानं विचारलं,

"जेवण झाल्यानंतर या वाढणाऱ्यांपैकी कुठली सुंदरी हवी तुला?"

"ते सगळं रात्रीसाठी. आता गप्पा मारू या."

जेवण आटोपल्यावर सगळ्या दासी निघून गेल्या. आतल्या रुंद मंचकावर मऊ गादी आणि लोड ठेवले होते. तिथं अतिथीला घेऊन जाताच सुशर्माचं लक्ष जवळच पडलेल्या फाशांकडे गेलं. तो म्हणाला,

"आता खेळ सुरू झाला, तर मी ज्या कामासाठी आलो, ते कामच राहून जाईल."

मंचकावर पडल्यावर तिथल्या मऊ उशीवर उजव्या हाताचा दंड रेलून तो पुढं म्हणाला, "हे पाहा, आपण दोघे मित्र आहोत, आजवर कुठल्याही संदर्भात एकमेकांशी भांडलो नाहीत. खेळात, शिकारीत, द्यूतात, स्त्रियांच्या संदर्भात कुठंही मनात आकस आला नाही. आता मात्र नियती आपल्याला एकमेकांसमोर उभं करणार, असं दिसतं. म्हटलं, मानवी प्रयत्न करण्याआधी नियतीला तरी का दोष द्यायचा?"

रुक्मरथ काहीक्षण स्तब्ध होता. मित्राच्या बोलण्याचा अर्थ त्याच्या लक्षात आला होता. संथपणे श्वासोच्छ्वास करत तो सावकाश म्हणाला,

"पांडवांकडून पांचालचा एक पुरोहित आला होता–"

"ठाऊक आहे. ते कुणाकुणाकडे ब्राह्मण-पुरोहित पाठवतात, ते सगळं दुर्योधनाला समजतं."

"बहिणीची मुलं म्हणून वडलांचा आधीच त्यांच्याकडे थोडा अधिक ओढा आहे. तो पुरोहितही म्हणाला– 'नातीच्या स्वयंवराला पांडवांच्या मुलांनाही घेऊन येतो. पांडवांच्या मुलांच्या गळ्यात माळ घातली, तर तेही सुदैवच.' माझ्या वडलांनी लगेच मुलां-सैन्यासह पांडवांना पाठिंबा जाहीर केला. मला काहीच बोलू दिलं नाही. त्यांचा स्वभाव तुलाही ठाऊक आहेच–"

पुन्हा काही क्षण स्तब्धतेत बुडाले.

नंतर सुशर्मानं विचारलं,

"पण म्हणून तू आणि मी एकमेकांशी लढणं योग्य आहे का?"

"छे:! छे:! ते आपण टाळायला हवं." काही क्षण विचार करून तो म्हणाला, "मला वाटतं, वडील तर माझं ऐकणार नाहीत. चौऱ्याऐंशी वर्षांचा म्हातारा जाईल थोड्या सैन्यासह. काहीतरी करून मी जायचं टाळेन– तसंच तूही टाळ. कुणाच्या तरी भांडणात आपण का लढायचं?"

"पण मी पांडवांविरुद्ध न लढणं म्हणजे क्षत्रिय धर्माला लांछनास्पद ठरेल. ती हकीकत तुलाही ठाऊक आहेच. विराटनगरच्या उत्तर भागात मीही गाई लुटून आणायला गेलो होतो. या पांडवांमुळं त्या गाई आम्हांला मिळाल्या नाहीत. केवढं गोधन होतं ते! तेही जाऊ दे. पण त्या वेळी त्यांच्याकडून हरलो, त्यानं अपमान झाला माझा. तिथं पांडव आहेत, हे आधी कळतं, तर भरपूर सैन्यानिशी गेलो असतो. आता त्या अपमानाचा बदला घेतला नाही, तर क्षत्रिय धर्म काय म्हणेल?"

पुन्हा शांतता पसरली.

रुक्मरथानं विचारलं,

"पांडवांचा द्वेष करायला तुला हे कारण आहे. पण मी कसा तिरस्कार करू त्यांचा? तेही बाबा भाचरं म्हणून त्यांना उराशी कवटाळताना?"

"मी तुझा परममित्र आहे. मी द्वेष करतो, याहून वेगळं कुठलं कारण पाहिजे तुला त्यांचा तिरस्कार करायला?"

रुक्मरथाच्या मनातला गोंधळ त्याच्या चेहऱ्यावर स्पष्ट उमटला होता. त्याला होकारार्थी उत्तर देणं त्याला मनातही शक्य नव्हतं. पण आर्यावर्तातल्या राजाच्या बरोबरीनं स्थान मिळविण्याची स्वप्नं जोडीनं पाहाणारा मित्र समोर होता. मुलीच्या स्वयंवरासाठी सर्वपरीनं मदत करायची तयारी दर्शविली होती त्यानं. त्याचा शत्रू आपलाही शत्रू नसून कसं चालेल? बाबांविषयी त्याच्या मनात संताप निर्माण झाला. आपल्याला युवराज्याभिषेक करून अलिप्तपणे राहणाऱ्या बाबांनी एवढ्या महत्त्वाच्या बाबतीत पुन्हा का लक्ष घालावं? पण हे त्यांच्यापुढं उभं राहून विचारण्याची त्याची कुठं प्राज्ञा होती?

रुक्मरथ काहीच बोलत नाही, हे पाहून सुशर्म म्हणाला,

"त्यांच्या आपसांतल्या भांडणात आपण का पडा, असं तुला वाटत असेल. मद्र, त्रिगर्तांनी आणि इथल्या इतर राजांनी का या युद्धात पडावं? पण मला समजलंय्, ते तुला सांगतो. केकय पांडवांच्या बाजूला लढणार आहेत, अशी एक बातमी. गांधार मात्र दुर्योधनाच्या बाजूचाच आहे. या युद्धात आर्यावर्तातला आणि ब्रह्मावर्तातला प्रत्येक राजा कोणती ना कोणती बाजू घेणारच. अशावेळी कुठलीही बाजू घ्यायचं टाळून आपण मुकाट्यानं बसलो, तर भेकड नाही का ठरणार? तिथं युद्ध पेटलं असता इथं मुकाट्यानं सुंदरींच्या बाहुपाशात किंवा

सोमरसाच्या अमलाखाली किंवा फाशाच्या खुळखुळाटात गुंतून राहणं कसं शक्य आहे या क्षत्रिय रक्ताला?''

मध्येच रुक्मरथानं विचारलं,

''या युद्धात कोण जिंकेल, असं वाटतं तुला?''

क्षणाचाही विलंब न लावता सुशर्म म्हणाला,

''दुर्योधन. या विषयी तुझ्या मनात मुळीच किंतु नको.'' काही क्षणानं तो पुन्हा म्हणाला, ''अन्नान्न दशेनं रानोमाळी भटकून हे पांडव थकून गेले आहेत. आज जितक्या राजांनी दुर्योधनाला पाठिंबा दर्शवला आहे, तेवढा पांडवांना नाही. नाही म्हटलं, तरी तो आता अधिकारावर आहे. त्याच्या हातांत संपूर्ण राजभांडार आहे. तेही हस्तिनावतीचं! सैन्यावर तो हवं तितकं धन खर्च करू शकतो. इतकी वर्षं राना-वनात तीर्थयात्रा आणि सत्संग करत हातभर दाढी वाढवून फिरणाऱ्या पांडवांसमोर कोण नतमस्तक होणार? त्यांना कोण सन्मान देणार?''

''पण राजसूय यज्ञ केलाय् ना त्या महाप्रतापी पांडवांनी?''

''अरे, गतकाळाच्या वैभवाच्या कथांचा आता काय उपयोग? राजकारणात बळ ठरतं, ते आजच्या अधिकारावरून. गेल्या तेरा वर्षांत दुर्योधनानं हातातले अधिकार अधिकच बळकट करून पांडवांचा पार विसर पाडला आहे. त्यांच्या इंद्रप्रस्थातही पांडवांचं महत्त्व राहणार नाही, याची त्यानं काळजी घेतली आहे. आता पांचालांच्या भिडेखातर चार राजे जमतील, हे खरं. हरणाऱ्या वळूचं शेपूट धरायचा मूर्खपणा तू का करतोस? आणि जिंकलेला बलशाली वळू नंतर तुला शिल्लक ठेवेल का? तुझे वडीलही, खरं तर, विवेकी आहेत. पण वृद्धापकाळ आलाय ना!–''

संध्याकाळपर्यंत त्यांच्या गप्पा चालल्या होत्या. मध्येच एक सर येऊन गेली. संध्याकाळी रुक्मरथानं आपल्या इतर भावंडांना बोलावलं. त्यांच्यापुढंही सुशर्मानं आपलं म्हणणं सांगितलं.

रात्री एक मस्तवाल खोंड मारून शिजवण्यात आला. जेवण झाल्यावर अतिथीसाठी सज्ज केलेल्या मंचकावर बसून सुशर्मानं रुक्मरथाला विचारलं,

''तुझ्या मुलीला पांडवांच्या मुलाला द्यायचं, असं तो चाणाक्ष पुरोहित म्हणाला, असं तूच म्हणालास ना? म्हणजे तुझ्या मुलीला पाच नवरे होतील! हा आर्यधर्म आहे, की रानटी पद्धत? तुला आर्यांमधून बहिष्कृत व्हायचं आहे का?''

''का?'' रुक्मरथ चकीत झाला.

''पाच पांडवांनी एका द्रौपदीशी नाही का लग्न केलं? तिच्या पोटच्या मुलांपैकी कुठला कुणाचा, हे त्यांचं त्यांना तरी ठाऊक आहे, की नाही, कोण

जाणे! जर तुझ्या मुलीलाही पाचजण वाटून घेऊ म्हणाले, तर काय करेल तुझी मुलगी?''

हा मुद्दा रुक्मरथाला सुचलाच नव्हता. त्याचं डोकं आता भ्रमल्यासारखं झालं. खरोखरच आपले बाबा म्हातारे झाले आहेत. काय उत्तर द्यावं, ते त्याला समजेना. लागोपाठ तीन जांभया आल्यावर सुशर्मा आपण होऊन म्हणाला,

''तुझी मुलगी श्रेष्ठ घराण्याची राणी व्हावी, अशी माझीही इच्छा आहे. हे युद्ध संपलं, की स्वयंवराला दुर्योधनाचा थोरला मुलगा येईल, असा मीही प्रयत्न करेन.''

रुक्मरथ उठून उभा राहिला.

'आता झोप तू–' म्हणत बाहेर आला, तेव्हा अंगाला चंदनाचा लेप लावून, रंगीत फुलांच्या माळा गळ्यात घालून उभ्या असलेल्या दहा सुंदर तरुणी दिसल्या. त्यांच्या मध्यभागी उभ्या असलेल्या दासीच्या हातात तांदळापासून तयार केलेल्या मद्याचं पात्र होतं. बोलण्याच्या नादात रुक्मरथाला त्यांचा पार विसर पडला होता. त्यांना पाहताच तो पुन्हा माघारी आला आणि मित्राला म्हणाला,

''ह्या पहा दहाजणी आहेत तुझ्या सेवेसाठी. यांपैकी कोण आणि कितीजणी हव्या आहेत, त्या शोधून घे. मात्र एक गोष्ट सांगून ठेवतो, आमच्या या मद्र-देशच्या स्त्रिया कुठल्याही पुरुषापेक्षा भारी असतात! त्यात तूही आता पन्नाशीला आला आहेस ना!''

दोघेही मित्र शेजारी बसले. त्या तरुण दासीनं दिलेलं मद्य प्यायल्यानंतर थोड्या वेळानं रुक्मरथ आपल्या निवासस्थानाकडे निघाला. एक सुंदरी त्याचा दंड पकडून त्याला राणीच्या मंचकापर्यंत पोहोचवून गेली.

बाहेर पाऊस कोसळत होता. मद्यामुळं धुंद होऊन झोपलेल्या राणीला कशाचंच भान नव्हतं. शेजारी पती येऊन झोपल्याचंही तिला समजलं नाही. रुक्मरथाला मात्र झोप येत नव्हती.

द्रौपदीचंही असंच झालं, म्हणे. प्रत्यक्षात स्वयंवराच्या वेळी अर्जुनानं पण जिंकला. त्यानंतर धर्मानं तिच्या पित्यापाशी वाद घातला, म्हणे, 'आम्ही जिंकलेली कन्या कशीही वाटून घेऊ आम्ही.' उद्या हिरण्यवतीच्या बाबतीतही असंच घडलं तर? रुक्मरथाला घाबरल्यासारखं झालं. संपूर्ण आर्यधर्मालाच संकटात टाकणाऱ्या पांडवांना कुणीच साहाय्य करणार नाही, असं वाटू लागलं. आपणही मदत करायची नाही, असं त्यानं ठरवून टाकलं. सुशर्माविषयी त्याच्या मनात कृतज्ञतेची भावना निर्माण झाली.

कितीतरी वेळा कूस पालटली, तरी झोप येत नव्हती. बाबांचंच चुकलं. आता त्यांना समजावून सांगायला पाहिजे. या क्षणी कुणाशी तरी या विषयावर

बोलायची इच्छा मनात दाटून आली. शेजारीच दीर्घ श्वासोच्छ्वास करत झोपलेल्या पत्नीचा त्यानं दंड हलवला. '-अ-' करत ती पुन्हा झोपेच्या आधीन झाली. चार-पाच वेळा दंड हलवल्यावर तिनं कसेबसे डोळे उघडले.

"आपण विचारच केला नव्हता बघ! पांडवांच्या मुलाबरोबर हिरण्यवतीचं लग्न केलं, तर काय होईल, ठाऊक आहे? अग, पाचजणांची बायको झाली असती ती!-"

तिचे डोळे आपोआप मिटू पाहात होते.

"एवढी गंभीर गोष्ट सांगतोय आणि तू झोपतेस? बोल ना काही तरी!"

ती काहीच बोलली नाही.

पुन्हा तिला हलवून जागी करत पहिल्यापासून सगळी हकीकत सांगून म्हणाला,

"झोपतेस काय? सांग ना!"

"पाचजणांशी संसार करायची शक्ती तिच्यात असेल, तर होईना का!" ती झोपेतच बडबडली.

"काय म्हणालीस?" त्यानं दचकून विचारलं.

राणी मात्र पुन्हा गाढ झोपी गेली होती.

❏

सुशर्मानं दुसरे दिवशीच प्रस्थान ठेवलं. रक्षकांसह नदीपर्यंत जाऊन रुक्मरथानं त्याला मानानं निरोप दिला आणि तो माघारी आला. तसाच वडलांच्या राजवाड्यात गेला. उद्यानात संध्याकाळच्या सोनेरी उन्हात चमकणाऱ्या केसांनी भरलेलं मस्तक झुकवून नव्यानं येऊ पाहणाऱ्या भुइचाफ्याकडे निरखून पाहणाऱ्या शल्यराजानं विचारलं,

"सुखप्रस्थान झालं?"

निघण्याआधी सुशर्म शल्यराजाच्या वाड्यात येऊन त्याला प्रणाम करून निरोप घेऊन गेला होता.

रुक्मरथ सावकाश म्हणाला,

"पाचजणांची एक बायको! पांडवांच्या घरी आपण मुलगी दिली, तर द्रुपदाला जे उत्तर मिळालं, तेच आपल्याला मिळणार नाही कशावरून? हा काय आर्यधर्म आहे?"

वृद्ध शल्याला हे काही फारसं पटलं नाही. या त्रिगर्तच्या राजानं हे त्याच्या डोक्यात भरवलं आहे, हेही त्याला ठाऊक होतं. आजपर्यंत जे चालत आलंय, ते चुकीचं आहे, असं मानून आपण आता काहीतरी विचार करून शल्यराजा म्हणाला,

''जर तो अधर्म असता, तर भीष्म-द्रोण यांनी त्याला संमती दिली असती का? आर्यधर्म म्हणजे काय, हे भीष्माशिवाय आणखी कुणाला ठाऊक आहे?''

रुक्मरथ निरुत्तर झाला. खरं आहे. भीष्म-द्रोणादींनी संमती दिली आहे. एवढंच नव्हे, तर असं लग्न करणाऱ्या पांडवांच्या राजधानीत राजसूय यज्ञाच्या वेळी संपूर्ण आर्यावर्तातले आर्य राजे आले होते. आर्यपुरोहितही आले होते. त्यांनी आपण होऊन विचारलं नाही, तर त्यांच्या घरी मुलगी द्यायला नको. पण पांडवांचं लग्न म्हणजे अधर्म आहे, असंही म्हणायची आवश्यकता नाही.

''मित्रानं सांगितलं वाटतं हे!'' शल्यराजानं पुढं विचारलं.

मित्राविषयी वडलांनी असे उद्‌गार काढावेत, हे रुक्मरथाला आवडलं नाही. पण पांचाल-कुरुंनी मान्य केलेला मूळ प्रश्न मित्रानंच माझ्या नजरेसमोर आणला ना? तो थोडा गोंधळून गेला. तरीही त्यानं विचारलं,

''पण या आधी आपल्या आर्यांमध्ये ही विवाह-पद्धती कुणी अनुसरली होती का?''

शल्यराजालाही काहीच उत्तर सुचलं नाही.

संभाषण वाढवण्याची रुक्मरथाचीही इच्छा नव्हती. तो आपल्या निवासस्थानाकडे निघाला. पुन्हा एकदा बायकोशी या विषयावर बोलायला पाहिजे. काल रात्री झोपेत काहीतरी बडबडली.

आर्यांचे रीती-रिवाज शल्याला ठाऊक नव्हते, असं नव्हे. पण एका स्त्रीशी सगळ्या भावांनी लग्न केल्याचा प्रकार त्याच्याही ऐकण्यात आला नव्हता. पण हा अधर्म असता, तर भीष्मानं कसा याचाा स्वीकार केला असता? देशोदेशीच्या राजांनी आणि अनेक विद्वानांनी कसं मान्य केलं असतं? ते कसे आले राजसूयासाठी? म्हणजेच हे लग्न धर्माला धरून आहे. पण नेमकी याची धर्माशी कशी सांगड घालायची, हे मात्र त्याला समजत नव्हतं. समजून तरी काय करायचं, असं स्वत:ला पटवून देत संध्याकाळी तो शस्त्राभ्यासाच्या पटांगणात गेला.

पावसाला सुरुवात झाल्यामुळं तिथं जमणाऱ्यांची संख्या आता बरीच रोडावली होती. गेल्या काही दिवसांत तोही तिकडे फिरकला नव्हता. चिखलामुळं रथाची चाकं जमिनीत रुतत होती. घोडेही दमदारपणे रथ ओढत नव्हते. जेमतेम पन्नास क्षत्रियांचा नेमबाजीचा सराव चालला होता. वीसेकजण इतरत्र चकाट्या पिटत होते. थोरल्या महाराजांना पाहताच त्यांनी आपसातल्या गप्पा थांबवल्या आणि पुन्हा शिस्तीत सराव करू लागले. त्यांची घामेजलेली शरीरं तेल चोपडल्याप्रमाणे तुकतुकीत दिसत होती. शल्यराजाचा दासीच्या पोटी जन्मलेला मुलगा त्यांच्यावर देखरेख करत होता.

त्यानं शल्यराजाला जवळ येऊन विचारलं, ''युद्धासाठी कधी निघायचं?''

"निश्चित ठाऊक नाही, बाळ. त्यांचा निरोप येईल, तेव्हा निघायचं."

"यांच्या तक्रारी चालल्या आहेत. युद्ध होणार, की नाही, ते ठाऊक नाही, कधी होणार, ते ठाऊक नाही, मग का तोच तो सराव करून दमायचं, म्हणताहेत."

"युद्ध होवो अगर न होवो, सराव निश्चितपणे व्हायला हवा, की नाही, हे तुला ठाऊक आहे ना?"

"पण ते विचारताहेत, इतका का करायचा?"

महाराजा काही बोलला नाही. पावसाळा संपेपर्यंत युद्ध सुरू होणार नाही, हे सगळ्यांनाच ठाऊक आहे. काहीही न बोलता तसाच रथ घेऊन तो पुढं निघाला. मोकळ्या मैदानावर येताच त्यानं रथाच्या घोड्यांना वेगात पळवलं; गचकन् थांबवलं, चटकन माघारी वळवलं. नवे घोडे आणि जमिनीवरचा चिखल! तरीही किती सहज जमतंय् हे! शल्य आहे मी!

काही वेळ डोक्यातले विचार बाजूला गेले, तरी एका कोपऱ्यात रथ उभा करताना पुन्हा डोक्यातलं विचारचक्र सुरू झालं. एकापेक्षा अधिक बहिणींनी एका पुरुषाशी लग्न केल्याच्या घटना ऐकल्या आहेत. पण पाच भावांनी एका स्त्रीशी लग्न करून संसार केल्याचं मागं कुठंच ऐकलं नाही.

तो तसाच रथात बसून राहिला. संध्याकाळ होत होती. पावसाची लक्षणं दिसत होती. तसाच हळूहळू तो राज्याकडे परतला. अग्नीत तूप ओतल्याचा वास आसमंतात भरून राहिला होता. स्नान करून तोही होम-विधीत सामील झाला. त्यानंतर पुरोहिताला जवळ बोलावून त्यानं स्वत:ची समस्या त्याला विचारली.

यावर तोही उत्तरला,

"पांचाल-हस्तिनावतीचे वेदतज्ज्ञ मान्यता देतात, म्हणजे धर्मसंमतच नाही का?"

पुढं काय विचारायचं, ते न सुचल्यामुळं शल्यराजाही मुकाट्यानं बसून राहिला.

❑

बाप-लेकांतला वाद बराच रंगला होता. भीष्मादिकांनी मान्यता दिली आहे, या व्यतिरिक्त शल्यराजा काही सांगू शकत नव्हता. तर मुलांचं म्हणणं दुर्योधन वगैरे हस्तिनावतीचे लोक, इकडे त्रिगर्तचे आणि दुर्योधनाला पाठिंबा देणारे सगळे राजे या प्रकाराची थट्टा करतात! भावंडांनी एकाच स्त्रीशी विवाहबद्ध होणं ही, खरी तर, एका रानटी जमातीतील पद्धत आहे, हे सगळ्यांनाच ठाऊक होतं. रानात जन्मलेल्या आणि तिथंच वाढलेल्या पांडवांनी ही अनार्य पद्धत अनुसरून आर्य धर्मावर कुऱ्हाड चालवली आहे, असा रुक्मरथानं वाद घातला. वर निक्षून सांगितलं,

"माझी मुलगी तर मी त्या घरी देणं सर्वस्वी अशक्य आहे. मग दुर्योधनासारख्या मातब्बर राजाचा रोष ओढवून घेऊन त्यांना का मदत करायची?"

पावसाचा जोर कमी होऊन प्रवास करणं सुलभ होऊ लागलं, तसे मद्र देशाचे हेर एकेक बातम्या आणू लागले. युद्ध होणार, हे तर नक्की. भीष्म-द्रोण दुर्योधनाच्या बाजूनंच लढणार असल्याचीही बातमी त्यांनी आणली होती. आर्यावर्तातल्या बहुतेक सगळ्या राजांनी त्यालाच पाठिंबा दिला होता. यादवांपैकी एक कृष्ण सोडला, तर इतर सगळे कौरवांच्याच बाजूनं लढणार, हे स्पष्ट झालं होतं. बलरामदेखील दुर्योधनाला साहाय्य करण्यासाठी द्वारकेहून निघाल्याची बातमी येऊन ठेपली होती.

"बाबा, दिवसातून तुम्हीच दहावेळा सांगता, की आर्यावर्तात भीष्माएवढं आर्यधर्माचं समग्र ज्ञान कुणालाच नाही, म्हणून. आता तो भीष्मच दुर्योधनाच्या बाजूनं उभा आहे. म्हणजे धर्म कुठल्या बाजूला आहे, ते तुम्हीच पाहा!"

"पण पांडवांना शब्द दिलाय मी."

वडिलांचं मनही गोंधळून गेलंय्, हे रुक्मरथालाही समजत होतं.

अखरे वज्र आणि अजय यांनी एक सूचना केली,

"आम्हाला विचारून काही ते द्यूत खेळायला गेले नव्हते. युद्धाचं ठरवतानाही कुणी विचारायला आलं नव्हतं. मग आपण का या युद्धाच्या फंदात पडा! कुणाचीच बाजू नको घ्यायला. तटस्थ राहू."

ही सूचना शल्यराजालाही पटली आणि रुक्मरथानंही मान्य केली. सगळ्यांनाच मोकळं मोकळं वाटलं. लगेच रुक्मरथानं खेडोपाडी कळवलं, की शेतकऱ्यांनी नेमबाजीच्या सरावासाठी यायची आवश्यकता नाही. शेतकऱ्यांनीही समाधानाचे सुस्कारे सोडले. या खेपेला पीक-पाणीही उत्तम होतं. खुरपणी, नांगरणी, जनावरांची देखभाल यांत सगळे दंग होऊन गेले. रुक्मरथ तर फाशांत रंगून जात होता. सैनिकांची जबाबदारी नसल्यामुळं वज्र आणि अजयही मोकळे झाले होते. तांदळापासून तयार केलेल्या मद्याला कमतरता नव्हती. शय्येवर आव्हान देणाऱ्या सुंदर दासीही मुबलक होत्या.

पण चार-सहा दिवसांतच या लंपटपणाचा त्यांना कंटाळा आला. धनुष्याचा टणत्कार करत धाव घेणं, धावणाऱ्या रथात बसून नेमक्या लक्ष्यावर शरसंधान करणं, हत्तीवर बसून जंगलातल्या घनदाट झुडुपांत लपलेले हिंस्र पशू हेरून त्यांची शिकार करणं या रोमहर्षक अनुभवांपुढं शय्येवरचं शौर्य पाणचट वाटू लागलं.

अखेर एक दिवस दोघंही सरावाच्या मैदानावर गेले; पण तिथं शुकशुकाट

होता. त्यांनी संतापून योद्धयांना निरोप पाठवले. आलेल्या एका सैनिकानं हात जोडून क्षमा मागितली आणि म्हणाला,

"युद्धच नसेल, तर सराव करून तरी काय फायदा? हवीतर शिकार करू या."

त्यांचंही बोलणं या दोघांना पटलं. हत्ती, धनुष्यबाण, भाले, तलवारी, सापळे घेऊन ते रानात शिरले. पावसामुळे रान हिरवं कंच झालं होतं. झाडीही खूपच वाढली होती. हरणं, ससे यांसारखे खाता येणारे प्राणी सापडले. दोन चित्ते आणि एक वाघ मारताना सगळेच रोमांचानं फुलून गेले.

दुसरे दिवशी वेगळं रान, तिसरे दिवशी त्याच्या पलीकडचं. असं करता करता पंधराच दिवसांतच मद्र प्रदेशातली सगळी अरण्ये पायांखाली घातली. आता यापुढं महिनाभर तरी काहीच शिकार मिळणार नाही. अशी परिस्थिती निर्माण झाली. पुन्हा काय करायचं? आता सैनिकही मद्य आणि स्त्रियांमध्ये मग्न होऊन गेले. वज्र आणि अजयही.

पण पुन्हा कंटाळा! मेहनतीमुळं थकून गेल्यानंतर एखादी स्त्री मिळाली, तर गोष्ट वेगळी. पण तीच मुख्य मेहनतीची गोष्ट झाली, तर त्याइतकी कंटाळवाणी गोष्ट दुसरी नाही, याची त्यांना फारच लवकर प्रचीती आली. पुन्हा शिकारीसाठी निघाले. पण दूरवर पळून गेलेले प्राणी परतले नाहीत, हे समजून पुन्हा माघारी आले.

अखेर कंटाळून अजय वज्राला म्हणाला,

"शास्त्राभ्यासाबरोबरच आपल्यालाही कृषीची कामं यायला हवी होती, नाही का!"

"आपण शेती करू लागलो, तर सैनिक कसे होऊ? अरे, रणांगणावरच खरं सुख मिळतं सैनिकाला!"

"तसं नव्हे, रे. युद्ध नसेल, तर सगळं अंग आंबून गेल्यासारखं होतं, बघ."

"त्याचसाठी आता युद्ध होणं आवश्यक आहे. आणि अधूनमधून युद्ध झालं नाही, तर राजा तरी आपल्याला का पोसेल? तोही आपल्याला शेतीसाठीच जुंपणार. आज योद्धा म्हणून जे समाजात स्थान मिळतं, तेही मिळणार नाही."

अजय गप्प बसला. भावाचं बोलणं त्यालाही पटत होतं. दोघेही विचारात बुडून गेले होते. काहीतरी नवा शोध लागला, तसा मध्येच वज्र म्हणाला,

"काहीतरी मर्यादा असेल, तर बायकांना हरवता येतं. अतिरेक झाला, की आपल्यालाच हार खावी लागते. अशा अपमानापेक्षा रणांगणावरचं मरण परवडलं!"

अजयही मान हलवत हलकेच म्हणाला,

"खरं आहे. सैनिकही हेच सांगतात!"

रुक्मरथाला मात्र अशी कुठलीच समस्या नव्हती. फाशांतच त्याचा बराच वेळ जात होता. काही काम नसलं, की शिकारीला जात होता आणि शिकार नसेल, तेव्हा कुठल्यातरी राजांबरोबर द्यूत खेळत होता. स्त्रियांकडे त्याचं मुळातच लक्ष कमी होतं. त्यात आता तो पन्नाशीलाही आला होता. बाप-लेकानं युद्धात तटस्थ राहायचं ठरवलं असलं तरी रुक्मरथाचं मन अलिप्त राहू शकत नव्हतं. राजा असल्यामुळं देशोदेशीच्या बातम्या मिळवणं त्याच्या दृष्टीनं आवश्यकच होतं. त्याचे हेर विविध देशांच्या विविध बातम्या आणत होते. उन्हाळ्यात बाहेरगावी गेलेले आणि पावसामुळं बाहेरच अडकलेले कितीतरीजण आता हळूहळू देशाला परतत होते. त्यांपैकी काहीजण हस्तिनावतीहूनही आले होते. काहीजण पांडवांचं सध्या वास्तव्य असलेल्या आणि त्यांच्या युद्ध-तयारीचं केंद्र बनलेल्या उपप्लाव्यहूनही आले होते. दूरवर असलेल्या काशीपर्यंतही काहीजण जाऊन आले होते. सगळ्यांनी एकच बातमी आणली होती. काहीजण कौरवांच्या बाजूला असतील, तर काही पांडवांच्या. पण या युद्धात कुठलीच बाजू न घेता राहणारा एकही राजा नाही, की एकही राज्य नाही. किरात, राक्षस, नाग वगैरे कितीतरी आर्येतर जनही या युद्धात भाग घेणार आहेत. बक, हिडिंब वगैरे राक्षसांचा भीमानं वध केला असल्यामुळं त्या दोघांचेही सगेसोयरे सूड घेण्यासाठी दुर्योधनाकडे आले आहेत, अशीही एक बातमी होती. जेव्हा धृतराष्ट्रानं काहीतरी करून राज्य स्थापून राहा, म्हणून पांडवांना खांडवन दिलं, तेव्हा ते अरण्य जाळून जमीन लागवडीसाठी योग्य करत असताना त्या रानातल्या नागांनी त्यांना विरोध केला होता, म्हणे. त्यावेळी अर्जुनानं संतापून भर उन्हाळ्यात चारही बाजूनं त्या वनाला आग लावून दिली होती, तेव्हा कितीतरी नाग त्यात होरपळून मरून गेले. त्यांतून जे जगले वाचले, त्यांनी त्रिगर्त गांधारकडच्या नागलोकांसह दुर्योधनाच्या बाजूनं लढून अर्जुनावर सूड उगवायची प्रतिज्ञा केली आहे, म्हणे. हिडिंबाच्या बहिणीच्या पोटी भीमाचा एक राक्षस मुलगा जन्मला आहे, म्हणे. त्याचं साहाय्य मागायला पांडवांनी स्वत: भीमालाच पाठवलं होतं, म्हणे. जेमतेम वर्षभर राहून भीम निघून गेला असला, तरी घटोत्कचाचं भीमावरचं प्रेम मुळीच कमी झालं नाही; तो आपल्या राक्षस अनुयायांबरोबर आला आहे, म्हणे...

एकेका हेरानं आणलेल्या बातम्यांमधून रुक्मरथाच्या डोळ्यांसमोरचं युद्धाचं चित्र अधिकाधिक भव्य होत होतं. तपशिलाचा स्फोट होऊन त्यातील बारकावे कल्पनेला स्फुरण देत होते. आजवर कधीच झालं नाही किंवा पूर्वी कधी झाल्याचंही कुणी ऐकलं नाही, एवढ्या मोठ्या प्रमाणात युद्धाची तयारी सुरू असल्याचं त्याच्याही लक्षात आलं होतं. रुक्मरथाचा जीव या भव्य चित्रावर

मोहून गेला होता. कितीतरी रथ, सैनिक, असंख्य घोडे, अगणित हत्यारं, कितीतरी युद्ध-व्यूह! घोडा पळवला, तर पाच मजलांची धाव व्हावी, एवढं मोठं युद्धक्षेत्र! समस्त आर्यांनी उभारलेल्या या युद्धात दरवाजा बंद करून बसण्यानं काय साधणार? कधीकाळी म्हातारपणी पणतवंडांनी या युद्धाविषयी विचारलं, तर काय सांगायचं त्यांना? त्यांनी 'तुम्ही का भाग घेतला नाही,' असं विचारलं, तर काय उत्तर द्यायचं? कुठलीही बाजू घ्यायची नाही, असं ठरलं होतं. पण क्षत्रियांसाठी ही काही फक्त प्रेक्षक म्हणून पाहात राहाण्याची जागा नव्हे. शिवाय तिथं प्रेक्षकांना किंमतही नसते.

एकदा सभेत बसून फासे टाकत असताना सुताराचा प्रमुख नंदक आला आणि म्हणाला,

"युद्धासाठी ढिले झालेले रथ नीट करायचे, नवे तयार करायचे, सामान वाहून नेण्यासाठी नव्या पाचशे गाड्या करायची आज्ञा झाली होती, म्हणून आजूबाजूच्या खेड्यांमधून सुतारांना बोलावून घेतलं होतं. आता मंत्री म्हणतात– युद्धावर जायचं नाही, तर कशाला हवेत! खेड्यात मिळणाऱ्या सगळ्या कामांवर पाणी सोडून आम्ही सगळे इथं आलो. वर्षभरातले कामाचे दिवस आता संपून गेले. त्यामुळं सुतार म्हणताहेत, काम नको असले, तर जाऊ द्या. पण झाल्या कामाची तरी मजुरी द्या."

मजुरी द्यायचा प्रश्न नव्हता. मजुरी दिली, की कामं करवून घ्यायला पाहिजेत. आता अशा वस्तू नुसत्या करून ठेवल्या, तर वाळवी लागेल त्यांना. आणि त्यांच्या मजुरीसाठी भांडारातली कांबळी वाटली, तर शेतकऱ्यांवर आणखी कर लादायला पाहिजे. त्यानं नंदकांला दुसऱ्या दिवशी यायला सांगितलं.

त्याच दिवशी दुपारी लोहारांचा प्रमुखही आला. त्याचाही प्रश्न थोडाफार असाच होता. बाणांच्या टोकांना धार करणं, भाले बनवणं अशी कितीतरी कामं आहेत. आणखी थोड्या लोहारांना बोलावून घेऊ का, असं विचारायला तो आला होता. त्यालाही रुक्मरथानं दुसरे दिवशी यायला सांगितलं.

❑

भूमीतून रोपं तरारली होती. झाडं विविध फुलाफळांनी लगडली होती. त्या फुला-फळांचं चैतन्य संपूर्ण वातावरणात पसरलं होतं. शेतात पसरलेली पिकाची रोपटी लवलवत होती. वातावरणात दीर्घ श्वास घेण्याची इच्छा व्हावी, असा तुसाचा विशिष्ट सुगंध भरून राहिला होता. पिकाच्या वाढीला पोषक असं चंचल ऊन!

शल्यराजा घोड्यावर स्वार होऊन गावाबाहेर निघाला. सोबत चार रक्षक

होतेच. गावाबाहेर पडल्यावर त्यानं घोड्याचा वेग कमी केला. घोडा पूर्णपणे थांबताच तो घोड्यावरून उतरून, पायीच चालत जाऊन एका शेताच्या बांधावर उगवलेल्या गवतावर बसला. अगदी बालपणापासून आवडणारा हिरवा, ताजा, लुसलुशीत वास हा! हपापल्याप्रमाणे त्यानं एक दीर्घ श्वास घेतला आणि छातीत साठवून ठेवला. अशीच किती संवत्सरं लोटली आहेत, कोण जाणे! एक प्रकारचं आकर्षण अन् एक प्रकारचं विकर्षण! हा हिरवा वास छातीत भरून घेत असताना कितीही वर्षं जगावंसं वाटतं. त्याचबरोबर या वासाबरोबरच एवढी वर्षं जगत असल्याची जाणीवही झाली. हा विशिष्ट वास साठलेल्या पाण्याची आठवण करून देतो, असंही तीव्रपणे वाटलं. का, कोणजाणे, उत्साहच ओसरून गेलाय्. तो राजवाडा, ते रुचकर जेवण, सेवा करणाऱ्या त्या दासी, मुलं, नातवंड छे:! मनातून साठलेल्या पाण्याचा वास जायला तयार नव्हता. अजून किती वर्षं जगायचं असं? भीष्म एकशेवीस वर्षांचा आहे, म्हणे. मीही तेवढा जगेन. पण तो आजन्म ब्रह्मचारी. ब्रह्मचाऱ्याला अधिक आयुष्य असतं? अर्थात दीर्घायुषी व्हावं, म्हणून काही त्यानं ब्रह्मचर्याचं पालन केली नाही. मीही जगेन तेवढी वर्षं. पण करायचं काय एवढं जगून? राज्याची जबाबदारी डोक्यावर घ्यायची आवश्यकता नाही. तशी इच्छाही नाही. मद्याचा शौक नाही. स्त्रीचं आकर्षण वाटून तर कितीतरी वर्षं लोटली. यातच युद्धाची अपेक्षा आणि युद्धाविषयी उत्सुकता जन्मली होती. युद्धाला जायचं त्यानं ठरवून टाकलं होतं.

त्यानं पुन्हा एकवार दीर्घश्वास घेतला. घोड्यावर स्वार होणं, घोड्याला टाच मारून शत्रूवर हातात खड्ग धरून चढाई करणं– क्षत्रियाला मोह पाडणारं दृश्य वरचेवर त्याच्या डोळ्यांसमोर येत होतं. दीर्घश्वास घेत तो तिथल्या गवतावर आडवा झाला. सेवक वस्त्र अंथरण्यासाठी पुढं सरसावले. त्यांना हातानंच मनाई करत उन्हाकडे चेहरा वळवून तो तसाच पडून राहिला.

भीष्मच दुर्योधनाचा सेनापती आहे, म्हणे. शूर, वीर! किती निधडी छाती त्याची! या वयात सेनापती व्हायला का तयार झाला तो? रानात तपश्चर्या का करायला गेला नाही? त्याचं कुळ तर तपश्चर्येसाठीही प्रसिद्ध आहे.

त्यानं डोळे मिटून घेतले होते. अवघं विश्व लाल रंगांत गोठून गेल्यासारखं वाटलं त्याला. पापण्या किलकिल्या केल्या, तर युद्धात सुटलेल्या बाणाप्रमाणे सात रंगांचे प्रकाशकिरण डोळ्यांत टोचले.

चटकन शल्यराजा उठून चालू लागला आणि आपल्या घोड्यापाशी आला.

रक्षकांनी घोड्याचा लगाम खेचून नीट धरलं. घोड्यावर चढून त्यानं घोडा गावाच्या दिशेनं पिटाळला. रक्षकांचे घोडे, मागे टाकून त्याचा शुभ्र घोडा गावाकडे धावू लागला. घट्ट मांड ठोकून, न दमता तो घोड्याच्या पाठीवर

ताठपणे बसून होता. रक्षकांना मात्र फक्त भोवताली उठलेला धुरळा दिसत होता. राजा उल्हासित झाला होता.

थोड्याच वेळात घोडा घामेघूम झाला. तोही घामेजला कंटाळा मात्र कुठल्या कुठे दूर पळून गेला होता.

करमत नसल्यामुळं रुक्मरथाच्या मनात द्यूत खेळायची इच्छा निर्माण होत होती. वज्र आणि अजयसारख्या छोट्या भावंडांशी खेळण्यात मुळीच मजा नव्हती. आपल्या वस्तू भावांकडून जिंकल्या काय किंवा हरल्या काय! स्वत:च्याच मालकीच्या रानात शिकार करण्यातही फारशी मजा येत नव्हती. राज्याचा कारभार गेली दहा वर्षं तोच पाहात होता. त्या आधी कितीतरी वर्षं वडलांना साहाय्यही करत होता. त्यामुळं त्या कामातही काही रोमांचकारी असं नव्हतं. बरोबरीच्या मित्रांबरोबर द्यूत खेळताना येणारा रोमांचकारी अनुभव त्यानं घेतला होता. फासे हातातून निसटून जमिनीवर स्थिर होईपर्यंत श्वास घेण्याचंही भान राहात नसे त्याला!

पण आता बरोबरीचे सगळे राजे युद्धात गुंतले होते. त्यांच्या बोलण्यात युद्धाशिवाय दुसरा कुठलाच विषय नव्हता. फाशांतली रोमांचकता अनुभवायला त्यातलं कुणीच तयार नव्हतं. कोण पांडवांच्या बाजूनं आहे. आणि कोण कौरवांच्या या एकाच निकषावर सगळे राजे परस्परांचे मित्र वा शत्रू झाले होते. शत्रू किंवा मित्र याशिवाय परस्परांशी दुसरा काही संबंध असू शकतो, हे क्षत्रियांना ठाऊकच नसतं, याचा रुक्मरथानं मनोमन पुनरूच्चार केला.

सुशर्माबरोबरचा मतभेद टाळण्यात तो यशस्वी झाला असला, तरी पूर्वीचा निकट-स्नेह आता शुष्क होत असल्याचं त्यालाही समजत होतं. अखेर, पांडवांच्या बाजूनं का होईना, या युद्धात भाग घ्यायचाच, या विचारानं त्याच्या मनात एक कोपरा सुखावला.

एक दिवस दुर्योधनाचा धाकटा भाऊ दु:शासन स्वत: आला. गावाबाहेर उतरून त्यानं आपले दूत गावात पाठवले. रुक्मरथानं वज्राला रथासह पाठवून राजगौरवानं त्याचं स्वागत केलं. आल्यावर त्यानंही शल्यराजाला 'मामा' म्हणून संबोधून वाकून प्रणाम केला. आशीर्वादाचा स्वीकार करत त्यानं आधीच अधिक वेळ नसल्याची प्रस्तावना केली आणि बोलायला सुरुवात केला,

"मामा, पांडव तुझे भाचे आहेत, हे खरं. पण आम्हीही तुझीच भाचरं ना? आमच्या काकांना तू आपली बहीण दिलीस. पण तिला काय सुख लाभलं सांग, पाहू! तिच्या मृत्यूला आम्ही जबाबदार नाही. त्यांना वनवासात जावं लागलं

त्याचीही जबाबदारी आमच्यावर नाही. बहिणीच्या मुलांना राज्य मिळावं, अशी तुझी इच्छा असेल, तर गोष्ट वेगळी. आता आम्ही जरी त्यांना राज्य दिलं, तरी त्यांच्या नशिबी असलेला घोड्यांचा खरारा काही चुकणार नाही. थोरल्या तिघांनी फिरवलेल्या घोड्यांची लीद काढायचं काम तुझ्या भाच्यांवर पडतंय्. अशा वेळी तू का पांडवांची बाजू घेतोस? या युद्धात आम्ही जिंकलो, तर निश्चितच आम्ही तुझ्या भाच्यांना राज्य देऊ. हा दुर्योधनाचा शब्द आहे, याची खात्री असू दे. आमचं भांडण आहे, ते थोरल्या तिघांशी. त्या धाकट्या दोघा सज्जनांशी नव्हे.''

शल्यराजाच्या मनातला पंच-पांडवांविषयीचा स्नेह भग्न होऊन गेला.

दु:शासन रुक्मरथाला सांगत होता,

''युद्धासाठी धन हवं. सैनिकांना वस्त्र-आहार यांची नीटशी व्यवस्था नसेल, तर ते जिवाला जीव द्यायला कसे तयार होतील? माझ्याबरोबर हजार कांबळी, तेवढीच उत्तरीयं आणि एक कळशीभर निष्क आणले आहेत. तुझ्या सैनिकांना बक्षीस म्हणून नव्हे. पूज्य मामांचा सन्मान, म्हणून! तू इथून निघाल्यापासून तिथं पोहोचून, युद्ध संपवून गावी येऊन पोहोचेपर्यंत तुझ्या समस्त सैनिकांचा आसरा, सुग्रास भोजन, तुझ्या हत्ती-घोड्यांचा आहार आमचा. किती दूध-तूप-तांदूळ पाहिजे, ते आताच सांग. त्याहून दुप्पट साहित्य पोहोचण्याची व्यवस्था होईल. हस्तिनावतीच्या राजाची प्रीती जितकी जास्त, तेवढाच तिथल्या स्वयंपाक्यांचा हातही मोठा आहे.''

शल्यराजा काही बोलला नाही.

रुक्मरथाच्या चेहऱ्यावरून त्याचे विचार हेरत तो पुढं म्हणाला,

''आणखी एक गोष्ट. हे युद्ध होईल, असंही नाही. त्या कृष्णाचं बोलणं ऐकून पांडव आम्हाला घाबरवू पाहाताहेत. 'आम्हाला अमक्यांचा पाठिंबा आहे, तमक्यांचा पाठिंबा आहे.' अशी बडबड करताहेत. आमच्या पाठीशी किती क्षत्रिय आहेत, ते दाखवतो, असा आम्हीही निरोप धाडलाय्. आता त्यांचे पाठीराखे एकत्र जमणार आहेत. आपणही एकत्र जमायचं, एवढंच. शक्तीचा वापर करण्याऐवजी फक्त प्रदर्शन करायचं. त्यावेळी जर त्यांनी काही कुरापत काढली, तर धर्माप्रमाणे त्यांना त्याचं उत्तर मिळेल. राज्यावर आम्ही राहू, की नाही, हा प्रश्नच नाही. धर्म जिंकला पाहिजे. जर धर्म हरला, तर प्रजेचं हित कसं साध्य होईल? दुर्योधन प्रजेची कशी काळजी घेतो, ते तूच एकदा हस्तिनावतीस येऊन पाहा.''

❑

## २

हस्तिनावतीच्या पूर्वेला नदीच्या काठावर विदुराचं घरं होतं. घराचा प्रमुख दरवाजा पूर्व दिशेलाच होता. दरवाज्यापुढं बांधलेलं गाऱ्याचं नीटस, विशाल अंगण. तिथून तीसेक पायऱ्या उतरून गेल्यावर गंगा नदीचं पात्र. त्या खळखळ वाहणाऱ्या नदीच्या काठावर घटकान् घटका बसून राहणं ही कुंतीची नेहमीची सवय. पाण्यावरचं प्रेम, की वेळ काढण्याचा चाळा, कोण जाणे!

दुपारच्या उन्हात वृक्षाखाली नदीच्या पात्रात पावलं बुडवून ती बसली होती. प्रवाहात छोटे मासे खेळत होते. तिच्या स्वच्छ नितळ पावलांचे चावे घेत होते. माशांनी पाण्याबाहेर तोंड काढलं नाही, तर प्रवाहावर तरंग उठत नसत. अशा वेळी त्या पाण्यात चेहऱ्याचं प्रतिबिंब स्पष्टपणे दिसत होतं.

उंच आणि रुंद देहयष्टी, सुरकुतलेला चेहरा– आपलं प्रतिबिंब पाहून कंटाळून गेली होती ती. पाण्याच्या पुढ्यात बसलं, की आणखी काहीच दिसत नव्हतं.

समेट घडवून आणण्यासाठी कृष्ण आला होता. या न होणाऱ्या कामासाठी का आला हा, असं तिला राहून राहून वाटत होतं. तिथं काय बोलणं चाललं असेल, कुणास ठाऊक!

ती याच विचाराच्या तंद्रीत असताना विदुर आला. तोही कृष्णाबरोबर राजवाड्यात गेला होता.

विदुराची चाहूल लागताच कुंतीनं मागं वळून पाहिलं. तिच्याजवळ येऊन विदुरानं सभोवताली दृष्टी फिरवली. कुणी नसल्याची खात्री करून घेऊन तो तिथल्या पायरीवर बसला. दरबारी वेष आणि वर पांघरलेलं उत्तरीय काढून छाती आणि दंड त्यानं मोकळ्या हवेत थंड केले.

"कृष्ण कुठं आहे?"

"दुर्योधनानं त्याला पकडून बांधून ठेवण्याचा प्रयत्न केला– हा त्याच्या पाठीराख्यांना फोडायचा प्रयत्न करतो, म्हणून! पण अंगरक्षक असल्यामुळं दुर्योधनाचं काहीच चाललं नाही. मीही त्याला म्हटलं, 'आता तू इथं राहू नयेस, हे बरं.' त्यामुळं तो तातडीनं निघून गेला. काल रात्री तुझ्याशी बोलत बसला होता ना? ते सारं लक्षात ठेवायला सांगितलंय् त्यानं."

"हं." कुंती म्हणाली. काही क्षणांनी तिनं भ्रमिष्टासारखं विचारलं, "तिथं काय झालं?"

"दूत म्हणून गेलेल्या कृष्णाला पकडायचा प्रयत्न झाला, म्हणून सांगतोय् ना!

आणखी काय व्हायचं?''

''ते तर अपेक्षितच होतं. का पाठवलं त्याला?''

''दुर्योधनानं आणखी थोडी बडबड केली. ती ऐकून पितामहही अवाक् होऊन गेले. धृतराष्ट्राचा चेहरा मात्र आतल्या आत उकळ्या फुटल्यासारखा दिसत होता. दुर्योधन म्हणत होता, ''पांडव काही खऱ्या वडिलांपासून जन्मले नाहीत. त्यांना पांडव म्हणून संबोधणंही मला मान्य नाही. या वंशाशी काहीही संबंध नसताना त्यांना वाटा देऊन तुम्ही अन्याय केला होता. द्यूत खेळून तो अन्याय मी निस्तरला आहे. आता पुन्हा...''

''म्हणजे? कुंती जारिणी आहे, असं म्हणाला?''

''तसं नव्हे. नियोगातून जन्मलेली मुलं धर्माच्या दृष्टीनं संतती नव्हे, असं त्याचं म्हणणं. सनातन रूढीच नाकारल्यासारखी बडबड चालली होती त्याची! त्याचे धाकटे भाऊ आणि तो कर्ण-शकुनि अनुमोदन देत होते त्याला!''

''राज्य द्यावं लागू नये, म्हणून...''

''अधर्माची बडबड करत आहे तो.'' विदुरानं तिचं वाक्य पूर्ण केलं.

कुंती काही बोलली नाही. पाण्यात बुडवलेल्या पावलांवर तिची दृष्टी खिळली होती. स्पष्टपणे दिसणारं आपलं प्रतिबिंब पाहत ती मूकपणे बसली होती. उंच आणि रुंद बांधा– यामुळंच तर पृथा हे नाव ठेवलं. सुरकुतलेल्या चेहऱ्याभोवती विखुरलेले शुभ्र केस...

''तू काही वाटून घेऊ नकोस. तो काय बोलला, ते तुझ्या कानांवर घातलं, एवढंच.'' खाली मान घालून विदुर म्हणाला, ''आजच्या दिवसभराचं त्याचं बोलणं लक्ष देऊन ऐकत होतो मी. प्रत्येक वेळी त्यानं कुंतीची मुलं असाच उल्लेख केला. एकदाही पांडव म्हणाला नाही.''

–हं! या सुरकुतलेल्या चेहऱ्याच्या स्त्रीची मुलं पांडव नाहीत! कुरुवंशाशी त्यांचा काही संबंध नाही! पृथेच्या मन:शक्तीची कल्पना नाही या कुत्र्यांना...

तिच्या पाण्यातल्या प्रतिबिंबापाशीच अधूनमधून मासे पृष्ठभागावर येऊन खेळत होते. एक, दोन, तीन, चार...

''चल, विदुरा. जेवून घे तू. किती उशीर झाला!'' तिनं मान वर करून पाहत म्हटलं. डोक्यावर तळपणाऱ्या सूर्याची किरणं झाडांमधून दिसत होती.

''तूही चल आता.'' विदुर म्हणाला.

विदुराची पत्नी पारसवि वाट पाहत होती. त्याच्या मुलां-नातवंडांची जेवणं झाली होती. या तिघांना वाढप्यानं जेवायला वाढलं. तोंडात दात नसल्यामुळं सहज खाता येण्यासारखा मऊ भात, थोडी दाट खीर हेच कुंतीचं जेवण होतं.

जेवल्यानंतर कुंती झोपली नाही. पुन्हा पायऱ्या उतरून नदीच्या काठावर नेहमीच्या जागी येऊन बसली.

कुंतीची मुलं, म्हणे! तिला संताप आला. नव्हे, संतापाची आठवण आली. जिनं पोटात मूल पोसून जन्म दिला, ती मुलं, ज्यानं जन्म दिला, त्याची होतात? या दुर्योधनाचा बाप अंध. लग्नाच्या आधी काहीच ठाऊक नव्हतं. एकदा बायको गरोदर राहिली आणि चव कळल्यावर त्यानं दासींनाही सोडलं नाही. नाहीतर हा-हा फक्त गांधारीचाच मुलगा राहिला असता. याचा तो बाप! अंबिकेचा मुलगा नाही का तो!

कसाबसा अनावर होत असलेला संताप आवरत कुरुवंशातल्या ज्येष्ठ व्यक्तींविषयी असं काही मनात आणू नये, असं तिनं स्वत:लाच बजावलं. वंश वाढवण्यासाठी जत्रेतून हवा तसा वळू शोधून आणावा, तसा शोधून सशक्त सासूच्या पोटी माझ्या पतीला जन्माला घातलं गेलं. या वंशासाठी माझ्याकडूनही अशाच प्रकारे मुलांना जन्म देववला! आणि आता, म्हणे, ते पांडवच नाहीत! त्या आंधळ्या थेरड्याला आनंद झाला, म्हणे हे ऐकून!

धर्म जन्मला, तेव्हा हिमवत पर्वतात बद्रिकाश्रमाच्या पायथ्याशी तपश्चर्या करणाऱ्या महामुनींनीच आणि ऋषींनीच धर्म मानला याला. त्या महान आत्म्याच्या विचारांना नाकारणारा हा अधर्मी फार दिवस जगणार नाही. तिच्या अंतर्मनानं शापवाणी उच्चारली. माझा थोरला धर्म कधीच अधर्माकडे झुकला नाही. इतरही मुलं तशीच. अखेर विजय धर्माचाच असणार, हे निश्चित!–

तिचं मन थोडं शांत झालं. तशीच तिथल्या दगडाच्या पायरीवर ती आडवी झाली. डोळ्यांवर थोडी झापडही आली. गेली तेरा वर्षं– नव्हे, साडेतेरा वर्षं हीच पायरी दुपारच्या वेळचं अंथरूण झाली होती. तिनं डोळे मिटून घेतले.

वाहत्या पाण्याची झुळझुळ ऐकू येत होती.

"काय या कुरुवंशाचा दरारा! दुष्यंत, भरत, हस्तिन, अजमेळ, महाभौम, दिलीप– शंभरेक पिढ्यांची परंपरा आहे, म्हणे! अजून हयात असलेला भीष्म किंवा पांडु तरी काय कमीचे आहेत?"

"पृथा, तो पाहा तिथं वीरासन घालून बसलेला, नुकतंच मिसरूड फुटलेला तो युवक! या कोवळ्या वयातच भोवतालच्या राजांना फिका पाडणारा वीर! सरळ जा त्याच्यापाशी आणि त्याच्या गळ्यातच वरमाला घाल."

वडिलांच्या सूचनेला आईनं दिलेलं अनुमोदन.

"त्याचा ज्येष्ठ बंधू अंध आहे. हाच सिंहासनावर बसणार यानंतर! राजसूय किंवा अश्वमेध करणाऱ्या राजाची पट्टराणी व्हायचं भाग्य चालून आलंय्!"

सखीही त्याच्याकडे मन वेधू पाहत होती.

"पृथा, त्याची उंची, त्याचा बळकट बांधा अगदी तुला साजेसा आहे! पुरुष कसा हवा, ठाऊक आहे? भुकेल्या सिंहाप्रमाणे झेप घेणारा! तुला साजेसा दुसरा कुणीच राजा माझ्या नजरेला दिसत नाही. याच्या मिठीत मात्र पहिल्या रात्रीच कुस्करली जाशील तू!" डोळे मिचकावत माझ्या भावना फुलवत ती कानाशी कुजबुजत होती, "रंग थोडा निस्तेज वाटला, तरी अंगबांधा कसा आहे!"

वयही बेताचं. साधारण माझ्या बरोबरीचं किंवा थोडंफार कमी-जास्त. अठरा किंवा एकोणीस.

मी सभेत पाऊल टाकताच सगळ्यांची दृष्टी माझ्यावरच खिळलेली. पिकलेल्या दाढीचे, काही केस पांढरे झालेले, काळ्याभोर दाढीचे, चमकदार पिंगट केसांचे– कितीतरी राजे जमलेले. त्या प्रत्येकावरून दृष्टी फिरवत असताना मलाही सखीचं बोलणं मनोमन पटत होतं. झेप घेणाऱ्या सिंहासारखी छाती, जड धनुष्य वाकवून बलिष्ठ झालेले दंड, घट्टे पडलेले बाहू!

...दुसरा कुठलाच विचार मनात आला नाही त्या वेळी. हे दीर्घ बाहू आपोआप पुढं झाले. अभिमानानं चेहरा वर करून त्यानं माझ्या दृष्टीत आपली दृष्टी मिसळली आणि जयमालेसाठी त्याची मान झुकली. या पृथेला पूर्णपणे जिंकून घेतलं त्यानं! त्याच वेळी दुसरा कुठला राजाही सभेत उभा राहून, दावा साधून, मला का पळवून घेऊन गेला नाही?

किती वैभवानं विवाह साजरा झाला! आपली मुलगी कुरुवंशासारख्या वैभवपूर्ण वंशात पट्टराणी होत असल्याचा केवढा आनंद! पोटी कन्या नाही, म्हणून हौसेनं आणि मायेनं दत्तक घेतलेल्या मुलीवरची माया ती! कितीतरी गाड्या भरभरून धन दिलं होतं कुरुवंशाचं भांडार आणखी समृद्ध करायला! शिवाय या पुरुषसिंहाच्या करमणुकीसाठी माझ्याबरोबर दहा रूपवती दासी!

पहिल्या रात्रीच जाणवलं; पण नेमकं समजलं नाही. छाती आणि बाहूंची बलिष्ठ मिठी. मध्यम वयाच्या छातीवर घामट केस असलेल्या, मृदु; पण ऋषींइतक्या निर्बल नव्हे, अशा दंडांच्या मिठीसारखी नव्हे!

"किती सुंदर आहेस तू, कुंती! हे तुझे केस, ह्या सुंदर भुवया, तुझे हे विशाल स्तन..." वगैरे मन प्रफुल्लित करणारं बोलणं!

पण सखी जे म्हणत होती, माझं मन ज्यासाठी आतुरलं होतं, तसं काही घडलंच नाही. 'सतत प्रवास करून थकून गेलोय्, झोप येतेय्–' म्हणत पलीकडे चेहरा वळवून झोपून गेला थोड्याच वेळात! चेहरा थोडा चिंताक्रांत होता का? मला काहीच समजलं नाही. उलट, लाज सोडायचा क्षण पुढं गेला, याचं समाधानच वाटलं होतं! मीही झोपले. तोही झोपला– झोप लागली होती, की

नाही, कोण जाणे. डोळे मात्र मिटले होते. मला कशी झोप येणार? आशा, लज्जा, पट्टराणी होण्याचं स्वप्नं...

सकाळी सखीनं खोदून खोदून विचारलं, तरी का नाही सांगितलं मी? तिनं जे काही विचारलं, त्याला फक्त हुंकार देत बसले. खरोखरच मला काही समजलं नव्हतं, की पतीची अब्रू राखण्यासाठी तशी वागले मी? तिनं फारच आग्रह केला, तेव्हा कल्पनेची स्वप्नं रंगवत– अंहं! मागं घडलेलं पुन्हा आठवत बरंच काही सांगितलं. नशिबानं घात केला, असं स्पष्टपणे न सांगता माझी स्वत:चीच फसवणूक का करून घेतली मी? फक्त त्याच दिवशी नव्हे, गावाहून हस्तिनावतीला आल्यानंतरही किती तरी दिवस– नव्हे, किती तरी महिने सखीला खोटंच सांगत होते. का केलं मी तसं? गावी असतानाच जर मी सत्य सखीच्या कानांवर घातलं असतं, तर आईकरवी ते वडिलांच्या कानांवर गेलं असतं. मग याला पिटाळून त्यांनी माझं वेगळं लग्न करून दिलं असतं का? व्वा! बाह्यरूप मात्र किती पौरुषयुक्त!

भीष्म तर नातवाचं तोंड बघायला भारीच आतुर झाला होता! सून पहिल्यांदा रजस्वला झाल्याचं कानी आलं, तेव्हा कासावीस झाला, म्हणे! कुरुवंशाचं बीज न रुजता वाहून गेलं, म्हणून! दुसऱ्या वेळी तर आरडाओरडा केला, म्हणे! आणि तिसऱ्या वेळी आपल्या वीर-पुत्राला योग्य भूमी मिळाली नाही, म्हणून सारा दोष सुनेवर लादूनही मोकळा झाला! एवढं झालं, तरी सखीला खोट्या रचलेल्या गोष्टी सांगून सत्य का लपवून ठेवत होते मी? माझ्याबरोबर आलेल्या दहा दासींपैकी एकीलाही त्यानं जवळ घेतली नव्हती, म्हणे. त्याच्या सामर्थ्याला पुरेशी बायको मिळाल्यावर तो दासींच्याकडे का बघेल, असा सखीनं अर्थ करून घेतला, तर त्यात तिचं काय चुकलं?

“धृतराष्ट्र स्वत:चीच फसवणूक करून घेत आहे...”

विदुराच्या बोलण्यानं कुंती दचकून वास्तवात आली.

तिनं डोळे उघडले. शेजारी विदुर येऊन बसला होता. तीही उठून बसली.

“दमली असशील, तर पड तू.”

“नाही. उगीच पडले होते जराशी...”

“पांडवांना फक्त कुंती आणि माद्रीचे पुत्र समजताना आपणही फक्त अंबिकेचा मुलगा असल्याचं सोईस्करपणे विसरतोय्. जाणून बुजून अंध बनतोय्...”

“भीमाला सांगून त्याच्या दोन्ही डोळ्यांच्या खाचांत बाण मारले, तर येईल दृष्टी त्याला...” म्हणत ती वाकली आणि दोन ओंजळी पाणी प्यायली.

“अखेर तेच घडणार आहे, असं दिसतं...”

विदुरे हे म्हणत असतानाच एक नोकर पायऱ्या उतरून आला आणि म्हणाला,

"पितामहांनी आठवण काढलीय्..."

त्याच्या पाठोपाठ विदुर सावकाश निघून गेला.

तो निघून जाताच कुंतीनं एकवार आपला घामेजलेला चेहरा पाण्यानं धुतला. पांढऱ्या पदरानं चेहरा पुसत ती बसून राहिली.

धृतराष्ट्रही स्वत:ची फसवणूक करून घेत आहे– वस्तुस्थिती ठाऊक असूनही! मी तरी दुसरं काय केलं? मीही हेच केलं आणि फशी पडले. सारं आयुष्यच असं गेलं. कष्ट, मनस्ताप! सुख लाभलं तरी केव्हा? लग्न झालं, की सगळ्यांना लाभतं ते पतीचं सुख! आणि माझ्या वाट्याला मात्र आली पतीची हिंसा! मुकाट्यानं झोपतही नव्हता बिचारा! किती तरी चित्रविचित्र प्रकारांनी मला वागायला लावत होता, तरीही पराजित होत होता आणि अखेर माझ्यावर संतापून 'तू मला साजेशी बायकोच नाहीस,' असा माझ्यावर ठपका ठेवून सारा दोष माझ्यावरच लादत होता. या सर्व प्रकारांमुळं चेतवली गेलेली मी मात्र अतृप्ततेत शिजू, की दोषारोपामुळं खाक होऊ, अशा अवस्थेत तडफडत होते! दिवस मावळला, की अशीच हिंसा! आणि त्यामुळं मनात खदखदणारा त्याच्याविषयीचा मूक तिरस्कार! याही परिस्थितीत सखीपासून सारं लपवून ठेवायची धडपड!

सगळं असह्य झालं, तशी एक दिवस मात्र उफाळले,

"आर्यपुत्रा, का वृथा माझ्यावर हा दोष लादतोस? इतर स्त्रियांत काय जास्त असतं माझ्यापेक्षा? तुझ्यात तेवढी शक्ती असती, तर मीच झाले असते तुला साजेशी!"

त्याचा संताप अनावर झाला. फाडकन माझ्या गालावर पाच बोटं उठवून म्हणाला,

"ही हिंमत तुझी! माझ्या राजवाड्यातल्या एकाही दासीला सोडलं नाही मी! शंभरावर दासी माझ्या पुरुषार्थानं दिपून गेल्या आहेत. या वर्षभरातच ब्रह्मचर्य अनुसरलं होतं मी..."

त्या रात्री माझ्या डोळ्यांतून जे अश्रू झरले, त्यांना अंतच नव्हता. त्यानं शंभरावर स्त्रिया जवळ केल्या, म्हणून नव्हे, खोटी फुशारकी मारत माझ्यावर हात उगारला, म्हणून. त्या दिवसापासून त्याच्या संतापाला पारावारच राहिला नव्हता. रोज रात्री शेजारीच झोपत होता, विनाकारण रागावत होता, माझे दत्तक वडील भोज आणि जन्मदाते शूरसेन यांना नावं ठेवत होता! मला स्पर्श करायचं मात्र त्यानं सोडून दिलं होतं.

अखेर मीच मला आवरलं. मन शांत केलं आणि त्याचा रागरंग सांभाळत

सगळी चवकशी केली. सारा खुलासा झाला. वयाच्या पंधराव्या वर्षी त्यानं दासींना डिवचलं होतं. राजकुमाराची कृपादृष्टी व्हावी, म्हणून त्यांनी पुढकार घेऊन विविध कामकलांचे पाठ देऊन त्याचं रंजन केलं होतं. त्याच्या शक्ति-सामर्थ्याचं तोंड फाटेपर्यंत कौतुक करून त्याला चढवलं होतं. तीन वर्षांत त्याचा उत्साह ओसरला. त्या वेळेपर्यंत शरीरानंही साथ देणं सोडून दिलं होतं. आणि अशा माणसाबरोबर आयुष्य काढायची वेळ आली होती माझ्यावर!

सगळ्या गोष्टी सहन करण्याच्या पलीकडे गेल्यावर एक दिवस सखीला सगळ्या गोष्टी सांगितल्या मी. पतीच्याघरी येऊन दोन वर्षं झाल्यावर! रडत!

सखी म्हणाली,

"युवराज्ञी, काही दिवसांपासून युवराज गावाहून आलेल्या दासींनाही बोलावताहेत आणि तिथंही हेच घडतंय्. युद्ध नसतानाच डामडौल पाहून शत्रूला तिरस्कार वाटावा, तशी त्यांचीही परिस्थिती आहे. मला वाटलं होतं, की युद्ध फक्त युवराज्ञीशीच असेल..."

"इतके दिवस सांगत होते, ते सगळं खोटं होतं, सखी! सगळी आत्मवंचना होती ती..." आणि इतके दिवस थोपवून धरलेला बांध फुटून मी हुंदक्यावर हुंदके देऊ लागले.

"आधी का नाही सांगितलंस? अशी का स्वत:ची फसवणूक करून घेतलीस?"

"तेच तर कळत नाही. त्यातच एक प्रकारचं सुख मिळत होतं, की काय, कोण जाणे! शिवाय प्रसिद्ध कुरुवंशाचा युवराज!"

"या मोठ्या राजांचं लक्षणच असलं! हे मोठे वीर आणि नरपुंगव! त्यापेक्षा ब्रह्मचर्यानं इंद्रियनिग्रह करणाऱ्या तपोवनातल्या एखाद्या ऋषीची बायको होणं चांगलं! कधी तरी एकदा स्त्रीकडे लक्ष गेलं, तरी..."

तिचं बोलणं कितीतरी आठवणी जाग्या करून गेलं होतं. तिलाही ठाऊक होतं ते.

वृद्ध कुंतीचं मन एक क्षणभर स्तब्ध झालं. तिचं पाण्यातल्या प्रतिबिंबाकडे लक्ष गेलं.

सारं काही लक्षात आहे; पण या आधी कधीच इतक्या तपशिलानं आठवत नव्हतं. का बरं आज आठवतंय् सारं? कुणीतरी सगळं सविस्तरपणे सांगत असावं आणि आतून कुणीतरी मधून मधून हुंकार देत असावं, असं वाटत होतं. पण कोण ऐकणार आता आत्मीयतेनं? सखी तर गेली! त्यानंतर तसं कुणी भेटलंच नाही. आयुष्यभरात एखादीच अशी सखी भेटायची! त्यानंतर तीन वर्षं होती माझ्याबरोबर. हिमवत प्रदेशातही आली होती. तिथली थंडी सहन नाही झाली तिला. गेली बिचारी. आता ह्या गोष्टी कुणापुढं

बोलायच्या? द्रौपदीशी बोलत होते थोडी-फार. तिनंही फार फार सोसलं. बारा वर्षांचा वनवास आणि वर्षभराचा अज्ञातवास. पण जो भोग माझ्या वाट्याला आला, तो काही तिला भोगावा लागला नाही. पाच नवऱ्यांची पत्नी! तेही एकापेक्षा एक बलदंड! अशी साथ मिळाली, तर स्त्रीला कसलाही त्रास सहज सहन करता येईल!

दुसरी एक आठवण उसळी मारून वर येत होती. वृद्ध सासरा भीष्म सैन्य आणि वीस गाड्या वस्त्रं, कांबळी, पात्रं, दाग-दागिने घेऊन मद्र-प्रदेशात गेला. या कुंती-भोजाच्या मुलीमुळं वंश वाढला नाही, म्हणून आपल्या वीर्यवान मुलाला सुयोग्य गर्भशक्ती असलेली दुसरी पत्नी आणायला! हसूच आलं मला हे ऐकून! थोडी भीतीही वाटली. त्याची कुवत मला ठाऊक असली, तरी नव्या बायकोनं त्याचं लक्ष वेधून घेऊन मला नरकयातना दिल्या, तर? सखीलाही तीच काळजी वाटत होती. हे क्षत्रिय हव्या तितक्या बायका करीत किंवा दासी ठेवोत. त्यांना आडकाठी कोण आणणार?

अलीकडे त्यानं तर माझ्याशी बोलणंही टाकलं होतं. माझी नजर चुकवून थोडा लांबच राहत होता.

अखेर एकदा मीच त्याच्यासमोर जाऊन उभी राहिले आणि विचारलं,

"काय चाललंय् हे?"

"हे पाहा, ते घरचे मालक आहेत. त्यांना मी कसं नको म्हणणार?"

"पण हिच्यात काही दोष नाही, असं तू सांग त्यांना."

"म्हणजे? माझ्यात काही दोष आहे? शंभरावर दासींना..." गरागरा डोळे फिरवत पुन्हा तेच सांगितलं त्यानं.

तिरस्कारानं मी काही न बोलता मागं फिरले.

माद्रीला आणून कुरुवंश वाढवू पाहणारा भीष्म!

माद्री! माझ्याहून दोन वर्षांनी लहान. सडपातळ बांधा. माझ्यासारखा भरदार नव्हे. पण आकर्षक. सतेज डोळे. सारा राजवाडा तिच्या रूपानं प्रभावित झाला. विवाहाच्या प्रसंगी जेमतेम हजेरी लावून मी माझ्या अंत:पुरात निघून आले. अजूनही मीच युवराज्ञी आहे, हवं तर ती येऊन भेटेल, या विचारानं! पण ती माझ्या अंत:पुराकडे फिरकली नाही. तोही तिच्या नव्या वाड्यातच होता.

असाच एक महिना गेला आणि माद्री रजस्वला झाली.

नाही म्हटलं, तरी माझ्या मनावरचं दडपण उतरलं. मी तर न चुकता दर महिन्याला होतच होते, न चुकता दर पौर्णिमेला पूर्ण मुख दाखवणाऱ्या चंद्रासारखी. चौथ्या दिवशी न्हाऊन ती आपण होऊन माझं अंत:पुर शोधत आली. बोलण्यातही

चुणचुणीत वाटली. सुरुवातीलाच हाक मारली,

"ताई..."

पुढं म्हणाली,

"गाड्या भरभरून धनसंपत्तीबरोबर इथं आलीस, म्हणे. स्वयंवर करून. माझी योग्यता काही तुझ्याएवढी नाही. आमच्याकडे कन्याशुल्क घेऊन मुलगी विकतात. लग्नही मुलीच्या घरी होत नाही. तिकडची पद्धतच तशी आहे. आता यानंतर तुझाच मला आधार. माझ्यावर दया असू दे."

"दया कसली?" मी स्वतःलाच म्हटलं आणि न राहवून विचारलं, "रजस्वला झालीस, म्हणे!"

"मग काय करू?" माझ्या नजरेत नजर मिसळून ती म्हणाली, "तू नाही का होत? तशीच!"

महिन्याभरात तिला सारं काही समजलं होतं. तिनं स्वतःची फसवणूकही करून घेतली नव्हती. एकमेकांविषयीची असूया एकमेकींत मिसळून गेली. असूया तरी कशावरून करायची? तिनं स्वतःचं गाव, देश, कशी वाढली सारं सांगितलं. माझ्याही आई-वडिलांची चौकशी केली आणि निघताना म्हणाली,

"ताई, आता अधूनमधून एकमेकींशी बोलून आपण मन हलकं करायला हवं. नाहीतर दुसरा उपाय कुठला?"

या घटनेच्या दुसऱ्याच दिवशी तो माझ्या अंतःपुरात आला. चेहऱ्यावरून विजयाचा दर्प ओसंडत होता. मी विचारलं,

"किती दिवस झाले या गरीब कुंतीची आठवण येऊन!"

"ती खरी स्त्री आहे! तू कशी स्त्रीच्या जन्माला आलीस, कोण जाणे!" त्यानं हेतुपुरस्सर मला छेडलं.

"पण तीही रजस्वला झाली, म्हणे." मी म्हटलं.

माझ्यावर दोष लादण्यासाठी तो जाणीवपूर्वक खोटं बोलत असल्याचं माझ्या लक्षात आलं. स्वतःचीही घोर फसवणूकही करून घेत होता तो. माझ्या मनातला एक कोपरा अनुकंपेनं भरला होता. आता मात्र तीही जागा तिरस्कारानं व्यापली. त्याच्याकडे पाहणंही असह्य झालं मला. प्रत्यंचा घासून घट्ट पडलेले त्याचे दंड, ते बलिष्ठ खांदे– मी त्याच्या चेहऱ्यावर नजर खिळवली. माझ्या दृष्टीतल्या ताकदीचा त्या वेळी मला प्रत्यय आला. फक्त दृष्टीनं खरं-खोटं करता येणं शक्य आहे, हेही त्याच क्षणी समजलं मला. त्याच्या दृष्टीत ईर्ष्या भरली होती. शिवाय संताप! हरलेल्यानं जेत्यावर जळफळाट करून दाखवावा, असा संताप!

मी दृष्टी विचलित होऊ न देता ताठ उभी होते. त्याची दृष्टी कापू लागली.

माझ्याही नकळत मी तिरस्कारनं उद्गारले,

"तीच काय, आणखी चार बायका करून आणल्यास, तरी तो ऋतुस्त्राव थांबवणं तुला शक्य नाही! ज्या वेळी तो स्त्राव भूमीवर पडतो, त्या वेळी तुझ्या डोक्यावर जन्म-जन्मांतरीच्या पापाचा संचय होत जातो. आणि हे दडवून ज्येष्ठ पत्नीपुढं खोटं बोलणं म्हणजे पापाची परमावधीच!"

त्याची दृष्टी जमिनीवर कोसळली आणि जमीन दुभंगून कुठं तरी लपण्यासाठी धडपडली. चेहरा घामेजला. कपाळावर घामाचे थेंब तरारले. गळ्याभोवतीचं तलम वस्त्र घामानं गळ्याला घट्ट चिकटून बसलं.

मीही पुढं होऊन तो घाम पुसला नाही. तशीच बसून राहिले ताठ कण्यानं! ताठ मानेनं!

तो पुढं काही बोलला नाही. संपूर्ण अंत:पुर एखाद्या जड शिळेप्रमाणे झालं होतं. खिडकीतून येणारं ऊन, खोलीभर पसरलेला सुगंध, आम्ही बसलेलं आसन– सगळं काही गंज चढलेल्या लोखंडासारखं झालं होतं.

तो उठून उभा राहिला. धपाधप पावलं टाकत तिथून निघून गेला.

माझ्या मनात एक प्रकारचं जेतेपण व्यापून राहिलं होतं.

दुसऱ्या दिवशी दुपारी बातमी आली. त्या दिवशी सकाळीच तो घोडदळ आणि पायदळ घेऊन दिग्विजयासाठी बाहेर पडला होता. भोवतालची राज्यं जिंकून, रानटी लोकांना पळवून, कुरुराज्याचा विस्तार करून, स्वर्गातल्या कुरुपितरांना आनंदित करण्यासाठी क्षत्रियोचित थाटामाटानं गेला, म्हणे! कुरुराज्यातल्या प्रजेला मोठाच अभिमान वाटला त्याचा! आपल्या राजाची कीर्ती त्रिखंडात वाढणार, आपल्या राजाचं नाव उजळून निघणार, म्हणून! भीष्मानंही ताठ मानेनं, ताठ देहानं त्याला आशीर्वाद दिला, म्हणे! मंत्री, मागध, सूत त्याच्याभोवती जमले होते. पुरोहितांनी बल-वीर्य-कीर्ती वृद्धीचे मंत्र आकाशाला भिडतील, अशा आवाजात ऐकवले, म्हणे! अर्थात युवराज दिग्विजयासाठी निघाला असता त्याच्या राण्यांनी मात्र त्याला बाहेर येऊन निरोप दिला नाही, हे काही जणांना खटकलं. काही जणांनी तर भर तारुण्यात पती युद्धावर गेल्याचं त्यांना आवडलं नाही, असंही बोलून दाखवलं, म्हणे! ही क्षत्रिय स्त्रियांची पद्धत नव्हे, असा दोषही आम्हांवर लावला, म्हणे– त्यातही माझ्यावर.

सुमारे सहा चांद्रमासांएवढा काळ या दिग्विजयात गेला. एक अरण्य आमच्या ताब्यात आलं. तिथले रहिवासी घाबरून पळून गेले, म्हणे. शेजारच्या एका राजानं नदीच्या पलीकडे आपला अधिकार नसल्याचं मान्य केलं. त्यानं दिलेलं

धन-धान्य, घोडे, दागिने हस्तिनावतीला आले. नगरवासीयांनी मोठ्या समारंभानं त्याचं स्वागत केलं. आणखी एका रानटी जमातीनं शंभर कांबळी दिली. कुरुराज्याच्या शूरपणाची कीर्ती साऱ्या आर्यावर्तात पसरली!

पांडुराजा दिग्विजय करत राज्याच्या सीमेवरून फिरत होता. पण मध्ये एकदाही राजवाड्यात आला नाही. घोड्यावरून गेलं असता फक्त एक दिवसाचा रस्ता असूनही. त्याच्या रथामागे दहा सुंदर दासींचा रथ आहे, म्हणे. हरलेले राजे त्याला दोन, तीन, पाच सुंदर तरुण दासी अर्पण करताहेत, म्हणे. मग युवराजांना बायकांसाठी हस्तिनावतीला येण्याची काय आवश्यकता?

नगरवासी जे अभिमानानं बोलत होते, तेच राजवाड्यातल्या दासींच्या तोंडून ऐकून सखी माझ्या कानांवर घालत होती. उत्तरेकडच्या हिमपर्वतातल्या गंगाद्वारापलीकडच्या एका गंधर्वाला हरवून युवराज नृत्य-गायनादी कलांमध्ये निपुण असलेल्या पाच गंधर्वसुंदरी जिंकून घेऊन येत असल्याची बातमी आली. शिवाय चित्र-विचित्र कशिद्यानं नटलेली दहा अप्रतिम लोकरी वस्त्रं!

माद्री रोज माझ्याकडे येत होती. दोघींच्याही बाबतींत घडलेल्या दुर्दैवाविषयी बरंच बोलत होती.

मी मूकपणे ऐकत होते. हिमवत पर्वतातल्या पाच गंधर्वसुंदरींची बातमी कानी आल्यावर तिला घाबरलेली पाहून मात्र मला आश्चर्य वाटलं. मी म्हटलं,

"कितीही सुंदर स्त्री असली, तरी आपण का घाबरायचं?"

"तसं नव्हे! या गंधर्वसुंदरी कामकलेत फारच निपुण असतात. त्यांना या कलेतली बरीच रहस्यंही ठाऊक असतात. मनात भरलेल्या पुरुषाला कामप्रवृत्त करून आनंद लुटण्यात त्या पारंगत असतात, म्हणे."

"पण धनुष्यातच ताकद नसेल, तर प्रत्यंचा काय करेल?"

"ताई, तुला ठाऊक नाही! आमच्याकडे धनुष्यही बळकट करतात!" ती हसत म्हणाली.

"मग इतके दिवस तू का गप्प बसलीस?"

"जेवढं शक्य होतं, तेवढं करून पाहिलं. महाराजही आनंदित होत होते. पण... वैद्याचं औषध आवडलं; पण गुण आला नाही, असं म्हण, हवं तर!"

"काय केलंस असं?" मी आश्चर्यचकित होऊन विचारलं.

लाजत लाजत ती सांगू लागली. मला कल्पनाही करणं अशक्य, अशा कितीतरी पद्धती!

त्यानंतर मी सखीशी बोलले, तेव्हा तीही चकित होऊन गेली!

न राहवून मी माद्रीला विचारलं,

"माद्री, तुला हे सगळं कसं ठाऊक?"

"आमच्या देशात मोठ्या स्त्रिया लग्नाच्या मुलींना सगळं नीट समजावून सांगतात. म्हणजे तुला तुझ्या माहेरी कुणीच काही शिकवलं नाही?" तिनं सरळपणे विचारलं. मोठंच आश्चर्य वाटलं होतं तिला!

माझ्या अज्ञानावर मीच निःश्वास सोडला. मला माद्रीचा मत्सर वाटू लागला. आज ना उद्या पतीच्या रोगाचा परिहार करून त्याचं फळ तिनं स्वत: मिळवलं, तर? माझ्या आधी गर्भधारणा करून माझं पट्टराणीचं स्थान तिनं हिरावून घेतलं, तर?

हळूहळू मी तिला सारं काही विचारत गेले. तीही सरळपणे, जेवढं ठाऊक होतं, तेवढं सांगत गेली.

त्यानंतर आम्हां दोघींच्या एकांतात घटका घटका गप्पा होऊ लागल्या. ती गुरू होऊन सगळ्या गोष्टी मला समजावून सांगत होती. त्याच कल्पनेच्या राज्यात मी स्वतःला झोकून देत होते. षंढ पतीच्या पत्नीला हे दुःख असणारच. पण माद्रीकडून त्यातली अधिकाधिक सूक्ष्मता समजत गेली, तशी मी अधिकच व्याकूळ होऊ लागले. क्षणोक्षणी दग्ध होऊन जाऊ लागले. अखेरीस सुंदर, बलदंड देह धारण करणाऱ्या राजकुमाराच्या कल्पनाचित्राच्या जागी लग्नाआधी, मनातल्या भावनांना जाग येण्यापूर्वीच त्या शांतवणाऱ्या त्या ऋषीचं चित्रच अधिक स्पष्ट होऊ लागलं. त्या ऋषीला तरी त्यासाठी यांतल्या कुठल्याच कलेची आवश्यकता भासली नव्हती!

सहा महिन्यांनी दिग्विजयासाठी बाहेर पडलेला युवराज माघारी आला. हस्तिनावती त्याच्या स्वागतासाठी अलंकृत झाली होती. घराच्या बाहेरच्या भिंतींना लाल पट्ट्यांनी सजवलं होतं. रस्त्यावर सडे शिंपडले होते. मधून मधून हिरवी तोरणं लावली होती. अलंकृत हत्ती आणि घोडे घेऊन स्वत: वृद्ध भीष्म हस्तिनावतीच्या वेशीपाशी स्वागतासाठी उभा होता.

नाही म्हटलं, तरी माझं मन संभ्रमित झालं होतं. सज्जात उभी राहून मी पाहत होते. माद्रीही पाहत होती. त्यानं जिंकलेल्या असंख्य गोष्टी गाड्यांवर लादून पुढं आणल्या जात होत्या. रथात जिंकलेल्या सुंदर तरुणी. सर्वांत शेवटी तो!

पण युवराज चिंताक्रांत दिसत होता. चेहरा मलूल दिसत होता.

गावी परतल्याच्या दुसऱ्या दिवशी तो माझ्या अंत:पुरात आला. ती सारी रात्र असंख्य स्वप्नांनी भरून गेली होती. नव्या औषधानं गुण आलेल्या वैद्याचं स्वप्न.

जवळ आला. समोर बसला. चेहऱ्यावर अहंकार दिसत होता. निघताना चिंधड्या उडालेला खोटेपणाचा पापुद्रा पुन्हा वाढला होता.

मला असह्य झालं ते! माझी उपेक्षा केल्याप्रमाणे कुठंतरी दृष्टी खिळवून,

माझ्या दृष्टीला दृष्टी न भिडवता बसून राहिला. मीही तशीच बसून होते– काहीही न बोलता.

अखेर तोच म्हणाला,

"कुंती, सहा महिने झाले मला दिग्विजयासाठी निघून!"

मनातला तिरस्कार पराकोटला पोहोचला. मी काहीच बोलले नाही. थोडा वेळ स्तब्धतेत गेल्यावर तो पुन्हा म्हणाला,

"ऐकलंस, कुंती? सहा महिने दिग्विजय करत हिंडत होतो मी!"

"सहा वेळा मीही ऋतुमती झाले!" माझ्या तोंडून आपोआप शब्द बाहेर पडले.

त्यानं मान वळवून माझ्याकडे पाहिलं आणि त्याचा उजवा हात उचलला गेला. गरम, घट्ट, क्षत्रियबोटं माझ्या गालावर उमटली.

मी बोलले नाही, रडले नाही. तोंडून अवाक्षरही बाहेर पडलं नाही. डोळ्यांत अश्रू तरी चमकले, की नाही, कोण जाणे!

पाण्यातलं प्रतिबिंब कुंती पाहत होती.

एक संवत्सरचक्र, साठ वर्षं गेली आहेत. कुणाला आठवेल सगळं स्पष्टपणे? पण एवढं मात्र स्पष्टपणे आठवतं. माझी दृष्टी न हटवता त्याची ती क्रोधमय दृष्टी झेलली.

त्याच्या संतापात तूप पडल्यासारखं झालं. त्याची दृष्टी तापली, पेटली, जळू लागली, जळून खाक झाली आणि जमिनीवर कोसळली! निर्जीव होऊन! कपाळावर तरारलेले घामाचे थेंब आणि गळ्याभोवती थबथबलेला घाम.

माझी मलाच लाज वाटली. मी उठले. त्याच्याजवळ गेले आणि पदरानं त्याचं कपाळ, मान आणि छाती पुसत म्हणाले,

"फार उकाडा आहे, महाराज..."

त्याला हुंदका फुटावा, तसं झालं. आवेगानं माझा हात धरत त्यानं हाक मारली,

"कुंती!..."

तो शेजारी बसला. माझ्या छातीवर त्यानं डोकं टेकवलं. तान्ह्या बाळासारखं. काहीही न बोलता...

माझ्यावरच चिडले मी. त्याला तसाच छातीशी कवटाळून बसले. तत्क्षणी एक गोष्ट जाणवली, मिठीत सामावून घ्यायचं जे सामर्थ्य या पृथेच्या छातीत आणि उंच बाहूंत आहे, ते माद्रीमध्ये नाही. आणखी कुठल्याही स्त्रीत ती ताकद नाही!

मी त्याला आणखी जवळ घेतलं. आणखी– मलाही थोडी ऊब जाणवली.

तो मात्र माझ्या छातीवर मूक उच्छ्वास सोडत, अश्रूंनी माझी छाती भिजवत रडत होता. मलाही रडू आवरलं नाही. त्याची छाती, खांदे, दंड जखमांनी भरून गेले होते. त्यांतले काही व्रण तर अजून भरूनही आले नव्हते.

संध्याकाळपर्यंत असाच बसून निघून गेला तो. त्यानंतर पुन्हा महिनाभर फिरकला नाही. मी निरोप पाठवला, तरी आला नाही. माद्रीकडेही गेला नाही, म्हणे. दिग्विजयानंतर तिला एकदाही भेटला नव्हता तो. गंगेच्या पलीकडे पर्णकुटी बांधून राहत असल्याची बातमी कुणीतरी आणली.

कुंतीनं मान वर करून पाहिलं. नदीच्या पलीकडे पुराच्या वेळी धूप होऊन सपाट झालेली ती जागा आताही ओळखता येत होती. साठ संवत्सरांचं चक्र फिरलं, तरीही!

दिग्विजय करून आलेला युवराज दोन तरुण बायका, दहा-वीस सुंदर दासी आणि गंधर्वमोहिनींना सोडून पर्णकुटीत राहत होता– वेदपाठी आणि पुरोहितांबरोबर.

इथं माझं ऋतुचक्रही फिरत होतं. पण माझ्या मनातला त्याच्यावरचा राग आणि तिरस्कार नाहीसा झाला होता. तो आता मला फसवत नव्हता. स्वत:चीही फसवणूक करत नव्हता. त्याची खरी पत्नी आहे मी. आता असा का एकाएकी पर्णकुटी बांधून निघून गेला? त्या वेळी जसा एकाएकी दिग्विजयासाठी बाहेर पडला, तसाच आता एकाएकी आत्मविजयासाठी बसला. हे क्षत्रियच असे! काहीही केलं, तरी त्याचा अतिरेकच!

एक दिवस आपण होऊन तो माझ्याकडे आला. ऊन्ह ओसरून संध्याकाळ झाली होती. माझा स्राव थांबून दोन-तीन दिवस झाले होते. तो आत आला, जवळ आला आणि माझ्या शेजारी बसला. माझ्या रुंद हातात त्यानं आपला तळवा दिला. त्याच्या चेहऱ्यावर अहंकार नव्हता. माझा अंत पाहणारा आणि चिंधड्या उडाल्या, तरी पुन्हा पुन्हा येणारा तो खोटारडेपणाचा पापुद्राही नव्हता. दृष्टीत माझी उपेक्षा करून मला टाळण्याचाही प्रयत्न नव्हता. आपली दृष्टी सरळ माझ्या दृष्टीत मिसळून शांत आणि दृढ स्वरात म्हणाला,

"कुंती, हे राज्य नको, अन् राजेपणही नको. हिमालयात जाऊन जीवनाचा उरलेला भाग तपश्चर्येत घालवण्याचा मी विचार केला आहे. माझं वय काही फारसं नाही. तुझ्या एवढंच– चोवीस वर्षांचं, पण यानंतर फार वर्षं जगणार नाही, असं मन सांगतंय्. तुझी अनुमती मागायला आलोय्. त्याशिवाय जाणं धर्माच्या विरुद्ध आहे."

माझी उंची, माझा हाडापेरांचा रुंदपणा– सारं काही मातीमोल झाल्यासारखं

वाटलं मला. मीही पतीचा आत्मसन्मान मर्यादेबाहेर ताणायला नको होता, असं वाटलं पण... पण!

त्याचे दोन्ही हात घट्ट धरून मी म्हटलं,

"क्षमा कर तुझ्या या बायकोला."

"तुझी यात काहीच चूक नाही. मी सगळा नीट विचार केलाय्." आत्मपरीक्षणपूर्ण अशा मंद स्वरात तो म्हणाला, "तपश्चर्येला न जाता इथं राहून काय करू?"

मला काही उत्तर सुचलं नाही. पापाचं भयही माझ्या मनाला ग्रासून गेलं. तशीच बसून राहिले.

तोच पुढं म्हणाला,

"स्वयंवरात आपण होऊन वरलंस. थोरली पत्नीच धर्मपत्नी असते, शिवाय धन-संपत्तीही घेऊन आलीस तू. तुझी अनुमती महत्त्वाची आहे."

बरं वाटलं हे ऐकून. मत्सरयुक्त आनंदही वाटला.

"उद्या पुन्हा येईन. तोवर विचार करून ठेव..." असं सांगून युवराज निघून गेला. माझ्या अंत:पुरातून निघून, ही नदी ओलांडून, त्या तिथं असलेल्या सपाट जागेवरच्या पर्णकुटीत निघून गेला.

एकाएकी मला त्याच्याशिवाय जगणं अशक्य असल्यासारखं वाटू लागलं. महिन्यापूर्वीपासून त्यानं स्वत:ची फसवणूक करायचं सोडून दिलं होतं. तेव्हापासूनच ही भावना वाढू लागली होती. तपश्चर्येसाठी निघालेल्या पतीच्या पाठोपाठ न जाता मी तरी इथं राहून काय करणार? त्याऐवजी हिमालयात जाऊन आपणही का तपश्चर्या करू नये? तप म्हणजे काय, ते मला कुठं ठाऊक होतं? पण पापाचं भय मात्र मनाला ग्रासून टाकत होतं. गावी निघून जाणं किंवा या हस्तिनावतीत असे दिवस काढणं यापेक्षा पतीबरोबर तपश्चर्येसाठी निघून जाण्याचाच विचार मनाला पटला.

दुसऱ्या दिवशी तो येताच त्याला मी माझं मनोगत सांगितलं.

तो म्हणाला,

"कुंती, तू राजकुमारी आहेस. वनातलं आयुष्य खडतर असतं."

सर्वसामान्य नवऱ्यानं बायकोला सांगायचं हे उत्तर असलं, तरी माझ्या निश्चयामुळं त्याचा चेहरा समाधानी दिसत होता. "तू येऊ नकोस," एक पद्धत म्हणून तो म्हणाला असावा किंवा पटकन कबूल होणं त्याच्या पुरुषार्थाला अपमानकारक वाटल्यामुळं तो तसं म्हणाला असावा. कदाचित मला असं वाटलं असेल. मला रागही आला.

माद्रीही आमच्याबरोबर निघाली. मी तिची समजूत घालून तिचं मन बदलू

पाहत होते.

"तु सुकुमार आहेस. तुला कशाला हवं हे कष्टाचं जीवन?"

अखेर ती म्हणाली,

"ताई, गाड्या भरभरून धन आणलेली तूच निघालीस आणि गाड्या भरून कन्या-शुल्क देऊन विकत आणलेली मी राहिले, तर लोक काय म्हणतील?"

मला दया आली तिची. उजव्या हातानं जवळ घेऊन मी तिला छातीशी धरलं.

तिच्या डोळ्यांतून अश्रू वाहत होते. नाजुकसा बांधा, हरत असतानाही जिंकून घेणारा चेहऱ्यावरचा मृदु भाव, दाट पापण्यांमधली काळीभोर चमक यामुळं ती अधिकच आकर्षक दिसत होती. तिला आणखी जवळ घेतली मी.

"ताई, युवराजाला तू पूर्णपणे वश केलं आहेस. तुझ्या अनुमतीशिवाय तो काहीही करत नाही. मलाही घेऊन जायला... नव्हे, तू मलाही घेऊन चल ना!"

"तुला कसं ठाऊक?"

"एवढंही समजत नाही का मला?"

युवराज हिमालयात तपश्चर्येसाठी जायला निघाला, तेव्हा खरा चिंताक्रांत झाला,तो भीष्म! या दिग्विजयाप्रमाणे पुढं कितीतरी पराक्रम करून कुरुकुलाची कीर्ती दिगंताला पोहोचवण्याची कुवत असलेला राजा असा राज्य सोडून निघाल्यावर त्या राज्याची जोखीम शिरावर घेतलेल्या काकाला काळजी वाटणार नाही का? पण पुतण्याचा हट्ट कायम होता.

काका-पुतण्याची बरीच चर्चा झाल्यावर युवराज अखेर म्हणाला,

"मी काही कायमचा जात नाही. तिथं बरेच सिद्ध पुरुष आहेत, साधू आहेत. वैशिष्ट्यपूर्ण औषध-मुळींचं आगर आहे ते. शरीरज्ञानाची कितीतरी रहस्यं जाणणारे योगी आहेत तिथं. आता मुलांना घेऊनच माघारी येईन मी. तोपर्यंत राज्याची देखभाल तूच पाहा."

काकाचा नाइलाज झाला. पंडुराजाच्या थोरल्या भावाचा, धृतराष्ट्राचाही नाइलाज झाला. तो चाचपडत धाकट्या भावाचे हात धरून अंध डोळ्यांतून अश्रू ढाळत म्हणाला,

"तू गेलास, तर या राज्याची काय गत? माझी काय गत? कुरुकुलाचा भार तुझ्यावरच आहे. तपश्चर्येसाठी निघालास, म्हणून मी आडवा येत नाही. पण लवकर ये."

या दोघां भावांत फक्त दहा-पंधरा दिवसांचंच अंतर आहे, म्हणे.

आम्ही हिमालयात जायला निघालो, तेव्हा हस्तिनावतीचे नागरिक शोकमग्न झाले होते. जेमतेम चोवीस वर्षांचा, दृढकायेचा दिग्विजयी युवराज. देशाचं नाव आणि गौरव त्यानं वाढवला होता. त्याचं शौर्य स्वत:चंच असल्यासारखे प्रजाजन गर्वानं फुलून गेले होते. त्याच्या गैरहजेरीत हरण्याची पाळी येईल, या भीतीपोटी 'लवकर या' अशी सगळ्यांनी विनंती केली. नदीपर्यंत येऊन आम्हांला निरोप देताना 'लवकर या आणि विशाल दिग्विजय करा', अशी प्रार्थनाही केली.

आम्हां पती-पत्नीत खरा दांपत्यभाव जन्मला, तो हिमालयात गेल्यावरच. कामभावनेचा त्याग करून परमार्थसाधनेत रंगून जाणं हेच माझ्या जीवनाचं ध्येय ठरलं होतं आता. एका पर्णकुटीत तो आणि मी लाकडी फळ्यांवर गवत पसरून, त्यावर घोडघासाची चटई घालून, कांबळ्यानं आच्छादलेल्या एकाच अंथरुणावर झोपत होतो. पुढच्या जन्माची स्वप्नं पाहत!

माद्री मागच्या बाजूला असलेल्या कुटीतल्या अंथरुणावर एकटीच झोपत होती. पति-सुखापासून दोघीही वंचित असलो, तरी सान्निध्य मात्र स्वयंवरात वरमाला घालणाऱ्या पट्टराणीला.

आता माझ्या मनातला पांडुराजाविषयीचा तिरस्कारही जवळजवळ नाहीसा झाला होता. एखाद्या लहान बालकाप्रमाणे स्वत:ला माझ्या स्वाधीन केलेल्या या पतीची न्यूनता जाणीवपूर्वक विसरणं कसं शक्य होतं? इथं येऊन राहण्यामागं तेच कारण नव्हतं का? काही का असेना, एक मात्र खरं. इथं मी पूर्णपणे यजमानीण होते. मी जे सांगेन, त्याचं तो पालन करत होता. हे माद्रीच्याही लक्षात आल्यामुळं तीही माझ्याशी वाद घालत नव्हती, की कधी माझा शब्द उल्लंघत नव्हती. अर्थात मीही कधी तिच्यावर अधिकार गाजवायला जात नव्हते. कसंही असलं, तरी जीवन सुखमय वाटत होतं. अधूनमधून गावाकडून भीष्म खेचरांवर दोन्ही बाजूंना तांदूळ, गहू, गूळ लादून पाठवत होता. तेल, तूप, कांबळी, वस्त्रं राजवाड्याएवढे नसले, तरी स्वयंपाकपाण्यापुरते नोकर, अग्नी शांत होणार नाही, याची काळजी घेणारा एक पुरोहित. एवढी माणसं आजूबाजूला होतीच.

हस्तिनावती सोडल्यावर चौथे दिवशी गंगाद्वारी जाऊन पोहोचलो. पतीच्या बरोबरीनं चालूनही मी मुळीच थकले नव्हते. माद्री मात्र थकून गेली होती. ती मला म्हणालीही,

"ताई, तू तर पुरुषासारखीच बळकट आहेस, बाई!"

"तू घोड्यावरून चल.'' मी तिला म्हटलं. पण आम्ही दोघे पायी चालताना आपण घोड्यावरून जाणं तिला बरं वाटलं नाही. ती लाजली. महाराजही म्हणाले, "कुंती सांगते, तसं कर.'' पायांची लांबी सारखी असली, तरी वेगही सारखाच असला पाहिजे ना! पतीच्या बरोबरीची माझी देहयष्टी असल्यामुळं मला ते जमत होतं.

रस्त्यानं चालताना माझा हात हातात घेत युवराज म्हणाला,

"कुंती, पत्नीला तिच्या वडलांच्या नावाप्रमाणे हाक मारायची आर्य राजांची पद्धत आहे. आता यानंतर तुला तुझ्या खऱ्या नावानं हाक मारेन. पृथा या नावानं. तुझी देहयष्टी पाहिली, की अभिमान वाटतो मला!''

मी लाजले. शरीर संकुतिच करून मी हळूहळू पावलं टाकू लागले.

गंगाद्वार अजून बऱ्याच अंतरावर होतं. समोर दिसणाऱ्या उंच, निळ्या पर्वतरांगा पाहून मी अवाक् झाले. या पर्वतरांगा माहेर किंवा सासरजवळच्या हिरव्या डोंगराप्रमाणे नव्हत्या. आकाशाच्या निळाईला स्पर्श करत असतानाच त्या निळाईशी साम्य दाखवणाऱ्या या पर्वतरांगा! मी विचारलं,

"हाच हिमवत पर्वत?''

"ही तर सुरुवात आहे. हा समोरचा पर्वत चढून उतरल्यानंतर लागणारी शिखरं ओलांडून– अजूनही दहा दिवस चढत-उतरत प्रवास करायचा. देवलोक सुरू होतो, त्या पर्वताच्या पायथ्याशी आपण राहायचं.''

माझा उत्साह वाढला. नव्या भूमीवर जाऊन नव्यानं जीवन सुरू करायचा उत्साह! जगायची इच्छा! वडिलांच्या घरातलं बाल्य आणि पतीच्या घरातली जबाबदारी यांतून मुक्त होऊन नवं जीवन जगण्याचा उत्साह! खरंखुरं सुख ते हेच, असंही मनोमन वाटत होतं. सोबत देणारी सखी अधूनमधून माझ्याजवळ येऊन म्हणत होती,

"तुझ्या चेहऱ्यावर किती आनंद दिसतोय्, ठाऊक आहे, पृथा?''

तिनं हे सांगायचीही आवश्यकता नव्हती. सामोऱ्या येणाऱ्या प्रत्येक शिखरावरून वळसे घेत घेत खाली उतरून पुन्हा पुढच्या शिखराच्या दिशेनं चालताना मलाच जाणवत होतं ते! मन आकाशापर्यंत उंच होत होतं आणि सुखही तेवढंच भव्य रूप घेत होतं.

असे दोन-तीन दिवस गेले. त्यानंतर मात्र मन म्लान होऊ लागलं. उत्साह ओसरला. हातातली काठी रोवून पाऊल उचलताना जिवावर येऊ लागलं. ही शरीराची दमणूक नव्हे, हे समजत असलं, तरी असं का व्हावं, हे कळत नव्हतं मला. हे पर्वतच असे! अकारण सुखाला उधाण आणतात आणि दु:खालाही माघारी बोलावतात! कारण मात्र समजत नाही!

हिमालय चढायला सुरुवात केल्यापासून तेराव्या किंवा चौदाव्या दिवशी आम्ही तिथं जाऊन पोहोचलो. आधीच तिथं पोहोचलेल्या सेवकांनी पर्णकुटी उभारली होती. दक्षिणेला एक पर्वत, उत्तरेला असलेला प्रचंड उंचीचा पर्वत, मधल्या सखल पठाराच्या पलीकडे अनेक चढउतार, अलीकडेही तसेच चढउतार. मधला थोडा भाग नीटस सपाट. सभोवताली झाडं, फुलांचा घमघमणारा सुवास. मनाला टोकरून टोकरून आठवणी शोधायला लावणारा पर्वतभर पसरलेला धुंद दवण्याचा सुगंध! किती तरी प्रकारची रंगीबेरंगी फुलं! पांडुराजानं सांगितलं,

"इथंच आपण राहायचं."

"अगदी वेडं होऊन जावं, इतकी सुंदर जागा आहे ही! पण रस्ताभर फुलं आणि दवणा होता. मग हीच जागा का निवडलीस तू? गावाहून सतत एकोणीस-वीस दिवसांची पायपीट करून इथं का आलो आपण?"

दमून गेलेला पांडुराजा तिथल्या एका दगडावर बसत म्हणाला,

"तूच विचार कर, पृथे."

थोडा विचार करून पाहिलं, तरी काही सुचलं नाही.

"अंहं. तूच सांग." मी म्हटलं.

एक साधारण मोठी झोपडी, पावसाचं पाणी मुळीच आत येणार नाही, अशा रीतीनं बांधलेलं उतरतं छप्पर, आत उबदार वाटावं, म्हणून भिंतींना आतल्या बाजूनं जोडलेल्या घोडघासाच्या चट्या. त्यामागं आणखी एक झोपडी. थोडी लहान. शेजारीच यज्ञशाळा लगेच ओळखू येत होती. तिच्याजवळच स्वयंपाकघर, सेवकांच्या झोपड्या, त्यामागे घोड्यांच्या पागा. हे सारं काही जमिनीच्या एकाच पातळीवर नव्हतं. उंच-सखल भागात विभागलं होतं. त्या सगळ्यांना एकमेकांशी सांधणाऱ्या आवश्यक तेवढ्या पायऱ्या.

"मी विचारलं, त्याचं उत्तर नाही दिलंस तू?"

"'काय?'

"मी हीच जागा का निवडली, सांग पाहू?"

"माझाच प्रश्न होता तो. का निवडली ही जागा?"

समोर बोट दाखवत तो म्हणाला,

"ते समोरचे पर्वत दिसतात ना? तिकडून पलीकडे देवलोकांची हद्द सुरू होते. त्या पलीकडे सगळीकडे देवलोकच आहे."

"म्हणजे?"

"आम्ही कुरुवंशाचे, तुम्ही यादव, ते माद्र, असे अनेक समाज आहेत ना? तसेच. देव नावाच्या लोकांचं राज्य इथून पुढं सुरू होतं. तेच आम्हां आर्यांचे मूळ

वंशज मानले जातात. अजूनही त्यांच्या राजाचं नाव इंद्र असतं. पुरोहिताचं नाव बृहस्पति. अग्नि, वायू वगैरे मंत्रांमध्ये उल्लेख येत नाहीत का? तीच नावं आजही आहेत. त्याच पद्धतीची राज्यव्यवस्था. त्यांना जेवढ्या औषधी, कंद-मुळं ठाऊक आहेत, तेवढी आपल्याकडच्या सपाट मैदानावरच्या आर्यांना ठाऊक नाहीत. अमृताचंही रहस्य उकललंय्, म्हणे, त्यांना! हवी ती औषधं इथं मिळू शकतात. त्यांना इथल्या वातावरणात गहू-तांदूळ यांसारखे खाद्यपदार्थ पिकवता येत नसल्यामुळं त्यांना या धान्याचं भारी अपरूक वाटतं. त्यांना हे धान्य देऊन त्यांच्याकडून थोडंफार औषध मिळवून मुलं झाली, की...'' म्हणता म्हणता त्याचा आवाज क्षीण झाला.

कुणीतरी पायांखालचा आधार खेचून घ्यावा, तसं वाटलं मला! एकदा इथं तपश्चर्येसाठी यायचं ठरल्यावर माझ्या मनातले पती, दांपत्यसुख, मुलं-बाळं हे सगळे विचार बाजूला सरले होते. मन एक प्रकारे शांत झालं होतं. आता मनात विचार होता, तो ऋतुस्रावासाठी प्रायश्चित्त घ्यायचा. यासाठीही पांडुराजाच जबाबदार होता आणि आता पुन्हा तोच आशा पालवत होता.

''नको. आता ते विचारही नकोत.'' मी निग्रहानं म्हटलं.

''का? स्त्री असूनही आई व्हायची इच्छा नाही तुझ्या मनात?''

''नाही!''

''कुरुकुल वाढायला नको? एवढ्या मोठ्या वंशाची सून होऊन तूच असं म्हणतेस?''

कसं समजावून सांगायचं याला? मलाही ती सगळी संसारसुखं हवीच होती. पण एक मात्र मला समजत होतं. तो तरी मार्ग धरायला हवा किंवा हा तरी. कुठली तरी पर्वतावरची माणसं औषधं देतात, या कारणानं मनाला वेड्या आशेत झुलवत ठेवणं योग्य नव्हे, हेही समजत होतं. या सगळ्याचा परिणाम म्हणून पतीविषयीचा तिरस्कार पुन्हा वाढेल, हे मला समजत होतं. पण त्याला कसं सांगायचं? सांगितलं, तरी ते पटवून घ्यायची त्याची तयारी आहे का? आपल्याकडून कुरुवंशाचा कसा विस्तार होईल, या विचाराच्या ओझ्यानं आधीच वाकून गेलेला पांडुराजा पुन्हा अश्रू ढाळेल. पुन्हा माझी छाती त्याच्या अश्रूंनी चिंब होईल.

म्हणजे मी निष्कामी राहायला पाहिजे आणि त्याच्या आशेला मात्र नख लागता कामा नये! त्याचा उत्साह कोमेजू देता कामा नये! ठीक आहे!

मनोमन मी निश्चय केला. निश्चय करणं सोपं! या कुरुवंशाची सून झाल्यावर अशा निष्काम भावनेशिवाय जगणं कसं शक्य आहे?

''हे पाचजण कुरुवंशातले नव्हेत. मी त्यांना पांडव म्हणणारच नाही. हवं

तर कुंतीची मुलं म्हणतो...'' म्हणाला, म्हणे, तो दुर्योधन!

माझ्या आशा पार गाडून पांडुराजाची आशा मात्र तशीच प्रफुल्लित ठेवून या वंशाची सून म्हणून राहिले मी! दात नसलेल्या हिरड्या घट्ट आवळून तिनं स्वत:लाच पाहिलं. इतकी वर्षं या वंशाची सून म्हणूनच जगलेय् मी! सुनेची मुलं मुलाची मुलं का होऊ शकणार नाहीत? अधर्म जीभ जिंकू शकेल. पण युद्ध जिंकू शकणार नाही. ही कुंती हरणार नाही!

पाण्यात दिसणारे दोन शुभ्र डोळे निश्चल झाले होते. सगळीकडे दुर्लक्ष करत स्वत:लाच खोल खोल पाहत ती बसली होती. झाडांच्या पानांमधून येणारं ऊन्ह पडल्यामुळं प्रतिबिंबाचे तुकडे झाल्यासारखे दिसत होते.

कुंतीनं मान वर करून पाहिलं.

माथ्यावरचा सूर्य बराच कलला होता. काही वेळानं तो अस्ताला जाईल. उद्या सकाळी तो उगवायच्या आधी...

कृष्णानं सांगितलंय्, 'उद्याच जा. उशीरही करू नको.' म्हणाला. सकाळी सूर्य उगवण्याआधी किती तरी वेळ नदीच्या काठावर एकटाच येतो, म्हणे.

कृष्णानं सांगितलंय्,

''याच नदीच्या प्रवाहात थोड्या खालच्या बाजूला स्नान करून, उगवत्या सूर्याची डोळे मिटून हात जोडून प्रार्थना करतो. त्या वेळी एकटीच जा तू. त्याला सगळं सांगितलंय् मी. तू मुकाट्यानं त्याच्यासमोर उभी राहा आणि सांग, पांडव तुझेच भाऊ आहेत, विसरू नकोस; दुसरं काहीच मागणं नाही. एवढं केलंस, तरी पुरे.''

तिनं सावकाश मान वळवली. प्रतिबिंब तसंच होतं. पण हात, पाय, मांड्या यांना कंप सुटला होता.

कुरुवंशाच्या सुनेचा हा मुलगा कौरव का नाही झाला?

कुणीतरी अंतर्मनात उद्गारलं,

पोटच्या मुलापुढं कुंतीनं हार मानायला पाहिजे.

प्रतिबिंब थरथर कापू लागलं. तिनं गच्च डोळे मिटून घेतले. थोडी भानावर आली. कुरुवंशाच्या सुनेचा थोरला मुलगा कौरव झाला असता, तर हा प्रसंग कुंतीवर आला नसता.

हे पर्वतच असे! अकारण दु:खाला उधाण आणतात! आधी कारण समजलं नाही; पण नंतर मात्र पदोपदी कारण समजत होतं. उत्तरेकडच्या देवलोकाचा प्रारंभ होण्याच्या उंच पर्वताकडे पाहताना, जवळून वाहणाऱ्या पाण्याच्या प्रवाहात स्नान करताना, थोड्या खालच्या बाजूला असलेल्या छोट्या धबधब्याचं पाणी अंगावर घेताना, फुलं वेचून त्याच्या माळा करताना आठवत

होतं. काहीही समजण्यापूर्वी, कशाचीही जाणीव होण्यापूर्वी पेरलं जाऊन, रुजून, कोंब फुटून रूप घेतलेल्या एका स्वप्निल वास्तवाची ती आठवण! आज साऱ्या जाणिवा जागृत झाल्या आहेत; पण– ह्या असल्या क्षत्रियांपेक्षा ते ऋषीच बरे, असं राहून राहून मन सांगत होतं. पहिल्या प्रथम रहस्यभेद करणाऱ्याचा विसर पडणं शक्य आहे का? रहस्य अनुभवून जाणून घ्यायला पाहिजे! रहस्यभेदाची शक्तीच नसलेल्याबरोबर रहस्य समजावून घ्यायचा प्रयत्न करणं म्हणजे षंढाचं पुरुषत्वच!

लहानपणापासूनचं ते कुतूहल! जीव कसा निर्माण होतो? कुठं? रडणारी, हसणारी, इवले इवले हात-पाय हलवून खेळणारी सजीव बाहुली! खूप लहान असताना एकदा जन्मदात्या आईला विचारलं, तर ती हसली होती. मलाच खूप लाज वाटावी, असं! वडिलांना विचारलं, तर त्यांची दृष्टी शेजारच्या दासींवरून फिरली होती. त्या नंतर मात्र कुणालाच विचारला नाही तो प्रश्न! दत्तक आई-वडिलांकडे आले, तेव्हा तर चुणचुणीत बोलणारी मुलगी म्हणून भारी कौतुक असायचं माझं. कुठं कुणाच्या घरी नवं बाळ जन्मलं, की त्याला पाहण्यासाठी धाव घेत होते मी! कसं जन्मतं हे बाळ? त्याआधी कुठं असतं? आईच्या पोटात असतं, असं कुणीतरी सांगितलं, तरी त्यावर विश्वास बसत नव्हता. तिच्या पोटात तरी कुठून येतं?

वय वाढत गेलं. कशी, कोण जाणे, हे कुणालाही विचारू नये, असं वाटण्याएवढी लज्जा मनात जन्मली. कुतूहल मात्र वाढतच होतं.

दत्तक वडिलांच्या घरी दुर्वासऋषी आले होते. त्यांची सेवा करायला घरात आपली मुलगी असल्याचा किती आनंद झाला होता वडिलांना!

"राजन, मुलीचं वय काय?"

"पंधरा."

"काय वाढ आहे मुलीची! मोठा पुण्यवान आहेस तू! महावीरांची माता होईल ही!"

वडिलांचा आनंद अवर्णनीय होता. मलाही माझा अभिमान वाटला. आई व्हायचं! महावीरांची आई! हात-पाय हलवून खिदळणारी माझी जिवंत बाहुली!

"बाळ, असे मुनी घरी आले असता घरच्या मुलीनंच त्यांची सेवा करायची असते. त्यांना कुठल्याही बाबतीत असमाधान वाटता कामा नये. श्रेष्ठ ऋषी थोडे शीघ्रकोपी आहेत. पण फारच श्रेष्ठ ऋषी." वडिलांची आज्ञा झाली.

यांचे विखुरलेले केस नीट बांधून त्यांवर मुकुट ठेवला, तर किती देखणे दिसतील, या कल्पनेत मी रंगून गेले होते. मोठ्या श्रद्धेनं त्यांची सेवा केली मी. काही दिवसांत ओळख गाढ झाली. त्यांनाही काही तरी विचारावं, असं कुतूहल

वाढलं. अंहं, अपेक्षा वाढली.

अखेर एक दिवस मी त्यांना विचारलं,

"बाळ कसं जन्माला येतं?"

त्यांनी माझ्याकडे वळून पाहिलं. हा प्रश्न मी विचारला, यावर विश्वास न बसल्यासारखं. ते काहीच बोलले नाहीत. मीही तिथंच उभी राहिले. त्यांनी विचारलं,

"का विचारतेस हा प्रश्न?"

"त्या दिवशी तुम्हीच नाही का सांगितलं, मी वीरमाता होणार, म्हणून? कशी आई होईन, ते नको का समजायला?"

"जेव्हा होशील, तेव्हा समजेल. आतापासून जाणून घेऊन काय करणार?"

मी काही बोलले नाही. पण तिथून हललेही नाही. उत्तराचा हट्ट कायम असल्यासारखी.

"एवढं आवडतं तुला बाळ?"

"हं."

ते काही बोलले नाहीत. मीही तिथून हलले नाही.

कुंतीनं निःश्वास सोडला. थरथरणारं प्रतिबिंब निश्चल झालं असलं, तरी संथपणे डोलत होतं.

फारसा खोल विचार न करता मनाला भावणारा प्रश्न! त्यांनीच मला जवळ बोलावलं. जवळ बसवून घेतलं. मीही मुकाट्यानं जवळ बसले. दाट केसांनी भरलेली छाती, दाढीनं भरलेला चेहरा. उजवा हात पुढं करून त्यांनी माझा हात हातात धरला.

"जवळ ये, आणखी..."

मला जवळ घेऊन माझ्या चेहऱ्याकडे टक लावून पाहत त्यांनी विचारलं,

"एवढी आवड आहे मुलांची!" त्यांनी मिठीत कवटाळलं, तेव्हा काय वाटलं मला? उद्वेग? नव्हे, लज्जा. आणि तेवढंच कुतूहल, अनामिक सुख, भीती– 'पृथा-पृथा' असं पुटपुटत त्यांनी पाठीवर थोपटल्यासारखं केलं आणि माझं मुखावलोकन करीत गालांतल्या गालांत हसले.

दुसऱ्या दिवशी त्यांनी आपण होऊन मला जवळ बोलावलं. फारसं काही समजत नसलं, तरी पुन्हा पुन्हा अनुभव घेण्याची आशा मात्र होती. रात्रभर झोप आली नाही. चुंबनांचा वर्षाव, मधून 'पृथा-पृथा' अशी साद– दुसऱ्या दिवशीही असंच घडलं. त्यानंतर रोज– ते बोलावतील, हे ठाऊक होतं. त्याचसाठी मीही त्यांच्या भोवताली वावरत होते. माझ्या पाळीचा हिशेब मला ठाऊक होता. तो दिवस अजून यायचा होता. त्या आधीच एक दिवस मी

त्यांच्या पुढ्यात बसले होते. एकाएकी उठले. धावले. भडभडून ओकारी झाली. माघारी आले. ते हसले. मला जवळ बोलावून माझ्या मस्तकावरून हात फिरवत म्हणाले,

"आता तुला बाळ होईल."

"कसं?"

"तुलाच समजेल नंतर." ते म्हणाले.

संध्याकाळी बाबा होमकर्मात भाग घेण्यासाठी आले, तेव्हा त्यांना म्हणाले,

"कुंतीभोज, तुला आता नातू होईल. कानीन."

बाबांच्या चेहऱ्यावर आधी आनंद उमटला, त्यानंतर खिन्नता.

दोनच दिवसांत मुनी निघून गेले. जाताना आशीर्वाद देताना म्हणाले,

"पृथा, खरं तर मी याआधी पंधरा दिवस जायला हवं होतं. पण तुझी इच्छा पूर्ण करून जावं, म्हणून थांबलो होतो. तुला मुलगा झाला, तर लोकोत्तर वीर होईल आणि मुलगी झाली, तर तुझ्यासारखीच सुंदर होईल."

वडिलांचा निरोप घेऊन ते निघून गेले, तरी माझ्या मनातलं कुतूहल तसंच होतं. आईची सखी एकटीच असताना तिला जवळ बोलावून विचारलं. तिनं सगळा सविस्तर खुलासा केला आणि सांगितलं,

"आता तेच मूल होऊन तुझ्या गर्भाशयात वाढायला लागलंय्. नऊ महिने झाले, की हात, पाय, नाक-डोळे असलेलं एक छोटंसं बाळ जन्माला येईल."

आता माझाही त्यावर विश्वास बसू लागला. हे सगळं खरं असावंसं वाटू लागलं. पण अजूनही रहस्यमय कुतूहल पूर्णपणे शमलं नव्हतं. अंगांगांत एक प्रकारचा उत्साह भरला होता. अकारण धावपळ करावीशी वाटत होती. वृक्षांना बांधलेल्या झोक्यावर बसून खूप उंच उंच झोके घेण्याचा उत्साह! माझ्या मैत्रिणी जमवून हेच खेळ खेळण्यात दिवसातला किती तरी वेळ काढत होते. अधून मधून ओकाऱ्या होतच होत्या. मनोमन हिशेब करतच होते. एक महिना– दोन-तीन-चार– आईच्या सखीनं सांगितलं, ते अगदी खरं होतं. पोटात काहीतरी वाढत होतं. मन आनंदानं भरून जात होतं.

एक दिवस बाबांनी जवळ बोलावून सांगितलं. आईही तिथंच होती.

"पृथा, बाळ, यानंतर तू राजवाड्याबाहेर पडू नकोस. लग्नाच्या आधीच आई होत आहेस तू. ही गोष्ट लपवली नाही, तर आमच्या राजघराण्याची अब्रू राहणार नाही."

"का राहणार नाही? काय होईल?"

का राहणार नाही? काय होईल? पाण्यातल्या प्रतिबिंबानंही निःश्वास सोडला. हे पर्वतच असे! दुःखाला उधाण आणतात! आठवणी पुन्हा पुन्हा येऊन

छळतात!

आधीच ठरलं होतं सगळं काही!

"बाळ, दु:खी होऊ नकोस. ऋषी नेहमीच जुन्या काळात वावरत असतात. इकडचे क्षत्रिय फार पुढारलेले आहेत. लग्नाआधी आई होणं हा अपमान समजला जातो. अशा मुलीबरोबर लग्न करायला कुणी येत नाही. तू मोठ्या राजाची राणी व्हावीस, अशी आमची इच्छा आहे." बराच वेळ ते समजावत होते मला.

जन्मल्यावर रडलं ते बाळ! नाक, तोंड, हात, पाय असलेलं जिवंत बाळ! माझं कुतूहल एकदाचं शांतवलं, पण माझ्या हातांतलं ते नवं आश्चर्य उचलून नेण्यात आलं. जिनं मला बाळाच्या जन्माचं रहस्य समजावून सांगितलं होतं, तिनंच. पोटी मूल नसल्यामुळं खंतावणाऱ्या कुणा तरी राधेला दिलं ते बाळ. सासरी घेऊन जा, म्हणून. माझं पोट मोकळं झालंच होतं, आता कूसही मोकळी झाली.

उद्या त्या मुलापाशी जाऊन भिक्षा मागायची!

पाण्यातलं प्रतिबिंब पुन्हा थरथरू लागलं.

पर्वत आठवणींना उजाळा देत असतानाच देवलोकाचे दोन वैद्य आले. एकसारखी देहयष्टी, सारखा चेहरा, जुळी भावंडं असल्याचंही कुणी तरी सांगितलं. त्यांच्या अंगांवर सुती कपडे नव्हते. त्याऐवजी लोकरी तलम वस्त्रं होती. पाहावं, तेव्हा ते दोघे मिळूनच येत. रोग्याचे हात-पाय दुखत असतील किंवा काटा टोचला असेल, तर एकजण रुग्णाला घट्ट धरून ठेवत असे, तर दुसरा औषधोपचार करत असे. दोघे मिळूनच औषधी मुळी शोधायला जात. एकजण वाटून देई, तर दुसरा पिळून घेई. त्या दोघांचाही गहू-तांदळावर अतोनात जीव होता. पांडुराजा त्यांना खेचरांवरून वाहून आणलेला गहू-तांदूळ देत होता. त्यांनी पांडुराजाला औषध द्यायला सुरुवात केली... आले, की माझ्या पोटाला स्पर्श करून हसत म्हणत,

"तुला नक्कीच मूल होणार. एक चांगला दांडगोबा!"

राजाचं पुरुषत्व त्याला मिळवून देऊन मूल होण्यासाठी औषधोपचार सुरू होते. या देवजनांच्या मनांत स्त्री-पुरुषसंबंधांविषयी इथल्यासारखा संकोच नव्हता. पांडुराजा भक्तिभावानं औषध घेत होता. माझ्याही मनात त्यांच्याविषयी भक्ती निर्माण झाली होती. नवं स्वप्नं उमलत होतं. ओटीपोटात नवा जीव रुजून, पुन्हा गेल्या खेपेप्रमाणे वाढून हात-पाय हलवणारं गोजिरवाणं बाळ! या पृथेला मुलांचा

अतोनात सोस! दहा-बारा-पंधरा मुलं! देवलोकावरून खाली खिदळत धावत येणारं पाणी! दवणा, वेलदोडे, नाना वृक्षवेलींमधून वाहणारं पर्वतवारं. या देवलोकाकडून आलेल्या वैद्यांची औषधं! या पृथेला मुलं होणार नाहीत? हात-पाय हलवून खिदळणारी मुलं!

तिथली थंड हवा मला तर खूपच आवडली. पण माझ्या सखीला मात्र खोकल्यानं झपाटलं आणि पाहता पाहता त्याचं पर्यावसान दम्यात झालं. तिला माघारी जा म्हटलं, तरी तिनं नकार दिला. देववैद्यांनी तिला औषधी मुळी चाटवल्या, तरी गुण आला नाही. गेली ती.

तिच्या मृत्यूचं दु:ख ओलं असतानाच हस्तिनावतीहून एक बातमी आली. शंभर खेचरांवर धान्य, वस्त्रं घेऊन आलेला हा सूत पूर्वीपासून पांडुराजाचा विश्वासू सेवक होता. ही बातमी प्रत्यक्ष सांगण्यासाठी या वेळी तो स्वत: आला होता.

आम्हांला इथं येऊन वर्ष झालं होतं. सहा महिन्यांपासून भीष्म आम्ही परतण्याची वाट पाहत होता. आपण महात्प्रयासानं तगवून वाढवलेला कुरुवंश आणि हस्तिनावती पुन्हा पोरकी होण्याची आणि वठून जाण्याची वेळ आली, असं वाटून वंश वाढवण्यासाठी त्यानं धृतराष्ट्राचं लग्न करून दिल्याचं सूत सांगत होता.

"मुलगी कुठली?"

"गांधार देशाची. अशा जन्मांधाला आपल्याकडे कुठला राजा मुलगी देणार? गांधार देशात शुल्क घेऊन मुलगी विकतात, म्हणे. मद्र देशाहून तुला दुसरी बायको नाही का आणली? तसंच केलं, म्हणे. रथ-घोडे-सैन्य आणि गाडीभर ऐश्वर्य घेऊन गेले होते. मुलगी मिळाली, एवढं खरं."

"पण गांधारकडच्या स्त्रिया आपल्याकडच्या स्त्रियांप्रमाणे नवऱ्यांचं ऐकून राहत नाहीत, म्हणे. खरं ना?" पांडुराजानं विचारलं.

मीही शेजारीच उभी होते. आणखी कुणी नव्हतं.

"तसं म्हणतात खरं. पण ही मात्र आपल्याकडच्या स्त्रियांपेक्षाही थोर पतिव्रता आहे! पती अंध असल्याचं समजल्यावर त्याच दिवशी तिनं वस्त्रानं आपले डोळे बांधून घेतले आहेत. त्यानंतर या जगातल्या कुठल्याही वस्तूकडे तिनं पाहिलं नाही. तशीच रथात बसून भावाबरोबर निघून आली, म्हणे. हस्तिनावतीच्या लग्नाच्या वेळीही तशीच डोळे बांधून उभी होती. सप्तपदीही तशीच चालली– आंधळ्यासारखी. नवरा तर जन्मांधच आहे. पण हिनं का असं करावं? हस्तिनावतीचे लोक मात्र तिचं गुणगान गातात. महासाध्वी महापतिव्रता म्हणून लोटांगण घालतात!"

“दादाचं नशीब थोर!” पांडु म्हणाला.

मलाही तसंच वाटलं. अंगाबांध्यानं दोघेही भाऊ सारखेच. पण डोळेच नाहीत, म्हटल्यावर तो काय करणार? वेध घेऊन बाण मारल्यावरच क्षत्रियाचं श्रेष्ठत्व ठरणार. मग तो कसा क्षत्रिय ठरेल? अशा पुरुषावर एवढी भक्ती ठेवणारी स्त्री! या कुंतीहूनही हस्तिनावतीत गांधारीनं पूज्य स्थान मिळवलंय् तर! मला तशी संधीही मिळालीच नाही. पतीबरोबर इथं तपश्चर्येसाठी निघून आले. पतीसाठी डोळे बांधून हस्तिनावतीत राहणाऱ्या गांधारीचा हेवा वाटला मला. हो! या कुंतीला हेवा वाटला! वाटू नये का?

सूतानं एखादं गुपित सांगावं, तसं हलक्या आवाजात सांगितलं,

“स्वत: भीष्म सिंहासनावर बसणार नाहीत. तुम्ही निघून आलात. तिथं राज्यकारभारावर विधियुक्त मुद्रा उठवणारं कुणीतरी हवं, म्हणून तूर्त तरी भीष्मांनी धृतराष्ट्रालाच सिंहासनावर बसवलं आहे!”

“दृष्टिहीनाला?” पांडुराजानं आश्चर्यचकित होऊन विचारलं.

“आपद्धर्म म्हणून. वास्तविक पाहता राज्यावर अधिकार भीष्मांचाच ना?”

हे ऐकून मला काही फारसं वाटलं नाही. जर राजपुत्र धृतराष्ट्राची इच्छा असेल, तर राजवाड्यात दासींची मुळीच कमतरता नव्हती. याआधी सेवेसाठी दासींना तो बोलवत होता, की नाही, कोण जाणे! आता तर लग्नही झालंय्.

माझं मन नेहमीप्रमाणेच आठवणींत-स्वप्नांत मग्न होत होतं. त्यातच थंडीचे दिवस आले. काय ती थंडी! हस्तिनावती किंवा भोजनगरात राहून कल्पनाही करता येणार नाही, अशी ती थंडी! आकाश पिंजून पिंजून पर्वत झाकून टाकणारी पांढरी शुभ्र थंडी! दक्षिणेचं शिखर आणि उत्तरेचा देवलोकाचा पर्वत त्या शुभ्रपणानं झाकून गेले होते. आम्ही राहत असलेल्या पठारावरही एक पांढरा पापुद्रा पसरला होता. या थंडीलाही एक प्रकारचं विलक्षण सौंदर्य होतं. बाहेर दिसणारे शुभ्र पर्वत पाहिले, की आनंदानं जल्लोश करावा, असा उत्साह वाटत होता.

अशा वेळी देवलोकातून कितीतरी जण खाली उतरून आले. आपल्या मेंढ्या, बकऱ्या, घोडे, खेचरांवर सामान लादून. वर देवलोकात असह्य थंडी असते, म्हणे. प्रत्येक हिवाळ्यात त्यांच्यापैकी काहीजण खाली उतरून येतात, असंही समजलं. काहीजण पलीकडच्या उतारावरून दुसरीकडे उतरत. या बाजूनं जे उतरले होते, ते इथून सात-आठ घटकांच्या अंतरावर झोपड्या बांधून वस्ती करून राहिले होते. आमचे वैद्यही त्याच समूहाबरोबर आले होते. अधूनमधून ते शिकारीसाठी किंवा कंदमुळं शोधण्यासाठी बाहेर पडत, तेव्हा आमच्या वस्तीवरही येत. अशा वेळी कधी त्यांना दळलेल्या पिठाची भाकरी दिली, की किती आनंद

व्हायचा त्यांना! त्यांच्या आणि आमच्या भाषेतही थोडा फरक होता. तरीही त्यांची भाषा आम्हांला समजत होती. वेदांमधल्या भाषेसारखी त्यांची भाषा. आकाशातल्या ताऱ्यांनाही ऐकू जाईल, एवढ्या मोठ्या आवाजात बोलणं. किती केलं, तरी देवजन ते! त्यांच्यांत एकूण बत्तीस गण असतात, म्हणे. प्रत्येक गणातले सगळे स्त्री-पुरुष एकमेकांचे पती-पत्नी असल्याप्रमाणे राहतात, असंही समजलं. एका गणातली स्त्री त्या गणातल्या कुणाही बरोबर एकरूप होऊ शकते. अशा वेळी नकार द्यायची तिथं पद्धत नाही, म्हणे. स्त्री-पुरुष– दोघांनाही समान अधिकार. जन्मलेली मुलं संपूर्ण त्या गणाची. स्त्री-पुरुषांत एकमेकांविषयी संकोच नाही, की लज्जा नाही. कुणी तसा भेदही करत नाही. कुणी तसा भेद केलाच, तर गणप्रमुख त्याला शिक्षा करतो, म्हणे. एकदा माद्री मला म्हणालीही,

"एका दृष्टीनं त्यांचंच बरं नाही का? त्यांच्याकडे पाहिलंस का? आपल्यासारखं कुणीच वांझोटं नाही! सगळ्या स्त्रिया पाठीवर मुलं बांधून फिरतात."

मलाही ते पटलं. ते सगळे स्त्री-पुरुष सुती वस्त्रांऐवजी लोकरीचे जाड कपडे परिधान करतात. त्या वस्त्रांच्या आत मात्र सुंदर देह! सुंदर गोरा रंग. आमच्यासारखे गोऱ्या-काळ्या मिश्रणातून झालेले आर्य नव्हेत. खरे आर्य हेच, म्हणे. आमच्यापेक्षा शुद्ध आर्य. यांचाच मूळ कुळाचार, म्हणे. आर्यावर्तातल्या मैदानावरचे कितीतरी आचार त्यांना ठाऊकही नाहीत. ज्यांना ठाऊक आहेत, ते मात्र आमच्याकडे मूळ धर्माचा त्याग करून भ्रष्ट झालेले या दृष्टीनं पाहतात. त्यांच्यापैकी कुणी इकडच्या बाजूला आलं, की बस्स! दुसरी कुठलीच माणसं भेटत नसलेल्या या प्रदेशात त्यांच्याशी गप्पा मारणं हा मोठाच विरंगुळा होता. माद्रीही त्याचसाठी आसुसलेली असे. त्या लोकांना तर आमचं धान्य-पदार्थांपासून केलेलं जेवण इतकं आवडायचं, की काही विचारता सोय नाही. कारण त्यांच्या प्रदेशात यांतलं काही पिकतच नाही ना!

सूत येऊन गेल्यापासून पांडूनं माझ्याशी फारसं बोलणं सोडून दिलं होतं. स्वत:शीच विचार करत पडून राहत होता. रात्री झोपतानाही मला अधिकच बिलगून झोपत होता. पाण्याचं गोठून बर्फ व्हावं, अशी थंडी पडत होती. त्या थंडीत आईच्या उबदार कुशीत लहानग्या बाळानं स्वत:ला लपवून घ्यावं, तसा तो झोपायचा. इथं आल्या आल्या भरपूर मनमोकळ्या गप्पा मारणारा पांडुराजा अलीकडे अबोल बनत होता. दिवसा मी आजूबाजूने हिमानं आच्छादलेल्या डोंगरांचे उतार पाहायला जात होते. सोबत माद्रीही असायची. देवजनांपैकी कुणीतरी भेटलं, की वेळ फारच छान जायचा. त्यांच्या आचार-विचारांविषयी, जेवणखाणाविषयी आणि इतर असंख्य विषयांवर बोलताना वेळ कसा जायचा,

तेही कळत नव्हतं. कधी पश्चिम दिशेला गेलो, तर दोन घटका चालून गेल्यावर एक खेडं लागत होतं. डोंगराच्या बेचक्यात बांधलेल्या सहा झोपड्या. खालची नदी ओलांडायला लाकडाचा सेतू. गप्पा मारायला त्या खेड्यातल्या बायका भेटत. कधी त्याही आम्हांला भेटायला येत. त्यांनाही आमचा स्वयंपाक अतिशय आवडत होता.

त्यांच्यामधली एक पद्धत मात्र विचित्र वाटली मला. एका कुटुंबातल्या सगळ्या भावंडांनी एकाच वेळी लग्न करायचं. चार भाऊ असतील, तर त्यांमध्ये दोन किंवा तीन-चार बायका, त्या सगळ्या भावांच्या बायकाच! त्यांपैकी कुणाहीपासून मूल झालं, तरी त्याला सगळ्यांत थोरल्या भावाचं नाव लावायचं. त्यांच्यापैकी कुणालाही विचारलं, 'किती बायका तुला?' तर तो चार बोटं दाखवत होता. त्याच्या शेजारी असलेल्या स्त्रीला विचारलं, 'तुला किती नवरे?' तर ती उत्तर देई, 'सहा.' म्हणजे त्या चार जणींनी सहा भावांशी लग्न केलेलं असे. मी आणि माद्री अशा वेळी एकमेकींकडे पाहत असू आणि माद्री मान खाली घालून म्हणे,

"ताई, चल. आपण आपल्या वस्तीवर जाऊ या!"

थंडीचा कडाका आता कमी होत होता. आमच्या वस्तीपाशी तर बर्फ वितळून पाणी वाहायला सुरुवातही झाली होती. पर्वतशिखरं मात्र अजूनही शुभ्र दिसत होती. अधूनमधून बर्फ वितळलेला भाग मात्र काळसर दिसत होता.

एके रात्री पांडुराजानं अंथरुणावर पडल्या पडल्या माझा दंड धरला आणि म्हणाला,

"मी इथं यायला नको होतं, कुंती!"

"का? अजून औषधाचा गुण आला नाही, म्हणून?"

"फक्त तेवढ्याचसाठी मी म्हणत नाही. मी इथं निघून आल्यामुळं काकानं धृतराष्ट्राचं लग्न केलं. त्याची बायको गरोदरही राहील. एव्हाना राहिलीही असेल. काही झालं, तरी त्याला सिंहासनावर बसवण्यात आलं आहे. यानंतर त्याच्याच मुलांना कुरुराज्य मिळणार! दिग्विजय करून राज्याचा विस्तार करणाऱ्या माझ्यावर मात्र कायम या डोंगरावर राहायची वेळ येईल, की काय, कोण जाणे!"

हा मुद्दा माझ्या लक्षातच आला नव्हता. मला भीती वाटू लागली. जोपर्यंत हस्तिनावतीहून धान्य-वस्त्रादी सामान येत आहे, तोपर्यंतची गोष्ट वेगळी. उद्या जर ती कुमक थांबली, तर? इथल्या रानटी लोकांप्रमाणे फक्त शिकार करून आणि कंदमुळं शोधून त्यावर जगणं किंवा स्वत: शेळ्या-मेंढ्यांच्या अंगावरची लोकर काढून, धागा विणून त्याची वस्त्रं करून जगणं नशिबी आलं, तर?

पांडुराजानं सुस्कारा सोडल्याचं ऐकू आलं. मी म्हणाले,

"आपण माघारी जाऊ या."

"त्याचाही विचार केला मी. तपश्चर्येचं निमित्त सांगून मी इथं आलोय्. काय फळ मिळालंय् तपश्चर्येचं? एखादं मूल झालं असतं, तरीही एवढा प्रश्न आला नसता." त्याची माझ्या दंडावरची पकड घट्ट झाल्याची जाणवत होती.

"अजून औषधाचा गुण दिसत नाही ना..."

"दुसरा काही मार्ग नाही का?" त्यानं मलाच विचारलं. पुन्हा गप्प बसला.

दुसरा कुठला मार्ग? हे पर्वत जे सुचवत होते, त्याची आठवण झाली. सखीच्या मृत्यूनंतर तिथं ही हकीकत ठाऊक असणारं कुणीही नव्हतं. अनेक वेळा पांडुराजाला ती हकीकत सांगून मोकळं व्हायची इच्छा होत होती. पण तसं धैर्य मात्र होत नव्हतं. आता सांगावंसं वाटलं. सांगू शकेन, असा विश्वासही वाटला. मी म्हटलं,

"तुला ठाऊक असायचं कारण नाही. आपल्याला एक मुलगा आहे. आता नऊ-दहा वर्षांचा असेल."

"असं कसं?"

"कानीन." म्हणून मी गप्प बसले.

पांडुराजा पुढं काही बोलला नाही. त्याला राग आला, की तिरस्कार वाटला, ते मला अंधारात समजलं नाही. माझं मन मात्र हलकं झालं.

काही क्षण तसेच गेले. नंतर त्यानं विचारलं,

"कसं झालं? आता कुठं आहे तो?"

जे घडलं होतं, ते सगळं सांगितलं. आई-वडिलांनी गुपित ठेवल्याचं सांगून म्हटलं,

"आता ती सूत-स्त्री कुठे आहे, कोण जाणे! जर आपण दोघंही बाबांच्या गावी गेलो, तर ते खचितच शोधून देतील."

सारं सांगता सांगता मी उल्हसित झाले होते. माझ्या मुलाला शोधून काढून त्याला आम्हां दोघांच्या छायेखाली वाढवण्याच्या कल्पनेतलं सुख माझ्या नसानसांतून सळसळत होतं.

पांडुराजा काही बोलला नाही.

बाहेर पर्वतातलं वारं वाहत होतं. दोन पर्वतांच्या खिंडीतून वाहणारं तीक्ष्ण वारं.

पांडुराजा कुठल्या विचारात गढून गेला होता, कोण जाणे. त्यानं माझ्या नेसण्यातून हात सारून माझ्या ओटीपोटावर ठेवला आणि म्हणाला,

"पडलेल्या बीजाला कोंब फोडून फळ देणारी कूस आहे तुझी! पण..." म्हणत त्यानं आपले तोंड माझ्या दोन्ही स्तनांमध्ये ठेवलं. त्याचा उष्ण श्वास मला जाणवत असला, तरी माझे मन त्या मुलाच्या आठवणीत रंगून गेलं होतं.

त्याच्या रूपाची कल्पना करत होते. माझ्या दीर्घ बाहुंनी पांडुराजाचं डोकं छातीशी घट्ट धरलं होतं. बाहेरचं तीक्ष्ण वारं वाहतच होतं. त्याची दिशा मात्र कळत नव्हती. हस्तिनावतीला आल्यावर मला पांडुराजाच्या आजीला– सत्यवतीलाही एक कानीनपुत्र असल्याचं समजलं होतं. थोर वेदज्ञ म्हणून त्याला सारा आर्यावर्त मानतोय्, हेही ठाऊक होतं. त्या कानीन पुत्रानंच माझ्या दोन्ही विधवा सासवांना नियोगाद्वारे पुत्र दिल्याचंही ठाऊक होतं. तो आला, की सारी हस्तिनावती स्वत:ला त्याच्या पायांवर लोटून द्यायला धडपडत असल्याचं तर मीही पाहिलं होतं. मग माझ्याच मुलाला बाबांनी त्या वेळी माझ्यापासून का दूर केलं? त्या वेळी मलाही समाजापासून का दूर ठेवलं होतं? सत्यवती कोळी समाजातली होती, म्हणे. त्यांच्या समाजात कुठल्या संकोचाशिवाय कानीन पुत्रांसह वधूशी लग्न करायची प्रथा आहे. या क्षत्रियांनाच का याचा संकोच वाटावा?

वाऱ्याचा जोर कमी झाला होता. आकाशाला भिडणारे पर्वत नि:शब्दपणे उभे होते. चांदणं आहे, की आकाश ढगांनी भरून गेलंय्, हे कळत नव्हतं. त्या वेळी हस्तिनावतीच्या नागरिकांना नसलेला संकोच आताशा का सुरू झाला असावा?

मी पांडुराजाला म्हटलं,

“राजा, मला पत्नी म्हणून तुला अर्पण केल्यावर माझं मूलही तुझंच नाही का होणार?”

“जुनं शास्त्र मलाही ठाऊक आहे, कुंती! पण आता त्या मुलाला शोधून हस्तिनावतीला घेऊन गेलो, तरीही त्याला मान्यता मिळणार नाही. कानीन संततीचा स्वीकार करायचा असेल, तर तो विवाह-मंडपातच करायला हवा, नाही का?”

माझ्या मनात माझ्या विवाहाचा सोहळा उभा राहिला. एक वर्षाच्या मुलाला कडेवर घेऊन किंवा पावलं टाकणाऱ्या मुलांना शेजारी उभं करून घेऊन– त्यानं माय-लेकरांचा स्वीकार करायचा! किती छान! पण अलीकडचे तरुण कुठं असा मुलासह स्वीकार करतात? नाही तर बाबांनी ती घटना का लपवून ठेवली असती? ‘ती किती त्रास करून घेतेय्, हे मला ठाऊक नाही का?’ असं म्हणून भिजलेल्या आवाजात आईची समजूत घालणाऱ्या बाबांना मीही विसरले नव्हते. सगळा गुंता झुगारून द्यायची इच्छा कितीही प्रबल असली, तरी कुठं जाणार? असहाय पतीचं डोकं छातीशी कवटाळून मीही असहायपणे बसून होते.

पांडुराजा पुन्हा पुन्हा माझं ओटीपोट कुरवाळत होता. कौतुक केल्यासारखं. काहीतरी सांगण्यासाठी त्याची धडपड चालल्याचं माझ्याही लक्षात आलं होतं. पण तो काय सांगणार आहे, हे मात्र लक्षात येत नव्हतं.

त्याचं डोकं तसंच छातीशी धरून मी त्याच्या कानात पुटपुटले,

"बोल! राजा, काही तरी बोल! आपल्या आधी धृतराष्ट्राला मुलं झाली, की आपलं तिथलं अस्तित्वच संपलं. मी काय करू, ते सांग. तू जे सांगशील, ते करायला तयार आहे मी."

"तुझं हे ओटीपोट फळदायी आहे, कुंती! मला एक मूल दे! लवकर! समजलं?"

शास्त्र काय म्हणतं, ते आम्हांला नीट ठाऊक होतं. वंशाचा पुरोहित बीजदानी होऊन शकतो, पण हस्तिनावतीहून आमच्याबरोबर आलेला पुरोहित इथली मरणाची थंडी सहन न झाल्यामुळं गावी निघून गेला होता. आता स्वत: पांडुराजाच होम-हवन करत होता. हिवाळा पूर्णपणे संपून हवा सुखकर झाल्यावरच तो येणार होता. त्याची वाट पाहत बसण्याइतका वेळ नव्हता. पांडुराजानं सगळाच विचार करून ठेवला होता, हे मला नंतर समजलं. त्यानं देवलोकांच्या ब्राह्मण-प्रमुखाला निरोप पाठवला. सनातन धर्म जाणून घेऊन समाजाच्या न्याय-अन्यायाचा विचार करून निवाडा करणारा धर्मगुरू जेव्हा येऊन उभा राहिला, तेव्हा मला दुर्वास मुनींची आठवण झाली! तशीच दाढी, तसाच चेहरा. अंगावर मात्र जाडसर लोकरी वस्त्रं होती. मध्यम वय. संपूर्ण आकाशाला ऐकू जाईल, असा चढा आवाज. त्यालाही आमचं जेवण-खाण फार आवडलं. माझ्या मनातली आतुरता फुलारली. त्या वेळी इतर काही समजत नव्हतं. फक्त कुतूहल होतं. आता सारं समजत होतं. मनात आशा होती. इतके दिवस याच अपेक्षेनं जागून काढलेल्या रात्रींची आठवण होती. पण माझ्या पतीच्या प्रार्थनेवरून इथं आलेल्या या यमधर्मात मात्र फारशी आतुरता दिसली नाही. नित्य तृप्त भाव चेहऱ्यावर निथळत होता. नवी स्त्री म्हणूनही त्याला कुतूहल वाटलंसं दिसलं नाही. त्याच्या गणातल्या किती स्त्रियांचं त्यानं यापूर्वी रंजन केलं होतं, कोण जाणे. त्यानं पांडुराजाला विचारलं,

"महाराज, तुम्ही हा जो नियोग म्हणता, त्याला कुठला शास्त्राधार आहे?"

"जर पती अशक्त असेल किंवा मुलं होण्याआधी मरण पावला असेल, तर वंशवृद्धीसाठी त्याच्या पत्नीला..."

"ओ हो! ओ हो हो!" कितीतरी वेळ सारा आसमंत त्या हास्यानं भरून राहिला. त्यानंतर उच्च स्वरात म्हणाला, "मूलधर्माला हवी तशी मुरड घालून त्याला हवं तसं वळण दिलंय् तुम्ही! गणातला एखादा मेला किंवा अशक्त असला, तर इतर जन नाहीत का? एखादी स्त्री मेली, तर इतर बायका नसतात का? आमच्याकडे मुळीच पद्धत नाही अशी. आम्हांला त्याची आवश्यकताही नाही. धर्माचं मला स्पष्ट ज्ञान आहे. आणि म्हणूनच मला धर्माधिकारी म्हणून

नेमण्यात आलं आहे.''

"धर्मराज, देशाचार हाही एक धर्माचाच चेहरा आहे. आमच्याकडचे आचार असे आहेत. एका पुरुषाला एकच पट्टाराणी. त्याशिवायही बायका असू शकतात. पण स्त्रीला मात्र एकच नवरा असतो. आमच्या पद्धतीप्रमाणे तू नियोग करावास, अशी माझी प्रार्थना आहे.'' महाराजांनी नम्रपणे म्हटलं.

"माझी काही हरकत नाही. आमच्याकडे अशी काही पद्धतच नसल्यामुळं आमच्या धर्मात त्याचा निषेधही केलेला नाही. पत्नी म्हणजे स्वत:ची मालमत्ता, असं समजणं म्हणजे अधर्म, असं मात्र आमचा धर्म सांगतो. मी काही हिच्याशी लग्न करणार नाही. त्यामुळं तू जे सांगत आहेस, ते मला निषिद्ध नाही.''

महाराजांनी माझ्याकडून वचन घेतलं,

"या पुरुषाशी मी मोहभरित होणार नाही. तो माझ्या जवळ असतानाही माझं मन पतीशीच लीन राहील. संतान-अपेक्षा याशिवाय माझी दुसरी कुठलीही अपेक्षा राहणार नाही. गर्भ राहिल्याची खात्री होताच मी या पुरुषाला पितृस्वरूप मानून त्याच्यापासून दूर होईन...''

❑

मीही त्या वचनाचा उच्चार केला. सुरकुतलेल्या चेहऱ्याचं, मोठाल्या डोळ्यांचं, शुभ्र केसांचं प्रतिबिंब म्हणालं,

गर्भ राहिल्याची खात्री होता क्षणीच मी त्याच्यापासून दूर होईन, असं वचन दिलं. पांडुराजावर अन्याय करायची माझी मुळीच इच्छा नव्हती. माझ्या ते मनातही नव्हतं. पण हे वचन पाळणं अशक्य असल्याचंही समजत होतं. आजवर ज्यांनी या धर्माचं पालन केलं आहे, त्यांत माझ्या सासूबाई अंबिका आणि अंबालिका याही आल्या– अशा स्त्रिया नियोग करणाऱ्या पुरुषाला नंतर पितृरूपात मान्य करू शकल्या असतील का? कृष्णद्वैपायन तरी या दोघींना कन्या मानू शकला असेल का? ती भावना मनात आली, तर नियोगाची क्रिया तरी शक्य आहे का?

प्रतिबिंबाच्या सुरकुत्या आणखी संकोच पावल्या. डोळे अर्धवट मिटले गेले.

त्या दिवसापासून पांडुराजा मागच्या बाजूला असलेल्या माद्रीच्या झोपडीत राहू लागला. देव धर्माधिकारी आमच्या झोपडीतल्या पांडुराजाच्या जागेवर झोपत होता. मी त्याची सर्वपरीनं सेवा करत होते. ऊन पाण्यानं त्याला न्हाऊ घालत होते. त्याचं अंग पुसून त्याच्या अंगावर कपडे चढवत होते. मिष्टान्न भोजन बनवून स्वत:च्या हातानं त्याला जेवायला वाढत होते. अग्नीला घालावं, त्याहीपेक्षा भरपूर

तूप त्याच्या ऊन ऊन भातावर वाढत होते. राजकुमारी असल्यामुळं आजवर मी स्वत: सेवा करवून घेऊन वाढले होते. आजवर मी अशी सेवा केली होती, ती फक्त दुर्वास मुनींची. पांडुराजाची सेवा करायची इच्छा होती. पण ती साध्य झाली नव्हती. आता त्या इच्छेत अनुकंपा मिसळली होती. करुणा होती. तरीही आपण होऊन त्याचे पाय चेपून दासीप्रमाणे सारं काही करायची स्वयंप्रेरणा कधीच झाली नाही. या देवाधिकाऱ्याची अशी सेवा करायची इच्छा मात्र आपोआप जन्मली होती. त्यानं तसं मुळीच सुचवलं नव्हतं किंवा तशी त्याची अपेक्षाही नव्हती.

एक दिवस त्यानं आपण होऊन मला विचारलं,

"कुंती, तुमच्या लोकांत सगळ्या बायका पतीची अशीच सेवा करतात?"

"तुमच्याकडे?"

"एकच नवरा म्हणून तुम्ही अशी सेवा करता. आज रात्री कोण नवरा किंवा बायको असणार आहे, हे आमच्यापैकी कुणालाच ठाऊक नसतं. आमच्या बायका फक्त सुखाची अपेक्षा करतात. अशी तुझ्यासारखी सेवा करत नाहीत." तो म्हणाला.

फक्त तोंडदेखलं नव्हे, त्याचा आवाज उत्कट प्रेमानं भिजला होता.

"तुझ्याबरोबर मला जितके दिवस राहायला मिळेल, तेवढा माझा पुण्यकाळ!"

ओकाऱ्या सुरू झाल्या, तेव्हा किती अभिमान वाटला मला! एके दिवशी पहाटेच तसं झालं. उठून तशीच थंडीत बाहेर आले. सारी पर्वतशिखरं चंद्रापेक्षाही अधिक प्रकाशमान होऊन चमकत होती. शांत आणि सौम्य प्रकाशानं निथळत होती. तशीच उभी राहिले. देहभान हरपून. पुन्हा येणारी अनामिक आठवण. त्या वेळी समजलं नव्हतं; पण आता समजतंय्. निश्चितपणे समजतंय्! किती तरी वेळ तशीच उभी होते. पुन्हा झोपडीत जाऊन अंथरुणावर पडले. मला उबदार मिठीत कवटाळत त्यानं विचारलं,

"उलटी झाली?"

मी त्याच्या कानात कुजबुजले,

"मोठ्यानं बोलू नकोस! बाहेर समजलं, की संपलंच! तुला निघून जावं लागेल."

नि:श्वास सोडून त्यानं माझ्याभोवतालची मिठी अधिकच घट्ट केली.

ओकारी आवरणं, त्यातही असली ओकारी आवरणं म्हणजे काही साधी गोष्ट नव्हे. माद्रीला या विषयात साहजिकच समज जास्त. मागच्याच झोपडीत ती राहत होती. सर्वांगानं माझ्यावर पाळत ठेवून होती. तिला मत्सर वाटल्याशिवाय राहील का? जेवढं शक्य होतं, तेवढं मी स्वत:ला आवरत होते. एकेक दिवस

जरी पुढं गेला, तरी तेवढा काळ पदरी पडल्याची भावना मनात येत होती. दुपारच्या वेळी पांडुराजा कातरपणे अधिक बारकाईनं चवकशी करत होता. मीही काही तरी बोलून वेळ काढत होते. पण असं किती दिवस लपवून ठेवणं शक्य आहे?

अखेर एक दिवस पहाटे माझी सगळी शक्ती झुगारून पोटातून ढवळून आलं. फक्त माद्रीलाच नव्हे, तर साऱ्या पठारालाच ऐकू येईल, इतक्या जोरानं! माद्री जवळ येऊन म्हणाली,

"ताई, आता आपलं राज्य राहिलं!"

हे म्हणताना तिच्या मनात शुद्ध आनंद होता, की माझं सुख त्याच दिवशी संपलं, याचा आसुरी आनंद होता, हे मलाही समजलं नाही, तिनंच धावत जाऊन पांडुराजाला ही बातमी सांगितली.

तो धावत आला. आणि त्यानं माझा हात हातात घेतला. तसाच धावत जाऊन त्यानं धर्माधिकाऱ्याचा हातही कृतज्ञतेनं धरला.

त्याच दिवशी एक खोंड मारून धर्माधिकाऱ्याला भली मोठी मेजवानी देण्यात आली. पांडुराजाची कृतज्ञता व्यक्त करण्यासाठी. जेवायच्या वेळेपर्यंत संध्याकाळ झाली होती. अतिथीला निघण्याइतका वेळ राहिला नव्हता. रात्री मुक्काम करून सकाळी निघायचं ठरलं. त्या रात्री देव धर्माधिकाऱ्याची झोपायची व्यवस्था पुरोहितासाठी बांधलेल्या झोपडीत करण्यात आली होती. शेजारी झोपलेला पांडुराजा माझ्या ओटीपोटातला आपल्या घराण्याचा अंकुर कुरवाळण्यात दंग झाला होता. माझ्या दु:खाशी त्याचा काय संबंध?

दुसऱ्या दिवशी अतिथी जायला निघाले, तेव्हा दोन्ही हातांनी त्यांचे पाय घट्ट धरून मी त्यांना नमस्कार केला. जवळ उभा असलेला पांडुराजा म्हणाला,

"धर्माधिकारी, तुझ्या मुलीला आशीर्वाद दे."

एक स्वप्न संपलं. दुसऱ्या स्वप्नाला सुरुवात झाली. हात-पाय हलवत पर्वतशिखरांना ऐकू येईल, एवढ्या आवाजात खिदळणाऱ्या, हुंकारणाऱ्या तान्हुल्याचं स्वप्न! पठार-डोंगर, झाडं-झुडपं हात-पाय हलवून खिदळत असल्याचा भास होत होता. मधूनच अनामिक भीतीही ग्रासून टाकत होती.

बर्फ वितळून वाहून गेलं होतं. सगळ्या पर्वतावर तेजस्वी हिरव्या रंगाची प्रभा पसरली होती. थंडीचा कडाका सरून सुखद हवा पसरली होती. हस्तिनावतीहून सामान-सुमान लादून खेचरांचा तांडा आला. या वेळीही तोच सूत आला होता. तो सांगत होता,

''पुरोहित आजारी आहे. त्याला इथं यायला जमेल, असं वाटत नाही. अजून गांधारी गर्भवती झाली नाही. तिला आणि तिच्या भावाला घाई लागून राहिली असल्याची राजवाड्यात कुजबुज. त्यांच्या गावच्या पद्धतीप्रमाणे बहिणीच्या मुलांच्या पालनाची जबाबदारी मुलांच्या मामाची असते, म्हणे. तिचा थोरला भाऊ शकुनि हस्तिनावतीत येऊन राहिला आहे. त्या डोंगरात राहणारी ती माणसं. इथं सुखात राहायला मिळतंय्, म्हणून राहिला असेल.'' सूतानं आपला अभिप्राय सांगितला.

हिवाळा संपत आला, तसे देवलोकाचे जन खेचरांवर सामान लादून वर आपल्या प्रदेशात निघून गेले. पुन्हा त्या पठारावर आम्हीच राहिलो. जवळपासची खेडी सोडली, की पुन्हा झाडंझुडुपं, फुललेली प्रसन्न झाडं, झाडांच्या खाली पाझरून वाहणारं पाणी, मृदु हिरवळ, मरणाचा उकाडा नाही, की कडाक्याची थंडीही नाही, असं उबदार ऊन्ह, बरसणारा पाऊस, धो धो वाहणारं पर्वतांतलं पाणी, पावसाळा संपल्यावर पसरलेली जड, काळपट रंगाची हिरवी झाडी...

पाहता पाहता पुन्हा हिवाळ्याला सुरुवात झाली आणि मुलगा जन्मला. हिमाप्रमाणे शांत चेहरा, गोरापान रंग. ज्यासाठी सगळेजण आसुसले होते, तो मुलगा! भूमीला स्पर्श होताच तो रडला. तो आवाज कानांत शिरताच त्याच क्षणी त्याला पाहण्याची इच्छा वेगानं उसळी मारून आली. कामासाठी माणसं असली, तरी, मदतीला माद्री असली, तरी खरं बाळंतपण केलं, ते पांडुराजानंच. रात्रंदिवस दोन्ही बाजूंना असलेल्या शेकोट्या विझणार नाहीत, याविषयी तो जागरूक होता. बाळ उठलं, की त्याला उचलून घेऊन, मायेनं चुंबून तोच उराशी कवटाळत होता. सगळे मंत्र सांगणारा पुरोहित नसल्यामुळं त्यानंच होम केला. बाळाचं नाव काय ठेवायचं, याची चर्चा झाली. कुरुवंशात यापूर्वी होऊन गेलेल्या मोठमोठ्या राजांची नावं आठवण्यात आली. अखेर धर्म हे नाव ठेवायचं ठरलं. देवधर्माधिकाऱ्याच्या कृपेनं जन्मला, म्हणून नव्हे, पांडूला पितृत्व बहाल करणारं ते बाळ सनातन धर्माला अनुसरून जन्मलं, म्हणून. बद्रिकाश्रमाच्या वाटेनं जाणाऱ्या ऋषींनीच हा सगळा खुलासा करून या नावाला अनुमोदन दिलं.

संपूर्ण हिवाळाभर उबदार बाळंतपण चाललं होतं. बाळाच्या तोंडा-पोटात मावणार नाही, एवढा मला पान्हा फुटला होता.

वरचेवर आत येऊन उबदार पांघरुणात गुरफटून ठेवलेल्या बाळाला उचलून त्याचे लाड करणारा पांडुराजा एक दिवस मला म्हणाला,

''कुंती, हे बाळ सुंदर आहे. स्वभावही भारी शांत आहे याचा! हात-पाय हलवून खिदळणारं आणि रडणारं मूल असेल, तर खरी मजा. शिवाय याची

चणही बेताचीच आहे. तुझ्यासारख्या लांब-रुंद स्त्रीच्या पोटी हे सामान्य बाळ जन्मलंय्. काही झालं, तरी तो धर्माधिकारी. योद्धा नव्हे.''

मी काही बोलले नाही. त्याच्या मनात तरी काय, हे जाणून घेण्याचं कुतूहल होतं. तोच पुढं म्हणाला,

''क्षत्रियाला कीर्ती मिळते, ती वीरपुत्रामुळं. हे पारमार्थिक प्रवृत्तीचं बाळ दिसतं. योग्य अशा बीजाचा स्वीकार करून तू एक बलिष्ठ मुलगा मला दिलास, तर मी समाधानी होईन.''

हे अनपेक्षित होतं. जीवनात एकदा मिळालेली संधी पांडुराजा आपण होऊन दुसऱ्यांदा देत होता. ही कुंती अशा दहा, नव्हे, वीस मुलांना जन्म देऊ शकेल! धर्माला उचलून छातीशी घट्ट कवटाळत, त्याचा पापा घेत मी म्हणाले,

''क्षत्रियत्वाचं महत्त्व तुझ्यापेक्षा आणखी कुणाला ठाऊक असणार? त्याची पूर्तता करायचं कर्तव्य पट्टराणीचं. काय सांगायचंय्, ते सांग. संकोच करू नकोस.''

एवढं बोलणं झाल्यानंतर पंधरा दिवसांनी वैद्य भावंडं आली. दोघांनीही पांडुराजाची प्रकृती तपासली आणि सांगितलं,

''अजून वर्षभरानं पुत्रोत्पत्तीची शक्ती जागृत होईल.''

पांडुराजाला आनंद झाला. या वैद्यांवरची त्याची श्रद्धा अविचल होती. त्यानं आपण होऊन त्यांच्याशी बोलताना विषय काढला,

''तुमच्या धर्माधिकाऱ्यामुळं मला मुलगा झाला, हे खरं. पण माझ्या अपेक्षेप्रमाणे तो सशक्त नाही. मला एक बलदंड मुलगा हवा. कोण मदत करू शकेल मला?''

थोडा विचार करून त्यांनी सांगितलं,

''आमच्या सैन्यदलाचा प्रमुख. सैन्याला आम्ही मरुत्गण म्हणतो. देवलोकातल्या सर्वांत बलिष्ठ पुरुषालाच या गणावर प्रमुख म्हणून नेमण्यात येतं.''

''पण तो माझ्या विनंतीला मान देईल का?''

''आम्हीही तुझ्या वतीनं त्याला सांगू. देवलोकाला इतर शत्रूंचा त्रास नसेल, तर तो निश्चितच ऐकेल. आता त्यालाही कामाचा गोंधळ नसतो. हिलाच तिथं पाठवली, तर?''

''हिला तिथं पाठवता येणार नाही. तोच इथं येईल, असं तुम्ही करा.'' पांडुराजानं सांगितलं.

''तर मग तूही आमच्याबरोबर चल. आपण त्याच्याशी बोलू या.''

सोबत दोन नोकर घेऊन पांडुराजा त्यांच्याबरोबर उत्तरेचा डोंगर चढून गेला.

माद्री अधूनमधून येऊन गप्पा मारत होती,

“या वेळच्या शीतकाळातही देवलोकातील एक समूह खाली उतरला होता, म्हणे. गेल्या खेपेला आला होता, तो नव्हे. यांच्याही समूहात सगळेजण एकमेकांचे पती-पत्नी असतात, म्हणे.”

पंधरा दिवसांनी पांडुराजा माघारी आला. ज्या कामासाठी गेला होता, ते काम झाल्याची बातमी त्यानं आणली होती. देवलोकाचा सेनापती सात दिवसांनी येणार असल्याचं सांगितलं. सेनापतीविषयी तर तो इतका प्रभावित होऊन बोलत होता.

“कुंती, तो किती बलशाली आहे, म्हणून सांगू! मीही दिग्विजयाच्या निमित्तानं आर्यावर्तात बराच फिरलोय्. पण माझ्या दृष्टीला कुठंही असा पुरुष पडला नाही! मी ताठ उभं राहून, वरच्या बाजूला हात उंच केल्यावर जेवढी होईल, तेवढी त्याची उंची आहे. त्या उंचीला साजेल, अशी देहयष्टी, दंड. त्याचे ते रुंद तळहात, ती पावलं– अशा बलिष्ठ पुरुषाचं बीज धारण करणं तुलाही कठीण जाईल!”

“कुरुवंशातल्या वीरांची माता होताना जे कष्ट पडतील, ते सोसण्याची माझी तयारी आहे.” हे ऐकून पांडुराजाच्या चेहऱ्यावर पसरलेली प्रसन्नता पाहून मलाही बरं वाटलं. तरीही तो प्रचंड दमला असल्याचं लक्षात आलं, तेव्हा त्याच्या पाठीवर हात ठेवत मी विचारलं, “एवढा का दमलास?”

तो माझ्या मांडीवर डोकं ठेवून झोपला होता. त्याच्या पाठीवर हात ठेवताच लहान मुलाप्रमाणे माझ्या मांडीवर चेहरा लपवून, दोन्ही पाय पोटाशी घेऊन, त्यानं डोळे मिटून घेतले. त्याला जवळ ओढून घेत मी पुन्हा विचारलं,

“का इतका दमलास?”

“तो देवलोक म्हणजे आपल्या कुवतीच्या पलीकडचं प्रकरण आहे, कुंती! तो समोरचा पर्वत आहे ना, तो चढून जाईपर्यंतच धाप लागली मला. चढणं सोडून दे, चालणंही बाजूलाच राहिलं, बसून राहिलं, तरी धाप लागत होती. उठणं अशक्य झालं, तसा पाय पसरून साफ झोपलोच. सोबत वैद्य नसते, तर तिथंच मरून गेलो असतो, की काय, कोण जाणे! त्यांनी तिथल्या तिथं सोबत आणलेला कसलासा पाला वाटून त्याचा रस मला पाजला. थोडा जिवात जीव आला, तेव्हा पुढं चालू लागलो. फक्त मीच नव्हे, माझ्याबरोबर आलेले नोकरही थकून गेले होते. आता या दिवसांत हे पर्वत दिसतात ना? भर उन्हाळ्यातही तिथले पर्वत तसेच दिसतात, म्हणे. नजर जाईल, तिथपर्यंत पसरलेले पर्वत, त्यांची चकाकणारी शिखरं... थंडीविषयी तर काही बोलूच नकोस. आम्ही आपले चालत होतो, तसेच चालत होतो– कुठल्या रस्त्यानं आणि कुठल्या दिशेनं–

कोण जाणे. फक्त देवजनांनाच ठाऊक ते! वैद्य सांगत होते, या देवलोकात येऊन आम्हांला जिंकणं अशक्य आहे, म्हणून. अगदी खरं आहे ते! तिथं चढून जाणं हेच किती कष्टाचं! दिग्विजय केलेल्या माझ्यासारख्याची ही गत! मग त्यांना जिंकणं तर अशक्यच! प्रत्यक्ष त्यांच्या प्रदेशात जाऊन पोहोचल्यावर तीन दिवस विश्रांतीसाठी त्या वैद्यांच्या घरीच झोपून राहिलो होतो. तरी छातीतली धडधड काही कमी झाली नव्हती. आणखी थोडे दिवस राहायची इच्छा होती; पण मरुताशी कामाचं बोलून लगेच निघून आलो. आता पर्वत उतरून आल्यावरही गरगरतंय्. अजून छातीतली धडधडही कमी झाली नाही. पूर्ण विश्रांती घेतल्यावरच कमी होईल, असं सांगितलंय् वैद्यांनी.''

मीही तेच सांगितलं. एका कडेवर बालधर्माला उचलून घेऊन, पांडुराजाचे हात-पाय दाबून देऊन, त्यांची सेवा करू लागले.

पांडुराजा सुखावून पुटपुटला,

''कुंती, राजकुमारी, यापूर्वी कधीच तू अशी सेवा केली नाहीस...''

''यानंतर करेन, राजा.'' मीही पुटपुटले.

पांडुराजा बाळासारखा, अंहं, रोग्यासारखा झोपला होता. मला त्याची कीव आली. वात्सल्य दाटून आलं. यानंतर त्याची खरोखर सेवा करावी, असं प्रकर्षानं वाटलं. रात्री दोनदा मात्र झोपेत कण्हत होता : 'कुंती...'

पाच-सहा दिवसांनी त्याचा थकवा कमी झाला आणि चेहरा पूर्ववत दिसू लागला. पण थोडा जरी डोंगर चढून गेलं, तरी पुन्हा धाप लागत होती. पर्वताच्या उतारावरचं ते पठार सोडलं, तर सपाट जमीन होतीच कुठं तिथं? त्यामुळं त्याचं झोपडीतून बाहेर पडायचं प्रमाण अगदी कमी झालं होतं. दिवसातला बराच वेळ तो झोपडीतच काढत होता.

सातव्या दिवशी दुपार कलंडत असताना देवजनांचा तो सेनापती आला. सोबत दहा अंगरक्षक होते. पण त्याला पाहताच मला वाटलं, अशा माणसाला कशाला हवेत अंगरक्षक? तो समोर येऊन उभा राहिला, तर माझ्यासारख्या उंच स्त्रीलाही मान वर करून लावणारी भरपूर उंची! पांडुराजानं सांगितलं होतं, त्यातलं कणभरही असत्य नव्हतं! बलिष्ठ देहयष्टी, रुंद भरीव खांद्यांची गोल ठेवण, चेहरा किंचित कठोर भासणारा. पण त्यावर क्रूरतेचा लवलेशही नव्हता. चेहऱ्यावरचे भाव शांत होते.

मी समोरच उभी होते.

माझ्याकडे पाहत त्यानं विचारलं,

''हीच तुझी बायको?''

त्याच्या दृष्टीत अपेक्षा डोकावत होती; पण बुभुक्षितपणा नव्हता. पर्वताच्या खिंडीतून वाहणाऱ्या वाऱ्यासारखा त्याचा आवाज. पांडुराजानं थोडंफार औपचारिक बोलून त्याचं स्वागत केलं. त्याच्या अंघोळीसाठी गरम पाणी तापवण्यात आलं. रात्रीच्या जेवणासाठी एक वळू मारण्याची सूचना देण्यात आली. देवलोकात पांडुराजाची काहीजणांशी ओळख झाली होती. त्यांचीही त्यानं चौकशी केली. घरच्या यजमानिणीच्या नात्यानं मीच स्वत: उभी राहून त्याचं सगळं नीट होतंय्, की नाही यावर लक्ष ठेवत होते. माद्री आपल्या झोपडीतच होती. पांडुराजानं धर्माला तिच्याच हाती सोपवलं होतं.

रात्रीचं जेवण झाल्यावर पांडुराजानं गेल्या खेपेप्रमाणेच माझ्याकडून वचन घेतलं.

"या पुरुषाच्या मी मोहात पडणार नाही. तो समीप असतानाही माझं मन पतीपाशीच... संतान-अपेक्षेहून दुसरा कुठलाही हेतू... निश्चित समजल्याक्षणी याला पितृसमान मानून..."

या मरुताचं देहसौष्ठव माझ्या कल्पनेच्याही पलीकडचं होतं. दोन्ही हातांनी वेढलं, तरी माझ्या डाव्या-उजव्या हाताची बोटं एकमेकांना भेटू शकली नाहीत. दगडासारखा टणक, कणखर देह! मलाच भीती वाटली, मी याला अपुरी पडेन, की काय? इतके दिवस मला माझ्या पृथा नावाच्या कणखर देहाचा अभिमान वाटत होता. आता मात्र तो पार गळून गेला होता.

"नाव काय तुझं?" त्यानं विचारलं.

"पृथा..." मी पुटपुटले.

"व्वा! मोठ्या हाडा-पेराची, म्हणून? तुमच्या देशात तुझा देह सगळ्या स्त्रियांत सशक्त आहे, वाटतं!"

"पण तुझ्याएवढा नाही." मी म्हटलं.

"आमच्याकडच्या स्त्रिया पाहिल्यास?"

"हिवाळ्यात काहीजण इकडच्या बाजूनं उतरतात, त्या वेळी पाहिल्या आहेत."

"आमच्या देवलोकातही तुझ्यासारखी स्त्री नाही. तुझं नाव तुला खरोखरच शोभून दिसतं..." म्हणत त्यानं मला आपल्या बलिष्ठ मिठीत सामावून घेतलं.

पांडुराजाच्या निवडीचं कौतुक वाटून माझ्या मनात त्याच्याविषयी कृतज्ञता दाटून आली. त्याच्या त्या बळकट मिठीत शरीरातलं सारं मांस दबलं जावं, हाडांनीही त्याच्या इच्छेप्रमाणे आकार घ्यावा; आणि त्या वेळी होणारी वेदना आनंदाचा परमावधीच ठरावी, असा विलक्षण अनुभव घेत असतानाच, अनन्यभावानं त्याची दासी होऊन चरणसेवा करायची भावना मन भारावून टाकत होती.

दुसऱ्या दिवशी मी सेवकांना पाण्याचे हंडेच्या हंडे गरम करायला सांगितलं. त्याला न्हाणीघराच्या दगडावर बसवून ऊन ऊन पाणी त्याच्या अंगावर ओतू लागले. त्याचं अंग, पाठ, दंड चोळून चोळून त्यावर मी पाणी ओतत होते. एका खरबरीत दगडानं त्याची पाठ घासून घासून स्वच्छ केली आणि नंतर त्याचा हात धरून झोपडीत आणून मी त्याला उबदार अंथरुणावर झोपवलं. मीच आपल्या हातानं स्वयंपाक केला. त्याच्या समोर बसून त्याला जेवायला वाढलं. एवढंच काय, जेवल्यानंतर त्याचा खरकटा हातही मीच धुवावा, अशी वेडी आशा मनात उफाळून आली!

फारसं झोपून राहायची त्याची वृत्तीच नव्हती. सकाळचं जेवण होताच आपल्या शरीररक्षकांबरोबर त्याला शिकारीसाठी निघून जातानाही मी पाहिलं. एवढा थोरला देह, पण किती चपळपणे डोंगराचे उंच उंच चढ चढून जात होता! किंचितही न दमल्यामुळं विश्रांतीसाठी थांबायचा प्रश्नच नव्हता. खांद्यावर धनुष्य चढवून, हातात खड्ग घेऊन तो समोरच्या पर्वतावर सरसर चढून जात असताना मी पाहातच राहिले!

संध्याकाळी तो परतला, तेव्हा त्याच्या खांद्यावर मारलेला एक वाघ होता! शिवाय रक्षकांच्या हातात त्यानं शिकार केलेले इतरही लहानसहान प्राणी होते. एक रानगवा आणि चार हरणंही मिळाली, म्हणे. आल्या आल्या तो स्वतःच मृत वाघाचं कातडं सोलायला बसला. पांडुराजाच्या चेहऱ्यावरचा आनंद लपत नव्हता. तो उत्सुकतेनं शिकारीची सारी हकीकत ऐकत होता. मधून मधून काही प्रश्नही विचारत होता. मी मात्र पाकशाळेत जाऊन स्वयंपाकाची चौकशी करू लागले.

त्या रात्री माझ्या मनात आत्मविश्वास निर्माण झाला होता. हस्तिनावतीच्या अंतःपुरात माद्रीशी मारलेल्या गप्पा आठवल्या, त्या आठवणींशी एकरूप होता होता मी त्याच्याशी समबल असल्याचा अनुभवही त्याला दिला. मीही त्याच अनुभवात न्हाऊन निघाले होते.

मध्यरात्री तो म्हणाला,

"पृथा, स्त्रीच्या मिठीत अशी अभयाची भावना असते, हे आजवर मला ठाऊकच नव्हतं. एखाद्या तान्ह्या बाळाप्रमाणं रक्षणकर्त्या पुरुषाच्या मिठीत स्वतःला गाडून घेणाऱ्या स्त्रियांकडून कसला आनंद मिळणार?"

त्या क्षणी मला काही समजलं नाही. पण जेव्हा त्याचा अर्थ लक्षात आला, तेव्हा माझे डोळे अश्रूंनी भरून गेले. याचं डोकं छातीशी घट्ट कवटाळावं, मांडीवर ठेवून घ्यावं, की त्याचे दोन्ही पाय दोन्ही हातांनी घट्ट धरावेत, हे मला कळेना.

तो पुढं म्हणाला,

"देवलोकाच्या कुठल्याही स्त्रीची तुझी दासी होण्याचीही योग्यता नाही."

मी कृतार्थ झाले होते! त्याच्या बोलण्याचा अर्थ आता मला पूर्णपणे समजला होता. प्रचंड बलशाली, वाघाला मारून सहज खांद्यावरून आणणाऱ्या बलिष्ठ वीराच्या मनात मी आधाराची भावना निर्माण करू शकते? कशामुळं? हे माझे बाहू? माझी छाती? माझे खांदे? माझे हे अवयव साधारण माणसाच्या मनात ही भावना तयार करत असतील. पण माझ्यासारखीला सहजपणे उचलून उंच धरण्याची शक्ती असलेल्याच्या बाबतीत असं कसं म्हणता येईल?

माझ्यातल्या शक्तीची नव्यानं जाणीव झाल्यामुळं त्या रात्री मी वेगळ्याच भावनेत डुंबत होते.


सकाळी उठल्यावर पुन्हा मी त्याला गरम पाण्यानं न्हाऊ घातलं, त्याची परोपरीनं सेवा केली. त्या दिवशी तो शिकारीसाठी बाहेर पडला नाही. त्याऐवजी झोपडीतच माझे हात हातांत घेऊन बसून राहिला. लज्जेनं माझी मान आपोआप खाली गेली. आपल्या रुंद आणि बलिष्ठ ओंजळीत माझा चेहरा घेऊन त्यानं म्हटलं,

"पृथा, तू माझ्याबरोबर देवलोकी चल. आमच्या इथं गणप्रमुखांना स्वतःची पत्नी करायचा अधिकार असतो. तिथं तू माझी पत्नी होऊन राहा."

मी त्याच्याकडे टक लावून पाहत होते. तो उत्कट चेहरा पाहून मला हेलावल्यासारखं झालं. माझ्या मनात त्याच्याविषयी जो समर्पणाचा भाव भरला होता, त्याहून किती तरी पटींनी जास्त त्याच्या दृष्टीत दिसत होता!

"तुमच्या आणि आमच्याकडच्या विवाहाचे विधी खूप वेगवेगळे असतात." मी म्हटलं.

तो लगेच काही बोलला नाही. थोड्या वेळानं त्याला काय वाटलं, कोण जाणे! तो म्हणाला,

"तुझ्या मर्जीविरुद्ध मी इतर कुठल्याही स्त्रीकडे जाणार नाही. फक्त तू एकटीच राहाशील मला. वचन देतो मी..." म्हणत त्यानं माझा हात हातात घेतला.

मी मान खाली घातली.

"अजून मोठा वीर होण्याची इच्छा आहे. तुझी साथ मिळाली, तर निश्चित होऊ शकेन, याची मला खात्री आहे?"

खालच्या मानेनं हळूच मी त्याच्याकडे पाहिलं. मी काहीच बोलत नाही, हे पाहून तो अखेर म्हणाला,

"अजूनही अवधी आहे. तू विचार कर."

मी काही बोलले नाही. वातावरणात स्तब्धता भरून राहिली होती. ती असह्य होऊन तो चटकन उठला. भिंतीवर लटकवलेलं आपलं धनुष्य त्यानं घेतलं. लगोलग भाताही चढवून तो बाहेर पडला. पोटभर जेवून डाराडूर झोपलेल्या सेवकांना त्यानं हाक मारली नाही. माझं मन कृतार्थतेनं भरून गेलं होतं. स्वयंवराच्या वेळी माझी प्राप्ती व्हावी, म्हणून असंख्य राजे जमले होते. त्या वेळी माझ्या मनाला व्यापून टाकणारी भावना प्रमुखपणाची होती. आणि आता? स्वयंवरात हवे असलेले आणि नको असलेले सगळेच राजे आलेले असतात. सगळ्यांनाच निमंत्रण असल्यामुळं जुगारी आणि दारुडेही आलेले असतात. या विशिष्ट तरुणीशी विवाहबद्ध होण्यात जीवनाची सार्थकता मानण्याच्या अनन्यभावानं कुणीच आलेलं नसतं तिथं! आता त्या सर्व क्षत्रियांहूनही किती तरी पटींनी श्रेष्ठ असलेला वीर परमभक्तीनं माझ्या साथीची अपेक्षा करत होता. शिवाय आपल्या गणातील इतर स्त्रियांशी संबंधही ठेवणार नाही, असं वचन द्यायला तयार झाला होता! या संपूर्ण आर्यावर्तातील क्षत्रियांपैकी कुठला पुरुष असा शब्द द्यायला तयार होईल? या पृथेसाठी इतर स्त्रियांच्या संगाचा त्याग करील? ही पृथा धन्य धन्य होऊन गेली! अशा समर्थ वीराच्या दहा मुलांना ओटी-पोट भरून जाईल, असं पोसून जन्म द्यायची ऊर्मी मनाला व्यापून गेली. क्षणभर वाटलं, या क्षणी जाऊन पांडुराजाला सांगावं,

"पांडुराजा, तुझ्यासाठी एकापेक्षा एक सशक्त अशी दहा मुलं देते आणि मी निघून जाते. किंवा हवं तर यापुढं माद्रीला मुलं होऊ देत."

क्षणभर या विचारानं मला सुटका झाल्यासारखं वाटलं. मी फक्त हुंकार भरायचा अवकाश, मला खांद्यावर बसवून घेऊन एकाच झेपेत देवलोकाचा डोंगर ओलांडून घेऊन जाईल तो!

झोपडीत एकटीच बसले होते! विचार आणि भावना यांचं ओझं असह्य झालं, तशी बाहेर आले. कधीच न रडणाऱ्या सौम्य धर्माला घेऊन माद्री खालच्या बाजूला असलेल्या छोट्या धबधब्यापाशी उभी होती. माद्रीच्या कडेवर धर्म शोभत होता. माझ्या रुंद-उंच शरीरयष्टीला न शोभणारा!

उतार उतरून मी माद्रीपाशी गेले. बाळानं दोन्ही हात पुढं केले. त्याला माझ्या हातात देताना माद्रीनं हसत विचारलं,

"अंगांग चिरडून टाकणारा देह आहे ना!"

मी विवश होऊन गेले.


त्या रात्रीही त्यानं पुन्हा याचना केली,

"काय विचार केलास, पृथा? हे पाहा, तू नकार दिलास, तरीही तुला

उचलून खांद्यावर देवलोकात घेऊन जाणं सहज शक्य आहे मला! अशक्त पांडुराजा मला अडवू शकणार नाही. तुमच्या रक्षकांना मला अडवणं शक्य आहे का? याशिवाय दहा रक्षक आहेत माझे. पण तुला असं उचलून नेणं शक्य नाही, हे माझ्या लक्षात आलं आहे. एकदा तुझा स्पर्श झाल्यावर, जिला सहज उचलून नेणं शक्य आहे, अशी कुठलीही स्त्री माझ्या दृष्टीनं तुच्छच आहे!''

माझी वाचाच बंद होऊन गेली होती. तो पुन्हा पुन्हा मला काही तरी बोलायची विनंती करत होता. अखेर पार गळून गेल्याप्रमाणे त्यानं सुस्कारा सोडला आणि नंतर तो म्हणाला,

''अजूनही दिवस आहेत तुला विचार करायला.''

त्याच्या या वाक्यानं आम्हां दोघांनाही थोडं समाधान वाटलं. दोघंही मौनपणे निश्चळ होऊन झोपलो होतो.

झोपडीबाहेर पर्वतवारा घोंघावत होता. मधूनच दूरवर ओरडणाऱ्या अस्वलाचा आवाज ऐकू येत होता. माझा डोळा लागला, तेव्हा उजाडत होतं. तोही संपूर्ण रात्रभर या कुशीवरून त्या कुशीवर तळमळत होता.

सकाळी मला जाग आली, तेव्हा तो शेजारी त्याच्या जागेवर नव्हता. भिंतीवरचं त्याचं धनुष्य आणि खड्गही नव्हतं. मी अंघोळ उरकली. त्याचे रक्षक झोपडीच्या मागच्या बाजूला असलेल्या खडकावर उभे राहून बोटांनी एकमेकाला काही तरी दाखवत होते. एकजण धनुष्याला बाण जोडून विशिष्ट ठिकाणी सोडत होता. काही तरी खेळ चालल्याचं लक्षात येत होतं.

मी बधिर झाल्यासारखी झाले होते. मागच्या झोपडीत जावंसं वाटत नव्हतं. धर्मालाही उचलून घ्यायची इच्छा होत नव्हती. माद्रीशी एक अक्षरही बोलावंसं वाटत नव्हतं. तशीच पुन्हा झोपडीत आले आणि लाकडी फळ्यांवर अंथरलेल्या मऊ दर्भावरच्या घोडघासाच्या चटईवर बसून राहिले.

अशी किती वेळ बसून होते, कोण जाणे. पांडुराजा आत आला, तेव्हा थोडी भानावर आले. त्याचा चेहरा म्लान दिसत होता. माझ्याजवळ अंथरुणावर बसला. सिंहासनाजवळ उभं राहणाऱ्या सामान्य प्रजाजनासारखा!

मी त्याच्याकडे मान वर करून पाहिलं.

बोलण्याचेही कष्ट वाटावेत, असा त्याचा चेहरा दिसत होता. तो कळवळून म्हणाला,

''कुंती, काल रात्री त्यानं तुला जे विचारलं, ते मीही ऐकलंय्, त्याचा आवाजच मोठा आहे. मीही झोपडीबाहेर येरझाऱ्या घालत होतो.''

मला मुळीच भीती वाटली नाही. भय, विव्हलता, संताप या सर्व भावनांमधून

मन खोल कुठं तरी स्वत:शीच मग्न झालं होतं. त्याचं बोलणं कानांनी ऐकलं; पण ते मनात उतरत नव्हतं. काहीच उमजत नव्हतं.

मी कोऱ्या चेहऱ्यानं त्याच्याकडे पाहिलं. त्यानं माझा हात हातात घेतला. त्या हाताचा दुर्बलपणा प्रकर्षानं जाणवून गेला.

तो म्हणत होता,

"तू घेतलेल्या शपथेचा विसर पडू देऊ नकोस. कुरुवंशासाठी एक वीर पुत्र देण्यासाठी माझ्या परवानगीनं तू..." बोलता बोलता त्याचा कंठ सद्‌गदित झाला होता. त्यानं हाताची पकड घट्ट केली.

फक्त कुरुवंशाला वीर पुत्र हवा, म्हणून मी याच्या परवानगीनं– मौनात मन आलोचना करत असलं, तरी माझाही कंठ भरून आला होता तेव्हा. या कुरुवंशासाठी मी काय सोसलं, हे कुणाला कसं समजणार? मी स्वसुखाच्या केलेल्या बलिदानाचा अर्थ तरी कोण जाणणार? वचनाची आठवण देऊन स्वत:ची पत्नी असल्याचा अधिकार दाखवून माझ्या संपूर्ण सुखाची मागणी करणारा पांडुराजा जगला असता, तर त्यानं तरी हे जाणलं असतं, की नाही, कोण जाणे! धर्माची नवी व्याख्या केलीय्, म्हणे, दुर्योधनानं! ही फक्त कुंतीची मुलं, म्हणे, पांडव नव्हेत, म्हणे!

संतापानं दंतविहीन हिरड्या आवळल्या गेल्या.

धर्म म्हणजे काय? या कुंतीनं जो धर्म मानला, त्यात ती कधीच हार जाणार नाही, गेली नाही, म्हणावं!

आठवणींचे नाजूक पापुद्रे एकमेकांत मिसळू पाहत असताना हलकेपणानं सोडवून ती पुन्हा भूतकाळ आठवत होती. दिवस अजूनही उतरत होता. मध्येच जाणवत असलेली कंबरदुखी आता आपोआप कमी झाली होती.

अस्वलाची शिकार करून आलेला एवढा बलदंड वीर माझा हात धरून पांडुराजाहूनही लीन होऊन पुन्हा पुन्हा याचना करत होता. पांडुराजाप्रमाणे असहायतेच्या भावनेतून आली नव्हती ती! रोज रात्री तो वीर माझ्यासाठी डोळे पाणावत होता! मीही किती घागरी दु:खाचे अश्रू त्याच्या रुंद छातीवर ढाळले आहेत, हे कुणाला समजणार? तरीही गर्भ राहिल्याची खात्री होताच त्याची कशीबशी समजूत काढून, आपण होऊन पांडुराजाला सांगून त्याच्यापासून दूर झालेच ना? त्यानंतरही याचना करत आठ दिवस राहिला, तर त्याच्या अंथरुणालाही स्पर्श केला नाही!

–आणि या कुंतीला धर्मनिष्ठा नाही, असं तो नीच म्हणतो?

केवढा प्रचंड बाळ होता भीम, जन्मला तेव्हा! मरुत तर आधीच म्हणाला होता,

''पृथा, तुझ्या ओटीपोटात माझा मुलगा पोसला गेला, तर केवढा होईल, ठाऊक आहे? आमच्या देवलोकात त्याला सेनापती केल्याशिवाय राहणार नाहीत!''

खरोखर तसाच आहे माझा बाळ! वनवासाला जाताना मी मुद्दाम द्रौपदीला सांगितलं होतं,

''बाई, ग, कुठल्याही परिस्थितीत त्याच्या पोटाला कमी पडू देऊ नकोस. त्याचं बळ वठलं, तर आपला सर्वनाश ठरलेला!''

रानांतली कंदमुळं, फळं, शिकार करून आणून अग्नीवर जाळलेले मांसाचे तुकडे... तिनं तरी कसं पोसलं असेल त्याला त्या अरण्यात? विराट नगरात स्वयंपाक्याचं काम स्वीकारून त्यानं स्वतःचा देह राखलाय्, असं कृष्ण सांगत होता.

बाळ असावं, तर तसं! त्याचा उचलून कडेवर घेऊन त्याला सांभाळत दहा पावलं चालेपर्यंत माद्री पार दमून जात होती. पांडुराजाला धाप लागत होती! आणि स्वभाव तर किती प्रेमळ! जन्मदात्याकडून आलेला अखंड निर्व्याज प्रेमाचा प्रवाह! आता किती वर्षांचा असेल? बावन्न, की त्रेपन्न? या बारा वर्षांच्या वनवासात खांदे थोडे वाकले आहेत, म्हणे. किती वाकले, तरी उंची कमी होईल का? डोक्यावर आकाशाकडे हात उंच केला, तर होईल एवढी उंची! द्रौपदी त्याच्या खांद्यालाही लागत नाही. त्याच्यासारखीच रुंद छाती. माझी फुलासारखी सूनही माझ्या मुलांबरोबर रानटी लोकांप्रमाणे बारा वर्षं वनवासात आणि एक वर्ष अज्ञातवासात राहिली! शांत-गुणी थोरला, चेहरा पाहताच धैर्य वाटावं, असा दुसरा! तो जन्मल्यावर आता सुखानं गावी जाऊ या. म्हटलं, तर का विरोध केला पांडुराजानं? त्याचं ते वेड! देवलोकातल्या लोकांच्या दैवशक्ती आणि रहस्य शक्तीवरचा अंध विश्वास, आज ना उद्या आपली गमावलेली शक्ती निश्चित मिळेल, असा विश्वास की स्वतःपासून जन्मलेल्या मुलांची आशा? तशी मुलं जन्मली असती, तर त्यानं या नियोगापासून जन्मलेल्या मुलांचा तिरस्कार केला असता? जर त्यानं तसं केलं असतं, तर मात्र मी मुळीच सहन केलं नसतं! तीच इच्छा असावी. स्वतःच्या मुलांची इच्छा. नाही तर दोन मुलं झाल्यानंतरही तिथंच राहायचा का हट्ट धरला त्यानं? पुन्हा पुन्हा त्या देववैद्यांची मनधरणी करत, ते येतील, त्या वेळी त्यांचं आदरातिथ्य करत, त्यांच्याबरोबर भरपूर धान्य पाठवत का राहिला? देवलोकी जाऊन आल्यानंतर उद्‌भवलेली धाप आणि छातीतली धडधड देववैद्यांच्या औषधांनीही थांबली नाही. डोंगरावर चढून जाण्याची शक्ती अंगात राहिली नव्हती. त्याच वेळी माघारी येऊन सिंहासनाचा ताबा घेतला असता, तर सारंच बदलून गेलं असतं. हा प्रसंगही आला नसता.

तिनं पुन्हा प्रतिबिंबाकडे पाहिलं. प्रतिबिंब दिसत असलं, तरी पाणी वाहतच

होतं. तिला वाहत्या पाण्यातही स्पष्टपणे दिसणारं प्रतिबिंब पाहून आश्चर्य वाटलं. पर्वतातून नदी वाहताना हा शांतपणा कुठला?

एक वर्षाच्या भीमाला उचलून कडेवर घेणं आणि त्या चढ-उताराच्या प्रदेशात फिरणं म्हणजे काही सामान्य काम नव्हतं. अजून तो पावलंही टाकत नव्हता. झोपडीपासून दोन हाकांच्या अंतरावर असलेल्या धबधब्यात दंगा करताना किती आनंदानं फुलून जायचा तो! अजून बोलायलाही न येणाऱ्या त्या बाळाला ना थंडीची भीती होती, ना उन्हाचं भय!

त्याच वेळी नाही का इंद्र आला? हो. त्याच वेळी.

तिनं पुन्हा एकवार साऱ्या आठवणी नीट लावून घेतल्या.

त्याचं ते रूप! धारदार सरळ नाक, रेखीव भुवया, हिमासारखा शुभ्र रंग, माझ्याएवढीच उंची, मोरपिसं चिकटवून विणकाम केलेलं लोकरीचं तलम वस्त्र! अंघोळीसाठी भीमाला धबधब्याखाली घेऊन खेळवत होते, तिथंच तो आला. थोड्या अंतरावर उभा राहिला. वर थोड्या उंचावर धनुष्यबाण घेऊन सज्ज असलेले काही रक्षक. मला उचलून घेऊन जाण्यासाठी आल्यासारखा आला होता. पण चेहरा मात्र शांत. खूप पूर्वीपासूनची ओळख असावी, तशा सलगीच्या स्वरात त्यानं विचारलं,

"तूच पृथा ना?"

भिजल्यामुळं अंगाला चिकटलेलं वस्त्र सारखं करत मी विचारलं,

"तू कोण?"

"आमच्या मरुताचा मुलगा ना हा? पाहताक्षणीच ओळखलं मी! चेहऱ्यावरचं तेजच सांगतं, देवलोकाचा आहे, म्हणून."

देवलोकातल्या श्रेष्ठ लोकांच्या वेषाविषयी मागं धर्माधिकाऱ्यानं आणि अलीकडे मरुतानं सांगितल्याचं लक्षात आलं. तरीही मी विचारलं,

"तू कोण आहेस, ते नाही सांगितलंस?"

"इंद्र."

"म्हणजे?"

"ओह! ठाऊक असूनही विचारतेस? देवलोकाच्या राजाला इंद्र म्हणतात. मी या स्थानावर येऊन पाच वर्षं झाली."

"असं!" काय बोलावं, ते न कळून मी म्हटलं. संकोच वाटला. मान खाली घातली. मान खाली गेल्यानं माझ्या संकोचाचं आपोआपच प्रदर्शन झालं अन् कसं तरी वाटलं. मान वर करून पाहिलं,

सगळे रक्षक दिसेनासे झाले होते. तो जवळ आला. हात पुढं करून त्यानं बाळाला बोलावलं, नवख्या व्यक्तीकडे जाताना भीम कधीच रडत नव्हता. त्यात

नवा चेहरा, चमकणारी हिरवी-निळी मोरपिसांची वस्त्रं. तो चटकन झेप घेऊन त्याच्या हातात गेला. त्यानं बाळाला घट्ट कवटाळून त्याचा पापा घेतला. धबधब्याचा आवाज आसमंतात घुमत होता. बाळाला मांडीवर घेऊन तिथल्या एका दगडावर बसत तो मला म्हणाला,

"तूही बैस. बोलायचंय् तुझ्याशी."

मला शरमल्यासारखं झालं. म्हटलं,

"माझ्याशी काय बोलायचंय् तुला?"

त्याला मुळीच राग आला नाही. तो गालांतल्या गालांत हसला. बाळाला आणखी जवळ घेत म्हणाला,

"पृथे, आमच्या लोकात बत्तीस गण आहेत, हे तुला ठाऊक आहे ना? प्रत्येक गणातले सगळे स्त्री-पुरुष एकमेकांचे पती-पत्नी असतात, हेही तुला ठाऊक असेल. पण एका गणातल्या पुरुषानं दुसऱ्या गणातल्या स्त्रीला स्पर्श करता कामा नये. पण इंद्र मात्र कुठल्याही स्त्रीच्या जवळ जाऊ शकतो. इंद्र आपल्याजवळ आला, याहून वेगळी सार्थकता आमच्या स्त्रियांना नाही..."

"पण मी तुमच्या लोकातली स्त्री नाही..." मी मध्येच म्हटलं.

"तसंही म्हणता येणार नाही... ते जाऊ दे. तुझी कृपा झाल्याशिवाय अभयभावना म्हणजे काय, हे कुठल्याही वीराला समजणार नाही, असं माझा सेनापती मरुत सांगत होता. तू त्याची पत्नी व्हायला नकार दिलास ना? तुझ्या भावना त्यानं जाणून घेतल्या आहेत. गणप्रमुख आणि इंद्र तेवढे लग्न करू शकतात. आता माझं लग्न झालं आहे. त्यामुळं दुसरं लग्न करू शकत नाही. पण तुझ्याकडे भिक्षा मागायला आलोय् मी! तुला पाहताच मरुताचं बोलणं पटलं मला."

त्याची ती स्पष्ट, स्वच्छ मागणी ऐकून माझा श्वासच थांबल्यासारखा झाला! कितीही प्रयत्न केला, तरी मान आपोआप खाली झुकली. बाळ त्याच्या मांडीवर बसून खिदळत होता. ध्यानीमनी नसताना त्याच्या तावडीत सापडल्याची भावना मनात निर्माण झाली. मधात फसलेल्या माशीसारखी झाले होते मी!

तो शांतपणे बोलत होता.

"आवश्यकता भासली, तर असू दे, म्हणून वीस रक्षकांना सोबत घेऊन आलोय्. तुला उचलून घेऊन जाणं मुळीच कठीण नाही. पण ते अशक्य आहे, असं मरुतही म्हणाला होता. तुला पाहिल्यावर ते पटतंय् खरं."

काहीच न बोलता तिथं बसणं योग्य नव्हे, असं मला वाटलं. माझ्या चेहऱ्यावरच्या भावांवरून तो सहजच माझं अंतरंग जाणत असेल, हे समजून मीही खोटं बोलायचं नाही, असं ठरवलं. त्याच्या दृष्टीला दृष्टी भिडवून बोलणं

अशक्य वाटल्यामुळं समोरच्या धबधब्यावर दृष्टी खिळवून म्हणाले,

"विवाहित स्त्रीनं परक्या माणसाशी सलगीनं वागायची प्रथा आमच्या समाजात नाही."

"विवाहित स्त्रीविषयीची ही पद्धत आमच्याकडेही आहे. पण आमच्या धर्माधिकाऱ्याला किंवा मरुताला तुमच्या त्या नियोग पद्धतीप्रमाणे आवाहन नाही का केलं? तसाच माझाही स्वीकार कर!"

"विधवेची गोष्ट वेगळी. पती असताना नियोगाविषयीचे निर्णय तोच घेतो. शिवाय आता आम्हांला दोन मुलंही झाली आहेत. यानंतरचा नियोग म्हणजे लंपटपणा ठरतो." एव्हाना त्याच्या चेहऱ्याकडे पाहून बोलण्याइतका मोकळेपणा वाढला होता.

किती केलं, तरी राजकारण पाहणारा राजा! समस्येवर उपाय शोधून काढणं त्याला फारसं कठीण गेलं नाही. त्याच्या चेहऱ्यावर ते स्पष्टच दिसत होतं. माझ्या दृष्टीत दृष्टी मिसळून तो म्हणाला,

"म्हणजे तुझी संमती आहे, तर! मी कृतार्थ आहे. आता तू घरी जा. थोड्या वेळानं मी त्याच्याशी बोलेन. तो निश्चितच कबूल होईल. त्या वेळी तू तुझा अनुकूल अभिप्राय दे, म्हणजे झालं. देशील ना?" वचन मागावं, तशा आर्जवी स्वरात माझा हात धरत त्यानं विचारलं.

मी लज्जेनं अधोवदन झाले.

त्यानं बाळाला माझ्या हातात दिलं. मी लगबगीनं त्याला घेऊन तिथून झोपडीकडे वळले.

धबधबा दिसेनासा झाला. मनात विव्हलता आणि उल्हास, हलकेपणा आणि जडपणा यांची संमिश्र भावना निर्माण होत होती.

पांडुराजा धर्माला खेळवत झोपडीत बसला होता. माझ्या कडेवरचा भीम उजेडातून झोपडीतल्या अंधारात गेल्यामुळं रडू लागला. त्यालाही पांडुराजापाशी ठेवून मी न्हाणीघराच्या आडोशाला कपडे बदलून केस पुसत उभी राहिले. पुन्हा पुन्हा इंद्राचं रूप डोळ्यांसमोर उभं राहत होतं. सगळ्या पर्वतांचं चित्ररूप पकडू पाहणारे निळ्या रंगाचे ते चमकदार डोळे, ते सरळ नाक, ती हनुवटी, तो चेहरा...

थोड्या वेळात पाच धनुष्यधारी रक्षक आले आणि त्यांनी मलाच महाराजा पांडूला भेटायला आल्याचं सांगितलं.

पांडुराजा उठून बाहेर आला. देवलोकाचा इंद्र धबधब्यापाशी उभा असल्याचा त्यांनी निरोप आणला होता.

पांडुराजाच्या चेहऱ्यावर गोंधळ उमटला. त्यानं निरोप पाठवला,

"मीच पुढं येऊन त्याचं स्वागत केलं असतं. पण तिथं येऊन पुन्हा वर चढून इथं यायचं, म्हणजे मला धाप लागते. इंद्राला इथंच यायला सांगा."

राजथाटानं इंद्र तिथं आला. मधुपर्क देऊन त्याचं आदरातिथ्य करायचं काम पांडुराजानं माझ्यावरच सोपवलं. त्याला बसायला दर्भाचं आसन देऊन मी अतिथीचं स्वागत केलं. पांडुराजा देवलोकात गेला होता, तेव्हाच त्या दोघांची एकमेकांशी ओळख झाली होती. दोघांनी एकमेकांची चौकशी केली. रक्षक दूर जाऊन डोंगराच्या पायथ्याशी बसून राहिले. मी दोन्ही मुलांना घेऊन झोपडीबाहेर उन्हात बसले. इंद्राचं संभाषणाचं कौतुक पाहत.

"इंद्रा, तू इथं आलास, हे माझं सुदैव आहे. तू हस्तिनावतीस आला असतास, तर राजोचित सत्कार केला असता. या पर्णकुटीच्या गरिबीला मनाचं दारिद्र्य समजू नकोस. तुझ्या आगमनाला काही विशेष कारण आहे का?"

"तुझ्या थोरल्या भावाला, धृतराष्ट्राला मुलगा झालाय्, म्हणे. तुझ्या दुसऱ्या मुलाच्या वयाचा!"

"हो. तशी बातमी समजली."

"म्हणजे आता राज्यासाठी तुझ्या मुलांचं आणि धृतराष्टाच्या मुलांचं युद्ध काही चुकणार नाही."

"तसं वाटतंय् खरं!"

"इतके दिवस स्वत:च्या गावात राहून राज्य करताना तुझ्या भावानं राजभांडारातलं धन खर्च करून प्रजा आणि सैनिकांची मनं जिंकली असतील. उद्या युद्ध झालंच, तर तुझ्या किंवा तुझ्या मुलांच्या बाजूनं कोण लढणार?"

पांडुराजा काही बोलला नाही. तरीही त्याच्या चेहऱ्यावर उमटलेल्या चिंतेची मी कल्पना करू शकत होते.

"तुझी दोन्ही मुलं देवजनांपासून झाली आहेत. तुला आणखी एक वीरपुत्र द्यावा, अशी आमच्या जनांची इच्छा आहे. त्यासाठी त्यांनी मला जायची विनंती केली. मरुतही तुझ्या वतीनं सांगत होता."

"देवराज, ज्याला अपत्य नाही, असा पुरुष पुत्रप्राप्तीसाठी एक किंवा दोन वेळा आपल्या पत्नीला नियोगाची परवानगी देऊ शकतो. आता मला दोन मुलं झाली आहेत."

"तुझा थोरला तर योद्ध्यापेक्षाही जास्त धर्माधिकाऱ्यासारखा आहे. मग राहिला फक्त एकटाच." इंद्र म्हणाला.

काही वेळ शांतता पसरली.

त्यानंतर पुन्हा तोच म्हणाला,

"देवलोकातल्या सगळ्या स्त्रियांवर इंद्राचा अधिकार आहे. शिवाय आमच्या

नर्तकींनाही तू पाहिलं आहेस ना? त्यांचीही पहिली सेवा इंद्राकडेच रुजू होत असते. मला काही स्त्रीचं नावीन्य राहिलेलं नाही. तरीही हस्तिनावतीवर तुझ्या राज्याची स्थापना व्हावी, तुझा आणि देवलोकाचा स्नेह वृद्धिंगत व्हावा, म्हणून आमच्या लोकांनी मला विनवलं, म्हणून आलो. तू नको म्हणत असशील, तर मी निघून जातो.''

पुन्हा मौन पसरलं. विचारमग्न पांडुराजा म्हणाला,

''मी देवजनांचा कृतज्ञ आहे. मी नाकारणार नाही. मी तुला नियोगाची प्रार्थना करतो.''

''तथास्तु'' इंद्र म्हणाला.

थोड्या वेळानं पांडुराजानं प्रार्थना केली,

''इंद्रा, मला दोन बायका आहेत. थोरलीला आता मुलं झाली आहेत. धाकटीची उपेक्षा करणं न्यायाला धरून होत नाही. थोरलीच्या परवानगीशिवाय धाकटीला नियोग करता येणार नाही. मी थोरलीला विचारतो. तू कृपावंत होऊन धाकटीला आशीर्वाद द्यावास.''

''मी वर द्यायला आलो आहे. तो तू कुणाद्वारे स्वीकारावास, हा तुझा प्रश्न आहे. पण तुझी थोरली पत्नी देवधर्माधिकारी, देवसेनापती यांची बीजं धारण करू शकणाऱ्या गर्भशक्तीची असल्याचं सिद्ध झालं आहे. इंद्राच्या अपत्याचा भारही तिच्या समर्थ गर्भाशयानंच सांभाळावा, हे योग्य नाही का? तूच साऱ्या गोष्टींचा नीट विचार कर.''

अतिथीला विश्राम करायला सांगून पांडुराजा बाहेर आला, तेव्हा मी थोड्या लांबवर उभी होते. दूरवरच्या एका झाडाखाली घेऊन जाऊन त्यानं प्रार्थना केली,

''पुन्हा नियोगाला सिद्ध हो.''

त्या रात्री इंद्राला मेजवानी देण्यात आली. पांडुराजानं पुन्हा माझ्याकडून वचन घेतलं.

''या पुरुषात मी गुंतून पडणार नाही... गर्भ राहिल्याचं निश्चित झाल्यावर मी याला पितृसमान मानून...''

ह्या इंद्राचं फक्त रूपच देखणं होतं, असं नव्हे. तो चतुरही होता. फक्त शरीरशक्तीच नव्हे, तर कलानिपुणही होता. रात्रीच्या अंधारात देह आणि मनाला एकमेकांचा पूर्ण विसर पडत होता. एवढंच नव्हे, तर जळत्या दिव्याच्या उजेडातही विविध कलाविष्कारांत रंगून जात होता. त्याचं बोलणं, चेहऱ्यावरचे भाव, कृती आणि चतुरतेत मरुताची गाढ समर्पणाची भावना नव्हती, हे मलाही समजत होतं. पण गाढतेत न बुडता रतीचं अनंत माधुर्य निर्माण करून एकमेकांना भरवता येतं, याचीही जाणीव त्यानं मला करून दिली. मध्येच मला त्याच्या

लंपटपणाचा राग येत होता. पण या जादुगाराचा तो लंपटपणाही तन-मनाला त्या पर्वत-शिखराहूनही अधिक उंच-उंच घेऊन जात होता. दिवस आणि रात्र हा भेदच नव्हता त्या देवराजाला! हलक्या मनाला आणखी उंचावण्यासाठी त्याचे रक्षक आणून देत असलेला सोमरस तो मलाही प्यायला भाग पाडत होता, देवलोकातल्या पद्धतीचं नर्तन स्वत: करून मलाही नृत्य करायला भाग पाडत होता, हात धरून मलाही आग्रहानं रानात शिकारीसाठी घेऊन जात होता आणि क्षणाक्षणाला म्हणत होता,

"प्रिये, मी तुझा दासानुदास आहे!"

इंद्र किती दिवस होता, याचा हिशेब कोण करणार? पांडुराजा आणि माद्रीनं कदाचित केलाही असेल! पर्वतावरच्या पठारावरच्या एकसुरी जीवनात त्या इंद्रानं रस भरला होता. माझं शरीर मलाच फुलासारखं वाटत होतं त्या दिवसात! त्यानं आपली बायको होण्यासाठी शब्दही टाकला नाही आणि भावनावेगात मला त्यानं बांधूनही ठेवलं नाही. सोबत येण्याची प्रार्थना करून धर्मसंकटातही टाकलं नाही त्यानं. गर्भ राहिल्याचं लक्षात येताच ती बातमी लपवून ठेवावी, अशी कातरताही माझ्या मनात निर्माण होऊ नये, एवढ्या उल्हासात त्यानं मला निरंतर डुंबत ठेवलं. जेव्हा पांडुराजानं आता नियोगाची आवश्यकता न राहिल्याचं सांगितलं, तेव्हा खेद न करता निघून गेला! चेहऱ्यावर संतृप्त भाव! जाताना त्यानं सांगितलं,

"पांडुराजा, इंद्रपुत्र तुझा मुलगा असेल. यानंतर कुणीही इंद्र झाला, तरी तुझ्या मुलासाठी देवसैन्य पाठवून देईल. विसरू नकोस." असं सांगून मित्रभावानं आलिंगन देऊन निघून गेला.

अर्जुनाचा तोच चेहरा, तीच तीक्ष्ण दृष्टी, निळे डोळे, सरळ नाक, हनुवटी, तसाच चेहरा! स्वभावही तसाच! चलाख, उल्हासानं भरलेला, सुखप्रिय. या कुंतीची कूस नेहमीच बीजाशी प्रमाणिक राहिली आहे. तिनं कधीच बीजाच्या मूळ गुणधर्मात बदल केला नाही. तो जन्मला, तेव्हाच वाटलं, स्त्रीचं मन एका कटाक्षात मोहून टाकणारे ते डोळेच पुरेसे आहेत त्याच्या जन्मदात्याच्या आठवणीसाठी! अशा मुलाचं कोडकौतुक कोण करणार नाही? एव्हाना माद्रीच्या मनात मत्सराचा डोंब उसळला होता. पण तरीही पोटच्या मुलाप्रमाणे ती त्याला उचलून छातीशी कवटाळून त्याचे पापे घेत होती. तिच्या मनात मत्सर निर्माण होण्यात अस्वाभाविक असं काहीच नव्हतं. इतके दिवस मी तिचं मन जाणून घ्यायचा फारसा प्रयत्नच केला नव्हता. धर्म जन्मला, पांडूची इच्छा, म्हणून. मरुताला त्यानं बोलावलं, तेही त्याची इच्छा, म्हणूनच. इंद्रानं स्वत:ची इच्छा पूर्ण करून घेतली. यात माझा काय दोष? तरीही मी तीन वेळा आनंदले होते.

तीन वेळा मातृत्वाचा आनंद मी लुटला होता. पण किरकोळ शरीरयष्टीची माद्री मात्र दिवसेंदिवस अधिकच रोडावत होती.

एक दिवस माझ्या झोपडीत ती पांडुराजाला म्हणत होती,

''प्रभु, आपल्याला तीन मुलं झाली आता. प्रत्येक वेळी ताईनंच नऊ महिने भार वाहिला आहे. तुझी पत्नी म्हणून मीही एकदा कष्ट भोगले, तर मला समाधान वाटेल. इतकी वर्षं तरी माझा ऋतुकाल नष्टच झाला आहे. निदान एकदा तरी मला...''

हे कानांवर येताच माझी मलाच शरम वाटली. घरची यजमानीण म्हणून पांडुराजानं मला विचारलं. मीही त्याला संमती दिली. पण नियोगासाठी कुणाला बोलवायचं? पांडुराजाची देव-वैद्यांवर बरीच श्रद्धा बसली होती. आता त्याच्या प्रकृतीतही सुधारणा होत असल्याचा त्याला अनुभव येत होता. एवढं झाल्यावर तर पांडुराजा त्यांना महापुरुष समजू लागला. काही दिवसांनी ती भावंडं औषधोपचारासाठी आली, तेव्हा त्यांच्यापैकी एकाला त्यानं विचारलं. यावर ते उत्तरले,

''महाराज, आम्ही जुळी भावंडं आहोत. एकमेकांशिवाय वैद्यकी करायची नाही, असा आमचा नियम आहे. वैद्य-स्वरूप होऊन तू आम्हांला दान करायला सांगत आहेस. त्यामुळं आम्ही यात सहभागी होऊ.''

पांडुराजानं मला विचारलं. मलाही यात काही चुकीचं वाटलं नाही. देवलोकात गणातले सगळे पुरुष सहोदर होऊन सहभागी होतात. या हिमवत प्रदेशातही किती तरी जमातीत सगळे भाऊ मिळून वैवाहिक जीवन कंठतात. हे वैद्य तर जुळे भाऊच आहेत.

माद्रीचा चेहरा खुलला. या वेळेस पतीऐवजी मीच तिला वचन घ्यायला लावलं.

इतकी वर्षं वठून गेलेली माद्री टवटवीत झाली. फुलारली. तिच्या चेहऱ्यावर मार्दव पसरलं. जवळ घेऊन कुरवाळावं, असा मलाही मोह व्हावा, अशी स्त्री झाली. धर्म सहा वर्षांचा, भीम चार वर्षांचा आणि अर्जुन दोन वर्षांचा झाला होता. माद्रीचं पोट तिच्या नाजूक बांध्याला पेलणार नाही, एवढं वाढलं. मला तर मुलांची भारी आवड! वाढलेली मुलं नव्हेत. कोवळ्या कोवळ्या छोट्या बाहुल्या! माद्रीच्या पोटातल्या बाळाची मी तिच्याहूनही आतुरतेनं वाट पाहत होते. मीच बाळंतपण केलं तिचं. फार फार आनंद झाला ती दोन-दोन बाळं बघून! पांडुराजाचा वंश पाच फांद्यांनी विस्तारू पाहणारी पाच मुलं!

''ताई, माझी तर निराशा झाली बघ दोन्हीही मुलगे बघून! किती इच्छा

होती मला मुलीची!'' माद्री म्हणाली.

त्या दोघांमुळं हिला जुळी मुलं झाली असतील का? मला नाही पटलं ते. इथल्या खेड्यात तर चार-चार, पाच-पाच जण नवरे असतात, तरीही त्या बायकांना एका वेळी एकच मूल होतं ना! देवस्त्रियांनाही एका वेळी एकच मूल होतं. माझ्या मनात मात्र मत्सर निर्माण झाला. थोडी सावधही झाले. एकाच खेपेत दोन मुलं झाली हिला. हिची ओटी माझ्यापेक्षा सुपीक दिसते! आणखी एक संधी दिली आणि पुन्हा जुळी झाली, तर ती लहान असूनही माझं स्थान डळमळीत होण्याची शक्यता होती. जर एक मूल जन्मलं, तर एकूण तीन मुलं झाल्यानं माझ्या बरोबरीची होईल, याचीही भीती वाटली. मी पांडुराजाला म्हटलं,

''भीमाच्या नंतर मलाही नियोग नको होता. त्या वेळी देवलोकाचं सामीप्य पाहिजे, म्हणून तूच इंद्राला संमती दिलीस. आता माद्रीलाही मुलं झाली. यानंतर तिलाही संमती देता कामा नये. धर्मातही लंपटपणा होता कामा नये. तुझीच मुलं असती, तर गोष्ट वेगळी होती.''

पांडुराजानं माझ्या बोलण्याला मान्यता दिली. एवढंच नव्हे, त्यानं माझ्या या विचारांचं कौतुकही केलं.

❑

आम्ही हस्तिनावती सोडून नऊ वर्षं झाली होती. तिथं गांधरीला एकपाठोपाठ एक अशी मुलं होत होती. माझ्या प्राप्तीसाठी इंद्रानं पांडुराजाला जे सांगितलं होतं, ते खरं होत होतं. राज्य मिळवण्यासाठीच तिची मुलं तिथं आणि माझी इथं वाढत होती. आता तरी हस्तिनावतीला जायला हवं होतं. त्यातच खरा विवेक होता. मी तसं सुचवलं. स्पष्टपणेही सांगितलं. पण पांडुराजा ऐकायला तयार नव्हता. औषधाला गुण येऊन आपल्यात जननशक्ती येईल, याच आशेनं त्याला ग्रासून टाकलं होतं. मी पदोपदी त्याला सांगत होते,

''आता पाच मुलं आपल्याला आहेत ना!''

यावर त्याचं उत्तर होतं,

''हो. पण आणखी पाच झाली, म्हणून काय बिघडलं?''

''नियोगानं नव्हे!'' हा अर्थही त्याच्या स्वरातून स्पष्टपणे दिसत होता.

अधिक वाद घालून त्याच्या दु:खावर डागण्या देणंही अयोग्य वाटत होतं. नियागोनं का होईना, मी आणि माद्रीनं स्वत:च्या मुलांचा आनंद मिळवला होता. बिचारा पांडुराजा मनोमन किती तळमळला असेल, कोण जाणे! औषधोपचारांना यश येऊ दे, म्हणून मीही मनोमन चिंतत होते. पण त्याच्या शरीरातला अशक्तपणा दिवसेंदिवस वाढत चालला होता. त्या पर्वतावर तेवढं

पठार सोडलं, तर सपाट जागाच नसल्यामुळं थोडा फार चालून आला, तरी धाप लागून तो थकून जात होता.

मी मात्र पाचही मुलांमध्ये चांगलीच गुरफटून गेले होते. माद्रीचे नकुल आणि सहदेव माझ्या मांडीवरून उतरायला मुळीच तयार नसत. दोघेही एकाच वेळी झोपू शकतील, अशी माझी उबदार मांडी. दोघांचीही जन्मदात्यांसारखी नाजूक, पण सुंदर शरीरयष्टी. धर्मासारखा शांत स्वभाव, भीमासारखे, पर्वत हादरतील, असे ते खिदळत नव्हते. त्यांच्याएवढा दंगा करत नसले, तरी अगदीच मुकाट्यानंही पडून राहत नसत. चेहऱ्यावर सतत मंद हास्य आणि थोरल्या आईची मांडी दुखावेल, म्हणून हळुवारपणे हातपाय हलवून त्यांचं खेळणं!

वर्षं उलटत होती, तशी नोकरांची संख्याही कमी होत होती. इथली असह्य थंडी आणि नागरी जीवनाचा अभाव यामुळं कंटाळून काहीजण निघून गेले. अलीकडे हस्तिनावतीहून येणारी सामानसुमानाची कुमकही बरीच घटली होती. आपोआप मुलांची जबाबदारी माझ्यावर येऊन पडली होती. दिवसेंदिवस अशक्त होत जाणाऱ्या पतीच्या शुश्रुषेची जबाबदारी आपोआपच माद्रीवर पडत होती. मी सेवा केली, तर का, कोण जाणे, तो संकोचून जात होता. आशा-भरवशानं भरलेला त्याचा तो चेहरा, तेहेतीस-चौतिसाव्याच वर्षी थोडं स्थूल झालेलं शरीर...

वाहत्या पाण्यात स्पष्टपणे त्याचं रूप उभं राहिलं– ही घटना घडून सेहेचाळीस-सत्तेचाळीस वर्षं उलटली, तरीही. आपलं मरण आपण होऊन ओढवून घेतलं त्यानं! मुलांच्या पालन-पोषणात गढून गेल्यावर माझ्या तरी कसं लक्षात येणार हे?

पाठीमागून पावलांचा आवाज ऐकू आला. तिनं सावकाश मागं वळून पाहिलं. पायऱ्या उतरून विदुर खाली येत होता. त्यानं विचारलं,

"कसला विचार करतेस? तेव्हापासून अशीच बसून राहिलीस?"

तिनं नुसती मान हलवली. तिच्याजवळच्या एका दगडावर बसून त्यानं पुन्हा विचारलं,

"एवढा कसला विचार करतेस?"

"माझी मुलं पांडवच नव्हेत म्हणाला तो? असे कसे ते पांडव नाहीत?"

"विचार करून संपणार आहे का हे?"

तिलाही ते पटलं. तिनं विचारलं,

"भीष्मांनी निरोप पाठवला होता ना? काय म्हणत होते ते?"

“तेही इतका वेळ तळमळतच होते. सनातन धर्मच नाकारला, तर जग तरी कसं राहील, अशी भीतीही बोलून दाखवली त्यांनी. पण या फक्त बोलायच्याच गोष्टी असाव्यात. त्यांना मी म्हटलं, ‘आपण दोघं, द्रोण, कृपाचार्य अशा सगळ्यांनी दुर्योधनाला सांगितलं, की तू त्यांना पांडवच मानायला तयार नसशील, तर आम्ही कुणीच हस्तिनावतीत राहणार नाही. त्यांच्या बाजूनं निघून जाऊ.’”

“मग काय म्हणाले ते?”

“मला वाटतं, त्यांचा हस्तिनावतीवर फारच जीव आहे.” एवढं म्हणून विदूर गप्प बसला.

“पण तिथं झालं तरी काय?” कुंतीनं आग्रह केला.

“सनातन धर्माविषयी कितीही चर्चा केली, तरी त्यांचा दुर्योधनादी भावंडांवर विशेष जीव आहे. याचं काय कारण असावं, याचा केव्हापासून विचार करतोय्, कदाचित असं तर नसेल?”

“कसं?”

“ती प्रत्यक्ष धृतराष्ट्राची मुलं आहेत, म्हणून तर... अर्थात हा फक्त माझा अंदाजच आहे, म्हणा!”

कुंतीच्या मनातली एक आधाराची वीट ढासळली.

या म्हाताऱ्याच्या मनात नेमकं आहे तरी काय? आजवर कधी त्यांच्यासमोर बसून स्पष्टपणे बोलायची वेळ आली नाही. पहिल्यापासूनच त्यांच्याविषयी भीती होती. गौरवही होता. संपूर्ण आर्यावर्तात सनातन धर्माविषयी त्यांच्याएवढं जाणणारं आणि श्रद्धा बाळगणारं कुणीच नाही, असं म्हणतात ना!

तिचं मन साशंक झालं होतं.

“आणखी एक, म्हणजे तुझ्या मुलांनी तुला कृष्णाबरोबर पाठवून देण्याविषयी निरोप पाठवला आहे. आता एवढ्यात नोकरानं आणलाय्, निरोप.”

तेरा वर्षं होऊन वर चार महिने झाले! मुलांना आणि द्रौपदीला पाहायची दुर्दम्य इच्छा मनाला व्यापून टाकत होती. खरोखर कृष्णाबरोबर गेलं, तर?

“सूर्यास्त होतोय्. चल, जाऊ या.” म्हणत विदुर उठून उभा राहिला.

ती म्हणाली,

“चल तू. मी येतेच थोड्या वेळात.”

गंगेत हात-पाय धुऊन तो सावकाश पायऱ्या चढू लागला.

भीष्मांची दुर्योधनादींवर विशेष ममता असल्याचं तिला ठाऊक होतं. पण यामागचं कारण असं असेल? ते धृतराष्ट्रापासून जन्मले, म्हणून? हा नवाच विचार मनात आला होता. मन यावर विश्वास ठेवायला तयार नव्हतं. पण नीट विचार केल्याशिवाय न बोलणाऱ्या विदुरानं अशी शंका का बोलून दाखवावी?

ती तशीच बसून राहिली. सूर्यास्त झाला. पाण्यातलं प्रतिबिंब आता अस्पष्ट दिसत होतं. लक्ष देऊन पाहिलं, तरच दिसत होतं.

एक्याऐंशी वर्षं पूर्ण होताहेत. दृष्टीही पहिल्यासारखी राहिली नाही. पाहायचं तरी काय? पस्तिसाव्या वर्षी वैधव्य आलं. कुंती पस्तिसाव्या वर्षी विधवा होऊनही जगली. पाच मुलांना घेऊन जगली. हेच ऐकायला? माद्री निघून गेली. माझ्यापेक्षा तीच शहाणी ठरली. राग आला तिचा.

अशक्त पतीची तीच सेवा करत होती. मी सेवा केली, तर शरमून जात होता ना! का? नंतर तेही समजलं. मी घरची यजमानीण. दांडग्या आईला पाहून लहान मुलानं घाबरावं, तसा घाबरत होता, की काय, कोण जाणे! निश्चित काही समजण्याआधीच त्या दिवशी दुपारी...


हिवाळा संपत आला होता, नाही का? हो. उन्हातून माद्री धावत आली होती. 'ताई-ताई' म्हणत रडत! मुलांपैकी कुणाला हिंस्त्र प्राण्यानं पकडलं, की कोण पाण्यात पडलं, या आशंकेनं वेड्यासारखी मी झोपडीबाहेर आले. जवळच नकुल-सहदेव खेळत होते, अर्जुन झाडावरच्या फळाला बाण मारत होता. धर्म आणि भीम मला विचारून शेजारच्या खेड्यात गेले होते. मी तिला विचारलं,

''काय झालं?''

माझ्या कुशीत तोंड लपवून हुंदके देत असतानाच तिच्या तोंडून शब्द बाहेर पडला,

''महाराज...''

''कुठं आहे? काय झालं?'' मी किंचाळूनच विचारलं.

माझा हात धरून खेचत ती धावू लागली.

डोंगराचे उतार हिमानं झाकून गेले होते. ओहोळांचं पाणी गोठून दह्याप्रमाणे उतारावरून घसरत होतं. तिच्यापाठोपाठ धावत जाऊन पाहिलं, उन्हात चमकणाऱ्या बर्फात पांडुराजा मृतावस्थेत पडला होता! चेहऱ्यावरची पिळवटून टाकणारी वेदना अजूनही तशीच होती. मी माद्रीकडे वळून विचारलं,

''काय झालं?''

''छातीचं दुखणं...'' ती म्हणाली.

''इतक्या लांबवर का घेऊन आलीस त्याला?'' असं विचारताच ती पुन्हा रडू लागली. पर्वतशिखरांना ऐकू जाईल, अशा आवाजात आक्रोश करू लागली. आतून येणारं माझं रडू घशातच अडकलं होतं.

पांडुराजाच्या हात-पाय, मांड्या, पोट, छाती, गळ्यावरून हात फिरवून पाहिलं. अंगावर अंतर्वस्त्र नव्हतं. म्हणजे स्नानासाठी तर... एवढ्यात माद्रीकडे

लक्ष गेलं आणि तत्क्षणी सगळा खुलासा झाला.

"नवऱ्याचा वध करणारी पापिणी तू! एवढ्याचसाठी इतकी वर्षं मी जपलं त्याला?" असं म्हणत तिच्या तोंडात भडकावताना मी मुळीच भानावर आले नव्हतं. नंतर मात्र स्वतःला आवरून बेशुद्ध पडलेल्या माद्रीचं सर्वांग, चेहरा अंगावरच्या उबदार वस्त्रानं चोळून तिला शुद्धीवर आणेपर्यंत पांडुराजाचा मृत्यू मनाच्या बाहेरच उभा होता. महाराजांचं शव आणि माद्रीला तिथं असंच टाकून नोकरांना बोलवायला जाणंही शक्य नव्हतं. डोंगराच्या शिखरावरची थंडी असह्य होऊन खालच्या बाजूला उतरून आलेले लांडगे दोघांनाही फाडून खाल्ल्याशिवाय राहणार नाहीत, हे समजत होतं. एवढ्यातच थंडीनं आखडून गेलेला पांडुराजाचा देह झाकण्यापलीकडे काय करावं, ते सुचत नव्हतं. ओठांच्या हालचालींवरून ती जिवंत असल्याचं समजत होतं. तिचं डोकं उचलून मी माझ्या मांडीवर घेतलं. दूध पाजण्यासाठी बाळाला जवळ घ्यावं, तसं तिला जवळ घेऊन शरीराची ऊब दिली.

"माद्री, माद्री! जे घडायचं, ते घडून गेलं. आता इकडं लक्ष दे. लहान बाळं झोपडीच्या बाहेर खेळताहेत. नोकरांनाही सांगितलं नाही... इकडं पाहा... माझ्याकडे..." एवढंच तिच्या कानात पुटपुटण्याच्या पलीकडे आणखी काहीच सुचत नव्हतं. किती तरी वेळानं ती शुद्धीवर आली. तिनं डोळे उघडले. नको म्हटलं, तरी उठून बसली. खाली घातलेली मान वर केली नाही.

"नोकरांना बोलावते, पांडुराजाकडे लक्ष दे..." एवढं सांगून मी झोपडीकडे धावले. एकाला मुलांकडे लक्ष द्यायला सांगून इतरांबरोबर पुन्हा तिथं आले. तेव्हा मलाही धाप लागली होती. आम्ही तिथं आलो, तेव्हा माद्री पांडुराजाचं मस्तक मांडीवर घेऊन बसली होती. तिचा चेहरा अश्रूंमुळं ओलसर दिसत असला, तरी तिचे डोळे मात्र कोरडे होते. नोकरानं विचारलं,

"काय झालं?"

तरी ती काही बोलली नाही.

पुढचं शवसंस्काराचं काम करायला हवं होतं, पण ते कुणालाच सुचत नव्हतं. माद्री तर या जगात नसल्यासारखी बसली होती. प्रेताला अग्नी दिल्यावर काहीच उरणार नाही, याचं भय मलाही व्यापून टाकत होतं. मीही तशीच मुकाट्यानं बसून होते. नोकरही उभेच होते.

किती वेळ गेला, कोण जाणे!

अखेर मीच म्हटलं,

"पलीकडच्या खेड्यात जाऊन कुणी तरी धर्म आणि भीमाला घेऊन या."

त्यांच्यापैकी एकजण खेड्याकडे धावला.

"आई, असं बसून कसं चालेल? पुढच्या कामाला लागायला पाहिजे. प्रेत आखडायला लागलंय्. त्यात ही थंडी." एक वृद्ध सेवक सुचवत होता.

मी माद्रीकडे पाहिलं. तिला काहीच ऐकू गेलं नसावं. मीही तशीच बसून राहिले.

थोड्याच वेळात गेलेला नोकर भीम आणि धर्माला घेऊन आला. धर्मानं माझा हात धरत विचारलं,

"आई, बाबांना काय झालं?"

माद्रीचा दंड धरून तिला हलवत भीम विचारत होता,

"आई, बाबा मेले, म्हणे. म्हणजे काय, ग?"

एवढ्यात त्या गावातले इतरही काही लोक धावत आले. त्यांच्या पाठोपाठ बायका-पोरं, म्हातारे-कोतारे धावत आले आणि प्रेताच्या भोवती उभे राहिले. माद्रीनं हळुवारपणे शवाचं डोकं उचलून जमिनीवर ठेवलं.

एवढ्यातच त्याची मान आखडून गेली होती. माझ्याजवळ येऊन, माझा हात हातात घेत ती म्हणाली,

"ताई, पुढचं सगळं होऊ दे. मी निर्धार केला आहे. शवाला मिठी मारून मी अग्नीतून निघून जाईन."

मला नीटसा उलगडाच झाला नाही. मी विचारलं,

"काय म्हणालीस?"

"निश्चय केलाय्." ती पुटपुटली.

"मी मारलं, म्हणून रागवलीस? जे झालं, ते झालं. आता तू अशी वागलीस, तर मुलांचं काय? मला सोबत कुणाची?"

माद्रीनं आपला निश्चय बदलला नाही. सेवकांनी मिनत्या केल्या, धर्म-भीम तिच्या गळ्यात पडले, नकुल-सहदेवाला तिच्या मांडीवर ठेवलं, तरी निश्चल राहिली. तिचं मन बदलण्यासाठी अनेक प्रयत्न केले, तरीही तिची दृढता ढळली नाही. खेडुतांनी लोकरी वस्त्रात शव लपेटून झोपडीत आणून ठेवलं. अंत्यसंस्कार दुसऱ्या दिवशी करायचे, असं ठरलं. ती शवाच्या शेजारीच बसून होती.

बातमी पसरताच शेजारच्या आजूबाजूच्या खेड्यांतलीही माणसं आली. त्यांनीही नाना प्रकारांनी विनवलं. तरीही ती हलली नाही. उलट, कुणी आत येऊ नये, म्हणून झोपडीचा दरवाजा बंद करून बसली.

रात्र झाली. झोपडीत मी, पांडुराजाचं शव, जळणारा दिवा आणि ती.

मध्यरात्रीपर्यंत मुक्याप्रमाणे बसलेली माद्री एकाएकी बोलू लागली,

"हे पाहा, आता मी तर मरणार आहे. त्याआधी तुला सगळं काही सांगते. नाही तरी तूच माझ्या मुलांची आई आहेस. तुला माझ्याविषयी मत्सर वाटतो;

पण मुलांविषयी नाही, हेही मला ठाऊक आहे. माझ्या मुलांचीही जन्मदात्री व्हायची तुझी इच्छा होती, नाही का?''

मी काही बोलले नाही. मुकाट्यानं तिच्या चेहऱ्याकडे पाहत बसले. माझ्या उत्तराची वाट न पाहता ती पुढं बोलू लागली.

''महाराजाच्या अंगी सामर्थ्य जागृत होऊन पाच-सहा महिने झाले होते. पण तुझी भीती. का, कोण जाणे, पण मलाही तुझी भीती वाटत होती. तो फिरण्याचं निमित्त करून एवढ्या लांब मला घेऊन जात होता. मी तर भुकेलेलीच होते, ग! यापेक्षा दुसरी कुठलीच क्रूर शिक्षा नाही. त्या थेरड्या भीष्मानं सैन्य आणि संपत्तीच्या बळावर मला विकत आणली आणि या अतृप्त भुकेच्या तोंडी देऊन मागचा दरवाजा बंद करून टाकला! त्याला रौरव नरकात खितपत पडावं लागेल... जाऊ दे. मरताना त्या म्हाताऱ्याला का शाप देऊ? मी काय सांगत होते?''

''तुलाही माझी भीती वाटत होती?''

''हो. महाराजाची तुझ्यावर पती म्हणून अधिकार गाजवायची फार इच्छा होती; पण तुझ्याजवळ यायचं धैर्य मात्र त्याच्या अंगी नव्हतं. एकदा मला म्हणालाही... ती म्हणजे अतिशय सुंदर हत्तीण आहे. पाहिल्यावर मन मोहून दास होऊन जातं. पण... तूच मला साजेशी आहेस. महाराजा जेव्हा असं म्हणाला, तेव्हा माझा तुझ्याबद्दलचा मत्सर शांत झाला. ऐकलंस ना? त्याचं बोलणं ऐकून शांत झाले मी!''

बोलणं थांबवून माझ्याकडे टक लावून ती पाहत बसली. मीही तशीच बसून होते.

तीच पुढं म्हणाली,

''भुकेविषयी सांगत होते मी. पाच-सहा महिने महाराजाबरोबर बाहेर जात होते. झाडंझुडं, मोठाले दगड यांच्या आडोशाला नेऊन तो मला फुलवत होता; पण त्याच्या शरीरात पूर्णपणे शक्ती भरली नव्हती. त्यामुळं काही क्षणांतच हरून विश्रांतीसाठी झोपून जात होता. घाई न करण्यासाठी मी पदोपदी त्याला विनवत होते. अजूनही औषधपाणी घ्यायला सांगत होते. तरीही तो ऐकत नव्हता. आणि मी मात्र त्या फुललेल्या अतृप्तीत अधिकच जळत होते. तरीही त्याला निकरानं अडवत नव्हते. का, ठाऊक आहे? शक्य तितक्या लवकर आपल्या हाडामासांचा मुलगा व्हावा आणि त्याला उचलून छातीशी कवटाळून त्याचे पापे घेण्यासाठी महाराजा हपापला होता! महाराजाच्या मुलाचं मातृत्व मिळवण्याची जबर आशा होती माझ्या मनात. आणि तुझ्याविषयीचा मत्सरही!...''

घशाशी येणारा हुंदका तसाच दाबून ठेवून मी समोरच्या प्रेतावर डोकं ठेवून

बसले. थंडगार, गारठून आखडून गेलेला देह. सगळे पर्वत आणि पठार नि:शब्द शांततेत माझा आधारच गोठवून टाकत होते. मान वर करून पाहिलं, तर माद्रीची नजर माझ्यावरच खिळली होती.

माझ्या नजरेत नजर खिळवून ती पुढं म्हणाली,

"... काल दुपारी काय झालं, सांगू? मी बसले होते. आतून फुलून आले होते. महाराजानंच फुलवलं होतं आणि स्वत: मात्र चटकन दमून गेला होता. किती विचित्र हिंसा ही! मी त्याला गच्च मिठी मारली, सोडवून घेण्याची संधीही दिली नाही. मागं हस्तिनावतीमध्ये सांगत होते ना? ती कला, त्यातला सारा तपशील आठवून आठवून मी त्याला चेतवलं. आधी थोडा त्रास झाला, पण नंतर मात्र तोही सुखावला. आणि उत्तेजित होऊन पुटपुटला... तुझ्यामुळं मी पुन्हा पुरुष होतोय्! रोग गेला, याचा आनंद अनावर झाला होता. त्या आनंदानं साऱ्याचा विसर पडला होता. उत्तेजित झालेल्या राजाच्या चेहऱ्यावर केवढा उन्माद दिसत होता! सुख! मीही अधीर झाले होते. आणि एवढ्यातच त्याच्या चेहऱ्यावर वेदना उमटली. तसाच कलंडला माझ्या कपाळावर! छातीची धडधड पूर्ण थांबली होती. मलाही सगळा उलगडा व्हायला थोडा वेळ जावा लागला.''

एकाएकी माझ्या मनात तिच्याविषयी कणव दाटून आली. माझ्या पोटी जन्मलेल्या मुलीसारखी वाटली ती मला! नतद्रष्ट मुलीसारखी. मी उठले. प्रेताच्या बाजूनं जाऊन तिच्या शेजारी बसले. दोन्ही हात पसरून तिला मिठीत गोळा करून घेतलं.

माझ्या मिठीची आवश्यकता नसल्यासारखी ती अलिप्त भावनेनं मुकाट्यानं बसून होती. निश्चलपणे समोर झोपलेल्या प्रेतासारखी.

माझे डोळे पाझरले. अश्रू गोठून जावेत, तसे तिचे डोळे कोरडे होते.

किती तरी वेळ तिला तशीच मिठीत घेऊन बसून होते. तीही तशीच अविचलपणे बसून होती.

अखेर तिचं मन बदलावं, म्हणून मी म्हटलं,

"हे बघ. तूच म्हणालीस ना, पाच-सहा महिन्यांपासून पांडुराजाची शक्ती जागृत झाली होती, म्हणून! जर तू गर्भवती असलीस, तर? भ्रूणहत्येचं पातक घेऊ नकोस. सकाळी शवसंस्कार करू या.''

लगेच ती काही बोलली नाही. माझ्या मनात आशेचा किरण चमकला. पण थोड्या वेळानं म्हणाली,

"विसरलीस का? नकुल-सहदेव जन्मल्यावर ऋतुस्रावच झाला नाही. गर्भ राहिलाय्, का नाही, हे मला ठाऊक नाही. तरीही मी जगणार नाही.''

"पण गर्भ राहिला असेल तर?"

"तरीही मरणार. शंतनूला उतारवयात झालेल्या विचित्रवीर्याची कथा ठाऊक आहे ना? शिवाय महाराजा आजारीही होता."

मी काही बोलले नाही. तिचा निश्चय बदलणं अशक्य असल्याचं माझं अंत:करणही सांगत होतं. तीच पुढं म्हणाली,

"आता तू काहीच बोलू नकोस. तू म्हणशील, मरून तरी काय मिळणार आहे? इतकी सारी वर्षं विधवेसारखीच काढली ना? यानंतरही तेच आयुष्य पुढं वाढून ठेवलंय् ना? आणि हस्तिनावतीत तर नवऱ्याला मारणारी कुलटा, म्हणून सगळे मला जगणं नकोसं करतील..."

माद्री तर निघून गेली. थंडीसाठी खाली उतरून आलेल्या एका देवगणाकडून देवलोकातही ही बातमी पोहोचली होती. ते सगळेजण आले. शेजारच्या खेड्यातली माणसं आली. रडणारी मुलं मात्र घरीच नोकराकडे राहिली. माद्री चितेवर चढली. तिनं प्रेताला मिठी मारली. न राहवून मी किंचाळत होते :

"...माद्री, माद्री! ये. निघून ये..."

चटचट आवाज करत अग्नीनं वेढली जाताच ती विव्हळली, किंचाळली; पण खाली उतरून आली नाही. पाचही मुलांची जबाबदारी माझ्यावर टाकून निघून गेली ती.

सगळी जबाबदारी टाकून ती तर निघून गेली आणि पाचही मुलांना घेऊन मी हस्तिनावतीला परतले. जबाबदारी वाहून, की नवी निर्माण करून?

पांडुराजाच्या मृत्यूची बातमी समजताच देवलोकाहून सगळे आले होते. धर्माधिकारी, तो मरुत, तो इंद्र आणि ती वैद्य-भावंडं. किती याचना केली त्यांनी.

"पृथा, तू का जातेस आता? ही सगळी आमची मुलं आहेत. तू आमची पत्नी हो. देवलोकातच राहा. हे देवपुत्र होतील."

मरुतानं भीमाला किती गच्च धरलं होतं छातीशी! इंद्रही अर्जुनावर मोहून गेला होता. वैद्य भावंडं नकुल-सहदेवावर किती गाढ वात्सल्याचा वर्षाव करत होती!

पस्तिसाव्या वर्षापर्यंत काढलेल्या हालअपेष्टा भोगल्यानंतरही, देवलोकाचं वैभव नाकारून, हस्तिनावतीतलं वैधव्याचं जिणं जगण्यासाठी नोकरांच्या खांद्यांवर नकुल-सहदेवांना देऊन, डोंगरामागून डोंगर उतरत-चढत, किती तरी दिवसांची पायपीट करत या हस्तिनावतीत येऊन पडले. त्या वेळी आपल्या मिठीत एकाच वेळी पाचही मुलांना कवटाळणारा भीष्म! त्याच्या मनात असा भेद असेल?

कुंतीनं दीर्घ श्वास सोडला. एव्हाना भोवताली अंधार पसरला होता. फक्त नदीच्या प्रवाहाचा आवाज ऐकू येत होता. ती डोळे उघडे ठेवून बसली होती; पण प्रतिबिंब दिसत नव्हतं. विदुराच्या हाकेनं ती भानावर आली. सावकाश एकेक पायरी चढत ती अंगणात आली, तेव्हा घरात होमाचा वास पसरला होता.

विदुराबरोबर ती जेवायला बसली. दुधात शिजवलेला मऊ भात लाकडाच्या कटोऱ्यात ओतून थोडा वेळ निवू दिला आणि नंतर कटोरा उचलून ती तो पिऊ लागली. विदुर आणि त्याची रोगग्रस्त बायको पारसविही जेवले. त्याची मुलं-नातवंडं जेवून मागच्या बाजूच्या बागेत आणि माडीवर झोपायला गेली होती. एकाएकी कुंतीला आठवलं, उद्या लवकर उठून अरुणोदयाच्या आधीच नदीवर जाणाऱ्या कर्णाला भेटायला पाहिजे.

तिचं मन वेदनेनं भरून गेलं. सलणारा काटा पुन्हा ठसठसू लागला. जेवण झाल्यावर ती गाऱ्याच्या अंगणात येऊन बसून राहिली. थोड्या वेळात विदुरही आला. दोघंही काही न बोलता बसून राहिले. पहिल्यापासून असंच होतं. दोघेही एकमेकांचे सोबती. एकमेकांची मूक सोबत.

किती तरी वेळ गेल्यावर विदुरानं विचारलं,

"कुंती, झोपणार नाहीस का?"

"हो. झोपते. मात्र एक गोष्ट सांगून ठेवते. त्या वेळी त्या भीष्मानं माझ्या मुलांना न्याय म्हणून खांडववन दिलं होतं. मूळ राजधानी दुर्योधनासाठी ठेवली होती. आता माझ्या मुलांसाठी एक निरोप पाठवायची व्यवस्था कर. म्हणावं, कुंती हस्तिनावतीत आहे. आता ती इथून मुळीच हालणार नाही. त्यांनी आता युद्ध करून हस्तिनावती जिंकली पाहिजे. राज्याभिषेकाचा सोहळा इथंच व्हायला हवा."

विदुर गडबडला. म्हणाला,

"हे काय म्हणतेस तू?"

"त्या आंधळ्याआधी माझ्या पतीला राज्याभिषेक झाला होता, की नाही? दुर्योधनापेक्षा धर्म दोन वर्षांनी मोठा आहे, की नाही? या कुरुवंशाच्या मुख्य राज्यधानीवर माझीच मुलं राज्य करतील! जे धर्माला धरून आहे, तेच सांगतेय् मी! मी काय म्हणतेय्, ते नीट समजून व्यवस्थितपणे सांगू शकणाऱ्या दूताचीच या कामावर नेमणूक कर. माझ्या मुलांनी सैन्यासह येऊन हस्तिनावती जिंकून मला इथंच भेटलं पाहिजे! मी इथून कुठंही जाणार नाही!"

"...आणि कृष्णाची बोलणी यशस्वी झाली, तर?"

"तर दुर्योधनानं इंद्रप्रस्थी राज्य करावं!"

❑

## ३

उपप्लव्य नगर पांडवांच्या युद्ध-सिद्धतेचं प्रमुख केंद्र झालं असल्यामुळं कृष्णाचाही मुक्काम तिथंच होता. तसं हे गाव फार लहान नसलं, तरी राजधानी विराटनगराच्या निम्म्याएवढंही नव्हतं. युद्धाची तयारी करण्यासाठी विराट राजानं हे नगर पांडवांना दिलं होतं. पाच पांडवांना आणि अतिथी म्हणून आलेल्या इतर राजांनाही त्यानं या नगरातली घरं रिकामी करून दिली होती.

दुपारचा उकाडा असह्य झाल्यामुळं भीम गाऱ्याच्या थंड जमिनीवर पडला होता. दारं-खिडक्यांना वाळ्याचे पडदे सोडले हाते. अधूनमधून त्यावर पाणी ओतून सेवक ते पडदे ओले राहतील, हे पाहत होते. कमी जेवायचं, असं कितीही ठरवलं, तरी करंभ आणि एडक्याचं मांस असा मनपसंत बेत असताना आणि दोन्हीही पदार्थ रुचकर झाले असताना मनोनिग्रह वगैरे करून एवढंसं जेवून कसं उठायचं? पोट जड झालेलं आणि त्यात हा उकाडा! आता संध्याकाळी थोडं गार वारं वाहू लागेल. त्यानं कूस बदलली. या वाळ्यांच्या पडद्यांपेक्षा बाहेर एखाद्या वृक्षाखालीच सुखाचं वाटेल.

एवढ्यात एक सेवक आत आला आणि सांगितलं,

"यादव कृष्णमहाराज आला आहे."

भीम उठून बसला. रेशमी वस्त्र अंथरलेलं आसन पुढं केलं, तरी त्यावर न बसता कृष्णही भीमाच्या शेजारी गाऱ्याच्या जमिनीवर बसला.

हा आता पुन्हा का आलाय्, हे भीमाला ठाऊक होतं.

इतका वेळ बाजूला सरलेली मनातली खळबळ पुन्हा निर्माण झाली.

उत्तरीय काढून ठेवत गळा, मान, पाठीवरचा घाम पुसत कृष्ण म्हणाला,

"काहीही म्हण, भीमा, या मत्स्यदेशामधलं दुभतंच खास आहे! एक मथुरा सोडली, तर ही चव आणखी कुठल्याच दुधाला येणार नाही. म्हणूनच तर इथं रोज नियमितपणे कितीही दिवस करंभ खाल्ला, तरी कंटाळा येत नाही. खरं, की नाही?"

भीम काही बोलला नाही. कृष्ण त्याच्या चेहऱ्यावरून त्याच्या अंत:करणाचा ठावं घेण्याचा प्रयत्न करत होता.

"हे पाहा, तुझ्या मथुरेच्या दुभत्याची चव मला तर ठाऊक नाही. या विराटाच्या दुधाची चव अप्रतिम आहे, हे खरं. डोंगर-दऱ्यांतलं हिरवं लुसलुशीत गवत खायला मिळालं, तर जनावरं सकस दूध देणारच. गवत खाताना डोंगरांवर चढउतार करून थकल्यामुळं दूध थोडं कमी देतात. पण पाणी घामाच्या रूपानं

निघून गेल्यामुळं दूध अधिक दाट होतं, की काय, कोण जाणे!''

''व्वा! अरे, दुभत्या जनावरांच्या बाबतीत तुला जेवढं समजतं, तेवढं मलाही समजत नाही!''

''हे पाहा, कृष्णा! गाई, दूध, दही, लोणी, तूप– या सगळ्यांविषयी मला तुझ्यापेक्षाही जास्त समजतं! तू माझी तोंडदेखली स्तुती करत आहेस, असं मी मुळीच समजत नाही. शिवाय तू फक्त माझं कौतुक करायला इथं आला नाहीस, हेही मी जाणून आहे! माझं कौतुक करून मला तिथं जायला भाग पाडण्यासाठी तू आला आहेस– या उन्हात दुपारी वामकुक्षी घेऊन विश्रांती घ्यायची सोडून. आधीच आमच्यासारख्यांना उकाड्याचा त्रास असतो! तुझ्यासारख्या सडपातळ लोकांना ते समजणार नाही, म्हणा!'' म्हणत भीमानं तिथं जवळच पडलेल्या वाळ्याचा पंखा उचलून वारा घेत पुढं सांगितलं, ''शिवाय घोड्यांनाही फारसा त्रास नसतो.''

''एकटाच वारा घेतोयस्. माझ्याकडेही येऊ दे ना...'' म्हणत कृष्ण थोडा सरकत वाऱ्याच्या झोतात येईल, असा बसला. थोडं गार वाटल्यावर त्यानं विचारलं, ''तिथं, म्हणजे कुठं? नीट सांग पाहू. किती केलं, तरी ती पहिली बायको! अरे, तुझं कोवळं हृदय जिंकून घेणारी! तिचं नाव घ्यायची लाज वाटते का? हृदयात प्रेम झाकून ठेवून माझ्यापुढं ही नाटकं का करतोस?''

भीमाला संताप आला. कृष्णाऐवजी दुसरं कुणी असतं, तर दोन भडकावून द्याव्यात, असं वाटण्याइतका संताप आला. स्वतःला आवरत तो म्हणाला,

''हे पाहा, आता मी आहे त्रेपन्न-चोपन्न वर्षांचा. आई इथं असती, तर तिनं आठवणीनं सांगितलं असतं, नक्की किती वय आहे, ते! त्यातच बारा वर्षांचं वनवासातलं ब्रह्मचर्य-पालन आणि एक वर्षाचा अज्ञातवास. आता स्त्री-प्रेमासारखं काहीच शिल्लक राहिलं नाही.''

''तुला परस्त्रीविषयी कधीच आसक्ती नव्हती, हे मलाही ठाऊक आहे. पण आपण होऊन तुझ्यावर मोहून जाऊन तिनं तुझा हात धरलाय्! आणि तूही आसुसून तिला पत्नी मानलंस! याचा वयाशी काय संबंध?''

''तसं नव्हे, कृष्णा! पन्नाशी उलटली आणि वनवासात अपुऱ्या आहारातही असंख्य कष्ट झेलले असले, तरी या भीमाच्या बाहूंतली शक्ती कोमेजली नाही! पृथेचा मुलगा आहे हा! देवसेनापतीपासून झालेला! कसलंही आणि केवढंही सैन्य आलं, तरी तोंड द्यायची तयारी आहे या भीमाची! मग इतरांचं साहाय्य का बरं हवं? हे पाहा, भिक्षा आणि भीम यांचं कधीच पटणं शक्य नाही! मुळीच जाणार नाही मी! तेवढं सोडून काय सांगायचं, ते सांग.''

''युद्ध होणार आहे, त्यासाठी हे एवढं सांगितलं, तर त्यात कसली आली

भिक्षा! किती तरी राजांना आपण असे निरोप पाठवत आहोत, दुर्योधनही पाठवत आहे. ही काय भिक्षा म्हणायची? अशा परिस्थितीत बाहेरचे राजे येऊन मदत करत असताना तुझाही मुलगा मदतीला आला, म्हणून काय बिघडलं? नव्हे, त्यानं यायलाच पाहिजे. आणि त्याला समजल्याशिवाय कसा येईल तो? आता त्याला निरोप सांगून यायचं काम मात्र तुझंच. तसाच बायकोलाही भेटून ये, एवढंच माझं म्हणणं!''

कृष्ण गंभीरपणे, आत्मीयतेनं सांगत असला, तरी भीमाचा चेहरा लालबुंद झाला होता. काय बोलायचं, ते न सुचून हातातल्या पंख्यानं तो सपसप वारा घेऊ लागला.

भिंतीपाशी असेलली एक मोठी उन्हाळी माशी भिंतीला आपटून आपटून पुन्हा पुन्हा उडत होती.

काही क्षण स्तब्धतेत गेले.

कृष्ण पुन्हा म्हणाला,

''मला ठाऊक आहे, तू का एवढा अस्वस्थ होत आहेस. लग्नानंतर तू कधीच तिकडे फिरकला नाहीस, कधी त्या मुलाला उचलून खेळवलं नाहीस. त्याच्या पालन-पोषणाची कुठलीच जबाबदारी स्वीकारली नाहीस. आता एवढ्या वर्षांनंतर जाऊन 'तुझ्या राक्षस-सेनेसह युद्धासाठी ये', असं सांगणं तुझ्या जीवावर आलं आहे. एक गोष्ट सांगतो तुला. प्रत्येक कुळाचा एकेक कुलाचार असतो. वडिलांशी काहीही संबंध न ठेवता मुलांच्या पोषणाची जबाबदारी आईवर असलेल्या काही समाजांची तुलाही माहिती आहे. ती मुलंही पित्याला 'तू माझं पालनपोषण का केलं नाहीस' असं विचारत नाहीत. नव्हे, ते त्यांना ठाऊकच नसतं. तरीही, समजा, तिनं तसा काही आक्षेप घेतलाच, तर तू तुमच्या वनवासाविषयी आणि अज्ञातवासाविषयी समजावून सांगू शकशील. सगळ्या गोष्टी नीट समजावून सांगितल्या, तर ती समजावून घेणार नाही का? मला समजतेय् तुझी मन:स्थिती!''

कृष्णानं आपलं बोलणं संपवल्यावर भीम क्षणभर गप्प बसला आणि दुसऱ्याच क्षणी उसळून म्हणाला,

''सगळ्यांचं मन समजतं तुला! मोठा बुद्धिवंत तू!''

फक्त आवाजातच नव्हे, तर त्याच्या डोळ्यांत, चेहऱ्यावर, नाकावर संताप दिसत होता. हातातला पंखा एवढ्या वेगात हलू लागला, की भिंतीवर बसलेली माशी धडपडलीच.

थोडा वेळ कृष्ण शांतपणे बसून होता. पुन्हा शांतपणे म्हणाला,

''तुझ्या दंडांत कितीही बळ असलं, तरी त्याचा उपयोग फक्त द्वंदयुद्धातच!

हा दुर्योधन काही जरासंधाएवढा मूर्ख नाही. त्याला द्वंदयुद्धाचं आव्हान दिलं, तर तो ते मुळीच मान्य करायचा नाही. तुम्ही इंद्रप्रस्थात जमवून ठेवलेली संपत्तीही आता त्याच्याच भांडारात आहे. म्हणजे अधिक राजे, अधिक सैन्य, रथ, हत्ती, घोडे त्याच्या बाजूनं असतील, ते तर नक्की. अशा वेळी, फक्त बाहूंवरच्या ताकदीवर विसंबता येईल का? तुम्हांलाही मिळेल त्या मार्गानं शक्ती एकवटणं भाग आहे. आणखी एका गोष्टीचा तू विचार केलास का?''

भीमाच्या हातातला पंखा हालायचा पूर्णपणे थांबला होता. त्याची दृष्टी कृष्णाच्या दृष्टीत एकरूप झाली होती. कृष्ण सांगत होता,

''तू ज्यांना ठार केलंस, त्या हिडिंब, बक, किर्मीर, वगैरे राक्षसांच्या समूहाकडे दुर्योधनानं चाणाक्ष दूत धाडले आहेत. तुझ्यावर सूड उगवायची संधी ते कसे सोडतील? युद्धात राक्षसांची अशी एक विशिष्ट पद्धती आहे, हे मी तुला सांगायची गरज नाही. रात्रीच्या वेळी अंधारात स्वतःला दडवून आयत्या वेळी एकाएकी सामोरं जायची त्यांना सवय असते. शिवाय हिंस्र प्राण्यांप्रमाणे जिवाचं भान न ठेवता लढायची त्यांची पद्धत आहे. आपले आर्य त्यांना पुरेसे आहेत का? दुर्योधनाच्या बाजूनं लढणाऱ्या राक्षसांशी लढायला तुझ्याकडे तुल्यबळ कुणीच नसताना तू एकटा काय करणार आहेस?''

भीमाची दृष्टी कृष्णाच्या दृष्टीत खिळून राहिली होती. आता ती माशी भिंतीपाशी नव्हती. ती कुठं उडून गेली, हे भीमानंही वळून पाहिलं नाही. चाकर बाहेरून वाळ्याच्या पडद्यांवर पाणी ओतत होता.

या गावाचं एक बरं आहे. मनस्वी उकाडा असला, तरी पाण्याची कमतरता नाही.

कृष्ण पुढं म्हणाला,

''अशा परिस्थितीत घटोत्कचाकडे निरोप घेऊन तुझ्याशिवाय कोण जाणं उचित आहे, तूच सांग पाहू!''

दूरवर कुठं तरी ठण्-ठण् आवाज ऐकू आला. लोखंडावर घट आपटावेत, असा आवाज. बाहेरच्या झाडांचाही आवाज येऊ लागला. वारा सुटला होता. सोसाट्याचा वारा वाहत होता. साऱ्या आसमंतात भरून राहिलेल्या उकाड्यावर थोडा थंडावा शिंपडल्यासारखं झालं. वाळ्याचे पडदे ओले असल्यामुळं त्यातून धुरळा आत येत नव्हता. घामानं चिकट झालेल्या अंगावर त्याचा लेपही बसत नव्हता. बारा वर्षांच्या वनवासात... अं... बारा नव्हे, मध्ये चार वर्षं हिमालयात होतो, तेवढा काळ सोडला, तर उरलेल्या आठ वर्षांत उन्हाळ्यातलं घामेजलेल्या अंगावर होणारं धुळीचं स्नान नेहमीचंच होतं, तरीही धुरळा उठवणारं वारं शांत झाल्यावर नदीत किंवा सरोवरात डुंबून सर्वांग दगडानं घासून घेण्यात

आनंद होई. व्वा!

"चल, कृष्णा, बाहेर जाऊ या. असा सोसाट्याचा वारा पाहायला फार मजा येते..." म्हणत भीम उठून उभा राहिला.

कृष्णही उठून भीमापाठोपाठ निघाला.

वाऱ्याचा वेग खूपच होता. तिथं, वनात असताना वारा सुटला, की भोवताली हेलकावे खाणारे मोठाले वृक्ष, ती वाकणारी कळकाची बनं, सुकलेले कळक एकमेकांना घासून त्यातून उडणाऱ्या ठिणग्या, त्या ठिणग्या लांबवर घेऊन जाणारे उष्ण वारे... पण तिथं आकाश भरून टाकणारा हा धुरळा नव्हता. आता संपूर्ण उपप्लव्य नगरी हिवाळ्यातल्या धुक्यानं वेढून टाकावं, तशी धुरळ्यानं वेढली गेली होती. धुरळ्यानं उठवलेल्या वावटळीत सुकलेली पानं, काटक्या सापडून उंच उडत होती आणि वेग ओसरल्यावर पुन्हा खाली येत होती. भीमाच्या खांद्यापर्यंत येणारा कृष्ण आणि कृष्णानं उभं राहून हात वर केला, तर मस्तकापाशी पोहोचेल, एवढ्या उंचीचा भीम गच्चीत उभे राहून ते वादळ पाहण्यात दंग झाले होते. कृष्णाच्या मनात कुठं तरी दडलेली मथुरेत असताना पाहिलेल्या वादळाची लहानपणीची आठवण आतून मनाच्या पृष्ठभागावर आली. या वादळातही तो ठण् ठण् आवाज पूर्णपणे नाहीसा झाला नव्हता.

दोनेक घटकांनी वारा शांत झाला. कृष्ण आपल्या निवासस्थानी परतला. थंडगार वारा वाहू लागला. भीमाच्या मनात उल्हास दाटून आला. तो एकटाच नगरीच्या मागच्या बाजूच्या सरोवराकडे निघाला. झाडांनी आणि दगडांनी वेढलेल्या सरोवरात त्यानं धपकन् उडी घेतली. थोडा वेळ पोहत राहिला. पण हे पाणी अपुरं वाटलं त्याला. छे:! पोहावं, तर गंगानदीतच. त्याच्या मनात हस्तिनावतीची आठवण उसळी मारून आली.

नदीच्या काठावर वाढलेल्या गवताचे शुभ्र तुरे, रुंद पानांची दर्भाची झुडुपं, उन्हाळ्यातही थंडगार असणारं पाणी, हिमवत प्रदेशावरून मैदानावर उतरल्यानंतर गंगाद्वाराहून लगेच माझ्या दृष्टीनं एक दिवसभर चालायच्या अंतरावर. उन्हाळ्यातही किती सुखद गारवा असतो तिथं. आमच्या इंद्रप्रस्थाजवळची यमुना कशी आहे? का कोण जाणे, गंगेविषयी जेवढी आत्मीयता वाटते, तेवढी यमुनेविषयी वाटत नाही. लहान वयात जो जिव्हाळा निर्माण होतो, तो मोठं झाल्यावर होऊ शकत नाही, हेच खरं. त्याच नदीच्या काठावर नाही का मला गुंगी येणारे लाडू खायला घालून पाण्यात फेकून ठार करायचं षड्यंत्र रचलं त्या आंधळ्याच्या पोरट्यानं! अर्थात यात नदीचा काय दोष?

गंगेवरची माया आठवत पाण्यावर उताणा पडून पाण्याची भलीमोठी चूळ

कारंज्यासारखी आकाशात उडवताना त्याचा जीव सुखावला, डोळ्यांवर पाणी येऊन समोरच्या दृश्यावर तवंग आल्यासारखं झालं.

लहानपणीची सगळीच गंमत! पोहत राहण्यापेक्षा उंचावरून धाडकन् पाण्यात उडी मारणं आणि पाण्यात उलटसुलट कोलांट्या मारण्यातच धमाल यायची! जिथं मी पोहण्यासाठी उडी मारत होतो, तिथली सगळी मुलं ज्या गटांगळ्या खायची!...

त्या आठवणीनं भीमाला हसू फुटलं आणि तोंडातून उसळणाऱ्या कारंज्यात खंड पडला. आता मात्र तसल्या खेळांचं कौतुक वाटत नव्हतं. शांतपणे तासन् तास पोहत राहायचं आणि शांतपणे पाठीवर उताणं तरंगत राहण्यातच समाधान वाटत होतं.

एवढ्यात त्याचं डोकं काठावर तटलं.

छे:! एवढ्याश्या पाण्यात काय पोहायचं? फार तर डुंबायचं इथं!

तो वर आला. अंग सुकेपर्यंत काठावर उभा राहिला. काठावर ठेवलेले कपडे नेसून पुन्हा घराकडे वळला. आता उकाडा थोडा सुसह्य वाटत होता. अंग हलकं वाटत होतं. आकाशातली भगभग कमी वाटत होती. सूर्यास्त होऊ पाहत होता.

घरी पोहोचताच सेवकानं निरोप सांगितला,

"पट्टराणी आल्या आहेत. वर माडीवर बसल्या आहेत गार वाऱ्याला."

तसाच भीम पायऱ्या चढून वर गेला. आता द्रौपदी आली, हे बरंच झालं. शांतपणे तिच्याशी बोलत बसता येईल.

तो माडीवर येताच द्रौपदीबरोबर आलेल्या दोन्ही दासी उभ्या राहिल्या. भीम द्रौपदी जवळ आला, तशा त्या दोघी उतरून तिथून निघून गेल्या. घोडघासाच्या मऊ चटईवर बसलेली द्रौपदी उठून उभी राहिली आणि भीमापाशी येऊन त्याचा हात धरून उभी राहिली.

आकाशात तांबूस संधिप्रकाश पसरला होता. आर्यवर्णाशी तुलना करता थोड्या सावळ्या भासणाऱ्या द्रौपदीच्या लालसर चेहऱ्यावर चिंता दिसत होती. भरगच्च केसांमध्ये मधूनच चमकून जाणाऱ्या चंदेरी केसांमुळं तिच्या चेहऱ्यावर प्रौढपणाची छटा दिसत होती. आपल्या छातीपर्यंत येणाऱ्या द्रौपदीच्या केसांकडे पाहत भीम म्हणाला,

"कृष्णे, तुझे एवढे केस पांढरे झाल्याचं पाहिलंच नव्हतं मी!"

"आता पाहिलेस ना? काळ्याभोर चकचकीत केसांची एखादी कोवळी राजकुमारी शोधून तुझ्याशी लग्न लावून देऊ का?"

भीम खाली बसला. तिचाही हात धरून त्यानं तिला जवळ बसवून घेतलं. ती मुकाट्यानं बसली होती. तो आकाशाकडे पाहत होता. थोड्या वेळानं एकदम तो म्हणाला,

"आता पोहायला गेलो होतो. पण केवढंसं पाणी! गंगानदीची आठवण झाली. तेव्हाच मनाशी ठरवलं, यापुढं हा भीम गंगेतच पोहेल. यमुनेत नाही."

पांचाली काहीच बोलली नाही. मनात असे विचार येत असताना त्याला सोबत असे, ती फक्त पांचालीचीच. अर्जुनाच्या बरोबरीनं तो अशा सुखस्वप्नांच्या गप्पा मारत नसे. त्या दोघांची स्वप्नं वेगवेगळी असत. धर्मराजा तर वयानं मोठा. अगदी सुरुवातीला दोघांचीही तशी सलगी होती. पण इंद्रप्रस्थात राज्याभिषेक झाल्यावर धर्म फारच गंभीर झाला होता. याउलट, भीमाचा स्वभाव मात्र तसाच साहसप्रिय आणि मुलासारखाच राहिला होता. राजसूयानंतर धर्मराजानं द्यूतात सारं काही गमावून पत्नी आणि भावंडांवर वनवासाला जाण्याची वेळ आणली होती, तेव्हा मात्र खवळलेला भीम त्याचे दोन्ही हात जाळायला उठला होता. अर्जुनानं रोखलं नसतं, तर खरोखरच जाळले असते, की काय, कोण जाणे! रानातल्या बारा वर्षांतही त्याच्यावर संतापण्याचे बरेच प्रसंग येत होते. इंद्रप्रस्थातल्या सुखासमाधानाच्या दिवसांत भीम आणि धर्मराजामध्ये एक प्रकारची जवळीक निर्माण झाली होती. द्यूत खेळून राज्य गमावल्यावर भीमानं त्याच्यावर संताप दाखवल्यानंतर तो संबंध तुटून गेला. एवढंच नव्हे, तर दुसऱ्या कुठल्याही प्रकारची आत्मीयता निर्माण होऊ शकली नव्हती. आता राहिले, ते नकुल-सहदेव. त्यांच्याशी तो कितीही मोकळेपणानं वागला, तरी ते मात्र त्याच्याशी भययुक्त भक्तीनंच वागत होते. त्यामुळं मनमोकळ्या गप्पा मारायला एक पांचाली सोडता दुसरं कुणीच नव्हतं. शिवाय तिलाही माहेरच्या नावानं '...कृष्णे!' अशी साद घालणारा दुसरा कोण नवरा होता?

"समजलं ना, काय म्हटलं, ते?"

"पण थोरला जो निर्णय घेईल, तोच खरा ना? बोलणी करायला कृष्णालाच पाठवायचं म्हणत होता, म्हणे, महाराजा."

"कृष्ण गेला, तरी हरकत नाही. पण समेट होणार नाही, हे निश्चित."

"थेरड्यानं सांगितलं आणि त्याला त्यानं संमती दिली, तरी...?"

"थेरडा सांगेल! पण तो ऐकणार नाही. त्याच्या मनात काय आहे, ते माझ्याशिवाय कुणालाच समजणार नाही. परस्परांशी झुंज द्यायला उभे ठाकलेले मत्त हत्ती कधी पाहिलेस? त्या दोघांना एकमेकांच्या मनातलं जेवढं समजतं, तेवढं इतर कुणालाच समजणार नाही. आता त्याची हत्तीशी तुलना करू नये, एवढंच. फार तर कुत्रं म्हणता येईल!"

"हत्तीला घाबरून कुत्रं समेटासाठी यायची शक्यता नाकारता कशी येईल?"

"इकडं पाहा, कृष्णे..." स्वतःचं हृदय उघडून दाखवत असल्यासारखा तो म्हणाला, "धर्मराजाला पुन्हा सिंहासनावर बसायची इच्छा आहे. अर्जुनाला राज्य हवंच आहे. नकुल-सहदेवांनाही तो मोह नाही, असं म्हणता येणार नाही. पण माझ्या मनात मात्र ती इच्छा मुळीच नाही. बारा वर्षं रानातली कंदमुळं, शिकार केलेलं मांस आणि भरपूर खस्ता खाल्ल्या! त्यानंतर वर्षभर कुणाच्या तरी दारात आश्रिताचं जिणं जगलो! आता शरीरातील सुखाचा उपभोग घेण्याची शक्तीच वठून गेल्यावर राजवाडा काय किंवा वनवास काय! आता तर मला यापेक्षा तेच आयुष्य बरं वाटतं. माझ्या मनात आता असलेली एकमेव इच्छा, म्हणजे दुर्योधन, दुःशासन, कर्ण, शकुनि आणि इतर समस्त कौरवांना, त्या कौरवांना जन्म देणाऱ्या त्या आंधळ्याला ठार करायचं! द्यूतसभेत माझ्या बायकोला असभ्य बोलून तिचा अपमान करणाऱ्या आणि अपशब्द बोलून आम्हांला डिवचणाऱ्या प्रत्येकाचा वेचून वेचून जीव घ्यायचाय्! हे पाहा, जरी समेट होऊन त्यांनी आपल्याला इंद्रप्रस्थाचं राज्य दिलं, तरी मीच नंतर सेनाप्रमुख होईन. त्यानंतर जेव्हा त्यांच्यावर चाल करून त्यांचे जीव घेईन ना, तेव्हाच मी शांत होईन! हे सगळं इतक्या स्पष्टपणे मी कुठंच बोललो नाही. पण त्याला मात्र हे स्पष्टपणे ठाऊक आहे! एवढं न समजण्याइतका तो मूर्ख नाही. कुत्रा झाला, तरी त्याला वास येतोच!"

द्रौपदी टक लावून त्याच्याकडे पाहत होती. अजूनही तिचे डोळे नुकत्याच उमलणाऱ्या कमळासारखे होते. भीमाची दृष्टीही तिच्या दृष्टीत मिसळत होती. दोघांची मनं मूकपणात वितळत असल्याचा अनुभव घेत दोघेही बसून होते.

एकाएकी तिचे डोळे पाण्यानं तुडुंब भरले. आता हिला हुंदका फुटेल, असं भीमालाही वाटलं. तोच तिनं स्वतःला सावरलं. तो मनोमन कळवळला आणि म्हणाला,

"कृष्णे, तुझ्या डोळ्यांत पाणी पाहिलं, की मलाही बायकांसारखं रडू येतं आणि तू न रडता आतल्या आत घुसमटलीस, की मात्र संताप येतो! माझ्यासमोर नको दाखवू तुझा हा अहंकार!"

आता मात्र तिला रडू आवरलं नाही. तिनंही आवरायचा प्रयत्न केला नाही. त्याच्या मांडीवर डोकं टेकवून तिनं हुंदका दिला. लहान मुलाला जवळ घ्यावं, तसं त्यानं तिला छातीशी कवटाळून धरलं. हुंदके देत ती पुटपुटली,

"मी तरी तुझ्याशिवाय कुणाला सांगणार?" दोन्ही हातांनी त्याच्या मांडीला मिठी घालत तिनं त्याच्याकडे पाहिलं, तेव्हा त्याचेही डोळे अश्रूंनी भरले होते. तिलाही, ते भरतील, हे ठाऊक होतं.

"भीमा, पुरुषांच्या डोळ्यांत पाणी येऊ नये. चुकून कधी एखादा थेंब आलाच, तर तो गंगाजलाच्या मोलाचा असतो! एवढ्या दिवसात तुझ्या डोळ्यांतून माझ्यासाठी किती अश्रू वाहिले आहेत, हे मला ठाऊक आहे! इतर कुणाच्याही डोळ्यांत मात्र माझ्यासाठी पाण्याचं टिपूसही आलं नाही.'' म्हणत आपल्या पदरानं त्याच्या डोळ्यांतलं पाणी पुसताना तिच्या अंतर्यामी समाधान दाटून आलं होतं.

तो मूकपणे बसून होता.

संध्याकाळ सरून आता अंधार पसरत होता. धुरळ्यानं आच्छादलेल्या आकाशातली नक्षत्रं पुसट दिसत होती.

कृष्णा काय सांगण्यासाठी मागं-पुढं पाहत आहे, हे भीमाला समजलं नाही. अंधारात तिचा चेहराही स्पष्टपणे दिसत नव्हता. त्याच्या मनात आंधळ्याच्या पांढऱ्या दाढीची आठवण अस्पष्टपणे तरळत होती. साडेतेरा वर्षांपूर्वी पाहिलंय् त्या थेरड्याला. आता कसा दिसत असेल?

"तिथं निघालास, असं समजलं मला...'' एकाएकी तिनं विचारलं.

"कुठं?''

"राक्षस-सैन्य पाठवून द्यायला सांगायला!''

"कृष्ण तसं म्हणाला. मलाही पटलं ते...'' साडेतेरा वर्षांपूर्वी पाहिलेल्या त्या पांढऱ्या दाढीच्या आठवणीतून अजून त्याचं मन बाहेर पडलं नव्हतं.

"त्या सैन्याशिवाय जिंकता येणार नाही का या भीमाला!'' त्याच्या दोन्ही दंडांवरून हात फिरवत तिनं विचारलं.

आपल्याच नादात भीम सांगू लागला,

"त्यानं आपल्या शत्रु-राक्षसांना बोलावणं पाठवलंय्, म्हणे. त्यांना तोंड द्यायला आपल्याकडूनही कुणी तरी हवंच. कृष्णाचं खरं आहे. काही झालं, तरी तो माझा मुलगाच आहे. वडिलांना त्यानं मदत केली, म्हणून काय बिघडलं?''

ती गप्प बसली. थोड्या वेळानं त्यानं विचारलं,

"...खरं, की नाही?'' तेव्हा हुंकार भरला. पण त्यात सहजता नव्हती. आता मात्र हे भीमाच्या लक्षात आलं. तिचे दोन्ही दंड धरून त्यानं विचारलं, "का बरं? एवढं कसलं दुःख?''

"छे:! दुःख कसलं?'' म्हणत ती खळाळून हसली; पण त्यातला कृत्रिमपणा त्याच्या लक्षात आला.

"हे पाहा, कृष्णे! तुझ्या मनात काय सलतंय्, ते चटकन सांग. मला संतापायला लावू नकोस!'' त्याचा संताप त्याच्या आवाजातूनच नव्हे, तर दंडांवरच्या पकडीतूनही तिला जाणवत होता.

"तूच खरा माझा आधार आहेस, भीमा! तुलाही ठाऊक आहे हे. ह्याची

तुला सतत आठवण राहिली, तरी बस्स!''

"म्हणजे?''

"एवढंही समजून घ्यायची इच्छा नसेल, तर सांगूनही उपयोग नाही! तू मला विचारू नकोस, आणि मीही माझा घसा कोरडा करून घेणार नाही!'' स्पष्ट शब्दांत एवढंच सांगून ती मूर्तीप्रमाणे अविचल बसून राहिली.

भीमही विचारात पडला. त्याला काहीच सुचलं नाही. आणखी विचार करता करता त्याचा राग उफाळून आला. तो संतापानं म्हणाला,

"हे पाहा! हे युद्धाचे दिवस आहेत! बायकांची कोडी सोडवत बसायला आता वेळ नाही. जे सांगायचंय्, ते स्पष्टपणे सांग. लवकर!'' त्याची तिच्या दंडावरची पकड अधिकच घट्ट झाली होती आणि तो तिला गदागदा हलवत होता.

आता तिला याचीही सवय झाली होती. या अवधीत तिनंही मनोमन निश्चय केला होता. ती पुन्हा स्पष्टपणे म्हणाली,

"तूच समजावनू घे. मी मुळीच सांगणार नाही. आणखी संतापलास, तर काय म्हणशील, ते ठाऊक आहे. तसं काही केलंस, तर शत्रूची हाडं खिळखिळी करण्याऐवजी भीमानं बायकोची हाडं मोडली, म्हणून तुझीच अपकीर्ती होईल!''

तो आणखी संतापला. नेहमीचंच आहे हिचं हे! कधी स्पष्टपणे सांगणार नाही. सगळं बोलणं कोड्यात! कधी एक दिवस समजण्यासारखं बोलेल, तर शपथ! असली कसली बायको ही! खूप रागवावंसं वाटलं; पण त्यावरचं उत्तरही तिनं आधीच दिलं होतं. शेवटी असहाय होऊन बसून राहिला. पुन्हा मनात आलं, साडेतेरा वर्षांनंतर म्हाताऱ्याचा चेहरा आणि दाढी तशीच राहिली असेल का? पित्याबरोबर धाकट्या आईनं सहगमन केल्यानंतर आईबरोबर बेवारश्यासारखं किती तरी डोंगर उतरून-चढून गावी आल्यावर आईच्या आज्ञेनं याच काकांचे पाय घट्ट धरले होते. यापुढं हेच आपले वडील, याच भावनेनं!...

आंधळा! थेरडा! चांगलेच डोळे उघडीन त्याचे! नाही तरी तो युद्धाला येणारच नाही. चांगले डोळे उघडीन...!

द्रौपदी उठून उभी राहिली.

"का?'' तिच्याकडे लक्ष जाऊन त्यानं विचारलं.

"आता जाते ना.''

"इथंच राहा...''

ती काही बोलली नाही. तिचा हात ओढून तिला पुन्हा खाली बसवलं. ती

मुकाट्यानं खाली बसली. त्यानं पुन्हा विचारलं,

"का?"

"आता त्याविषयी बोलणंही नको. साडेतेरा वर्षं झाली सगळं सोडून..."

"आता तो नियम राहिला नाही, कृष्णे."

"तो नियम गेला. पण दुसरा नियम ठरायचा आहे आणि ठरवायचं तरी काय, म्हणा! माझाही ऋतुस्राव थांबायचे दिवस आले आता!"

"अज्ञातवास संपल्यानंतर धर्माकडे राहतेस ना?"

"हो, राहते! तेवढंच! आधीपासूनच तो निवृत्त स्वभावाचा, पण नियम निष्ठेनं पाळायला पाहिजेत. आता सहा महिने भीमाच्या दृष्टीनं निषिद्धच. कृष्णेलाही भीमाचा..." म्हणत ती हसली. विषादानं.

पण तो हसला नाही. थोड्या वेळानं तिचे विपुल केस दोन्ही हातांनी कुरवाळत म्हणाला,

"आता तू जा. दासी वाट पाहत असतील."

किती तरी तटबंदींनी वेढलेलं ते गाव होतं. चोराचिलटांची किंवा शत्रूची भीती असण्याचा प्रश्नच नव्हता. तरीही भीम उठला आणि दासींसह तिला इथून तिसऱ्या घरी असलेल्या तिच्या वस्तीच्या स्थानावर पोहोचवून आला.

❏

दोन वाटाडे आणि वीस घोडेस्वार घेऊन जाण्यास विरोध करून आपण एकट्यानं जाऊन येण्याचा त्यानं कितीही घट्ट धरला, तरी धर्मराजा, अर्जुन, कृष्ण आणि द्रौपदीनं त्याचा हट्ट मानला नाही. मत्स्यदेशाच्या उत्तरेला असलेल्या उपप्लव्य नगरीहून हिडिंब वनात जाण्याच्या दोन रस्त्यांपैकी एक कुरुराज्यातून जात होता, तर दुसरा पांचाल देशातून. कुरुराज्याच्या दक्षिणेकडून वारणावतावरून एक दिवस आणि एक रात्र चालण्याच्या अंतरावर. पण पांचाल देशातून जाणारा हा रस्ता भीमाला पुसटसा आठवत होता. जीव वाचवण्यासाठी पाचहीजण आईबरोबर आडवे येणारे चढ-उतार ओलांडत गेले होते, तो हा रस्ता. हिडिंबवन म्हणजे तरी काय? त्याच्या या नावाला भोवतालच्या राजांनी मान्यता दिली होती, असंही नव्हे. अलीकडे कुरु आणि पांचालांसारखे समर्थ राजे असले, तरी आत जाऊन राज्य करणं अशक्यप्राय असलेलं निबिड अरण्य होतं ते. वाघ-चित्त्यांनी भरलेल्या त्या अरण्यात कुणीही आर्यजन गेले नव्हते. तिथली झाडंझुडपं कापून नीट जमीन केल्याशिवाय त्या जमिनीचा आर्यांना काही उपयोगही नव्हता. शिकार, कंदमुळं, रानटी फळं आणि आपोआप पिकणारे तांदूळ यांच्या आधारानं जगणारे राक्षसजन सोडले, तर इतर कुणालाही तिथं राहणं अशक्य होतं. राक्षस

इतरांना येऊही देत नव्हते.

कुरुराज्याच्या बाजूनं न जाण्याविषयी धर्म, अर्जुन आणि इतरांनी त्याला ताकीद दिली होती. दुर्योधनाचा खरा डोळा होता, तो त्याच्यावरच. कसंही करून भीमाचा वध करणं ही दुर्योधनाच्या दृष्टीनं फारशी सोपी गोष्ट नसली, तरी त्यासाठी तो प्रयत्न करत होता. अशा वेळी त्याच्याच राज्यातून प्रवास करणं काही शहाणपणाचं नव्हे आणि तसं केलं, तर ही संधी तो सोडणार नाही, हे सगळ्यांनाच समजत होतं.

भीमानं ठरवला होता, तो वारणावताहून एक दिवस आणि एक रात्र झपझप चालून जाण्याचा रस्ता. त्याच्यापुढं दहा आणि मागं दहा सशस्त्र घोडेस्वार, मध्ये अन्न शिजवण्याची भांडी, लाकडं, तांदळा-पिठाची गाठोडी, तुपाचा बुधला, विश्रांतीची व्यवस्था...

–आणि त्या वेळी? किती वर्षं झाली त्या घटनेला?

भीम आठवू लागला :

आता अज्ञातवास संपवून सहा महिने झाले. अज्ञातवास एक वर्षाचा, बारा वर्षांचा वनवास, त्या आधी इंद्रप्रस्थावर राज्य करत होतो, एकचक्रा नगरीत वर्षभर भीक मागत राहिलो होतो, सासऱ्याच्या-द्रुपदाच्या घरी पाच-सहा महिने गेले. हिडिंबेबरोबरचं एक वर्ष. किती वर्षं झाली? सत्तावीस?... की अठ्ठावीस? छे:! हिशेब जमत नाही. एकंदर काय, किती तरी वर्षं झाली, एवढं खरं. खरंच! किती काळ लोटला! काय काय घडलं एवढ्या वर्षांत! आता या भीमाच्या मागं-पुढं दहा-दहा सुसज्ज असे घोडेस्वार आहेत. दुर्योधनानं मारेकरी पाठवलेच, तर माझं रक्षण करण्यासाठी. त्या वेळीही ही भीती होतीच. आणि उपाय? रानातल्या झाडा-झुडपांत स्वत:ला दडवून, वेषांतर करून, नवं नाव बदलून...

तुझं मस्तक उडवून, तुझा राजवेष उतरवून तुझं नामोनिशाण मिटवलं नाही, तर माझं नाव भीम नाही!!

भीम! किती सुयोग्य नाव ठेवलंय् आई-वडिलांनी! जन्मत:च एवढा सशक्त होतो, असं आईच सांगायची ना! मला कडेवर उचलून घेतलं, तर माझ्या आईची कंबर आणि हात भरून जात होते, म्हणे. आईसारख्या स्त्रीलाही मला उचलून घेताना धाप लागत होती, म्हणे.

त्याचं लक्ष तो बसलेल्या घोड्याकडे गेलं. त्याच्या सवारीसाठी मुद्दाम शोधलेला घोडा. चांगला बाल्हिक जातीचा. तरीही झोकांड्या खात चाललाय्. त्या वेळी कुठला घोडा आणि कुठलं काय! उद्या या वेळेपर्यंत जिवंत असू, याचा भरवसा नसायचा. जीव मुठीत धरून खालच्या मानेनं भटकत होतो. पुढं अर्जुन, पाठीवर वस्त्राच्या झोळीत आईला बसवून मी, माझ्यामागं धर्म, धाकटे

दोघेही पक्ष्यांच्या पंखांच्या आवाजाला घाबरत, किरकोळ प्राण्यांच्या ओरडण्यानंही भेदरून गेलेले! मनोमन सगळेच मारेकऱ्यांच्या भीतीनं दबलेले. तिथं त्या लाखेच्या घराला मीच आग लावून दिली होती. राळ, तूप, तेल, लाकडाचे ढलपे, आणखी कितीतरी दह्य पदार्थांनी आम्हांला जिवंत जाळण्यासाठी तयार केलेल्या घरातून भुयाराच्या मार्गातून निघून येताना मीच पेटवून दिलं होतं ते घर. आत झोपलेली भिल्लीण आणि तिची पाच मुलं त्या भक्कन पेटून खाक झालेल्या घरात क्षणार्धात जळून गेली असली पाहिजेत. ती प्रेत म्हणजेच कुंती आणि तिची मुलंच मेली, असं समजून दुर्योधन दूध-मध मिसळलेला सोमरस पिऊन आनंदानं नाचला, म्हणे! दोन वर्षांनी स्वयंवरात कृष्णेला जिंकल्यावर आमची ओळख पटली, तेव्हा पाहण्यासारखा झाला होता त्याचा चेहरा!

धर्मराजा! माझाच थोरला भाऊ, युवराज्याभिषेक झाल्यावर रोजचं कामकाज पाहताना म्हातारे-तरणे कौतुक करतील, असा वागत होता तो. त्याचं बाकी सगळं ठीक आहे. पण आपल्याला खेळायला येत नसेल, तर का जावं खेळायला? उत्तम राज्यकर्ता, विवेकी, सहनशील, शांत स्वभाव त्याचा. पण अधिकार आणि राजसूयाची कीर्ती यामुळं डोकं फिरलं त्याचं! तेही जाऊ दे! याचा खरा दुबळेपणा, म्हणजे म्हाताऱ्यांची मर्जी राखायची, त्यांच्या हाता-पाया पडायचं आणि ते सांगतील, तोच महाप्रसाद मानून डोक्यावर घ्यायचं! याच दुबळेपणाचा फायदा घेऊन त्या आंधळ्या थेरड्यानं आम्हांला चांगलंच गोत्यात आणलं. दिवसेंदिवस याची कीर्ती वाढली, तर उद्या प्रजा त्याचीच राजा म्हणून मागणी करेल, हे न समजण्याइतका तो आंधळा काही मूर्ख नव्हता. बाप आणि त्याचा तो कार्टा– दोघेही सारखेच! वा! काय बोलणं म्हाताऱ्याचं! लोण्यासारखा मुलायम आवाज! त्याचा तो प्रेमानं थबथबलेला कंठ!

"माझ्या प्रिय पुत्रा धर्मा, राज्यकारभारातली तुझी प्रगती पाहून मी संतुष्ट झालो आहे! या लहान वयात केवढी जबाबदारी पेलली आहेस तू!"

"पिताजी, राज्य तुमचं आहे! तुमची चरणसेवा करायची एक संधी म्हणून मी त्याच्याकडे पाहतो."

"थोरांविषयी तुझ्या मनात असलेली ही आदराची भावनाच तुझं रक्षण करेल. तू राज्यकारभार पाहून दमला आहेस. आता काही दिवस विश्रांती घे. शिवाय आणखी एक महत्त्वाचं कामही आहे. आपला वारणावत प्रदेश तू पाहिलास का?"

"नाही."

"आपल्या वैऱ्यांच्या-पांचाल देशालगतचा प्रदेश तो. त्या लोकांची निष्ठा पूर्णपणे आपल्याकडे नाही. जिथं दोन राज्यं एकमेकांलगत असतात, तिथली

परिस्थिती तशीच असते ना? तुझ्यासारख्या लोकप्रिय युवराजानं तिथं दोन-तीन वर्षं वास्तव्य केलं, तर न्यायनीतीद्वारे लोकांची मनं जिंकून घेता येतील. आपल्या प्रदेशाच्या सीमा बळकट करून पांचाल सीमेचाही भाग जिंकून घेता येईल. तुझ्या पित्यानं राज्याच्या विस्ताराचं फार मोठं काम केलं आहे. तूही त्यात भर घालणार नाहीस का? का, बाळ, बोलत का नाहीस?''

''खरं आहे तुमचं!''

''तुला आणि तुझ्या आई-भावंडांना राहण्यासाठी तिथं एक नवा राजवाडाच उभारला आहे. कुरुयुवराजाच्या वास्तव्याला साधी वस्तू कशी चालेल? अगदी नवी कोरी वास्तू आहे. तिथलं ते राजगृह आहे. त्याला जसं नटवलं आहे, तसं नटलेलं राजगृह या हस्तिनावतीतही नाही, म्हणे. धर्मा, माझ्याजवळ ये, बाळ...'' म्हणत त्याला जवळ बोलावून, मिठीत घेऊन, दोन्ही डोळ्यांच्या निर्जीव खाचांतून मूत्र गाळत म्हणाला, म्हणे... ''हे पाहून आनंदित व्हायचं, तर दैवानं जन्माआधीच माझी दृष्टी हिरावून घेतली, बघ! तुझ्याबरोबर तिथं येऊन घमघमणाऱ्या फुलांचा सुगंध पोटभर घ्यावा म्हटलं, तर या हस्तिनावतीवरचा मोह काही सुटत नाही. जन्मल्यापासून या गावाची वेसही ओलांडली नाही. मी.''

त्याच वेळी धर्माला आंधळ्याचा डाव समजला होता. घरी आल्यावर तो म्हणालाही होता,

''माझ्या लोकप्रियतेच्या मुळावर घाव घालायचा काकांचा विचार आहे.''

खरोखरच तो विचार होता का आंधळ्याचा?

भीमाचं मन साऱ्याचं मूळ शोधण्यात गुंतलं होतं. किती तरी वेळा त्यानं हा विचार केला होता. या सगळ्या कारस्थानाचं मूळ तो दुर्योधन आहे, याविषयी कुणाच्याच मनात संशय नाही; पण तरीही त्याच्यापेक्षा त्याचा तो आंधळा थेरडा अधिक नीच आहे, असं बोलून दाखवलं, तर धर्म आणि अर्जुन ऐकून घेत नाहीत. या दोघांचंही असंच आहे! म्हातारे पाहिले, की आदरानं लवून जातात अगदी! आदराचाही अतिरेक झाला, म्हणजे अंधत्व येतं. त्यापेक्षा कृष्णाच बरी. पोरापेक्षा बापच नीच आहे, हेच तिचंही म्हणणं. तिच्या मनात कुणाहीविषयी अंधश्रद्धा नाही. त्याचं मन कृष्णेच्या आठवणीनं भरून आलं.

''तूच एकटा मला खरा आधार, हे तुलाही ठाऊक आहे. हे सतत तुझ्या मनात राहिलं, तरी पुरे!'' म्हणाली ती.

शिवाय असं म्हणण्याआधी ती का रडली? आतड्याला पीळ बसावा, तशी रडली. अशी किती तरी वेळा म्हणत असे. पण काल मात्र असं म्हणण्याआधी का रडली असावी? अर्थ विचारला... पुन्हा पुन्हा विचारला, तरी काहीच बोलली नाही. असं काय करायला निघालोय् मी? का ही इतकी हळुवार झाली होती?

घोड्याची चाल आता मंदावली होती. पुढचे, मागचे घोडेस्वारही आता दमले होते. किती अंतर काटलं गेलंय्, ते समजत नव्हतं. मत्स्यदेश म्हणजे डोंगरांनी भरलेला प्रदेश. उन्हानं कोळपून गेलेले डोंगर आणि उन्हाचा कडाका. पुढं असलेल्या नीलानं घोडा थांबवला.

"महाराजा, हा चढ संपला, की पुढं उतार आहे. तिथं एक नदी आहे. भोवतालच्या दाट वृक्षांच्या सावलीत थंडगार पाणी आहे. घोडे दमले आहेत. आपणही थोडी विश्रांती घेऊन, उन्हं उतरल्यावर निघू या. मला हा रस्ता व्यवस्थित ठाऊक आहे. चांदण्याचे दिवस आहेत. त्यामुळं रात्रीही जाता येईल."

भरपूर पाणी प्यायल्यावर आणि घोड्यांनाही पाणी पाजल्यावर, चूल रचून स्वयंपाक करण्यात सेवक गुंतले होते. भीम एका वृक्षाच्या सावलीत बसला होता. मधूनच येणारी झुळूक जिवाला शांतवत होती. त्या भिजलेल्या वाळ्याच्या पड्द्यांनी वेढलेल्या घरापेक्षा इथं बरं वाटत होतं. तसाच तो उताणा झोपला. त्याच्या अंगाखाली सापडलेली सुकलेली पानं चुरगळली गेली.

साडेतेरा वर्षांनंतर कसा असेल म्हाताऱ्याचा चेहरा? राजवाड्यातल्या सुखसोयी आणि पौष्टिक आहारामुळं गरगरीत झाला असेल, की माझ्या मुलांना भीमानं ठार करण्याचा काळ जवळ येत आहे, या काळजीनं सुकून गेला असेल? लोकप्रियता कमी व्हावी, हा उद्देश थेरड्याचाच होता. पण लाखेचं घर बांधून त्यात जाळून मारायचं डोकं मुलाचं होतं, हे खरं! म्हाताऱ्याला यातलं काहीच ठाऊक नव्हतं, असं धाकटा काकाही म्हणाला. पण त्याला वाटलं, ते चुकीचं नसेल कशावरून? या आंधळ्याच्या आणि धाकट्या विदुरकाकाच्या संबंधाचीही गंमतच आहे! दोघांनाही एकमेकांविषयी रागही आहे आणि एकमेकांवाचून राहणं शक्य नाही, एवढं प्रेमही आहे! आपल्या आईच्या दासीच्या पोटी जन्मलेला हा सूत आपलं ऐकत नाही, उलट, आपल्यालाच शहाणपण सांगायला येतो, असा त्याच्या मनात राग आहे. पण नोकर-चाकर, जवळपासची खेड्यातली माणसं, सूत, वैश्य वगैरे सगळेजण मात्र विदुरकाकांविषयी मनात आदर बाळगून आहेत. शिवाय आंधळ्याचं मन जेव्हा आतल्या आत खात असतं, तेव्हा त्याला हा सूत बंधूच हवा असतो समाधान करण्यासाठी! तो अगदी लहान असल्यापासून त्याचा हात धरून न्हाणीघर, अंगण वगैरे ठिकाणी या विदुरकाकानंच फिरवलंय् त्याला. आदले दिवशी हा आंधळा त्याला 'तू सूत आहेस, तुझं स्थान तू ओळखून राहा' वगैरे बोलतो. आणि दुसऱ्या दिवशी सकाळपर्यंत तो आला नाही, म्हणजे निरोप पाठवतो, 'माझ्यावर रागावून आला नाहीस, तर दुसरं कोण आहे तुला?' हा गेला, की तो याला घट्ट कवटाळून डोळ्यांतून पाणी काढतो.

आता ते तरी खरे अश्रू असतात, की हवं त्या वेळी येणारं हुकमी पाणी असतं, कोण जाणे! या विदुरकाकाचंही असंच आहे! तो आंधळा रागावू रे, लाथाडू दे– त्यानं काही केलं, तरी यजमानापासून दूर न जाण्याची श्वान-निष्ठा! धृतराष्ट्र पापी आहे, असं तो मानतो; पण त्याच्यापासून स्वत: दूर होत नाही. किती विचित्र मोह हा!

पाचवी किंवा सहावी लांबलचक जांभई आली. त्यानं डोळे मिटून घेतले. झाडाची गर्द सावली जीव शांतवत होती. मध्येच झाडांच्या पानांमधून छोटे छोटे सुईसारखे सूर्यकिरण डोळे दिपवून टाकत होते. पापण्यांना टोचून आत लाल आग उठवत होते.

सारं काही धगधगत्या ज्वालांनी वेढलं होतं, संपूर्ण इमारत. लाकडाची इमारत. राळ, तूप, तेल, सुकलेल्या वृक्षाच्या पातळ साली, ज्वाला, धूर– त्यातून ऐकू येणारं ते जीवघेणं विव्हळणं, सहा प्रेतांची राखुंडी, त्याचबरोबर दुर्योधनानं नेमलेल्या मारेकऱ्याचा– पुरोचनाचा– जळलेला देह! तो मेला, हे काही बिघडलं नाही, म्हणा! पण ती निष्पाप स्त्री आणि तिची पाच मुलं होरपळून मेली त्या वेळी! हे न्याय्य आहे का? त्या रात्री ते सहाजण आले, त्या वेळी हे सगळे जळून मेले, तर दुर्योधन यांची प्रेतं आपल्या सहा जणांची समजेल आणि निदान थोडे दिवस तरी आपल्याला पाठलाग चुकवून निवांतपणे राहता येईल, हा विचारही त्या क्षणी मीच केला होता ना, जीव वाचवण्यासाठी?

सूर्यकिरणांच्या सुया डोळ्यांत आत टोचून त्रास देत होत्या. भीम कुशीवर वळला.

जीव वाचवण्यासाठी कुणा दुसऱ्याचा जीव देणं म्हणजे... भीमाला स्वत:चाच तिरस्कार वाटला.

किती तरी वर्षांपूर्वी घडलेली घटना ही!

आणखी एक जांभई आली. डोळ्यांवर झापड आली.

फक्त साडेतेरा वर्षं नव्हे. त्याआधी दहा वर्षं, त्याआधी दोन वर्षं– अंधाराच्या गोळ्यांसारखे होऊन पडलेले ते मांस-खंड, हाडांची मुटकुळी, ओळखता येणार नाही, इतके जळून गेलेले त्यांचे चेहरे...

कुठं तरी एक घोडा खिंकाळला. पाठोपाठ पाच-सहा घोडे खिंकाळून जागच्या जागी टापांचा आवाज करू लागले. त्याला एकाएकी जाग आली, तेव्हा त्याचं सर्वांग घामेजून गेलं होतं. त्याचा चिकटपणा भीमाला असह्य होत होता. उठून नदीवर जाऊन गळा, मान, हात, पाय, छाती, पाठ थंड पाण्यानं धुऊन घेऊन एका पाठोपाठ एक अशा आठ-दहा ओंजळी पाणी प्यायल्यावर त्याच्या जीवात जीव आला. पुन्हा घामेजू लागलेलं अंग वस्त्रानं पुसत झाडाखालच्या

सावलीत बसल्यावर पुन्हा कृष्णेची आठवण आली.

"तूच तेवढा माझा आधार आहेस, हे तुलाही ठाऊक आहे. हे नेहमी तुझ्या लक्षात राहिलं, तरी पुरे."

काय अर्थ असावा याचा? थोडं समजावून सांग, म्हटलं, तर मुळीच ऐकत नाही. ही कृष्णा म्हणजे एक कोडंच आहे! काहीच स्पष्ट बोलत नाही. तिचं अंतर्मन कोण समजावून घेऊ शकणार? ती एकटीच अशी आहे, की सगळ्याच बायका अशा असतात? सगळ्या बायका, म्हणजे आणखी कोण? आई. पण आई कधीच अशी कोड्यात बोलत नाही. आमच्या वडलांबरोबर ती कशी बोलायची, कोण जाणे! आता आमच्या घरातल्या इतर बायका कोण? सुभद्रा. अर्जुनाची बायको. माझ्याशी फारसं मोकळेपणानं बोलण्याचाही प्रसंग येत नाही. मी पाहिलेली स्त्री, म्हणजे फक्त कृष्णाच.

नीलानं त्याच्याजवळ येऊन स्वयंपाक झाल्याचं सांगितलं. भात, तिळावर थापलेल्या भाकऱ्या, शिजवलेलं गरम मांस. कशाचं?... व्वा! बैलाचं खरं रुचकर हे. मला किती खायला लागतं, हे यांना ठाऊक आहे. पण असं शिजवून खाण्यापेक्षा कच्चं मांस आवडतं, हे ठाऊक नाही. कच्चं मासं खाणं म्हणजे अनार्यांची किंवा राक्षसांची पद्धत म्हणतात. म्हणजे आर्यत्व फक्त शिजवण्यातच आहे का? या विचारापाठोपाठ हिडिंबेची तीव्रतेनं आठवण झाली. ती तर कच्चंच मांस खात होती. 'मांस शिजवून खाल्लं, तर एक प्रकारची छान चव लागते. तुला ठाऊक नाही. तू खाऊन पाहा.' असा आग्रह करून मीच सवय लावली तिला. खरोखर तिला ती चव आवडली, की माझ्यासाठी ती तसं दाखवत होती? अंहं. तसं दाखवणं वगैरे तिच्या स्वभावातच नव्हतं. स्पष्ट आणि सरळ. बोलण्या-वागण्यात, काय हवं आहे-नको आहे, हे सांगण्यात मुळीच कोडं नाही. भुयारातून बाहेर पडल्यावर रानात सरळ नदीपर्यंत जाऊन विदुरकाकांनी तिथं ठेवलेल्या नावाड्याच्या नावेतून नदी ओलांडून... त्या नावाड्यानंच त्या वेळी सांगितलं होतं, 'आता उशीर करू नका. शक्य तितक्या लवकर इथून दूर निघून जा. लवकर! नाहीतर तुमचा जीव राहणार नाही.'

अर्ध्या रात्री आम्ही ज्या अरण्यात उभे होतो, तशा अरण्याची त्यापूर्वी आम्ही कधी कल्पनाही केली नव्हती. खांद्यावरच्या झोळीत आई, पुढं अर्जुन, मागं इतर तिघंजण. मोठ्यानं बोलायचीही भीती! पोटात अन्नाचा कण नाही. प्यायला थेंबभर पाणी नाही. रानात रस्ता चुकून त्याच त्याच जागी घोटाळू नये, म्हणून नीट लक्ष देऊन दक्षिण दिशेला आम्ही चाललो होतो. नदीपर्यंत कुरुदेशाची हद्द. त्या पलीकडे दक्षिणेला असलेलं हे अरण्य. निश्चित नावही नव्हतं, म्हणून!

म्हणून आम्हीच हिडिंबवन म्हणू लागलो.

रात्रीच्या वेळीही सर्वांग घामानं थबथबलं होतं. तरीही रात्रीच्या वेळी सगळ्यांनी एकाच वेळी त्या अपरिचित जागी कसं झोपायचं? 'तुम्ही झोपा, मी जागा राहून पहारा देतो...' असं मी म्हणायच्या आत सगळेजण झऱ्यावरून पाणी पिऊन आले आणि भीती-आशंका सारं विसरून प्रेतासारखे जमिनीवर पसरले. फक्त श्वासाचाच काय तो फरक होता! पोटात घासभरही अन्न नसल्यामुळं मोठ्यानं घोरायचा आवाजही ऐकू येत नव्हता. वाघ-चित्ते कुठून झेप तर घेणार नाहीत नाही, हे पाहत मी फिरत असताना ती मला प्रथम दिसली नाही का? ही काही माया आहे, की काय, असं वाटण्याएवढी तिची ती प्रचंड उंची. माझ्या खांद्यापर्यंत येणाऱ्या आर्य पुरुषांपेक्षाही अधिक उंची. भरगच्च गाईसारखा बांधा. फक्त कमरेला गुंडाळलेला कातड्याचा तुकडा... स्पष्टपणे आठवतंय्. हे कसलं मायावी रूप, असंही वाटून क्षणभर भीतीही वाटून गेली. पहाटे पहाटे डोळ्यांवरची झोप अनावर झाली असताही एकदा दिसली. या वेळी मात्र सरळ माझ्याजवळ येऊन स्पष्टपणे बोलू लागली. आमच्या आर्यभाषेसारखीच होती तिची भाषा. हिमवत पर्वतावर देवजन बोलत, तशाच प्रकारची. उच्चारही तसेच. चढा आवाज. तिनं विचारलं,

"... कोण आहात तुम्ही? का आलात आमच्या या अरण्यात? खोटं नाव किंवा खोटी ओळख सांगू नका."

"तू कोण आहेस? इथं या रात्री का फिरत आहेस?" मीही थोडं दरडावून विचारलं.

मग मात्र स्पष्टपणे सांगून मोकळी झाली. कोडं नाही, की उखाणा नाही!

"माझं नाव सालकटंकटी. आम्ही राक्षसजन. माझा थोरला भाऊ इथल्या राक्षस-कुलाचा राजा आहे. रात्री फिरताना अकस्मात तुला पाहिलं. तुला पाहताक्षणी माझ्या मनात तुझ्याविषयी अपेक्षा निर्माण झाली आहे. इथं जमिनीवर पडलेल्यांप्रमाणे ते नाहीस; सुंदर राक्षसासारखा आहेस. तू माझा नवरा हो!"

दोन रात्री आणि एक संपूर्ण दिवस उपाशी पोटी रानात फिरल्यामुळं आपोआप मिटू पाहणारे डोळे खाडकन उघडावेत, असं स्पष्ट होतं तिचं बोलणं! पहाटेच्या उजेडात तिचं रूपही आता स्पष्टपणे दिसत होतं.

व्वा! तिची ती उंची, तिचा बळकट बांधा, तिची ती गात्रं... मला साजेशी याहून वेगळी स्त्री बनवणं देवाला तरी शक्य आहे का? वयही कोवळं होतं तेव्हा. आणि मी तरी केवढा? पंचवीस? असेल. तिची ती स्पष्ट मागणी ऐकून माझ्या छातीत छेडल्यासारखं झालं. पण भीती! अपरिचिततेची भीती!

"ए! हे तुझं अरण्य, इथले तुझे लोक– सगळंच मला अपरिचित. कसा

विश्वास ठेवू तुझ्यावर?''

"तुझ्यावर जीव जडलाय्, म्हणून तुझी अपेक्षा करत रात्रभर झाडाच्या आडोशाला उभी राहिले. यात विश्वासाचा प्रश्नच कुठं आला? ये! माझ्याजवळ ये...'' म्हणत दोन्ही हात पसरून मिठी मारायला जवळ आली!

कुठली आर्य स्त्री अशी वागेल? इतक्या स्पष्टपणे! एवढं करून मला माहिती असलेली आर्य स्त्री तरी कोण? पहिल्या दिवशी धर्माबरोबर विवाहबद्ध होऊन, ती रात्र त्याच्याबरोबर काढल्यावर दुसऱ्या दिवशी शास्त्राप्रमाणे ती माझ्या हाती लागली, त्या वेळेपर्यंत मी आशेनं कोळपून गेलो होतो. सालकटंकटीबरोबरच्या एका वर्षानंतर स्त्री-संग नसलेले एक वर्षं, तीन महिने काढल्यावर सामोरी आली ती! उंची आणि बांध्यानं तुझ्या तुलनेनं बरीच लहानखोर असली, तरी पाहताक्षणीच स्वयंवरासाठी जमलेल्या सगळ्या राजांचं मन जिंकून घेणारी रूपमती! सालकंटकटीप्रमाणे तिलाही सहज लभ्य समजून मी तिच्याजवळ गेलो, तर किती संकोचून गेली ती! मला अडवण्याइतकं सामर्थ्य तिच्या देहात कुठून असणार? हुंदके देत रडत म्हणाली,

"किती रानटी आहेस तू! अनार्य! अधाशी!''

मी इतका शरमून गेलो, की रात्रभर तिच्याकडे पाहायचंही धैर्य झालं नाही!

नेहमीचंच आहे हे! कसंही वागलं, तरी म्हणते, 'असं वागू नये!' पण मग कसं वागावं, हे काही सांगत नाही. हो! फक्त एकच दिवस! अरण्यात असताना मी तिला आवडलेली सौगंधिक फुलं आणून दिली, त्या दिवशी मात्र म्हणाली,

"असं वागावं, भीमा. जर नवऱ्याला असं वाग, म्हणून खुलासा करून सांगायची वेळ आली आणि त्यानंतर तो तसा वागला, तर त्यात कसला आनंद? आजच पाहा बरं! मी नुसतं म्हटलं, सौगंधिक पुष्पांचा सुंगध किती मोहक असतो, नाही? तू पाहिलंस का ते फूल? एवढ्यावरूनच तू सारं जाणून, दिवसभर पायपीट करून ही फुलं घेऊन आलास माझ्यासाठी! नेहमीच का असा वागत नाहीस? उखाणे उमजून घेण्यासाठी बुद्धी नेहमी जागृत ठेवावी लागते.''

परवा म्हणाली,

"तूच तेवढा माझा खरा आधार आहेस, हे तुलाही ठाऊक आहे. तेवढं सतत तुझ्या मनात राहिलं, तरी बस्स!''

याचा नेमका काय अर्थ? ती काही आपण होऊन याचा खुलासा करणार नाही. फक्त कोडंच नव्हे. एवढा आत्माभिमान तिचा! खुलासा विचारला, तर म्हणते,

"जर तुलाच समजून घ्यायची इच्छा नसेल, तर मी आपण होऊन तरी का सांगू?''

... आणि तोंड फिरवून निघून जाते.

अनेकदा स्वत:च्या डोळ्यांत पाणी उभं राहत असलं, तरी ते परतून लावण्याइतका तिचा अभिमान!

किती तरी वेळा म्हणाली होती,

"भीमा, फक्त तुझ्यापुढंच मी मुक्तपणे रडते. इतर चौघांपुढं डोळ्यांतून पाण्याचं टिपूस निघालं, तर मीही द्रुपद राजाची मुलगी नव्हे!"

कधी बरं म्हणाली होती असं?

भीमानं किती आठवायचा प्रयत्न केला, तरी आठवलं नाही. काही का असेना, माझ्या आणि तिच्या अश्रूंच्या मीलनामुळंच आमची मनं एकमेकांशी एकरूप झाली आहेत ना! हा विचार त्याला शांतवून गेला.

❑

जेवण होताच नीलानं झाडाखालच्या गर्द सावलीत मऊ चटई अंथरली. उशाला कपड्यांच्या गाठोड्याची उशी ठेवली. मागच्या बाजूला बांधलेल्या केसांची गाठ सैल करून त्यावर पडताच भीमाला झोप लागली.

दुपारचं जेवण होताच त्याला घटका-दोन घटकांची वामकुक्षी करण्याची सवय आहे, हे नीलालाही ठाऊक होतं. त्याचा आणि भीमाचा गेल्या दीड वर्षाचा परिचय-अहं-स्नेह होता. वनवासाची बारा वर्षं काढल्यानंतर अज्ञातवास काढण्यासाठी पाचही पांडव द्रौपदीसह विराटनगरात आले. त्यानंतर भीम विराटनगरच्या राजवाड्यात स्वयंपाकी म्हणून शिरला होता. थोरला धर्म राजवाड्यात धर्मज्ञाच्या वेषात होता. नकुल दामग्रंथी या नावानं विराट राजाच्या पदरी अश्वपालक म्हणून शिरला. सहदेव तंत्रिपाल झाला होता. द्रौपदी विराट राजाच्या पत्नीची शृंगार करणारी दासी होऊन राहत होती. याच काळात नील आणि भीमाचा स्नेह वाढला होता. विराटाचा अंगरक्षक नील राजाच्या पाकशाळेतच जेवत होता. वलल या नावानं तिथं असलेल्या भीमाच्या स्वयंपाकानं केवळ राज्यपरिवाराचंच मन जिंकलं होतं, असं नव्हे, तर तिथं जेवणारे सगळेजण त्या स्वयंपाकावर भुलले होते. शिवाय सैल हातानं वाढणाऱ्या भीमावर सगळ्यांचीच मर्जी बसली होती. याच कारणामुळं नीलही त्याचा दोस्त झाला होता. कधी कधी तो म्हणे,

"ए स्वैंपाक्या, तुझी देहयष्टी अशी तगडी आहे! रोज सकाळ-संध्याकाळ अंगसाधनाही करतोस, म्हणे. मग तू का माझ्यासारखा योद्धा होत नाहीस?"

यावर भीम हसत म्हणाला होता,

"अरे, आपणच स्वयंपाकी असलो, तर हवं तसं, हवं तेवढं आणि हवं

तेव्हा खाऊ शकतो. केवळ योद्धा असून काय उपयोग? स्वयंपाक्यापुढं तोंड वेंगडावं लागतं मग! आता तू माझ्यापुढं वेंगाडतोस, तसा!''

अज्ञातवास संपल्यावर पांडवांची ओळख पटून हाच तो अनेक राक्षसांना फक्त गुद्द्यांनी हाणून मारणारा आणि आपल्या सेनापतीला– कीचकालाही ठार करणारा भीम आहे, असं समजल्यावर मात्र तो शरमून गेला होता. भीमाला तोंड दाखवायचीही लाज वाटून तो लांबच राहू लागला. पण त्याचा स्वभाव आणि शक्ती यांची जाणीव असलेला भीम आपण होऊन त्याच्याकडे गेला होता. त्याच्याशी खूप बोलून, त्याचं मन वळवून त्याला उपप्लव्य नगरीत घेऊन आला होता.

दुपारी फार वेळ झोपायची सवय नसल्यामुळं भीम लवकरच उठून बसला. इतर स्वार मात्र आजूबाजूंच्या वृक्षाखाली झोपले होते. उन्हाच्या धगीत प्रवास करायची सोयच नव्हती. रात्रीच्या वेळीच अधिकाधिक अंतर काटायचं ठरवलं असल्यामुळं ते निश्चिंतपणे झोपलेले होते.

नील भीमाच्या घोड्याला खिचडा खायला घालत होता. नंतर त्याला पाणी पाजून, त्याच्यापुढं चारा टाकून नीलानं भीमाकडं पाहिलं. भीम जागा झाल्याचं पाहून तो त्याच्यापाशी आला. तो काही तरी विचालायला आलाय्, हे जाणून भीमानं नजरेनंच त्याला बसायला सांगितलं.

थोड्या अंतरावर बसत नीलानं विचारलं,

''महाराजा, तू आजवर कितीतरी राक्षसांना ठार केल्याच्या बातम्या मी ऐकल्या आहेत. आता आपण त्यांचं साहाय्यही मागायला जात आहोत. एवढं काय त्यांच्या लढाईचं वैशिष्ट्य? ते आपल्यापेक्षा चपळ आहेत, की धनुष्य-बाणाच्या वापरात हुशार आहेत?''

''त्यांचं वैशिष्ट्य?...'' म्हणत नुकत्याच झोपेतून उठलेल्या भीमानं भरगच्च मिशांची कमान होईल, एवढा जबडा वासून जांभई दिली आणि म्हणाला, ''अरे, हे राक्षस म्हणजे सतत अरण्यात राहणारे. वाघ, तरस, चित्ते, हत्ती यांच्याबरोबर राहतात. त्या प्राण्यांना ठार करून स्वत:चा जीव वाचवत जगायला पाहिजे त्यांना. यामुळं त्यांच्या मनात भयाचं प्रमाण अगदी कमी असतं. आपल्या लोकांशी तुलना केली, तर मुळीच नसतं, म्हण, हवं तर. तुम्ही सतत ज्या शत्रूशी झगडत असता, त्याचे गुणही तुमच्यांत उतरतात, की नाही? तसेच वाघ-तरसांसारख्या प्राण्यांचे गुणही या राक्षसांत उतरलेले असतात. मागचा-पुढचा विचार न करता मुसंडी मारायचा त्यांचा स्वभाव बनून गेलेला असतो. ऊन्ह-पाऊस-थंडी-वारा यांना दाद न देणारी त्यांची देहयष्टी. कितीही उंच

झाडावर चढून तिथून धाडकन् खोल पाण्यात उडी मारणं, पाण्यात बुडी मारून राहणं, पोहणं यांत त्यांचा हातखंडा असतो. शिकारीचं कच्चं मांस खाऊन पचवायची त्यांची शक्ती असते. अंधारात किंवा अरण्यातल्या दाट झाडाझुडुपांमध्ये प्रत्यक्ष प्राणी दिसला नाही, तरी फक्त आवाजावरून त्याचा वेध घेणं त्यांच्या अंगवळणी पडलेलं असतं. फक्त वासावरून त्यांना शत्रूचा सुगावा लागतो.''

"तू त्यांच्याबरोबर कसं युद्ध केलंस? बाणांनी, की मुष्टियुद्ध? भीती वाटली नाही, पहिल्यांदा राक्षस चाल करून आले, तेव्हा?''

"मला भीती?'' भीमानं एक छोटी जांभई दिली. क्षणभर डोळे मिटून सारं आठवून नंतर म्हणाला, "हाणामारी करून झाल्यानंतर छानसे हात-पाय दुखले नाहीत, तर त्यात कसली मजा येणार? हरिणाच्या पाडसाला मारलं, तर शिकारीचा आनंद मिळेल का? नाही तरी मला मुष्टियुद्ध-गदायुद्धच मनापासून आवडतं. दूर अंतरावर उभं राहून बाण मारणं म्हणजे बायकांचं काम! माझ्याशी समबल असं मल्लयुद्ध करणारं होतं तरी कोण? त्यामुळं फक्त किडे-मुंग्या चिरडायचाच खेळ चालायचा. त्यातच दुर्योधनानं आम्हाला लाक्षागृहात जाळून मारायचं कारस्थान रचलं...''

"ऐकलंय् ते. धर्मराजा आमच्या विराट राजाला सांगत होता, तेव्हा तिथंच होतो मी. तिथून पळ काढल्यावर तुम्ही अरण्यात शिरलात. तिथं हिडिंबादेवी तुझ्यावर मोहून गेली होती, म्हणे. तू तिच्या भावाला ठार मारलंस ना? कशी झाली ती हाणामारी? आता आपण त्यांच्याच प्रदेशात चाललो आहोत. तिथं कुणी अकस्मात झेप घेतलीच, तर स्वतःचं रक्षण तरी करता यावं, म्हणून विचारतोय्.''

हिडिंबा मोहून गेली, वगैरे गोष्टी याला सांगाव्यात, असं भीमाला वाटलं नाही; पण मग सुरुवात कुठून करायची? थोडा वेळ विचार करून तो सांगू लागला,

"उजाडू लागलं. माझी आई आणि इतर चौघं एका सपाट दगडावर गाढ झोपले होते. थोड्या अंतरावर मी पहाऱ्यासाठी उभा होतो आणि ती माझ्याजवळ येऊन उभी राहिली होती. एकाएकी तिचा भाऊ वाघसारखा झेप घेऊन तिथं आला. सुमारे तीस वर्षांचा असेल. मी असेन चोवीस-पंचवीस वर्षांचा. त्याची शरीरयष्टी माझ्यासारखीच होती. वाघासारखे रुंद आणि ताकदवान तळवे. तळवे म्हणण्यापेक्षा पंजेच म्हणावेत, असे...''

"त्यांचा रंग कसा असतो?'' त्यानं मध्येच विचारलं,

"आपल्यासारखाच असतो. अंगावर वस्त्र न घालता उन्हा-वाऱ्यांत हिंडल्यामुळं थोडा रापलेला असतो, एवढंच. एका झेपेतच माझ्यासमोर तो येऊन ठाकला आणि गडगडाट झाल्यासारख्या आवाजात म्हणाला, 'कुणाच्या आज्ञेनं तू या

हिडिंबसुराच्या राज्यात अतिक्रमण केलंस? बोल!' आकाशातल्या सूर्याशी बोलावं, तशा आवाजात तो बोलत होता. खरं सांगायचं, तर त्या क्षणी मीही थोडा घाबरलोच. त्या वेळेपर्यंत मीही राक्षसांविषयी फक्त ऐकलं होतं. प्रत्यक्ष पाहिलं नव्हतं. तो आपल्या बहिणीकडे वळला आणि म्हणाला, 'सीमेवर गस्त घालून यायचं निमित्त करून इथं या परक्याबरोबर काय करतेस? इतका वेळ ऐकत होतो मी तुझा प्रेमसंवाद! तुझ्याकडे नंतर बघून घेतो. मी काही फक्त तुझा भाऊ नाही. या राज्याचा राजा आहे, हे लक्षात ठेव! स्वत:चं घर असल्यासारखे हे कोण पसरले आहेत इथं? आधी यांच्या कवटीचे तुकडे करतो...' म्हणत त्यानं वाकून शेजारी पडलेला एक मोठा धोंडा उचलला आणि या त्याच्या आरड्या-ओरड्यानं जागे होऊन भेदरून उभ्या राहिलेल्या त्या पाचजणांकडे वळला. झटकन पुढं होऊन मी त्याला पेच घातला, म्हणून बरं. नाही तर त्यांच्यापैकी दोघं-तिघं त्या दगडाखाली चिरडून गेले असते...''

''मग पुढं?'' नीलानं आतुरतेनं विचारलं.

''मी पेच घालताच त्याच्या हातातला तो दगड माझ्या पाठीवरून गडगडत बाजूला जाऊन पडला. पाठीवरचं कातडं सोललं गेलं; पण हाडांना काही झालं नाही. तोही भरपूर ताकदवान होता. तो थोडा धडपडला. मी त्याला उचलून दाणकन जमिनीवर आदळलं. तो उताणा पडला. मी त्याच्या अंगावर झेप घेतली. त्याच्या पाठीला चांगलाच मार बसला होता. माझी मांडीही दुखावली होती. पडताक्षणी तो कुशीवर वळला आणि किंचाळत उठला. अशा प्रकारच्या युद्धात काय करायचं असतं, ते ठाऊक असलं, तर डाव साधता येतो. पण मलाच ते ठाऊक नव्हतं. समजलं असतं, तर त्याच वेळी त्याचा गळा दाबून जीव घेतला असता. त्या वेळी मात्र मी फक्त त्याला चीत करण्यात गुंतलो होतो. त्यानं स्वत:ला सोडवून घेतलं. एवढं सारं चाललं होतं, ते कातळावर. इथं मुष्टियुद्ध करण्यानं हाडं मोडतील, हे लक्षात येताच मी चटकन वळलो आणि दहाएक पावलं मागं धावलो. मातीवर येताच पुन्हा सज्ज झालो. एवढ्या अवधीत तो मुसंडी मारून माझ्या अंगावर चालून आला...''

''तरीही त्याला ठार करावं, हे सुचलं नाही?''

''तिथचं तर गोम आहे! त्याला बुकलून काढताना, त्याला मांडीच्या कचाट्यात पकडताना, दंडांनी घट्ट रेटताना त्या दगडी शरीराचा स्पर्श मला बरा वाटत होता! हस्तिनावतीत तालीम घेत असताना तिथं कुणीच नव्हतं माझ्या बरोबरीचं कुस्ती खेळायला. किती तरी वेळा मी हत्तीच्या मध्यम आकाराच्या पिल्लाला चिडवून त्याच्याशी कुस्ती खेळत होतो. अंगातली रग जिरवण्यासाठी. त्याच्या सोंडेची पकड आणि पायांचा स्पर्श मला बरा वाटायचा. फक्त सोंडेनं उचलणं

यापलीकडे काहीच न समजणाऱ्या त्या निर्बुद्ध प्राण्याशी लढण्यात धोका असल्याचं ठाऊक असलं, तरी त्याशिवाय माझी मस्ती उतरत नव्हती. आता हा भेटल्यावर भूक आणि झोपेचा विसर पडला आणि मी कुस्तीची मजा लुटू लागलो. छातीला छाती भिडवून, मांड्या वाकवून गुडघ्यांत मोडून त्याचा श्वास रोखून त्याला चीत करण्यात रंगून गेलो. एक गोष्ट सांगून ठेवतो. या राक्षसांना भरपूर शक्ती असते. माझ्याएवढी नव्हे, आपल्या आर्यावर्तातल्या इतरांपेक्षा जास्त. पण इतर बाबतीत मात्र काहीच माहिती नसते. युद्धाचं कौशल्य, तंत्र, कुठं दाबलं, तर शरीराचा कुठला भाग निष्क्रिय होतो, चटकन शरीराचा कुठला भाग धरावा, कुठं लाथ मारावी, कुठल्या सूक्ष्म नसेवर दाब दिला, तर संपूर्ण पार्श्वभाग लुळा पडतो, याचं त्यांना ज्ञान नाही. काही झालं, तरी रानटी युद्ध त्यांचं. अंगावर झेप टाकून नरड्यावर पकड ठेवून किंवा दात लावून जीव घेतला, की संपलं. किंवा फार तर एक मांडी दाबून ठेवून, दुसरी फाकवून ओढून तुकडे केले, की झालं. मध्येच अर्जुन ओरडला, 'अरे, तू मल्लक्रीडेत गुंतला आहेस आणि तो मात्र तुला ठार करू पाहतोय्!' एक क्षणही न दवडता ठार कर त्याला...' मधल्या अवधीत ते सगळे भानावर येऊन आमच्याजवळ आले होते, वाटतं."

"त्यांनी त्याच्यावर चढाई केली नाही?"

"सांगतो ना. आता मीही थोडा थकलो होतो. दोन रात्री आणि एक दिवस संपूर्ण जागरण झालेलं. दोन दिवसांत पोटात अन्नाचा कण नव्हता. शिवाय रानावनांत फिरणं. तेही आईची झोळी खांद्यावर घेऊन. त्यात एवढा वेळ मल्लक्रीडेतही बराच शक्तिव्यय झाला होता. डोळ्यांवर झापडही येत होती. अर्जुनादींच्याही हे लक्षात येत होतं. पण त्यांना माझा स्वभावही ठाऊक होता. तुझ्या तोंडची शिकार कुणी हिरावली, तर तू मुकाट्यानं सहन करशील का? तसंच तुझ्यासमोरच्या शत्रूला कुणी दुसऱ्यानं मारलं, तर निराश होणार नाहीस का?"

अर्जुन ओरडून म्हणाला, 'मी बाणानं ठार करतो. तू लांब हो.' पण मीच त्याला नको म्हटलं. मला ठार करण्यासाठी हिडिंब गर्जना करून धावून आला. एव्हाना मला, मी काय करायला पाहिजे, हे समजलं होतं; पण मन मात्र थोडं मागं-पुढं पाहत होतं. त्या वेळेपर्यंत मी साधना केली होती. किती तरी मल्लयुद्धं जिंकली होती. पण कुणालाही ठार केलं नव्हतं. लांब राहून बाणानं मारणं एका दृष्टीनं सोपं. हातात तलवार घेऊन खुपसून मारणं तितकंसं सोपं नाही. अंगाला अंग भिडलेलं असताना नेमक्या जागांवर दाब देऊन किंवा गळा दाबून बुकलून ठार करणं कठीणच नाही का? तेही कुणाचाही जीव घेणं ठाऊक नसलेल्याच्या दृष्टीनं. एवढ्यात त्यानं शेजारच्या झाडाचा एक ओंडका हातात घेतला आणि तो माझ्यावर चाल करून आला. मी चटकन बाजूला झालो. त्याचा घाव जमिनीवर

बसला आणि माझा त्याच्या कवटीवर. मेंदूचे तुकडे तुकडे झाले. रक्ताची धार लागली. किंकाळी फोडण्यासाठी वासलेलं तोंड तसंच वासलेलं राहिलं. त्यातून किंकाळी बाहेर पडू शकली नाही. खालची माती रक्तानं भिजवत जमिनीवर कोसळला.''

''मग? पुढं काय झालं? त्याची बहीण गप्प बसली होती?''

''ती? भावाचं रक्तानं माखलेलं डोकं मांडीवर घेऊन तिनं मोठ्यानं आक्रोश करायला सुरुवात केली. त्या आवाजानं अरण्यातली झाडं, प्राणीही अवाक् झाले. कुणी तरी दोन राक्षस धावत आले. त्यांच्या पावलांचे आवाज कानांवर येताच अर्जुनानं त्या दिशेला सोडलेले सात-आठ बाण वर्मी लागून हिडिंबाचं प्रेत पाहण्याआधीच तेही कोसळले. मांडीवरचं भावाचं डोकं खाली ठेवून रक्तानं भरलेल्या पायांनी त्याची बहीण त्या दोघांकडे धावली. दोघेही नाजूक जागी बाण लागल्यामुळं तळमळत होते. तसेच तडफडत मरण पावले. मग मात्र ती धावत तिथून दिसेनाशी झाली. इतरांना एकत्र करून घेऊन येण्यासाठी, हे तर स्पष्टच होतं. पर्याय दोनच होते. एक, म्हणजे तिथून पळून जाणं. नाही तर येतील त्या राक्षसांना ठार करणं. माघारी पळून तरी कुठं जाणार? धड रस्ता ठाऊक नव्हता. शिवाय दुर्योधनाची भीती होतीच. पण आता मात्र माझ्यावर निद्रेचा जबरदस्त पगडा बसत होता. 'आता तुम्ही पाहून घ्या. क्षणभर उभा राहिलो, तरी कोसळेन आता.' म्हणत झोकांड्या खात, ज्या झाडाच्या फांद्या मोडून घेतल्या होत्या, त्यांच्या खाली गेलो आणि झोपलो. फक्त तीन-चार श्वासोच्छ्वास केल्याचं आठवतं.''

''तो राक्षससमूह आला, की नाही?''

''मला जाग आली, तेव्हा दुपारच नव्हे, तर संध्याकाळही टळून रात्र झाली होती. मला जाग आली, म्हणण्यापेक्षा आई माझा दंड हलवून मला उठवत होती, असं म्हण. समोर त्या हिडिंबाची बहीण होती. शिवाय सात-आठ म्हातारे राक्षस. भांडणाचं काहीच चिन्ह दिसत नव्हतं. उलट, ते माझी प्रार्थना करत होते, 'आमच्या राजाला ठार मारणाऱ्या या वीराबरोबर आमची ही राजकन्या लग्न करायची इच्छा व्यक्त करत आहे. तिच्याशी लग्न करून तू आमचा राजा हो.' आईचाही याला पाठिंबा होता.''

''नंतर?''

''मग काय? तिच्याविषयी माझ्याही मनात मोह निर्माण झालाच होता... तू योद्धा आहेस. तुला काय करायच्या आहेत पुढच्या गोष्टी ऐकून? योद्ध्यानं युद्धाविषयी उत्सुकता दाखवावी.'' भीम म्हणाला.

सारी हकीकत सांगता सांगता त्याचं मन पुन्हा अंतर्मुख झालं होतं. आतल्या

आठवणी वर येत होत्या. पण या तीस-बत्तीस वर्षांच्या योद्ध्यापुढं बोलणंही उचित नव्हतं. स्त्री किंवा शृंगाराविषयी इतर कुणाही पुरुषाबरोबर तो आजपर्यंत बोलला नव्हता.

नीलही थोडा शरमला होता. थोडा अपमानित झाला होता. काही वेळ खाली मान घालून बसला. नंतर उठला आणि आकाशाकडे पाहत म्हणाला,

"आता निघायला पाहिजे..."

नंतर गाढ झोपून घोरत असलेल्या अंगरक्षकांना हाका मारून उठवू लागला.

पुन्हा प्रवास सुरू झाला. कमरेला तलवार, खांद्यावर धनुष्य आणि पाठीवर बाणांचा भाता बांधून नील घोड्यावर स्वार होऊन पुढं निघाला. त्याच्या पाठोपाठ दहा सशस्त्र घोडेस्वार, मध्ये सुसज्ज भीम आणि पुन्हा मागे दहा स्वार. सगळ्या घोड्यांवरून दोन्ही बाजूंनी लोंबणाऱ्या भरलेल्या थैल्यांमधून धान्य, पीठ आणि इतर खाद्यपदार्थ होते. काही घोड्यांच्या पाठीवर जमिनीवर अंथरण्याची वस्त्रं आणि स्वयंपाकाची भांडी होती. पूर्व दिशेला जात असल्यामुळे सूर्याची उतरती किरणं पाठीवर पडत होती. घोड्यांच्या टापांचे आवाज. उडणारा धुरळा.

आणखी तीन-चार दिवसांत हिडिंबवनात जाऊन पोहोचू. मुलगा घटोत्कच आणि बायको सालकटंकटीची भेट होईल. भीमाचं मन आतल्या आत शरमून गेलं होतं. इतक्या वर्षांत काहीच संबंध ठेवला नाही. आणि आता त्यांच्यापुढं जाऊन स्वत:ची ओळख सांगायची! 'मी तुझा नवरा... मी तुझा बाप' म्हणून! छे:! इथूनच माघारी निघून जावंसं वाटत होतं. पण तेही शक्य नव्हतं. कृष्णाला शब्द दिला होता. शिवाय दुर्योधनाच्या बाजूनं लढणाऱ्या राक्षसांना तोंड द्यायची आपण काही व्यवस्था केली नाही तर आपलं सैन्य हां हां म्हणता नष्ट होऊन जाईल. त्याच्या मनानंही ग्वाही दिली. आता आपल्याला पाहताच ती संतापेल, 'इतके दिवस का आला नाहीस–' म्हणून गुद्दे मारेल; पण तिरस्कार करणार नाही. केवढं प्रेम होतं तिचं माझ्यावर! थोरल्या भावाचं रक्ता-मांसानं बरबटलेलं डोकं मांडीवर घेऊन, झाडांचा थरकाप उडावा, असा आक्रोश करणाऱ्या बहिणीचं भावाच्या मारेकऱ्यावरच जडलेलं प्रेम ते! मी हा असा मल्ल गडी! मला कुठलं स्त्रीचं मन समजायला! आई नसती, तर मी तिचा स्वीकारच केला नसता, की काय, कोण जाणे!

मला जागं करण्याआधीच आई आणि इतर चौघांनी परस्परांशी बोलून सारं ठरवून टाकलं होतं.

धर्म आणि अर्जुनाचा हिशेब काही चुकीचा नव्हता. 'तूर्त तरी काही दिवस आपण या अरण्याच्या मधोमध असलेल्या या राक्षस-वस्तीतच राहणं योग्य

आहे. दुर्योधनाचे मारेकरी इथपर्यंत येऊ शकणार नाहीत. हिच्याबरोबर भीमानं लग्न करून राक्षसांचा राजा होऊन राहावं. म्हणजेच आपण इथं राहू शकू. नाही तर हे नरभक्षक आपलं कातडं सोलून जिवंत खातील आपल्याला!' त्या विशिष्ट परिस्थितीत त्यांचा विचार मुळीच चुकीचा नव्हता.

आई मात्र वेगळंच काही तरी म्हणाली,

"बाळ, स्त्रीचं प्रेम जाणण्यासाठी अनुभवाची पक्वता हवी. अजून तुझं पोरपण संपलं नाही. समजूतही बेताचीच तुला! अरे, जेव्हा स्त्री आपल्या मनाचा हविस् अर्पण करायला येते, तेव्हा त्याचा अव्हेर करणं म्हणजे महापाप आहे. अशा वेळी राक्षस, नाग, निषाद, किरात, आर्य, देव असा कुठलाच भेद राहत नाही. ही अविवाहित आहे आणि तिचं तुझ्यावर मन बसलं आहे. तिचा अव्हेर करू नकोस. ऊठ आता..." म्हणत तिनं मला उठून बसवलं.

आईची आशा कशी मोडणार! सालकटंकटीच्या प्रेमाचा गहिरेपणा मला पूर्णपणे समजण्याआधीच आईला जाणवला होता. प्रेम तरी किती! त्या रात्री आम्हांला ती अरण्याच्या अंतर्भागात घेऊन गेली. किती तरी आत. मध्यरात्रीपर्यंत आम्ही चालत होतो. तिनं आमच्यासाठी शिजवलेलं मांस आणून दिलं. 'आता उद्या सकाळी लग्न...' असं सांगताच आम्हांला तिथंच सोडून समोरच्या वृक्षावर चढून तिथं बांधलेल्या लाकडाच्या आणि कळकांच्या झोपडीत शिरून झोपली.

आमचीही झोपडी तशीच होती. आईला झाडावर चढायची भीती वाटत होती; पण खाली झोपलं, तर रानटी पशूंचं भयही होतंच.

दुसऱ्या दिवशी आईनं सरोवराच्या काठाशी आम्हां दोघांना उभं करून आर्य-पद्धतीनं विवाहाचं शास्त्र पार पाडल्यावर मला दूरवरच्या एका खडकाच्या मागं घेऊन जाऊन तिनं किती प्रेमाचा वर्षाव केला! माझा चेहरा अंग जिभेनं चाटून, दातांनी हलकेच चावे घेऊन माझ्यावर प्रेमाचा कितीही वर्षाव केला, तरी तिला पुरेसं वाटत नव्हतं. तिचा तो दणकट बांधा, मल्लयुद्धासाठी कमावल्यासारख्या त्या टणक मांड्या, घट्ट दंड, तिची छाती, क्षणभर माघारी घेतली, तरी मला उचलून अंगावर ओढून घेण्याइतकी देहशक्ती! संतापली, की पाठीवर धपाधप गुद्दे हाणून नंतर गच्च मिठी मारून रडणं! शिकार करताना साथ देणारी, पोहताना साथ देणारी, धावताना साथ देणारी आणि त्या भल्यामोठ्या वृक्षावरच्या झोपडीतही साथ देणारी, मत्त रानटी हत्ती चाल करून आला, तरी न घाबरता त्याच्याशी झगडण्यात साथ देणारी सालकटंकटी! पतीचं लहान मुलाप्रमाणे रक्षण करणारी तिची देहशक्ती; रतिक्रीडेनंतर झोपताना आखाड्यात समबल मल्लाशी कुस्ती खेळल्यानंतर यावा, तसा सुखद थकवा! कृष्णेबरोबर कधीच

आला नाही हा अनुभव. ही सुकुमारी. नुसता वास घेतला, तरी कोमेजून जाईल, म्हणून हळुवारपणे उचलून सुगंध घेऊन आनंदित व्हावं, तसं फूल! हिचा सारा तडफदारपणा फक्त बोलण्यातच! किंवा भुवईच्या धनुष्यातच! आणि डोळ्यांतल्या अश्रूंच्या नि:शब्दतेतच! सालकटंकटीप्रमाणे ही कधीच पुढाकार घेत नाही. तिच्या डोळ्यांतल्या पापणीआडची चमक पाहूनच तिची अपेक्षा जाणून घ्यायला पाहिजे! वर म्हणते, आर्य-स्त्री अशीच असायला पाहिजे! त्या दिवशी नाही का मी विचारलं, 'तू का नाही वागत सालकटंकटीसारखी?' त्या वेळी मान फिरवून, भुवया ताणून हेच सांगितलं तिनं. या कृष्णेच्या अब्रुरक्षणासाठी मी काय कमी कष्ट घेतलेत? द्यूतानंतर दु:शासनानं तिच्या पदराला हात घातला, त्या वेळी; अरण्यात जयद्रथानं तिला पळवून नेलं, तेव्हा; कीचकानं तिच्यावर वक्रदृष्टी टाकली, तेव्हा! जर त्या वेळी तिथं सालकटंकटी असती, तर? ती असती, तर त्याच जागी तिनं दु:शासनाच्या आतड्याची माळ बाहेर काढली असती, जयद्रथाची ताठ मान कटकन मोडून तिथल्या दगडावर चेचली असती आणि त्या कीचकाच्या मर्मस्थळी वार करून त्याला या जगातून नाहीसा करून मगच आली असती मला सांगायला! ही कृष्णा म्हणजे असहाय आर्य स्त्री! पण तरीही तिचा शब्द उल्लंघणं तितकसं सोपं नाही. आणखीन म्हणजे तिचं रक्षण करणं, तिचा अपमान करणाऱ्याला शासन करणं, तिची इच्छा जाणून ती पूर्ण करण्यातच मलाही माझा पुरुषार्थ सार्थकी लागल्याचा आनंद होतो! माझं पुरुषत्व सार्थकी लागावं, असं काहीही सालकटंकटीनं कधीही मागितलं नाही. आणि आता उलट मीच तिचं साहाय्य, तिनं वाढवलेला-पोसलेला मुलगा मागायला निघालोय्!

भीम पुन्हा शरमून गेला. पुन्हा माघारी निघून जायची इच्छा उसळी मारून वर आली.

सूर्यास्त होऊन बराच वेळ झाला होता. डोंगरांच्या रांगा विरळ होत होत्या. यानंतर फक्त सपाट मैदान लागणार, हे स्पष्ट दिसत होतं. नील सांगत होता,

"आता मत्स्यदेश संपत आला. थोडं अंतर चाललो, की गोजर देश. म्हणजे पूर्वी यादव राहत होते, तो मथुरेचा देश. वळसा घालून जावं लागेल."

रात्रीच्या काळोखातही चांदण्यांच्या मंद उजेडात दूरवर एकच डोंगरांची रांग दिसत होती. बाकी सगळीकडे सपाट मैदान पसरलं होतं.

"आता एवढ्यात चांदणं पडेल. आणखी थोड्या वेळात पाणीही मिळेल. तिथं थांबून, पाणी पिऊन, जेवण करून, रात्री पुढं जाऊ या." नील पुन्हा म्हणाला.

आता माघारी न वळता येण्याइतकं लांब आल्याचं भीमाच्या लक्षात आलं

होतं. कृष्णाचं बोलणं पटून तिथून निघालो. इतक्या लांब आलो. आता माघारी गेलं, तर सगळे काय म्हणतील? निघालोच नसतो, तर गोष्ट वेगळी. आता कसं माघारी जायचं? एकाएकी आईची आठवण आली. राग आला. का केलं तिनं असं? तिनंच सालकटंकटीची इच्छा अव्हेरू नकोस, असं म्हणत तिच्याशी लग्न करायला लावलं आणि त्यानंतर सहा-सात महिन्यांनी, आपण आता इथं राहायला नको, म्हणूनही तिनंच हट्ट धरला. त्यासाठी इतर कुठल्याही आर्य देशात जायला ती तयार होती. आई आणि इतर चौघंजण सुखात राहावेत, म्हणून तिची काळजी घेत होती सालकटंकटी! तिनं त्यांच्यासाठी मांस शिजवून वाढायची व्यवस्था केली होती. वृक्षावरच्या झोपडीत चढून झोपणं आईला अशक्य वाटलं, तेव्हा भोवतालचं कुंपण वाढवून भोवतालचा राक्षसांचा पहाराही तिनं वाढवला होता. त्यांच्यासाठी भरपूर कंदमुळं, फळं आणून देत होती. तरीही आईला तिथून निघायची घाई झाली होती. 'भीम तिच्या मोहात गुरफटत आहे. इथंच राहू या, म्हणतो तो. एकदा तिचं बाळंतपण झालं, की काही तरी करून इथून निघायला पाहिजे.' असं ती म्हणताना मीही ऐकलं होतं. मोह म्हणजे तरी काय? कुठल्याही झाडांवर लीलया चढणारी सालकटंकटी वाढलेल्या पोटामुळं पावलं मंदावल्यामुळं माझ्याबरोबर झाडावरच्या झोपडीतही येईनाशी झाली. शिकारीला आली, तरी दमून थकून माझ्या खांद्यावर भार टाकून थोडी विश्रांती घेणाऱ्या सालकटंकटीविषयी अनुकंपा वाटली, तर त्याला मोह म्हणता येईल का? 'तुझ्या आईला सुखात ठेवण्यासाठी आणखी काय करू मी? इथं राहणं शक्य नाही, असं मलाही ती सांगत होती. तूही सोडून जाणार मला?' किती कळवळून विचारत होती ती! एकदा नव्हे... किती तरी वेळा. रात्री झोपतानाही गर्भभारानं जडावलेलं पोट एका बाजूला करून, माझा दंड घट्ट वेढून झोपत होती ती. 'तुझी भावंडंही इथल्या हव्या त्या राक्षसींशी लग्न करू देत!' असंही चार-चार वेळा तिनं सुचवलं.

आधीपासूनच आईचा तिच्यावर फारसा जीव नव्हता. आता मलाही सगळा उलगडा होतोय्. 'सालकटंकटीऐवजी तिला आपल्याकडील एखादं नाव ठेवू या,' असं एकदा आई म्हणाली. त्यानंतर तिनंच कमलपालिका असं नावही ठेवलं. नव्या नावाचा किती उत्साहानं स्वीकार केला तिनं! स्वत:लाच ते नाव दहा वेळा मोठमोठ्यानं ओरडून सांगितलं. त्यानंतर सगळ्यांनी आपल्याला याच नावानं हाक मारावी, म्हणून तिनं तसा आपल्या माणसांना हुकूमही सोडला. पण हे माझ्या लक्षातच आलं नव्हतं. आईनं तिचं नाव कमलपालिका ठेवलं होतं. कमलपुष्पाचं रक्षण करणारी. त्याची काळजी घेणारी. त्यापेक्षा कमलमुखी असं का नाही ठेवलं नाव? कमललोचना का नाही ठेवलं? तिची स्पष्ट मूर्ती डोळ्यांसमोर आणण्यासाठी आठवणी एकाग्रतेनं झटू लागल्या. भरदार देहाची भरगच्च वाढ,

कमलासारखा गोल चेहरा. गोरा रंग. आईनं नाव ठेवतानाही फसवणूक केली. भेद तिथंच दाखवून दिला होता. इथं निर्भयपणे राहता येत होतं; पण इथं आर्य-जीवन नव्हतं, आर्य-आहार नव्हता, वस्त्रं नव्हती. इथं राहिलं, तर आम्हीही त्यांच्यासारखेच राक्षस होऊन जाऊ, अशी भीती होती तिला! 'तुझी आई आणि भावंडं इथं राहू देत किंवा कुठं का जाईनात, तू मात्र मला सोडून जाऊ नकोस! हा संपूर्ण राक्षस समाज तुला राजा मानून किती निष्ठेनं राहतो, ते तूच पाहा.' किती मिनत्या केल्या तेव्हा कमलपालिकेनं!– नको. ते नावच नको. सालकटंकटीच बरं आहे. आणि जेव्हा हे आईला समजलं, तेव्हा आई कडाडली होती, 'माझ्या मुलाला माझ्यापासून आणि त्याच्या भावंडांपासून दूर करतेय् ही मायाविनी! या कुंतीपुढं चालणार नाही, म्हणावं हे! चल आजच्या आज.' आईचा हट्ट तरी कसला!

अखेर सालकटंकटी बाळंत झाल्यानंतर तीन महिन्यांनी निघायचं, असं सर्वानुमते ठरलं. तरीही बाळंतपणानंतर महिन्याभरात सासू-सुनेनं रडून गोंधळ केला आणि दोघींनीही एकमेकींपेक्षा जास्त अश्रू ढाळले! त्याच वेळी मी हट्टानं तिथंच राहून त्या पाचही जणांना तिथून बाहेर पाठवलं असतं, तर काय झालं असतं?

या विचारासरशी तो उद्विग्न झाला. मनाला समाधानही वाटलं. तसं झालं असतं, तर आज इतक्या वर्षांनी त्यांच्याकडे जाऊन मदतीची याचना करायची वेळ आली नसती, एवढं निश्चित! या विचारानं थोडं हलकंही वाटलं.

अंधार कमी होऊन मंद चांदणं पसरलं होतं. घोड्यांच्या टापांचे आवाज एकमेकांत मिसळून पावसासारखा आवाज येत होता. कमरेएवढ्या उंचीपर्यंत धुरळा उडत होता. काही अंतर गेल्यावर पुढच्या बाजूला थोड्या अंतरावर कुत्री भुंकल्याचा आवाज ऐकू आला. चार घोडेस्वार रस्त्यात आडवे उभे राहिले. त्यांनी 'तुम्ही कोण? कुठं चालला आहा...' वगैरे चौकशी केली. आधीच ठरल्याप्रमाणे नील म्हणाला,

"आम्ही विराटराजाची माणसं आहोत. यज्ञासाठी द्रुपदराजाच्या दरबारातल्या ऋत्विजांना घेऊन येण्यासाठी निघालो आहोत."

"पण त्यासाठी एवढी माणसं कशाला?"

"राज-गौरव म्हणून."

त्यांनी पुढं काही विचारलं नाही. त्यांच्यापाशीच नीलानं, पुढं प्यायचं पणी किती अंतरावर आहे, याचीही चौकशी केली. त्यांनी सांगितल्याप्रमाणे पुढं जाऊन, तिथं असलेल्या एका तलावातलं पाणी पिऊन, त्या थंडगार पाण्यानं हात-पाय धुतले. मध्यरात्री चांदण्यात बसून जेवण केलं. पाणी पिऊन थोडं शांत

झाल्यावर पुन्हा प्रवास सुरू झाला.

सुरुवातीला वेगानं धावणाऱ्या घोड्यांचा वेग मंदावला. पहाटेच्या वेळी एका दाट वृक्षाच्या आसऱ्याला घोडी बांधून, त्यांना खरारा करण्यासाठी दोघांना तिथं ठेवून, इतर सगळेजण वाळलेली पानं पडून तयार झालेल्या अंथरुणांवर झोपले. दुपारपर्यंत झोप. जेवण. पुन्हा झोप. संध्याकाळी पुन्हा पुढचा प्रवास. 'या मध्यरात्री आपण पांचाल देशात प्रवेश करू', असं नीलानं सांगितलं होतं.

जेवण झालं. चार घटका झोप काढून भीम उठून बसला. अजूनही ऊन्ह होतं. घामेजलेले अंग ओलं करून तो परतला, तेव्हा नीलही उठून भीमापाशी आला. चटईवर बसलेल्या भीमापासून चार हात अंतरावर मुकाट्यानं बसून राहिला. भीमानं विचारलं,

"काय रे, नीला?"

"काही नाही. बसलो आपला..."

"असा बसणाऱ्यांपैकी तू नाहीस. काय सांगायचं, ते सांग किंवा विचार."

"महाराजा, रोज गाडाभर अन्न, गाडा ओढणारी दोन जनावरं आणि एक माणूस खाणाऱ्या एका राक्षसाला तू फक्त गुद्दे मारून ठार केलंस, म्हणे! तुझ्या तोंडून ती हकीकत ऐकायची इच्छा आहे माझी."

"कुणी सांगितलं तुला?"

"पांडवांतल्या भीमानं असा पराक्रम केला, म्हणून आमच्या गावात बातमी पसरली होती. दहा-वीस वर्षांपासून ऐकतोय् मी हे. जेव्हा तूच तो भीम, असं समजलं, तेव्हा तुला पाहायला किती लांबून माणसं आली होती! आजही तुला पुराण-पुरुषच मानतात सगळे!"

"गाडाभर अन्न, गाडा ओढणारे दोन बैल अथवा रेडा आणि एक माणूस संपवत होते, हे खरं. पण तो एकटाच नव्हता. त्याचं कुटुंब आणि अनुयायी मिळून खायचे. त्या राक्षसाला मुष्टियुद्धात मारलं आणि त्याच्या अनुयायांना पळवून लावलं, हे खरं."

"कुठल्या गावातली घटना ही? तिथं राजा, सैन्य वगैरे काहीच नव्हतं का अशा नरभक्षकांना मारण्यासाठी? कुणी त्यांना पळवूनही लावत नव्हतं का?"

"सगळेच राजे कुठं सामर्थ्यवान असतात? किंवा सगळ्या सामर्थ्यवानांना कुठं राज्य मिळतं? तुमचा विराट राजा काय सामर्थ्यवान म्हणायचा का? तिथंही एक कीचक नावाचा लांडगा शिरलाच होता, की नाही? तीच गोष्ट इथलीही."

"त्या गावाचं नाव काय?"

"एकचक्रा नगर. वर्षभर हिडिंबवनात राहून आम्ही दक्षिण दिशेला निघालो. कुरु-राष्ट्राहून दूर. अजूनही दुर्योधनाच्या मारेकऱ्यांची भीती पूर्णपणे नष्ट झाली

नव्हती. पुढं काय करायचं, हेही उमजत नव्हतं. दक्षिणेकडे चार दिवस राहून चालून गेल्यावर कृष्णद्वैपायन भेटले. त्यांचं नाव ऐकलंस कधी?''

''पाहिलंय् सुद्धा. आमच्या राज्यातही आले होते. झाली असतील पंधरा वर्षं त्यालाही. त्यांच्याएवढा वेदांचा गाढा जाणकार कुणीच नाही, असं म्हणतात. सारं गावाच लोटलं होतं त्यांच्या पायांवर.''

''त्यांना आम्ही आमची ओळख दिली. एका दृष्टीनं पाहता, ते आमचे आजोबाच. मूल न होताच आमचे आजोबा वारले. त्या वेळी त्यांनीच नियोगानं आमच्या आज्यांच्या पोटी आमच्या वडिलांना आणि दुर्योधनाच्या वडिलांना जन्म दिला. नातवंडांना भेटल्यावर त्यांनाही आनंद झाला. त्यांनी आम्हांला जवळच्या एकचक्रा नगरात राहायला सांगितलं आणि स्वतः हस्तिनावतीला विदुरकाकांना भेटून पुढं काय करायचं, ते ठरवायला निघून गेले. आम्ही त्या गावी गेलो. तिथल्या एका ब्राह्मणाच्या घरी गेलो. ते ब्राह्मणाचं घर कधी काळी चांगल्या परिस्थितीत होतं. घर प्रशस्त होतं. पण आता मात्र गरिबी होती. आमच्या आईनं त्यांना विनंती केली. त्यांनीही घराच्या एका भागात आम्हांला राहायला जागा दिली. तिथंच राहू लागलो. आम्ही पाचही भावंडं वेगवेगळ्या रस्त्यांवरून वेदमंत्र म्हणत भिक्षा मागत होतो. समजली ना कशी होती आमची परिस्थिती? तूही क्षत्रिय आहेस ना?''

''हो.''

''अरे, भीक मागायला गेलं, तर लोक म्हणायचे, 'एवढा दणकट देह आहे आणि भीक कसली मागतोस? लाज नाही का वाटत?' त्यातही माझ्यावर अशी बोलणी खायची पाळी बऱ्याच वेळा येत होती. असा संताप यायचा मला! हिडिंबवनात सुखानं राहिलो असतो– अशी भीक मागत जगण्यापेक्षा!''

''मग का आलात तिथून बाहेर?''

''आईचा हट्ट. तिथं राहिलो, तर आम्हीही त्या राक्षसांच्या सहवासात कच्चं मांस खाऊन राक्षसच होऊन जाऊ, अशी भीती होती तिला. एकंदर काय, एवढा थोरला देह घेऊन भीक मागणं म्हणजे माझ्या दृष्टीनं तरी मरणप्राय गोष्ट होती. लवकरच मी भीक मागायला जाणंच सोडून दिलं. ते चौघं जे मागून आणत, त्यातलं अर्धं अन्न खाऊन सकाळ-संध्याकाळ त्या घराच्या एका कोपऱ्यात अंगसाधना करत होतो. त्या चौघांना कुणी माझ्याइतकं बोलत नव्हतं...''

''अंगसाधनेत खंड पडला, तर सारं अंग ठणकतं, नाही का?''

''खऱ्या मल्लाची तीच तर ओळख आहे. किती चोरून मेहनत केली, तरी त्या ब्राह्मण कुटुंबातलं कुणी तरी आईला विचारत होतं, म्हणे. पण 'कुठला आलाय् मल्ल? खादाडपणा करतो आणि उगीच चार हातवारे करतो, म्हणून

तसा वाटतो...' असं सांगून तिनं तो प्रश्नच उडवून टाकला. तिची काळजी रास्तच होती. कर्णोपकर्णी बातमी पसरली असती, तर? दुर्योधनाच्या हेरांना वास जरी लागला असता, तरी आमची धडगत नव्हती. तिथं असेपर्यंत आम्ही स्वत:ला लपवून ठेवण्यात यशस्वी झालो होतो.''

"सुरुवातीला त्या चौघांनाही बरीच भिक्षा मिळत होती. पण रोज-रोज कोण एवढं वाढणार? सुरुवातीला झोळी भरत होती, ती नंतर निम्म्यावर आली. नंतर तेवढीही भरेना. ते चौघंही झोळी घेऊन फिरायला कंटाळून गेले होते. पण दुसरा उपाय तरी कुठला? पोटाला काय खायचं? हे गाव सोडून दुसरीकडे निघून जायचं म्हटलं, तरी कृष्णद्वैपायनांना शब्द दिला होता. दुसरं काही केलं, तरी ओळखले जायची शक्यता होती. किती तरी वेळा अर्धपोटी राहण्याची वेळ येत होती. इतर अर्धपोटी म्हणजे मी रिकाम्या पोटीच! मधून मधून ते दुसऱ्या गावी जाऊन भिक्षा मागून आणत. पण जवळपास तसं मोठं गावही नव्हतं. कुणी तरी दोघांनी आईपाशी राहून इतर दोघा-तिघांनी थोड्या लांबवर जाऊन शेजारच्या एखाद्या मोठ्या नगरातून अन्न मिळवून आणावं, म्हटलं, तर त्याला आईचा विरोध. अशा परिस्थितीत आपली मुलं कुठं दूर जावीत, हे तिला काही पटत नव्हतं. काय करायचं? गावाहून तीन-चार कोस चालून गेल्याशिवाय एक ससाही हाती लागत नव्हता.''

नीलानं उगीच 'हं' म्हटलं. काय करता आलं असतं, हे त्यालाही सुचलं नाही.

"रोज नशिबाला बोल द्यायचा, दुर्योधनाला शिव्याशाप द्यायचे, नि:श्वास सोडायचे आणि पोटावर ओल्या वस्त्रांची घडी ठेवून झोपायचं, याशिवाय दुसरा उद्योग नव्हता. तिथं राहत असताना आम्हांला एक गोष्ट समजली होती. त्या एकचक्रा नगरीचा राजा वेत्रकीगृह येथे राहत होता. या भागाचा तोच अधिपती होता. फारच भित्रा. पदरी सैन्य नव्हतं, असंही नव्हे. पण राजाच भित्रा असल्यावर सैन्यात तरी धैर्य कुठून येणार? या राजाचे वडील शूर होते, म्हणे. राजाच्या थोरल्या मुलाला गादीवर बसवण्याची प्रथा असल्यामुळं या भित्रटाला आयतं राज्य मिळालं होतं. अशा भित्र्या राजाच्या राज्यात जे चालणार, तेच चाललं होतं.''

"एकचक्रा नगरीहून दोन कोस अंतरावर यमुनेच्या काठानं एक राक्षस शिरला. सोबत त्याचा परिवार आणि काही अनुयायी होते. ते सगळे एकत्रितपणे कुठल्या ना कुठल्या गावात शिरत, हाताला सापडेल त्या माणसाला ठार करत आणि तिथल्या तिथं कच्चं मांस खात. धान्य आणि जनावरंही घेऊन जात. साहजिकच लोकांमध्ये भयाचं वातावरण निर्माण झालं. सगळे राजापाशी गेले.

राजा सैन्यासह राक्षसांवर चाल करून गेला खरा, पण सगळे राक्षस आरडाओरडा करत त्याच्यावर धावून आले. मग काय! राजाचे हात-पाय थरथर कापू लागले. माघारी पळायचंही भान राहिलं नाही. त्यानं मागं वळून जवळ असलेल्या अंगरक्षकाला गच्च मिठीच मारली, म्हणे!''

नीलाला मुळीच हसू आवरलं नाही. भीमही तसाच पुढं सांगत होता.

''...सैनिकही घाबरून गेले होते. अशा परिस्थितीत राजा आणि तो राक्षस-बकासुर त्याचं नाव– यांच्यामध्ये एक ठराव झाला. बकासुर राहत असलेल्या अरण्यात रोज दुपारी जेवायच्या वेळी एक गाडाभर रुचकर अन्न, एक धष्टपुष्ट पण कोवळ्या वयाची बैलांची किंवा रेड्यांची जोडी आणि एक माणूस एवढा आहार पाठवायचा. म्हणजे बकासुर गावात शिरून माणसं मारणार नाही. आणि बाहेरच्या शत्रूनं चढाई केली, तर त्यानं राज्याचं रक्षण केलं पाहिजे. म्हणजे समजलं ना?''

''काय?''

''त्या भेकड राजाला राज्य-रक्षणाचं काम नाही आणि राक्षसापासून प्रजेचं रक्षण करायची जबाबदारीही नाही. उलट, याच राक्षसाच्या साहाय्यानं विजयाचा आनंद मात्र हा मिळवणार! रोज एक संसार मात्र त्या राक्षसांच्या पोटात जिरत होता. अयोग्य माणूस अधिकारावर आला, की दुसरं काय होणार? शिवाय राजाला द्यायच्या करातूनही जनतेची सुटका नव्हती.''

''एक दिवस राजदूतानं येऊन दुसऱ्या दिवसापासून एकचक्रा नगरीची पाळी असल्याचं सांगितलं. गावात पाऊल टाकल्यावर पहिलं घर होतं आम्हांला आश्रय देणाऱ्या ब्राह्मणाचं. म्हणजे दुसऱ्या दिवशी गाडाभर अन्न घेऊन जायची जबाबदारी त्या ब्राह्मणाची होती. इतक्या कमी वेळात अन्न आणि बैलांची व्यवस्था कशी होणार? काही तरी करून कर्जबाजारी होऊन तेही केलं, समजा. पण त्या नरभक्षकांसाठी माणसाची काय व्यवस्था? घरातल्या कुणी जायचं त्या राक्षसांच्या पोटी? ज्यांच्याकडे भरपूर पैसा आहे, ते फार तर एखाद्या गरीब कुटुंबाला चार पैशांची लालूच दाखवून एखादा माणूस विकत आणून मरणाच्या तोंडी देत. पण एवढे श्रीमंत कितीजण असणार? राजदूत निरोप सांगून गेला आणि नवरा-बायको, लग्नाची मुलगी आणि लहान मुलगा असे चौघंहीजण मोठ्यानं रडू लागले. असहाय्य नवरा बायकोला बोल देऊ लागला, बायको नवऱ्यावर दोषारोप करू लागली. दोन्ही मुलं भेदरून आई-वडिजलांना बिलगली. अखेर नवरा-बायको एकमेकांचे हात धरून, मुलांना छातीशी कवटाळून रडू लागली. दुसऱ्या दिवशी आपण जाणार असल्याचं नवऱ्यानं सांगताच बायको म्हणाली, 'याचा परिणाम काय होईल, ठाऊक आहे? मी विधवा होईन. मी

रांडमुंड बाई. तरण्याताठ्या मुलीला कुणी उचलून घेऊन गेले, तर काय करू? या गावात कोण रोखणार? त्याऐवजी मी जाते. तूच या मुलांना सांभाळ.' मुलीनं उपाय सुचवला, 'आज रात्री चौघंही पळून जाऊ या.' कुटुंबप्रमुख म्हणाला, 'आज आपल्या घराभोवती राजाचे हेर असतील. याआधीच जायला पाहिजे होतं. पण तिचा पाय निघत नव्हता इथून! तिचं ऐकूनच ही वेळ आली आपल्यावर!' काहीच उपाय दिसत नसल्यामुळं पुन्हा सगळे रडू लागले.

''मला यातलं काहीच ठाऊक नव्हतं. काहीच काम नव्हतं, म्हणून मी आत कुठं तरी झोपलो होतो. इतर चौघं भिक्षा मागायला गेले होते. आईच्या कानावर हा सगळा गोंधळ आला, तशी तीही थोडा वेळ कपाळाला हात लावून बसली, म्हणे. सगळी हकीकत ऐकल्यावर काय करावं, हे तिलाही सुचेनासं झालं. थोड्या वेळानं सगळी नीट विचार करून ती माझ्याजवळ आली आणि तिनं मला उठवलं. सगळी हकीकत मला सांगून नंतर म्हणाली, 'बाळ, आपल्याला वर्षभर आश्रय दिलाय् यांनी. संपूर्ण उपवास पडत असेल, त्या दिवशी आपल्या घरात जे असेल, त्यातलं थोडं अन्नही दिलंय्. त्याची थोडी परतफेड नको का करायला?'

''काय करायचं, आई?'' मी उठून बसत विचारलं.

''गाड्याबरोबर तुला पाठवायला सांगते मी. तुम्ही पाचहीजण जा आणि काही तरी करून त्या राक्षसाला संपवून या. फक्त उपकार फेडायचाही प्रश्न नाही हा. एक नरभक्षकाचा धुमाकूळ थांबल्याचंही सत्कर्म घडेल. ती तुझी कमलपालिका– तुझ्यावर तिचं किती का प्रेम असेन, पण ती नरभक्षक जमात पाहिली, की मला कसं तरी होतं, बघ. कच्चं मांस खाणारे नरमांस खाताना मागे हटतील का ते अनार्य लोक?''

''सालकटंकटीविषयीचं तिचं बोलणं मला मुळीच पटलं नाही, तरी राक्षसाला मारायच्या विचाराचं मात्र मी हर्षभरित झालो. मीही त्याच्याविषयी बरंच ऐकून होतो. मी आमच्या आश्रयदात्यापाशी गेलो. आणखीही थोडी माहिती मिळवली. गावाबाहेरच्या यमुना नदीच्या काठावरच्या गुहेत, गावाहून दोन कोस अंतरावर तो बायको आणि मुलांबरोबर राहत असल्याचं समजलं. इतके दिवस नियमितपणे मिळत असलेल्या शिजवलेल्या अन्नाचीही त्याला चटक लागल्याचं समजलं. त्यात कच्च्या नरमांसाचं तोंडी लावणं! त्याचे इतर अनुचर, राक्षस नेहमी तिथंच असतात, असं नाही, हेही समजलं. ते भोवतालच्या अरण्यात फिरत असतात आणि कुरुराज्याच्या अरण्यापासून पूर्वेकडे मगध देशाच्या अरण्यापर्यंत त्यांचा संचार असतो, असंही त्यांनी सांगितलं. गाड्याबरोबर पाठवलेली जनावरं साठवून एकाच दिवशी मारून खातात, असंही कुणी तरी म्हणालं. माणूस आणि गाडाभर अन्न मात्र दुसऱ्या दिवशी दुपारपर्यंत संपून जाई. माझ्या दृष्टीनं एवढी

माहिती भरपूर झाली. एवढ्यात बाहेर गेलेले चौघेजणही घरी परतले. एका खोलीत बसून आम्ही पाचजण विचार करू लागलो. या बकासुराला ठार करणं शक्य आहे का, असा प्रश्न उठताच मी तात्काळ उत्तरं दिलं, 'सहज शक्य आहे.'

"पण त्याला ठार मारलं, तर आपली ओळख पटणार नाही का?"

"त्याचं काही तरी नंतर पाहता येईल." धर्मराजा म्हणाला.

"सगळं ठरवलं. दुसऱ्या दिवशी सकाळी तिथं जायचं ठरलं. अन्नाचा गाडा घेऊनच जायचं ठरलं. आईनं त्या ब्राह्मण कुटुंबाला सांगितलं, 'माझ्या दुसऱ्या मुलाला गाड्याबरोबर पाठवून देते.' पण ते काही त्यांना पटेना. उलट, ते म्हणू लागले, 'आम्ही का त्या पापाचं धनी व्हायचं?' आईनं थोडा हट्ट केल्यावर तयार झाले. काय करतील बिचारे! लगोलग धान्य आणायला सांगून ती परतली. घरात होतं-नव्हतं ते विकून त्यांनी तांदूळ, तूप, गूळ, तेल, गहू वगैरे सामान आणलं. मला खूपच भूक लागली होती. त्याच दुपारी त्यातलं थोडं सामान काढून, स्वयंपाक करायला लावून पोटभर जेवलो. रात्रीही भरपूर जेवलो. थोडं बरं वाटलं. इतरही सगळे जेवले."

नीलाचा चेहरा उत्साहानं ओथंबला होता. आता राक्षसाबरोबर झालेल्या युद्धाचं वर्णन ऐकायला मिळणार, याची खात्री होऊन तो थोडा पुढं सरकला आणि उत्सुकतेनं पुढची हकीकत ऐकू लागला. शिवाय तो आधी बसला होता, तिथं आता ऊन्हही आलं होतं.

"झोपण्यापूर्वी पुन्हा एकवार सगळं नीट ठरवलं. पाचही जणांनी जायचं. मी राक्षसाला मारायला सुरुवात करायची आणि इतरांनी बाणांनी मारायचं, असं धर्मानं सांगितलं. भिक्षा मागायला लागल्यापासून अर्जुनाचाही सराव सुटला होता. पहाटे उठून बाणांची टोकं धारदार करून थोडा सराव करायचा, असं त्यानं ठरवलं. इतरांनीही त्यात होकार मिसळला. माझ्या मनात मात्र वेगळेच विचार सुरू होते. माझी शिकार होती ती! इतरांबरोबर शिकार करायची माझी मुळीच इच्छा नव्हती. मध्ये वर्षभर राक्षसांबरोबर राहून मी त्यांच्या भांडण्याच्या पद्धतीचा नीट विचार आणि निरीक्षण केलं होतं. त्यांच्या प्रमुखाला ठार केलं, तर इतर सगळे पळून जातात, हे मला ठाऊक होतं. मन आणि बुद्धी ताळ्यावर ठेवून, योग्य ती पावले उचलून युद्ध जिंकण्याइतपत त्यांच्यांत शहाणपण नसतं. त्यांच्या मुसंडीतल्या क्रौर्यात न सापडता योग्य जागी प्रहार करून राक्षसाला ठार करणं फारसं कठीण नाही, हे माझ्या लक्षात आलं होतं. ठरावीक वेळी नियमितपणे अन्नाची गाडी येते, याची खात्री असल्यामुळं त्यांच्या गुहेत त्या वेळी बकासुर सोडला, तर दुसरं कुणी असायचीही शक्यता नव्हती. शिवाय एकट्यानं जाऊन

पराक्रम करायची खाज तर कधीची त्रास देत होती. माझ्या विचार इतरांना पटला, तरी आईनं, त्यांना लांबून का होईना, धनुष्य-बाण घेऊन सज्ज राहायला सांगितलं. कुणी सांगितलं, तरी ऐकेना. अखेर कबूल करून रात्री छानपैकी ताणून दिली. रात्रभर बकासुराबरोबरच्या मल्लयुद्धाचीच स्वप्नं दिसत होती.

"गावावर आलेला प्रसंग मी पेलायला निघाल्याची बातमी, नाही म्हटलं, तरी गावात पसरली आणि सकाळी अख्खं गावाच लोटलं मला निरोप द्यायला. निर्लज्ज माणसं ही! अरे, मला निरोप द्यायला जेवढी माणसं जमली होती, त्यांच्यांतल्या निम्म्यांनी जरी थोडं धैर्य दाखवलं असतं, तर त्या बकासुराला आणि भित्र्या राजाला ठार करून योग्य व्यक्तीला राजा करता आलं असतं. अन्न भरलेला गाडा आणि त्यात माझं एवढं ओझं ओढत बैल सावकाश चालू लागले. रस्ताभर मी पेंगतच होतो. मध्येच थोडा वेळ मुद्दाम गाडी उभी करून थोडा वेळही काढला. बकासुराला संताप यावा, म्हणूनच. जाताना फांदी तोडून, पानं काढून भलामोठा दंडुकाही तयार करूनच घेऊन गेलो.

"माझ्या अपेक्षेप्रमाणेच मला पाहताच माझ्या अंगावर चाल करून येत त्यानं गर्जून विचारलं,

"एवढा का उशीर झाला?"

"मी शांतपणे उत्तर दिलं,

"तुझ्या बापानं विचारावं, म्हणून!"

"मला कोण उलट उत्तर देतंय्?" म्हणत वेगानं मुसंडी मारत तो माझ्यावर चाल करून आला.

"दोन वर्षांपूर्वी हिडिंबाबरोबर झगडलो होतो, त्या आणि या परिस्थितीत खूपच फरक होता. एव्हाना मला त्यांच्या युद्ध-पद्धतीतल्या त्रुटी समजल्या होत्या. मुख्य म्हणजे मी इथं मल्लक्रीडेसाठी आलो नसून त्या नरभक्षकाला ठार मारायला आलो आहे, याची स्पष्ट जाणीव होती. राक्षसाला ठार मारायचा अनुभव पदरी होता. या राक्षसांना मार चुकवण्याची बुद्धी नाही, हेही मला ठाऊक होतं."

"बकासुरानं मुसंडी मारली. मी थोडा बाजूला सरकलो. हातातल्या दंडुक्यानं एक टोला हाणला नीट जागा बघून. तो तंतरला. मागं वळायची संधी न देता पुन्हा एकदा हाणला. बस्स. पुढं काय करावं, याचा काही क्षण विचार केला. बकासुराची किंकाळी ऐकून त्याची बायका-मुलं माझ्यावर चाल करून येत होती. त्याचं प्रेत उचलून खांद्यावर टाकलं आणि त्यांच्याकडे धावत निघालो. ते मागं वळून पळू लागले. त्याचं प्रेत त्यांच्या गुहेतून आत भिरकावलं आणि त्यांच्याच भाषेत ओरडून सांगितलं... वर्षभरात शिकलो होतो ना त्यांची भाषा– 'त्यानंतर

इकडं एक जरी राक्षस फिरकला, तर त्याचा चेंदामेंदा करीन, म्हणावं, सांगा तुमच्या राक्षसांना...'

"त्या बायका चढाई करतील, अशी अपेक्षा होती. पण तसं काही घडलं नाही. इतके दिवस आयतं शिजवलेलं अन्न खाऊन त्याही आमच्या बायकांसारख्या झाल्या होत्या, की काय, कोण जाणे! बकासुर पूर्ण राक्षस नव्हता, म्हणूनही असेल कदाचित. किंवा प्रमुख' पडला, म्हणूनही घाबरल्या असतील. माघारी येऊन पाहिलं, तर भेदरलेले बैल वेडीवाकडी गाडी पळवताना खाली धुळीत पडले होते. दाव्याचा फास त्यांच्या गळ्यांभोवती आवळत होता. त्यांना नीट श्वासही घेता येत नव्हता. गाडीतलं अन्न मातीत पडून खराब झालं होतं. त्या बैलांना चुचकारून, नीट उभं करून, गाडीत बसून मी गावी परतलो. इतर चौघंही अंधार झाल्यावर गावी परतले. त्यानंतर कुठलाही राक्षस त्या गावाकडे फिरकला नाही. दुसऱ्या दिवशी मी स्वत: पुन्हा त्या गुहेत जाऊन आलो. तिथं कुणीही नव्हतं. जुनी सुकलेली हाडं आणि थोडेफार विखुरलेले मांसाचे लगदे सोडले, तर तिथं आणखी काहीही नव्हतं. सगळे पळून गेले होते."

"एवढीच मुष्टियुद्धाची कथा?" खूप काही तरी ऐकायच्या उत्सुकतेनं सरसावून बसलेल्या नीलाची निराशा झाली.

"सांगितलं ना, नीट जागा पाहून एक टोला हाणला. आणि तो मेला, म्हणून!" एवढं सांगून भीम गप्प बसला.

ऊन्हाच्या चटक्यानं आकाशातली शांतता वितळली होती. झाडाखाली झोपलेल्या सैनिकांच्या अंगा-तोंडावर घामाचे थेंब साचले होते. अंगावर फारच ऊन येऊ लागलं, तसे काहीजण डोळे मिटूनच उठले आणि सावलीत जाऊन पुन्हा झोपले. कुठं तरी एखादा कावळा ओरडून वास्तवाचं भान आणून देत होता.

थोडा वेळ तसाच गेला. नीलानं विचारलं,

"बकासुराला ठार मारलं आणि इतर राक्षसांना पळवून लावलं, म्हणून गावकऱ्यांनी तुझं कौतुक केलं असेल ना?"

"अरे, घाबरून लांबच राहिले होते सगळे रस्त्याच्या दोन्ही बाजूंना!"

"ही बातमी समल्यावर तो भित्रा राजाही घाबरला असेल."

"असेल."

"त्याला ठार करून तूच तिथला राजा होऊन राहू शकला असतास, नाही का! तिथल्या प्रजेनंही मोठ्या आनंदानं स्वीकार केला असता तुझा राजा म्हणून!"

"काय म्हणालास?" भीमानं चमकून विचारलं.

नीलानं पुन्हा तेच सांगितलं आणि विचारलं,

"का असं केलं नाहीस तू?"

"का असं केलं नाही मी?" भीमाला पटकन काही उत्तर सुचलं नाही. पुन्हा पुन्हा त्या वेळचं सारं त्यानं आठवून पाहिलं. खरंच, सहज मारता आलं असतं त्या राजाला. भीक मागत हिंडण्यापेक्षा तरी बरं झालं असतं ते. तो हिरमुसला होऊन मुकाट्यानं बसून राहिला. डोकं रिकामं झाल्यासारखं वाटू लागलं. घामानं थबथबलेल्या शरीराची आठवण झाली. उठून सरोवरापाशी निघाला. नीलानं दिलेलं पाणी ओंजळीत घेऊन भणभणारं डोकं, मान, तोंड, पाठ, दंड, डोळे धुऊन, केसही मुळापासून चोळून धूत असताना नील एकेकाला उठवत असल्याचा आवाज कानावर येत होता.

सगळे उठले. घोड्यांना पोटभर पाणी पाजून, आपापलं तोंड आणि अंग धुऊन सगळे आपापल्या घोड्यावर स्वार झाले.

❑

प्रवास सुरू झाला होता. नेहमीप्रमाणे सगळ्यांच्या पुढं नील निघाला होता.

वेत्रकीगृह राज्याचा राजा होणं सहज शक्य होतं तेव्हा. प्रजेलाही समर्थ राजा हवा होता. स्वत: राजाच घाबरून शरण आला असता, की काय, कोण जाणे! या दुर्योधनाबरोबरचा गोंधळच शिल्लक राहिला नसता. पण त्या वेळी हे सुचलंच नाही.

दोन्ही बाजूंना मोठे मोठे वृक्ष, त्यांच्या रांगांमधून जाणारी शांत वाट. जीव थोडा शांत झाल्यासारखा झाला. जवळच कुठलं तरी गाव असावं. मन पुन्हा त्याच विचारात गुरफटू पाहत होतं.

जेव्हा सगळ्या गावकऱ्यांनी आईला विचारलं, 'तुझ्या मुलाला कसं जमलं हे?' तेव्हा ती उत्तरली होती, 'देवाची दया. देवसेनापती मरुताची दया. नाही तर हे सामान्याला जमणं शक्य तरी आहे का?' मलाही किती अभिमान वाटला होता तेव्हा! आईला खांद्यावरच्या झोळीत घेऊन इतक्या दूर उचलून आणलं. हिडिंबाला ठार केलं. बकासुरालाही बुकलून मारलं. त्यानंतरही कितीतरीजणांना नाहीसं केलं! जरासंध– छे:! त्या म्हाताऱ्याशी मल्लयुद्ध करून त्याला जिंकलं, हे काही फार मोठं काम नव्हतं. पण त्यानंतर घाबरलेल्या पूर्वेच्या सगळ्या राजांनी राजसूयाच्या वेळी मात्र पटापट खंडणी दिली! द्रौपदीला उचलून पळवून घेऊन जाण्यासाठी आलेल्या सैंधवाला पकडून, त्याचं डोकं भादरून, कीचकाच्या हाडा-मांसाचा लगदा करून... या भीमाच्या ताकदीची अजूनही खरी कल्पना आली नाही या आर्यावर्ताला! दुर्योधन आणि त्याच्या बाजूनं युद्धात उतरणाऱ्या समस्त राजांच्या हाडांचा चुराडा आणि मांसाला लगदा केला नाही, तर या

भीमाला जन्म देणाऱ्या त्या देवाच्या कीर्तीवर कलंकच! आपण स्वीकारलेल्या बीजाला भीम कधीच कलंकित करणार नाही, हे आईला दाखवून देईन!

मी तिकडं बकासुराच्या गुहेकडे गाडी घेऊन गेलो होतो, तेव्हा पांचाल देशचे दूत दवंडी पिटून गेले होते. पांचाल देशाच्या राजकन्येचं स्वयंवर होतं. एका पुरुषानं हात वर केल्यावर होईल, एवढ्या उंचीचं आणि तांब्याची पट्टी जोडलेल्या धनुष्याची प्रत्यंचा ताणून, त्यावर बाण जोडून द्रुपद राजानं सज्ज केलेल्या मत्स्ययंत्रातल्या मत्स्याचा प्रतिबिंब पाहून वेध घेईल, त्या नेमबाजाला द्रुपदराजाची कन्या वरमाला घालेल, अशा अर्थाची. मी परतण्याआधी आईनं ठरवूनही टाकलं होतं. रात्री बोलता बोलता तिनं सांगूनही टाकलं,

"आपण तिथं जायचं. तुमची धनुष्य-बाणची सवय अगदीच मोडलीय् अलीकडे. रोज थोडा सराव करा आता. अर्जुना, तू थोडे जास्त कष्ट घे. नाही तर कुरु-पांचालांचं पहिल्यापासूनचं वैर आहे. जर पांचालांशी नातं जुळलं, तर त्यांचं सैन्य आपल्याला मिळेल. मग दुर्योधनाला घाबरायची आवश्यकताही राहणार नाही. आपली उपेक्षा करणं त्यांनाही मग परवडणार नाही."

आईची बुद्धीच तल्लख! आमची आई म्हणजे काही सामान्य नाही. ती म्हणजे... साडे तेरा वर्षं झाली तिला बघून! वनवासाचा ताप, ऊन्ह-पाऊस-थंडी, फिरणं, उपवास तिला सहन होणार नाहीत, म्हणून नातवंडांना घेऊन पाहुण्यांच्या घरी राहा म्हटलं, तर पटलं नाही तिला. द्वारकेत जाऊन राहा, म्हटलं, तर त्यालाही तयार झाली नाही. ठामपणे तिनं सांगितलं,

"मी या हस्तिनावतीतच राहणार. इथं राहण्याचा माझा अधिकार कुणीही हिरावून घेऊ शकणार नाही."

आम्ही हस्तिनावतीवर राज्य करावं, हीच तिची पहिल्यापासूनची इच्छा. खांडवप्रस्थी जाऊन, त्याचं इंद्रप्रस्थात रूपांतर करून आमच्या वैभवापुढं हस्तिनावतीनं मत्सराग्नीत जळून खाक व्हावं, असं केलं, तरी एक दिवस ती म्हणाली,

"कितीही वैभव मिळवलं, तरी मूलस्थानाहून दुसरीकडे जाऊन मिळवलंय् हे. खरं पाहिलं, तर हस्तिनावती तुमच्या हातात राहायला हवी. पण त्या आंधळ्यानं विचारपूर्वक तुम्हाला दूर ठेवलंय् आणि इतर म्हातारेही यावर मूग गिळून गप्प बसले आहेत!"

साडेतेरा वर्षं झाली. कशी असेल आता ती? विदुरकाकाचा दूत खुशाली सांगतो. पण तेवढ्यानं प्रत्यक्ष पाहिल्याचं समाधान कसं मिळेल? डोक्यावरचे सगळे केस विरळ होऊन पांढरे शुभ्र झाले आहेत, म्हणे. चेहराही पहिल्यासारखा सतेज राहिला नाही, म्हणे. पाठीतही थोडी वाकलीय्, म्हणे. आईची पाठ... आमच्या आईची पाठ वाकली? का वाकावी? काय वय असेल तिचं?

भीमानं गणित करून पाहिलं. नेमकं उत्तर सापडलं नाही.

काही का असेना, ऐंशी वर्षं तरी ओलांडली असतील. पण का वाकावी पाठ? मी तिच्यापाशी असतो, तर रोज तिच्या पाठीला छानसं तेल चोळून, गरम पाण्यानं शेकून सरळ ठेवली असती तिची पाठ! वनवास-अज्ञातवास संपला, नातवाचं-अभिमन्यूचं- लग्न ठरलं, म्हणून निरोप पाठवला, तर तिनं उलट निरोप पाठवला,

"कुठं म्हणून येऊ लोकांच्या घरी? आधी येऊन हस्तिनावती जिंकून घ्या."

ही आईच्या अंगातली धमक आणि तो धर्म! धत्! फारच शेळपट! भित्रेपणा दडवण्यासाठी धर्माचा मुखवटा चढवतो नेहमी! आईचा मुलगा म्हणवून घेण्याची धमक आहे का त्याच्या अंगात!

भीमाला एकाएकी आठवलं. कंबर, कूस भरून जाईल, एवढा दांडगा होतो, म्हणे, मी लहान असताना. मला उचलून घेऊन त्या पर्वतावर चढउतार करणं म्हणजे आईला धाप लागत होती, म्हणे. तरीही उचलल्याशिवाय राहवत नव्हतं, म्हणे. बाबा गेले, तेव्हा सात वर्षांचा होतो ना! अगदी स्पष्ट आठवतंय्, धर्म लहान असताना त्याला खूप उचलून घ्यायचे, म्हणे. मला उचलून घेतलं, तर त्यांचा वरचा श्वास वर आणि खालचा श्वास खाली राहायचा, म्हणे. फक्त हात धरत होते, म्हणे, माझा. कसे होते ते? लक्षातही नाही आता. किती वर्षांपूर्वीच्या आठवणी या. तेही सात वर्षांचा असताना. त्यांच्या थोरल्या भावासारखे असतील? छे:! ते काही जन्मांध नव्हते. दोन बहिणींच्या पोटी दोघंही जन्मले. नियोग-पिता मात्र एकच होता. पण म्हणून दोघांनी सारखं असलं पाहिजे, हा कुठला नियम.

सूर्य अस्ताला चालला होता. पाठीमागच्या झाडांमध्ये दडत होता. त्याचं रस्त्याकडे लक्ष गेलं. पांचाल जवळ येत आहे. विराटाच्या मत्स्यदेशापेक्षा समृद्ध देश हा. सगळ्या प्रकारची समृद्धी. पाणी, हिरवळ, पीक-पाऊस सगळ्याच बाबतीत. पश्चिम-दक्षिणेकडे रस्तेही चांगले आहेत. पूर्व... उत्तरेकडे अरण्यं, गोंडारण्य, त्याबाजूला हिमवत पर्वताचा पायथा. बाबा जिवंत असते, तर त्यांनी पांचाल देशाची राजकन्या सून म्हणून स्वीकारली असती का? फार वर्षांपासूनचं शत्रुत्व आहे, म्हणे, दोन्ही घराण्यांत. की आपल्या मुलांनी शत्रूची मुलगी जिंकून आणली, म्हणून त्यांना आनंदच झाला असता? आमचे बाबाही खूप शूर होते, म्हणे. त्यांनीच कुरु-राज्याचा विस्तार केला. आईच म्हणते ना,

"तुमचे बाबा जिवंत असते, तर त्यांच्या नावानं राजसूय करून, तुम्हां पाच मुलांच्या साहाय्यानं अश्वमेध करून फक्त आर्यावर्तातच नव्हे, तर ब्रह्मावर्तातही

कीर्ती मिळवली असती.''

एवढ्या लहान वयात ते गेले. फक्त पस्तीस वर्षांचे होते, म्हणे, त्या वेळी. आईही तेवढीच होती. पाच मुलांना घेऊन निळ्या आकाशात घुसणारी शुभ्र शिखरं ओलांडून हस्तिनावतीला आली. धाकटी आई आईपेक्षा नाजूक आणि ठेंगणी होती, म्हणे. तिच्या तेजस्वी डोळ्यांची पुसट आठवण आहे. आम्हांला झोपडीत ठेवून गेले, तरी समजायचं, ते समजलंच. म्हणजे मला आणि धर्माला. बाबांच्या शवाबरोबर चितेवर चढली आणि क्षणात काळी ठिक्कर पडली, म्हणे, ती. नकुल-सहदेवाला काहीच आठवत नाही. आठवणार तरी कसं? वय तरी केवढं होतं तेव्हा त्यांचं! आई आम्हां मुलांना घेऊन हस्तिनावतीला यायला निघाली, तेव्हा देवलोकाचे गणप्रमुख-आम्हां पाचहीजणांचे जन्मदाते आले होते. धर्माचे धर्माधिकारी, माझे मरुत, अर्जुनाचे स्वतः इंद्र, नकुल-सहदेवांच्या जन्मदात्यांएवढं गुणकारी औषधं देणारं कुणीच नाही, म्हणे. मग एवढी वर्षं औषधं घेऊनही बाबा का वाचले नाहीत? आईला सगळं ठाऊक आहे. पण ती तोंड उघडत नाही. एक गोष्ट मात्र किती परोपरीनं सांगायची,

"या वंशातल्या इतरांसारखे होऊ नका. दासींच्या मागे जाऊ नका. अतिकामुकतेचे बळी होऊ नका.''

लहानपणी आमच्यावर किती बारीक नजर असे तिची! बाबाही अतिकामुकतेचे बळी तर ठरले नसतील? म्हाताऱ्यालाही शंभर मुलं झाली आहेत, म्हणे! ती सगळी आमच्याविरुद्ध उभी राहतील पितृऋण फेडायला? चिरडून टाकेन एकेकाला टाचेखाली, मुंग्या चिरडतात, तसं! भीम-शक्ती म्हणजे वाटते काय त्यांना! देवलोकांनी सेनापती म्हणून निवडलेल्या बलिष्ठ मरुताचा कुंतीच्या पोटी पोसलेला पांडुपुत्र आहे हा! आर्यावर्तात मल्लयुद्धासाठी ख्याती मिळवलेल्या कीचकाच्या हाडांची मोळी बांधलीय् मी! त्या मरुताची स्पष्ट आठवण आहे मनात. एकदा, फक्त एकदाच त्यानं मला उचलून मांडीवर घेऊन किती घट्ट कवटाळलं होतं! आईनं माझ्याकडून त्याला नमस्कारही करायला लावला होता. त्या मरुताचा हा मुलगा भीम एकाच तडाख्यात सगळ्या अंध-पुत्रांना चिरडून टाकेल!

भीम पुन्हा वास्तवात आला. सूर्य मावळून बराच वेळ झाला होता. भोवताली अंधार पडला होता. कालच्यापेक्षा आज चांदणं उशिरा येणार होतं. पुढं-मागं घोडेस्वार. रस्त्यातही काही अडथळा नसेल, तर घोडे आपापले पुढं जात होते. सगळ्यात पुढं असलेल्या घोडेस्वाराच्या हातात पेटलेला पलिता होता. सतत प्रवास सुरू होता. मांडी, कंबर अवघडल्यासारखी झाली होती. मधल्या साडेतेरा वर्षांत घोडदौडीचा सराव राहिला नव्हता. नील म्हणत होता, तसा रथानंही

आलो असतो; पण रस्तेच नसलेल्या राक्षसवनात त्या रथाचं काय करायचं? आता फक्त एक दिवसाचा मार्ग शिल्लक राहिलाय्. धुरळ्याचे ढग. मंद धुक्यासारखे...

हो. मंद धुक्याची अस्पष्ट आठवण आहे. लहानपणी उत्तरेच्या पर्वतावर राहत असताना उत्तरेकडच्या पर्वतशिखरांकडे पाहत बसत होतो. तो धबधब्याचा आवाज. धुक्याचा पापुद्रा, शुभ्र-थंड वाफ अंगावर घेत असलेल्या झाडांनी भरलेला तो पर्वत. वर उंच उचं आकाशात सूर्यप्रकाशात चमचमणारं शुभ्र पर्वत-शिखर! तिथं जायच्या ओढीनं निघालो, की आई मला दोरखंडानं बांधून ठेवत होती. चुकून देवलोकात जाऊन तिथंच राहिलो, तर, ही भीती होती तिच्या मनात. 'मग तूही चल...' असं म्हटलं, की तिच्या चेहऱ्यावर विलक्षण भाव उमटत. पण बाबा मात्र नको म्हणत. त्यांनाही चला म्हटलं, तर त्यांना धाप लागायची. तो देवलोक म्हणजे जिथं दृष्टी जाईल, तिथं शुभ्र असतो, म्हणे. ते उत्तरेकडच्या पर्वताचं शिखर! एकदा जाऊन यायला पाहिजे तिथं. शुभ्र पर्वत, शुभ्र दऱ्या, शुभ्र नदी... पाहिला पाहिजे तो देवलोक. वनवासात असताना चार महिने हिमवत पर्वताच्या पायथ्याशी राहत होतो. पण तो गंधर्वलोक होता. अर्जुनच नशीबवान म्हणायचा. देवलोकी जाऊन आलाय् तो. ती शुभ्र शिखरं, शुभ्र दऱ्या, शुभ्र उंचसखल भाग– सगळं सगळं पाहून आलाय्.

चांदणं पडलं होतं. मध्ये एक नदी आडवी आली. खूप मोठी नदी लागण्याआधी किती तरी वृक्षांची दाटी दिसली. अंगावरच्या घामाचा असह्य चिकटा आपोआप कमी झाला. अधून मधून येणाऱ्या झुडुपांमुळं घोड्यांचा वेगही कमी झाला. पण त्यांनाही पाण्याची ओढ लागल्यामुळं ते लवकर पावलं उचलत होते. चांदणं असलं, तरी पुढच्या स्वाराच्या हातातला पलिता पेटलेलाच होता. नदी शंभरएक पावलांवर असतानाच नील खाली उतरला. त्यानं सगळ्यांना घोड्यावरून खाली उतरायला सांगितलं आणि म्हणाला,

"उन्हाळ्यातला उकाडा, नदीचा काठ. वाघ-चित्ते पाणी प्यायला येतील. हत्ती तर असतातच. पलिता विझवू नका. काठावर थोडा पाचोळा, शेणी एकत्र करून मोठा जाळ पेटवा."

त्याप्रमाणे घोड्यांचे लगाम जोडीदाराच्या हातांत देऊन दहा-पंधराजण पाचोळा-काटक्या जमवू लागले.

जवळ आलेल्या नीलाला भीमानं विचारलं,

"ही यमुना नदी ना?"

"होय. मी तेच विचारण्यासाठी आलो होतो. उन्हाळ्यात गंगेला जेवढी

ओढ आणि पाणी असतं, तेवढं यमुनेला नसतं, असं ऐकलंय्. मी मत्स्यदेशातला असल्यामुळं मला नद्यांविषयी फारसं ठाऊक नाही. मागं तू यमुनेच्या काठावर वास्तव्य करून राहिला आहेस. म्हटलं, तुला या नदीचा स्वभाव ठाऊक असेल. आज रात्री आपण नदीच्या पलीकडे जाऊ शकू का? पाठीवरच्या ओझ्यांसह घोडेही यायला हवेत. त्यांच्या पाठीवरचं धान्य-पीठ वगैरे सामान भिजता कामा नये. अनोळखी ठिकाणी एखादा डोहही असेल. ही जागा तर डोहासारखी दिसते. किती खोल असेल इथं पाणी?''

''मोठाले वेळू देऊन दोघा-चौघांना पाठव खाली मोजायला.''

''बरं. नदी ओलांडली आणि आठ-दहा घटका चाललं, की पांचाल देशाची हद्द लागते. तिथून डावीकडे वळलं, की आपण राक्षसवनात प्रवेश करू. आज पांचाल देशात प्रवेश करून, मध्यरात्रीनंतर झोप काढून, सकाळी उठून निघेपर्यंतच ऊन्ह चढेल. त्यापेक्षा आता नदीच्या काठावर विश्रांती घेऊ या आणि उद्या सकाळी निघून दुपारी राक्षसवनात प्रवेश करावा. किंवा परवा सकाळी शांत वेळी राक्षसवनात प्रवेश करावा का? नाही तरी तुला तिथल्या झाडा-झुडुपांचा आणि दगड-कातळांचा परिचय आहेच.''

''किती वर्षांपूर्वीच ती आठवण!''

''तरीही राक्षस-प्रदेश आहे तो. थोडाही फरक झाला नाही, असं माझ्याही कानांवर आलंय्. आपल्या आर्यांचा प्रदेश असेल, तर झाडं-झुडुपं तोडून अरण्यं साफ करतात, कृषिभूमी करून गाव-गोठे उभारले आणि रस्ते बांधले, की ओळखच पटेनाशी होते त्या भागाची.''

भीम वेगळ्याच आठवणींत गढला होता. अरण्य नाहीसं करून, झाडं कापून, कृषिभूमी तयार करून वसवलेल्या गावाची आठवण. त्यानं फक्त हुंकार दिला.

''महाराजा, आपल्याला वाटत असतं, आपण सारं विसरून गेलो आहोत, पण तिथं गेल्यावर प्रत्येक गोष्ट आठवत जाते. अगदी लहानपणी पाहिलेलं आजोळ मी पार विसरून गेलोय्, असं मला वाटत होतं. वीस वर्षं उलटल्यावर गेल्या वर्षी गेलो होतो. गावातले लहान-मोठे रस्ते, मी कुत्र्याचं पिल्लू खेळवत असे, त्या जागासुद्धा पाहताक्षणीच ओळखल्या मी! पाच-सहा भावंडं आम्ही. माझ्या मामानं पोहायला शिकवलं, ती तर जागा अगदी काल परवा पहिल्यासारखी आठवली मला.''

''हं.'' भीम म्हणाला.

''मग काय करायचं?''

''हं.''

महाराजाचं मन कुठंतरी भटकतंय्, हे नीलाच्याही लक्षात आलं. त्याला तसाच सोडून नील पाण्याची खोली पाहायच्या खटपटीला लागला. इतरांनी एव्हाना काटक्या आणि पाचोळ्यांचा ढीग रचला होता. सारं एकदम जाळून टाकू नये, असं नीलाचं मत पडलं. इतरांनाही ते पटलं. थंड हवा, चांदणं, समोर विशाल डोह, एवढी मोठी नदी. सगळ्या सैनिकांना या वातावरणानं मोहून टाकलं. त्यात मत्स्यदेशात कुठून असणार एवढी मोठी नदी? सगळ्यांनीच रात्री तिथं मुक्काम करावा, असा विचार बोलून दाखवला.

दुपारचंच अन्न सगळेजण जेवले. रानातल्या प्राण्यांपासून रक्षण म्हणून लहानशी शेकोटी पेटवून, पाळी-पाळीनं पहारा देण्याचं काम वाटून घेऊन, सारे स्थिरावले. नीलही सारी व्यवस्था लागल्यावर भीमापाशी आला. मृदु मातीवर अंथरलेल्या चटईवर पडलेल्या भीमानं पाय लांब केले. चांदणं. नि:शब्द शांततेत वाहणारी शांत नदी. गंगा सोडली, तर आतापर्यंत पाहिलेल्या नद्यांमध्ये सर्वांत मोठी.

याच नदीच्या काठावर... इथून किती लांब असेल इंद्रप्रस्थ? कुरुराज्याला स्पर्श न करता फेरा मारून आलोय् आपण. म्हणजे वरच्या बाजूला सतत दोन रात्री आणि दोन दिवस प्रवास केला, तर इंद्रप्रस्थाला पोहोचता येईल. तिथं असताना नदीच्या काठावर किती चांदण्या रात्री काढल्या, त्याला हिशेबच नाही. उन्हाळ्यातल्या रात्री तर या नदीच्या काठावरच सरत होत्या. अशा किती तरी चांदण्या रात्री कृष्णाचीही सोबत असे. तो तर जन्मून वाढला, याच नदीच्या काठावर. किती प्रेम त्याचं या नदीवर! माझं गंगेवर आहे, तेवढं.

मला म्हणत होता,

''भीमा, गंगेचा काठ राहू दे त्या दुर्योधनाकडे. या यमुनेला तू कमी लेखू नकोस. असंच खालच्या बाजूला गेलं, की जिथं मी जन्मलो, वाढलो, तो मथुरेचा भाग आहे. हे खांडववन कापून, शेतीसाठी सखल करून, त्या लहान खेड्याच्या जागी एक महानगर वसवू या. संपूर्ण आर्यावर्तात कुठंही पाहायला मिळणार नाही, अशी नगरी!''

मूर्तिमंत उत्साहाचं नावच कृष्ण! त्याच्या तल्लख बुद्धीला आणि सळसळत्या उत्साहाला अंतच नाही. पाहतानाही थकून जावं, अशी सुंदर द्वारका-नगरी निर्माण केलीय्, म्हणे. मी मात्र, एकदाही पाहिली नाही. हे युद्ध आटोपल्यावर पाहून यायला पाहिजे एकदा. खांडव तरी काय सामान्य अरण्य होतं का? हिडिंब-वनापेक्षाही... धत्! त्याचं का नाव ठेवायचं?... सालकटंकटीच्या अरण्याइतकंच घनदाट अरण्य. नागांनी भरलेल्या त्या अरण्यात एक खेडं होतं खांडवप्रस्थ नावाचं. रानटी प्राणी, रोगराईचं आगर! द्रुपदराजाशी नातं जुळल्यावर

आंधळ्यानं मोठं प्रेम दाखवून गावी बोलावून घेतलं आणि कशा मधाळ शब्दांत गुंतवलं आम्हांला!

"बाळ धर्मा! उन्हाच्या धगीनं तुम्ही राहत होता, ते घर जळून गेलं, तेव्हा माझं आतडंच जळाल्यासारखं वाटलं मला. पोटच्या मुलांपेक्षा माझं भावाच्या मुलांवर अधिक प्रेम. आमच्या कुरुकुलाच्या पुण्याईमुळंच तुम्ही वाचलात. माझ्या दुर्योधनानं तुम्हांला जाळायचा प्रयत्न केला, असं काही नतद्रष्ट लोक बडबडले. माझ्याही कानावर आलंय् ते. आता तरी आमच्यावरचं किटाळ दूर झालं..." म्हणत म्हाताऱ्यानं अश्रू नसलेले डोळे टिपले. की एखादा थेंब आला होता? नाही तरी डोळ्यांच्या खाचा असल्या, की तसं दिसतं खरं.

"... दुर्योधन थोडा खोडकर आहे खरा. वयही पोरकट आहे. पण स्वतःच्या भावांचा घात करायची वृत्ती या कुरुवंशातल्या कुठल्याही अंशात येणं शक्य नाही. जाऊ दे. यानंतर तुम्ही भावंडांनी एकत्र राहणं योग्य नव्हे, असं मी ठरवलंय्. दक्षिणेकडे आपलं खांडवप्रस्थ आहे ना? पूर्वी आयु, पुरुरवा, नहुष यांच्या काळात तीच राजधानी नव्हती का? त्यानंतर ही हस्तिनावती राजधानी झाली. आता तिची थोडी अवनती झाली आहे आणि झाडं-झुडुपं वाढली आहेत, म्हणे. तुम्ही पाचजण तिथं जा आणि वैभवानं राज्य करा. खांडवप्रस्थाचा सगळा भाग तुमचाच आहे."

किती हुशारीनं वनवासाला पाठवलं त्या अंध थेरड्यानं! जर कृष्ण नसता, तर संपूर्ण आर्यावर्ताला चकित करून सोडणारी आणि हस्तिनावतीला मागे सारेल, अशी ती नगरी उभी करणं शक्य होतं का? इंद्रप्रस्थ! हा कृष्ण म्हणजे मूर्तिमंत उत्साह! नवनिर्मितीचे असंख्य आविष्कार दाखवूनही न आटणारा त्याचा उत्साह! या म्हाताऱ्यानं तर लोण्यासारखं गुळमुळीत बोलून आम्हांला खांडवप्रस्थासारख्या निबिड अरण्यात पाठवलं. रथ, घोडे, जनावरं, भांडी, कपडे, लोकरीची वस्त्रं, दाग-दागिने... सारं काही द्रुपद देशातून आलं. द्वारकेहून कृष्णानं पाठवलं, ते तरी कमी होतं का? समुद्र-काठावर वास्तव्य करून समुद्रापलीकडील देशांशी व्यापार करून भरपूर श्रीमंत झाले आहेत, म्हणे, यादव. हस्तिनावतीलाही मागं टाकेल, एवढी संपत्ती आता द्वारकेत एकवटली आहे, म्हणे. किती उत्साहानं जायला निघालो पाचहीजण. सोबत कृष्णा, आई आणि कृष्ण. तिथं गेल्यावर धर्म सोडता आम्ही चौघंजण कृष्णाबरोबर चहूबाजूला फिरून आलो. पहिला प्रश्न होता, तो तिथली झाडं काढून जमीन सारखी करायची. समोर एवढी कामं ठेवून स्वस्थ तरी कसं बसवणार? उन्हानं नाही तरी सगळी झाडं वाळून गेली होती. एकीकडे आग लावताच जिभल्या चाटत ती सगळीकडे पसरली. सैरावैरा वाहणारा वारा, काळा धूर, चटचटणाऱ्या लाल-

पिवळ्या ज्वाळा, त्यात जळून खाक होणारा पाला-पाचोळा, किडे-मुंग्या, साप-विंचू, सरडे-वाघादी श्वापदांनी तर पळ काढला. एवढी मोठी आग कधीच पाहिली नाही मी! वाहणारा वारा तर किती मदत करत होता त्या ज्वाळांना! दुर्योधनाचं सैन्यही असंच सुकायला पाहिजे आग लावण्याआधी! सैरावैरा वाऱ्यानं भडकणारी ती महाप्रलयंकारी आग! रथांवरून, घोड्यांवरून, हत्तींवरून असाच बाणांच्या आगीचा पाऊस पाडून खांडववन जाळलं, तसं जाळायला पाहिजे त्याचं सगळं सैन्य! सारं सैन्य खांडववनासारखं काळी ठिक्कर पडायला हवं! त्या पाच भिल्लांसारखं आणि त्यांच्या आईसारखं! मध्ये दुर्योधन, दोन्ही बाजूंना दुःशासन आणि कर्ण, भोवताली शकुनि आणि त्याचा इतर गोतावळा! तो आंधळा थेरडा काही येणार नाही. कसा येणारा आंधळा?

एक जांभई आली. भीमानं अंग मोडून सैल केलं. काहीजण अजून झोपले होते. उरलेले नदीच्या पात्रात पावलं बुडवून गप्पा मारत होतो. आकाशात उतू जाणाऱ्या चांदण्यात चंद्र तरंगत होता. रात्री इथं मुक्काम केला, ते योग्यच केलं, असं वाटलं. आणखी एक जांभई आली. पण झोप येत नव्हती. फक्त इंद्रप्रस्थाची आठवण येत होती.

किती कष्ट घेऊन उभारलं ते नगर! घनदाट अरण्य जाळून, कापून शेतीसाठी आणि राहण्यासाठी योग्य अशी जमीन करून, ती आमच्यावरच्या प्रेमापायी इथं आलेल्या शेतकऱ्यांच्या ताब्यात देऊन नवं गाव उभं करायचं, म्हणजे का कमी कष्ट असतात? सहजा-सहजी नाही होत ते! आंधळ्यानं दान म्हणून दिली नाही ती! नावापुरती ती जमीन कुरुराज्यात असली, तरी प्रत्यक्षात नागलोकांच्या वर्चस्वाखाली ते अरण्य होतं. आम्ही तिथं जाताच ते चिडले होते. सगळीकडून एकदम चाल करून आले. त्यांचे ते विषारी टोकांचे बाण! त्यांचा फक्त स्पर्श जरी त्वचेला झाला, तरी संपलंच! बाण उपटून काढला, तरी मरण्याशिवाय दुसरा कुठलाही उपाय नाही.

बायका-पुरुष सगळेजण हातात धनुष्य-बाण घेऊन अरण्यातून बाहेर येऊ लागले. आमच्याकडे सैनिक नव्हते. आम्ही पाचजण आणि मदतीसाठी फक्त कृष्ण! सामान वगैरे घेऊन आलेली मोजकी पांचाल देशाची माणसं. कृष्णाकडची कुमकही अजून येऊन पोहोचली नव्हती. आम्ही अंगात चिलखतंही चढवली नव्हती. आम्ही असं मरून जावं, म्हणून या आंधळ्यानं आम्हांला खांडववन दिलं होतं!

कृष्णाच्या प्रसंग-चातुर्याला आणि धैर्याला मात्र तोड नाही, हे खरं! किती

पटकन निर्णय घेऊन त्यानं आम्हांला घोडे मागं घ्यायला सांगितलं! शत्रूचा मारा तीव्र होण्याआधीच आम्ही अंगावर चिलखतं चढवली आणि पुन्हा माघारी येऊन चारही बाजूनं... नव्हे, आठ बाजूंनी... छे:! सगळ्या बाजूनं आग लावून दिली त्या वनाला! चौफेर वारा वाहत होता. त्याची साथ मिळाल्यावर मग काय विचारता! पळणार तरी कुठून ते? एकमेकाला वाचवायला जाऊन सगळे आगीत होरपळून मेले. घाबरून बाहेर पळायचा प्रयत्न करत होते, ते आमच्या बाणांच्या तावडीत सापडले. कितीजण मेले? कोण हिशेब करणार त्यांचा? कृष्णाच्या बुद्धिमत्तेला खरोखरच तोड नाही! त्या वेळी सगळीकडे एकाच वेळी पेटवून दिलं नसतं, तर आम्ही जगायची मुळीच शक्यता नव्हती. किती माणसं होती रानात? आग्या मोहोळांतून आगीच्या धगीनं मधमाश्यांचे थवेच्या थवे बाहेर पडावेत, तसे हजारांच्या संख्येने आमच्यावर चाल करून आले असते, तर? कितीजण होतो आम्ही? सगळे नोकरचाकर आणि कामाची माणसं धरली, तरी शंभराच्या आतच. या नागलोकांपैकी काहीजण नदीच्या बाजूनं नदीत उडी टाकून जीव वाचवून पळून गेले, म्हणे. आता पांडवांना आपला पहिल्या क्रमांकाचा वैरी मानून सगळ्या नागांना एकत्रित करत आहेत, म्हणे.

आर्यावर्तात अधून मधून रानांत वस्ती करून असलेल्या नाग लोकांकडे दुर्योधनानं आपले दूत पाठवले आहेत, म्हणे. वर निरोप पाठवला आहे.

"आम्ही पांडवांशी युद्ध करणार आहोत. त्यात तुम्ही आमच्या बाजूनं लढलात, तर पांडवांचा सूड घेण्याची संधी तुम्हांलाच देईन!"

अरे व्वा! कपटानं आमच्या सगळ्या शत्रूंना एकत्र जमवून आमच्या विरुद्ध बिथरवणारं तुझं डोक उतरवून, या डाव्या पायाच्या ठोकरीनं उडवलं नाही, तरी मी माझं नाव बदलून... नाव बदलून... माझं नाव बदलून... कुठलं नाव ठेवून घ्यायचं? काही सुचलं नाही. हे भीम नाव सोडलं, तर दुसरं नावच नाही मला. किती विचार करून ठेवलंय्! मी जन्मताच मला पाहताक्षणी बाबांच्या तोंडून हे नाव बाहेर पडलं, असं आईच सांगते ना! कुणाला पुसता येईल हे नाव?

भीमानं अंग मोडलं. दोन्ही हातांच्या मुठी वळून हात वाकताना दृष्टी उजव्या हाताकडे गेली. आता आपलं वय झालं, असं भीमाला वाटलं. भर तारुण्यात दगडी वरवंट्यांसारख्या असलेल्या गोल आणि दणकट हातांवरची कातडी आता थोडी सैल झाली होती. साहजिकच आहे, म्हणा! बारा वर्षांचा वनवास, रोज शिकार मिळायची खात्री नाही. शिवाय धर्माबरोबर वेदार्थ-चर्चा करायला येणाऱ्या ऋषी-मुनींच्या भोजनाचीही व्यवस्था करायची. नीटसं दही-दूध नाही, की तूप-लोणी नाही. भाजलेल्या लाह्या, भाकरी, भात-काहीच नाही. असे दिवस काढल्यावर

भीम बारीक झाल्याशिवाय कसा राहील? कृष्णेनं वनवासात काळजी घेतली नसती, तर एवढंही राहिलं नसतं. वनवासाला निघताना आईनं मला तिच्या हातात सोपवून सांगितलं होतं,

"याचं पोट-पाणी नीट सांभाळ. बाकी सगळं आपोआप मिळेल."

विराटनगरीत स्वयंपाकी म्हणून राहिला नसता, तर ही भीम आपोआपच मरून गेला असता. मग काय? धर्मानं युद्धच केलं नसतं. तो अरण्यात निघून गेला असता. अर्जुन तर त्याचाच भक्त! त्यानंही त्याचाच मार्ग अनुसरला असता. नकुल-सहदेवांनीही हेच केलं असतं. मग कृष्णेची काय गत झाली असती? कृष्णे, हा भीम जिवंत आहे! तुझ्या आणि माझ्या अपेक्षा मुळीच वेगवेगळ्या नाहीत. पुन्हा पट्टराणी होण्याचा तुला मुळीच मोह नाही. तो, त्याची भावंडं, कर्ण, शकुनि यांची मुंडकी उडवून डाव्या टाचेखाली चिरडल्याचं बघण्यासाठी तू जगतेस. ते तुला दाखवल्याशिवाय मी मरणार नाही! आणि प्रत्यक्ष यम बोलवायला आला, तरी तुलाही पाठवणार नाही!

पुन्हा एकवार अंग मोडून तो झोपला. नदीच्या काठावर बसलेले एकेक करून येऊन झोपले. थोड्या अंतरावरून अनेक प्रकारचे घोरण्याचे आवाज ऐकू येत होते. पाठोपाठ आठवणींचा लोंढा.

आता इंद्रप्रस्थी कुणीच राहत नाही, म्हणे. ती आता राजधानीही राहिली नाही, म्हणे. आम्ही तिथून निघून गेल्यावर वेदज्ञ, नट, संगीतकार, माहूत, सैनिक... कुणीच तिथं राहिलं नाही, म्हणे. पुन्हा पहिल्यासारखं छोटं खेडं राहिलंय्. अरण्यही माजलंय् तिथं. संपूर्ण आर्यावर्तातच नव्हे, तर ब्रह्मावर्तातही पाहायला मिळणार नाही, असं सुंदर नगर, सुंदर सभाभवन... खांडववनामार्गे कुठं निघाला होता तो मयासुर? गांधार देशाच्या पलीकडे राहणारा, म्हणे. पोटासाठी आपलं गाव आणि देश सोडून इकडे जरासंधाच्या गिरिव्रजाकडे निघाला होता. मोठ्या राजाकडं एखादं काम मिळालं, तर पोटाचा प्रश्न मिटेल, म्हणून. तोही आगीत सापडला होता. जीव घेऊन पळून जात असताना त्याला पाहून कृष्णानं बाण चढवला. नागलोकांसारखा वाटला नाही, म्हणून अर्जुनानं कृष्णाला रोखलं, म्हणून बरं झालं. नाहीतर मयशिल्पी मरून गेला असता. इंद्रप्रस्थाची रचनाही इतकी वैभवपूर्ण झाली नसती. सभाभवनही उभं राहिलं नसतं. तो अर्जुनाच्या जवळ आला आणि त्यानं विचारलं,

"माझा जीव वाचवलास तू! तू कोण आहेस?"

"इथल्या राजाचा धाकटा भाऊ अर्जुन."

"माझा जीव वाचवलास. तुझ्यासाठी मी काय करू?"

"काय करू शकशील? तू कोण आहेस? इथं का आला होतास?"

"वास्तुशिल्पी. या देशात बांधलं जात नाही, एवढं सौंदर्यपूर्ण बांधकाम करतो मी."

कृष्णाचं अष्टावधानी मन म्हणालं,

"शिल्पी, आम्ही एक नवं नगर वसवत आहोत. नवी भवनं बांधायची आहेत. तू मागशील, तेवढी माणसं आणि सामान तुला दिलं जाईल. तुझी सारी बुद्धी, प्रतिभा आणि अनुभव पणाला लावून कुठंही पाहायला मिळणार नाही, असं नगर आणि भवन-सौध बांधशील का?"

मय तिथंच राहिला. द्वारकेसारखी नगरी उभारण्याच्या कार्यात महत्त्वाचा वाटा उचलणारे आणखी काही शिल्पी आणि कलाकार कृष्णानं द्वारकेहून बोलावून घेतले. वर्षभरातच नाही का नवनगरीच्या निर्मितीला प्रारंभ झाला? गल्ली-बोळांनी गजबजलेली हस्तिनावती नव्हे. दुमजली घरं, प्रत्येक घरात स्नानगृह, गावात अधूनमधून स्नानाची कुंडं, कुंडांच्या भोवताली भिंती, भोवताली घनदाट छाया देणारी झाडं. पाऊस पडला, की अर्ध्या घटकेत सारं गाव धुऊन स्वच्छ होऊन पाणी वाहून जात होतं! आणि हस्तिनावती? एकदा पाऊस पडला, की गल्ली-बोळांतून महिनाभर पाणी साचून घरात शिरणारे ते बेडूक! नंतर माश्या, डास, दुर्गंधी! इंद्रप्रस्थातले रस्ते किती रुंद! समोरासमोर दोन मोठाले गाडे आले, तरी एकमेकांना न घसटता जाऊनही दोन्ही बाजूंना जागा शिल्लक राहत होती. नीटपणे आखलेले रस्ते, नेटकं गाव. गावापलीकडे कच्चं लोखंड तापवून त्यातून शुद्ध लोखंड वेगळं करायची भट्टी. या आठवणीसरशी आणखी एक असंबद्ध आठवण मनात तरळून गेली. निघायच्या आदले दिवशी ऐकू येणारे घणाचे आवाज आठवले. तिथून निघालो, तेव्हा रस्त्याच्या कडेलाच कातड्यानं झाकलेल्या दोन गाड्या दिसल्या होत्या. त्या वेळी त्या लोहाराच्या असल्याचं लक्षातही आलं नव्हतं.

भीमाला झोप येत नव्हती. इंद्रप्रस्थातली उत्साहानं भरलेली वर्षं आठवत होता तो.

काय काय घडलं त्या दहा वर्षांत!

तो उठून बसला. डोळ्यांना सभोवतालचं चांदणं शांतवत होतं. शुभ्र वाळूवर जाऊन बसावंसं वाटलं. उठला.

सगळे सैनिक झोपले होते. दोघे राखणदार थोड्या अंतरावर छोटी शेकोटी पेटवून बसले होते. तो एकटाच नदीकाठच्या वाळूवरून पावलं टाकत चालला.

पाणी थंडगार होतं. पाण्याच्या पात्रात पावलं बुडवून तो उभा राहिला. नि:शब्द पाणी. प्यावंसं वाटलं. आठ-दहा ओंजळी पिऊन त्यानं एक नि:श्वास सोडला.

याच नदीच्या काठावर. एक किंवा दोन दिवस चाललं, की तिथं पोहोचता येईल.

काय काय घडलं तिथं!

सावकाश सारं आठवून त्या आठवणी क्रमानं लावायचा तो प्रयत्न करू लागला. पण किती तरी घटना एकाच वेळी घडत होत्या.

अरण्य जाळून नागलोकांना मारलं किंवा पळवून लावलं. त्यानंतर पंधरा दिवस सारं अरण्य कसं धगधगत होतं! पंधरा-वीस दिवसानंतर नोकर कोयते घेऊन आत शिरले आणि त्यांनी उरली सुरली खोडं-मुळं कापून काढली. ती वाळल्यावर पुन्हा आग, पुन्हा धूर, राख, असह्य उकाडा. त्या वर्षी भरपूर पाऊस पडला, पण त्याच वेळी पीक कसं काढणार? पांचाल देशाहून मदत मिळाली नसती, तर उपाशी पडायचीच वेळ आली असती. दुसऱ्या वर्षी मात्र पीक आलं. केवढं पीक? रोपांना कणसांचं ओझं होऊन ती वाकून जावीत, असं पीक! ही बातमी पसरताच निघून गेलेले किती तरी जण इंद्रप्रस्थी आले. इंद्रप्रस्थ म्हणजे भरपूर धन-धान्य, इंद्रप्रस्थ म्हणजे... अंहं. त्या वेळी अजून हे नाव ठेवलं नव्हतं. खांडवप्रस्थ म्हणत होते सगळे. सुतार, दगड घडविणारे, विटा तयार करणारे, चुनखडीवाले, कुंभार, शिल्पी, रथकार, गवळी, शेतकरी– प्रत्येकाला भरपूर काम होतं नव्या गावात. सगळं वातावरणच उत्साहानं भरलं होतं. नवनिर्मितीचा आनंद, अभिमान! सगळे म्हणत होते, जुन्या गावांना नाव असतं; पण नव्या गावात संधी असते. किती मोठाले रस्ते, आंघोळीची कुंड, स्वच्छ घरं! मयशिल्पीच्या अनुमतीशिवाय आणि द्वारकेहून आलेल्या शिल्पींच्या मदतीशिवाय कुणीही स्वत:च्या घराचा पाया आखत नव्हतं, की भिंत उभारत नव्हतं. प्रत्येक रस्ता राजरस्त्यासारखा!

गाव वसलं, राजभवनही सज्ज झालं. सगळे खांडवप्रस्थ या नावाला विरोध करू लागले. एकमुखानं सगळ्यांनी नाव सुचवलं 'इंद्रप्रस्थ' आणि सगळ्यांनी एकमुखानं आवाज उठवला, 'तथास्तु, तथास्तु!'

कृष्णेच्या पोटी मुलं जन्म घेत होती. प्रत्येक मुलगा! प्रत्येक मुलाच्या जन्माच्या वेळी आनंदोत्सव! आई, धर्म, मी, अर्जुन, नकुल, सहदेव, गर्भाचा भार वाहणारी कृष्णा... सगळे आनंदात बुडून जात होतो. प्रतिविंध्य, श्रुतसोम, श्रुतकिर्ती, शतानिक, श्रुतसेन! आईला तर नातवंडांचं किती कौतुक करू आणि किती नको, असं होत होतं. गर्भार सुनेचं, बाळंतीण सुनेचं आणि पुन्हा गर्भार

राहण्यासाठी पाच पतींबरोबर शय्येसाठी सिद्ध होणाऱ्या सुनेचं किती कौतुक केलं, तरी तिला पुरेसं वाटत नव्हतं! कृष्णेची कूस तर इतकी सुफळ, की लग्नानंतर ती ऋतुमती झालीच नाही, की बाळंतपणानंतरही नाही. त्या आधीच पुन्हा दिवस राहत होते. मुलांचा तर माझ्यावर किती जीव! धावत येऊन माझ्या मांडीवर, माझ्या पाठीवर, माझ्या खांद्यावर, माझ्या डोक्यावर चढत होती! इतर चौघंही त्यांचे वडील असले, तरी सतत 'बाबा-बाबा' करत माझ्याचभोवती असायची! पाचही मुलांना घेऊन याच यमुनेच्या पाण्यात... किती दंगा!... ओ हो हो!

भीमला हसू आवरेना. दोन दाढा पडलेल्या तोंडातून फुटलेलं हसू कानांवर येताच तो भानावर आला.

सगळीकडे नि:शब्दता पसरली होती. पक्ष्यांचे आवाज ऐकू येत नव्हते. रातकिडे आणि नाकतोड्यांचेही आवाज ऐकू येत नव्हतं. त्यानं मान वर करून आकाशाकडे पाहिलं. चंद्र पश्चिमेकडे झुकला होता. मध्यरात्र उलटून किती वेळ झाला होता, कोण जाणे! सकाळी लवकर उठून निघायला हवं, असं नीलानं सांगितलं होतं. तो पुन्हा चालू लागला. भिजलेली पावलं वाळूत रुतवत तो आपल्या जागेवर आला.

झोपायचा कितीही प्रयत्न केला, तर मन अजूनही इंद्रप्रस्थाच्या आठवणींतून पूर्णपणे बाहेर यायला तयार नव्हतं.

संपूर्ण आर्यावर्तात कुठंही पाहायला मिळणार नाही, असं नगर! नवं सभाभवन. मयासुरच म्हणाला होता म्हणे,

"असं शिल्पकाम करणारा पुन्हा कधी तरी जन्म घेऊ शकेल; पण शिल्पीला हवं तेवढं सामान अशा प्रमाणात आणून देणारं कुणी सापडणार नाही!"

असं लोकोत्तर नगर, अप्रतिम भवन, किती ख्याती झाली होती! दूरवरचे यात्री येऊन नगर आणि भवन पाहत होते. आश्चर्यचकित होऊन तोंडात बोटं घालत होते. पुरोहित आणि ब्राह्मण पांडुपुत्रांच्या साधनेचं तोंड भरून कौतुक करत होते, दुर्योधनानं ज्यांना नाहीसं करायचा परोपरीनं प्रयत्न केला होता, त्या पांडवांच्या यशोगाथा गात होते!

हीच यशोगाथा धर्मराजाच्या मस्तकात भिनली. नव्या राज्याच्या ऐश्वर्यपूर्ण सिंहासनावर बसलेल्या धर्मराजाच्या मनात... आमच्याही तन-मनात उत्साह भरून आला. देश-विदेशचे लोक आपलं नगर पाहून गौरव करणार, याचा उत्साह! आम्हीच काय, सारी प्रजाही पुलकित झाली या विचारानं! पण हे कसं घडणार? उत्तर होतं... राजसूय! लगेच कृष्णाला निरोप गेला. कृष्ण आला

आणि त्यानं पहिला घाव घालायचा सल्ला दिला. जरासंधावर या भीमाकडून...

भीम कुशीवर वळला. त्याला जांभई आली. या खेपेला जांभईपाठोपाठ झोपही आली. थंडगार वारं वाहत होतं. कानांत केवळ स्वत:चीच जाणीव व्हावी, अशी नि:शब्दता. कान, नाक, डोळे... आत आत बुडत असल्यासारखा अनुभव त्याला झोपेत खेचत होता.

❑

पहाटे सगळे जागे झाले. कुणी उठववलं नाही, तरी भीमाला जाग आली. त्या दिवशी फारसं अंतर काटायची घाई नव्हती. दिवसभरात अरण्याच्या सीमेपाशी पोहोचून दुसरे दिवशी अरण्यात प्रवेश करायचं, असं ठरलं होतं. नदीच्या पलीकडे दाट वृक्षराजी पसरली होती. शेत-जमीन कमी होती. दूरवर कुठं तरी एखादं खेडं होतं. सकाळी प्रवासाला सुरुवात झाल्यापासून भीमाच्या मनात मुलांनी ठाण मांडलं होतं.

इंद्रप्रस्थी असताना रोज मुलांबरोबर खेळणं, हिवाळ्यात आणि उन्हाळ्यात त्यांच्याबरोबर नदीच्या पात्रात धुडगूस घालणं! त्याला पाहताच 'बाबा, मी... बाबा, मला घ्या' करत अंगावर धांगडधिंगा घालत सगळेजण. किती तरी आठवणी! राजसूयाच्या वेळी प्रतिविंध्य नऊ वर्षांचा होता आणि इतर चौघं आठ, सात, सहा आणि पाच वर्षांची. थोरला तर एक क्षणही माझ्यापासून दूर राहायला तयार नसे. धर्मानं राज्य गमावल्यावर मुलांना सोबत घेऊन जाणं शक्य नाही, म्हणून त्यांना आजोळी पाठवायचं ठरलं, तेव्हा सगळी माझ्या गळ्याला मिठी मारून 'बाबा...' म्हणून रडली. राज्य गमावलं, तरी रडलो नव्हता; पण मुलांपासून दूर होणं मात्र रडवून गेलं मला! खाली मान घालून उभ्या असलेल्या धर्माचा अधिकच संताप आला तेव्हा!

तीच मुलं आता कशी झाली आहेत! उपप्लव्य नगरीत येऊन चार महिने झाले त्यांना. पण अजूनही वागण्यात पहिला मोकळेपणा आला नाही. क्षत्रियकुमारांच्या चेहऱ्यांवर दिसणारा उत्साही नाही दिसत. अकाली आलेल्या गंभीरतेत आणि म्लानतेत बुडून गेलेलं मौन! का अशी झाली ही मुलं? प्रतिविंध्याला पाहताच धावत जाऊन त्याला छातीशी धरलं, तर त्यानं वाकून नमस्कार केला आणि नम्रपणे बाजूला उभा राहिला. चोवीस वर्षांच्या त्या क्षत्रिय युवकाच्या चेहऱ्यावर टवटवी दिसत नव्हती. इतरही तसेच. का अशी झाली आहेत ही मुलं? धृष्टद्युम्नानं नीट सांभाळलं नाही का? त्याच्या बायकोनं दुर्लक्ष तर केलं नसेल?

ऊन समोरून वर चढत असलं, तरी मोठाले वृक्ष असल्यामुळं उन्हाचा त्रास होत नव्हता. अंग मात्र घामेजून जात होतं. पण हलका वारा असल्यामुळं बरं वाटत होतं. दूर दूर मोठाले वृक्ष दिसत होते. नील मागच्या घोडेस्वारांना म्हणत होता,

"जवळच एखादं खेडं येईल, असं दिसतं. तिथं चौकशी करू या."

मुलं मोठी होत असताना वडिलांच्या सान्निध्यात असावीत. नाही तर पोटची मुलं परकी होतात. मनात उठणाऱ्या प्रश्नाला काही तरी उत्तर मिळाल्यासारखं वाटून मन त्याभोवतीच गोल फिरू लागलं. पुन्हा पुन्हा सांगू लागलं... नाही तर ती परकी होतात. धृष्टद्युम्न शूर आहे, अतिरथी-महारथी आहे. पण माझ्या मुलांना मीच शस्त्रविद्या शिकवायला हवी होती. भरपूर अंगसाधना करून, अंगातला घाम काढून, भरपूर मेहनत करायला लावून, भरपूर आहार घ्यायला लावून मी त्यांना गदा, तोमर, तलवार, परशू यांच्या वापरात पारंगत केलं असतं. गदायुद्धासाठी आवश्यक असलेलं अंगसौष्ठव या पाचही जणांपैकी कुणातच नाही. वाढत्या वयात सकस आहाराची कमतरता होती का आजोबांच्या राज्यात?

भीमाला राग आला. पोटभर खाऊन अब्रू काढणारी माणसं ही!

रस्त्याचा रोख बदलून ते थोडे डावीकडे वळले. उजवीकडे वृक्ष नसल्यामुळं सूर्याची तीक्ष्ण किरणं टोचत होती. शुभ्र गाईंचा एक समूह सामोरा आला. त्यांच्या राखणीसाठी असलेली कुत्री एवढे स्वार पाहून दूर पळून गेली. गाई मात्र न घाबरताच तशाच उभ्या राहिल्या. गुराख्यांनी त्यांना चुचकारून एका बाजूला केलं. नीलानं त्यांना जवळ बोलावून राक्षस-वनाची चौकशी केली. त्यांनी सांगितलं,

"समोरच्या खेड्यानंतर डावीकडे वळल्यावर, चार कोस चालून गेल्यावर राक्षस-वनाची हद्द सुरू होते."

याहून अधिक माहिती कुणालाच ठाऊक नव्हती. कुणीही गुरं घेऊन त्या बाजूला चरायला जात नसल्याचं त्यांनी सांगितलं. या भागाचं हेच शेवटचं खेडं, एवढं मात्र नक्की समजलं.

घोड्यांची रांग पुन्हा चालू लागली. खेडं ओलांडून पुढं गेल्यावर एकाएकी सगळं आठवलं.

द्रुपदराजाच्या घरी सकस अन्नाची कमतरता नाही. लग्नानंतर काही दिवस आम्हीही तिथंच राहत होतो ना. जेवणाची किती छान व्यवस्था होती! धृष्टद्युम्नाला तर माझ्या जेवणाचं किती कौतुक होतं! पण त्याचं कौशल्य आहे, ते धनुर्विद्येत. ही मुलंही तशीच तयार झाली. मल्लयुद्ध किंवा गदायुद्धासाठी नव्हेत. या भीमाला शोभतील, अशी कुणी सशक्तही नाहीत. कुणीच माझ्याएवढं उंच नाही. सगळे खांद्याएवढे! त्या उंचीला साजेल, अशी शरीरयष्टी. धर्मासारखी, अर्जुनासारखी, नकुल आणि सहदेवासारखी मुलं. ही कशी मल्ल होतील?

घोड्यांचा वेग कमी झाला होता. टपटप धावणारे घोडे आता पाय ओढत चालत होते.

सावल्या दोन पुरुष लांबीच्या होण्याआधी ते थांबले. अरण्य अधिकच दाट झालं होतं. फारसा उकाडा नव्हता. मान वर करून पाहिलं, तर घनदाट पसरून राहिलेले वृक्ष, त्यांच्या आश्रयानं वाढलेल्या नाजूक पानांच्या वेली. किती तरी कोसपर्यंत पसरलेलं हिरव्या छताचं अरण्य आणि दूरवर झाडांच्या मोठमोठ्या बुंध्याच्या, झुडुपांच्या आणि वेलींच्या जंजाळातून दिसणारी मोठमोठ्या खडकांची रांग.

हो. हीच राक्षस-वनाची हद्द. दक्षिणेकडची. होय. याच बाजूनं आपण अरण्यांतून बाहेर पडून कुठं जावं, ते न कळल्यामुळं, बरंच अंतर चालून, अखेर कृष्णद्वैपायनांच्या सल्ल्याप्रमाणे एकचक्रा नगरीत जाऊन राहिलो होतो. आता अरण्यातला सगळा तपशील आठवू लागला. खडक, सरोवरं, झरे, उंच-सखल प्रदेश, झाडं-झुडपं, पक्ष्यांचा कलकलाट असणारे मोठमोठ्या वृक्षांचे समूह, हत्तींची वसतिस्थानं... सगळं सगळं आठवू लागलं. हे अरण्य अजूनही तसंच आहे. कापून, जाळून, जमीन सारखी करून शेतजमीन तयार केली नाही. त्यामुळं रस्ता चुकायची काळजी नाही.

दोघंजण स्वयंपाकाच्या तयारीला लागले. घोड्यांना थंडगार पाण्यानं धुऊन काढण्यासाठी इतरजण कामाला लागले. हा दिवस विश्रांतीचा ठरला होता. रात्री निम्म्या लोकांनी राखण करून इतरांनी विश्रांती घ्यायची, असं ठरलं होतं. मध्यरात्रीनंतर राखण करणाऱ्यांची अदलाबदल करायची. सकाळी उठल्यावर समोर असलेल्या राक्षसवनात प्रवेश करायचा. मुक्कामावर पोहोचायला निश्चितच दुपार होईल.

आता इथून माघारी परतलं, तर? विचार जीव शांतवणारा असला, तरी ते शक्य नाही, हेही त्याला समजत होतं. आता मनाला काय वाटेल, हा प्रश्नच

नव्हता? मनात असो वा नसो, विशिष्ट परिस्थितीत काही गोष्टी कराव्याच लागतात. त्याशिवाय जिंकता येत नाही. असं कृष्णही सांगत असतो ना! धर्मार्जुनांनीही आग्रह करून मला इथं पाठवून दिलं. आता मोकळ्या हातांनी माघारी कसं फिरणार?

सालकटंकटी कशी असेल आता? साधारण माझ्याच वयाची ना ती? मी कधी तिच्या वयाची चौकशी केली नाही आणि तिनंही कधी सांगितलं नाही. तिचं माझ्यावर प्रेम बसलं होतं. भांडली, रडली. आम्हांला आश्रय हवा होता, म्हणून मी इथं राहिलो. भीमाला शोभेल, अशी स्त्री! संपूर्ण आर्यावर्तात शोधलं, तर नजरेलाही पडणार नाही, अशी सौष्ठवाची स्त्री. या भीमाच्या बीजानं गर्भार राहिली, तरी तिच्या उंचीमुळं तिचं पोट बेताचंच दिसत होतं! पण जन्मला, तो माझी संपूर्ण मांडी भरून टाकणारा भीम-पुत्र! मीही जन्मलो, तेव्हा असाच होतो, म्हणे. आई तर म्हणाली, हे बाळ त्याहीपेक्षा मोठं आहे! पण... राग येतो आईचा किती तरी वेळा! अशा बाळाला आणि बाळंतिणीला इथं टाकून का घेऊन गेली ती मला? इथं आणखी काही दिवस राहिलं, तर मुलावरचा मोह वाढून मी कायमचाच इथं राहीन, अशी तिला भीती वाटली असेल का? त्या पाच नातवंडांवर मायेचा वर्षाव करणारी आई या मुलाला मात्र फारसं घेत नव्हती. माझ्या लहानपणीच्या दांडगेपणाच्या किती तरी कथांची वरचेवर आठवण काढणारी आई या भीम-पुत्राला मात्र रडणाऱ्या आईच्या स्तनांपाशी ठेवून मला तिथून घेऊन गेली! पापी!

डोळे उघडण्याची इच्छाच होत नव्हती. म्लानता क्षणाक्षणाला वाढतच होती.

थोड्या वेळात नील येऊन म्हणाला,

"महाराजा, स्वयंपाक झालाय्. तुझं जेवण झाल्याशिवाय इतर कुणी जेवणार नाही. उठून अंघोळ करणार का?"

भीम ताडकन उठून बसला. त्या मुलाची आठवण...

तो जवळच्या नदीपाशी गेला. सुखावह वाटणाऱ्या थंड पाण्यात उतरला. छातीपर्यंत पाणी येईल, अशा ठिकाणी बसला. त्या मुलाला अशा पाण्यात अंघोळीसाठी घेऊन यायला हवं होतं. तो थोडा मोठा झाल्यावर कमरेला दोर बांधून पोहायला शिकवायला हवं होतं. आपल्या घासातला अर्धा घास शिल्लक ठेवून तो त्याला भरवायला हवा होता. प्रतिविंध्य आणि इतरांना यमुनेत उचलून टाकत, नाचत, उड्या मारत, 'बाबा... बाबा' करत हात पसरून अंगावर झेप घेत... छे! लांब पोट! भीमाचं लांब पोट! शिकारीचं मांस, शिजलेली कंदमुळं

त्या त्याच्या चिमुकल्या तोंडात भरवायला हवी होती. त्या लांब पोटात भरायला हवी होती!... 'तुझं पोट लांडग्यासारखं आहे. तू माझा लांडगा आहेस! वृक, वृका! मम वृका!' म्हणत माझं पोट कुरवाळून, चुंबून, कौतुक करणाऱ्या सालकटंकटीनं त्याचं पोटही माझ्या एवढंच मोठं केलं असेल भरपूर खाऊ घालून!

आपल्याच तंद्रीत भीम पाण्यात बसून होता. हालचाल न करता. अंग घासून न घेता. नीलानं पुन्हा जवळ येऊन हाक मारली, तेव्हा तो बाहेर आला आणि ऊन्हात अंग वाळवत जेवायला बसला. जेवण करताना पुन्हा वाटलं, त्याला सांभाळलं नाही, रक्तमांस शिंपून वाढवलं नाही! आणि आता युद्धात माझ्या बाजूनं लढायला चल, असं म्हणण्यापेक्षा निघून जाणंच योग्य. जेवण झाल्यावर दोघांना पहाऱ्यावर ठेवून इतर सगळेजण सावलीत शांतपणे झोपले. त्यानं नको म्हटलं, तरी अशा शांत सावलीत पडण्याचं सुख त्याच्या शरीरानं नाकारलं नाही. भीमाला झोप येत नव्हती. मन मात्र माघारी चलण्याचा हट्ट करत होतं.

थोड्या वेळानं तो उठून बसला. सुकलेल्या पाचोळ्यावर पावलं टाकत तो उत्तरेकडे असलेल्या खडकांच्या रांगेकडे निघाला. तीच राक्षस-वनाची दक्षिण बाजू. एका मोठ्या खडकावर पलीकडे पाहत तो मुकाट्यानं बसून राहिला. त्या संपूर्ण अरण्यातले बारकावे आठवत! समोर क्षितिजापर्यंत पसरलेल्या वट-वृक्षांच्या गर्दीतून सरळ पुढं गेल्यावर लागणारा तो काटेरी झाडांचा समूह! तो डावीकडून टाकून ओढा ओलांडून तसंच पुढं गेलं, की सालकटंकटीची झाडावरची झोपडी असलेला वृक्षांचा समूह. आता निघालं, तर रात्रीपर्यंत तिथं सहज पोहोचता येईल. आईवरचा राग पुन्हा एकदा उफाळून आला.

समोरच्या अरण्यात दोन राक्षस दृष्टीला पडले. त्याच्याच वयाचे असावेत. त्यांचंही भीमाकडे लक्ष गेलं होतं. शत्रूच्या हालचाली निरखणाऱ्या वाघाप्रमाणे त्यांची नजर त्याच्या हालचालींवर खिळली होती. त्यांच्या हातात धनुष्य-बाण होते. नेम धरून एखादा विषारी बाण मारायची शक्यता लक्षात येताच चटकन त्यांची भाषा आठवून भीम त्या भाषेत ओरडला,

"कोण आहात तुम्ही? इकडं या."

ते आले नाहीत.

"मी तुमच्यापैकीच आहे. सालकटंकटी ठाऊक आहे तुम्हांला...!" त्यानं पुन्हा ओरडून विचारलं.

त्यांच्या चेहऱ्यावरचे भाव निवळले असावेत. भीम स्वत: त्या खडकावरून खाली उतरून त्यांच्याकडे निघाला. हातात एकही शस्त्र न घेता शांतपणे येणाऱ्या भीमाला पाहून ते जागीच उभे राहिले. त्यांच्या जवळ गेल्यावर भीमानं विचारलं,

"तुमचा राजा कोण आहे?"

"घटोत्कच." त्यांच्यापैकी एकजण म्हणाला.

"घटोत्कचाची आई सालकटंकटी कुठं आहे?"

"तिथंच. सरोवरापाशी. झाडावर... मुलाजवळच्या झोपडीत."

"तुम्ही जा आणि सांगा, घटोत्कचाचा पिता भीम आला आहे आणि दक्षिण सीमेजवळ दगडांच्या रांगेपाशी थांबला आहे. तुम्हांला भेटायला आलाय्, म्हणावं."

"ओ हो!" एवढा वेळ टक लावून पाहणाऱ्याला त्यांच्यापैकी एकाला ओळख पटली, "आठवलं! विसांवर आठ वर्षं झाली, नाही का! मी तुला पाहिलं होतं. रोज ताजं मांस आणून देत होतो मी. आठवलं माझं नाव?"

भीमालाही ओळख पटली. फक्त त्याच्या तोंडातले निम्मे दात पडून गेले होते, एवढंच.

"कशी आहे सालकटंकटी?"

"काय सांगू! तू निघून गेल्यावर तिनं मांस, दारू, कंदमुळं, फळं... सगळंच सोडून दिलं होतं. मूल नसतं, तर मरूनच गेली असती."

भीमाचं हृदय चुटपुटलं. अभिमानही वाटला. आपण इथं आलो, त्याचं सार्थक झाल्यासारखं वाटलं. राका पुढं म्हणाला,

"नंतर दोन-तीन वर्षं तर ती कुठल्याही पुरुषाला जवळ करायला तयार नव्हती."

या वाक्यासरशी सारा अभिमान भुईसपाट झाला.

म्हणजे नंतर जवळ केलं? कोण असेल तो? असली कसली स्त्री ही? तो जो कुणी असेल, त्याला चिरडून टाकायला पाहिजे!

त्यानं मनोमन दात-ओठ खाल्ले.

राका पुढं सांगत होता,

"आजही तुझी आठवण काढत असेत बिचारी! 'आईचं ऐकून निघून गेला, नंतर एकदाही फिरकला नाही...' म्हणून चार-सहा वर्षं रडत होती. तू आल्याची बातमी मी जाऊन सांगितली, तर निश्चितच मला पायातलं कडं काढून देईल खुशीनं!" असं म्हणून आपल्या जोडीदारासह तो वळला आणि त्यानं एकाएकी वेगानं धावायला सुरुवात केली.

विचारमग्न भीम पुन्हा त्या खडकापाशी येऊन पोहोचेपर्यंत ते त्या वटवृक्षांच्या गर्दीत दिसेनासे झाले होते.

भीम त्या खडकावर बसून राहिला, तरी त्याचं मन स्वतःच्या न कळत भोवऱ्यात भरकटत होतं. राग, अपमान, खेद, असहायतेची भावना. त्या चार हात उंच कातळावर सकाळ ते संध्याकाळ कुठंही सूर्य असला, तरी किंचितही

सावली पडत नव्हती. त्यावर तो उताणा झोपला. झोप लागली, तर एखादा राक्षस येऊन मस्तकावर दगड टाकून चेंदामेंदा करेल, अशी भीतीही मनाला स्पर्श करून गेली नाही. क्षणोक्षणी आईवरचा संताप आठवत होता. स्वत:वरही राग येत होता.

त्या रात्री कुणालाच गाढ झोप लागली नव्हती. अरण्यात कुठं तरी हत्तींचे चीत्काराचे आवाज ऐकू येत होते. मधूनच वाघाची डरकाळी कानांवर येत होती.

मध्यरात्र टळली, तेव्हा भीम गाढ झोपला होता, पण थोड्याच वेळात जागा झाला, राक्षस-सीमेपाशी असलेल्या खडकांच्या रांगेपाशी जोरात ढोल बडवल्याचा आवाज ऐकू येत होता. सगळेजण उठून बसले. आवाज जवळ जवळ येत होता. त्यानंतर चूडेचा जाळही दिसला. हातात चूड घेतलेले काहीजण त्या खडकावर चढून उभे राहिले. त्या उजेडात धनुष्य-बाण आणि इतर शस्त्रं घेतलेले आणि ढोल बडवणारे लोकही दिसले.

भीमाचे सैनिक भेदरून गेले. त्यांचे घोडेही घाबरून उभ्या जागीच मुतले. सगळ्यांना घाबरू नका, असं सांगून भीम एकटाच त्या खडकांच्या रांगेकडे निघाला. थोड्या अंतरावर जाऊन उभा राहिला. ढोलाचा आवाज थांबला. भीमानं ओरडून सांगितलं,

"मीच भीम आहे. घटोत्कचाचा बाप. तुम्ही कोण आहात?"

भीमाच्या अंगरक्षकांना आश्चर्य वाटत होतं. आपल्या भाषेसारखी भाषा! उच्चारात फरक आहे आणि आवाज चढा आहे.

त्यांच्यापैकी एकजण खडकावरून खाली उतरून आला. त्याच्या दोन्ही बाजूंना हातात चूड घेऊन दोघंजण चालू लागले,

भीमाची दृष्टी त्याच्यावरच खिळली होती.

स्वत:चंच प्रतिरूप! या वयाला तो होता, त्याहीपेक्षा उंच आणि दणकट! चेहरा मात्र तोच! कुठल्याही क्षणी शेजारच्या झाडाची फांदी मोडून कितीही हिंस्र प्राण्यावर चढाई करू शकेल, असे चेहऱ्यावरचे भाव!

भीम पुटपुटला,

"तूच घटोत्कच!"

जवळ येताच घटोत्कच गुडघ्यापर्यंत डोकं झुकवून, आदर दाखवून, खाली मान घालून उभा राहिला.

आतापर्यंत आणखी चार युवकही दगडांची रांग ओलांडून आले होते. प्रत्येकाच्या हातात एकेक चूड होती. भरलेले राक्षस-देह. पण ते घटोत्कचाएवढे उंच नव्हतं. खट्कन झाडाची फांदी मोडून अंगावर चालून येणाऱ्या मस्तवाल

हत्तीला पळवून लावायची शक्तीही दिसत नव्हती. तेही घटोत्कचाप्रमाणे आदर दाखवून, खाली मान घालून उभे राहिले.

घटोत्कचानं ओळख करून दिली,

"हे माझे धाकटे भाऊ."

तो पुढं म्हणला,

"आई स्वत: यायला निघाली होती. पण आम्हीच तिची समजूत घातली आणि इथं आलो. एका रात्रीत अरण्याच्या सीमेपर्यंत धावून आलं, तर अलीकडे तिचे पाय दुखतात. पहिल्यासारखी तिचीही शक्ती राहिली नाही अलीकडे."

भीमानं लगेच निघायचं ठरवलं. पण घटोत्कचानं त्याच्या अंगरक्षकांना सोबत आणायची परवानगी दिली नाही. तो म्हणाला,

"तू माझा पिता आहेस. माझ्या आईचा पहिला पती. म्हणजे आम्हां सगळ्या भावंडांचाच पिता. पण इतर देशातल्या माणसांना आमच्या वनात प्रवेश देता येणार नाही. ते आमच्या पद्धतीला धरून होणार नाही. हे सगळे इथंच राहतील. त्यांच्या रक्षणासाठी माझी वीस माणसं इथं राहतील. आमच्या वनातल्या कुठल्याही प्राण्याकडून किंवा राक्षसाकडून यांना उपाय होणार नाही, याची ते काळजी घेतील."

नीलाचा निरोप घेऊन भीम त्यांच्याबरोबर निघाला. खडकांची रांग ओलांडून राक्षस-वनात प्रवेश केल्यावर घटोत्कच भीमापाशी आला. त्याच्याकडे पाठ करून, गुडघे जमिनीवर टेकून बसला आणि म्हणाला,

"बैस."

भीमाचा जीव कासावीस झाला. त्यानं सांगितलं,

"आजवर मी इतरांना खांद्यावरून उचलून नेलं आहे! अजूनही एवढी ताकद आहे! कुणाच्याही खांद्यांवर बसलो नाही. अजूनही तेवढा अशक्त झालो नाही!"

"आईची आज्ञा आहे, पित्याला खांद्यावरून घेऊन ये, म्हणून!" घटोत्कच म्हणाला.

भीम बसला नाही.

घटोत्कचही उठला नाही. तसाच अवाक्षर न बोलता बसून राहिला.

भीम उभाच होता.

घटोत्कच बसून होता.

भीमानं नकार दिला.

तो मूकपणे बसूनच होता. राजाला पाठीवर घेण्यासाठी किंचितही न हलता बसलेल्या गजराजाप्रमाणे!

अखेर भीमाचा नाइलाज झाला. तो घटोत्कचाच्या दोन्ही खांद्यांवर पाय

सोडून बसला. सहजपणे घटोत्कच उठून उभा राहिला आणि त्यानं धावायला प्रारंभ केला. त्याच्यापुढं काही पावलं इतर चौघंजण पळत होते.

–व्वा! काय वेग! याच्या वयाला माझ्या अंगात तरी एवढी शक्ती होती, की नव्हती, कोण जाणे! छे:! नव्हती. नव्हती. मनोमन भीमानं कबूल केलं.

आपली उंची आणि खांद्यांवर बसलेल्या भीमाची उंची यामुळं भीमाला झाडांच्या फांद्या लागू नयेत, याचं भान ठेवत घटोत्कच धावत होता. सुकलेल्या वृक्षासारख्या घट्ट भुजा, कमावलेल्या स्नायूंची बळकट छाती, मांडीभोवती वेढलेल्या हातांची घट्ट पकड! भीमाचं मन उत्साहानं डवरलं. उन्हातला दीर्घ प्रवास, समोर ठाकलेलं युद्ध, इतक्या वर्षांत भोगलेले कष्ट– साऱ्यांचा विसर पडला. मध्ये कुठंही घटोत्कच विश्रांतीसाठी थांबला नाही, की भीमाचं ओझंही उतरवलं नाही. त्याला सावरलंही नाही. खांद्यावरचं ओझं अंगुळाभर हलवलंही नाही. वाऱ्याच्या वेगानं धावणाऱ्या घोड्यावर बसल्यावर अंग घामेजावं, तसा त्याच्या अंगातून घाम झिरपत होता. धावणाऱ्या घटोत्कचाचे खांदे, छाती, दंड घामानं चिकट झाले होते. खांद्यावर बसलेल्या भीमाचा घाम धावणाऱ्या घटोत्कच्याच्या घामात मिसळला. नव्यानं शक्तिसंचार झाल्याची भावना भीमाच्या सर्वांगात पसरली. अठ्ठाविसाव्या वर्षाची मस्ती अंगात उसळली.

उजाडण्याआधीच ते सालकटंकटीच्या वसतिस्थानापर्यंत जाऊन पोहोचले. दूरवर त्यांची चाहूल लागताच घनदाट वृक्षांच्या समूहापाशी ताशा वाजायला सुरुवात झाली. एका झाडाखाली अग्नी पेटला होता, त्याच्याभोवती आठ-दहाजण नाचू लागले.

भीमाला ओळख पटली. हाच तो वृक्ष. याच वृक्षावरच्या झोपडीत सालकटंकटीबरोबर वर्षभर झोपत होतो. फारसा उंच वाढला नाही हा वृक्ष. तसाच आहे.

एवढ्यात सालकटंकटीच सामोरी आली.

म्हातारी झालीय् ती. शरीर थकलंय्. देह सशक्त दिसत असला, तरी चेहऱ्यावर सुरकुत्या दिसताहेत. डोक्यावरचे केसही विरळ आहेत. तरीही पाहताक्षणीच ओळख पटली. घटोत्कच आईच्या समोर उभा राहिला. प्रवास संपल्यावर पाय वाकवून बसणाऱ्या हत्तीप्रमाणे गुडघे टेकून बसला. भीमाच्या मांडीभोवती वेढलेले हात त्यानं काढून घेतले. तीन वेळा घटोत्कचाची टाळू हुंगून भीमानं त्याच्या खांद्यावर चिकटल्यासारखे झालेले आपले पाय काढले.

भीम उभा राहताच सालकटंकटी जवळ आली. तिनं त्याचे दोन्ही दंड घट्ट धरले. पहिल्यासारखीच घट्ट पकड तिची! नंतर त्याच्या खांद्यांवरून आणि

चेहऱ्यावरून तिची बोटं फिरली. एकाएकी त्याच्या पाठीशी जाऊन तिनं त्याच्या पाठीत आठ-दहा गुद्दे घातले. तिचा चेहरा कठोर झाला. डोळे लाल झाले. तोंडानं 'भीमा-भीमा' असं पुटपुटत दोन्ही हातांच्या घट्ट मुठी वळून तिनं पुन्हा पाठीत गुद्दे घातले. मुठी सैल करून पाठीत-दंडावर सटासट चापट्या मारल्या.

लाल वळ उठले, तरी तो तसाच उभा होता. न हलता– खाली मान घालून.

ती त्याच्यापुढं येऊन उभी राहिली. त्याचा चेहरा वर उचलत तिनं आपली दृष्टी त्याच्या दृष्टीत मिसळली. एकाएकी त्याच्या डोळ्यांत पाणी भरलं. तिचेही डोळे भरून आले. 'भीमा-भीमा' असं पुटपुटतानाच आतून रडू उन्मळून आलं. तिनं पुन्हा एकदा त्याच्या दंडावर जोराची चापटी मारली.

समोरच्या एका मोठ्या वृक्षावरून एक युवती खाली उतरत होती. राक्षस-स्त्रियांप्रमाणेच पुष्ट आणि सशक्त. त्यातही इतरांपेक्षा थोडी अधिकच दणकट दिसत होती. इतर राक्षस-स्त्रियांप्रमाणे तिनंही कमरेला एक कातडं गुंडाळलं होतं. भरदार छाती तशीच उघडी होती. गळ्यात, पायांत मण्यांच्या माळा आणि हस्तिदंतांची कडी होती. गळ्यात आदल्या दिवशी घातलेली माळ कोमेजली होती. उतरताना डाव्या हातातलं मूल तिनं छातीशी घट्ट धरलं होतं. तिला पाहताच ती घटोत्कचाची बायको असल्याचं त्यानं ओळखलं. जवळ येऊन हातातल्या मुलाला त्याच्या पायांशी ठेवून, गुडघ्यापर्यंत वाकून, आदर दाखवून, ती शेजारी खाली मान घालून उभी राहिली.

त्यानं विचारलं,

"तुझं नाव काय?"

"कामकटंकटा." ती उत्तरली.

भीमानं बाळाला उचलून घेतलं.

हात भरून जातील, एवढं बाळ! गोरा रंग, वडिलांसारख्याच दणकट बांध्याची ठेवण. फार तर तीन-चार महिन्यांचं असावं. त्याला छातीशी कवटाळून त्याच्या पाठीवर थोपटत त्यानं विचारलं,

"याचं नाव काय?"

"बर्बरका." त्याची आई उत्तरली.

❑

नाही म्हटलं, तरी अंगभर दमणूक जाणवत होती. अंघोळ केल्यावर थोडं बरं वाटेल, असं वाटलं. थोड्या अंतरावर एक सरोवर असल्याचंही आठवलं. तो म्हणाला,

"मी अंघोळ करून येतो."

“चल, मीही येते...” म्हणत सालकटंकटीही त्याच्याबरोबर निघाली.

रस्ताभर ती काहीच बोलली नाही.

सगळीकडे प्रकाश पसरला होता. सूर्य उगवला असला, तरी घनदाट झाडीमुळं तो नेमका केवढा वर आलाय्, हे समजत नव्हतं. सरोवरापाशी असलेले वीस-तीस राक्षस सालकटंकटीला पाहातच विस्तीर्ण सरोवराच्या पलिकडच्या काठावर निघून गेले. कडुलिंबाची काडी मोडून, तिचे दोन भाग करून, एक भीमाच्या हाती देऊन, ती दुसरीनं दात घासू लागली. भीमाला मात्र कानकोंड्यासारखं होऊन गेलं होतं.

अखेर दात घासता घासता मध्येच थांबून त्यानं विचारलं,

“तू माझ्याबरोबर आलीस. तुझा नवरा गप्प बसेल का?”

“कोण माझा नवरा?”

“म्हणजे लग्न केलं नाहीस? घटोत्कचानं आणखी चार भाऊ दाखवले मला.”

सालकटंकटी लगेच काही बोलली नाही. तोंडातली काडी फेकून देऊन, खळखळून चूळ भरून, जीभ घासून, खाकरून, पुन्हा चूळ भरून झाल्यावर ती त्याच्यापाशी आली. त्याचे दोन्ही दंड घट्ट धरून, त्याच्या चेहऱ्यावर दृष्टी खिळवून म्हणाली,

“वर्षभरात नवरा पुन्हा भेटला नाही, तर तो मेला, असं गृहीत धरून दुसरं लग्न करायची आमची पद्धत आहे. तू तरी, परत येईन, असं कुठं सांगितलं होतंस? तरीही चार वर्षं वाट पाहिली मी तुझी! महाराणीला भरपूर मुलं नसतील, तर इतर राक्षस-समाज गप्प बसेल का? पण तरीही मी इतर कुणाशीच लग्न केलं नाही– चार मुलं होऊ दिली, एवढंच.”

भीमाची मान खाली गेली.

थोड्या वेळानं स्वत:ला तिच्या हातातून सोडवून, तोंडातली काडी फेकून, चूळ भरून तसाच पाण्यात उतरला. तसाच पोहू लागला. तिच्याकडे वळला नाही. आवाज न करता पाण्याच्या आतल्या आत हात-पाय हलवत तो पुढं निघाला. पहिल्यांदा उठलेल्या लाटा हळूहळू शांत झाल्या. त्या शांत पाण्यात तसाच पोहत असताना त्याच्या कानांवर शब्द आले,

“तू इकडे ये, पाहू.”

त्यानं तिकडं लक्ष दिलं नाही. तीच पोहत त्याच्याकडे येत होती. त्याचा वेग मात्र मंदावला. ती जवळ येऊन म्हणाली,

“तू माघारी येईन, असा शब्द दिला नव्हतास. तरीही द्यूतात हरल्यानंतर तुम्ही सगळेजण वनवासात होता, म्हणे. अरण्यातच राहायची वेळ आली, तेव्हा

तुला कशी इथली आठवण आली नाही? हे काय अरण्य नाही? का आला नाहीत तुम्ही इथं? पुन्हा तुझ्या आईनं विरोध केला? मी कधी तुझ्या आईचा अपमान केला नाही, की उलट उत्तरंही दिली नाहीत. तरीही तिला का माझा एवढा राग वाटतो?''

त्यावेळी का आपण इथं आलो नाही? पोहत असलेल्या पाण्याइतक्याच नि:शब्दपणे त्याच्या मनानं त्याला सवाल केला. आईनं विरोध करायचा प्रश्नच आला नाही. तरीही इथं यायचा विचार आपल्या मनात एकदाही का आला नाही? कृष्णेच्या सान्निध्यात हा विचार का सुचला नाही?

मेंदूत किडा शिरल्यासारखं होऊन भीम बावरल्यासारखा झाला. शरमून गेला.

ती पुन्हा काही बोलली नाही. भीमही पाण्यात हात-पाय हलवत होता. थोड्या वेळानं तीच म्हणाली,

''दमलाय्स तू. किती लांबून आलास! किती दिवसांचा प्रवास हा? तुझं पोहणंही नेहमीसारखं चाललं नाही. काठावर चल. पाठ घासून देते.''

त्याचा दंड धरून ती त्याला काठावर घेऊन आली. तो मुकाट्यानं तिच्या बरोबर आला. काठावर अंग घासण्यासाठी म्हणून ठेवलेल्या दगडांपैकी एक चांगलासा निवडून घेऊन छाती, दंड, हात, पाठ– एकेक करून ती घासू लागली. मधूनच थोडं पाणी घालून पुन्हा घासून झाल्यावर तिनं त्याला उभं करून मांड्या, पाय आणि पावलंही घासली. तिचं शरीर फारसं मळलं नसल्यामुळं तिनं एक-दोनदा डुंबून आपली अंघोळ उरकली आणि तशीच निथळत्या अंगानं त्याच्याबरोबर आपल्या झोपडीकडे निघाली.

सूर्य उगवून तीन पुरुष वर आल्याचं झाडांच्या पानांच्या फटीतून दिसत होतं. अंगावरचं पाणी सुकत असताना तिच्या शरीराला सूक्ष्म कंप सुटला होता.

तो आणि ती त्या वेळी झोपत असलेल्या झोपडीच्या झाडापाशी आल्यावर ती त्याला म्हणाली,

''चढ.''

तो चढला खरा; पण झाडांवर चढायची सवय पूर्वीसारखी राहिली नसल्याचं लगेच त्याच्या लक्षात आलं. सालकटंकटी मात्र सहजपणे त्याच्या पाठोपाठ चढली. तीन फांद्या चढल्यावर झोपडीचं दार ढकलून भीम आत शिरला.

तेव्हा होती तशीच रुंद, उंच, कळकांनी बांधलेली नीटस झोपडी. जमिनीवर अंथरलेली घोडघासाची मृदु चटई. आत सगळीकडे शोभेसाठी विविध आकारात लावलेल्या घोडघासाच्या काड्या. एका कोपऱ्यात झाकून ठेवलेला डेरा आणि दोन गाडगी.

त्याचं तिकडं लक्ष गेल्यावर ती म्हणाली,

"रानरेड्याचं मांस शिजवलंय्. तुझ्या सुनेनं स्वत: उभं राहून शिजवलंय्.
शिवाय शिजवलेले कंदही आहेत. तू इथं राहयचास, तेव्हा केवढी ताडी प्यायचास!
म्हणून घटोत्कचानं स्वत:साठी राखून ठेवलेल्या झाडांची काढून आणलीय्,
बघ! तुझ्यासाठी! तू वृकोदर आहेस ना!" म्हणत ती त्याच्याजवळ आली. त्याचं
पोट कुरवाळत कौतुकानं म्हणाली,

"वृकोदर, माझा वृकोदर! घटोत्कचाची भूकही तुझ्यासारखीच आहे, बघ!
इतर मुलांचं काही सांगू नकोस."

"ते सगळे कुठं आहेत?"

"झोपले असतील आपापल्या झाडावर चढून. रात्रभर एवढे धावले. त्यात
तुला खांद्यावरून घेऊन आले ना! कामकटंकटाही माझ्याबरोबर रात्रभर जागीच
होती. तिला नाही झोप आवरत. आता संध्याकाळी सगळे एकत्र बसू या. तू
आता जेवायला बैस." म्हणत ती उठली आणि तिनं शिंदीच्या झावळ्या विणून
केलेलं तरट पसरलं. एका गाडग्यात, डेऱ्यात भरून ठेवलेलं सकाळीच काढलेलं,
फारसं आंबट न झालेलं ताडीचं मद्य तिनं भरून ठेवलं. तरटावर दोन्ही हातांनी
भरभरून जेवायला वाढलं.

"तूही जेव..." म्हणताच त्याच्यातलंच जेवत तिनं विचारले,

"आमच्या राक्षस-कुलावर तुझा एवढा का राग आहे!"

"कुणी सांगितलं तुला?"

"इथून गेल्यावर आमच्यांतल्या बक नावाच्या राक्षसाला मारलंस, म्हणे.
त्यानंतर दहा-बारा वर्षांनी त्याच्या धाकट्या भावाला किर्मीरालाही मारलंस,
म्हणे. तुलाही मांसाची चटक लागली? इथं असताना तर तू माणसाच्या मांसाला
स्पर्शही करत नव्हतास!"

"नरमांसाच्या सवयीचा अतिरेक झाल्यामुळं तो बकासुरच राज्यभर गोंधळ
उडवून देत होता. आम्हांला ज्यांनी आधार दिला, त्यांच्या ऋणांतून मुक्त
होण्यासाठी त्याला मारावं लागलं. त्याचा सूड घ्यायला त्याचा धाकटा भाऊ
अरण्यात आम्हांला ठार करायला आला होता. त्याला ठार केलं नसतं, तर
आम्हांला जगणंच शक्य नव्हतं."

ती पुन्हा काही बोलली नाही. फारशी जेवलीही नाही. त्याला मात्र पुन्हा
पुन्हा दोन्ही हातांनी वाढत राहिली.

काही वेळ कुणीच बोलत नव्हतं.

नंतर ती म्हणाली,

"आता काय झालंय्, ठाऊक आहे का? तुझी आणि तुझ्या शत्रूची मारामारी

होणार आहे ना, त्या वेळी तुला ठार करायला सगळे राक्षस एकत्र आले आहेत. त्यांचा राग आहे फक्त तुझ्यावरच. राक्षसांसारखं युद्ध करणारं आणखी कोण आहे तुझ्याकडे? सगळ्या राक्षसांचा रोख तुझ्यावरच आहे. नुकतेच वेगवेगळ्या अरण्यांतल्या राक्षसांचे प्रमुख आले होते. घटोत्कचाला सेनापती करून आमचं सारं सैन्य मागायला. हाही मोठ्या उत्साहानं तयार झाला होता. पण त्याला बाजूला बोलावून घेऊन वस्तुस्थिती सांगितली आणि हेही सांगितलं, तुझे इतर भाऊ राक्षसांपासून झाले असले, तरी तोच माझा नवरा आहे. त्यानं विचारलं, 'माझा तो पिता आहे, असं तू सांगतेस. मग तो एकदाही मला भेटायला का आला नाही?' त्यानं तसं विचारलं, त्यात काय चुकलं?''

तिच्या चेहऱ्यावर खिळलेली भीमाची दृष्टी खाली झुकली. त्याचा हातही थांबला. आपण इथं यायलाच नको होतं, असं पुन्हा प्रकर्षानं वाटलं. काय उत्तर द्यायचं या प्रश्नाला?

जवळच्या झाडावरून बाळाच्या रडण्याचा कोवळा आवाज ऐकू आला. भीमाचे कान तिकडे टवकारले गेले. मनही तिकडेच धावलं. ते लक्षात येताच ती म्हणाली,

''तुझा नातू! फक्त दूध पिण्यापुरती आई लागते त्याला! इतर वेळी मात्र माझी मांडी किंवा हात नसतील, तर मुळीच तोंड मिटत नाही.''

भीमानं पुन्हा तिच्याकडे पाहिलं. तिनं विचारलं,

''जेवायचा का थांबलास? एवढ्यात पोट भरलं? शिजवलेलं मांस शिल्लक राहिलं, तर ही सून मला नावं ठेवल्याशिवाय राहणार नाही! माझ्या तोंडापुढं हात नाचवून विचारेल, 'फार सांगत होतीस नवऱ्याचं कौतुक, वृका-वृका म्हणून! एवढाच काय त्याचा आहार!'''

तो पुन्हा मुकाट्यानं जेवू लागला.

ती पुढं म्हणाली,

''आता आमच्या राक्षस-कुलाचे दोन भाग पडले आहेत. त्या दिवशी किती भांडत होते! 'त्यानं तुला जन्म दिला, तरी कुल-निष्ठा म्हणून काही आहे, की नाही?' म्हणून त्याला शब्दात पकडत होते. 'आमच्या शत्रूच्या जातीत जन्मलास! आधी तुला आणि तुझ्या आईला ठार करतो...' म्हणून चालून आले. पण आमच्या अरण्यात येऊन आम्हांला मारणं एवढं सोपं नाही.''

पुन्हा काही वेळ शांततेत गेला.

''ते सगळे निघून गेल्यावर घटोत्कच माझ्यापाशी आला आणि म्हणाला, 'आई, अशा परिस्थितीत मी कुलाशी द्रोह करू, का पित्याशी? तूच सांग, माझा धर्म कुठला?'''

शेजारच्या झाडावरच्या झोपडीतून बाळाच्या रडण्याचा आवाज फारच चढला होता. पक्ष्यांच्या अंड्यांसाठी साप येत असल्यामुळं राहण्याच्या झाडावरच नव्हे, तर आजूबाजूच्या झाडांवर पक्ष्यांची घरटी बांधून दिली नव्हती. त्यामुळं नि:शब्द असलेल्या सकाळच्या चढत्या उन्हात तान्ह्या बाळाचा आवाज आकाशात चढत होता.

भीमाच्या तोंडातला शिजलेला कंद घशात अडकल्यासारखा झाला होता.

सालकटंकटी उठली आणि म्हणाली,

"आता मुळीच शांत होणार नाही हा! थांब, इथंच घेऊन येते त्याला..."

दारापाशी जाऊन, दार उघडून, बाहेरची फांदी धरून क्षणार्धात ती झाडावरून सरसर खाली उतरून गेली.

❑

## ४

हिडिंब-वनात जाण्यासाठी भीम निघण्याआधी कृष्णा पुन्हा पुन्हा त्याच्या घरी जाऊन सांगून आली होती. सगळा मिळून आठ-दहा दिवसांचा प्रवास हा! पण तिच्या मनात मात्र वर्षांनुवर्षांची तळमळ निर्माण करत होता. तरीही ती रडली नव्हती, की चेहरा कोमेजला नव्हता तिचा. नेहमीपेक्षाही जास्त आत्मविश्वासानं आणि जास्त हसून ती भीमाची थट्टा करत होती. त्याला निरोप द्यायला तीही उत्तरेकडच्या नदीपर्यंत गेली होती. धर्म, कृष्ण, अर्जुन, नकुल आणि सहदेव पाचही मुलांसमोर त्याचा हात हातात घेऊन मंद हसत म्हणाली होती,

"तूच माझा आधार आहेस, हे तुझ्याही लक्षात राहील नाही?"

नाही म्हटलं, तरी मनाला आणि बुद्धीला व्यापून टाकणारी म्लानता त्या आवाजातून कळत नकळत डोकावली होतीच.

घोड्यावर स्वार होऊन, इतर घोडेस्वारांत मिसळून तो दिसेनासा झाल्यावर ती दासीबरोबर आपल्या घरी परतली. सोबत पाच मुलंही होती. अज्ञातवास संपवून इथं आल्यानंतर मात्र तिनं मुलांना स्वत:च्याच सान्निध्यात ठेवून घेतलं होतं. साडेतेरा वर्षांच्या प्रदीर्घ काळानंतर त्यांना समोर बसवून स्वत:च्या हातानं जेवायला वाढत होती. भोवताली बसवून घेऊन त्यांचा मामा धृष्टद्युम्न, आजोबा द्रुपद यांची चौकशी करत होती. माहेरच्या इतर किती तरी गोष्टींची चौकशी करत होती. आपले अरण्यातले दिवस कसे गेले, किती प्रकारचे त्रास भोगले, हे सांगून मन हलकं करत

होती. तिथं अनुभवायला मिळालेल्या मोजक्या सुखद घटनाही तपशिलानं सांगत होती.

ह्या पाचजणांचा एक वेगळाच समूह असल्याचं तिच्या लक्षात आलं होतं. आईभोवती असोत, सकाळी उठल्यावर गावाबाहेर शस्त्रास्त्रांचा अभ्यास करताना असोत– आपलाच एक उपसमूह असल्यासारखे वागत होते. इथं इतरांशी फारसा परिचय नसल्यामुळं किंवा इथल्या युद्धाच्या परिस्थितीची नेमकी कल्पना न आल्यामुळं तसे वागत असावेत, असं तिला वाटत होतं. वडील तर युद्धाच्या धामधूमीत मग्न होते. सैन्याचं साहाय्य मिळवण्यासाठी देशोदेशी हिंडत होते. काही ठिकाणी दूत पाठवत होते. इथं एकमेकांशी चर्चा करत होते. विविध भागांकडून आलेली युद्धसामग्री नेटकेपणानं ठेवण्यात गुंतले होते. किती तरी कामांचे ढीग होते त्यांच्यापुढं. अभिमन्यु आहे ना या पाच जणांच्या बरोबरीचा. बरोबरीचा, म्हणजे समवयस्क नव्हे. या पाचांतल्या धाकट्या श्रुतसेनापेक्षा तीन वर्षांनी लहान तो. पण त्यांच्यांत परस्परांत म्हणावी तशी जवळीक नाही. एकत्र नाही वाढले सगळेजण. आमचा वनवास सुरू होऊन आम्ही रानात गेलो, तेव्हा ही मुलं मामाकडे गेली. त्या वेळी सगळ्यांत थोरला प्रतिविंध्य अकरा वर्षांचा होता आणि धाकटा श्रुतसेन सहा वर्षांचा होता. धाकटा तीन वर्षांचा अभिमन्यु. आपल्या आई-वडिलांबरोबर वेगळाच राहायचा. प्रतिविंध्य आणि श्रुतसेनाला त्याची आठवण होती. इतर तिघांना तेवढीही आठवण नव्हती. तीन वर्षांच्या अभिमन्यूला तर हे आपले थोरले भाऊ, एवढीही ओळख पटणं शक्य नव्हतं, आता वनवास संपल्या संपल्या अभिमन्यूचं विराटराजाच्या मुलीशी उत्तरेशी लग्न झालं होतं. सोळा वर्षांचा तो आणि तेवढ्याच वयाची त्याची बायको उपप्लव्य नगरीत स्वतंत्र राहत होते. आई-वडिलांच्या घराशेजारीच.

थोरल्या प्रतिविंध्याला ठाऊक होतं. धनुष्य-बाण हाताळण्यात तो अभिमन्यु आपल्या पाचहीजणांपेक्षा हुशार आहे. पित्यासारखी चपल बोटं, लक्ष्य वेधण्याची चपलता! आताही सकाळच्या वेळी ते त्याला धनुष्य धरण्याची नेमकी पद्धत, नेम धरताना आणखी कशा-कशाचा विचार करायचा असतो, किंवा वेगवेगळे बाण कोणत्याही परिस्थितीत कसे वापरायचे, याची माहिती सांगत असतात. आपण तिथं असलो, की आपल्यालाही सांगतात. पण जे समजत नाही, ते तो जितक्या सहजपणे त्यांना विचारतो, तेवढा मोकळेपणा आपल्याला कुठं जमतो? असं का व्हावं?

पाचही मुलांना समोर बसवून जेवायला वाढत असताना कृष्णा मनाशीच म्हणत होती, आता हा थोरला चोवीस वर्षांचा झालाय्. पाठचा तेवीस वर्षांचा. आतापर्यंत निदान या दोघांची तरी लग्नं व्हायला हवी होती. अलीकडे कुठंच

स्वयंवर झालं नाही, म्हणे. कुणी राजाही आपण होऊन मुलगी द्यायला आला नाही. मुलाचे आई-वडील वनवासाला गेले असता आणि हातात राज्य नसता कोण आपण होऊन आपली मुलगी देईल?

"बाळ प्रतिविंध्या, इतका का कमी जेवतोस. रे? तुम्ही असे चिमणीच्या पिल्लासारखं एवढंसं जेवू लागलात, तर तुमचा पिता भीम गप्प बसेल का?"

किती किरकोळ आहेत ही मुलं! यानंतर राज्य जिंकून घ्यायचं आणि मग यांची लग्नं! इथंसुद्धा यांच्या सेवेला किती तरी दासी आहेत. पण ही मुलं नजर उचलून त्यांच्याकडे पाहत नाहीत. इतर राजपुत्रांसारखी नाहीत माझी मुलं!

कृष्णेला थोडं समाधान वाटलं.

सगळ्यांत धाकटा श्रुतसेन इथं आलेल्या दिवशी माझ्या जवळही आला नाही. ओळखलंही नाही त्यानं मला! जवळ जाऊन, आतूरतेनं हात धरून, मिठीत घेतलं, तर सोडवून घेण्यासाठी अंग संकुचित करून उभा राहिला! त्याला तीन-तीन वेळा म्हटलं,

"अरे, मी तुझी आई, नाही का?"

तेव्हा कुठं म्हणाला,

"आहे ठाऊक!"

"मग जवळ का येत नाहीस?"

काही बोलला नाही. उगीच फणकारायचा! आणि आता! तोच एकटा सख्ख्या मुलासारखा माझ्या मागं-पुढं नाचत असतो आई-आई करत! एकोणीस वर्षांचा घोडा झाला, तरी! उद्या बायको आली, तरी असाच वागेल? या बावळटाला कसली बायको? लहान आहे अजून. काही समजत नाही याला!

किती उकाडा हा! एवढ्या सकाळीच आपोआप लाह्या फुटाव्यात, एवढं ऊन्ह जाणवतयं. हा मत्स्यदेशच असा! डोंगर-टेकड्या भरपूर, पण अरण्य कमी. उकाडा तर मरणाचा! वनवासात असताना चार महिने हिमवत पर्वतावर गेलो होतो ना...

"ज्योतिष्मति!" तिनं हाक मारली. दासी जवळ येऊन उभी राहिली. "या उकाड्यानं उबग आणलाय्, वाळ्याचे पडदे सोडून त्यावर पाणी शिंपड. एक पंखाही दे इथं."

तीस वर्षांच्या ज्योतिष्मतीनं दारं-खिडक्यांवरचे वाळ्याचे पडदे सोडले. त्यावर भरपूर पाणी शिंपडलं. कृष्णेचा जीव थोडा शांतवला.

काहीही असो, हवा थंड व्हायला आणखी एक घटका जायला हवी. त्यापेक्षा अरण्यच बरं. उकाडा असला, तरी असा चटका देणारा वारा तिथं वाहत नाही.

एवढ्या वेळात चार कोस अंतर तर निश्चितच काटलं असेल त्यानं. इतक्या लवकर कुठला घोडा चार कोस धावेल? हाच मारून पळवत असेल पहिल्या बायकोला भेटायच्या ओढीनं! या विचारानं तिला हसू आलं. असं म्हणायला हवं होतं त्याला! कसा चिडला असता मग! आता येऊ दे माघारी. असं म्हणून म्हणून चिडवून त्याला...

"ज्योतिष्मती, मुलं कुठं आहेत, ग?"

"शस्त्राभ्यासासाठी गेली आहेत ना! आता रथाचा युद्धाभ्यास सुरू आहे. इतका उकाडा आहे! एवढं मरणाचं ऊन्ह. त्यात हा अभ्यास!"

कृष्णा काही म्हणाली नाही. काय म्हणणार? युद्ध जवळ येतंय्. आपलंच युद्ध. अशा वेळी घरची तरणीताठी मुलं ऊन्ह-उकाडा म्हणून घरात बसून राहिली, तर कसं? इथं कुणी उत्तरकुमार नाही! इतर बाबतीत श्रुतसेन लहान मुलासारखा असला, तरी धनुष्यबाण हातात घेतला, की लक्ष्य चुकायचा प्रश्न नाही! डोळ्यांना दिसायच्या आधी 'सुंई'– कन बाण लक्ष्यावर बसलेला असतो. माझा भाऊ म्हणजे कुणी सामान्य राजकुमार आहे का? पांचालकुल म्हणजे नेहमीच पराक्रमानं फुलणारं! ध्रुवराजाचा मुलगा माझा भाऊ! त्यानंच तर तयार केलंय् मुलांना. फक्त नेमबाजी नव्हे, धैर्यही काही कमी नाही. वडिलांपैकीही कुणी भेकड नाही. थोरला धर्मराजाही भेकड नाही.

एवढ्या वेळात आणखी एक कोसभर लांब गेला असेल. रस्त्यात त्याला माझी आठवण येईल का? की या कृष्णेचं नशीबच खोटं? कसलं सुख मिळालंय् मला? आयुष्यभर कष्ट, दु:ख आणि क्लेश. इंद्रप्रस्थ उभं करून राजसूय करतानाही ह्या कृष्णेच्या मनाची जी उलघाल होत होती, ती कुणाला ठाऊक आहे? राजमाता कुंतीलाही नाही समजणार हे! फक्त त्याचाच आधार आहे, असं वाटलं होतं मला. आता तोही आधार तुटायची वेळ आली आहे का?

सव्वीस वर्षांचं दांपत्य-जीवन आठवून मन पुन्हा पुन्हा ग्वाही देत होतं :

होय. फक्त भीमच एकटा विश्वास टाकायला योग्य आहे. प्रेम करायला योग्य आहे. आजवरच्या या विश्वासाला अजून तर तडा गेला नाही. यानंतर? कोण जाणे! आणि तडा गेला तर?

कृष्णेचे नुकत्याच उमललेल्या कमळाप्रमाणे असलेले डोळे अश्रूंनी तुडुंब भरले. कृष्णा रडत नाही. रडली, तरी त्याच्यासमोर रडणार नाही.

त्याच्यापेक्षा मी हट्टी आहे, हे त्यालाही चांगलंच ठाऊक आहे. या विचारानं कृष्णेचा आत्मविश्वास तरारला. असह्य उकाडा सहन करायची शक्तीही आली.

वाळ्याच्या पडद्यांवर शिंपलेल्या पाण्याचा गारवा खोलीत हळूहळू पसरत होता.

अठ्ठावीस वर्षांपूर्वीचं त्यांचं नातं. अकस्मात जुळलेलं. ती आपण होऊन त्याच्यावर मोहून गेली होती, म्हणे. आमच्यापेक्षा केवढं स्वातंत्र्य! जेमतेम एक वर्षाचा संबंध. तोही अठ्ठावीस वर्षांपूर्वीचा! ती राक्षस-कुलातली. राजवाडा नाही, साधं घरही नाही. जमिनीवरची पर्णकुटीही नाही, म्हणे! मोठाल्या झाडांवर बांधलेल्या कळकाच्या झोपड्या. कोवळं वय. तारुण्याचा उन्माद. पण आता सव्वीस वर्षं या कृष्णेबरोबर संसार केल्यानंतरही पार विस्मरणात गेलेलं तिचं आकर्षण पुन्हा व्यापून राहिलं, तर?

छी:! भीम तसा नाही! त्याच्यावरचा विश्वास कोसळला, तर... तर या जगात वारं वाहणार नाही! ढग जमून पाऊस येणार नाही!...

नेमक्या त्याच क्षणी वाऱ्याची एक झुळूक वाळ्याच्या पडद्याचा थंडपणा घेऊन आत आली. त्याच बरोबर आत आलेल्या ठण्-ठण् आवाजावर काही क्षण तिचं लक्ष रेंगाळलं.

या उकाड्यातही भट्टी पेटवून काही तरी ठोकताहेत. कितीजण असतील? निदान दोघं तरी. एकजण धरायला आणि दुसरा ठोकायला. हो. दोन गाड्या होत्या. सकाळी भीमाला पोचवायला गेले होते, तेव्हा तिथल्या गाडीपाशी कडेला एकजण ओकत होती. किती वर्षांची असेल? पंचवीस? आपल्याला असं ओकून किती वर्षं झाली?

आठवणी मागं गेल्या. तीही भिंतीला टेकून बसली. बरं वाटलं. भिंत थंड झाली होती.

आतापर्यंत किती लांब गेला असेल? बाहेरचं हे प्रचंड ऊन्ह. आता डोक्यावरचे केसही विरळ झाले आहेत. पण उष्णीष किरीट घालायला तयारी नसते स्वारीची! उन्हाळ्यात डोक्यावर उष्णीष किरीट घालण्यात याला का एवढं अवघडल्यासारखं होतं, कोण जाणे! काही तरीच! काय सांगावं आणि काय सांगू नये, एवढंही कळत नाही. याच्या थोरल्या भावाशी विवाहाचं शास्त्र झाल्यावर एक रात्र त्याच्याकडे राहिले. त्यानंतर त्याच्याशीही सगळे विवाहविधी झाल्यानंतर रात्री त्याच्याशी शयन. थोरल्या भावासारखा संकोच नाही. काही ठाऊक नसल्यासारखं बावळटासारखं वागणंही नाही. सरळ अंगालाच हात घालून, एखाद्या लहान मुलाला उचलावं, तसं छतापर्यंत उंच उचलून, वर फेकून पुन्हा बाहूंत झेलून...

माझा जीव जातो, की राहतो, असं झालं होतं मला! हा काय मला खेळवायचं बाळ समजतो, की काय? भीतीनं मी किंचाळले, तसा मिठीत घेऊन विचारतो कसा,

"भीती वाटली? का बरं?"

"मग? असं केलं, तर काय वाटेल?" गाल फुगवून मी विचारलं.

"सालकटंकटीला असं केलं, तर ती इतकी आनंदून जायची! पुन्हा पुन्हा कर म्हणायची! कशी दणकट, आहे ती! एक मूठ हाणली, तर मूठ उसळेल, एवढी घट्ट!"

"कोण ही सालकटंकटी?"

"माझी बायको. माझी पहिली बायको. राक्षस-कुळातली..." म्हणत सगळी हकीकत सांगून हा मोकळा!

वर तिचं कौतुक करत होता,

"किती शक्तिशाली, ठाऊक आहे! आपल्याकडची कुठलीच स्त्री तिच्या तोडीची नाही! हे पाहा, माझे दंड असे आवळून धरले, तर जसे फुगतात, तसेच तिचे दंड. एकदा तिनं पकडलं, तर सोडवून घेता येणार नाही, अशी तिची पकड! मनात आणलं, तर माझ्यासारख्या पुरुषालाही खांद्यावर घेऊन कोसभर धावत जाईल, अशी शरीरयष्टी! माझ्या खांद्याएवढी उंच! म्हणजे आपल्याकडच्या आर्य-पुरुषाएवढी. तुझ्यासारखी नव्हे."

राकट! स्त्रीचं मन, तिच्या मनाचा नाजुकपणा जाणण्याची तर बुद्धीच नाही याला! याचं जे असेल, ते सगळं आत अंतःकरणात. त्याच वेळी त्यानं नाही का सरळ सांगितलं,

"तरीही सांगू का, कृष्णे... तुझं नाव कृष्णा, नाही का? त्याच नावानं हाक मारेन मी. ते पांचाली वगैरे नको. बायकोला तिच्या माहेरच्या देशाच्या नावानं हाक मारणं एका दृष्टीनं खरं. पण त्यात परकेपणा वाटतो... कृष्णे, सालकटंकटीला आधी माझ्याविषयी मोह निर्माण झाला. त्या वेळी माझ्या मनात काहीच नव्हतं. आईच्या आग्रहाखातर तिथं राहू लागलो. नंतर मात्र मलाही चव समजली. त्यानंतर तिला सोडू नये, असंही वाटू लागलं. पण, तुझ्या बाबतीत मात्र तसं झालं नाही. स्वयंवर-भवनात तुला पाहताच माझं मन पार वितळून गेलं. का बरं? काही समजत नाही. तुझं रूप? तुझा रंग? तुझा काही एवढा चमकदार गोरा रंगही नव्हे. तरीही... अंहं! मला समजत नाही!"

लग्नानंतर किती दिवस त्या सालकटंकटीचं गुणगान करत होता! प्रत्येक बाबतीत तिच्याशी तुलना! तीही कशाची? तिची महाप्रचंड शक्ती! तिचा बलदंड बांधा! या मल्लाला स्त्रीकडूनही फक्त हेच हवंय् का? आणि तरीही माझ्याविषयी

कसलं तरी न समजणारं आकर्षण, म्हणे! स्त्रीसमोर, त्यातही बायकोसमोर काय सांगावं आणि काय नाही, याची समजच नाही.

बोलण्यातलं खरं कौशल्य पाहावं, ते अर्जुनाचं! धनुर्विद्येएवढाच यातही निपुण! त्याच्या प्रत्येक शब्दाशब्दला मन एकेक पायरी उतरून स्वत:च्याही न कळत त्याच्यात मिसळून जाईल, अशी विलक्षण जादू पसरवणारं त्याचं मोहक बोलणं! संपूर्ण आर्यावर्तातला चतुर धनुर्धारी म्हणून स्वयंवर-मंडपात मला जिंकून घेणारा मनस्वी नेमबाज! एवढं जड लोह-धनुष्य वाकवून नेम धरतानाही लक्ष्यावरची नजर ढळणार नाही, अशी एकाग्रता! शिवाय त्याचं रूप! सरळ, धारदार नाक, रेखीव भुवया, गालांची मोहक ठेवण, शुभ्र गोरापान रंग आणि ते निळे-निळे डोळे! त्याच्यापुढं मी कृष्णाच! दृढपणे चालतानाही पावलांचा आवाज होऊ न देण्याचं कौशल्य आणि धनुष्याची प्रत्यंचाच नव्हे, तर संगीतवाद्याची तार छेडण्यासही सुयोग्य, अशी ती प्रमाणबद्ध बोटं! गुरुदक्षिणा म्हणून माझ्या वडिलांना पकडून घेऊन जाण्यासाठी सगळे चाल करून आले होते, तेव्हाच बाबा मोहून गेले होते त्याच्या धीरोदात्त, ललित सुंदरतेवर! शरीराचा प्रत्येक अवयव कणभरही कमी किंवा जास्त नाही, असा त्याचा बांधा! तिसऱ्या रात्री तो शयनगृहात आला होता, त्या वेळी सूक्ष्मपणे कंप पावणारी त्याची सुंदर बोटं आजही माझ्या स्मरणात आहेत. मृदु तळव्यानं नाजुकपणे माझा चेहरा वर उचलून तो म्हणाला होता,

"तुझा दासानुदास व्हायला आलाय हा अर्जुन! कृष्णे, द्रुपदराजकुमारी! तुझी अनुमती आहे ना?"

त्याच्या सौंदर्यावर मी आधीच मोहून गेले हाते. त्याच्या बोलण्यानं तर इतकी हळुवार होऊन गेले आणि म्हणाले,

"अर्जुना, तू तर मला सुरुवातीलाच जिंकून घेतलं आहेस! पहिल्याच दिवशी या कृष्णेसारखी भाग्यवती कुणीच नाही, अशी भावना माझ्या मनात निर्माण केलीस तू! आता हीच भावना जपण्यासाठी त्या चौघांचाही सहवास सहन करतेय् मी!"

कसले ते दिवस! पाचहीजण माझ्यासाठी, मला जवळ घेण्यासाठी, माझ्याशी बोलण्यासाठी सतत आसुसलेले! नव्या लग्नाच्या नवलाईनं फुलून आलेले! भर तारुण्याची मस्ती. रात्री पत्नीची आसुसून वाट पाहणारे! एकापाठोपाठ दुसरा! प्रत्येकजण वाट्याला आलेला चार दिवसांचा उपवास भरून काढण्यासाठी हपापलेला! सारा दिवस झोपेतच जात होता माझा. 'तू सालकटंकटीसारखी शक्तिशाली नाहीस', असे म्हणणाऱ्या भीमाला काहीच समजत नाही! पाच बलदंड पतींना

पुरी पडण्याची शक्ती सुकुमार कृष्णेच्या अंगी कुठून आली? खरंच, कुठून आली? सगळ्या स्त्रियांमध्ये ही शक्ती असते, असं तिलाही वाटत नव्हतं. अलीकडे चमत्कारिक अभिमानही वाटत होता. सखीही कौतुक करत होती तेव्हा! पण... पण...

प्रत्येक रात्री मनाची आराधना असायची अर्जुनाची. इतरांतही त्यालाच शोधत होते मी. चौघेही पांडव त्याच्याच भासातून माझ्यापर्यंत येत होते. त्याची वाट पाहणं हेच माझ्या जीवनाचं परमध्येय झालं होतं तेव्हा! पाच आऱ्यांचं विचित्र चक्र!

बाहेर वाहणारा वारा थांबला असावा. वाळ्याच्या पडद्यांआडून वारं येत नव्हतं. ठण् ठण् आवाजही आता ऐकू येत नव्हता. वाऱ्याचा झोत कुणीकडे गेला होता, कोण जाणे!

आतली धग वाढली होती. अंग घामेजलं होतं.

''ज्योतिष्मति! एक पंखा घेऊन ये, पाहू. वाळ्याचा नको. त्याचं ओझं एवढं जास्त आणि वारा मात्र कमी. त्यापेक्षा ताडाच्या पानाचा घेऊन ये.''

दासी पंखा घेऊन आली आणि वारा ढाळू लागली. थोडं बरं वाटलं. उत्तरीय काढून ठेवावंसं वाटत होतं.

ती वस्त्रं सैल करून बसली. वाऱ्यानं थोडं बरं वाटत होतं. सारी खोली रिकामी झाल्यासारखी वाटू लागली. एकटं एकटं वाटू लागलं.

ज्योतिष्मति जवळ येऊन बसताच साऱ्या आठवणी नाहीशा झाल्या.

कसला विचार करत होते मी!... छे:! कुठल्या आठवणी येत होत्या?

''ज्योतिष्मति, दे तो पंखा इथं. तू आणखी काही तरी कर, जा. मी घेते वारा.''

''पडद्यांवर भरपूर पाणी मारलंय्. दुसरंही काही काम नाही.'' पंखा न देता तसाच ढाळत ती म्हणाली.

''नको. माझं ऐक. आता जा तू. मला एकटंच बसायचंय्.'' म्हणत तिनं ज्योतिष्मतीच्या हातातला पंखा काढून घेतला.

दासी उठून दुसऱ्या खोलीत निघून गेली.

सगळी खोली मोकळी. नि:शब्द वातावरण, निर्जन. आकुंतिच होऊन लहान होणारे आणि मध्येच मोठे होणारे दोन डोळे नि:शब्द, निर्जन खोलीत सभोवताली पाहत होते.

एवढ्या वेळात किती कोस गेला असेल! बाहेर प्रचंड ऊन्ह आहे. आणि घोडे तरी काय एकाच वेगात धावतात? त्या दुर्योधनानं रस्त्यात मारेकरी धाडून– धाडू दे! वीस अंगरक्षक आहेत सोबत. आणि खरं तर त्यांचीही आवश्यकता नाही भीमाला! भीमाचा वध करणारा अजून जन्मला नाही! भीमाच्या हातूनच दुर्योधनाचा वध होणार आहे, हे निश्चित असताना त्याचे मारेकरी काय करतील? किती तरी राक्षसांना मारलंय् भीमानं! जयद्रथाला खेचून, कीचकाला चिरडून, पूर्वेकडच्या सगळ्या राजांना जिंकून राजसूयासाठी असंख्य भेटी आणणाऱ्या भीमाचा वध? अशक्य आहे ते! अकारण घाबरायचं कारण नाही. एवढ्या वेळात पाच-एक कोस गेले असतील. तीन-चार दिवसांचा रस्ता. त्यानंतर काय! भीम या कृष्णेला विसरून जाईल! मग ही कृष्णा निराधार होऊन...

छे:! कृष्णा कुणावरही अवलंबून नाही! तिला कुणाचाही आधार नको. ती आपल्यापुरती स्वतंत्र आहे! आणि आधारच घ्यायचा, तर तो तिच्या पाच मुलांचा घेईल! त्याला हवं तर राहू दे त्या सालकटंकटीबरोबर! हवं तर तिला इथं घेऊन येऊ दे.

पुन्हा बाहेरून आत वारं आलं. थोडं-फार बरं वाटलं तिला. आता पंख्याचीही गरज भासेनाशी झाली.

सव्वीस वर्षांपासून पाहतेय्. तो कृष्णेची साथ सोडणार नाही. माझा हात नसेल, तर तो तरी कसा जगणार?

या विचारानं थोडं आधार मिळाल्यासारखं वाटलं.

"भीमा, तुला स्त्रीच्या मनाचा अर्थच समजत नाही का? दुसऱ्या स्त्रीचा विषय काढला, तर बायकोला वाईट वाटेल, हेही नाही का तुला समजत?" त्या दिवशी मी असं म्हटलं, तेव्हा कसा बावरून खाली मान घालून बसून राहिला! 'त्यात वाईट वाटण्यासारखं काय आहे?...' असा पुटपुटला खरा. पण माझ्या म्हणण्याचा अर्थ लक्षात आल्यावर मात्र रात्रभर काहीच बोलला नाही. मला स्पर्शही केला नाही त्यानं. तोच शेवटचा दिवस. त्यानंतर मात्र त्यानं कधीही तिचा विषय काढला नाही. फक्त तिचाच नव्हे, भीमाच्या मनात त्यानंतर कृष्णेशिवाय दुसऱ्या स्त्रीचा विचार तरी डोकावलाय्, की नाही, कोण जाणे! माझ्यातच पूर्णपणे एकजीव झालाय् तो. सुरुवातीचा क्रम बदलून वर्षाला एकाची पाळी, हा क्रम सुरू झाला,

तेव्हा चार वर्षं एकट्यानं राहायची पाळी आली, तरी त्यानं दुसऱ्या स्त्रीचा विचार केला नाही. स्वत:साठी वेगळी बायको करून आणायचाही त्यानं विचार केला नाही. राजसूयाच्या वेळी खंडणीबरोबर किती तरी दासी आणल्या त्यानं. पण त्यापैकी एकीलाही स्पर्श केला नाही. खरी एकमेव निष्ठा त्याचीच. तो तरी

कृष्णेशिवाय कसा जगू शकेल?

पुरुषाच्या चतुरतेवर भाळून स्त्री त्याला आपलं सर्वस्व अर्पण करत असते; पण त्याच चतुराईच्या कसबावर तो इतर स्त्रियांनाही मोहून टाकू शकतो, हे तिच्या लक्षात येत नाही! अर्जुना, मोठाच चतुर तू! सतत पाच वर्षं मला वेड लावून माझ्या मनाची एकमेव निष्ठा तू मिळवली होतीस! पण पाच वर्षांतून एकदा येणाऱ्या पाळीची वाट पाहू शकला नाहीस तू! निघून गेलास आणि किती तरी स्त्रिया भोगून आलास! एवढंच नव्हे, तर येताना स्वत:साठी स्वतंत्र बायकोही घेऊन आलास! स्त्रीला वेडं करणं ही तुझी कला झाली! ती निष्ठा राहिली नाही. पण पाच पांडवांना जोडून पाच बोटात बांधून ठेवणं ही ह्या कृष्णेची मात्र निष्ठा झाली! ही निष्ठा राखण्याच्या बाबतीत मी आजवर जिंकले आहे, अर्जुना! आणि तू? तू मात्र माझ्या नजरेला नजर देऊन बोलायची शक्ती गमावली आहेस! संपूर्ण आर्यावर्तात नावाजलेला चतुर धनुर्धारी तू!

कशी कशी वळणं घेत कसं गेलं माझं आयुष्य! संपूर्ण आर्यावर्तातल्या उत्कृष्ट धनुर्धराला माझी मुलगी मिळेल, असं बाबांनी सांगितलं, तेव्हा मीही अभिमानानं किती फुलून गेले होते! क्षत्रियकन्या जिंकून घेणारा वीरश्रेष्ठ असलाच पाहिजे ना! द्रुपद राजकुमारी ही काही सहजासहजी हाती लागणारी वस्तू आहे? अतिशय अवघड धनुष्य वाकवून, अत्यंत चतुराईनं बाण लावून लक्ष्य भेदण्याची कठीण भेट मिळाल्याशिवाय ती हाती लागणार नाही. शूरतेवर भाळून, तिचा गौरव करून, तिची पूजा बांधणारे क्षत्रिय म्हणजे माझे बाबा! वैरी असला, तरी धनुर्विद्येतलं त्याचं कौशल्य गौरवणारा आणि मुक्तकंठानं कौतुक करणारा क्षत्रिय! क्षत्रियानं कन्येला जिंकून घ्यायला हवं. तो कन्येचं दान मागणार नाही! अंगावर रोमांच उभारणारी ही वाक्यं! मीही मनाच्या कोपऱ्यात किती कौतुकानं आठवत होते!

झालं! अखेर अर्जुन जिंकला! धनुष्य वाकवून, प्रत्यंचा जोडून एकाच बाणात त्यानं लक्ष्यभेद केला. आपल्या पित्याच्या अंगणातल्या आकाशात डोलणारी कृष्णा झाडावरून कापली जाऊन त्याच्या टोपलीत पडली. या स्त्रीवर मोहून गेलेले सगळे क्षत्रिय एकत्रितपणे चाल करून आले. खेळात हरल्यावर, हसतमुखानं उमदेपणानं हार मान्य करून माघारी फिरणं कुठल्या क्षत्रियाच्या रक्तात आहे? तेही या आर्यावर्तातल्याा क्षत्रियांत? जुगारी! द्यूतात जिंकले, की आकाशच मुठीत आल्याचा आनंद! आणि हरले, तर मात्र काही तरी खुसपट काढून रक्ताचे पाट वाहवायचे! आपल्या किंवा जेत्याच्या रक्ताचे पाट. स्वयंवरासारख्या प्रसंगातही असं घडणार, हे जाणून बाबांनी सैन्य सज्ज ठेवलं नसतं आणि हेही पाचजण

त्या वेळी पुढं सरसावले नसते, तर अर्जुनाच्या टोपलीत पडलेल्या कृष्णेला आणखी कुणी तरी पळवून नेऊन दात लावले असते.

हं! अर्जुन जिंकला! घरी घेऊन आला. घर म्हणजे तरी कसलं? त्यापूर्वी संपूर्ण आयुष्यात मी कधीच पाहिली नव्हती, अशी ती जागा! आमच्या गावाच्या दक्षिण बाजूला असलेली एका कुंभाराची झोपडी! भोवताली चाकावर तयार करून उन्हाला ठेवलेली मडकी, गाडगी आणि मातीच्या भांड्यांच्या रांगा. जमिनीवरही भोवताली पडलेली मळलेली मऊसूत माती. झोपडीच्या आत काही माती नव्हती. राहण्यासाठी बांधलेली झोपडी. जिंकून घेतलेल्या राजकुमारीला घेऊन जाण्यासाठी एखादा रथही आणला नव्हता त्यांनी! स्वयंवरासाठी नटलेली, चमचमत्या दागिन्यांनी आणि वस्त्रांनी मढलेली आपल्या देशाची राजकुमारी पायी चालत निघाली आहे, असं समजल्यावर लोकांचा काय तोटा! धावत रस्त्यावर येऊन गर्दी करणारे, धडधड माडीवर चढून गच्चीतून पाहणारे स्त्री-पुरुष, म्हातारे-कोतारे, रस्ताभर, माझ्या मागं-पुढं येणारे लोक! भोवताली हे चौघंजण. मध्ये अर्जुनाबरोबर मी!

त्या झोपडीत घेऊन गेल्यावर अर्जुनानं हाक मारली,

"आई...!"

मला आत, आईपाशी घेऊन जाऊन म्हणाला,

"हिला जिंकून घेऊन आलोय्, बघ. तू म्हणत होतीस ना, मला साजेशी एकही मुलगी या जगात नाही, म्हणून? ही पाहा बरं!"

त्याच्या आईनं दोन्ही हातांनी माझा चेहरा वर करून पाहिला.

किती रुंद हात ते! उंच बांधा! रुपेरी छटा असलेले डोक्यावरचे केस, चेहऱ्यावर उमटलेला आत्मविश्वास, अंगावरची शुभ्र वस्त्रं, उत्तरीय. दागदागिन्यांचा लवलेश नसलेला गरीब वेश.

माझा चेहरा कुरवाळून दंड आणि पाठीवरून रुंद हात फिरवत ती म्हणाली,

"खरोखरच अप्रतिम सुंदर आहेस तू! या माझ्या मुलाला स्वत:च्या रूपाचा भारी अभिमान होता. त्याचा अभिमान धुळीला मिळवणारी रूपवती आहेस तू!"

तिनं मला मिठीत घेतलं. किती थोर मन आहे राजमातेचं! सुंदर सुनेविषयी सासवांना मत्सर वाटतो, म्हणे. पण हिनं मात्र मला कधीच प्रतिस्पर्धी मानलं नाही. उलट, नंतर हस्तिनावतीत असताना किती चालायचं तिचं,

"कृष्णे, तू चांगली वस्त्रं नेस पाहू. चांगले दागिने घाल. चांगलंचुंगलं खा..."

राजसूयाच्या वेळी सभेत जाण्याआधी मी सगळे अलंकार लेवून, महावस्त्र नेसून, तिला नमस्कार करायला गेले, त्या वेळी मला छातीशी घट्ट कवटाळून

भरलेल्या आवाजात म्हणाली होती,

"बाळ, माझ्या मुलांचा जो उत्कर्ष होणार आहे, तो तुझ्यामुळंच!"

साडेतेरा वर्षं झाली नाही का तिला पाहून! आता कशी असेल? थकली असेल? मुलं बाळ, सुना-नातवंडांपासून राज्यापासून, दूर होऊन राहिली आहे ती!

"आर्यावर्तातल्या कुणाही क्षत्रियाला वाकवता येणार नाही, असलं धनुष्य तयार करवून घेतलं होतं द्रुपदराजानं. ते मी वाकवलं आणि मत्स्यभेद करून या त्याच्या मुलीलाही जिंकलंय्. तुझी अपेक्षा पूर्ण केलीय्. आता त्या राजानं आपल्याकडे येऊन, गौरव-नजराणा देऊन, मुलीला घरी येऊन जायचं आणि नंतर लग्न करून द्यायचं! मी काही एवढी वाट पाहणार नाही. तूच आशीर्वाद दे आणि लग्न झालं, असं म्हण." अर्जुन म्हणाला.

"आई, या अर्जुनानं धनुष्य वाकवून मत्स्यभेद केला असेल..." त्याच्या शेजारी उभा असलेला त्याच्याहून हातभर उंच असलेला भीम मध्येच म्हणाला, "अशा स्वयंवरात फक्त पण जिंकणं पुरेसं नसतं. फक्त मुलीनं वरमाला घालणंही पुरेसं नसतं. तिनं वरमाला घातली, तरी इतर जमलेले क्षत्रिय मुकाट्यानं बसतील का? अशा वेळी बलप्रयोगानं गोंधळ उडवून देण्यासाठी पुढं सरसावतात ते. आजही तसंच झालं, आई! लक्ष्यभेद करून द्रुपद राजकुमारीला जिंकून घेणारा अर्जुन आहे, असं समजताच तिथं आलेले दुर्योधनादी सगळेच राजे पुढं सरसावले. हिला उचलून घेऊन आपली करण्यासाठी. धनुष्य वाकवून लक्ष्यभेद केल्यावर अर्जुन तर भारावून गेला होता. भोवताली काय चाललंय्, याकडे त्याचं लक्षच नव्हतं. सभेतले असंख्य डोळे आपल्यावर कसे खिळले आहेत, या कौतुकात तो बुडून गेला होता. त्या क्षणी मी पुढं झालो. या मुलीचा दंड पकडून, तिला मागे खेचून, माझ्या मागं घातलं. दुर्योधनावर चाल करून गेलो आणि स्वयंवर-मंडपाचा एक खांब उखडून त्यानं दुर्योधन, दुःशासन, कर्ण वगैरेंना चांगलं दणकावलं. खांब काढल्यामुळं तिकडचा छताचा भाग कोलमडला. सगळीकडे एकच गोंधळ उडाला. एवढ्यात द्रुपदाचेही सैनिक सावध झाले. एकूण काय, धनुष्यानं मत्स्यभेद केला, ही गोष्ट वेगळी आणि या मुलीला जिंकून आणायची गोष्टच वेगळी. अर्जुनानं धनुर्विद्येचं कसब दाखवलं असेल; पण हिला खरं जिंकून आणलंय्, ते मीच. तिचा डावा दंड पाहा. तिला खसकन माझ्यामागं ओढून तिचं रक्षण केल्याची खूण अजूनही कशी लालबुंद आहे! त्यामुळं ती माझीच बायको व्हायला हवी."

कुणीच काही बोललं नाही. सगळीकडे विलक्षण स्तब्धता पसरली. क्षणार्धात

अर्जुन भानावर आला आणि उसळून म्हणाला,

"व्वा! तुझी बायको व्हायला पाहिजे, म्हणे! तुझी बायको! द्रुपदराजानं जो पण लावला होता, तो मी जिंकलाय्. मध्ये काही गुंडांनी त्रास दिला, त्या वेळी थोरला भाऊ म्हणून धाकट्याच्या मदतीला आलास. आता माझ्या बायकोवरच हक्क सांगायला लागलास! किडे पडतील तुझ्या तोंडात!"

"सगळं धर्मशास्त्र तुझ्याच जिभेवर नाचतंय्, असं समजतोस का तू? मी नसतो, तर ही तुझी वस्तू एव्हाना चोरांनी पळवून हस्तिनावतीच्या वाटेनं तीन-चार कोस नेली असती! त्या दुर्योधनाला ही मिळाली असती, तर आनंद वाटला असता, नाही का! त्याऐवजी स्वत:च्या थोरल्या भावाला द्यायचं, म्हणजे पोटात दुखतंय् तुझ्या!"

मी मान वर करून भीमाकडे पाहिलं नव्हतं. त्या वेळीही पाहिलं नाही. एवढी मान वर करून पाहायची लाज वाटत होती. त्यातच आता सुरू असलेल्या भांडणाची भीतीही वाटत होती.

"हे पाहा, आता पोटदुखीचं सांगू नकोस तू. चल बाहेर! तू धनुष्य-बाण उचल. मीही उचलतो. एकाच बाणात मी तुला मारलं, तर ही माझी; आणि तू मला मारलंस, तर तुझी. चल! पुरुष असशील, तर बाहेर ये!"

"अरे व्वा, अर्जुना! थोरल्या भावाला आव्हान देण्याएवढा पुरुष झालास, तर! आजवर कधी माझा धिक्कार करण्याची छाती झाली नव्हती तुझी! चल तर! तू सांगत आहेस, ते द्वंद्वयुद्धाविषयी. धनुष्य-बाण घेऊन कुणी द्वंद्वयुद्ध खेळत नाहीत. मल्लयुद्धाची हौस असेल, तर बाहेर चल. एकाच दणक्यात तुझ्या छाताडाच्या हाडांची पूड करीन... चुलीची लाकडं तोडल्यासारखी!"

तोच त्यांची आई पुढं सरसावली आणि त्या दोघांच्या हातांवर चापट्या मारून म्हणाली... एवढ्या मोठ्या वयाच्या एवढ्या शक्तीवान मुलांना मार देणारी आई!

मी चकित होऊन पाहत होते. माझी आई जिवंत असती, तर धृष्टद्युम्नाला ती असं मारू शकली असती का?

आईच्या हातचा मार खाताच ते दोघेही कुत्र्याच्या पिल्लासारखे गप्प बसले. झोपडीत शांतता पसरली. तिचा भंग करत ती म्हणाली,

"धनुर्युद्ध, म्हणे! मल्लयुद्ध, म्हणे! माझ्या पोटची मुलं तुम्ही! एका रक्ताचे भाग घेऊन जन्मला आहात! आता एक मुलीच्या मोहापायी एकमेकांच्या जीवावर उठता? लाज वाटायला पाहिजे! खबरदार, तोंडातून ब्र काढाल, तर! मी विचार करून काय सांगायचं, ते सांगेन."

काही तरी विचार करत ती धर्मराजाकडे वळली आणि तिनं विचारलं,

"धर्मा, तू खोटं बोलणार नाहीस, याची मला खात्री आहे. तिथं काय काय घडलं, ते खरं खरं सांग.''

त्यांच्या बोलण्यावरून ते पांडव असल्याचं मलाही एव्हाना समजलं होतं. धर्म म्हणजे सगळ्यांत थोरला. भीमासारखा दणकटही नव्हे आणि अर्जुनासारखा मदनाचा पुतळाही नव्हे. मध्यम बांध्याचा. हो, तेव्हा जसा होता, तसाच आताही आहे. काही न बोलता तो खाली मान घालून उभा राहिला. 'धर्मा, खरं सांग...' असं पुन्हा पुन्हा आई म्हणत असताना मी संकोच थोडा बाजूला सारून वर पाहिलं.

मनातली तडफड स्पष्टपणे दर्शवणारा चेहरा वर करून, घशात थुंकी अडकल्यासारख्या आवाजात तो म्हणाला,

"आई, हिनं भीम आणि अर्जुन यांपैकी कुणाशीही लग्न केलं, तरी त्यात अधर्म आहे. थोरल्याआधी धाकट्यांची लग्नं करणं रीतीला धरून आहे का?''

"म्हणजे?'' तीक्ष्ण बुद्धीच्या अर्जुनानं मध्येच तोंड घातलं.

धर्म काही बोलला नाही. तसंच मधून मधून माझ्याकडे दृष्टी टाकणंही थांबवलं नाही. जमलं नाही त्याला ते!

एव्हाना मी मात्र घामानं चिंब झाले होते. घाबरून, की भ्रमिष्टासारखी होऊन? काय झालं होतं मला?

किती ही विचार केला, आठवण्याचा प्रयत्न केला, तरी आज आठवत नाही. हातातला पंखा थांबला होता. सव्वीस वर्षांपूर्वी घडलेल्या त्या प्रसंगावर सारं लक्ष एकवटून आठवायचा प्रयत्न करत होते.

कोण काय बोललं, सारं सारं आठवत होतं. पण आपल्याला तेव्हा काय वाटलं होतं, हे मात्र तिला आठवत नव्हतं. एवढंच आठवत होतं, शरीराचा तोल पेलणारे दोन्ही तळपाय मात्र घामामुळं जमिनीला चिकटून बसले होते.

"हिच्याशी लग्न करायचं तुझ्याही मनात आलं, वाटतं! तू कधीही न्याय डावलून वागणार नाहीस, अशी माझी आजवर खात्री होती. थोरल्याला डावलून धाकट्याचं लग्न करू नये, म्हणून तुझा हक्क सांगतो आहेस! तुझा हा धर्म हिडिंबवनात का विसरला होतास तू! तिथं का उदारपणानं आपला थोरलेपणाचा हक्क तू सोडून दिलास? ती राक्षसीण डाव्या मुठीत तुझा बुचडा पकडून उचलून फेकून देईल, या भीतीनं, की काय?''

अर्जुनाच्या या बोलण्यावर धर्मानं पुन्हा मान खाली घातली. खूप रडून रडून लालबुंद झालेल्या कोवळ्या मुलासारखा त्याचा चेहरा झाला होता. मला मात्र

याचा तेव्हा फारसा उलगडा झाला नव्हता.

त्याच्या आईच्या चेहऱ्यावर मात्र आता आश्चर्य आणि भीती उमटली होती. '...हे काय बोलतोस, धर्मा...' म्हणत हातापायांतली शक्तीच गेल्याप्रमाणे ती मटकन खाली बसली. माझा हात धरून तिनं मलाही जवळ बसवून घेतलं.

झोपडीचा दरवाजा उघडाच होता. कुंभाराच्या घरापुढं किती तरी गर्दी जमली होती. आमच्या गावच्या लोकांची गर्दी. तिनं पाचही मुलांना सांगितलं,

"हे पाहा, त्यापैकी कुणीच इथपर्यंत येता कामा नये. म्हणावं, राजाज्ञा आहे, कुणी आलंच, तर बाण मारेन, म्हणावं."

ते पाचहीजण बाहेर गेले. मला आणखी जवळ घेत ती म्हणाली,

"बाळ, तू फक्त सुंदर नाहीस! रंगाचा गोरेपणा थोडा बेताचा असला, तरी तुझे डोळे, नाक, ओठ, गाल यांचं आकर्षण केवळ अलौकिक आहे! त्याशिवाय का माझी मुलं अशी आपसांत लढायला तयार झाली! तुला तुझ्या वडिलांच्या हाती पोहोचवून देते आता. उगाच सुनेच्या रूपानं घरात भावंडांच्या भांडणाला का ठेवून घेऊ?"

आजही आठवतं. निश्चित आठवतं! राग आला होता मला हे ऐकून! माझ्या सौंदर्याचा हा अपमान! माझ्या सखी किती तरी वेळा माझ्या अलौकिक सौंदर्याचं गुणगान करत होत्या. बाबांना आणि भावंडांना किती अभिमान होता! स्वयंवराच्या वेळी समस्त राजे जिभल्या चाटत होते, हेही सखीनं सांगितलं होतं. आणि इथं ही पांडव-माता माझा धिक्कार करत होती!

मान वर करून मी तिच्याकडे पाहिलं.

त्या प्रौढेच्या चेहऱ्यावर असहायता आणि तळमळ स्पष्टपणे दिसत होती. त्याचबरोबर डोळ्यातलं माझ्या रूपाचं कौतुकही लपत नव्हतं. मुलांऐवजी तीच माझ्यावर मोहून गेली होती, हे त्या वेळीही माझ्या लक्षात येत होतं. स्वतःच माझं पाणिग्रहण केल्याप्रमाणे माझे दोन्ही हात आपल्या हातात घेऊन बसली.

किती मोठे तिचे तळवे! किती उबदार आणि घट्ट पकड!

मी मुकाट्यानं खाली मान घालून बसले होते. बाहेरून आवाज ऐकू येत होते,

"...ए! कुणीही इथं थांबायचं नाही!"

"पळा तुमच्या घराकडे!"

"तुमच्या राजकुमारीला आता विवाह-मंडपातच पाहा!"

"चला... पळा...".

"ते पाहा! राजसैनिक आले तुम्हांला हाकलायला..."

थोड्या वेळात एकेक करून पाचहीजण आत आले. मी आणि त्यांची आई

बसलो होतो. सगळे आमच्या भोवताली बसले. आईपाशी माझ्यावरचा हक्क मिळवायला सज्ज झाल्यासारखे. किंवा मला उचलून पळवून घेऊन जाण्यासाठी सज्ज झाल्यासारखे! त्यातच प्रत्येकाच्या हातात धनुष्य-बाण. भीमाच्या हातात नव्हतं. पण त्याच्या चेहऱ्यावरचे भाव मात्र स्पष्ट सांगत होते : मला कशाला हवं ते खेळणं!

"सहदेवा, झोपडीचा दरवाजा बंद कर, पाहू..." आईनं सांगताच एकजण उठला.

मी हळूच नजर उचलून त्याच्याकडे पाहून घेतलं.

सुंदर, कोवळा देह. माझ्याच वयाचा. कदाचित थोडा-फार लहानही असेल. पुरुषी सौंदर्याला स्त्रीत्वाचं मार्दव लाभावं, तसं रूप. अजून दाढी-मिशांचा पत्ता नव्हता.

तसाच आणखीही एकजण तिथं असल्याचंही माझ्या लक्षात आलं.

खिडकी नसलेल्या त्या झोपडीचा दरवाजा बंद केल्यावर आत अंधार पसरला. त्या सहा जणांचे फक्त आकारच दिसत होते. माझा हात हातात घेऊन बसलेली त्यांची आई म्हणाली,

"सहदेवा, धर्मही हिच्या मोहात पडला आहे. आता तो न्याय सांगेल, असं वाटत नाही. आता तूच न्याय-देव होऊन, काय करायचं, ते सांग. माझा तुझ्यावर विश्वास आहे. तू जो न्याय देशील, त्याला हे तिघंही बद्ध असतील. जर हिच्यापासून आपल्या सुरक्षिततेलाच धक्का पोहोचणार असेल, तर हिला तातडीनं तिच्या वडलांकडे पोहोचवून रातोरात आपण हे गाव सोडून निघून जाऊ या."

सहदेव काही बोलला नाही. सगळेजण श्वास रोखून ऐकत होते. पाण्यात बुडी मारून बसल्यासारखे. फक्त त्यांच्या आईच्या अधीर श्वासोच्छ्वासाचा आवाज ऐकू येत होता आणि त्याला सोबत होती, ती माझ्या धडधडत्या हृदयाची!

"का? गप्प का बसलास?"

बाहेर राजसैनिकांचा आवाज ऐकू येत होता,

"आता गेला नाहीत, तर सगळ्यांना पकडून ठेवू..."

"बाळ, सहदेवा, तू कधीच खोटं बोलणार नाहीस. खरं काय, ते सांग, बाळ."

सहदेवानं एकदा घसा खाकरला, खोकला आणि हळूच कापऱ्या आवाजात म्हणाला,

"आई, नकुल या अंधारातही कुठं पाहत आहे, हे लक्षात घे..."

त्याच क्षणी नकुल म्हणाला,

"तसंच सहदेवाचं मन कुठं आहे, तेही तू जाणून घे!"

काही क्षण स्तब्धतेत गेले.

अंधारातून त्यांच्या आईचा आवाज उमटला,

"कुंभाराच्या बायकोनं थोड्या कण्या दिल्या होत्या. दूध-गुळ घालून, शिजवून खीर केली आहे. चला, सगळेजण आधी जेवून घेऊ या."

सहदेवानं पणती पेटवली. सागाच्या पानांवर सगळे जेवायला बसले.

त्यांचं जेवण झाल्यावर आम्ही दोघीही जेवलो. नंतर ती म्हणाली,

"आम्ही आत झोपणार आहोत. तुम्ही मात्र पाचहीजण हातात धनुष्य-बाण घेऊन बाहेर पहारा द्यायला हवा. दुर्योधनाला आपला सुगावा लागलाय्. तो किंवा आणखी कुणी तरी हिच्या आशेनं यायचीही शक्यता आहे. मी काही तरी निर्णय सांगेपर्यंत तुम्ही मनात मत्सर-ईर्ष्या या भावनांना थारा देता कामा नये. भीमा, अर्जुना! लक्षात राहील ना?"

अशा परिस्थितीत खिरीची चव कुणाला कळणार?

दरवाजा बंद करून पांडवांची आई माझ्याजवळ बसली. आपले दोन्ही लांब बाहू पसरून मला मिठीत घेऊन म्हणाली,

"तुमच्या शेजारच्या कुरुराज्याची आणि तिथल्या पांडवांची हकीकत तू ऐकली आहेस ना? दुर्योधनानं ज्यांना लाखेच्या घरात कोंडून ठार मारण्याचा प्रयत्न केला, ते पांडव म्हणजे ही पाच मुलं आणि मी त्यांची आई कुंती. तुझ्याही हे लक्षात आलं ना? पाच मुलं जन्मली; पण तुझ्यासारखी मुलगी नाही जन्मली माझ्यापोटी! आता तूच माझी मुलगी हो."

किती मोठे बाहू तिचे! बारीक असली, तरी उबदार छाती. एकलेपण सरून मनात सुरक्षिततेची भावना निर्माण करणारी ती मिठी! माझी आई जिवंत होती, तोपर्यंत मला हे भाग्य लाभत होतं. तिच्या माघारी या कृष्णेला तशी उबदार मिठी कुठून मिळणार? खरं सांगायचं, तर पांडवांच्या आईनंच मला जिंकलं होतं! अर्जुनानं धनुष्य वाकवून मत्स्ययंत्राचा लक्ष्यभेद केला होता. भीमानं चढाई करून आलेल्यांपासून रक्षण केलं होतं. इतरही यथाशक्ती माझ्या रक्षणासाठी झगडले होते. पण खऱ्या अर्थी मला जिंकलं पांडवाच्या या आईनंच!

त्या रात्री मला कुशीत घेऊन माझ्या केसांवरून, गालांवरून मायेनं हात फिरवत तिनं मला कुरुवंशाचा सारा इतिहास सांगितला. पांडवांवर झालेल्या अन्यायाविषयही सविस्तरपणे सांगितलं. मला त्यातल्या सगळ्या गोष्टी ठाऊक होत्या. बाबाच सांगत होते. मस्तवाल द्रोणाला आश्रय देऊन माझ्या बाबांचा अपमान करण्यात महत्त्वाचा वाटा असलेल्या भीष्माच्या घरच्या कुरापती, म्हणून! तरीही माझ्या बाबांचं अर्जुनावर किती प्रेम! त्यांच्या तोंडून वरचेवर वर्णन ऐकूनच माझं अर्जुनावरचं प्रेम वाढलं, की काय, कोण जाणे!

मध्यरात्र टळून गेली होती आणि पांडवांची आई मला विचारत होती,

"बाळ, दांपत्य-जीवनाविषयी तुला काय ठाऊक आहे?"

मला काय ठाऊक असणार? सखी किंवा विवाहित दासी जे सांगत होत्या, तेवढंच ठाऊक. त्या जे सांगत होत्या, तेवढं तल्लीन होऊन ऐकणं आणि नंतर कल्पनेत रंगून जाणं एवढंच माझं या विषयातलं ज्ञान! आणि ते तरी कसं उच्चारायचं?

"दांपत्य-सुखाच्या बाबतीत पुरुषापेक्षा स्त्री पाचपटीनं शक्तिशाली असते. पाऊस सांडून ढग रिता होतो. पण एका ढगानं भूमी तृप्त होते का? नद्या-नाल्यांना पूर येऊन हाहाकार माजला, तरी भूमी आतून कोरडीच असते. बाळ, ते अठरा-एकोणीस वर्षांची आहेस. हे तुला समजणं फारसं कठीण नाही. माझ्या पाचही बलवान मुलांशी तू लग्न कर आणि सुख-समृद्धीनं डवरून जा. संपूर्ण आर्यावर्तात तुझ्यासारखी दांपत्य-सुखानं न्हाऊन निघणारी दुसरी कुणीही नसेल! हा माझा आशीर्वाद समज, हवं तर!"

मी थरथर कापू लागले.

का?

आजही त्यामागचं कारण समजत नाही.

रुंद तळहात पाठीवर ठेवत ती म्हणाली,

"भीती वाटते? माझी पाचही मुलं तुझ्या वचनात राहतील, याची मी खात्री देते. आणि हे पाहा, ही काही कुठंच न चालणारी पद्धत नाही. आम्ही हिमवत पर्वतावर होतो, तिथं अशी पद्धत होती. शिवाय आम्हां आर्यांचा मूळ संप्रदाय मानणारा देव नावाचा जनसमुदाय आहे. त्यांच्यामध्येही अशा पद्धती आहेत."

मी प्रथमच तोंड उघडून म्हटलं,

"आमच्या राज्यामध्येही काही आर्येतर समाजात अशी प्रथा असल्याचं सखी सांगत होती. राजवाड्यावर लाकूडफाटा, शिकारीचं मांस, कांबळी, चटया वगैरे आणून देणारेही या पद्धतीचा अवलंब करतात. त्यांच्यापैकी काहीजणी माझ्या दासीही आहेत. पण आपण आर्य. संपूर्ण आर्यावर्तात नावाजलेलं घराणं आहे पांचाल म्हणजे!"

"तुझे वडील हा प्रश्न विचारतील. राजानं विचारलाच पाहिजे हा प्रश्न. त्यांना धर्म उत्तर देईल. आता आम्ही तुला जिंकलंय्. आम्ही जिंकलेली वस्तू आम्हांला हवी तशी वाटून घेऊ, असं म्हणायचा आम्हांला अधिकार आहे. तू विरोध करून सुख का डावलतेस? पाच वाटांनी सुख तुझ्याकडे येत असताना त्याच्याकडे पाठ फिरवणं करंटेपणाचं नाही का? माझी पाचही मुलं सतत तुझ्या शब्दांत राहतील. मी तशी त्यांना आज्ञा करेन."

दुसऱ्या दिवशी बाबांनी या पाचजणांना राजवाड्यावर बोलावून घेऊन त्यांचा यथोचित सत्कार केला. राजपुत्रांना साजेशी वस्त्रं आणि भूषणं घालून राजोचित आसनांवर बसवून लग्नाचा विषय काढला, तेव्हा धर्मराजानं आधी तोच मुद्दा सांगितला, म्हणे.

"पूज्य पांचालाधिपती, काल आम्ही जिंकलेल्या कन्येशी आम्ही पाचहीजण विवाह करू. याप्रमाणे विवाहविधी करून द्यायचा असेल, तर दे. नाही तर आम्ही करून घेऊ. पण जिंकल्यामुळं आता तुझी मुलगी आमची झाली आहे. त्यात आडवं येण्याचा अधिकार कुणालाही नाही.''

"पण ही तर आर्येतर समाजातली पद्धत आहे.'' बाबांनी विचारलं, म्हणे.

"जर का अधर्म असता, तर तुझ्या राज्यातल्या आर्येतरांना आचरणात आणायला तू का परवानगी दिलीस? आजवर किती तरी आर्येतर कन्यांशी क्षत्रियांनी विवाह करून त्यांच्या मुलांना राज्यावरही बसवलं आहे. अशा परिस्थितीत त्यांची ही एक पद्धत स्वीकारली, तर काय बिघडलं?''

हस्तिनावतीच्या युवराजपदावर बसून राज्यकारभार पाहण्यात पारंगत झालेल्या धर्माला वादात हरवणं कुणाला शक्य आहे? तो पुढं म्हणाला,

"महाराजा, किती झालं, तरी तू ज्येष्ठ आहेस. पूजनीय आहेस. तुझ्या मुलीला इथं बोलावून आणतो. तू आमचा विवाह लावून दे. तुझ्या आशीर्वादाशिवाय आमचं तरी कोण रक्षण करणार!'' म्हणत त्यानं बाबांना नम्रपणे नमस्कार केला.

इतरही नतमस्तक झाले.

इथंच माझे बाबा हरले. छे:! कुरुवंशाच्या एका शाखेनं आपल्या आशीर्वादाची प्रार्थना केली, म्हणून अभिमानानं फुलून गेले!


दुसऱ्या दिवशी माझ्याबरोबर राजमातेलाही राजवाड्यावर आणण्यात आलं. राजमातेचा यथोचित आदरसत्कारही करण्यात आला.

नंतर मला एकटीला बाजूला घेऊन जाऊन बाबांनी विचारलं,

"बाळ, यात तुला काय वाटतं?''

"हे का मला विचारता आहात? मी नकार दिला, तर हे टाळता येईल का? पणाप्रमाणे त्यांनी मला जिंकली आहे. एकदा जिंकल्यावर हवं तसं वाटून घ्यायचा अधिकारही त्यांचा आहे. त्यांनी एकदा जिंकल्यावर धर्माच्याविरुद्ध जाऊन तुम्ही मुलगी द्यायला नकार द्याल?''

"थोरला धर्म विचारतो, जर हा अधर्म असेल, तर तुझ्या राज्यातले तिसऱ्या भागाएवढे लोक त्याचं कसं आचरण करतात? मी म्हटलं, प्रत्येकाचा एकेक कुलाचार असतो. यावर तो म्हणाला, कुलाचार म्हणून कुठल्याही गोष्टीला

मान्यता दिली, तर ते पाप राजाच्याही वाट्याला येणारच ना? राक्षसजन आपला कुलाचार म्हणून नर-मांस भक्षण करतात, त्याला का मान्यता देत नाहीस, असाही त्याचा प्रश्न आहे! बाळ, कालपासून धर्माविषयी विचार करून माझं डोकं तर फुटायची वेळ आली आहे! मला वाटतं, आपण त्यांची मागणी मान्य करावी, हे बरं. तरीही जर याला तुझी तयारी नसेल, तर सैन्याच्या साहाय्यानं त्यांना पांचाल देशाबाहेर हाकलून द्यावं लागेल!''

बाबांनी सारं ओझं माझ्याच डोक्यावर टाकलं. माझ्या मनात तर अनाकलनीय उत्साह दाटून आला होता! आजवर कुठल्याही आर्य स्त्रीला न लाभलेलं समृद्ध सुख अनुभवण्याचा उत्साह? आजवर फक्त स्वप्नातच खुणावणारं आणि आता पाच वाटांनी माझ्याकडे झेपावणारं सुख अनुभवण्याचा अननुभूत उत्साह? हो. कदाचित हाच उत्साह. आर्यांचे मूळ पुरुष असलेल्या देवलोकातही अशा प्रकारची प्रथा आहे, हाही विचार उत्साहामध्ये आगळं समाधान भरत होता. मी म्हटलं,

''मला तर वाटतं, ज्यांनी पण जिंकलाय्, त्यांची होणं हाच धर्म.''

बाहेर बाबा त्या पाचजणांबरोबर विवाहविधीविषयी चर्चा करत होते. मी आतल्या बाजूला उभी राहून ऐकत होते. विवाहपद्धतीचं मूल आर्येतर असलं, तरी अनुकरण मात्र आपल्या धर्माप्रमाणे असावं, अशी बाबांची इच्छा. आमचे कुलपुरोहितही या चर्चेत भाग घेत होते.

''ज्याप्रमाणे राजसिंहासन थोरल्या भावाचं असतं, त्याप्रमाणे मुलीनं फक्त थोरल्याला दान म्हणून गेलं पाहिजे. दोन : थोरला राज्यावर बसला, तरी धाकट्यांनाही ज्याप्रमाणे राज्योपभोगात समान हक्क असतो, त्याप्रमाणे हिच्यावर प्रत्येकाचा अधिकार राहील. राज्यात जे घडतं, ते ज्याप्रमाणे राजाच्या नावावर पडतं, त्याप्रमाणे हिच्यापोटी जन्मणाऱ्या मुलांना थोरल्या धर्मराजाच्या नावानं नामकरण व्हावं. पण मुलांनी मात्र प्रत्येकाला पिता मानलं पाहिजे. मृत्यूनंतर प्रत्येकाला समान प्रमाणात जलप्रदान करायला हवं. पाच : नंतर कुठल्याही स्वयंवरात यापैकी कुणीही दुसऱ्या कन्येला जिंकून आणली किंवा युद्धात कुठल्या राजानं कन्या अर्पण केली, तर तिनंही याच पद्धतीनं आचरण केलं पाहिजे. अशा इतर बायकांची व्यवस्था पाहण्याची जबाबदारी थोरल्या राज्ञीची. सहा...''

आता कशाला हव्यात त्या नियमांच्या आठवणी? सगळे नियम अर्जुनानं कितीतरी वेळा आपल्याला हवे तसे मोडले आहेत. फक्त स्वत:साठी, अशी एक पत्नीही करून आणलीय् त्यानं! आणि मी बसलेय् इथं धर्मराजाची पट्टराणी होऊन! त्याच्या राजाचं प्रतिरूप होऊन! त्याच्या द्यूताचा पण होऊन! अवमानित होऊन! वनवासी... रानटी लोकांसारखी कंदमुळं आणि मांस खात! कुणाच्या तरी घरची चार कामं करून स्वत:ला सगळ्यांपासून दडवत! खरं आहे! कुठल्या

आर्य स्त्रीला मिळणार आहे हे भाग्य! पाचपट सुख, म्हणे! लग्न तरी का करतात, हे असले पण लावून? शक्तिवानानं जिंकून घ्यायचं, आपल्याला हवं तसं वाटून घ्यायचं आणि नको असेल, तेव्हा भिरकावून द्यायचं! कुणी सुरू केली ही स्वयंवराची क्षत्रिय पद्धत?...

"मुलं येताहेत. पाचहीजण एकाच रथातून. किती ऊन्ह हे!" ज्योतिष्मति जवळ येऊन म्हणाली.

थोड्याच वेळात घरासमोर रथाचा आवाज ऐकू आला. पाचही मुलं रथातून उतरली.

कृष्णा उठून दरवाज्यापर्यंत गेली.

काय ह्या उन्हाच्या झळा! नुसतं रणरणत होतं समोरचं अंगण! मुलांचे चेहरे आणि सर्वांग घामानं डबडबून गेलं होतं. त्यावर धुळीचा लेप चढला होता.

सगळे आत आले. स्नान केलं. तोवर दासीनं शिजवलेले खाद्यपदार्थ आणून ठेवले होते. ज्योतिष्मतीनं जेवायची बाकीची व्यवस्था केली होती. स्वत: कृष्णा आग्रह कर-करून त्यांना जेवायला वाढत होती.

त्यांचं जेवण होताच तीही जेवली. पोटात अन्न पडताच मुलांना जांभया येऊ लागल्या. बाहेर उन्हाचा दाह पसरला होता. वाळ्याचे पडदे सोडून, त्यावर पाणी मारून थंड केलेल्या खोलीत ज्योतिष्मतीनं लाकडी फळ्यांवर चटया अंथरून मुलांसाठी झोपायची व्यवस्था केली होती. एका ओळीत डोकी येतील, अशा रीतीनं पाचही मुलं झोपली. पाय मात्र थोडे वर-खाली होते. प्रतिविंध्याची उंची थोडी कमी होती. धाकटा श्रुतसेन सगळ्यांत उंच होता. हा कुणासारखा आहे? इतरांपेक्षा जरा जास्त बोलका आहे हा. पण कुणाचीच देहयष्टी भीमासारखी नाही. प्रत्येकाच्या चेहऱ्यावरून आणि शरीर-यष्टीवरून फिरणारी दृष्टी तिचा गोंधळ वाढवत होती. एकाची हनुवटी नकुलासारखी वाटली, की नाक अर्जुनासारखं वाटत होतं. एकाचा चेहरा सहदेवासारखा वाटला, तरी ओठांची ठेवण कुणासारखी आहे, याचा तिच्या मनात गोंधळ उडत होता. पाच पांडवांची मुलं आहेत, त्यामुळं एकाशीच साम्य दिसत नाही, असं तिनं मनाशी समाधानही करून घेतलं.

प्रतिविंध्याचा स्वभाव फारसा बोलका नव्हता. तो मुकाट्यानं उताणा पडून, आढ्याकडे दृष्टी खिळवून काही तरी विचारात गढून गेला होता. इतर चौघंही युद्धाच्या वेळी शत्रू कुठून आला, तर आपण कसा बाण टाकायचा, याचा विचार करत होते.

सर्वांत आधी श्रुतसेन झोपी गेला. त्यापाठोपाठ श्रुतसोमानं बोलणं थांबवून

डोळे मिटले. श्रुतकीर्ति आणि शतानिकही जांभई देऊन कुशीवर वळले. थोरला मात्र आतापर्यंत त्यांच्या गप्पांतही रमला नव्हता आणि आता झोपण्यातही सहभागी झाला नाही. तसाच आढ्याकडे दृष्टी खिळवून उताणा पडून होता.

हातात पंखा घेऊन, त्या पाचही जणांच्या उशाशी बसून सावकाश वारा ढाळणारी कृष्णा त्याच्याकडे पाहत होती. त्याला अजूनही जागाच पाहून तिनं विचारलं,

"झोप येत नाही, का, बाळ?"

"मला तशी दुपारी झोपायची सवय नाही."

"थकला नाहीस सराव करून?"

"एवढा काही नाही."

याचं बोलणं बेताचंच. मनाला वाटेल, ते मोकळेपणानं बोलणं तर त्याहूनही कमी. इथं येऊन पाच महिने झाले. आतामात्र क्वचित कधी तरी आईशी थोडाफार बोलत होता. तेही फक्त जवळपास कुणी नसताना किंवा ती एकटीच आपल्याच विचारात चूर होऊन बसली असताना.

काही तरी बोलायचं, म्हणून तिनं विचारलं,

"पाठीमागून शत्रू आला, तर काय करायचं, हे कुणी शिकवलं तुला?"

"अभिमन्यूनं."

"बाळ, तो फक्त सोळा वर्षांचा आहे. तू चोवीस वर्षांचा. धनुर्विद्येत त्यानं तुम्हांला शिकवावं, एवढे मागं राहिलात? तुमच्या मामानं तुम्हांला नाही का शिकवलं?"

"शिकवलंय् ना! चांगलं शिकवलंय्. पण अभिमन्यूला त्याचे बाबा शिकवतात, नाही का! आणि ते जितके कसलेले धनुर्धारी आहेत, तेवढं संपूर्ण आर्यावर्तातही कुणी नाही. मामानं आम्हांला आपल्याकडंच सगळं कौशल्य शिकवलंय्."

आढ्याकडे पाहत प्रतिविंध्य अगदी सरळ आणि सहजपणे सांगत होता. पण त्याच्या या बोलण्यामुळं कृष्णेच्या हृदयात मात्र काही तरी बोचल्यासारखं झालं.

अर्जुन आपल्या मुलाला आपलं कौशल्य शिकवत आहे, हे काही वाईट नाही. पण हीही त्याचीच मुलं आहेत ना! की ही पाचजण धर्मराजाची आहेत, असं हा समजतो?

एकाएकी तिच्या मन:पटलासमोर आजवर कधीच न जाणवलेला अर्जुनाच्या स्वभावाचा एक पैलू प्रकर्षानं सामोरा आला. चतुर, रसिक, वीर, सुंदर, अहंकारी, स्वार्थी, सुखाकांक्षी असं अर्जुनाचं रूप तिच्या डोळ्यांसमोर उभं राहिलं. अभिमन्यूचं लग्न ठरल्याची बातमी कानांवर येताच कुठं तरी सुप्त रूपानं दडलेली भावना

आता रूप घेऊ लागली. त्याच्याविषयी तिरस्कार... समोर येऊन उभा राहिला, तर अवाक्षरही न बोलण्याएवढा प्रचंड तिरस्कार उफाळून आला.

पाचही मुलांना वारा ढाळत ती तशीच बसून राहिली.

प्रतिविंध्य तसाच उताणा आढ्याकडे पाहत झोपला होता.

त्या नीचाला धर्माची किंचितही चाड नाही. धर्माचं जे काही ओझं असेल, ते फक्त माझाच चेंदामेंदा करण्यासाठी आणि त्या धर्माची धग असेल, तर ती मला अंतर्बाह्य पोळून शिजवून काढण्यासाठी! कुणाला कशाला हवा हा धर्म! त्यातही अर्जुनाला!

रोज एकेकाप्रमाणे पाच रात्री विवाह साजरा झाला माझा. त्यानंतर सहाव्या दिवशी... हो. नक्की आठवतं. सहाव्या दिवशी दुपारी राजमाता कुंतीनं मला बोलावणं पाठवलं. दोन्ही हातांनी जवळ घेत सांगितलं,

"मुली, तू पाचही जणांची झालीस. आता तुला मी एक परम-धर्माची गोष्ट सांगते. ती सतत तुझ्या लक्षात असू दे. पतीच्या उत्कर्षासाठी झटणं हा आर्य-स्त्रीचा एकमेव धर्म आहे. हे तुलाही ठाऊक आहेच. तुझे पाचही पती एकत्र राहतील, तरच ते स्वत:चं रक्षण करू शकतील आणि आपलं राज्यही पुन्हा मिळवू शकतील. कुठल्याही कारणानं त्यांच्यात फूट पडली, तर वाळवी लागून भलामोठा महाल मातीत मिसळून जावा, तशी गत व्हायला वेळ लागणार नाही. आजवर कधीही एकमेकाला शब्दानंही न दुखावणारी माझी मुलं तुझ्यावरच्या मोहापायी एकमेकाच्या जिवावर उठली होती! तू मिळाल्यावर आता पुन्हा एक दिलानं उभी आहेत. तुझा कटाक्ष जरी एखाद्याला जास्त मिळत आहे, असा इतरांना संशय आला, तर पुन्हा त्यांच्या मनात किल्मिष निर्माण होईल. त्यामुळं पाचहीजणांवर काया-वाचा-मनानं सारखं प्रेम करायला हवंस तू! हे तुझं व्रत झालं पाहिजे."

सुनेला सासूनं उपदेश केला– आपल्या मुलांच्या उत्कर्षासाठी! या धर्माचं पालन करताना मी काय काय भोगलंय, हे कुणाला समजणार? काया! वाचा! पण मन? तेही समान प्रमाणात वाटणं ही काय माझ्या हातातली गोष्ट आहे? कुणाच्या हातातली गोष्ट आहे ही? राजमातेला कसा कळणार मनाचा बलिष्ठ धर्म? बोलणं कुणाबरोबर कमी नाही, की जास्त नाही. कुणाला हसून आणि कुणाला कपाळावर आठ्या घालून, असंही कधी केलं नाही. जसं धर्माला, तसंच नकुल-सहदेवालाही स्वयंसमर्पण! पण अर्जुनाखेरीज इतर कुणाशी मनाचं सामीप्य कसं शक्य होतं? अंतर्मनच बोलण्याचं रूप घेऊन बाहेर येत होतं. प्रेमकलेतच नव्हे, तर प्रेम-संभाषणातही चतुर असलेला अर्जुन संभाषणाच्या ओघात मनातलं

सारं बोलायला भाग पाडत होता. अशा वेळी वाचा मनाशी द्रोह करत होती. या दोहोंबरोबर शरीरही तसं वागल्याशिवाय कसं राहील? अर्जुनाबरोबरची रात्र या भूमीवरची राहतच नव्हती!

तरीही या कृष्णेनं इतरांची फसवणूक केली नाही! जे अर्जुनाला ती सहजपणे अर्पण करत होती, तेच इतरांना प्रयत्नपूर्वक, उसन्या उत्साहानं देत होती. नववधू द्रुपद राजकुमारीनं लग्नाच्या सहाव्या दिवसापासूनच या तळमळीत स्वत:ला झोकून दिलंय्! पाच पांडवांचं सख्य या मुठीत शाबूत ठेवण्यासाठी तिनं स्वत:च्या तन-मनाची ससेहोलपट होऊ दिली आहे! आणि आता त्याच ऐक्याला आपण होऊन तडा जात असताना मी काय करू? माझी तडफड व्यर्थ गेली, म्हणून तळमळण्याखेरीज दुसरं काय आहे माझ्या हातात.

बाहेरचं वारं स्तब्ध होतं. लांबून येणारा ऐरणीवर घणानं मारल्याचा ठण् ठण् आवाज ऐकू येत होता. पंचवीस वर्षांची असेल ती. कितवी खेप आहे, कोण जाणे. एकापाठोपाठ एक गरोदरपणं, त्यानंतर दोन महिन्यांचं बाळंतपण, पुन्हा रात्री भुकेलेल्या हिंस्र प्राण्यांप्रमाणे खवळलेल्या पाच पतींशी संसार! ऋतुस्राव दिसण्याचीही संधी न मिळता पुन्हा गरोदरपण, पुन्हा बाळंतपण, पुन्हा... राजमाता आनंदानं नुसती फुलून जात होती! एका पाठोपाठ एक मुलं– तेही मुलगे– जन्माला येत होते. खांडववनाची कृषिभूमी होत होती. भरभरून पिकं देत होती. संपूर्ण आर्यावर्तात पाहायलाही मिळणार नाही, असं इंद्रप्रस्थ नव्यानं नटून उभं राहत होतं.

अठराव्या वर्षीच्या तारुण्याचा उत्साह चोविसाव्या वर्षापर्यंत पार उतरून गेला होता. फक्त चोविसाव्या वर्षीच काय गत झाली माझी! पाच दृढकाय पती. प्रत्येकाची गेल्या चार दिवसांचा उपवास भरून काढण्याची आणि पुढच्या चार दिवसांच्या आनंदाचा साठा करून ठेवायची धडपड! त्या पाच जणांच्या भुकेची पुन्हा पुन्हा शिकार होऊन, पाच बाळंतपणांनी पिचून गेले होते मी! एका स्त्रीमध्ये पाच पुरुषांइतकी शक्ती असल्याचं राजमातेनं सांगितलं होतं, ते संपूर्णपणे खोटं असल्याचा अनुभव पुरेपूर घेत होते मी! ऋतुस्राव नाही आणि गरोदर-बाळंतपणाचा ताप नाही, अशा महिन्याचे तीसही दिवस सज्ज असलेल्या एका पुरुषालाही अपुरी पडणारी स्त्री पाचजणांएवढ्या ताकदीची कशी होऊ शकेल? खोटं सांगितलं राजमातेनं मला! फारशी समज नसलेल्या अठरा वर्षांच्या कोवळ्या तरुणीच्या मनात तिनं उत्साह निर्माण केला! तिला फक्त आपल्या मुलांचं ऐक्य आणि उत्कर्ष हवा होता. किंवा अखंड दांपत्य-जीवनाऐवजी फक्त नियोगानं तीन मुलांना जन्म दिलेल्या राजमातेचा तो एक भ्रमही असेल.

उसाचा रस काढल्यानंतर नुसतं चिपाड राहावं, तशी परिस्थिती झाल्यावर जेव्हा मी तिच्यापुढं बसून सारी परिस्थिती सांगितली, त्यानंतर मात्र तिनं मला समजून घेऊन नवा क्रम सुरू केला आणि मुलांनाही ते पटवून दिलं.

''यानंतर प्रत्येकाची चार वर्षांनंतर एकदा पाळी. चार वर्षांचं ब्रह्मचर्य आणि त्यानंतर एक वर्षाचं दांपत्य-जीवन.''

या नव्या क्रमामुळं माझा देह वाचला. जीवही वाचला. आपली पाळी नसताना कुणीही बायकोला जवळ करायचं नाही. मीही निष्ठुर आणि नि:पक्षपाती राहायला हवं. त्यातही राजमातेनं पुन्हा सांगितलं,

''बाळ, यातही कुणावरही अन्याय झाल्याची भावना निर्माण होणार नाही, असं तू आपलं वागणं ठेवायला हवं. तुझं व्रतच हे!''

नव्या क्रमामुळं शरीराला विश्रांती मिळाली. पण यात मनाची किती हिंसा! कृष्णेला मन नावाचंही काही आहे, हे राजमातेला समजणार तरी कसं?

सगळे पुरुष सारखेच कसे असतील?

राज्यकारभार दक्षतेनं चालवणारा; पण तो कधीच माझ्या मनाला स्पर्श करू शकला नाही, त्या धर्मराजाचं पहिलं वर्ष. लालित्यपूर्ण बोलणं नाही, की अंत:करणाला स्पर्शून जाईल, असं वागणं नाही. सतत राज-गांभीर्यात बुडून गेलेला. राज्यात कृषी आणि पशूंची संपत्ती एकवटू लागली आणि नवी राजधानी सर्वांगानं बहरू लागली, तसा त्याचा ताठाही वाढत चालला होता! कधी चार घटका रसपूर्ण बोलणं नाही. बायकोबरोबरच नव्हे, इतर भावंडं आणि आईबरोबरही मनमोकळ्या गप्पा नाहीत. या वर्षाच्या काळात मी इतरांशी बोलू शकत होते. पण रात्रीचा मुक्काम मात्र, ज्याची पाळी असेल, त्याच्याबरोबरच. सोबत मुलं होती, तेवढाच मला विरंगुळा होता. पण मन मात्र अर्जुनाच्याच ध्यानात रमून जात होतं. त्याच्या मिठीची कल्पना करत, त्याचं रसपूर्ण बोलणं आठवत त्याच त्याच आठवणींची उजळणी करत होतं. हा कसला क्रम आला! आता दोन वर्षं अर्जुनाचा संग नाही, त्याचं स्पर्शसुख नाही, मनाला पिंगा घालायला लावणारं, कुठल्याही रात्री पौर्णिमेचं चांदणं फुलवणारं बोलणं नाही. त्यानंतरही पुन्हा येईल, ते चार वर्षांनंतर!

मी धर्मराजाच्या अंत:पुरात राहत असताना एक दिवस अर्जुन तिथं आला. धर्मराजा नेहमीप्रमाणे न्याय-दानाच्या कामासाठी निघून गेला होता. पूर्वान्हाची वेळ. अर्जुनाला पाहताच दासी खेळणाऱ्या मुलांना उचलून बाहेर घेऊन गेल्या. मी खाली मान घालून बसले होते. तो समोर येऊन बसला. कुणीही काही बोललं नाही. पण साऱ्या गोष्टी शब्दानंच सांगितल्या जातात का? त्यातही अर्जुनाला?

दोघांनाही एकमेकांच्या अंत:करणाची साद समजत होती. अखेर त्यानंच हाक मारली,

"पांचाली..."

मी मान वर करून त्याच्याकडे पाहिलं. माझा श्वास कंप पावत होता. कपाळावर घर्मबिंदू तरारले होते. तो माझ्याजवळ आला. माझा चेहरा आपल्या ओंजळीत घेऊन पुन्हा पुटपुटला,

"पांचाली..."

मी खाली मान घातली. तो उठला आणि दरवाजा बंद करून आला. माझा घामेजलेला तळवा हातात घेऊन मला धर्मराजाच्या मंचावर घेऊन गेला. पुटपुटले,

"नको!"

पण विरोधही केला नाही.

कुठल्याही कलेची आराधना न करता, काव्याचं मनोहर जग न निर्माण करता, माझ्या रूपाचं कौतुक करून माझी अप्सरांशी तुलना न करता, माझ्या डोळ्यांत कृतार्थतेचे अश्रू उभे न करता एखाद्या निषिद्ध स्त्रीशी व्यभिचार उरकून पळून जावं, तसा घाईघाईनं निघून गेला! माझ्या मनातही पाप केल्याची भावना दाटून आली होती! स्वत:च मान्य केलेल्या नियमांचा स्वार्थासाठी भंग केल्याची पाप-भावना.

दुपार उलटून गेल्यावर न्यायदानाचं काम उरकून किरीटधारी धर्म भवनात आला आणि त्यानं चवकशी केली,

"अर्जुन गेला का?"

मला भीती वाटली. मनात अपराधी भाव दाटला होता. का, कोण जाणे, धर्मराजाला पतीपेक्षा न्यायधीश मानण्याची मनाला सवय होऊन गेली होती. अजूनही ती तशीच आहे.

मी फक्त 'हं' म्हटलं.

त्यानं पुढं काहीच विचारलं नाही.

त्याला काही समजलं नसावं. कोण सांगणार? माझ्या दासींपैकी कुणीही माझ्याशी प्रतारणा करणारं नव्हतं.

तरीही या घटनेनंतर मी मनाशी निश्चय केला. यानंतर अशा व्यभिचाराला कधीच बळी पडायचं नाही. कृष्णेनं नष्टव्रत होता कामा नये. पुन्हा अर्जुन आलाच, तर त्याची प्रार्थना करायला, त्याची समजूत काढायला पाहिजे.

दुसऱ्या दिवशी तो पुन्हा त्याच वेळेला आला. पुन्हा दासी मुलांना घेऊन

तिथून निघून गेल्या. जे ठरवलं होतं, ते त्याला नीट समजावून सांगितलं. मृदु शब्दांत. त्याच्याशी कठोरपणे वागणं मला तरी शक्य होतं का?

पण त्यानं व्यवस्थित ऐकून घेतलं नाही. संतापला आणि माझ्या थोबाडीत मारून 'माझी अवहेलना करतेस...' वगैरे बरंच काही बडबडला आणि तिरीमिरीसरशी निघून गेला.

तीन दिवसानंतर पुन्हा आला. माझं मन दृढ ठेवण्यात मी यशस्वी झाले होते. या खेपेला त्यानं हात उगारला नाही. पण बरंच वेडंवाकडं बोलून गेला.

मध्ये आठवडा गेल्यावर पुन्हा आला. बरंच कुजकं, कुत्सित बोलू लागला. 'स्वयंवरात मत्स्यभेद करून मी तुला जिंकून आणली आहे...' वगैरेही म्हणू लागला.

त्या वेळी मात्र मी म्हटलं,

"अर्जुना, भावंडांच्या संदर्भात तू असं बोलायला नको होतंस. इतर चौघांना नसलेल्या अधिकाराचीही तू अपेक्षा करू नयेस. तुमचं ऐक्य राखण्यासाठी तुमच्या आईला दिलेला शब्द पाळताना तेच एक व्रत समजून जगण्यासाठी मी धडपडत असताना तुझ्या तोंडी ही भाषा का? हा विचारही तू मनात आणू नकोस."

मृदुपणे सांगितलं मी हे. हो! आजही आठवंतय् मला स्पष्टपणे! याचनेच्या मृदु शब्दांत आणि स्वरातच मी सांगितलं त्याला. अंहं! मी त्याची याचनाच केली होती.

थोडा वेळ तो स्तब्ध उभा राहिला आणि नंतर खाली मान घालून निघून गेला. 'थांब, बैस...' म्हटलं, तरी मागं वळून न पाहता.

त्यानंतर दिवस गेला, चार दिवस-आठवडा-पंधरवडा-महिना गेला, तरी आला नाही. नगरातच नव्हता. राज्यातही नव्हता. सोबत त्याचे खास पन्नास धनुर्धारीही आपापल्या घोड्यांबरोबर नाहीसे झाले होते. धर्मराजा मलाच विचारत होता,

"कुठं गेला अर्जुन? पांचाली, इथं आला होता ना? कुठं जाणार वगैरे काही बोलला का?"

राजमाताही मलाच विचारत होती. काहीच ठाऊक नसल्यासारखी मी मुकी होऊन राहिले हाते. पण खरी गोष्ट माझ्याशिवाय आणखी कुणाला ठाऊक असणार? मन आक्रंदन करत होतं.

अर्जुना, माझ्यावर रागावून गेला आहेस तू. पांचालीचं मन दुखावण्याखेरीज कुठला विचार असणार तुझ्या मनात? हरले, रे, मी! ये. लवकर ये. राजमातेला सांगून नियम बदलून घेऊ या. पण कसा? पहिल्याप्रमाणे रोज वेगवेगळ्याची पाळी ठरली, तर मी मरून जाईन आणि वर्षाची पाळी, म्हणजे तुझी वाट पाहता पाहता मरून जाईन! त्याऐवजी महिन्याची पाळी ठरवू या. माझी तयारी आहे. लवकर ये! मीच राजमातेशी बोलेन. किती मिनत्या करत होते मनातल्या मनात! तुझ्या मनाला ऐकू येत नव्हतं? तुझं अंतरंग बहिरं झालं होतं.

जीवनात पहिल्यांदाच मी मनोमन तडफडून याचना करत राहिले आणि तू देशोदशी फिरून, दोन नागराजांच्या मुलींशी लग्न करून, एकेक मुलाला जन्म देऊन, त्यांना तिथंच ठेवून, अखेर द्वारकेत जाऊन, कृष्णाच्या धाकट्या बहिणीवर अनुरक्त होऊन, तिच्याशी विवाहबद्ध होऊन, स्वत:साठी एक स्वतंत्र बायको घेऊनच माघारी परतलास तब्बल तीन वर्षांनंतर!

अर्जुना, तू चतुर! सुंदर! स्त्रियांना संमोहित करणारा, शब्दांची स्वप्नं रचणारा जादुगार! अर्जुना, तू मला तर मोहून टाकलंस होतंस! नंतर आणखी तिघींवरही तेच अस्त्र टाकून त्यांच्याशी विवाह केलास, काही वेळा तर फक्त मोह टाकून निघूनही गेलास. अर्जुना, तू अहंकारी! स्त्री म्हणजे तुझ्या त्या अहंकाराचा एक दागिना! ही पांचाली फक्त तुझ्या एकट्याचा दागिना व्हायला तयार झाली नाही. पण, अर्जुना, व्रतपालनात मात्र सपशेल हरलास तू! तू कामातुर झाला असता विरोध केला, या एकमेव कारणासाठी या कृष्णेला डाव्या पायानं ठोकरून दूर लोटलंस. पण संपूर्ण आर्यावर्तातच नव्हे, तर ब्रह्मावर्तातही सर्वश्रेष्ठ धनुर्धारी म्हणून प्रसिद्ध असलेल्या अर्जुना, सुभद्रेला घरी घेऊन आल्यापासून या कृष्णेच्या नजरेला नजर देण्याची शक्ती गमावली आहेस तू!...

प्रतिविंध्य कुशीवर वळून झोपला होता. त्यानं डोळे मिटून घेतले असले, तरी त्याला झोप लागली नाही, हे द्रौपदीच्या लक्षात येत होतं. फक्त डोळे मिटून पडलेल्याचा चेहरा आणि झोप लागलेल्याचा चेहरा यांतला फरक कळत नाही का? फार विचारी आहे तो. सारं काही मनातच ठेवून घेतो. सारं मनातच साठवून ठेवणाऱ्यांना लवकर झोप येत नाही, म्हणे. कुणाला सांगू हे सगळं? या मुलांनाही सांगता येत नाहीत या गोष्टी. पोटी मुलगी तर जन्मलीच नाही. हा वर्षाचा क्रम सुरू झाल्यावर तर मुलंच झाली नाहीत. कुणाला सांगू ही पांडवांच्या संसाराची कथा? कुणाला समजेल या पाचजणांच्या ऐक्यासाठी मी काय सोसलं, ते? सुभद्राच हुशार म्हणायची. ती काही माझ्यासारखी आईविना पोरकी नाही. तिच्या लग्नाच्या वेळी आईच्या वेषात येऊन, मनाला जेरबंद करून, आपल्या

मुलांचं ऐक्य हेच जीवनाचं अंतिम ध्येय म्हणून समोर ठेवणारी राजमाताही नव्हती! पाच बलदंड क्षत्रिय पराक्रमी पुरुषांवर अधिकार गाजवता येईल, असं वेडं स्वप्नं पाहणारी ती वेडी मुलगीही नव्हती. ती अर्जुनाच्या रूपावर आणि मोहमयी बोलण्यावर भाळली, हे खरं असलं, तरी व्यवहार-ज्ञान वापरूनच तिनं त्याला पुढचं पाऊल टाकण्याची परवानगी दिली.

"कुरुवीरा, तुझी साथ, म्हणजे माझ्या आयुष्याची सार्थकताच आहे. पण मी साथ करेन, ती फक्त तुलाच." तिनं आधीच स्पष्ट केलं, म्हणे.

"म्हणजे का, वार्ष्णेयी?" अर्जुनानं विचारलं, म्हणे.

"कुणाशीही लग्न करायचं असलं, तरी विवाहविधी होणार, तो थोरल्याबरोबर. इतर सर्व भावंडांनाही समान उपभोगाचा हक्क राहील, असा तुम्हां भावंडांत एक नियम ठरला आहे, असं आम्हांला समजलंय्. मी तशी पाच-पाच जणांना मला स्पर्श करू देणार नाही. आर्य स्त्रीला एकच पती असतो."

आनंदच झाला असेल याला! त्यानं तात्काळ संमती दिली, म्हणे.

"यादवी, माझी याला मान्यता आहे!"

"फक्त तुझी मान्यता असून काय उपयोग! नंतर आमच्या घरच्या पद्धती पाळायला हव्यात, अशी तुझ्या थोरल्या भावानं आज्ञा केली, तर मी काय करू? मागं तुझ्या भावानं द्रुपदराजाला असाच सवाल टाकला होता, म्हणे."

"मग आता काय करावं मी!"

"तुझ्या थोरल्या भावानं वचन द्यायला हवं... ही फक्त तुझी पत्नी राहील आणि तिच्यावर आम्हां चौघांचाही पती म्हणून अधिकार राहणार नाही. याची जबाबदारी राजा आणि ज्येष्ठ बंधू म्हणून माझी राहील, इतर भावंडांनीही त्याला संमती द्यायला हवी. तुझ्या आईनंही हे बंधन मान्य करायला हवं."

काहीच न बोलता हा खाली मान घालून बसला होता, म्हणे. त्यातच तिनं आणखी एक करारही मिसळला.

"मी तुझी पत्नी झाल्यानंतर मी हयात असेपर्यंत एकटीच तुझी पत्नी राहीन. मी जिवंत असेपर्यंत तू आणखी कुणालाही आणायचं नाही, कुठल्याही स्वयंवरातही भाग घ्यायचा नाही. नजराणा म्हणूनही कुठल्या राजकन्येचा स्वीकार करायचा नाही."

सगळ्याच बाजूंनी आपलं रक्षण व्हावं, असे हे निर्बंध घातले तिनं! तिलाच हे सगळं सुचलं असेल, की तिला तिच्या थोरल्या भावानं, कृष्णानं सांगितलं असेल? पुरुष आपण होऊन याचना करत असताना त्याला अशा नियमांनी बद्ध करावं, असं तिच्या आईनं किंवा एखाद्या सखीनं सांगितलं असेल का? एकूण काय, ती फार हुशार ठरली, हे खरं! माझ्यापेक्षा हुशार. गोड रूपाची, स्वत:च्या

सुखाविषयी जागरूक असलेली सुभद्रा भारी हुशार!

खरंच फार शहाणी ती! नवऱ्याच्या थोरल्या भावानं द्यूतात सगळं गमावलं आणि नवराही सर्वस्व गमावून वनवासासाठी निघाला, तेव्हा ती हुशार सुभद्रा तीन वर्षांच्या मुलाला उचलून माहेरी निघून गेली! वनवासातले दगडधोंडे, काटे तुडवत, रानटी-हिंस्त्र प्राण्यांच्या भयानं थरथर कापत, रात्र-रात्र किड्या-मुंग्या, डास-चिलटं यांचे चावे सहन करत उपवासालाच जीवनक्रमातला प्रमुख भाग मानून वणवण फिरण्याऐवजी! फार शहाणी ती! तेरा वर्षानंतर माघारी येऊन आपल्या सोळा वर्षांच्या मुलाचा विराट राजाच्या मुलीशी विवाहही करून मोकळी झाली ती! या कृष्णेचा चोवीस वर्षांचा मुलगा अजूनही विवाह न करता तसाच एकटा उभा असताना! अर्जुनानं स्वतःच विराट राजाला सुचवलं, म्हणे, उत्तरेला माझ्या अभिमन्यूला दे, म्हणून! सुभद्रा इथं येऊन पोहोचण्याआधी! यादवी, मी हरले! तू जिंकलीस! पतीला पूर्णपणे मुठीत बद्ध करून ठेवण्यातला तुझा विजय फार मोठा!

सुभद्रा जिंकली आणि इथं कुंतीनंही हात सोडला.

"सुभद्रेशी विवाह करायला तू परवानगी दिली नाहीस, तर मी माघारी इंद्रप्रस्थाला येणार नाही. पांडव चारच आहेत, असं यानंतर माना."

असा अर्जुनाचा निरोप येताच त्या माऊलीचं मन तिकडे वळलं. या वेळेपर्यंत त्याला घरातून काहीही न सांगता निघून जाऊन दोन वर्षं होऊन गेली होती. त्याच्याबरोबर गेलेल घोडेस्वार माघारी परतले होते. त्यांच्याकडून अर्जुन हयात असल्याचं समजूनही ती त्याच्या काळजीनं अश्रू ढाळत होती. तो कुठं तरी देशांतराला गेला आहे, असं समजलं, तरी त्याला भेटायला इतर चौघं भावंडंही आतुरली होती. काय करतील कबूल न करून? शिवाय सुभद्रा म्हणजे आर्यावर्तात खळबळ माजवणारी सुंदरी थोडीच होती! तिला या चौघांनी पाहिलंही नव्हतं. शिवाय आठ वर्षं या कृष्णेला शोषून, यौवनाची भूक तृप्त करून घेऊन ते थोडे प्रबुद्धही झाले होते. माझ्या लग्नाच्या वेळचं तारुण्याचं वेडं वयही राहिलं नव्हतं त्यांचं. क्षणाचाही विलंब न लावता चौघांनीही मान्यता दिली! मुलगा घरी आला, की पुरे, असं झालं होतं राजमातेला. शिवाय पुन्हा माहेरशी नातं जुळत असताना ती का नकार देईल? स्वतः कुंभाराच्या घरामागच्या खोपटीत राहत असताना मला वचनात बांधून पाचही मुलांचं ऐक्य राखणारी आणि इंद्रप्रस्थाच्या राजमातेच्या पदावर चढलेल्या कुंतीला माझ्या पित्याच्या सैन्याच्या पाठिंब्यामुळं धृतराष्ट्राच्या पोटातही भीती उत्पन्न होऊन त्यानं आपण होऊन बोलावून खांडवप्रस्थ द्यावं, अशी परिस्थिती निर्माण झाली. पण याला कारणीभूत झालेल्या थोरल्या सुनेच्या मनाची काय मातब्बरी वाटणार? अर्जुनाचा निरोप आल्यावर तिनं मला एका

शब्दानं तरी विचारलं का? धर्मराजानं विचारलं? कुणी विचारलं?

तिचा वारा ढाळणारा हात स्तब्ध होता. झोपलेल्या पाचहीजणांच्या चेहऱ्यावर, मानेवर, छातीवर घाम चकाकत होता. वाळ्याचा पडदा थबथबून जावा, एवढं पाणी मारलंय् ज्योतिष्मतीनं. पण हे एवढं कसलं ऊन्ह धगधगतंय् बाहेर! भट्टी धगधगत असली पाहिजे. ऐरणीवर पडणारे घणाचे घाव... ठण् ठण्! सगळं सगळं सगळं पेटायची वेळ येऊन ठेपली आहे! खेडी, गवताच्या गंजी, झोपड्या, गाव-सगळ्या सगळ्यांना आग लागायची ही वेळ! त्या संपूर्ण हस्तिनावतीला वेढून टाकणारी आग! ते राजभवन, भोवतालची घरं, राजभवनातले आंधळे थेरडा-थेरडी, त्यांची सगळी मुलं त्या आगीत जळून गेल्याची बातमी या कानांनी ऐकली पाहिजे! बस्स!

मग हा दाह शांत शांत होईल! मग वाळ्याच्या पडद्यांची आवश्यकता राहणार नाही, हे पंखे फेकून दिले, तरी शांत वाटेल! घामाचं टिपूसही येणार नाही, इतकं शीतल होईल हे जग!

हात आपोआप मंदपणे पंखा ढाळू लागला.

माझंच चुकलं. पाचजणांशी विवाहबद्ध व्हायला संमती दिली, तिथंच सगळं चुकलं. द्यूतसभेत मधोमध उभं राहून चाललेल्या त्या दुर्योधनाच्या वल्गना.

"...ये, ये! माझ्या मांडीवर येऊन बैस. ये..."

यावर भीष्मांची गर्जना,

"दुर्योधना, भावांच्या पत्नीविषयी असे उद्‌गार काढणारा तू आर्य नव्हेस!"

काय म्हणाला तो,

"कोण गर्जलं? भीष्म, की विदुर? मी धर्म-भीम-अर्जुन यांचा भाऊ आहे ना? मग माझा बंधुत्वाचा अधिकार मी सांगितला, त्यात माझं काय चुकलं? आम्हीही चौदा भाऊ आहोत, हेच सांगतोय् मी!"

दुःशासनानंही मध्येच तोंड खुपसलं,

"...आम्हां चौदाही जणांबरोबर झोपायला पाहिजे ही द्रुपदराजकुमारी!"

या कृष्णेला... महाबलाढ्य द्रुपद राजाच्या कन्येला सैनिक शिबिराबरोबर जाणाऱ्या वेश्येसारखी लेखून हवं ते बोलले! सुभद्रे, तुझ्या संदर्भात कुणीही बोललं नाही असं!

❏

प्रतिविंध्य पुन्हा उताणा झोपला. एकवार डोळे उघडून पुन्हा मिटले

थोड्या वेळानं धाडकन उठून बसला. अंगावरच्या वस्त्रानं चेहरा, छाती,

खांदे पुसून घेतले. वारा ढाळणारी त्याची आई म्हणाली,

"किती उकाडा आहे, नाही का!"

तिच्या हातातला पंखा घेऊन भराभरा साताठ वेळा स्वत:ला वारा घेऊन आईलाही वारा घालत तो म्हणाला,

"केव्हापासून बसून सतत वारा ढाळते आहेस. तू या बाजूला येऊन बैस. या चौघांबरोबर तुलाही वारा येईल, असा ढाळतो."

"इकडं दे पाहू तो पंखा! मुलाकडून मी वारा ढळून घेऊ?"

तिनं हात पुढं केला. त्यानं तिच्या हातात पंखा न देता तिलाही वारा ढाळायला सुरुवात केली. तिला थोडं बरं वाटलं. हवेतली धग थोडी कमी झाल्यासारखं वाटलं. आपल्यापेक्षा हा अधिक थंड वारं ढाळतो, असं वाटलं. तरीही वाटत होतं, मुलांच्या हातात जसा धनुष्य-बाण शोभतो, तसा पंखा शोभत नाही. हे काम बायकांचंच. कमावलेले खांदे, दंड, मनगट– छान वाढवलंय् माझ्या भावानं मुलांना! एकाएकी प्रकर्षानं वाटलं, याची शरीराची ठेवण धृष्टद्युम्नासारखी आहे. अरे, हो! फक्त याच्या एकट्याचाच नव्हे– तिची नजर झोपलेल्या इतर चौघांच्यावरूनही फिरली. चेहऱ्याची ठेवण, डोळे, नाक– कशात ना कशात पांचालांची लक्षणं उमटलेली तिच्या लक्षात येऊ लागली. एक प्रकारचा निकटभाव मनात दाटून आला. आणखी थोडं टक लावून पाहिल्यावर पाचही मुलांचं बाबांशी असलेलं साम्य तिच्या हृदयाला स्पर्श करून गेलं. आईच्या माघारी मायेनं अंत:करणपूर्वक वाढवलेल्या बाबांची आठवण तिच्या मनाला चाळीस वर्षं मागं घेऊन गेली.

प्रतिविंध्य सांगत होता,

"आज पांचाल देशाचा दूत आलाय्. सकाळीच. जैत्रक नावाचा दूत आहे. खास मर्जीतला."

"काय निरोप आहे? बाबांची प्रकृती बरी आहे ना?"

"चांगली आहे. त्यानं बातमी आणली आहे, ती वेगळीच. दुर्योधनानं आता संपूर्ण आर्यावर्तात वेगवेगळ्या पुरोहितांना पाठवून नवाच प्रचार करायला सुरुवात केली आहे, म्हणे. द्रुपद राजानं आपल्या राज्यातल्या अनार्यांची पद्धत आपल्या घरातच आचरणात आणली आहे. पांडव तर पर्वत-प्रदेशातच जन्मले-वाढले. आपली ही अनार्य पद्धत संपूर्ण आर्यावर्तावर लादण्यासाठी सासऱ्या-जावयांनी युद्ध पुकारलं आहे. त्यात तुम्ही कुणाची बाजू घेणार? आर्यांची, की अनार्यांची? असा सवाल विचारत हे पुरोहित प्रत्येक आर्य राजांकडे जात आहेत, असं तो सांगत होता."

मुळातच कमी बोलणारा मुलगा समोर बसून एका दमात एवढं बोलला

होता! दुर्योधनानं असा प्रचार केला, तर त्यात काहीच आश्चर्य नव्हतं. सांगून सवरून युद्धच. मदत मिळवण्यासाठी खोटं बोलणं साहजिकच आहे. त्यात दुर्योधनासारखा नीच याबाबतीत कसलाही विधिनिषेध न बाळगता कथा पसरवणार, यात काहीच विशेष नव्हतं. पण आता या प्रश्नानं तिच्या मनात वेगळीच वावटळ उठवून दिली होती.

प्रतिविंध्य पुढं सांगत होता,

"...यामुळं आता होणार आहे, ते धर्म-युद्ध आहे. तुम्ही आमच्या बाजूनं लढला नाही, तर तुमचे पितर नरकात जातील... अशी भीतीही घालताहेत, म्हणे.''

"बाळ, ते काही का म्हणेनात, यातला खरा धर्म मला ठाऊक आहे. जर धर्मच जिंकणार असेल, तर आपलाच विजय होणार, हे नक्की. पण अधर्मच जिंकणार नाही, असं कसं म्हणता येईल? तेही जाऊ दे. तुला काय वाटतं?''

"कशाविषयी?''

स्पष्टपणे विचारायचं म्हटल्यावर तिला थोडं कसं तरी वाटलं. पण कधी तरी त्याच्याशी या विषयावर बोलायला हवं, असं तिलाही आतून वाटत होतं. आधीच हा फारसा बोलत नाही. आता अनायासे विषय मिळाला आहे, त्यामुळं विचारायला काहीच हरकत नाही, असा विचार करून तिनं विचारलं,

"तुझ्या आजोबांनी माझं पाचजणांशी लग्न लावून दिलं, त्याविषयी!''

तो काही बोलला नाही. झोपलेल्या चार भावांना आणि उशाशी बसलेल्या आईला तसाच वारा ढाळत बसला होता.

ज्योतिष्मति पाण्याचा डेरा घेऊन आली. पुन्हा पडद्यांवर पाणी शिंपडत पुटपुटली,

"...किती लवकर वाळून जातं हे! एवढा मोठा डेराभर पाणी जिरून गेलं...''

आपलं काम होताच ती निघून गेली. तरीही प्रतिविंध्य काहीही न बोलता बसून होता. तसाच वारा ढाळत.

किती उशीर हा या प्रश्नाचं उत्तर द्यायला! उत्तर देताना वाईट वाटावं, अशा भावना आहेत का याच्या या प्रश्नाबरोबर?

त्याच्याकडे टक लावून पाहत कृष्णेनं विचारलं,

"काय वाटतं तुला? बोल ना''

"कांपिल्यामध्ये असताना यात काही एवढं वेगळं आहे, असं वाटत नव्हतं. मामाच्या प्रजेपैकी किती तरी जणांना आम्हां पाचजणांविषयी विशेष ममता होती. सारेच आर्येतर आम्हांला विशेष आपुलकीनं वागवत. आता मला समजतंय्.

आपली प्रथा अनुसणाऱ्या राजाविषयी प्रजेला विशेष काही तरी वाटत असतं. तिथले आर्यही आम्हांला कुठल्याही प्रकारचा वेगळेपणा किंवा कुजकेपणा दाखवून देत नव्हते. राजवाड्याचाही काही तरी दबदबा असतो, नाही का! पण या गावी येऊन चार महिने झाले ना आता! इथले लोक मात्र आम्हां पाचजणांकडे काही तरी विशिष्ट दृष्टीनं पाहतात. इतर भावंडांसारखे आम्हीही भाऊ, अशी भावना त्यांच्यांत दिसत नाही. परवाचीच गोष्ट सांगतो. श्रुतसेनाच्या रथाचा अग्रभाग मोडला होता. तो दुरुस्त करायला आलेला सुतार त्याला विचारत होता, 'राजपुत्रा, तुम्ही पाचहीजणांना बाबाच म्हणता, की थोरल्या धर्मराजाला बाबा आणि इतरांना काका म्हणता?' यानं सांगितलं, 'सगळ्यांना बाबाच म्हणतो.' श्रुतसेनाच्या मोकळ्या स्वभावामुळं तो सुतार पुढं विचारत होता, 'पाचहीजणांविषयी तुमच्या मनात सारखीच भावना आहे, की...' माझ्याकडे लक्ष गेल्यावर चमकला आणि जीभ चावून, खाली मान घालून कामाला लागला. कांपिल्यामध्ये कुणीच असले प्रश्न विचारत नव्हतं आम्हांला.''

आपल्याही मनात राहून राहून येणारी भावना ही; पण कुणीही आपल्याबरोबर याचा उच्चार केला नव्हता. पांडव आपल्या मूळ स्वरूपात प्रकट झाल्यावर विराटराजाच्या घरातले सगळे आमच्याशी भय-भक्तीनं वागत होते. राजसूय यज्ञ करणारे पांडव, त्यांच्या नावाजलेल्या सेनापतीचा– कीचकाचा– शस्त्राशिवाय वध करणारे पांडव! त्याचबरोबर गाई लुटून न्यायला आलेल्या कौरवांचा पराभव करणाऱ्या पांडवांच्या ताकदीचं भयही! सुदेष्णेनं तर किती वेळा हात जोडून, वाकून क्षमा मागितली माझी! आता अशा गोष्टी बोलायला नोकरांची जीभ तरी कशी उचलणार? याचंही खरं आहे. आमच्या पांचाल-देशात हे फारसं विचित्रही वाटत नाही. पांचाल-देशाच्या पश्चिम-दक्षिणेकडच्या भागात तर अशी पद्धत आहे, हेही कित्येकांना ठाऊक नसतं.

''आई, गेले किती तरी दिवस माझ्या मनात एक प्रश्न घोळतोय्... पण तुला विचारीन म्हटलं, तरी जमलं नाही.''

''मला प्रश्न विचारायला एवढा कसला विचार करतोस, बाळ?''

त्यानं पुन्हा आपलं बोलणं गिळून टाकलं.

द्रौपदी मनोमन तडफडली. त्याच्याजवळ सरकून त्याच्या डोक्यावरून उजवा हात फिरवत म्हणाली,

''बाळ, आधीच तुझं बोलणं कमी. माझ्याशीही एवढा कसला संकोच? तुझ्याशिवाय मला तरी आणखी कोण आहे असं बोलत बसायला?''

आईचा हात मध्ये आल्यामुळं त्याचा वारा घालणारा हात थांबला होता. मस्तकावर तिचा हात असल्यामुळं तो किंचित वाकला होता. त्याची दृष्टी त्याची

उशी, गादी, श्रुतसोमाचं डोकं आणि आईच्या पायांवर खिळली होती.

किती कष्ट भोगलेत हिनं!

त्यानं विचारलं,

"वनवासात बारा वर्षं राहिलीस. तिथं किती तरी ऋषी-मुनी येत होते, म्हणे. त्यामुळं तू उत्तर देऊ शकशील, असं वाटतं."

"काय, बाळ? विचार."

"खरा आर्य-धर्म म्हणजे काय?"

दोन क्षण पंखा हलायचा थांबल्यामुळं अंग घामेजलं होतं. झोपलेल्या चारही मुलांच्या मानेवरून, कपाळावरून घाम वाहू लागला. त्यांचा श्वास अस्ताव्यस्त होऊन त्यांनी कुशी पालटल्या. शतानिक आणि श्रुतसेनाचे चेहरे तोंडात कडुलिंबाचा रस पडल्यासारखे झाले. एकवार डोळे उघडून त्यांनी पुन्हा डोळे मिटले. प्रतिविंध्याच्या हातातला पंखा घेऊन ती पाचही जणांना वारं पोहोचेल, असा ढाळू लागली. श्रुतकीर्ति कुशीवर वळला, पुन्हा उताणा झाला आणि पुन्हा घोरू लागला.

खरा आर्य-धर्म म्हणजे काय? धर्माच्या गोष्टी ऐकून तिचे कान किटून गेले होते. बहिरेच झाले होते. धर्मराजाला तर सकाळी उठल्यापासून रात्री झोपेपर्यंत या धर्माशिवाय दुसरा विषयच नसे! अरण्यात असताना तिथं येत असलेल्या ऋषी-मुनींनाही हीच चिंता लागून राहिली होती! भीम-अर्जुनही मधून मधून या विषयावर बोलत असतात. द्यूत-सभेत मीही हाच प्रश्न विचारला नव्हता का? वृद्ध भीष्म, गुरू द्रोण, आचार्य कृप, आंधळा धृतराष्ट्र– सगळ्यांनाच.

आर्य-धर्म म्हणजे काय? प्रतिविंध्याची नजर आपल्याकडे खिळल्याचं तिला जाणवत होतं. एकाएकी वनवासातली एक आठवण उफाळून आली आणि तिला आतून हसू फुटलं. कारण समजलं नाही, तरी प्रतिविंध्यही हसला. श्रुतकीर्ति आणि शतानिक त्यानं जागे झाले. पटकन उठून बसताना श्रुतसेन आणि श्रुतसोमही त्यांचे खांदे लागून जागे झाले. तेही उठले.

"काय झालं?" श्रुतकीर्तीनं विचारलं.

"हा विचारतोय्, आर्य-धर्म म्हणजे काय? सांगू? शिकार, मद्यपान, स्त्री-लंपटपणा आणि जुगार!" ती हसतच म्हणाली.

झोपेतून उठलेले चौघेहीजण खदखदून हसले. प्रतिविंध्याच्या चेहऱ्यावर मंद हास्य पसरलं. पण तो हसला नाही. वनवासात असताना धर्मराजाला चिडवण्यासाठी म्हणत असलेलं आपलं बोलणं तिला आठवलं. ती पुढं म्हणाली,

"अरण्यात राहणाऱ्यांनी पोटासाठी शिकार करणं साहजिकच आहे. क्रूर प्राण्यांची संख्या पराकोटीची वाढली आणि त्यामुळं आपलंच जीवन संकटात

येऊ लागलं असता शिकार केली, तर गोष्ट वेगळी. पण फक्त वेळ जात नाही, म्हणून हातात धनुष्य-बाण आणि भाले घेऊन अरण्यात शिकार करायला जायची पद्धत फक्त आर्यांचीच! रानटी लोकांची नव्हे. मद्यपानाविषयी तर बोलायची गरजच नाही. रानात राहणारे लोक काही झाडांपासून रस काढण्यासाठी बुंध्याला खाच पाडून, कळकाचं भांडं झाडाला बांधून ठेवतात, हे मी वनवासात असतानाही पाहिलंय्. त्या रसामुळं मद चढत नाही. उलट, थोडी हुशारी वाटते. प्रकृतीही चांगली राहते. पण हे आर्य लोक! यज्ञाच्या नावाखाली असो वा सणाच्या नावाखाली, मद्यपानच महत्त्वाचं! त्याशिवाय यांचा कुठलाही समारंभ साजरा होऊ शकत नाही! युद्ध होऊ शकत नाही! दारू पिऊन झिंगल्याशिवाय दैवतही पावत नाही! तांदूळ, गहू, सोमलतेपासून काढलेला रस... कुठल्या कुठल्या पदार्थांपासून कसं मद्य केलं, तर किती प्रमाणात मद चढतो, याचे अनेक प्रयोगही करून वेगवेगळी मद्य तयार करतात! आता स्त्रिया. लग्न-मंडपात एकीशी लग्न करून यांचं समाधान होत नाही, म्हणून सोबत निदान दहा तरी दासी पाठवायच्या, म्हणे! राजा मोठा असेल, तर शंभर! त्यांच्या पोटी प्रजा वाढून या क्षत्रियांच्या सेवेसाठी सूत कुलाचा विस्तार नको का व्हायला?''

प्रतिविंध्यानं विचारलं,

''फक्त क्षत्रियांचीच पद्धत आहे ही?''

''आज तर तेच आहेत ना आर्य धर्माचे प्रवर्तक! त्यांचं करणं वा वागणं चुकीचं आहे, असं सांगायची कुणा पुरोहिताची आज प्राज्ञा आहे?''

आईचं बोलणं पटल्यासारखा तो गप्प बसला. त्याचा चेहरा गंभीर झाला. दृष्टी अंतर्मुख झाली.

ती पुढं सांगत होती,

''आता द्यूताविषयी तर सांगायची गरजच नाही. इतर कुठल्याही मार्गानं आमची उत्कर्षाच्या दिशेनं चाललेली वाटचाल रोखता येणार नाही, हे लक्षात येताच याच मार्गानं आमचा सत्यनाश करायचा निश्चिय केला दुर्योधनानं. किती तरी राजांना आपल्या कैदेत खितपत टाकलेल्या बलाढ्य जरासंधाचे चार तुकडे करून, चार दिशांना भिरकावून, दिग्विजय करून, राजसूय करणाऱ्या पांडवांना युद्धात हरवणं तर अशक्य होतं. भावंडांत भांडणं लावायचा प्रयत्नही अयशस्वी झाला. मग मार्ग राहिला, तो फक्त द्यूताचाच. न्याय-दानात ख्याती मिळवलेल्या तुमच्या थोरल्या बाबांना द्यूताचा जबरदस्त नाद! या नादाचा त्यानं फायदा घेतला. धाकटे भाऊ राज्याची इतर व्यवस्था समर्थपणे पाहत असताना राजसिंहासनावर बसलेल्या तुमच्या थोरल्या बाबांचा वेळ तरी कसा जाणार? दरबारातले तोंडपुजे पंडित धन्याला धर्म-न्याय-वादात किंवा द्यूतात हरवतील का? याचा परिणाम

मात्र असा झाला, की त्याच्या मनात आपण निपुण खेळाडू असल्याचा भास मात्र निर्माण झाला. दुर्योधनाला याचं हे दौर्बल्य समजलं. त्यानं स्पष्टपणे द्यूतासाठी म्हणूनच निरोप पाठवला. रोज सकाळ-संध्याकाळ न्याय-धर्माच्या गप्पा मारणाऱ्या धर्मानं का नकार दिला नाही? द्यूताची चटक आणि अहंकार याशिवाय दुसरं कारण शोधणं म्हणजे स्वत:ची फसवणूकच करून घेणं नाही का? युद्धाचं आणि द्यूताचं निमंत्रण नाकारणं म्हणजे आर्य धर्माला न शोभणारी गोष्ट, म्हणे! तिथं जाऊन त्यांनी निमंत्रित केलेल्या इतर राजांसमोर बसून हा आपलं सर्वस्व हरत होता, धुळीत मिसळत होता. तेव्हा इतर ज्येष्ठ लोक 'दुर्योधना, आता त्याला पुढं खेहायच्या भरीला पाडू नकोस...' म्हणून कळवळून सांगत होते, म्हणे! दुर्योधनावर रागावले, म्हणे! पण त्यांपैकीच कुणीच धर्मराजाला 'द्यूत खेळणं हा अधर्म आहे, तू इथून उठून जा...' असं का सांगितलं नाही? राज्य गेलं! भावंडांना पणाला लावून त्यांना हरला, स्वत:लाही हरला, मला पणाला लावून हरला! रजस्वला, एकवस्त्रा अशा या कृष्णेला या नीचांनी भरलेल्या सभेत इकडून तिकडे भेलकांडत असताना 'आता तू आमची दासी आहेस... आमच्यापैकी कुणाहीबरोबर झोप,' असं ते असभ्यपणे बोलत असतानाही सगळेजण त्यांना त्या नीचपणाचा अधिकार आहे, असं म्हटल्याप्रमाणे तोंड मिटून बसले होते. त्यापैकी कुणीही 'धर्मराजा द्यूत खेळला, हाच अधर्म आहे,' असं म्हटलं नाही..."

पाच तरुण मुलांसमोर मन मोकळं करत असताना तिचा आवाज भरून आला. डोळेही अश्रूंनी डबडबले. तोंडातून शब्द फुटेनासा झाला. डोळ्यांना पदर लावून ती हुंदके देऊन रडू लागली.

मुलांच्या चेहऱ्यावरही उद्वेग पसरला होता. धाकट्या श्रुतसेनाचे डोळे अश्रूंनी तुडुंब भरून गेले होते.

स्वत:चा भावनावेग आवरत ती पुढं म्हणाली,

"...धर्म म्हणजे काय, हे ठाऊक असलेला फक्त एकटाच आहे! आम्ही वनवासात गेल्यानंतर दोनेक महिन्यांनी कृष्ण द्वारकेहून धावून आला. आल्या आल्या स्वत:च सगळा आर्य धर्म कोळून प्यायल्याप्रमाणे वागणाऱ्या धर्मावर तो तुटून पडला. 'युद्ध आणि द्यूतासाठी बोलावणं आलं असता नकार कसा द्यायचा, तो अधर्म होतो, या चिंतेत तू पडला होतास? अरे, शक्तिशाली वाघानं युद्धासाठी डरकाळी फोडली, तर हरिणानं यायलाच हवं का? तेच हरिण आपली शक्ती पाहून, योग्य तंत्र आणि योग्य वेळेचा फायदा घेऊन बलाढ्य वाघाला लोळवू शकतं. बलाढ्य जरासंधाला जोपर्यंत तोंड देणं शक्य होतं, तोवर मी दिलं. जेव्हा तो चाल करून आला, तेव्हा त्याच्याशी दोन हात

करण्याएवढी आपली ताकद नाही, हे पाहून मी पलायनही केलं. त्या वेळी इकडच्या आर्यांनी माझी अनार्य, भेकड वगैरे शब्दांत अवहेलना केली, हे मला समजलं नाही, असं तुला वाटतं का? योग्य संधी मिळताच तुम्हांला पुढं करून भीमाच्याकरवी जरासंधालाच नाहीसा केलाच ना? त्यातही युद्धाची गोष्ट वेगळी. कुणी बोलावलं आणि आपण गेलो नाही, तरी शेवटी चढाई करणं ज्याच्या त्याच्या हातात असतं. त्यामुळं युद्धासाठी 'येत नाही' म्हणण्यात अर्थ नसतो. पण द्यूत खेळायला 'मी येणार नाही,' असं निक्षून सांगितलं, तर तो कशी काय जबरदस्ती करू शकेल? आंधळेपणानं आपलं सर्वस्व फाशांच्या अनिश्चित घरंगळण्यावर सोपवावं का? याच्याइतकं नीच काम दुसरं कुठलंही नाही.' कृष्णाला एवढा उद्विग्न झालेला प्रथमच पाहिला मी तेव्हा. तो पुढं म्हणाला, 'धर्मराजा, रूढीप्रमाणे चालणं, म्हणजे धर्म, अशीही धर्माची व्याख्या केली जाते. तू मात्र रूढींचे नियम पाठ करणं म्हणजे धर्म, असं समजतोस. दुर्योधनानं द्यूतासाठी पाठवलेला निरोप स्वीकारून तू तिथं गेल्याचं समजताच आता अनर्थ घडणार, हे माझ्या लक्षात आलंच. तुमची भरभराट होत असताना दुर्योधनासारख्या नीच शत्रूचं मन कसं काम करत असतं, हे समजून घ्यायला काही फार मोठ्या बुद्धिमत्तेची आवश्यकता लागत नाही. एवढीही गोष्ट तुझ्या लक्षात येऊ नये? ही अनर्थकारक बातमी कानांवर येताच मी तडक यायला निघालो होतो. पण त्याच वेळी शाल्वानं द्वारकेवर चढाई केली. मोठ्या सैन्यानिशी. आमच्या सगळ्या यादव-प्रमुखांना एकत्र करून, ते आक्रमण परतवून लावून, पुन्हा चढाई-भीती नाही, याची खात्री करून घेऊन निघेपर्यंत व्हायचं ते होऊन गेलं होतं. मुलाला घेऊन सुभद्राही द्वारकेला आली होती. तातडीनं निघून मी इथं आलो. द्यूत सुरू असताना मी तिथं आलो असतो, तर हा अनर्थ असल्याचं मी तुला आणि दुर्योधनाला नीट समजावून सांगितलं असतं. ऐकलं नसतं, तर तुम्हां दोघांचेही हात कापून टाकले असते. द्यूत खेळणाऱ्यांना हीच शिक्षा आहे. त्यातही आधी तुझे आणि नंतर त्याचे.'''

"मग? काय म्हणाले बाबा?"

"काय म्हणणार? या भर उन्हाळ्यात जसा तुमचा चेहरा घामेजून गेलाय् ना! अरण्यातल्या त्या बोचऱ्या थंडीत पांघरायला लोकरी वस्त्र नसताना तुमच्यापेक्षाही घामाघूम होऊन, खाली मान घालून बसून राहिला."

"पण, आई, तू का नाही सांगितलंस द्यूत खेळणं अधर्म आहे, म्हणून?"

"अरे, पुरुष करतील, ते चुकीचं आहे, असं म्हणायचं धैर्य कुठलं माझ्या अंगात तेव्हा! दुसऱ्यांदा मात्र जाऊ नका, म्हणून खूप मिनत्या केल्या. रडले, भेकले, चिडले, डोळ्यांत पाणी आणून सांगितलं. कृष्णानं नीट समजावून

सांगेपर्यंत मला तरी कुठलं ठाऊक? ठाऊक असतं, तर वचनात बांधून ठेवायचा प्रयत्न केला असता मी. आता त्यानं एकेलं असतं, की हट्टीपणा केला असता, कोण जाणे!''

''मग तुला धैर्य तरी केव्हा आलं?'' श्रुतसोमानं मध्येच विचारलं.

''धैर्य?'' तिनं स्वत:लाच विचारलं.

लग्न झाल्यावर कुंती आणि धर्मराजापुढं भयभक्तीनं वावरत असलेला काळ आठवून पाहत असतानाच ज्योतिष्मति जवळ आली. तिनं विचारलं,

''पडद्यांवरच पुन्हा पाणी शिंपडू, की बाहेर उद्यानात? ऊन्ह उतरलंय् आता. तिथं झाडांनाही भरपूर पाणी घातल्यामुळं थंड आहे.''

''इथं बसून उगीच घामाघूम होण्यापेक्षा आपण बाहेरच बसू या...'' म्हणत श्रुतसेन उठून उभा राहिला.

द्रौपदीचेही हात-पाय घामानं चिकट झाले होते. इतर भावंडं आईचं उत्तर ऐकायला उत्सुक झाली होती; पण तिला त्या प्रश्नाचं उत्तर आठवत नव्हतं. विचाराच्या तंद्रीत ती उठून उभी राहिली.

सगळेजण उठले. अंघोळ केल्यावर थोडं बरं वाटेल, असं वाटलं. ज्योतिष्मतीनं न्हाणीघरात थंड पाणी काढून ठेवल्याचं सांगितलं. ती द्रौपदीला न्हाणीघरात घेऊन गेली. घामटपणा जाण्यासाठी एक चपट्या दगडानं तिचे दंड, खांदे, पाठ, पाय घासून घासून तिनं 'पुरे' म्हणेपर्यंत पाणी ओतून ज्योतिष्मति निघून गेली.

बाहेर उद्यानात खरोखरच गार वाटत होतं. मुलंही अंघोळ करून आली होती. काहीही बोलावंसं तिला वाटत नव्हतं. शिवाय मुलांच्या चेहऱ्यांवरच्या प्रश्नचिन्हाचं उत्तरही आठवत नव्हतं. थंडगार झालेल्या जमिनीवर अंथरलेल्या भेंडांच्या चटईवर ती उताणी झोपली. आकाशात पाहत. शेजारीच मुलं बसली होती. प्रतिविंध्याच्या हातात पंखा होता. पाणी पिऊन झाडं आणि वेली तृप्त झाल्या होत्या. तरीही तो आपल्या आईला मंद वारा घालत होता. तिच्या डोळ्यांवर हळूहळू झापड येऊ लागली. तशीच ती गाढ झोपी गेली.

❑

रात्री, थोरल्या पतीच्या– धर्मराजाच्या भवनात माडीवर झोपली, तरी झोपेचा पत्ता नव्हता. संपूर्ण गच्चीभर चार वेळा पाणी टाकून, उकाड्याचा असह्य ताप थोडा कमी करून, जमीन सुकल्यावर तीवर लाकडाच्या फळ्या टाकल्या होत्या. त्यावर मृदु गादी अंथरली होती. डोळ्यांसमोर पसरलेल्या आकाशाच्या अथांग निळ्या पोकळीत तारे शांतपणे तेवत होते. शेजारी पती. थोरला पती. त्याला झोप लागली आहे, की नाही, तेही समजत नाही. मुकाट्यानं झोपून असतो. ना

बोलणं, ना गप्पा, ना गोष्टी. आधीपासूनही असाच. त्यात जुगार खेळून सर्वस्व गमावल्यापासून तर माझ्याशी नजर भिडवून बोलायचं धैर्यही नाही. पहिल्यापासून त्याच्याविषयी माझ्या मनात जी भीती होती, ती आता त्याला माझ्याविषयी वाटते. तरीही अज्ञातवास संपल्यावर एक वर्षाच्या पाठीसाठी मी त्याच्याच भवनात राहत आहे. फक्त झोपते. इतर काहीही त्याला तर नकोच आणि मलाही नको. रात्रभर इथं झोपायचं आणि सकाळी उठून स्वतंत्र भवनात मुलांबरोबर राहायचं.

धर्म म्हणजे काय? मला धैर्य आलं तरी केव्हा?

शांत, थंड वेळ आहे, म्हणून अजूनही तो प्रवास करत असेल. किंवा कुठं विश्रांतीसाठी झोपला असेल का? असल्या उन्हातही दिवसभर घोड्यावर बसून... अर्थात ऊन्ह, पाऊस, थंडी यामुळं कोमेजून जाणारा तो देह नव्हे आणि मनही नव्हे. पुरुष देह आणि पुरुषी मन! फक्त तोच तेवढा असा. 'तूच मला आधार...' असं स्पष्टपणे सांगायला नको होतं, की काय, कोण जाणे! काय सांगायचं? जे परस्परांच्या अंत:करणापर्यंत आपोआप पोहोचतं, ते तोंडानं का सांगायचं? किती तरी वेळा मीच नको तितकी व्याकूळ होऊन जाते. त्याचा तर व्याकूळ वगैरे व्हायचा स्वभावच नाही. रात्री कीचकाला ठार करायचं ठरल्यावरही दुपारचं जेवण करून कसे निवांत झोपले होते राजेश्री! येते तरी कशी झोप? भला मोठा खडकच तो!

शेजारचा धर्म कुशीवर वळला.

तिनं विचारलं,

"उकडतं! उशाशीच पंखा आहे. वारा घालू का?"

तो काहीच बोलला नाही, तरीही ती त्याला वारा घालू लागली.

भरलेली सभा. आर्यावर्तात धर्मज्ञ म्हणून ख्यातनाम असलेला भीष्म. बाबांच्या वयाचा द्रोण, कृप आणि इतरही अनेक राजे. धर्म कुठला, या प्रश्नाला उत्तर न सुचून... किंवा सुचलं असलं, तरी स्पष्टपणे सांगायचं धैर्य नव्हतं, म्हणून कसे खाली मान घालून बसले होते! द्यूताचं आमंत्रण येताच हा कसा उत्साहानं निघाला होता! मला आणि इतर चार भावांनाही बरोबर घेऊन! पाचही जण राजसूयासारखा महान यज्ञ केल्याच्या अहंकारातच चालले होते. आणि मी तरी काय! देशोदेशीच्या राजांनी नजराण्याच्या रूपात दिलेल्या उत्तमोत्तम दाग-दागिन्यांपैकी अतिशय आकर्षक असे दागिने निवडून, अंगावर लेवून जावांच्यासमोर ऐश्वर्य मिरवण्याच्या इच्छेनं तोऱ्यातच निघाले होते ना! हस्तिनावतीची श्रीमंती संपूर्ण

आर्यावर्तातच नव्हे, तर ब्रह्मावर्तातही प्रसिद्धी पावली होती. राजसूय यज्ञाच्या वेळी आलेल्या दुर्योधन-दुःशासनाच्या बायकांनी बोलूनही दाखवलं होतं, 'आमच्यासारखे दागिने किरकोळ राजांच्या भांडारात मुळीच सापडणार नाहीत.' तरीही द्यूताच्या वेळी मी गेले, तेव्हा आदरानं वागल्या बिचाऱ्या. मला पाहायला हस्तिनावतीमधल्या बायकांचे जथेच्या जथे लोटले होते. राजसूय यज्ञ करणाऱ्या पांडवांची राणी म्हणून, की पाचजणांशी संसार करणारी स्त्री म्हणून, कोण जाणे! वृद्ध गांधारीनंही किती कौतुक केलं माझं!

'बाई, ग! तू अप्रतिम सौंदर्यवती आहेस, म्हणे! माझ्या मुलांची दृष्टी काही धड नाही. शक्य तितक्या लवकर तुझ्या नवऱ्याबरोबर खांडवप्रस्थाला निघून जा' म्हणाली होती आम्हांला खांडवप्रस्थाला पाठवून देताना!

या वेळी मात्र तसंही काही म्हणाली नाही. माझ्या जावांना तर माझ्या अंगावरचे सगळे दागिने आपलेच होणार आहेत, हे आधीच ठाऊक होतं, की काय, कोण जाणे! म्हातारीचं सांगता येत नाही; पण सुनांना ठाऊक असल्याशिवाय राहील का? त्याशिवाय का त्यांनी एवढं स्वागत केलं असेल? अर्थात बाहेर पुरुष आपसांत काय ठरवतात, ते बायकांना काय ठाऊक असणार, म्हणा! खरोखरच बायकांना काहीच ठाऊक नसतं. शिवाय पुरुषांतलं वैर ठाऊक असलं, तरी भावा-भावांच्या आपसांतल्या झगड्यात आपण बाहेरून आलेल्यांनी का पडायचं, असा विचार करूनही त्या तशा वागल्या असतील. हस्तिनावतीचा मोठेपणा मिरवणं हा स्त्री-सुलभ स्वभाव. पण त्यांच्या पुरुषांमधला कुजकेपणा या स्त्रियांत उतरला नाही. रजस्वला, एकवस्त्रा पांचालीला दुःशासन दरादरा ओढत येऊन घेऊन गेला, तेव्हा कशा सगळ्या भेदरून उभ्या होत्या! वाईट मार्गानं जाणाऱ्या पतीला रोखण्याचं सामर्थ्य कुठल्या आर्य स्त्रीमध्ये असणार? सगळ्या गांधारीपाशी धावल्या आणि छाती पिटून त्यांनी आक्रोश केला, म्हणे.

"तुमच्या मुलांनी पांचालीचे धिंडवडे काढायला सुरुवात केली आहे. तुम्ही हे थांबवा नाहीतर सर्वनाश होईल!"

दुःशासन जवळ येताच जिवाच्या आकांतानं धावले मी! जावांच्या अंतःपुरात शिरत असतानाच तो धावत आला. माझ्या अंबाड्याला हिसका मारून माझा पदर धरून खेचू लागला.

"एकवस्त्रा आहेस का? अंगात चोळी घातली नाहीस? रजस्वला? पूर्ण नग्न असलीस, तरी हरकत नाही! दासीला कशासाठी हवीत वस्त्रं?"

असं म्हणत, मला खेचत त्या बेशरम पुरुषांनी भरलेल्या सभेत घेऊन गेला!

त्या नराधमानं स्वयंवराच्या वेळी मला पाहिलं होतं, म्हणे. त्या वेळची मनात निर्माण झालेली इच्छा त्याच स्पर्शानं त्यानं हिडीसपणे पूर्ण करून घेतली,

की काय, कोण जाणे!

सगळे राजे खाली मान घालून बसले होते. धर्म, भीम, अर्जुन वगैरे पांडवही. भीष्म-द्रोणांसारखे धर्मज्ञही! त्या सभेत फक्त तीनच नराधमांच्या माना वर होत्या. दुर्योधन, कर्ण आणि शकुनि! कर्ण तर 'शाब्बास दुःशासना!' म्हणत हिडीसपणे दात विचकत होता. शकुनीनंही आपलं क्रूर हास्य त्यात मिसळलं होतं.

आता सगळं आठवतंय् मला! हो! त्याच वेळी! मला सर्वप्रथम धैर्य स्फुरलं, ते त्याच जागी. पुरुषांच्या सभ्यपणावर जोवर स्त्री विश्वास ठेवते, तोपर्यंत तिला धैर्यानं उभं राहण्याची आवश्यकता भासत नाही. त्या सभेत त्या नराधमाला आवरणं कुणालाही शक्य नव्हतं. धर्मप्रज्ञाही राहिली नव्हती. भीष्म, द्रोण, विदुर... कुणालाही राहिली नव्हती. जेव्हा मी स्पष्टपणे भीष्मांना विचारलं,

"मला असं पणाला लावणं धर्माला अनुसरून आहे का?"

यावर तो ज्येष्ठ कुरुवीर, संपूर्ण आर्यावर्तात धर्माचं मर्म जाणणारा म्हणून ख्यातनाम असलेला तो शुभ्र दाढीचा ब्रह्मचारी काय बडबडला!

"स्वतंत्र नसलेल्या माणसाला काहीही पणाला लावायचा अधिकार नाही, हे खरं असलं, तरी स्त्री ही नेहमीच पुरुषाच्या अधीन असते. धर्माचं स्वरूप अतिशय तरल असतं. त्यामुळं मी यावर काही सांगू शकणार नाही. या पापी शकुनीनं क्रीडाधर्माचा दुरुपयोग करून, धर्मराजाला द्यूताचा अंमल चढवून..." म्हणत शकुनीला बोल लावू लागला.

एवढंच त्या म्हाताऱ्याचं धर्मज्ञान!

अशा परिस्थितीत खरं धर्मज्ञान जन्मलं, ते भीमाच्या मनातच! त्या घटकेपर्यंत मला तरी भीमाची खरी ओळख कुठे पटली होती? साहसी, शक्तिवान, मनात येईल, ते पटकन् करून मोकळा होणारा, मुलांवर पराकोटीची माया करणारा... एवढेच त्याचे गुण ठाऊक होते मला. संतापानं नुसता धुमसत होता तो! जेव्हा भीष्मांनी धर्माच्या नाजूकपणाचे गोडवे गात डोळे मिटून घेतले, तेव्हा बसल्या जागी गर्जना केली भीमानं!

"...हे धर्मा! धर्माच्या लंब्याचौड्या गप्पा मारतोस! तुला एक धर्म ठाऊक आहे का? बहुतेक जुगाराच्या प्रसंगी वेश्या हजर असतात. किंबहुना जुगार चालतो, तो वेश्यांच्याच घरांमध्ये! तिथं जुगारी आपल्या अंगावरच्या वस्त्रांपर्यंत सारं काही पणाला लावतो; पण कधीही आपल्या वेश्येला पणाला लावत नाही. कुणी तसं केलंच, तर त्या वेश्याही पादत्राण हातात घेतल्याशिवाय राहत नाहीत. आणि तू! स्वतःच्या धर्मपत्नीला, पट्टराणीला पणाला लावून जुगारा खेळणारा तू! आता तू गमावलेले रथ, घोडे, दाग-दागिने कुठून आले होते, ठाऊक आहे

का? राजसूयाच्या वेळी पूर्वदेशांहून मी जिंकून आणले होते! इंद्रप्रस्थ नगरी आमच्या घामांच्या थेंबांमधून उभी राहिली आहे! थोरल्या भावापुढं स्वत:चा हक्क सांगू नये, असा धर्म आहे, म्हणून मी त्याविषयी काही बोलणार नाही. पण तूच धर्मपत्नीला वेश्येपेक्षाही खालच्या पातळीवर मानून पणाला लावल्यानंतर हे निर्लज्ज तिला दासी, बटीक म्हणून हाका मारतील, यात आश्चर्य ते काय? आधी शिक्षा व्हायला हवी ती तुला! सहदेवा, जा! अग्नी घेऊन ये! आधी याचे हात संपूर्ण भाजून राखरांगोळी करतो आणि नंतर पाहतो इतरांकडे!''

तराजू घेऊन तोळा-मासा वजन करत बसले, तर धर्म मिळेल का? बसल्या जागेवरून अवचित झेप घेऊन तो पकडावा लागतो! तरल बुद्धीच्या चतुर अर्जुनाला कसा समजणार धर्म? त्यानं मध्येच तोंड घातलं,

''भीमा, थोरल्या भावावर रागावून त्याचा अपमान करू नकोस. युद्ध आणि द्यूतासाठी निमंत्रण आल्यावर न जाणं भेकडपणाचं आहे. क्षत्रियाला शोभणारा नाही हा धर्म. त्याचं काहीच चुकलं नाही...'' म्हणत त्यानं भीमाचे दोन्ही हात धरले.

का गप्प बसला यावर भीम? तो बोलला होता, ते फक्त संतापामुळंच का? की धर्माविषयीचे त्याचे विचार स्पष्ट नव्हते? फक्त विचार स्पष्ट असून काय उपयोग? बायकोच्या अंगावर परका माणूस हात टाकत असताना धर्म-अधर्माच्या विचारात बुडून जाण्यापेक्षा पुढं सरसावून त्याला संपवणं एवढंही ज्या नवऱ्याला कळत नाही, त्याची धर्मनिष्ठा काय कामाची? अर्जुनानं भीमाच्या मनात धर्माविषयी गोंधळ उडवून देऊन त्याला गप्प बसवलं. कुत्र्यासारखा थोरल्या भावाच्या नसत्या कर्तृत्वाचं कौतुक करत राहिला. कर्णानंच म्हटलं ना तेव्हा,

''स्वत: हरून राज्य आणि राजेपण गमावल्यानंतरही राजभूषण वापरणं म्हणजे समस्त क्षत्रिय राजांना अपमानकारक आहे. त्या सगळ्यांना सांग, राजसूचक किरीट, भुजकीर्ती, कंठीहार आणि इतर भूषणं उतरवून साध्या वेषात राहा, म्हणावं.''

हे ऐकताच धर्मराजानं दोन्ही हातांनी आपल्या मस्तकावरचा किरीट उतरवून फाशांसमोर ठेवला. किरीटविरहित छोट्या डोक्यातून कंठीहार काढणं अधिकच सुलभ झालं. सारी भूषणं उतरवून, सामान्य माणसासारखा होऊन, पुन्हा आपल्या जागेवर बसून राहिला. सामान्य दासासारखा! खाली मान घालून!

अर्जुनानं थोरल्या भावाचं अनुकरण केलं. त्याचं कुत्रं होऊन मिरवण्यातच त्यानं पुरुषार्थ मानला!

नकुल-सहदेवानंही त्या दोघांचं अनुकरण केलं. पण माझ्या जिवाची धगधग झाली, ती भीमानंही आपल्या किरीटाला हात घातला, तेव्हा! भीमाला फारसं

कळत नाही, हेच खरं. धर्माची खोली, तपशील वगैरे शब्दांमध्ये गुंतवून त्यालाही त्या वेळी पौरुषहीन केलं, ते अर्जुनानं!

दुर्योधनालाही न सुचलेला हा वस्त्र-भेद सुचला त्या कर्णाला! त्याचा त्यानं शेवटपर्यंत पाठपुरावाही केला! त्या निमित्तानं माझी पावलं, पोटऱ्या, मांड्या पाहायची नीच आशा पूर्ण करून घ्यायची संधी दुःशासन कसा सोडेल? जवळ येऊन त्यानं सरळ निरीलाच हात घालून हिसडा मारला. नग्न करण्याखेरीज दुसरा कुठला विचार असणार त्याच्या मनात! रजस्वला! आत दुसरं वस्त्र नाही! पाचजणांची पत्नी असं यांनी मानलंच नाही मला! पाचजणांनी ठेवलेली एक वेश्या! मग इतरांना का मिळू नये, अशीच नीच भावना यांची! अशा पुरुषांनी भरलेल्या सभेतच मनात एक धैर्याची शलाका उठली– द्रुपद राजाची मुलगी आहे मी! एक दिवसही अग्निपूजा न चुकता करत होते. आजही नियमितपणे अग्निपूजा करणाऱ्या राजाची मुलगी! अग्नीचा अंश अशा वेळी धैर्य दिल्याशिवाय कसा राहील?

"अग्नी..."

छे:! आता विसरून गेले मीही. उजव्या हातातला पंखा वारा ढाळतच होता. हात भरून आला होता. शेजारी निवांतपणे झोपलाय् हा! झोप लागली आहे. लागल्याशिवाय कशी राहील? गच्च भरलेल्या सभेत शत्रूनं बायकोच्या शरीराला स्पर्श करून पदर खेचत अवमानित केलं, तरी खाली मान घालून मुकाट्यानं बसलेल्या या थोरल्या नवऱ्याला झोपेशिवाय दुसरं काय येणार, म्हणा!

तिनं हातातला पंखा खाली ठेवला. हात दुखत होता. उजव्या हातानं डावा हात दाबून घेत ती सभोवताली पाहत होती.

आकाशात मंद चांदणं पसरलं होतं.

सगळं आठवत होतं. स्पष्टपणे आठवत होतं.

त्याच क्षणी उत्तर सुचलं,

"ए, कुत्र्या! मी फक्त या मुर्दाडांची बायको आहे, असं समजू नकोस. द्रुपद राजाची मुलगी आहे, हेही लक्षात ठेव! अग्निपूजक द्रुपद राजाची मुलगी आणि धृष्टद्युम्नाची बहीण! जेव्हा त्यांच्या कानांवर ही गोष्ट जाईल, तेव्हा आपल्या प्रलयंकारी सैन्यासह येऊन आपल्या मुलीच्या दास्यासाठी जबाबदार असलेल्यांचा राजवाडा जमीनदोस्त करून, त्यावर नांगर फिरवून, काटेरी रानटी झांड रोवून जातील माझे बाबा आणि भाऊ! लक्षात ठेव!..."

"तुझ्या वडिलांचे हात-पाय बांधून त्यांना कधीच आमच्या आचार्यपदाला बांधून ठेवलंय्, ठाऊक आहे? अवाक्षर बोलू नकोस. मी तुला दासी म्हणत

नाही. राणी म्हणतो. ये आता. माझ्या या मांडीवर येऊन बैस!''

''तो पराक्रम तुझा नव्हता, या अर्जुनाचा होता, हे विसरलास का? तोच अर्जुन आता तुझा शत्रू आहे! त्या वेळी माझा भाऊही लहान होता. आता तोच सेनाधिपती आहे, युवराज आहे!''

कुणाचा तो आवाज? हो दुःशासनाचाच!

''हे पांचाल नेहमीच कुरुराजांना धमक्या देत असतात. आम्ही बलशाली झाल्यापासून यांच्या धमक्या थांबल्या आहेत. आता बापाच्या नावानं जुन्या धमक्यांचा पुनरुच्चार करणाऱ्या त्यांच्या पोरीला तरी का घाबरायचं?''

''घाबरायचं कशाला? खेच ते वस्त्र! मी आहे इथं!''

कर्णाची साथ! घरच्या कुत्र्याला रस्त्यावरच्या कुत्र्याची साथ!

पुढचंही आपोआप सुचलं त्या क्षणी,

''फक्त माझे भाऊ आणि वडीलच आहेत, असं समजू नका! ए कुत्र्यांनो! आमच्या राजसूय यज्ञाच्या वेळी सगळ्यांनी ज्याला अग्रस्थान दिलं आणि ज्यानं एका घावात शिशुपालाचं मुंडकं धडावेगळं केलं– आठवलं का? त्यालाही ही बातमी समजेल आणि मग येईल तो तुमचा समाचार घ्यायला! हे पाचही नवरे षंढ आहेत, हे मलाही समजलंय् आता! पण माझे बाबा, माझा धृष्टद्युम्न षंढ नाही, हे लक्षात ठेवा! यादवांचा कृष्णही माझा भाऊ आहे, समजलात! तुम्हां सगळ्यांचा नवरा शोभेल, असा पुरुषोत्तम! तो द्वारकेच्या सेनेसह चाल करून येईल आणि दक्षिणेकडून पांचाल सैन्य! मग राहील ती या हस्तिनावतीची फक्त राख! तीही गंगेच्या पाण्यात मिसळून गेलेली!''

आता मात्र सगळे घाबरले. दुर्योधनाचाही चेहरा काळाठिक्कर पडला आणि याच क्षणी भीम उठून उभा राहून गर्जला,

''ए दुःशासना! माझ्या बायकोला स्पर्श केलास तू! तुला उताणा पाडून, तुझ्या छातीचा बुकणा करून रक्त प्यायलो नाही, तर भीम नाही मी! त्याशिवाय माझ्या पितरांना स्वर्ग मिळणार नाही!''

भीमाचं धैर्य कधीच कोमेजत नाही! अधून मधून त्याच्या बुद्धीवर थोडं सावट येतं, एवढंच.

त्याच्या गर्जनेनं सारी सभा थरकापली! सभेत हाहाकार माजला. कौरव स्त्रियांच्याही ती कानांवर गेली. दुःशासनाची आई, वस्त्रानं डोळे बांधून घेतलेली गांधारी दासीचा हात धरून धावत-धडपडत भरसभेत आली आणि आपल्या जन्मांध नवऱ्याचा हात धरून त्याला आत घेऊन गेली.

भीमाच्या गर्जनेनं हवाच बदलली, हे खरं! एवढा वेळ भ्रमिष्टासारख्या खाली मान घालून बसून पेंगणाऱ्या वृद्ध धर्मज्ञांची झोप उडाली. विदुरानं दुर्योधनाला

नीतिबोध पाजायला सुरुवात केली. ती तरी कसली नीती, म्हणा!

"द्यूत क्षत्रियांनी जरूर खेळावं. पण अतिरेक योग्य नव्हे, कपटानं खेळणं हा अधर्म..."

ही असली नीती! धड हे नाही आणि धड ते नाही! कृष्णाप्रमाणे जे वाटतं, ते ठामपणे सांगायचा निश्चय नाही. मोठा धर्मज्ञ हा विदुर! याच्याचकरवी इंद्रप्रस्थाला द्यूताचा निरोप पाठवला होता ना? दुर्योधनाचा कपटी हेतू याला त्याच वेळी ठाऊक नव्हता का? जे चूक आहे, ते स्पष्टपणे सांगायची कुवत नसलेला, तरी पण चांगल्या स्वभावाचा म्हातारा हा.

दुर्योधन घाबरला खरा; पण लगेच हार कशी मानायची? किती हुशारीनं त्यानं मला विचारलं!

"सुंदरी, तुझा अपमान करायची आमची मुळीच इच्छा नाही. दासीनं दासीसारखंच नको का राहायला? तुझ्या राजवाड्यातली दासी तुझ्यासारखीच पायघोळ वस्त्रं नेसून, उत्तरीय पांघरून वावरू लागली, तर तू तरी गप्प बसशील का? धर्मराजानं आपल्या भावांना आणि तुला पणाला लावलं आणि तो हरला. तुला असं पणाला लावायचा त्याला अधिकार आहे, की नाही, हे तूच सांग. जर तू हो म्हणालीस, तर तू आमची दासी. नाही तर तू स्वतंत्र आहेस. आता आणखी काही बोलायची आवश्यकताच नाही. सगळं तुझ्यावरच अवलंबून आहे."

काय अर्थ या बोलण्याचा? धाकट्या भावंडांना पणाला लावायचा अधिकार आहे, आणि मला नाही, म्हटलं, तर मी त्यांच्याहून बाहेरची, असा अर्थ नाही का होणार? मग माझं या पाचजणांशी असलेलं नातं नेमकं कसलं म्हणायचं? हा दुर्योधन असल्या नीच वादात फारच हुशार! अशा परिस्थितीत त्याच्या बोलण्याचा भेद करून, धर्माचा नीट अर्थ लावण्याइतकं कोण भानावर असणार?

त्याच्या बोलण्याचा मथितार्थ समजायला मला मुळीच वेळ लागला नाही. 'हा माझा पती नाही, याचं वर्चस्व मी मान्य करत नाही', असं म्हटलं, की पांचालांचा पांडवांना पाठिंबा नाही, दास बनलेले पांडव कधी काळी स्वतंत्र व्हायचीही शक्यता नाही आणि या पांडवांच्या मदतीशिवाय पांचालही कुरुराज्याला तोंड देऊ शकत नाहीत! म्हणजे तेही नेस्तनाबूत होऊन जातील दुर्योधनाकडून! कसल्या धर्मसंकटात टाकलं मला या नीचानं!

आता दुःशासनही माझा पदर सोडून थोड्या अंतरावर उभा होता. संपूर्णपणे घेरल्या गेलेल्या हरिणाची मानगूट पकडून ठेवायची आवश्यकता नसल्यासारखा!

याच धर्मनिष्ठतेच्या ठेक्यात त्या पाचजणांकडे वळून दुर्योधन प्रत्येकाला विचारू लागला,

"भीमा, खाऊन माजलास, म्हणून गर्जना केल्यास, तर तुला धर्माची

सूक्ष्मता समजेल का? तुलाही हाच प्रश्न विचारतोय्. उत्तर दे. तुला पणाला लावायचा अधिकार तुझ्या थोरल्या भावाला होता, की नव्हता? जर तू हो म्हणालास, तर तू आमचा दासच. दासानं धन्यापुढं आरडाओरडा करू नये, हे लक्षात ठेव. नाही तर तू या क्षणापासून स्वतंत्रच! ज्याला तुम्ही गर्वानं इंद्रप्रस्थ म्हणता, ते खांडवप्रस्थ मात्र आमचंच. कारण त्या बाबतीत कुठलीही धर्म-समस्या नाही.''

भीमाला कुणी तरी बांधून ठेवावं, तसं झालं. वीरावेशात उभ्या असलेल्या भीमानं पुन्हा खाली मान घातली.

दुर्योधनानं तोच प्रश्न अर्जुन, नकुल-सहदेव यांच्याकडे वळूनही पुन्हा पुन्हा विचारला. वर म्हणाला,

''धर्मानं मात्र दास होऊन राहिलंच पाहिजे. माझ्या राज्यात कुठल्याही दासाला अन्नवस्त्राला कमी नाही. कुणालाही निर्दयतेनं वागवत नाही. ज्याच्या हातून काम होत नाही, त्याला कामाला जुंपत नाही. आहार, निद्रा, मैथुन यांत व्यत्यय आणत नाही. कुरुराज्याबाहेर जाण्यासाठी तुम्ही स्वतंत्र आहात, असं सांगितलं, तरी आजवर कुणी आम्हांला सोडून राज्याबाहेर गेलं नाही. माझ्या राज्यात दास्य फक्त नावापुरतंच आहे. सुखाला कसलीच कमतरता नाही.''

अर्जुन काही उलटून बोलेल, याची शक्यताही नव्हती. नकुल-सहदेवांचाही प्रश्न नव्हता. पण भीमही गप्प बसला होता.

त्यांनतर दुर्योधन धर्माकडे वळून म्हणाला,

''धर्मा, तू हरला आहेस! आपल्या राज्याची आभूषणं काढून ठेवून, अंगावरची राजवस्त्रं उतरवून, खाली मान घालून, राजा दास होऊन, खाली मान घालून बसला असता सभेतील वृद्धांचं अंत:करण विरघळणं साहजिकच आहे. म्हणून काही धर्म तुझ्या बाजूचा आहे, असं समजू नकोस. आपण दोघेही द्यूत खेळलो आहोत. जर यात मी हरलो असतो आणि तू जिंकला असतास, तर तोच धर्म झाला असता! कारण या म्हाताऱ्यांची मनं तुझ्या बाजूला आहेत. मोठा धर्मनिष्ठ बनून आणि राजसूय करून कुलाची कीर्ती स्वर्गापर्यंत नेली आहेस ना तू! अन्ये जायां परिमृशंत्यस्य यस्यागृधद्वेदने वाज्यक्ष:... दुसऱ्याच्या धनाची आशा करणाऱ्या जुगाऱ्याच्या बायकोला इतर जुगारी वस्त्र आणि केस धरून ओढतात, हा वेदमंत्र तुला पाठ नाही का? अरे, आपण सगळ्यांनी मिळूनच या वेदांचं अध्ययन केलं होतं ना? हस्तिनावतीची संपत्ती जिंकायची आशा नसतानाच तू हातात फासे घेऊन खेळायला बसलास का? दिलेलं कर्ज वसूल होईनासं झालं, की ऋणकोच्या बायकोचे कपडे ओढून घ्यायची पूर्वापार पद्धत आहे. त्यामुळं माझ्या भावानं काही तरी महान पाप केलं, असं तू किंवा तुझ्या हितचिंतकांनी समजायची

मुळीच आवश्यकता नाही.''

धर्मानं मान हलवली नाही. दुर्योधन पुढं म्हणाला,

''भीमा, अर्जुन, माद्री-कुमारांनो-पितामाता भ्रातरेनमाहु न जानीमोनयता बद्धमेतम्! जुगारात सर्वस्व गमावलेल्या जुगाऱ्याविषयी त्याचे आई-वडील आणि भावंडं, 'हा कोण आम्हांला ठाऊक नाही, तुम्ही हवं तर याला घेऊन जा,' असं सांगतात. हेही वेदांमध्येच सांगितलं आहे. त्यामुळं मी तुम्हांला जी संधी दिली आहे, त्याचा फायदा घ्या. पाठच्या भावांना पणाला लावणाऱ्या या थोरल्या भावाशी वेदोक्तीप्रमाणे वागा आणि स्वतंत्र व्हा. तुम्ही वीर आहात. त्यामुळं नवं राज्य मिळवणं काही कठीण नाही.''

कोण काय म्हणेल? भीम काय म्हणेल? अर्जुनाचं डोकं कुठल्या दिशेनं काम करेल? चार भावंडांना स्वतंत्र करून, पांचालांचं सैन्य आणून इंद्रप्रस्थ जिंकणं शक्य आहे का? किंवा या सगळ्यांच्या मागं नीच दुर्योधनाचं आणखी एखादं कारस्थान आहे?

एवढ्यात आंधळा राजा दासीचा हात धरून धावत-धडपडत सभेत आला. दासीनं त्याला माझ्यापुढं आणून उभा केला. त्याच्या पाठोपाठ गांधारीही आलीच होती. नवऱ्याला चक्षु-सुख नाही, म्हणून स्वेच्छेनं अंधत्व स्वीकारणारी साध्वी.

किती तरी वेळ उभी राहून माझे दोन्ही पाय थकून गेले होते. आधीच या तीन दिवसांतलं अंग दुखणं. तशीच आणखी काही वेळ उभी राहायची वेळ आली असती, तर अधिकच अपमान! झाला होता, तो अपमान तरी कुठं कमी होता, म्हणा! तरीही स्त्रीची म्हणून लाज असतेच ना!

आजवर कधीच ऐकला नसेल, एवढ्या प्रेमळ आवाजात आंधळा म्हणाला,

''तू श्रेष्ठ आहेस. तुझ्या डोळ्यांतून अश्रू आले, तर या वंशाचं भलं होणार नाही. तुला कसला वर पाहिजे, तो मागून घे. तू मागशील, ते देण्याचा मला अधिकार आहे. माझा मुलगा राज्यकारभार पाहत असला, तरी राज्याचा परमाधिकारी मीच आहे.''

काय हे आश्चर्य! जो आंधळा 'पुढं काय झालं...' म्हणून इतका वेळ कुतूहलानं विचारत होता, त्याचं एवढं मतपरिवर्तन कशामुळं झालं? त्या वेळी एवढा विचार करण्याइतकं तरी अवधान कुठं होतं?

म्हणाले,

''आर्या, आईला मुलापेक्षा दुसरं काय प्रिय असणार? त्यांना तर पणाला लावून आम्ही हरलो नाही ना?''

''हो, हो! खरं आहे, तू म्हणतेस, ते...''

फक्त दुर्योधनानंच नव्हे, तर अर्ध्याहून अधिक सभेनंही मान डोलावली.

"त्या निरपराध मुलांच्या माथी दास-पुत्र म्हणून कलंक लागायला नको. त्यांच्या वडलांना त्यांच्या शस्त्रांसह स्वतंत्र कर. मी तर स्वत:ला दासी मानायचा प्रश्नच नाही! तुझा मुलगा ज्या अर्थी विचारत होता, त्या अर्थी नव्हे. त्यांची पत्नी असले, तरी पहिल्यापासून मी स्वतंत्रच आहे!"

"तथास्तु! तुझ्या पतीनं गमावलेलं राज्य आणि संपत्तीही तू मागून घे." म्हातारा म्हणाला.

"नाही. मी मागणार नाही."

"का?" त्यानं आशंकेनं विचारलं.

"महाराजा, मी एका राजाची मुलगी आहे. लग्न लावून सासरी पाठवलं, तरी त्यानं मला वाऱ्यावर सोडलेलं नाही! शिवाय आता माझे पतीही आपापल्या शस्त्रांसह स्वतंत्र झाले आहेत! भिक्षा मागणं क्षत्रियोचित नाही."

"मुली, तू माझं आता ऐक. राज्यासाठी माझ्या मुलांमध्ये आणि पांडवांमध्ये युद्ध व्हावं, याला मी कधीच पाठिंबा देणार नाही. धर्मराजानं जे गमावलंय्, तेही तुम्ही घेऊन जा. आता इथं मुळीच न थांबता तुम्ही सहाजण इंद्रप्रस्थाला निघून जा. आज फार अपमान झाला तुझा, पांचाल राजकुमारी! या मी दिलेल्या वराबरोबर एकच मागणं मागायचं आहे मला. तू शांत हो, बाळ! हे सगळं विसरून जा."

बसल्या जागेवरून दुर्योधन ओरडला,

"...बाबा..."

"तोंड मीट पाहू." तो मुलावर रागावला.

तरीही सभात्याग करून निघून जाता जाता दुर्योधन आणि त्याच्या पाठोपाठ जाणाऱ्या कर्णानं वार केलेच. सगळ्यांना ऐकू जाईल, अशा आवाजात म्हणाले,

"व्वा, रे वा वीर! एका स्त्रीमुळं वाचले हे वीर!"

जुगारात जिंकलं, की पित्त चढतं आणि हरलं, की वेड लागतं, असं कृष्ण म्हणतो. ते अगदी खरं! गावी परतत असताना रथात खाली मान घालून बसलेला धर्म निम्म्या रस्त्यात वस्ती केली असता रात्री एकाएकी झटका आल्यासारखा ताडकन उठून बसला आणि म्हणाला,

"आता तातडीनं माघारी जातो, त्याला 'पुन्हा खेळायला ये', म्हणून आव्हान देतो आणि हरवून येतो! हस्तिनावतीच पणाला लावायला लावतो."

शेजारच्या डेऱ्यात झोपलेल्या अर्जुनालाही वेड लावलं.

"अर्जुना, आपण राजसूय करून कीर्ती मिळवली आहे, ती अशी मातीमोल करायची? हा अपमान सहन करायचा? पुन्हा जाऊन खेळात त्याला हरवलं

नाही, तर पांडवकुमार म्हणून असलेला गौरव धुळीला मिळेल. आता सगळं लक्षात आलंय् माझ्या. फाशांमध्येच त्यानं फसवलंय्. सम-विषम दान पडणार नाही, असे ते फासे कोरले आहेत. त्याऐवजी वेगळे फासे घ्यायला हवेत. मग कसा जिंकतो, बघू या.''

धर्माच्या या पौरुषाला अर्जुनानंही मान्यता द्यावी? भीम कुठं जाऊन झोपला होता कोण जाणे! एवढ्यात दुर्योधनाचा दूत पुन्हा द्यूताचं आमंत्रण घेऊन आला. हा निघालाच धावत! मागे अर्जुन. त्याच्यामागे रथातून मी. पण भीमाला काय झालं या वेळी? द्यूतासाठी बोलावल्यावर नकार देणं क्षत्रिय धर्माला धरून आहे, की विरुद्ध, या धर्मसंकटातून तो अजून बाहेर पडला नव्हता का? शौर्याप्रमाणेच जुगारातही मिरवल्याशिवाय खरं क्षत्रियत्व लाभत नाही, असं त्यालाही वाटतं, की काय? त्याला तरी काय म्हणायचं, म्हणा! कृष्णानं स्पष्ट शब्दात समजावून सांगेपर्यंत मला तरी कुठं समजत होतं? या वेडाच्या अंतर्यामी होतं तरी काय? आपल्यालाही खेळ येतो, असं दाखवायचा आडदांडपणा, की एका स्त्रीमुळं आपण वाचलो, हा अपमान पुसून काढून स्वतंत्रपणे जुगार खेळून जिंकलेले वीर, अशी ख्याती मिळवायचा अहंकार? आजपर्यंत कुठंही याचा उल्लेख केला नाही यानं. वनवासात असताना भीम याचा उठता बसता पाणउतारा करत होता. कृष्णानं स्पष्ट शब्दांत विचारलं, तरी उत्तर दिलं नाही यानं. मौन! एक प्रकारचं मौन! आता शेजारी जोरात न घोरता झोपला आहे, तसं मौन. भर सभेत आपल्या बायकोचा आणि भावंडांचा जो दारुण अपमान झाला, त्यापुढं 'एक स्त्रीमुळं वाचला...' या वाक्यामुळं झालेला अपमान अधिक तिखट वाटला का? हा कसला धर्मज्ञ म्हणायचा?

एक जांभई आली. आता झोपायला पाहिजे. किती दिवस... अंहं, वर्षं झाली, तरी हेच विचार का सतत मनात येतात? याच आठवणी आता मैत्रिणी झाल्या आहेत माझ्या. न बोलावताही उगाच येतात कारणाशिवाय!

तिनं डोळे घट्ट मिटले.

वनवासात जेव्हा कृष्ण भेटायला आला होता, तेव्हा त्यानं किती नीट सांगितलं,

"...अरे? वेदातला हा श्लोक तुला आठवला नाही?

अक्षैर्मा दीव्याः कृषिमित् कृषस्व वित्ते रमस्व बहुमन्यामानः।
तत्र गावः कितव तत्र जाया तन्मे विचष्टे सवितायमर्यः॥

शत्रूबरोबर द्यूत खेळू नकोस, श्रम कर, त्यातून मिळालेलं धन श्रेष्ठ मानून आनंदित हो. यातूनच गोधन आणि पत्नी मिळव... हे मला ईश्वर असलेल्या सवित्यानं सांगितलं आहे.''

दुर्योधनाच्या सभेत कृष्ण असता, तर त्यानं दुर्योधनाला योग्य ते उत्तर दिलं असतं. म्हणून दुर्योधनानंच जाणूनबुजून तो त्या वेळी तिथं येऊ नये, अशी व्यवस्था केली असेल का? सकाळी उजाडल्यापासून झोपेपर्यंत वेद-पंडितांशी धर्माच्या नावाचा काथ्याकूट करत वेळ घालवणाऱ्या धर्माला कृष्णानं विचारलं,

''हे वेद-सूक्त तुझ्या लक्षात नव्हतं का?''

कृष्ण म्हणतो, तेच खरं. धर्म म्हणजे अमुक आणि तमुक, अशी बडबड नव्हे. त्याला जेवढा वेदांचा अर्थ कळलाय्, तेवढा या कुणालाच कळलेला नाही. सकाळी भेटायला हवं त्याला. तो जिथं असेल, तिथं.

पुन्हा पुन्हा त्या द्यूत-सभेच्या आठवणी, भीम-अर्जुनाच्या प्रतिज्ञा आठवतात.

''या सभेत आमचा एवढा अपमान करणाऱ्या कर्णाचा आणि त्याच्या अनुयायांचा मी युद्धात वध करेन. जर मी तसं केलं नाही, तर अचल हिमवत पर्वत विचलित होऊ दे. चंद्र आपली शीतलता सोडू दे! आजपासून चौदाव्या वर्षी दुर्योधनानं आमचं राज्य आम्हांला परत दिलं नाही, तर ही प्रतिज्ञा पूर्ण केल्याशिवाय राहणार नाही!''

''अर्जुना, लाथ खाल्लेल्या कुत्र्यासारखी प्रतिज्ञा करू नकोस. सिंहासारखी कर! यानं राज्य दिलं किंवा नाही दिलं, तरी यांना मी ठार करणारच! ही माझी प्रतिज्ञा आहे! दुर्योधनाची मांडी फोडून, दुःशासनाची आतडी बाहेर काढून गटागटा रक्त पिणार! तुझीही प्रतिज्ञा अशी असू दे!''

''पण ते खेळाच्या शर्तीप्रमाणे वागले, तर?''

''कुत्र्याच्या बुद्धीच्या– नव्हे, कुत्रीच्या बुद्धीच्या माणसांशी मला वाद घालायचा नाही. माझी प्रतिज्ञा ही माझीच राहील!''

''ए शकुनि! आमच्या पत्नीच्या– द्रौपदीच्या अपमानास तू जबाबदार आहेस. युद्धात तू माझ्यासमोर आलास, तर मी तुझा वध करीन.'' सहदेव उद्गारला.

''धर्मराजाची अनुमती मिळताच द्रौपदीचं प्रिय करण्यासाठी मी धार्तराष्ट्र–संहारात भाग घेईन.'' नकुल म्हणाला!

❑

अर्जुना, तू कुशल धनुर्धारी. तरल स्वप्नांचे मजले उभारणारा. तरीही भेकड! तुझ्या धनुर्विद्येविषयी बाबांच्या तोंडून ऐकून ऐकून मी तुझ्यावर मोहून

गेले होते. त्यानंतर तुझ्या वाक् चातुर्यावर भुलले होते. कुणावर प्रेम करावं, हे प्रौढ होईपर्यंत स्त्रीला समजत नाही, हेच खरं! अंत:करण दु:खात बुडून जेव्हा तडफडू लागतं, तेव्हाच ती प्रेमाचं मूल्यमापन करू पाहते. भीमा, मी तुला आधीच ओळखू शकले नाही. कर्तव्यबद्ध पत्नी एवढ्याच नात्यानं मी तुझ्याबरोबर वागत होते. प्रेयसीच्या प्रेमभरल्या अंत:करणानं मी तुझ्याकडे कधीच आले नाही. वाक्‌चातुर्य आणि खोटेपणा यांचा स्पर्शही न झालेल्या भीमा, त्या वेळी मी तुला ओळखलंच नाही. माझं हृदय, माझं मन, अंत:करण तुझ्यासाठी पहिल्यांदा भरून आलं होतं, तो दिवस कसा विसरेन मी?

हस्तिनावतीहून निघून तीन दिवस आणि तीन रात्री उलटल्या होत्या. चालून चालून माझे पाय थकून गेले होते. थंडीमुळं पायांचे तळवे भेगाळले होते. माझं सांत्वन करण्याएवढा तू भानावर कुठं होतास? कधीच स्त्रीशी चार सरळ-साध्या गोष्टी न बोलणारा तू, आपल्याच संतापाच्या भरात होतास.

अरण्यात इथंच कुठं तरी पर्णकुटी बांधून राहायचं, असं धर्मार्जुन आपसांत बोलत असतानाच ना किर्मीर राक्षस सामोरा आला? याची गर्जना ऐकून माझ्या डोळ्यांसमोर अंधारी पसरली आणि मी खाली कोसळले. शुद्धीवर आले, तेव्हा सहदेव वारा ढाळत होता.

"कोण तू?" धर्मराजाचा आवाज ऐकू येत होता.

"तुम्ही कोण?"

"पांडव. मी धर्मराजा, माझा धाकटा भाऊ भीम इथंच जवळपास प्यायला पाणी मिळतं का, ते पाहायला गेला आहे. हा अर्जुन. हे दोघं धाकटे भाऊ, नकुल-सहदेव. दुर्योधनाबरोबर द्यूत खेळून, सर्वस्व गमावून, बारा वर्षं या अरण्यात राहायला आलो आहोत..."

"माझ्या वनात पाऊल टाकायचं धाडस कसं झालं तुम्हांला? नाव काय म्हणालास तुझं? तुझ्या भावाचं..."

"मी धर्म. माझा भाऊ भीम, हा अर्जुन..."

"बस्स! बस्स! माझ्या थोरल्या भावाला– बकासुराला मारलं, तो भीमच ना हा? आता तुम्हां पाचही भावंडांना ठार करून आम्ही आनंदोत्सव साजरा करू. माझ्या भावाचा आत्माही थंड होईल..." म्हणत त्यानं शेजारी पडलेला एक मोठा धोंडा उचलला आणि तो धावत येऊ लागला. धर्माची तर वाचाच बंद झाली होती. अर्जुनानं धनुष्य-बाण सरसावला. पण दगड घेऊन रानटी हत्तीप्रमाणे अंगावर चाल करून येणाऱ्या त्या राक्षसाला बाण काय करणार?

त्याच वेळी मागच्या बाजूला एक झाडाचा बुंधा मोडल्याचा आवाज ऐकू आला

आणि पाठोपाठ तुझी डरकाळी! सोसाट्याच्या वादळाप्रमाणे हातात झाडाचं खोड घेऊन धावत येऊन तू त्याला हाणलंस. त्याच्या हातातला तो धोंडा आमच्यावर पडण्याआधी! तुझ्या त्या वेगाची तुलना, तुझ्या त्या झेपेची तुलना फक्त वाघ-सिंहाशीच होऊ शकेल! युद्ध-चतुर आणि बाणकुशल योद्ध्यामध्ये एवढा वेग कुठून येणार? किती वेगानं त्यानं तुला वाघासारखं पकडलं! गर्जनेशिवाय तू त्याची बगल पकडून दंड पकडलास आणि पिळलास... त्याचा चीत्कार! गर्जना करून तुझ्यावर पुन्हा झेप घेऊ पाहणाऱ्या त्या महाकाय राक्षसाला डावपेचानं उताणं करून, तू त्याच्या कमरेवर गुडघा टेकवून उभा राहिलास. तुझे हात त्याचं नरडं घोटण्यात मग्न झाले होते. तोही तुझ्या मनगटाचे लचके तोडत नरड्यावरील दाब कमी करण्याचा प्रयत्न करत होता. पण तू मात्र दाब कमी न करता त्याचा श्वास कोंडून त्याला ठार केलंस. क्रूर प्राण्यांच्या भांडणासारखं युद्ध त्याआधी कधीच पाहिलं नव्हतं मी! तू मल्ल असल्याचं मलाही ठाऊक होतं. पण वाघ असल्याचं मात्र ठाऊक नव्हतं! हिडिंब, बक वगैरे राक्षसांना मारल्याच्या हकीकती माझ्याही कानावर होत्याच; पण प्रत्यक्ष राक्षस आणि त्याची क्रूर लढत मात्र कधी डोळ्यांनी पाहिली नव्हती.

पण तो श्वास थांबवून हात-पाय झाडत मरून पडल्यावर, त्याला उताणं करून तू त्याच्या छातीचा सापळा गुद्दे मारून का फोडलास? छातीची हाडं मोडून तिथलं कातडं का फाडलंस? तो मेलाय्, हे तुला समजलं नव्हतं? 'भीमा, आता सोड तू. तो मेलाय्', असं अर्जुनानं सांगितल्याचंही तुला ऐकू आलं नाही? तुझ्या कानांत क्रोध भरला होता का? तुला यातलं काहीच आठवत नाही. त्यानंतर मी आठवण करून दिली, तरी आठवत नाही तुला! पण, भीमा, मला ठाऊक आहे, तू तसं का केलंस, ते! तू त्याची छाती फोडलीस आणि या कृष्णेच्या हृदयातल्या सगळ्या भाव-भावनांचा ओघ तुझ्या हृदयाकडे वाहू लागला! अर्जुनानं सुभद्रेला आणलेल्या दिवसापासून माझं हृदय शून्यवत झालं होतं. कुणी देणारं नाही आणि घेणारं नाही, अशी शून्यवत गुहा झाली होती. तिथून अर्जुनाच्या प्रतिमेचं विसर्जन झाल्यावर कुणाची प्रतिष्ठापना होऊ शकेल, असं मला मुळीच वाटलं नव्हतं. स्वतःला हतभागी आणि परित्यक्त्या मानून त्याच दुःखात मी बुडून गेले होते. त्याची जागा घेण्यासाठी तुझ्यासारखा पती माझ्याजवळ आहे, याची तरी मला कुठं जाणीव होती?

पण हे सारं तुला कशी सांगू मी? या कृष्णेला कर्तव्याचं बंधन आहे! व्रताचं बंधन आहे. वनवासाला निघताना गावाबाहेरपर्यंत निरोप द्यायला आलेल्या राजमातेनं एका वृक्षामागं घेऊन जाऊन, आपल्या वाकलेल्या देहानं मला छातीशी धरून, अश्रू ढाळत पुन्हा तेच सांगितलं ना,

"बाळ, धर्म अविवेकीपणे द्यूत खेळला, म्हणून त्याचा तिरस्कार करू

नकोस. आता तुझ्या मनात भीमाविशयी भक्ती निर्माण होणं साहजिकच आहे. पण सर्वांविषयी समान प्रेम दाखवण्याचं तुझं व्रत मात्र तू विसरू नकोस. पाचही बोटांना जोडणारा दुवा आहेस तू!''

पाठोपाठ आलेल्या विदुरानंही इतर चौघांनाही हेच सांगितलं,

''कुणीही धर्माला कटुवचनं बोलू नका. तुमची एकता राखणारं महत्त्वाचं स्थान आहे ते!''

अर्जुनाला सर्वस्व अर्पण केलं होतं. ते त्याला स्पष्टपणे तोंडानं सांगू शकले नव्हते. पण चार रात्रीनंतर येणाऱ्या रात्री संपूर्ण रात्रभर माझा देह, हात, बाहू, चेहरा, डोळे, जीभ– सारे सारे त्याला हे सांगत होते. पण हे वनवासातलं कठोर ब्रह्मचर्य! मला आणि सगळ्यांनाच. वनवासाचा अविभाज्य भागच तो. द्रौपदीची साथ असलेल्या पांडवांना आणि पांडवांची पत्नी असलेल्या द्रौपदीलाही. हेही जाणूनबुजून केलं असेल का दुर्योधनानं? ही तेरा वर्षं जाईपर्यंत पांडवांचं तारुण्य ओसरेल आणि द्रौपदीची पाळीही थांबलेली असेल! त्यांचं जीवन सगळ्याच अर्थानं निरर्थक होऊन जाईल! हेच त्याचं गणित नसेल ना? पाच वर्षांपर्यंत समृद्धीचा वीट आणणारा अतिरेक, त्यानंतरची प्रेमरहित वर्षं, ज्या मध्यप्रौढ वयात काम-भावनेचा खरा आस्वाद घ्यायचा, त्याच काळातला हा वनवासातला दुष्काळ! अशा या दुष्काळातच या कृष्णेच्या मनात खरीखुरी प्रीती फुलली. पण हे प्रेम त्याला कशी सांगू, हा खरा प्रश्न होता. प्रेम-भावनेतल्या सूक्ष्म सूचना न जाणणारा मत्त गजराज तो! तरीही स्त्रवणाऱ्या प्रीतीला मातीत मिसळू देणारी स्त्री नाही ही कृष्णा! राज्य असेपर्यंत दासदासींची सेवा स्वीकारणारा भीम त्यानंतर वनवासात माझी सेवा स्वीकारू लागला! त्यानं शिकार करून आणलेल्या प्राण्यांचं मांस आणि त्यानंच रानोमाळी वणवण फिरून आणलेली कंदमुळं शिजवून त्याला भरभरून वाढून माझे हे हात धन्य झाले आहेत! भर दुपारच्या उन्हात दीर्घ श्वासोच्छ्वास करत वृक्षांच्या थंडगार सावलीत तो झोपला असता त्याच्या मस्तकाचा भार साहून माझ्या या मांड्या कृतार्थ झाल्या आहेत.

''भीमा, कुठून तरी सौगंधिक पुष्पांचा वास येतोय्... बघ, किती छान आहे!''

असं म्हटल्यावर वाऱ्याच्या पाठीवर स्वार होऊन झाडं-झुडपं, खडे-काटे तुडवत, मध्ये येणारे साप-किडे ओलांडून सागाच्या पानांचे मोठाले चार-चार द्रोण भरून त्यानं आणलेल्या फुलांचा छातीभर श्वास घेऊन आणि ती फुलं केसांत माळून माझी छाती आणि केस कृतकृत्य झाले आहेत!

प्रीतीची सूक्ष्म सूचना भीमाला जाणवत नाही. पण माझं मन त्याच्याइतकं आणखी कुणाला समजतं? चालून चालून माझे पाय दुखले, काम करून थकून गेले किंवा दु:खद आठवणींनीं म्लान झाले, तर त्याच्याइतका आणखी कुणाचा जीव कळवळत होता?

वनवासातली बारा वर्षं माझा संसार चालला होता तो या भीमाबरोबरच! आमच्या दुर्दशेला जबाबदार असलेल्या धर्मानं तर माझ्याशी बोलणंच टाकलं होतं. त्याचा दुर्मुखलेला चेहरा पाहून मी आपण होऊन बोलायला गेले, तरी तो बोलत नव्हता. सुभद्रेला घेऊन आल्यानंतर अर्जुनाच्या वागण्याला जेव्हा मी स्पष्टपणे नाटक म्हणून हिणवलं, तेव्हापासून त्याचं नातं फक्त व्यवहार म्हणूनच राहिलं होतं. नकुल-सहदेवांना माझ्याकडून सेवा करून घेणं अवघड वाटत होतं.

माझी सगळी सेवा मी भीमालाच अर्पण केली आहे! इथं राजमातेनं सांगितलेलं व्रत मी मोडलंय्! पांचालीचं प्रेम पाचहीजणांवर सारखं राहिलं नाही, हे त्या चौघांनाही ठाऊक आहे. आंतरिक ओढ समान नसताना प्रेम तरी कसं समान असणार?

राज्य देण्याचा प्रश्नच नाही. त्यांना ठार केलं पाहिजे, ही माझ्या अंतर्यामीची इच्छा फक्त भीमाच्याच तोंडी प्रतिज्ञा होऊन आली. इतर चौघांच्या मनात का नाही हा निरपेक्ष निश्चय?

तिऱ्हाइतानं बायकोला स्पर्श केला, तेव्हा मीन-मेष करत, मनाला नाही त्या तराजूत तोलत बसत सहजपणे क्षुब्ध न होणाऱ्याचं प्रेम कसं मनाच्या गाभ्यातून आलेलं असेल? आपला अपमान कणभरही सहन न करणारा भीम बायकोचाही अपमान होत असताना उसळून उठतो! पत्नीप्रेमासाठी याहून दुसरा पुरावा कशाला हवा?

जयद्रथ मला उचलून खांद्यावर टाकून निघाला होता, त्या वेळी; किंवा कीचकानं जबरदस्तीनं भोगायची इच्छा दर्शविली, तेव्हा भीमाच्या मनात जो सहज संताप निर्माण झाला, पुढच्या परिणामाची भीती न बाळगता जो सहज क्रोध आला, तसा सहज पुरुषी क्रोध इतरांच्या मनात का आला नाही? आणि अशा वेळी आलेला सहज क्रोध दाखवणं अपमानास्पद मानून भीमानं तो लपवायचाही प्रयत्न केला नाही.

कुठल्या तरी स्वयंवरासाठी चालला होता, म्हणे तो चाळीस वर्षांचा जयद्रथ! सोबत आणखी एक-दोन राजे. चौतीस वर्षांची बायको घरात असताना पुन्हा स्वयंवरात भाग घ्यायची हौस! सुभद्रेनं अर्जुनाला अट घातली, ती अगदी बरोबर होती. स्वयंवरात भाग तर घ्यायचाच नाही, शिवाय हरलेल्या राजांकडून नजराणे म्हणून स्त्रिया स्वीकारायच्या नाहीत, हीही तिची अट योग्यच म्हणायची. सगळ्या

आर्य राजांनाच अटींनी बांधून ठेवायला पाहिजे!

तो निश्चितच रस्ता चुकून तिथं आला नव्हता. माझ्या रूपाविषयी त्यानी ऐकलं होतं, पण प्रत्यक्ष पाहिलं नव्हतं. रथाचा शिरकाव होऊ शकणार नाही, अशा अरण्यात येऊन पोहोचल्यावर रथ थांबवून, मोजक्याच अंगरक्षकांबरोबर आम्ही असलेल्या अरण्यात आला. काही झालं, तरी नात्यातला. गांधारीच्या सर्वांत धाकट्या एकुलत्या एका मुलीचा– दु:शलेचा नवरा. सहज चौकशी करायला आलो होतो, असं म्हटलं, तर धर्म निश्चितच आदर-सत्कार करेल, हे त्याला ठाऊक होतंच. आधी कोटिकास्य या आपल्या मित्राकडून निरोप पाठवला होता, मेहुणा आलाय्, म्हणून पांडवांनी सामोरं जावं, म्हणून सांगायला. पाचहीजण गेले होते शिकारीसाठी. पर्णकुटीत फक्त द्रौपदी तेवढीच आहे, असं समजताच तो एकटाच आला. मला पाहताच तो वेडापिसा झाला, की काय, कोण जाणे! पंचेचाळिशीच्या जवळपास पोहोचलेल्या स्त्रीच्या रूपावर चाळिशीचा राजा भुलला?

या घटनेनंतर दीड वर्षानंच काही का प्रणयमत्त कीचकानं आधी याचना केली आणि नंतर संतापून बळजबरी करायचा प्रयत्न केला?

कसलं शापित सौंदर्य हे? आजही पंचवीस वर्षांचा माझा थोरला मुलगा आहे, असं सांगितलं, तर कुणाला खरं नाही वाटत. फार तर तिशीची मानतात. कृष्णेच्या देहसौष्ठवाला आणि रूपाला ओहोटीच नाही, की काय? की चंद्राप्रमाणे एका पंधरवड्यात कोमेजलं, तरी पुढच्या पंधरवड्यात पूर्ववत होण्याची शक्ती तिच्या रूपात आहे?

तिनं डोळे उघडले.

मधूनच एखादं नक्षत्र टिमटिमत असलेलं आकाश. त्यामध्ये चिरतरुण, गोल गरगरीत चेहऱ्याचा चंद्र. धुरळा भरून राहिलेल्या आकाशातही तरळत असलेलं निष्कलंक सौंदर्य.

एकदा पाऊस येऊन आकाश स्वच्छ झालं, तर... आता कसलं कोवळं सौंदर्य, म्हणा! नकोच ते!

कुशीवर वळली.

चंद्र उतरून आल्यासारखा... अंहं. आपणच वर चढून चंद्राचं सौंदर्य पिऊन घेतल्याचा आभास.

सारी लाज कोळून प्यायल्यासारखा कसा चेहरा बघत उभा राहिला होता तो! पदर सावरत मी पर्णकुटीत परतले. तोही पाठोपाठ आत आला आणि त्यानं लंपट होऊन पाठीमागून मला गच्च आवळलं. उंचीच्या मानानं अगदीच किरकोळ

देहयष्टी, काटक हाडं, किंचाळले. पण न ऐकता आडवी पाडून, हात-पाय बांधून, उचलून पाठीवर टाकून निघाला. तेही स्पर्शसुख इतरांना मिळू नये, म्हणून लंपटपणानं एवढं ओझं स्वत:च उचलून घेतलं वाटतं त्या काटकुळ्या चोरानं!

फिस्कन हसू आलं. धर्मराजा जागा असेल, तर त्याला हसू ऐकू येईल, अशी थोडी भीती वाटली.

तिनं शेजारी वळून पाहिलं.

अंहं! नि:शब्दपणे झोपलाय्.

किंचाळून किंचाळून घसा सुकून गेला होता. माझे हात बांधले, त्याच वेळी तोंडात कापडाचा बोळा कोंबला असता, तर? मला किंचाळायला मिळालं नसतं. नदीकाठी दर्भ काढत असलेल्या धौम्यऋषींनी ती ऐकली नसती. ते ओरडत, पाचजण शिकारीला गेले, त्या दिशेनं धावत सुटले नसते. या अवधीत त्यानं मला अरण्याच्या दुसऱ्या बाजूला घेऊन जाऊन सैनिकांच्या रक्षणातून पळवून घेऊन गेला असता, तर काय झालं असतं? लंपट जयद्रथाला आपली बहीण देणारे दुर्योधन-दु:शासन ही बातमी ऐकताच आनंदानं धावून आले असते, की काय कोण जाणे; फार दिवसांची अपेक्षा पूर्ण करून घ्यायला!

कृष्णा दुर्दैवी आहे, हे खरं असलं; तरी तिला पाताळाच्या गर्तेत फेकावं, एवढी हीनही नाही. तरीही मीच वाचवलं त्याला भीमाच्या मरणाच्या मिठीतून.

"भीमा, तू माझं ऐकणार नाहीस, हे ठाऊक असूनही मी आता आडवी उभी आहे. परस्त्रीची अभिलाषा ठेवणारा हा महापापी आहे. पण तुमच्या बहिणीचा नवरा आहे.''

"याला मारणं पाप आहे. शिवाय माता गांधारीचं आतडं जळणार नाही का?'' धर्मराजा मध्येच म्हणाला.

"ज्येष्ठ बंधुराज! आपल्या सुनेची विटंबना चालली असता आमच्या मातेचं आतडं जळत नव्हतं का?''

"खरंय्, भीमा! तुझा आणि माझा जीव एकच आहे. म्हणूनच माझ्या मनात जन्मलेले विचार तुझ्या तोंडातून बाहेर पडतात!''

"याला जिवंत पकडून आणायच्या धडपडीत ह्या किती जखमा झाल्या आहेत, ते पाहिलंस? त्याच्या बरोबरच्या पाचजणांचे हात-पाय उखडून त्यांचा जीव घेतलाय् मी. जे उरले, ते पळून गेले. यालाही तिथंच संपवून टाकलं असतं, तर मला एवढं जखमी व्हायचं कारण नव्हतं.''

या जयद्रथाचा जीव घ्यायचा, हा भीमाचा हट्ट आणि त्याला जीवदान द्यावं, ही त्या दोघांची इच्छा.

अखेर सर्वानुमते त्याचं डोकं भादरून, तोंडाला काळं फासून, पाठवून

द्यायचं, असं ठरलं.

अर्जुनाचे तीक्ष्ण बाण घेऊन भीमानंच त्याच्या डोक्यावर पाच पाट ठेवून बाकीचं डोकं भादरून काढलं. या धर्मराजानं त्याला धर्मोपदेश केला. आपण जितकी पुराणं वाचली आहेत, ती त्याच्यापुढं ओरडून सांगितली. हात जोडून क्षमा मागून, डोक्याला फडकं गुंडाळून, कसाबसा जीव वाचवून, तो इथून गेला, तो थेट हस्तिनावतीमध्येच! पांडवांचा सूड घ्यायची दुर्योधनाला मिठी मारून त्यानं प्रतिज्ञा केली, म्हणे! आपल्या देशातल्या उत्तम जातीतल्या हजार घोड्यांना त्यानं युद्धाच्या दृष्टीनं प्रशिक्षणही द्यायला सुरुवात केली, म्हणे! मुलाच्या साहाय्यासाठी येणारं सैन्य पाहून माता गांधारीही अभिमानानं फुलून गेली असेल! आपला पती आपल्या भावाच्या मदतीसाठी जातोय्, हे पाहून बहीणही हर्षभरित होत असेल. पण अजून भीमाच्या दंड, डोकं, हात यांवर झालेल्या जखमांचे व्रण बुजले नाहीत!

तिनं पुन्हा कूस बदलली.

धुळीनं भरलेल्या आकाशातला चंद्र स्तब्ध होता.

एकदा विचारचक्र सुरू झालं, की झोप नाही म्हणून येत नाही. किती वेळ गेला असेल?

दुपारी उकाड्यामुळं झोप येत नाही आणि रात्र अशी जाते. त्यात भीम गेल्यापासून तर रात्रंदिवस आठवणी! आठवणी!! आठवणी!!! नव्हे, विचार.

तिनं पुन्हा कूस बदलली. पलीकडे तोंड करून झोपलेला धर्म एकदम उठून बसला. 'काय?' तिनं विचारलं. तो काही बोलला नाही. तिनं उठून उशाशी हातभर अंतरावर असलेल्या, ओलं वस्त्र गुंडाळून ठेवलेल्या डेऱ्यातून भांडंभर पाणी काढून दिलं. एका दमात गटागटा पाणी पिऊन तोंड पुसत तो पुन्हा झोपला. उकाड्यात असंच होतं. शरीरातलं सारं पाणी घामाच्या रूपानं झिरपून जाऊन एकाएकी जाग येते. तीही पाणी प्यायली. थंडगार पाणी पिऊन जीव थोडा शांत झाला. ती पुन्हा आपल्या जागेवर पडली. पाणी पिऊन त्याला झोप लागलेली नाही, हे तिला समजत होतं. त्याच्याशी काहीतरी बोलावं, असं तिलाही वाटत होतं.

पण काय बोलायचं? वाटाघाटी यशस्वी होतील, याच भ्रमात असेल हा. दुर्योधन आमच्या वाट्याचं राज्य देईल, तेही जाऊ दे. त्यानं पाच खेडी दिली, तरी हरकत नाही, असा निरोप पाठवायचा यानं निश्चय केलाय्, म्हणे. राज्य दिलं, तर युद्ध नको! मग आपल्या नि भावंडांच्या बायकोच्या अपमानाचा सूड केव्हा घ्यायचा? राज्य हिसकावून त्यानं केलेल्या अन्यायाविरुद्ध काहीच करायचं

नाही? एवढं घडून गेल्यानंतरही जो बदलायला तयार नाही, त्याच्याशी काय बोलायचं? मी काय म्हणते, हे त्याला ठाऊक आहे आणि त्यानं तोंड उघडल्यावर धर्माची दुर्गंधीच येणार, हे मलाही ठाऊक आहे. काही बोललं, तरी त्यातून मनात खदखदणारा संताप आणि अखेर डोळ्यांत पाणी यापलीकडे काहीच निष्पन्न होणार नाही. या जन्मी याला विवेक सुचणार नाही. त्या कीचकाला तरी भीमानं फारसा बभ्रा न करता संपवलं, हे बरंच झालं. याला फार आधी समजलं असतं, तर त्यानं निश्चितच तिथं मोडता घातला असता आणि आता या युद्धाच्या वेळी तोही '...तुम्ही तुमची बायको माझ्याकडे पाठवली नाही. म्हणून तुम्ही माझे शत्रू...' म्हणत दुर्योधनाच्या बाजूनं सूड घ्यायला उभा राहिला असता! कामभावना पूर्ण झाली नाही, तर तीव्र द्वेषापेक्षा वेगळं काय शिल्लक राहणार? आधी कीचकानं डोळ्यांत पाणी आणून प्रार्थना काय केली, गुडघे टेकून प्रेमभिक्षा काय मागितली! मी कबूल झाले नाही, तेव्हा पायानं लाथ मारून बलात्काराच्या नीच पातळीपर्यंत कसा उतरला! यात पुन्हा सगळी चूक माझीच का? वय समजून न येणारा बांधा, हा नतद्रष्ट चेहरा! तोही माझ्याहून वयानं लहानंच. सुदेष्णेचा कुणी तरी भाऊ, म्हणे. असेल चाळीस-पंचेचाळिशीचा. मला पाहिल्यावर प्रत्येक पुरुषाचं मन चंचल का होतं?

अपवाद फक्त कृष्णाचाच.

दुर्योधन, दुःशासन, कर्ण, जयद्रथ, कीचक... किती नावं सांगावीत? सुंदर रूप लाभलेल्या स्त्रीनं कुणाच्याही नजरेला न पडता स्वतःला कोंडून घ्यावं काय? स्त्रीनं नकार दिला, तर पुरुषानं तिथंच का थांबू नये?

फक्त कृष्णाचंच मन पूर्णपणे त्याच्या ताब्यात असतं. किती तरी वेळा मी एकटी त्याच्याशी बोलत बसण्याची वेळ आली आहे. त्याची दृष्टी, त्याचा आवाज, त्याचं बोलणं, त्याचं मन कधीच, क्षणभरही विचलित होत नाही. जीभ चाचरत नाही. तो माझ्या स्वयंवरालाही आला होता, म्हणे. पण धनुष्य-बाणाला त्यानं स्पर्शही केला नाही. अर्जुनाएवढाच कुशल, चतुर धनुर्धारी आणि तेवढंच वय. पण मला जिंकून घ्यायचं त्याच्या मनात का आलं नसेल? एवढ्या लोकांमध्ये धनुष्य उचलण्याचं भय कृष्णाला वाटायचं कारण नाही. 'काही प्रसंगी हरणं म्हणजे अपमान नसतोच, हारही शांत मनानं स्वीकारायला हवी', असं तोच सांगत असतो ना! तरीही या कृष्णेवर विजय संपादन करण्यासाठी पुढं न सरसावलेला एकमेव क्षत्रिय तो! आता इथंच आहे. उद्या त्याच्याशी थोडं तरी बोलायला हवं. तेवढंच मन शांत होईल.

तिनं पुन्हा कूस बदलली.

पुन्हा त्याच आठवणी. कुणाच्या तरी घरची दासी होणं, भाळलेल्या कीचकाचा त्रास– बांध घातला, तरी तो तोडून वाहणाऱ्या पाण्याच्या प्रवाहासारख्या आहेत या आठवणी!

अज्ञातवासापेक्षा वनवासच बरा, म्हणायचा! नागरी आहार, वस्त्रं, निवारा नसला, तरी तिथं स्वातंत्र्य होतं. द्रुपदराजाची मुलगी, कुरुवंशाची सून, पाच पराक्रमी पतींची पत्नी आणि तिनं दासी व्हायचं? याहून वाईट गोष्ट कुठली? सुदेष्णा काही तशी क्रूर मालकीण नव्हती. मालकीणीच्या दुष्टपणा आणि त्रासापेक्षा कष्टदायक असते, ती दास्यभावना. जन्मत:च दास असलेल्या सहस्त्रावधी लोकांना काय वाटतं, कोण जाणे. प्रत्येक राजाच्या पदरी असलेल्या सुंदर दासी राजाच्या एकेका कृपाकटाक्षावरच आपलं जीवन सार्थकी लागलं, असं मानतात ना? त्यांचं मन कसं असेल?

अज्ञातवास म्हणजे वेगळाच जन्म. जुनं जीवन, जुने संबंध यांचं प्रतिनिधित्व करणारं नाव टाकून, नवं जीवन सुरू करणं. तिनं महाराणी द्रौपदी मालिनी सैरंध्री झाली. मत्त हत्तींना फक्त हातांनी बुकलून मारणारा महान वीर भीम क्षत्रियांच्या घरात स्वयंपाक करणाऱ्या जातीचं नाव-बल्लव धारण करून राहिला! शिखंडी वेशातला अर्जुन मुलींना नृत्य शिकवणारा बृहन्नडा झाला. नकुल झाला विराटाच्या घोड्यांच्या पागेवरचा कामगार ग्रंथिक! सहदेव होता गुरांच्या खिल्लारांवरचा तंत्रिपाल! नव्या नावांमध्ये सगळे दासच! या अर्थी आम्हां सगळ्यांना दुर्योधनानं दास केलं! हा स्वत: मात्र कंक नावानं ब्राह्मण वेषात विराटाच्या दरबारात धर्म आणि नीतीचे पाठ देऊ लागला! याचंच खरं नशीब! त्या विराट राजालाही द्यूताची फार हौस! मध्यंतरीच्या बारा वर्षात त्याची ती चटक गेली असेल, असं वाटलं होतं, तीच चूक होती माझी! सुरुवातीला विराट राजाचा सहायक म्हणून त्यात थोडं डोकं घातलं! त्यानंतर सकाळ, दुपार, संध्याकाळ, रात्र– वेळेचं भान न ठेवता खेळ सुरू झाला. विराट राजालाही यानं खेळाचं व्यसन लावलं. जुगारी, दारुडे आणि व्यभिचारी कुठंही गेले, तरी त्यांना तीन घटकांत समान व्यसनाचे स्नेही मिळतात, असं ऐकलं होतं, ते अगदी खरं होतं. नाही तरी अज्ञातवासामुळं मी तर ओळखच देत नव्हते. त्यामुळं नाराजी व्यक्त करण्याचाही प्रश्न नव्हता. तिथं हा विराट राजाचा आश्रित राज्य गमावल्याचं दु:ख राजाकडून चिल्लर मिळवून कमी करायचा प्रयत्न करत होता!

एकदा तर भीमही मला म्हणाला होता,

"एकदा हा अज्ञातवास संपू दे. आपलं राज्य एकदाचं हातात आलं आणि

नंतर याच्या हातात पुन्हा फासे दिसले, तर याच्या दोन्ही हातांची दाही बोटं कापून काढीन! त्यामुळं याचा सिंहासनावर बसायचा हक्क गेला, तर प्रतिविंध्याला सिंहासनावर बसवेन!''

अखेर याच्या नशिबात तेच आहे, की काय, कोण जाणे! एक मात्र खरं, आपल्यावर कुठली परिस्थिती ओढवली आहे, याचा विचार न करता वर्षभर सुखात होता तो! तोंडानं बोलायचा नीतीच्या गप्पा भरपूर! त्या दिवशी त्याच्या समोरच कामोद्दीप्त कीचकानं, त्याला सहकार्य द्यायचं नाकारलं, म्हणून किती जोरात लाथ मारली मला! मला वाटतं, उद्दीप्त कामभावना पूर्ण न केल्यावर पुरुष जेवढा संतापतो, तेवढा इतर कुठल्याच वेळी संतापत नसावा. मी ती लाथ खाल्ली, तेव्हा हा किती शांतपणे उपदेश करत होता,

''सैरंध्री, शांत राहा. रागावू नकोस. आता तुझ्या मालकिणीकडे निघून जा पाहू!''

अज्ञातवासात असल्याचं विसरून, संतापून, माणसानं नियम मोडू नयेत, हे मलाही समजतं. पण डोळ्यांसमोर बायकोचा एवढा अपमान होत असताना फारसं काही घडलं नाही, असं मानून पुन्हा फासे खुळखुळवायला जाणं योग्य आहे का? भीमानं कीचक आणि त्याच्या दहा भावांना ठार केलं नसतं, तर या कृष्णेची काय गत झाली असती? त्या सगळ्यांना भीमानं मारलं, त्याच्या दुसऱ्या दिवशी महाराणी किती घाबरून गेली होती! मला म्हणाली,

''बाई, ग! हात जोडते तुझ्यापुढं! आता आमचं घर सोडून तू निघून जा. मी तुला घालवून देते, असं कृपा करून समजू नकोस. तुला जायचं, तेव्हा जा. पण मी, माझा नवरा आणि माझी मुलं एवढ्यांना काही होणार नाही, एवढं पाहा, म्हणजे झालं!''

किती तरी कोवळ्या कोवळ्या दासी मला येऊन कृतज्ञतेनं म्हणाल्या,

''तुझ्या मायावी नवऱ्यांमुळं आम्ही वाचलो, बाई!''

भीमा, एवढ्या सगळ्यांना वाचवल्याचं पुण्य तुझ्या पाठीशी आहे. तू महाबलशाली आहेस!...

कानाशी 'जुंई...' आवाज ऐकू येऊ लागला. तशीच डोळे मिटून ती पडून राहिली. दुसरा 'जुंई...' आवाज त्यात मिसळला. कोंबड्याला जाग येण्याआधीच या जाग्या होऊन उडायला लागतात! आणखी अर्ध्या घटकेत पहाट होईल. पाठोपाठ ऊन्ह, उकाडा!

ती उठून बसली.

खाली अंगणात एकीकडे ज्योतिष्मति झोपली होती. तिला न उठवता

न्हाणीघरात जाऊन कडुनिंबाची काडी चावत असताना ती मनोमन म्हणत होती,

...भीमा, आजवर माझ्यासाठी फार फार कष्ट घेतलेस तू! मला कष्ट होऊ नयेत, म्हणून मला खांद्यावर उचलून घेऊन फिरला आहेस. माझा अपमान करणाऱ्यांना तू शिक्षा केली आहेस. आता कौरवांना संपवलंस, की त्याची सांगता होईल. त्यासाठीच राक्षसांची मदत घ्यायला तू गेला आहेस. पण...

भीमाबरोबर त्याची पहिली बायको आली, तर? अर्जुन निघून गेला होता, त्याआधी मी व्रतपालन म्हणून त्याला नकार दिला होता. तो संतापानं निघून गेला आणि नाग-अप्सरांच्या कन्यांचा भोग घेऊन अखेर सुभद्रेला घेऊन माघारी आला. साडेतेरा वर्षांच्या कामोपवासानंतर निघण्याआधीच्या रात्री भीमानं त्याच्या भवनात मी राहण्याची इच्छा दर्शवली होती. त्याच व्रतामुळं यालाही मी नकार दिला ना! आपल्यातच मग्न होऊन झोपी जाणाऱ्या धर्माची पाळी असली, तरी मला मात्र व्रताचं बंधन! भीमाला निश्चितच राग आला असेल. अशा वेळी त्याच्या ताकदीला साजेल, अशा सालकटंकटीला त्यानं इथं आणलं, तर?...

नाही! भीम असं करणार नाही. अर्जुनासारखा नाही तो! माझा भीम मला कधीच असा अधांतरी सोडणार नाही...

तोंड धुतलं, तरी उत्साही वाटत नव्हतं. एक चटई टाकून त्यावर पडून राहावंसं वाटत होतं. जांभयांवर जांभया येत होत्या. शेजारीच असलेल्या मुलांच्या भवनात ती गेली. मुलं वरच्या गच्चीत झोपली होती. तिथंही माश्यांचा त्रास सुरू झाला होता. तरीही तिथं जाऊन एका ओळीत झोपलेल्या मुलांच्या शेजारी जाऊन झोपली. थोडं थंड वारं वाहिल्यासारखं वाटलं. उजाडत होतं. उन्हाची लक्षणं दिसत होती. तरी थकून मुलांच्या शेजारी झापेलेल्या कृष्णेचा डोळा लागत होता. भीमाचा सतत जप करणारं तिचं मन आतल्या आत अस्पष्टपणे म्हणत होतं :

पहिल्या बायकोला घेऊन आलास, तरी हरकत नाही, हवं तर आणखी दहा जणींना घेऊन ये. याची मांडी फोडून त्याची छाती फाडलीस, की मला दुसरं काही नको! त्यानंतर हवं तर मी माझ्या पाचही मुलांबरोबर वनवासाला निघून जाईन...

खाली आवाज ऐकू येत होता... कुठं? रस्त्यावर, की भवनापाशी? अर्जुनाचा आवाज? हो. आणि हा दुसरा?

"ते रातोरात दोन गाड्या जुंपून निघून गेले, असं सेवक सांगत होता..."

"पण कबूल झालेत, असं तूच म्हणाला होतास ना?"

"ते तर म्हणत होते. आम्हांला बाणांची टोकं करता येत नाहीत; फक्त कड्या-कोयंडे, गाड्यांच्या धावा, जुवाच्या पट्ट्या तेवढं करतो. मीच दम भरला होता, एवढं सगळं येतं, तर बाणांचा साचा करायला काय कठीण? तुम्ही करा... ते कबूल झाले, तेव्हा तुझ्या कानांवर घातलं होतं."

"शब्द देऊन पळून गेले? त्यांना शोधलं, की नाही घोड्यांवरून माणसं पाठवून?"

"अर्जुना, आधीच भटके लोक ते. खरोखरच नसेल येत त्यांना! किंवा आपण फक्त कामं करून घेऊ आणि पैसे देणार नाही, असंही वाटलं असेल त्यांना. आता या वेळी लोहारांना शोधण्यासाठी पाठवून देण्याएवढे घोडे किंवा माणसं आपल्याकडे आहेत का? अजून किती तरी देशांना दूत पाठवायला पाहिजेत." नकुलाच्या आवाजाची आता ओळख पटली.

नि:शब्दता. थोडा वेळ पादत्राणांचा दूर दूर जाणारा कर्रकर्र आवाज. नदीवर आंघोळीसाठी निघालेत, की काय, कोण जाणे.

द्रौपदीची झोप अधिकच दाट होत होती. गाढ झोप. त्यातून ऐकू येणारे आवाज. माश्यांचा जुंई... जुंई आवाज.

ती कुशीवर वळली.

झोप... गाढ झोप...

❑

## ५

यादवांचं सैन्य मिळवण्यासाठी दुर्योधन द्वारकेला गेल्याची बातमी हेरानं सांगितली आणि उपप्लव्य नगरीत असलेले कृष्ण, धर्म, अर्जुनादी सगळेजण विचारात पडले. प्रश्न फक्त सैन्याचा नव्हता. यादवांच्या एकतेला छेद देऊन, शक्य तेवढ्या यादव-प्रमुखांना आपल्याकडे वळवून घेण्याचा दुर्योधनाचा हेतू चटकन कृष्णाच्या लक्षात आला. सकाळी ही बातमी येऊन पोहोचली आणि दुपारपर्यंत सर्व गोष्टींचा सगळ्या बाजूंनी विचार करून त्यानं निर्णय घेतला. अज्ञातवास संपला. विराट राजाच्या धाकट्या मुलीशी आपल्या भाच्याचा विवाह ठरवल्याचं समजताच तो अभिमन्यु आणि सुभद्रेबरोबर इथं आला, त्यालाही चार महिने झाले होते. कार्यभाग उरकल्यानंतरही आपण स्नेह्याकडे राहिल्याची आठवण तीव्र झाली. थोरल्या बलरामाला पहिल्यापासूनच आपल्याविषयी मत्सर

वाटतो. अर्जुन-सुभद्रेच्या विवाहाची कथा अजून तो विसरला नाही. शिवाय मी जे म्हणेन, त्याला विरोध केला नाही, तर आपल्या ज्येष्ठत्वाच्या अधिकाराला बाधा येईल, असं त्याला सतत वाटत असतं. त्यामुळं तो मुद्दाम शत्रुपक्षाकडे झुकला, तरी त्यात आश्चर्य नाही. नेमकं हेच जाणून, त्याचा लाभ घेण्यासाठी दुर्योधन तिथं गेला असल्याचं कृष्णाला त्याच क्षणी लक्षात आलं होतं. आता आपण तातडीनं द्वारकेला जाऊन, आपली सारी शक्ती पांडवांच्या बाजूनं जमा करायला पाहिजे, असं त्यानं धर्म-अर्जुनाला बोलून दाखवलं. संध्याकाळी ऊन्ह उतरल्यावर निघायचं ठरलं. प्रयाणासाठी कृष्णाचा रथ सिद्धच होता. फक्त त्याचा एकट्याचाच नव्हे, त्याच्या अंगरक्षकांचेही. एकूण वीस दणकट रथ, धनुष्य-बाण, भाले-तलवारी यांनी सज्ज! कृष्ण कुठंही गेला, तरी; कितीही दिवसांसाठी गेला, तरी त्याचे अंगरक्षक सतत त्याच्या बरोबरच राहत असत.

निघायचं ठरताच, शिधा, पीठ वगैरे बांधायची आज्ञा झाली आणि कृष्ण निघाला.

गावाच्या उत्तरेला असलेल्या नदीपर्यंत जाऊन, कृष्णाला निरोप देऊन परतल्यावर धर्माच्या मनात आणखी एक विचार आला. सुभद्रेच्या लग्नप्रकरणामुळं बलराम असमाधानी असेल; पण स्वत: सुभद्रेनं जाऊन, भावापुढं उभं राहून, डोळ्यांत पाणी आणून विनंती केली, तर त्याचं मनही वितळेल. शिवाय आता ती घटना घडून सतरा वर्षं होऊन गेली आहेत. सुभद्राही कृष्णाबरोबर गेली असती, तर बरं झालं असतं.

एवढा विचार होईतो रात्र झाली होती, त्याच विचाराच्या तंद्रीत झोपला असता एकाएकी त्याच्या मनात आलं, सकाळी अर्जुनानं सुभद्रेला घेऊन द्वारकेला जावं, हे उत्तम. हा तप्त उकाडा, घोडे गळून गेलेल असतात. तप्त डोंगरांमधून जाणारा द्वारकेचा रस्ता. रस्त्यात वेळोवेळी पाणी मिळणंही कठीण. वीस दिवसांचा प्रदीर्घ प्रवास. पण जाणं आवश्यक आहे!

हा विचार पक्का होताच तो उठला. पायऱ्या उतरून खाली आला. तिथं झोपलेल्या दासीला उठवून, त्यानं अर्जुनाच्या भवनात जाऊन त्याला बोलावून आणण्यास सांगितलं.

अर्जुनाचं काही भीमासारखं नाही, केव्हाही निरोप पाठवला, तरी जागा असतो. कितीही जागरण करू शकतो.

आपल्या भवनाच्या माडीवर सुभद्रेसह झोपलेला अर्जुन धर्माच्या निरोपासरशी लगेच निघून आला.

दोघंही धर्माच्या भवनाबाहेरच्या उद्यानात बसून बोलू लागले. धर्माचा विचार ऐकताच अर्जुनानं लगेच दुसऱ्या दिवशी सकाळी निघायचं ठरवलं. रथ, घोडे,

अंगरक्षकांना निरोप देण्यासाठी अर्जुन चटकन उभा राहिला.

जांभई देत धर्म म्हणाला,

"मी काही तिकडचा प्रदेश पाहिला नाही, खूप लांब आहे ना द्वारका? रस्त्यात अभीरांचा प्रदेश लागतो, हेही तूच सांगितलंस मागं. शिवाय सुभद्राही बरोबर असेल. सावध राहा. अंगरक्षकही थोडे जास्तच असू देत. निदान पन्नास तरी असू देत."

"विजय सोबत असताना कुठले अभीर काय करू शकतील? आर्य स्त्रीवर वक्रदृष्टी टाकणाऱ्या कुणालाही मी शिल्लक ठेवणार नाही!"

"ते तर स्वयंसिद्ध सत्यच आहे. तरीही अंगरक्षक असू देत. आता सगळा शिधा कृष्णाच्या दलाबरोबर दिला आहे. तुमच्यासाठी पुरेसं पीठ शिल्लक असायची शक्यता कमी आहे. मला वाटतं, सगळी तयारी होऊन उद्या संध्याकाळी निघता येईल तुम्हांला."

"तू झोप आता, ती व्यवस्था मी पाहून घेईन." म्हणत अर्जुन उठून उभा राहिला.

धर्म पुन्हा पायऱ्या चढून वर आला, भांडंभर पाणी पिऊन आपल्या जागेवर पडला. द्रौपदी जागी आहे, की नाही, हे त्याला समजलं नाही. ती पलीकडे तोंड करून झोपली होती.

त्याला भीमाची आठवण झाली.

परवाच गेला ना तो? अंहं. त्याच्या आदल्या दिवशी. उद्यापर्यंत हिडिंबवनात निश्चित जाऊन पोहोचेल. काय होईल त्याच्या कामाचं?

हा विचार करत असतानाच आणखी एका मोठ्या जांभईनं त्याचं तोंड वासलं.

❑

धुळीनं भरून गेलेल्या तप्त वातावरणात लाल ऊन्ह तळपत असतानाच अर्जुन-सुभद्रेचा रथ मागं-पुढं सहा-सहा रथांमधून गावाच्या पश्चिमेकडच्या डोंगरामागून निघाला. प्रत्येक रथात एकेक सारथी, तीन-तीन माणसं. प्रत्येक रथाला जुंपलेले दोन-दोन घोडे. अर्जुनाच्या रथाला मात्र एकाच उंचीचे, एकाच शक्तीचे आणि सारखे दिसणारे पाच शुभ्र घोडे जुंपले होते. पुढच्या सहा घोड्यांच्या जोडींच्या टापांमुळं उधळणाऱ्या धुळीतून शुभ्र घोड्यांचा रथ चालला होता. उन्हापासून रक्षण करणारे आणि हवे तसे वळवता येणारे वाळ्याचे पडदे सज्ज होते.

अर्जुन आपल्याच विचारात गढून गेला होता.

कृष्णाचा प्रवास आपल्यापेक्षा एक दिवसानं पुढं आहे. घाई करून त्याला गाठलं, तर आपल्या निदान निम्म्या अंगरक्षकांना तरी माघारी पाठवता येईल,

अजून किती तरी राजांकडे दूत पाठवायचे आहेत. अशा वेळी बारा-बारा रथ आमच्याच बरोबर आले, तर कसं? एवढे सशस्त्र सैनिकही आम्हांलाच लागले, तर इतर काय करतील?

याच वेळी सुभद्रा म्हणाली,

''इथल्यापेक्षा आमच्या द्वारकेत घाम भरपूर येतो. पण एवढी तगमग नाही होत. तिथं इथल्यासारखा वाळ्याचा पंखाही भाकरीच्या तव्यासारखा तापत नाही.''

उजवीकडे मान वळवून त्यानं तिच्याकडे पाहिलं.

''कान, मान, गळा– सर्वांगाला लिंपून बसणारी अशी धूळही नाही तिथं!'' ती पुढं म्हणाली.

त्यानं मान वळवून डावीकडे पाहिलं.

जळलेल्या राखेच्या ढिगाऱ्यासारख्या टेकड्यांच्या रांगा.

तिथं जाऊन पोहोचायला वीस दिवस, तिथं दोन-तीन दिवस तरी राहायला पाहिजे. घोडे पुन्हा हुशार व्हायला हवेत. सैनिक काही माझ्यापुढं अंग दुखल्याचं सांगणार नाहीत, म्हणा. तरीही या सगळ्या प्रकारात दीड महिना तर गेलाच, म्हणायचा.

सुभद्रा पुढं सांगत होती,

''पहिला पाऊस इथल्यापेक्षा द्वारकेत लवकर पडतो.''

म्हणजे कितीही घाईनं जाऊन पोहोचलो, तरी परतताना पावसामुळं रस्ते खराब होऊन आणखी किती दिवस राहावं लागेल, कोण जाणे!

तो डावीकडे पाहत बसला होता.

एकाएकी त्याला आठवलं.

त्या वेळी पावसाळा संपला होता, नाही का! सतरा– नव्हे अठरा वर्षांपूर्वी याच रस्त्यानं याच सुभद्रेला घेऊन, उजवीकडे अशीच बसवून द्वारकेहून इंद्रप्रस्थापर्यंतचा एकवीस दिवसांचा प्रवास करून आलो होतो. दोन्ही बाजूंना पसरलेल्या याच टेकड्या. या उकाड्याऐवजी त्या वेळी हिरवीगार फुलझाडं, वेली आणि सगळीकडे भरून राहिलेली हिरवळ. किती उत्साह भरला होता!

उजवीकडे अशीच ही बसलेली, हाच किंचित गोंडस, अठरा वर्षांचा मोहक चेहरा. इंद्रप्रस्थ जवळ येईपर्यंत रस्ताभर नुसता उसळणारा उत्साह!

हिला घेऊन येईपर्यंत तिची शक्ती काय आहे, हेच समजलं नव्हतं ना मला! अठरा वर्षं होऊन गेली आता. आजही निरोप द्यायला सगळ्यांबरोबर आली होती ती! धर्म, नकुल, सहदेव, पाच मुलं, अभिमन्यु, उत्तरा या सगळ्यांबरोबर. म्हणाली,

'जाऊन या. कार्यात तुम्हांला यश मिळो. प्रवास सुखाचा होवो. वन्य पशू, चोर-चिलटांचा, हवा-उन्हाचा त्रास न होवो.'

बस्स! एवढंच म्हणाली. डोळ्यांत अश्रू भरले नाहीत. चेहऱ्यावर दुःखं दिसलं नाही, की आवाजात कातरता उमटली नाही. कुठल्या तरी दूरच्या नातेवाईकाला निरोप द्यायला आल्यासारखी भावनारहित होती ती.

डावीकडची एक टेकडी मागं पडली. दुसरी दिसू लागली. त्याच्यापलीकडे तिसरी. जळून खाक झालेल्या टेकड्या. आता दहा-बारा दिवस हेच शुष्क दृश्य पाहायचं.

त्याची दृष्टी रथाच्या आतल्या भागाकडे वळली.

शस्त्रं, उभं राहून वर हात केल्यावर होईल, एवढ्या उंचीची लोखंडी धनुष्यं, त्या मागं भाले, भरपूर बाण. एवढं पुरणार नाही, म्हणून पुढं-मागं सहा-सहा रथ, त्यात चार-चार माणसं एवढं सगळं कशाला? अभीर असोत, नाग वा राक्षस असोत,... या अर्जुनाचं धनुष्य पुरेसं नाही का?

डावीकडच्या टेकडीलगत काही तरी पळाल्याचा भास झाला. रथातलं एक धनुष्य घेऊन, प्रत्यंचा जोडून त्यानं धावत्या रथातून बाण सोडला. एकट्या सगळ्या क्रिया घडायला फक्त काही क्षण लागले होते.

सुभद्रेनं विचारलं,

"...काय झालं?"

सारथ्यानंही मागं वळून पाहिलं. अर्जुन त्याला म्हणाला,

"तो पाहा, त्या दिशेला एक ससा मरून पडला आहे. रथ थांबवून तो घेऊन ये. माझा बाणही घेऊन ये."

रथ थांबला. मागचे सहाही रथ एकापाठोपाठ एक थांबले. सारथी, अर्जुनानं दाखवलं, त्या दिशेला धावला. मागच्या रथातलेही चौघं गेले. अर्जुनानं सांगितलेल्या जागी खरोखर एक ससा तडफडत होता. पोटात घुसलेला बाण तिथंच रुतला होता. त्याचे पाय धरून रथापर्यंत आणेपर्यंत त्याचा जीव गेला होता. सारथ्यानं आश्चर्यचकित होऊन विचारलं,

"महाराजा, धावत्या रथात बसून, सशावर नेम धरून त्याला मारल्याचं आजवर कधीच पाहिलं नव्हतं मी! कधी ऐकलंही नव्हतं. आधीच चंचल, चपल प्राणी हा! बारा-तेरा रथांच्या खडखडाटात मुकाट्यानं बसून राहील का?"

"दृष्टीला पडल्यानंतर धनुष्य उचलून, प्रत्यंचा लावून, मागं वळून बाण लावेपर्यंत तो काही एकाच जागी बसून राहात नाही! कुठं लागलाय् बाण?"

"ठीक पोटाला. धावत होता ना!"

"नाही तर काय, एकाच जागी बसून वाट पाहत असतो! आणि विजय कधी झोपलेल्या किंवा बसलेल्या प्राण्यावर बाण सोडेल का?"

मागच्या रथातल्या एका सेवकानं सशाच्या पोटातला बाण काढून, त्याच्या

टोकाला लागलेलं रक्त पुसून, बाण परत दिला आणि ससा स्वयंपाकाच्या सामानाच्या रथात नेऊन दिला. लगेच त्याचं कातडं सोलायलाही सुरुवात झाली. अर्जुनाचा सारथी आपल्या जागेवर पूर्ववत बसला आणि त्यानं घोड्यांना चलण्याचा इशारा केला. रथानं वेग घेतल्यावर त्यानं विचारलं,

"विजय म्हणजे कोण?"

अर्जुन काही बोलला नाही. बाणावरचा सशाच्या रक्ताचा डाग तळहातावर पुसत तसाच बसून राहिला.

आपला प्रश्न ऐकू आला, की नाही, कोण जाणे, म्हणत सारथीही गप्प बसला.

थोड्या वेळानं अर्जुनानं विचारलं,

"तुझी जात कुठली?"

"सूत. शुद्ध सूत. माझे आजोबाही सूतच होते. आमच्या घराण्याचा पिढीजात व्यवसाय आहे रथ चालवायचा."

"तुमच्या मत्स्यदेशातले सूत एवढाच व्यवसाय करतात?"

"मी मूळचा मत्स्यदेशाचा नव्हे. केकयदेशाचा."

"महाराणीबरोबर आलास, की..."

"हो. कीचकमहाराजांबरोबर..." म्हणता म्हणता त्यानं पटकन बोलणं थांबवलं.

तो का थांबला, हे अर्जुनालाही समजलं. डाव्या चाकाखाली दगड आल्यामुळं रथ डोलला. उजवीकडे झुकला.

मोहक चेहऱ्याच्या सुभद्रेच्या काहीच लक्षात आलं नसावं. तरीही किती मोहक चेहरा, किती सुंदर! तो तिच्याशी काही बोलला नाही. केकयदेशात सूतच राज्यावर बसले आहेत, म्हणे. तिथली राजकुमारी सुदेष्णा. वृद्ध राजाला तरी आणखी कोण मुलगी देणार, म्हणा! त्याबाजूचे राजेही तसेच. शुद्ध क्षत्रियच नव्हेत. सारथी म्हणूनही ख्यातनाम असतात.

"तुमच्याकडे सूत फक्त सारथ्याचंच काम करतात?"

"नाही, महाराजा. रथ तयार करणं, दुरुस्त करणं, युद्ध करणं– तिकडे आम्हां सूतांत आणि क्षत्रियांमध्ये काहीच फरक नाही. तिकडे आम्ही राज्यही करतो. इथं मात्र तसं नाही."

"ते नाही मी विचारलं. रथ-निर्मिती, दुरुस्ती ही सगळी कामं सारथ्याचीच असतात. राज्य करणं मात्र धर्म-विरोधीच. सूताचं आणखीही एक प्रमुख काम आहे. आपल्या राजाचं शौर्य कवन-रूपानं गाऊन त्यांचा प्रचार करणं, राजाची बिरुदावली आणि कवनं लहान सूतांकडून पाठ करून घेणं."

सारथ्यानं मान वळवून अर्जुनाकडे गौरवानं पाहिलं. पुन्हा घोड्यांकडे वळून बसला.

केकयदेशीचे घोडे दुडक्या चालीनं चालले होते. एव्हाना धुरळ्यामुळं त्यांच्या मांडीपर्यंतचे पाय माखून गेले होते. निघण्यापूर्वी धुऊन शुभ्र केलेला त्यांच्या पोटा-पाठीचा भाग मळून गेला होता. पाणी मिळालं, की धुऊन स्वच्छ करायला पाहिजे.

"विजय, म्हणजे कोण, असं विचारत होतास ना तू? तू आता ज्या धन्याची सेवा करत आहेस, त्या धन्याचं ते बिरुद आहे. ही बिरुदं आपल्या धन्याला केव्हा लागली, हे तुलाही ठाऊक हवं! सूत, म्हणजे फक्त रथ हाकणारा नव्हे!"

सूर्यास्त होऊन अंधारलं, तरी उष्ण झळा कमी होत नव्हत्या. टेकड्यांचे फक्त बाह्याकारच दिसत होते. अशा टेकड्या आणि डोंगर, म्हणजे लुटारूंच्या दृष्टीनं अतिशय मोक्याच्या जागा.

त्यानं फक्त दृष्टी उजवीकडे वळवली.

अधून मधून उसळणाऱ्या रथाबरोबर अंगाला हेलकावे देत सुभद्रा बसली होती. गोरी सुभद्रा. तरीही राना-वनांत ऊन्ह-थंडी-पाऊस झेलून तांबूस झालेल्या माझ्या या शरीराएवढी गोरी नव्हे! हा हिमदेशाच्या राजाचा गोरा रंग आहे!

त्याचं मन अभिमानानं भरून गेलं.

त्याच क्षणी त्याच्या मनात एक विचार तरळून गेला.

असंच करावं. एवढंच नव्हे, आपण असं केलं नाही, तर त्यात पाप आहे, ही भावनाही प्रबल झाली.

समोर एका रेषेत जाणारे सहा रथ सापासारखे दिसत होते. मागं वळून पाहिलं, तर तिथले सहा रथ सापाच्या शेपटीसारखे नागमोडी रेषेत येत होते. थोडाच वेळ. नंतर पुन्हा सरळ रस्ता सुरू झाला.

हे काही बरोबर नाही. हा पाच घोड्यांचा राजरथ सगळ्यांत पुढं चालला आणि इतर बारा रथ पाठोपाठ आले, तर कसे नाग-सापासारखे दिसतील! पण आधी सुचलेला विचार अधिक प्रबल झाल्यामुळं त्यानं विचारलं,

"सूता, तुझं नाव नाही सांगितलंस..."

"माझं नाव? तुष्ट." सारथ्यानं मागं वळून सांगितलं.

"धर्मराजानं फारच आग्रह केला, म्हणून सोबत बारा रथ आणि अठ्ठेचाळीस सैनिक घेतले. फारसा विचार न करता. अर्जुन असताना अंगरक्षक कशाला हवेत? आता एक काम कर. हा माझा रथ आणि सोबत आणखी दोन रथ पुरेसे आहेत. दोन रथात असतील, तेवढी माणसं पुरेशी आहेत. तीही रस्त्यात स्वयंपाक वगैरेसाठी. एवढ्यापुरती आवश्यक तेवढी शिधा-सामग्री ठेवून घेऊन बाकीचे रथ, माणसं, सामान-सुमान माघारी घेऊन जायला सांग. फारतर जास्तीचे

दोन घोडे असू देत बरोबर.''

''पण रस्त्यात कुठली कुठली माणसं असतात, म्हणे! त्यात बरोबर आर्य-स्त्री असली, की...''

''हातात विजयाचं धनुष्य घेऊन प्रत्यक्ष विजय सज्ज असताना अशक्य आहे ते! रथ थांबव आणि इतरांना सांग.''

''काही नको. असू दे सगळ्यांना बरोबर.'' मध्येच सुभद्रा म्हणाली.

''त्यात काय घाबरायचं?'' अर्जुनानं विचारलं.

''भीतीचा प्रश्न नाही. फक्त दोन रथांबरोबर सासुरवाडीला जाणं कुठल्या राजाला शोभेल? आर्यपुत्राला नाहीत समजणार या गोष्टी!'' ती म्हणाली.

अर्जुनानं वळून तिच्याकडे पाहिलं.

तिचे मऊ काळेभोर केस चमकदार दिसत होते.

किती वर्षांची ही? पस्तीस वर्षांची, नाही का! लग्नाच्या वेळी अठरा वर्षांची होती आणि मी चौतीस...

सारथ्याला काय करावं, ते समजलं नाही. त्यानं घोडे थांबवल्यामुळं मागचे रथही थांबल्याचा आवाज ऐकू आला. तिकडे लक्ष जाताच पुढचेही सहा रथ थांबले. लगाम खेचून थांबवल्याचा आवाज एकमेकांत मिसळून गेला.

तुष्ट अर्जुनाच्या चेहऱ्याकडे पाहत होता. स्वत:च्या निश्चयात पत्नीनं हस्तक्षेप केल्यामुळं त्याला असमाधान वाटलं, तरी तिच्या समाधानात बाधा आणावी, असं वाटलं नाही. त्यानं सांगितलं,

''बरं, येऊ द्या सगळ्यांना.''

सारथ्याच्या इशाऱ्यानं पुन्हा घोडे चालू लागले. हे पाहताच पुढचे रथ निघाले. पाठोपाठ मागचेही निघाले.

अर्जुन पुढं म्हणाला,

''हे पाहा, काल आमचे द्वारकेचे पाहुणे गेले. ते आपल्यापेक्षा एक दिवसानं पुढं आहेत. निदान दोन-तीन दिवसांत आपण त्यांना गाठू शकलो, तर त्यांच्याबरोबर जाता येईल. पुढच्या सारथ्याला वेग वाढवायला सांग. रस्ता नीट ठाऊक आहे ना?''

''आता अंधार झालाय्. अजून दोनेक घटकांत वृक्षस्थान येईल. या मत्स्यदेशातलं हे शेवटचं गाव आहे. पुढचा अर्ध्या दिवसाचा प्रवास डोंगर-टेकड्यांमधून आहे. अरण्य आहे. चित्ते वगैरे प्राणीही आहेत, म्हणे. रात्री वृक्षस्थानी राहून पहाटेच्या चांदण्यात लवकर निघता येईल.''

''वृक्षस्थानापाशी थोडा वेळ थांबून, जेवण उरकून घेऊ. कातडी पिशव्यांमधून पाणी भरून घेऊ आणि निघू. रात्रभर प्रवास करू या. मी असताना भ्यायचं

कारण नाही. रस्ता नीट ठाऊक असेल, तर बस्स. पुढच्या रथावर पलिता पेटवून बांधायला सांग.''

सुभद्रेनं काही तरी म्हणण्यासाठी तोंड उघडलं; पण तिच्या तोंडून शब्द बाहेर पडण्याआधी अर्जुन तिकडे वळून म्हणाला,

''घाबरू नकोस. शांतपणे झोप तू. रथात हवी तेवढी जागा आहे. पापणीला पापणी न लवता मी जागा राहीन. एका वेळी दहाजण आले, तरी काळजी करायचं कारण नाही.''

पहिल्या रथाच्या सारथ्याला पलिता पेटवून लवकर लवकर चलण्याचा निरोप तुष्टानं पुढच्या सारथ्याला दिला. त्यानं त्याच्या पुढच्या सारथ्याला दिला. त्यानं त्याच्यापुढच्या सारथ्याला तेच ओरडून सांगितलं. अर्जुनानं पुढं ठेवलेलं धनुष्य उचलून आपल्या मांडीवर टेकवून ठेवलं.

वृक्षस्थानापाशी आल्यावर सगळे रथातून खाली उतरले. घोड्यांना थोडी वैरण टाकली. पोटभर पाणी पाजलं. पहाटे त्यांना देण्यासाठी गव्हाच्या कण्या भिजवून घेऊन, पुढच्या-मागच्या रथांचे पलिते काजळी झटकून सारखे केले गेले. रथांच्या चाकांना वंगण घालून रथ पुन्हा पुढं निघाले. ग्रामपालाची आज्ञा घेऊन वृक्षस्थानाचे दोन तरुण स्वत:च्या घोड्यांवर स्वार होऊन पुढचा रस्ता दाखविण्यासाठी पुढं निघाले.

गाव मागं पडलं. भोवतालचा अंधार आता बराच वाढला होता. डोंगरांच्या रांगांच्या अंधूक आकृती दिसत होत्या. धुळीनं भरलेल्या आकाशात नक्षत्रं मंदपणे तेवत होती.

हा भाग छान आहे. बुटक्या झुडुपांबरोबर काही मोजकी झाडं आहेत. दिवसा पाहिलं, तर हिरव्या रंगाच्या किती तरी छटा दिसतील. रात्रीच्या वेळी सगळं सारखंच.

रथांचा वेग वाढला होता. वाळूनं भरलेला, मोठे दगड-खडक नसलेला रस्ता. अंधूक प्रकाशात समोरच्या रथांच्या चाकांनी ओढलेली रेषा दिसत होती.

रथाच्या विशेष अडथळ्याशिवाय होत असलेल्या लयबद्ध हालचालींमुळं सुभद्रेच्या डोळ्यांवर झापड येत होती. थोडं पेंगल्यावर ती डावीकडे झुकून, अर्जुनाच्या दंडावर रेलून बसली. थोड्या वेळानं पाय पोटाशी घेऊन, त्याच्या दंडावर डोकं ठेवून बसली. अर्जुनानं समोरच्या बाजूला पडलेली धनुष्य उचलून ठेवून, तिला पाय नीटपणे सोडण्यासाठी जागा करू दिली. पाय लांब करून ती शांतपणे झोपी गेली. रथांची आंदोलनं झोपेला मदतच करत होती.

एक मोठं धनुष्य हातात घेऊन अर्जुन वीरासन घालून बसला. त्यानं प्रत्यंचा चढवली नाही. डोळ्याची पापणी लवण्याआधी जे करणं शक्य आहे, ते आधीच करून धनुष्याच्या कमानीचा ताण तरी का कमी करायचा? शिवाय कोण येणार आहे चाल करून? वाघ, चित्ता, अस्वल? व्वा! एखादी छानशी शिकार तरी मिळेल! पण एवढ्या तेरा रथांच्या खडखडाटात ते कुठले येतील म्हणा! लांब असले, तरी...

लक्ष्य काय फक्त डोळ्यांनीच पाहायचं असतं? मत्स्ययंत्राचा भेद करून पांचालीला जिंकलं, ते फक्त डोळ्यांनीच वेध घेऊन, असं मानतात मूर्ख! खाली पाणी, पाण्यात दिसणारी माशाची आकृती, वर माशाखाली फिरणाऱ्या चक्रामधल्या आऱ्यातून बाण जायला हवा होता. पाण्यात प्रतिबिंब दिसत होतं खरं, पण फिरणाऱ्या चक्राचा आवाज पूरक नसता, तर लक्ष्याचा नेमका वेध घेता आला असता का? गुरू सांगत होते, ते अगदी खरं आहे. जोपर्यंत शब्दवेधी कौशल्य पूर्णपणे अवगत होत नाही, तोपर्यंत विद्या अपूर्ण आहे. रात्री जेवताना दिवा वाऱ्यामुळं शांत झाला नसता, तर एवढी क्षुल्लक गोष्ट मला कधीच समजली नसती, की काय, कोण जाणे! ज्याचा वेध घ्यायचा, ती वस्तू नजरेला पडणं, त्यासाठी कमानीला प्रत्यंचा जोडणं, बाण लावणं, दिशेची जाण घेऊन बाण सोडणं आणि लक्ष्यावर बाण बसणं! एवढ्या सगळ्या घटना वेगवेगळ्या राहण्यापेक्षा या सगळ्यांची मिळून एकच घटना व्हायला हवी. दृष्टी, मनगट, दंड, बोटं लक्ष्याच्या बिंदूपाशी एक झाल्याशिवाय धनुर्विद्येत अद्वितीय प्रावीण्य मिळवणं केवळ अशक्य आहे, असं गुरू नेहमी सांगत. ही धनुर्विद्या या अर्जुनाला वश झाली. फक्त या अर्जुनालाच! तो उंच वृक्ष... किती उंच? शंभराहून अधिक वर्षं जुना. पितामहांसारखा! त्याच्या टोकाच्या फांदीवर पानांआड दिसणारी कृत्रिम घार. टक लावून पाहिलं, तर नजरेची फसवणूक करणारी. खूप खूप उंचावर. दृष्टी दिपवणारे तेजस्वी किरण. 'राजकुमारांनो, तुम्ही आपापल्या धनुष्याला प्रत्यंचा जोडून सज्ज करा. बाणही सज्ज असू दे. मी ज्याचं नाव घेईन, त्यानं त्याच क्षणी बाण सोडून ती घार पाडायची.'

एकाग्रता! अर्जुनाची एकाग्रता! गुरू सांगतात, ते एका अंशाएवढं असेल, तर शंभर अंशाएवढं साधनेत आहे. दृष्टी, मनगट, दंड, बोटं एक बिंदू आणि एक क्रिया होऊन...

उठता-बसता, स्वप्नातही साधना! छातीच्या उजव्या भागावर प्रत्यंचेच्या टणत्कारासरशी रक्त फुटून, जखम बुजून, पुन्हा रक्त फुटून... किती तरी वेळा असं होऊन तो भाग कसा टणक, खडबडीत झाला आहे! सोळा वर्षं पूर्ण

होण्यापूर्वीच! त्याची डाव्या हाताची बोटं उजव्या मनगटावरून, दंडावरून, खांद्यावरून, छातीवरून फिरली. अंहं! जखमा होऊन होऊन त्या भागांची संवेदनाच नाहीशी झाली आहे. एकचक्रा नगरात ब्राह्मण-वेषात भिक्षा मागताना या खुणा लपवताना किती त्रेधा उडत होती!

गुरू! 'बाळ अर्जुना, जसा शिष्य योग्य गुरूच्या शोधात फिरत असतो, तसा गुरूही योग्य शिष्याच्या शोधात असतो. आपली कीर्ती वृद्धिंगत करणारा शिष्य मिळू दे, अशी त्याचीही प्रार्थन असते. या द्रोणाचं नाव अजरामर करणारा फक्त तूच आहेस. तुझी एकाग्रता अशीच वृद्धिंगत होवो! आणखी साधना कर. पुन्हा पुन्हा लक्ष्यभेद कर. मोठमोठ्या धनुष्यांनी दृष्टीच्या कक्षेत येणार नाही, एवढ्या लांब बाण सोडायची सवय कर. फक्त कुठं तरी टोचणं एवढंच तुझ्या बाणानं घडता कामा नये. तो इतक्या ताकदीनं सोड, की जिथं बसेल, तिथला तुकडाच पडला पाहिजे! कुऱ्हाडीचा घाव बसावा, तसा बसला पाहिजे तुझा बाण! तुझ्या बाणांनी अर्जुन-बाण हे बिरुद मिळवलं पाहिजे!' कुणालाही फारसं जवळ न घेणारे माझे गुरू– त्या दिवशी त्यांनी किती प्रेमभरानं मला कवेत घेतलं. होतं! 'यानंतर मी तुला प्रत्यक्ष बाण मारून दाखवणार नाही. फक्त काय केलं, तर काय होईल, एवढंच सांगेन. ते ऐकून, तू तसं करून दाखवायला हवंस.'

त्यांना डोळे भरून पाहून तेरा वर्षं होऊन गेली. तशी प्रकृती चांगली आहे, म्हणे. तरीही चेहरा उतलाय्, म्हणत होतं कुणी तरी. क्षत्रिय प्रवृत्तीच्या मुलाचं मन ताब्यात राहात नाही, हे त्यांच्या मनातलं शल्य. गोग्रहणाच्या वेळी त्यांनी मला पाहिलं, म्हणे. मला मात्र ते दिसले नाहीत. द्वारकेहून आल्यावर काही तरी करून त्यांना भेटून चरणस्पर्श करायला पाहिजे!

रस्ता उताराचा होता. गच्च ओढून धरलेला लगाम सारथी हळूहळू सोडत होता. थोडा उताराचा रस्ता संपल्यावर पुन्हा सरळ रस्ता सुरू झाला. मध्यंतरी मंदावलेला रथांचा वेग पुन्हा वाढला.

वाळ्याचं दाट छत सोडलं, की भोवताली दिसणारं आकाश. मधूनच दिसणाऱ्या क्षितिजापर्यंत पसरलेल्या टेकड्यांच्या रांगा. धुळीनं भरलेल्या आकाशातली मंद नक्षत्रं.

उजव्या बाजूला दिसणारी अस्पष्ट नक्षत्रं पाहता पाहता एकाएकी वाटलं :

होऊ दे हे युद्ध! आजवर संपूर्ण आर्यावर्तात कुणीही पाहिलं नसेल, असं धनुर्विद्येचं कौशल्य दाखवीन! अर्जुन कुठल्या दिशेला आहे, हे कळायच्या आधी

अर्जुन-बाणांनी त्यांची मुंडकी छाटली पाहिजेत! लांबून फक्त दहा अर्जुन-बाण येऊन सैन्यात कोसळले, तरी सगळं सैन्य सैरावैरा पळत सुटेल! ह्या अर्जुन-बाणांचं कौशल्य सूतांनी कवनांमध्ये गुंफून क्षत्रियांच्या पुढच्या किती तरी पिढ्यांना ऐकवलं पाहिजे. अर्जुनाचं नाव अजरामर व्हायला पाहिजे– आकाशात चमकणाऱ्या अमर नक्षत्रांसारखं! मग? युद्ध संपल्यावर स्वत: आचार्य मला मिठीत कवटाळत म्हणतील, 'माझ्या कल्पनेपेक्षाही उत्तुंग अस्त्रविद्या आहे तुझी! पूर्वी होऊन गेलेल्या इंद्राचं नाव जसं आजच्या वेदांमधून गायिलं जातं, तसं तुझंही नाव वेदांमधून गायिलं जाईल! मी स्वत: चार सूक्तं रचून वेदांमध्ये गुंफेन.'

इंद्रापेक्षा कोण मोठं आहे? यस्मादिंद्रावृहत: किंचनेंमृते विश्वान्यस्मि समृतापि वीर्या– इंद्राचीच पूजा करून योद्धे युद्धावर जातात ना! इंद्रभक्ताचा कुणीही अपाय करू शकत नाही. पराजय करणार नाही. मृत्यू जवळपास फिरकत नाही. कस्त्वं इंद्र त्वा वसुमामत्यों दधर्पति– दाशराज्ञ राजसुधासनीला जय मिळवून दिलास, तो तूच ना! तृत्सूच्या स्तुतीनं प्रसन्न होऊन तू सुदासच्या शत्रूला परुष्णी नदीत बुडवलं नाहीस का! पुढं ठाकलेल्या धार्तराष्ट्र्य युद्धात जय मिळवून देणारं नाव या अर्जुनाचं असू दे. किती दिशांनी किती राजे येताहेत या युद्धासाठी. संपूर्ण आर्यकुलात एवढं मोठं युद्ध या आधी कधी झालंय्, की नाही, कोण जाणे! अशा युद्धात जय मिळवण्यासाठी मीच जबाबदार झालो, तर! इंद्र! देवकुलातल्या इंद्रापासून मी जन्मलो. इंद्रा, तुला शोभेल, असा माझ्या हातून पराक्रम घडावा, म्हणून तुझा माझ्यावर अनुग्रह असू दे. मी तुझा पुत्र आहे. माझं नाव उजळून निघण्यासाठी तरी हे युद्ध होऊ दे, मोठं युद्ध होऊ दे!

आकांक्षा-परवशतेत बुडालेल्या अर्जुनानं डोळे मिटून घेतले. डोंगरांच्या मधून कुठून तरी ऐकू येणारा वाहत्या नदीचा आवाज, उजव्या बाजूला पसरलेली दाट झाडी, रथांच्या चक्रांचा लयबद्ध आवाज, मधूनच ऐकू येणारं घोड्याचं खिंकाळणं– सारं काही त्याच्या एकाग्रतेच्या परिघाच्या बाहेरच राहिलं.

थोड्या वेळात चंद्र उगवला. दिवसभराच्या उन्हातली शोषून घेतलेली उष्णता डोंगर-टेकड्या हळूहळू बाहेर टाकत असल्या, तरी शांत चांदणं थंडाव्याचा आभास निर्माण करत होतं. अंधारात स्वत:च्या अंतर्यामी वळलेलं अर्जुनाचं मन आता बाहेरच्या मोहकतेत रमून गेलं. वीरासन मोडून तो सुखावह वाटणाऱ्या स्थितीत बसला. हातातल्या धनुष्याची फारशी आवश्यकता वाटेना. घोड्यांची शुभ्रता ओळखू येईल, एवढं चांदणं पसरलं होतं.

सारथ्यानं मान वळवून मागं पाहिलं आणि विचारलं,

"आम्ही जागे असताना तू का जागा राहतोस, महाराजा? शांत वेळ आहे.

थोडी झोप काढ.''

चंद्राच्या सर्वांगालाही धुळीचा लेप लढला होता, आता पाऊस आल्याशिवाय तो जाणार नाही.

तिकडे पाहत अर्जुन म्हणाला,

''आठ-आठ, दहा-दहा दिवस झोप मिळाली नाही, तरी मी असाच उभा राहीन. थोडाही न थकता.''

पुढं काही न बोलता सारथी घोड्यांकडे वळला. घोडे मुकाट्यानं पुढच्या रथाच्या मागून चालले होते. सारथी पेंगत असल्याचं लक्षात आलं, तरी अर्जुनानं तिकडं दुर्लक्ष केलं.

पांचालीच्या स्वयंवराच्या वेळी मत्स्यभेद केल्यावरच 'अर्जुनासारखा धनुर्धारी संपूर्ण आर्यावर्तात नाही,' अशी ख्याती झाली ना? किती वर्षं झाली त्या घटनेला? झाली असतील सव्विसाहून जास्त! जुनं नाव झालं ते, जुनी पिढी विसरत चालली. नव्या पिढीला नेमकं ठाऊक नाही. हे युद्ध होऊ दे! मग सगळ्यांनाच दिसेल अर्जुनाची भुजशक्ती आणि आयुधसिद्धी किती असामान्य आहे, ते! गुरुनीं घातलेला पक्का पाया आणि त्यावर या अर्जुनानं केलेली अमोघ साधना! म्हणजे नेमकं काय आहे, हे आजवर कुणालाच समजलं नाही. प्रत्यक्ष दाखवून द्यायचा प्रसंगही आला नाही. या अर्जुनानं बारा वर्षांचा वनवास फक्त शिक्षा म्हणून भोगला नाही! पहिली सहा वर्षं तर रानटी, हिंस्त्र प्राण्यांच्या शिकारीतच गेली. दूरवर पळणारी चंचल हरणं, मधूनच मिळणारे वाघ, चित्ते– किती साधना केली तिथं! 'अर्जुना, जर युद्ध झालं, तर आपण जिंकणार आहोत, ते तुझ्याचमुळं. आचार्यांकडून तू शिकलास, ते अथांगच आहे. पण संख्याबलापुढं गुणबलानं सामोरं जाण्याचा प्रसंग आपल्यावर येणार आहे. तो हिमालय चढून जा, तिथं असलेल्या किरातांची तुलाही माहिती आहे ना? झोपलेल्या सिंहाला डिवचून जागं करून बाणानं पुन्हा झोपवतात, म्हणे ते लोक! त्यांच्यापैकी कुणाशी तरी स्नेह संपादन करून तू त्यांची धनुर्विद्या शिकून घे. त्यानंतरही माघारी न येता तसाच आपल्याला जन्म देणाऱ्या देवलोकात जाऊन ये. नाव सांगितलंस, तर तुझा जन्मदाता इंद्र तुझं निश्चित कौतुकानं स्वागत करेल. माझ्या आणि भीमाच्या जन्मदात्यांनाही आवर्जून भेटून ये. शिवाय नकुल-सहदेवाच्या जन्मदात्यांनाही. ते सगळे तुला निश्चितच आपलं ज्ञान देतील. आम्हां आर्यांचं प्राचीनतम ज्ञान त्या देवजनांना ठाऊक आहे. पर्वताच्या टोकावर उभं राहून खाली खोलवर दरीत कणाएवढ्या किंवा अजिबात न दिसणाऱ्या लक्ष्याचाही वेध घेणारी दूरगामी बाणदृष्टी आहे त्यांची!'

तेवढी द्यूताची गोष्ट सोडली, तर थोरल्या धर्मराजाला जेवढा विवेक आहे, तेवढा इतर कुणालाही नाही. गुरूंनी शिकवलं. पाया पक्का करून घेतला. पण साधना केली नसती, तर गुरूंनी शिकवलं, त्याचं सार्थक झालं असतं का?

अर्जुनाचं मन शिक्षण आणि साधनेकडे तुलनात्मक दृष्टीनं पाहू लागलं.

तेच गुरू असून माझ्याइतकी बाणशक्ती इतर कुणालाच का आली नाही? कारण तिथं अभाव होता अर्जुन-साधनेचा!

तरीही त्याच्या मनात गुरूंविषयी प्रेममय भक्ती भरून आली.

किरात आणि देवलोकात जाऊन मी शिकून यावं, हा विचार त्याचाच. ही दूरदृष्टी आणखी कुणाला आहे? त्यानं मला एकट्याला नदीच्या काठावर घेऊन जाऊन सांगितलं होतं, 'तुला जेवढं धैर्य, शौर्य आणि त्याच्या बरोबरीनं धर्मज्ञान आहे, तेवढं आणखी कुणालाही नाही. किती केलं, तरी नकुल-सहदेव लहान आहेत. कुठलीही गोष्ट ते स्वतंत्रपणे करणार नाहीत. तूच एक माझा योग्य असा धाकटा भाऊ आहेस. दुर्योधन राज्य परत देईल, तो तुझ्या धनुष्याच्या टणत्काराला घाबरूनच. भीम आपल्या पद्धतीनं शत्रूवर झेप घेऊन ठार करू शकतो... पण ते झालं पशू-पातळीवरचं युद्ध. लांबून बाणांचा योग्य वापर करून शत्रूची दाणादाण उडवणं हे पुढारलेलं अस्त्र आहे. शस्त्रापेक्षा अस्त्र नेहमीच वरचढ असतं.'

त्याला धनुष्य-बाणाचं खरं महत्त्व ठाऊक आहे! दगडी शिळा, झाडाचं खोड असली रानटी लोकांची ओबडधोबड शस्त्रं वापरणाऱ्या भीमाला कसं ठाऊक असणार ते? 'हातात गदा घेऊन धृतराष्ट्राच्या मुलांना ठेचून काढीन!' अशी भर सभेत प्रतिज्ञा करणाऱ्या भीमाला युद्धतंत्राची माहिती आहे का? समोरून बाणांचा वर्षाव होऊ लागला, तर गदा घेऊन शत्रूच्या जवळ तरी कसं जाऊन पोहोचायचं? तो वापरत असलेल्या शस्त्रांसारखंच त्याचं बोलणंही ओबडधोबड. फक्त ठेचून काढणं म्हणजे युद्ध का? तिथं तर कौशल्य हवं. पाहणाऱ्यांनी, ऐकणाऱ्यांनी चकित होऊन तोंडात बोटं घालावीत, असं कौशल्य!

शुभ्र चांदणं. थोड्या अंतरावर दिसणाऱ्या मैदानावर थोरल्या घंगाळात भरून ठेवलेल्या दुधासारखं दिसणारं चांदणं! धुरळा उडवत, खडखडाट करत जाणारी रथांची रांग चांदण्याचा सत्यनाश करत आहे, असं त्याला उत्कटतेनं वाटत होतं. सगळे रथ थांबवण्याची वेडी, पण उत्कट इच्छा मनात दाटून आली. पण कारण काय सांगायचं? कुणी प्रत्यक्ष कारण विचारायला धजावलं नाही, तरी मनात वेडा म्हटल्याशिवाय राहणार नाहीत.

तो सभोवताली पाहत होता.

इथं उकाडाही बेताचा आहे. निःशब्द चांदण्यानं उकाडा कमी केला आहे.

जागृतावस्था आणि निद्रा यापेक्षा वेगळंच समाधान मनात जन्म घेतंय्.

एकाएकी आठवण घेऊन त्यानं हाक मारली,

''सारथी...''

तो झोपेत असल्याचं लक्षात येताच बसल्या जागेवरून उठून अर्जुनानं एका बाणाच्या शेपटीनं त्याच्या मानेला स्पर्श केला.

सारथी दचकून जागा झाला. त्यानं तत्परतेनं मागं वळून पाहिलं.

अर्जुनानं विचारलं,

''सोमरस आहे का?''

''शुद्ध सोमलतेचा नाही. शिंदीच्या झाडापासून काढलेला आहे, म्हणे. वृक्षस्थळापाशी एक चामड्याची पिशवी भरून घेतली होती. पण उकाड्यामुळं थोडा आंबूस झाला असेल.''

''त्यात मिसळायला दूध नाही का?''

''नाही, महाराजा.''

''ठीक आहे. दे तोच थोडा.''

सारथ्यानं रथ थांबवला नाही. त्यानं पुढच्या रथातल्या माणसाला ओरडून सांगितलं. त्यानं पुढच्या माणसाला ओरडून सांगितलं. चौथ्या रथात भरून ठेवलेली शुद्ध सस्य सुरा त्यांनी रात्री बरीच संपवली होती. उरलेली थोडी सुरा लाकडाच्या मोग्यात घालून धावत्या रथातून एकजण उतरला. अर्जुनाच्या सारथ्याच्या हातात देऊन पुन्हा पळत आपल्या रथात जाऊन चढला. सारथ्यानं आदरानं दोन्ही हातात तो मोगा घेऊन अर्जुनाच्या समोर धरला.

त्याचं झाकण काढून दोन घोट पोटात ढकलल्यावर अर्जुनाला शेजारी झोपलेल्या पत्नीची आठवण झाली. तिला उठवून थोडी सुरा द्यावी, असं वाटलं. तिलाही आपल्याइतकीच सुरा आवडते, हेही आठवलं. द्वारकेची सगळीच मंडळी सुराप्रिय!

बसल्या ठिकाणावरून त्यानं तिचा दंड हलवला. तिला जाग आली नाही. पुन्हा हलवलं. थोडी जाग आली असावी. तिनं डोळे किलकिले केले, कूस बदलली आणि हेलकावे खाणाऱ्या रथात पुन्हा झोपी गेली.

तो वैतागला. थोडा रागही आला.

आता आणखी हलवून जागी करून सुरा पाजली, तरी तेवढी पिऊन ती पुन्हा झोपी जाणार! प्यायचं, ते निद्रेच्या डोहात बुडी मारण्यासाठी नव्हे.

त्यानं आणखी दोन मोठाले घोट घेतले. आंबटपणा थोडा वाढला होता.

वृक्षस्थानी पोहोचलो, तेव्हा नुकतीच झाडावरून उतरवली असावी. त्यात दूध आणि मध घातला, तर कशी योग्य सुरा होते!

एकाएकी त्याला एकट्यानं प्यायचा कंटाळा आला.

योग्य सखा नसेल, तर त्या सुरापानाला काय अर्थ आहे?

या विचारात गुरफटून जात असतानाच स्वतःला त्यातून बाहेर काढत त्यानं रथाबाहेर दृष्टी फिरवली.

दूरवरच्या डोंगरांच्या पाठीमागून दुसऱ्या डोंगरांमागे मुळीच आवाज न करता मार्दवतेनं तरंगणारा चंद्र प्रवासातला सखा बनलाय्. मध्येच घोड्यांचं खिंकाळणं. रथांची चाकंही निःशब्दपणे चालायला शिकली आहेत. चांदणं निःशब्दपणे उतू जातंय्.

आणखी दोन घोट घेऊन, मोगा मांडीवर घेऊन तो स्वस्थ बसून राहिला.

सखा हवा! सोबती हवा. एवढ्या वेळात किती लांब गेलाय्, कोण जाणे! त्याच्या रथांचा प्रवास नेहमीच सुसाट वेगात असतो. दमणूक, ऊन्हं, थंडी, पाऊस– कशाचाही विचार न करता सारख्याच वेगानं जे करायचं, ते करून मोकळा होतो तो! इतरांची डोळ्यांची पापणी हलायच्या आधी, जे करायचं, ते यानं केलेलं असतं! त्याची साथ असताना असं एका रथात बसून, एकाच पात्रातली घोटघोटभर सुरा घेत असं चांदणं अंगावर झेलणं...! बारा वर्षांचा वनवास आणि एक वर्षाचा अज्ञातवास किती एकाकीपणात गेला! त्यानंतर उपप्लव्यनगरीत आलेला सखा मात्र परवा संध्याकाळपर्यंत माझ्याबरोबरच होता. धर्मराजानं त्याच वेळी सांगितलं असतं, तर दोघंही एकाच रथात बसून गेलो असतो. तो असला, की उकाडा, ऊन्ह, धुरळ्याचं-घामाचं अंग लेपन– काही काही जाणवत नाही. काही न बोलता मौनपणे बसून राहिलं, तरी सुखच सुख!

त्याच्या नकळत त्याच्या हातांनी पात्राचं तोंड उघडलं. मनानं नकार देऊन पुन्हा बंद केलं.

डोंगरामागून आलेला चंद्र एका भल्यामोठ्या वृक्षात अडकून बसला होता.

सुरापान असो, मधुपान असो, सोमपान असो, खरी साथ देणारी ती एकटीच! चार रात्रींनंतर एकदा बाहेरच्या थंडी, उकाडा, पाऊस, अंधार यांचा विसर पाडून सगळीकडे शीतल चांदणं सांडणारी, मला शब्दांत पकडून-हरवून विजयाचे भाव उभारणारी, माझ्या साऱ्या स्वप्नांना ऊत आणून पुन्हा पुन्हा भरून टाकणारी, पुढच्या चार दिवसांचा विरहही भरून निघेल, अशी स्वप्नं उभारणारी माझी सखी! पाच वर्षं! तिच्यापुढं मन मोकळं करताना माझ्या सगळ्या आशा-आकांक्षा प्रत्यक्ष रूप घेऊन साकार होत होत्या. ती माझ्यापासून दुरावली आणि

मनातल्या आकांक्षाच वठून जाऊ लागल्या. पुढं स्वप्नं नसलेली भाकड जागृतावस्था माझा विधिलेख होऊन बसली! कुणी दूर केलं माझ्या सखीला माझ्यापासून? कुणी?

पाचव्या दिवसाच्या मेजवानीसाठी चार दिवसांचा उपवास सहन करता येईल. पण पाचव्या वर्षी येणाऱ्या सुगीसाठी चार वर्षं उपाशी राहता येणं कसं शक्य आहे? मला का जाणून घेतलं नाही तिनं? घरभर हिंडणाऱ्या दासींना सेवेसाठी बोलावणं ह्या अर्जुनाला अशक्य होतं. किती लहानपणापासून आईनं आम्हां पाचजणांच्या मनांत बिंबवलं होतं! समान स्त्री नसेल, तर ते कसलं सख्य? पण चार वर्षं? एवढा मोठा काळ? तिनं तरी या पाळीला एवढं कठोर व्रत का मानावं? तिनं संमती दिली असती, तर धर्मराजा काही मध्ये पडला नसता, हे निश्चित. भीमानंही आक्षेप घेतला नसता. धर्म-न्यायात गढून जाणाऱ्या धर्माची गोष्टच वेगळी. दिवसभर अंग-साधनेत गढून गेलेल्या भीमाला घामानं थबथबून जाण्यातच अधिक गोडी वाटत होती. नकुल-सहदेव तर आपली अपेक्षा फारशी व्यक्तही होऊ देत नव्हते. माझ्यासमोर उभं राहून आक्षेप घेण्याची त्यांची ताकदही नव्हती. या अर्जुनाचे देहधर्म वेगळे आहेत, हे तिला समजलंच नाही का? की व्रताच्या नावाखाली ती मला मुद्दामच लांब ठेवू पाहत होती? तिच्या मनात काय होतं, ते आजवर मला समजलं नाही. तिनं तशी संधीही दिली नाही मला.

सखी, खरोखरच तू हट्टी! या हट्टानं तू मला तडफडायला लावलंस, अजूनही तडफडायला लावतेस. तू आणि मी एक होऊन या तडफडण्याचा अंत करावा म्हटलं, तर तशी तू मला संधीही दिली नाहीस. या सुभद्रेबरोबर द्वारकेहून निघताना जो उल्हास मनात भरला होता, तो इंद्रप्रस्थ दोन दिवसांच्या अंतरावर आलं, तेव्हा राहिला नव्हता. तुझी शक्ती भरून राहिलेल्या क्षेत्रात आणखी कुणाचं अस्तित्व असणार? खजील होऊन नगरीत प्रवेश केल्या केल्या हिला तुझ्यापाशी घेऊन येऊन 'कनिष्ठ बहिणीचा स्वीकार कर', म्हटलं, तेव्हा किती शांतपणे आणि ताठ मानेनं तू हिला छातीशी धरलंस! रडली नाहीस, संतापली नाहीस. उदासीनताही दर्शवली नाही. हिच्यामुळं किंवा या माझ्या लग्नामुळं आपलं काहीच बिघडलं नाही, असं दर्शवणारा तुझा ताठा! सखी, यामुळंच तू मला खाली मान घालायला लावली आहेस का? आता समजतंय् मला. दुसऱ्या दिवशी तुला एकटीलाच भेटलो, तेव्हा किती शांतपणे तू म्हणालीस, 'अखेर कपट साधलंस ना! तू सुखात राहा!' आवाज शांत असला, तरी त्यातली

आर्द्रता या अर्जुनाला कळल्याशिवाय राहील का? डोळे कोरडे होते, तरी तुझं मन समजल्याशिवाय कसं राहील? पण मी काही म्हणायच्या आत 'आता खोटं बोलू नकोस. मला जिंकून आणल्याचा अहंकार मनात आहे ना! अहंकारातूनच असा हट्ट जन्म घेतो–' म्हणत ताठ मानेनं आत निघून गेलीस तू!

खराच का माझ्या मनात असा अंहकार होता? गाव सोडून निघून गेलो, तेही कोणाला न सांगता, तो फक्त एवढ्याच कारणासाठी? की तुझा हट्ट त्याला जबाबदार होता?

स्वयंवराच्या मंडपातल्या प्रत्येकानं विचलित व्हावं, असं रूप. अंहं. फक्त रूप नव्हे. बांधा, चेहऱ्यावरचे भाव, आत्मविश्वासपूर्ण हालचाली. पण जिंकला, तेव्हा अशक्यप्राय पराक्रम केल्याचा विजयी भाव. त्यांनतर चढाई करून आलेल्या क्षत्रियांशी झगडून तिच्याबरोबर कांपिल्याच्या रस्त्यावरून पायी येत असताना ऊर अभिमानानं कसा भरून आला होता!

कुंभाराच्या घरामागच्या झोपडीत आलो, तेव्हा इतर चौघांचंही मन तिच्यावर जडल्याचं समजलं. आईनं मला एकट्याला बाजूला घेऊन सांगितलं,

"बाळ, स्वयंवराचा पण तू मोडला आहेस. जसं युद्धाचं फळ सगळ्या सहोदरांना सारखं मिळतं, त्याचप्रमाणे ही मुलगीही सगळ्यांना सारख्या प्रमाणात मिळावी. नाही तर तुमचं ऐक्य फुटून त्याचा चुरा होईल आणि तुमचाही नाश व्हायला वेळ लागणार नाही. तुमच्याच हितासाठी सांगतेय्, बाळ, हे!"

आईचं बोलणं ऐकताच मला तिच्यावर कुठलाच अधिकार वाटेनासा झाला. मनातली तिच्याविषयीची आशाही पार मरून गेली. मनातली निराशा तशीच गाडून टाकत म्हणालो,

"ते चौघंही तिच्याशी लग्न करू देत. मी असाच ब्रह्मचारी होऊन राहीन."

"तू असं म्हणून तुमची एकता राहणार नाही, बाळ! समान वाटून घ्या. असमान नव्हे..." किती तरी वेळ आई सांगत बसली होती. माझी समजूत काढत होती.

असा अलिप्त होऊ शकणारा अहंकारी असेल? जिच्यावर संपूर्ण अधिकार आहे, तिला पाचजणांमध्ये वाटून घेणारा महान त्यागी अहंकारी कसा असेल?

आणखी दोन घोट घेण्याची प्रबळ इच्छा झाली. झाकण काढून दोन घोट घेतल्यावर ओठ पुसताना आठवलं :

जे अवगुण आपल्यात नाहीत, त्यांचा उल्लेख करून कुणी दोष दिला, तर राग आल्याशिवाय राहील का? तिनं अहंकारी म्हणताच मला राग आला, यात

माझं काय चुकलं? का असा नाही तो दोषारोप करावा तिनं? मला आता कुठलाच अधिकार नको. जे आहे, ते स्वहस्ते इतर भावांना देऊन निघून जातो, याच भावनेनं मी गाव सोडलं ना? का सोडलं गाव? राग होताच. ही नकोच, अशी त्याग-भावनाही होती.

वीस वर्षांपूर्वी भरून येऊन उतरून गेलेल्या मनाचं स्पष्ट चित्र आता उमटत नाही. मी का निघून गेलो, हे मलाच समजत नाही. सोबत थोडे अंगरक्षक घोडेस्वार होते. हातात होतं अजोड असं अर्जुनाचं धनुष्य! तिशीचं भर तारुण्याचं वय. आर्यावर्ताच्या कुठल्याही कोना-कोपऱ्यात स्वयंवर असू दे, द्रुपदानं ठेवलं होतं, तसलं एकच नव्हे, चार-सहा, नव्हे, शेकडो धनुष्यं वाकवावी लागली, तरी हरकत नाही, स्पर्धारहित स्वयंवर असलं, तरी चालेल. हजारांत उठून दिसेल एवढं रूप आहे! स्वयंवर-मंडपात मी हजर असताना कुठली राजकुमारी दुसऱ्या कुणाच्या गळ्यात वरमाला घालेल? आणि तिनं तसं वरलं, तर अशी मूर्ख मला साजेशीच नसेल, हेच खरं.

पण मुलगा न सांगता सवरता निघून गेला, म्हणून आई हवालदिल होईल किंवा एवढा शूर भाऊ नाहीसा झाला, म्हणून भाऊ तडफडतील, असं मनातही आलं नव्हतं त्या वेळी! असं का? कितीही आठवायचा प्रयत्न केला, तरी आठवत नाही. नवी गावं, नवे देश, नवे डोंगर, अरण्यं, नद्या, भाषा, नवे लोक पाहून मोठं व्हायची इच्छा? या अर्जुनानं जेवढी गावं पाहिलीत, तेवढी आणखी कुणी पाहिली आहेत? संपूर्ण आर्यजगताचं चित्र काढून दाखवण्याएवढा तपशील साठलाय् या अर्जुनाच्या अनुभवविश्वात!

रथाच्या हेलकाव्यानं हलणार नाही, अशा रुंद तळ असलेल्या पात्राचं झाकण बंद करून त्यानं ते रथाच्या कोपऱ्यात ठेवलं.

रथाच्या माथ्यावर आलेला चंद्र पाठोपाठ होता– मागोमाग येणाऱ्या कुत्र्याच्या पिल्ल्याप्रमाणे. डोंगरांच्या रांगा, वृक्षाच्या फांद्या यामध्ये अडकून राहत नव्हता.

कुठं जायचं, ते न ठरवता इंद्रप्रस्थाहून बाहेर पडलो, तो सरळ उत्तरेकडे का निघालो मी? गंगा नदी डोंगरातून उतरून सपाट मैदानावर उतरते, तिथं गंगाद्वारात का मुक्काम केला? तिथून हिमालय चढून जिथं जन्मलो, वाढलो, त्या पठारावर जायची इच्छा होती का? अजूनही जीव खूप उबून गेला, की त्या पठाराची आठवण येते. उन्हाळ्यात तेजस्वी हिरव्या रंगानं आणि हिवाळ्यात शुभ्र चमकदार बर्फानं भरलेले तिथले डोंगरांचे चढउतार! पर्वतांच्या आडोशाला दोन-चार घरं बांधून भावंडांमध्ये वाटून घेण्यासाठी चार-सहा बायका. शांत, गोंधळ नाही.

कुठल्याही राज्याच्या राज्यात समाविष्ट न होणारं जीवन. तिथं जायचं मनात होतं. पण नाही गेलो. घोड्यावर बसून आंबून गेलेला देह, घाम, धुरळा धुऊन काढण्यासाठी शीतल, सुखावह गंगेच्या प्रवाहात छातीभर पाण्यात बसून उत्तरेकडच्या डोंगरांची रांग पाहत असतानाच जवळ येऊन किती स्पष्टपणे विचारलं उलूपीनं! 'सुंदरा, राजकुमार दिसतोस. तू कुठला सुंदर देश अलंकृत केला आहेस? केवळ माझं सुदैव, म्हणूनच तू इथं आला आहेस का?'

या नाग मुलींचं स्वातंत्र्य! त्यातही त्या पर्वताकडचे नाग. तिचा पिता आर्य होता, म्हणे. घरात अग्निपूजा करत असले, तरी मुलीच्या स्वातंत्र्याला बंधन घातलं नव्हतं. या भागाकडच्या नागांनी मात्र आर्यांची बंधनं स्वीकारली आहेत. आपापल्यात वागताना स्वातंत्र्य असलं, तरी आपल्या स्त्रिया दुसऱ्या समाजातल्या पुरुषांबरोबर गेल्या, की त्यांना अपमान वाटतो. तरीही आजवर कुणाही आर्यकन्येनं नागपुरुषाशी विवाह केलेला नाही, यावर त्या पुरुषांचं मत, 'कशावर भुलून लग्न करायचं? आणि केलं, तरी तिला जिवंत ठेवतील का आमची माणसं!' तरीही अर्जुनाला अभिमान वाटला. रथाच्या हेलकाव्याबरोबर त्याची मानही हलत होती. एवढा वेळ बसूनही कंबर वाकली नव्हती. पाठीचा कणाही अवघडल्यासारखा झाला नव्हता.

हत्ती माणसाळवणाऱ्या नागप्रमुखाची मुलगी. फक्त वेळूंनी बांधलेलं घर. त्याच्याच भिंती. त्याचीच चटई, त्याचंच छत. मोठ्या मोठ्या कळकाच्या गंजाच्या आकाराच्या उभट पात्रांमध्ये रुचकर सुरा. ऐरावत कुळातले, म्हणे. मुलगी माझ्यावर मोहून गेली. आणि मला बोलावून घेऊन गेली, तेव्हा कौरव्यानं किती आदरानं स्वागत केलं! मी गंगेच्या पाण्यात उतरलो, त्याच वेळी मला पाहताच उलूपीच्या मनात माझ्याविषयी मोह निर्माण झाला, म्हणे. आडपडदा नसलेली, मान-अभिमानापासून मुक्त असलेली आशा. तिच्याकडे पाहताच ती स्वैराचारिणी वाटली नाही. अरण्यात मोकळेपणे विहार करणाऱ्या हरिणीविषयी वाटावी, तशी अनिर्बंध प्रीती माझ्या मनात निर्माण झाली. कामक्रीडेत विशेष प्रावीण्य नाही. मुक्ततेचा जिव्हाळा. माझ्या कलेला अनुरूप अशी मुक्तता. जन्मजन्मांतरीच्या दासीप्रमाणे वश होऊन गेली. तरीही स्वतंत्र हरिणीप्रमाणे लवलवणारा देह. तेजस्वी आरोग्य. पोटात सहा महिने गर्भाचं ओझं घेऊनही माझ्या बरोबरीनं चपळतेनं डोंगरदऱ्यांमधून धावत होती. धनुष्य-बाण घेऊन शिकार करत होती! तिच्या पित्यानं अग्नीपुढं उभं करून, मंत्र म्हणून तिला माझ्यापाशी पाठवल्यावर पुढं ती एकदाही ऋतुमती न होता गरोदर राहिली. किती जवळ आली माझ्या! माझ्यातच मिसळून गेली.

सोबत आलेले अंगरक्षक कंटाळून गेले होते. देशोदेशी भटकण्याच्या उत्साहानं

माझ्याबरोबर आलेले अंगरक्षक या पर्वताच्या पायथ्याशी असलेल्या प्रदेशातल्या इतर नागकन्यांबरोबर किती दिवस रमणार? ते गावी जायची इच्छा बोलून दाखवू लागले, 'या रानटी मुलींचा रूप-बांधा कितीही उत्तम असला, तरी लग्न करायला आर्य स्त्रीच हवी, महाराजा! तू तर इथून निघायची लक्षणं दिसत नाहीत, इथंच राहणार का?'

राग आला. पण माझ्या मनातली भावना मलाच समजली. या अरण्यवासिनीबरोबर कामभावनेची तृप्तता होऊ शकेल. पण...! पुन्हा पांचालीची तीव्रपणे आठवण झाली. तिच्या व्रताचीही आठवण झाली. कामभावनेची मस्ती ओसरल्यानंतरही कंटाळा न वाटू देणारं तिचं सान्निध्य. तिच्या संगतीत मूकपणे झोपून राहिलं, तरी अर्थाच्या विविध छटा स्फुराव्यात, अशी तिची काया. पांचाली म्हणजे फक्त काम नव्हे. ती तर सखी! मनातला काम जागृत नसतानाही प्रिय होऊन राहणारी सखी! त्या वेळी एवढा सगहा अर्थ मला समजला नव्हता. फक्त मूकपणे पांचाली आणि उलूपी यांच्यामधला फरक तीव्रपणे जाणवला. उलूपीची मर्यादा स्पष्टपणे जाणवली. पण पांचालीचं वैशिष्ट्य मात्र एवढ्या तीव्रपणे लक्षात आलं नाही.

मी तिथून जायला निघालो, तेव्हा किती रडली ती! मनात नसताना एखाद्या व्यक्तीबरोबर राहणं त्रासाचं तर खरं. पण स्वत:ला तिथून सोडवून घेऊन निघून जाणं तर फारच कठीण! तिच्या पोटातल्या मुलाचा जन्म झाल्यावर निघायचं म्हटलं असतं, तर त्याहूनही कठीण झालं असतं! अंगरक्षक नभानं खुलासा करून सांगितलं नसतं, तर तिथंच अडकून राहिलो असतो, की काय, कोण जाणे! तरीही किती दु:खी झाली ती! माझाही तिथून पाय निघत नव्हता. राहणंही अशक्य वाटत होतं. किती विचित्र परिस्थिती! तिथून बाहेर पडल्यावर एकाच वेळी मला वाईटही वाटत होतं आणि सुटकेचा नि:श्वासही सोडत होतो ना!

पुन्हा दिशाहीन फिरणं. सहा-सात महिन्यांत मी साधलं तरी काय? फक्त कामतृप्ती? कामभावना म्हणजे सहा महिने जळून नामशेष होणारा ओंडका आहे का? असं दिशाहीन होऊन भटकत राहण्यापेक्षा इंद्रप्रस्थी जाऊन, तिथं असलेल्या दासींपैकी सुंदर युवतींना शोधून किंवा हव्या तर आणखी काही सुंदरी नेमून– या अर्जुनाच्या सेवेसाठी आपण होऊन येणाऱ्या सुंदरींची तरी कमतरता कशाला असेल? इतर राजेही अधूनमधून स्नेहसूचक भेटींमधून दासी पाठवून देत नव्हते का? फक्त स्त्रीसाठी अर्जुनानं असं गावोगावी भटकावं का? इंद्रप्रस्थात राहून दासींना जवळ करणं ही अशक्यप्राय गोष्ट होती, फक्त आईचा सक्त पहारा,

म्हणून नव्हे. काही समजायच्या आधीपासून आईनं त्याविषयी मनात किती तिरस्कार भरून ठेवला होता. आमच्या कोवळ्या मनात हा विचार पेरून तिनं तो जाणीवपूर्वक वाढवला होता. या विषयात संपूर्ण आर्यावर्तातल्या क्षत्रियांमध्ये आम्हांला शुद्ध ठेवण्यास आमची आईच कारणीभूत आहे. आईनं किती स्पष्टपणे सांगितलं होतं– लग्नाच्या आधीचा काम वाईट आणि लग्नानंतर दासीबरोबरचा कामाचा खेळही वाईटच. असं असेल, तर मुलीबरोबर सुंदर दासी का पाठवून देतात! विजयी राजाला नजराणा म्हणून सुंदर तरुणी का अर्पण करतात? त्या दिवशी मी आईशी वाद घालू लागलो, तर किती रडली आई! तिच्या डोळ्यातून अश्रू वाहत असताना वाद घालणं किंवा चर्चा करणं शक्य आहे का? साडेतेरा वर्षं झाली तिला बघून! सगळ्या मुलांवर तिची सारखीच माया आहे. भीमाविषयी थोडं जास्त वाटतं तिला. पण माझ्याबद्दल मात्र न लपवता येण्याएवढं प्रेम! खरा हट्टही तिचाच. निरोप पाठवलाय् तिनं, 'राज्य जिंकून, नंतर घेऊन जा. नंतर हवं तर एकचक्रा नगरीत ब्राह्मणवेशानं भिक्षा मागून खाऊ या. पण मी तुमच्याबरोबर येऊन ते अन्न खाणार नाही.'

रथ थोड्या डाव्या बाजूला वळला, डोक्यावरचा चंद्र एव्हाना पश्चिमेकडे झुकला होता. चांदणं चेहऱ्यावर पडू लागलं. पिंजून रुंद झाल्यासारखा चंद्र मोठा दिसत असला, तरी विषादानं भरून गेल्यासारखा दिसत होता. सगळ्या घोड्यांवर सारखाच आडवा प्रकाश आल्यामुळं गोंधळल्यासारखं झालं होतं. चालून चालून मंदावलेला त्यांचा वेग आणखी कमी झाला.

झोपलेली सुभद्रा एकदम उठून बसली. क्षणभर काही न समजल्यासारखं तिनं सभोवताली पाहिलं. तिची वस्त्रं, केस, चेहरा धुळीनं भरला होता. काही तरी आठवल्यासारखी ती म्हणाली,

"पाणी..."

रथाच्या एका कोपऱ्यात ठेवलेल्या लाकडी उभ्या पात्रात झाकून ठेवलेल्या पात्रातलं भांडंभर पाणी अर्जुनानं तिला दिलं.

गटागटा पाणी पिऊन, चेहरा, मान, गळा, कपाळावर साचलेला घाम पुसून, ती पुन्हा पहिल्याप्रमाणे झोपली.

अर्जुनालाही पाणी प्यायची आठवण झाली. तिनं ठेवलेल्या भांड्यात पुन्हा पाणी भरून घेऊन पिऊन होईतो ती पुन्हा गाढ झोपली होती. तोही फारसा ताठ न बसता सहज बसून राहिला.

मध्यरात्रीची डुलकी काढून पूर्ण जागा झालेल्या सारथ्यानं विचारलं,

"महाराजा, थोडाही झोपला नाहीस. लाज वाटते आम्हांला."

“राजानं झोप काढून कसं चालेल?”

थोडा वेळ तसाच गेल्यावर सारथ्यानं विचारलं,

“एक वर मागू का महाराजांकडे?”

“आमचं राज्य आमच्या हाती आल्याशिवाय मी काय वर देणार?”

“फार काही नाही. आता युद्ध होणार आहे ना! त्या युद्धाच्या वेळी योग्य अशा महारथीचं सारथ्य करायची संधी देशील का? रथयुद्धाचं सगळं तूच ठरवणार आहेस, म्हणे.”

“असा प्रवासाला रथ चालवणं वेगळं आणि युद्ध-रथ चालवणं वेगळं. युद्ध-रथ चालवशील का?”

“मला तेच तर जास्त आवडतं! पण आमच्या मत्स्य-देशात रथ-युद्ध व्हायचं प्रमाणच कमी आहे. त्यामुळं म्हणावी तशी संधीच मिळाली नाही. धनुष्य-बाणाचा सराव आहे. धावत्या घोड्यावरूनही नेमही धरता येतो.”

“बरं. बघू या.” अर्जुनानं आश्वासन दिलं.

हळूहळू चेहऱ्याएवढ्या उंचीपर्यंत उतरलेल्या चंद्राचं चांदणं तो निरखत असताना सारथ्यानं पुन्हा दोन-तीन वेळा मागं वळून पाहिलं. त्याला आणखी काही तरी विचारायचं आहे, हे जाणून अर्जुनानं विचारलं, तेव्हा चाचरत म्हणाला,

“आणखी एक वर...”

“सांग. जमण्यासारखं असेल, तर जरूर करेन.”

“महाराजा, तू तुझ्या देशात निघून जाशील, तेव्हा मलाही घेऊन चल. घोड्यांची काळजी घेणं, रथाची दुरुस्ती करणं, अशी पडतील ती कामं करेन. पोटापुरतं काही तरी द्या, म्हणजे झालं...”

“मत्स्यदेशात कसला त्रास आहे तुला?”

“काय सांगू सगळी कथा!”

“सांग, सांग!” अपरात्रीच्या नीरवतेत अर्जुनाला त्या गप्पांचा विरंगुळा वाटत होता. वातावरणातला धुरळा कमी झाल्यासारखा वाटत होता. त्याचं मन रथ, घोडे, झाडं, चंद्र यांच्याकडे वळलं होतं.

“मी मूळचा केकयदेशाचा, म्हणून सांगितलं ना! इथं आल्यावर मी लग्न केलं. बायको, सासू-सासरेही केकयहूनच आले होते. त्यांना माझ्या बायकोशिवाय आणखी कुणीच मुलगी किंवा मुलगा नाही. एकुलती एक मुलगी. सगळे एकत्रच राहतो. पण बायकोचा नवऱ्यापेक्षा आई-बापावरच अधिक जीव आहे! मी म्हणजे घरातला एक दणकट गडी, एवढंच!”

“वेगळा संसार मांडून बायकोला का घेऊन जात नाहीस?”

“तसाही प्रयत्न केला, महाराजा! पण माझ्या सासूवर सुदेष्णा महाराणीची

भारी मर्जी आहे. मी वेगळं राहायचं म्हटलं, की थेट राजवाड्यातूनच विरोध होतो. आता तुम्ही त्यांचे पाहुणे होऊन उपप्लव्यला आलात. हीच संधी साधून तुझ्या भावाला– नकुल महाराजाला– विनवून इथं आलो. पुन्हा माघारी गेलोच नाही. तुमच्या देशात गेल्यावर बायकोला निरोप पाठवून बोलावून घेतो. आली, तर ठीकच आहे. नाही तर माझा मार्ग मला मोकळा राहील.''

एकाएकी अर्जुनाच्या मनात त्याच्याविषयची अनुकंपा दाटून आली. त्यानं विचारलं,

''तुष्ट नाही का तुझं नाव?''

''होय, महाराजा.''

''लक्षात ठेवेन मी. जरी विसरलो, तरी तू आठवण करून दे. आमच्या राज्यात गेल्यावर तुलाच सारथी म्हणून नेमून घेईन. तोपर्यंत जरी विराट राजाचा निरोप आला, तरी हा आम्हांला हवा आहे, असं सांगेन. झालं ना?''

बसल्या ठिकाणाहून मागं वळून, वाकून त्यानं नमस्कार केला. पुन्हा नीट बसून उत्साहानं घोड्यांना हाक दिली. घोड्यांनीही वेग वाढवण्याचा प्रयत्न केला. पण पुढचे घोडे निवांत चालल्यामुळं हे पाच शुभ्र घोडेही फारशा वेगानं जाऊ शकले नाहीत.

न थांबता घोडे बरंच अंतर चालले होते. रथांची चक्र अविश्रांत एका लयीत फिरत होती. याहून अधिक वेगात जाणं शक्य नाही, हे अर्जुनालाही समजत होतं. एवढ्या वेळात कृष्ण किती दूर गेला असेल, कोण जाणे! त्याला गाठणं आपल्याला जमेल का? की हा वीस दिवसांचा प्रवास एकट्यानंच काटायचा?

तो या विचारात गढून गेला असता पुढचा रथ थांबला. त्याच्या मागचाही थांबला. सारी रांगच थांबली. घोड्यांवरून रस्ता दाखवायला आलेल्यांपैकी एकजण वळून अर्जुनाच्या रथापाशी आला आणि घोड्यावरूनच वाकून आदर दर्शवत म्हणाला,

''महाराजा, पुढं त्या तिथं टक लावून पाहिलं, तर एक बन दिसतं ना? त्याच्या शेजारी जलस्थान नावाचं गाव आहे. नावाप्रमाणे भरपूर पाणी आहे. त्या पलीकडच्या डोंगरात न आटणारा झरा आहे. त्यामुळं डोंगराच्या पायथ्याशी असलेल्या सरोवराचं पाणी कधीच आटत नाही. मत्स्यदेशाची ही पश्चिम हद्द आहे. आता इथं थोडी विश्रांती घेऊन आम्ही माघारी जातो. तुम्हीही उद्याचा दिवस त्या शांत बनात काढून संध्याकाळी पुन्हा प्रवासाला निघावं, हे बरं.''

❑

गावकऱ्यांच्या सहकार्यामुळं दही, दूध, तूप, फळं, मांस यांचा तुटवडा नव्हता, सूर्योदयाच्या वेळी अर्जुनानं स्नान आणि अग्रिकार्य संपवलं. दुधात शिजलेला भात, शिजवलेलं मांस वगैरे जेवून त्या शांत वनात वृक्षांच्या घनदाट सावलीत झोपला. सुभद्रेलाही लगेच झोप लागली होती. इतरही सगळेजण सरोवराच्या पाण्यात घोड्यांना चोळून स्वच्छ करू लागले. रथांवरची धुळीची पुटं काढून झाल्यावर तेही जेवण करून थोड्या अंतरावरच्या झाडाखाली जाऊन झोपले. नेहमीप्रमाणे चार रक्षक हातात धनुष्य-बाण घेऊन चार दिशांना उभे राहिले.

गाढ झोप झाल्यावर पुन्हा एकदा स्नान करून, रस्त्यात पिण्यासाठी पाणी भरून घेऊन, सगळे रथात बसले आणि रथांची रांग चालू लागली, त्या वेळी सूर्य मावळायला चार घटका शिल्लक राहिल्या होत्या. निघण्याआधी अर्जुनानं ग्रामप्रमुखाकडे चौकशी केली. आदल्या दिवशी रात्रीच मध्यरात्र उतरल्यावर वीस रथ याच रस्त्यानं पुढं निघून गेल्याचं समजलं. रात्री मुक्काम न करता पुष्करला निघून गेले, असंही समजलं. तीन दिवसांच्या प्रवासानंतर येणारं गाव म्हणजे पुष्कर. कृष्णाचेच रथ असावेत ते. दूरवरच्या द्वारकेचं नाव सांगण्याऐवजी अलीकडच्या पुष्करचं नाव सांगितलं असेल, एवढंच. म्हणजे आमच्यापेक्षा फारच वेगात गेले म्हणायचे ते रथ. रस्ता ठाऊक असलेल्या सैनिकांना पुढच्या रथात बसवून, त्या पाठोपाठ अर्जुनानं आपला पाच घोड्यांचा रथ घ्यायला सांगितला. पुढच्या सारथ्याला घोडे भरधाव वेगात घ्यायला सांगून मागच्यांनाही वेगात यायला सांगितलं.

ऊन्ह कलायची वेळ असूनही सूर्याची किरणं तीक्ष्ण वाटत होती. असह्य उकाडा. समोरून डोळ्यांत तीक्ष्ण किरणांचे भाले टोचणारा पश्चिमेकडचा सूर्य.

सुभद्रेनं वाळ्याच्या पडद्याचा उन्हापासून आडोसा केला. अर्जुन मात्र आपल्या बाजूचा पडदा न पाडता तसाच बाहेर पाहत बसला. तुष्टही उन्हामुळं वाकून न बसता कालच्यापेक्षा उल्हसित होऊन बसला होता.

अर्जुनाला तुष्टाविषयी आत्मीयता वाटत होती. दुपारच्या वामकुक्षीच्या वेळी तो अर्जुनाच्या स्वप्नातही अस्पष्टपणे दिसत होता. संदर्भ आठवत नव्हता, तरी तो तुष्टच होता, हे मात्र झोपेतून जागं झाल्यावरही स्पष्टपणे आठवत होतं. रात्री प्रवासात त्यानं आपली कहाणी सांगितली होती, ती आपल्याला जशी नेमकी समजली, तशी इतर कुणालाही समजणार नाही, असं अर्जुनाला वाटत होतं. आई-वडिलांना सोडून न येणारी बायको. सासू-सासऱ्यांच्या वर्चस्वाखाली असणारा संसार. त्यांनी दास मानलं नाही, तरी मनात दिवसेंदिवस घर करणारा दास्य-भाव. कुणाला समजणार हे सगळं माझ्याइतकं व्यवस्थित?

उलूपीचा निरोप घेऊन पूर्वेला वळलो आणि मणलूरमध्ये जाऊन पुरता अडकून गेलो मी! राजा चित्रवाहनाकडे जाऊन हस्तिनावतीच्या कुरुकुलातला पांडव-राजकुमार असा प्रवर सांगून त्याच्या आतिथ्यात रमून गेलो होतो, तेव्हा अचानक एक दिवस... म्हणजे अचानक काही म्हणता येणार नाही, म्हणा! राजा चित्रवाहन आपली मुलगी माझ्या दृष्टीला पडावी, या उद्देशानं तिला काही ना काही निमित्तानं माझ्यापुढून मुद्दामच फिरवत होता. त्याचा उद्देशही साध्य झाला. माझं मन तिच्यावर बसलं. खरोखरच इतकी सुंदर होती का चित्रांगदा?

वीस वर्षांपूर्वीचं चित्र जाणीवपूर्वक आठवून पाहण्यासाठी अर्जुन अंतर्मुख झाला.

चित्रवाहन तर आर्य राजा. पण तिच्या सौंदर्यात आर्यांबरोबरच गंधर्ववैशिष्ट्यंही होती.

स्पष्ट पण नाजूक रेषा ओढावी, तसे पारदर्शक डोळे, सडपातळ भुवया, पिवळसर गोऱ्या रंगाचा, लालसर छटेचा, मऊ कांतीचा आकर्षक चेहरा– ती सुंदर नसती, तर या अर्जुनाचं मन तिच्यावर कसं भाळलं असतं? की माझ्या भुकेलेल्या मनाला समोर आलं, तेच पंचपक्वान्न वाटलं असेल? असं असेल, तर पहिली भूक भागल्यावरही तिच्यावरचा मोह का कमी झाला नाही?

"पांडुकुमारा, तुझ्यासारख्या सत्कुलात जन्मलेल्या, बाण-विद्या-चतुर, मनमोहक सुंदरांगाचं माझ्या मुलीवर मन गेलं, याचा मलाही आनंदच आहे. पण तूही माझ्या परिस्थितीचा विचार कर. ही माझी एकुलती एक मुलगी. माझ्या पोटी मुलगा नाही. आमचा सुप्रसिद्ध प्रभंजन वंश पुढं वाढायला हवा. हे आमचं राज्यही राहायला हवं. मी तर आजवर या मुलीलाच मुलगा मानून वाढवली आहे. माझा वंश वाढणार, तो हिच्यापासूनच..."

"म्हणजे? हिचं लग्न नाही करणार का?"

"त्याशिवाय वंश कसा वाढणार? या राज्याची उत्तराधिकारी म्हणून ती इथंच राहील. तिच्या पोटी जन्म घेणारा माझा नातू या सिंहासनावर बसेल. जर याला तुझी तयारी असेल, तर विचार कर. माझ्या मुलीला तुझ्याइतका अनुरूप पती मिळणार नाही. तुझ्यासारखा क्षत्रिय वीर इथला सेनापती झाला, तर राज्याच्या दृष्टीनं हिताचंच आहे. अलीकडे माझ्याही हातून फारसं लढणं होत नाही. उत्तरेचे गंधर्व अधून मधून कुरापती काढत असतात. तुझ्यासारखा परमवीर माझा जावई होऊन इथं राहिला, तर त्यांचीही मस्ती जिरेल."

किती सहजपणे पटलं मला त्या वेळी त्याचं बोलणं!

या तुष्टालाही सुरुवातीला तसंच वाटलं असेल. तोही आपला देश सोडून पोट भरण्यासाठी इथं आलाय्, राजवाड्यात काम करणारे सासू-सासरे. कदाचित त्याची थोडी-फार स्थावर संपत्तीही असेल. एकुलती एक मुलगी. नंतर सारं आपोआप आपल्यालाच मिळेल, या भ्रमातही तो असावा.

पण मी मात्र या भ्रमात मुळीच नव्हतो. मला त्यांच्या सिंहासनाची मुळीच अपेक्षा नव्हती. मग का मी त्याच्या मागणीला होकार दिला? वीस वर्षं झाली. तेव्हा एवढा विचार कुठून असणार? आता त्यावर विस्मरणाचा तलम पडदा आहे. पांचालीवरचा राग? भावंडांपासून दूर राहण्याची इच्छा? आईपासून दूर जाऊन तिला दु:खी करण्याचा सुप्त आनंद? त्या वयाचा अमर्याद उत्साह? नेमक्या कुठल्या विचारानं मी हा निर्णय घेतला?

माझ्या सुंदर देहयष्टीवर आणि रूपावर मोहून गेलेली चित्रांगदा माझी पत्नी झाली. माझ्या धनुर्विद्येवर भाळून माझ्या चतुरपणाला मंदपणे साथ देणारी चित्रांगदा कधीही माझ्यासाठी आपलं सर्वस्व त्यागून निघून येणारी प्रिया झाली नाही. तुष्टाचंही दु:ख हेच. आई-वडिलांनी आपला मुलगा मानून वाढवलेल्या मुलीला सर्वस्व अर्पण करून, नंतर तळमळणं म्हणजे काय, हे कुणालाच समजणार नाही. सांगूनही नेमकेपणानं न समजणारी गोष्ट आहे ही. स्वीकार करणं हा तिच्या स्वभावाचा स्थायी गुण होता; अर्पण करणं हा नव्हे. पण काही बाबतीत अर्पण केल्याशिवाय स्वीकार करणं म्हणजे किती व्यावहारिक स्वार्थ वाटतो, हे तिनं जाणून घेण्याचा प्रयत्न केलाच नाही.

खरं सांगायचं, तर चित्रांगदेत तसा कुठलाच दोष नव्हता. तसंच खूप अपेक्षा ठेवून अपरंपार कौतुक करावं, असंही काही नव्हतं. गरोदर राहिली. या अर्जुनापासून गरोदर राहिली! उलूपीप्रमाणेच एकही ऋतुस्राव वाय न जाता गरोदर राहिली. पण जसा तिच्या पोटातला गर्भ वाढत होता, तशी माझ्या मनातली एकाकीपणाची भावना वाढत होती. चित्रवाहनाचा नातू आणि मणलूर राज्याचा उत्तराधिकारी तिच्या पोटात वाढत होता. तिथं अर्जुनाचं काय होतं? प्रसिद्ध कुरुवंशातल्या पांडुपुत्र अर्जुनाचा अंश प्रभंजन वंश वाढवण्यासाठी वाढत होता. चित्रांगदा अभिमानानं फुलून गेली होती. चित्रवाहनही आनंदात बुडून गेला होता. त्याची बायकोही आनंदून गेली होती. या आनंदात डुंबत असताना या अर्जुनाच्या कुढणाऱ्या मनाचं त्यांना काय?

त्यातच चित्रवाहनाच्या सुदैवानं चित्रांगदेला मुलगा झाला. संपूर्ण राजवाडा आनंदोत्सवात बुडून गेला. आनंदानं नाचणारा आजोबा आणि सुखात डुंबणारी त्याची मुलगी! 'एवढ्या आनंदाच्या प्रसंगी तू इतका गंभीर होऊन का बसलास?'

एवढं विचारण्याएवढं तरी तिला कुठं भान होतं? हीच संधी साधून राज्याच्या उत्तरेकडच्या खेड्यांवर चढाई करून गंधर्वांनी धान्य लुटून नेल्याची बातमी आली नसती, तर त्यांना माझी आठवण तरी आली असती का? मनाची ग्लानता... मग ती कुठल्याही कारणानं आलेली असू दे. ...क्षणार्धात दूर करणारं प्रभावी औषध म्हणजे युद्ध, असं माझं ठाम मत आहे, ते खोटं नाही. माझे अंगरक्षक आणि चित्रवाहनाचं अशक्त सैन्य. पर्वतात असंख्य बाणांचा फक्त वर्षावच करणाऱ्या त्या चोरांबरोबर कसलं युद्ध, म्हणा! पर्वतात राहणारे पोटाला काही मिळेनासं झालं, की धान्य लुटून घेऊन जातात हे चोर! तरीही त्यांना चांगला धडा शिकवण्यासाठी जे सापडले, त्यांना पकडून, त्यांच्या राजाचं गाव आणि घर जाळून टाकलं. आणि मग काय! माझ्या अंगरक्षकांना गंधर्वकन्यांची मेजवानी! अंगाला रंगीबेरंगी रस लेपून, केसांच्या अंबाड्यांवर, बोटं, मनगटांवर, दंडांवर, गळ्यात भरभरून सुगंधी फुलांच्या माळा...! आमच्या स्त्रियांना का येत नाही ही सहज अलंकरणाची कला? मोरपिसं, पोपटांची पिसं, किती तरी रंगांची पक्ष्यांची पिसं, सुंदर रंगसंगतीनं जोडून, छाती, कंबर आणि केसात गुंफून बासरी वाजवत छोट्या छोट्या ढोलांवर ताल धरून नाचू लागल्या, की पाहता पाहता देहभान विसरलं जातं. जर तिथं धान्याची सुबत्ता असती, तर तिथं साक्षात स्वर्गच उभारला असता. शेतीसाठी योग्य अशा सपाट भागातलं अरण्य नष्ट करून त्यांनीही का पिकं काढून नयेत?

समोरच्या डोंगरावर मावळत असलेल्या सूर्याची किरणं डोळ्यांनाच नव्हे, तर शरीराच्या रंध्रा-रंध्रांना चटके देत होती. संपूर्ण जमीन तापून काळ्या पडलेल्या भाजक्या मडक्यासारखी झाली होती. धुरळा. रथांच्या चाकांच्या खिळीवर ओतलेल्या तेलासारखा चिकट घाम. त्या वंगणावर आणि अंगावरच्या घामावर लेपून बसलेली धूळ.

अंगभर लाल माती माखलेली सुभद्रा गळा आणि दंडावरचं वस्त्रं थोडं ढिलं करून वाळ्याच्या पंख्यानं वारं घेत बसली होती. तिच्या घामेजलेल्या दंडावर, मनगट आणि पोटऱ्यांवर अस्पष्ट काळी लव चिकटली होती.

गंधर्व-स्त्रियांचं अंग किती शुभ्र! किंचितही लव नसलेलं नितळ अंग! त्याला अंगावर लव असणाऱ्या स्त्रीची किळस आली. गंधर्व पुरुषांच्या अंगावरही लव कमीच. फार तर तेवढी लव बायकांच्या अंगावर असली, तर हरकत नाही.

त्याआधी कधीच चित्रवाहनानं पर्वताच्या पलीकडे जाऊन त्यांच्यावर चढाई केली नव्हती, म्हणे. त्याचे सैनिकही किती घाबरून गेले होते! धैर्यानं वेगानं

चढाई केली, ती माझ्याच माणसांनी. मेजवानी मिळाली, तीही माझ्याच माणसांना!

पर्वतावरून खाली उतरून आलेल्या झऱ्यापाशी त्या पाचजणी आडव्या आल्या, तेव्हा त्यांच्या हातातले धनुष्य-बाण पाहून किती गंमत वाटली होती मला! स्त्रिया असूनही हातांत धनुष्य-बाण! आणि पक्षी-कीटक मारायचे धनुष्य-बाण घेऊन या अर्जुनावर चालून आल्या त्या पाचजणी! माझ्या हातातल्या धनुष्याचा आकार बघूनच पांढऱ्या फटक पडल्या त्या! आता हा अर्जुन स्त्रियांवर बाण रोखेल का? तरीही आत्मविश्वास केवढा! म्हणाल्या,

"सुंदरांगा, आम्ही पाचजणींनी तुला बंदिस्त केलं आहे. धनुष्य खाली ठेव आणि आम्हांला शरण ये!"

"संपूर्ण गंधर्व लोकच बंदिस्त करायला आलोय् मी!"

"मग कर आम्हां पाचजणींना बंदिस्त..." म्हणत त्यांनी मलाच वेढून अलिंगन दिलं!

"हे पाहा! तुम्हांला पुढं पाठवून भ्याडपणे लपून शरवर्षाव करणाऱ्या तुमच्या पुरुषांचा खेळ इथं मुळीच चालणार नाही माझ्यापुढं!"

"सुंदरा, आम्हांला कुणीच पाठवलं नाही. आम्ही पाचजणी मैत्रिणी आहोत. एकत्र खेळलो, वाढलो. आता एवढं मोठं धनुष्य सहजपणे हाताळत फिरणारी तुझी सुंदर मूर्ती पाहून आम्ही तुला शरण आलो आहोत."

उलूपीसारखं स्पष्ट बोलणं! यांच्या बोलण्यावर विश्वास का ठेवू नये? तरीही सावध असलेच पाहिजे. अंगरक्षकांना हाक मारण्यासाठी मागं वळलो, तर त्यांचा पत्ता कुठं होता! गंधर्व-स्त्रियांना घेऊन झाडांआड, दगडांआड, झुडुपांमागं नाहीसे झाले होते सगळे!...

"काय झालं? काही कारण नसताना आपल्याशीच का हसतोस?" सुभद्रेनं विचारलं.

त्यानं तिच्याकडं पाहिलं.

हसू मावळलं. पुन्हा गंभीर झाला.

ती पंख्यानं वारं घेत होती.

मान वळवून तो बाहेर पाहू लागला.

वाळून शुष्क झालेल्या डोंगर-टेकड्या, पिवळ्या पडलेल्या गवतावर डोळ्यांची तगमग शांत करणारे हिरवे वृक्ष. मृदु पानांनी भरलेली झाडं. रंगीबेरंगी फुलं. झुळूझुळू वाहणाऱ्या पाण्याचा मंजुळ आवाज.

घामाचा आणि किळसवाण्या लवीचा लवलेश नसलेल्या सडपातळ भुवयांच्या,

शुभ्र डोळ्यांच्या पाच तरुणी!...

"सुंदरा, सगळे गंधर्व घाबरून दूरदूरच्या पर्वतांवर आडोशाला पळून गेले आहेत. इथं हातांत सापडलेल्या आमच्या स्त्रियांना तुझ्या सैनिकांनी का अशा क्रूर यातना द्याव्यात? तूही त्यांच्यासारखाच क्रूर, रानटी नाहीस ना?"

त्या रानातल्या सुंदरींकडून रानटी म्हणवून घेताना मीच शरमून गेलो आणि माझ्यावर माझ्या सैनिकांना हाक मारून त्यांना कामकलेतला पहिलाच नियम सांगायची पाळी आली.

"आम्ही पाचहीजणी तुझ्यावर भाळलो आहोत. चालेल? की आमच्यांतली एखादीच पुरेशी आहे तुला?"

काय हा प्रश्न! अंहं! आकर्षण! विचित्र आकर्षण आणि एक प्रकारची पुरुषत्वाचा अहंकार कुरवाळणारी भावना!

"तू हरलास, तर?..." खुदूखुदू हसू. "घाबरू नकोस! आधीच हरलेल्या स्त्रियांना जिंकायला तुझ्यासारख्या पुरुषोत्तमाला काय कठीण जाणार?..."

लाकडांच्या फळ्यांचं घर. मऊ अंथरूण. उत्साह किती तरी पटीनं वाढवणारी आंबट-तुरट-गोड सुरा. मुबलक मध. तीन रात्री... तीन दिवस. झोपेवर विजय मिळवलेला हा अर्जुन आणि त्या पाचजणी. एकीनंतर दुसरी, नंतर तिसरी... पाचवीनंतर पुन्हा पहिली! पाचहीजणी या अर्जुनाला जिंकण्याच्या श्रद्धा-संकल्पानं भारलेल्या! मृदु विलास! असंख्य खेळ! अक्षय आनंदाची पेटती भट्टी! सहस्र वर्षांच्या तपश्चर्येनं या अर्जुनाला साध्य होणार नाही, एवढा तपशील! पेटलेली भट्टी धगधगती ठेवणारी कला!...

"एकटाच का असा मंद हसतोस? केव्हाची पाहतेय्..." सुभद्रेनं विचारलं.

तिच्याकडे रोखून पाहत त्यानं विचारलं,

"एकटीच का वारा घेतेस?"

ती गडबडली. काय बोलावं, ते न सुचून तिनं त्याच्याकडं पाहिलं आणि पुटपुटली,

"...एवढा उकाडा आहे! काय करू मी?"

तो काहीच बोलला नाही. कोपऱ्यातल्या डेऱ्यातलं पाणी घेऊन, गटागटा पिऊन, ती पुन्हा जोरात वारा घेऊ लागली. रसरसता निखारा डोंगराच्या पलीकडे कलंडला. भोवतालचे डोंगर तापून तापून निखाऱ्यासारखे चटका देत होते.

सुस्तपणा. विचित्र दमणूक! शक्तीचा मूलस्रोतच पुन्हा पुन्हा स्रवून, वठून गेल्यासारखी दमणूक! उठून बसायची शक्तीही गमावलेली. छातीच्या फक्त बरगड्याच राहिलेल्या! एकापाठोपाठ येणारे खोल उसासे!...

“सुंदरांगा, तुझी माणसं बाहेर तुझी वाट पाहताहेत. आत पाठवू का?”

आत आलेल्यांशी बोलण्याइतकं तरी त्राण कुठं होतं अंगात? श्रवण फक्त चांगला स्नेहीच नव्हे, तर बुद्धिवंतही म्हटला पाहिजे! पाहताक्षणी त्यानं सारं काही जाणलं. लाकडांच्या फळ्यांची पालखी बांधून, तीत मला घालून, लगोलग डोंगरावरून खाली उतरवून पठारावर आणलं नसतं, तर माझं काय झालं असतं, कोण जाणे! गंधर्व पुरुषांनी आपल्या या गलितगात्र शत्रूला ठार करायची संधी सोडली नसती कदाचित! पठारापर्यंत आल्यावर घोड्यावर बसून निघालो खरा, पण तेवढे धक्केही सहन करायची ताकद अंगात राहिली नव्हती. पुढं लागलेल्या एका खेड्यात राहून आठ दिवस दूध, मध, सोमरस, तुपातला भात यांचा मारा करून, दररोज सर्वांगाला तिळाच्या तेलानं मालिश आणि नंतर कढत कढत पाण्यानं अंघोळ अशी सेवा घेऊन, सतत सात-आठ दिवसांची गाढ विश्रांती झाल्यानंतरच मला माझ्या परिस्थितीची खरी जाणीव झाली!

अखेर या अर्जुनाला हवं होतं तरी काय? कामक्रीडेचं सामर्थ्य पराकोटीला नेऊन सर्व सामर्थ्य पिळून घेणाऱ्या पाच तरुणी? आपल्या वडिलांना नातू देण्यासाठी पतीवर प्रेम करून त्यातच कृतार्थता मानणारी बायको?...

“श्रवणा, आता या चित्रवाहनाच्या राज्यातलं वास्तव्य पुरे! निघून जाऊ या आता!”

“महाराजा, कधीपासून मीही हेच सांगत होतो. तुझ्यासारखा महान वीर सासऱ्याच्या राज्याचा राखणदार होऊन राहावा का? चल, जाऊ या.”

पण कुठं? प्रश्न तसाच होता. मी निघाल्याचं समजताच चित्रांगदा खिन्न झाली. ‘जाऊ नको...’ म्हणाली; पण रडली नाही. विनंतीही केली नाही. चित्रवाहनानं तर आपली चिंता मुळीच लपवली नाही, ‘तू निघून गेल्यावर गंधर्वांकडून हे राज्य कोण वाचवेल? या तुझ्या मुलाला हे राज्य कसं मिळेल?’

‘हे पाहा, तुझ्यासाठी मी तुझ्या मुलीच्या ठायी एका मुलाला जन्म दिला आहे. आता त्याची आणि त्याच्या राज्याची जबाबदारी तुझीच!’ असं म्हटल्यावर तो निरुत्तर झाला. त्या वर्षभरात तिथल्या स्त्रियांबरोबर संसार करत असलेले माझे काही सैनिक तिथून परतले नाहीत. जे परतले, त्यांनाही आता गावी परतायचं होतं. माझ्या मनात तिथल्या वास्तव्यानंतर एक प्रकारचा आत्मविश्वास निर्माण झाला होता. निश्चित दिशा ठरली नव्हती, तरी एकट्यानंच निघून जाण्याची अपेक्षा.

अंगरक्षकांचा गावी परतण्याचा विचार मला सुखावहच वाटला. त्यांना श्रवणाबरोबर गावी पाठवून मी एकटाच निघालो. श्रवण जवळ येऊन कळवळून सांगत होता, ‘महाराजा, यानंतर मात्र कुठल्याही स्त्रीच्या मायाजालात सापडून या सुंदर देहाचे हाल करू नकोस.’ माझा घोडा आणि धनुष्य-बाण, बस्स!...

अंधार झाला होता. आदल्या दिवशीप्रमाणेच दिसणाऱ्या अंधूक डोंगरांच्या रांगा. घामानं चिंब होऊन अंगाला चिकटणारे कपडे, जवळपासच्या झाडांआडून येणारे वेगवेगळे अस्पष्ट आवाज. पुढच्या सारथ्यानं अजून पलिता पेटवला नव्हता.

अर्जुनाचं मन गोंधळल्यासारखं झालं होतं.

समोर दिसतंय्, ते सत्य, की आठवण? हा रस्ताच असा. शुष्क डोंगर-टेकड्या, काटेरी झाडं-झुडुपं. शिवाय वाघ, चित्ते– अजून एकही दृष्टीला पडला नाही. तेरा रथ आणि एवढी माणसं! आवाजानं पळून जातील.

समोर एक बन दिसलं. त्याच्या अलीकडे एक घर होतं. दिव्याचा मिणमिणता उजेड दिसला.

पहिला रथ थांबला. मागच्या गावकऱ्यांनी सांगितलेलं हेच गाव. जवळच एक विहीर होती. दोरानं पाणी ओढायला पाहिजे. सगळे थांबले. गावकऱ्यांनी दोर आणि एक घागर दिली. पाणी शेंदून घोड्यांना पाजलं आणि त्यांच्या पाठीवरही थोडं पाणी ओतलं. मागच्या जलस्थानात शिजवून आणलेली शिदोरी खाल्ल्यावर सगळे भरपूर पाणी प्यायले. पाण्यानं डोकं, छाती, गळा, मान ओली करून निघाले. विहिरीपाशी असलेल्या राखणदाराला अर्जुनानं विचारलं,

"काल या वेळेला सुमारे वीस रथांचा तांडा इथून गेला का?"

"या वेळेला नव्हे. सकाळच्या वेळी गेला. खूपच वेगात. पाणी प्यायलाही थांबले नाहीत. आनर्त देशाला गेले, म्हणे."

म्हणजे आता अंतर एका दिवसावरून दीड दिवसावर गेलं, म्हणायचं. एव्हाना आणखीही वाढलं असेल. आता त्याला गाठता येणार नाही. द्वारकेपर्यंत आता एकट्याचाच प्रवास!

त्याचा उत्साह मावळून गेला.

आपल्या परीनं घोडे रथ ओढताहेत. मुकाट्यानं बसून प्रवास करायला पाहिजे. तो भूक-तहान यामुळं कोमेजत नाही आणि ऊन्ह-थंडीनं मलूल होत नाही. त्याचे घोडे, त्याचे रथ, त्याचे सारथी– सगळेच त्याच्या वेगाला पुरेसे पडणारेच आहेत. जमिनीवर त्यांचं पाऊलच ठरत नाही! हवा चिरत जातो त्याचा तांडा! धर्मराजाचं असंच! मला द्वारकेला पाठवायचं आधीच ठरलं असतं, तर त्याच्याचबरोबर प्रवास करायची संधी मिळाली असती.

किती लांबचा प्रवास हा! या आधी एकदा आलो होतो. हिच्याशी लग्न करून हिला घेऊन येताना.

रथ ओळीनं चालू लागले. पुढे वाटाडे. दुसरा या पाच घोड्यांचा रथ. कालच्यापेक्षा थोडा जास्तच वाटणारा उकाडा. एकटाच घोड्यावरून आलो

असतो, तर एवढ्या अवधीत निश्चितच त्याला गाठलं असतं. ह्या मोठ्या रथाचं असंच असतं. पहिल्यांदा एकटाच नव्हतो का गेलो? या रस्त्यानं? मणलूरहून द्वारकेला घोड्यावरून गेलो. एका टोकाहून दुसऱ्या टोकाला! मध्ये किती तरी देश लागले होते. मुद्दाम कुरुराज्य टाळून, पांचाल बाजूला टाकून, कोसल, दशारण, मध्येच कुणी तरी चुकीचा रस्ता सांगितल्यामुळं पुन्हा कुंतल देशाच्या दिशेनं सहा दिवस, पुन्हा मागं वळून निषाद, अवंती... सगळं विसरून गेलो आता.

काय हवं होतं तेव्हा मला? घर-दार सोडून बेवारश्यासारखा का भटकत होतो मी! उलूपी, चित्रांगदा, त्या पाचजणी– आगापीछा नसताना, असाच रानोमाळ भटकत असताना एकाएकी सुचलं. विचार करता करता खात्री झाली. मी तळमळत होतो एका स्नेह्यासाठी. जीवनात एक स्नेही हवा. ज्याला पाहताच स्त्रियांच्या तोंडाला पाणी सुटत होतं, पुरुषांच्या मनात मत्सराग्नी उसळत होता, ज्याला गुरू पदोपदी छातीशी कवटाळत होते, त्या बाण-चतुराला, एकही आपली अशी बायको नसलेल्या या दुर्दैवी अर्जुनाला स्नेही हवा होता.

शैशवानंतर फारसा संपर्क वाढण्याआधीच निघून आल्यामुळं त्या हिमवत प्रदेशाच्या पठारावर फारसा रमू शकलो नाही. हस्तिनावतीत भावंडांच्या समूहात समवयस्कांची प्रीती लाभली नाही. एकचक्रा नगरीतल्या बेवारश्यासारख्या जीवनात योग्य असा मित्र भेटला नाही. इंद्रप्रस्थ उभं करत असताना आपण होऊन अपरिमित धन, रथ, भांडी, वस्त्रं, सोनं देऊन, आमच्या बरोबरीनं उभं राहून, आमच्या सुखदुःखात सहभागी होणारा तो एक सखा सोडला, तर हा अर्जुन कुठं जाईल? कुणापुढं सांगावी घर सोडून बेवारश्याचं जिणं जगणाऱ्या या अनाथ अर्जुनाची करुण कथा? देशोदेशी भटकून सरळ द्वारकेला येण्याचा रस्ता ठाऊक नसल्यामुळं प्रभासला पोहोचल्यावर तिथून निरोप पाठवताच घोड्यावरून धाव घेऊन आला. किती प्रेमानं घामात घाम मिसळून जावा, असं घट्ट अलिंगन दिलं त्यानं! काय वाटलं तेव्हा मला? त्या वेळची माझ्या मनातली भावना शब्दांत व्यक्त करणं शक्य आहे का? गाव सोडल्यापासून जे काय घडलं, ते सारं सांगितलं, आर्यावर्ताच्या पूर्वेकडून या पश्चिम टोकापर्यंत एकट्यानं डोंगर-दऱ्या, रानोमाळ, विविध देश तुडवत एकलेपणानं केलेल्या प्रवासाची कहाणी किती सहृदयतेनं ऐकून घेतली त्यानं! मला मनमोकळं बोलू देऊन नंतर म्हणाला,

"अर्जुना, चल. आपण द्वारकेला जाऊ या. चार दिवस आपण सुखात राहू या. सारं विसरून जा. त्यानंतर काय करायचं, ते पाहू. तुझ्यासारख्याला आत्मनिर्भत्सना शोभत नाही. सारी द्वारकाच तुझी असताना स्वतःला असा बेवारशी का समजतोस? कारणाशिवाय हा का आलाय्, असं कुणी विचारणार नाही. आणि कुणी विचारलं,

तर मी सांगेन, आम्हांला त्रास देणाऱ्या शाल्वाच्या सैनिकांशी लढायला मीच या पांडव-वीराला बोलावून घेतलंय्. वीर कुठंही असला, तरी उपयुक्तच असतो.''

संकोचाला पळवून लावून, मन निर्धास्त करून, पुरुषार्थाला उभारी देणारा त्याचा सहवास!

किती सुंदर नगरी बसवली आहे कृष्णानं! द्वारका! सतत गर्जना करणाऱ्या समुद्राच्या काठावरचा त्याचा राजवाडा, अथांग सागरात जन्मून त्यातच शांत होणाऱ्या लाटा! शुभ्र, निळा आणि नंतर अनंतापर्यंत पसरलेला हिरवा समुद्र एकटक पाहत असताना मीही त्याच्यासारखाच देहभान विसरून जात होतो. माझ्या मनातली भावना त्याच्या तोंडून शब्दरूप होऊन पुन्हा माझ्याच कानावर येत होती.

''सागर पाहत असताना माझ्याइतकाच देहभान विसरणारा, असा फक्त तूच एक मित्र!''

प्रत्यक्ष समुद्र पाहेपर्यंत मला समुद्राची नेमकी कल्पनाच नव्हती. इंद्रप्रस्थ उभं राहत असताना तो तिथं राहिला होता, तेव्हा तो किती तरी वेळा या समुद्राविषयी, क्षितीजापर्यंत पसरलेल्या त्याच्या अथांग विस्ताराविषयी, अनंत संख्येनं त्याच्या पृष्ठभागावर जन्मून-चढून-उतरून, काठावर आपटून, पुन्हा पाण्यात विलीन होणाऱ्या लाटांविषयी भरभरून सांगत होता. सागराच्या अनंतात जन्म घेऊन, गर्जना करत, मोठी होऊन, झेप घेऊन, काठावर आदळून, लय पावणाऱ्या लाटांच्या लीलेचं वर्णन त्याच्या तोंडूनच ऐकायला हवं! वेगवेगळ्या वेळच्या समुद्राच्या लाटांमध्ये दरवेळी वेगवेगळा अर्थ शोधायला लावणारं त्याचं वर्णन!

तिथं गेल्यावर तीन महिन्यांनी एका रात्री-आकाश भरून राहिलेलं चांदणं आणि सागराच्या त्या प्रमत्त लाटा पाहतानाच नाही का त्यानं म्हटलं,

''पार्था, पळून गेल्यानंतर काही दिवसांनी पुन्हा घरची तीव्र आठवण येऊ लागते. पण त्या वेळी अभिमान आडवा येतो. आपण घरातून बाहेर पडलो, ते योग्य होतं, की अयोग्य, हे विचारही गोंधळ वाढवून देतात. मी आता धर्मराजाला निरोप पाठवतो. तो इथं येऊन तुला घेऊन गेला, तर तुझी काही हरकत नाही ना!''

माझ्या मनातल्या भावना किती सूक्ष्मपणे जाणून घेतल्या त्यानं! प्रत्यक्षात त्याविषयी अवाक्षरही न बोलता शत्रू किंवा मित्र यांचं अंत:करण नेमकं जाणून घ्यायची त्याची शक्ती!

आतासुद्धा दुर्योधन द्वारकेत जाऊन कुणाकुणाला भेटला असेल, काय मुद्दे मांडले असतील, कसे मांडले असतील, त्याचा बलरामावर किती प्रभाव पडेल

आणि इतर यादव-प्रमुखांवर काय परिणाम होईल, याचा विचार त्यानं निश्चितच केला असेल. दुर्योधन द्वारकेला निघाला, एवढं समजताच त्यानं मांडलेले आडाखे द्वारकेला जाऊन पाहिलं, तर तंतोतंत बरोबर निघालेले आढळून येतील.

आकाश भरून समुद्रात घोष करणाऱ्या लाटांवर सांडलेल्या चांदण्यात डुंबत असतानाच त्यानं त्याच समुद्राच्या काठावर नाही का माझ्या मनातलं दुसरंही गुपित ओळखलं, ते!

"आता तुझ्या मनात जी भरली, ती माझी धाकटी बहीण आहे, बरं का! माझ्या बाबांच्या दुसऱ्या बायकोची मुलगी. सुभद्रा तिचं नाव."

ही त्याची बहीण असल्याचं मला ठाऊक नव्हतं का? आणि मला हे ठाऊक आहे, हे त्यालाही ठाऊक नव्हतं का? तरीही नव्यानं ओळख करून द्यावी, तसा का बोलला तो? का मोहून गेलो मी हिच्यावर? रूप? चुणचुणीतपणा?... काय पाहिलं मी हिच्यात त्या क्षणी?


त्याची नजर शेजारी वळली.

पुढच्या रथाच्या बांधलेल्या पलित्याच्या उजेडात सुभद्रा दिसत होती. जागीच होती. मुकाट्यानं बसून राहिली होती. हातात पंखा तसाच होता. मोहक, सुंदर चेहरा, काळेभोर केस, चेहऱ्यावरचा भोळा, मुग्ध भाव. अठरा वर्षांपूर्वी जशी दिसायची, तशीच आहे. थोडी स्थूल. चेहरा तसाच चिरतरुण. तसेच दाट काळेभोर, मऊ केस.

समोर पेटता पलिता नसता, तर भोवतालच्या झाडा-झुडुपांच्या, टेकड्यांच्या अस्फुट आकृत्या दिसल्या असत्या. कितीही वेगात गेलं, तरी आता कृष्णाला रस्त्यात गाठणं अशक्य आहे. तो सारथ्याला म्हणाला,

"तुष्टा, रथ थोडा बाजूला घे. मागचे पाच रथ पुढं जाऊ देत. कालच्यासारखे मधूनच जाऊ या. पलित्याच्या झळा जाणवताहेत इथं."

"हो ना! किती उकाडा हा!" म्हणत सुभद्रेनं एक सुस्कारा सोडला.

आता अंधार शांत वाटत होता. अंधारात दिसणाऱ्या सगळ्या आकृती अस्पष्ट आणि सारख्याच दिसत होत्या. शांत शांत अंधारात आठवणी वितळून जात होत्या.


का मोहून गेलो सुभद्रेवर?

दगड-धोंड्यांचे अडथळे नसलेली अखंड वाट. मातीत एका वेगानं धावणारी चक्रं. डोलत चालणारा रथ.

हो. आठवलं. अंहं. समजलं. मन तर कृष्णानं तुडुंब भरून गेलं होतं.

त्याच्या वागण्या-बोलण्यातून पदोपदी अनुभवाला येणारी आत्मीयता, माझ्या अंतर्मनाचे पापुद्रे जाणून माझ्यावर स्नेह ठेवणारं अंत:करण, समुद्राच्या काठावर माझ्या शेजारी बसून स्वप्न पाहणारं सख्य. मध्यरात्र उलटेपर्यंत बायकांबरोबर राहण्याऐवजी माझ्याबरोबर समुद्रकाठावर तासन् तास मुकाट्यानं बसून राहत होता.

त्या माझ्या जिवलग सख्यासारख्याच हिच्याही भुवया आहेत. तशीच गालांची ठेवण. मऊसूत काळेभोर केस. हिचा हात धरला, तर त्याच्या गुणांमुळं आणि भावशक्तीमुळं माझ्या अंत:करणातली पोकळी भरून जाईल, अशी उत्कट आशा. स्वप्नं.

होय! आता सारा उलगडा होतोय्. धाकट्या बहिणीत थोरल्या भावाला पाहिलं मी. तेहेतिसाव्या वर्षी हे लक्षात आलं नव्हतं. वसुदेवाच्या एवढ्या बायकांच्या मुलांमध्ये कृष्णाशी साम्य असलेलं आणखी कुणीच नव्हतं. हिला पाहताच तिच्यावर कृष्णाच्या सर्व गुणांचा आरोप करून त्याच स्वप्नात मी रंगून गेलो.

"कृष्णा, ही माझी होईल, असं केलंस, तर माझ्या जीवनाचं परमपद मिळालं, असं मानेन मी."

मंद हसत त्यानं विचारलं,

"पार्था, एका मुलीमुळं जीवनाचं परमपद कसं प्राप्त होईल?"

"ते नाही मला सांगता यायचं. पण जे मी पाहिलं, ते तुला समजणार नाही. आता ती माझी कशी होईल, हे सांग. स्वयंवर योजणार असाल, तर ती मला वरेल ना? द्रुपदराजाप्रमाणे कितीही कठीण कौशल्याचा पण ठेवला, तरी मी निश्चित जिंकेन."

मध्ये दोन दिवस गेल्यावर त्यानं आपण होऊन सांगितलं,

"मी सुभद्रेचं मन जाणून घ्यायचा थोडा फार प्रयत्न केला. स्वयंवर योजलं, तर ती तुलाच वरमाला घालेल, याची खात्री नाही. एखादा पण ठेवला, तरी काय होईल, कोण जाणे! तुझ्याहूनही एखादा शूर या मधल्या अवधीत संपूर्ण आर्यावर्तात जन्मलाच नसेल, याची तरी खात्री कशी देता येईल? पण जिंकण्यासाठी तू उभा राहण्याच्या वेळी तिनं तुला वरायला नकार दिला, तर? तुला स्वयंवरात भागच घेता येणार नाही. पांचालीनं कर्णाला नकार दिला नव्हता का?"

"पण मी काही सूत नाही. उच्च क्षत्रिय आहे. शुद्ध आर्य आहे."

"पण वयानं तू काही कोवळा तरुण नाहीस. शिवाय पाचही जणांनी एकीशी विवाहबद्ध होण्याची प्रथा तुम्ही स्वीकारली आहे. त्याविषयी तिच्या मनात काय आहे, हे कसं समजणार?"

"तुझी शपथ, कृष्णा! आता सगळ्यांनी एकीशी विवाह करणं पुरे! मला फक्त माझी म्हणून बायको पाहिजे. तुझी बहीण फक्त माझीच बायको राहील."

हिच्यात मन गुंतवून, स्वप्नात रंगून जाऊन, त्याला मी कमी का त्रास दिला? अखेर मित्राला ही नेमकी कशी मिळेल, याचा मार्ग दाखवून देऊन, थोरल्या बलरामाचा कायमचा रोष पत्करला यानं.

"परवा ती रथात बसून रैवतक पर्वतावर जाणार आहे. पौर्णिमेच्या दिवशी त्याला प्रदक्षिणा घालण्याचं तिचं व्रत असतं, हे तुलाही ठाऊक आहेच. शिकारीच्या निमित्तानं तू माझा शक्तिशाली घोडे जुंपलेला रथ घेऊन एकटाच जा. कुणी नसलेल्या ठिकाणी चार बाण सोडून दासी, सारथी आणि अंगरक्षकांना घाबरवून, तिला एकटीलाच, उचलून, तुझ्या रथात घेऊन, इंद्रप्रस्थाच्या दिशेनं पळवून घेऊन जा. मात्र फारच झटपट करायला हवं हे. रस्त्यात तिचं रक्षण करायची जबाबदारी तुझीच."

असाच दणकट रथ होता त्याचा. अशीच त्यात चार मोठी मोठी रणधनुष्यं. भरपूर रुंद टोकांचे धारदार बाण. तिथल्या वास्तव्यात माझ्याशी चांगली ओळख झालेले उत्तम जातीचे घोडे...

अर्जुनानं उजवीकडे वळून पाहिलं.
सुभद्रा बसल्या बसल्या पेंगत होती.

आनर्तदेशाच्या वेशीपर्यंतचाच रस्ता मला ठाऊक होता. त्यानंतर कुठं तरी चौकशी करून पुढं जायला हवं होतं. दुसऱ्या दिवशीपर्यंत आपण घेऊन येऊन तुमचं लग्न करून देण्यासाठी तुम्हांला माघारी बोलावून घेऊन जाऊ, असा कृष्णानं भरवसा दिला होता. त्यावरच तर सगळी मदार होती. यदाकदाचित त्याचा डाव सफल झाला नाही, तर मागे वळून बाण सोडत पुढं रथ हाकायची पाळी. त्यात मध्येच हिनं रथातून उडी मारायचा प्रयत्न केला, तर हिचे हात-पाय बांधून...

आता बसून झोप काढतेय्! झोप आली नाही, असं हिला कधीच होत नाही. स्वप्नं रचणारे डोळेच झोप न येऊन तळमळतात. उठून चंद्र, नक्षत्रं पाहत बसतात.

पांचाली! उन्हाळ्यात इंद्रप्रस्थातल्या उंच राजप्रासादाच्या मोकळ्या गच्चीत एकमेकांच्या मिठीत-वर प्रकाशणारा तो चंद्र, खाली शुभ्र वाळूच्या बिछायतीवरून नि:शब्दपणे घसरणारं यमुनेचं पाणी, माझ्या बाहूवर रेलून स्वप्नांचे भव्य प्रासाद रचणारी माझी सखी! पाच रात्रींतून एकदा. हात-पाय आखडून जातील, अशा

कडाक्याच्या थंडीतही मध्यरात्री मला जागं करून ओढून घेऊन जात होती. शुभ्र चंद्राच्या एकटेपणावर व्याकूळ होऊन गाणी रचून गात होती. इतर चौघांबरोबर ती कधीच अशी समरसून वागत नव्हती, रात्र रात्र जागरण करत नव्हती.

हिला घेऊन गेलो आणि तिच्याबरोबर फुलणारी सारी स्वप्नं वठूनच गेली!

काल रात्रभर ही झोपली होती. दुपारी बनात दाट सावलीतही झोप काढलीय् हिनं. आताही एवढ्यातच पुन्हा झोपलीय्. रथाचे घोडे आपल्या आपण चालल्यामुळं तुष्टही रेलून झोप काढतोय्.

सुभद्रेचा खांदा हलवत त्यानं हाक मारली,

"सुभद्रे..."

एक दीर्घ श्वास घेऊन, तिनं डोळे न उघडता विचारलं,

"...अं?"

"किती झोपशील?" पुन्हा तिला हलवत तो म्हणाला.

"का? काय झालं?" डोळे न उघडता आळस देत तिनं विचारलं, "इथं अडचण होतेयू. ते धनुष्यबाण थोडे पलीकडे सरकवले, तर खाली नीट झोपेन मी."

"झोपशील नंतर. आता काही तरी बोल, पाहू."

"काय बोलायचं?" जांभई देत तिनं डोळे उघडून विचारलं.

काय बोलायचं, ते न सुचून तो लांबवर आकाशात पाहत राहिला.

वाळूमिश्रित रस्त्यात बरीच धूळ होती. पण रथ मात्र नावेप्रमाणे मंद हेलकावे खात चालला होता.

"काही म्हणालास का?" सुभद्रेनं विचारलं.

"कृष्णाच्या अनुपस्थितीत दुर्योधन द्वारकेत गेला आहे. काय होईल तिथं?"

एव्हाना सुभद्रा पूर्ण जागी झाली होती. ती विचारात गढून गेलेली पाहून अर्जुनानं पुन्हा विचारलं,

"गेली तेरा वर्षं तू तिथंच होतीस. त्यामुळं कोण, कसा विचार करू शकेल, हे तुझ्या लक्षात आलं असेल."

विचारमग्न सुभद्रा म्हणाली,

"ते कसं निश्चित सांगता येईल? कृष्ण तर द्वारकेत राहण्यापेक्षा या गावाहून त्या गावालाच अधिक भटकत असतो. आताही उपप्लव्य नगरीत आपल्याला मदत करत राहिला होता, नाही का! सतत कुणा ना कुणाला मदत करण्यासाठी धावून जाणं हा तर त्याचा स्वभावच बनून गेलाय्. साहजिकच सगळं यादव-सैन्य कधीही गावातून बाहेर न पडणाऱ्या थोरल्या दादाकडे असतं. मला तू पळवून नेलंस, हा अपमानही आमचा बलरामदादा अजून विसरला नाही."

खरोखर त्या वेळी हिला पळवून नेण्याखेरीज दुसरा कुठलाच मार्ग नव्हता आणि तोही क्षत्रिय परंपरेला साजेसाच विवाह-प्रकार आहे. या अर्जुनानं कधीच संप्रदायाचा भंग केलेला नाही. बलरामाला ही गोष्ट समजायला नको का? त्या वेळी माझ्या धनुष्य-बाणाला घाबरून रैवतक पर्वताहून द्वारकेला पळून येणाऱ्या दासी आणि अंगरक्षकांच्या रथाचं एक चाक छेदून घोड्यांचे एकेक पाय लंगडे केले. जेव्हा बातमी द्वारकेत पोहोचली, तेव्हा सर्वांत अधिक खवळून उठला, तो बलरामच, म्हणे. नगरात नगारे वाजवून वीरांना रथ आणि घोड्यांवर स्वार व्हायची आज्ञा देऊन दवंडी पिटली, म्हणे.

"ध्वज उभारा, धनुष्य-बाण सज्ज करा, आता या बलरामाच्या नेतृत्वाखाली युद्ध होणार!"

भरगच्च भरलेल्या सभाभवनात कोनाकोपऱ्यांतच नव्हे, तर बाहेर रस्त्यावर उभ्या असलेल्या युद्ध-सारथ्यांनाही ऐकू जाईल, अशा आवाजात गर्जून गोरापान बलराम आपले लालबुंद डोळे गरागरा फिरवत म्हणाला,

"यादव हो! कृष्णाचा मित्र म्हणवून घेऊन, इतके दिवस आमच्या घरचं अन्न खाऊन राहणारा अर्जुन आता आपल्या मुलीला पळवून घेऊन गेला आहे! यादव-कन्येला परक्यानं पळवून नेणं हा तमाम यादवांचा अपमान आहे! यादवांच्या पुरुषार्थाला आव्हान आहे! आता त्या उडाणटप्पूचा पाठलाग करून, त्याला ठार करून, त्याची हाडं आपल्या कुत्र्यांना खाऊ घातल्याशिवाय हा कलंक पुसणार नाही!"

सात्यकी किंवा उद्धव– कुणी तरी म्हणालं,

"तो कृष्णाचा स्नेही आहे ना? मग आधी त्या कृष्णाला तर बोलावून घेऊ या."

निवांतपणे कृष्ण आला, म्हणे. त्याच्यापुढं बोलण्यात कोण उभं राहू शकेल?

"दादा, तो आपल्या एका स्त्रीच्या एवढ्या मोहात पडलाय्, म्हणजेच या घराच्या किती मोहात पडलाय्, पाहा बरं! अर्जुनामुळं आपला अपमान झाला नाही. उलट, मोठा गौरव झालाय्."

"व्वा! चोरी हा मोठ्या माणसाचा मोठाच गुण म्हणायचा!"

"तसं नव्हे, दादा! काहीही करून सुभद्रेला मिळवायचीच, असा संकल्प केल्यावर तो तरी काय करणार? तूच विचार कर, ही उत्कट भावना स्वयंवरासाठी जमलेल्या राजकुमारांमध्ये असते का? एखादा पण लावला असता, तर द्रुपदराजाच्या दरबारातला पण कोवळ्या वयात जिंकणाऱ्या अर्जुनानं तो सहजच जिंकला असता. आताही हवं तर त्याला माघारी बोलावून अस्त्र-शस्त्र निपुणतेची परीक्षा घेऊ या. नंतर लग्न करून देऊ या. मी म्हणतो, सुभद्रेसाठी याहून चांगला नवरा

कोण मिळणार?''

''पाच भावंडांनी एका स्त्रीशी लग्न केलंय्, अशा घरी द्यायचं आपल्या बहिणीला?''

''तेवढाच प्रश्न असेल, तर त्याला बोलावून घेऊ या. स्पष्टपणे सांगू या, आमची बहीण फक्त तुझ्याशीच लग्न करेल. तो कबूल झाला, तरच लग्न लावून देऊ या.''

बोलण्यात कृष्णानं बलरामाला अडकवलं आणि त्याची संमती मिळवली, तरी इतक्या वर्षांनंतर त्याची माझ्याविषयीची भावना तशीच राहिली असेल का?

अर्जुनानं विचारलं,

''अठरा वर्षं होऊन गेली त्या घटनेला! अजूनही तो विसरला नसेल का?''

''अठरा वर्षंच काय, या जन्मात विसरणार नाही तो. त्याचा स्वभावच असा आहे. प्रेम केलं, तरी तसंच; आणि द्वेष केला, तरी तसाच. तुम्हांला खांडववन दिल्यावर कृष्ण तिथं येऊन राहिला होता ना एक-दोन वर्षं. मी त्या वेळी बारा-तेरा वर्षांची असेन. वेगवेगळ्या घरात राहत होतो आम्ही. त्यामुळं सगळं सविस्तरपणे कसं ठाऊक असणार? त्याच वेळी बलरामदादाकडे दुर्योधन गदायुद्ध शिकायला आला होता, तेव्हा 'बलभद्रा, तुझ्यासारखा गदा फिरवणारा वीर या आर्यावर्तात यापूर्वी कधी जन्मला नाही आणि यानंतर होणार नाही! द्रोणाचार्यांकडे शिक्षण झालं असलं, तरी तुझ्याकडे शिकलो नाही, तर माझी विद्या अपुरी राहील, म्हणून तुझ्याकडे आलोय्. या शिष्याचा स्वीकार कर.' अशी प्रार्थना केली, म्हणे. त्या वेळी दादाचं त्याच्यावर जे प्रेम बसलंय्, ते पुसणं कुणालाही शक्य नाही. तोही अधून मधून येऊन, दादाला भेटून, त्याचं तोंडभर कौतुक करत असतो.''

''तरीही स्वत:च्या बहिणीच्या उत्कर्षाला विरोध करेल?''

क्षणभर घुटमळून ती म्हणाली,

''कसं सांगता येणार? आणि बहीण, म्हणजे तरी कोण? सावत्र आईची मुलगी. वयातही खूप अंतर आहे. एका घरात वाढलो नाही. बाबांच्या प्रत्येक बायकोचं वेगवेगळं घर आहे ना! त्यात कृष्णाचा स्वभावच वेगळा आहे. कितीही लांबचं नातं असलं, तरी अंत:करणाची माया राखणं हा त्याचा सहजस्वभावच आहे. तुम्ही तेरा वर्षांसाठी वनवासाला गेला, तेव्हा मला आपल्याकडे ठेवून घेऊन आधार दिला, तो कृष्णानंच. जुगारात हरल्यामुळं आपल्या बहिणीला माहेरी पाठवलेल्या पांडवांचा बलरामदादा तर पदोपदी पाणउतारा करत होता, म्हणे. पण माझी मात्र कधीच घरी येऊन विचारपूस करत नव्हता. एवढा गदायुद्धात निपूण आहे. पण कधी एक दिवस आपल्या अभिमन्यूला जवळ घेऊन

त्यानं शिकवलं नाही. बहिणीच्या मुलाची शस्त्रशिक्षणाची आणि शास्त्राभ्यासाच्या शिक्षणाची जबाबदारी घेतली, ती कृष्णानंच. आणि प्रत्यक्ष पद्धतशीर शिक्षण दिलं सात्यकीनं.''

यादव-सैन्याचं बळ केवढं असेल, असा प्रश्न अर्जुनाच्या मनात जन्मला. सुभद्रेला याविषयी फारसं ठाऊक नसणार. यादव-सैन्य काही फार भारी सैन्य नसणार. यादव हे ऐक्य-मताचं कुळही नव्हे. द्वारका, प्रभास वगैरे समुद्रकाठावर वसलेल्या गावात राहणारे वृष्णी, भोज, अंधक, शिनी वगैरे वंशातले लोक. प्रत्येकाची एकेकदा राज्याची पाळी येणार. छोटं छोटं सैन्य. सैन्यापेक्षाही वैयक्तिक वीरांची संख्याच जास्त. सत्यक, सात्यकी, कृतवर्मा, प्रद्युम्न, सांब, निषठ, शंकु-शंकु-शंकु-चारुदेष्णा, विपृथ, सारण, गद– असे किती तरी! बलिष्ठ सेना नसलेल्या या वीरांपैकी कितीजण बलरामाच्या बाजूचे आहेत आणि किती कृष्णाच्या बाजूचे? सत्यक आता वयोवद्ध झाला आहे. सात्यकी पहिल्यापासूनच कृष्णाच्या बाजूचाच आहे. प्रद्युम्न-सांब ही तर कृष्णाची मुलंच. दुर्योधनाची मुलगी लक्षणा सांबाला दिली आहे, म्हणे. त्यामुळं सांब युद्धात वडिलांच्या बाजूनं, म्हणजे सासऱ्याच्या विरुद्ध लढेल का? लक्षणेला पळवून उचलून आणताना दुर्योधनानं याला पकडून, बांधून ठेवलं होतं, म्हणे. शेवटी बलरामानं जाऊन, आपल्या शिष्याला धमकावून, त्याला सोडवून आणलं होतं, म्हणे. त्याचा सासऱ्यावर राग असेल का? बहुतेक तो कुठल्याही बाजूनं न लढता द्वारकेतच राहील. आधीपासून कृतवर्मा बलरामाचा निकटवर्ती. आता त्या दोघांचं कसं आहे, कोण जाणे! गद आणि बलराम एकाच आईची मुलं. पण पहिल्यापासून गद कृष्णाच्या मर्जीतला– दुर्योधनानं कितीही हुशारीनं डावपेच आखले, तरी तो सगळ्या यादवांना आपल्याकडे वळवू शकणार नाही. पण यादवांची थोडीफार संपत्ती बलराम दुर्योधनाला उदार मनानं देईल.

पाठीमागून चंद्र उगवल्यासारखं वाटलं, म्हणून अर्जुनानं मागं वळून पाहिलं.

राखाडी आकाशात प्रकाश नसेलला चंद्र दिसत होता. त्याच्यावरून दृष्टी हलवू नये, एवढं काही आकर्षण वाटलं नाही.

मान पूर्वस्थितीला वळवताना दृष्टी सुभद्रेवर गेली.

ती पुन्हा बसल्याजागी पेंगत होती. अंहं, झोप काढत होती.

आपण होऊन वाकून, तिथं पडलेली धनुष्यं एकीकडे सारून, त्यानं तिला झोपायला जागा करून दिली. ती पटकन पाय पोटाशी घेऊन, कुशीवर वळून, उशाला दंड ठेवून झोपी गेली.

चंद्र हळूहळू शुभ्र होत होता. रस्ता थोडा खडबडीत होता, आपणही

एखादी हलकी डुलकी काढवी, असा विचार अर्जुनाच्या मनाला स्पर्श करत असतानाच एकदम तुष्ट म्हणाला,

"विराट राजाचं सारं सैन्य तुमच्याच बाजूचं आहे."

यात अर्जुनाला काही विशेष वाटलं नाही. एवढ्यात विराट राजाशी नातं जुळलं होतं. शिवाय त्याचाही दुर्योधनावर खूप राग आहे. आता युद्धाच्या तयारीसाठी एक गाव त्यानं रिकामं करून दिलं आहे. शिवाय हवे तेवढे घोडे, रथ, सैनिक त्यांचा आहार यांचीही सोय त्यानं केली आहे. अर्जुन म्हणाला,

"ते ठाऊक आहे."

तुष्ट काही बोलला नाही.

अर्जुनही गप्पच होता.

थोडा वेळ गेल्यावर तुष्ट म्हणाला,

"फक्त महाराजांची आज्ञा, म्हणून नव्हे. आमचे सगळे सैनिक, त्यातही सूतपुरुष तुझ्या थोरल्या भावासाठी, भीममहाराजासाठी जीव द्यायला तयार आहेत. युद्धात त्याच्याच बाजूनं लढायचं, असं त्यांनी ठरवून टाकलंय्."

अर्जुन आश्चर्यचकित झाला.

यांना का एवढं त्याचं प्रेम? ना धनुर्विद्या, ना रूप– तसा भीमही देखणा आहे. पण त्याचा तो आकर्षकतेची मर्यादा ओलांडणारा देह! स्वयंपाकी होऊन अज्ञातवास काढला त्यानं. या सैनिकांशी त्याचा कसला संबंध? पण कारण विचारावं, असंही वाटलं नाही.

चाकाखाली आलेल्या दगडावरून उसळलेला रथ पूर्ववत चालू लागल्यावर तुष्ट आपण होऊन म्हणाला,

"आमच्या सेनापतीला– कीचक महाराजाला आणि त्याच्या दहा भावांना एका दमात एका रात्री ठार केलं ना भीममहाराजानं! त्या दिवसापासून आमच्या सूत स्त्रिया आपापल्या नवऱ्यांचं मुकाट्यानं ऐकू लागल्या. सगळे सूत पुरुष भीममहाराजाला साक्षात देव मानतात!'

अर्जुनाला बसल्याजागी कोलमडल्यासारखं झालं होतं.

तुष्ट पुढं काही बोलला नाही.

अर्जुनाचं मन एकाएकी रितं झालं होतं. थोड्याच वेळात त्याला बसायचा कंटाळा आला. सुभद्रेला थोडं सरकायला सांगून तोही आडवा झाला. जांभई आली, पण झोप आली नाही.

कीचकानं द्रौपदीवर वक्रदृष्टी ठेवली होती. ती भवनातून पळून जाऊ लागली, तेव्हा तिच्यापाठोपाठ धाव घेऊन विराटासमोरच तिला लाथ मारल्याचं त्यालाही

समजलं होतं. संतापानं मन खदखदलं, तरी काही उपयोग नव्हता. गावापासून दोन कोसांवर असलेल्या शमी वृक्षाच्या ढोलीत असलेली शस्त्रं आणून-पण एकट्यानं धनुष्य-बाण घेऊन कीचकाचा वध केला आणि कुणी आम्हांला ओळखलं, म्हणजे? त्याच संध्याकाळी धर्मराजाला भेटलोही. अज्ञातवास संपेपर्यंत मुकाट्यानं राहावं आणि पांचालीलाही तशी सूचना दिल्याचं त्यानं सांगितलं, तेव्हाच माझ्या मनाचंही समाधान झालं होतं. धर्मराजाचा सल्ला काही चुकीचा नव्हता. भीमानं कीचकाला ठार मारल्यावरच दुर्योधनाला संशय येऊन त्यानं आम्हांला बाहेर काढण्यासाठी विराटाचं गोधन पळवायचा प्रयत्न केला. अज्ञातवासाच्या अवधीत सापडलो असतो, तर पुन्हा बारा वर्षांचा वनवास आणि एक वर्षाचा अज्ञातवास! भीमाला विवेकबुद्धी कशी ती नाहीच!

या विचारासरशी त्याच्या मनाला थोडं बरं वाटलं.

आपला अपमान झाला, तेव्हाही माझ्याकडे आली नाही ती! भीमापाशी जाऊन सांगितलं. हा अर्जुन जिवंत नाही, असं वाटलं होतं का पांचालीला?

एका कुशीवर झोपून अंग दुखल्यासारखं झालं. सुभद्रेला आणखी सरकायला सांगून त्यानं कूस बदलली.

'त्यांनी ओळखलं, तरी पुन्हा वनवासाला जायची आवश्यकता नाही...' म्हणाला होता भीम. पांचालीचंही तेच उत्तर! धर्महिनतेच्या बाबतीत दोघेही सारखेच! पहिल्यापासून पाहतोय् मी. भीमाची धर्मावर काडीमात्र श्रद्धा नाही. पांचाली तर पूर्णपणे त्याच्याच बाजूनं बोलते. हाच भीम आता विराट-सेनेला साक्षात देव वाटतो, म्हणे! धर्मासाठी आत्मनिग्रह करून थोरल्या भावाचा मान राखणारा प्रख्यात निपुण धनुर्धारी हा... अरण्यात पावलोपावली म्हणत होता हा भीम, 'तू म्हणतोस, त्या द्यूताच्या पणाप्रमाणेच बोलू या. आम्ही बारा वर्षं अरण्यात राहायचं ना? या अवधीत दुर्योधन... दुःशासनाला, शकुनीला ठार मारायचं नाही, त्यांच्याशी युद्ध करायचं नाही, असं या करारात कुठं आहे? कृष्णाचं थोडं सैन्य, द्रुपदराजाचं सैन्य आणि अजूनही आपल्याविषयी निष्ठा असलेलं इंद्रप्रस्थाचं सैन्य... तिन्ही बाजूंनी एवढं सैन्य पुरेसं आहे. मी जाऊन दुर्योधनाची मुंडी पिरगाळून, डाव्या पायानं लाथ हाणून, दुःशासनाची छाती फोडेन! कर्ण-शकुनीचं मांस तर रानटी कुत्र्यांपुढं टाकलं, तर धर्म-देवता तृप्त होईल! नाही तर मात्र हा पांडव वंश राहणार नाही!' धर्माची अशी मनाप्रमाणे व्याख्या करणारा भीम आता साक्षात देव झालाय्, म्हणे! कांपिल्यात असतानाही कानांवर आलं होतं ना! बकासुराला त्यानं ठार केल्यावर एकचक्रा नगरीतलेच

नव्हे, वेत्रकीगृह जनपदाचे सगळे लोक त्याला देव मानून पूजा करायला लागले होते. जरासंधाला मारल्यावर त्याच्या बंदिवासातून सुटलेले सगळे राजेही भीमाला देव मानून नमस्कार करत नव्हते का? त्यामुळंच राजसूयाच्या वेळी खंडणी आणायला कृष्णानं त्यालाच पूर्वेकडे पाठवून दिलं, तेव्हा युद्धही न करता पूर्वेच्या राजांनी त्याचं स्वागत करून, गाडे भर-भरून त्याला खंडणी दिली. सुदैव पाठीशी असेल, तर अधर्म केला, तरी यश मिळतं, हेच खरं!

भीमा, तू माझा थोरला भाऊ आहेस. तुझ्याविषयी माझ्या मनात मुळीच मत्सर नाही. पण धर्माचा धिक्कार करणाऱ्याची पूजा करणारी ही माणसं तरी कसली म्हणायची?

आणखी एकदा कूस बदलावी, असं वाटलं. धावणाऱ्या रथात झोपू नये, असंही वाटलं. डोंगर, झाडं, झुडुपं या प्रदेशातून रथ चालला असला, तरी एखादं झाडं पाहायचं राहून जाईल, असं वाटलं.

पुन्हा उठून पहिल्यासारखा ताठ बसला.

आर्य म्हणून जन्माला येऊन थोरल्या भावाचा असा धिक्कार करणं चांगलं का? थोरल्या काकांना त्यानं कधी पित्याच्या जागी मानलंच नाही. त्यांचा उल्लेख तो नेहमी करतो आंधळा किंवा म्हातारा म्हणून. कधी कधी थेरडा, म्हणून! माता गांधारीला आंधळी म्हणतो. कुठली आई आपल्या मुलांची बाजू घेणार नाही? पती जन्मांध असल्यामुळं दृश्य दुनियेला पारखा झाला, म्हणून आपण होऊन आपले डोळे बांधून स्वखुशीनं अंधत्व स्वीकारलेल्या देवीला माता मानण्याऐवजी आंधळी म्हणणाऱ्या भीमाला धर्माची जाणीव आहे, असं कोण म्हणेल? संपूर्ण कुरुवंशालाच तेजाळणारी साध्वी ती! तिला माता गांधारी म्हटलं, की हा खदाखदा हसतो! आणि ती? नाजुकपणे खुदूखुदू हसत त्यात कुत्सितपणा भरते! या बाबतीत दोघेही एकाच पातळीवर आहेत. धर्मविरोधकांना नरक ठेवलेलाच असतो. रौरव नरक! असे अधर्मीच एकमेकांचे स्नेही होतात. पाचहीजणांशी सारख्याच भावनेनं राहायचं, असं ठरलं असलं, तरी अलीकडे ती भीमाच्याच मागं लागलीय्. व्रत मोडून पापाची धनीण होतेय् ती. स्वतःच्या सुखापेक्षा धर्म मोठा आहे! कीर्तीपेक्षाही धर्म मोठा आहे. थोरला भाऊ म्हणजे पित्याच्या माघारी घरातला सर्वश्रेष्ठ, ज्येष्ठ पुरुष. तो द्यूत खेळायला गेला, हे त्याचं चुकलंही असेल. 'छाती असेल, तर द्यूत खेळायला ये!' असा निरोप आल्यावर आर्य राजाला– राजसूय यज्ञ करून आकाशापर्यंत कीर्ती पसरलेल्या आर्य राजाला भेकडासारखा नकार देता येईल का? एकदा खेळायला बसल्यावर

फक्त जीत हवी, म्हणून कसं चालेल? हरल्यावर राजसूय यज्ञ केलेल्या धर्मराजाच्या त्या हातांवर निखारे ठेवायला निघाला होता हा भर सभेत! थोरांविषयी आदर नाही आणि आपुलकी नाही. ज्यांनी लहानपणी उचलून अंगखांद्यावर घेऊन खेळवलं, ते पितामह, ज्यांनी विद्यादान करून या आकाराला आणलं, त्या सगळ्यांनाच संतापाच्या भरात अन्न-साधक या एकाच शब्दानं हा भीम उडवनू लावतो! फक्त प्रतिकार करणं एवढाच आर्यांचा धर्म आहे का? कीचक आणि त्याच्या भावंडांना मारताना काही कमी-जास्त झालं असतं, म्हणजे? आमच्या कपाळी पुन्हा बारा वर्षांचा वनवास आणि एक वर्षाचा अज्ञातवास! पाच-दहा हीन जातीच्या सूतांकडून कौतुकाचे चार शब्द ऐकायला मिळाले असते, तरी पुन्हा वनवास-अज्ञातवास चुकवता आला असता का?

या क्षणाच्या प्रतिकारापेक्षा दूरदृष्टी श्रेष्ठ आहे. कुलधर्मपालन श्रेष्ठ आहे. या धर्माची प्रत्यक्ष मूर्ती म्हणजे धर्मराजा! त्याच्या बोलण्यातला अर्थ जाणून तसाच चाललाय् हा अर्जुन. गंधर्वांना हरवून, दुर्योधनाला सोडवून आणलंय् याच विजयानं! त्याही वेळी संकुचित वृत्तीनं किती आनंदला होता भीम! बाहेर हिरव्या रानात चरणाऱ्या गाईंची मोजणी करणं, त्यांच्या पाठीवर राजमुद्रांचे ठसे ठसवणं; त्यावर गाईचा क्रमांक, किती दूध देते, किती वेतं झाली, पैकी गोऱ्हे किती आणि गाई किती, पैकी मांसासाठी योग्य किती, याची वर्षातून एकदा पाहणी करणं प्रत्येक राजाचं कर्तव्यच. अशा वेळी अंत:पुरात बसून उबलेल्या राजस्त्रियांना घेऊन जाणं हेही काही रुढीविरुद्ध नाही. अरण्यात आम्ही हीन स्थितीत असताना आमच्यापुढं मुद्दाम माज दाखवण्यासाठीच, जुन्या-फाटक्या वस्त्रांत असलेल्या पांचालीपुढं राज-अलंकार ल्यायलेल्या आपल्या राजस्त्रिया दाखवण्यासाठीच तो आला होता, असं भीमाचं म्हणणं. यात कितपत तथ्यांश असेल? ते काही पूर्णपणे खोटं नसावं. दुर्योधनाच्या रक्तात भिनलेला प्रमुख गुण लवण नव्हे... मत्सर आहे. दुर्योधनाचं वागणं काही पहिल्यांदा पाहत नव्हतो मीही! पण तरीही भीमाला डोकं नाही, हेच खरं. दुर्योधन आणि गंधर्वांचं भांडण तरी कसं सुरू झालं?

द्वैतवन कुरुराज्याचं, की गंधर्वांचं?

असेच उकाड्याचे दिवस. दोन वर्षांपूर्वीचे. हिमालयाचा पायथा असल्यामुळं उकाडा कमी होता. याच कारणासाठी आम्ही तिथं जाऊन राहिलो होतो. आम्ही राहत होतो, त्याच्या पलीकडे हस्तिनावतीच्या गाई चरत होत्या. त्याच वेळी हाही तिथं आला. गंधर्वांनी प्रश्न टाकला,

"आमच्या वनात तुमची जनावरं का आली? रथ, सैन्य आणि राज्यपरिवारासह येण्याआधी तू कुणाची परवानगी घेतली होतीस?"

"आमच्या द्वैतवनात यायला आम्ही कुणाची परवानगी घ्यायचा प्रश्नच कुठं येतो?" दुर्योधनानं विचारलं.

द्वैतवन! हिमालयाच्या आरंभीचा उंच-सखल प्रदेश. त्या दिशेची कुरुराष्ट्राची सीमा निश्चित करायचा त्या दिवसापर्यंत कधी प्रश्नच आला नव्हता. दुर्योधनाचं उत्तरही कदाचित बरोबर असेल. हो! धर्मराजाची हुशारी मात्र आता लक्षात आली माझ्या! आज ना उद्या आम्ही हस्तिनावतीवर निश्चितच राज्य करणार. त्यानंतर कुरुराज्याच्या उत्तर-सीमेचा प्रश्न राहू नये. त्या वेळी गंधर्वराजा चित्रसेनाला ठणकावून सांगता येईल, 'या पूर्वीही तू द्वैतवनावर हक्क सांगायला येऊन हरला आहेस. आता तुझा तू सांभाळून राहा!' राजकारणातल्या या सूक्ष्म गोष्टी भीमासारख्या पैलवानाच्या कुठून लक्षात येणार? पण ही गोष्ट आपल्याला आता सुचली. धर्मराजानं त्या वेळी हा विचार केला होता, असं कसं आज सांगता येईल? ते काही का असेना, धर्मराजा आम्हां सगळ्यांपेक्षा विवेकी आहे, धर्मज्ञ आहे, हे खरं. त्याच्याइतका आर्य धर्म आणखी कुणालाच समजला नाही. आमच्या पूर्वजांच्या किती गोष्टी ठाऊक आहेत याला! किती तरी ऋषी, त्यांचे चित्र-विचित्र जन्म, किती तरी राजे, त्यांनी केलेले असंख्य यज्ञ, प्रत्येक यज्ञ कसा करायचा, त्यासाठी काय काय आवश्यक आहे, कुठल्या शस्त्रांचा आधार घ्यायचा, किती दक्षिणा द्यायची असते, अतिथीचा सत्कार कसा करायचा असतो– ह्या आणि यासारख्या किती तरी गोष्टींचा, बारीकसारीक तपशीलही त्याला ठाऊक असतो. वयाच्या एकवीस-बाविसाव्या वर्षीच पितामहांनी त्याला युवराजस्थानी बसवून राज्यकारभार आणि न्यायविचाराची जबाबदारी सोपवली. त्यांनी कौतुक करावं, इतक्या लवकर त्यानं पटापट सारं काही आत्मसात केलं. त्याच्या यथायोग्य नावाचं प्रजेलाही किती कौतुक वाटत होतं! इंद्रप्रस्थी राज्य करतानाही त्यानं तोच लौकिक मिळवला. विराटाच्या दरबारात कंकभट नावानं ब्राह्मण वेशात प्रवेश केल्यावर तिथल्या विद्वान पंडितांशी किती आत्मविश्वासानं चर्चा करत होता तो! वनवासात असताना किती ऋषी येऊन जात होते! त्यांच्या पायांशी बसून रात्रं-दिवस बसून किती भक्तीनं चर्चा करत होता! अशा धर्मराजाला अविवेकी म्हणून खिजवणाऱ्या भीमाला धर्मदेवता शाप दिल्याशिवाय कशी राहील? प्रत्यक्ष देवलोकाच्या धर्माधिकाऱ्यापासून जन्मलेला आमचा ज्येष्ठ भाऊ! त्याच्या शरीरात धर्मज्ञान रक्तगुण होऊनच आलाय्!

या विचारांसरशी अर्जुनाचं मन भक्तिभावानं विनीत झालं. मग आपलं आणि देवजनांचं धर्माचरण वेगवेगळं का झालंय्, हा प्रश्न मनाच्या एका कोपऱ्यातून डोकं वर काढत असतानाच दुर्योधन-गंधर्व युद्धानं त्याचं उरलेलं मन व्यापून टाकलं.

दुर्योधन गंधर्वांच्या तावडीत कसा सापडला, याचं वास्तव-वर्णन ऐकायची संधीच मिळाली नाही. धावत धापा टाकत आलेले दुर्योधनाचे सैनिक डोळ्यांत पाणी आणून गयावया करत होते, '...उचलून घेऊन गेले दुर्योधन महाराजाला! सगळ्या बायकांचे हात-पाय त्यांच्याच वस्त्रानं बांधून एकेकाच्या पाठुंगळीवर उचलून घेऊन गेले!' नंतर तातडीनं जाऊन त्याला सोडवून आणलं, तर शरमून त्यानं जी मान खाली घातली, ती तिथून तातडीनं निघून जाईपर्यंत वरही केली नाही. मग युद्धाची सविस्तर हकीकत कशी समजणार? ते डोंगरावर राहणारे काटक लोक. माकडासारखे सरसर कुठंही चढून जाऊ शकणारे. कितीही चढून गेले, तरी त्यांना धाप म्हणून लागत नाही. हा सपाट मैदानावर वावरणारा. सुखात खाऊन पिऊन वाढलेला राजा आणि आयुष्यात कधी डोंगर न पाहिलेले त्याचे सैनिक! पाठ दाखवून ते डोंगरात वर वर पळाले असतील. त्यांचा पाठलाग करत डोंगर चढून गेलेल्या त्या सैनिकांवर सगळीकडून चढाई करून पकडलं असेल. किंवा पाठीमागून अवचित हल्ला करून पाच-सहा जणांनी स्त्रियांना उचलून पळवलं असेल आणि त्यांना वाचवण्यासाठी इतर सगळे डोंगरावर चढून गेल्यावर अकस्मात हल्ला केला असेल त्यांनी. एकूण काय, हे सैनिक दमलेले असताना चढाई करून, रानटी वेलींनी हात-पाय बांधून घेऊन गेले असतील. या पर्वतावर राहणाऱ्यांशी लढणं वाटतं तितकं सोपं नाही. यांच्याबरोबरची युद्ध इथल्यासारखी समोरासमोर रथ, हत्ती, घोडे उभे करून, प्रतापगीतं गाऊन होत नसतात. सर्वांगाला झाडा-झुडुपांचा रंग लावून, झाडांचीच पानं शरीरावर सर्व बाजूंनी वेढून, तशाच रंगाचे धनुष्य-बाण घेऊन कुणाच्याही नजरेला पडणार नाही, अशी माया ते निर्माण करतात. बाण कुठून येतो आणि कसा येतो, हेच समजत नाही. इथल्या योद्ध्यांप्रमाणे रथ किंवा घोडे यासारखी वाहनं ते वापरत नाहीत. अशा लोकांना त्यांच्या डोंगरात हरवणं शक्यच नाही. तेही सहजी खाली उतरून समोरासमोर उभं राहून युद्ध करत नाहीत. माणसानं वेगवेगळ्या प्रकारची धनुर्विद्या शिकली पाहिजे. सतत शिकत राहिली पाहिजे. किरात आणि देवलोकात जाऊन या प्रकारचं युद्ध करणं शिकून आलो नसतो, तर मलाही ते कठीण गेलं असतं, की काय, कोण जाणे. मणलूरच्या गंधर्वांमागे धावलो होतो, तेव्हा त्यांच्यांतले पुरुष हातीच लागले नाहीत. त्यामानानं हे गंधर्व धीट म्हणायला हवेत. संख्येनंही जास्त होते. दुर्योधनाचे सैनिक मदतीची याचना करत रडत आले, तेव्हा किती चटकन जागृत झाला धर्मराजाचा धर्म! समोर असलेल्या भीमाला म्हणाला,

"...ऐकलंस? आता त्वरित या हरलेल्या सैनिकांना एकत्र करून, त्यांचा उत्साह जागृत करून, चित्रसेनावर चाल करून जा आणि आपल्या भावांना

आणि त्यांच्या बायकांना सोडवून आण.''

यावर किती तिरस्कारानं हसला भीम आणि म्हणाला,

''तोंडात बोट घातलं, तरी तुला चावता येत नाही का?'' तोंडात भडकावून द्यावी, तसा त्याचा आवाज! ''वनवासातल्या उपासमारीनं आणि थंडी-तापानं तू तर अर्धमेला झाला आहेस! तुला जमणार आहे का दुर्योधनाला ठार करायला? धर्मदेवता या गंधर्वाच्या हस्ते ते कार्य करत असताना त्याला सोडवून आणायचं पाप करू? तुझी बुद्धी तू द्यूताचे फासे खुळखुळवणाऱ्या नतद्रष्ट हातात दिलेली दिसते!''

''तसं म्हणू नकोस, भीमा! आपण आपसांत भांडलो, तरी बाहेरचे कुणी चालून आले, तर आपण सगळ्या भावंडांनी एक व्हायला हवं.''

''ही पोपटपंची मी कधी ऐकली नाही, असं वाटतं का? त्यापेक्षा कुणी रानातलं आलं असेल, तर आणखी पुराण-कथा ऐक जा!'' दुर्योधनाच्या सैनिकांपुढं भीमानं असं बोलावं आपल्या थोरल्या भावाला? सिंहासनावर बसणाऱ्या थोरल्या भावाविषयी धाकटी भावंडं अशी बोलतात, हे दुर्योधनाला समजल्याशिवाय राहील का? आता या युद्धाच्या प्रसंगी दुर्योधन याचा फायदा नाही का करून घेणार?

''अर्जुना, या भीमाला धर्मातली सूक्ष्मता समजत नाही. आर्य-स्त्रियांना, त्यातही कुरुकुलातल्या स्त्रियांना इतर लोक उचलून घेऊन जात असताना मनात द्वेष ठेवून मुकाट्यानं पाहत राहिलं, तर हे धर्माला धरून होईल का? ज्येष्ठ जन काय म्हणतील?''

किती विवेकपूर्ण बोलणं धर्मराजाचं! माझं रक्त उसळून आलं, आमच्या स्त्रियांना उचलून घेऊन जाऊन एवढा वेळ झाला! ...माझ्या अनुभवी मनानं समाधान केलं, स्त्री-पुरुषांत फारसा संकोच नसलेले गंधर्वपुरुष स्त्रीवर भुकेलेल्या हिंस्र पशूप्रमाणे चाल करून जात नाहीत. फुलं, रंग, बासरी, गाणी, नृत्य यांनी त्यांचं मन जिंकण्याचा प्रयत्न करतात. एवढ्या वेळात फार तर आमच्या स्त्रियांना दुर्गम जागी घेऊन जाऊन, त्यांचे हात-पाय मोकळे करून स्वत:च्या सर्वांगाला सुंदर रंग माखून, फुलांनी देह शृंगारून, त्यांच्याही हाता-गळ्यांत फुलांच्या माळा घालून, या स्त्रियांच्या मनावरचं दडपण हलकं करण्यासाठी त्यांच्या भोवताली गाणी गात नाचत असतील. त्यांच्या गंधर्व-स्त्रिया यांच्यामध्ये मिसळून याचं मन मृदु करण्यात यशस्वी झाल्या असतील, तर! ...लवकर निघायला पाहिजे. आर्यकुल, कुरुकुलातल्या स्त्रियांचं पावित्र्य वाचवायला पाहिजे. नाहीतर कुरुकुलातल्या या अर्जुनाला रौरव नरक ठरलेला!...

''तसं असेल, तर, धर्मा, याच कुरुकुलाची सून होऊन आलेली तुझी

स्वत:ची पत्नी. तिच्या अंगांगाची अपेक्षा भर सभेत व्यक्त करणारे लोक कुरुकुलातलेच असल्यामुळं कुरुकुलाचं पावित्र्य अबाधित राहिलं, असं तर तुला म्हणायचं नाही ना!'' पांचालीचं हे कुत्सित बोलणं कानावर येईपर्यंत मी तर तिचं अस्तित्वच विसरून गेलो होतो. नंतर ती भीमाकडे वळून म्हणाली, ''माझा जो अपमान झाला, तो त्यांच्या बायकांचा व्हायला नको. लवकर जाऊन माझ्या जावांची सुटका कर; पण दुर्योधन-दुःशासनाला आपण मारलं पाहिजे, असा हट्ट न करता ते काम गंधर्वांवर सोडून दे.''

''अर्जुना, स्त्रीची बुद्धी एवढीच चालायची! तू नीघ आता!'' धर्माचा आवाज मात्र आजवर कधीच एवढा कठोर भासला नव्हता. किती तप्त होता तो आवाज!

चार वर्षं हिमालायात गंधर्व लोकांपेक्षाही अधिक उंचीवर राहून धनुर्विद्या शिकून आल्यावर मला पायथ्याशी राहणाऱ्या गंधर्वांना हरवायला कितीसे परिश्रम पडणार? देवेंद्रानं विजय हे बिरुद उगीच दिलंय् का? भरपूर उंचीच्या पुरुषानं आकाशात हात उंच केल्यावर होईल, एवढ्या उंचीचं धनुष्य सहज वाकवून लीलया बाण मारण्याची शक्ती आणि कौशल्य आणि कुणा धनुर्धराकडे आहे? पर्वताच्या कडेकपारीतल्या झाडा-झुडुपांतल्या पानांचा हलका आवाजही टिपणारी श्रवणशक्ती आणखी कुणाकडे आहे? अर्जुनासारखा महापराक्रमी वीर चालून येईल, असं त्या बिचाऱ्या चित्रसेनाच्या स्वप्नात तरी होतं, की नाही, कोण जाणे! बाणाचं टोकही कुऱ्हाडीच्या पात्यासारखं रुंद आणि धारदार असतं, हे त्या रानटी लोकांना कुठून ठाऊक असणार? रानटी गंधर्वांचं काय, सपाट मैदानावरच्या तरी कुणाचा बाण झाडाचं रुंद खोड उन्मळून टाकण्याइतका तीक्ष्ण आणि दमदार असतो?

दुर्योधनादींची गठडी वळून, बाजूला ठेवून, विजयोल्हासात आपल्या लोकांबरोबर नाचण्यात रंगून गेलेला चित्रसेन म्हणाला, अगदी भीम म्हणाला, तेच म्हणाला,

''पांडवमध्यमा, तुझ्या शत्रूला सोडवून घेऊन जाण्याचा अविवेक करण्यासाठी तू का आलास?''

''आमचं आपसांत काहीही असलं, तरी त्यात बाहेरच्या कुणी लक्ष घालण्याचं कारण नाही. बाहेरच्यांसमोर हा दुर्योधनही आमचा भाऊच.''

किती आर्योचित बोलणं! दुर्योधन-दुःशासनांना सोडवून आणण्याआधी भीमानं कुरु-स्त्रियांना सोडवून आणलं होतं. ती ख्याती या अर्जुनाला मिळेल, म्हणून? की पांचालीची आज्ञा, म्हणून! बाईलबुद्ध्या आहे तो! त्यात अलीकडे तर थोरल्या भावापेक्षा बायकोचंच बोलणं जास्त पटतं. ह्याला कसा धर्म कळेल? हा कसा देवत्व मिळवेल?

अर्जुनाच्या मनात उन्नत भावना निर्माण झाली.

ह्या विजयानं आजवर कधीच श्रेष्ठ व्यक्तींना विरोध केला नाही. त्यांचा अपमान केला नाही! फक्त धर्मराजा किंवा द्रोणाचार्य नव्हे, तर पितामह, कृपाचार्य, पिता धृतराष्ट्र, माता गांधारी, इत्यादी ज्येष्ठांच्या आशीर्वादाच्या बळाशिवाय माणसाची उन्नती शक्य आहे का?

अर्जुनानं मान वर केली. चंद्र रथाच्या माथ्यावर आला होता. राखाडी आकाशात अधूनमधून नक्षत्रं चमकत होती. त्याची दृष्टी त्यापैकी एका नक्षत्रावर खिळली. मन आकाशाचा राखाडीपणा भेदून त्या नक्षत्रावर स्थिरावलं.

कधीही न पुसता येणारा प्रकाश! प्रत्येक नक्षत्र एकेक नाव अमर करून तिन्ही लोकांना प्रकाश देत आहे.

तसाच तो आकाशात पाहत राहिला, रथ तसाच धावत होता.

किती तरी वेळानं अर्जुन आकाशातून खाली उतरला. ओकीबोकी भूमी त्याच्या नजरेत घुसली. एकाएकी मन वैतागून गेलं. जांभई आली. झोपेची नव्हे. कंटाळ्याची जांभई. तुष्टाच्या पाठमोऱ्या आकृतीकडे पाहताच त्याला झोप लागली नाही, हे समजलं. त्यानं हाक मारताच तुष्टानं मागं वळून पाहिलं.

"थोडी सुरा आहे?"

त्यानं चटकन उत्तर दिलं नाही. थोड्या वेळानं म्हणाला,

"तुमच्यासारख्यांच्या योग्यतेची नाही, महाराजा. साधी तांदळाची आहे. आंबट, तीही शिल्लक आहे, की नाही, पाहायला पाहिजे."

"असेल, तर आण थोडी."

धावत्या रथातून खाली उतरून तुष्टानं मागच्या रथातला एक मोगा आणून अर्जुनाच्या हातात दिला आणि पुन्हा रथात चढून पाचही लगाम पकडून आपल्या जागेवर बसला.

ते आंबटढाण मद्य अर्जुनाला मुळीच आवडलं नाही. पण लांबलचक, कंटाळवाण्या प्रवासात ते नाकारायचीही इच्छा त्याला झाली नाही. एकेक घोट पिताना मधून येणारा आंबट ढेकर देत तो बसून होता.

मध्येच तुष्टानं विचारलं,

"महाराज, तुला विजय हे बिरुद कसं मिळालं, ते सांगशील का?"

"बिरुद?..." म्हणत अर्जुनानं पात्र तोंडाला लावलं आणि मोठमोठे घोट घेऊन रिकामं केलं. आंबटपणा थोडा कमी झाल्यासारखा वाटला. झाकण लावून तोंड पुसत थोडा वेळ आठवत बसला आणि पुन्हा विचारलं, "बिरुद विचारत होतास, नाही का!"

"आमच्यासारख्यांची सुरा ती! आठवत नसेल, तर राहू दे, महाराजा. उद्या सांग."

"ए बावळटा! कुठल्या कुठल्या देशातली कसली कसली सुरा प्यायलोय् मी! तुला कसं ठाऊक असणार, म्हणा! या अर्जुनाची स्मृती हरपून टाकणारी सुरा निर्माण करायला प्रत्यक्ष सोमदेवालाही जमलं नाही!" जाणीवपूर्वक ताठ बसत त्यानं विचारलं, "आम्ही बारा वर्षं रानात होतो, हे ठाऊक आहे ना तुला?"

"हो. तुम्ही राजसूय करून, द्यूत खेळून, वनात गेला होतात ना?"

"तिथं जाऊन सहा-सात वर्षं झाली होती. आमचा थोरला भाऊ आहे ना, फार विचारी आहे तो! त्यानं विचार करून मला सांगितलं, अर्जुना, पुढं युद्ध झालं, तर तुझ्या धनुष्याच्या कौशल्यावरच ते आपल्याला जिंकावं लागेल. तू उत्तम धनुर्धारी आहेस; पण तरीही वेगवेगळ्या लोकांकडून वेगवेगळ्या प्रकारची धनुर्विद्या शिकणं चांगलं. देवलोकी जा आणि शिकून ये..."

"महाराजा, आकाशात उडून जाऊन, सूर्य-चंद्रापलीकडे असलेल्या देवलोकी जाऊन आलास तू? कुठल्या तप-प्रभावानं? किती वर्षं तपश्चर्या केलीत त्यासाठी?" चटकन मागं वळून बसलेल्या तुष्टाचे दोन्ही हात आपोआपच जोडले गेले होते.

"ते देवलोक नव्हे. हिमवत पर्वत आहे ना? जिथं गंगा-युमना वगैरे नद्या जन्म पावतात, तो पर्वत. त्या पर्वताच्या किती तरी रांगा ओलांडल्या, की तिथं एक जनसमुदाय आहे. देवकुल त्याचं नाव. तिथले लोक फारच साहसी असतात. आम्हीही तिथल्याच एका पठारावर जन्मून वाढलो, ती हकीकत ठाऊक आहे ना? त्या वेळी त्यांचा आमच्याशी चांगलाच परिचय होता. त्यांच्या प्रदेशाला देवलोक म्हणतात, जसा नागलोक, गंधर्वलोक तसा हा देवलोक. किती उंचावर, ठाऊक आहे? डोंगरांच्या रांगामागून रांगा चढाव्या लागतात. अगदी मांड्या आणि पोटऱ्यांतून गोळे येऊन मटकन बसावंसं वाटेपर्यंत. इतका उंच आहे तो देवलोक. तिथं सूर्याचा तापही एवढा जाणवत नाही. उकाड्याचा तर प्रश्नच नाही तिथं! तिथं सुरा आंबत नाही. शिजलेलं अन्न खराब होत नाही. पाण्याचा बर्फ होऊन जातो. आम्ही इंद्रप्रस्थात राज्य करत असताना त्यांना अधून-मधून खेचरांवर धान्य वगैरे वाहून पाठवत होतो. आपल्या खालच्या मैदानावर वाहणाऱ्या सगळ्या नद्यांना पाणी पुरवणारा तो प्रदेश. पण तिथं मात्र शेती पिकत नाही. उन्हाळ्यात पर्वताच्या उतारावर पिकेल, तेवढंच. नाही तर शिकारीचं मांस आणि कंदमुळं हाच त्यांचा आहार. पण काय त्यांचं सौंदर्य! किती ताकदवान! इथं माणसाची किती तरी शक्ती घामाच्या रूपानं वाहून नष्ट होऊन जाते. तिथं चार रांगा चढून उतरलं, तरी घाम येत नाही. म्हणजे शक्ति-संचयच."

मागं वळून बसलेल्या तुष्टाचं संपूर्ण शरीर 'हं...' म्हणत होतं. अर्जुनाच्या

डोळ्यांना ते स्पष्टपणे ऐकू येत होतं. आता बोलायचा उत्साह वाढल्यामुळं त्याचाही आवाज चढला होता;

"आमचा परिचय होता त्यांच्याशी. आम्हा पाचही जणांना जन्म देणारेही तिथलेच होते. ते एक वेगळंच वात्सल्य. कडाक्याच्या थंडीत कातडी वस्त्रं पांघरून, डोकं आणि सर्वांग लोकरी कांबळ्यानं घट्ट लपेटून मी तिथं गेलो, तेव्हा इथं असह्य उकाडा होता. हे देवलोक बाहेरच्या लोकांना आपल्यांत घेत नाहीत. न विचारता कुणी त्यांच्या प्रदेशात शिरलं, तर झुडुपाआडून किंवा कडेकपारीमागून बाण येऊन अंगात शिरलेच, असं समज!"

"मग तू काय केलंस?"

"कुठल्याही बाजूनं त्या प्रदेशात प्रवेश करणं शक्य नाही. पर्वतातल्या काही खिंडी आहेत. तिथूनच जायला हवं. तिथल्या काही मोक्याच्या जागी राखणदार असतात. मला ते ठाऊक असल्यामुळं मी मोठमोठ्यानं ओरडत स्वत:चा परिचय सांगतच चढत होतो. अखेर तिथले राखणदारच मला वर घेऊन गेले."

"धनुर्विद्या शिकवली का त्यांनी?"

"हो तर! हे सगळे देव वेगवेगळ्या गणांत विभागले आहेत. प्रत्येक गणाचं अस्त्र-शस्त्र-कलेत स्वत:चं असं वैशिष्ट्य आहे. प्रत्येक गणप्रमुखानंच शिकवलं मला. वायु, अग्नि, वसु, वरुण, मरुत, साध्य, निर्रतु अशा किती तरी जणांनी शिकवलं मला. आपल्याइतकं मोठं धनुष्य त्यांच्याकडे नसतं. त्यात माझ्याएवढं मोठं तर कुणाकडेच नव्हतं. पण नेमबाजी आणि शरसंधानातली त्यांची चपलता किंवा चतुरता आपल्याकडे पाहायला मिळत नाही. ते एकाच वेळी एकाच धनुष्यानं वेगवेगळ्या तीन-चार लक्ष्यांवर बाण सोडू शकतात. बाण नेहमी सरळ रेषेत जातो, की नाही? पण हे देवजन वेडावाकडा किंवा मागं वळून घात करणारा बाणही सोडू शकतात. एखाद्या कड्यामागं लपून मारलेला बाण वेडावाकडा जाऊन लपून बसलेल्या शत्रूचा वेध घेऊ शकतो. या धनुर्विद्येसाठी योग्य अशा प्रकारचे बाण बनवणं आवश्यक असतं. त्यांचा आकार कसा असावा, त्याचा कुठला भाग किती वजनाचा असावा, याचं एक शास्त्रच आहे. सतत चार वर्षं तिथं राहून, लहान मुलासारखा त्यांचा शिष्य होऊन भरपूर सराव केला. अखेर 'आमच्यापेक्षाही या विद्येत तू पटाईत झालास...' असं कौतुकही केलं त्यांनी, आता कदाचित युद्ध झालं, तर या विजयाच्या बाणाची काय ताकद आहे, ती संपूर्ण जगालाच दाखवून देईन मी!"

"तसा एक बाण मारून दाखवशील का, महाराजा?" तुष्टानं आस्थेनं विचारलं.

अर्जुनानं सभोवताली पाहिलं. एक धनुष्य उचलून, प्रत्यंचा जोडून, स्पर्शानंच

एक विशेष बाण घेऊन, आपल्या डाव्या बाजूला मारत म्हणाला,

"रथ थांबव. समोरच्या कातळापलीकडे एक वृक्ष दिसला?"

टक लावून पाहत तुष्ट म्हणाला,

"हो, हो!"

"त्या वृक्षाच्या खोडाच्या मागं खालच्या बाजूला लागलाय्, बघ जा, घेऊन ये."

अंधूक चांदणं, धावणारे रथ, दूरवर दिसणाऱ्या कातळापलीकडचं झाड! तुष्टानं पुढच्या सारथ्यांना हाक मारून रथ थांबवायला सांगितलं. पाठीमागचे आपोआप थांबले. रथातून खाली उतरून, पुढच्या रथातल्या दोघांना सोबत घेऊन, तुष्ट कातळामागच्या झाडाकडे गेला.

झाडाच्या खोडाच्या उजव्या बाजूला बाण रुतून बसला होता.

तुष्ट आश्चर्यचकित झाला. त्याच्या मनात भय-भक्ती निर्माण झाली. तो बाण महाराजाच्या हातात देताना तो भयभक्तीनं कापत होता.

रथाची रांग पुढं चालू लागली.

अर्जुन पुढं सांगत होता.

"हे कौशल्य फक्त त्यांनीच शिकवलं, असं नव्हे. त्यांचं कौशल्य मी या माझ्या भल्या मोठ्या धनुष्यावर अनेक प्रकारे अभ्यासलं. त्यासाठी योग्य अशा वजनाचे आणि आकाराचे बाणही तयार करवून घेतले. नवं लक्ष्य आणि त्याच्या तीनपट चलनशक्ती! कोण राहणार आता माझ्यापुढं!"

"त्याच वेळी एक दिवस देवराज इंद्रानं मला बोलावून सांगितलं, 'बेटा, इथून पश्चिमेला एक जनसमूह आहे. इथं आम्ही विशिष्ट प्रकारच्या मेंढ्यांची विशेष जातीच्या लोकरीची वस्त्रं तयार करून खाली राहणाऱ्यांना विकून त्याच्या बदल्यात आहार-धान्य, तूप, तांबं वगैरे आणायला हिवाळ्यात खाली जातो. त्या वेळी आम्हांला हे लोक रस्त्यात गाठतात. अशी वाटमारी करून पोट भरणं हाच त्यांचा महत्त्वाचा धंदा आहे. तसे तेही लोकरीची वस्त्रं तयार करून विकतात. पण आमचे मेंढे चांगल्या जातीचे असल्यामुळं आमची वस्त्रं भरपूर धान्य मिळवून देतात. निवातकवच हे त्या जमातीचं नाव आहे. त्या लोकांची जन्माची खोड मोडशील, तर आमची गुरुदक्षिणा आम्हांला पावली, म्हणायची. या आधी किती तरी वेळा त्यांचा नाश करायचा देवलोकानं प्रयत्न केला आहे. पण यश मिळू शकलं नाही.' मी मात्र ठरवलं, यात निश्चित यश मिळवायचं..."

"कसं केलंस, हे अर्जुनदेवा?" हात जोडूनच बसलेल्या तुष्टानं विचारलं.

"त्या हिवाळ्यात मी काही देववीरांबरोबर त्या मार्गानं उतरून निवातकवचाच्या प्रदेशाची नीट पाहणी केली. तिथल्या खेड्यांच्या जागा आणि रस्ते पाहून ठेवले.

फारच दुर्गम प्रदेश तो! मी सांगितल्याप्रमाणे ठरल्याप्रमाणे देवजन लोकरी वस्त्रं घेऊन खाली उतरू लागले. नेहमीप्रमाणे ते चाल करून येताच काहीजणांबरोबर जाऊन मी त्यांची घरं, संपूर्ण गावच पेटवून दिलं आणि थोडं पुढच्या बाजूला जाऊन दबा धरून बसलो. वरून देवजनांनी त्यांच्यावर चढाई केली आणि खालच्या बाजूनं आम्ही चाल करून गेलो. एकालाही निसटू न देता टिपून काढलं. खरं सांगायचं, तर हे काही फार शौर्याचं काम नव्हतं. पण सतत मार खाल्ल्यामुळं देवजनांच्या मनात त्यांच्याविषयी भीती बसली होती. शिवाय सतत हिमानं व्यापलेल्या प्रदेशात राहणाऱ्यांना थोडं जरी खाली यावं लागलं, तरी घामामुळं शक्ती कमी होते. शत्रूला हरवलं नसतं, तर सिंहासनावर बसलेल्या इंद्रावर सिंहासन सोडायची पाळी आली असती. युद्धात शत्रूचा नाश करण्यात अयशस्वी झालेल्या इंद्राला तिथले लोक सिंहासनावरून खाली उतरणं भाग पाडतात. या इंद्राचं स्थान अचल राहण्यासाठी मी त्याला मदत केली. म्हणून स्वत: इंद्रानं समान स्थानावर सिंहासनावर बसवून समस्त देवजनांच्या समोर मला 'विजय' हे बिरुद दिलं.''

थोडा वेळ तुष्ट तसाच बसला होता. अर्जुन आणखी काही सांगेल, अशी त्याला आशा वाटत होती. पण आपण होऊन काही विचारावं, असंही वाटलं नाही. अर्जुन काही बोलत नाही, हे पाहून तो सरळ घोड्यांकडे तोंड करून बसला आणि रथ हाकू लागला.

अर्जुनाचं मन मात्र अजूनही देवलोकातच अडकलं होतं. चार वर्षं त्यांच्यांतच राहिला होता तो. धनुर्विद्येचा कंटाळा आला, की अधूनमधून नृत्यसाधना करत होता. त्या पलीकडे त्याचं लक्ष आणखी कुठंही गेलं नाही. अर्जुन म्हणजे एकाग्रता, असं समीकरणच देवलोकातही सगळ्यांना ठाऊक झालं होतं.

पण एकमेकांशी हवं तेव्हा आणि हव्या त्याच्याशी एकरूप होण्याचं स्वातंत्र्य असलेले देवजनही मला बाहेरचाच समजत होते. कदाचित मी धुनर्विद्येच्या साधनेसाठी गेलो होतो, म्हणूनही ही परकेपणाची भावना असेल. जेव्हा त्यांच्या राजाच्या आणि सेनापतीच्याही हातून न घडलेलं कृत्य मी केलं आणि त्यांच्या राजानं मला समान स्थानावर बसवून माझा गौरव केला, त्या वेळी मात्र संपूर्ण देवलोकानंच मला आपला मानला. 'विजय' हे प्रत्यक्ष इंद्राचं बिरुद! इतर कुणालाही ते मिरवायचा अधिकार नाही. किती जल्लोश तो! उत्साह शतगुणित करणाऱ्या सुरेचं पान! नंतर विजय बिरुदांकित अर्जुनासाठी फक्त देवप्रमुखांनाच लभ्य असलेल्याा अप्सरांचं नृत्य! घृताचि, मेनका, रंभा, उर्वचित्ति, स्वयंप्रभा, उर्वशी, मिश्रकेशी, दंडगौरि, दरुथिनी, गोपालिनी, सहजन्या, कुंभयोनि, प्रजागथा,

चित्रसेना, चित्रलेखा, सहा, मधुरस्वरनि आणखीही काही जणी! सगळ्या फक्त इंद्राच्या अधिकारातल्या विलासिनी. गणप्रमुखांनी विशेष कामगिरी केली असेल, तर यांच्यापैकी एकजण एक दिवस किंवा एक महिना किंवा वर्षभर त्यांच्यावर अनुग्रह करतात. आधीच देवांचा गोरापान रंग, त्यात स्त्रिया तर अगदी दुधासारख्या शुभ्र. त्यांच्यापैकी अत्यंत सुंदर तरुणींना शोधून इंद्राच्या राजसेवेसाठी राखून ठेवण्यात येतं, हे मलाही तिथल्या वास्तव्यात समजलं होतं. मेंढ्या पाळायचे कष्ट नाहीत, की लोकर वळून वस्त्रं विणण्याचे कष्ट नाहीत. हिवाळ्यात खाली उतरताना ओझी वाहायची नाहीत, की मुलांना जन्म देऊन मोठं करायची जबाबदारी नाही. सतत नर्तन, गायन आणि सुरापान. कामकलेत विशेष तरबेज असलेल्या या विलासिनी. मला बिरुद देण्यात आलं, त्याच रात्रीची गोष्ट ना ती?

हिवाळा संपून निरभ्र असलेल्या आकाशात प्रकाशणारा चंद्र. सभोवताली चमचमणारी पर्वतशिखरं असताना चंद्राचं विशेष सौंदर्य काय जाणवणार? तरीही स्वप्नांना उद्दीपित करणारा आणि मनात धन्यतेचा भाव भरून टाकणारा चंद्र बाहेरच्या हिमावर सोमरसाचा वर्षाव करत असतानाच ना चित्रसेन माझ्याकडे येऊन म्हणाला? 'विजय, तुझ्यासाठी आणखी एक बहुमान तुझी वाट पाहत आहे. चल...' त्याच्याबरोबर मी निघालो. इंद्रभवनाच्या समोरच्याच उंचवट्यावर बांधलेल्या सुंदर इमारतीत तो मला घेऊन गेला. तिथं उर्वशी उभी होती! 'आज दुपारी तू हिच्याकडे चोरून पाहत होतास ना? आज इंद्रानं स्वत:ची भेट म्हणून हिला तुझ्याकडे पाठवली आहे. तुला ही, जितके दिवस वाटेल, तितके ठेवून घे. हवं तर तुझ्याबरोबर घेऊन जा हिला...' म्हणत दरवाजा बंद करत चित्रसेन निघूनही गेला.

किती गर्व होता तिच्या चेहऱ्यावर! मंद जळणाऱ्या घोरपडीच्या चरबीच्या पणतीतल्या ज्योतीच्या प्रकाशात हिमाप्रमाणे दिसणारी तिची कांती! उबेसाठी कोपऱ्यात जळत असलेला लाकडाचा ओंडका, मृदु लवीनं भरलेल्या कातड्यापासून तयार केलेलं तिच्या कमरेचं वस्त्र, अंगावर लपटलेलं शुभ्र, नरम लोकरीचं हलकं वस्त्रं...

"आमच्या या देवलोकात येऊन तुला चार वर्षं झाली ना? धनुष्य-बाणाखेरीज आम्हां लोकांकडे शिकण्यासारखं आणखी काहीच नाही, असं तर तुला वाटत नाही ना? का जगतोस तू?..." अंत:सत्त्वालाच हात घालणारे तिच्या चेहऱ्यावरचे विलक्षण भाव! "...कधी आमच्याबरोबर नर्तन करायलाही आला नाहीस. पुरुषांकडून थोडं नर्तन शिकलास. काही वाद्यंही शिकलास. पण कधी सामूहिक सुरा-पान करण्यात भाग घेतला नाहीस, आमच्याबरोबर नाचला नाहीस. वाद्यंही वाजवली

नाहीस. फक्त धनुष्याची प्रत्यंचा छेडली, तर जीवनाचं सार्थक होईल का?''

काय वाटलं त्या वेळी मला? भीती? मी काय आयुष्यात कधी स्त्री पाहिली नव्हती? गेल्या दहा वर्षांत वनवासातलं अनिवार्य ब्रह्मचर्य पाळणारं अठ्ठेचाळिशीचं वय. मधला दहा वर्षांचा खडतर उपवास. कामक्रीडेत कुशल अशी माझ्यापेक्षाही सुंदर तरुणी! काय वय असेल तिचं? तिशीच्या आतलीच. शेजारी बसून अशी थट्टा-मस्करी करत असताना मी मात्र कासावीस होत होतो. अजूनही कारण समजलं नाही, असा कासावीस...

''विजय, एकाग्रतेत तल्लीन होऊन शरसंधान करणाऱ्या पुरुषाला, त्यातही तुझ्यासारख्या रूपवान पुरुषाला पाहून आमच्यासारख्या विलासिनी कामविव्हल झाल्याशिवाय कशा राहतील? तुझ्या अपेक्षेनं मी आतल्या आत घायाळ होऊन जात होते. पण आम्ही इंद्राच्या विलासिनी आपली भावना कुणापुढंही व्यक्त करू शकत नाही. माझं दैव थोर, म्हणून आज इंद्रानं मला तुझ्या सेवेसाठी पाठवलं आहे! आजची रात्र मी तुला आनंदित करू शकले, तर मला तू इंद्राकडून कायमची मागून घे. तुझ्या पाठोपाठ, तू म्हणशील, तिथं मी येईन. तुम्हां भूलोकावरच्यांना मुलांची फार अपेक्षा असते, म्हणे. तुला हवीत तितकी मुलं देईन मी!''

ऐकतानाही कसं तरी वाटावं, असं तिचं बोलणं! अशा स्त्रीच्या सान्निध्यात कुणाचा पुरुषार्थ सळसळणार नाही? ती खरोखरच माझ्यावर मोहून गेली होती, की तोही तिच्या कामकलेचाच एक भाग? काहीही असलं, तरी मादकतेनं मोहून जावं, असं तिचं बोलणं!

''सुंदरा, आधी हे पेय पी आणि नंतर या देवलोकाच्या खऱ्याखुऱ्या सुखाचा स्वीकार कर!''

किती मोहक विभ्रम! नितळ आकाशात चमचमणाऱ्या चंद्रालाच कोरून निर्माण करावा, असा सुरेख स्त्री-देह! देव-विलासिनींमध्येही अत्यंत सुंदर असलेल्या स्त्रीलाच हा उर्वशी-पदाचा अधिकार मिळतो, हे मलाही ठाऊक होतं. अशा उर्वशीला प्रत्यक्ष इंद्रानं मला अर्पण केली होती!... कुठल्या मुळीपासून तयार केलंय् हे पेय? आमच्या इंद्रप्रस्थात करत होते, तोही शुद्ध सोमरस नव्हता, की काय? किंचितही आंबटपणा नसेलली, प्रत्येक घोटागणिक उल्हसित करणारी रुचकर सुरा! चार वर्षं देवलोकात राहूनही कधीच प्यायलो नव्हतो, अशी सुरा! चंद्रच उतरून खाली येत असल्याचा विलक्षण अनुभव! उबदार, थंडीतही घाम आल्याचा सुखकर अनुभव! माझं अंग अधिकच तापवणारं तिचं आलिंगन!...

''विजय, तपश्चर्येला बसल्यासारखा का संकोच करत आहेस? दोघंही सारखेच उत्सुक असल्याशिवाय परमसुखाचा अनुभव कसा मिळणार?''

दुपारच्या सुखकर उन्हात भरलेली इंद्रसभा. तेहत्तीस गणांच्या प्रमुखांची उपस्थिती. इतरही जन जमलेले. याच विलासिनीचं नर्तन, वादन आणि गायन. किती निष्णात नर्तकी ही! देहाची प्रत्येक हालचाल तिच्या शरीरातल्या कणा-कणाचं सौंदर्य द्विगुणित करून प्रकट करत होती. संमोहित झाल्यासारखा मी एकटक तिच्याकडेच पाहत होतो, हे अगदी खरं!

अखेर इंद्र उठून म्हणाला,

"देवगणप्रमुख हो, देव-जन हो. आपल्या कट्टर शत्रू असलेल्या निवातकवचांचा संपूर्णपणे नाश करणारा हा वीर फक्त आमचा शिष्यच नाही, तर इंद्र-स्थानी असलेल्या माझा पुत्रही आहे. माझ्याआधी असलेल्या इंद्रापासून जन्मलेला. ज्यांनी त्या इंद्राला पाहिलं आहे, त्यांना ही ओळख सहज पटेल. चेहरा, शरीर-यष्टी, रूप– सारं काही त्याचंच घेतलं आहे यानं! त्यामुळं पुत्रवात्सल्य सूचक म्हणून याचं मस्तक हुंगून याला माझ्या आसनावर बसवून घेऊन, मी याला विजय हे बिरुद प्रदान करत आहे."

"विजय, तपश्चर्येला बसलेल्या भल्याभल्यांची कामभावना मी जागृत केली आहे. वृद्धत्वाकडे झुकणाऱ्यांना पुन्हा त्यांचं तारुण्य मिळवून दिलं आहे. तू माझी उपेक्षा केलीस, तर ते मुळीच चालणार नाही!"

साडेचार वर्षांपूर्वी इथं येऊन इंद्राला पित्याच्या नात्यानं संबोधलं होतं, तेव्हाच त्यानं मला पुत्र मानलं होतं. मस्तकही हुंगलं होतं. 'अर्जुना, देवलोकी पोहोचल्यानंतर आम्हा सगळ्यांना जन्म दिलेल्या पित्यांना तू स्वत: भेटून त्यांचा आशीर्वाद घेऊन ये. मला जन्म देणारा देव-धर्माधिकारी, भीमाचा जन्मदाता मरुत, तुझा साक्षात इंद्र आणि नकुल-सहदेवाचे जन्मदाते देववैद्य अश्विनीकुमार हे सगळे तुला पितृसमान आहेत. त्या प्रत्येकाला भेटून, त्यांच्या मुलांची नावं सांगून आमच्या वतीनं त्यांना साष्टांग नमस्कार घालायला विसरू नकोस.'

खाली उतरून आलेला चंद्र बुद्धी व्यापून बुद्धीचे सारे तंतू धरून वर वर चढत होता. सुखकारक वाटणारा अंगाचा मूक घाम.

"विजय, तुला माझ्याविषयी एवढा तिरस्कार का? मी काही फक्त इंद्राच्या आज्ञेवरून इथं आले नाही. माझ्या अंगांगाची धग तुला जाणवत नाही का? ही सगळी हिमशिखरं वितळवून टाकेल, अशा आगीत मी तडफडत असताना तू असा का गोठल्यासारखा बसून आहेस?"

"...अर्जुना, तू फार उत्तम धर्नुधारी असशील; पण नपुंसक; आधीच तू

मला हे सांगितलं असतंस, तर मी माझ्या मनाला आधीच आवर घातला असता. अशा निराशेच्या यातनेत होरपळून गेले नसते. चुकून हा पुरुषाचा देह मिळालाय् तुला!''

फाड्!

किती तीक्ष्ण मार हा! डावा गाल क्षणभर चुरचुरला.

चंद्र दिसेनासा झाला.

कसलं अपयश हे! आजवर या अर्जुनानं कधीही पाहिला नव्हता, असा दारुण पराभव!

''उर्वशीच्या पदस्पर्शातही सारा देवलोक परमानंद मानत असतानाच, मी आपण होऊन अलिंगन देऊन, सर्वस्व अर्पण करत असताना माझी एवढी उपेक्षा? घोर अपमान आहे हा माझा! इंद्राला सांगून तुला योग्य शिक्षा केल्याशिवाय मी शांत होणं अशक्य आहे!''

असं म्हणत संतापानं उठून निघालेल्या उर्वशीच्या संतापाच्या धगीत '...मीही तुझ्या पायांना स्पर्श करतो...' हे शब्द माझ्या घशातच घुसमटून गेले.

किती वेगात निघून गेली ती! एका स्त्रीकडून नपुसंक म्हणवून घेण्याहून दुसरा अपमान आहे का? तिच्या सान्निध्यात मनात उसळलेल्या भावनेला साथ देण्याऐवजी सारं शरीर जड शिळेप्रमाणे का होऊन गेलं? अर्जुनाचं पौरुष संपून तर गेलं नाही ना? तिथं थोबाडीत मारली, तेव्हाही राग का आला नाही? ती निघून गेल्यावर या अर्जुनाचे डोळे का पाणावले? शरीर उत्साहानं नाचत असताना त्यावर मनानं लगाम घालणं ही सहज गोष्ट असताना मनाला शरीरानं माघार घ्यायला लावून का अपमानित केलं? या अपमानातून स्वत:ला वाचवण्याची धडपड करत असतानाच ती इंद्राला घेऊन आली! इंद्राच्या राजमहालाच्या विलासिनीचा केवढा हा अधिकार!

''अर्जुना, विजय हे बिरुद मिरवणारा वीर आहेस तू! जरी नपुंसक असलास, तरी स्वत:ला या आमच्या उर्वशीच्या स्वाधीन कर. हमखास गुण येईल आणि नंतरही कधी तारुण्य ओसरणार नाही! जर तू याला नकार देत असशील, तर मात्र हा उर्वशीचा अपमान आहे. तुझं स्थान कितीही मोठं असलं, तरी अपेक्षेनं जवळ आलेल्या स्त्रीचा अपमान करायचा अधिकार देवलोकात कुणाचाच नाही. त्यात ही राजवाड्यातली विलासिनी आहे. हिचा अपमान तो राज्याचा, अर्थात माझाही अपमान! तूच तिच्याकडे अपेक्षेनं पाहत असल्यामुळं मी तिला पाठवली.''

कसं सांगू इंद्राला प्रत्यक्ष उर्वशीच्या अलिंगनादी स्पर्शानंही न फुलण्याच्या विचारानं अधिकच संकोचून जाणाऱ्या माझ्या शरीराचं विचित्रपण! जे मलाच कळत नाही, ते यांना कसं सांगू!

"माझं काही चुकलं असेल, तर मला इतर कुठलीही कठीण शिक्षा दे. पण नपुंसक हा क्रूर शब्द माझ्या वंशातल्या कुणालाही ऐकावा लागणार नाही, असा मला आशीर्वाद दे. काही काळाचं ब्रह्मचर्यही अशक्य झालं, म्हणून स्त्रीच्या अपेक्षेनं गावोगावी भटकलोय् मी! हिचा स्वीकार न करायला..." हो. सुचलं. "...कारण आहे, ते धर्माचं!"

"म्हणजे?"

"तू माझ्या पित्याच्या स्थानी आहेस. भर सभेत माझं मस्तक हुंगून मला पुत्र म्हणून मान्यता दिली आहेस. ही तुझी भोगवस्तू! हिचा भोग घेणाऱ्या इतर गण-प्रमुखांपैकी काहीजण माझ्या इतर चार भावांचेही जन्मदाते आहेत. म्हणजे माझेही वडीलच. मग ही मला मातृस्वरूप नाही का?"

किती खदखदून हसली उर्वशी!

"...व्वा, इंद्रा! याच्यापेक्षा तू दहा वर्षांनी तरी लहान असशील! आणि तू याचा पिता?"

इंद्र मात्र न हसता शांतपणे म्हणाला,

"माझ्या आधीचा इंद्र याचा जन्मदाता. त्याला मरून दहा वर्षं होऊन गेली. आणि त्या इंद्रानं हिचा चेहराही पाहिला नाही!" शेवटचं वाक्य मला उद्देशून होतं.

"मग तू माझा मस्तक हुंगून मुलगा म्हणून स्वीकार कसा केलास?"

"स्थानबलामुळं."

"त्याच स्थानबलामुळं ती मला मातृस्वरूप आहे!"

इंद्राला माझं म्हणणं पटलं, की नाही, कोण जाणे! माझं म्हणणं मान्य करण्यात त्याचा मुळीच तोटा नव्हता. पण उर्वशी कसा तो मुद्दा सोडणार? नपुंसकत्वाचा वार करून घायाळ केल्यावरही मला तसंच जाऊ देणं तिच्या उर्वशीपदाला अशोभनीय वाटलं असावं! 'इंद्रा, देवधर्माधिकाऱ्यांना बोलाव. इतर गणप्रमुखांनाही बोलाव. यानं उपस्थित केलेल्या या धर्माच्या प्रश्नाचा निर्णय व्हायलाच पाहिजे. आत्ता! इथं!' प्रत्यक्ष इंद्रालाच आज्ञा करून उभी राहिली उर्वशी! काय हा अधिकार!

धर्मराजाला जन्म देणारा हा धर्माधिकारी नव्हता. सुमारे माझ्याच वयाचा. भीमाला जन्म दिलेला मरुतही गेली सहा वर्षं अंथरुणाला खिळला होता. त्याला भेटून स्वत:चा परिचय सांगितला, तेव्हा त्यानं आई आणि भीमाची किती आस्थेनं आणि मायेनं चौकशी केली! मलाही छातीशी कवटाळून डोकं कुरवाळत होता, तेव्हा त्याच्या जाड, रुंद तळव्यातून किती वात्सल्य ओसंडत होतं! माझे जन्मदाते जिवंत असते, तर त्यांनी किती प्रेमाचा वर्षाव केला असता! की हा फक्त भीमाच्या जन्मदात्याचा गुण असावा? अश्विनीकुमारही नवेच होते.

रात्री पणतीच्या प्रकाशात भरलेल्या त्या इंद्रसभेत सारं काही ऐकून धर्माधिकाऱ्यानं जे सांगितलं, ते किती विचित्र होतं!

"अर्जुना, धर्माच्या नावाखाली तू जे काही सांगत आहेस, त्यापैकी काहीच आमच्या धर्मात नाही. तू सांगितलंस, नियोगानं वंश वाढवायचा वगैरेही गोष्टी आमच्याकडे नाहीत. तुला आमच्या इथली पद्धत ठाऊक आहे. जर एखादीला मूल झालं नाही, तर तिच्यात मातृत्वाची शक्तीच नाही, असा याचा अर्थ. शिवाय त्याचंही दुःख नाही. वयाच्या अंतरावरून मुलं सगळ्यांनाच आई-बाबा म्हणतात. ऋतुमती होऊन स्त्रीत्व प्राप्त झालेली मुलगी दुसऱ्या गणात पत्नी म्हणून जाते. त्यामुळं भाऊ-बहिणींचे संबंध यायचा प्रश्न नसतो. एकंदर काय, हा देवलोक तुमच्या समाजाहून वेगळा आहे. तुमच्या लोकातल्या रीती-भाती इथं आणून आमच्या या उर्वशीचा का अपमान करतोस?"

"आमच्या लोकांचा धर्म मी पाळायला नको का?"

"ते तुमच्या लोकात गेल्यावर. या आमच्या लोकात त्याची बीजं रोवून अनर्थ करू नकोस. आम्ही मूल धर्माचं पालन करत आहोत. तुम्ही नव्हे!"

"अर्जुना, इथं धर्माच्या बाबतीत धर्माधिकाऱ्याचा शब्द अखेरचा आहे. आता तू कुठलीही पळवाट काढलीस, तरी देवसभा ऐकून घेणार नाही. तू नपुंसकत्व मान्य कर अथवा अजूनही शयनगृहात चल. माझ्यावर अकारण दोषारोप झाला, तर मी तो मुळीच सहन करणार नाही!" म्हणत निघून जात असताना उर्वशीच्या दुधासारख्या शुभ्र चेहऱ्यावर रक्त फुटेल, की काय, असं वाटावं, एवढा रक्तवर्ण चढला नव्हता का?

रथाचा वेग कमी झाल्यासारखा वाटत होता. पुन्हा एकदा कूस बदलून सुभद्रा गाढ झोपी गेली होती. अर्जुनाच्या पोटात डचमळल्यासारखं होत होतं. रथाच्या प्रत्येक धक्क्यासरशी पोटातही हलल्याचा अनुभव येत होता.

उर्वशी फक्त संतापानं बोलली, की तिनं शाप दिला?

देवलोकातून माघारी आल्यावर वनवासाचं ब्रह्मचर्यच होतं. 'पाच वर्षं दूर होतो ना!' असं पांचालीनं म्हटलं, तरी त्यात मागचा सहजपणा राहिला नाही, हे लक्षात येतच होतं. विराट नगरीत मी नपुंसक वेशात बायका-स्त्रियांना नृत्य-गायन शिकवायचं काम का स्वीकारलं? या गंधर्वकला गंधर्व आणि देवलोकात स्त्री आणि पुरुष सहजपणेच शिकतात. कुणीही कुणालाही शिकवतं. पण मग आमच्या आर्यावर्तातच ही कला शिकवणारे शिखंडीच का असले पाहिजेत? मद्र, गांधार, बाल्हिक देशांमध्ये असं नाही, म्हणे. आर्यांनीच किती चतुरतेनं आणि दक्षतेनं कन्येच्या कौमार्याचं रक्षण करायला सुरुवात केली आहे! अज्ञातवासात

मला याहून दुसरं काहीच करणं शक्य नव्हतं का? चालणं-बोलणं, हाव-भाव, शरीराच्या हालचाली... कुणालाही संशय येणार नाही, असा सहज शिखंडी होऊन गेलो होतो, म्हणे, मी! पांचालीच नाही का तसं म्हणाली? नर्तन-गुरू म्हणून नेमणूक करताना विराटानंही सुंदर स्त्रियांना पाठवून माझी परीक्षा घेतली होती ना! त्या परीक्षेतही मी सहजच उत्तीर्ण झालो. त्यानंतर वर्षभर तारुण्यात प्रवेश करणाऱ्या मुलींबरोबरच वावरत होतो.

अज्ञातवास संपल्यानंतर सुभद्रा नजीक आली, तरी फक्त सान्निध्यच होतं. उपप्लव्यला आल्यावर ती किती तरी वेळा म्हणत होती,

"आता वय झालं तुझं! वनवासाचा तर परिणाम नसेल हा?"

म्हणजे या अर्जुनाचं वय झालं? सकाळ-संध्याकाळ एवढं प्रचंड धनुष्य सहज खांद्यावर टाकून, ते लीलया पेलत कठीणतम लक्ष्यांचा वेध घेणाऱ्या या अर्जुनाचं वय झालं? तेही फक्त पन्नासाव्या वर्षी? 'अजूनही शयनगृहात ये...' असं उर्वशी म्हणाली, तेव्हा मी का गेलो नाही? हरण्याची भीती? संपूर्ण श्रद्धेनं स्वत:ला तिच्या स्वाधीन केलं, तर कधीही न आटणाऱ्या पुरुषत्वाचा वर देऊ शकणारी, असं इंद्रानंच तिचं वर्णन केलं होतं ना?

मी इंद्राचं का ऐकलं नाही?

पोटात कुणी तरी चिवडत असल्यासारखा अर्जुनाचा जीव तळमळला. हात-पायही आखडल्यासारखे वाटले. डोळ्यांपुढं उर्वशीचं रूप भरून राहिलं.

समोरचा तुष्ट पेंगत होता. पायांपाशी झोपलेली सुभद्रा मधूनच मोठ्यानं श्वास सोडत होती.

दूरवर दिसणारे डोंगर. पोटातून वर येऊ पाहणारा वायूचा लोट.

फक्त भीमाचा जन्मदाता मरुत जिवंत आहे. उरलेले चौघं जिवंत असते, तर एवढ्याच प्रेमानं वागले असते? पिता-पुत्राचं नातं मानलं असतं? काय सांगितलं धर्माधिकाऱ्यानं? माझं मन तळमळत होतं. सारं नीट आठवत नाही. नातं वगैरे काही नाही. नियोगाचंही नाव नाही. मग कृष्णद्वैपायनानं आमच्या दोन्ही आज्यांना वीर्यदान केलं, त्या पवित्र भावनेनं... ह्या देवजनांनी आम्हांला कुठल्या भावनेतून जन्म दिला?

पोटातली मळमळ एकाएकी वाढली. तो थोडा वेळ आसन बदलून रथाच्या मागच्या भागाला पाठ टेकवून पाय पसरून बसला. थोडं समाधान वाटलं. कुणी तरी पंखा घेऊन खूप वारं घालावं, असं वाटू लागलं.

सुभद्रेला झोप लागली होती. जागी असली, तरी आपण होऊन एवढं करण्याइतकी ती तरल मनाची नाही. पांचाली!... अं! कोल्हीण! अंतरंग बदलून गेलंय्. तरीही पत्नी असते, त्या अवधीत तिच्यासारखी आपण होऊन सेवा करणं

कुणाला जमणार? पत्नी नसलेल्या अवधीतही आवश्यकता भासताना तिच्यासारखी स्नेहसेवा आणखी कोण करू शकेल?

त्याचं मन इंद्रप्रस्थाकडे धावलं. सुभद्रेला आणल्यानंतर आपल्या वाट्याला तिची पाळी आलीच नाही, हे तीव्रतेनं जाणवलं. आता थोरल्या धर्माची पाळी. नंतर भीमाची. त्यानंतर माझी पाळी. तिचा सारा राग उतरवून पहिल्यासारखी माझी सखी करून नाही घेतली, तर माझं नाव...

एकाएकी पुन्हा आठवण...

"ही फक्त कुंतीची मुलं. कौरव वंशातली नव्हेतच. म्हणूनच कुरुराज्यावर त्यांचा हक्क नाही." असा देशोदेशीच्या राजांकडे प्रचार करत आहे, म्हणे!

रथाचे हेलकावे वाढले.

पितामहांची आठवण...

"किती सुरेख मुलगा आहे हा!" म्हणत मांडीवर घेऊन घट्ट कवटाळलं बाबांच्या माघारी हस्तिनावतीला आलो, तेव्हा!

दगडांचा रस्ता. रथाची चाकं उसळत होती. टेकून बसणं अशक्य. एकाएकी पोटातून उलटून आलं. तो उठून बसला... बुळक... आतून वेगानं बाहेर आलेली वांती. रथाबाहेर तोंड काढण्याआधीच वेगानं तोंडातून उसळली. पुन्हा पुन्हा उन्मळून आली.

पेंगणारा तुष्ट जागा झाला. सुभद्रेला ओलांडून रथात आला. महाराजाचा दंड पकडून पाठीवरून हात फिरवत पुटपुटला,

"हे उत्तम मद्य नव्हे. आधीच सांगितलं होतं मी!"

त्याचं बोलणं अर्जुनाच्या मेंदूपर्यंत पोहोचलं नाही. पितामहांची आठवण. कृष्णाला विचारायला पाहिजे, असं वाटणारा पण नेमकं रूप न घेतलेला अस्पष्ट प्रश्न...

❑

## ६

संध्याकाळच्या वेळी समुद्रकिनारी फिरताना सतत वाहणारं वारं अंगावरचा घामाचा चिकटपणा पूर्णपणे थांबवू शकत नसलं, तरी निदान काही क्षण तरी घामाच्या नरकवासातून सुटका करत होतं. त्यातच लाटांचा आवाज. त्यामुळं द्वारकेच्या लोकांच्या मनात वारा आणि लाटांचं नातं जुळून गेलं होतं. समुद्राच्या

लाटा पाहण्यासाठी समुद्रकिनारी जाण्याची किंवा तिथं वाळूवर बसून राहण्याची आवश्यकताच नव्हती. घरात झोपून डोळे मिटून घेतले, तरी लाटांचा घनगंभीर आवाज कानात घुमत होता. लाटा, वारं, उकाडा आणि घाम एकमेकांत मिसळून किंवा एकातून दुसरा असे निर्माण होत होते. गावापासून दिवसभराच्या प्रवासाच्या अंतरावर रैवतक पर्वतावर चढून गेलं, की दूरवर पसरलेलं समुद्राचं पाणी, थंडगार हवा आणि मुख्य म्हणजे सतत अंग चिकट करणाऱ्या घामापासून सुटका! तरीही युयुधनासारख्या किती तरी जणांचं काठावर आपटणाऱ्या लाटांवर आणि तिथल्या वाळूनं भरलेल्या समुद्र-किनाऱ्यावर अतिशय प्रेम होतं. उन्हाळ्यातही उन्हाचा चटका कमी होण्याआधी तिथं जाऊन बसायची त्याची नेहमीची सवय. दमट हवा, उकाडा, चटका देणारं ऊन्ह. यामुळं त्याचा आधीचा गोरापान चेहरा, हात, पाय, खांदे आता थोडे सावळेपणाकडे झुकले होते. कुणी विचारलं, की त्यावरचं युयुधानचं उत्तर ठरलेलं:

"पन्नाशी आली आता. नातू चौदा वर्षांचा झाला, काळा झालो, तरी काय बिघडलं?"

अर्थात एवढ्या सलगीनं विचारणार तरी कोण, म्हणा! त्याचा स्नेही कृष्ण. बरोबरीचा असला, तरी नात्यानं पाहिलं, तर धाकटा काका. युयुधानच्या वडिलांच्या, वडिलांचे वडील आणि कृष्णाच्या वडिलांच्या वडिलांचे वडील एकच होते, म्हणे! आता दोघेही एकाच वयाचे. स्नेह-सलगीनं एकत्र वाढत असताना हा नात्याचा तपशील कोण लक्षात ठेवणार?

"कृष्णा, नातू जन्मला, त्याच वेळी म्हणजे वयाच्या छत्तिसाव्या वर्षीच मी स्वत:ला आजोबा मानू लागलो. तू मात्र नातवाचं लग्न झालं, तरी, स्वत:ला म्हातारा मानत नाहीस. अंग काळं पडतंय्, म्हणून आता मीही तुझ्यासारखा दुधाची साय आणि चंदनाचा लेप लावू का?" असा युयुधानचा वाद ठरलेला.

दुपारच्या वेळी तरंगत येऊन दाट विश्वास निर्माण करणारे ढग संध्याकाळच्या वाऱ्यानं कुठल्या कुठं उडून जात होते. आता पावसाळा निश्चित सुरू होईल, म्हणून पहिल्या पावसात भिजायच्या आशेनं आकाशाकडे पाहत बसलं, की संध्याकाळचं वारं ढगांबरोबर आशाही उडवून लावत होतं.

युयुधान मात्र कधीच वाऱ्याला दोष देत नव्हता. छातीवर हा वारा घेत समुद्रकाठच्या वाळूवर बसलं, की राग-लोभ नाहीसे होऊन मन एका विशिष्ट स्थितीत समाधान पावतं, हिरव्या-निळ्या अशा या अथांग विस्तारापलीकडे कुठं तरी जाऊन स्थिर होतं, हा त्याचा नेहमीचाच अनुभव होता.

आजही संध्याकाळी तो नेहमीप्रमाणे किनाऱ्यावर पसरलेल्या वाळूवर बसला होता. लाल झळांनी डोळ्यांत टोचून काढणारा सूर्य मासेमारी करणाऱ्या नावांच्या

पलीकडे समुद्रात बुडत होता. अजून पावसाला का सुरुवात झाली नाही, याची काळजी त्याच्याही मनात सलत होती. दिवसेंदिवस असह्य होत चाललेला उकाडा, प्यायच्या पाण्याचा तुटवडा, पेरण्या खोळंबल्या, म्हणून पुढील वर्षीच्या दुष्काळाची भीती याबरोबर काळजीचं आणखीही एक कारण होतं. या वर्षी आर्यावर्तात मोठं युद्ध होणार आहे, असं त्याचं मन सांगत होतं. त्याच्या स्नेह्यानं– कृष्णानंही हेच सांगितलं होतं, वनवास-अज्ञातवास संपवून आलेल्या पांडवांना दुर्योधन राज्य देवो अगर न देवो, त्यांच्यावर चढाई करून पांडव आपलं राज्य मिळवोत अगर न मिळवोत, आता ही फक्त कुरुराज्यापुरती मर्यादित प्रकरणं राहिली नाहीत. पांडवांना पांचालांसारख्या पाहुण्यांची मदत मिळणं साहजिकच आहे. त्यासाठी पांचाल देश गेली तेरा वर्षं तयारीही करत असेल. इकडे दुर्योधन संपूर्ण आर्यकुलातल्या राजांचं साहाय्य मिळवून आपलं बळ वाढवत आहे. शिवाय पांडवही मदतीच्या अपेक्षेनं अनेक राजांना भेटताहेत. त्याचसाठी नाही का कृष्णानं उपप्लव्यमध्येच मुक्काम टाकलाय् तो!

युयुधानही पांडवांच्या बाजूचा आहे, हे सगळ्यांना ठाऊक आहे. कृष्णाचा निकट स्नेही तो. अर्जुनाशीही त्याची सलगी होती, अर्जुनाबद्दल त्याला आत्मीयता होती. राजसूय यज्ञाच्या वेळी युयधानही किती श्रमला होता! शिवाय खेळाला न येणाऱ्याला बोलावून, त्याला हरवून.... अंहं, तसं नव्हे. कृष्ण तर म्हणतो, जुगार खेळणंच चुकीचं आहे. खरं आहे त्याचं. जुगारात जिंकलं, ते कराराप्रमाणे परत न देता... आता युद्धात साहाय्य मागायला आलाय्!

एकाएकी एक लाट-एक मोठी लाट येऊन आपटली...

अरे... अरे! मांड्यांपर्यंतची वस्त्रं ओली होऊन गेली!

लाट पुन्हा मागं वळली. पांढरा फेस तसाच काठावर ठेवून ती मागं वळली. पायाखालची वाळू तळपायांना गुदगुल्या करत मागं गेली.

किती उबदार आहे हे संध्याकाळच्या समुद्राचं पाणी!

आल्यापासून बलरामाच्या घरीच मुक्काम आहे त्याचा. किरीटधारी म्हणून औपचारिक गौरव करून बलरामानंच 'अतिथिभवनात काही उतरायला नको,' असं दुर्योधनाला सांगितलं, म्हणे. गुरू शिष्याचा सन्मान केल्याशिवाय कसा राहील? पण फक्त एवढ्यासाठी स्वत:च्या बहिणीलाही विसरून जाईल? फक्त कृष्णाला विरोध करायचा, म्हणून माझ्या मताकडे दुर्लक्ष करून, तो मागेल ते सगळं देईल? कृष्ण उपप्लव्य नगरीत असल्याची संधी साधून हा इथं आलाय्, यात तर काही संशयच नाही– यादवांमध्ये फूट पाडायला. पण मठ्ठ बलरामाच्या लक्षात येईल का हा याचा डाव?

आणखी एक मोठी टपोरी लाट येत असल्याचं बसल्या जागेवरून दिसत

होतं. ही फक्त मांडीपर्यंत येणार नाही, कमरेपर्यंत येईल, हे लक्षात येऊनही युयुधान तसाच बसून राहिला. ओले झालेले कपडे घटकाभरात वाळून जातील, असं समाधान असलं, तरी सारं अंग खारट होऊन जाईल, असा विचार मनात येईतो, ती लाट आली... कमरेहूनही वरपर्यंत. बसल्या बसल्या मागं ढकलल्यासारखं झालं.

अरेच्चा... अरे... अरे... म्हणत हसत असतानाच मागं वळणारी लाट त्याच्या नाका-तोंडात खारट-वाळूमिश्रित पाणी भरून गेली. तोंड पुसून पाहिलं, तर त्याहूनही मोठी लाट! भरती सुरू झाली, हे जाणून तो मुकाट्यानं उठला आणि घराकडे वळला.

❑

रात्रीचं जेवण उरकून युयुधान आपल्या घरासमोरच्या थोड्या उंच अंगणात घोडघासाच्या मऊ चटईवर झोपला. या आनर्त देशात घोडघासाची कसली कमतरता? मथुरेहून इथं येऊन राहिलेल्या यादवांनीही घोडघास नीट कापून त्याची सुंदर मृदु चटई विणण्याची कला आत्मसात केली होती. उन्हाळ्यात तर या चटयांशिवाय आणखी कशावरही अंग टेकवणं अशक्य होतं. अंगणात ओळीनं अंथरलेल्या चटयांवर युयुधानचा पिता सत्यक, मुलं आणि नातवंडं झोपली होती. नवविवाहित आणि तरुण जोडपी मात्र उन्हाळ्याचा असह्य उकाडा असला, तरी घरात आणि घराच्या मागच्या बाजूला जोडीनं झोपत होती. समुद्राकाठावरच्या या गावात घराच्या गच्चीत झोपण्यापेक्षा खाली अंगणातच झोपणं अधिक सोयीचं होतं. याला कारण म्हणजे मधूनच सुटणारं झोपलेल्यांनाही ढकलून देणारं वारं! काही रसिक जोडपी तरीही गच्चीवर झोपत. त्यावेळी द्वारकेतल्या चेष्टेखोर म्हाताऱ्या थट्टा करत,

"बाबा, रे! तुझी बायको वाऱ्यावर उडून जाईल. झोपेतही तिच्या कमरेचा पायाचा वेढा ढिला करू नकोस, हो!"

वय झालं, तरी द्वारकेतल्या म्हाताऱ्यांचं बोलणं हे असं!

भोवताली मुला-नातवंडांचा गोंधळ चालला असताना सत्यक आणि युयुधान एका कडेच्या दोन चटयांवर पडून गप्पा मारत होते. पहिल्यापासूनच बाप-लेकांची एकमेकांवर माया होती. त्यात दहा वर्षांपूर्वी आई वारल्यापासून युयुधान आपला रिकामा वेळ सत्यकाबरोबरच काढत होता. एक कृष्ण आणि सत्यक हे दोघेच त्याचे खरे जवळचे. कृष्णाबरोबर सतत गप्पा सुरू असतात. वेगवेगळे देश, युद्ध, समेट, राज्यसंबंध, व्यापार... किती तरी गोष्टींविषयी बोलता येतं. भर तारुण्यात वीर योद्धा म्हणून ख्याती मिळवलेल्या सत्यकाची मात्र आता

प्रकृती फारशी बरी नसते. घराबाहेर न पडता सतत घरातच राहणाऱ्या सत्यकाचं बोलणं नेहमीच मागच्या संदर्भातलं असतं. हा समुद्र, ही द्वारका, हा आनर्त देश त्याला कधीच आवडले नाहीत. तो नेहमी म्हणत होता,

"माणसानं नेहमी नदीच्या काठावर राहावं. गोड पाणी, सुपीक जमीन, भरपूर दुभती जनावरं... या समुद्राच्या काठावर काय आहे? खारट पाणी, वारा, व्यापार, वर्षभर अंग चिकट करणारा घाम! अरे, जा! आमच्या मथुरा नगरीपुढं जगातलं कुठलंही गाव तुच्छच!"

किमान हजार वेळा तरी हे वाक्य उच्चारलंय् त्यानं. जरासंधाच्या भीतीमुळं मथुरेतले यादव इथं येऊनही तेहतीस वर्षं होऊन गेली. त्यावेळी सेहेचाळीस वर्षांचा होता हा सत्यक. जन्मापासून सेहेचाळीस वर्षांचा होईपर्यंत जिथं वाढला, जिथं त्याची मुलं-नातवंडं जन्मली, त्या भूमीची आठवण विसरणं कसं शक्य आहे?

"युयुधाना, तेव्हा तू सोळा वर्षांचा होतास. फारसं समजत नव्हतं तुला. त्यामुळं तुला नाही समजायचा मथुरेतला आणि द्वारकेतला फरक. तिथं इथल्यासारखं नेहमी अंग घामेजत नाही. उन्हाळा भरपूर कडक असला, तरी कोरडी हवा तिथली. त्यामुळं घामही कमी. हिवाळ्यात तर कितीही श्रम केले, तरी शरीर दमत नाही. त्या हवेत दुभती जनावरं जेवढा पान्हा सोडतात, तेवढा इथल्या दरिद्री हवेत कसा सोडतील? जरासंधाचा काटा काढल्यावर– कुणा पुण्यात्म्यानं मारलं त्याला? आमच्या यादव कुळातल्या मुलीचाच मुलगा, म्हणे. नाव काय बरं त्याचं? पंधरा वर्षं झाली त्याला... त्याच वेळी आम्ही मथुरेला परतायला हवं होतं. आताही तिथं जाऊन मथुरेतच प्राण सोडायला पाहिजे. यमुनेच्या काठावर जाळलं, तर स्वर्ग मिळेल..." अशी अजूनही कटकट करत असतो मुलाच्या डोक्यापाशी!

कृष्णानं भीमाकरवी जरासंधाचा वध केल्यानंतर मथुरेला जाऊन राहायची पित्याची इच्छा किती प्रबल झाली आहे, हे युयुधानला ठाऊक होतं. आईही जिवंत असेपर्यंत हेच म्हणत होती.

इथं येऊन अठरा वर्षं झाली आता. युयुधानचा मात्र या समुद्रावरच जीव जडला होता. अठराव्या वर्षापर्यंतचा तर सगळा पोरकटपणा असतो. त्यानंतरचं खरं-खुरं जीवन तो याच गावात जगला होता. या समुद्रकाठावरच्या गावात मुक्काम टाकल्यामुळंच व्यापारात यादव श्रीमंत झाले होते. इथं येण्याआधी मथुरेच्या यादवांचं आर्यावर्तातलं स्थान नगण्य मानलं जाई. आर्यावर्तात पिढ्यान् पिढ्या प्रबल राज्य करणाऱ्या कुरुराज्याच्या शेजारी यादवांचा सामान्यपणा अधिकच उठून दिसत होता. मथुरेचे यादव हा तुच्छतेचा विषय होता, म्हणे, तेव्हा. आज

मात्र हस्तिनावतीचा राजा मदत मागायला आलाय्! फक्त सैन्याची नव्हे, युद्धाच्या खर्चासाठी आर्थिक मदतही! एवढं ऐश्वर्य देणारा समुद्रकिनारा सोडून फक्त गुरं-ढोरं वळत राहिलं, तर कसला लाभ आहे?

मुलं-नातवंडं आपसात मोठमोठ्यानं बोलत असतानाच सत्यकानं शेजारी झोपलेल्या युयुधानला विचारलं,

"हस्तिनावतीहून तिथला राजा आलाय्, म्हणे!"

"हं." युयुधान म्हणाला.

म्हातारा गप्प बसला. सगळे दात पडून गेल्यामुळं म्हाताऱ्याचं बोलणं स्पष्ट नव्हतं. त्याच्याशी बोलायची नेहमीची सवय असलेल्या युयुधानलाही किती तरी वेळा त्याचे काही शब्द समजत नसत.

पुन्हा एकदा म्हाताऱ्यानं चौकशी केल्यावर मुलानं हस्तिनावतीच्या राजाच्या येण्याचं कारण सांगितलं.

मधूनच समुद्राच्या लाटांचा आवाज घोंघावत असला, तरी म्हाताऱ्याला सगळं ऐकू आलं. आकाशाकडे पाहत झोपलेला सत्यक उठून बसला आणि म्हणाला,

"पांडवांचं त्यांच्या वैऱ्यांबरोबर युद्ध आहे. पांडवांनीच जरासंधाला मारलं ना? त्यामुळं आपण त्यांची बाजू घेणंच धर्माला धरून आहे. खरं, की नाही?"

"अगदी खरं. पण बलरामाची बुद्धी वाकडी आहे ना!"

"काय म्हणालास?" डाव्या कानाला डाव्या हाताच्या तळव्याचा कर्णा करून लावत म्हाताऱ्यानं विचारलं. वाऱ्याचा झोत कानात शिरल्यामुळं त्याला ऐकू येत नव्हतं.

"तू म्हणतोस, ते न्याय्य आहे. कृष्णही हेच म्हणतो. पण बलरामाची बुद्धी सरळ नाही..."

वडिलांकडे तोंड करुन युयुधान मोठ्यानं ओरडून सांगत असतानाच पाठीमागं कुणी तरी उभं असल्याचं जाणवलं. त्याची सावली समोर पडली. अंगणात चाललेला मुला-नातवंडांचा गोंधळही थांबल्याची जाणीव झाली.

त्यानं वळून पाहिलं.

तिथं स्वतः बलरामच उभा होता!

युयुधान खजील झाला. तसं बलरामाला घाबरायचं कारण नव्हतं. समोर उभं राहून एखाद्याशी भांडणं वेगळं, पण माघारी एखाद्याची टीका करत असताना त्यानं येऊन ऐकलं आणि बोलणाऱ्याच्याही ते लक्षात आल्यावर ओशाळवाणं होणं साहजिकच आहे.

"होय! या बलरामाची बुद्धी वाकडी! सात्यकी, हा बलरामच तिरका!"

म्हणत असताना बलरामाच्या आवाजातला क्रोध लपत नव्हता. तो काहीच न बोलता निघून गेला असता, तर युयुधानला अधिक अवघडल्यासारखं झालं असतं. त्याऐवजी त्यानं तोच विषय पुढं सुरू ठेवल्यामुळं युयुधानही थोडा मोकळा झाला.

"जे खरं आहे, ते सांगत होतो. एवढ्यातच तू तुझा स्वभाव बदलला असशील, तर क्षमा मागतो मी! ये. बैस इथं." म्हणत युयुधाननं उठून आपली चटई त्याला बसायला दिली.

कमरेपासून पावलांपर्यंत चमकदार राजोचित रेशमी वस्त्रं, उकाड्यामुळं उघडी असलेली दाट केसाळ छाती, डोक्यावर किरीट... बलराम सहज चटईवर बसला आणि डाव्या हातच्या बोटांनी डाव्या गालावरून हिरड्या दाबून घेऊ लागला.

"दाढदुखी?"

"कधीचे हलताहेत. या डावीकडच्या वरच्या दोन दाढा...स्स... हाय!" जिभेनं त्या दाढांना आधार देत बलराम म्हणाला, "काढून फेकून द्याव्यात, म्हटलं, तर अजून सगळी मुळं सुटली नाहीत. आता तर उजवी बाजूही दुखायला लागली आहे."

"मीही भोगलंय्, बाबा, ते दुखणं!"

"पण असं तुझं वय काय झालंय्?" युयुधाननं विचारलं.

"मी सांगतो त्याचं वय. तसं पाहिलं, तर त्याचा थोरला भाऊ आहे ना मी! थांब." म्हणत सत्यक थांबला आणि मनातल्या मनात गणित करून म्हणाला, "आता. मी आहे एकोणऐंशी-ऐंशी वर्षांचा. तुझ्या आईचा, रोहिणीचा तू पहिला मुलगा. लग्न झालेल्या वर्षीच तू जन्मलास. तुझ्या आईचं आणि तिच्या पाठच्या चार बहिणींचं तुझ्या वडिलांबरोबर एकाच दिवशी लग्न झालं. तेव्हा मी होतो सतरा किंवा अठरा वर्षांचा. अरे, त्या लग्नात सगळी धावपळ मीच तर केली! तुझे वडील माझ्यापेक्षा... माझ्यापेक्षा काही म्हणता येणार नाही. माझ्या बरोबरीचा तो. तुझी आई आणि तिच्या चार बहिणी पौर कुळातल्या! इतर सात बायका उग्रसेनाचा भाऊ देवक याच्या मुली. उरलेल्या दोघी दासी होत्या. एकंदर चौदा बायका त्याला. हवं तर त्या सगळ्यांची नावं या क्षणी पटापट सांगू शकेन. तुला आठवतील का तुझ्या सगळ्या मातांची नावं?"

बलराम मनातल्या मनात आठवू लागला. पण खरोखर पटपट आठवेनात. आपली आई रोहिणी, त्यानंतर इंदिरा, वैशाखी, भद्रा... नंतर... नंतर... हां! सुनाम्नि... पुढच्यांची नावं आठवत नाहीत, असं मनोमन कबूल करत असतानाच सत्यकानं भराभरा सांगायला सुरुवात केली.

“रोहिणी, इंदिरा, वैशाखी, भद्रा, सुनाम्नि, सहजीवी, शांतिदेवी, श्रीदेवी, देवरक्षिता, वृकदेवी, उपदेवी, देवकी आणि सुतनु-वडवा या दोघी दासी. बलरामा, स्वत:च्या आईचीच नावं आठवत नाहीत ना तुला! हे काही बरं नाही!”

बलरामाला अपमानित झाल्यासारखं वाटलं. रागही आला. तो म्हणाला,

“पण मी म्हणतो, एवढ्या बायका का कराव्यात? सात बहिणी असल्या, तर एकानंच त्या सगळ्यांशी का लग्न करायचं? एवढ्या आयांची नावं लक्षात ठेवायची, म्हणजे मुलांना त्रास आणि आपल्यालाही त्रास!”

हे बलराम थट्टेनं म्हणाला, की कुचेष्टेनं, हे सत्यकाला समजलं नाही. त्याचं तिकडं लक्षच नव्हतं. आपण पटापटा चौदा नावं सांगू शकलो, याच आनंदात तो होता. या आनर्त देशात येऊन राहिलेल्या यादवांपैकी कुणाला किती बायका आणि त्या प्रत्येकीला किती मुलं, हे आपल्या जिभेच्या टोकावर नाचत असतं, याचा त्याला नेहमीच अभिमान वाटे. पण बलरामाच्या बोलण्याचा रोख बदलण्यासाठी युयुधाननं विचारलं,

“पण बलरामाचं वय काय, हे कुठं सांगितलंस तू?”

“याचं वय? थांब. आता सांगतो. माझ्या सतराव्या वर्षी याच्या आईचं लग्न. लग्नानंतर वर्षाच्या आतच हा जन्मला. थोरला. म्हणजे माझ्याहून अठरा वर्षांनी लहान. म्हणजे केवढा? तूच हिशेब कर. बासष्ट.”

“म्हणजे दात पडायचंच वय हे!”

“सत्यक दादा, दुर्योधन आलाय् हस्तिनावतीहून. कुरुवंशातला भीष्म एकशेवीस वर्षांचा आहे, म्हणे. पण अजून एकही दात पडला नाही त्याचा! कितीही कठीण भाकरी दातानं चावून खातो, म्हणे. धर्माचं पालन करणाऱ्याचे दातच पडत नाहीत, म्हणे.” बलराम सांगत होता.

मध्येच सत्यक म्हणाला,

“म्हणजे सगळे दातपडका मी अधर्मी, आहे असं म्हणायचंय् का तुला?”

“तसं नव्हे. शुद्ध ब्रह्मचाऱ्याचे दात पडत नाहीत, असं म्हणायचं होतं मला! त्याचं शरीर तर कणखर आहेच. चौदा बायका केलेला आमचा बापच पाहा ना! गेली किती तरी वर्षं मेल्या मढ्यासारखा पसरलाय्!”

बलरामाचं हे बोलणं सत्यकाला मुळीच आवडलं नाही. युयुधानलाही आवडलं नाही. तो दुर्योधनाविषयी बोलायला आलाय्, हे युयुधानच्या केव्हाच लक्षात आलं होतं. विधियुक्त राज्याभिषेक झाला नसला, तरी आनर्त देशाच्या यादवांचा आपणच राजा असल्यासारखं बलरामाचं वागणं होतं. एरवी हवा तेव्हा बोलावून घेतो आणि आज मात्र एवढं दाढेचं दुखणं असतानाही आपण होऊन आलाय्! यामागचं कारण न समजण्याएवढा युयुधान दूधखुळा नव्हता. याला दुर्योधनाची

बाजू घ्यायची आहे. कृष्ण गावात नाही. त्याचा स्नेही म्हणून मला विचारायचं. शास्त्र उरकून किंवा शक्य असेल, तर मलाच फोडून घ्यायच्या हेतूनं हा आला असावा! आपल्याला बोलण्यातले डावपेच येत नाहीत, याची जाणीव स्वत: बलरामालाच आहे. या बलरामाकडून बोलण्यात हार खाणं शक्य नाही!

बलरामानं सरळ विषयालाच हात घालावा, या अपेक्षेनं युयुधाननं त्याला विचारलं,

"हे काय, एकाएकी या वेळी आलास?"

बोलायच्या ओघात आपण वडिलांविषयी काही तरी बोलून गेल्याचं लक्षात येऊन बलरामही थोडा अस्वस्थ झाला असता युयुधाननं हा प्रश्न विचारताच त्याला थोडं सुटल्यासारखं वाटलं. तो म्हणाला,

"समुद्रकाठावर फेरी मारून येऊ या, म्हणून निघालो होतो. चांदण्यात रात्रीही माल भरलेल्या नावा निघतात ना! अधूनमधून जाऊन दम दिला नाही, तर वाहक माल चोरल्याशिवाय राहतील का? चल, जाऊन येऊ या."

दोघंही निघाले. समुद्रावर नावा ये-जा करत होत्या. तिकडच्या दिशेला न जाता डावीकडे वळून, तिथलं बाभळीचं झुडूप मागं टाकून, पुढं गेल्यावर बलराम म्हणाला,

"इथं बसू या..."

समोरच्या लाटा, पांढरा फेस, क्रमाक्रमानं जन्म घेणाऱ्या. झेप येऊन फुटणाऱ्या. फुटून सभोवती पसरणाऱ्या. पसरताना गाज देणाऱ्या...

"नावांवर लक्ष ठेवायचं म्हणाला होतास ना?"

"आल्या, तर इथून दिसतीलच. थोडं बोलायचंय् तुझ्याशी. बैस..." युयुधानच्या खांद्यावर हात टाकून बलरामानं त्याला खाली बसवलं आणि आपणही बसला. आपोआप त्याचा हात बोटांनी हलकेच दुखरी हिरडी दाबू लागला. लाटा दहा-वीस वेळा आपटून परत गेल्या, तरी त्याचं लक्ष दाढदुखीकडेच होतं. काय बोलावं, ते न समजल्यामुळं मन दुखण्यावर खिळलं होतं, की काय, कोण जाणे!

अखेर युयुधाननंच सुरुवात केली,

"दुर्योधन आलाय्, तो त्याच्या बाजूनं लढावं, म्हणून सांगायलाच ना?"

"याविषयी यादवांनी बहुमतानं निर्णय घ्यायला हवा, असं मला वाटतं, सात्यकी. आजवर यादवांनी नात्याचा विचार करून कधीच न्याय कमी लेखला नाही. याही वेळी आपण असंच वागायला हवं. तू, मी आणि कृतवर्मा... आपण तिघेही ठरवू आणि दुर्योधनाला शब्द देऊ. नाही का?"

"...आणि कृष्ण?"

“कधीही धडपणे गावात न राहता सतत ह्या ना त्या गावात भटकणाऱ्या कृष्णाची एवढी कसली मातब्बरी? त्यात अलीकडे तर त्याची स्वत:ची बुद्धीही नष्ट झाली आहे! बायकोच्या बोलण्याप्रमाणे चालणाऱ्या राजकारणातल्या न्याय-अन्यायाविषयी काय समजणार?”

बलरामाचा रोख कुणीकडे आहे, हे सात्यकीच्या लक्षात आलं होतं.

हा महत्त्वाचा निर्णय कृष्णाला न विचारता घ्यायचा, असं त्यानं ठरवलेलं स्पष्टच दिसत होतं. आपल्यापुरता त्यानं निर्णयही घेतलाच आहे. कदाचित त्यानं दुर्योधनाला शब्दही दिला असेल. कृतवर्मा तर नेहमीच बलरामाच्या बाजूनं असतो. मी कृष्णाच्या बाजूचा असल्यामुळं मलाही आपल्या बाजूनं वळवून घेण्यासाठी आलाय् हा.

कृष्ण बायकोचं ऐकणारा!

बलरामानं असं का म्हटलं, तेही युयुधानला आठवलं.

खरं पाहता त्या वेळी कृष्णाचं काहीच चुकलं नव्हतं. हा रुक्मिणीविषयीचा संताप याच्या तोंडून बाहेर पडत आहे. त्या प्रसंगी कृष्णानं आपली बाजू घेतली नाही, हे खरं शल्य आहे बलरामाचं! पण कृष्ण तरी काय करणार?

कृष्णाचा बायकोच्या थोरल्या भावाशी, रुक्मीशी कधीच स्नेह नव्हता. मग तो वाढणार तरी कसा? लग्नाच्या वेळी रुक्मिणीला कृष्णानं पळवलं, म्हणून ‘त्याला ठार केल्याशिवाय गावात पाऊल टाकणार नाही...’ अशी घाईनं प्रतिज्ञा करून, कृष्णाकडून हरल्यावर दुसरं गाव वसवून रुक्मि राहत होता. वडलांच्या गावी त्यानं पाऊलही टाकलं नाही. पळवून घेऊन जाऊन लग्न करणं हीही क्षत्रियांचीच विवाह-पद्धती असताना लग्नानंतर मेहुण्याशी गोडीत राहायचं सोडून त्यात आपला अपमान झाला, असा समज करून घेणारा रुक्मि म्हणजे मूर्खच! तो कधी बहिणीच्या घरी आला नाही, की कधी मेहुण्याशी बोलला नाही. जरासंधाच्या विचाराप्रमाणे बहिणीला शिशुपालालाच द्यायला हवी, असं म्हणत राहिला. कृष्णानं जरासंधाला संपवलं आणि स्वत: त्या उद्दाम शिशुपालाचा वध केला, तरी रुक्मीच्या मनातला द्वेष काही कमी झाला नाही. उलट, अधिकच वाढला. कधीही भाऊ म्हणून बहिणीला माहेरी न्यायला-पोहोचवायला आला नाही, कधी तिचा चेहरा पाहिला नाही. उलट, ‘तिचं तू दर्शन घेतलंस, तरी आपला पिता-पुत्राचा संबंध राहणार नाही’, असं पित्याला सांगून रुक्मिणीचं माहेरच त्यानं आपल्या हट्टीपणानं तोडून टाकलं. पण स्त्रीची माहेरची ओढ कधी नष्ट होईल का? तो आला नाही, तरी आपण होऊन जाऊन माहेरचं नातं पुन्हा जोडायचं रुक्मिणीनं ठरवलं, तर कृष्ण कसा नको म्हणेल? दहा मुलं आणि

एका मुलीची आई! त्यात थोरल्या तीन सुनाही आलेल्या. 'आता अभिमानात गुंतून राहायला नको. मीच जाऊन येते. मला पोहोचवायची व्यवस्था कर...' असं म्हणत डोळ्यांना पदर लावला, तर तो कसा नाही म्हणणार? शिवाय कृष्ण म्हणजे काही तिच्या भावासारखा मूर्ख, हट्टी नाही. त्यानं परवानगी दिली. लग्नानंतर किती तरी वर्षांनी काही रक्षक आणि वयात आलेल्या चवथ्या मुलाला– प्रद्युम्नाला घेऊन भावाकडे गेली.

सुरुवातीला रुक्मि रुसलेलाच होता, म्हणे. लग्नानंतर पंचवीस-सव्वीस वर्षांनी दाराशी आलेल्या बहिणीशी अवाक्षर न बोलता निघून गेला, तेव्हा त्याच्या बायकोनंच चार समजुतीच्या गोष्टी सांगून त्याला रुक्मिणीपुढं आणलं. त्याच्या पावलांना स्पर्श करणाऱ्या बोटांबरोबर रुक्मिणीच्या डोळ्यांतले अश्रूही सांडले. भावाचे अश्रूही बहिणीच्या मस्तकावर ओघळले. रुक्मिणीचा स्वभावच असा! फक्त रूपच नव्हे; संयम, शांती, मृदु अंत:करणाची खाणच ती! तिला पळवून नेताना मध्ये आलेल्या रुक्मीला ठार करायला धावलेल्या कृष्णापुढं, पदर पसरून त्याला वाचवलं, ते भाऊ म्हणूनच ना! मीही होतोच ना त्या वेळी तिथं कृष्णाच्या रथाचं सारथ्य करत! वयाच्या सोळाव्या वर्षी माझ्या डोळ्यांनी प्रत्यक्ष पाहिलेली ती हकीकत.

एकदा कठोरपणा वितळून अश्रू होऊन वाहू लागला, तर कसा थोपवता येणार? तेही रुक्मिणीच्या अंत:करणापुढं! तीन महिने त्यानं बहिणीला ठेवून घेतलं. पोहोचवायलाही स्वत: होऊन आला होता. द्वारकेत प्रथमच.

इथं आल्यावर 'दादा, तुझ्या शुभांगीला माझ्या प्रद्युम्नाला दे. म्हणजेच तुझा राग पूर्ण गेलाय्, यावर माझा विश्वास बसेल, बघ. पण एक मात्र आधीच सांगते. तुझ्या मुलीइतका सुंदर नाही हा माझा चवथा मुलगा. विदर्भाकडचा गोरा रंग खूपच प्रसिद्ध आहे. माझा प्रद्युम्न मात्र त्याच्या वडिलांवर गेलाय्, बघ...' म्हणत ती हसली, म्हणे, कृष्णाकडे बघून!

"हे तू आता विचारतेस, रुक्मिणी! पण प्रद्युम्न आणि शुभांगी तर इथं येण्याआधीच काय ठरवायचं, ते ठरवून आलेले दिसतात!" मध्येच कृष्ण मिस्किलपणे म्हणाला, म्हणे.

"तूच निघताना त्याचे कान भरले असशील. आईबरोबर जातोस, तर मुकाट्यानं बसू नकोस, मामाच्या मुलीला पळवून आण, म्हणून!" रुक्मिणीनंही पतीला टोमणा मारला, म्हणे!...

युयुधानचं मन आठवणीत रमलं असता बलरामानं पुन्हा तोच प्रश्न विचारला, "माणसाला थोरला भाऊ जास्तीचा, की बायको? एवढा आर्यधर्मही विसरून

गेलेला कृष्ण राजकारणातही बायकी भांडणंच करणार, नाही का?...स्स्! हाय... थोडी जीभ लागली, तरी... काही विचारू नकोस हे दुखणं!'' पुन्हा तो बोटांनी डावीकडची हनुवटी चोळत बसला.

युयुधान काही बोलला नाही. प्रत्यक्ष पाहिलेलं दृश्य त्याच्या डोळ्यांसमोर उभं राहत होतं. गावी परतणार नाही, म्हणून हट्टानं स्वत: वसवलेल्या भोजकटकच्या रुक्मीच्या राजवाड्यात मोठ्या थाटामाटानं लग्न झाल्याच्या दुसऱ्या दिवशी सभाभवनात द्यूत चाललं होतं. रुक्मि आणि बलराम एकमेकांसमोर बसून उत्साहानं फासे टाकत होते. भोवताली खेळ पाहायला बसलेले इतर आमंत्रित राजे. आत्मक देशीचा वेणु, अक्ष, श्रुतर्वा, चाणूर, अंशुमन, कलिंग देशाचा जयत्सेन... असे किती तरी. या बलरामाला स्वत:ला नीट खेळायला येत नाही! द्यूतात निपुण होण्यासाठीही बुद्धी चलाख हवी. मनाची एकाग्रता हवी. खेळायची भरपूर सवय हवी. समुद्रावर व्यापार करून भरपूर पैसा मिळाला, म्हणून भरपूर हरता येईल. पण जिंकणार कसं? लग्नानिमित्त आलेले हत्ती, घोडे, रथ, सोनं-नाणं, अंगावरचे दागिने, वस्त्रं... एकेक करून पणाला लावून सगळं हरल्यावर भांडण काढायचं का? अर्थात रुक्मीनंही 'खेळायला बसलास, तर आता पूर्ण खेळ. हरलास, म्हणून भांडण का काढतोस? हवं तर कर्ज घे माझ्याकडून किंवा इथं आलेल्या इतर राजांकडून...' असं म्हणून हिणवायला नको होतं. नव्यानं नातं जुळलं होतं. भोवताली राजे पाहत होते. ते खदाखदा हसत सुटले टाळ्या वाजवत! लग्नसमारंभासाठी राजवाड्यावरच विशेष मद्याची भट्टी लावली होती. लांबून आली होती ना किती तरी माणसं या जुगारासाठी!

मद्याचा अंमल चढलेला बलराम तोतरत म्हणाला,

"...ए, रुक्मि! कुणापुढं बोलतो आहेस, याचं भान आहे का? मी... मी... स्... समुद्रावरचा रा-राजा आहे!''

संताप अनावर झाला किंवा मद्य चढलं, की तोतरण्याची नेहमीचीच सवय आहे त्याची. रुक्मि काही त्याच्याएवढा प्यायला नव्हता. त्यानं तरी शांत राहायला हवं होतं. कृष्ण सांगतो, तेच खरं! मद्यपानापेक्षाही द्यूत खेळताना माणसाचा सारा विवेक नष्ट होऊन जातो. नीट सोंगट्या सोडायला न येणाऱ्या बलरामाला उद्देशून जेव्हा रुक्मि "द्वारकेचे यादव आर्यच नव्हेत...'' म्हणाला, तेव्हा ताडकन उठलेल्या बलरामाचे डोळे किती लालबुंद झाले होते! वाघाप्रमाणे त्वेषानं रुक्मीवर झेप घेऊन कुणाला काही कळायच्या आत बलरामानं त्याची मान मुरगाळून टाकली! गर्वानं ताठ मानेनं उभ्या राहिलेल्या बलरामाकडे वेणु, अक्ष, श्रुतर्वा, चाणूर, अंशुमान, जयत्सेन... सगळे कसे अवाक होऊन उभे राहिले! नवऱ्यामुलीच्या पित्याला मुलीच्या थोरल्या चुलत सासऱ्यानंच भर लग्नाच्या

मांडवातच मारलं होतं! सारे राजसेवक क्षणार्धात तिथून पळून गेले. रुक्मीच्या देहावर पडून त्याची मुलं, नातवंडं, बायको, इतर भावंडं आक्रोश करू लागली. अंत:पुरात रुक्मिणी माहेरच्या माणसांशी गप्पा मारत जुन्या आठवणींना उजाळा देत बसली होती. कधी काळी तुटलेलं नातं कुशल संभाषणानं जोडण्यात गढून गेलेला कृष्ण बातमी समजताच बाहेर धावला. रुक्मिणीही कानांवर आक्रोश पडताच बाहेर धावली आणि मृत भावाचं डोकं मांडीवर घेऊन दोन्ही हातांनी कुरवाळू लागली. बलरामाचं चुकलं, असं सांगायची कुणाची छाती होती तिथं? रुक्मिणी हे सांगू शकेल, असं त्या क्षणापर्यंत कुणाला वाटलं होतं? डोळ्यातलं पाणी पुसून ती उठली आणि सरळ बलरामापुढं जाऊन उभी राहिली. किती कठोरपणे म्हणाली ती! 'पतीचा थोरला भाऊ आणि वयाच्या ज्येष्ठतेचा अधिकार, म्हणून इतके दिवस मी तुझ्यापुढं वाकत होते. तू असा चांडाळ आहेस, हे ठाऊक असतं, तर मी कधीच वाकले नसते. इतके दिवस माझा भाऊ मला भेटला नव्हता, तरी आपल्यापुरता आपल्या गावात सुखात होता! मी आपण होऊन माहेरी येऊन, त्याच्या मुलीला मागणी घालून, नवं नातं जोडलं होतं... आणि आज तू हे कृत्य केलंस!' प्रेताच्या बाजूला असलेल्या कृष्णाला म्हणाली, 'आता याला काय शिक्षा करायची, ते तू पाहा!'

काय म्हणणार कृष्ण? भावाच्या आततायी कृत्याचं ओझं डोक्यावर असल्यासारखा शरमेनं खाली मान घालून उभा होता तो! सगळ्यांची दृष्टी त्याच्यावर खिळली होती.

बलरामानं आपलं समर्थन कसं केलं?

"कृष्णा, तुझं लग्न आठवून पाहा. विदर्भाच्या भीष्मकाची मुलगी आपल्या मानलेल्या मुलाला-शिशुपालाला मिळाली, तर आपला प्रभाव दक्षिणेपर्यंत वाढेल, या विचारानं जरासंधानं डाव टाकला होता. तसंच हा आनर्त प्रदेशही घशात घालायचा त्याचा विचार होता. त्या वेळी काही तरी करून या मुलीला पळवून आणलं, तर जरासंधाचा मुखभंग होईल आणि तिच्या पित्याचा आपल्याला पाठिंबा मिळेल, म्हणून तू हिला पळवून घेऊन आलास! त्या वेळी पाठलाग करून तुला ठार मारायला हा रुक्मिच आला होता ना? आता आपल्या मुलीला आपल्यात कुणीच योग्य मुलगा राहिला नाही, म्हणून आपल्या घरी मुलगी दिली. आणि आता मुलगी दिली, तरी आपल्याला... यादवांना अनार्य म्हणत होता ! जरासंधाला पांडवांच्या भीमानं मारलं, तू शिशुपालाला मारलंस, आता या रुक्मीला ठार करायचं भाग्य मला मिळालं! राजकारणात पडू नकोस, म्हणून तुझ्या बायकोला ताकीद दे. तू सांगणार नसशील, तर मला शिकवावं लागेल ते!"

“नालायका! तोंड सांभाळून बोल...” रुक्मिणी ताडकन म्हणाली.

“ए कुत्रे! भुंकू नकोस. तोंड मिटून राहा!” बलरामानं गर्जना केली.

यात कृष्ण काय करणार? भावाची बाजू घेऊन बायकोवर रागावणार, की संतापाच्या भरात देहभान विसरून विवाहमंडपात वध करणाऱ्या भावाची बाजू घेऊन लग्नघरात पाहुण्यांशी युद्ध करायला उभा राहणार? मान वर न करता तोंडातून अवाक्षर न काढता दगडासारखा उभा होता, यातून कसा मार्ग काढायचा, याचं ओझं वाहत. रुक्मीच्या वधाची शरम आपल्याच शिरावर घेऊन.

वर्ष झालं का या घटनेला? त्याहूनही थोडा जास्तच काळ गेला असेल. त्या वेळी उन्हाळा अजून सुरू झाला नव्हता. दिवस उत्साहवर्धक आणि थंड रात्री असलेला तो काळ.

त्या घटनेनंतर मात्र लालसर गोऱ्यापान रंगाची रुक्मिणी अंगातलं सारं रक्त कुणी तरी पिळून काढावं, तशी पांढरीफटक पडली आहे. अजूनही कृष्ण जमेल तेवढा वेळ तिच्या सान्निध्यातच काढतो तिची समजूत काढत!

“ही दाढ पडायला पाहिजे! काही तरी करून हे दुखणं थांबायला पाहिजे. काय दुखणं हे!” जीभ चुकूनही तिथं लागू न देता बलराम बोबडला.

ढगांचे लहानसहान तुकडेही निघून गेल्यामुळं आकाश निरभ्र दिसत होतं. चंद्राचा उजेड. चांदण्यांची चमचम. मंदपणे त्यांचा प्रकाश परावर्तित करणाऱ्या लाटा.

“बलभद्रा, असं घोळून घोळून बोलत बसणं तुझ्या स्वभावात बसत नाही आणि मलाही ते येत नाही. आता तू मला इथं घेऊन येण्यामागच्या कारणाशिवाय तुला मी एक प्रश्न विचारतो. खेळ येत नसताना तू रुक्मीबरोबर जुगार खेळून हरलास. त्यानं काही तुला द्यूत खेळायला आमंत्रण पाठवलं नव्हतं. हरल्याच्या संतापात तू त्याला ठार मारलंस. तसंच धृतराष्ट्राच्या मुलांनी द्यूत खेळायला न येणाऱ्या धर्माचं सारं काही हिरावून घेऊन त्यांच्या अंगावरची वस्त्रंही उतरवायला लावली, पांडवांनी त्यांना तिथंच भर राजभवनात ठार करायला हवं होतं, की नाही? हे पांडवांचं चुकलंच, नाही का!”

बलराम चक्रावून गेला, दाढदुखीचाही विसर पडावा, अशा गोंधळात तो बुडाला.

“काय म्हणयचंय् तुला?” त्यानं दुखऱ्या दाढेवरून हलकेच जीभ फिरवली.

“द्यूताच्या करारप्रमाणे राज्य माघारी मागितलं, म्हणून पांडवांविरुद्ध युद्धासाठी उभ्या राहिलेल्या दुर्योधनाच्या तोंडावर थुंकून तू त्याची निर्भर्त्सना करायला नको का?”

बलरामाची कंबरच मोडल्यासारखी झाली. पुन्हा दाढदुखी जाणवू लागली. युयुधान पुढं म्हणाला,

"दुर्योधन तुझा स्नेही आहे, तुझ्याकडून गदायुद्ध शिकलाय् तो. तुझ्या मनात त्याच्याविषयी ममता आहे. शिवाय कृष्णाला विरोध करणं हा तर तुझा स्थायी भावच बनलाय्! तूच आणखी एकदा तुझ्या अंत:करणात डोकावून पाहा. हे पाहा, जर तू रुक्मीला ठार केलंस, हे तुला न्याय्य वाटत असेल, तर आता पांडवांच्या बाजूनं साहाय्यासाठी उभा राहा. नाही तर रुक्मिणीच्या भवनात जाऊन तिची क्षमा माग!"

आपल्या मनातही सलणाऱ्या त्या अप्रिय घटनेवर नेमकं बोट ठेवून, युयुधानानं आपल्यावर मोठ्या हुशारीनं मात केल्याचं बलरामाच्या लक्षात आलं.

"माझ्या मनात दुर्योधनाविषयी ममता असेल, तर तुझ्या मनात कृष्णाविषयी प्रेम नाही का? संपूर्ण आयुष्यात कृष्णानं केलेली अमुक गोष्ट चुकीची आहे, असं कधी म्हणालास का? धनी म्हणेल, त्या दिशेनं मान हलवणारा कुत्रा तू! तुला माझं कसं पटणार, म्हणा!" म्हणत तो दोन्ही हातांनी दुखरी हनुवटी धरून गप्प बसला. उत्तरासाठी थांबायचंही त्याला भान राहिलं नाही. तीव्र झालेली दाढदुखी तोंडाचे सगळे स्नायू आकुंचित करून सहन करत असतानाच काही तरी सुचलं. चटकन उठून उभा राहत म्हणाला, "हे पाहा, हे दुखणं संपवून उद्या याच वेळी भेटतो. त्या वेळी आपण बोलू या. आजवर कुणीही या बलभद्राचं वागणं अन्यायाचं आहे, असं म्हटलेलं नाही..."

युयुधानला 'बसणार, की येणार' हेही न विचारता वाळूत सुईं सुईं पावलं बुडवत तो आपल्या घराकडे निघून गेला.

वाळूच्या कडेच्या बाभळीच्या झुडुपावरचा किरकिरा पक्षी मात्र अवेळी झुडुपाजवळून जाणाऱ्या बलरामाच्या चाहुलीनं ओरडू लागला.

शांत पसरलेल्या चांदण्यात युयुधान तसाच बसून राहिला. समुद्राची सततची गाज असूनही सवयीमुळं त्याला नि:शब्द वाटत होतं. चांदण्यामुळं एक प्रकारची बधिरता जाणवत होती. बलरामाच्या बोलण्याचा त्याला राग आला होता.

कृष्ण माझा धनी? आणि मी त्याचा कुत्रा?

छे:! जाणून बुजून वार केलाय् त्यानं.

तरीही युयुधानच्या मनातली एक रेखा आपलं कृष्णाशी असलेलं नातं पुन्हा पुन्हा तपासून पाहत होती. आजवर कधी या नात्याचा विचार करायची त्याच्यावर वेळच आली नव्हती.

माझ्यापेक्षा पाच वर्षांनी मोठा, यादवांच्या आजच्या संपन्न परिस्थितीला

जबाबदार असलेला कृष्ण. सगळ्या यादवांमध्ये विवेकी. सारं आर्यजगतच कार्यमग्न करण्याची त्याची हुशारी. जिथं वैयक्तिक प्रश्न येईल, तिथं अतिशय भावनाशील. आजवर कधी दोघांत सेवक-स्वामित्त्वाची भावनाच आली नाही. तरीही त्याच्या वागण्यातला संयम आणि विवेक जाणून घेऊन मी नेहमी त्याच्या म्हणण्याप्रमाणे वागत आलोय्. पण यात काय चुकलं?

मनानं असं कितीही समाधान केलं, तरी काही वेळापूर्वी अंतर्मनात निर्माण झालेली रेखा बलरामावरच्या संतापाच्या पार्श्वभूमीवर अधिकच ठळकपणे जाणवू लागली. झोपण्याच्या विचारानं तो उठला आणि घराकडे जायला निघाला. एवढा वेळ लुप्त झालेला लाटांचा आवाज पुन्हा कानांना जाणवू लागला. त्यानं मागं वळून पाहिलं.

चांदीच्या तुकड्यांप्रमाणे लाटा चंद्रप्रकाश परावर्तित करत होत्या. असंख्य वेळा पाहिलेलं ते दृश्य घटकाभर उभं राहून पाहावंसं वाटत होतं.

तो तसाच उभा राहिला. पुन्हा किनाऱ्यावर आपटून नाहीशा होणाऱ्या लाटांजवळ जाऊन उभा राहिला. अंगाला चिकटणारा दमट वारा. छाती, पोट, दंडावर झेलत तो लाटा पाहत जवळच्या वाळूच्या ढिगाऱ्यावर बसला. एक-दोन, तीन-चार... दृष्टी मागं-मागं जाऊ लागली...

कृष्णाला पहिल्यांदा पाहिलं, तेव्हा मी किती वर्षांचा होतो, बरं...? बारा, की तेरा? नक्की आठवत नाही. मथुरेत कंसाचा कारभार चालत होता, त्या वेळची ती गोष्ट. कंस म्हणजे क्रूरपणाचा अर्क! ज्यानं जन्म दिला, त्यालाच बंदिवासात टाकणारा आणि स्वतःच स्वतःला राज्याभिषेक करवून घेणारा नराधम! मथुरेतलं ते विचित्र वातावरण! रस्त्यात किंवा घरापुढं खेळताना जरी राजवाडा किंवा महाराजा यासारखे शब्द तोंडातून बाहेर पडले, की पिता सत्यक खुणेनं घरात बोलावून ते शब्द न उच्चारण्याचा धाक घालत होता. तेही ओठ घट्ट आवळून! रस्त्यावरून फिरणाऱ्यांपैकी कुणावर विश्वास ठेवायचा? डोळ्यांना न दिसणारे राजांचे हेर रस्त्यात राजा-राजवाडा वगैरे बोलत खेळत असलेल्या लहान लहान मुलांना पकडून घेऊन जात आणि 'हा शब्द कसा तोंडात आला? घरात राजाविषयी काय बोलतात?' वगैरे मुलांना न कळणारे प्रश्न विचारून फोडून काढत. छडीनं चोप देत, हात पिरगाळत, पाय पिळत, कान पिळून कारागृहात डांबून ठेवत. संपूर्ण मथुराच एक कारागृह झाली होती! राजाविषयी मनात भीती होती. कंसाचा वाढदिवस असला, की गावऱ्यांनी शुभ्र कपडे लेवून, हसऱ्या चेहऱ्यानं आणि डोक्यावर भरलेल्या दुधाच्या गाडग्यांचं ओझं वाहत घसा खरवडून निघेल, अशा आवाजात 'महाराजांचा विजय असो...' असं ओरडायचं!

कोण ओरडत नाहीत, हे पाहायला असंख्य गुप्तहेर होतेच! वाहून आणलेलं दूध, दही आणि लोणी त्यांच्याच वाट्याला जायचं. गाय न पाळता घरात भरपूर दुभतं असलेले किंवा शेतावर उन्हा-पावसात कष्ट न करता जेवून-खाऊन माजलेले पोळ म्हणजे गुप्तहेर, असं समीकरणच बनून गेलं होतं त्या वेळी!

मथुरेत एवढे पुरुष असून कुणीच कसा कंसाला विरोध केला नव्हता? आत्मभय? छे:? देहभय. आत्मीयांबरोबर मोकळेपणानं बोललं, तरच असं काही तरी सुचणार ना? पण कुणाला आत्मीय मानायचं? कुणावर विश्वास ठेवायचा? कुणीही एकमेकांवर विश्वास ठेवू नये, अशी परिस्थिती मुद्दामच करून ठेवली होती कंसानं! यादव राजकारण्यांशी किंवा यादवप्रमुखांशी काहीही संबंध नसलेल्या दूरच्या जरासंधाच्या राज्यातून राजकारणी सल्लागार, संरक्षण सल्लागार आणि गुप्तहेर सल्लागार बोलावून घेतले होते त्यानं. त्यांच्याविषयी लोकांच्या मनात तर, न पाहिलेल्या भूताविषयी असावी, एवढी भीती होती! हीच भीती कंसानं जाणीवपूर्वक वाढवली होती. जरासंधाचा जावई! संपूर्ण जगच भीतीनं थरथर कापत होतं जरासंधाच्या नावानं. जरासंधानं कंसाला आपल्या दोन मुली दिल्या होत्या. त्यामुळं त्याच्याकडून कंसाच्या मदतीसाठी केव्हाही सैन्य येऊ शकेल, हे सगळ्यांना समजत होतं. एवढ्याशा मथुरेला चिरडणं म्हणजे त्या महासेनेच्या दृष्टीनं नुसता पोरखेळच! ती महासेना म्हणजे केवढी? कुणीच ती पाहिली नव्हती. पण न दिसणारं भूत आकाशाला व्यापून राहतं, तसं झालं होतं.

मथुरेचं वातावरण अधिकच बिघडवण्यात ज्योतिष्यांचा मोठाच वाटा होता. 'कंस महाराजा, तुला मारण्याचा प्रयत्न होणार आहे. म्हातारे किंवा कोवळ्या मुलांपासून सावध राहा!' असं सांगून दक्षिणा उपटणारे ज्योतिषी. राजाचे संरक्षक अधिकारीही लहान लहान मुलांना शोधून घेऊन जात. पुढं कधी तरी राजाचा वध करणार असल्याची कोणती खूण मुलांमध्ये दिसणार? तरीही तपासाच्या नावाखाली छळवाद सुरूच होता. तीन-चार दिवस अंधारकोठडी, छडीचा मार! अकराव्या वर्षी मीही तिथंच खितपत पडलो होतो. तिथंच नाही का त्या वेळेपर्यंत मनात न जन्मलेली कंसाचा वध करण्याची भावना निर्माण झाली?

दूरवर दिसणाऱ्या एका लाटेनं युयुधानचं मन आठवणींमधून बाहेर काढलं. समुद्रावरचं सारं चांदणं आपल्या फिक्या हिरव्या रंगात एकवटून पुढं झेपावणाऱ्या त्या लाटेच्या दर्शनानंच त्याला एवढा वेळ इथं बसल्याचं सार्थक झाल्यासारखं वाटलं. पुढं पुढं झेपावणाऱ्या त्या लाटेत तो मग्न होऊन गेला. संभ्रमानं सारं नभमंडळ व्यापून टाकलं.

गेल्या कित्येक दिवसात... अंहं, वर्षांत हा अनुभव घेतला नव्हता. लहानपणी एकदा असाच अनुभव त्यानं घेतला होता. त्यानं एकट्यानं नव्हे, साऱ्या मथुरेनं! मथुरेच्या जनसमुदायानं!

मथुरेच्या राजवाड्याच्या आवारात जमलेल्या जनसमुदायापैकी कुणी कल्पना करणं तरी शक्य होतं का? कृष्णानं झेप घेऊन कंसाचा गळा दाबून त्याला मारलं, तेव्हा झिणझिण्यांनी भरून गेलेलं शरीर निश्चेष्ट व्हावं, असा विलक्षण संभ्रम मथुरेच्या संपूर्ण जनतेनंच अनुभवला होता!

अठरा वर्षांचा कृष्ण, बलराम आणि इतर मित्रांबरोबर व्रजहून त्या वेळी प्रथमच मथुरेला आला होता, म्हणे. वर्षातून एकदा इंद्र-पूजेच्या नावाखाली कंस आपल्या सैन्याच्या शस्त्रसामग्रीचं प्रदर्शन करत होता ना! आपणही इंद्राचाचं अंश असल्याची भावना लोकांच्या मनात दृढ करायचा उत्सव तो. कंसाचं एक भलंमोठं धनुष्य दाखवत होते त्याचे सैनिक आणि म्हणत होते, 'हे धनुष्य वाकवून बाण सोडणारं कुणी आहे का त्रैलोक्यात! हे उचलून हातात घेणं तरी शक्य आहे का कुणाला!'

महाराजाचं धनुष्य उचलू शकेन, असं म्हणायची तरी कुणाची प्राज्ञा होती? जर कुणी तयार झालंच, तर त्याची रवानगी कारागृहात किंवा वधस्तंभावर होणार, हे सगळ्यांनाच ठाऊक होतं. प्रत्येकाच्या तोंडी एकच उद्‌गार 'अरे बाप, रे! कोण हे उचलू शकेल!' काहीजण राजाची खपामर्जी होऊ नये, म्हणून, तर काहीजण मनापासून म्हणत होते. काहीही म्हटलं, तरी भिंतीआडच्या गुप्तहेरांना समजणारच. सर्वाधिकाऱ्याची शक्ती कदाचित मिथ्या ठरेल. पण गुप्तेहरांची शक्ती नाकाराची तरी कशी? एकंदरीत ते कंसाचं धनुष्य प्रत्यक्ष इंद्राचं धनुष्य होऊन गेलं होतं!

तीस वर्षांचा बलराम आणि अठरा वर्षांचा कृष्ण. दोघंही नंद गोपाच्या घरी व्रजमध्ये वाढले होते. गोळाभर लोणी आणि भाकरीची चवड फस्त करत, रानावनात भटकत, हातात नांगर घेऊन शेती करत. दगडासारखी राकट शरीरयष्टी त्यांची!

'वेदांमध्ये सांगितलेल्या महापराक्रमी इंद्राचंचं आहे हे धनुष्य. देवांग-पुरुष कंस महाराजाशिवाय याला पेलणारा पराक्रमी तिन्ही लोकात कुठंच नाही.' पढवल्यासारखा बोलला, म्हणे, तिथला राखणदार. पाहणाऱ्यांनी श्वास रोखून मान हलवली, म्हणे. लोकांकडून आणखी भक्ती मिळवण्यासाठी दुसरा सैनिक कुत्सितपणे म्हणाला, म्हणे.

''सामान्य माणसानं हात लावला, तरी तो जळून भस्म होऊन जातो, म्हणे!''

"मी उचलून पाहू?" कृष्णानं विचारलं, तर तिरस्कारानं म्हणाला, म्हणे, "लग्न झालंय का? बायकोला विधवा करायचं असेल, तर ये!"

कृष्णानं पुढं पाऊल टाकलं. त्यानं धनुष्य उचललं आणि प्रत्यंचा ओढू लागला, तर ते जुनं धनुष्य मोडूनच गेलं. सगळे लोक भयानं स्तिमित होऊन कसे थरथर कापू लागले! त्यातच कुणी तरी म्हणालं, 'हा खरा देवांश-पुरुष आहे!' सगळ्यांनीच नम्र होऊन मस्तकं झुकवली. ज्यानं ह्या देवांश-पुरुषाच्या कथेला जन्म दिला होता, तो राखणदारही लोकांचं खरं मानून सरळ आपल्या धन्याकडे धावला. ज्यानं दुसऱ्या कथेला जन्म दिला होता, तो सैनिकही मायावलयात सापडला आणि ह्या खेड्यातल्या देवांशयुक्त मुलाला स्पर्श करायची भीती वाटून त्यानं जवळच असलेल्या माहुताला बोलावून, त्या मुलावर हत्ती सोडून त्याला ठार करायची आज्ञा दिली. कुठल्याही कठीण प्रसंगी कृष्णाची बुद्धी बधिर होत नाही. साप चावला, तरी आधी तो साप साधा आहे, की विषारी आहे, याची परीक्षा घेण्याइतकी सावधानता! नाही तर अठरा वर्षांच्या मुलाला एवढ्या प्रचंड हत्तीला उलट-सुलट, फिरवून, दमवून, जेरीला आणून, भिंतीवर धडका देणं भाग पाडून, अखेर मस्तकावर योग्य जागी एकच प्रहार करून ठार करणं शक्य होतं का? मग काय! पाहता पाहता व्रजच्या एका तरुणानं राजगजाला ठार केल्याची बातमी सगळ्या लोकांमध्ये पसरली. कृष्णाच्या शरीरातल्या देवांशाविषयी त्यांच्यामध्ये चर्चा सुरू असतानाच कंसाच्या दरबारातल्या मल्लांकडून आव्हान देण्यात आलं!

सभोवताली जमलेला, उत्तेजित झालेला जनसमुदाय. वर सज्जात झगमगीत सिंहासनावर बसलेला कंस. खाली लाल मऊ मातीचा पाणी शिंपडून सज्ज केलेला आखाडा. संपूर्ण जगताच प्रसिद्ध असलेले चाणूर आणि मुष्टीक हे मल्ल. कुस्तीतले सगळे नियम धाब्यावर बसवून प्रतिस्पर्ध्याला निर्घृणपणे ठार करायला न कचरणारे क्रूरात्मे! माझ्या शेजारी बसलेल्या माझ्या पित्यानं 'आता अन्यायानं ठार मारतील या तरुणाला!' असं दबलेल्या आवाजात म्हणताच मी का एवढा हवालदिल झालो होतो? ओळख-देख नाही. कधीकाळी याच्याशी मैत्री होऊ शकेल, अशी शक्यताही नव्हती. मी आपला गोट्या खेळणारा बारा वर्षांचा मुलगा आणि तो हत्तीचा लीलया वध करणारा अठरा वर्षांचा तरुण! तरीही माझं मन त्याच्यावरच एकवटलं होतं. फक्त माझंच नवहे, तर तिथल्या समुदायातील प्रत्येकाचं मन त्याच्याच मनाशी एकाग्र झालं होतं! त्या मल्लयुद्धात चाणूर खाली पडला, की सगळे कसे एककंठानं हसत होते! तेही जवळपास गुप्तहेर असतील, हे विसरून! कृष्णाची किंचित थकलेली हालचाल जाणवली, की सगळे आपणच थकून गेल्यासारखे निःश्वास टाकत होते. चाळिशीचा राजदरबारातला

माजलेला मल्ल आणि सळसळत्या तारुण्यानं लवलवणारा अठरा वर्षांचा हा तरुण यांचं मल्लयुद्ध एकीकडे आणि दुसरीकडे तिशीचा बलराम आणि त्याहून थोडा मोठा असलेला मुष्टीक या दोघांचं मल्लयुद्ध. लोकांची दृष्टी कृष्ण-चाणूरांवर खिळली होती. पुन्हा कृष्णाच्या प्रसंगावधानाचा प्रत्यय आला. चाणूराला भरपूर खेळवून दमवलं... चाळिशीचा मल्ल दमणार नाही तर काय!... आणि त्यानंतर एकाएकी अनपेक्षितपणे अतिशय वेगानं चढाई करून त्याला जमिनीवर पाडलं आणि टाळ्यांचा प्रचंड कडकडाट होत असतानाच कृष्णानं आधीच धापा टाकणाऱ्या चाणूराला गळा दाबून ठार केलं! लोकांच्या टाळ्या आणि आनंदाच्या आरोळ्यांमुळंच मेला होता का कंस? क्षणही न दवडता कृष्णानं वरच्या सज्जात झेप घेतली आणि चमकदार सिंहासनात भुवया चढवून बसलेल्या कंसाच्या नरड्यालाच हात घातला. संपूर्ण समाजाला केवळ आपल्या नावाच्या भयानं गांजणारा कंस नि:शब्दपणे खाली कोसळला! अगदी न धडपडता, हातही न उचलता, न ओरडता.

"मी मारायच्या आधीच तो मेला होता. मी त्याची मान मोडली, एवढचं!" असं त्यानंतर कृष्णानं ओरडून सांगितलं, तेच खरं असलं पाहिजे. धनी मरायच्या आधीच त्याचे रक्षक दगडासारखे निश्चल झाले होते, हे तरं खरंच. या सगळ्या गोंधळात बलरामानं मुष्टीकाला मारलं, तिकडं कुणाचं लक्ष जाणार? त्या वेळी बारा वर्षांच्या माझ्यासारख्या मुलाच्या मनात कृष्णाबद्दल अभिमान, कौतुक, भीती, गौरव... आणखी किती तरी अशाच भावना उसळल्या होत्या!

या वेळेपर्यंत प्रौढ पिढीतल्या पुरुषांचं धैर्य तर मृतप्राय झालं होतं. कृष्णानं मुलांना भोवताली जमवलं आणि त्यांच्या मनातील धैर्याला खतपाणी घातलं. कंसाच्या राज्यात वाढलो असतो, तर मी तरी अशी शूर म्हणून ख्याती मिळवू शकलो असतो का? बाभळीच्या झाडांच्या निष्पर्ण झुडुपांत बासरी-पक्षी गाऊ लागला! माणसं जो पावा वाजवत, त्याला कृष्णानं वेणू असं नाव दिलं.

मी धैर्यवान आहे, वीर योद्धा आहे! धन्याच्या इशाऱ्यानं मान हलवणारा कुत्रा नाही. युयुधानचं मन पुन्हा पुन्हा ग्वाही देत होतं.

एवढ्यात कुणीतरी पाठीमागून विचारलं,

"...कोण आहे?"

आवाजावरूनच नगररक्षक नंदकाची ओळख पटली. युयुधाननं मागं वळून पाहिलं आणि ओरडला,

"...मी आहे..."

नंदकानंही त्याचा आवाज ओळखला. जवळ येऊन त्यानं विचारलं,,

"इथं का बसलास एवढ्या मध्यरात्री?"

नंदकही कृष्णाचा स्नेही असल्याचं युयुधानला ठाऊक होतं. तसं पाहिलं, तर युयुधानपेक्षाही जवळचा मित्र. मथुरेहून सगळे यादव द्वारकेला आले, तेव्हा युयुधानला तर तो क्षत्रिय असल्यामुळं मथुरा सोडावीच लागली. शेतकरी नंदकाला ती भीती नव्हती. तो तर मथुरेचाही नव्हता. व्रज त्याचं गाव. कुणीही राजा असला, तरी वर्षाचा कर एकदा भरला, की शेतकऱ्याचं काम संपत होतं. पण सोबत खेळलेल्या आणि एकत्र वाढलेल्या कृष्णावरच्या प्रेमामुळं आपलं गाव, जमीन, भावंडं, वडील– सगळ्यांना सोडून इथं आला होता. त्याची आई तर कधीच वारली होती. आता फक्त नगरपालकच नव्हे, समुद्रावरून ये-जा करणारी जहाजं लुटणाऱ्यांनाही तो पकडतो. हाताखाली किती तरी माणसं असली, तरी मध्यरात्री अशी गस्त घालायची त्याची सवय नेहमीचीच!

"युयुधान, फिरायला आला होतास?" जवळ येऊन त्यानं विचारलं.

"नाही. काही तरी बोलायचं होतं, म्हणून बलराम इथं घेऊन आला आणि मध्येच दाढदुखीमुळं निघून गेला. मी आपला लाटा पाहत बसून राहिलो!"

"दुर्योधनाची बाजू घेऊ या, म्हणून सांगत होता का?"

"तुलाही विचारत होता?"

"कृष्णाच्या सगळ्याच स्नेह्यांना तो..." बोलता बोलता थांबून नंदक समुद्रात कुठं तरी एकटक पाहत राहला आणि "... नंतर पुन्हा भेटू..." म्हणत वाळूवरून भराभरा धावत निघून गेला.

डाव्या खांद्यावरचं धनुष्य आणि पाठीवरचा भाताही त्याच वेगानं नाचत दिसेनासा झाला. दूर कुठं तरी एखादी नाव दिसली असावी. आपणही त्याच्याबरोबर जावं, असं युयुधानला वाटलं; पण धावावंसं वाटलं नाही. बसल्या ठिकाणी उठून उभा राहिला. नंदक दिसेनासा झाला होता. एक जांभई आली. घरी जाऊन झोपावंसं वाटलं. बलरामाची दाढदुखी आठवली. काय औषध करेल तो त्यावर? सत्यकाला दाढांचा त्रास होत असताना तो लवंग कुटून दुखऱ्या दाताला लावत असल्याचं आठवलं. वाळूवर झपाझप पावलं टाकत रात्रीच्या राखणदारांना ओरडत आपली ओळख सांगत तो घराकडे वळला.

❑

घराच्या अंगणातल्या आपल्या गादीवर युयुधाननं हात-पाय ताणले, तेव्हा सत्यकानं विचारलं,

"एवढा वेळ कसलं गुपित सांगत होता बलराम?"

"संपूर्ण यादव-वंशात पूर्वी कुणी कंसाएवढं क्रूर होतं का?" त्याच वेळी युयुधानानं विचारलं.

“कुणीच नव्हतं. निदान माझ्या ऐकण्यात तरी तसं नाही.”

“मग हा एकटाच कसा असा क्रूरात्मा जन्मला?”

म्हातारा पटकन कुशीवर वळला आणि म्हणाला,

“बाईनं सगळी बंधनं पाळायला पाहिजेत, असं आपल्या पूर्वजांनी का केलंय् मग! प्रत्येक बाबतीत ‘हे असंच का– यानं काय होतंय्...’ असा वितंडवाद घालत बसलं, तर संपलंच! साऱ्या कुळाचाच सत्यनाश होतो!”

“म्हणजे काय? जरा समजण्यासारखं तरी सांग.”

“तुझ्या बायकोला मी काही सांगायला गेलो, तर माझ्याच अंगावर यायची वसकन्! आता वय होऊन आपल्याला सून आल्यावर बघ कशी ताळ्यावर आलीय्!...”

“पण तुझ्या सुनेचा आणि कंसाच्या क्रूरपणाचा काय संबंध?”

“आपलं सांगितलं तुला! कंसाची आई होती ना... उग्रसेनाची बायको... फारच धैर्यवान बाई! थोडी जास्तच म्हण, हवं तर! घोड्यावर स्वार होऊन, हातात धनुष्य-बाण घेऊन शिकारीला जायची ती! आपल्या मथुरेपाशी इंद्रगिरी आहे ना? नाही म्हटलं, तरी घोड्यावरून पाच-सहा तासांचा रस्ता आहे तो. त्याच्या जवळच असलेल्या अरण्यात एकटीच शिकारीसाठी गेली होती. सोबत तिची खास सखी. अजूनही जिवत असेल कदाचित. चित्रा तिचं नाव. इथं जवळच– ताम्रस्थलीमध्ये राहायची परवापरवापर्यंत. तिनं स्वत: माझ्या वडिलांना सांगितल्याचं मी माझ्या कानानं ऐकलंय्. म्हणूनच तुझ्या बायकोला तेव्हा रागावत होतो. आता तुझ्या सुनेलाही सांगत असतो...”

“पण काय? इंद्रगिरीच्या अरण्यात असं आहे तरी काय?”

“रजस्वला होण्याचे दिवस जवळ आले असता बाईनं कुठं बाहेर जाऊ नये, कुठल्याही जलस्थानापाशी फिरकू नये, अशी पद्धत आहे ना! प्रत्येक बाबतीत ‘काय बिघडलं?’ म्हणणारी उग्रसेनाची बायको दिवस जवळ आले असता शिकारीला गेली. तिथंच ऋतुस्राव सुरू झाला. त्या दिवसात घोड्यावर चढू नये, म्हणून तिथंच सरोवरापाशी तंबू उभारून राहिली. सखीनं कितीही सांगितलं, तरी न ऐकता त्याही दिवसात सरोवरात उतरून अंघोळ करत होती, म्हणे. अशा पाण्यापाशी दुष्ट शक्ती, वाईट ग्रह, शापग्रस्त जीव मनुष्यगर्भात जन्म घेण्यासाठी वाटच पाहत असतात! तसाच एखादा जीव किंवा ग्रह किंवा आणखी काय होतं, कोण जाणे... तिच्या गर्भात शिरला, म्हणे! काळीभोर चमकदार शक्ती विजेच्या वेगानं वाहत येऊन गर्भात शिरताना स्पष्ट दिसली, म्हणे! त्याच महिन्यात ती गर्भवती राहिली आणि हा कंस जन्मला. आम्हा यादवकुळात तशी उंची, तशा भुवया, तसा चेहरा आणखी कुणाचाच नव्हता.

राक्षसासारख्या त्याच्या भुवया आणि चेहरा! उंची आणि अंगकाठीही तशीच! नंतर ती आपल्या अविचारामुळं पोटी असा राक्षस जन्मला म्हणून हळहळत होती, असं सांगतात. पण काय उपयोग? आधीच विचार केला असता, तर?''

विटाळाच्या दिवसात बाईनं घराबाहेर पडू नये, जलस्थानाच्या जवळपासही फिरकू नये, असं सत्यक सतत सांगत होता, त्यामागचं कारण युयुधानाच्या लक्षात आलं. फक्त सत्यकच नव्हे, सगळेच प्रौढ लोक याविषयी पराकोटीचे हट्टी होते. आपणही काही पोरवयाचे नाही, तरीही यावर डोळे मिटून विश्वास ठेवावा, असं वाटत नाही, हे त्याच्या लक्षात आलं. सुरुवातीला आपली बायको या कारणासाठी हट्टीपणानं वागून बरीच बोलणी खायची. आता मात्र आपणच सुनांना शहाणपण सांगत असते! या दुष्ट शक्ती किंवा शापग्रस्त आत्मे समुद्राच्या पाण्यात असतात, की फक्त सरोवर, डबकं, नदी, डोह, विहीर अशाच ठिकाणी असतात?

या विचारासरशी आतापर्यंत ऐकू येईनासा झालेला समुद्राचा आवाज ऐकू येऊ लागला. वडिलांना मनातली शंक विचारण्याची इच्छा झाली, तरी मनात लाटांचा आवाज भरून राहिल्यामुळं तो काही बोलला नाही.

आकाशात चांदणं, जवळच लाटांनी उचंबळणारा समुद्र. अंधारामुळं दिसत नसल्या, तरी मधूनच चंद्राचे किरण परावर्तित करून डोळे दिपवणाऱ्या लाटा– पुन्हा एकवार जाणवलं, द्वारकाच सुंदर आहे!

काही वेळानं त्यानं शेजारी वळून पाहिलं.

सत्यकाला झोप लागली होती.

अलीकडे असंच असतं याचं. जागा आहे, म्हणे-म्हणेस्तोवर घोरू लागतो. पुन्हा अर्ध्या घटकेत पाहावं, तर डोळे टक्क उघडे असतात.

जांभई देत तो पुन्हा उताणा झाला.

थोड्याच वेळात झोप लागली. मध्येच एक स्वप्न पडून जाग आली. काळा, चमकदार राक्षस-जीव विजेच्या वेगानं वाहून येत असल्याचं स्वप्न पाहून जागा झाला.

तो घामानं थबथबला होता. असा जीव गर्भात शिरला? तिला भीती कशी वाटली नाही?

सत्यक झोपला होता. युयुधान उठून बसला. लाटांचा आवाज कमी झाल्यासारखा वाटत होता. चंद्रही बराच पश्चिमेकडे झुकला होता. अंगणातली चांदण्याची जागा सावल्यांनी घेतली होती. पुन्हा झोप लागणार नाही, असं वाटलं, तरी तसाच डोळे उघडे ठेवून उताणा पडून राहिला. दूर दूर जाणाऱ्या ओहोटीच्या लाटांमुळं आवाजात मग्न झालेलं मन एकाएकी म्हणालं,

ती हकीकत खोटी असली पाहिजे. आपल्याला तरी अजूनही असल्या गोष्टीत संपूर्ण श्रद्धा वाटत नाही. एकदा ताम्रस्थलीपर्यंत का जाऊ नये? पण अजून ती सखी जिवंत असेल का? पूर्वी ती द्वारकेला यायची. अलीकडे मात्र दिसली नाही, हे खरं. ऐंशी वर्षांची म्हातारी असेल ती. इथून ताम्रस्थली तरी कुठं फारसं दूर आहे? डाव्या बाजूला समुद्र ठेवून घोड्यावरून सहा-सात घटकांचा प्रवास. सरळ तर रस्ता आहे. सकाळी का जाऊ नये तिथं? पूर्वी पाहिलंय् ते गाव. खूप मोठी तटबंदी, मोठा दरवाजा, दहा-पंधरा घरं... असं पुसट चित्रही डोळ्यासमोर उभं राहू लागलं. उन्हाळा असल्यामुळं पहाटे लवकरच लाटांचा आवाज पुन्हा जवळ-जवळ ऐकू येऊ लागला. 'फक्त आवाजवरूनच भरती सुरू झाल्याचं समजतं', म्हणत युयुधाननं हाता-पायांचे सांधे ढिले केले.

❑

घोड्यावरून दौडत आलेल्या या अपरिचिताला पाहताच ताम्रस्थलीची कुत्री भुंकत जवळ आली. दोन वेळा थोपटल्यावर शेपूट हलवत निमूटपणे उभी राहिली. त्याला वाटलं होतं, तसं ते दहा-पंधरा-वीस घरांचं कुग्राम नव्हतं. पस्तीस-चाळीस घरं दिसत होती. पैकी सात-आठ दुमजली होती. इतर सगळी बैठी, साधी घरं होती. घरांचे दगडच नव्हे, तर तटाचे दगडही ताम्रवर्णाचे होते. अगदी योग्य नाव! कुणी ठेवलं असेल? भोवताली जमलेल्या लहान मुलांपैकी एका मुलीला त्यानं विचारलं, ''चित्राचं घर कुठलं?''

''चित्राज्जी?'' त्या मुलीनं उलट विचारलं आणि त्याला चित्राच्या घरापुढं आणून उभं केलं.

सत्यकानं सांगितलं होतं, ते अगदी खरं होतं.

ऐंशी-ब्याऐंशी वर्षांची असावी ती. तोंडातले सगळे दात गेल्यामुळं तोंडाचं बोळकं झालं होतं, चेहरा सुरकुत्यांनी भरला होता. भर वयात मोठी नखरेल आणि तोऱ्याची बाई असावी, असं वाटत होतं. आता मात्र कानाला नीट ऐकू येत नव्हतं.

''माझं वय विचारतोस? कुणास ठाऊक, बाबा! काय काय पाहिलंय् या डोळ्यांनी! मालकीण गेल्यावर माझा काही राजवाड्याशी संबंध राहिला नाही. कंसाला मारणारा कृष्ण तुझा मित्र आहे, म्हणे! कारणाशिवाय का येऊ द्वारकेत? आता काळ बदललाय्, बाबा! कृष्णच या गावात आला, की न चुकता येऊन भेटून जातो.''

त्या कृष्णानंच आपल्याला पाठवलंय्, असं सांगून आपल्या डाव्या हाताच्या बोटातली सोन्याची अंगठी चित्रेच्या हातात देत तिचा वृद्ध तळवा बंद करत म्हणाला,

"जलस्थानातल्या शापग्रस्त जीवाची हकीकत खरी आहे, की खोटी, ते विचारायला आलोय् मी. तुझ्या मालकिणीच्या पोटी कंस असा जन्मला, असं लोक म्हणतात. खरं सांग. कुणालाही कळू देणार नाही मी. शपथ घेऊन सांगतो."

"आता कशाला हव्यात, बाबा, त्या जुन्या गोष्टी!" मुठीतली अंगठी चाचपत ती पुटपुटली.

"हे पाहा, चित्रा, मला यातलं थोडंफार ठाऊक आहे. आता तुझी मालकीणही मरून गेली. कंसही मेला. तो देश सोडून आपणही इतक्या लांब आलोय्. मध्ये किती तरी काळ निघून गेलाय्."

"पण कुणालाही सांगणार नाही, असा शब्द दिलाय् मी तिला." दोन बोटात अंगठी घेऊन चाचपून पाहत ती म्हणाली.

"ती गेली. कंस गेला. मीही आणखी कुणाला सांगणार नाही, असा शब्द देतो, म्हणतोय् ना!"

तिनं अंगठी कनवटीला नीट लावली आणि दारापाशी गलका करणाऱ्या गावातल्या मुलांना पळवून लावलं. युयुधानला आतल्या खोलीत घेऊन गेली. स्वयंपाकघराच्या दारापाशी कुतूहलानं उभ्या राहिलेल्या नातसुनेला त्याच्यासाठी दूध आणायला सांगून ती भिंतीला टेकून बसत म्हणाली,

"तू आणि कृष्ण स्नेही आहात ना? मग त्यानं तुला सांगितलं नाही?"

"तुझ्याच तोंडून ऐकायला हवं, म्हणाला तो! चित्रा सविस्तरपणे सांगते, म्हणत होता. त्याला सगळं ठाऊक आहे?"

"मथुरेहून इथं निघून जाताना रस्त्यात त्यानं मला सारं विचारून घेतलं. त्यावेळी सगळं आठवत होतं, आता तेवढं सविस्तर सांगायला कसं आठवेल?"

"जेवढं आठवतं, तेवढं सांग..."

खरं तर युयुधानला कृष्णाचा खूप राग आला होता. एवढ्या वर्षात कृष्णानं एकदाही चित्रेनं सांगितलेलं गुपित मला का सांगू नये? तसा कधी प्रसंगच आला नाही, की त्याने मुद्दामच सांगितलं नाही?

चित्रेनं सांगायला सुरुवात केली.

"जलस्थानाच्या जवळच घडलेली घटना आहे ही! शापग्रस्त जीव, की काय, ते ठाऊक नाही. पण मला ठाऊक असलेली हकीकत अशी आहे. माझी मालकीण फारच चपळ आणि उत्साही होती. तुम्ही अधूनमधून विहारासाठी रैवतक पर्वतावर जाता ना? यादव क्षत्रियांमध्ये ही पद्धत सुरुवातीपासून आहे. मथुरेजवळ इंद्रगिरी आहे– आठवतं का? तिथून निघालो, तेव्हा केवढा होतास तू? तिथला पूर्वेकडचा तो डोंगर, म्हणजे काय सांगू तुला! किती तरी सुंदर

फुलांचे वृक्ष-वेली तिथं आहेत. घनदाट झाडी, मोठमोठे वृक्ष, हिरवीगार गवताची मखमल– फारच सुंदर जागा! राजपरिवारातल्या सगळ्या स्त्रिया आल्या होत्या. सोबत स्वयंपाकी, नोकर. माझी मालकीण अतिशय उत्साही होती, म्हटलं ना मी! त्या वेळी तर मुलंही झाली नव्हती तिला. शिवाय धीट तर किती! हातात धनुष्य-बाण घेऊन एका हरिणीच्या मागून एका घनदाट वृक्षांच्या वनात शिरली, म्हणे. बरंच अंतर तशीच गेली. जवळपास कुणीच नव्हतं. नेमक्या त्याच वेळी द्रुमिल नावाचा एक राक्षस-कुळातला राजा तिथं आला. संपूर्ण राक्षस नव्हे. आई-वडिलांपैकी कुणी तरी आर्य होतं. त्या डोंगराच्या उत्तर दिशेला असलेल्या डोंगरावरचं अरण्य कापून तिथं त्यानं आपलं राज्य स्थापलं होतं. भरपूर उंच आणि दणकट पुरुष. आपल्या यादव राजासारखाच वेष. खालच्या जातीचे लोक आपल्याहून उच्च लोकांचं आचार आणि पोशाखाच्या बाबतीत अनुकरण करतात. त्यातच आपलं राज्य त्याच्या राज्याला लागूनच होतं. त्यामुळं यादव राजासारखा पीतवर्णी रेशमी वस्त्र नेसला होता. मस्तकावर मुकुट, गळ्यात पांढऱ्या फुलांची माळा, कानात चमकणारी सोन्याची कुंडलं असा वेष होता त्याचा. ही हरणाचा पाठलाग करत, चाहूल लागू न देता गेली. तो समोर येऊन उभा राहिला. तशी ती घाबरणाऱ्यांपैकी नव्हती. क्षणभर नवरा उग्रसेनच आला, की काय, असं वाटून थोडी बिचकली. पण कुठं साधारण उंचीचा आणि शरीरयष्टीचा उग्रसेन आणि कुठं हा राक्षसासारखा धिप्पाड तरुण! तिनं विचारलं, म्हणे, '...ए! तू माझ्या नवऱ्याच्या वेषात का आलास?' यावर तो म्हणाला, म्हणे, '...तरुणी, मी काही फक्त वेषधारी नाही, खरा पुरुष आहे!' मग... नंतर काय घडलं, ते स्पष्टच सांगायला पाहिजे का? नवऱ्याचे कपडे घालून येण्यामागंही एक तंत्र आहे! म्हणजे कुणी ओझरतं पाहिलं, तर म्हणायचं, तो माझाच नवरा होता. आणि कुणी पकडलंच, तर म्हणायचं, मला वाटलं, माझा नवराच आहे! तेवढीच पळवाट...'' म्हणत दंतविहिन तोंडाचं बोळकं पसरून ती हसली.

"पुढं काय झालं?'' युयुधाननं विचारलं.

"तेही सांगायला पाहिजे? विहारासाठी म्हणून गेलेला राणीवास पंधरा दिवस झाले, तरी मथुरेला परतला नाही. रात्री उदारपणे इतर स्त्रियांना भरपूर मद्य प्यायला द्यायचं आणि स्वत: मात्र दिवसा भरपूर झोप काढायची! मला मात्र सगळी कल्पना होती. सखीच्या सहकार्याशिवाय या गोष्टी पचवता येतील का? माझी मालकीण इथं आल्यावर तिकडं नवरा आजारी पडला होता. त्याची प्रकृती बरी झाली. माझ्या मालकिणीला जाऊन पंधरा दिवस होऊन गेले, तरी ती परतली नव्हती. अखेर एक दिवस रात्रीच्या वेळी दोन अंगरक्षकांबरोबर घोड्यावर स्वार होऊन तो विहार-स्थानाकडे आला. सुंदर चांदणं. फुललेली सुगंधी फुलं–

सरळ आला, तो आम्ही उतरलो होतो, त्या उपवनात. राणीच्या डेऱ्याच्या चौकशी करत दरवाज्यात उभा राहिला. तिथं मी पहारा देत होते. मी घाबरून गेले! माझ्याबरोबर दुसरी एकजण होती– दासी. सखी नव्हे– इला तिचं नाव. तीही घाबरली. त्याचं कशाला आमच्याकडे लक्ष जाईल? सरळ डेऱ्याचा पडदा बाजूला सारून तो आत गेला. तिथं मंद दिव्याच्या उजेडात आपलाच प्रतिवेषधारी! मालकीण घाबरल्याशिवाय कशी राहील? तरीही मोठी प्रसंगावधानी! मिठीतल्या राक्षस राजाला दूर सारत या राजावरच ओरडली,

'माझ्या पतीचा वेष घेऊन माझ्यासारख्या पतिव्रतेला फसवायला आलास?'

तोच तो वेषधारी चटकन उठला आणि राजाच्याच अंगावर धावून गेला आणि एक-दोन तडाखे देऊन, त्याला बेशुद्ध करून निघून गेला. हा शुद्धीवर आल्यावर माझ्या सखीनं तेच म्हणणं कायम ठेवलं,

'मला वाटलं, तूच आहेस. मला काय ठाऊक? मोठ्यानं बोलू नकोस. तुझीच अब्रू जाईल!'

"त्याच वेळी ठार मारलं नाही तिला?" मध्येच युयुधाननं विचारलं.

"तुम्हा क्षत्रियांपैकी काही स्त्रिया लबाड असतात, की ती नीतिभ्रष्ट आहे, असं ठाऊक असलं, तरी नवऱ्याला मारायला सुचणार नाही, अशा गोंधळात टाकतात! ती सांगत असलेलं सगळं खोटं आहे, हे एकीकडे कळत असलं, तरी तेच खरं समजून त्या भ्रमात नवरे आपण होऊन राहतात. हे दोघं नवरा-बायकोही असेच होते. त्या रात्री गावी घेऊन गेल्यावर मला अंधाऱ्या खोलीत हात-पाय बांधून, बलप्रयोगानं खरं ते जाणून घेतलं, तरी बायकोपुढं मात्र तो मुकाट्यानंच राहत होता. तीही तो विचारेल, तितक्या वेळा तीच ती कहाणी सांगत होती. आता नवऱ्याचीच आपली स्वत:ची फसवणूक करून घेण्याची इच्छा असेल, तर! आणखी एक, म्हणजे लग्न होऊन चार वर्षं झाली, तरी तशीच असलेली माझी मालकीण गर्भार राहिली! मग तर राजानं मला आणि दासीलाच तोंड न उघडण्याची ताकीद दिली!"

"नंतर पुन्हा तिला मुलंच झाली नाहीत?"

"न व्हायला काय झालं? त्या वेषधारी पतीनं सुरुवात केली, हे खरं असलं, तरी त्यानंतर झालेली सारी मुलं उग्रसेनाचीच. आठ मुलं आणि पाच मुली. नावंही आठवतात मला. न्यग्रोध, सुनाम, कंक, सुभूमिप, शंकु, संतनु, अनाधृष्टि आणि पुष्टिमान ही मुलं आणि कंसा, कंसवती, सतनु, कंता आणि राष्ट्रपाली या पाच मुली."

"ही सगळी मुलं आहेत तरी कुठं?"

"सांगते, ऐक ती दु:खद कथा! पहिला मुलगा जन्मला कंस. केवढं दांडगं

बाळ होतं ते! तान्हा असताना मांडीवरही मावत नव्हता. पाय लांब सोडून त्यावर घेतलं, तर पाय भरून जात होते. उग्रसेनानं त्याला उचलून कधीच जवळ घेतलं नाही. पण जतकर्माच्या दिवशी मात्र सभेत बालकाचं मस्तक अवघ्राण करून त्याचं पितृत्व स्वीकारलं. ते बाळ सहा महिन्यांचं असताना माझी मालकीण पुन्हा गर्भार राहिली. ते तर त्याचंच ना? अंत:पुरातल्या बाळंतिणीच्या खोलीत आणखी कोण जाणार? त्यानंतर पाठोपाठ एक अशी मुलं होतच गेली तिला. एक मांडीवर– छातीशी, आणि दुसरं पोटात. आता याला बायकोवरचं प्रेम म्हणायचं, की बायकोनं आपल्याशी प्रतारणा केली, म्हणून मांडलेला तिचा छळवाद म्हणायचा, कोण जाणे! बायकोचं मन जिंकण्याचा प्रयत्न होता, की काय, कोण जाणे! एकूण तेरा मुलं. मांडीवर, छातीशी, भोवताली! या मधल्या अवधीत महाराजा फक्त आपल्याच मुलांवर भरपूर माया करत होता. आणि थोरल्या कंसाचा तिरस्कार! कधी उचलून घेतलं नाही, खेळवलं नाही, की तो थोडा मोठा झाल्यावर त्याच्याशी व्यवस्थित बोलला नाही. कुठं तरी खाऊन पिऊन राहणाऱ्या दासीच्या मुलासारखा तो वाढत होता. पण जन्मदात्री कशी सोडेल? तिचा विशेष जीव होता त्याच्यावर. मधूनच कधी तरी संताप उफाळून आला, की त्याच्यावर ती हातही उगारत होती. उग्रसेनानं मात्र कंसाला कधी पाच बोटं लावली नाहीत. ती त्याला मारतही होती आणि नंतर छातीशी घट्ट आवळून अश्रूही ढाळत होती. आपला पिता आपल्या इतर भावंडांशी कसा वागतो आणि आपल्याशी कसा वागतो, हे कंसालाही समजल्याशिवाय राहील का? मग कसा होणार मुलगा? खाऊन पिऊन दणकट झालेला मुलगा, पण कुठल्याही गुरूकडून त्याला नीटसं वेदविद्या किंवा शस्त्रकलेचं शिक्षण मिळालं नाही. आई गरोदरपण आणि बाळंतपणाच्या चक्रात फिरत होती. कंसही शस्त्रविद्या शिकला. त्याची शस्त्र होती दगड-धोंडे आणि कुऱ्हाडी वगैरे!

‘‘जेव्हा उग्रसेनाचा मुलगा न्यग्रोध अठरा वर्षांचा झाला, तेव्हा त्यालाच युवराज करायचा उग्रसेनानं निर्णय घेतला. पण कंसाची जन्मदात्री कशी गप्प बसेल? तिनं सवाल केला, कंसावर हा अन्याय का? त्यावेळी तरी त्यानं बायकोला सारं सांगायला हवं होतं. पण सांगितलं नाही. सारं समजूनही. तिच्या पोटच्या तेरा मुलांचा तो पिता होता. कुठलंही योग्य कारण न सांगता ज्येष्ठ राजकुमाराचा हक्क डावलला जाऊ लागला, तेव्हा तिनं विरोध केला.

‘‘या अवधीत कंसाला त्याच्या जन्माची हकीकत समजली होती. त्या दुसऱ्या दासीचं– इलाचं तोंड काही धड नव्हतं. दासीच व्हायची तिची लायकी. सखी नव्हे. तिनंच कंसाचे कान फुंकले, म्हणे. मुलानं जाऊन सरळ आईलाच विचारलं. गरोदर-बाळंतपणाच्या चक्रात सापडून चिपाडासारखी झालेली माझी

मालकीण मुलाचा रुंद-भव्य चेहरा, छाती, दंड, खांदे कुरवाळत म्हणाली, 'बाळ, तू माझा मुलगा आहेस आणि मी तुझी आई!' तिथून तडक हा लालबुंद डोळ्यांचा मुलगा मंत्री, राजपुरोहित आणि इतर प्रमुखांशी चर्चा करत बसलेल्या उग्रसेनापुढं जाऊन उभा राहिला आणि गरजला, 'आजच्या आज मला युवराज्याभिषेक करणार, की नाही?' निदान त्या वेळी राजानं धैर्य दाखवावं? छे:! थरथरा कापायला लागला तो! लगेच दुसऱ्या दिवशी युवराज्याभिषेक झाला. स्वत: उग्रसेनानं कंसाच्या डोक्यावर मुकुट ठेवला. रक्तहीन आई महत्प्रयासानं उशीला टेकून पाहत होती. तिच्या डोळ्यांतून दोन अश्रू ओघळले. नंतर अंत:पुरात जाऊन इतर सगळ्या मुलांना छातीशी कवटाळून गळा काढून रडली बिचारी! शरीरातली अल्पशक्तीही त्या अश्रूंच्या रूपानं वाहून गेली. पुढं काय होणार, हे उग्रसेनाला समजलं नाही, तरी तिला समजलं होतं, की काय, कोण जाणे! बुद्धीपेक्षा तिच्या अंतरंगानंच कदाचित सांगितलं असावं. त्या दिवशीचं रडणंच विष ठरलं तिला! आठवड्याभरातच ती मरण पावली. नवऱ्याच्या मांडीवर डोकं ठेवून गेली. 'मी फसवलं-फसवलं', असं ओरडत होती शेवटच्या भ्रमात. बायकोचं प्रेत कवटाळून तोही बडबडत होता. 'मीच फसवलं मला...' शेजारीच बसून माझ्या कानानं ऐकलंय् मी!''

''तिच्या माघारी तो फसवणुकीचा अर्थ समजावून घेण्यातच गुंतून गेला असावा. अंतर्मुख होऊन गेला तो. राज्यकारभाराकडे दुर्लक्ष करून, आपल्या सगळ्यात लहान मुलाला आईप्रमाणे मांडीवर झोपवून घेऊन, बोंडानं दूध पाजू लागला. एवढ्या लहान मुलाचं सगळं कसं करायचं, ते सारं मलाच विचारून करत होता.

''इकडे कंसानं आपला समूह वाढवला आणि पाहता पाहता सारा राज्यकारभार आपल्या मुठीत घेतला. नगररक्षक बदलले. माहूत बदलले. पायदळाचे प्रमुख घरी पाठवण्यात आले. त्याऐवजी प्रत्येक जागी आपल्याला हवा असलेला माणूस नेमला गेला. एक दिवस न्यग्रोध, सुनाम, कंक आणि सुभूमिप हे चौघंही एकाच वेळी अकस्मात पाण्यात बुडून मेल्याची बातमी मथुरेत पसरली आणि खरं सांगू? गावावर दु:खाऐवजी भीतीची छाया पसरली! सगळीकडे हलक्या आवाजात कुजबूज चालली होती. त्यानंतर दोन महिन्यांत आणखी दोन मुलं दिसेनाशी झाली. राजवाड्याच्या मागच्या बाजूला खेळत असताना वाघानं पळवलं, म्हणे! प्रत्यक्ष कुणीच पाहिलं नव्हतं. सारा 'म्हणे'चा कारभार! राजवाड्यामागची नदी ओलांडून माणसांचा वावर असलेल्या राजवाड्याजवळ वाघ आलाच कसा? तोही टळटळीत संध्याकाळी? उग्रसेनानं बराच आरडाओरडा केला. दुसऱ्या दिवशी त्याच्या खोलीलाही बाहेरून कुलूप लावण्यात आलं आणि सगळ्यांना

'राजवैद्यानं भेटायला बंदी घातली आहे...' असं सांगण्यात आलं! उरलेल्या तीन मुलांचं तर काय झालं, तेही समजलं नाही! वांती-रोग होऊन मरण पावली, म्हणे! तीही सगळी एकाच आठवड्यात! गावातली माणसं बोलत होती, ते माझ्या कानावर आलं. प्रत्यक्षात राजवाड्यात राहणाऱ्या आमच्यासारख्यांना मात्र ती एकाएकी दिसेनाशी झाली, एवढंच समजलं. पण तोंड उघडण्याची कुणाचीही प्राज्ञा नव्हती...''

चित्रेचं आतल्या दरवाज्याकडे लक्ष जाऊन ती बोलता बोलता थांबली. नातसून दाराआड उभी राहून काही तरी खूण करत होती.

चित्रा उठून आत गेली. युयुधान तसाच बसून होता. लहानपणी ऐकलेल्या आणि पाहिलेल्या मथुरेच्या राज्यकारभाराविषयीच्या कथा एवढ्या अवधीत नवं रूप घेऊ लागल्या होत्या. आता बोलणं थांबवून ती आत निघून गेल्यावर त्या स्पष्टपणे रूप घेऊन उभ्या राहिल्या.

द्रुमिल अर्ध-राक्षस असला, तरी आपल्यासारखा माणूसच ना? नंतरही कंस काही नरभक्षक झाला नव्हता. समजा, हा कंस द्रुमिलाऐवजी दुसऱ्या एखाद्या आर्यपुरुषापासून जन्मून असाच वाढला असता, तर तो असा झाला नसता का? दुसराही एक विचार त्याच्या मनात येऊन गेला. जरासंधही अर्ध-राक्षस. आर्य पित्यापासून राक्षस स्त्रीच्या पोटी जन्मलेला. याच कारणासाठी जरासंधानं आपल्या दोन्ही मुली कंसाला दिल्या असतील का? जर असं असेल, तर जरासंधाला कंसाच्या जन्माची हकीकत कशी समजली असेल? किंवा असं झालं असेल का? सगळ्या भावंडांचा वध करून उग्रसेनाला करागृहात डांबून ठेवल्यामुळं सारे यादव दुरावलेले. सामान्य नागरिकही दुरावलेले. अशा वेळी राज्यकारभार पाहण्यासाठी बाहेरचं साहाय्य घेणं आवश्यकच असतं. पूर्व देशात जरासंधाचा प्रभाव तर प्रचंडच होता. फक्त युद्ध करून, जिंकूनच नव्हे, तर साहाय्य करूनही तो आपल्या साम्राज्याचा विस्तार करत होता. कंसानं आपण होऊन त्याची मदत मागितली असेल का? तोही अर्ध-राक्षस असल्याचं समजल्यावर आत्मीयता वाढून जरासंधानं आपल्या दोन्ही मुली देऊन रक्तसंबंध जोडला असेल का? कारण काही का असेना, त्या वेळी यादवांचं स्वातंत्र्य मात्र पूर्णपणे संपलेलं होतं, हे खरं. गुप्तहेर, संशय, कारागृह, एकाएकी मृत्यू होणं, प्रजेनं आत्मरक्षणार्थ सुद्धा शस्त्र बाळगणं, वापरणं किंवा शिकणं यावर कडक निर्बंध. मोठ्यानं बोलायचीही भीती. ही सगळी एकातून दुसरी जन्मून वाढणाऱ्या अपरिहार्य घटनांची उतरंडच बनली. जेवढा कंस अधिकाधिक जरासंधावर अवलंबून राहू लागला, तेवढंच जवळपास आपलं असं कुणीच न राहिल्यामुळं त्याचं बायकांवरचं प्रेमही वाढत गेलं असावं. एवढा क्रूर कंस, पण त्याचं बायकांवरचं प्रेम मात्र

सगळ्यांनाच ठाऊक झालं होतं. जेवताना, झोपताना, उठताना, बसताना सतत त्यांचा सहवास. इतर कुणाशीही आत्मीयतेचं बोलणं नाही. उलट, या दोघींपैकी एकीच्या मांडीची उशी, तर दुसरीच्या पंख्याचा वारा. राजवाड्यातल्या कुठल्याही दासीकडे वक्र दृष्टीनं पाहिलं नाही. थोरली आस्ति आणि धाकटी प्राप्ति. त्या दोघींनाही मूलबाळ झालं नाही. मुलासाठीही दुसरं लग्न करायचं त्याच्या मनातही आलं नाही. की जरासंधाची भीती?

पोटची मुलं नसलेल्या आणि पाठच्या लहान भावंडांचा निर्घृणपणे वध करणाऱ्या या कंसाचं धाकट्या काकाच्या, देवकाच्या मुलीवर विचित्र प्रेम होतं! देवकीचा चेहराच तसा आहे. ऐंशी वर्षांची असली, तरी अजूनही स्त्रीत्वानं भरलेल्या प्रेममय चेहऱ्यावरचे मृदु भाव उठून दिसतात. वसुदेवाची बायको झाली ती. सात देवक-पुत्रींमध्ये देवकीवर त्याची विशेष माया होती. तिच्या मुलांपैकी एखाद्याला आपण मोठं करावं आणि त्याला सिंहासनावर बसवावं, असं त्याला वाटलं असेल. त्याच्या दोन्ही बायकांच्या हे लक्षात आलं असेल. राजकारणात यादवांचा प्रभाव पुन्हा वाढेल, अशी मगधच्या राजकारण्यांना भीतीही वाटली असेल. मग मगधच्या ज्योतिष-विशारदांनी या देवकीच्या पोटी जन्मणाऱ्या मुलाच्या हातूनच तुझा मृत्यू घडणार आहे, असं सांगताच त्यानं देवकीचा द्वेष करणं साहजिकच नाही का? पण पाठच्या छोट्या छोट्या भावांचा सहज वध करणाऱ्या कंसानं तिला का ठार मारलं नाही? की अहंकार म्हणायचा? आपण काही हिच्या हातून मरणार नाही. हिच्या मुलाच्या हातून. त्यामुळं तिच्या पोटी जन्मणारं प्रत्येक मूल आपल्यासमोर आणून कापून मारावं, अशी त्याची कठोर आज्ञा होती. पण त्यामुळं आपण ज्या देवकीवर माया करतो, तिला किती दुःख होतंय्, याची त्याला कशी कल्पना येणार? जन्मलेलं मूल तरी स्वतःच्या हातानं ठार करण्याएवढं का वाढू द्यायचं? आत्मप्रीतीचं क्रौर्य! दुसरं काय!

युयुधानचं विचारचक्र तिथंच थांबलं. काही सुचेनासं होऊन तो मुकाट्यानं बसून राहिला. 'जुंई...' करणारी एक माशी. गावालगत असलेल्या समुद्राच्या लाटांचा आवाज. खोलवर बुद्धीत पुन्हा काही तरी हालचाल होऊ लागली...

मगधाच्या ज्योतिष्यांनी सांगितलेल्या भविष्यावर फक्त कंसानंच नव्हे, वसुदेव-देवकीनंही विश्वास ठेवला, म्हणे. कस्पटाप्रमाणे पायदळी तुडवल्या गेलेल्या यादवप्रमुखांना तर यावर विश्वास ठेवल्याशिवाय जगणंच शक्य नव्हतं, की काय, कोण जाणे! अशी सात मुलं मारली गेल्यावर देवकीनं कारागृहातच, आपलं बाळंतपण अजून महिन्याभरावर आहे, अशी आवई उठवली. आतापर्यंतची मुलं ती मुकाट्यानं देत होती. त्यामुळं कंसाला तरी संशय कसा येणार? याचा जन्म होताच याला वसुदेवच्या स्नेह्याकडे– नंदाच्या घरी पाठवलं. त्याच्या जागी

दुसरं मूलं आणून ठेवलं. नुकतंच जन्मलेलं मूल आणि तीन-चार दिवसांचं मूल यातला फरक कंसाला समजला नाही का? एकूण काय, हा कंसाचा वध करायला जन्माला आलाय्, यावर सगळ्यांचाच विश्वास. कृष्णाला समजू लागलं, तेव्हापासून त्याच्याही मनात हेच ठसून गेलं होतं. त्याचं पालन करणाऱ्या आई-वडिलांनीही त्याच्या मनात हे बिंबवलं असेल. नाही तर आखाड्यातून एकाच झेपेत कंसासारख्या क्रूरात्म्याचा गळा पकडण्याचं धैर्य तरी त्याच्या अंगात एकाएकी कुठून आलं असेल? की कृष्णाचा मूळ स्वभावच धैर्याचा? साप चावला, तरी त्याचं तोंड मुठीत धरून तो कुठल्या जातीचा साप आहे, याचं थंड डोक्यानं निरीक्षण करणारी छाती आहे त्याची!

युयुधानला डुलकी आली. तेवढ्यातही चित्रेनं सांगितलेली कंसाची हकीकत आठवत होती. त्यातूनच एक विचारही मनात स्फुरला.

अतिक्रमण करून आलेल्या वेगळ्याच बीजानं मूळ रोपाची सगळी पाळंमुळं नष्ट केली. अगांतुक बीज, म्हणजे पापाचं मूळ! आता आलं ध्यानात! उग्रसेनाच्या मनातल्या प्रेमाचा भ्रम किंवा त्याच्या बायकोची भ्रमाची साधनाही नव्हे. अतिक्रम प्रवेश हेच पापाचं बीज.

एक नवा शोध लावल्याच्या आनंदाबरोबरच तो खाडकन जागा झाला. भोवताली पाहत आपण कुठं आहोत, भानावर येत असतानाच म्हातारी आत आली. म्हणाली,

"महाराजा, जेवून घे, ये..."

युयुधाननं जेवायला गावी जातो म्हटलं, तरी तिनं मुळीच ऐकलं नाही.

आतून तिची नातसून उजव्या हातात तांब्याचा पाण्यानं भरलेला तांब्या आणि डाव्या हातात लाकडाचं पसरट तोंडाचं भांडं घेऊन आली. त्यानं त्या पात्रात हात धुतल्यावर ते घेऊन जाऊन दुसऱ्या लाकडाच्या पात्रात जेवण घेऊन आली. बाजरीची भाकरी, दही, तूप, मध, शिजवलेल्या गव्हाच्या कण्या.

भाकरीचे तुकडे करून, कुस्करून, ती दुधात भिजत टाकत युयुधाननं समोर बसलेल्या चित्रेला विचारलं,

"मला कळत नाही, तुझी मालकीण परपुरुषाशी इतक्या सहजपणे अशी कशी वागली?"

"असं म्हणू नकोस, बाबा! उग्रसेनाला तर तू पाहिलंच आहेस. भित्रा आणि लोभी. आता शंभरी ओलांडली, तरी अजूनही यादव-सिंहासनाचा मोह सुटतोय् का? आता वय झालं, सिंहासन मला नको... असं काही सांगवत नाही त्याला.

आणि त्याची बायको कशी होती, ठाऊक आहे तुला? एकटीनं जाऊन वाघाची शिकार करून यायची छाती होती तिची! शरीरानं काही फारशी दांडगी नव्हती. पण घोड्यावर मांड टाकून, हातात धनुष्यबाण घेऊन निघाली, तर तिला उलथवून टाकणारं एकही घोडं नव्हतं! इंद्रगिरी जवळच्या अरण्यात एकटीच शिकारीसाठी जात होती. द्रुमिल महाराजा चालतच येत होता. तुम्ही कुणी पाहिलं नाही त्याला! केसाळ, रुंद छाती, वाघासारखे खांदे आणि पंजे... कुठलीही स्त्री त्याच्या पौरुषयुक्त व्यक्तिमत्त्वावर भाळून गेली असती. माझ्या मालकिणीसारखी स्त्री आणखी कुठल्या पुरुषावर भाळणार? तिथून परतत असतानाच तिनं मला सांगितलं, 'चित्रा, आज रात्री तो माझ्या डेऱ्यात येणार आहे. तू माझी अंतरंगाची सखी आहेस ना!' महाराजा, त्या वेळची तिची झुकलेली नजर, बावरलेली हनुवटी, तिच्या चेहऱ्यावरचे भाव मी माझ्या डोळ्यांनी पाहिले आहेत. या चित्रेला हे समजायला कितीसा वेळ लागणार?''

''पंधरा दिवस तो येत होता, तर ती सरळ त्याच्याबरोबर निघून का गेली नाही? अशा नवऱ्याबरोबर मनाविरुद्ध का राहिली? तो द्रुमिल हिला घेऊन जायला तयार नव्हता का?''

''काय म्हणालास?'' चित्रेला नीटसं ऐकू गेलं नाही. अधूनमधून लाटांचा आवाजही ऐकू येत होता. जड जड कर्णभूषणं घालून तिच्या कानांच्या पाळ्या लांब लोंबत होत्या.

''नंतर किती तरी तळमळला, म्हणे, तिला घेऊन जाण्यासाठी. आपल्या राजवाड्यातल्या एका दासीला त्यानं मला बोलावून नेण्यासाठी माझ्याकडे पाठवलं होतं. मालकिणीच्या परवानगीनं मीही गेले होते. तो अर्ध-राक्षस असला, तरी सारं आपल्यासारखंच. त्यानं माझ्याकडेच तिला निरोप सांगितला, 'चित्रे, तुझ्या मालकिणीला पुन्हा एकदा विहारासाठी यायला सांग. तिथून मी तिला माझ्या गावी घेऊन येईन. हवं तर तिला सरळ घोड्यावरून माझ्याकडे येऊ दे. किंवा मी माझ्या सैन्यासह तिच्या नवऱ्याला हरवून तिला जिंकून घेईन. एकूण काय, तिची संमती हवी, एवढंच!' पण माझ्या मालकिणीनं संमती दिली नाही.''

''का? त्याच्यावरचं प्रेम वठून गेलं तिचं?''

''काय म्हणालास? द्रुमिलाला तू पाहिलं नाहीस– पाहिलं असतंस, तरी तू पुरुष आहेस! तुला नाही समजणार ते! मालकीणच एकदा सांगत होती. पहिल्याच रात्री तिला त्याची तीन जन्मांची दासी व्हावं, असं वाटत होतं, म्हणे! असा पुरुष तो! अशा पंधरा रात्रींचं सान्निध्य! त्यातच पोटात त्याचं मूल! राक्षस जातीतली स्त्री नवऱ्याचा वध करणाऱ्याबरोबरही आनंदानं जाते! पण ही आर्य-स्त्री ना!''

''नंतर उग्रसेनाकडून तेरा मुलं झाली नाही का...'' म्हणत त्यानं दुधात

भिजलेल्या भाकरीचा तुकडा तोंडात घातला.

"तसा आधीही नवऱ्याबरोबर तिचा संसार चालला होता; पण मुलं होत नव्हती. नंतरचं सोपं होतं... तुझं लग्न झालंय् ना? किती बायका? आणि मुलं किती? नातवंडं किती?"

युयुधान काही उत्तर न देता दुधात भिजलेली भाकरी खात होता. चित्राही गप्प होती. चित्रेनं आपल्या मालकिणीची कथा आत्मीयतेनं सांगितली असता त्याच्या मनात या संपूर्ण प्रकरणातल्या पापबीजाची कल्पना घोळत होती. चित्रेलाच विचारून खात्री करून घ्यावी म्हणून त्यानं विचारलं,

"द्रुमिल काही संपूर्ण राक्षस नव्हता. त्याचं वागणंही आपल्यासारखंच होतं, असं तूच सांगतेस. फक्त अर्ध-राक्षसापासून जन्मल्यामुळं कंस असा क्रूरात्मा झाला, असं म्हणता यायचं नाही. मग ही जबाबदारी कुणाची? प्रत्येक गोष्टीची जबाबदारी कुणावर तरी असतेच ना?"

हे बोलत असतानाच उकडत असल्याची जाणीव झाली. 'जबाबदार' हा कृष्णाचाच शब्द, हेही आठवलं. घराबाहेर बसलो असतो, तर वारं लागलं असतं. डोक्यावर गुंडाळलेल्या वस्त्रानं चेहरा, मान पुसत असताना समुद्राचा आवाज कानावर येत होता. कृष्ण बोलू लागला, की प्रत्येक बाबतीत हा जबाबदारीचा प्रश्न काढतो. सतत ते ऐकूनच आपल्या मनातही हा प्रश्न उपस्थित झाला असल्याचं त्याच्या लक्षात आलं. मान लुटपुटत, किती तरी वर्षांपूर्वी घडलेल्या घटनांवरून वृद्ध नजर फिरवत चित्रा म्हणाली,

"आपल्याला सत्य समजल्यावर त्यानं बायकोला सोडायला हवं होतं. का नाही सोडलं?"

युयुधानलाही हा मुद्दा पटला. पत्नीनं सांगितलेलं खोटं असल्याचं ठाऊक असूनही, त्यावर जाणीवपूर्वक विश्वास ठेवून, स्वतःला बुद्धिपुरस्सर भ्रमात ठेवलं?...

थोड्या वेळानं चित्रा म्हणाली,

"मला आणखीही एक वाटतं. सांगू का? रागावणार नाहीस ना?"

"त्यात काय रागवायचं? सांग, सांग."

"तुम्ही क्षत्रिय मुलखाचे रागीट, म्हणून म्हणते..."

"सांग तर खरं. नाही रागावणार." त्यानं चेहरा अधिकच संतुलित करत म्हटलं.

"आता कशाला हव्यात त्या गोष्टी! सगळं घडून किती वर्षं निघून गेली. जाऊ दे आता... मी म्हणते, लग्नानंतर चार वर्षं उग्रसेनाला मुलं होतच नव्हती. कंसाच्या जन्मानंतर होऊ लागली. मग हे पहिलं फळ उग्रसेनानं आपलं म्हणून

का स्वीकारू नये?''

"दुसऱ्याचं बीज आपलं म्हणून कोण स्वीकारणार?''

"महाराजा... नाव काय म्हणालास तुझं? युयुधान सात्यकी नाही का!... तुमच्यामध्ये हे आपलं-परकं फार असतंय्, बघ! अलीकडे तर अतिरेकच झालाय् याचा! तुम्ही यादव मथुरेत असतानाही असेच होता. आणि इथं आनर्त देशात येऊनही तसेच राहिलात. दासींच्या पोटी कुठली कुठली तरी बीजं पडतात. त्या गरोदर राहतात. बाळंत होतात. त्यांचे नवरे कसलाही भेद मनात न आणता आपल्या बायका-मुलांची जबाबदारी स्वीकारत नाहीत का? बायकोच्या शुद्धतेची परीक्षा म्हणून बाळाचं मस्तक अवघ्राण करायचं नाटकही तुम्ही करता. उग्रसेनानं नंतर जन्मलेल्या आपल्या मुलांप्रमाणे कंसाच्या बाबतीतही हे नाटक केलंच होतं ना! याच उग्रसेनाकडून माझ्याही पोटी मुलं झाली आहेत... म्हणजे झाली असतील! त्यातली कुठली याची आणि कुठली माझ्या नवऱ्याची, हे मलाही निश्चित ठाऊक नाही. राणीची दासी ही राजाचीही दासीच असते, हे प्रत्येक दासीच्या नवऱ्याला ठाऊक असतं. तुमचं ते मस्तक हुंगून बघायचं शस्त्र आम्हां लोकांमध्ये नाही. पण माझ्या पोटी जन्मणाऱ्या प्रत्येक मुलावर माझ्या नवऱ्यानं जवळ येऊन, कुरवाळून माया केली आहे! त्यांना आपलं मानलं आहे. मग या उग्रसेनानं एकदा कंसाला आपला मुलगा म्हणून मान्य केल्यावर हा भेद का करावा?''

तिच्यावर खिळलेली युयुधानची दृष्ठी निश्चल राहिली होती. पापण्यांची हालचाल करणंही त्याला सुचलं नाही. मानेवरून पाझरून ठिबकत असलेला घाम टिपणारा त्याचा हातही स्तब्ध राहिला. समुद्राच्या लाटाही वाहायच्या थांबल्या होत्या, की काय, कोण जाणे! फक्त जुंई करणाऱ्या एका माशीचा आवाज तेवढा सगळीकडे भरून राहिला होता. भानावर येऊन तो घाईघाईनं जेवू लागला. पुन्हा वाढायला आलेल्या चित्रेच्या नातसुनेला नकार देऊन त्या लाकडी भांड्यात हात धुतला आणि थोडा वेळ तो तसाच बसून राहिला.

चित्राच म्हणाली,

"खूप उकडतंय् ना? घरात बसलं, की असा जीव नकोसा होतो उकाड्यानं. बाहेरच्या कट्ट्यावर चल, बसू या. वारं येतं समुद्रावरचं.''

तिच्यापाठोपाठ तो बाहेर आला, तेव्हा लगतच्या खांबाला बांधलेल्या घोड्याभोवती तीस-चाळीस लहान मुलं कलकलाट करत होती. पंधरा-वीस घरातल्या बायका समोरच्या घराच्या कट्ट्यावर, दरवाज्यात, रस्त्यावर उभ्या राहून त्यांच्याकडेच पाहत होत्या.

बाहेर आलेल्या चित्रेचं तिकडं लक्ष जाताच ती मोठ्यानं ओरडून म्हणाली,

"हा कृष्ण वासुदेव नाही. युयुधान सात्यकी आहे. त्याचा स्नेही. सहज आला होता वेगळ्या कामासाठी. कृष्ण वासुदेवाला कुरुराज्याला जाऊन तीन महिने होऊन गेलेत. द्वारावतीला कधी येणार, ते ठाऊक नाही."

उत्साह ओसरून त्या बायकांचे चेहरे मलूल झाल्याचं युयुधानच्याही लक्षात आलं. वीस-पंचवीस वर्षांपासून चाळीस-पन्नास वर्षांपर्यंतच्या वयाच्या बायका त्यात होत्या. त्यापैकी काही जणांच्या हातात लहान बाळं होती. पायाशी मातीत खेळणारी वर्षा-दोन वर्षांची बालकंही होती. तोंडावरच्या घामावर माखलेल्या धुळीमुळं शेतावर किंवा गुरांपाशी काम करत असल्याचं आणि आता तशाच येऊन उभ्या राहिल्याचं त्या बायकांकडे पाहताच समजत होतं.

"काही निरोप असेल, तर याला सांगा. कृष्ण वासुदेव गावी आल्यावर हा सांगेल त्याला."

चित्रेनं पुन्हा चढ्या आवाजात सांगताच त्यांच्यातली एक पन्नाशीची स्त्री मंद हसली. इतर कुणीच हसलं नाही.

काहीच न उमजलेला युयुधान गोंधळून आपल्या घोड्यापाशी असलेल्या मुलांकडे वळला.

मुलंही निराश झाल्यासारखी दिसत होती.

"हा कोण आहे, ठाऊक आहे?"

"युयुधान सात्यकी आहे, हे ठाऊक आहे आम्हांला!" एका स्त्रीचा आवाज कानावर आला.

मागं वळून पाहण्याआधीच वाक्य संपल्यामुळं ती कोण आहे, हे समजलं नाही.

त्याचा गोंधळून गेलेला चेहरा पाहून चित्रा म्हणाली,

"नरकासुराकडून सोडवून आणल्यानंतर कृष्णानं लग्न केलं ना? त्यांच्यापैकी चोवीस जणींना त्यानं या गावातच घरं बांधून दिली आहेत. झाडं तोडून, थोडी जमीनही सारखी करून दिली आहे. याच सगळ्याजणी जमीन नांगरून, पिकं काढून राहतात. ही सगळी त्यांचीच मुलं. कृष्ण इथं येताना गाडीभर गूळ घेऊन येतो या मुलांसाठी. तुझा घोडा पाहताच कृष्णच आलाय्, असं समजून त्यांनी गराडा घातलाय्. आता पाहा, कृष्ण नाही म्हटल्यावर कशी हिरमुसून लांब जाताहेत!"

युयुधानचा चेहरा पडला. सगळी मुलं गलका करत निघून जात होती. बायकाही एकेक करून आपापल्या कामावर निघून जात होत्या. हिरव्या माश्यांच्या त्रासामुळं त्याचं घोडं उभ्या जागी थरथरत होतं.

"कोणीच पुरुष दिसत नाही या गावात!"

"या वेळी कोण असणार घरात शेत-शिकार सोडून? बायकाही जातात कामावर, कुणी असलंच, तर माझ्यासाखं म्हातारं माणूस असायचं. नाहीतर

स्वयंपाक-पाणी करणारं. आणि ही मुलं. या गावातल्या फक्त दहा घरी पुरुष आहेत. उरलेल्या चोवीस घरातला यजमान तुझा मित्र कृष्ण आहे. काही घरातली मुलंच तरणी-ताठी झाली आहेत, एवढंच.''

सूर्य बराच कलला होता. घराचा दरवाजा पश्चिमेला असला, तरी भोवताली तट असल्यामुळं समोरचा समुद्र दिसत नव्हता. समुद्राचा आवाज मात्र ऐकू येत होता.

❑

युयुधान गावी यायला निघाला, तेव्हा ढग पिंजून सूर्याची तीक्ष्ण किरणं अंग भाजून काढत होती. घामाचा दुर्गंध नाकाला जाणवत होत.

केव्हापासून छळणाऱ्या त्या प्रश्नाचं उत्तर मात्र त्याला समजत नव्हतं.

मस्तक हुंगल्यावर हा आपलाच मुलगा आहे, हे कसं समजतं? त्यानंही आपल्या मुलांचं मस्तक हुंगण्याचा विधी पार पाडला होता. उकाड्याचे दिवस असताना भरगच्च जावळाला घामाचा वास आला होता आणि नुकतंच न्हाणं झाल्यानं डोकं धुतल्यावर दिलेल्या चंदन-धूपाच्या शेकाचा वास आला होता. पण त्यावरून हा आपल्यापासूनच झालाय, असं कसं ओळखता येईल, असा चित्रेचा वाद त्याला अस्वस्थ करून गेला होता. एवढ्या वर्षांत त्याला कधीही आपल्या पत्नीच्या चारित्र्याविषयी संशय आला नव्हता. सतत सासू-सासरे आणि इतर अनेक माणसांनी गजबजलेल्या घरात संसार करत राहिलेल्या बायकोच्या स्वभावाच्या किती तरी बाजू त्याला ठाऊक होत्या. या कृष्णाला कंसाची सारी हकीकत ठाऊक आहे. वयाच्या बाविसाव्या वर्षीच त्याला हे समजलंय्. पण एवढ्या अवधीत एकदाही त्यानं ती आपल्याला सांगितली नाही. मुद्दाम लपवली असेल, की तसा प्रसंगच आला नसेल? या खेपेला तो आला, की त्याला निश्चितच विचारायचं, असं त्यानं ठरवून टाकलं.

या सगळ्याला जबाबदार कोण, असं विचारल्यावर कसं उत्तर दिलं चित्रेनं? कृष्णालाही विचारायला हवा हा प्रश्न. काय उत्तर देईल? त्यानंही चित्रेचंच उत्तर दिलं, तर त्यात मला आश्चर्य वाटणार नाही. पण तिचं म्हणणं मान्य केलं, तर पती-पत्नीचं असं काय शील राहील?

डावीकडून येऊन आदळणाऱ्या समुद्रावरच्या वेगवान वाऱ्यामुळं घोडाही तिरका तिरका पळत होता.

छे! हा कृष्ण एक जाऊन बसलाय् तिकडं! त्यात पांडवांकडे गेला, की संपलंच! माघारी यायचं विसरून जातो बापडा! बायका-मुलांचीही आठवण राहत नाही. जरासंधाला मारायचं काम याच पांडवांच्या भीमानं केलंय्, म्हणा!

फक्त जावईच नव्हे, तर चांगला स्नेही असलेल्या कंसाचा वध केल्यावर जरासंध खवळला, यात कसलं आश्चर्य?

आपल्या या विचारांचं युयुधानलाही आश्चर्य वाटलं. फक्त क्रूर, चांडाळ, पापी एवढ्याच विशेषणांनी ओळखला जाणारा कंस आता त्याला वेगळाच वाटत होता. त्याच्या आईच्या सखीच्या तोंडून सारी हकीकत नुकतीच त्यानं ऐकली होती. त्याचा जन्म कसा का होईना, पण तोही माणूस असल्याची नव्यानं जाणीव झाली. अतिशय दणकट पुरुषांची मुलीवर अधिक माया असते, म्हणे. जरासंधाला तर आस्ति-प्राप्तीशिवाय आणखी मुलीही नव्हत्या. दोघींनाही खूप सुखात ठेवलं होतं जावयानं. एवढा गोंधळ होऊन, मगधच्या ज्योतिष्यांचं भविष्य खरं होऊन दरबारातले सगळे लोक या दोन विधवा मुलींना घेऊन मगधाधिपतीपुढं जाऊन मोठमोठ्यानं रडू लागले, तर तो जरासंध खवळल्याशिवाय राहील का? दरबारातल्या इतर लोकांनाही इथल्यासारखी सत्ता आणि पैसा तिथं आपल्या राज्यात कसा मिळणार?

कृष्णाच्या धैर्याला मात्र तोड नाही! त्याचे विचारही किती स्पष्ट! एका वाघाची शिकार केल्यावर त्याचा साथीदार जसा चाल करून येतो, तसा जरासंधही निश्चितच सूड घ्यायला येईल, हे सगळ्यांत आधी जाणलं या अठरा वर्षांच्या मुलानं! या मुलाची सगळ्या थोरांना अडचणच झाली होती. या थोरांचा सारा पुरुषार्थ कंसाच्या कारकीर्दीत पार वठून गेला होता. तरुण मुलांच्या मनात उत्साह भरून, त्यांना शस्त्रविद्या शिकवून... ते तरी काय शिकवणार, म्हणा! कंसाच्या कारकीर्दीत तर देशाच्या रक्षणाची सारी व्यवस्था परकीयांच्याच हातात होती. ते परकीय गेल्यानंतर नगररक्षणाचीही व्यवस्था कोलमडून पडली होती. सगळीकडे चोरी, दरोडे, हिंसाचाराचं राज्य सुरू झालं होतं. अशा परिस्थितीत कंसाचंचं राज्य बरं होतं, हा कोण पोरटा आलाय्... असं म्हणणाऱ्यांचीही कमतरता कुठली? त्या वेळी सत्यक किंवा असेच आणखी काहीजण कृष्णाच्या मदतीसाठी उभे राहून सुव्यवस्था लावण्यात यशस्वी झाले, म्हणून! नाही तर त्याच वेळी काय झालं असतं, कोण जाणे! शिनी, अनादृष्टि, अक्रूर, विधृणु, अष्टपु... इतकी वर्षं करागृहात खितपत पडलेला उग्रसेनही उत्साहानं पुढं आला. चित्रक, श्याम, सत्राजित, प्रसेन– सगळेजण विस्मरणात गेलेल्या शस्त्रविद्येला उजाळा देऊ लागले. त्यामुळंच तर त्या वेळी जरासंधाविरुद्ध तोंड देऊन उभं राहणं शक्य झालं. त्याच वेळी नाही का सत्यकाच्या सांगण्यावरून कृष्ण आणि बलराम अवंतीपूरला जाऊन सांदिपनी गुरूंकडे विद्याभ्यास करून आले! तेही किती दिवस? घाईघाईनं कसाबसा फक्त चौसष्ट दिवस चालला होता, म्हणे, तो विद्याभ्यास! एवढ्यात वेद, धनुर्विद्या– सगळं काही! एवढ्यातच जरासंधाची

सेना चाल करून येत असल्याची बातमी समजताच धावून आले. त्या वेळी हस्तिनावतीत द्रोण ऋषी धनुर्विद्या शिकवत होते, म्हणे. पण ते आम्हा यादवांना कसे शिकवतील? आम्हाला शिकवून जरासंधासारख्या बलाढ्य राजाचं शत्रुत्व स्वीकारायला भीष्मांनी त्यांना परवानगी दिली असती का?

ते खरं युद्ध! बारा वर्षांचा मीही किती उत्साहानं आणि धैर्यानं भाग घेत होतो! तसं पाहिलं, तर गोट्या खेळायचं वय. पण निरोप पोहोचवणं, बातमी योग्य ठिकाणी पोहोचवणं... कृष्णानंच माझ्यात धैर्य भरलं होतं तेव्हा. फक्त माझ्यातच नव्हे, सगळ्यांनाच खरे आकार दिले त्यानं! गुरू नाही म्हणायचं, तर काय? धन्याकडे पाहून मान हलवणारा कुत्रा म्हणतो मला बलराम! जरासंधानं मथुरेवर चढाई केली, तेव्हा तीस वर्षांचा बलराम शूरपणे लढला खरा. त्याचं धाडस अमाप असलं, तरी युद्धतंत्र ठाऊक नाही. आजही तशीच परिस्थिती आहे. जरासंध म्हणजे काही किरकोळ प्रकरण नव्हे. शिवाय तो काही एकटा नव्हता. कलिंगचा श्रुतायु, करुषचा दंतवक्र, विदर्भाचा सोमक, भोजचा रुक्मि, जरासंधाचा मानलेला मुलगा शिशुपाल... कितीतरी जण. पण कृष्णानं पाठवलेल्या हेरानं बातमी आणली, 'कुणीही तशी फारशी मोठी सेना आणली नाही.' एवढ्या लांबून नद्या, डोंगर, दऱ्या ओलांडून, रथ घेऊन येणंही कठीणच. आपल्या लगतचे पांचाल त्यांना साहय्य करणार नाहीत, हाही त्याचा अंदाज तंतोतंत खरा ठरला. 'फक्त राजे आले आहेत. माझं ऐकलंत, तर त्यांना सहज पळवून लावता येईल.' म्हणाला तो. कृष्णाच्या युद्धतंत्राचाच विजय झाला! मथुरेच्या भोवतालच्या रानात गुराख्यांच्या वेषात निम्मे वीर विखरून ठेवले आणि निम्मे गावात. वेशीचा दरवाजा बंद करून घेऊन, घाबरल्यासारखं दाखवून दुसऱ्या दिवशी रात्री मागून-पुढून एकदम चढाई केली. आमच्या बळाची नेमकी कल्पना न आल्यामुळं ते पळून गेले! रात्रीच्या अंधारात पाठलाग करून एकेकाला असं चेचलं...

युयुधानला हसू आलं. घोड्याला मात्र हा आपल्याला इशारा आहे, असं वाटून तो वेगानं धावू लागला.

बाभळीची झाडं उजवीकडे टाकून घोडा वळला, तेव्हा त्याला आणखीही एक गोष्ट आठवली.

अलीकडे बलराम आपल्या शौर्याच्या कथा सैनिकांना ऐकवत असतो. 'कृष्ण खरा तर भेकड आहे. लांडग्यासारखे नेहमी डावपेच लढवत असतो. काही वेळा त्यांचा उपयोग झाला, तरी नेहमी काही शत्रू मूर्ख नसतो! क्षत्रियाला खरा गौरव मिळत असतो, तो शक्ती-धैर्यामुळं. घाबरून पळून गेल्यामुळं नाही!' असं वरचेवर सांगत असतो. सैन्यातल्या किती तरी जणांना हे पटतंयही! पहिल्यापासूनच कृष्णाचा तिरस्कार करणारे आमच्याकडे आहेत. अलीकडची

काही तरुण पोरंही 'मथुरेहून द्वारकेला पळून येणारे भेकड नाही आम्ही!' अशा वल्गना करत असतात. आम्ही इथं आलो, तेव्हा शेंबडी पोरं होती ही! त्यापैकी काहीजण तर जन्मलेलेही नव्हते. या पोरांच्या दृष्टीनं बलराम म्हणजे एकमेवाद्वितीय असा वीर! तो मोठा वीर आहे, हे कुणीच नाकारत नाही. पण कृष्ण भेकड आहे का?

सारं काही स्पष्टपणे आठवतंय्. दुसऱ्या वेळेस जरासंध चढाई करून आला, तो आपल्यावर सूड उगवण्यासाठीच, हे कृष्णाला ठाऊक होतं. त्या वेळी बलराम आणि इतर मोजक्या सैनिकांबरोबर दक्षिणेकडे निघून गेला तो. मुद्दाम या गोष्टीला अधिक महत्त्व देऊन आणि बातमी अधिक पसरेल, याची काळजी घेऊन. जरासंध मथुरेवर चाल करून येण्याऐवजी त्यांना शोधत निघाला. एवढी मोठी सेना! आता निश्चित सापडतील, असं वाटण्याएवढ्या अंतरावरून हुलकावण्या देत, त्यांचा रस्ता चुकवत, एका देशाहून दुसऱ्या देशाला... रथ, हत्ती आणि भरपूर लवाजम्यासह भलंमोठं सैन्य एवढं अंतर एवढ्या चपळाईनं कसं काटू शकेल! महाकाय हत्तीनं चपळ मांजराच्या पिल्लाला चिरडण्यासाठी धावपळ करावी, तसा प्रकार चालला होता! या कृष्णानं शत्रूला भरपूर धावपळ करायला लावली. इतकी, की अखेर शत्रूला बोजड हत्ती माघारी पाठवावे लागले. मोडके रथ रस्त्यामध्ये सोडून द्यावे लागले. घोड्यांची अगदी दमछाक होऊन गेली होती! पोटाला अन्न नाही, म्हणून पायदळही गलितगात्र होऊन गेलं होतं. अशा वेळी विजेच्या वेगानं झटकन मागं वळून, त्यांच्यावर चढाई करून, या कृष्णानं इतका गोंधळ उडवून दिला, की अखेर जरासंध आणि त्याच्या बाजूच्या इतर राजांना पळता भुई थोडी झाली, म्हणे! आणखी थोडं सैन्य असतं, तर त्याच युद्धात त्याला पूर्णपणे नेस्तनाबूत करता आलं असतं, असं कृष्णच सांगत होता मी मोठा झाल्यावर.

माघार घेऊन पळून गेलेल्या जरासंधानं पुन्हा युद्धाची तयारी सुरू केल्याच्या बातम्या हेरांनी कानावर घातल्या, तेव्हा मात्र कृष्ण चिंतेत पडला. या खेपेला जरासंधाचा रोख फक्त कृष्णावरच नव्हता. कृष्णाची मथुरा भुईसपाट करण्याच्या विचारानंच तो चाल करून यायला निघाला होता. या खेपेला त्याच्याबरोबरचे राजेही आपापल्या सैन्यासह युद्धासाठी बाहेर पडले होते. विदर्भाहून रुक्मि, नैऋत्येकडून कालयवन आणि इतरही किती तरी राजे. या आधी एका वेळी एवढे राजे आणि एवढं सैन्य कधीच जमलं नव्हतं, म्हणे, मथुरेच्या कृष्णाला ठार करायला! वीस किंवा एकवीस वर्षांच्या कृष्णाला! पंधरा वर्षांचा होतो मी तेव्हा. योद्धा होतो. सांदिपनी मुनींच्या हाताखाली जेमतेम सहा महिने शिकून आलो होतो. अशा परिस्थितीत शांतपणे शिकायला तरी कुणाला वेळ असणार?

एवढ्या अवधीत यादव-सेनेनंही थोडं बाळसं धरलं होतं. माझ्यासारखी पोरंच भरपूर होती. कृष्णाचं नायकत्व! धैर्य आणि स्फुर्ती देणारं! हेरांनी चारही बाजूंनी बातम्या आणल्या. या खेपेला कृष्ण पळून जाऊन स्वतःला वाचवू शकेल; पण मथुरा भुईसपाट करायची, हे त्यांनी निश्चित ठरवलं होतं. यादव-प्रमुखांना जरासंध साखळदंडांनी बांधून घेऊन जाणार, हे निश्चितच दिसत होतं. म्हणजे कृष्णाबरोबर यादवप्रमुखांनीही पळून जायला हवं. पण नंतर खवळलेला जरासंध त्याच्या बायका-मुलांना मोकळं सोडेल का? तटबंदीच्या आडोशानं युद्ध करणं हा एकच मार्ग डोळ्यापुढं होता.

'युद्ध करू या. जेवढ्या शत्रूंना ठार करणं शक्य आहे, तेवढ्यांना मारून आपणही आपलं रक्त सांडू या! वीर-कथांचे नायक होऊ या!' म्हणणाऱ्या नवसैनिकात मीही घसा खरवडून ओरडलो नव्हतो का? घाबरून गेलेल्या स्त्रिया आणि भेदरलेल्या वयोवृद्धांच्या सभेतलं कृष्णाचं बोलणं ऐकून मीही किती संतापलो होतो! आमच्यासारखे वीर रक्ताचे पाट वाहण्यासाठी पुढं सरसावत असताना आमचा नायक मात्र कच खातो, हे पाहून किती तिरस्कार केला होता त्याचा मी तेव्हा!

"माझ्या माता-पित्यांनो, गुप्तहेरांनी आणलेल्या बातमीप्रमाणे या खेपेला शत्रू महासंख्येनं चाल करून येत आहे. त्याचं स्वतःचं सैन्य मोठं आहे. साम्राज्यही मोठं आहे. त्याच्या प्रभावाखाली किंवा दडपणाखाली असलेल्या राजांची संख्याही मोठी आहे. त्या सगळ्यांचं सैन्य, रथ, हत्ती, घोडे– जवळजवळ आर्यजगतातलं सारं बळ मथुरेला भुईसपाट करण्यासाठी येत आहे. आपले शेजारी पांचाल आणि उत्तरेचे कुरु त्यांच्या बाजूचे नाहीत. पण ते आपल्याही बाजूनं लढणार नाहीत. जरासंधाचा रोष पत्करणं ही काही साधी गोष्ट नाही. कंस-वधाचा त्याला सूड घ्यायचा आहे आणि दोन वेळा त्यानं मारही खाल्ला आहे. त्याच वेळी त्याला पूर्णपणे संपवण्याचं बळ आपल्याकडे नव्हतं..."

"तू कंसाला ठार केलंस, तेच चुकलं..." शंख मध्येच ओरडला.

"...म्हणजे अजूनही दास्यातच खितपत पडला असता. त्या वेळी मला कळायच्याही आधीपासून मी त्याला ठार मारायला जन्मलो आहे, असं तुम्ही मानलं होतं, की नाही? मगधच्या ज्योतिष्यांवर तुम्हीच विश्वास ठेवला होता, की नाही?"

माजलेल्या गोंधळाकडे दुर्लक्ष करून त्यानं स्पष्ट शब्दात सांगितलं,

"आता आपल्यापुढं दोनच मार्ग आहेत. एक, म्हणजे आम्ही दोघंही कुठं तरी निघून जातो आणि तुम्ही सगळे जरासंधाला शरण जा, तुमचा जीव वाचवा. किंवा आपण सगळेच मथुरेचा त्याग करून दूर कुठं तरी निघून जाऊ या– जिथं

जरासंधाला आपलं महाप्रचंड सैन्य आणता येणार नाही, अशा ठिकाणी.''

''क्षत्रियानं लढलं पाहिजे किंवा मेलं पाहिजे! सुरुवातीला शूरपणा दाखवून आता शेपूट घालून पळून गेलं, तर आर्यावर्तात यादवांची काय किंमत राहील?''

शंखाचाच आवाज होता ना तो? त्यात सगळ्यांनी आवाज मिसळले होते. बलरामाचा आवाज तर किती मोठा ऐकू येत होता. राजपदावर बसलेला उग्रसेन मात्र बावरून बसला होता. कृष्णपिता वसुदेवाच्या चेहऱ्यावरही गोंधळ दिसत होता. मला तर किती आदर वाटला त्या वेळी बलरामाविषयी!

''युद्धामध्ये प्रसंग पाहून वीरही मागं हटत नाहीत का? योग्य संधी पाहून पुन्हा वार करत नाहीत का? यात अक्षत्रिय असं काय आहे?''

बलराम म्हणाला,

''युद्धरंगाची गोष्ट वेगळी. भांडी, अंथरूण-पांघरूण गोळा करून पळून जाणं वेगळं! असं केलं, तर यादवांची किती निर्भर्त्सना होईल!''

''पण आपण काही फक्त जीव वाचवायला पळून जात नाही. नवा आधार शोधून, आधी जिवंत राहून, नंतर जरासंधाला ठार मारण्यासाठीच जायचं आपण.''

''एवढ्या लांबवर गेल्यावर कसा मारशील त्याला?''

''ते या क्षणी कसं सांगता येईल? मात्र इथं बसलेले वृद्ध आजोबा उग्रसेन, पिता वसुदेव, घरात कष्टी होऊन बसलेली माता देवकी, तुला जन्म देणारी माझी थोरली आई रोहिणी यांची शपथ घेऊन सांगतो, फक्त जीव वाचवण्यासाठी मी जात नाही. जगलो, तर आज ना उद्या शत्रूला जिंकता येईल. आता चाल करून येत असलेल्या सैन्याच्या सागराला सामोरं जाऊन जे रक्त सांडेल, त्यामुळं क्षत्रियांचा उद्वेग शांत होईल; पण त्याचा काय उपयोग? आता पळून गेल्यावर जी अपकीर्ती यादवांवर येईल, ती संपूर्णपणे मी माझ्यावर घ्यायला तयार आहे! हवं तर तुम्ही याला तूर्त पलायनच म्हणा... संध्याकाळपर्यंत संपूर्ण विचार करा. रात्री सगळी तयारी करून उद्या पहाटे आपल्याला निघायला पाहिजे.''

संध्याकाळपर्यंत एकेक करून सगळे तयार झाले. चित्रसेनानं आधीच तयारी दर्शवली होती. वसुदेव तयार झाला. अक्रूर तयार झाला. माझ्या पित्यानंही संमती दिली, सत्यजित, प्रसेन– सगळे तयार झाले. संध्याकाळच्या सभेत साऱ्यांनी तयारी दर्शवली. सगळ्यांनी सांगितलं,

''सारी अपकीर्ती स्वत:च्या डोक्यावर घेण्याचा शब्द दिलास, म्हणून आम्ही येऊ.''

त्या वेळीही मूकपणे विरोध दर्शवला या बलरामानंच.

कुणासाठी एवढा सारा अपमान आपल्या मस्तकावर वाहायला तयार झाला होता कृष्ण? आर्यावर्ताचे क्षत्रिय खरे मर्द. मारणं किंवा मरणं हाच त्यांचा

पुरुषार्थ. तसा वीरच स्वर्गात स्वत:चं घर बांधू शकेल, एवढा श्रीमंत. हे ऐश्वर्य आपण होऊन नाकारून, आम्हा सगळ्यांसाठी नव्या जीवनाचा दरवाजा उघडून, भेकडपणाचा जीवघेणा अपमान हसतमुखानं स्वत:च्या शिरावर वाहून निघाला तो! जागा तरी कशी शोधली त्यानं! केव्हा पाहून ठेवली होती? आठवडेच्या आठवडे चाललं, तरी न संपणारी टेकड्यांमधून जाणारी वाट तुडवून जरासंध एवढ्या लांब येईलच कसा? मगधहून इथं फक्त येऊन जायचं म्हटलं, तरी चार महिने लागणार. परका प्रदेश. इतके दिवस राज्याबाहेर राहायचं, म्हणजे त्याचंच राज्य कुणी तरी बळकावून बसायचं! एवढा विचार करून हा प्रदेश निवडला होता वीस वर्षांच्या कृष्णानं!

पिढ्यान् पिढ्या जिथं नांदल्या, ते गाव आणि घर सोडून यायचं, म्हणजे बरोबर काय घ्यायचं आणि काय नाही!

"तुमची गाडी मोडून जाईल, गाडीचे बैल थकून जातील, मरून जातील. इथून वाहून नेलेलं तुमचं सामान तुम्हाला रस्त्यात टाकावं लागले, जेवढं अत्यावश्यक आहे, तेवढंच घ्या. तिथं एवढी थंडी नसते, एवढी कांबळी लागणार नाहीत, धान्य-पीठ आणि अन्न शिजवायची भांडी तेवढी घ्या. धनुष्य-बाण आणि इतर शस्त्रं घ्या..."

कृष्णानं कितीही सांगितलं, तरी बायका कशा ऐकतील? पुरुषांनीही बरंच सामान गोळा केलं होतं. अनावश्यक पदार्थांवरही पराकोटीचा मोह! सगळे हत्ती तिथंच ठेवून, असतील नसतील त्या सगळ्या घोड्यांवर, बैलांवर सामान लादून त्याच्या पाठोपाठ सगळे निघालो.

चालून चालून थकलेले, तापानं फणफणणारे, तळपाय फुटून रक्त वाहत असताना मनात अनाथपणाची भावना दाटून येत होती. बेवारश्यासारखं वाटत होतं. उन्हाचा चटका अंग भाजून काढत होता. ज्यांनी कृष्णाच्या बोलण्याला सहज मान्यता दिली होती, तेही रस्त्यात त्याच्यावर आग पाखडत होते. एकमेकांशी कंसाचीच राजवट कशी बरी होती, यावर बोलत होते. त्यातलं काहीही आपल्या कानावर येत नाही, असं दाखवत, सगळ्या शिव्या सहज स्वीकारत आपला घोडा मागं-पुढं-मध्ये सगळीकडे फिरवत, सगळ्यांवर लक्ष ठेवत, प्रत्येकाची आपुलकीनं चौकशी करत कृष्ण चालला होता. परोपरीनं सांगत होता,

"सगळे आपापलं धान्य आणि पीठ एकत्र करा. एकत्र शिजवा आणि एकत्र जेवा. प्रवासही याहूनही जलद होईल. त्रासही कमी होईल..."

पण कोण ऐकणार त्याचं? सगळे यादवच, तरीही आपापल्या घरच्या स्वयंपाकाचा प्रत्येकाचा अभिमान! रस्त्यात प्रत्येकाची चूल वेगळी. चूल मांडून, लाकडं शोधून, चूल पेटवून, अन्न शिजवून, जेवण करून, काहीजण झोपत

असताना काहीजणांच्या स्वयंपाकाची सुरुवात व्हायची. कृष्ण काही सांगायला गेला, की प्रत्येकाचा प्रश्न ठरलेला.

"का आम्हाला घेऊन जातोस, बाबा?" असं विचारणाऱ्या म्हाताऱ्या, चालण्याच्या श्रमामुळं आणि कडाक्याच्या उष्णतेमुळं बरोबर असलेल्या गाईंचा पान्हा आटलेला. ओल्या बाळंतिणीचंही दूध आटल्यामुळं जी तान्ही मुलं मरण पावली, त्या पापाची जबाबदारी कुणाची? कंसाची? जरासंधाची? की कृष्णाची? जन्मल्याबरोबर नाळ तोडताच आईपासून दुरावून अज्ञातवासाचा धनी झालेल्या कृष्णाला तर कसलाच मोह नाही! रोजचा प्रवास असो, अपरिचित देश असो, कसलीही हवा असो, त्याच्यावर कसलाच परिणाम होत नाही. त्या संपूर्ण प्रवासात डोळ्याला डोळा न लागलेले, बदलत्या हवापाण्यामुळं थकून गेलेले कमीजण होते का?

युयुधानला जांभई आली. आपलीही रात्रभर नीटशी झोप झाली नाही ना! शिवाय मागच्या आठवणी...

पंधरा-सोळाव्या वर्षी स्वतंत्रपणे घोड्यावर बसून संपूर्ण तांड्यावर देखरेख करताना केवढी मोठी जबाबदारी पेलत असल्याची भावना! आपण खूप मोठे झालो आहोत, असं वाटत होतं. कृष्णाकडून कौतुकाचा शब्द मिळवावा, अशी मनोमन अपेक्षा.

कृष्ण मात्र मधूनच आपला घोडा माझ्या घोड्यापाशी घेऊन येऊन समजावून सांगत होता,

"युयुधान, तू कितीही मनापासून काम केलंस, तरी हे लोक तुझ्यावर रागावणार आहेत, हे लक्षात ठेव. पण तू मात्र डोकं शांत ठेवून, न रागावता काम करायला शीक."

❑

तो द्वारकेपाशी जाऊन पोहोचला, तेव्हा सूर्य डोक्यावर तळपत होता. काठाकडे धावत येणाऱ्या लाटा सरळच सूर्यकिरणांना सामोऱ्या जात होत्या.

समोरच बलराम भेटला. डावा गाल थोडा सुजला असला, तरी चेहऱ्यावर वेदना दिसत नव्हती. त्याच्याजवळ गेल्यावर घोड्यावरून उतरत युयुधाननं विचारलं,

"काय म्हणते दाढ?"

"हे पाहा..." म्हणत बलरामानं आ वासला आणि डाव्या बाजूच्या वरच्या दाढेकडे बोट दाखवलं. तिथल्या दोन दाढांचा पत्ता नव्हता. त्यानं खुलासा केला,

"रात्री इथून घरी गेल्यावर एक भांडंभर जळजळतं मद्य प्यायलो. समुद्र-व्यापाऱ्यांपैकी एकानं दिलं होतं. काय सांगू तुला! गरुडानं अंतरिक्षात झेप घ्यावी, तसं वाटलं, बघ! मग काय! चिमटीत दोन्ही दुखऱ्या दाढा धरल्या आणि खेचून काढल्या. थोडं दुखलं. रक्तही आलं, पण त्या नंतर मात्र गाढ झोप लागली." म्हणत तो हसला. "एवढं ऊन चढलं, तरी अजून सुस्ती उतरली नाही! रात्री काय सांगत होतो मी? हे यादवांना शोभेल का, सांग. या कृष्णाला तर कुठल्याही अपमानाचं काहीही वाटत नाही. यादवांच्या घरच्या मुलीला पळवून आपला अपमान करणाऱ्यांच्या बाजूनं लढणं ही काय गौरवाची गोष्ट आहे?"

"काय सांगतोय्स तू?"

"माझ्या बहिणीला– सुभद्रेला अर्जुनानं पळवून..."

"ती हकीकत? सतरा वर्षं होऊन गेली ना आता? तिला मुलगा होऊन परवा परवा त्याचंही लग्न झालं! भाच्याच्या लग्नाला न जाता तू मात्र इथंच रुसून बसलास."

"मध्ये वर्षं गेली, म्हणून अपमानही नाहीसा झाला, म्हणायचा का? मी रुक्मीला मारलं, ते तुलाही आवडलं नाही. पण बलरामाचं क्षत्रिय रक्त आहे, त्याला काय करणार? एखाद्या घराण्याचा अपमान कराण्यासाठीच त्यांची मुलगी पळवून आणायची ना? विदर्भ देशाच्या राजाचं नाक कापण्यासाठीच आपण रुक्मिणीला पळवून आणलं होतं. आपण तसं करण्यामागं कारण होतं. पण आमचा असा अपमान करायची अर्जुनाला कसली गरज होती?"

"बलभद्रा, दोन्ही घटनांचाही चुकीचा अर्थ लावतोय् स तू! दाढांची मुळं सैल झाली होती, तशी आठवणींचीही मुळं सैल झाली नाहीत ना? रागावू नकोस तू. जसा काळ जातो, तसा वास्तव-घटनांवर मनातल्या प्रेम, द्वेष वगैरे भावनांचा लेप चढू लागतो. तो लेप बाजूला सारून खरं काय घडलं, ते सांगतो. त्यात माझं काही चुकलं, तर तू सांग."

बलराम काही बोलला नाही. शेजारच्या एका बाभळीच्या झाडाखाली जाऊन बसला. लाटांकडे तोंड करून, तो कधीच असा समुद्राकडे पाहत बसत नव्हता. त्याचं समुद्राशी नातं होतं, ते नावापुरतंच. समुद्रापलीकडे असलेल्या लोकांबरोबर असलेल्या व्यापारापुरतंच. पण आता लाटा मोजत बसल्यासारखा मुकाट्यानं बसला.

घोड्याच्या पाठीवर थाप मारून त्याला घराच्या दिशेनं पिटाळून युयुधानही त्याच्या जवळ बसला आणि म्हणाला,

"सुभद्रा– म्हणजे यादवांची मुलगी. अर्जुन तिच्यावर अनुरक्त झाला. म्हणजे हरला. म्हणजे यादवांपुढं हरला. तिला मिळवल्याशिवाय राहणार नाही, अशी

भावना त्याच्या मनात जन्मली– आणि ती तरी तो उचलून घेऊन जात असताना सुटकेसाठी धडपडली का? म्हणजे तीही त्याच्यावर अनुरक्त झाली होती. तो तिला रथात बसवून घेऊन गेला. यात अपमानाचा प्रश्न नाही. रुक्मिणीलाही आपण विदर्भ-राजाचं नाक कापण्यासाठी आणलं नाही. आपण मथुरेतच असताना, मथुरा सोडायचा विचार करण्याआधी विदर्भात रुक्मिणीचं स्वयंवर ठरवलं होतं, हे तर तुला आठवतं? त्यासाठी जरासंध आणि त्याच्याकडचे सगळे राजे गेले होते. तुला मथुरेच्या रक्षणासाठी ठेवून कृष्णानंही जायचं, असं ठरलं होतं. त्या वेळचा काय उद्देश होता? कृष्ण तरुण होता. शिवाय त्याचं एकही लग्न झालं नव्हतं. साधारणपणे कन्या अशाच तरुणाची निवड करते ना? जर ती कृष्णाला मिळाली, तर दक्षिणेकडे विदर्भाचं बळ मिळून संकटकाळात मथुरेला साहाय्य मिळेल, असाच विचार होता, की नाही? ''

"कृष्णानं रुक्मिणीच्या रूपाची महती कुणा ब्राह्मणाकडून ऐकली होती. तोच खरा उद्देश होता त्याचा!'' बलरामानं ठासून सांगितलं.

"तसंही असेल. पण तुम्ही सगळ्यांनी एकमतानं त्याला पाठवलं होतं. त्यामागचा उद्देश हाच होता, की नाही? लग्नाच्या वेळी मुला-मुलीला एकमेकांच्या रूपाचं आकर्षण असलं, तरी त्यामुळं दोन कुटुंबाचंही एकमेकांशी नातं जुळलेलं असतंच, की नाही?''

"ते असू दे. पुढं सांग–'' लाटांवर खिळलेली नजर न हलवता तो म्हणाला.

युयुधानला आपल्या बावळटपणाचं थोडं नवल वाटलं. रुक्मिणी अप्रतिम लावण्यवती. आता नातवंडांची आजी झाली असली, तरी इतर कुणालाही तिच्या रूपाची सर नाही. कृष्ण फक्त जरासंधाचं नाक कापण्यासाठीच तिला पळवून आणायला गेला होता, असं मला वाटत होतं! पण फक्त तिच्या रूपासाठीच तो गेला होता, यावरही त्याचा विश्वास बसला नाही.

"कृष्ण स्वयंवरासाठी निघाला. एवढ्या अवधीत जरासंधानं सैन्यासह केलेली चढाई आणि तुम्ही दोघांनी त्याला दिलेल्या हुलकावण्या आणि केलेला पराभव साऱ्या आर्यावर्तात प्रसिद्धी पावला आहे. जरासंधाला पिटाळणारा एकोणीस वर्षांचा हा तरुण तिथल्या साऱ्या समुदायाचं प्रमुख आकर्षण बनला होता. त्याच्याविषयी, त्याच्या पराक्रमाविषयी ऐकून मुलीनंही त्यालाच माळ घालायचा निश्चय केला होता, म्हणे. तसं ती आपल्या थोरल्या भावापाशी बोलूनही गेली. ही सगळी हकीकत लग्नानंतर रुक्मिणीनंच सांगितली. आपला भाऊच जरासंधाकडे आकर्षित झालाय् हे तिला कसं ठाऊक असणार? जेमतेम पंधरा वर्षांची होती ती. ही गोष्ट जरासंधाला समजली. भीष्मकाची मुलगी कृष्णाला मिळाली, तर

यादवांना हरवणं तितकंसं सोपं जाणार नाही, हे न समजण्याइतका तो दूधखुळा नव्हता. रुक्मीकडून कितीही सांगितलं, तरी ही कोवळी मुलगी काही कबूल होईना. अखेर त्यांनी भीष्मकालाच दम भरला, 'हे स्वयंवर रद्द कर. नाही तर आम्ही तुझं हे कुंडिनपूरच बेचिराख करू.' मुलीचा बाप बिचारा घाबरला. जरासंधानं तिथं कृष्णाला ठार करण्याचाही प्रयत्न केला. पण लहानपणापासून बिळात हात घालून सापाशी खेळायची सवय असलेल्या कृष्णानं मोठ्या शिताफीनं आपली सुटका करून घेतली आणि मथुरेला परतला. स्वयंवर रहित करण्यात आलं. मी जे सांगतोय्, ते खरं आहे, की नाही? सांग."

"मी मथुरेच्या रक्षणासाठी राहिलो होतो, तेवढं आठवतं. कृष्ण जाऊन आला, तेही आठवतं. बरं, पुढं?" बलरामाला जबड्याचे सांधे निखळून येतील, एवढी दीर्घ जांभई आली. त्याच्या उपटलेल्या दाढांच्या रिकाम्या जागेकडं युयुधानचं पुन्हा लक्ष गेलं.

अशा उन्हात जांभई येणं साहजिकच आहे, असा विचार करून युयुधान पुढं सांगू लागला,

"आपण सारे मथुरेहून निघून द्वारकेला आलो. तिथं जरासंधानं आपल्या प्रचंड सेनेनं मथुरा वेढली. निर्मनुष्य गाव. युद्ध काही झालं नाही. यादव कुठल्या दिशेनं आणि कुठल्या गावी गेले, याचीही बातमी नाही. रानात कुठं तरी लपून बसले असतील आणि सैन्य निघून गेल्यावर पुन्हा येऊन राहतील, असा विचार करून, सारी मथुरा पहारीनं खणून काढून नगर भुईसपाट करायची त्यानं आज्ञा दिली. एवढं मोठं सैन्य आणि जुनी, मथुरेतली पडकी घरं. तीही घुशींनी भुसभुशीत केलेली! भुईसपाट व्हायला कितीसा वेळ लागणार? जुनी माती शोधून नवं घर बांधण्यापेक्षा नव्या जागी नवं गावच बसवणं चांगलं, असं वाटण्यासारखी परिस्थिती करून ठेवली त्यानं! युद्ध झालं असतं, तर निदान युद्ध जिंकल्याचा आनंद तरी त्याला झाला असता. दोन वेळा पराभूत केलेल्या शत्रूला नामोहरम केल्याचा तरी आनंद मिळाला असता. आता रिकाम्या हाती, काहीच न करता गावी जाणं त्याला पटलं नाही. शिशुपालाला जरासंधानं मुलासारखं पाळलं होतं. त्याचंही जन्मदात्या दमघोषापेक्षा जरासंधावरच प्रेम होतं. मथुरा भुईसपाट करण्यात या शिशुपालाचा महत्त्वाचा वाटा होता. तीन दिवसातच त्यानं हे सत्कार्य केलं, म्हणून जरासंधालाही आनंद झाला, म्हणे. त्यानं शिशुपालाला मिठी मारून शाबासकी दिली, म्हणे. ज्याच्यावर मर्जी बसेल, त्यासाठी काहीही करायला तयार असलेला उमदा राजा ना तो?"

"...अरे, अरे! काय हे! एकाएकी जरासंधावर प्रेमाचा एवढा उमाळा का आला? आमच्या द्वारकेची राखरांगोळी केली त्यानं..." बलराम मध्येच म्हणाला.

"शत्रू असला, म्हणून काय झालं? त्याचा एखादा चांगला गुण दिसला, तर कौतुक का करू नये?... तो म्हणाला, म्हणे, 'बाळ शिशुपाल, चल, तुला एक अप्रतिम भेट देतो. या संपूर्ण आर्यावर्तात तशी रूपवती नाही, म्हणतात. भीष्मकाच्या मुलीचं– रुक्मिणीचं नाव तू ऐकलं नाहीस का? तिचं लग्न लावून देतो तुझ्याशी!' हे ऐकताच शिशुपालानं वाकून नमस्कार केला, म्हणे. तिथं जमलेले सगळे राजे सरळ विदर्भाला गेले. लग्न उरकूनच आपापल्या देशी परतायचं ठरवलं होतं जरासंधानं. लग्नासाठी एवढं सैन्य कशाला न्यायचं, म्हणून सैन्याचा बराचसा भाग आपापल्या गावी पाठवून दिला आणि अगदी आवश्यक तेवढंच सैन्य बरोबर ठेवलं. ते विदर्भाला जायला निघाल्याची बातमी आपल्याला द्वारकेत जाऊन पोहोचल्यावर लगेच समजली. जरासंध भीष्मकावर आपली मुलगी शिशुपालला देण्यासाठी दडपण आणत असल्याचंही समजलं. असं घडलं, तर सारा विदर्भच त्याच्या प्रभावाखाली जाईल, याची कृष्णाला जाणीव झाली. तो विचारात पडला. काही तरी करून तातडीनं कुंडिनपूरला जाऊन मुलीला पळवून आणल्यास झालेला अपमान थोडा तरी भरून निघेल, हा कृष्णाचा विचार माझ्या पित्यालाही पटला. जरासंधाचं नाक कापायचा हा विचार प्रसेन, चित्रकांनाही पटला. त्या वेळी तुलाही हा विचार पटला होता, की नाही?"

"त्या वेळी मलाही पटलं, हे खरं आहे. कृष्णानं सांगितलेलं कारण खरोखरच पटलं मला. पण त्यातली खरी मेख तुला ठाऊक आहे का? रुक्मिणी एवढी रूपवती! काही तरी करून तिच्याशी लग्न करायची कृष्णाची इच्छा होती. पण फक्त असं सांगितलं, तर मथुरेहून द्वारकेला येऊन कसेबसे स्थिरावत असलेले आपण कसे तयार होऊ? गाव उभं करून, जमीन नांगरून, पीक काढायचं सोडून, त्या विदर्भात जाऊन पराक्रम गाजवायला तयार झालो असतो का? आपण तयार व्हावं, म्हणून ते कारण पुढं केलं होतं कृष्णानं!"

युयुधानला तिरमिरल्यासारखं झालं. खरंच, असंही असेल का?

"युयुधान, याविषयी तुझ्या मनात मुळीच शंका नको. बायकांच्या बाबतीत मी कृष्णाविषयी तुला सांगावं का? तुझ्या-माझ्यासारखा एकेका बायकोशी निष्ठेनं संसार करणाऱ्यांपैकी तो आहे का? एवढी रूपवती रुक्मिणी बायको म्हणून मिळाल्यावरही आणखी सातजणींशी त्यानं लग्न केलं. नरकासुराहून सोडवलेल्यांशी लग्नाचं शास्त्र उरकून मोकळा झाला हा! बाई मिळणार असेल, तर काहीही खटपटी लटपटी करायला हा तयार असतो! अरे, आपल्याला फसवून विदर्भाला घेऊन गेला तो!"

युयुधानला पटकन उत्तर सुचलं नाही. तो अजूनही गोंधळातून पूर्णपणे बाहेर

आला नव्हता. तोच बलराम पुढं म्हणाला,

"त्या वेळी तू होतास पंधरा-सोळा वर्षांचा. रुक्मिणीला घेऊन येणारा कृष्णाचा रथ शत्रूच्या हाती लागणार नाही, अशा वेगानं आणून मोठा गौरव मिळवलास तू, वीर म्हणून! त्या वेळच्या घटना मला तुझ्यापेक्षा नीट आठवतात. काय घडलं, ते मी सांगतो, ऐक. जरासंधाचं नाक कापायच्या ईर्ष्येनं आपण सगळे दक्षिणेकडे धावलो. घोड्यावर स्वार होऊन आणि चार-सहा दणकट रथ घेऊन गेलो. किती वेगानं धडपडत गेलो! तिथं जाऊन पोहोचलो, तेव्हा लग्न ठरलं होतं. अगदी दुसऱ्या दिवसावर. भीष्मकापुढं दुसरा उपायच नव्हता. शिशुपालाला मुलगी देणार नाही, असं म्हटलं असतं, तर जरासंधानं कुंडिनपूर भुईसपाट केलं असतं. मुलगी द्यायची, म्हणजे त्याच्या क्षत्रियत्वाचा अपमान. प्रत्यक्ष मुलगाच पित्याच्या विरोधात होता... त्याला मारलं, म्हणून तूही माझ्यावरच रागावला होतास ना?... अशा परिस्थितीत आम्ही तिथं जाऊन पोहोचलो. भीष्मकाला आम्ही आल्याची बातमी समजली होती. जर जरासंधाला आम्ही आल्याची बातमी समजली, तर तो तिथंच शस्त्र उपसेल, ही भीती त्याच्याही मनात होतीच. त्यानं गावाबाहेरच आमची उतरायची व्यवस्था केली."

"बेवारश्यासारखं गावाबाहेर उतरवलं, म्हणून अपमान झाला, असा तू आरडाओरडा केलास, की काय? त्यावेळीही तुला विवेक थोडा कमीच होता, म्हणून विचारलं मी!"

"मी अविवेकी आहे आणि तुझा कृष्ण बेशरम आहे! तो काय म्हणाला, ठाऊक आहे? 'बरं झालं, गावाबाहेरच उतरायची व्यवस्था केली, ती! उद्या लग्न आहे, नाही का! आज संध्याकाळी नवरी मुलगी इंद्रायणीच्या पूजेसाठी या बाजूला येईल. नेमकी केव्हा आणि कुठं जाणार आहे, हे ब्राह्मण वेषात गावात फिरून कुणीही बातमी काढू शकेल. बहुतेक झाडांच्या वनात ही पूजा होते. सगळा बायकांचाच व्यवहार असतो. त्या वेळी क्षणाचीही फुरसत न देता मी तिला घेऊन वेगानं पळून जाईन. तुम्ही सगळे इथंच राहा आणि माझा पाठलाग करणाऱ्यांना इथंच रोखून त्यांच्याशी युद्ध करा. तेवढ्या अवधीत मी एक-दोन नद्या तरी निश्चित ओलांडेन. रथ मोडला, तरी तिचे हात-पाय बांधून घोड्यावरून घेऊन जाईन!' अरे, त्याला फक्त मुलगी हवी होती. सारं काही त्याच्या मनाप्रमाणे झालं. पण करकरीत संध्याकाळी अर्धवट अंधारात चालून आलेल्या जरासंधाच्या आणि इतर राजांबरोबर एवढ्याशा सैन्यानिशी लढताना जखमी झालो, ते आम्ही! तुझ्या बापाचा पहिला दात पडला, तो याच धामधुमीत! ही पाहा, ही पाठीवरची मोठी उभी खूण आहे ना, ही त्या युद्धातली."

"पण जरासंधाचं नाक कापलं, ते काय खोटं आहे का?"

"नाक कापलं, ते मी! कृष्णानं नव्हे!"

"तो तरी कधी 'मी कापलं' म्हणतो का?"

बलराम काही बोलला नाही. युयुधान पुन्हा आठवणीत गढून गेला. कृष्णानं रुक्मिणीला उचलून आणून रथात ठेवलं आणि मी शक्य तितक्या वेगानं रथ पिटाळला. किती उत्तम घोडे होते ते! मागं एक-दोन घोड्यांचा संरक्षक रथ आणि चार घोडेस्वार. माझ्या रथाच्या वेगानं यायला न जमल्यामुळं किती मागं पडले ते! कृष्ण रुक्मिणीचे हात-पाय बांधत असताना मी विचारलं, 'कृष्णा, रथ डावीकडे न्यायचा, की उजवीकडे?' त्या वेळी रुक्मिणीला कृष्णाची ओळख पटली. ती म्हणाली, 'यादवा, मी काही रथातून उडी मारून पळून जाणार नाही. हे दोर हाता-पायांना काचतात. हे दोर सोड.' त्या वेळेपर्यंत हा कुणी तरी दरोडेखोर असेल, म्हणून धडपडत होती बिचारी! नंतर मात्र नीट बसून तिनंच सांगितलं, 'सारथी, आणखी वेगानं रथ जाऊ दे. अंधार झाला, की झालं. जरासंधाच्या लोकांना इथले रस्ते ठाऊक नाहीत. नंतर घोड्यांना फारसं न दमता निवांतपणे जाता येईल.' त्याच वेळी मी पहिल्यांदा मागं वळून पहिल्याप्रथम तिला पाहिलं. माझ्याएवढंच तिचं वय. 'त्यांना रस्ता ठाऊक नसेल. पण तुझ्या वडिलांच्या माणसांना ठाऊक असेल ना!' या कृष्णाच्या बोलण्यावर किती सुंदर आणि अर्थपूर्ण मंद स्मित केलं तिनं! 'एका दृष्टीनं माझ्या बाबांची अब्रू वाचली. क्षत्रिय असूनही जरासंधाच्या दडपणामुळं मुलीला नको त्या ठिकाणी द्यावं लागतंय्, म्हणून तीन दिवस अन्नपाणी सोडलं होतं त्यांनी. मी आणि माझी आई तर किती रडत होतो...' म्हणत ती मोठ्यानं रडू लागली. कृष्णानं तिचा दंड पकडून तिची समजूत घातली. 'आमचं सैन्य मागं लागलं असलं, तरी ते वेगानं येऊन आपल्याला गाठणार नाही. तू खरा कोण आहेस, कुणास ठाऊक! माझे आई-बाबा...' म्हणत ती त्याच्या मांडीवर डोकं टेकवून मोठ्यानं हुंदके देऊन रडू लागली...

"आपण होऊन तो काही बोलला नाही, तरी त्याचं सगळंच वेगळं आहे. या बलरामाऐवजी आपणच यादवप्रमुख आहोत, असा अहंकार त्याला नाही का? नावापुरता वृद्ध आजोबा सिंहासनावर बसायला पहिजे. मी त्याचं सगळं ऐकायला पाहिजे. त्यानं ज्यांच्याशी लग्नाचं शास्त्र केलं, त्यांचं जीवन सुखी झालं पाहिजे. संपूर्ण आर्यावर्तात स्वत: राजश्रेष्ठ म्हणून मिरवायला पाहिजे!"

युयुधान काही बोलला नाही. आठवणींच्या अंथांग विस्तारात विहरणारं त्याचं मन बलरामाच्या बोलण्यानं काठावर खेचलं जात होतं.

बलराम पुढं म्हणाला,

"तिच्या रक्षणासाठी जिवावर उदार होऊन लढलो. सगळे मिळून असे

कितीजण होतो आपण! आणि जरासंधाचं सैन्य केवढं! तिच्या भावानंच पूर्णा नदीपर्यंत पाठलाग करून आपल्यावर चढाई केली ना? त्यानंतरही तो जरासंध शिशुपालाच्याच बाजूचा होता. द्यूतात माझा अपमान केला, म्हणून मी ठार केलं, तर बिघडलं कुठं? मागचं सगळं विसरून नवऱ्याच्या समक्ष, एवढ्या सगळ्या माणसांमध्ये धाकट्या भावजयीनं मला असं म्हणावं? स्त्रीला उपकाराची जाण कुठं असते, म्हणा!''

तरीही युयुधान बोलला नाही. त्याची दृष्टी दूरवर स्थिर भासणाऱ्या एका लाटेवर खिळून राहिली होती. त्या लाटेबरोबर त्याची दृष्टी पुढं पुढं आली. पाहता पाहता ती लाट उचलली गेली. इतरही लाटा उठल्या आणि ती लाट वेगानं धावत येऊन वाळूवर धाडकन आपटली. समुद्राची भरती सुरू झाल्याचं लक्षात येऊन दोघेही उठून उभे राहिले. सरळ लाटांनी भरून गेलेला समुद्राचा क्षितिजाजवळचा भाग आता उसळत होता.

काही तरी आठवून बलराम म्हणाला,

''हे पाहा, मी घरून निघालो, त्या वेळी दुर्योधन विश्रांती घेत होता. अतिथीला फार ताटकळायला लावणं बरं नव्हे. काही झालं, तरी सिंहासनाधिष्ठित राजा तो. आता मला गेलं पाहिजे. तूही चल त्याला भेटायला.''

''तू नीघ.''

''का? त्याला भेटायची इच्छा दिसत नाही तुझी!''

''बलभद्रा, मीही तुझ्यासारखाच साधा माणूस आहे. तो महाराजा आहे. माझी-त्याची फारशी ओळखही नाही. काही कामच असेल, तर तो येईल माझ्या घरी.''

बलराम काही बोलला नाही, तरी त्याला हे युयुधानचं बोलणं अहंकाराचं वाटलं. कृष्णाचाच स्नेही हा... असं मनात म्हणत वाळूत पावलं रुतवत तो निघून गेला.

एव्हाना लाटांचं प्रमाण खूपच वाढलं होतं. युयुधान वळला आणि थोड्या उंच जागेवर जाऊन उभा राहिला. मावळत्या उन्हाचा लालसर रंग पाण्यावर पसरला होता. त्याच्या डोळ्यांसमोर धावत्या रथात दोन्ही मांड्यांमधे तोंड लपवून हुंदके देणाऱ्या रुक्मिणीचं चित्र राहून राहून येत होतं.

किती निरागस आणि लोभस रूप! वडलांची अब्रू वाचली, याचं समाधान तिच्या चेहऱ्यावर किती स्पष्टपणे व्यक्त झालं! तेव्हापासून या क्षणापर्यंत किती शांतपणे आणि मानानं संसार करत आहे ती! कृष्णाला अशी एक बायको पुरेशी वाटत नाही? किती बायकांची हौस याला! बलराम म्हणतो, ते अगदीच खोटं नाही. एकेका प्रसंगी एकेक मुलगी बायको म्हणून घरी घेऊन आला! सत्यजिताची

सत्यभामा, जांबुवंताची जांबवती, भद्रा, मित्रविंदा, नीला, कालिंदी, लक्ष्मणा... एकूण आठ बायका केल्या. सुंदर रूप, मिठास वाणी, तल्लख बुद्धी, प्रत्येक युद्धात विजय... मग काय! जाईल तिथं मुलगी अर्पण करणार आणि हा तिच्याशी लग्न करणार! एका पुरुषानं कितीही लग्नं करून प्रत्येक बायकोच्या पोटी भरपूर मुलांना जन्म दिला, तरी खरंखुरं दांपत्य-जीवन आठही जणींबरोबर कसं शक्य आहे? त्यात हा तर मुळातच द्वारकेत कमी वेळा असतो. समस्त आर्यजगतावर याची सतत दृष्टी. यादवांच्या रक्षणाची जबाबदारीही आपल्यावरच ओढवून घेतो. हा गावी आला, की त्याच्या बायकांची भांडणं ठरलेली! प्रत्येकीचा मत्सर! 'तिच्या घरी तीन दिवस राहिलास. आणि इथून मात्र एकाच प्रहरात निघून जातोस...' असा वाद घालणाऱ्या बायका! लग्नाआधी वाटणारं एखादीविषयीचं आकर्षण नंतरही तसंच राहतं का? बायकांच्या कटकटीला वैतागूनच तो सतत गावाबाहेर राहतो, असं माझा पिता म्हणतो, ते अगदीच खोटं नसावं. त्याच्या पित्याला वसुदेवाला तर चौदा बायका! म्हणजे त्याला त्याच्यापेक्षा सहा कमीच!

अंग घामेजून गेलं होतं. त्यानं मान वर करून पाहिलं.

आकाशात ढग नव्हते.

कधी येणार हा पाऊस, कोण जाणे! भल्यामोठ्या काहिलीत दूध उकळावं, तसा समुद्र उसळतच होता.

...छे:! फक्त आठ बायका कुठल्या? त्या नरकासुराकडून सोडवून आणलेल्या कितीतरी बायकांचा हिशेब कोण करणार? कृष्णाचं हे वागणं बरोबर, की चुकीचं? योग्य, की अयोग्य? बलराम म्हणतो, तसा मी स्नेहामुळं आंधळा झालोय्, हेच खरं असावं! तो मत्सरानं आंधळा झालाय्, तसा.

वाटमारी करणारा दरोडेखोर. भरपूर अंगरक्षक असल्याशिवाय द्वारकेला येणं किंवा जाणंही अशक्य करून टाकलं होतं त्यानं. भांडी, सोनं-नाणं, घोडे, गुरं-गाई चोरूनही पोट भरत नव्हतं, म्हणून आर्य-स्त्रियांनाही– त्यातही सुंदर– पळवून घेऊन जात होता. द्वारकेत राहणं म्हणजे नरकावास वाटावा, असं करून ठेवलं होतं त्यानं. तो आणि त्याचं टोळकं. सगळेच हताश होऊन चिंतेत बसले होते. त्या वेळी कृष्णाचं धैर्य, हुशारी चलाखी नसती, तर सापळ्यात सापडलेल्या सशाप्रमाणे त्याला आणि त्याच्या टोळक्याला पकडणं शक्यच नव्हतं. दागदागिने आणि इतर वस्तू सगळ्या यादवांना वाटण्यात आल्या. 'युयुधान, या स्त्रिया भ्रष्ट झाल्या, म्हणून त्यांना वाटेवर सोडलं, तर त्यांनी कुठं जावं? त्यापेक्षा आपण सगळेजण त्यांनाही वाटून घेऊन त्यांच्याशी लग्न करून घेऊ या...' या कृष्णाच्या म्हणण्याला आम्ही विरोध का केला? साधं कारण होतं. अशा भ्रष्ट स्त्रियांच्या पोटी यादव-कुळ विस्तारलं, तर यादव-कुळाचं पावित्र्य कसं टिकेल?

कृष्णानं मात्र कुणाचंही न ऐकता अखेर त्यांच्याशी लग्न केलंच! कितीजणी होत्या त्या? कुणी हिशेब ठेवायचा? गाड्यांमधून भरभरून, काही मुलाबाळांसह, तर काही मुलं न झालेल्या... सगळ्या बायकांना गावात आणण्यात आलं, तेव्हा कृष्णाच्या स्त्री-मोहाला यादव किती हसले होते! पण एवढ्याजणींपैकी कितीजणींचा तो खऱ्या अर्थानं पती झाला असेल? कितीजणींना त्याच्यापासून मुलं झाली असतील? पुढच्या पिढीतले सगळे यादव कृष्ण-संतानच असतील, की काय, कोण जाणे!

एकाएकी ताम्रस्थलीची आठवण झाली.

त्याची नजर पुन्हा समुद्रावर वळली.

अजून भरतीच चालली होती. काठालगत समुद्रात असलेल्या एका खडकावर लाटा आपटून पुन्हा माघारी वळत होत्या.

का केलं नाही आम्ही त्या स्त्रियांशी लग्न? नरकासूर... त्याचं खरं नाव काय होतं? आमच्या या आनर्त देशाला त्यानं नरकाची कळा आणली, म्हणून आम्ही त्याला नरकासुर म्हणू लागलो. त्याच्या टोळीतल्या लोकांपासून जन्मलेली ती किती तरी मुलं. या स्त्रियांना बंदिवासात आणून डांबण्याआधी जन्मलेली त्यांच्या नवऱ्यांची मुलं... त्या सगळ्या मुलांचाही कृष्णानं आपला म्हणून स्वीकार केला ना?

चित्रेचं बोलणं आठवलं.

आम्ही का त्या मुलांना आपलं मानलं नाही? त्या वेळी कृष्णाला नावं ठेवणारी माझी बायकोच आता म्हणते, 'त्या वेळी कृष्णानं स्वीकारलं नसतं, तर त्या सगळ्या बायकांना मुलांना छातीशी कवटाळून समुद्रात जीव द्यावा लागला असता!' पण त्या वेळी त्यांच्यापैकी एकीला जरी बायको म्हणून घरी आणली असती, तर ही गप्प बसली असती का? खरंच त्या वेळी कृष्णाच्या बायका कशा वागल्या असतील? स्नेही असूनही याची चौकशीच केली नाही. जाणून घ्यायचा प्रयत्नही केला नाही. फक्त रागावून त्याच्याशी दोन महिने अबोला धरला होता, एवढंच! अजून तरी माझा तो स्वभाव कुठं गेलाय्? कुणाशीही कितीही भांडण झालं, तरी सगळं विसरून हसतमुखानं बोलणं या कृष्णला कसं जमतं, कोण जाणे!...

"बाबा..." युयुधानचा सगळ्यात धाकटा मुलगा सत्यकृत हाका मारत आला आणि म्हणाला, "बाबा! अजून अग्निकार्य झालं नाही, जेवणही झालं नाही. आत्ता घोडा माघारी आला. आजोबा रागावले... 'एवढा वेळ कुठं गेला तुझा बाप! बघून ये, पाहू!' खूप रागावलेत ते!"

❑

हवन-कार्य झालं. पुन्हा भूक लागली होती, त्यामुळं युयुधाननं जेवण आटोपलं आणि त्याला जांभया येऊ लागल्या. उकाड्यानं जीव आंबून गेला होता. अंग घामानं चिकट झालं होतं. रात्रीची झोप भरून यायला हवी होती. पण आता अवेळी झोपणं म्हणजे पित्याकडून बोलणी खाणं! आता नातवंडं झाली असली, तरी आपला पिता आपल्याला बोलल्याशिवाय राहणार नाही, हे युयुधानलाही ठाऊक होतं. पण झोपेमुळं तो अगदी गांजून गेल्यासारखा झाला होता. अखेर एक उपाय सुचला. समुद्रावर बऱ्याच आत असलेल्या नावांची पाहणी करण्यासाठी नंदकानं गावाबाहेर नावा थांबत असलेल्या ठिकाणी उंचावर एक मनोरा बांधला होता. रात्रीच्या वेळी चार-सहा रक्षक झोपू शकतील, एवढी मोकळी जागा तिथं होती. शिवाय पायऱ्या चढून वर गेल्यावर नंदकासाठीही छोटी मोकळी जागा होती.

त्या जागेची आठवण येताच युयुधानला तीच जागा योग्य वाटली. शिवाय भरपूर वारं! तिथंच जाऊन एखादी झोप काढायची, असं ठरवून युयुधान घरातून बाहेर पडला.

पंधरा-सोळा मोठाली भवनं ओलांडून, त्यानंतर दोनमजली घरांच्या दोन रांगा सोडल्या आणि बंदरावरच्या व्यापाऱ्यांच्या दोनमजली इमारती मागं टाकून गेल्यावर मनोऱ्याचा बराच भाग दृष्टीस पडला. जवळ जाताच पायऱ्याही दिसू लागल्या. तेवढ्या पायऱ्या चढून गेलं, की बस्स! घाम वाळून जाईल, असं वारं!

मनोऱ्याच्या पहिल्या मजल्यावर मोकळ्या जागेत चौघंजण झोपले होते. तिथल्या भिंतीपाशी बसून एकजण उत्तरेकडच्या खिडकीतून बाहेर पाहत होता.

युयुधानला पाहताच तो चटकन उठून उभा राहिला आणि त्यानं नमस्कार केला. 'थोडा वेळ वर झोपतो...' असं म्हणताच तो वर गेला आणि युयुधानसाठी एक चटई-उशी देऊन पुन्हा खाली निघून गेला.

चारही बाजूला खिडक्या. त्या उघड्या ठेवल्या, की आत येणारं भरपूर वारं. उन्हाळ्यातलं गरम वारं असलं, तरी प्रत्येक क्षणाला चर्मरंध्रांतून पाझरणारा असह्य घाम सुकत होता.

चटईला पाठ टेकताच त्याला जांभई आली. डोळेही मिटू लागले. पाहता पाहता तो गाढ झोपी गेला.

भरपूर झोप झाल्याच्या समाधानात तृप्तपणे झोपून उठताना खालून कुणी तरी हाका मारल्याचे आवाज ऐकू येत होते. वर येऊन चटई दिलेल्या माणसाचाच तो आवाज होता. 'ए, उठा रे, ए क्रतु, ऊठ, बघू. उत्तरेकडून नावा येताहेत, पाहा...'

युयुधान उठून बसला.

उत्तरेकडच्या खिडकीतून वीस-पंचवीस हात लांबीच्या चार नावा डावीकडची जमीन आणि उजवीकडची कुठली तरी अदृश्य ओळ धरून एकापाठोपाठ एक येत होत्या. भरती ओसरून समुद्र शांत झाल्यासारखा दिसत होता. लोकरी वस्त्रं, भाजक्या मातीची भांडी आणि इतर वस्तू, वैडूर्य, चांदी यासारखे पदार्थ घेऊन आल्या असाव्यात.

एक शेवटची डुलकी काढण्याच्या इच्छेनं तो पुन्हा आडवा झाला.

नावा एकदा काठाला लागल्या, की नंतर झोप मिळणार नाही, हे त्याला ठाऊक होतं. सामान चढवणं-उतरवणं, प्रवासाहून परतलेल्यांच्या मोठमोठ्यानं होणाऱ्या गप्पा सुरू होण्याआधी डुलकी काढायचा त्याचा विचार होता. पण एवढ्यात नंदक वर आला आणि म्हणाला,

"...तू इथं झोपला आहेस, असं विपृथूनं सांगितलं... झोप, झोप तू. नावा येताहेत. त्या उतरवून घ्यायची व्यवस्था करून येतो. या मरणाच्या उकाड्यात हे कामगार कुठं मुडद्यासारखे पडलेले असतात, कोण जाणे!..." म्हणत पुन्हा लगबगीनं पायऱ्या उतरून निघून गेला.

युयुधान पुन्हा उठून बसला.

बसल्या बसल्या चारही बाजूंचं बाहेरचं दृश्य सहज नजरेला पडत होतं.

मागच्या बाजूला समुद्र, समोर द्वारका, ह्या तिथं कृष्णाचं भवन, भोवताली आठ छोटे छोटे वाडे... आठ बायकांचे. त्यांच्या शेजारी वसुदेव-देवकीचा वाडा. शेजारी वसुदेवाच्या इतर बायकांची घरं...

आता कितीजणी आहेत त्यांतल्या? असतील सात किंवा आठ. शेजारी उग्रसेनाचा राजवाडा. म्हातारा हात-पायही हलवण्याच्या परिस्थितीत नाही. बायकोही नाही. पण अजूनही राजसिंहासनाचा मोह सुटत नाही. चित्रा म्हणते, ते खरं आहे. एकशेदहा वर्षांचा आहे, म्हणे, म्हातारा. त्याच्या पलीकडचं भवन बलरामाचं. एक बायको असली, तर वेगळ्या घरांचा प्रश्नच नाही. कृष्णासारखा! कृष्ण कुणाच्याही घरी असला, तरी इतरांच्या मनात मत्सर असतो. मग भांडण! त्यापेक्षा बलरामाचंच बरं!... हो! पण तिथं गावाच्या मधोमध झाडांची दाटी दिसते, तिथून पलीकडेच आमचं घर! म्हणूनच तिथं वारं येत नाही. इथून तटाच्या भिंती किती नीटस दिसताहेत! वसंतोत्सवाच्या वेळी लावलेला चुना किती शुभ्रपणे लकाकत आहे! या वर्षी वसंतोत्सवाच्या वेळीही कृष्ण नव्हताच. पांडवांकडे जाऊन... किती? साडे तीन-चार महिने झाले. तिथं गेला, की संपलंच! या द्वारकेचा विसर पडतो त्याला! त्यांना राज्य मिळेपर्यंत... पण कसं मिळेल त्यांना राज्य? दुर्योधनानं तर युद्धाचं ठरवलंच आहे. त्याचसाठीच ना तो मदत मागायला इथं आलाय्! फक्त मदतच नव्हे, या निमित्तानं भावंडांत तेढ

निर्माण करायचाही त्याचा हेतू असावा.

खाली लाटांच्या पार्श्वभूमीवर आवाज ऐकू येत होते, '... हं... जपून उतरा... ए ऋतु, दोरखंड नीट धरून ठेव...' पाठोपाठ पंधरा-वीस जणांनी एका सुरात '...हो... हो, हो... हो...' म्हटल्याचंही ऐकू आलं.

युयुधाननं वळून पाहिलं.

पहिली नाव काठापाशी ओढून बांधायचं काम चाललं होतं.

खाली उतरून पाहावंसं वाटलं.

तो खाली आला.

लांबलचक नावेच्या वरच्या भागात दोन जाडजूड नोकर होते. महत्प्रयासानं हलवू शकतील, अशी जाड गाठोडी होती. हलक्या सुती कापडात गुंडाळलेली गाठोडी दोरखंडांनी करकचून आवळून बांधली होती.

"कसली गाठोडी?" युयुधाननं विचारलं.

"लोकरी वस्त्रं आहेत..." नंदक म्हणाला, "ऋतु, जरा जपून रे! ओली होतील..." भलीमोठी गाठोडी उचलून फळीवरून गडगडत सोडून देणाऱ्या शक्तिवान युवकाला तो म्हणाला. पुन्हा युयुधानाकडे वळून म्हणला, "तिकडच्या जगात वेगळ्या प्रकारची वस्त्रं तयार करतात. काय विणकाम आहे, सांगू! शिवाय त्यावर सुंदर नक्षीही असते. गेल्या खेपेला आपण पाठवलेल्या सुती कपडे, हस्तिदंती वस्तू, मणी वगैरे वस्तुंच्या बदल्यात या नव्या प्रकारची वस्त्रं त्यांनी पाठवली आहेत." पुन्हा तो त्या तरुणाकडे वळला.

युयुधानचंही त्या तरुणाकडे लक्ष गेलं.

सुमारे वीस वर्षांचा तरुण. मोठे तेजस्वी डोळे. कुरळे केस.

गाठोडी उतरवायचं काम झालं होतं. नावेच्या पोटात तळाशी नाव उलटू नये, म्हणून ठेवलेले जड ठोकळे. समुद्रावरच्या दमट हवेनं आणि मधूनच समुद्राच्या पाण्याच्या शिडकाव्यामुळं गंजलेल्या ठोकळ्यांचा रंग बदलला असला, तरी ते तांबं आहे, हे पाहताक्षणीच लक्षात येत होतं. या सगळ्या सामानात धक्का लागणार नाही, अशा पद्धतीनं जपून ठेवलेले बुधले. तोंड घट्ट बंद केलेले. त्यात त्या दुसऱ्या जगातलं मद्य असल्याचं युयुधानच्या लक्षात आलं. त्यानंही काही वेळा त्याची चव चाखली होती. बलराम सांगत होता, तसं गरुडाच्या वेगानं आकाशात घेऊन जायची शक्ती होती त्यात! ते काही सोमरसासारखं सौम्य नव्हतं. यातलं थोडं-फार बलराम हिवाळ्यात लागेल, म्हणून इतर कुणाच्या हाती लागणार नाही, असा लपवून ठेवतो. किती तरी वेळा त्या जगातले लोक मुद्दाम स्नेहाची भेट म्हणून हे मद्य पाठवून देतात. सोमवेलीपासून काढलेला सोमरस सोडून हे असलं मद्य प्यायल्यामुळं यादवांचा नाश होत आहे, असं

सत्यक वरचेवर सांगत असल्याचंही युयुधानला आठवलं. समुद्राकाठच्या या आनर्त देशाला आल्यानंतर यादव व्यापारामुळं धनवान झाले होते. पिढ्यान् पिढ्यांच्या ऐश्वर्यामुळं श्रीमंत असलेल्या हस्तिनावतीच्या कुरु राजांपेक्षा आता द्वारका श्रीमंत झाली होती. संपूर्ण आर्य-जगतात एवढं श्रीमंत कुणीच नव्हतं आता. पण यज्ञमान्य सोमरस आता फक्त शास्त्रापुरताच राहिला होता आणि सगळे यादव या परलोकाच्या मद्यावरच मोहून गेले होते.

मनात उमटणारा खिन्न भाव दडपून युयुधाननं पुन्हा नावेकडं पाहिलं.

क्रतु आणि इतर तिन्ही तरुण तांब्याची गठडी उचलून काठावर टाकत होते. त्यांनी मद्याचे बुधलेही काठावर आणून ठेवले.

सारी नाव रिकामी केल्यावर कंबर ताठ करत काठावर जवळच येऊन उभ्या राहिलेल्या क्रतूला युयुधाननं विचारलं,

"कुठला, रे तू?"

"का?" त्यानं आश्चर्यानं विचारलं, "या आनर्त देशाचाच. द्वारकेचाच मी."

"तुम्ही युयुधान सात्यकी ना? बहुतेक वेळा मी समुद्रावरच जातो. माझ्या आईला मध्यंतरी बरं नव्हतं, म्हणून या वेळेस गावात राहिलो. आता या नावांमधून कापडांची गाठोडी, हस्तिदंती सामान वगैरे घेऊन जाईन."

"तुझ्या वडिलांचं काय नाव?"

"तुम्ही क्वचितच या भागाला येत असता, म्हणून तुम्हाला ठाऊक नाही. कृष्ण वासुदेवाचा मुलगा मी."

हे अनपेक्षित उत्तर ऐकून युयुधान गडबडला. कृष्णाच्या आठ बायकांपैकी प्रत्येकीशी त्याची चांगलीच ओळख होती. त्यांची मुलं धनुष्य-बाण, घोडे वगैरे क्षत्रियोचित शिक्षण घेण्यात गुंतली होती, हे त्याला चांगलंच ठाऊक होतं. मग हा कृष्णाचा मुलगा असा नावेवर...

हो, आठवलं, नरकासुराकडून सोडवून आणलेल्या स्त्रियांपैकी एखादीचा मुलगा दिसतो. पण कृष्णाच्या त्या सामुदायिक विवाहाला आता तर फक्त सात वर्षं झाली आहेत. मग हा वीस वर्षांचा मुलगा? याच्या आईला आधीच झाला असेल हा! नरकासुराच्या टोळ-भैरवांच्या अत्याचारातून जन्मला, की त्यांच्या हाती सापडण्याआधीच कुणा अभागिनीला तिच्या पूर्व-पतीपासून झाला असेल?

रिकामी केलेली नाव आता समुद्रात थोड्या अंतरावर जाऊन उभी होती. दुसरी भरलेली नाव त्या जागी आली. तीतलं सामान काढायला क्रतु पुन्हा पुढं सरसावला.

त्यांच्या कामाला सुरुवात होऊन थोडा वेळ झाला असता एक स्त्री तिथं आली. पस्तीस-अडतीस वर्षांची असेल. कोमेजून गेलेला चेहरा आणि डाव्या

कडेवर एक वर्षाचं मूल. गळ्यात एक झोळी अडकवलेली आणि हातात कमंडलूसारखं एक भांडं. तिनं हाक मारली,

"बाळ क्रतु, जेवण आणलंय्! ये इकडं."

"तू का आणलंस? मी आलो असतो ना!" तो नावेतूनच ओरडून म्हणाला.

"किती वेळ झाला! एकदा काम करत राहिलास, तर तुला पोटाची काळजीच नसते!"

"आई! आणखी दोन नावा रिकाम्या करायच्या आहेत. आता पोटात अन्न गेलं, की अंग जड होईल. नावांची दुरुस्ती करायला सुतारही येणार आहेत. तू असं कर... त्या समोरच्या मनोऱ्याच्या पहिल्या मजल्यावर जाऊन बैस. सावली आहे तिथं. मीही आलोच."

एवढं सांगून तो पुन्हा कामाला लागला.

तीही तिथंच राहिली.

तिच्या कडेवरचं मूल चुळबुळ करू लागलं. हळूहळू ते मोठ्यानं रडू लागलं. लाटांचा आवाज, सामान काढतानाचा आवाज, एवढ्या लोकांचं बोलणं यातूनही ते त्याच्या कानावर गेलं. तो पुन्हा म्हणाला,

"आई, ऊन लागतंय् त्याला! तिथं सावली आहे, वारंही आहे. तिथं बैस, जा. या उन्हात ताप येईल त्याला." त्यानं थोडं अधिकारवाणीनंच सांगितलं.

ती निघाली आणि मनोऱ्याच्या पायऱ्या चढून वर गेली.

युयुधानचं केव्हाचं तिच्याचकडे लक्ष होतं. कृष्णाच्या इतर आठ बायकांशी त्याचा चांगला परिचय होता. त्यापैकी प्रत्येकीच्या वाड्यावर जाऊन चेष्टामस्करी करून हवं ते मागून खाण्याइतकी त्याची वहिवाट होती. कृष्ण गावात नसताना काही काम असेल, तर त्याही युयुधानलाच निरोप पाठवत होत्या. पण नरकासुराकडून सोडवून आणलेल्यांपैकी कुणाशीच त्याची ओळख नव्हती. प्रभास इथं, द्वारकेत आणि समुद्रकाठच्या इतरही काही गावांमध्ये कृष्णानं त्यांची व्यवस्था केल्याचं तोही ऐकून होता. सकाळी ताम्रस्थलीतही त्यांना पाहिलं होतं. पण त्यांच्यापैकी कुणाच्याही घरी तो गेला नव्हता, की त्यांची चौकशीही कधी केली नव्हती. त्याही कधी आपण होऊन त्याला भेटायला घरी आल्या नव्हत्या किंवा निरोपही पाठवला नव्हता. ओळखीची गरज नसल्यासारख्या! आपली तशी लायकी नाही, असं वाटून त्या तशा राहिल्या असतील का?

आता आपल्या मनात क्रतूविषयी एक प्रकारचं आकर्षण निर्माण झाल्याचं त्यालाही समजत होतं. त्याची आई– काय बरं हिचं नाव? तिच्याहीविषयी कुतूहल वाटत होतं.

चंचलतेचा लवलेश नसलेली, दृढ, निम्न दृष्टी. पाहताच गरिबी लक्षात

यावी, असे अंगावरचे कपडे... त्याच्या त्या आठ बायकांसारखे नव्हेत. जीवनात कुठंही न घुटमळणारा चेहऱ्यावरचा शांत भाव. ती वर जाऊन बसली आहे. नुकतीच आजारातून उठलेली आहे. भेटून चौकशी करावी, असं वाटलं, तरी परिचय नसल्यामुळं थोडा संकोचही वाटत होता. तरीही माघारी वळून तो मनोऱ्याच्या पायऱ्या चढून वर गेला.

समुद्राकडची खिडकी उघडून ती बाळाला पाजत बसली होती. त्याला वर आलेला पाहताच तशीच बाळाला छातीशी धरून, ती भय-गौरवानं गडबडीनं उठून उभी राहिली.

"बैस, बैस. नुकतीच क्रतूची ओळख झाली. तुलाही कधी भेटलो नव्हतो, म्हणून आलो. मी कोण, ते ठाऊक आहे तुला?"

"युयुधान सात्यकीला या आनर्त देशात कोण ओळखत नाही?"

तिच्या उत्तरानं, नाही म्हटलं, तरी त्याला बरं वाटलं. पुन्हा एकदा त्यानं बसायला सांगितल्यावर ती भिंतीला टेकून, बाळाचं डोकं उंच केलेल्या डाव्या मांडीवर ठेवून, पुन्हा त्याला पाजू लागली. त्याला आपल्या सर्वांत धाकट्या मुलाची– सत्यकृतची आठवण झाली.

"केव्हा पाहिलं होतंस मला?"

"दरोडेखोरांपासून आम्हाला वाचवल्यानंतर तुम्हीच आम्हाला इथं आणलंत, नाही का! लग्नाच्या वेळीही तुम्ही समोरच होतात."

सात वर्षांपूर्वी तीस गाड्या भरून या स्त्रियांना इथं घेऊन यायची जबाबदारी त्याच्यावरच होती. त्याला समुद्राच्या काठावरचा कृष्णाचा त्या सगळ्या स्त्रियांशी झालेला विवाहही आठवला. एकेक स्त्री आपापल्या मुलांसह येऊन कृष्णाच्या गळ्यात हार घालत होती. तोही प्रत्येकीच्या गळ्यात हार घालत होता. इतर विधी सामूहिकरीत्याच झाले होते. त्या प्रत्येक वेळी तो तिथंच होता, हे खरं असलं, तरी त्याला हा कृष्णाचा निर्णय मुळीच पटला नव्हता. भांडायची इच्छा नव्हती, म्हणून गप्प बसला होता. आता तो राग मनात राहिला नव्हता, एवढंच नव्हे, तर तिच्याविषयी त्याच्या मनात अनुकंपा निर्माण झाली होती.

"मुलगा एवढ्या मेहनतीची कामं करतोय्! एवढी गरिबी आहे?"

"कृष्ण वासुदेवाची बायको असून स्वत:ला का गरीब म्हणवून घेऊ मी?" ती मंद हसत म्हणाली. हसण्यात विषादाची सूक्ष्म छटा मिसळली असली, तरी वैताग किंवा तिरस्काराचा लवलेश नव्हता.

"मग हे?"

"लग्नानंतर त्यानं प्रत्येकीला वेगवेगळं घर बांधून दिलं. राजभांडारातून पोटा-पाण्यापुरतं देण्याचीही व्यवस्था केली होती. पण एक तर तुमचा स्नेही

नेहमी गावात नसतो आणि असला, तरी राजभांडार त्याच्या थोरल्या भावाच्या, बलभद्राच्या हातात आहे. कृष्णानं आमच्याशी विवाह केल्याचं कुणाला आवडलंय् या द्वारकेत? त्यात बलभद्राचा तर कडाडून विरोध होता, धाकट्या भावाच्या अगणित बायकांसाठी राजभांडारातला पैसा का खर्च करायचा, असं वाटून त्यानं मदत थांबवली. कृष्णही परगावी गेलेला. इथं आम्ही काय करणार? पोटात काय घालायचं? कृष्ण वासुदेवाच्या बायका असल्यामुळं कुणाची चाकरी करणं म्हणजे त्याचा अपमान! मग असंच काही तरी करून पोट भरायला सुरुवात केली. माझा क्रतु चौदा वर्षांचा होता तेव्हा. चांगला सशक्त आहे तो. नावेवर कामाला लागला. मीही घरबसल्या कापूस पिंजून वस्त्रं विणायला सुरुवात केली.''

''इतर सगळ्याजणी काय करतात?''

''एवढ्या सगळ्यांना द्वारकेतच कसं राहायला मिळणार? काही प्रभासला, काही इथं, काही ताम्रस्थलीला– सगळ्या वेगवेगळ्या ठिकाणी गेल्या. शेती करायची, पेरणी, सूत काढायचं, असं काही ना काही काम त्यानंच ठरवून दिलं होतं. या समुद्रकाठच्या प्रदेशात शेतीसाठी योग्य अशी जमीनही बेताचीच आहे. द्वारकेला येताना नरकासुराकडून लुटलेली संपत्ती आम्हांमध्ये वाटली होती. स्वत:साठी काही भांडी आणि सोनं ठेवून घेतलं होतं. त्या वेळीही कृष्णानं राजभांडारातलं धन नव्या बायकांमध्ये वाटून टाकलं, असा बलरामानं आरडाओरडा केला होता, म्हणे.''

युयुधानलाही आठवलं. तीन-चार वर्षांपूर्वी असा एक गोंधळ उठला होता खरा. पण तो कृष्णाचा स्नेही असल्यामुळं बलरामानं त्याला या बाबतीत विश्वासात घेतलं नव्हतं. कृष्णानंही याविषयी काही सांगितलं नव्हतं. थोडा अंतर्मुख होऊन विचार करताच ती सांगत असलेल्या सगळ्या घटना त्याला समग्रपणे आठवू लागल्या. बाहेरचा आवाज ऐकू येईनासा झाला.

थोड्या वेळानं ती बाळाला डाव्या छातीपासून काढून उजव्या छातीशी धरून पाजू लागली. मांडी बदलल्यामुळं तिची पाठही थोडी सैल झाली. पुन्हा खालचे आवाज ऐकू येऊ लागले.

मध्येच थांबलेलं संभाषण सुरू करण्यासाठी त्यानं विचारलं,

''तुझं नाव काय?''

''धृति.''

''कुणी ठेवलं हे नाव?''

''कुणी, म्हणजे? बाळाचं नाव कोण ठेवतं? आई-वडील, आजी-आजोबा यांनी...''

''कोण होते ते?''

"ओह! आमचा सिंधु देश. शेतकऱ्याचं घराणं. चांगली सुपीक जमीन होती..."

"नरकासुराच्या तावडीत कशी सापडलीस?"

"लग्न झालं. नवरा आणि त्याच्या घरचे मोठ्या थाटामाटात मला आपल्या घरी घेऊन चालले होते. या दरोडेखोरांनी चढाई केली. आमच्या माणसांच्या हातातही काठ्या-कोयते होते. पण दरोडेखोरांबरोबर लढताना ही शस्त्रं कशी पुरेशी पडणार? शिवाय आमच्याकडची माणसंही त्यांच्या तुलनेनं कमीच होती. कोवळ्या तरुण मुलींच्या केसालाही धक्का न लावता त्यांनी झटापट केली. मी आणि इतर दोघी त्यांच्या तावडीत सापडलो. इतरांना ठार केलं त्यांनी. सोनं, तांबं, दाग-दागिन्यांसह आम्हांला घेऊन गेले..."

निमिषभराच्या शांततेनंतर युयुधाननं विचारलं,

"क्रतु केव्हा जन्मला?"

खिडकीतून बाहेर नजर वळवत ती म्हणाली,

"नंतर दोन वर्षांनी."

"तुझ्या मर्जीविरुद्ध?"

"त्या गुंडांवर कुणाची मर्जी असणार? सगळे तुटून पडत होते– एकापाठोपाठ दुसरा..."

युयुधानच्या हृदयात चर्रर्र झालं. अशा नराधमांचा नाश करणाऱ्या कृष्णाविषयी मनात आदर दाटून आला. फक्त आनर्त देशालाच नव्हे, तर त्या पलीकडच्या प्रदेशालाही नरकयातना देणारे नराधम!

बाहेर सामान उतरवण्याच्या आवाजाबरोबरच लाटांचा आवाजही ऐकू येत होता. लाटांचा आवाज थोडा वाढला होता.

"कृष्ण तुझ्या घरी येतो का?"

"म्हणजे? काय म्हणायचंय् तुम्हांला?..." तिचा सहज शांत आवाज चढला होता.

त्याचं तिच्या चेहऱ्याकडे लक्ष गेलं.

तिचा चेहराही संतापानं फुलला होता.

"तो आला नसता, तर हा मुलगा कसा झाला असता? मला काय समजलात तुम्ही!"

"च् ... रागावू नकोस. वाईट अर्थानं मी विचारलं नाही. तुम्ही इतक्याजणी आहात. आधीच्याही त्याच्या आठ बायका आहेत. तो गावातही कमी वेळा असतो. गावी आला, तरी असंख्य कामात गुरफटलेला असतो. तुम्हा सगळ्यांकडे यायला त्याच्याकडे वेळ तरी कुठून असणार?"

तिचा संताप आपोआप उतरला. सूक्ष्म निःश्वास सोडून ती म्हणाली,

"तुम्ही त्याचे स्नेही आहात. तुम्ही तशा अर्थानं बोलणार नाही, हे मलाही ठाऊक आहे. आता दोन-एक वर्षं तरी होत आली. त्या वेळी मात्र तीन दिवस राहिला होता माझ्याकडे! माझ्या संपूर्ण जीवनाचं सार्थक झालं! त्यावेळेपर्यंत खरोखरच रागावले होते मी त्याच्यावर. फक्त नावापुरतं लग्न करून निघून गेला, म्हणून. आता समजतंय्. सतत तो कुठं ना कुठं कामात गुंतलेला असतो. गावात आलाच, तर किती तरी कामं मागं असतात. थोरामोठ्यांच्या मुलींशी मोठमोठ्या विवाह-मंडपात विवाह केले आहेत. शिवाय आम्ही एवढ्याजणी! काय करेल तो तरी? तरीही प्रत्येकीच्या घरी जमेल तेव्हा, जमेल तेवढा वेळ राहून जातो. याहून जास्तीची आम्ही तरी कशी अपेक्षा करायची?"

बाहेर समुद्राला उधाण आलं होतं. एक प्रकारचा विषाद त्याच्याही मनात पसरला होता. लाटा खूपच वाढल्या होत्या. सूर्य क्षितिजाकडे झुकला होता. त्याचे किरण परावर्तित करणाऱ्या लाटा मनात एक प्रकारचा संभ्रम निर्माण करत होत्या. सूर्यकिरणांमध्येच संभ्रम मिसळला होता, की काय, कोण जाणे!

बाळ झोपलं होतं. हलकेच त्याच्या तोंडातलं बोंड सोडवून घेत, शेजारची चटई पसरून त्यावर तिनं बाळाला झोपवलं आणि झोप चाळवू नये, म्हणून हलकेच थोपटू लागली.

"पण सगळ्याच तुझ्यासारखा विचार करतात का?"

ती काही बोलली नाही. बाळाच्या चेहऱ्यावर बसणारी माशी डाव्या हाताच्या तळव्यानं हाकलली.

तिचा तो उघडा तळवा त्याला उत्तर देऊन गेला.

पाचही बोटं सारखी असणं शक्य आहे का? त्याच्या लोकव्यवहार-ज्ञानानं त्याचं समर्थनही केलं. तशी अपेक्षा करणंही अनैसर्गिक आहे, असं त्याला वाटलं. समुद्रातल्या लाटांचा गोंगाट कमी झाला होता.

ती म्हणाली,

"मला इतरांशी काय करायचंय्? हा धाकटा जन्मल्यानंतर एकदा घरी येऊन, त्याचं मस्तक हुंगून, त्याचा स्वीकार करून, त्याला एक नाव ठेवून गेला, की मला दुसरं काहीही नको. माझ्या क्रतूला तुम्ही भेटलाय् ना? खाली काम करतोय् तो. त्याला मांडीवर घेऊन, मस्तक हुंगून त्यानंच हे नाव ठेवलयं. दोन वर्षांपूर्वी आला होता. तेव्हाची ही हकीकत! "

नेमक्या याच वेळी क्रतु वर आला.

कमरेला घट्ट बांधलेलं आखुड वस्त्रं. हात-पाय, अंग, चेहरा घामानं थबथबला होता.

युयुधानला पाहताच आश्चर्य आणि संकोचानं तो नुसताच उभा राहिला.

"ये. जेव, ये. हात धुतले का?" आईनं विचारलं.

"नंतर जेवतो..." जमिनीकडे पाहत तो म्हणाला.

"अरे, संकोचू नकोस. जेव तू..." म्हटलं, तरी त्यानं दृष्टी वर केली नाही, तेव्हा युयुधानलाही कसं तरी वाटलं. "जेव तू. मी वर बसतो..." म्हणत तो मनोऱ्याच्या सगळ्यात वरच्या छतावर गेला.

वारा वेगानं वाहत होता. चारही खिडक्या उघडून तो स्तब्ध उभा राहिला.

इतक्या उंचीवर लाटांचा आवाज ऐकू येत नसला, तरी सागराचं क्षितिज खूपच विस्तारलं होतं. लाटांच्या पलीकडच्या शांततेत मन मग्न होऊन जात होतं. जितकं उंचावर जावं, तितकं विस्तीर्ण क्षितिज. तेवढी अथांग शांतता.

किती तरी वेळ त्या अथांग शांततेत तरंगून तो भानावर आला. त्यानं मागं वळून पाहिलं.

सारी द्वारका नगरीच नजरेत सामावून जात होती. वाडे, सौध, रस्ते, ठिपक्यांसारखी दिसणारी विखुरलेली घरं, भोवतालची तटबंदी...

हे सगळं आम्ही उभारलं, अशी तृप्तभावना मनात उमटली.

मथुरेपेक्षाही सुंदर आणि अनंत सोयींनी युक्त अशी नगरी ही!

पाहता पाहता त्याची दृष्टी पलीकडे गेली.

ताम्रवर्णाचं माळरान, रैवतक पर्वताची लहानशी रांग त्यापलीकडच्या क्षितिजात विलीन झाली होती. मागं पसरलेला, अंत नसलेला सागर आणि पुढं पसरलेली जमीन. त्यावरचे किती तरी देश! आपण पाहिलेले आणि ज्यांच्याविषयी ऐकलंय्, असे देश! सिंधु, बाल्हिक, वातधान, गांधार, केकय, त्रिगर्त, मद्र, उत्तर कुरू, हेमकूट कुरू, पांचाल, भोज, कोसल, विदेह, अंग, वंग, पुंड्र, चंपा, मगध, कुंतल, पुडिंद्र, कलिंग, चेदि, अवंती, विदर्भ... त्यात किती छोटी, छोटी राष्ट्रं, त्या प्रत्येकात चार-सहा राज्यं, राजे, त्यांच्याही पलीकडची मला ठाऊक नसलेली राष्ट्रं! तिथं हिमालय, इथं विंध्य... आणखी किती माहिती आहे कृष्णाला! कुठला देश कुठं आहे, किती अंतरावर आहे, त्यावर राज्य करणाऱ्या राजाची सेना केवढी आहे, राजाचा स्वभाव कसा आहे, राजाच्या स्वभावातले आणि राज्यातले ठिसूळ दुवे कुठले... सगळं सगळं ठाऊक आहे त्याला.

तो पुन्हा समुद्राकडे वळला.

एकसंध दिसणारा समुद्र... नाही. तोही लाटांनी विभागलाय्. इथून दिसल्या नाहीत, तरी लाटा नसलेला समुद्राचा भाग दाखवता येईल का? भूमी सागरापर्यंत आहे, असं म्हणतात. पण सागर कुठपर्यंत पसरलाय्? असं कुणी म्हटल्याचं ऐकलं नाही कधी. अथांग... अनंत समुद्र हा!

कृष्णाची आठवण आली.

विराटनगरातच आहे, की आणखी कुठं गेलाय् हा? एकदा निघून गेला, की कुठं जातो, काय करतो, कसा विचार करतो, हे काहीच समजत नाही. तो येऊन जेवढं सांगेल, तेवढंच. माझ्याशिवाय आणखी कुणाला काय सांगतो तो? जरासंधाला ठार करणाऱ्या पांडवांचा विजय करून दिल्याशिवाय तो आता माघारी येणार नाही.

या आनर्त देशात येऊन, जुन्या कुशस्थलीय जागेत नवी द्वारका वसवून, व्यापार-व्यवसाय वाढवून, भरपूर संपत्ती मिळाल्यावर आम्ही सगळेजण जरासंधाला पार विसरूनच गेलो होतो. बलरामालाही मथुरेहून पळून आल्याच्या अपमानाची आठवण राहिली नव्हती; पण कृष्ण! तो नव्हता विसरला. नव्यानं ओळख झालेल्या जुन्या नातेवाईकांची ओळख काढून गेला तो! अंध धृतराष्ट्रानं त्यांना एवढंसं अरण्य दिलं होतं गाव वसवून राहायला. त्या वेळी कृष्णानंच द्वारकेतून रथ, घोडे, सोनं, तांबं भरभरून पाठवलं होतं. नवं गाव वसवायला इथलेच सुतार, कलाकार आणि शिल्पी पाठवले होते त्यानं. त्या वेळीही किती खळखळ केली होती बलरामानं! फक्त बलरामच का, सगळ्याच यादवांनी विरोध केला होता! 'आमचं गाव सोडून इथं आलो आणि एवढ्या कष्टानं धन मिळवलं, ते ओळख-देख नसलेल्या कुणाला तरी देऊन टाकायला का?' वृद्धांचंही तेच म्हणणं. 'आत्तेभावंडं असतील! पण लहानपणी भोजच्या कुंती-राजाला दत्तक दिलेल्या त्या मुलीच्या– तिचं नावही कुंतीच– मुलांना एवढं धन द्यायचं?' कृष्णाची दूरदृष्टी इतरांना कशी समजणार? पण ती नुकतीच सुरुवात असल्यामुळं कुणी फारसा विरोध केला नाही. फक्त असमाधान बोलूल दाखवलं, एवढंच.

मथुरेच्या जवळपास आपल्या विश्वासातलं आणखी कोण आहे? जे होते, ते जरासंधाच्या भीतीपोटी कुठं जवळ करत होते? पांडवांच्या हातात समृद्ध राज्य नसलं, तरी धैर्य आणि साहसी स्वभाव होता. भीमाची ताकद आणि त्वेष, अर्जुनाची धनुर्विद्या, सौम्य असले, तरी युद्धात समर्थपणे उभे राहणारे नकुल-सहदेव! यापेक्षा दुसरी कुठली संपत्ती हवी? शिवाय शेजारचे त्यांचे पाहुणे पांचाल. हे दोघे एकत्र येऊन जरासंधाच्या प्रभावाचा पश्चिम-प्रवास निश्चितपणे रोखू शकतील, हे कृष्णानं आम्हा सगळ्यांच्या आधीच ओळखलं होतं! मुळं फुटायच्या त्या काळात त्यांना रक्त-पाण्याचा पुरवठा कृष्णानं केला नसता, तर एवढा सगळा पराक्रम होरपळून गेला असता! एवढ्या लांबवर राहून, जरासंधाच्या प्रदेशात घुसून त्याचा वध करणं आम्हांला तर शक्यच नव्हतं.

कृष्णानं खत-पाणी पुरवताच पांडवांनी मूळ धरलं. भोवतालच्या परिसरात समृद्ध पिकं डोलू लागली. नव्या प्रकारचं गाव उभारलं त्यांनी. पहिल्यापासून आपला दुस्वास करणाऱ्या भाऊबंदांना आणखी मत्सराग्नीत होरपळून काढण्याची

इच्छा निर्माण झाली, तेव्हा कृष्णानंच त्याला नेमकं स्वरूप दिलं. राजसूय यज्ञ करायची कल्पना त्यांच्या मनात त्यानंच रुजवली. आर्यावर्तातल्या सगळ्या राजांनी आपलं श्रेष्ठत्व मान्य केल्याशिवाय राजसूय कसा करणार? पण नुकतंच मूळ धरू पाहणाऱ्या पांडवांकडे तरी जरासंधाच्या प्रचंड सेनेशी लढण्याइतकी शक्ती कुठून असणार? अखेर कृष्णानं यावर जो मार्ग शोधला, तो किती भयानक होता! प्रत्यक्ष जरासंधाच्या गुहेत जाऊन त्याला ठार करायचं! हे नेहमीचंच आहे त्याचं. त्याला स्वत:च्या जिवाची पर्वाच कुठं असते? त्यात भीम आणि अर्जुनाची साथ! धर्मराज तर घाबरून गेला होता, म्हणे! इतर किती तरी क्षत्रिय राजांप्रमाणे कृष्णाबरोबर आपल्या दोन्ही भावांनाही जरासंधानं पकडलं, तर भैरवासारख्या वाम-मार्गाच्या प्रभावाखाली असलेला जरासंध भर चौकात हात-पाय तोडून अंगावरचं कातडं सोलायलाही कमी करणार नाही. एकशेएक सिंहासनाधिष्ठित होण्यास योग्य असलेल्या क्षत्रियांचा बळी द्यायला तो निघाला होता. या नरमेधाची जवळजवळ सगळी तयारी झाली होती. धर्मराजानं निक्षून सांगितलं, म्हणे, 'कृष्णा, मला राजसूय यज्ञ नको. त्यापायी या दोघांना गमवायला मी मुळीच तयार नाही.' पण जेव्हा कृष्णानं सांगितलं, 'अपयशाची भीती बाळगली, तर कधी यश मिळेल का? माझ्याबरोबर चला. जे माझं होईल, तेच तुमचंही होईल.' मूळच्याच धैर्यवान भीम-अर्जुनानं मात्र तत्परतेनं तयारी दाखवली. अखेर कृष्णानं जबाबदारी स्वीकारताच धर्मराजानंही परवानगी दिली, म्हणे. कृष्ण म्हणतो, ते अगदी खरं आहे. ते दोघेही प्रचंड धैर्यवान आहेत. पण त्यांना शत्रूचं नेमकं मर्म हेरण्याची सूक्ष्म बुद्धी मात्र नाही.

युधिष्ठिराची संमती मिळवून तिघंही निघाले. पुढं कृष्ण, मध्ये भीम आणि मागं अर्जुन. तीन उमद्या घोड्यांवर बसून निघाले. कृष्णाला आर्यावर्तातल्या प्रत्येक गावाची, नदीची, शेत डोंगरांची, अरण्याची बारकाईनं माहिती आहे. कुणी नवख्या प्रदेशातला भेटला, की सारं काही विचारून माहिती करून घेत असतो तो अजूनही. जे कानावर पडेल, ते लक्षात ठेवून घेण्याची कुशाग्र बुद्धी आणि या ना त्या कारणानं देश-विदेशी फिरायची सवयच असल्यामुळं रस्तेही लवकर लक्षात राहतात त्याच्या. दहा गावचे रस्ते ठाऊक असल्यामुळं अकराव्या गावाचा रस्ता शोधणं ही त्याच्या दृष्टीनं फारच क्षुल्लक गोष्ट बनून गेली आहे. शिवाय मध्ये भेटणाऱ्या छोट्या छोट्या वस्त्यांमधूनही फिरून चौकशी करणं त्याच्या अंगवळणीच पडून गेलं आहे.

खांडवप्रस्थ ते गिरिव्रज यामधलं वीस दिवसांचं अंतर. रस्त्यात गंगा, शोण, गंडकी अशा किती तरी नद्या ओलांडायच्या. किती तरी अरण्यं मागं टाकायची. सोबत घेतलेला शिधा रस्त्यात शिजवून, खाऊन, सतत घोडे पळवून तिथंही

गिरिव्रजापर्यंत जाऊन पोहोचले.

राजधानी वसवण्याच्या दृष्टीनं अतिशय योग्य ठिकाण आहे, म्हणे, ते. द्वारकेपेक्षाही अधिक संरक्षित. चारही बाजूंनी वेढलेल्या पर्वतरांगांमध्ये एक मोठं नगर वसेल, एवढी मोठी जागा. तिथंच उगम पावून बाहेर वाहत जाणारी नदी. शत्रूनं कितीही दिवस वेढा घातला, तरी आत पाण्याची टंचाई नाही. डोंगराच्या आतल्या बाजूला वाढलेली अरण्यं. आवश्यकता भासली, तर वर्षभर जळणाचा प्रश्न नाही. एवढं निसर्ग-रक्षित गाव असूनही तिथून बाहेर पडायला गुप्त रस्ते! बाहेरच्या पर्वतरांगांवर पहारा देणारं जरासंधाचं अगाध सैन्य. भोवतालची सुपीक कृषिभूमी. इतर सगळीकडे कितीही दुष्काळ पडला, तरी जरासंधाच्या मगध देशात निश्चित पाऊस होत होता, म्हणे. त्याला युद्धात हरवणं कुणाला कसं शक्य होणार?

अखेर कृष्णाच्या कारस्थानालाच यश मिळालं. क्रूर वाघाच्या गुहेतच प्रवेश करून... अंहं! सरळ त्याच्या जबड्यातच हात घालायचा! शत्रूच्या मनातल्या क्रौर्याचं मर्म धरून गदागदा हलवायचं! पण किती मोठा धोका पत्करला होता त्यानं!

युयुधानच्या शरीराचा थरकाप उडाला.

वारं रोरावत होतं. झोपाळ्यासारख्या हेलकावे घेऊन आदळणाऱ्या लाटा आवाज करत होत्या.

भयानकतेच्या कल्पनेनं तरारलेला घाम पुसत युयुधान बाहेर पाहू लागला.

❑

मोहक चांदण्यात एखाद्या सुंदर स्वप्नलोकाप्रमाणे दिसणारा गिरिव्रज काळजात धडकी भरवत होता. भोवतालच्या डोंगरांच्या रांगांमागून रांगा, त्यांच्या अंगावर वाढलेलं घनदाट अरण्य चंद्राच्या प्रकाशात काळं दिसत होतं. वैहारगिरीच्या पायथ्याशी असलेल्या एका गरम पाण्याच्या कुंडात गळ्यापर्यंत पाण्यात जरासंध बसला होता. त्या नैसर्गिक गरम पाण्यानं अंग शेकल्यासारखं होऊन अंगदुखी थोडी कमी झाल्यासारखी वाटत होती. त्याची नजर त्याच्या राजधानीचं आपोआप संरक्षण करणाऱ्या तटबंदीसारख्या असलेल्या पर्वतरांगांच्या उंच उंच शिखरांवर फिरत होती.

लहानपणी आईबरोबर दिवसातून असंख्य वेळा त्या शिखरापर्यंत चढून उतरत असताना किती गंमत येत होती! त्यांनतर भर तारुण्यात रण-अंग-साधना करताना तळापासून शिखरापर्यंत एका दमात पळून जाऊन मांडीचे स्नायू फुगून

कसे दगड-लोखंडासारखे खणखणीत झाले आहेत! पण मग आजच का थोडं दुखल्यासारखं वाटतं? जास्त चालल्यामुळं असेल. सत्तर वर्षांचं वय म्हणजे... अजून सत्तरावं संपलं नाही, म्हणा! म्हणजे एवढा म्हातारा झालोय्, की काय!

त्याला त्याच्या आईची आठवण झाली.

किती सशक्त होती ती! दणकट दंड-मांड्या, तरीही अधूनमधून तिलाही असंच दुखायचं. राजवैद्यांनी वात असं नाव दिलं होतं. मलाही तोच त्रास असेल का? किती दिवस झाले, असं दुखायला लागून? हे कुंडातलं गरम पाणी कसलंही दुखणं वितळवून घामाच्या रूपानं पळवून लावतं! आणखी कुठल्या गावात आहेत असली कुंडं! हा गिरिव्रज खरोखर पुण्यस्थळ आहे! आतून येणारं पाणी तर उकळत असतं नुसतं. बाबांनी किती छान व्यवस्था केलीय् ही! चौकोनी बांधलेला हा कट्टा. त्यात उकळतं पाणी आणून टाकणारा हा बोटभर जाडीचा प्रवाह. आ हा! किती सुखकर पाणी आहे हे!

सहज त्यानं बसल्या जागी आसन बदललं. त्याच वेळी त्याचा तोल गेल्यासारखा होऊन पाय घसरून तो कपाळापर्यंत बुडाला. क्षणार्धात पुन्हा सावरून बसला.

आजवर कधी असं घडलं नव्हतं. आजच का असं झालं? कसली सूचना ही? पण बुडालो, तरी त्यातून पुन्हा बाहेरही आलो. म्हणजे काही संकट आलं, तरी त्यातून निश्चित बाहेर येईन.

त्यानं पुन्हा भोवताली मान फिरवून पाहिलं.

चांदण्यात त्या डोंगरांच्या रांगा निगूढ काळ्या दिसत होत्या. साऱ्या शकुनांचं मूळ तिथं आहे...

पाण्याचा चटका बसू लागला. त्यानं ओरडून सांगितलं,

"गरम पाणी कमी प्रमाणात सोड. नाही तर काही वेळ पूर्णपणे बंद कर."

अजून थंडीला म्हणावी तशी सुरुवात झाली नव्हती.

त्या डोंगरांच्या शिखरांवर, तिथल्या अरण्यात काय असेल? गावात लोकांची वस्ती, द्वारस्थानावर सैनिकांचा तळ. अरण्यात काय असतं? वाघ, अस्वल, लांडगे तुटून पडले, तर खंजिरानं टर्रर्रकन् फाडणं– हत्ती आले, की त्यांच्या मर्मस्थळावर एक दणका हाणणं– अरण्य म्हणजे एवढंच! रात्रीच्या वेळी किती तरी वेळा भटकलोय् या अरण्यातून. याच का, देशोदेशींच्या रानातूनही खूप फिरलोय्. पण तरीही अंधाराचं... अंहं, अर्धवट अंधाराचं का गूढ भय वाटतं? काय असतं अशा अर्धवट अंधारात? भूत-पिशाच? लहान असताना आई गोष्टी सांगायची. त्यात तिच्या जातीच्या राक्षसांचे किती तरी अनुभव असत. संपूर्ण अंधार असला, की हातात चूड किंवा पलिता असतो. त्या आगीला भूतपिशाच

घाबरून पळून जातं. पण अर्धवट उजेडात, त्यातही चांदण्यात कुठं हातात चूड घेतो आपण? त्यामुळं मुलानं दंगा करू नये, मुकाट्यानं झोपावं, म्हणून ती तसं सांगत होती, की काय, कोण जाणे! सगळे राक्षस अरण्यातच राहतात. रात्रीच्या वेळीच त्यांच्या सगळ्या हालचाली. बाबांशी लग्न करून या राजवाड्यात आल्यावर तिलाही अंधाराची भीती वाटू लागली, की काय, कोण जाणे!

आईपाठोपाठ त्याला दोन वांझोट्या आयांचीही आठवण झाली. सख्ख्या बहिणींसारख्याच होत्या. किती घाबरायच्या मला! राक्षसासारखा दिसत होतो लहानपणी?

त्यानं आठवणी चाळवून पाहिल्या.

शेवटपर्यंत घाबरायच्या. राक्षस-आईच्या पोटी जन्मलो, म्हणून काय झालं! चेहरे काही आठवत नव्हते. किती केलं, तरी फक्त चौदा वर्षांचं वय होतं माझं. पंचावन्न-छप्पन वर्षं होऊन गेली. कसं आठवणार? तरीही त्या सांगत असलेल्या गोष्टी मात्र आठवतात. राक्षस-युद्ध, राक्षसांचा संताप, त्यांचा प्रतिकार, ते कडाडकन् मोठाल्या वृक्षांच्या फांद्या मोडणं, दगडानं डोकं ठेचून, कवटी फोडून, आतला पांढरा लगदा खचकन् बाहेर काढणं, एका रांगेत माणसं उभी करून आगीत रक्तबली देणं...

प्रत्येक वेळी ऐकताना सर्वांगाला मुंग्या येत होत्या! पुन्हा पुन्हा ती वर्णनं ऐकायची इच्छा होत होती.

आमच्या मगध– अरण्यात अलीकडे राक्षसच राहिले नाहीत. बाबांनी राक्षस-स्त्रीवर मोहित होऊन तिच्याशी लग्न केलं होतं. किती प्रेम होतं तिच्यावर त्यांचं! तिनं वंशासाठी एक सशक्त मुलगा दिला, म्हणून नव्हे. मुलाच्या नावातही तिचं नाव गुंफावं, असं वाटण्याइतकं प्रेम! पण मग त्यानं तिच्या कुळातल्या एकेकाला गाठून वाघचित्त्याची शिकार करावी, तसं टिपून, ठार करून, त्यांचं कातडं का सोलून काढलं? हा कसला राक्षस-द्वेष? बृहद्रथाचं नाव घेतलं, की फक्त राक्षस-कुलच नव्हे, तर शेजारपाजारची सगळी राष्ट्रंही थरथर कापत होती. खरे पुरुष होते माझे बाबा!

''थंड होतंय्! थोडं गरम पाणी सोड!''

याच पूर्वेकडच्या घनदाट अरण्यात आई एकटीच भेटली, म्हणे. ती बरी तशीच सोडेल? पण बाबांनी तिच्यावर बाणांचा वर्षाव करून किंवा दगड फेकून का ठार केली नाही? त्याऐवजी बाहु-युद्ध करायला का उभे राहिले? तिनंही भरपूर दमवलं, म्हणे, त्यांना! अखेर तेच हरले, म्हणे! त्यांच्यासमोर मला छातीशी घेऊन ती सगळी हकीकत सांगताना तिची छाती तर अभिमानानं भरून येत होती! त्यांच्याही चेहऱ्यावर विजयाचा आनंद दिसायचा तेव्हा!...

"गरम पाणी थोडं कमी कर!"

माझ्यासारखा बलिष्ठ मुलगा हवा असेल, तर राक्षस-स्त्रीशीच लग्न करायला हवं!

पाण्यात अस्पष्ट दिसणाऱ्या आपल्या शरीराच्या आकाराची कल्पना करत असताना आठवलं, मी लग्नाचा होईपर्यंत आमच्या देशात राक्षस-जातीचा पूर्णपणे निर्वंश झाला होता.

छे:! बाबांनी असं करायला नको होतं. साप सुद्धा कधी तरी औषध म्हणून हवा असतो. अखेर आर्य क्षत्रिय स्त्रीशी माझं लग्न झालं आणि... आहा! जन्मला हा सहदेव! माझा मुलगा, म्हणे! हत्तीच्या पोटातून पडलेला शेणाचा पो!

त्यानं पाण्यात पावलं घासून स्वच्छ करायला सुरुवात केली.

दिव्याच्या उजेडात जेवण करत असताना समोर बसलेली आस्ति म्हणाली,

"एकापाठोपाठ एक अशा पाच जांभया दिल्यास एवढ्यात. का जेवणाकडे लक्ष नाही तुझं?"

तिची धाकटी बहीण प्राप्ति म्हणाली,

"जेवायला बसल्यापासून मोजतेय् मी! एकूण छत्तीस जांभया आल्या. डोळ्यातही झोप भरून आलीय् अगदी."

"तप्त कुंडात अंघोळ केली, की असंच होतं. बाहेर येऊन दोन घटका झाल्या, तरी घाम वाहतोय्. त्यात आज थोडा जास्त वेळ बसलो होतो गरम पाण्यात."

त्यानं पुरे म्हटलं, तरी त्याच्या त्या दोघी विधवा मुली अर्धवट शिजलेल्या मांसाची रस गळणारी भाजी भरभरून वाढत होत्या. पतीच्या वधनंतर त्या दोघीही माहेरी आल्या होत्या. बायकोच्या माघारी एकट्याच राहणाऱ्या जरासंधालाही तेवढाच विरंगुळा.

आणखी एक जांभई आल्यावर 'आता पुरे...' म्हणत तो उठत असतानाच एक प्रचंड आवाज ऐकू आला. मोठमोठी भांडी कुणी तरी दगडांवरून लोटून द्यावीत, असा आवाज! हो. चैत्यक शिखराकडूनच येतोय् हा!

"राजवाड्यापर्यंत एवढा ऐकू येण्यासारखा आवाज करणारं कोण आहे! चामडं सोलायला पाहिजे का?"

त्याच्या गर्जनेसरशी एक नोकर धावत आला. अनुमतीसाठी क्षणभर थांबूनही, जाऊन पाहून यायची अनुमती आली नाही, तसा स्वत: होऊनच पळत गेला.

कसल्या विलक्षण जांभया ह्या!

"बाळ, मी झोपतो, जातो..." म्हणत तो पायऱ्या चढू लागला. मांड्या

आणि पोटऱ्यांचं दुखणं थोडं कमी झाल्यासारखं वाटत होतं. धाकटी प्राप्ति हातात एक मोठा पेलाभर मद्य घेऊन त्याच्यापाशी आली आणि त्याला देत म्हणाली,

"थोडं जास्तच आहे. आता शांतपणानं झोप काढ. सकाळपर्यंत सारं अंग कापसासारखं हलकं होईल."

"तुमचं जेवण झालं नाही ना?" त्यानं विचारलं.

तिकडं लक्ष न देता तिनं पुन्हा त्याला आग्रह केला.

पेला अर्धाअधिक संपला होता. त्याच वेळी खालून सेवकानं ओरडून सांगितलं,

"महाराजा! अपशकुन झाला! चैत्यगिरीवर बांधलेल्या तीन नगाऱ्यांचं कातडं फाडून, कुणी तरी बारीक तुकडे करून, ते नगारे शिखरावरून खालच्या दरीत दगडांवर फेकून दिलेत. तीन आगंतुक आहेत!"

अपशकुनाचा उच्चार करणाऱ्या त्या सेवकाचा संताप आला, तरी जरासंधाचं मन त्या शब्दानं व्यापून गेलं. त्याच्या वडिलांनी– बृहद्रथानं– नरमांसासाठी चटावलेल्या एका राक्षस-समूहाची शिकार करून, जे जिवंत सापडले, त्यांना पकडून, त्यांच्या अंगावरची कातडी सोलून, तीन भल्यामोठ्या तांब्यांच्या नगाऱ्यांना ताणून बसवली होती. ते तिन्ही नगारे चैत्यगिरीवर चुलीच्या आकारात बांधले होते. रोज सकाळ-संध्याकाळी आणि मध्यरात्री 'डग्-डग्' वाजू लागले, की प्रजेच्या मनात शरणागताची धडधड निर्माण होत होती.

राजशक्तीचं प्रतीक असलेले हे नगारे तयार करून किती वर्षं झाली? मीही त्याच वर्षी जन्मलो, म्हणे– तेव्हापासून तिन्हीत्रिकाळ 'डग्-डग्-डग्!' नगारे भिजू नयेत, म्हणून त्यावर छतही उभारलंय्!

"तिकडंच पकडून त्यांचं कातडं का सोललं नाही? इथं दरादरा खेचून आणा! पळून जातील या अंधारात... नव्हे, चांदण्यात..." जरासंध गरजला. तिघांचं कातडं एका नगाऱ्याला तरी पुरेल का, या आशंकेनं त्यानं विचारलं, "कसे आहेत तिघंही?"

"धूसर प्रकाशात नीटसं दिसलं नाही, महाराजा! दोघे अंगाबरोबरीचे चांगल्या भक्कम बांध्याचे आहेत. तिसरा मात्र तुझ्यापेक्षाही उंच असावा. खांदेही खूप रुंद आहेत. तिघंही ब्राह्मण बटु आहेत."

"पकडून का आणलं नाही त्यांना?"

"पहारेकरी एकटाच होता. महाराजाला भेटायचंय्, म्हणून तेच त्याला घेऊन येताहेत इकडं. आता येतीलच इथं."

आश्चर्य... छे:!

जरासंध गडबडला. त्याचं मन साशंक झालं.

मला भेटायला यायची ही कसली पद्धत? नगरद्वारातून येण्याऐवजी कुठून आले हे? आणि नगारे फाडून दरीत का लोटून दिले?

त्याचं मन प्रक्षुब्ध झालं.

थोड्याच वेळात ते तिघं तिथं आले.

पुढच्याला कुठं तरी पाहिल्यासारखं वाटतं. थोडा सावळा; पण विलक्षण आकर्षक चेहरा, मधला शुभ्र गोरापान सुंदर तरुण आणि मागचा...! व्वा! पाहताच प्रेमाचं भरतं यावं, अशी देहयष्टी! कमेरला एक वस्त्र, एक खांद्यावर, गळ्यात फुलांचे हार, कपाळाला चंदनाचे पट्टे, मागच्या बाजूला पाठीवर सोडलेले लांब केस, धीरगंभीर चालणं...

''जरासंध महाराजाला आशीर्वाद! विश्रांतीच्या वेळी आल्यामुळं संकोच वाटतो. स्नातकांना योग्य अशा पद्धतीनं या दोघांचा आदर-सत्कार व्हावा. पण तुझ्याबरोबर जे महत्त्वाचं बोलण्यासाठी आलो आहोत, ते बोलून झाल्याशिवाय आम्ही कुठल्याही सत्काराचा स्वीकार करणार नाही. फक्त मध्यरात्री... म्हणून पूर्व आणि उत्तर रात्र एकमेकीत मिसळत असताना हे तोंड उघडून बोलतील. त्यामुळं आता तू विश्रांती घे. मध्यरात्री तू इथं आलास, तरी हरकत नाही किंवा आम्हाला हवं तर बोलावून घे. तोपर्यंत आम्ही इथं बसू? आम्हांला दर्भासनं हवीत.''

अंथरुणावर पडलं, तरी झोप येईना.

ते खालच्या मजल्यावर दर्भासनावर बसले आहेत पद्मासन घालून! ओळीनं बाहुल्यांसारखे! कोण असतील? पूर्ण पद्मासनही घातलं नाही. त्या दैत्याच्या तर मांड्या आणि पोटऱ्या पद्मासनासाठी वळणंच कठीण आहे! इतर दोघांचे देहही ब्राह्मणांसारखे काटकुळे नाहीत. मध्यरात्रीपर्यंत मौन, म्हणे. कुठलं व्रत असेल हे! अं... भैरवोपासक तर नसतील? थोडा अभिमान वाटला. थोडी आत्मीयताही वाटली, भीतीही वाटली. नरबली द्यायचा असेल का? माझा नरबली? खालच्या पहारेकऱ्यांची त्यांच्यावर नजर आहे, म्हणा!

तरीही तो उठला. शय्यागाराच्या गवाक्षातून बाहेर पाहिलं.

बळी देण्याच्या विधीसाठी स्मशानात तयार करून ठेवलेल्या मूर्तीसारखे तिघंही बसले होते!

पापण्या तरी हलवतात, की नाही, कोण जाणे! पण बसण्याची पद्धत, आसन थोडंही बदललं नव्हतं. यांनीच नगाऱ्याचं कातडं काढून तुकडे केले असतील? का? तांब्याची ती अजस्त्र भांडी का फेकून दिली असतील? पार चिमटून गेली असतील ती! आता यानंतर नगाऱ्याचा तो 'डग्-डग्' आवाज

कधीच ऐकू येणार नाही. लोकांच्या मनात भीतीचे पडसाद उठणार नाहीत.

तो पुन्हा जागेवर जाऊन झोपला.

पुन्हा पुन्हा तोच प्रश्न नवे उद्वेग, नवे संशय, नव्या आशंका घेऊन उभा राहत होता. खाली येऊन 'आताच काय सांगायचं, ते सांगा,' असं म्हणायची इच्छा होत होती. पण त्यांचं ते विचित्र व्रत!

मध्यरात्री जे सांगायचं, ते सांगतील, म्हणून उबदार पांघरूण अंगावर ओढून झोपायचा प्रयत्न करू लागला. पण आता तर जांभईचाही पत्ता नव्हता. नाइलाजानं तो उठला आणि खिडकीतून बाहेर पाहू लागला.

चांदणं कमी होत होतं. भोवतालच्या डोंगरांच्या रांगा क्षणाक्षणाला अधिकच निगूढ होत होत्या.

मध्यरात्र म्हणजे ही निगूढता गोठून जायची वेळ! अजून किती वेळ आहे? सहदेव गाढ झोपलाय्, नगारे पडल्याचा आवाज त्यानं ऐकला नसेल का? ऐकूनही कूस पालटून पुन्हा गाढ झोपला असेल तो! शेणाचा गोळा नुसता!

एकाएकी शिशुपालाची आठवण झाली.

कुणीही त्याचा उल्लेख धर्मघोषाचा मुलगा म्हणून करतच नाहीत. जरासंधाचा मानलेला मुलगाच म्हणतात. खरा धैर्यवान आहे बेटा! तो का माझ्या पोटी जन्मला नाही? त्याची आई यादव-कुळातली आहे, म्हणे. त्याला इथं येऊन किती दिवस झाले! गेल्या खेपेला आला होता, तेव्हा सांगत होता, 'तिकडे उत्तरेकडे कुरुवंशातल्या पांडवांचं बळ वाढतंय्. त्यांच्यावर नजर ठेवायला हवी...!' या गाढवाला– सहदेवाला काहीही समजत नाही. क्षत्रियसहज सुखं उपभोगायची, एवढंच ठाऊक आहे याला!

खिडकीबाहेरच्या पर्वतरांगा आणखी काळ्या होत होत्या.

किती वेळ राहिलाय्?

चांदणं नाहीसं होऊन पूर्ण अंधकार भरू लागला होता.

कुठली तिथी आज?

तो अस्वस्थपणे आपल्या शय्यागारात धपाधप पावलं टाकत येरझाऱ्या घालू लागला. दिव्याच्या उजेडात त्याच्या सावलीचे आकार क्षणाक्षणाला बदलत होते. पुन्हा खाली बसलेल्या आगंतुकांची आठवण झाली. न राहवून त्यानं टाळी वाजवली. पायऱ्यांवर उभा असलेला सेवक वर आला.

"काय करताहेत ते?"

"तसेच बसून आहेत स्मशानातल्या बाहुल्यांसारखे!"

"अजून त्यांची मध्यरात्र झाली नाही?"

"विचारून येतो..."

नको म्हणावंसं वाटलं नाही. पायऱ्या उतरून गेलेल्या सेवकाचा आवाज ऐकू आला. पुन्हा वर येऊन त्यानं सांगितलं,

"आता वर येताहेत."

वर येऊन ते पुन्हा तसेच बसून राहिले. राजोचित आसनावर अंथरलेल्या सुंदर चितारलेल्या वस्त्रावर बसून जरासंधानं विचारलं,

"तुमच्याविषयी मनात शंका आहे. स्वतःला स्नातक म्हणवून घेता आणि पुष्पमाला-चंदनाचा लेप कसा धारण केला आहे तुम्ही?"

"व्वा! जरासंधा!" आधी ज्यानं सांगितलं होतं, तोच पुन्हा म्हणाला, "तुझी आर्य संप्रदायाविषयीची माहिती कौतुकास्पद आहे! पण तू अर्धवट आर्य असल्यामुळं तुझं ज्ञानही अर्धवट आहे! क्षत्रिय स्नातक पुष्पमाला आणि चंदनलेप धारण करतात. ब्राह्मण नव्हे. तू गुरु-कुलात अध्ययन केलं असतंस, तर तू असा चुकला नसतास!"

ह्यानं सांगितलं, ते बरोबर, की चुकीचं? काही का असेना, इतक्या सलगीनं, आपण गुरुकुलात न शिकलेले संस्कारहीन आहोत, हे इतक्या स्पष्टपणे सांगणाऱ्या त्या तरुणाचा त्याला प्रचंड राग आला. पण नगारे फोडून या मध्यरात्रीपर्यंत वाट पाहायला लावणाऱ्या तिघांवर कशी आग पाखडावी, ते न समजल्यामुळं त्याच्या अंगाची नुसती लाही लाही झाली.

"तुम्ही कोण आहात, ते आधी सांगा." त्यानं आज्ञा केली.

"ते समजून घेण्याआधी एक महत्त्वाची गोष्ट सांगतो. आता या क्षणी आमचं सैन्य तुझा गिरिव्रज चहू बाजूंनी घेरून, मोक्याच्या जागा काबीज करून उभं आहे. आमचं सैन्य– म्हणजे द्रुपद-धृष्टद्युम्नाच्या नेतृत्वाखाली पांचालांचं सैन्य, द्रोणाचार्यांच्या नेतृत्वाखाली कौरव-सेना, बलरामाच्या नेतृत्वाखाली द्वारकेच्या यादवांचं सैन्य, धर्मराजाच्या नेतृत्वाखाली कुरुवंशातल्या पांडवांचं सैन्य, इथून तुझ्या भीतीमुळं दक्षिणेला गेलेल्या शूरसेन, भद्रकार, ओघ, शाल्व, पटंचर, सुस्थल, सुकुट्ट, कुंती, शाल्वायन– यांचं सैन्य, ज्या क्षत्रियांना तू बंदिवासात टाकलं आहेस. त्या शहाऐंशी राजांचं सैन्य– आता आणखी यादी सांगत बसत नाही. मध्यरात्रीपर्यंत अंधारात त्यांना वेढायला वेळ मिळावा, म्हणून आम्ही मौन धरून बसलो होतो."

नगारे फुटल्याचा अपशकुन जरासंधाच्या मनाचा कोपरान् कोपरा भरून गेला.

"अजून माझी ओळख पटली नाही का?" त्या आगंतुकानं विचारलं. त्याची दृष्टी जरासंधाच्या दृष्टीला खेचत होती.

"नीट पाहा माझ्याकडे..." त्यानं पुन्हा एकवार म्हटलं.

जरासंधाची अस्वस्थता पराकोटीला गेली होती.

अखेर तो आगंतुकच म्हणाला,

"मी कृष्ण वासुदेव. तू समस्त सैन्यासह चालून आला होतास, तेव्हा युद्धाला उभा न राहता पळून गेलो होतो, तोच! त्या वेळी तू जेवढं सैन्य आणलं होतंस, तेवढंच सैन्य घेऊन मी आज आलोय्! ज्यानं द्रुपद राजाचा कठिणतम पण जिंकून द्रुपदकन्या जिंकली, तो कुशल धनुर्धारी अर्जुन हा आहे आणि त्या वेळी छताचा आधाराचा खांबच उपटून ज्यानं संपूर्ण क्षत्रिय-सभेची दैना केली, तो हा भीम!"

जरासंधाला आठवलं. सगळं आठवलं.

फक्त लग्न म्हणून सैन्याशिवाय गेलो, तेच चुकलं. याचं सामर्थ्य... हो. संपूर्ण छतच कोसळून गेलं होतं...

कृष्ण वासुदेव पुढं बोलत होता,

"कुठलाही शत्रू येऊन पोहोचू शकणार नाही, म्हणून या गिरिव्रजावर फारच विश्वास ठेवलास ना तू! आता हीच नगरी तुझ्यासारख्या घुशीला पकडायचा सापळा झाली आहे! पण आम्ही शुद्ध क्षत्रिय आहोत. विनाकारण नरहत्या आम्ही करणार नाही. तू जरी मथुरा धुळीला मिळवलीस, तरी आम्ही तसे वागणार नाही. खऱ्या जातिवंत आर्यानं सैन्याच्या बळावर मदोन्मत्त होता कामा नये. स्वत:च्या बाहुबळावर उभं राहिलं पाहिजे. आता एवढ्या सैन्यानं तुला वेढलं असलं, तरी तुला एक क्षत्रिय-संधी देण्यात येईल. स्वीकारणार?"

पार मुळापासून हादरून गेलेल्या जरासंधाचा वस्तुस्थितीवर विश्वास बसायला तयार नव्हता. तोच कृष्णानं पुन्हा विचारलं,

"तू आर्य आहेस, की अनार्य, हे स्पष्ट करशील का?"

"गुरं राखणाऱ्यापेक्षा माझं आर्यत्व निश्चितच श्रेष्ठ आहे!" जरासंध गुरगुरला, तरी त्यातून धग स्पष्ट जाणवत होती.

"मग उत्तम आहे! आर्य आहेस, तर आमच्या आव्हानाचा स्वीकार कर. आम्हा तिघांपैकी कुणाशीही युद्ध कर. हवं तर या अर्जुनाशी धनुर्युद्ध कर, या भीमाशी मल्लयुद्ध कर. मी या दोहोंपैकी कुठल्याही युद्धाला तयार आहे. शिवाय माझ्यावर तुझा वैयक्तिकही राग आहे. हवं तर माझीच निवड कर. एका बाबतीत मात्र निश्चिंत राहा. आम्हा तिघांपैकी तू एकाला हरवलंस, तरी अंधाराप्रमाणे तुझी ही नगरी व्यापून राहिलेलं आमचं सैन्य आम्ही माघारी घेऊ. तू हरलास, तरी आम्हांला काही तुझा गिरिव्रज नको. हे राज्य तुझ्या सहदेवाला देऊन आम्ही निघून जाऊ. राक्षसांचा नाश करून तू भर वयात असताना तुला राज्यावर बसवून तपश्चर्येला गेलेले तुझे वडील आर्य होत; आणि एवढा मोठा मुलगा

होऊनही स्वत: राज्य करणारा तू अनार्य! वेदाची शपथ घेऊन सांगतो, तू हरलास, तर राज्य तुझ्या मुलालाच देऊ. त्याला वेळप्रसंगी मदतही करू. तू खरा आर्य असशील तर, खरा पुरुष असशील, तर आम्हा तिघांपैकी कुणालाही द्वंद्वयुद्धाचं आव्हान दे. हा भीम... नको. महाबलवान मल्ल आहे तो. तो नको. मीच भेकड आहे, असा प्रचार करत होतास ना? माझ्याशीच द्वंद्वयुद्धाला तयार हो. नाही तर तू आर्य नाहीस, पुरुष नाहीस आणि क्षत्रियही नाहीस, असं कबूल कर. आम्ही आमच्या सैन्यासह निघून जाऊ.''

जरासंध नुसता धगधगला होता. त्यानं तिघांवरून नजर फिरवली आणि म्हणाला,

''जीव वाचवण्यासाठी जो पाठ दाखवून पळून गेला, त्याच्याशी मी युद्ध करणार नाही.''

भीमावर नजर खिळली. विचारलं,

''तूच राक्षस स्त्रीशी लग्न केलंस, नाही का!''

भीमाऐवजी कृष्णानंच होकार दिला.

जरासंध उठून उभा राहिला. भीमापाशी येऊन त्याच्या खांद्यावर हात थोपटत म्हणाला,

''तू चल द्वंद्वयुद्धाला.''

भीम चपळाईनं उठून उभा राहिला.

कृष्णानं त्याच वेळी सांगितलं,

''तुझ्या मुलाला बोलावून घे. तुझा मुकुट त्याच्या डोक्यावर ठेव. कारण आम्हांला तुझ्या सिंहासनाची मुळीच आशा नाही.''

जरासंधानं टाळी वाजवली. सेवकानं धावत जाऊन सहदेवाला बोलावून आणलं. शयनगृहात अर्धवट झोपेतून उठून आलेल्या सहदेवाला काहीच समजत नव्हतं. वडिलांनी दिलेला मुकुट आणि तलवार स्वीकारतानाही तो गोंधळलेलाच होता. जरासंधानं ताशे वाजवणाऱ्यांना बोलावण्यास सांगताच कृष्ण म्हणाला,

''ताशांच्या आवाजात मल्लयुद्ध करणं ही राक्षस-पद्धती आहे.''

आखाड्याच्या भोवताली मोठमोठे पलिते घेऊन रक्षक उभे राहिले. या वेळेपर्यंत आत असलेल्या आस्ति आणि प्राप्तिही आता बाहेर आल्या. त्यांना पाहताच कृष्ण त्यांच्यापाशी जाऊन वाकून म्हणाला,

''मी तुमचा भाचा आहे. तुम्हाला मुली असत्या, तर त्या माझ्या बायका झाल्या असत्या. पण माझं तेवढं नशीब कुठलं?''

त्याच्या नम्रपणामुळं आणि लाघवी बोलण्यामुळं त्या दोघी अवाक होऊन गेल्या.

एवढ्या अवधीत अर्जुनानं भीमाला लंगोट कसला होता. आतून आणलेला जरासंधाचा जुना लंगोट बरोबर बसत नसल्यामुळं तो धोतराचाच घट्ट कासोटा

कसून द्वंद्वयुद्धासाठी सिद्ध झाला. भोवतालच्या पलित्यांच्या उजेडात उसळणारे भीमाचे स्नायू आणि त्यावर मोहून गेलेला सैल आणि अवाढव्य शरीराचा सत्तरीचा म्हातारा! भोवताली उभे असलेले एवढ्या अवधीत जमलेले राजवाड्यातले सेवक...

❑

किती सुलभपणे कृष्णाच्या झोळीत पडला जरासंध! वैऱ्याच्या मनातलं मर्म जाणणं हेच युद्धातलं पाऊण काम असतं, असं कृष्ण म्हणतो, ते अगदी खरं आहे. तेहेतीस-चौतीस वर्षांच्या भीमापेक्षा दोन वर्षांनी लहान असलेला कृष्ण! कृष्णाच्या मामाला– कंसाला आपल्या मुली देणारा जवळ जवळ सत्तरीचा जरासंध! केवढं वयातलं अंतर हे! तरीही मुलाला सिंहासनावर न बसवण्याइतका अधिकाराचा लोभ! पण जर त्यानं कृष्णाला म्हटलं असतं, 'द्वंद्वयुद्ध समवयस्कांतच करायचं असतं...' तर? ह्या द्वंद्वयुद्धाच्या नियमाविरुद्ध कृष्ण काय करणार होता? पण जरासंधानं ते विचारलं नाही आणि तो हे विचारणा नाही, हे त्याचं मर्म कृष्णाला ठाऊक होतं! झोपलेल्या मुलाला उठवून, त्याच्या मस्तकावर किरीट ठेवून, एवढ्या अवधीत जाग्या झालेल्या समस्त लोकांसमोर तो आखाड्यात उतरला, म्हणे.

जन्मल्यापासूनच जरासंधाचा अवाढव्य देह. त्यात आता वय झालेलं. राजभोगामुळंही असेल.

उलट, भीमाचा देह गच्च स्नायूंनी भरलेला. दगडासारखी हाडं, एक दिवसही न सोडता केलेली अंग-साधना. सगळ्यात महत्त्वाचं म्हणजे वय! हाताला हात, खांद्याला खांदा भिडवून घुमू लागल्यावर थोड्याच वेळात त्याला दम लागल्याशिवाय राहील का? 'भीमा, जरासंध दमलेला दिसतोय्, रे!...' असं कृष्णानं खोचकपणे म्हणताच म्हातारा खवळून उठला आणि आपली शक्ती दाखवण्यासाठी जोरात उच्छ्वास टाकत आणखी वेगानं घुसळू लागला, म्हणे! भीमाची बुद्धीच मंद. फक्त नियम लावून कुस्तीचे विविध डाव टाकत होता, म्हणे. कदाचित म्हातारा म्हणूनही दया आली असेल. कृष्णानं कितीही खुणा केल्या, तरी त्याचं तिकडं लक्षच नव्हतं.

अखेर कृष्ण आणि अर्जुनानं दोन्ही बाजूंनी खुणा केल्या आणि जरासंधाला पालथा पाडून, पाठीवर चढण्याआधीच जरासंधाचा शेवटचा श्वासही निघून गेला होता, म्हणे.

कृष्णच नंतर एकदा सांगत होता, 'युयुधान, भीमानं मुद्दामच जरासंधाला उताणं पाडून, हरवून, नंतर ठार मारलं नाही. ठार मारलं, तरी त्याला चीत केलं

नाही, या भीमाची मोठ्यांवर फारच भक्ती!'

तो सहदेव तर अगदीच भित्रा. घाबरून थरथर कापत उभा राहिला होता, म्हणे! एवढ्या दणकट बापाचा मुलगा एवढा भित्रा कसा, कोण जाणे!

उजाडण्यापूर्वी जरासंधाचं प्रेत त्याच्या राजवाड्यासमोर ठेवलं, तेव्हा सारे गावकरी घाबरून गेले होते, म्हणे. सेनाप्रमुखही येऊन भीम-कृष्णाचे पाय धरू लागले, म्हणे! कुणालाही मगध देशाचा अभिमान नव्हता का? देशाविषयीचा अभिमान जनमानसात वाढवण्याऐवजी जरासंधानं फक्त आपला अहंकारच पोसला होता का? हे राजकारण म्हणजे फारच कठीण गोष्ट आहे.

त्याच दिवशी जरासंधानं बळी देण्यासाठी कारावासात बंद करून ठेवलेल्या राजांना मोकळं करण्यात आलं.

एकाएकी समुद्रावरून वारं यायला सुरुवात झाली. सर्वांगावर झिरपणाऱ्या घामावर तो वारा घेताना थोडं बरं वाटलं. पाण्यानं तोंड, हात, चेहरा धुतला, तर आणखी बरं वाटेल, ह्या दृष्टीनं त्यानं सभोवताली नजर फिरवली.

कोपऱ्यात एक मातीचा डेरा होता. शेजारी ठेवलेल्या छोट्या भांड्यातून थोडं पाणी घेऊन तोंड, मान, गळा, दंड, हात ओले करून थोडं पाणी तो प्यायला. मन समुद्राकडे वळलं.

एक नजरेत भरून जाणारा समुद्र विशाल वाटत होता, तर मधूनच आकुंचित झाल्यासारखा वाटत होता.

समुद्रापर्यंतच्या सगळ्या राजानां जिंकून किंवा त्यांचा विश्वास संपादल्यानंतर करायचा समारंभ, म्हणजे राजसूय यज्ञ ना! एकदा भलामोठा पर्वत उलथून टाकला, तर एखादा खड्डा खणणं म्हणजे काय फार मोठं काम आहे? जरासंधाला त्याच्या गिरिव्रजात शिरून ठार केल्याची बातमी संपूर्ण आर्यावर्तात पसरली असता पांडवांच्या राजसूयाला विरोध तरी कोण करणार? जरासंधाच्या वधामुळं भयभीत झालेले काहीजण आणि इतरांनी त्यांचं अनुकरण केलेलं. पूर्वेकडे द्विग्विजयासाठी भीम गेला, तेव्हा तर त्याला गाड्या भरभरून खंडणी द्यायला सगळेजण पुढं सरसावले. अर्जुनानं उत्तरेकडे, सहदेवानं दक्षिणेकडे आणि नकुलानं पश्चिमेला जाऊन वैभव मिळवून आणलं, ते तरी सामान्य होतं का?

एकाएकी युयुधानच्या मनात निराशा निर्माण झाली.

भीम आणि अर्जुनाला घेण्याऐवजी मला आणि आणखी कुणाला?... हं... बलरामाला घेऊन जाऊन कृष्णानं जरासंधाचा वध घडवून आणला असता, तर? सत्तरीच्या म्हाताऱ्याला धापा टाकण्याइतकं दमवून ठार करायला भीमच कशाला हवा? एवढं तर मीही केलं असतं! स्वत: कृष्णासाठी एवढं करणं

अशक्य नव्हतं. असं झालं असतं, तर जरासंधाच्या भीतीमुळं मथुरेहून पळून आलेल्या यादवांनाच हा मान मिळाला नसता का? राजसूयही आम्हीच केलाच असता, तर काय बिघडलं असतं? त्यासाठी भीमाला का कष्ट? जशी पूर्वेच्या राजांनी घाबरूनच त्याला खंडणी दिली, तशी आम्हालाही दिली असती...

त्याचं लक्ष खिडकीतून बाहेर गेलं. उकाड्यानं उबून गेल्यामुळं त्यानं एक निःश्वास सोडला. काही वेळापूर्वीच पाण्यानं ओलं केलेलं त्याचं शरीर पुन्हा घामानं पाझरत होतं.

कुणाचंही ऐकणार नाहीत हे यादव. एवढं वय झालंय्, उत्सवाच्या प्रसंगी दोघांनी दंडाला धरून उचलून आणून सिंहासनावर बसवलं, तर तेवढ्यापुरतं बसण्यापलीकडे काहीही न करणाऱ्या उग्रसेनाला सिंहासनावरून खाली उतरायची इच्छा नाही. तो खाली उतरला, तर त्या सिंहासनावर बसण्यासाठी उत्सुक असलेला बलराम! त्याच्या मनात कृष्ण आपलं ज्येष्ठत्व डावलून सिंहासन हस्तगत करेल, ही भीती पहिल्यापासूनच दडली होती. म्हणून एकदा बलराम राजा झाला, की कृष्णाच्या प्रत्येक कामात अडसर ठरलेला! कृष्णाच्या परवानगीशिवाय बलराम राजा होणं शक्य नाही आणि बलराम असताना कृष्ण सिंहासनावर बसू शकत नाही. कृष्णाची सिंहासनावर बसण्याची इच्छा असेल, असं त्याच्या इतक्या दिवसांच्या सहवासात एकदाही मला दिसलं नाही. आपल्या मनात आहे, तेवढं घडलं, की झालं, एवढीच त्याची माफक इच्छा. नावावर येणारी अपकीर्तीही तो फारसा मनाला लावून घेत नाही.

त्यानं अंगावरच्या वस्त्रानं घामेजलेलं अंग पुसून घेतलं.

उन्हं कमी होऊन आकाशात काही ढग दिसत होते.

आज तरी पाऊस येईल का? रोज असंच होत होतं.

आकाशातली दृष्टी आत वळवत असताना त्याला वाटलं, आपल्याला वाटतं, हे काही खरं नाही. अपमान त्याच्याही मनाला स्पर्श करतोच. पण त्यामुळं तो आपलं मन खवळू देत नाही. योग्य संधी मिळाली, की फडा वर काढतोच. जर तो तसा निर्लज्ज असता, तर त्याला कुणी मान दिला असता का?

बलाढ्य जरासंधाचा वध झाला, तेव्हा शिशुपालही अवाक होऊन गेला होता. म्हणूनच त्यानं भीमाला मुकाट्यानं खंडणी दिली. शिवाय पांडवांशी त्याचं वैयक्तिक शत्रुत्व असण्याचंही कारण नव्हतं. तो जेव्हा राजसूयासाठी इंद्रप्रस्थाला आला, तेव्हा त्याला या राजसूयामागे कृष्ण असल्याचं समजलं. यादवांशी

शत्रुत्व असलेला जरासंधाच्या बाजूचा एक क्षत्रिय-समूह तिथं हजरच होता. प्रथम-सत्काराचा प्रश्न आला, त्या वेळी कुणाचीही पूजा केली असती, तरी तो मुकाट्यानं बसला असता, की काय, कोण जाणे! स्वत:चा एवढा मोठा गौरव व्हावा, अशी त्याची आशा नव्हती. ते स्थान मिळणं अशक्य आहे, हे समजण्याइतका तो सूज्ञही होता. कृष्णाविषयी मात्र त्याच्या मनात खदखदणारा संताप समजण्यासारखा आहे. जरासंधानं त्याचं रुक्मिणीशी लग्न ठरवलं होतं. त्यासाठी जरासंध त्याला घेऊनही गेला होता. मथुरा भुईसपाट केल्याच्या गौरवार्थ हा बहुमान त्याला मिळायचा होता. अशी रूपवती पळवून घेऊन जाणाऱ्या कृष्णाला तो कशी क्षमा करेल? अपमान आणि दारुण निराशा एकमेकांत मिसळल्यानंतर विस्मरण तरी कसं होणार? शिशुपालानं आपल्या जुन्या स्नेह्यांसह कृष्णाच्या अग्रपूजेला विरोध केला, ते साहजिकच आहे. त्याचे सगळेच मुद्दे चुकीचे होते, असंही म्हणता येणार नाही. 'धर्मराजा, कृष्णाशी तुमचा वैयक्तिक स्नेह असेल, तर त्याला अंत:पुरात घेऊन जा आणि हवा तसा सत्कार कर; पण इथं एवढे राजे हजर असताना तू कुठल्या न्यायानं त्याला अग्रपूजेचा मान देऊन इतरांचा अपमान करणार आहेस? आम्ही सगळे सिंहासनाधिष्ठित राजे आहोत. हा सिंहासनाधिष्ठित नाहीच, शिवाय युवराज होण्याचाही अधिकार नसलेला सर्वसामान्य क्षत्रिय आहे. अशा साधारण व्यक्तीला प्रथमस्थानी बसवून इतरांना त्यानंतरचा क्रम देणं अपमानकारक नाही का?' काय चुकलं त्याचं? आपल्यासाठी एवढं सगळं करणाऱ्या कृष्णाला सोडून पांडव तरी आणखी कुणाला अग्रपूजेचा मान देणार? पण कृष्ण कसा तयार झाला यासाठी? त्यावेळी तो होता तरी किती वर्षांचा? पस्तीस किंवा छत्तीस वर्षांचा. 'मला नको... माझ्याहून वयानं बरेच ज्येष्ठ जन आहेत, त्यांना हा अधिकार द्या,' असं त्यानं का नाही सांगितलं? उलट, कुरुराष्ट्रालाही तापदायक बनलेल्या जरासंधाचा वध करण्यास कारणीभूत झालेल्या कृष्णाचं नाव भीष्मांनी सुचवलं आणि त्याला आक्षेप घेणाऱ्या शिशुपालालाच त्यानं आव्हान दिलं. शिशुपालही काही दुर्बल नव्हता. एवढ्या भरलेल्या सभेत द्वंद्वयुद्ध खेळून त्यानं शिशुपालाला संपवलं. समजा, त्यात कृष्णच मारला गेला असता, तर?

चटईवर पडून युयुधाननं पाय पसरले. डोळे आपोआप मिटले गेले.

एक झोप काढावीशी वाटली.

हा उकाडा असाच! त्यात समुद्रकिनारा.

पुन्हा इंद्रप्रस्थाची आठवण झाली.

संपूर्ण राजसूयाची धामधूम संपेपर्यंत आम्ही तिथंच होतो ना. काय ते वैभव! किती माणसं! काय आदरातिथ्य! शिशुपालाचा वध करून त्याच्या देहाला अग्नि-

संस्कार केल्यावर कृष्ण सरळ जाऊन प्रथम-स्थानावर बसला होता. त्या वेळेपासूनच बलरामाचं मन थोडं कडवट झालं का? त्या समारंभात काही त्यानं विरोध केला नाही. कठोर बोलला नाही. पण मन कटु झालं असलं पाहिजे.

झोप पुन्हा डोळ्यांवर येऊ लागली. दोन जांभया आल्या.

एवढ्या लहान वयात एवढं सारं मिळवून दिल्यावर तो राजसूयाचा सूत्रधारच झाला. प्रथम-गौरवाचा अधिकार त्याचाच नाही का?... यापेक्षा वयाचं ज्येष्ठत्व... कनिष्ठत्व महत्त्वाचं आहे का?...

एकेका विचाराबरोबर युयुधान झोपेत खेचला जात होता. अखेरच्या विचाराबरोबर त्याच्या घोरण्यानं जोर धरला.

❑

झोपेचा पापुद्रा अजून पूर्ण बाजूला झाला नव्हता. पूर्ण जाग येण्याआधी पावलांचा आवाज ऐकू आला. कुणी तरी बोलत वर येत असल्याचाही आवाज ऐकू आला. त्यापैकी एक आवाज नंदाकाचा असल्याचं झोपेच्या गुंगीतही त्याच्या लक्षात आलं; पण दुसरा आवाज ओळखू आला नाही. शब्दांचे उच्चारही थोडे वेगळे वाटत होते. काही शब्दांचा अर्थही समजत नव्हता. नंदकाला ठार बहिरा समजून ती दुसरी व्यक्ती चढ्या आवाजात बोलत होती. वर येऊन नंदक म्हणाला,

"तू इथंच झोपलास, म्हणून क्रतूनं सांगितलं. झोपमोड नाही ना झाली?"

युयुधानच्या जवळ येऊन त्यानं सोबत आलेल्या व्यक्तीला बसून घ्यायला सांगितलं.

तोही बसला.

सोबत आलेला माणूस मांडी घालून न बसता दोन्ही पायांवर शरीराचा भार टाकून बसला होता.

त्याला पाहताक्षणीच तो अभीर जातीचा असल्याचं युयुधानच्या लक्षात आलं.

तांबूस काळा रंग, भरपूर उंची, सडपातळ शरीरयष्टी, धारदार नाक, गालाची विशिष्ट ठेवण, तीक्ष्ण दृष्टी, हातात त्याच्याच उंचीची जाड काठी, धावण्यात धनगरी कुत्र्यालाही मागं टाकतील, असे सडपातळ, टणक पाय.

उठून बसून, युयुधान आळस देत असतानाच नंदक म्हणाला,

"हे पाहा, पुन्हा यांचं आणि यादवांचं भांडण सुरू झालं आहे. तेच भांडण

घेऊन आलाय् हा कृष्णाकडे. या खेपेला चूक यादवांचीच आहे, असं सिद्ध करतो, असं याचं म्हणणं आहे. हा कृष्ण कधी येईल, हे तर काही सांगताच येत नाही. कसं मिटवायचं हे प्रकरण?''

युयुधानलाही या भांडणाची पार्श्वभूमी थोडी-फार ठाऊक होती.

सुरुवातीला या आनर्त देशावर अभीरांचाच अधिकार होता, म्हणे. म्हणजे त्यांनी कुठं एका जागी स्थिर राहून शेती केली नव्हती. शेती करून पिकवलेलं धान्य हा त्यांनी कधीच प्रमुख आहार मानला नाही. शेकड्यांनी गुरं-जनावरं पाळायची, पाडसाचं-खोंडाचं मांस, गाईचं दूध, कंदमुळं, फळं हाच त्यांचा आहार होता. त्यांच्यापैकी काही टोळ्या पावसाळ्याच्या सुरुवातीला सपाट जागा पाहून गहू पेरत आणि लोंब्या आल्या, की दगडावर वाटून शिजवून खात. पण आर्यांप्रमाणे नांगरानं जमीन नांगरून, खत-पाणी घालून, तण काढून, व्यवस्थित पीक काढण्याची त्यांना सवय नव्हती. मथुरेचे यादव इथं येण्याआधीही इथं आर्य राहत. पण एकाच वेळी मथुरेहून खूप सारी माणसं इथं आल्यावर आवश्यकताच वाढल्यामुळं अधिकाधिक जमीन लागवडीखाली आणणं अपरिहार्य झालं होतं. पिकांचं रानटी प्राण्यांपासून रक्षण करण्यासाठी कुंपण घातलं जात होतं. पण ते अभीरांच्या गुरांच्या तावडीतून पिकाला रक्षण देण्यास असमर्थ ठरत होतं. ज्या जमिनीत आपण मोकळेपणानं गुरं चारत होतो, त्या जमिनीत पिकं काढून आर्य आपला अधिकार गाजवत असल्याचं पाहून, काही अभीर तरुण जाणूनबुजून कुंपण मोडून गुरं पिकांवर सोडत होते. लोखंडी धारदार टोकाच्या बाणांचा वापर करणारे आर्य आणि विषाच्या रसात बुडवलेल्या बाणांचा वापर करणारे अभीर यांची मधून मधून भांडण होत होती. काही वेळा यादव भांडणाला सुरुवात करून अभीरांना ठार करत होते. अभीरही रात्रीच्या वेळी यादवांची शेती आणि घरं आगीच्या तोंडी देऊन सूड उगवत होते. मथुरेच्या जवळपासचे नागजनही तिथं असताना असाच त्रास देत होते.

पिता सत्यक आणि त्याच्या बरोबरचे सगळे तरुण असतानाची हकीकत. छोटा कृष्ण व्रजच्या शेतकऱ्यांमध्ये राहत होता, त्याही वेळी नदीच्या पलिकडचे नाग असाच त्रास देत, म्हणे. एकदा नदी ओलांडून आलेल्या त्यांच्या प्रमुखाला...

युयुधाननं विचारलं,

''नंदका, तुमच्या गावात असताना कृष्णानं एका नागप्रमुखाला मारलं होतं ना? त्याचं नाव काय?''

''त्याचं नाव...'' नंदक आठवू लागला. चेहरा सुरकुतला. डोकं खाजवलं आणि म्हणाला, ''...हो आठवलं. कालिया त्याचं नाव. आम्हीही गेलो होतो. नदी ओलांडून ते वरचेवर येत होते. अगदी दररोज नव्हे, मधून मधून रात्रीच्या

वेळी येऊन आमची पिकं जाळून जात. आम्ही पाळतच ठेवली त्यांच्यावर. एक दिवस चांगलेच सापडले आमच्या हाती. फक्त कालियाच नव्हे, त्याच्याबरोबर आणखी तिघांना संपवलं. तेव्हापासून ते अरण्य सोडून कुठं गेले, कुठल्या दिशेला गेले, हे कुणालाच समजलं नाही. का बरं विचारलंस?''

''सहज विचारलं. काही तरी आठवलं...'' म्हणत असतानाच युयुधानला कृष्णामध्ये घडत गेलेला एक महत्त्वाचा फरक जाणवला!

व्रजमध्ये असताना यानं कालियाला ठार करून त्याच्या लोकांना पळवून लावलं. नंतर पांडवांसाठी खांडववनाची कृषिभूमी करतानाही त्यानं पुढाकार घेऊन नागसमूहाचा हल्ला परतवून लावत असताना अरण्याला चहूबाजूनं आग लावून, बाहेर पडून जीव वाचवू पाहणाऱ्यांना बाणानं टिपलं, म्हणे.

त्यानंतरच इथला अभीरांचा त्रास वाढल्याचं युयुधानला स्पष्ट आठवत होतं. त्यांना अधून मधून बलराम-कृतवर्मा धडा शिकवत होते. त्या वेळी मात्र कृष्णानंच पुढकार घेऊन दोन्ही पक्षांमध्ये मध्यस्थी केली आणि दोघांचीही गैरसोय होणार नाही, अशा रीतीनं त्यांच्यामध्ये समेट घडवून आणला होता. 'आजवर लागवडीखाली आणलेली जमीन आम्हाला कृषीसाठी पुरेशी आहे. फार तर तिच्या जवळपासची थोडी-फार जमीन आम्ही लागवडीखाली आणू. पण यानंतर आम्ही आणखी रानं जाळणार नाही. तुमची जनावरं आमच्या पिकांची नासाडी करणार नाहीत, हे तुम्ही पाहायला हवं. रानटी प्राणी तुमची जनावरंही मारून खातात आणि आमच्या शेतांचंही नुकसान करतात. त्यांच्या शिकारीसाठी तुम्ही आम्हांला बोलावलं, तर आम्ही येऊ. शिकारीचं सगळं मांस तुमचं.'

त्याच्या या समेटाला बलराम आणि कृतवर्मा यांनी किती विरोध केला! 'त्यांच्याबरोबर शिकार करायची, म्हणे! सगळं मांस त्यांचं, म्हणे! उरलेलं रान जाळणार नाही, म्हणे! म्हणजे गुरं राखणाऱ्या रानटी माणसांना वीर आर्यांनी घाबरून राहायचे दिवस आले का? तुला भीती वाटत असेल, तर घरात जाऊन झोप डोक्यावरून पांघरूण घेऊन!' म्हणाले ते कृष्णाला. शेवटी कृष्णाला सारं उलगडून सांगावं लागलं, 'आपण इथं येण्यापूर्वी ते इथं राहत होते. आता सुद्धा त्यांनीही जगायलाच हवं. आपणही जगायला हवं. आता जेवढी जमीन आपण लागवडीखाली आणली आहे, तेवढी आपल्याला पुरेशी आहे. शिवाय पीकही समृद्ध येतं. आपल्याला त्या रानटी प्राण्यांचं मांस खायची आवश्यकता नाही. ते काही आपल्यासारखी शेती करत नाहीत. आता हे भांडण आपण मिटवू.' सत्यक, वसुदेव, उग्रसेन वगैरेंना कृष्णाचं म्हणणं पटल्यामुळं बलराम, कृतवर्मा यांनाही हे मान्य करावं लागलं. एका दृष्टीनं ते बरंच झालं. त्यानंतर मात्र भांडणं कमी झाली होती. आमच्या इंद्रोत्सवाच्या दिवशी ते घागरी-घागरीभर दूध,

शिंदीचं मद्य, खोंडाचं मांस घेऊन येत आणि आम्ही वाढलेलं प्रथुक, सातू, पायस मिटक्या मारत खात. स्वत: कृष्ण जातीनं उभा राहून त्यांच्या बायका-मुलांना भरभरून वाढत होता. मग आता का बरं हे भांडण पुन्हा उभं राहिलं?

एकाएकी त्याला आठवलं, या वर्षी इंद्रोत्सवाच्या वेळी कृष्ण गावात नव्हता. बलरामानं त्यांच्यापैकी कुणालाही जेवायला बोलावलं नव्हतं. या कारणास्तव तर या अभीरांनी भांडण उकरून काढलं नसेल?

तो अभीर बोलू लागला,

"कृष्णापुढं काय ठरलं होतं? यानंतर अरण्य जाळायचं नाही, असं ठरलं नव्हतं का?..." बसल्या जागेवरून मागच्या खिडकीबाहेरच्या एका डोंगराकडे बोट दाखवून तो पुढं म्हणाला, "...परवा त्या पलिकडच्या डोंगराला आग लावली तुमच्या माणसांनी! हे उन्हाचे दिवस. रान तर वाळून गेलं होतं. वाऱ्यामुळं त्या बाजूला पसरावी, म्हणून मुद्दाम या बाजूनं आग लावलीय् त्यांनी! एवढ्या लांबवरच्या जमिनीत तुम्ही शेती करणं शक्य आहे का? मग का अशी आग लावली?"

युयुधानला या घटनेची काहीच माहिती नव्हती. आदल्या रात्री भेटला असता बलरामही याविषयी काही बोलला नव्हता. त्यानं मुद्दामच सांगितलं नाही, की बोलायला दुर्योधनासारखा मोठा विषय मिळाल्यामुळं ते राहून गेलं असेल?

मनाचा एक कोपरा या विचारात गढून गेला असला, तरी दुसरा कोपरा अभीराचं बोलणं, त्याचे उच्चार, त्याची भाषा याकडे लक्ष देत होता.

त्वम् म्हणण्याऐवजी तोम् म्हणत होता. अग्नि म्हणण्याऐवजी अगणि म्हणत होता. क्षेत्र असा उच्चार करण्याऐवजी खेत्र म्हणत होता. कृष्ण म्हणण्याऐवजी किस्न म्हणत होता. आमच्याशी संपर्क वाढला असल्यामुळं त्यांनी आमची भाषाही शिकण्याचा प्रयत्न चालवला आहे.

त्यानं पुढं विचारलं,

"मग आता काय करावं, असं तुझं म्हणणं आहे?"

"किस्न असता, तर त्यानं सगळं योग्य केलं असतं. तू त्याचा मित्र आहेस. तुझ्या माणसांना तू सांग, काय सांगायचं, ते!"

"अरे, सावकाश बोल. ऐकू येतंय्, म्हटलं!" आपल्याला बहिरा समजून, तो ओरडून बोलत असल्यामुळं युयुधाननं त्याला सांगितलं.

"बरं, बरं!..." तो पुन्हा तेवढ्याच मोठ्यानं म्हणाला.

नंदकानं खुलासा केला,

"आपल्या आर्यभाषेत बोलताना या सगळ्यांचे आवाज असेच चढतात. स्वत:ची भाषा बोलताना मात्र नेहमीसारखेच बोलतात ते!"

कुणाला काय सांगायचं, याचा विचार करत युयुधान मुकाट्यानं बसून राहिला. इतका वेळ दुर्लक्ष झाल्यामुळं न जाणवणारा घाम पुन्हा जाणवू लागला.

अंगावरच्या वस्त्रानं चेहरा आणि अंग पुसत असताना अभीर धनगरी कुत्र्यासारखा चपळाईनं ताडकन् उभा राहिला आणि म्हणाला,

"उकाडा वाढतोय्. ऊन्ह चढतंय्. अंधार होण्याआधी पुन्हा आमच्या लोकांमध्ये मिसळायला पाहिजे. मी पुन्हा येऊ का?"

यात आपण काय करू शकतो, हे अजूनही युयुधानला सुचलं नव्हतं.

त्याला पुन्हा यायला सांगून तरी काय करायचं? घरी जाऊन, पित्याशी बोलून, नंतर वसुदेवाच्या घरी गेलं, तर काही तरी करता येईल.

अभीर हातात लांबलचक काठी घेऊन, ढांगा टाकत पायऱ्या उतरून निघून गेल्यावरही युयुधान काही न बोलता बसून होता.

नंतर खिडकीतून डोकावून पाहताना काही तरी आठवून तो म्हणाला,

"अरे! तो एकटाच गेला. गावात आपल्यापैकी कुणी त्याला मारणार नाहीत ना?"

"नाही मारणार." नंदक म्हणाला, "उगीच कुणी भांडण काढणार नाही. शिवाय तो आपली भाषाही बोलू शकतो. गावातल्या काही जणांशी त्याची चांगली ओळख आहे. आता इथून तो कुणाच्या तरी घरी जाईल. लाह्या, तूप-भाकरी असं काही तरी खाईल आणि नंतर जाईल. तुमच्या मोठ्या-मोठ्या भवनात येत नाही, एवढंच!"

युयुधानला थोडं बरं वाटलं.

नंदक उठला. कोपऱ्यात भरून ठेवलेल्या डेऱ्यापाशी गेला. वाकवून त्यातलं पाणी एका छोट्या भांड्यात घेऊन युयुधानलाही हवं का विचारलं. त्यानं नकार देताच स्वत: गटागटा प्यायला आणि पुन्हा युयुधानपाशी येऊन त्याच्या चटईवर बसला.

तो कुठल्या तरी विचारात गढल्याचं लक्षात आलं, तरी त्यानं युयुधानला कारण विचारलं नाही. आदल्या दिवसापासून सतत आठवणी आणि विचार यामुळं त्याचा मेंदू शिणला होता. पण नंदकानं आपण होऊनच बोलायला सुरुवात केली.

"हस्तिनावतीचा राजा आलाय्, म्हणे! त्याचं आणि आपल्या सुभद्रेच्या माणसांचं युद्ध होणार आहे, म्हणे. सारी यादव शक्ती या राजाला द्यायचा बलरामाचा विचार आहे, असं माझ्या कानावर आलंय, खरंय् का?"

"तसं दिसतंय् खरं. त्यात हाही गावात नाही. ते जाऊ दे. तुला कुणाची बाजू न्यायाची वाटते?"

"तेरा वर्षांनंतर सारं परत करायचं, असं द्यूत खेळतानाच ठरलं होतं, म्हणे;

इथं असताना सुभद्राच सांगत होती सगळी हकीकत. पण मला तर वाटतं, ही क्षत्रियांची खोडच आहे. युद्धासाठी काही ना काही कारणच शोधत असतात ते! तुझ्या जातीला नावं ठेवतो, म्हणून रागावू नकोस तू!''

नंदक वैश्य जातीचा होता. जमीन नांगरून पीक काढायचं, गुरं पाळायची, रथ, गाडी, घरं तयार करायची, सुताराची कामं करायची, लोखंडाची कामं, कपडे विणणं ही सगळी कारागिरी त्याच्या जातीची होती.

''कधी कधी मीच विचारात पडतो, बघ. कंस क्रूर होता. दुष्ट होता. जरासंधानं आक्रमण करून मथुरा काबीज केली, तर आमचं कसं होईल, अशी भीतीही वाटत होती तेव्हा. कृष्ण आणि मी तिथं एकत्रच वाढलो. किती तरी दिवस मी त्याला थोरला भाऊच मानत होतो. त्या वेळची गंमत सांगतो तुला... मी तीन वर्षांचा असताना माझ्या आईला आणखी एक मुलगा झाला आणि तीन वर्षांचा होऊन मरून गेला. आईला दूध दाटून दुखणं येऊ लागलं, म्हणून ती पुन्हा मला अंगावर पाजू लागली, म्हणे. मला नंतर त्याची इतकी सवय लागली, की दूध येईनासं झालं, तरी माझा हट्ट तसाच होता. आईनं दिलं नाही, तर रडून गोंधळ घालत होतो. आठवतं मला अजून ते! त्या वेळी हा कृष्णही 'मला का नाही...' म्हणून हट्ट करून तिच्या मांडीवर येऊन पडत होता. अखेर दोघांच्याही पाठीत दणके घालून, आई बिचारी दोघांच्याही तोंडात बोंड देऊन आम्हाला गप्प बसवत होती! त्यानंतर तोही आमच्यासारखाच हातात नांगर धरत होता. गुरं राखत होता. हातात धनुष्य-बाण घेऊन रानात जाऊन शिकारही करून आणत होता. आमच्यापेक्षा तो कणभरही वेगळा नव्हता. तो सोळा वर्षांचा झाल्यावर त्याला एकांतात त्याच्या जन्माची हकीकत सांगण्यात आली. त्यानंतर मात्र तो बदलून गेला, बघ! त्या वेळी फारसं समजलं नव्हतं, तरी आता विचार करताच सारं आठवतं. बदलला, म्हणजे काय... त्या आधीचा त्याचा सगळा पोरकटपणा आणि खिदळणं नाहीसं झालं. सतत धनुष्य-बाणाचा आणि इतर आयुधांचा सराव करत असायचा. साऱ्या जगाची जबाबदारी खांद्यावर येऊन पडल्यासारखा गंभीर होऊन गेला. याचं कारण काय? मी क्षत्रिय आहे, ही भावना तर त्यामागं नसेल ना?''

युयुधान मध्येच म्हणाला,

''आपली जन्मदात्री आई आणि वडील कसे जगताहेत, त्या काळजीमुळं तो गंभीर झाला असेल?''

''तसंही असेल. तो क्षत्रिय नसताच किंवा त्याचं जन्माचं रहस्य त्याला ठाऊकच झालं नसतं, तर तो व्रजमध्ये सुखात शेती करत राहिला असता. जात्याच हुशार असल्यामुळं लाकडाच्या किंवा लोखंडाच्या कामात त्यानं काही तरी

नवीन तयार केलं असतं. एकूण काय, तो तर सुखात राहिलाच असता, इतरही आनंदात राहिले असते.'' पुढं काय बोलावं, ते न समजून नंदक गप्प बसून राहिला.

युयुधाननं उठून विचारलं,

''म्हणजे काय?''

डाव्या खिडकीतून दिसणारा समुद्र आता उठून आत येईल, असा वाटत होता.

या समुद्राचा आकार निश्चित कसा आहे, कळतच नाही, कधी घागरीसारखा गोल गरगरीत वाटतो, तर कधी अंथरलेल्या सपाट चटईसारखा दिसतो.

या विचारांमध्ये नंदकाचं बोलणं कुठं तरी हरवून गेलं होतं.

''मी असं का म्हणतोय्, ठाऊक आहे? जोपर्यंत कंस जिवंत होता, तोपर्यंत तो यादव-क्षत्रियांना भेदरवून त्यांची गठडी वळत होता; पण इतरांना त्याचा फारसा त्रास नव्हता. जे पिकेल, त्यातला सहावा भाग राजाला पोहोचवला, की इतर लोक मोकळे होतं. इतरांचं काय? आम्हीही तिथं असेपर्यंत असंच करत होतो. परवा परवा तिकडून आमचे पाहुणे आले होते. एवढ्या उन्हात, एवढ्या लांबवर! इथं माझी परिस्थिती चांगली आहे, पण त्यांच्याकडे प्रवासासाठी घोडेही नाहीत. चालून चालून तळपायांची सालपटं सोलून गेली त्यांची. लघवीतून रक्त पडायला लागलं, म्हणे. ते सांगत होते, आता व्रजला कुणीही राजा नाही. मथुरेतले सगळे इथं पळून आले. जरासंध आला आणि मथुरा भुईसपाट करून निघून गेला. आता जेवढं पिकेल, तेवढं खाऊन शांतपणे राहायची सोय नाही राहिली तिथं. हवा तो उठतो, घोड्यावरून येतो आणि मीच राजा म्हणून पिकं लुटून घेऊन जातो. त्या वेळी वर्षातून एकदा सहावा भाग देऊन भागत होतं. आता वर्षातून तीन-चार वेळा द्यायची पाळी! कृष्णाला निरोप पाठवलाय् त्यांनी. द्वारकेहून येऊन, नवी मथुरा उभी करून, राज्य कर, असा.''

एकाएकी सात्यकीच्या मनात उत्साह निर्माण झाला.

जरासंधाच्या वधानंतर पुन्हा मथुरेला जायचा विचार कुणीच केला नाही. कृष्णानं सुद्धा केला नाही. द्वारकेनं भरपूर संपत्ती दिली असली, तरी आम्हां यादवांचं एखादं रोपटं पुन्हा मथुरेला का वाढू नये? किती केलं, तरी तेच मूलस्थान आहे.

''बलरामाशी बोललो याविषयी. काय करायची मथुरा, म्हणाला तो.'' नंदकानं सांगितलं.

कुणीच तयार नसेल, तर आपण का तिथं जाऊ नये?

या विचारासरशी युयुधानचं मन उत्कटतेनं भरून गेलं.

''राज्य उभारणं आणि राज्य करणं ही क्षत्रियांची खोड आहे. त्यांचा व्यवसाय आहे, म्हण, हवं तर. पण कुठलाही राजा आला, तरी आमच्या लोकांच्या पेरणीचं

काम काही चुकत नाही. मला तर पांडव किंवा कौरव यामध्ये कुणाची बाजू योग्य आणि अयोग्य, हे फारसं महत्त्वाचं वाटतच नाही. पोटात अन्नाचा गोळा आणि बुचड्यावर माळायला फुलं मिळाली, की पुढं काय करायचं? मग जुगार खेळायचा, जिंकलेल्यानं कबूल करून हरलेल्याची संपत्ती दिली नाही, म्हणून युद्ध करायचं!... मी सांगतो, जोपर्यंत ही क्षत्रिय जात आहे, तोपर्यंत युद्ध होतच राहणार! शेतात राबणाऱ्या आमच्यासारख्यांच्या दृष्टीनं कुणी जिंकलं, तरी काय होणार?''

नंदकाचं बोलणं कानावर पडत असलं, तरी युयुधानचं मन मात्र वेगळ्याच विचारात गढलं होतं.

कृष्ण माघारी आला, की त्याच्याशी बोलून मथुरेला जायचं निश्चित करायचं. मग भोवतालच्या राजांशी युद्ध होणं अपरिहार्य आहे.

बाहेर संध्याकाळ होत आली होती. समुद्राचा विस्तार वाढल्यासारखा वाटत होता. मावळतीच्या सूर्यकिरणांमुळं भरतीच्या लाटा पलिकडच्या खोल समुद्रापेक्षा नजरेत भरत भरत होत्या...

पण मथुरेत समुद्र नाही. नदी तर आहे ना! तिथून निघालो, तेव्हा असं सकाळ-संध्याकाळ नदीच्या काठावर बसून, भटकून तिची विविध रूपं डोळ्यात साठवण्याची जाण नव्हती.

''आता हे सांगायचं कारण म्हणजे अभीर आपल्यापुरते आपण राहत होते. आपलीच माणसं काही तरी कुरापती काढून भांडण काढतात. आपला पुरुषार्थ दाखवण्यासाठी घोड्यावर बसून, हातात धनुष्यबाण घेऊन काही जणांनी अरण्याला आग लावून दिली. एवढ्या लांब शेती करायला हे कुठं तिथं जाणार आहेत? निदान तू तरी बलरामाला सांग आणि हे भांडण मिटव. तू कृष्णाचा मित्र आहेस, म्हणून कृष्णाच्या गैरहजेरीत तो तुला भेटायला आला.''

कृष्ण यायची वाट पाहत बसलं, तर भांडण विकोपाला जाईल. त्या आधीच काही तरी केलं पाहिजे, असं युयुधानलाही वाटत होतं.

नंदक उठत म्हणाला,

''नावा दुरुस्तीसाठी दिल्या होत्या. त्यांचं कुठंवर आलंय्, बघायला पाहिजे. परवाच्या दिवशी दहा नावा भरून सामान पाठवायला पाहिजे. त्यानंतर कधी तरी निवांत भेटशील का? खूप बोलायचं आहे तुझ्याशी.''

❑

तिथून युयुधान बलरामाच्या भवनात जाऊन पोहोचला, तेव्हा त्याला पाहताच बलरामानं आश्चर्यानं विचारलं,

''दुर्योधन भेटला नाही?''

“नाही. का?”

“तुलाच भेटायला तुझ्या घरी गेलाय्. घटकाभर झाला असेल. तुझ्या पित्याबरोबर बसला असेल बोलत. तू समुद्रावरून आलास, वाटतं.”

युयुधान आश्चर्यचकित झाला. थोडा अभिमानही वाटला.

हस्तिनावतीचा राजा आपण होऊन माझ्या घरी गेलाय्! मला भेटायला!

पण हस्तिनावतीच्या राजाचं हे वर्तन कामापुरतं असल्याचा निर्वाळा त्याच्या मनानं तात्काळ सांगितला.

बलरामाचा डावा हात मात्र अजूनही गालावरून डाव्या हिरड्या चाचपत होता.

युयुधाननं चौकशी केली,

“आता कसं वाटतं?”

“कालच्या इतकं दुखत नाही. असं दाबलं, की थोडं बरं वाटतंय्.”

बलरामानं मद्यपान केल्याचं युयुधानच्या लक्षात आलं.

घरी जाऊन वाट पाहत बसलेल्या दुर्योधनाला भेटायलाच पाहिजे, असं वाटलं. त्यानं चटकन् अभीराचा विषय काढून सारी हकीकत सांगितली आणि आपला आभिप्रायही सांगितला.

“भांडण का होतंय्, ठाऊक आहे?”

“दोघातला करार कुणी तरी मोडला, की भांडण व्हायचंच. आपल्या लोकांनी अरण्य का जाळलं?”

“युयुधान, चोराच्या उलट्या बोंबा म्हणतात, तसा प्रकार आहे हा! अरे, आपल्या आर्य स्त्रिया गोऱ्या आणि देखण्या असतात, म्हणून त्यांनी रक्षकांशिवाय फिरायचंच नाही का? त्यांनी शेतात कामंही करायची नाहीत का? त्यांनी आमच्या स्त्रियांना पळवून नेलं, तरी आम्ही गप्प बसावं का?”

नाग, अभीर, कुलिंद वगैरे लोक, आर्य स्त्रिया म्हटल्या, की लाळ घोटतात, हे युयुधानलाही ठाऊक होतं.

“यानंतर कुणीही असं पळवून न्यायचं नाही, असा करार करू या. कृष्ण आला, की त्यांना ही अट घालू...”

कृष्णाचं नाव काढताच बलरामाचा संताप शिगेला पोहोचला,

“कृष्ण बायकांच्या संदर्भात असा करार करायला तयार होईल, असं तुला वाटतं? अरे, जमेल तेव्हा हाच जातो त्यांच्या मुलींशी रंग-ढंग करायला! ते आपण होऊनच देतात, म्हणे!”

“छे:! साफ खोटं आहे ते! स्वत:च्या आठ रूपवान बायका आणि नरकासुराकडून सोडवून आणलेल्या एवढ्या स्त्रिया असताना तो कशाला त्या

काळ्या बायकांना तोंड लावेल?'' युयुधाननं लगेच विरोध केला.

''बाई म्हटली, की कृष्ण कुठं काळी आणि गोरी असा भेद करतो? तुला अजून कृष्ण समजलाच नाही! स्वत: त्याचंच वागणं असं! मग त्यांनी हात टाकला, म्हणून काय बिघडलं, म्हणायचा तो! ज्याला आपल्या लोकांविषयी आत्मीयता वाटत नाही, त्यांच्या नीतिमत्तेबद्दल आदर वाटत नाही, त्याचं तू काय सांगतोस?''

युयुधानला संताप आला. कुणावर आणि नेमका कशासाठी, हे त्यालाही समजलं नाही.

माझं मन कलुषित करण्यासाठी बलराम मुद्दाम खोटं सांगतोय्, की खरोखरच कृष्ण असा आहे?

आठजणी तर त्याच्या आधीच्याच बायका. नरकासुराच्या तावडीतून सोडवून आणलेल्यांशीही त्यानं समुद्रकिनारी लग्न केलंय्. पण विवाहसंबंध नसताना आर्येतर स्त्रियांशी तो असा वागत असेल का? कितीही जवळचा स्नेही असला, तरी दोघांमध्ये असलेलं वयाचं अंतर आणि त्याचं नायकत्व याचा मला कधीच विसर पडला नाही. त्यामुळं अशा विषयावर त्याच्याशी कधी बोलायचा प्रश्नच आला नाही. पण त्याच्या बोलण्यालाही कधी अशा बोलण्याचा स्पर्श नसतो. कसा ह्या बलरामावर विश्वास ठेवायचा! कृष्णाची गोष्टच वेगळी.

याबाबतीत इतर कुणाशी बोलावं, असंही वाटलं नाही त्याला. पण खरी गोष्ट जाणून घेण्याची इच्छा मात्र प्रबळ झाली होती.

❑

तो घरी पोहोचला, तेव्हा दुर्योधन घराच्या अंगणात सत्यकाशी बोलत बसला होता. चौदा वर्षांपूर्वी पांडवांच्या राजसूयाच्या वेळी त्यानं दुर्योधनाला पाहिलं होतं. त्याच वेळी राजवैभवानं तळपत होता. आता तर त्यात आणखी भर पडली होती.

सत्यकानं अंगणात उंच लाकडी फळ्यांवर गादी पसरून, त्यावर धुतलेलं शुभ्र रेशमी वस्त्र अंथरलं होतं. टेकायला एक लोडही दिला होता आणि स्वत: समोर एका साध्या पाटावर बसला होता.

या उकाड्यातही दुर्योधनाच्या मस्तकावरचा मुकुट आणि चमकदार मण्यांमुळं शोभायमान झालेलं अंगातलं रेशमी वस्त्र चमकत होतं. रुंद चेहऱ्यावर प्रामुख्यानं गांधार देशाची लक्षणं दिसत होती. त्याच्या मागं उभी असलेली दासी मोठ्या पंख्यानं वारा घालत होती.

तो वयानं मोठा असल्यामुळं, तिथं पोहचताच युयुधाननं वाकून, त्यांच्या

पायांना स्पर्श करून, नमस्कार केला.

त्यानंही युयुधानला आलिंगन देऊन शेजारी बसायला सांगितलं. पण पिता खाली साध्या आसनावर बसला असता आपण उच्चासनावर बसणं त्याला तेवढंसं बरं वाटलं नाही. एवढ्यातच दासीनं आणून ठेवलेल्या पाटावर बसत युयुधाननं विचारलं,

"फारच उकाडा आहे, नाही का?"

"हो ना! फारच!" म्हणत दुर्योधनानं दासीकडे वळून पाहत म्हटलं, "चांगला वारा घालते!"

"इथला उकाडा जास्त दाहक आहे, की तिकडचा? मला तर तिकडच्या हवेचा विसरच पडलाय्." पिता सत्यक म्हणाला.

"तिथं उष्णता जास्त आणि इथं घाम भरपूर! शिवाय खाद्यपदार्थंही इथं लवकर खराब होतात."

"हो, हो! अगदी खरं आहे हे! आमच्या मथुरेला लागूनच आहे ना कुरुराज्य!" सत्यक म्हणाला.

एवढ्या अवधीत त्यानं मधुपर्कादी देऊन आदरातिथ्य केल्याचं शेजारच्या रिकाम्या पात्रांवरून लक्षात येत होतं.

दुर्योधन म्हणाला,

"संपूर्ण यादवात माझे गुरू बलराम सोडले, तर तुझ्याइतका वीर दुसरा कुणीही नाही. तुझे पिता फक्त यादव-कुलालाच नव्हे, तर संपूर्ण आर्य जगतालाच वंदनीय आहेत! त्यामुळं तुझ्याबरोबर धर्माच्या तरलतेविषयी थोडं बोलायचंय्. माझं चुकत असेल, तर तसं जरूर सांगा. चालेल ना. पूज्य सत्यका!" त्यानं सत्यकाकडे वळून आदरानं विचारलं.

आनंदाच्या भरात तोंडाच्या बोळक्याची उघडझाप करत वृद्ध सत्यक म्हणाला,

"हो तर! हो तर!"

"या दुर्योधनाच्या अंगी इतर किती तरी दुर्गुण असतील; पण लोभ नाही. राज्यलोभासाठी मी हे सांगत आहे, असं कृपा करून समजू नका. मुख्य गोष्ट आहे, ती अशी. माझा पिता जन्मांध आहे, हे तर सगळ्यांनाच ठाऊक आहे. पतीला जे चक्षुसुख लाभू शकत नाही, ते पाहायचं नाकारून, माझ्या मातेनं विवाहापूर्वीच डोळे बांधून, स्वेच्छेनं कृत्रिम अंधत्व स्वीकारलं. फक्त कुरुवंशातच नव्हे, तर संपूर्ण आर्यावर्तात ज्या पतिव्रतेला देवता मानतात, त्या महान आईच्या पोटी आम्ही चौदा जणांनी जन्म घेतला आहे. आमची काकू कुंती... आता आम्ही याविषयी बोलू नये! किती झालं, तरी तीही आमच्याच कुटुंबातली आहे. तुमच्या यादव-कुळात जन्मली आहे, म्हणे. आता जाऊ द्या ते सगळं! तिची मुलं तिच्या

नवऱ्यापासून तर निश्चितच झालेली नाहीत. पतीच्या आज्ञेवरून नियोगातून जन्मली आहेत, असं म्हणतात. प्रश्न असा आहे, नियोगासाठी दूर हिमालयापर्यंत कशाला जायला हवं? एखादा कर्मनिष्ठ ब्राह्मण किंवा पतीचा सहोदर सोडून कुठल्या तरी पर्वतातल्या अनागरिक लोकांकडून नियोग घडवून आणणं कितपत धर्माला धरून आहे? तेही जाऊ द्या. वंशवेल पूर्णपणे वठून जात असताना धर्माप्रमाणे नियोगाचा अवलंब करून एका मुलाला जन्म द्यायलाही हरकत नाही; पण कुंतीला तीन आणि माद्रीला दोन मुलं झाली! त्यात आजारात तडफडणारा नवरा! तुम्हीच विचार करा आणि धर्माला धरून पुरातन कुरुवंशाचा खरा उत्तराधिकारी कोण, हे ठरवा! युद्धासाठी साहाय्य मागायला मी आलो आहे. पण मी काही मुख्य गोष्ट नाही. धर्मनिर्णय महत्त्वाचा आहे. कधीही धर्मच्युत न झालेल्यांचा वंश, अशी यादवकुळाची कीर्ती संपूर्ण आर्यावर्तात आहेच. त्यामुळं तुम्ही यादवकुळाला कलंक लागणार नाही, असाच निर्णय घ्याल, याची मला खात्री आहे.'

एकाएकी वारा वाहायचं थांबल्यासारखं वाटू लागलं. दुर्योधनाला दासी वारा ढाळत होती; पण युयुधानला मात्र अंगरखा घातल्यामुळं शरीरातला सारा द्रव घामाच्या रूपानं वाहून जात आहे, असं वाटू लागलं. हस्तिनावतीच्या राजासमोर अंगावरच्या वस्त्रानं अंग पुसणं त्याला योग्य वाटलं नाही. शिवाय दिवसभरात अगणित वेळा घाम पुसून त्या वस्त्रालाही आता घामट वास येत होता. तो मुकाट्यानं आकाशाकडे पाहू लागला.

हळूहळू सगळीकडे अंधार पसरत चालला होता.

"संध्याहोमासाठी उशीर होतोय्. मी निघू?"

"इथंच होम करता आला असता. पण हे काही अभिषिक्त राजाचं घर नाही..." सत्यक म्हणाला.

"छे:! अशा प्रकारचा आप-पर भाव या दुर्योधनाच्या मनात कदापि येणार नाही. उद्या सकाळच्या होमासाठी आणि भोजनासाठी इथंच येईन मी! मग तर झालं ना? हस्तिनावतीहून निघताना पितामह भीष्मांनी आवर्जून सांगितलं, 'द्वारकेला जात आहेस, तर सत्यक मामाच्या घरी जेवल्याशिवाय येऊ नकोस. त्या घरच्या अन्नाची सर अश्वमेधाच्या प्रसादालाही येणार नाही!'"

"खरं!!" म्हातारा फुलून गेला या बोलण्यानं! आणखी थोडं कौतुक ऐकण्यासाठी त्यानं विचारलं, "पण त्यांना कशी ठाऊक आपल्या घरच्या स्वयंपाकाची चव?"

"त्यांना ठाऊक नाही, असं आहे तरी काय!" या दुर्योधनाच्या उत्तरानं त्याचं समाधान झालं.

"उद्या निश्चित ये. युयुधानला बोलवायला पाठवून देईन. युयुधान, आता महाराजाला बलरामाच्या भवनापर्यंत पोहोचवून ये, पाहू!" त्यानं मुलाला आज्ञा केली.

रात्री युयुधान लवकर अंथरुणावर पडला. सत्यक अजून घरातच होता. सून आणि स्वयंपाक्याबरोबर दुसऱ्या दिवशी सकाळी काय स्वयंपाक करायचा, याची सविस्तर चर्चा करत होता. म्हणजे स्वतःच सांगत होता. एकाला तातडीनं जाऊन एक कोवळा खोंड आणायला सांगत होता. पुन्हा पुन्हा तेच तेच सांगत होता! त्याचा मोठा आवाज कानावर येत असला, तरीही त्याचं मन दुसरीकडेच कुठं तरी होतं.

चौदा वर्षं झाली नाही का, पांडवांचा राजसूय होऊन? मीही गेलो होतो ना. तिथं गांधारीविषयी किती तरी बोललं जात होतं. आर्य-स्त्रीची मूर्तिमंत आकृतीच ती! नवऱ्याला नसलेलं दृष्टिभाग्य आपल्याला का हवं, असं मानण्याएवढं असीम वैराग्य! त्याच वेळी जाऊन तिचं दर्शन घेऊन यायला हवं होतं. राजसूयासाठी धृतराष्ट्र तर आलाच नव्हता. येऊन तरी काय पाहायचं? मग ती पतिव्रता देवी तरी कशी येईल? आता कधी तिचं दर्शन होईल?

आतून सत्यकाचा आवाज ऐकू येत होता. कितव्यांदा, कोण जाणे, तो सांगत होता,
"एवढा मोठा महाराजा, पण किती निगर्वी! किती सहज जेवायला यायचं कबूल केलं त्यानं..."
वारा वाहत होता. गरम वाफेनं पोळून काढावं, तसा वारा. झोप... अंहं, डुलकी आणणारा उकाडा.
आळस देऊन युयुधाननं कूस बदलली.
दुर्योधन म्हणाला, तेच खरं, की काय? 'आम्ही पित्यापासून जन्मलो आहोत. पांडव बाहेरच्या बीजापासून जन्मले आहेत. त्यामुळं आमची बाजू न्यायाची आहे', असा त्याचा वाद. कोण खोटं म्हणणार याला?
पण हेच सत्य, असं युयुधान मानायला तयार नव्हता. अर्जुन त्याचाही चांगला स्नेही होता. त्याचा सुभद्रेशी विवाह करून देण्याच्या संदर्भात युयुधाननंही बरीच खटपट केली होती.
गेली तेरा वर्षं रोज सकाळी सुभद्रा सख्ख्या बहिणीप्रमाणे येऊन आपुलकीनं गप्पा मारून जात होती. तिच्या अभिमन्यूला धनुर्विद्या कुणी शिकवली? आज

तो युयुधानचा शिष्य म्हणूनच ओळखला जातो ना? नियोग, म्हणजे पाप कसं होईल? आणि पुत्रसंख्येचा प्रश्न तिच्या पतीचा आहे.

या विचारानं त्याला थोडं समाधान वाटलं, तरी दुसरा प्रश्न उभाच होता. आज सकाळीच मनात पक्का झालेला विचार-आगंतुक बीज, म्हणजे पाप. द्रुमिलापासून जन्मल्यामुळं कंस पापी झाला. संपूर्ण यादव-कुळाच्या उरावर उभा राहिला. तसेच हे पांडवही कुरुकुलाच्या छातीवर पाय द्यायला जन्मले आहेत का? यात खरा न्याय कुठला? धर्म कुठला? फक्त सुभद्रेला त्या घरी दिली आहे किंवा त्यांच्याशी किती स्नेह आहे, एवढ्यापुरता मर्यादित विषय नाही हा.

युयुधानला पाणी प्यावंसं वाटलं. दासीला हाक मारून... स्वत:ची विचारशृंखला तोडायची इच्छा झाली नाही.

उठला. कोपऱ्यात ठेवलेल्या डेऱ्यातलं पाणी गटागटा प्यायला. तोंड, गळा, छातीवर पडलेलं पाणी पुसून टाकून पुन्हा आपल्या अंथरुणावर येऊन बसला. आत अजूनही पिता दुसऱ्या दिवशीच्या करंभकाची चर्चा करत होता.

पण आजवर कुरुकुलातल्या कुणाही ज्येष्ठ व्यक्तीचा पांडवांनी अपमान केला नाही. दुर्योधनापेक्षाही अधिक मान देतात ते! त्यांच्यापैकी कुणामध्येच कंसाचं क्रौर्य नाही. धर्मराजाच्या राज्यकारभाराविषयीच्या कथा तर आर्यावर्तात सगळ्यांनाच ठाऊक आहेत.

जांभई देऊन अंथरुणावर आडवं होत असताना त्याच्या मनात विचारांचं काहूर माजलं होतं.

उग्रसेनानं कोवळ्या कंसाला परकं मानलं; आणि या कृष्णानं नरकासुराच्या तावडीतून सोडवून आणलेल्या स्त्रियांच्या पोटी जन्मलेल्या सगळ्या मुलांचं पितृत्व स्वीकारलं! त्यानंच डोक्यावरून हात फिरवून, छातीशी कवटाळून क्रतु हे नाव ठेवलंय्, असं ती सांगत नव्हती का?

मनातला गोंधळ अधिकच वाढला.

आगंतुक बीजापासून जन्मलेला कंस... इतर बीजांपासून जन्मलेल्या मुलांचं मस्तक हुंगून त्यांना आपलं मानणारा प्रिय सखा! कंसाला ठार करणारा कृष्ण! देवी गांधारी... अंधापासून जन्मलेली मुलं–कृष्ण ज्यांची बाजू घेतो, ते परक्या बीजापासून जन्मलेले पांडव...

किती केलं, तरी तराजू समतोल होत नव्हता.

पुन्हा पुन्हा एक प्रश्न समोर येत होता :

उग्रसेनानं कंसाला कोवळ्या वयात असं का परकेपणानं वागवलं?

पुन्हा पुन्हा चित्रेच्या प्रश्नाची आठवण येत होती.

या द्वारकेत श्रेष्ठ वेदपारंगत कुणीच नाही.

कृष्णाबद्दलचा राग मनात दाटून आला. विराट नगरीत गेलाय्, तो किती दिवस तिथंच राहिलाय्! या मुद्याचा निकाल लागेपर्यंत माझा या युद्धाशी संबंध नाही! त्यानं कितीही सांगितलं, तरी मी पांडवांच्या बाजूनं लढणार नाही...

पाहता पाहता युयुधान गाढ झोपेच्या अधीन झाला.

❑

## ७

खरोखरच फार लवकर आलो– त्यानं मनोमन मान्य केलं. पाठोपाठ कुत्रं मुकाट्यानं येत होतं. किंवा फारशी अंगसाधना करत नसल्यामुळं... पण आता साठाव्या वर्षी आणखी किती करायची? या विचारासरशी जीवनात प्रथमच कर्णाला वृद्धत्वाची भावना स्पर्श करून गेली. खेद नाही किंवा अभिमानही नाही. नतभाव. उत्साह आणि उल्हास मात्र पार उतरून गेलेला. गेली कित्येक वर्षं– नव्हे, दशकं नियमितपणे दिसणारा सभोवतालचा परिसर अंधारात नीटसा दिसत नव्हता.

त्यानं मान वर केली.

धुरकट, राखाडी आकाश.

कोंबडा आरवल्यावरच निघालो ना! माझ्यासारखी कोंबड्यालाही रात्रभर झोप आली नव्हती, की काय? मन संभ्रमित असेल, तर कोंबड्याच्या आरवण्यावरून वेळ कशी कळेल?

त्याची नजर भोवताली फिरली.

नदीचे काठ दिसले.

मी उतरलेल्या सूतघाटाचा रुंद पट्टा सोडून त्याच्या दुतर्फा तीन-तीन पुरुष उंच वाढलेल्या घोडघासाची आणि कसाळ्याच्या गवताची बेटं तर काळ्याकुट्ट अंधारातही दिसतीलच.

त्यानं पुन्हा मान वर केली.

राखेनं भरून गेलेलं आकाश.

चेहरा झाकून घ्यावासा वाटला.

थू:! स्वत:च्या भ्रमाची त्याला लाज वाटली. एकाएकी हीनभाव मनात भरून गेला. काल संध्याकाळीच त्यानं सांगितलं ना. संध्याकाळी अंधारात... की रात्रीच्या अंधारात? या आधी कृष्णाला एवढ्या जवळून नीटसं कधीच पाहिलं नव्हतं. याच सूतघाटावरून पुढं गेल्यावर 'कर्णा, घोड्यांचा लगाम तसाच बांधून ठेवून सूतस्थानावरून

उठून इथं ये. थोडं बोलायंचय् तुझ्याशी.' मी तिथं गेल्यावर वाकून माझ्या पायांना स्पर्श करत म्हणाला, 'घाबरू नकोस. तू माझ्यापेक्षा चौदा वर्षांनी मोठा आहेस. शिवाय माझा थोरला आत्तेभाऊ...'

...भ्रम

आकाश राखाडी रंगाचं दिसतं, एवढंच. त्यातून कसा राखेचा पाऊस पडेल? फक्त एक दिवस रात्रीची झोप आली नाही, म्हणून असं का व्हावं?

नदीचं ओंजळभर पाणी घेऊन कर्णानं तोंड धुतलं. पाण्याचा मंद झुळूझुळू आवाज...

'...कुंती माझी आत्या आहे, हे तुला ठाऊक आहे ना? तिचा थोरला मुलगा तू...'

उगाच का चेहरा धुतला मी! काठावर थोड्या अंतरावर बसलेलं कुत्रं मृदुपणे कुंई कुंई ओरडलं. इतक्या लवकर अशा अंधारात का मला घेऊन आलास, असं विचारतंय् का?

त्यानं मागं वळून पाहिलं.

अंधूक उजेडातही जमिनीला छाती टेकवून, मान वळवून, आपल्याच दिशेनं पाहत असल्याचा भास होत होता. पहाटे नदीवर येताना माझ्या मागोमाग येताना एकदाही चुकारपणा करत नाही. जवळ जाऊन, त्याची मान खाजवून, त्याला कुरवाळावंसं वाटलं.

"...मलाही ठाऊक नव्हतं. पांडवांनी राजसूय केला, त्याच वेळी खऱ्या अर्थी मी त्यांच्यात मिसळून वावरलो. तुझा चेहरा पाहताच आत्याचा चेहरा पाहिल्यासारखं वाटलं. किती पराकोटीचं साम्य! मोठे डोळे, कपाळाची ठेवण, चेहऱ्याची बाह्य रेषा, दातांची ठेवण... सारं सारं अगदी तसं आहे. त्याच वेळी गोंधळून गेलो होतो मी! तातडीनं कुंतिभोजाच्या राजवाड्यात अधिक चौकशी केली. काल तुझ्या आईशीही या विषयावर बोललो. तिनंही कबूल केलं..."

अजून उजाडलं नाही. अंधारात पाण्यातलं प्रतिबिंब दिसत नाही.

कर्ण माघारी वळला. कुत्र्यापाशी बसून त्याला घट्ट जवळ घेतलं.

नेहमीचा प्रेमळ स्पर्श होताच कुत्र्याची शेपूट अधिकच हलू लागली.

किती लहान असल्यापासून असंच शहाण्यासारखं वागतं! एखादा दिवस बाहेर जाऊन घरी यावं, तर अन्न-पाण्याला तोंड न लावता जमिनीला पोट लावून, जीभ लोंबत ठेवून वाट पाहत बसतं.

कर्णानं त्याला आणखी जवळ घेतलं. तेही लाडिक आवाज काढत कर्णाचा हात आणि मनगट चाटू लागलं.

"कर्णा, तुझ्यावर कसलीही जबरदस्ती नाही. तुझा तू कर्ता आहेस. तूच

विचार कर. जर तुझी तयारी असेल, तर मी पांडवांना ही वस्तुस्थिती सांगेन. ते तुझ्या चरणांना स्पर्श करतील. आणि दुर्योधन तर तुझा स्नेहीच आहे...''

पायांमध्ये थोडी जागा करून घेऊन, ते पुन्हा मान मांडीवर टेकवून झोपलं. कर्णालाही गाढ झोपी जावं, असं वाटत होतं. पण झोपलं, तरी झोप येणार नाही, हे निश्चित ठाऊक होतं. सारी रात्रभर तिनं सतावलं होतं. ती आता इतक्या सहज कशी येईल? सारं अंग मोडून आल्यासारखं झालं होतं.

जांभई– कडकडून जांभई आली. तसाच डोळे मिटून बसून राहिला. डुलकी आल्यासारखं वाटलं. झोपावंसं वाटू लागलं.

मांडीवरचं कुत्र्याचं डोकं बाजूला सारून, वाळूवर आडवं होऊन, त्यानं हात-पाय ताणले. आतून पुन्हा झोप आली. पण झोपेच्या पापुद्र्याआडून डोकं वर काढणारं स्वप्नं...

छे! स्वप्नं म्हणता येणार नाही. स्वप्नांचे छोटे छोटे तुकडे. एकमेकांशी संबंध नसलेली किती तरी अनोळखी, पण आतून उफाळून येणारी चित्रं.

स्तब्ध नदीचं काळंभोर, गंभीर पाणी. पाण्याच्या हलक्या हलक्या लहरींचं क्षणाक्षणाला मोठमोठ्या लाटांमध्ये होणारं परिवर्तन...

श्वास गुदमरून जातोय्... अंग घामेजतं!...

तो दचकून जागा होऊन पटकन उठून बसला.

शेजारचं कुत्रं उठून पुन्हा त्याच्यापाशी आलं आणि त्याला हुंगत जवळ बसून राहिलं.

कुठली नदी ती? पहिल्यापासून हे स्वप्नं पडत होतं. समजायला लागल्यापासून. लहान वयात वरचेवर पडायचं. जसं वय वाढत गेलं, तसं त्याचं प्रमाणही कमी झालंय्. लग्न झालं, मुलं झाली, नातवंडंही झाली. अलीकडे या स्वप्नाचं प्रमाण अगदीच कमी झालंय्. गेल्या किती तरी वर्षांत फक्त एक-दोनदाच हे स्वप्नं पडलं होतं. गेल्या आठ-दहा वर्षांत एकदाही पडलं नाही. लाटांमध्ये जीव घुसमटून घाबरून झोपेतच विचित्र आवाजात कण्हायला लावणारं स्वप्नं! सुरुवातीला असं घडलं, की शेजारी झोपलेली बायको दंड हलवून त्याला पूर्ण जागं करत होती, तिनं जागं केलं नसतं, तर काय झालं असतं, कोण जाणे, असंही त्याला वाटत होतं तेव्हा! गाढ झोपेत बुडून गेलं असता पुन्हा पुन्हा येऊन छळणारं विचित्र स्वप्नं! पूर्वजन्मीचं कर्म येऊन उभं राहिल्यासारखं! 'महाराजा, तुला कधी असं स्वप्नं पडतं?' नाही, म्हणे. कुठल्या तरी दुष्ट शक्तीची बाधा असावी, असं त्याचं म्हणणं. त्यापासून सुटका व्हावी, म्हणून त्यानं पुरोहितांकडून शांति-होमही करवून घेतला. जेमतेम दोन-एक महिने त्या स्वप्नापासून सुटका झाली होती. पुन्हा रात्रीच्या अंधारात दिसणारं मोठमोठ्या काळ्या लाटांमध्ये जीव घुसमटून

टाकणारं स्वप्नं पिच्छा पुरवू लागलं.

कुत्रं उठून उभं राहिलं. त्यानं फटाफट कान हलवले.

खरं तर कर्णाची पाण्यात उतरायची मुळीच इच्छा नव्हती; पण अंघोळ करून सूर्यदेवाची प्रार्थना केल्याशिवाय घरी जाणंही शक्य नव्हतं.

आजवर एकदाही असं घडलं नव्हतं. आकाशातले तारे स्पष्ट दिसत नव्हते. कोंबडा आरवला, एवढ्यावरूनच तो उठून चालू लागला होता.

अवेळी का ओरडला हा कोंबडा? आईनं का असं खोटं सांगितलं? तिला विचारावं म्हटलं, तर तीही आता हयात नाही. बाबाही नाहीत. त्यांच्याच पोटी मी जन्मलो, असं सांगितलं असतं, तर त्यावर शेजाऱ्या-पाजाऱ्यांनी विश्वास ठेवला नसता का? मुलांना जन्मच देऊ शकणार नाही, इतका माझा पिता पुरुषत्वहीन होता, की मूल गर्भात धारण करू शकणार नाही, अशी वांझोटी होती माझी आई? छे:! आई कशी वांझोटी असेल? माझे दोन्ही गोबरे गाल कुस्करून, त्यांचा हळूच चावा घेत, छातीशी कवटाळत म्हणत होती, '...बाळा, कित्ती कित्ती गोड आहेस, रे!' आणि मीही असेच लाड करून घेण्यासाठी तिच्या गळ्यात पडत होतो, नाही का! केवढा? फार तर साताठ वर्षांचा असेन तेव्हा मी. 'फक्त तसं धनुष्य बांधायला येणं पुरेसं नाही. नेम धरून बाण सोडायला हवा...' पित्याची उत्कट इच्छा. क्षत्रिय बीजापासून जन्मूनही क्षत्रियत्व न लाभलेल्या, रथ तयार करण्यात आयुष्य जाऊनही रथिक न झालेल्या, फक्त सारथी होऊन राहण्यापेक्षा काही तरी अधिक व्हायची अपेक्षा करणाऱ्या माझ्या पित्याची ती उत्कट इच्छा! किती वेळा सांगायचा, 'मी माझं सारं आयुष्य धृतराष्ट्र महाराजाचं सारथ्य करण्यातच वाया घालवलं. तू मात्र कधी कुणाचा सारथी होऊ नकोस...'

थोडं फटफटलं. दोन्ही काठांवर उभं असलेलं घोडघास आणि दर्भाची बोटं दिसू लागली.

मागं वळून पाहिलं.

पाण्यात भिजवून काठावर टाकलेले झाडांचे ओंडके, कापून तयार केलेल्या लाकडी फळ्या, धनुष्यासाठी वाकवून बांधून ठेवलेले बांबू, दोरखंड वळण्यासाठी तयार करून ठेवलेले तागाचे धागे...

खरोखरच सूतघाट आहे हा! आजवर वाटलं नव्हतं, एवढ्या तीव्रतेनं त्याला वाटलं.

घोडघास आणि दर्भाच्या पलीकडे हजार-एक पावलं चालल्यावर क्षत्रियघाट. त्याच्यापुढं ब्राह्मणघाट. त्याचा उपयोग फक्त अंग धुणं आणि कपडे धुण्यापुरताच. आमचं तसं नाही आमच्या व्यवसायाला साजेल, असा हा घाट आहे.

समोरचं दृश्य आता अधिक स्पष्टपणे दिसत होतं.

सूतघाटाच्या बाजूला, नदीच्या काठावर कापलेले वृक्ष, रथांच्या अग्रभागासाठी आवश्यक असलेलं वजनाला हलक्या, पण उत्तम प्रतीच्या लाकडांचे तुकडे आणि ओंडके.

पांडव विराट नगरात प्रगट झाल्यानंतर युद्ध होणार, याची खात्री झाल्यावर माझ्या सूतकुलातल्या लोकांनाही भरपूर काम मिळालयं. दिवस पुरत नाही, म्हणून चांदण्या रात्रीही ते कामं करतात.

बरंच फटफटलं, तरी अजून स्नानासाठी उतरायची वेळ झाली नव्हती. अंघोळ करून बाहेर येता येता उगवत्या सूर्याचं पूर्वेला दर्शन व्हायला हवं.

कर्ण तसाच बसून राहिला.

विचारीन म्हटलं, तर ती हयात नाही आणि पिताही जिवंत नाही. आता विचारायचं तरी कुणाला? मला फोडून काढण्यासाठी केलेलं हे कारस्थान तर नसेल? नकोसं झालेलं मूल टोपलीत ठेवून नदीत सोडून देणं यात असंभवनीय असं काही नाही. आई आणि बाबा आईच्या माहेराहून येत होते, म्हणे. रात्री एका गावात मुक्काम केला. सकाळी उठून, मुखमार्जन आटोपून, सूर्याला नमस्कार करताना नदीच्या संथ प्रवाहात वाहत येणाऱ्या एका टोपलीत हसत झोपलो होतो, म्हणे. उगवत्या सूर्याची प्रभा माझ्या रुंद हसतमुख चेहऱ्यावर पसरली होती, म्हणे... किती छान रंगवून सांगायची आई! 'मी मुलासाठी तळमळत होते, म्हणून सूर्यदेवानं वर द्यावा, तसं अलगद मूल दिलं मला! मला ती टोपली पकडून बाळ आणून द्या...' एवढं तरी आई बोलू शकली, म्हणे. बाबा तर अवाक् होऊन पाहतच राहिले, म्हणे. जवळ आलेली टोपली पुढं जाऊन पुन्हा धारेला लागली, तेव्हा आईनं 'माझं बाळ... माझं बाळ...' म्हणत प्रवाहात झेप घेतली, तेव्हा ते भानावर आले आणि प्रवाहात उडी मारून टोपली काठावर आणली, म्हणे! '...गोरं गोरं गुबगुबीत सुंदर बाळ! सूर्यदेवानंच आपल्यासाठी याला पाठवलंय्. त्यानंच आपल्या शुभ्र तेजाचा थोडा भाग घेऊन, कुंभारानं मातीचं बाहुलं बनवावं, तसं हे देखणं बाळ तयार करून किरणांच्या धाग्यांनी अलगद आपल्याला आणून दिलंय्! सूतांची अभिदेवताच आहे ना ती!...' आईच्या तोंडून सारी हकिकत ऐकताना माझं मन तर संपूर्ण सूर्यमंडळालाच व्यापून राहायचं! अपूर्व अभिमान! अपूर्व स्वप्नं! एक भव्य स्वप्नं तयार करून तिनं ते माझ्या मनात रुजवलं होतं.

वय आणि बुद्धी वाढली आणि शिशुजन्माचं रहस्य उलगडलं, त्या वेळी एक उगलडा झाला. ही माझी जन्मदात्री आई नाही! प्रेमाचा तंतूही नसलेल्या कुणा निर्दय अनामिकेच्या गर्भातून सांडलेला आणि नकोसा झालेला जीव, ही बोचणी एकीकडे, तर दुसरीकडे सूर्यप्रभेतून निर्माण झाल्याचं स्वप्नं भंग पावल्याचं दुःख!

जसं वय वाढत गेलं, धनुर्विद्येची कीर्ती भोवताली पसरली, महाराजाचं भुजबल आणि मुकुटात तळपणारा तेजस्वी मणी अशी ख्याती वाढली, तशी सूर्यप्रभेपासून बनल्याच्या स्वप्नावरची श्रद्धा दृढ होऊ लागली. राधेचा दैविक पुत्र, हा प्रेमतंतू घट्ट होऊन सुखाचा पायाही शाश्वत झाल्यासारखा वाटू लागला. पहाटे उगवत्या सूर्यापुढं उभं राहून, हात जोडून प्रार्थना करत असताना या श्रद्धेचं रोपटं त्याच्या कोवळ्या सूर्यकिरणांनी तरारत होतं. घरी परतल्यावर वयोवृद्ध राधामातेला मिठी मारून उचलून मंचकावरच्या मृदु गादीवर अलगद ठेवत होतो!

...सारं नष्ट केलं या कृष्णानं! माझ्या मनातला तो तेजस्वी सूर्यांश हिरावून घेतला त्यानं! मी त्या भिकार कुंतीच्या ओटीपोटातून गळून पडलेला नतद्रष्ट पिंड असल्याचं सांगितलं!

कर्णाचे डोळे आपोआप मिटले. झोपेमुळं नव्हे. आता भरून राहिलेला अंधार डोळ्यांतही भरून राहिला. तसाच थोडा वेळ राहिला. मनाला एक प्रकारची निष्क्रियता ग्रासू लागली.

तो ताडकन उठला. अंगावरचं धोतर, कवच, वरचा अंगरखा काढून ठेवून आत कसलेल्या लंगोटावर पाण्यात उतरला, तेव्हा बराच उजेड पसरला होता. नेहमीप्रमाणे कमरेएवढ्या पाण्यात जाऊन तो उभा राहिला. हात-पाय घासण्यासाठी पाणी हलवावं, असं वाटेना. पूर्ण हिवाळा सुरू झाला नसला, तरी पर्वतावरून उतरून जेमतेम रात्रभही प्रवास न करता आलेल्या गंगेच्या पाण्यामुळं शरीर थंडीनं आखडून जाणं साहजिक होतं. पाण्यात पाहताच दंड, खांदे आणि चेहरा दिसू लागला. कृष्णाच्या वर्णनावरूनच समजून घ्यायची आवश्यकता नाही. आडवे खांदे, रुंद छाती, भव्य चेहरा, मोठे डोळे, सहा बोटं रुंद कपाळ... त्या कुंतीला कधी नीटसं पाहिलंच नाही. गेली साडे-तेरा वर्षं इथंच विदुराच्या घरी आहे, म्हणे! कसाळ्याच्या गवताच्या पांढऱ्या तुऱ्यांपलीकडे, या घाटाच्या पलीकडे समोरच्या बाजूला विदुराचं घर. तिथंच नेहमी बसलेली असते, म्हणे. त्या पांडवांच्या आईला काय पाहायचं, या तिरस्कारामुळं आजवर पाहिलं नाही तिला. आता कृष्णानं वर्णन केल्यावरून तिच्या रूपाची कल्पना करायला हवी. 'कर्णा, तू किती तिच्यासारखा आहेस, म्हणून सांगू! धर्म, भीम, अर्जुन– तिघंही देवलोकातल्या आपल्या जन्मदात्यांसारखे आहेत. तू मात्र अगदी मातृमुखी! तुझा हा रंगही...'

कर्णानं पाण्यातल्या आपल्या प्रतिबिंबावर प्रहार केला. प्रतिबिंब डहुळून गेलं. त्यानं पोहायला सुरुवात केली. रोज दोन वेळा पोहत नदीच्या पलीकडे जाऊन यायची ही त्याची ठरलेली जागा. पण आत मात्र नदीच्या निम्म्या पात्रापर्यंत जाईतो दमछाक झाली. एवढंच नव्हे, तर वर वर पाहता शांत

दिसणाऱ्या पाण्यात वेगानं खेचून नेण्याची शक्ती असल्याचं जाणवू लागलं. हात-पाय हलवले नाहीत, तर ते खेचून घेऊन जाईल, असं वाटू लागलं. तो घाबरल्यासारखा झाला. नि:शब्दपणे पोहण्यात कुशल असलेला कर्ण कसे तरी हात-पाय मारत पाणी उडवत पोहू लागला. मुला-नातवंडांना नि:शब्द पोहण्याचे धडे देणारा कर्ण आपल्या वेड्यावाकड्या हालचालींनं शरमून गेला. आपला मालक पाण्यातल्या एखाद्या शत्रूशी भांडत आहे, असं वाटून कुत्रंही काठावरून भुंकू लागलं आणि तेही पाण्यात उतरून कर्णापाशी आलं. ते धारेला लागलं, तर वाचवणं कठीण होईल, हे लक्षात येताच कर्ण काठावर परतला. थंडीनं काकडणाऱ्या कुत्र्याला काठावर सोडून पुन्हा कमरेएवढ्या पाण्यात उभा राहिला. पायाखालची वाळू हळूहळू सरकून आधारच नाहीसा होत असल्याचा त्याला भास होत होता. आजवर तो कधीच असा विमनस्क होऊन नदीच्या पात्रात उभा राहिला नव्हता.

एवढ्यात सूर्य वर येऊ लागला. त्याचं लक्ष पुन्हा पाण्यात आखूड दिसणाऱ्या आपल्या मांड्या, पोटऱ्या, पावलं, गुडघे याकडे गेलं.

सूर्यस्तुतीची वेळ झाली. सवयीनं हात जोडले गेले. डोळे अर्धोन्मीलित झाले. जीभ आपोआप उच्चारू लागली :

उद्वेति सुभगो विश्वचक्षा: साधारण: सूयोमानुषाणाम्।
चक्षुर्मित्रस्य वरुणस्य देव: चर्मेव य: समविव्यक्तमांसि।।

उद्वेति प्रसवीता जनांना– ब्राह्मणांसाठी हवा असेल, तर स्वत: आवाहन करून अनुष्ठित करण्याचा अग्नी, क्षत्रियांनी ब्राह्मण पुरोहितांकडून धन देऊन मोठमोठे यज्ञयाग करण्यासाठी अग्नी प्रज्वलित करायला लावावा. उद्वेति प्रसवीता जनानां महांकेतुरर्णव:। सूर्यस्य– आमच्या सूर्यजातीच्या लोकांना त्याला आवाहन करण्यासाठी पैसे देऊन विकत घ्यावं... छे:! पन्नासाहून अधिक वर्षं पठनात असलेलं हे सूर्य-सूक्त आज अडखळत होतं. एक दिवसही न चुकता दर्शन देणारा स्वामी हाच! भद्रा: अश्वा: हरित: सूर्यस्य– त्याचे सप्ताश्व चालवण्याचा आपला व्यवसाय, असं बाबा सांगत होते. उपासनेचं सूक्त अडखळत होत. मन एकाग्र करायचा त्याचा प्रयत्न पुन्हा पुन्हा विफल होत होता. राजप्रासादासारख्या भल्यामोठ्या घरात राहून ब्राह्मणांना सढळ हातांनी भरपूर दानधर्म करून घरात किती तरी धार्मिक विधी होत असले, तरी या सूर्यदेवतेमुळचं आपली सारी शक्ती संघटित झाली आहे, याची त्याला आठवण झाली.

पाण्यात दगड पडताच त्यातील प्रतिबिंब नाहीसं व्हावं, तसं माझ्या श्रद्धेचं केंद्रही पुसलं जात आहे. किरण डोळ्यांत खुपताहेत. घोडघासाची पाती लखलखताहेत.

शांत प्रवाहाच्या वरच्या भागाचा लालसरपणा कमी होऊन शुभ्रपणे चकाकत होता. आज-फक्त आजच मन एकाग्र व्हायला तयार नव्हतं. अखेर यांत्रिकपणे

रोजचं सूर्य-सूक्त त्याच्या तोंडून बाहेर पडलं. तीन वेळा ओंजळीत पाणी घेऊन, अर्घ्य देऊन तो काठावर आला.

कुत्रं प्रेमानं शेपूट हलवत, मान खाली घालून, निश्चितपणे जवळ येऊन उभं राहिलं. कंबर, मांड्या, पावलांवरून गळणारं पाणी तळहातानं निपटून झटकून, धोतर नेसून होताच कवच, मस्तकावरचं पागोटं गुंडाळून तो सूतघाटावरून मागं वळला.

वीस-तीस माणसं वाट पाहत उभी असल्याचं त्याच्या लक्षात आलं.

सगळी माझीच माणसं! माझेच कुलबांधव. घाटावर आले आहेत. पण मी नदीत असताना कुणीही पाण्यात उतरत नाही. सारे कुल-बांधव एवढा मान देतात! कुणी खालीही बसलं नव्हतं. सगळे उभे राहून वाट पाहत होते!

कर्ण क्षणभर तसाच उभा राहिला. त्या सगळ्यांकडे त्यानं एकवार पाहिलं. सौजन्यानं त्यांच्या गौरवाचा स्वीकार केल्याप्रमाणे!

रथनिर्मितीत ख्यात पावलेला सिंहक थोडा जवळ आला आणि त्यानं जमिनीला स्पर्श करून नमस्कार केला.

कर्णानं चौकशी केली,

"इतक्या लवकर कामासाठी आलात?"

"किती तरी काम पडलंय्. व्हायला तर नको का!"

"एवढीच माणसं?"

"महाराजा, एक गोष्ट विचारायची होती. आपल्या लोकांमध्ये एक बातमी पसरली आहे. युद्धच होणार नाही, म्हणे."

"कुणी सांगितलं?"

"विदुरानं. बोलणी करायला पांडवांचा दूत आलाय्, म्हणे. काही तरी नावही सांगितलं त्यानं. चैत्या, काय, रे त्याचं नाव?" सिंहकानं मागं वळून एकाला विचारलं.

कर्णाशी बोलायची वाटच पाहत असलेला एक पन्नाशीचा कुलप्रमुख पुढं झाला आणि भुईला स्पर्श करून नमस्कार करत म्हणाला,

"कुणी तरी पांडवांचा नातेवाईकच आहे, म्हणे. नावही सांगितलं काही तरी. पण लक्षात राहिलं नाही. महाराजाला ठाऊक असल्याशिवाय कसं राहील?"

कर्णानंही कृष्णाचं नाव सांगितलं नाही. 'बोलणी म्हणजे शांती स्थापण्यासाठीच ना?' असं तोही आदल्या दिवशी विचारत होता, ते आठवलं. पण शांति-स्थापनेसाठी आलेल्यानं वैऱ्यांमध्ये फूट पाडायचे प्रयत्न का करावेत? माझ्या जन्माविषयी काही तरी सांगून, माझ्या मनात गोंधळ उडवून देऊन माझं सूर्याचं श्रद्धास्थानच त्यानं उखडून लावलं आहे! युद्ध होणार नाही, अशी आमच्या

सैन्यात आणि इतर कामगारांमध्ये वंदता उठवून गोंधळ उडवणं हेही त्याचं तंत्रच आहे का?

चैत्य पुढं म्हणाला,

"माझा थोरला भाऊ विदुराच्या घरी गेला होता. बोलता बोलता त्यानं आमच्या कुटुंबियांनी शंभर रथ तयार करून देण्याची जबाबदारी घेतल्याचं सांगितलं. यावर विदुर म्हणाला, म्हणे, 'अरे गाढवा, युद्धच होणार नाही, तर उगीच कोण तुझे शंभर रथ घेईल? उद्या राजवाड्यातून रथ घ्यायला नकार दिला, तर? साधे प्रवासाचे रथ असतील, तर कुणीही घेईल. पण नंतर युद्ध-रथाला गिऱ्हाईक कुठलं?'"

या विदुराच्याच घरी उतरलाय्, म्हणे, तो. काल संध्याकाळी इथं येऊन म्हणाला, 'चल, आपण फिरून येऊ या. सारथी नको...' अतिथीचा गौरव करण्यासाठी मीच सारथ्य केलं. फक्त अतिथी म्हणून, की क्षत्रिय-सूत या भेद-भावनेमुळं? नक्कीच विदुर, कृष्ण आणि कुंतीनं माझ्या जन्माची ही दंतकथा निर्माण केली असणार...

सिंहकानं विचारलं,

"विदुराच्या बोलण्यावर विश्वास ठेवायचा का महाराजा?"

सरळ, स्पष्ट उत्तर देणं कर्णाला जमलं नाही. संपूर्ण सूत-कुलात विदुर आणि तो असे दोघेही प्रमुख होते. पण त्या दोघांचं कधीच एकमेकांशी पटलं नव्हतं. विदुर धृतराष्ट्र महाराजाच्या आईच्या दासीच्या पोटी जन्मला होता. त्याच धृतराष्ट्र महाराजाच्या सारथ्याचा हा मुलगा. फक्त सारथी म्हणून न राहता सेनाप्रमुखाच्या जागेवर चढलेला. शौर्याचा लवलेशही नसलेल्या विदुराला राजसभेत एक स्वतंत्र आसनही आहे. महाराजापुढं पांडवांच्या बाजूनं काही तरी बडबड करून तो सतत उपेक्षा सहन करत असतो. भीष्मांकडून परमात्मा असं बिरुदही त्यानं मिळवलंय्. विदुर कधीच खोटं बोलणार नाही, अशी त्याची ख्यातीही आहे.

पण सिंहकाच्या प्रश्नाला होकारार्थी उत्तर कसं द्यायचं? त्यामागचे त्यांचे विचार किंवा तंत्रं काही का असेनात, महाराजाचं अंतर्मन जेवढं मला ठाऊक आहे, तेवढं आणखी कुणालाच ठाऊक नाही.

तो उत्तरला,

"ते सगळं खोटं आहे. युद्ध निश्चितच होणार आहे."

"काही तरी करून हे युद्ध घडवून आण, महाराजा! नाही तर युद्धाचे रथ, धनुष्य-बाण तयार करून अन्न मिळवणारे आमच्यासारखे जगणार तरी कसे?" चैत्य मनापासून म्हणाला.

कर्णानं पाऊल उचलताच सगळे आदरानं मागं सरले. कुत्रंही त्याच्या

पाठोपाठ गेलं.

एव्हाना ऊन बरंच चढलं होतं. लवकर घरी जाऊन तयार व्हायला पाहिजे, याची जाणीव झाली. बोलणी करायला आलेल्या कृष्णाचं सभेतलं बोलणं ऐकायला पाहिजे. या विचारासरशी तो झपाझप पावलं टाकू लागला.

गावात प्रवेश केल्यावर कृषकांची वस्ती. ती संपल्यावर सूतांची. त्यात उठून दिसणारं, स्वत: दुर्योधन महाराजानं बांधवून दिलेलं उंच प्रशस्त भवन!

कुत्रं दारातच उभं राहिलं आणि कर्ण आत गेला.

घराच्या मागच्या बाजूला कुठं तरी भांडल्याचा आवाज येत होता. त्याच्या बायकांचंच भांडण! काय कारण, कोण जाणे!

एवढ्यात आवाज थांबले. आपल्या चाहुलीसरशी त्यांनी भांडण आटोपतं घेतल्याचं त्याच्या लक्षात आलं. जुन्या खेदानं पुन्हा डोकं वर काढलं.

का एवढ्या बायकांशी लग्न केलं, कोण जाणे! दुर्योधनावरही राग उफाळून आला. 'कर्णा, तू राजसखा. तुझ्या अंत:पुरात फक्त एक बायको पुरणार नाही. चार-पाचजणी तरी हव्यातच–' अशी त्यानंच जबरदस्ती केली. वयात आलेल्या मुली राजवाड्यात पाठवणाऱ्या माझ्या कुलात माझ्यासारखा एकजण तयार झाला, तर मुली देणाऱ्यांची कमतरता कुठली? क्षत्रिय पुरुषाच्या सगळ्या सवयी त्यानं मला लावल्या.

त्याचं मन थोडं हलकं झालं.

त्यानं दासीला विचारलं,

"सगळी मुलं कुठं आहेत?"

दारात उभी असलेली वृद्ध दासी दोन पावलं पुढं येऊन म्हणाली,

"शत्रुंजय आणि विराट धाकट्या मुलांना धनुष्य-बाणाचे धडे शिकवायला गेले आहेत. द्रुम, वृकरथ आणि सत्यसेन सैन्यातल्या घोड्यांकडे पाहायला गेले आहेत. चित्रसेन आणि सुशर्मा शिकारीला जायची तयारी करत आहेत. सुषेण स्वयंपाकघरात..."

हुंकार देत कर्ण घोडघासाच्या मृदु चटईवर बसला.

कुत्रं उंबऱ्यावर डोकं टेकवून झोपलं होतं. नदीत अंघोळ करून आल्यामुळं त्याचं लालसर तपकिरी अंग चकाकत होतं.

कर्णाच्या घराच्या मोठ्या दारापुढं लहान लहान घरं होतीं. त्यात त्याची मुलं आपापल्या बायका-मुलांसह वेगळी राहत होती. त्या प्रत्येकाला सैन्यात त्यांच्या त्यांच्या कुवतीप्रमाणे काम मिळालं होतं. सगळ्यांचं जेवण मात्र एकाच ठिकाणी व्हावं, ही कर्णाची अपेक्षा दोन्ही वेळेला पूर्ण होत होती. बायकांबरोबर तो कधीच जेवायला बसत नव्हता. सहा-सात वर्षांच्या छोट्या छोट्या नातवंडांबरोबर जेवणं

हा कर्णाच्या जीवनातला फार मोठा विरंगुळा होता.

थोड्या वेळात थोरला मुलगा सुषेण जेवण्यासाठी बोलवायला आला. पहिली बायको गुणिकेलीच्या माघारी तिचा मुलगा सुषेणच वडिलांच्या जेवण-खाण्याकडे लक्ष देत असतो. त्याच्या जवळच बसून जेवत होता. त्याची सगळी देखभाल करत होता.

हात-पाय धुऊन कर्ण मागच्या बाजूच्या मोठ्या ओसरीकडे निघाला. दोन रांगांमध्ये वीस पाट मांडून त्यांच्यापुढं लाकडात कोरलेली ताटं ठेवली होती. पलिकडच्या दरवाज्यातून 'मी आजोबापाशी बसणार... मी... मी...' असा आरडाओरडा करत धावत आलेली अठरा नातवंडं त्याच्याजवळ आली.

प्रत्येकाशी थोडं बोलून, त्यांची समजूत काढून, त्यांना एका रांगेत जेवायला बसवून, मधे आजोबा कर्ण बसला. शेजारी त्याचा थोरला मुलगा सुषेण बसला. परिचारकांनी येऊन मसुस्य, भात, दुधाचं पक्वान्न, मेंढ्याचं मांस पानात वाढल्यावर मुलांचा दंगा कमी झाला.

मांसाचा तुकडा चघळताना कर्णाचं मन कृष्णाचं बोलणं आठवण्यात दंग झालं होतं.

मनाचा गोंधळ उडवूनच त्यानं जरासंधाला ठार केलं, म्हणे. माणसाचं मन हातळण्याची कृष्णाची हातोटी त्यानंही मनोमन मान्य केली. रात्रभर जागरण करून आपण विचार केला, त्यात काही अर्थ नाही, असं वाटू लागलं. जेवण आटोपल्यावर शांतपणे झोप काढावी, असं त्यानं ठरवलं. तो विचारात गढला असता समोरच्या रांगेतला शेवटचा मुलगा कोण तो? द्रुमाचा तिसरा मुलगा विश्वजित... रडू लागला. त्याच्या शेजारी बसलेली वृकरथाची थोरली मुलगी पहिल्यापासून अशीच खोडकर! आता त्याच्या ताटात हात घालून काही तरी काढून घेतलं, म्हणे, तिनं!

कर्णाला हसू आलं. तो रागेजला,

'ए! दुसऱ्याच्या ताटात हात का घालतेस?'

आई राधेला जाऊन फक्त सहा वर्षं झाली. गेली तेरा वर्षं कुंती इथंच आहे ना! तिलाही ठाऊक नव्हतं का? तिला एकदाही आपल्या जुन्या सखीला भेटून माझी चौकशी करावी, असं वाटलं नाही? की हे सगळंच खोटं? आईचा या मुलांवर किती जीव होता! लहानपणी शत्रुंजय, विराट, द्रुमद यांच्या खोडकरपणामुळं मी कधी एखादी चापटी दिली, तरी कशी धावून येत होती! त्या मुलांना कुशीत घेऊन वर मलाच रागावत होती! खरंच, माझा चेहरा तिच्यासारखा असता, तर किती बरं झालं असतं! तिचा सावळा रंग, सडपातळ भुवया...

आणखी एक जांभई आली; पण झोप येणार नाही, याची ग्वाही मन देत

असतानाच त्याला आठवलं,

त्यानं विचारलं,

"सुषेणा, कुत्र्याला जेवायला वाढलं?"

त्याच्या चेहऱ्यावरचे भाव पाहताच खालचा ओठ उचलून तो उठला. आपल्या ताटातलं अन्न उंबऱ्याजवळच्या कुत्र्याच्या भांड्यात ओतून पुन्हा पाटावर येऊन बसला.

स्वयंपाक्यानं पुन्हा वाढलं.

सुषेणानं विचारलं,

"रात्रभर तुम्ही झोपला नाही. उगीच दरवाजा उघडून बाहेर जाऊन येत होता. का बरं?"

कर्णानं मुलाच्या चेहऱ्याकडे पाहिलं.

"आताही डोळे लाल झालेत. चेहराही उतरून गेलाय्." सुषेण पुढं म्हणाला.

"झोप नाही आली..." म्हणत कर्णानं तोंडात घास घातला.

"काल तुम्ही एकटेच त्या पांडवांच्या दूताबरोबर रथातून बरंच दूर गेला होता. परतलात, तेव्हाही बराच उशीर झाला होता. का गेला होता अशा शत्रूबरोबर?"

"काय झालं?"

"घरी परतल्यावर तुम्ही जेवला नाहीत. रात्रभर झोपला नाहीत. मनाला क्लेश होण्यासारखं काही बोलणं झालं का? की विषप्रयोग वगैरे..."

"तिथं मी काही खाल्लो-प्यायलो नाही."

"फक्त तेवढ्यानंच विषबाधा होते का? अंधारात विषानं माखलेलं एखादं अग्र जरी शरीरात टोचलं, तरी पुरेसं आहे. आपण नाही का धनुष्यानं नागास्त्र सोडत?"

"तसं काहीही झालेलं नाही."

पुढं सुषेण काही बोलला नाही.

कर्णाच्या तोंडातला घास तोंडातच घोळत होत. सुषेणाचं लक्ष आहे, हे जाणून कर्णांन तो घास कसाबसा गिळला; पण ताटातलं अन्न मात्र तसंच राहिलं.

जेवणाचं शास्त्र उरकून, नातवंडांशी थोडं बोलून, धाकट्या नातवंडांचे गाल कुसकरत आणि वृकरथाच्या मुलीची पाठ थोपटत तो आपल्या खोलीत परतला. जाड कांबळ्यावर पडल्या पडल्या आपोआप डोळे मिटले.

आई राधेची सावळी आकृती, पिता अधिरथाचा मांसापेक्षा हाडांमुळे उठून दिसणारा चेहरा.

'बाळ, मी सारथी असलो, तरी तू रथिक व्हायला हवंस. मला येईल,

तेवढी धनुर्विद्या मी तुला शिकवेन. हस्तिनावतीला धनुर्धारी, म्हणजे कृपाचार्य. पण त्यांच्याकडे शिकावे, असे राजपुत्रच नाहीत.' महाराजा माझ्यापेक्षा बारा वर्षांनी लहान. धर्मराजा दहा वर्षांनी लहान. या कृपालाही जेवढ्यास तेवढं येतं. एवढंच काही पुरेसं नाही. 'तू कुठं तरी लांबवर जाऊन कुणी तरी गुरू शोध. गुरुसेवा करून विद्या शिकून घे. तरच मला समाधान मिळेल.'

पण मला असं कुठं तरी दूर पाठवायला आई मुळीच तयार नव्हती, कशी फणकारली ती! 'घरापासून इतके दिवस लांब राहून शिकायला आपण काय क्षत्रिय आहोत! काही नको!' अठरा वर्षांचा मी केवढा उंच झालो होतो! केवढी रुंद छाती माझी! माझा दंड घट्ट धरून मला अडवणाऱ्या आईचं डोकं माझ्या खांद्याएवढंही आलं नव्हतं. तिचा सावळा चेहरा अजूनही डोळ्यापुढून हलत नाही. किती नशीबवान मी! मी साठीचा होईपर्यंत जगली ती. अखेरच्या काळात इतरांप्रमाणे तीही महाराजा म्हणत होती मला. किती वेळा सांगितलं, 'आई, तू महाराजा म्हणू नकोस. बाळच म्हण ना!' पण ती ऐकतच नव्हती. का बरं? उतारवयात, मी क्षत्रिय मुलीच्या पोटी जन्मलो, ही जाणीव तर तिच्या मनात निर्माण झाली नसेल ना? कोण जाणे? पोटातच ठेवून घेऊन गेली ती! माझ्या जन्माच्या रहस्यावर आपल्या मायेचा पडदा घालून, ती मरून गेली! कुंती इथंच राहायला आली, तेव्हा तिला आपल्या जुन्या मालकिणीची आठवण झाली असेल का? की हा विषय वर काढणंच नको, म्हणून तशीच घुसमटून मरून गेली? पांडवांचं लग्न झाल्यावर कुंती मुलांसह थाटामाटानं गावात आली. त्या वेळी किती वर्षं होती इथं? तेव्हा आई तिला जाऊन भेटली असेल का? का ही भेटायला गेल्यावर तिनंच, 'राधे, आता तू मला भेटायला येऊ नकोस,' असं निक्षून सांगितलं असेल? आपलं मूल कसं आहे, कुठं आहे, एवढं तरी विचारायची तिला गरज वाटली असेल, की नाही? षंढ नवऱ्याबरोबर मुलांशिवाय राहत होती, म्हणे, ती. खरं काय आणि खोटं काय, कुणास ठाऊक! सगळं पोटात साठवून मरून गेली माझी आई! माझी आई याच गावात राहते, एवढं तरी त्या कुंतीला ठाऊक होतं, की नाही, कोण जाणे!

आईच्या अंतर्मनाच्या हालचालींचा मी वेध घेऊ शकेनही; पण कुंतीचं मन मात्र मला समजायचा प्रश्नच नाही. लग्नाआधी मूल होणं हा प्रकार किळसवाणा आहे, असा समज त्या वेळी तिकडच्या क्षत्रियांमध्ये वाढला होता, म्हणे. आता इकडच्या क्षत्रियांमध्येही ही पद्धत आलीय्. दुर्योधन-दुःशासनाच्या मुलींना लग्नाआधी पुरुषांमध्ये न मिसळू देता बायकांच्या देखरेखीखाली ठेवण्यात आलंय्, हे त्यालाही ठाऊक होतं. काय ही क्षत्रिय जातीतली नवी बंधनं! अजून तरी आमच्या जातीत याचं अनुकरण केलं जात नाही. अर्थात त्यांनी तसं त्यांचं

अनुकरण केलं, तर क्षत्रिय पुरुषांच्या भोगासाठी नव्या नव्या अविवाहित कोवळ्या मुली इतक्या विपुल प्रमाणात कशा मिळणार?

कर्णाला एकाएकी आठवलं...

तारुण्याच्या जोमात दुर्योधनाबरोबर मीही किती तरी दासींचा उपभोग घेतलाय्! त्यापैकी बहुसंख्य सूत जातीतल्याच होत्या!

एकाएकी कर्णाला शरम वाटली.

आपल्याच जातीतल्या स्त्रिया आणि आम्ही मजा चाखल्यावर एकमेकांना त्यातल्या गमती सांगत होतो! छी:! त्याला अजूनही आवड आहे. त्रेपन्न वर्षांचं वय आहे त्याचं. क्षत्रियकन्यांना मात्र योनि-शुद्धीचा नियम...

छे:! काय झालंय् या मनाला? त्याच गोष्टींकडे कसं विचित्र दृष्टीनं पाहतंय् आज! आजच या सगळ्या आठवणी...

पुन्हा जांभई आली. आज राजसभा नसेल. थोडी तरी झोप काढलीच पाहिजे. नाही तर शरीर ऐकणार नाही.

आळस देऊन, उताणं झोपून त्यानं डोळे मिटून घेतले. आपसूक झोप आली. कुठं तरी भरकटणारं मन खोल खोल विहिरीत आत आत जाणाऱ्या घागरीसारखं बुडत होतं.

असा किती वेळ गेला, की क्षणच तेवढ्या वेळाच्या रूपानं व्यापून राहिला, कोण जाणे! काळं पाणी उसळून शांत झालं. सभोवताली, खाली सगळीकडे वेढून टाकणारं काळं पाणी...

तो दचकून जागा झाला. मन घाबरून गेलं. अंग घामेजलं.

हेच स्वप्नं टपून बसलं होतं निद्रेचा नाश करायला! काय करावं?

तो कुशीवर वळला.

भरगच्च पाण्यानं भरलेल्या नदीच्या प्रवाहात तरंगत आलेलं टोपलं...

डोळे भगभगत होते. दाढा निखळून येतील, अशी एक प्रदीर्घ जांभई. घराच्या दरवाज्यात मुलांचा गोंधळ. एवढ्या उन्हात काय खेळताहेत? 'बाण मारेन! विहिरीतला चेंडू बाहेर काढेन...' कुणाचा हा आवाज? सत्यसेनचा विश्वजित असेल. हो. त्याचाच आवाज हा. मुलांना मीच शिकवलंय्. धुनर्विद्येसारखी सूक्ष्म विद्या क्षत्रियेतरांना शिकवू नये, असा भीष्माचाा नियम! द्रोणाच्या शाळेत मला प्रवेश नाही. पायदळातला सैनिक किंवा रथसहायक होण्यासाठी आवश्यक असेल, तेवढंच शिकवलं जाणार. 'बाळ, हे क्षत्रिय असेच आहेत. परशुरामाचं नावं ऐकलंस ना? पूर्वी कधी तरी तो होऊन गेला. सगळ्या क्षत्रियांची त्यानं चांगली खोड मोडली! तो भार्गव वंशातला. आजही त्याच्या वंशातले ब्राह्मण

आहेत, म्हणे. तू त्यांच्यापाशी जा. हे ब्राह्मण क्षत्रियांना आपली विद्या शिकवत नाहीत. आपण क्षत्रिय नाही. त्यांना सांग ही गोष्ट. भक्तिभावानं गुरूची सेवा कर आणि त्यांच्याकडून मिळेल तेवढी विद्या आत्मसात करून घे. तुझ्याइतके लांब बाहू मी आजवर कुणाचेच पाहिले नाहीत...' आपला मुलगा उत्तम धनुर्धारी व्हावा, अशी बाबांची किती उत्कट इच्छा होती! अर्थात माझ्याही मनात काही कमी आकांक्षा नव्हती. म्हणूनच तर साधा धनुष्य-बाण हाताळण्याचं पुरेसं कौशल्य हस्तगत करण्याआधीच आगीचे बाण कसे सोडायचे, ते शिकण्यासाठी पुढं सरसावलो होतो मी!

भार्गवांनी किती श्रद्धेनं शिकवलं! किती खडतर अभ्यास! द्रोणाची शिकवायची पद्धतच वेगळी. एखाद्या शिष्यानं आपण होऊन आस्था दाखवली, तर तो व्यवस्थित शिकवत होता. नाही तर श्रीमंत राजपुत्रांना बरं वाटेल, अशा पद्धतीचं त्याचं शिकवणं चालत होतं. भार्गवांचं मात्र मुळीच तसं नव्हतं. 'बाळ वसुषेणा! तुझे बाहू, दंड, छाती, खांदे... सारं काही कुशल धनुर्धाऱ्याला आवश्यक असंच आहे. पण यापूर्वी सात-आठ वर्षं तू इथं यायला हवा होतास. कोवळ्या वयात जे साध्य करून घेता येते, ते नंतरच्या वयात साध्य होत नाही. भरपूर मेहनत घेतलीस, तर शक्य तेवढं जमेल.' इतक्या आपुलकीनं शिकवणाऱ्या त्या भार्गवांबरोबर वागताना मी जीवनातली ती सर्वांत मोठी चूक केली नसती, तर माझं शिक्षण निश्चितच पूर्ण झालं असतं! गुपित झाकून ठेवण्याची शक्ती माझ्या अंगी असती, तर? सूत असून गुरूला ब्राह्मण असल्याचं खोटंच सांगून शिकत आहे, हे गुपित कुणाही मित्रापुढं बोललो नसतो, तर? मन तळमळलं. मध्यंतरी एवढा काळ लोटला असेल, तरी त्या तळमळीची तीव्रता कमी झाली नव्हती. गुपित सांभाळायला पाहिजे, गुपित गिळून पोटात ठेवून द्यायला पाहिजे. आई-बाबांनी सांभाळलं, तसं! ते एकांतात तरी याचा उच्चार करत होते, की नाही, कोण जाणे! भगाला सच्चा मित्र मानला मी! त्यानं मला फसवलं. फसवणं तरी कसं म्हणायचं? नवं काही तरी समजल्यानं उत्तेजित होऊन त्यानं ही गोष्ट सांगून टाकली. काही का असेना, माझं चुकलं, हेच खरं!

"वसुषेणा, का खोटी जात सांगितलीस तू!"

हात-पाय थरथर कापत होते. किती घामेजून गेलो होतो मी!

"गुरो, तुम्हांला फसवावं, या हेतूनं मी खोटं बोललो नाही. माझी चूक झाली, हे खरं आहे. पण विद्या मिळवण्याच्या आकांक्षेपोटी मी खोटं बोललो. तुम्ही ब्राह्मणांशिवाय इतरांना शिकवत नाही, असं मला समजलं होतं."

"क्षत्रियांना शिकवायचं नाही, एवढाच आमचा नियम आहे."

त्यांच्या या उत्तरानं माझ्या मनातल्या आशा पुन्हा पालवल्या. मी म्हणालो,

"मी क्षत्रिय नाही!"

"पण सूत आहेस. म्हणजे कृषक स्त्रीच्या पोटी क्षत्रिय बीजपासून जन्मलेली जात ही. नेहमी संतानाची निष्ठा बीजाकडेच असल्यामुळं तुमची जात क्षत्रियांच्या सेवेतच जगणार. त्यामुळं मी तुला विद्या देणार नाही. जा तू!"

कर्ण दचकून उठून बसला. उकाडा नसला, तरी अंग घामामुळं चिकट झालं होतं.

भार्गवांचं बोलणं माझ्या बाबतीतही खरं ठरलं. मीही क्षत्रियांच्या सेवेतच जगत आहे. खरं तर यात काहीच नवं नव्हतं. जगत असलेल्या जीवनाविषयी कर्णाच्या मनात किंचितही असमाधान नव्हतं; पण आजच साऱ्या आठवणी येत आहेत. त्याही आजवर कधीच जाणवल्या नव्हत्या, अशा अंगानं. संतान बीजाशी संबंधित असतं, हे खरंच. भारद्वाज ऋषींनी कुंभार स्त्रीच्या पोटी जन्मलेल्या द्रोणालाच आपला मुलगा मानला. शरद्वंतानंही रानटी स्त्रीच्या पोटी जन्म घेतलेल्या कृप आणि कृपी यांना आपली मुलं म्हणून स्वीकारलं आणि ब्राह्मण केलं. पराशर मुनीनं कोळ्याच्या मुलीच्या पोटी जन्म दिलेल्या काळ्या मुलाला कृष्णद्वैपायन या नावानं अद्वितीय वेद-तज्ज्ञ म्हणून वाढवलं. संतान हे बीजाचं, हे तर खरंच. मग या क्षत्रियांनी कृषक स्त्रियांच्या पोटी जन्मलेल्या आपल्याच मुलांना आपलं न मानता सूत ही नवी जात का तयार केली? क्षत्रियांच्या सेवेतून निर्माण होणारी आणि क्षत्रिय-सेवेतच जगणारी एक जात अतिशय मोठ्या प्रमाणात जन्मून वाढते आहे! फक्त एका अंध धृतराष्ट्रानंच अशा शहाऐंशी सूतांना जन्म दिलाय् ना! दुर्योधन, दु:शासन आणि त्यांच्या बारा भावंडांनी आणखी किती सूत जन्माला घातले असतील, त्यांचा कोण हिशेब ठेवणार? आर्यावर्तातील प्रत्येक राजानं आणि राजपुत्रानं वृद्धिंगत केलेली ही सूत-प्रजा किती हजारांच्या संख्येत असेल? क्षत्रियांच्या दहापट, की शेकडोपट? धान्य पेरून, नांगर चालवून, शेती करणाऱ्या शेतकऱ्यांपेक्षा क्षत्रियांपासून जन्मलेल्या सूतांचीच संख्या वेगानं वाढत आहे!

जांभई आली. नुसती जांभई. झोप तर येतच नाही. दासीला हाक मारून सांगताच तिनं पाणी आणून दिलं. नदीचं गोड पाणी पिताच त्याला थोडं बरं वाटलं. अंगभर गारवा पसरल्यासारखा वाटला.

खोलीतल्या अंधारात बसून राहिला. थोडा वेळ मनाची सारी हालचाल थांबून मन स्थिरावल्यासारखं झालं. बाहेरच्या बाजूला जुंई करणाऱ्या माश्यांचा आवाज मधूनच ऐकू येत होता. एकाएकी खूप बरं वाटलं. विचारांच्या तावडीतून

सुटल्यासारखं वाटून काल संध्याकाळपासून प्रथमच हायसं वाटलं.

त्याला मनाची गंमत वाटली.

एवढा वेळ आपल्या पकडीतून निसटून हवं तसं नाचत होतं आणि आता मध्येच असं शांतही झालं.

मनाचा खेळ पाहून त्याच्या मनात त्याविषयी कुतूहल वाटलं. पण त्यामुळं मनाची शांती भंग पावली नाही. बाहेरच्या माश्याही आपल्या मर्जीप्रमाणे मधूनच आवाज वाढवत होत्या, तर मधूनच शांत होत होत्या. मग पुन्हा वेगळ्याच लयीचं आणि चालीचं गाणं सुरू होत होतं.

किती वेळ गेला, कोण जाणे.

मध्येच दासीनं डोकावून पाहिलं.

कर्णाचं तिकडे लक्ष गेलं.

तिनं सांगितलं,

"राजवाड्यातून रथ आलाय्."

कर्ण उठून बाहेर येत असतानाच दुर्योधन महाराजाचा खास सारथी सुनाम आत आला. मान झुकवून नमस्कार करत म्हणाला,

"लागलीच घेऊन यायला सांगितलंय्."

सारथ्याला बोलावून, घोडे सज्ज करून, रथ जोडून निघण्याइतका वेळ जाऊ नये, म्हणून गडबडीच्या वेळी स्वत:चा रथ पाठवायची महाराजाची पद्धत होती. कसली तरी अतिशय महत्त्वाची राजसभा असली पाहिजे.

त्याच्या मनात हा विचार येत असतानाच सुनामनं त्याचा उच्चार केला.

रेशमी धोतर-अंगरखा, छातीवर कवच, गळ्यात हार, दंड-मनगटांवरची आभूषणं घालून कर्ण तयार झाला. आतून आलेल्या सुषेणानं गळ्यात भरघोस मण्यांचा हार घालून मस्तकावरचं वस्त्रं गुंडाळलं.

रथ सूत-गल्लीतून जाताना समोर भेटणारे, उंबऱ्यावर बसलेले नेहमीप्रमाणे आदरानं उभे राहत होते. क्षत्रिया कुळातले मात्र बसल्या जागेवरून उठत नव्हते. फक्त मंद हसून स्नेह दर्शवत होते.

यांना मी कुंतीचा मुलगा असल्याचं समजलं, तर? मग तेही उठून उभे राहतील!

रथ वेगानं पुढं जात होता. पुढं लागणारी क्षत्रिय-वस्ती सूत वस्तीपेक्षा बरीच लहान होती.

दु:सह दरवाज्यातच उभा होता. दुर्योधन कधीचा कर्णाची वाट पाहत होता. सोबत दु:शासन आणि शकुनिही होते. इतर अकरा भावंडांना दुर्योधन कधीच

विचार-विनिमयासाठी बोलवत नव्हता.

कर्ण आत येताच तो नेहमीप्रमाणे त्याला शेजारी बसवून घेत वेगळी प्रस्तावना न करता म्हणाला,

"राजसभेत त्याला बोलावून घ्यायलाच उशीर करावा, असं तू म्हटलं होतंस, ते अगदी खरं आहे, बघ. त्याला चार दिवस वाट पाहायला लावून त्याची लायकी दाखवून द्यायचा तुझा विचार मलाही तंतोतंत पटला; पण आता मात्र लवकर त्याचं काम उरकून शक्य तितक्या लवकर त्याला गावाबाहेर काढायचा निर्णय मी घेतला आहे."

"का?"

"आपल्या या धोरणाचा तो फायदाच करून घेत आहे. काल दुपारी तो आमच्या पितामहांकडे गेला होता. रात्री आचार्यांना घरी गेला आणि आज सकाळी युयुत्सूच्या घरी जाऊन तिथंच तो जेवला, म्हणे! काल संध्याकाळी तुझ्या घरी येऊन तुलाही रथातून घेऊन गेला होता ना? तुझ्यापुढं त्याची डाळ शिजणार नाही, याची मला खात्री आहे; पण इतर सगळे त्याच्या बोलण्याला भुलून जातील, यात वादच नाही. आधीच त्यांची मनं शत्रूच्या बाजूचीच आहेत. आता तो आपल्या आई-वडिलांना भेटेल! एवढंच काय, तो आमच्या बायकांच्या मनातही काही तरी बरं-वाईट पेरायला मागं-पुढं पाहणार नाही!"

कर्णाचं सर्वांग घामानं डबडबलं होतं. कृष्णाशी आपलं काय बोलणं झालं, हे महाराजाला समजलं तर नसेल? पण 'तुझ्यापुढं त्याची डाळ शिजणार नाही–' या त्याच्या वाक्यानं त्याला थोडं बरं वाटलं.

दुःसहानं आत येऊन सांगितलं,

"त्यांचा निरोप आलाय्. कृष्णाचा रथ बाहेर येऊन उभा राहिलाय्, म्हणे..."

दुर्योधन चटकन उभा राहिला. इतर तिघं त्याच्या पाठोपाठ राजभवनाकडे निघाले.

बसलेल्या भीष्म, द्रोण, विदुर– सगळ्यांनी उभं राहून महाराजाला आदर दर्शवला. शेजारच्या सिंहासनावर बसलेला थोरला महाराजा धृतराष्ट्र मात्र उठला नाही.

आपल्या सिंहासनावर बसताच महाराजानं आज्ञा दिली,

"त्याला आत येऊ द्या. पण सभेत कसं वागायला पाहिजे, याची स्पष्ट कल्पना द्या त्याला! तो स्वतः राजकिरीट धारण न करणारा दूत आहे. त्यामुळं प्रहरी जाऊन त्याला बोलावून घेऊन येईल. तो आता आल्यावरही कुणी उभं राहायचं नाही."

क्षणभर शांतता पसरली. नंतर भीष्मांनी बसल्या जागेवरूनच सांगितलं,

“मी स्वत: किरीटधारी नाही. म्हणून मी इतर राजसभेत गेलो, तर कुणीच उभं राहत नाही, अशी तुझी समजूत आहे का?”

“तुम्ही सिंहासनाधिष्ठित नसलात, तरी संपूर्ण कुरुराज्यात तुमचं स्थान आदराचं आहे. या कृष्णाला त्याच्या द्वारकेतही कुणी विचारत नाही. माझ्या डोळ्यांनी पाहिलंय् मी हे! शिवाय दूताच्या येण्यामागे मित्रभाव आहे, की तो एक शत्रू म्हणून आलाय्, हाही प्रश्न आहेच.”

यावर थोडी फार चर्चा झाली. अखेर भीष्म उभे राहून म्हणाले,

“जरासंधाला ठार करवून, आपल्यापैकी एकाकडून राजसूय यज्ञ घडवून आणणारा किरीटधारी असो वा नसो, त्याचा क्षत्रियोचित मान राखलाच पाहिजे. मी स्वत: जाऊन त्याला इथं घेऊन येतो...” म्हणत ते चालू लागले.

विदुर, द्रोण, कृपही त्यांच्या पाठोपाठ निघाले. कर्णाच्याही मनात एका कोपऱ्यात किरीटधारी नसला, तरी योग्य तो आदर दर्शवला पाहिजे, असं वाटत असतानाच ‘क्षत्रियोचित मान राखला पाहिजे’, हे वाक्य त्याच्या मनात प्रतिकूल भाव निर्माण करून गेलं.

कृष्ण एकटा नव्हता. त्याच्याबरोबर युयुधान सत्यकी... राजसूयाच्या वेळी त्याला पाहिल्याचं कर्णाला आठवलं... आणि इतरही पंधरा-वीस माणसं होती. नीटसपणे नटलेली.

सगळे राजभवनात आले. सगळे द्वारकेचेच, म्हणे. सुप्रसिद्ध हस्तिनावती आणि संपूर्ण आर्यावर्तात प्रसिद्धी पावलेली दुर्योधनाची राजसभा पाहायला कृष्णाबरोबर आले होते, म्हणे. फक्त कृष्ण आणि युयुधानला आसन-गौरव मिळाला. उरलेले सगळेजण भिंतीपाशी उभे राहून राजदरबाराचं वैभव आ वासून, डोळे विस्फारून पाहत राहिले.

उभय कुशल प्रश्नांची औपचारिक देवाण-घेवाण होत असताना कृष्णाची नजर कर्णावरून फिरली; पण कर्णानं ती जाणीवपूर्वक चुकवली. या वाटाघाटींचा परिणाम कर्णाला आधीच ठाऊक होता. सगळ्यांनाच ठाऊक होतं. फक्त उपचाराचा एक भाग, एवढंच त्याचं महत्त्व.

एक जांभई आली. झोपेची सूचना देणारी जांभई. पेंगुळल्यासारखं झालं होतं. पण आपण राजसभेत बसल्याची आठवण ठेवून डोळे ताणून जागा राहायचा त्याचा प्रयत्न चालला होता.

कृष्णानं बोलायला सुरुवात केली,

“युद्ध करू न शकण्याइतके पांडव भेकड आहेत, म्हणून त्यांनी मला इथं मुळीच पाठवलेलं नाही...” अशी प्रस्तावना करून त्यानं भीम-अर्जुनाच्या शौर्यांच्या कथा सांगायला सुरुवात केली.

कर्णाच्या डोळ्यांवर झापड येत होती. पण मनाच्या आतल्या पदरात दडलेल्या आठवणी...

भार्गवांच्या धनुर्विद्या-आश्रमातून बाहेर पडल्यावर चांगला गुरू शोधण्यासाठी किती पायपीट केली मी! तसा नावाजलेला आणखी कुणी गुरू नव्हताच. जो होता, तो द्रोण हस्तिनावतीत भीष्माच्या मुठीत होता. जिथं जाईन, तिथं माझ्याच धनुर्विद्येची वाहव्वा! मग प्रगती तरी कशी होणार? कधीही क्षत्रियांची चाकरी करणार नाही, अशी प्रतिज्ञा करून पुन्हा भार्गवांनाच शरण गेलो असतो, तर ते तयार झाले असते, की काय, कोण जाणे! पण मग धनुर्विद्या शिकलेला सूत कुठल्या ना कुठल्या क्षत्रिय सैन्यात भाग घेतल्याशिवाय आपल्या धनुर्विद्येचं प्रदर्शन कसं करणार? आपली धनुर्विद्या स्वतंत्र ठेवायचा एकच उपाय, म्हणजे अरण्यात राहून शिकार करणं. हेही त्या वेळी सुचलं नाही. आज एवढ्या वर्षानंतर मेंदू पोखरण्यासाठी आले आहेत हे विचार!

कृष्ण सांगत होता,

"धावत्या रथातून, धावत्या घोड्यावरून, सरळ, वक्र, लोहबाण, अग्निबाण... एकाच वेळी चार-चार बाण सोडणाऱ्या अर्जुनाची बरोबरी करू शकेल, असं या जगात कुणीच नाही. मग त्याला जिंकायचा तर प्रश्नच नाही... फक्त द्रोणांकडे शिकला, एवढंच नव्हे, तर..."

कर्णाच्या अंतरंगातून प्रश्न उमटला :

अर्जुन खरोखर माझ्यापेक्षा श्रेष्ठ धनुर्धारी आहे का? कधीही समोरासमोर तशी परीक्षा झाली नाही. युद्धतंत्रात त्याला आपल्यापेक्षा अधिक समजतं, हे कबूल. विराट नगरातून गाई पळवून आणताना, अरण्यात घोषयात्रेच्या वेळी ते सिद्ध झालं आहे. पण आजवर युद्धावर नियंत्रण ठेवायची संधी मला कधीच मिळाली नाही. त्याला शिक्षण किती मिळालंय्? शिवाय गुरूचं वात्सल्य... एकापाठोपाठ एक पळवाटी सुचत होत्या आणि मी मात्र भार्गवांनी हाकलून काढल्यावर गुरूच्या शोधात गावोगाव भटकत होतो.

गावोगावचे लोक जमलेले. राजघराण्यांतले. फक्त हस्तिनावतीचेच नव्हे, तर इतरही मोठमोठ्या गावचे प्रमुख. त्या क्षत्रियांसमोर या क्षत्रिय-कुमारांचं अस्त्रप्रदर्शन. प्रत्येकाच्या प्रत्येक हुशारीचं आकाशाला भिडणाऱ्या 'भले... भले...' च्या घोषांमध्ये होणारं कौतुक! पांडव आणि कौरवांमध्ये अर्जुन चलाख नेमबाज आहे. हे खरं. पण त्या दिवशीच्या त्याच्या शरसंधानात मला तरी काही विशेष दिसलं नाही. भार्गवांकडच्या वास्तव्यात एवढं तर मी कधीच आत्मसात केलं होतं. मला संधी

मिळाली असती, तर मी निश्चितच त्याच्या बरोबरीचा असल्याचं दाखवून दिलं असतं. अर्जुनाचे हात काही माझ्याइतके लांब नाहीत.

कर्णाची दृष्टी सभेत बसलेल्या प्रत्येकाच्या हातावरून फिरली. कुणाचेही बाहू त्याच्याइतके लांब नव्हते...

'कुरुश्रेष्ठा, संपूर्ण आर्यावर्तात शोधूनही सापडणार नाही, असा धनुर्धारी तयार केला आहे तुझा नातू अर्जुन!' द्रोणाच्या या वाक्यामुळं किती आवेशानं सारं विसरून मी चालू लागलो! 'जे जे या अर्जुनानं करून दाखवलं आहे, ते मीही करून दाखवू शकतो. मला माझ्या घरातून माझं धनुष्य आणण्याइतका अवधी द्या.' बाहू उभारून मी एवढं म्हणताच आपला मुलगा मोठा वीर व्हावा, अशी अपेक्षा करणारे माझे बाबाही किती घाबरून गेले! प्रेक्षकही स्तब्ध झाले होते. घाबरलेले बाबा पुढं सरसावून म्हणाले,

"बाळ, राजकुमारांशी अशी स्पर्धा करू नये. आपण सूत आहोत."

"मग अर्जुनाच्या तोडीचा धनुर्धारीच नाही, अशी दर्पोक्ती का बरं?"

जवळ येऊन बाबांनी एक हाक मारली नसती, तर मी सूत असल्याचं कुणाच्या लक्षातही आलं नसतं, की काय, कोण जाणे! लगेच उठून आला ना तो भीम!

"ए धनुर्धारी! पांडुकुमार अर्जुनाची बरोबरी करण्याचं तुझं धैर्य वाखाणण्याजोगं आहे खरं! आधी तुझं नाव, गाव, कुळ, गोत्र, वंशपरंपरा वगैरे तर सांग!"

"मी एक धनुर्धारी आहे. अर्जुनाच्या अंगी खरं धैर्य आणि चापल्य असेल, तर त्याला माझ्या सामोरं येऊ दे. माझ्या कुल-गोत्राची चौकशी कशाला हवी?"

"धृतराष्ट्रमहाराजाच्या सारथ्याचा मुलगा आहेस ना तू? क्षत्रियांबरोबर स्पर्धा करण्याएवढा तुझा उद्धटपणा वाढला?"

केवढा गोंधळ उडाला तेव्हा! मला पकडून शिक्षा करावी, असंही काहीजण ओरडले. सगळे राजघराण्यातले किंवा क्षत्रिय असावेत. त्याच वेळी दुर्योधन महाराजा माझ्या बाजूला येऊन उभा राहिला नसता, तर खरोखर मला पकडून शिक्षा दिली असती, की काय, कोण जाणे!...

कर्णाची नजर दुर्योधनाकडे गेली. तो दृढ दृष्टीनं कृष्णाकडे पाहत होता.

तो नेहमीच दृढ असतो. आताही जे मनात आहे, ते केल्याशिवाय राहणार नाही. त्या वेळी त्यानं जो स्नेहाचा हात पुढं केला होता, तो अजूनही तसाच आहे. 'कर्णा, दुर्योधन तुझ्या बाजूनं का उभा आहे, ठाऊक आहे तुला? मित्रभावानं मुळीच नाही. सूताला समानतेनं वागवण्याच्या औदार्यामुळंही नव्हे.

त्याच्या मनात पहिल्यापासूनच पांडवांविषयी मत्सर भरला आहे. अर्जुनाचं धनुर्विद्येतलं निर्विवाद ज्येष्ठत्व त्याला मनोमन मान्य करावंच लागलं. त्यामुळं त्याच्याविरुद्ध उभा राहू शकणारा तुझ्या रूपानं भेटताच त्यानं तुला आलिंगन दिलं. शत्रूचा शत्रू, तो आपला मित्र, या न्यायानं. तू फक्त पांडवांबरोबर युद्ध करणार नाही, एवढं म्हण! त्यानंतर त्याची मैत्री कुठल्या पातळीवर उतरते, हे तुलाच पाहायला मिळेल!' खरं असेल का हे कृष्णाचं बोलणं? काही अंशी खरं आहे... नव्हे, असावं. माझी आणि अर्जुनाची पहिली दृष्टिभेट झाली, तीच मुळी स्पर्धेत. स्पर्धा म्हटली, की मत्सरही आलाच. माझ्या मनात तो वाढतच गेला. आणि तो तर– काय त्याचा ताठा! काय रुबाब! त्यानंतर दुर्योधन महाराजा आणि पांडवांमध्ये ज्या कडवट घटना घडत गेल्या, त्या प्रत्येक घटनेच्या वेळी मी अर्जुनावर आग पाखडतच होतो. तेवढं केल्यावरच माझा जीव थोडा तरी शांत होत होता. प्रत्येक घटनेबरोबरच महाराजाचा माझ्यावरचा स्नेह दाट होत होता. फक्त महाराजाच्या संतोषासाठी मी अर्जुनाचा द्वेष केला नाही. कृष्ण खोटं बोलतोय्. समान शत्रुत्वही मैत्रीला कारणीभूत होत नाही का? आज हा विचित्र प्रसंग सामोरा येऊन ठाकला आहे. पण वेगळ्या संदर्भात माझ्या जन्माचं रहस्य बाहेर पडलं असतं, तर अर्जुनानं माझ्या पायांना स्पर्श करून नमस्कार केला असता, याविषयी माझ्या मनात मुळीच शंका नाही. निश्चितच नमस्कार केला असता त्यानं. वयानं मोठं माणूस पाहिलं, की आदरानं वाकतो तो! माझ्याहून चौदा वर्षांनी लहान नाही का! हा कृष्ण म्हणतो, ' कर्णा, तुझ्या आणि दुर्योधनाच्या मैत्रीची परीक्षा घेऊन पाहा.' किती स्पष्ट आणि सरळपणे सांगत होता! बोलण्यानं संमोहित करायची त्याची शक्ती! भीष्म, धृतराष्ट्र, द्रोण आणि विदुरही कसे मान डोलावताहेत! दृढ मनाचा नसता, तर दुर्योधन महाराजालाही बोलण्याच्या ओघात सहज वाहवून घेऊन जाण्याचं सामर्थ्य असलेलं त्याचं वाक्चातुर्य!

सारी सभा मंत्रमुग्ध होऊन गेली होती. कर्ण मात्र विचार करत होता :

स्नेह ही काय परीक्षा घ्यायची वस्तू आहे? अतिशय नाजूक, किंचित हयगयीनंही फुटून जाणाऱ्या दुधाची परीक्षा घेणं योग्य आहे का?

पुन्हा तो घामेजला. अंगाला चिकटून बसलेल्या रेशमी अंगरख्याचा स्पर्श त्याला असह्य वाटू लागला. दुर्योधन महाराजाच्या दोन्ही बाजूंना उभ्या असलेल्या सुंदर दासी चामर ढाळत होत्या.

किती छान दृश्य दिसत आहे हे! अशा महाराजाशी असलेली मैत्री तोडावी, म्हणूनच कृष्णानं हा सल्ला दिला असेल का?

काही क्षणातच मस्तक पूर्णपणे रिकामं झालं. न आवरता येणारी झोप अंगावर चाल करून आली. गुंगी आणणारी दूर कुठं तरी माशीची गुंई-गुंई.

कुठल्या तरी कोपऱ्यात जाऊन गुडूप झोपावं आणि स्थलकाळाचं बंधन झुगारून झोपावं, असं वाटणारी झोप आली.

आसनाच्या पाठीवर रेलून तो सर्रकन खाली सरला. न थांबता चाललेलं भाषण मनाच्या कुठल्या तरी कोपऱ्यावर आदळून झोपेत मिसळून जात होतं. काही क्षणात ती जाणीवही नाहीशी झाली...

घुर्रर... स्वत:चा आवाज ऐकून तोच जागा झाला. बावरून त्यानं भोवताली नजर फिरवली.

कृष्णाचं बोलणं संपलं होतं. आता विदुर बोलत होता. पुराणातल्या कथा सांगाव्यात, तसा.

दृष्टी दुर्योधन महाराजाकडे गेली.

तो त्याच्याकडेच पाहत होता.

दृष्टिभेट होताच तो हसला. झोप आवरता आली नाही का, असा प्रश्न त्याच्या दृष्टीत दिसत असल्याचा कर्णाला भास झाला.

तो उठून शेजारच्या दरवाज्यातून बाहेर पडला. पाण्यानं डोळे आणि तोंड खसखसून धुतलं. पाठोपाठ आलेल्या दु:शासनानं सांगितलं,

"महाराजाला खूप आनंद झाला."

"कशामुळं?"

"तू झोपलास, म्हणून! भाषणकर्त्याला त्याच्या बोलण्याची किंमत तू दाखवून दिलीस..." म्हणत दु:शासन खदखदून हसला. ही त्याची नेहमीचीच हसण्याची सवय!

कर्ण पुन्हा आपल्या आसनावर जाऊन बसला. विदुराचं बोलणं अजूनही चाललंच होतं. म्हणजे भीष्म, द्रोण, कृप यांची भाषणं संपली, म्हणायची. हा नेहमीचाच क्रम होता. त्या तिघांनंतर विदुर. कोण काय बोललं, हे जाणण्यासाठी त्यांचं भाषण ऐकायची गरज नव्हती. भीष्म, दुर्योधन महाराजाऐवजी त्याच्या मित्रांवर आग पाखडणार. त्याचा महाराजावर रागही आहे आणि प्रेमही! आमचा मुलगा चांगला आहे, पण सहवासामुळं असा झालाय्, हे लाडकं मत म्हाताऱ्याचं! सगळा दोष शकुनि आणि माझ्या माथ्यावर लादतो. शकुनिपेक्षाही माझ्यावरचा त्याचा जास्त राग आहे! काही झालं, तरी शकुनि गांधारीदेवीचा थोरला भाऊ. मी आश्रित! सूत! पहिल्यापासूनच मला पाहताच त्याला मळमळतं! आणि त्याला पाहिलं, की माझ्या पोटात ढवळतं! द्रोणही भीष्मानं गायलेला रागच थोड्या मृदु स्वरात गाऊन संपवतो. तरीही महाराजाला 'कर्णाचं ऐकू नकोस,' एवढं मात्र ठासून सांगायला विसरत नाही. कृपाचार्याचं काय सांगायचं? राजसभेत बोलायला मिळालं, एवढ्यानंच बिचारा कृतकृत्य होऊन जातो! पुराणच सांगायला सुरुवात

करतो! महाराजावर चुकूनही टीका करत नाही. 'एकूण काय, धर्माचं राज्य यावं, सगळीकडे योग्य तेवढा पाऊस यावा, पिकं चांगली यावीत, सगळे सुखानं राहावेत, असं करा. म्हणजे झालं...' याच सुरात तो बोलतो! या विदुराचं बोलणं मात्र नेहमीच असं दीर्घ असतं. तो काय सांगतोय्, ते कधीच समजत नाही.

दुर्योधन महाराजानं एक दीर्घ जांभई दिली आणि कर्णाकडे बघून हळूच हसला. कर्णाच्या शेजारी बसलेल्या दुःशासनानंही तेवढीच मोठी जांभई दिली. आतापर्यंत कर्णाची झोप मात्र पूर्ण नाहीशी झाली होती. विदुराचं बोलणं ऐकायलाच पाहिजे, असं ठरवून त्यानं दारापाशी उभ्या असलेल्या दासीला खुणेनं जवळ बोलावून घेतलं आणि पानक आणायला सांगितलं. मध, औषधी वनस्पतींचा रस आणि दूध घालून केलेलं पानक पितानाही काही मजा आली नाही.

हा विदुर नेहमीच इतका का बोलतो? मागंही किती तरी वेळा हा प्रश्न उपस्थित झाला होता, आता त्याचं एक उत्तरही सुचलं. तो खरा सूत आहे! राजवाड्यातल्या दासीच्या– राणीच्या सखीच्या पोटी जन्मला. पण ज्यानं जन्म दिला, तो आश्रमात राहून वेदाध्ययन करणारा मुनी होता. या विदुराच्या अंगी योद्धा होण्याचं शारीरिक सामर्थ्य नाही आणि राजवाड्यातलं सुखासीन जीवन सोडून अरण्यात जाऊन राहायची मानसिक शक्तीही नाही. असे सूत, जो पुराण-प्रवचनाचा मार्ग अवलंबतात, तोच मार्ग या विदुरानं अवलंबला आहे! आपण ज्या राजवाड्यात जन्मलो, त्या घराण्यातले पिता, आजोबा, पणजोबा, खापरपणजोबा यांच्या वंशावळी, त्यांनी गाजवलेले पराक्रम, त्यांनी केलेले यज्ञयाग, उभारलेली आणि युद्धात उद्ध्वस्त केलेली गावं, पळवून आणलेल्या बायका वगैरे तपशील माहीत करून घेऊन, तो लक्षात ठेवायचा आणि मधून मधून राजसभेत त्याचं वर्णन करून सांगायचं; लहान राजपुत्रांना ही आख्यानं सांगायची आणि त्या तपशिलाच्या आधारे राजघराण्याच्या नीतिमत्तेचे ठोकताळे मांडायचे! या विदुराला जेवढा कुरुवंशाचा इतिहास ठाऊक आहे, तेवढा भीष्मालाही ठाऊक नाही! आपल्या प्रख्यात वंशाचा महिमा गाणाऱ्या विदुराविषयी भीष्माच्या मनात भरपूर आदर आहे आणि तो आपला एवढा आदर राखतो, म्हणून यालाही त्याच्याविषयी भयंकर अभिमान! एकदा बोलायची संधी मिळाली, की संपलंच! दुष्यंत, भरत, हस्तिन, अजमीढ, देवातिथि, दिलीप... प्रत्येकाचा महान पराक्रम, त्यांचा विवेक, त्यांचं अमुक, त्यांचं... तमुक एकेक नीतिपाठच द्यायला सुरुवात करतो!

दुर्योधनाकडे फारसं लक्ष न देता पुरातन कथांची उजळणी करण्यात विदुर रंगून गेला होता.

कर्णानं भोवताली दृष्टी फिरवली.

एक भीष्म सोडला, तर कुणाचंचं तिकडं लक्ष नव्हतं. कुरु-कुलाच्या जुन्या कथेत द्रोणाला कधीच आस्था नव्हती. डोळ्यामध्ये तेजाचा मागमूसही नसलेल्या धृतराष्ट्र महाराजाची त्याविषयी काय भावना होती, ते समजणं शक्यच नव्हतं.

कृष्ण लक्ष देऊन ऐकत होता खरा; पण त्यात खरी आस्था किती आणि राजनैतिक सौजन्य किती, हे कर्णाला समजलं नाही.

त्याची दृष्टी पुन्हा विदुराकडे गेली. आवाजात थोडाही चढउतार न करता हनुवटीला चिकटलेल्या पांढुरक्या विरळ दाढीची विशिष्ट क्रमानं हालचाल करत बोलणाऱ्या, किरकोळ शरीरयष्टीच्या या विदुराला सारे सूत महाज्ञानी मानतात! ज्ञानाच्या बाबतीत साक्षात कृष्णद्वैपायनाशी तुलना करतात! तो कृष्णद्वैपायनच याचा जन्मदाता आहे, म्हणे. त्याच्यासारखी शरीरयष्टी; पण त्याच्यासारखी अरण्यात राहून यानं ज्ञानसाधना केली नाही. राजवाड्यातल्या सुरळीत जीवनातच राहिला. जशा कृषक स्त्रिया दासी होऊन एकदा राजवाड्यातलं सुख अनुभवल्यावर पुन्हा शेतातल्या उन्हातान्हात आणि चिखल-मातीत फिरायला तयार होत नाहीत. तसं! एवढंच नव्हे, तर त्यांची मुलंही राजवाड्यातल्या उष्ट्यावरच सुखानं राहू लागतात.

या विचारासरशी कुणी तरी टोचल्यासारखं वाटलं त्याला! त्याच्या मनानंच त्याचं समाधान केलं :

योद्धा म्हटला, की राजकर्त्यांची सेवा सोडली, तर दुसरं काय करणार?

काल रात्रीपासून हाच प्रश्न राहून राहून छळतोय्, याचीही जाणीव झाली.

योद्धा असला, तरी सूतच. इथून जवळच असलेल्या विराट राजाचा सेनापती सूत होता, म्हणे. त्याची सख्खी बहीण विराट राजाची पट्टराणी. त्यांच्या देशात सूतच सिंहासनावर बसून राज्यही करतात, म्हणे.

बुद्धी कुंठित झाल्यासारखी होऊन तो मुकाट्यानं बसून राहिला.

विदुरानं आपलं पाल्हाळ आवरत आणलं. कर्णाला आपल्याला भूक लागल्याची जाणीव होत होती. दुर्योधन महाराजाच्या घरात जाऊन काही तरी खाऊन यावं, असं वाटत होतं.

आता कोण बोलणार? महाराज, की धृतराष्ट्र? धृतराष्ट्र महाराजांचंही कुठल्याच बाजूचं बोलणं नसतं. पांडवांना राज्य मिळू नये, असं मनोमन वाटतच असतं. त्याचबरोबर युद्ध झालं, तर काय होईल, याची भीतीही वाटते. भीष्म, द्रोण, विदुर हे त्याच्यापुढं भीम-अर्जुनाच्या शूरपणाचे इतके पोवाडे गात असतात, की त्यामुळं हा अगदी घाबरूनच जातो. स्वतःच्या डोळ्यांना काहीच दिसत नाही, त्यामुळं महाराजाचा त्यावर विश्वास लगेच बसतो.

डोळ्यांना पट्टी बांधलेल्या त्या महापतिव्रतेलाही तशीच भीती वाटते.

कृष्ण म्हणत होता,

"दुर्योधना, एक गोष्ट सांगायला विसरलो होतो मी. इतकी वर्षं सातत्यानं वाढलेला मत्सर, द्वेष, भय यांनी गांजलेल्या तुझ्या मनाला मी काय म्हणतो, ते तुला पटणार नाही. ह्या सगळ्यांचा त्याग कर आणि नवा माणूस हो."

हेच वाक्य आधीही कधी तरी कानावर पडल्याचं कर्णाला आठवलं. पण कुठं? कुणी सांगितलं?

कृष्णाच्या बोलण्याकडे संपूर्ण दुर्लक्ष करून दुर्योधनानं विचारलं,

"आणखी कुणाला काही सांगायचं आहे का?"

कुणी काही बोललं नाही.

थोडा वेळ स्तब्धता पसरली.

दुर्योधन महाराजानं विचारलं,

"कर्णा, तू काहीच सांगणार नाहीस का?"

कर्ण गोंधळल्यासारखा झाला. आपण काही बोलावं, असा विचारच त्याच्या मनात आला नव्हता. पण राजसभेत त्यानं बोलण्याचा नेहमीचा रिवाज होता. त्यानं बोलायला कितीही नकार दिला, तरी महाराजा त्याचं ऐकत नसे.

पण आज काय बोलायचं? महाराजाचा विचार आपल्याला स्पष्टपणे ठाऊक आहे. तसं पाहिलं, तर प्रत्येक राजसभेच्या वेळी काहीही ठरवायचं असेल, तर ते महाराजा, कर्ण, दु:शासन आणि शकुनीच ठरवत. इतर तिघांनी सभेत सूचना-

अनुमोदन वगैरे नावानं मांडायचं आणि अखेर महाराजानं संमती देऊन संपूर्ण राजसभेची संमती असल्याचा आभास तयार करायचा. इतकी वर्षं असंच चाललं होतं. आताही आपल्याला काही तरी बोललं पाहिजे. नाही तर महाराजा गोंधळात पडेल.

हा मुद्दा लक्षात येताच तो उठून उभा राहिला. भीष्म, द्रोण, विदुर वयोवृद्ध असल्यामुळं बसूनच बोलत होते.

त्यानं बोलायला सुरुवात केली,

"हा कुरुकुलाच्या शुद्धीचा प्रश्न आहे. सरळ सरळ वडिलांपासून जन्मलेल्या मुलानं राज्य करायला पाहिजे. नियोगाच्या नावाखाली कुणाचीही मुलं वाढवायची रूढी..."

म्हणत असतानाच त्याच्या जिभेनं एकाएकी असहकार पुकारला. जिभेचं अंतरंग वेगळ्याच मार्गानं चालल्यानं जीभ अडखळल्यासारखी झाली. कुठल्या तरी मुनीचं मूल एका अविवाहित मुलीनं ठार न मारता आपल्या आईच्या दासीला दिलं. मुलं होत नाहीत, म्हणून नवऱ्यानं जिला कायमचं माहेरी धाडलं

होतं, अशा अभागिनीला! त्याच्या गावाच्या वेशीपाशी येऊन तिनं त्याला बोलावून घेतलं आणि 'असं मूल सापडलंय् पाहा.' असं सांगताच त्यानं त्या बाळाला छातीशी कवटाळलं. बायकोलाही जवळ घेऊन मुलासह गावी आला. हा सूर्यदेवाचा प्रसाद आहे, असं सूतवस्तीत सगळ्यांना सांगितलं! त्या सूत अधिरथाचे सर्व संस्कार करणारा मी मुलगा आहे! मग स्वतःच्या क्षेत्रात स्वेच्छेनं दुसऱ्याकडून बीज पेरून मिळवलेल्या मुलांना त्यांची संतती नाही, असं कसं म्हणायचं?

उठवलेल्या प्रश्नानं जिभेला वेढून रोखून धरलं.

सभा निःशब्द होऊन त्याच्याकडेच पाहत होती.

पुन्हा बावरलेपणानं धाव घेतली. चेहरा, मान, गळा, खांदे– सारं अंग घामानं थबथबलं.

एवढ्यात दुःशासन उभा राहिला आणि कर्णाचं अर्धवट राहिलेलं वाक्य पूर्ण करत त्यात आपल्या अनेक वाक्यांची भर घालत बोलू लागला.

प्रसंग टळला; पण कर्णाचं मन मात्र तसंच बावरलेलं राहिलं. बोलणाऱ्याचे हात, दंड, ओठ, हनुवटी यांच्या हालचाली दिसत होत्या, पण उच्चारले जाणारे शब्द मेंदूपर्यंत पोहोचत नव्हते. मूकपणे नाचणाऱ्या सूत्रबाहुल्या पाहत बसल्याप्रमाणे तो आसनावर मागं रेलून बसला. किती तरी वेळ दुःशासनाचा मूकाभिनय झाला. त्यानंतर शकुनीचा. नंतर दुर्योधनमहाराजाचा. तोही मूकाभिनयच. मध्येच धृतराष्ट्रानं तोंड घातलं, म्हणे. अखेर भीष्म, कृष्ण आणि महाराजा यांच्यामध्ये काही तरी वाद झाला. महाराजा एकाएकी उठून राजनिष्क्रमण-द्वारातून बाहेर पडला. दुःशासन, दुःसह, त्यांचे इतर भाऊ, शकुनिही त्याच्या पाठोपाठ निघाले. दुःशासनानं पुन्हा मागं वळून खूण केली, तेव्हा कर्णाला समजलं. उठून तिथून बाहेर पडून महाराजाच्या खाजगी विचार-विनिमय-कक्षेत जाऊन बसल्यावर कर्णाचे कान थोडं-फार काम देऊ लागले; पण गोंधळलेलं मन अजूनही ताळ्यावर आलं नव्हतं.

महाराजाच्या वागण्याचं दुःशासन आणि शकुनि जोरात समर्थन करत होते. कृष्णाच्या फशी पाडणाऱ्या मिठास बोलण्यापेक्षा महाराजाचं सत्यनिष्ठ बोलणंच अधिक श्रेष्ठ असल्याचं कौतुकही करत होते.

महाराजा कर्णाकडे पाहत होता.

अजूनही कर्णाला फारसा संदर्भ लागत नव्हता. अखेर महाराजानं विचारलं,

"काय झालंय्, कर्णा? असा का मलूल आहेस? भाषण करताना पहिल्याच वाक्याशी का अडखळलास?"

काय सांगावं, ते कर्णाला सुचलं नाही.

त्यानं पुन्हा विचारलं,

“बरं वाटत नाही का?”

“...अं... हो... थोडं गरगरल्यासारखं.”

महाराजानं दासीला हाक मारली.

कर्णाला मंचकावरच्या मऊ गादीवर झोपवून, त्याच्या कपाळाला आणि पाठीला तूप लावून चोळायला सांगितलं. दूध-मध मिसळलेला सोमरसही आणायची आज्ञा केली.

थोडं बरं वाटल्यावर कर्ण उठून बसला. तोच दुःसह आत धावून येऊन म्हणाला,

“कृष्ण सांगतोय्, ‘तुम्ही सगळे मिळून दुर्योधनाला बांधून ठेवा. तुम्ही ज्येष्ठ आहात. अधिकार हातात घ्या. मागं पांडवांना खांडवप्रस्थ तुम्हीच दिलं होतं ना? आता तुम्ही मुकाट्यानं बसलात, तर आर्यावर्त राहणार नाही...’ पितामहही याच विचारात बुडालेले दिसतात; आणि बाबाही मान डोलावत आहेत.”

“अस्सं...!” म्हणत दुर्योधनानं क्षणभर विचार केला आणि नंतर “...अरे, दोरखंड घेऊन ये, पाहू! या कृष्णालाच चांगला धडा शिकवायला पाहिजे...” म्हणत तिथून बाहेर पडला.

पाठोपाठ दुःशासन आणि शकुनिही निघून गेले.

उठून जाण्याइतका उत्साह कर्णाच्या अंगात मात्र मुळीच राहिला नव्हता. तो तसाच बसून राहिला.

सभाभवनातून मोठमोठे आवाज ऐकू यत होते. आरडाओरड. मध्येच महाराजाचा आवाज. धडाधडा धावल्याचे आवाज. त्यानंतर निःशब्दता.

थोड्या वेळानं महाराजा, दुःशासन, शकुनि वगैरे माघारी आले. महाराजाचा चेहरा संतापानं फुलून गेला होता. आपल्या आसनावर त्यानं स्वतःला धपकन टाकलं. त्याचा धाकटा भाऊ दुःशासन म्हणाला,

“राजसभेचं वैभव पाहायला आलेत, असं खोटंच सांगितलं. आम्हालाही ते अंगरक्षक असतील, अशी शंका आली नाही!”

❑

रात्री मात्र जेवण करून अंथरुणावर पडल्या पडल्या झोप लागली; पण खूपच लवकर जाग आली. कुठलं तरी स्वप्नं. अस्पष्ट. नीट आकार घेण्याआधी आपोआप जाग आली, की स्वप्नानं झोपेला बाजूला सारून जाग आणली, कोण जाणे! लाटांचं थैमान? श्वास गुदमरून टाकणाऱ्या काळ्या लाटांचं स्वप्न? हो. नव्हे. नक्की आठवलं नाही. दुरून कुठून तरी बासरीचे स्वर ऐकू येताहेत. गोपाल वस्तीवरून असावेत. म्हणजे अजून मध्यरात्र झाली नाही. ऐकायला मात्र

छान वाटतं. आता रात्रभर झोप येणार नाही, की काय, कोण जाणे! आता संध्याकाळपेक्षा खूपच बरं वाटत होतं. काल रात्रीची मनाची उद्‌विग्नता आता नव्हती. एक प्रकारचं समाधान. ताप उतरल्यावर थकवा जाणवत असला, तरी थोडं बरं वाटावं, तसं वाटत होतं.

या बासरीवादलकाला शोधून, उद्या घरी बोलावून, त्याची बासरी ऐकायला पाहिजे.

पुन्हा मन नि:शब्द करून तो पडून राहिला.

बासरी रात्रीच्या वेळी एवढ्या लांबूनच ऐकायला हवी. समोर बसून ऐकलं, काही काही तरी गमावल्यासारखं वाटतं. 'इतके दिवस मनात जोपासलेलं भय, मत्सर, द्वेष यांनी तुझी दृष्टी भरलेली आहे, तोपर्यंत तुला माझं म्हणणं पटणार नाही. हे सगळं कुस्करून फेकून दे आणि नवा माणूस हो. हे युद्ध टाळणं काही फारसं कठीण नाही.' हो. हे सगळं, एवढंच नव्हे, यासारखं बरंच काही काल संध्याकाळी माझ्या रथात बसून त्यानं सांगितलं होतं. आता आठवतं. 'कर्णा, तुझं हे पासष्ट वर्षांचं आयुष्य एका क्षणात नाकारून एकदम नवा माणूस होणं कसं शक्य आहे, हाच ना तुझा प्रश्न? सूतजातीसाठी आवश्यक असलेले संस्कार होऊन, सूत स्त्रियांशी विवाह करून, मुला-नातवंडांवरही याच जातीचे संस्कार झाले आहेत. दुर्योधनावरची इतक्या वर्षांची गाढ मैत्री आणि पांडवांबरोबरचं तेवढंच गाढ वैर– कसं नष्ट करायचं, असं तुला वाटतं. सूतसंस्कार वगैरे सगळ्या बाह्य गोष्टी आहेत. नव्यानं समजलेल्या तुझ्या जन्माच्या रहस्याचा तू तुझ्या मनाशी स्वीकार कर. त्यानंतर सगळ्या जगाला सांग. मग जुन्या परिस्थित्यनुरूप पोसले गेलेले द्वेष-संताप आणि मैत्री या भावना राहतात का, तूच पाहा. नवा माणूस हो...' आणखीही बरंच सांगितलं त्यानं. सारं आता आठवतही नाही. कानीन-पुत्राबरोबर कुंतीनं पांडुराजाशी विवाह केला असता, तर? निपुत्रिकाचं दु:ख अनावर होऊन हिमालयात जाऊन पुढचं सारं होण्याऐवजी मीच पांडुराजाचा एकुलता एक राजा झालो असतो. दुर्योधन महाराजापेक्षा बारा वर्षांनी थोरला भाऊ. कुरुवंशाचा एकमेव अधिपती! मग दुर्योधन युवराज झाला असता.

डोळ्यासमोर नवंच स्वप्न तरळत होतं.

धर्म-भीमादी असते, तरी त्यांनी माझीच सेवा करून माझ्याकरवी राजसूय घडवून आणला असता. मग? मग कदाचित दुर्योधनाचा प्रथम शत्रू मीच झालो असतो!

डोकं नुसतं भरभरत होतं. फांदीवरून उडालेल्या पक्ष्याचा आधारही सुटावा आणि दिशाही सुचू नये– उडणं मात्र थांबू नये, असं झालं होतं. झोप काही येत नव्हती.

नव्यानं समजलेलं जुनं नातं सांगितलं, तर दुर्योधनाला काय वाटेल?...

'मग तूच इंद्रप्रस्थाचा अधिपती हो' असं तो म्हणेल का? मग ते पांडवही माझ्याबरोबर राहतील, हे त्याच्या लक्षात येईल ना? छे:! ते पांडुमहाराजाच्या नावानं जन्मले आहेत. आणि मी फक्त कानीन! पांडुमहाराजाच्या नावाचा संस्कार माझ्यावर झालेला नाही, म्हणून मला बाहेर हुसकलं गेलं, आता एकाएकी ती माझी भावंडं कशी होतील? पासष्ट वर्षांच्या दणकट अनुभवांनी बनलेलं जीवन कुस्करून तद्‌विरुद्ध आकृती बनवणं शक्य आहे का? जीवन म्हणजे चिखलाचा गोळा आहे, की काय! कृष्ण काहीही सांगेल! तो माझ्या परिस्थितीत असता, तर त्यानं काय केलं असतं? त्याला असं करणं जमलं असतं का? कुणाला शक्य आहे हे? दुर्योधन महाराजाचा स्वभाव मला चांगला ठाऊक आहे. वस्तुस्थिती समजली, तर तो काय म्हणेल, हे मला चांगलं ठाऊक आहे! तो म्हणेल, 'कर्णा, माझा मोठा आधार तू! तूही शत्रुपक्षात गेलास ना! मी तर युद्ध करणारच आहे. पण ते तुझ्याशी करावं लागेल, हे माझं दुर्दैव!' इतके दिवस त्याच्या सान्निध्यात जीवनातली किती तरी सुखं अनुभवली. आता एकमेकाच्या जिवावर उठायचं का? त्यापेक्षा कुणाचीच बाजू न घेता देशत्याग करून निघून गेलं, तर?

काही प्रमाणात समस्येची उकल झाल्यासारखं वाटलं.

पासष्ट वर्षं पूर्ण झाली. गाव-घर सोडून कुठल्या तरी अरण्यात पर्णकुटी बांधून राहायचं. निवृत्तीचा मार्ग अनुसरायचा.

या विचारानं थोडं बरं वाटलं. समाधानाचा सुस्कारा सोडून तो डाव्या कुशीवर वळला.

"आजही झोप येत नाही का?" थोड्या अंतरावर झोपलेल्या सुषेणानं विचारलं.

आपला मेंदू पोखरणाऱ्या या प्रश्नावर काही तरी तोडगा काढण्याच्या मार्गात संभाषणामुळं बाधा येईल, म्हणून तो काही बोलला नाही. निवृत्तीचाच मार्ग योग्य आहे, असा विचार करता करता त्याचं लक्ष वेगळ्याच विचारानं वेधून घेतलं.

मी एकटा या सगळ्यांपासून या मार्गानं दूर जाऊ शकेन, पण खरं कारण सगळ्यांना सांगून निघून जाणं कितपत योग्य आहे? सगळ्यांना सांगून जाण्यानंच खरी ही समस्या उकलेल. स्वत:च्या जन्माविषयी स्पष्टपणे सांगणं फारसं सोपं नाही. पण सर्वस्वाचा त्याग करून जाण्याच्या दृष्टीनं यात काय कठीण आहे? एकदा निश्चय केला, की काही कठीण नसतं.

त्याचा विचार पक्का ठरला.

सुषेण कुशीवर वळला. त्यालाही झोप आली नव्हती.

त्याला माझ्या तळमळीमागचा काही सुगावा... नाही, नाही! समजायची

मुळीच शक्यता नाही. कितीही नको म्हटलं, तरी रात्री माझ्याजवळच झोपतो. तो खरा माझा मुलगा आहे! मोठेपणासाठी दुर्योधनानं गळ्यात बांधलेल्या त्या सगळ्या बायका जेवून मागच्या ओसरीत ओळीनं झोपल्या आहेत! काय हा अविवेक घडवलाय् माझ्याकडून या महाराजानं!

त्याच क्षणी कर्णाचा निर्णय चूर चूर होऊन गेला.

माझ्या जन्माची हकीकत साऱ्या जगापुढं मांडून मी निघून जाईन. पण माझी सगळी मुलं-नातवंडं? त्यांचं काय होईल? सगळी दुर्योधन महाराजाच्या सेवेतच आहेत. ती आपल्या सख्ख्या काकांबरोबर लढाई करतील का? महाराजा त्यांच्यावर विश्वास ठेवेल का? की आजवर ज्याचं मीठ खाल्लं, त्यांच्या विरोधात जाऊन पांडवांच्या बाजूनं जुन्या धन्यावर शस्त्र उगारतील? की माझ्याप्रमाणे अरण्यात जाऊन, पर्णशाला बांधून... छेः! कुठल्याही मार्गानं जायचं म्हटलं, तरी गुंता कायम आहे! कृष्ण डोलायला लावण्यासारखा बोलतो खरा!

पुन्हा कूस बदलावी, असं वाटत होतं; पण सुषेणाचं लक्ष असेल, या विचारानं तो तसाच झोपून राहिला. श्वासोच्छ्वासही संथपणे करत राहिला. बासरीचे स्वर कानांवर लांबून येतच होते. मधूनच स्पष्टपणे ऐकू येत होते. वारं तिकडून आलं, की स्पष्ट आवाज येत होता. पण वारं कुठून येतंय्, हे समजत नव्हतं. बासरीचे स्वर किती तरी आठवणींचं मोहोळ उठवत होते. एक विचार मनात अधिकाधिक स्पष्ट होत होता.

त्यांचा कुरु-वंशाशी संबंधच नाही, असं म्हणणं चुकीचं आहे. त्याऐवजी... हो, असं म्हणता येईल. उद्या महाराजाला भेटून सांगावं. त्यानं असं म्हणावं, 'पहिल्यांदा द्यूतात सगळं हरले, तेव्हाच इंद्रप्रस्थ माझं झालं. माझ्या बापानं मूर्खपणानं सगळं परत दिलं, तेव्हा वनवास-अज्ञातवासाचा पण लावून पुन्हा जिंकलो. मी महाराजा असताना आणि मी जिंकून घेतलं असताना ते परत करायचा माझ्या पित्याला अधिकार नाही. मी राज्य परत देणार नाही!' पण 'ते कुरुवंशातलेच नाहीत, म्हणून राज्य देणार नाही...' असं म्हणणं धर्मसंमत होणार नाही. अर्थात तो एकेल, की नाही, कोण जाणे! नियोगसंतती धर्मसंमत नाही, असं म्हटल्यावर त्याला किती राजे पाठिंबा देतील? मुलालाच राज्याभिषेक करायची पद्धत असलेल्या या आर्यावर्तात 'मुलाच्या कारभारात ढवळाढवळ करायचा पित्याला अधिकार नाही,' असं म्हटलं, तर ते किती राजांच्या सोयीचं आहे? या साऱ्याचं नीट गणित मांडल्याशिवाय महाराजा उत्तर देणार नाही. पण मला जे वाटतं, ते मी सांगायला पाहिजे.

या विचारासरशी थोडं बरं वाटलं. सुषेणाला चाहूल लागणार नाही, अशा हळुवारपणे त्यानं कूस बदलली. बासरीचे स्वर ऐकू येत होते. दूर दूरच्या

आठवणींसोबत अर्धवट झालेली झोप. एकमेकांत मिसळून उतू जाणाऱ्या दुधाप्रमाणे वर वर येणाऱ्या आठवणी. बासरीचा आवाज पूर्णपणे न झाकू शकणारी झोप. अथवा स्वप्न. शरीराचे सगळे स्नायू, सांधे, नसा सैल सोडून सारा देह निद्रेच्या अधीन करत तो तसाच पडून राहिला.

झोप आली. छान, गाढ झोप. त्यानंतर डोळ्यांसमोर दिसणारं चित्र– दूरवरून पाण्याच्या लाटांवरून आल्यासारखं.

मोठं सभाभवन. हजार खांब. मधोमध सिंहासन. त्यावर बसेलला स्वत: कर्ण. शेजारी लहान सिंहासन. त्यावर धर्मराजा.

ते चित्र हललं. चालतं बोलतं स्वप्न.

मध्ये रथात स्वत: कर्ण. घोड्यावरून आलेला अर्जुन अभिवादन करून सांगतोय्, ''दादा, तू महाराजा आहेस. असा तू स्वत: आलास, तर राज्याची काय किंमत राहील? आम्ही आहोत ना! तू मागं वळ.''

माझ्यासारखेच लांब बाहू! उंच, भव्य धनुष्य! दोन धनुष्यं आपोआप शेजारी उभी राहतात! एकमेकाजवळ येतात! अखेर एकमेकांत वितळून जातात! किती मोठं धनुष्य!! दोन पुरुष हात उंच करून एकमेकांवर उभे राहिले, तर होईल, एवढं उंच! त्याला तेवढीच चिवट प्रत्यंचा! मी आणि अर्जुन त्या धनुष्यानं एकाच वेळी बाण मारत आहोत. किती प्रचंड वेग तो बाणांचा! देशच्या देश उलथून टाकणारे लोखंडी टोकांचे बलिष्ठ बाण! खांद्याएवढ्या उंचीचा शुभ्र घोडा किती तरी देशांमधून स्वच्छंदपणे फिरत आहे. त्याच्यापाठोपाठ हे भलं थोरलं धनुष्य! त्यामधून दिसणारी द्रौपदी...

द्रौपदी! किती असामान्य लावण्य! साऱ्या जगाला आकर्षित करेल, अशी आत्मविश्वासपूर्ण दृष्टी. तिच्या मस्तकावर फिरणारं मत्स्य-यंत्र. खाली परातीत असलेलं आरशासारखं निश्चल पाणी. धनुष्य हातात घेऊन यंत्र भेदण्यासाठी मी उभा! 'हा सूत आहे ना?' मस्तवाल मुलगी! सखीला विचारते, 'किती अपमान हा क्षत्रियकन्येचा! दादा, या क्षत्रिय विवाहसभेत याला प्रवेश कुणी दिला?'

''हा माझ्या बरोबरीचा...'' दुर्योधनमहाराजाचा आवाज.

कोलाहल. कुजबूज. वाकवलेलं धनुष्य तसंच टाकून मी... किती तरी तिरस्कार होता तिच्या चेहऱ्यावर! भरगच्च भरलेली विवाह-सभा. पाहत असलेले राजे महाराजे! समोरची ब्राह्मण-सभा. खाली मान घालून मी उभा. कुणी तरी

आसन आणून देतं. मी त्यावर बसून पाय सोडले आहेत. समोर तीच मस्तवाल स्त्री!

"दु:शासना, त्यांना वास्तव स्थितीची जाणीव झालीच पाहिजे! दासीनं राज-स्त्रीची वस्त्रं नेसणं हे समस्त क्षत्रियांना अपमानास्पद आहे. अंगावरची साडी सोडून दुसरी तोकडी साडी नेसायला सांग! नाही म्हणते? तू साडी खेच तीची! नग्न झाली, तरी हरकत नाही. तिलाच आपल्या मनाची काळजी नसेल, तर तू का घाबरतोस?"

कोलाहल, कुजबूज!...

ती वाकत नाही.

"थू:! सूता! काहीही झालं, तरी तू मला तुझ्या जातीची स्त्री करू शकणार नाहीस!"

राजदरबारात विद्युल्लतेसारखा तिचा थयथयाट! त्या सोसाट्यासरशी माझ्या अंगावरची चमकदार रेशमी वस्त्रं सैरावैरा व्हावीत, असा थयथयाट! मस्तवाल पावलं!

बीभत्स नगाऱ्याचे आवाज. कोण वाजवंतय्? भीम! आणि अर्जुन बासरी वाजवतोय्! लांबून ऐकू येणारी मोहक बासरी नव्हे! समोरून येऊन कानांवर आदळणारे हे विचित्र सूर...

कर्ण जागा झाला. बासरीचा आवाज थांबला होता.

किती वेळ झालाय्, कोण जाणे! म्हणजे ते स्वप्न होतं, तर! स्वप्नं, की आठवणी? झोप लागली होती. मग आठवण कशी असेल?

जलबाधेसाठी उठावंसं वाटलं. दरवाजा उघडून बाहेर आला. सुषेणाला झोप लागली असावी. दारापाशी झोपलेलं कुत्रं उठलं. एकवार कानांची फटफट हालचाल करून ते त्याच्या पायांपाशी येऊन लुडबुडू लागलं.

जलबाधा संपवून येताना त्यानं मान वर करून पाहिलं.

आकाशात राख भरली होती. त्यातून तारे पुसट दिसत होते. तरीही उजाडायला फार वेळ राहिला नसावा, असं वाटलं. दार ओढून घेऊन तो नदीकडे निघाला. पाठोपाठ कुत्र्याच्या मृदु पावलांचा आवाज ऐकू येत होता.

गाव ओलांडून आल्यावर, बाभळीच्या झुडुपांमागे प्रातर्विधी उरकून तो सूतघाटावर आला. सारं अस्पष्ट दिसत होतं. कालच्या दिवसभरात आणखी लाकडं आणून टाकलेली दिसत होती. तासलेल्या आणि कापलेल्या लाकडांचा भुगा आणि कपट्यांचे ढीग रचलेले दिसत होते. कालच्या दिवसात बरंच काम

झाल्याचं दिसत होतं.

नदीच्या काठावर कर्ण मुकाट्यानं बसला. कुत्रंही लाकडाच्या भुशात थोडा खड्डा करून, मुटकुळं करून झोपलं.

पाण्याचा वरचा पापुद्रा सपाट हलगीसारखा वाटत होता. नीरव शांतता पसरली होती.

थोड्या वेळानं कर्ण उठला आणि त्यानं वाळूत अंगसाधना करायला सुरुवात केली. थोडी धाप लागली. शरीर घामेजलं. आदल्या दिवशीचं जडत्व कमी होऊन थोडं उत्साही वाटू लागलं. पाण्यात उतरून एक डुबकी मारली. थोडं अंतर पोहून गेला. कालच्याइतकी नसली, तरी नदीला चांगलीच ओढ होती. पाणी न उडवता तो काठावर आला, तेव्हा चांगलंच उजाडलं होतं. काठावर उभा राहून त्यानं सूर्यसूक्त म्हणायला सुरुवात केली. मन मंत्रामध्ये पूर्णपणे एकरूप झालं नसलं, तरी तिथं कालच्याएवढा गोंधळ नव्हता.

सूर्यस्तोत्र संपत आलं असता एकाएकी कुत्रं भुंकू लागलं. आधी गुरगुरणं, भुंकणं आणि पाठोपाठ कुणावर तरी झेप घेतल्याचा आवाज. पाठोपाठ कुणा स्त्रीचा '...ए-ए!' असा दटावल्याचा आवाज.

भीती! गोंधळ! छातीचे ठोके थांबून जातील, असा विस्मय!

कुंती! नखशिखांत शुभ्र वस्त्रं परिधान केलेली शुभ्र केसांची कुंती! सूतघाटावर! कुत्रं अंगावर चालून आल्याची भीती नाही; पण संपूर्ण जीवनातली एकवटलेली लाज! लालबुंद लाज.

कर्णानं पुढं येऊन कुत्र्याला धरलं. काय बोलायचं, ते न सुचून तसाच उभा राहिला. नंतर त्यानं विचारलं,

"आर्ये, तू कोण आहेस? क्षत्रिय दिसतेस. या सूतघाटावर का आलीस?"

"मी विदुराच्याच घरी राहतेय् गेली साडेतेरा वर्षं."

"मग मी त्याचा उंबरा कधी ओलांडला नाही, हे तुलाही ठाऊक असेल."

काय बोलावं, हे तिला सुचेना. ती तशीच उभी राहिली.

कर्णाच्या पायांमधलं कुत्रं गुरगुरत होतं.

कुंतीची दृष्टी जमिनीवर पडलेल्या एका लाकडाच्या ढलपेवर होती.

कर्णाची नजर तिच्यावर वळली. वयामुळं थोडी वाकली असली, तरी लांब बाहू, रुंद खांदे, विशाल डोळे आणि कपाळ. शुभ्र केस. सारं काही आपलंच मूळरूप असल्याचा आभास.

"कर्णा, कृष्णानं सारं सांगितलंय् तुला..."

"त्यानंच तुलाही येऊन मला भेटायला सांगितलं!"

एक-दोन क्षण तसेच गेल्यावर ती उत्तरली,

"नाही. मीच आले."

कर्ण गोंधळला.

"बैस..." म्हणत तो तिथल्या वाळूवर बसला.

दोन हात अंतरावर तीही बसली.

कुत्र्याची गुरगुर थांबली आणि ते पुन्हा आपल्या भुशातल्या जागेवर जाऊन बसलं.

"कितीही वर्षं झाली असली, तरी तू माझाच मुलगा! पांडव तुझेच भाऊ..."

कर्णाला काय बोलावं, ते समजेना. तो विचार करत असताना कुंती पुढं म्हणाली,

"आता तुझं स्थान हस्तिनावतीत नाही. उपप्लव्य नगरीत आहे. चल, जाऊ या. दुर्योधनानं राज्य दिलं, तर तूच इंद्रप्रस्थाचा राजा. नाही तर पांडव सेनापती."

"आर्ये, याला द्रौपदी संमती देईल?"

"ती का हरकत घेईल?"

"ती पाच पांडवांची पत्नी आहे. आता ती माझा ज्येष्ठ पती म्हणून स्वीकार करेल का? तुमच्या जबरदस्तीनं नव्हे. स्वसंतोषानं!"

कुंतीनं मान वर केली.

त्याची दृढ दृष्टी तिच्यावर खिळली.

तिचीही नजर कठोर झाली.

"कर्णा, माझ्या पाच मुलांपैकी कुणीही परस्त्रीविषयी वाईट वागणं तर सोडूनच दे, असं बोलणारही नाही, याची काळजी घेऊन मी त्यांना लहानाचं मोठं केलं आहे! तूही माझ्याकडे वाढला असतास, तर असं बोलायची तुझी छाती झाली नसती!"

त्याची दृष्टी आणखी दृढ झाली.

"तुझ्या सुनेवर नजर टाकली, म्हणून तू संतापलीस? पासष्ट वर्षांचा म्हातारा आहे मी! घरभर मुलं-नातवंडं आहेत! क्षत्रिय सहवासात असंख्य रंगढंग केले आहेत. शिवाय घरात किती तरी लग्नाच्या बायकांचा लोंढा आहे मागं! मी असं का म्हणालो, ठाऊक आहे? तुझ्या म्हणण्यावरून तुझी मुलं माझा थोरला भाऊ म्हणून स्वीकारही करतील. पण दुसऱ्या घरातून येऊन, तुझं घर सावरून धरणारी द्रौपदी माझा ज्येष्ठपणा आणि सिंहासनावर बसणं मान्य करेल का? जसा मी वेगळा झालो, तशी तीही वेगळीच आहे. शिवाय माझ्या बायका-मुलं-नातवंडं यांचा प्रश्न आहेच. हे सारं मातीत मिसळून, कालवून, मळून, पुन्हा वेगळं नवं जीवन उभं करणं अशक्य आहे!"

कुंती काही बोलली नाही.

तिथं पसरलेल्या स्मशान-शांततेत गवताच्या तुऱ्यावर, पात्यावर आणि झुडुपांच्या पानांवरचे दवबिंदू चकाकत होते.

कर्ण म्हणाला,

"सूर्य उगवला आहे. हा सूतघाट आहे. रथाच्या कामासाठी माणसं यायची वेळ झाली आहे. इथं तू माझ्याशी बोलत असल्याचं कुणी पाहिलं, तर अनावश्यक चर्चा होईल. आणखी काही सांगायचं राहिलं असेल, तर लवकर सांग."

कुंती जमिनीवर नजर खिळवून बसली होती. त्याची घाई तिलाही पटत होती. पण काय बोलावं, हे तिला समजत नव्हतं. नदीपलीकडच्या झाडावरून एक पक्षी ओरडत उडाला.

तिच्या तोंडून शब्द बाहेर पडले,

"युद्धात माझी पाचही मुलं तू वाचवायला हवीस. त्यातही अर्जुनावर तुझा रोष आहे. त्याचा वध करायची तू अनेक वेळा प्रतिज्ञा केली आहेस, म्हणे."

"त्याचाही माझ्यावर तेवढाच राग आहे. त्यानं मला तर ठार करायची माझ्यापेक्षाही जास्त वेळा प्रतिज्ञा केली आहे! ही गोष्ट तू त्याला सांगितलीस? मी त्यांचा भाऊ आहे, हे त्या पाचजणांना तू सांगितलंस? यानंतर सांगशील?"

कुंती गोंधळून गेली. तिच्या मनाचा तिढा अधिकच गुंतत चालला. हा विचार आपल्या मनात कसा आला नाही, या विस्मयाबरोबर तिचं मन कळवळलं.

सारी मन:शक्ती एकवटून ती म्हणाली,

"तू आधी माझ्याबरोबर चल. एका पोटी जन्म घेतलेल्यांनी एकमेकांवर शस्त्र उगारायला नको. तू दुर्योधनाबरोबरही युद्ध करू नकोस. ते युद्ध करतील."

"आर्ये, तू माझ्या प्रश्नाचं उत्तर दिलं नाहीस!– अंहं! अगदी स्पष्टपणे दिलं आहेस! याहूनही स्पष्ट शब्दांची अपेक्षा करणारा मीच मूर्ख म्हणायचा! फक्त जन्म देण्यावरून मातृत्व किंवा पितृत्व सिद्ध होत नसतं! गू-मूत काढून, दूध पाजून, प्रसंगी दोन रट्टे देऊन, मायेनं जवळ घेऊन– अशी किती तरी वर्षं वाढवलेले भावसंबंध असायला हवेत! तुझं मातृत्व बांधलंय् त्या पाचजणांबरोबर! त्यांना तू असं सांगू शकणार नाहीस! एवढंच नव्हे, तर युद्ध संपेपर्यंत त्यांना वस्तुस्थिती समजू नये, याविषयी तू सावध राहशील! कारण तुला तुझ्या थोरल्या मुलाचा स्वभाव ठाऊक आहे. तो सनातन धर्माला अतिशय महत्त्व देतो. एक भीम सोडला, तर तुझी इतर मुलंही तशीच आहेत. माझं नातं समजताच त्यांनी युद्धच नको, म्हणून निवृत्ती पत्करली, तर? तू त्यांना सांगणार नाहीस, याविषयी माझी खात्री आहे. खरं, की नाही!"

कुंती खाली मान घालून बसून होती. त्याला काही उत्तर देण्याची किंवा तिथून निघून जाण्याची शक्ती तिच्या अंगी राहिली नव्हती. आपली छाती, मान

घामानं चिंब झाल्याचं तिच्या लक्षात आलं.

एवढ्यात कर्ण म्हणाला,

"परवा संध्याकाळी कृष्णानं सांगेपर्यंत मला या समस्येची जाणीवही नव्हती. नकोशा झालेल्या या कर्णाला कुणी तरी टोपलीत ठेवून, नदीत सोडून दिलंय्, यावर विश्वास ठेवला होता मी. जन्म देणं महणजे काय, हे समजलं आणि आई-मुलाचं नातं म्हणजे काय, याची जाणीव झाली, तेव्हा जन्म देणाऱ्या आईवर संतापलोही होतो. त्यानंतर या कशाचंच काही वाटू नये, एवढं भरभरून प्रेम दिलं मला माझ्या आईनं! तुझ्या आईची आणि तुझी दासी होती, म्हणे, ती. हेही परवा कृष्णानंच सांगितलं. तिच्या प्रेमानं भरलेल्या स्वभावाची तुलाही थोडी-फार कल्पना असेल, म्हणा! परवा परवापर्यंत, म्हणजे मी म्हातारा होईपर्यंत ती जगली. तिच्या माघारी आई नसल्याचं दु:ख माझ्या मित्राच्या आईनं भरून काढलं. आता या वयातही आईची माया माझ्यापासून दुरावली नाही. आई जिवंत असतानाही गांधारीचं प्रेम होतंच; पण आई असेपर्यंत मी त्यावर अवलंबून नव्हतो. फक्त हस्तिनावतीमध्येच नव्हे, तर संपूर्ण जगातच गांधारीसारखी महामाता असल्याचं मी ऐकलं नाही! पती अंध असल्याचं समजताच त्याला नसलेलं दृष्टिभाग्य आपल्या हातानं नाकारणारी महासती ती! पतीसाठी एवढा पराकोटीचा त्याग करू शकणाऱ्या स्त्रीमध्येच मातृत्वाचा एवढा अमर्याद साठा असू शकतो, की काय, कोण जाणे! तिच्या चरणांना स्पर्श करताना '...माते, मी कर्ण आहे...' म्हणताच किती प्रेमानं माझं मस्तक दोन्ही हातांनी धरून छातीशी कवटाळून धरते आणि आशीर्वाद देते, 'दीर्घायु हो, बाळ!' अर्जुनाशी स्पर्धेच्या वेळी मी सूत असल्यामुळं जेव्हा मला प्रवेश नाकारण्यात आला आणि दुर्योधनानं माझा हात धरला... किती वर्षं झाली या घटनेला? छत्तीस वर्षं. एकोणतीस वर्षांचा होतो मी त्या वेळी. त्या दिवसापासून आपल्या मुलांबरोबर तिनं आपलं अंत:करण मलाही थोडंफार दिलंय्. कर्णानं आपल्या मुलाची बाजू घेऊन लढावं, असं तिला वाटणार नाही का?"

पुन्हा गोठून टाकणारी नीरवता.

पाण्यावर तरंगणारी वाफ विरळ झाली होती. भोवतालचं घोडघास आणि दर्भाची झुडुपं स्तब्ध होऊन राहिली होती.

कुंतीला पतीबरोबर हिमालयात असताना जाणवणारी थंडी आणि निरवता आठवली. तेवढेच मोठाले पर्वत अंगावर चाल करून येत असल्यासारखं तिला वाटत होतं.

बोलणं खुडून काढणारी असहाय भावना.

कर्णानं चेहरा वर करून तिच्याकडे पाहिलं.

तिची नजर त्याच्यावर खिळली होती. दृष्टी मात्र आत कुठं तरी अडकली होती.

एकाएकी ती आंधळी असल्यासारखी वाटू लागली.

लांब बाहू, रुंद शरीरयष्टी, मोठे खांदे, मोठे डोळे, रुंद कपाळ, गालांची ठेवण... धर्मराजा असा नाही. भीमही असा नाही. अर्जुनाचा बांधा... त्याचं सगळंच वेगळं. नकुल... सहदेव तर माद्रीची मुलं...

कुणाची तरी चाहूल लागल्यामुळं कुत्रं हळूच गुरगुरू लागलं. उभं राहून भुंकू लागलं. कर्णाचं तिकडे लक्ष गेलं. रथाचं काम करणारी माणसं येत असल्याचं त्याच्या लक्षात आलं. कुत्रं भुंकत त्या दिशेला धावत गेलं.

कर्ण चटकन् उभा राहिला आणि म्हणाला,

"आता तू जा. माझी माणसं येताहेत. नाही ती चर्चा पसरायला नको..." म्हणत तो पुढं झाला. तिची दोन्ही पावलं घट्ट धरत स्वत:शीच पुटपुटला, "तुला आई म्हणायचं नाही, असं मनोमन ठरवलं होतं! आयुष्यात पुन्हा कधीच भेट होणार नाही, या जाणिवेनं प्रत्यक्षात मात्र वेगळंच वाटतंय्! या माझ्या जीवनात मी जसा अपमान... तिरस्काराचा स्वीकार केला, तसंच इतकी वर्षं सुखाचं समृद्ध आयुष्यही जगलोय्! तुझं मातृत्व नाकारणं म्हणजे ते सुखही नाकारल्यासारखंच आहे! तू वाढवलं नाहीस, हे खरं असलं, तरी जन्म दिलास, हे काही कमी नाही!"

उठताना त्याच्या डोक्याला तिच्या छातीचा स्पर्श झाला.

लोकांचा आवाज आता आणखी जवळ जवळ ऐकू येऊ लागला.

"आता घाई कर..." म्हणत त्यानं हात दाखवला.

काहीही न सुचून ती चालू लागली. त्यानं हात केलेल्या दिशेनं एका दाट गवताच्या बेटाकडे जाताना तिनं मागं वळून पाहिलं.

त्याचे दोन्ही डोळे अश्रूंनी डबडबले होते.

क्षणभर ती तशीच उभी राहिली.

डोळ्यातले अश्रू गालांवर ओघळले.

कुंती दिसेनाशी झाली. शुभ्र केसांची, पांढऱ्या वस्त्रातली, लांब बाहूंची, रुंद शरीरयष्टीची, उंच पण थोडी वाकलेली कुंतीची आकृती दिसेनाशी झाली!

मागं राहिली होती दाट गवताच्या शुभ्र तुऱ्यांची लयबद्ध हालचाल...

❑

दाट वाढलेल्या गवताचे शुभ्र तुरे बाजूला सारत कर्णाच्या दृष्टीआड होईपर्यंत तिची छाती धडधडत होती. समोर पाहिलं, तर रस्ता किंवा पाऊलवाटेचा पत्ता नव्हता. हा रस्ताच नव्हे. स्वत:ला लपवून घ्यायची एक दिशा, एवढंच. तरीही

दोन्ही हातांनी मध्ये येणारी धारदार तलवारीसारखी गवताची तीक्ष्ण पाती बाजूला सारत ती कुत्र्याच्या आवाजापासून दूर दूर जाण्यासाठी धडधडू लागली. अशी किती लांब गेली, कोण जाणे... भोवताली घोडघास आणि दर्भाची दाट पाती. वर राखाडी आकाश. नि:शब्द वातावरण. छातीची धडधड थांबवण्यासाठी तिनं दोन्ही हात छातीशी घट्ट दाबून धरले. तिला मटकन् खाली बसावंसं वाटलं. ती झडलेला पाचोळा आणि मोडून पडलेल्या काटक्यांवर बसली. निरोप घेताना नमस्कार करून उठत असताना जिथं त्याचं डोकं लागलं होतं, तिथं दुखत असल्याचं जाणवलं. तिनं दोन्ही हातांनी ती जागा कुरवाळली. या लांब मांड्या आता कृश झाल्या असल्या, तरी मांडी घालून बसल्यावर कितीही मोठं मस्तक त्यावर मावेल.

कृष्णा, का असं केलंस? इतर कुणालाही ठाऊक नसलेलं हे रहस्य– काय ही तुझी बुद्धी! तीन दिवस झाले ना त्या गोष्टीला? याच नदीच्या काठावर मध्यरात्री किती रडले मी! 'खरं सांग. कर्ण तुझा मुलगा आहे, हे मला समजलं आहे. तुझ्या लग्नाआधी झालेला मुलगा. खरं, की नाही?' नको होतं सांगायला. निक्षून नकार द्यायला हवा होता. हे गुपित पोटात ठेवूनच जळून जायला हवं होतं. राधा नाही का तशीच गेली? पाच लहान मुलांना घेऊन, विधवा होऊन मी गावी आले, तेव्हा एक दिवस ती आपण होऊन शोधत आली मला भेटायला. आधी तर मी तिला ओळखलंच नाही. तिनं आपण होऊन ओळख सांगितली आणि विनंती केली, 'मालकीण, आता तो धनुर्विद्या शिकायला दुसऱ्या देशात गेला आहे. आता सत्य बाहेर पडलं, तर तुझं रहस्यही बाहेर पडेल. मला तू एक शब्द देशील का? तो आता पूर्णपणे माझाच मुलगा झाला आहे, त्याला सत्य समजलं, तर तो माझ्यापासून दूर होईल. आम्हा माय-लेकरांमध्ये तू आडवी येणार नाहीस, असा शब्द मला देशील का?' 'राधे, मी वचन मोडलं नाही. कृष्णानं तोडलं तुझं आणि त्याचं नातं. आता तू हयात नाहीस, तरीही तुला हे ठाऊक असू दे.'

तिनं वर पाहिलं.

राखाडी रंगाच्या आकाशाचं रहस्य तसंच होतं.

नि:शब्दता. गवताच्या शुभ्र तुऱ्यांमधून सुंई... असा आवाज करत येणाऱ्या वाऱ्याचा आवाज.

बाळ कृष्णे, साडेतेरा वर्षं झाली तुला बघून. या कर्णाचाही तू पती म्हणून स्वीकार करशील का? अंहं. वसुषेणाचा... दोन्ही नावं मी ठेवली नाहीत. मी ज्याचं नावही ठेवलं नाही, अशा माझ्या थोरल्या मुलाचा स्वीकार करशील का? पाच मुलांची आई! तुझी गर्भधारणेची शक्ती वठून गेली का? त्याच दिवशी हाही असता, तर पाचांऐवजी सहाजणांना एकाच धाग्यात बांधणं जमलं असतं,

कदाचित. इतकी वर्षं लपवून ठेवून... किती? पासष्ट म्हणाला ना तो? धुळीखाली लपलेल्या आठवणी उकरून काढून रहस्याचा का भेद केलास, कृष्णा! ज्यांना अभय दिलंस, तो पक्ष जिंकण्यासाठी माझ्या आयुष्यातलं हे नाजूक दुखणं शोधून काढण्याशिवाय दुसरा मार्गच नव्हता का? दोन्ही हातांमध्ये सापडलेलं सुखावह दुखणं तिथंच जपून ठेवायची वेडी इच्छा...

तिनं डोळे मिटून घेतले.

बाळ, जन्मल्यावर तुला छातीशी धरून दूध पाजलं नाही मी! कुतूहलपूर्ततेपोटी जन्मलेलं बाळ! दूध साठून ठसठसणारे कोवळे स्तन. जन्मतःच स्तनपानाला कायमचाच मुकलेल्या बाळाला आयुष्यभर आईची उदंड माया मिळाली. अजूनही मिळतेय्. माझ्या पाच मुलांपैकी कुणालाही लाभली नाही एवढी माया! गांधारी, तू डोळ्यांना पट्टी बांधली आहेस. तुझ्या मनात माझ्याविषयी मत्सर असेल, गांधारी! पण माझ्या मुलाची मातृभक्ती जिंकलेल्या तुझ्याविषयी माझ्या मनात मुळीच मत्सर नाही! पतीला न लाभलेलं सुख आपण होऊन त्यागल्यामुळंच माझा धर्मही तुझं नाव ऐकताच भक्तिभावानं नतमस्तक होतो.

कुंतीनं आपले दोन्ही डोळे गच्च मिटून घेतले. पापण्यांच्या टोकावर साचलेलं पाणी गोंदासारखं चिकटून बसलं.

तिची दृष्टी आत वळली.

पाण्यात बुडून भोवताली पाहिल्यावर दिसावं, तसं दिसत होतं. साडेतेरा वर्षांपासून या युद्धासाठी तळमळणारं अंतःकरण एकाएकी पाण्यात बुडाल्यासारखं झालं होतं.

बाळ धर्मा, भीमा! हा कर्ण तुमचा थोरला भाऊ आहे. दुर्योधन राज्य देत नसेल, तर जाऊ द्या. तुम्ही पाच जण आणि तुमचा नायक कर्ण. नवं राज्य उभं करू या. नवं राज्य जिंकू या.

ती डोळे उघडू लागली; पण डोळे उघडायलाच तयार नव्हते. बेलफळाच्या रसानं पापण्या चिकटाव्यात, तशा चिकटल्या होत्या. डोळ्यांवरची पट्टी काढली, तर आतले गांधारीचे डोळे असेच चिकटले आहेत, की काय, कोण जाणे! डोळे उघडण्यापेक्षा आतूनच पाहण्याचं हे कसलं विचित्र आकर्षण!

'अर्जुनाचाही माझ्यावर तेवढाच राग आहे. ही गोष्ट त्याला तू सांगशील का?'

डोळे घट्ट चिकटले होते. आतली सुखकारक हिरवी अस्पष्ट धूसरता.

'आर्ये, तू माझ्या प्रश्नाला उत्तर दिलं नाहीस. अंहं... स्पष्टपणे सांगितलंस!'

कृष्णा, आतेभावंडांना विजयी करायच्या नादात तू तुझ्या आत्यालाच मारलंस, रे! का असं केलंस तू? पापी! धर्म-कर्माचा विधिनिषेध न ठेवणारा पाषाणहृदयी तू!

आतून येणाऱ्या उष्ण अश्रूंमुळे डोळ्याच्या पापण्या अधिकच घट्ट होत होत्या.

फक्त तूच एकटा नीति-न्याय जाणतोस आणि बाकीचे सगळे फक्त धर्माचे बाहुले आहेत, असं मला वाटत होतं. पण या म्हातारीच्या आतड्याला पीळ पाडून तिला तळमळायला लावू नये, ही धर्मसूक्ष्मता तुला सुचली नाही का? पापी, पापी!

ती हुंदके देऊन रडू लागली. पुन्हा आठवलं.

''आत्या, इतके दिवस लपवलं, तेवढं पुरे. परिणाम पाहायला हवा का? आता समोरचा पडदा काढून पाहा...''

काय काय सांगत होता? ऐकताना किती मोहक वाटत होतं! किती सुंदर. ऐकताना तन-मन गुंगवून ठेवणारं आणि नंतर लक्षात न राहणारं मोहमय बोलणं. इतक्या वर्षांचा पडदा काढून तरी काय साधलं? कृष्णा, या साऱ्या घटनेला तूच जबाबदार आहेस!

तिनं पदरानं चेहरा पुसला. पुन्हा पुन्हा डोळे पुसले. तरीही पापण्या झाकलेल्या होत्या. त्या तीन बोटांनी सोडवल्या. शुभ्र तुऱ्यांची भोवतालची गर्दी तशीच होती. ती ज्या रस्त्यानं आली होती, तो मागचा रस्ता आता दिसेनासा झाला होता.

मागं वळून पुन्हा त्या जागी गेलं, तर तो आता तिथं नसणार, किंवा सरळ त्याच्या घरी गेलं, तर?

डोक्यावरच्या जडशीळ आकाशातून आवाज आला,

''कुंती, तू जाऊ शकणार नाहीस!''

आवाज, की भास! या पहाटे यायला नको होतं. का आले मी? युद्धात पाचही मुलांना वाचव, असं मी म्हटलं खरं, पण मी काही ते सांगायला आले नव्हते. काहीच मागायला आले नव्हते मी. फक्त पडदा बाजूला करायला आले होते. आणि छे:! बोलू नये, असं तोंडातून निघालं.

शुभ्र तुरे पुन्हा डोलू लागले. वरून दडपणारं राखाडी आकाश. बसल्या ठिकाणी जमिनीत खोल खोल जात असल्याचा आभास.

इथं येऊन त्याला भेटले नसते, तर असं झालं नसतं, याची जाणीव. का आले मी?

तिनं पुन्हा डोळे मिटले.

पुन्हा पुन्हा तोच प्रश्न.

थोड्या वेळानं ती उठून उभी राहिली. कानात जीव आणून ऐकू लागली. उजव्या बाजूला नदी वाहत असल्याचं जाणवलं.

झाडा-झुडुपांमधून वाट करत ती निघाली. आधी चिखल, मग नदीचं पाणी,

दहा पावलं चालून गेल्यावर झाडं-झुडुपं नसलेलं पाणी लागलं. त्यात हात आणि चेहरा धुऊन, हातात ओंजळभर पाणी घेऊन, कुंती सूर्याकडे वळली. डोळे मिटून ती मनोमन पुटपुटली :

"राधे, तू वारलीस, तेव्हा मी याच गावात होते. पण मन गोंधळून गेल्यामुळं त्यावेळी काय करावं, ते मला सुचलं नव्हतं. माझ्या बाळाच्या आई, राधे, हे घे अर्घ्य."

तिची ओंजळ गंगेत रिकामी झाली.

❑

## ८

पहाटे होमाच्या धुराचा वास राजवाड्यात पसरला असतानाच शल्यराजा दोन घोड्यांच्या रथात बसून निघाला. अगदी पुढं शिबिराचा प्रमुख व्यवस्थापक आपल्या शिबंदीसह गेला होता. रात्री उतरण्यासाठी योग्य अशी जागा शोधून तिथं तळ टाकण्याची व्यवस्था करणं, राजा-सेनापतींच्या योग्यतेप्रमाणं तंबू उभे करणं, जेवणाची व्यवस्था करणं, रात्रीच्या पहाऱ्याची व्यवस्था पाहणं– ही सारी त्याचीच जबाबदारी होती. स्वयंपाकाचे खाद्यपदार्थ-अंथरूण-पांघरूण, आवश्यक ती भांडी, सरपण, इत्यादी सामानांनी भरलेल्या शंभरएक बैलगाड्या त्याच्या अधिकाराखाली होत्या. आवश्यक तेवढ्या बैलगाड्या पुरवायचं काम खेड्यातल्या शेतकऱ्यांचं होतं. भल्या पहाटेच त्या गाड्या निघाल्या होत्या.

सूर्य उगवल्यानंतर पाच घटकांनी शल्यराजा निघाला. पुढं घोडेस्वार, त्यांच्यामागे रथ, मध्ये शल्यराजाचा रथ, त्यानंतर व्रज-अजयचे रथ. या तिन्ही रथांभोवती संरक्षक पायदळ, मागं हत्तींची रांग. त्यामागं युद्धासाठी आवश्यक असलेले बाण, धनुष्य, भाले, गदा, तोमर, युद्धाची चिलखतं असलेल्या दोन दोन घोडे जोडलेल्या पन्नास गाड्या. त्यांच्यामागे योद्ध्यांच्या मनोरंजनासाठी आणलेल्या दासींच्या गाड्या. सगळ्यात मागे हातांत तलवारी आणि भाले घेऊन डोक्यांना जाडीभरडी वस्त्रं गुंडाळलेलं पायदळ. हे सैन्याचं वैभव पाहायला दूरदूरच्या खेड्यातली माणसं रस्त्यात दुतर्फा उभी राहिली होती.

रुक्मरथानं आपण युद्धासाठी जात असल्याचं सांगितलं; पण शल्यराजाच्या डोक्यात युद्धाचा उत्साह भिनला होता. 'हवं तर तूच येऊ नकोस. मी जाणार!' असा

त्यानं हट्टच धरला. अजय आणि व्रज यांना तर युद्धाशिवाय आणखी कशातच स्वारस्य राहिलं नव्हतं. सगळेजण युद्धावर निघून गेले, तर गावात राहून राज्यकारभार कोण पाहणार? नेमकी अशी संधी साधून शेजारचे राजे चढाई करण्याची शक्यता भरपूर. शिवाय उत्तरेकडच्या नागांचाही भीती होतीच. एकंदर सैन्याच्या चौथ्या भागाएवढं सैन्य घेऊन रुक्मरथानं गावातच राहावं, असं शल्यराजाचं मत पडलं. तशी त्यानं आज्ञाच केली. मोठं युद्ध असल्यामुळं व्रज-अजयच्या बायकाही घरीच राहिल्या. त्यांनी पुरुषांच्या आज्ञेचं उल्लंघन केलं नाही. तरी 'तुम्हाला काय, दासींचा तांडा बरोबर आहेच!...' असं म्हणायलाही कमी केलं नाही.

असह्य उकाडाही नव्हता आणि मरणाची थंडीही नव्हती. हवा कशी सुखकर होती. दुपारपर्यंत सैन्य सुरळीतपणे पुढं चाललं होतं. इरावतीला येऊन मिळणाऱ्या एका उपनदीच्या काठावर खाणं-पिणं आणि विश्रांती आटोपून ते पुन्हा पुढं निघाले. सुमारे आठ घटकांचा प्रवास झाल्यानंतर पुन्हा सैन्य थांबलं. त्या रात्री तिथंच मुक्काम करायचं ठरलं होतं. अजून रात्र व्हायला बराच अवकाश होता. सूर्यास्त व्हायला अजून चार-पाच घटका होत्या. पण रथाच्या हेलकाव्यामुळं शल्यराजा थकला होता.

आपल्या राहुटीतल्या मधोमध ठेवलेल्या लाकडी फळीवर अंथरलेल्या मऊ चटईवर तो पाय लांब करून पसरला. काही क्षणातच त्याला डुलकी लागली.

जाग आली, ती सूर्यास्ताच्या वेळी.

तो उठून बसला. त्यानं सभोवताली नजर टाकली.

नावापुरती राहुटी असली, तरी किती वैभवपूर्ण होतं सगळं! सुकलेल्या दर्भाचं नीटसपणे बांधलेलं छत, शेजारीच उभारलेली त्याचीच नीटस भिंत, छताला लावलेली विविधरंगी वस्त्रं. ज्यावर तो झोपला होता, ते राजदरबाराला साजेसं वस्त्रं. वरचं तलम, मऊ, रेशमी आच्छादन, उश्या, गाद्यागिर्द्या, दारांची कलापूर्ण तोरणं... सारं काही पुन्हा पुन्हा पाहावं, असं वाटण्यासारखं होतं.

शल्यराजा उठून बसला. उभा राहिला. पुन्हा एकदा त्यानं सारं नीट फिरून पाहिलं. तो उठून राहुटीबाहेर आला. शेजारीच अजय आणि वज्रचे तंबू होते. भोवताली सगळ्या योद्ध्यांना त्यांच्या त्यांच्या योग्यतेप्रमाणे स्थान दिलं होतं. सैन्याची सरबराई करणारा काय त्याचं नाव बरं? चक्षु... व्वा! रात्रीचं जेवण झाल्यावर त्याला बोलावून बक्षीस द्यायला हवं. हो. एखादी सुंदर दासी!

एवढ्यात ब्राह्मणानं शल्याच्या तंबूत अग्नी आणून, त्यात तूप घालून घमघमणारा धूर उठवून होम केला. शल्यानं भक्तिभावानं त्यात भाग घेतला. होम झाल्यावर शल्याराजा आणि त्याचे दोन्ही मुलगे ब्राह्मणासह जेवायला बसले. तोंडात घास घेताच वज्र म्हणाला,

"स्वयंपाकाची चव थोडी वेगळी वाटते. त्यातही परिवाप तर आपल्याकडे करतात, त्याहूनही उत्तम आहे! काय चव आहे!"

स्वयंपाक्यालाही बक्षीस द्यायला हवं, असं शल्यानं मनोमन कबूल केलं.

"खोंड आणि बकरी– दोन्ही प्रकारचं मांस शिजवलंय्. आज काही विशेष दिवस आहे, की काय?" अजयनं विचारलं.

"असेल काही तरी." ब्राह्मणानं अंदाज व्यक्त केला.

जेवण झाल्यावर शल्यराजानं सरबराईच्या प्रमुखाला बोलावलं. शिबिर-व्यवस्था, स्वयंपाकाची चव या सगळ्यांचं तोंडभर कौतुक करून म्हणाला,

"दासींच्या डेऱ्यात जा आणि त्यातली तुला आवडेल, ती बक्षीस म्हणून घे. तू निवडलेली सुंदरी पूर्णपणे तुझ्याकडेच राहील. मात्र त्यानंतर युद्ध संपवून गावी परतेपर्यंत व्यवस्था अशीच राहिली पाहिजे."

प्रमुखानं हात जोडून सांगितलं,

"गरिबावर कृपा असू द्यावी... पण ही सारी तयारी दुर्योधन महाराजाच्या माणसांनी केली आहे. आम्ही इथं येऊन पोहोचलो, तेव्हा ते आमची वाट पाहातच होते. आपल्या नोकरांनाही त्यांनी भरपूर जेवण दिलं. काहीही काम न करताच!"

वज्र-अजय आश्चर्यचकित झाले. शल्याला दुःशासनाचं बोलणं आठवलं. बोलण्यापेक्षा कृतीनं दाखवून देतो दुर्योधन! वज्र-अजयला स्वयंपाकातल्या चवीमधला फरक आठवला. पदार्थ तेच असले, तरी चव थोडी वेगळी होती. हस्तिनावतीची, की कुरुराष्ट्राची म्हणायची? एकंदर काय, सारा आनंदीआनंद!

आतापर्यंत शल्याच्या मनात खुपत असलेला किंतु या घटनेमुळं पुसून गेला. आता तो शांत झाला. त्याला आठवलं.

'राज्य राहतं, की नाही, ते महत्त्वाचं नाही, धर्म जिंकणं महत्त्वाचं आहे. बलप्रदर्शन झाल्यावर पांडवांनी कुरापत काढलीच, तर क्षत्रियोचित उत्तर द्यायचं... आमचं भांडण आहे, ते थोरल्या तिघांशी. धाकट्या दोन सज्जनांशी नाही.' 'पांडवांच्या बाजूनं येईन', असा शब्द देऊन आता कौरवांच्या बाजूला जात असल्यामुळं चडफडणारं मन आता शांत झालं होतं. दुर्योधन म्हणजे– त्यानं प्रत्यक्ष कृतीच करून दाखवली.

उष्मा आणि गारवा नसल्यानं सुखावह वाटणारी हवा. राहुट्यांच्या भोवताली शेणी जाळून तुळशीच्या काड्यांचा धूर केल्यामुळं एकही डास नव्हता. राजवाड्यात यावी, तेवढीच शांत झोप.

नेहमीप्रमाणे मध्यरात्र उलटल्यावर जाग आली.

हे युद्ध होईल, की फक्त एकमेकांना भीती दाखवण्याचा खेळ होईल? या विचारात बराच वेळ गेला.

पुन्हा एक छोटीशी डुलकी लागली.

जाग आली. बाहेर आला. सेवकाबरोबर-नीवबरोबर-ओढ्यापलीकडे जाऊन आला. अंघोळ करून ब्राह्मणांच्या बरोबरीनं बसून मोठ्यानं मंत्र म्हणून, होम करून, उठत असताना सरबराईचा प्रमुख वाट पाहत असल्याचं त्याच्या लक्षात आलं. आत येऊन, अग्नीला नमस्कार करून नंतर महाराजापुढं वाकून प्रमुख म्हणाला,

"ते म्हणताहेत, जेवण्याची-राहण्याची व्यवस्था आम्ही पाहून घेतो, तुम्ही तुमच्या शंभर गाड्या घेऊन माघारी जा. काय करायचं?"

लगेच काय उत्तर द्यावं, हे शल्यराजाला सुचलं नाही. त्यानं अजय-वज्राला बोलावून घेतलं. त्यांचं मत पडलं,

"सगळी व्यवस्था करणं हे यजमानाचं कर्तव्य असतं, हे खरं. पण सोबत आणलेली माणसं आणि सामान माघारी पाठवलं, तर अतिथी म्हणून आमचा मान काय शिल्लक राहील? युद्ध म्हटलं, की ते किती दिवस चालेल, हे सांगता येतं का? कदाचित त्यांचंही सामान संपून जाईल. आपलं सामान बरोबर असलेलं बरं!"

हा मुद्दा महाराजालाही पटला.

व्यवस्थापकानं आणखीही एक गोष्ट सांगितली,

"त्यांनी सैनिकांच्या मनोरंजनासाठी पंचवीस गाड्या भरून दासी पाठवल्या आहेत. तुमच्या दासी माघारी पाठवा, म्हणताहेत."

"म्हणजे काल रात्री हस्तिनावतीच्या दासी आपल्या सैनिकांमध्ये वाटल्या होत्या?"

"स्वयंपाकही त्यांनीच केला होता ना!"

महाराजा काही बोलला नाही. थोडा वेळ स्वतःशी विचार करून त्यानं विचारलं,

"वज्रा, अजय... तुम्ही दोघांनी रात्री मद्र-सुंदरींना बोलावलं होतं, का हस्तिनावतीच्या सुंदरींना?"

ते दोघे मुकाट्यानं बसले. महाराजाला राग आल्याचं समजत होतं. तोच पुन्हा पुढं म्हणाला,

"अरे, कुठंही गेलं, तरी मद्रदेशीच्या बायका म्हणताच तोंडाला पाणी सुटतं आणि तुम्ही मात्र त्यांनी पाठवताच लगेच त्यांच्या दासी स्वीकारल्यात? कितीही मैत्री असली, तरी दुसऱ्या देशातल्या स्त्रियांचा इतक्या सहज स्वीकार करू नये.

त्यातही युद्धाच्या दिवसात फारच जपून राहायला हवं. आजपासून तुमच्या स्त्रिया पाठवू नका, असं स्पष्टपणे सांगा त्यांना.'

काही क्षण तसेच गेले.

महाराजा आपल्या अंथरुणावर जाऊन बसला.

अजय त्याच्याजवळ आला आणि नम्रपणे खाली मान घालून म्हणाला, "हे आकर्षण नसेल, तर युद्धाला येणाऱ्या सैनिकांना उत्साह कसा वाटणार? आपल्याकडच्या दासींची संख्या सैनिकांच्या तुलनेनं अगदी कमी आहे. काल रात्री काही सैनिकांनी भांडणही काढलं होतं. एवढ्यात हस्तिनावतीच्या दासी येऊन पोहोचल्या. त्याही असू देत आता. काही झालं, तरी मित्रांच्याच दासी! या युद्धात आपल्या सैनिकांनी पराक्रम गाजवून मद्र-देशाची कीर्ती अजरामर करायला हवी, की नाही?"

महाराजा काही बोलला नाही.

निघायची तयारी करायला सांगून दोन्ही मुलं बाहेर पडली.

प्रसंग ओळखून व्यवस्थापन-प्रमुखही आपल्या कामाला निघून गेला.

सकाळचं खाणं झाल्यावर पुन्हा प्रवास सुरू झाला. पुढं सरबराईची माणसं, त्यानंतर घोडे, पायदळ, मागं रथ, मध्ये राजरथ, भोवताली रक्षक, त्यानंतर हत्तींच्या रांगा... हस्तिनावतीची व्यवस्था पाहणारी माणसं, त्यांचं सामान, गाड्या आणि दासी आधीच पुढं गेले होते– पुढच्या मुक्कामाची तयारी करण्यासाठी. रस्त्यात आडव्या येणाऱ्या शतद्रु, सरस्वती, दृषद्वती आणि यमुना या नद्या ओलांडायच्या होत्या. शिवाय या नद्यांना येऊन मिळणारे इतर किती तरी ओढे-नालेही होते. त्या प्रत्येक ठिकाणी दुर्योधनानं नावांची व्यवस्था केली होती. एकेक रथ बांधून घेऊन जाणाऱ्या नावांमध्ये पायदळ आणि सामान घालण्यात येत होतं. माहूत हत्तींवरच बसून पलीकडे गेले. लहान-सहान ओहोळांवर कळकाचे सेतू बांधून पलीकडे जायची सोय केली होती. रस्ताभर असलेल्या व्यवस्थेमुळं सैन्यातल्या साध्या पायदळातल्या सैनिकांचा प्रवासही सुखात चालला होता.

चौदा दिवसांचा प्रवास करून सगळे हस्तिनावतीला येऊन पोहोचले. गावी पोहोचण्याआधी एक दिवस दुर्योधन त्यांना राजमर्यादेनं सामोरा आला. शल्यराजाला नमस्कार करून त्यानं वज्र-अजयला आलिंगन दिलं.

गांधार देशाच्या वैशिष्ट्यांनी भरलेला चेहरा, आत्मविश्वासानं रुंदावलेली छाती. दृढ शरीर. हस्तिनावतीच्या वैभवाला शोभेल, असा हिरे-माणकांनी मढलेल्या सोन्याच्या हाराचा आणि रत्नखचित मुकुटाचा भारदस्तपणा. प्रवासामुळं झालेल्या

दमणुकीची चौकशी करून प्रवासात काही त्रुटी राहिल्या असतील, तर त्याविषयी त्यानं क्षमा मागितली.

वज्र आणि अजय अंघोळीसाठी निघून गेले.

दुर्योधन शल्यराजाच्या आसनापेक्षा चार आंगुळं कमी उंचीच्या आसनावर बसून म्हणाला,

"मामा, माझ्या भावानं तुला सगळं काही सांगितलं आहेच. दुर्योधन लोभी आहे, दुसऱ्याच्या राज्यावर तो डोळा ठेवतो, राज्य-संपादनासाठी द्यूताचा आधार घेतो, असा सगळीकडे अपप्रचार चालला आहे. त्यातलं नेमकं सत्य हेरून तू आलास, हे माझं सुदैव! माझं रक्षण करेल, तो तुझा आशीर्वाद, फक्त तुझं सैन्य नव्हे! जिथं धर्म असतो, तिथंच तू असतोस, हे संपूर्ण आर्यावर्ताला ठाऊक आहे. तू इथं आल्याचं समजताच विरोधी पक्षाकडे निघालेल्या मोजक्या राजांच्या मनातही या दुर्योधनाच्या धर्मनिष्ठतेविषयी संशय राहायला नको."

शल्यराजा काही न बोलता बसून होता.

दुर्योधन पुढं म्हणाला,

"एका अतिशय महत्त्वाच्या विषयावर विचार करायचा आहे. तू आल्याशिवाय ठरवू नये, म्हणून तुझी वाट पाहत होतो. आता बोलावं, म्हटलं, तर तू थकून आला आहेस..."

"काही हरकत नाही. सांग तू."

"आमच्याकडे कोण कोण राजे आले आहेत, हे एव्हाना तुला समजलं असेलच. सगळेच मोठमोठे सेनानी आहेत. महासेनापतीचं स्थान कुणाला द्यावं, याची चर्चा चालली आहे. आर्य-पद्धतीप्रमाणे मी नेहमीच वयोवृद्ध क्षत्रियांचा मान ठेवत असतो. आलेल्या सगळ्या राजांमध्ये तूच वयस्कर आहेस. महासेनापतीचे अधिकार तुझ्याच हाती सोपावावेत आणि नेहमीप्रमाणे मद्रदेशाच्या पराक्रमानं सारा आर्यावर्त दुमदुमावा, अशी माझी इच्छा आहे. जर तू तयार नसशील, तर पितामह भीष्मांना महासेनापती करावं, अशी काहीजणांची सूचना आहे. पण एवढे वयोवृद्ध पितामह महासेनापती झाले, तरी तूच पुढकार घेऊन या युद्धात महापराक्रम केला पाहिजेस. तुझा विचार समजताच मी इतरांशी बोलेन."

"भीष्मांनीच महासेनापतीची जबाबदारी स्वीकारून या पदाचा गौरव करावा." मद्रराजानं तत्परतेनं सांगितलं.

थोडा वेळ दोघंही काही बोलले नाहीत.

नंतर मामानं विचारलं,

"उद्या आम्ही हस्तिनावतीला जाऊन पोहोचू. युद्ध कुठं व्हायचंय्? कधी सुरुवात होईल?"

“चाल करून येणारे ते चोरच ठरवतील ते! खरं सांगायचं, तर मला हे युद्ध मुळीच नको आहे. आणि युद्धाची जागा म्हणशील, तर... पांडवांना खरं साहाय्य आहे, ते पांचालांचं. म्हणजे पाचजणांमध्ये वाटून घ्यायला ज्यानं मुलगी दिली, त्या द्रुपद राजाचं! हस्तिनावती आणि पितामह भीष्म यांना नष्ट करायची बऱ्याच दिवसांपासूनची त्याची इच्छा आहे. त्याचसाठी त्यानं आपल्या जावयांना युद्धासाठी उभं केलंय्! कारण तुला ठाऊक नाही का? आम्हा सगळ्यांचे गुरू द्रोणाचार्य द्रुपदाचे सहपाठी होते, म्हणे. नंतर द्रुपद राजा झाला आणि आमचे पूज्य गुरू आश्रय मागण्यासाठी त्याच्या दरबारात गेले, तेव्हा या मदोन्मत्त राजानं त्यांचा अपमान करून, तिरस्कार व्यक्त केला, म्हणे. आता तूच सांग, मामा, विद्वानांचा योग्य तो मान न राखणाऱ्या राजाचा नरकवास कसा चुकेल? वेद-होमाचा अनादर केला, तर तो जगेल तरी कसा? अरे, ते... प्रवासात तुमच्या दैनिक होमकार्यात काही त्रास झाला नाही ना?”

“छे:! मुळीच नाही. तुझ्या माणसांनी भरपूर तुपाची व्यवस्था ठेवली होती. माझ्या पुरोहितानं अग्नीही नीट जपून आणला.”

“मस्तवाल द्रुपदानं द्रोणाचार्यांचा अपमान केला. पितामह भीष्म नेहमीच धर्माच्या बाजूचे असतात. आश्रय शोधत द्रोणाचार्य हस्तिनावतीला आले, त्या वेळी आम्ही लहान मुलं होतो. चाळीस वर्षांपूर्वीची हकीकत ही. द्रोणाचार्य, त्यांना आश्रय देणारे भीष्म, भीष्मांनी जिवापाड जपलेली हस्तिनावती नष्ट करायची इच्छा आहे त्याची. घर फोडलं, तर नाश करायला सोपं जातं, नाही का! म्हणून पाचजणांमध्ये आपली मुलगी देऊन आता त्यांच्या नावानं हस्तिनावतीवर चढाई करायला निघाला आहे! इथंच खाली दक्षिणेला कांपिल्य आहे. तिथून ते चढाई करतील. आपण हस्तिनावतीहून फारसं दूर न जाता गंगेच्या पलीकडे राहून त्यांची वाट पाहायला हवी. किंवा रात्रीच्या वेळी ते नावांमधून या बाजूला येण्याचीही एक शक्यता असल्यामुळं नदीच्या पात्राजवळच थोडं खालच्या बाजूला जाऊन त्यांची वाट पाहावी, असाही काही जणांचा विचार आहे.”

शल्यराजाला द्रुपदाचा राग आला. पांडवांची बाजू घेऊन आपल्याला सांगायला आला होता; तो पांचाल देशाचाच पुरोहित होता. यात पांडवांचा काही संबंधच नाही. खरं तर, हे कुरु-पांचालांचं युद्ध, कौरव-पांडवांचं नव्हेच, असं त्याला वाटू लागलं. आपल्या हातून केवढी मोठी चूक घडणार होती!

या विचारानं त्यानं एक नि:श्वास सोडला.

त्याच्या मनात खोलवर भीष्मच भरून राहिले होते.

फक्त कुरु-पितामह, म्हणून नव्हे, गेल्या पिढीतले एवढे वयोवृद्ध महान क्षत्रिय या संपूर्ण आर्यावर्तातच नाहीत! साधेसुधे क्षत्रिय? छे:! महान पराक्रमी!

त्यागाचा मूर्तिमंत आविष्कार! आजन्म ब्रह्मचारी! इथं जमलेल्या सगळ्या योद्ध्यांमध्ये ते सोडले, तर मीच मोठा! दुर्योधनानं तर मलाच महासेनापती व्हायची विनंती केली! पण भीष्म असताना मी तो अधिकार स्वीकारणं योग्य नव्हे. त्यांचाच तो अधिकार आहे.

त्यांना भेटण्याची प्रबल इच्छा मनात निर्माण झाली.

धाकट्या भावाच्या मुलासाठी मुलगी मिळवण्यासाठी आले होते. कुरु-कुल म्हणजे औदार्याची खाण! आता दुर्योधनानंही इथं येईपर्यंत किती आदर-सत्कार केला! भीष्मही तसेच! मुलीला मागणी घालायला आले होते, तेव्हा त्यांनी किती संपत्ती आणि दागदागिने आणले होते! आमच्या पद्धतीप्रमाणे कन्या-शुल्क हवं, एवढंच मी म्हणालो होतो तेव्हा!

मांडी बदलून शल्यराजा लोडाला टेकून बसला. कुरु-राज्याधिपती आपल्यापेक्षा चार बोटं कमी उंचीच्या आसनावर बसला होता. पादसेवकाप्रमाणे! एकाएकी मद्रराजाच्या मनातलं आर्य-रिवाजांवरचं प्रेम शतगुणित झालं. या आर्यधर्माचं रक्षण झालंच पाहिजे, असा निश्चयही त्याच्या मनात निर्माण झाला.

"पांडवांची युद्धाची तयारी उपप्लव्य नगरीत चालू आहे ना? मग चढाई कांपिल्याकडून होईल, असा तुझा अंदाज कसा?"

"आपल्याला गोंधळात टाकण्यासाठीच ते उपप्लव्य नगरीत राहताहेत. उपप्लव्य आणि खांडवप्रस्थ जवळ जवळच आहेत."

"कुठलं खांडवप्रस्थ?"

"नंतर त्यांनी गर्वापोटी इंद्रप्रस्थ असं नाव दिलं, ते त्या वेळी आम्ही त्यांना दान म्हणून दिलं होतं. 'द्यूतात हरलेलं आमचं नगर आम्ही युद्धात जिंकणार आहोत, आम्हाला हस्तिनावतीची मुळीच आशा नाही,' असा सगळीकडे प्रचार करून आमच्या लोकांमध्ये फूट पाडायची, असा त्यांचा डाव आहे. पण त्यांच्या नावावर खरं युद्ध करणार, ते पांचालच ना? अरे, हो! तुला ठाऊक नाही वाटतं, द्रुपदाचा एक मुलगा आहे. धृष्टद्युम्न त्याचं नाव. पाचजणांच्या बायकोचा भाऊ. पांडवांचा महासेनापती तोच आहे. असं का? पांडवांपैकी कुणी तरी का झाला नाही? याचाच अर्थ असा, की युद्ध करणार आहेत, ते द्रुपदाचेच सैनिक. या पांडवांकडे कुठले सैनिक असणार? आम्हांला अशा गोंधळात पाडून, इकडे कांपिल्याकडून चढाई करून हस्तिनावतीचा नाश करायचा, असा त्यांचा डाव. आर्यसंस्कृती बुडवल्याशिवाय त्या अनार्यांना कुठून तृप्ती मिळणार, म्हणा!"

या शेवटच्या वाक्याचा शल्यराजाला अर्थ समजला नाही. त्यानं विचारलं,

"पण द्रुपदही आर्यच आहे ना?"

विषादपूर्ण स्मित करत दुर्योधन म्हणाला,

"मामा, तुम्ही जुनी माणसं फारच सरळ आणि साधी. कुटिल अंतरंगातले डावपेच तुम्हांला चटकन कळत नाहीत. पांचाल-राज्यात निम्म्याहून अधिक लोक रानटी आहेत. अनार्य आहेत. एक बायको सगळ्या भावंडांमध्ये वाटून घ्यायची पद्धतही त्यांचीच आहे. त्याचमुळं तर द्रुपदानं आपल्या मुलीचं असं लग्न करून दिलं. तो अनार्य आहे, असं म्हणायला एवढं पुरेसं नाही का? त्याच्या सैन्यात अर्ध्याहूनही अधिक माणसं अनार्यच आहेत. या अनार्यांचाही डावच आहे हा. शुद्ध आर्य-धर्माचा आधारस्तंभ असलेली हस्तिनावती द्रुपदाच्या अधिपत्याखाली धुळीस मिळवून त्यांना आपला प्रभाव वाढवायचा आहे. आपल्या बाजूनं लढायला एवढे आर्य राजे का आले आहेत, त्यामागचं मुख्य कारण हेही आहे. पांडवांचे सहायक एकतर अनार्य आहेत किंवा अर्ध-आर्य."

शल्याच्या दृष्टीनं हे सगळं नवं होतं. आर्यावर्तात चालेल्या एवढ्या महत्त्वाच्या घटना आपल्याला समजत नाहीत, हे त्याच्या लक्षात आलं. आपल्यापेक्षा रुक्मरथच राजकारणातलं मर्म नीट जाणतो. आपण राज्यकारभार पाहत असताना फक्त नावापुरतेच गुप्तहेर होते. आता रुक्मरथाचं हेरांचं प्रकरण बरंच वाढलंय्. हे हेरही आता मंत्र्याला वर्दी वगैरे देत न बसता थेट राजालाच बातमी सांगतात.

आता आपल्यासारख्या सरळमार्गी म्हाताऱ्यांचं राजकारण संपलं आहे, असं वाटून त्यानं एक नि:श्वास सोडला. फारसा खेद वाटला नाही.

खिडकीतून त्याचं लक्ष बाहेर गेलं.

दोन पुरुष उंचीचं घोडघास समृद्धपणे वाढलं होतं. त्यातून जाणं शक्यच नाही. अंग आणि चेहरा तासून काढतील, अशी धारदार गवताची पाती. प्रवासात त्यानं तेवढं लक्ष देऊन पाहिलंच नव्हतं.

मद्रदेशापेक्षा कुरुराष्ट्रातच घोडघास आणि दर्भाचं प्रमाण जास्त आहे. नेमक्या कुठल्या भागापासून हे प्रमाण वाढतं? सरस्वतीच्या अलीकडे?

ही पवित्रभूमी आहे, अशी भावना मनात दाटून आली. पाठोपाठ मद्रदेशाची आठवण.

तिकडं उत्तरेला नाग लोकांचा त्रास आहे. त्यांना थोपवून धरण्यातच माझं सारं जीवन गेलं. आता मुलं सावध राहिली नाहीत, तर रात्रीच्या वेळी नागटोळ्या चालून आल्याशिवाय राहणार नाहीत. गावात ठेवलंय्, तेवढं सैन्य पुरेल का रुक्मरथाला! अर्थात रुक्मरथ आहे, म्हणजे तसं काळजीचं कारण नाही, म्हणा!

या पवित्र हस्तिनावतीवर चढाई करणाऱ्या त्या रानटी लोकांचा संताप आला आणि शल्यराजा म्हणाला,

"दुर्योधना, आर्यांमध्ये निम्मे पुरुष आणि निम्म्या स्त्रिया!"

दुर्योधनाला याचा अर्थ समजला नाही. तो शल्यराजाच्या चेहऱ्याकडे पाहत राहिला.

तिकडं लक्ष न देता शल्यानं टाळी वाजवताच नीव तिथं आला. वज्र-अजयला निरोप पाठवण्यात आला. लवकर अंघोळ आटोपून ते परतले. या युद्धात हस्तिनावतीचा नाश करण्याची स्वप्नं पाहणाऱ्या अनार्य आणि अर्ध-आर्यांच्या कुटिल हेतूविषयी सगळं सविस्तरपणे सांगून अखेर त्यानं त्या दोघांकडून जिवात जीव असेपर्यंत कुरु-राष्ट्राच्या रक्षणासाठी लढायचं वचन घेतलं. त्याच दिवशी आपल्या सैन्यातल्या प्रमुखांना बोलावून घेऊन, साऱ्या राजकारणाविषयी सांगून त्यांच्याकडूनही तसंच वचन त्यानं घेतलं.

सगळं आटोपून, मामाला नमस्कार करून, इतरांना अभिवादन करून, दुसऱ्या दिवशी हस्तिनावतीच्या वेशीत सगळ्यांचं पुन्हा स्वागत करायचं आश्वासन देऊन, दुर्योधन आपल्या अंगरक्षकांसह रथात बसला.

❑

## ९

सुप्रसिद्ध हस्तिनावती पाहण्याचं कुतूहल प्रत्येकाच्या मनात होतंच. त्यांनी ऐकल्यापेक्षा किती तरी जुनं नगर. किती जुनं, कोण जाणे! किती तरी चक्रवर्ती राजांनी तिथं राज्य केलं होतं. चाळीस पिढ्यांपूर्वी उभारलेलं नगर!

नगराच्या उत्तरेकडची गंगा नदी नावेतून ओलांडून, सगळ्या सैनिकांना नदीच्या पलीकडे जाऊन तळ टाकायला सांगण्यात आलं होतं. शल्य, वज्र, अजय आणि इतर काही प्रमुख योद्ध्यांना नगरातल्या एका मोठ्या वास्तूत उतरवलं होतं. प्रमुख राजमार्ग भरपूर रुंद होता. बाकी सगळे रस्ते अरुंद होते. विटांनी बांधलेली घरं. दोन किंवा तीनमजली. श्रीमंतांच्या घरांना मागच्या बाजूलाही विटांचा कठडा होता. पाच रस्त्यांभोवती वसलेली घरं. म्हणजे सूत-वस्ती, म्हणे. आपल्या शाकल नगरीतल्यासारखी सुटी सुटी घरं नव्हेत, तर सारी घरं एकमेकांना खेटून उभी. एवढं संपन्न नगर एवढ्या दाटीवाटीत का वसलं असावं, याचं शल्यराजाला आश्चर्य वाटत होतं. पण तरीही एवढं पुरातन गाव पाहताना त्याच्या अंगावर रोमांच उभे राहत होते. ह्या इतिहासप्रसिद्ध संपन्न नगरीच्या रक्षणासाठी आपण आलो आहोत, याचा अभिमान वाटत होता.

सारी नगरी मित्र राजांनी भरून गेली होती. संपूर्ण आर्यजगातले बहुतेक सगळे राजे तिथं जमले होते. एकमेकांशी परिचय होत होता. किती तरी जणांना काही

प्रदेश कुठं आहेत; हेही ठाऊक नव्हतं. दूरवरच्या गांधार देशच्या लोकांनी पूर्वेकडच्या किती देशांची नावंही ऐकली नव्हती. दक्षिणेकडच्या लोकांना उत्तर-पश्चिमेकडच्या बाल्हिकांचं काहीच ठाऊक नव्हतं. राजे एकमेकांना त्यांच्या देशाचं वैशिष्ट्य विचारत होते. राजकारभाराच्या पद्धतीची चर्चा करत होते. सगळ्या राजांनी एकत्र जमायचे प्रसंगही अलीकडे फारसे नव्हते. गेल्या काही वर्षांत फारशी स्वयंवरंही रचली गेली नव्हती. एक धर्मराजा सोडला, तर कुणी राजसूयही केला नव्हता. अश्वमेधाचा तर प्रश्नच नाही. किती तरी राजे जमले होते. आणखी किती तरी येणार होते. युद्ध कधी सुरू होणार, हे कुणालाच ठाऊक नव्हतं. आदरातिथ्य मात्र झोकात चाललं होतं. भोजन, मद्य आणि विविध देशांच्या सुंदरींबरोबर विलास! उकाडा वाटला, की गंगेत पोहणं. संध्याकाळी घोड्यांवर बसून चौखूर उधळत रपेट. अधून मधून दुर्योधन प्रत्येकाला भेटून त्यांची चौकशी करत होता. तरीही वेळ जाणं कठीण झाल्यामुळं तरुण राजे चडफडत होते. काहीजण जुगाराच्या अड्ड्यांवर जाऊन द्यूत खेळण्यात वेळ घालवत होते.

वज्र आणि अजयही गावात फिरत होते. समवयस्कांशी ओळखी करून घेऊन गप्पा मारत होते. अधून मधून वडिलांनाही भेटून वर्दी देत होते. या दुर्योधनाचा आणि कर्णाचा फार वर्षांपासूनचा दाट स्नेह आहे, म्हणे. हा कर्ण सूत जातीतला आहे, म्हणे. त्याच्याविषयी भीष्म आणि द्रोणांना तिरस्कार वाटतो. त्यालाही त्या दोघांविषयी आदर वाटत नाही. दुर्योधनच प्रत्येकाशी नीट बोलून, भांडणं होणार नाहीत, याची काळजी घेत असतो. या युद्धाविषयी किती तरी घरांमध्ये बाप-मुलगा, भाऊ-भाऊ यांच्यामध्ये मतभेद आहेत. यावरून त्यांच्यामध्ये वैमनस्यही आलं आहे. दुर्योधनानं तर द्वारकेत जाऊन यादवांमध्येही फूट पाडली आहे, म्हणे! सगळ्या यादवांना पांडवांच्या बाजूनं युद्धभूमीवर आणायचा कृष्णाचा डाव फसलाय् आणि दुर्योधनाचा डाव साधला जाऊन आता कृष्णाचा थोरला भाऊ बलराम संपूर्ण यादव-सेनेबरोबर हस्तिनावतीला यायला निघाला आहे, म्हणे. आणखी तीन दिवसात ते इथं येऊनही पोहोचतील. बलराम स्वत: महान शक्तिशाली योद्धा तर आहेच, शिवाय समस्त सैन्यात उत्साह भरणारा समर्थ सेनानायकही आहे, म्हणे! आता पांडवांकडे फक्त एकटा कृष्णच गेलाय्, म्हणे, चेहरा पाडून! त्याच्याबरोबर फक्त चार-सहा यादव योद्धे गेलेत, एवढंच. वाटाघाटीसाठी हस्तिनावतीत आलेल्या कृष्णानंही हा फूट पाडण्याचा प्रकार केलाय्, म्हणे. मुख्य महणजे द्रोण आणि भीष्मांच्या मनात किंतु निर्माण करण्यात तो यशस्वी झालाय्, अशी सगळीकडे कुजबूज आहे... त्या वेळी दुर्योधनानं कृष्णाला पकडण्याचाही प्रयत्न केला. भीष्म-द्रोणांनी तर त्याला विरोध केलाच, शिवाय कृष्णानं सावधानतेपायी वेषांतर करून

बरोबर आणलेल्या आलेल्या अंगरक्षकांच्या साहाय्यानं दुर्योधनाचा हेतू विफल केला, म्हणे... एक ना दोन, किती तरी गोष्टी ते वडिलांच्या कानावर घालत होते.

अधून मधून वज्र आणि अजय आपल्या सैनिकांची चौकशी करायला नदीच्या पलीकडे जात होते. नदीच्या पलीकडे पसरलेल्या विस्तीर्ण माळावर ठिकठिकाणी, त्या पलिकडच्या टेकाडांवर, टेकड्यांच्या उतारांवर, सपाट मैदानांवर... जिकडं नजर जाईल, तिकडं सैनिकांच्या राहुट्या, सैनिक, त्यांचे घोडे, एवढ्या मोठ्या प्रमाणावर जमलेल्या नाना देशांच्या विविधरंगी वेशातल्या सैनिकांना पाहताना त्या दोघांना फारच उत्साह वाटत होता.

पण जसजसे दिवस जात होते, तसा कंटाळा येऊ लागला होता. इतर सैनिकही कंटाळून गेले होते. एवढ्या सगळ्या लोकांचं जेवणखाण झाल्यावर टाकलेलं उष्ट-खरकटं आता कुजू लागलं होतं. एवढ्या मोठ्या प्रमाणात जमलेल्या सैनिकांची जागोजागी साठलेली विष्ठा आणि लघवीच्या दुर्गंधीनं डोकं भणभणत होतं. पांचालांनी हस्तिनावतीवर चढाई केली, तर या जागी लढाई होणार. त्यामुळं तिथल्या सैनिकांना तिथून कुठं पाठवायचा प्रश्नच नव्हता. एवढ्या मोठ्या प्रमाणात सैन्य जमेल, असा प्रत्यक्ष दुर्योधनाचाही अंदाज नव्हता! त्याच्या अपेक्षेपेक्षा किती तरी पटीनं जास्त सैन्य जमलं होतं. एवढ्या सगळ्यांची जेवणा-खाण्याची व्यवस्था करणं म्हणजे किती जिकरीचं काम आहे, हे त्याच्याही लक्षात आलं होतं. राजभांडारातल्या सोन्या-रुप्याला तोटा नव्हता. पण धान्य कमी पडेल, की काय, अशी शंका मनात येऊन जात होती. आता आपल्या देशातल्या शेतकऱ्यांकडून दुसऱ्यांदा धान्य गोळा करण्यामागं तो लागला होता. काही शेतकरी मातीच्या डेऱ्यांत धान्य साठवून जमिनीत पुरून ठेवत होते. संतापलेला राजा आपल्या सैनिकांकरवी खेडोपाड्यातल्या जमिनी खणून धान्य जमवत होता. खेड्यातल्या दणकट सशक्त स्त्री-पुरुषांना पकडून आणून सैनिकांसाठी स्वयंपाक करण्यासाठी डांबून ठेवत होता. काहीच कामधंदा नसलेले क्षत्रिय राजे जवळपासच्या खेड्यांमध्ये घुसून हातात सापडेल त्या स्त्रियांना पळवून आणत होते. एकेका स्त्रीवर आठ-दहा जण तुटून पडत होते. खेड्यांमध्ये विखुरलेली गरीब माणसं होऊ घातलेल्या युद्धाला दिवसातून अगणित वेळा शापत होते.

कंटाळून गेलेल्या मद्र-सैनिकांपैकी काहीजण वज्र-अजयला विचारत होते,

"युद्ध सुरू व्हायच्या वेळी बोलवायला हवं होतं. एवढ्या लवकर का बोलवून घेतलंय् आपल्याला?"

"पण शत्रू येऊन हल्ला करतील, तेव्हाच युद्धाला सुरुवात होणार ना?"

"त्यांनी हल्ला केला नाही, तर या गू-मूताच्या नरकात रोगराईनं आम्ही मरून जाऊ!"

त्यांचा राग या दोघांनाही समजत होता. त्यांच्यावर रागावावं, असंही वाटल नाही. 'थोडा दम धरा...' वगैरे समजुतीच्या चार गोष्टी सांगत, नाक दाबून धरत ते नदी ओलांडून गावात परतले. पोटात ढवळल्यासारखं होत होतं. गावात परतलं, तरी तेच वातावरण. थोड्याफार फरकानं तीच दुर्गंधी! त्याच बायका तोच जुगार! एवढ्या संख्येनं राजे एका गावात एकवटल्यामुळं तेही सामान्यासारखेच झाले होते. सामान्य जनतेच्या मनातली या राजांविषयी असलेली कुतूहलाची भावना कधीच मावळून जाऊन त्याची जागा वैतागानं घेतली होती. आता राजांना अंगरक्षकांची आवश्यकताही वाटेनाशी झाली होती. गावापासून कोसभर अंतरावर कितीतरी युद्धरथ तयार करून ठेवले होते. दोघांनी गंमत म्हणून ते मोजायला सुरुवात केली... हजार... दोन हजार.... अंहं! हिशेबच लागत नव्हता. खूपच मोठं युद्ध होणार, हे निश्चित!

पण सुरू केव्हा होणार हे युद्ध? की होणारच नाही? फक्त शक्ति-प्रदर्शनातच युद्ध संपेल, म्हणे. आता इथं जमलेले राजे, त्यांचं प्रचंड सैन्य, घोडे, रथ, हत्ती पाहून पांडवांनी युद्धाचा विचारच सोडून दिला नसेल ना? मग आमच्या सैनिकांनी रोगाच्या तोंडी का पडावं? जे व्हायचं, ते लवकर व्हावं, असं पुन्हा पुन्हा वाटत होतं.

वज्राचं मन पुन्हा गावाकडे वळलं होतं. बायकोची आठवण छळत होती. त्याच्या नव्या नव्या दासी शोधायच्या खोडीवरून चतुरपणे त्याला नाना प्रकारांनी चिडवणारी बायको! त्यामुळंच तर तिच्यावरचं त्याचं प्रेम अधिकच उत्कट होत होतं! युद्धरथांच्या अगणित रांगा पाहून माघारी परतत असताना तो तिच्या आठवणीनं विव्हळ होऊन गेला होता.

❑

इथं येऊन दोन-तीन दिवस झाले नाहीत, एवढ्यातच शल्याच्या मनातली आत्माभिमानाची भावना हळूहळू कमी होऊ लागली होती. दुर्योधनानं काही त्याला अपमानास्पद वागवलं नव्हतं. पण त्याला आपल्यासारख्या किती तरी राजांची चौकशी करायची असते, याची शल्यालाही कल्पना आली होती. इतर राजांचाही परिचय होत होता. त्यांचा राज्यविस्तार, सेनाबल, त्यांनी गाजवलेले पराक्रम ऐकत असताना शल्यराजाला आपण काही एवढे मोठे नाही, याची जाणीव होत होती. युद्ध झालं, तरी या वयात इतरांचा पराक्रम झाकून टाकण्यासारखं शौर्य आपण दाखूव शकणार नाही, या विचारानं तो सचिंत होत होता. तरीही वज्र आणि अज मद्रदेशाची मान खाली जाऊ देणार नाहीत, अशी अपेक्षा करत तो मुकाट्यानं बसून होता.

शल्यराजा एवढ्या उत्साहानं हस्तिनावतीला येण्यामागं आणखी एक कारण होतं. ते म्हणजे भीष्माला भेटण्याची प्रबल इच्छा. साठ वर्षांपूर्वी मुलगी मागायला आला होता, त्या वेळी पाहिलं होतं. त्यानंतर बाहेर कुठंही गेला नव्हता, म्हणे. अपवाद फक्त धर्मराजाच्या राजसूय यज्ञाचा. सारा आर्यावर्त ज्याच्याविषयी आदरानं बोलतो, अशी व्यक्ती. खरं तर इथं आल्यावर तोच पुढं येऊन आपलं स्वागत करेल, असं मद्रराजाला वाटल होतं; पण तो आला नव्हता. आजवर तो तिथं जमलेल्या कुणालाच भेटला नव्हता. दुसऱ्या दिवशी जेव्हा त्यानं आपण होऊन त्याला भेटायची इच्छा प्रदर्शित केली, तेव्हा दुर्योधनानं सांगितलं, 'त्यांना बरं नाही. थोडं बरं वाटलं, की नंतर घेऊन जाईन.' इथं येऊन दोन महिने झाले, तरी त्यांची प्रकृती सुधारली नाही का?

याच संदर्भात वज्र आणि अजय दोन वदंता घेऊन आले. आपण जोपासलेल्या वंशाच्या दोन फांद्यांमध्ये भांडण होऊन त्या नष्ट होत असल्याचं पाहण्याची वेळ आल्यामुळं मनोरुग्ण होऊन त्यानं खरोखरच अंथरुण धरलं आहे; आणि दुसरी अशी : दुर्योधनाच्या बाजूनं युद्ध करायची त्याची इच्छा नाही; पण तसं स्पष्टपणे इतरांना सांगणंही त्याला योग्य वाटत नाही, म्हणून त्यानं आजारपणाचं निमित्त सांगितलं आहे. यापैकी कुठलीही गोष्ट खरी-खोटी असो, त्या बातम्या ऐकून शल्यराजा कासावीस झाला.

भीष्माच्याच मनात नसेल, तर दुर्योधनाची बाजू अधर्माची असेल. या दुर्योधनाचं खोटं बोलणं ऐकून, मी याला भुलून, इथं आलो की काय! भीष्माला भेटायची मनातली इच्छा अधिकच उत्कट झाली.

एक दिवस रथात बसून तो भीष्माच्या भवनात गेला. पण तिथल्या द्वारपालकानं ते घरात नसल्याचं सांगितलं. कुठं गेले आहेत, तेही ठाऊक नसल्याचं सांगितलं. ते परतल्यावर, मद्रराजा शल्य येऊन गेला, असं सांगायला सांगून त्यानं रथ माघारी घेण्याची सारथ्याला आज्ञा केली.

तिथल्या किती तरी राजांनी स्वत:ची अशी गुप्तहेर व्यवस्थाही ठेवली होती. पांडवांकडच्या सैन्याच्या हालचाली, त्यांची युद्धाची तयारी, दुर्योधनावरच्या जुन्या द्वेषामुळं आता कोण कोण पांडवांकडे आलं आहे, त्यांच्यापैकी कोण कोण मनापासून लढतील, त्यांच्यापैकी कुणाचा आपल्याकडील कुणावर वैयक्तिक राग आहे, तसंच कौरवांकडे जमलेल्यांपैकी कुणाचा पांडवांवर खरा राग आहे, याची माहिती जमवत होते. एकमेकांशी चर्चा करत होते.

शल्यराजाला रुक्मरथाची आठवण येत होती.

तो आला असता, तर त्यानंही आपलं स्वतंत्र हेरखातं शत्रुपक्षात पेरलं

असतं. आपल्याला यातलं काही कळत नाही. काही सुचलंही नाही. वज्र आणि अजय यांनाही त्यात फारशी गती नाही. ते फक्त लढतील. आपण तर बरेच वयस्कर आहोत. इथं जमलेले इतर राजे आपल्यापेक्षा तीसएक वर्षांनी तरी लहान आहेत. त्यांच्याशी खऱ्या अर्थानं मन-मोकळ्या गप्पा होणं शक्य नाही. त्यांच्यासारखं मद्य, द्यूत आणि स्त्रियांमध्ये आपण रमणारही नाही. या वयात स्त्रियांविषयी बोलणंही लज्जास्पद वाटतं. काहीच समानता नसेल, तर स्नेह तरी कसा वाढणार?

मधूनच त्याच्या मनात गावी परतायचे विचारही तरळून जात. पण इतके दिवस वाट पाहून आता युद्ध केल्याशिवाय निघून जाणंही योग्य नव्हे, असं वाटत होतं.

एवढ्यात बातमी आली, आपल्या सैन्यासह पांडव निघाले आहेत! सैन्य सात भागात विभागलं आहे; आणि प्रत्येक भागाला एकेक प्रमुख नेमला आहे, म्हणे. द्रुपद, विराट, धृष्टद्युम्न, शिखंडी, सात्यकी, चेकितान, भीमसेन हे सगळेजण आपापल्या सैन्य-विभागाची नीट देखरेख करतात, म्हणे. सगळ्यांनी एकमतानं धृष्टद्युम्नाला महासेनापतीचे अधिकार दिले आहेत, म्हणे.

पाठोपाठ दुसरी बातमी आली : पांडव-सैन्य उपप्लव्यच्या उत्तरेला निघालं आहे, म्हणे. म्हणजे इंद्रप्रस्थाच्या दिशेनं असावं. हस्तिनावतीत जमलेल्यांपैकी काही राजांचा दुर्योधनावरचा विश्वास उडाला. द्यूतात हरलेलं आपलं राज्य मिळवणं, एवढाच पांडवांचा हेतू असावा, असं दिसत होतं. हस्तिनावतीचा नाश करणं, हा नव्हे. काहीजणांनी एकमेकांसमोर हे बोलूनही दाखवलं.

दुर्योधनही गोंधळला. तिकडच्या बाजूनं गेल्यासारखं दाखवून, आम्हाला गोंधळात पाडून नंतर इकडून शिरायचा तर त्यांचा विचार नसेल ना?

हेरांनी आणखी बातमी आणली : कांपिल्यातही थोडं सैन्य आहे, म्हणे. त्यांनी इंद्रप्रस्थ काबीज केलं, तर काय करायचं? त्याच्या रक्षणाकडे आपण म्हणावं तेवढं लक्ष दिलेलं नाही! लगेच कर्ण-दु:शासनाच्या नायकत्वाखाली थोडं सैन्य तिकडे पाठवलं गेलं. पण पांडवांचं सैन्य इंद्रप्रस्थाकडे न वळता सरळ उत्तरेला सरकलं! तिकडे कुठं जाताहेत हे? याचं उत्तर मिळायला मध्ये एक दिवस जावा लागला. उजवीकडे कुरु-पांचाल सोडून सरळ हिरण्यवती नदीच्या बाजूनं कुरुराज्यात शिरायचा त्यांचा विचार असल्याचं दुर्योधनाच्या लक्षात आलं. शत्रूला मध्येच अडवायला हवं. शत्रूला हस्तिनावतीपर्यंत यायला देता कामा नये,

या विचारासरशी आळसावून जांभया देत पडलेलं सैन्य घेऊन तो वायव्येकडे निघाला.

आता मात्र सैनिकांमध्ये उत्साह निर्माण झाला. प्रत्येक देशाची सैन्यदळं एकेक समूह करून निघाली.

हेरांकडून बातम्या येतील, तसं जायला हवं. नीटसे रस्ते नाहीत. झाडं-झुडुपं, दर्भ आणि घोड्यास बाजूला सारून, रस्ता करून पुढं जायला पाहिजे. साहजिकच प्रवासाचा वेग मंदावला होता. एकापाठोपाठ एक याप्रमाणे जथ्थ्यानं संचलन करत जाणारी सैनिकांची केवढी लांबलचक रांग! अंतच नाही, की काय, असं वाटणारी सैन्यांची रांग. अखंड वाहणाऱ्या नदीप्रमाणे वाहणारी रांग!

सैन्य निघालं. तिथं असलेल्या राजप्रमुखांना दुर्योधनानं आहे तिथंच थांबायची विनंती केली आणि सांगितलं,

"भीष्मांनी महासेनापती होण्यासाठी संमती दिली आहे. सगळ्या राजप्रमुखांसमक्ष महासेनापतींना अभिषेक करण्यात येईल."

हस्तिनावतीत एवढे दिवस राहूनही अजून कुणालाच भीष्माचं दर्शन झालं नव्हतं. सगळ्यांच्याच मनात त्यांना पाहण्याची उत्सुकता होती. शल्याच्या मनात तर भीष्मदर्शनाचाचा उत्साह भरून ओसांडत होता.

शंभरावर वीस वर्षं एवढ्या वयाचा महान वीर? त्याच्या नेतेपदाखाली आपण सगळ्यांनी लढायचं! पण इतके दिवस त्यांनी का चेहरा दाखवला नाही? आणि आता कसे तयार झाले? वेळ काढायचा प्रश्नच नव्हता.

त्या दिवशी दोन प्रहराच्या आधीच सगळेजण कुरुराजभवनात जमले. नेहमीपेक्षा अधिक उत्साहानं त्यांचं स्वागत करण्यात आलं. सर्व राजांच्या आसनांच्या मध्यभागी दुर्योधनाचंही सिंहासन ठेवण्यात आलं होतं. शेजारच्या तशाच एका सुशोभित आसनावर भीष्म बसले होते. सगळेजण आश्चर्यचकित होऊन त्यांच्याकडेच पाहत होते.

कंबर आणि पाठ वाकलेली उंच शरीरयष्टी, मस्तकावर क्षत्रिय किरीट, सुरकुतलेला चेहरा, कधी काळच्या गोऱ्या कातडीवर अधूनमधून पडलेले उतारवय दर्शविणारे काळे डाग, सुरकुतलेल्या पांढऱ्या वस्त्रांमुळं उठून दिसणारा आसनावरच्या लोडावर स्थिरावलेला हात, कधीकाळी रुंद आणि शुभ्र असलेले आणि आता खोल गेलेले डोळे... थोडी भीतीच वाटावी, असं व्यक्तिमत्त्व. डोकं थोडं झुकलं होतं; पण डुगडुगत मुळीच नव्हतं. शल्याच्या शेजारी बसलेला अजय हळूच म्हणाला,

"असला म्हातारा कसा सेनापतीचं काम करणार?"

आजूबाजूला बसलेल्यांना ऐकू जाईल, अशा आवाजात मुलानं विचारलेला

हा प्रश्न ऐकून शल्यराजाला राग आला. डोळ्यांनी दटावत तो दबलेल्या आवाजात म्हणाला,

"भीष्मांविषयी बोलताना थोडा आदर बाळगून बोल!"

वज्रनंही दबलेल्या आवाजात तोच प्रश्न विचारला,

"एवढा म्हातारा आणि आपला महासेनापती?"

शल्याला काही उत्तर सुचलं नाही; पण मुलांप्रमाणे भीष्मांविषयी काही तरी घाईनं मत बनवण्याची त्याची तयारी नव्हती. वज्र मात्र उत्तराच्या अपेक्षेनं त्याच्याकडे पाहत होता. अजयनंही उत्तराच्या अपेक्षेनं त्याच्या दिशेला मान वळवली होती. आपण काहीच बोललो नाही, तर या मुलांच्या बोलण्याला आपली संमती आहे, असं वाटून तो म्हणाला,

"तुम्हां मुलांना त्यांच्या शौर्याच्या हकिकती ठाऊक नाहीत. मागं काशीराजाच्या मुलींच्या स्वयंवराच्या वेळी एकट्याच्या बळावर तिन्ही मुलींना घेऊन निघाले. जमलेल्या राजांनी चढाई केली, तेव्हा त्यांनाही चांगलंच पिटाळलं. कुरुराष्ट्राचा विस्तारही त्यांनीच केला आहे..."

"मुलींना पळवून घेऊन गेले?" वज्रच्या चेहऱ्यावर थट्टा चमकून गेली, "आजन्म ब्रह्मचारी आहेत ना ते?"

"स्वतःसाठी नव्हे. आपल्या धाकट्या भावासाठी त्यांनी नेल्या."

"ज्यानं लग्न करायचं, त्यानं पळवून नेलं, तर मुलीलाही आनंद होईल. कुणी तरी शौर्य दाखवून पळवून न्यायचं आणि कुणाला तरी देऊन टाकायचं! यात त्या मुलीला तरी कसला आनंद? आणि तो भाऊ काय अंतःपुरात बसून बाहुल्यांशी खेळत हाता का?" अजयनं विचारलं.

एवढ्यात शंखध्वनी झाला, दुंदुभी वाजल्या. सगळ्या राजांचं लक्ष पुन्हा तिकडं गेलं.

दुर्योधनानं उभं राहून या युद्धासाठी महासेनापतिपदावर भीष्मांना अभिषेक करण्यासाठी सभेची अनुमती मागितली. सभेनं तथास्तुचा गजर केला.

भीष्मांना विधिपूर्वक अभिषेक केल्यावर राजा दुर्योधनानं त्यांना सोन्याच्या ताटातून तलवार, धनुष्य-बाण अर्पण केले.

भीष्मांनीही दोन्ही हातांनी तलवार उचलून त्याचा स्वीकार केला.

त्यानंतर सैन्याचे इतर सेनापती निवडण्याचा प्रश्न आला. कुणाला निवडायचं, यापेक्षा कुणालाही सोडायचं नाही, असाच दृष्टिकोन दिसत होता. प्रत्येकजण सेनापती व्हायला उत्सुक दिसत होता. बहुतेक सगळ्यांनीच आपापला उत्साह दाखवून दिला.

अखेर दुर्योधन उभा राहिला. त्यानं सगळ्यांचा पराक्रम, निष्ठा, सामर्थ्य,

धैर्य यांचं तोंड भरून कौतुक करून एकेक नावं सुचवायला सुरुवात केली. कुरु-पांडवांचे धनुर्विद्येतले गुरू असलेले द्रोणाचार्य, त्याचा मुलगा अश्वत्थामाचार्य, मद्रराजा शल्य, कर्ण, चंद्रवंशाचा भूरिश्रवा, सिंधु देशाचा जयद्रथ, कुंभोज राजा सुदक्षण, भोजराजा कृतवर्मा, मामा शकुनि, भाऊ दुःशासन, बाल्हिक– सगळेजण यानंतर कुणाचं नाव येतं, हे आतुरतेनं ऐकत बसले होते.

दुर्योधनानं तेवढ्यालाच यादी थांबवली.

वज्र-अजयही अपेक्षेनं पाहत होते.

एकूण अकरा नावं. अकरा सेनापती. म्हणजे अकरा विभागांचं सैन्य. काही का असेना, आपले वडील सेनापती असल्यावर आपणही काही सल्ला देऊ शकतो, याचा त्यांना आनंद झाला.

सगळ्या सेनापतींना हार घालून, तिलक लावून, वस्त्रं आणि तलवार देऊन अधिकार प्रदान करण्यात आले.

त्यानंतर भीष्मांनी प्रथमच तोंड उघडलं. कधी काळी घनगंभीर असेलला आवाज आता क्षीण झाला होता. पण स्थिर होता. किंचितही कापत नव्हता. ते म्हणाले,

"शत्रूला नगरापर्यंत यायची संधी मिळाली, तर नगर नष्ट होईल. त्यांना नगरापासून दूरच गाठलं पाहिजे. आजच सगळ्या सेनापतींनीं आपापल्या सैन्यासह प्रयाण करावं. मीही सोबत असेनच."

दुर्योधनाच्या लांबलचक भाषणाच्या पार्श्वभूमीवर भीष्मांचं भाषण चारच वाक्यात संपल्याचं सगळ्यांच्याच लक्षात आलं.

जेवण झाल्यावर सगळ्यांनी प्रस्थान ठेवलं. जमलेल्या राजांपैकी सगळेच काही सेनापती झाले नव्हते. पण त्यांनी आणलेल्या सैन्यबळानुसार प्रत्येकाला दुर्योधनानं काही ना काही पद दिलंच होतं.

पत्ती या नावानं ओळखल्या जाणाऱ्या पंचवीस पायदळांवरच्या प्रमुखाला पत्ती-प्रमुख असं नाव देण्यात आलं. तीन पत्तीमुख्यांवर एक सेना-प्रमुख किंवा गुल्ममुख्य. तीन गुल्ममुख्यांवर एक गणमुख्य. या व्यवस्थेमुळं प्रत्येकाला काही ना काही अधिकार मिळाले. वज्र आणि अजय गणमुख्य झाले.

सकाळपासून सैन्य चाललंच होतं. जेवण-खाण्याचा गाड्या आधीच पुढं झाल्या होत्या. सैन्यामध्येच इतर सामानाच्या गाड्याही होत्या. रथ-दुरुस्तीचं सामान वाहून नेणाऱ्या गाड्या. रथ आणि भाल्यांना बांधायचं चर्म, हत्तीला टोचण्याचे अंकुश, तोमर, शक्ती, निषंग, लोखंडी कांबी, ध्वज, विविध जातीचे

आणि लांबीचे दोरखंड, अंथरुण, तेल, गूळ, बाण भिजवण्यासाठी आणलेले जहाल विषानं भरलेलं बुधले, तलवारी, काटेरी कांबी, विषात बुडवून वाळवलेले बाण, कातड्याचे अंगरखे... सैनिकांपेक्षा सामानानं भरलेल्या गाड्याही काही कमी नव्हत्या. प्रत्येक रथासोबत दोन दोन घोडेस्वार रक्षक म्हणून धावत होते. रथाच्या चक्राचं रक्षण करण्यासाठी पायदळांपैकी दोघेजण. प्रत्येकानं आपापला रथ फुलांनी शृंगारला होता. ज्यांना फुलं मिळाली नव्हती, ते रस्त्यात दिसणाऱ्या झाडांची फुलं काढून घेत होते. असा एखादा रथ जरी थांबला, तरी पुढं जायचा रस्ता बंद झाल्यामुळं मागचे सगळे अडकून पडत होते.

सर्वांत मागं हत्ती होते. त्यांच्या पाठीवर गवताच्या गाद्या तयार करून त्यावर केलेल्या अंबारीत सातजण बसले होते. एक माहुत, तलवारीच्या युद्धात तरबेज असलेले दोन योद्धे, बसल्या ठिकाणावरून दूरवरच्या लक्ष्यावर भालाफेक करणारा एक जण. त्यांनी आपापली शस्त्रं मधल्या अडचणीच्या जागेत ठेवली होती. त्यांचेही अलंकार काही कमी नव्हते. त्यांनीही फुलांचे हार घातले होते. शिवाय हत्तींनाही फुलांच्या माळांशी शृंगारलं होतं.

हस्तिनावतीला येऊन इतके दिवस झाल्याच्या काळात वज्र आणि अजयनं काही जणांशी मैत्री करून घेतली होती. त्यात चंद्रवंशातला भूरी हा खूपच जवळचा मित्र झाला होता. त्याचा भाऊ भूरिश्रवाला दुर्योधनानं सेनापती केलं होतं. भूरी आणि त्याचा तिसरा भाऊ शल हे दोघेही वज्र-अजयसारखे गणमुख्य झाले होते. भूरिश्रवाची स्वत:ची अशी हेरव्यवस्था होती. त्या हेरांकडून आलेल्या बातम्या वज्र-अजयलाही समजत होत्या. पांडव-सेनेला सामोरे जात असताना भूरी वज्र-अजयच्या रथात बसला होता.

"पांडवांकडे सात सेनापती आहेत, म्हणे. म्हणजे आपल्यापेक्षा कमीच, बरंच कमी सैन्य म्हणायला हवं." अजयनं विचारलं.

"होय."

"पण दुर्योधन तर म्हणत होता, त्यांच्या बाजूचं संपूर्ण आर्यावर्तात कुणीच नाही! सात भाग होण्याइतकं सैन्य म्हणजे काही कमी म्हणता येणार नाही."

रथ गावाहून कोसभर लांब आला होत. तिथपर्यंतचा रस्ता चांगला होता. पण रथ, घोडेस्वार, गाड्या यांच्या रहदारीमुळं खडबडीत झाला होता. जाताना रथानं बसणारे हेलकावे खाता खाता अजय म्हणाला,

"त्यांचे सेनापती वयानं तरुण दिसतात, नाही का?"

"निश्चितच. त्यांचा महासेनापती धृष्टद्युम्न पन्नास-बावन्न वर्षांचा आहे आणि आपले महासेनापती एकशे वीस-बावीस वर्षांचे आहेत. त्यांचा शिखंडी धृष्टद्युम्नापेक्षा

बराच लहान आहे, म्हणे. सात्यकी', चेकितान पन्नाशीचे असतील. भीम बावन्न-त्रेपन्न वर्षांचा असला, तरी त्याच्या अंगातली ताकद मात्र विशीच्या मल्लासारखी आहे. किंवा नुकतेच चार दात आलेल्या खोंडासारखी! मागचा पुढचा विचार न करता त्यानं झेप घेतली, की संपलंच! फक्त द्रुपद राजा तेवढा वयस्कर म्हणता येईल. म्हणजे सत्तर-पंचाहत्तरीचा आहे. विराटाचं वय मात्र मला ठाऊक नाही. नुकतंच सोळा वर्षांच्या मुलीचं त्यानं लग्न लावून दिलंय्. अगदी त्याच्या सर्वांत धाकट्या बायकोची ती मुलगी म्हटलं, तरी साठ-सत्तरीचा असेल.'

"आणि आपल्याकडे? द्रोणाचार्यांना मी पाहिलंय्. ते असतील सत्तर-ऐंशीहून जास्त. आमचे तीर्थरूप चौऱ्याऐंशी वर्षांचे आहेत. असं तेच सांगतात. तो उंचाडा जयद्रथ तेवढा असेच चाळीस-पंचेचाळिशीचा." अजय म्हणाला.

"हो." भूरी म्हणाला.

"शकुनि तर दुर्योधनाच्या आईचा थोरला भाऊ. दुर्योधन आणि भीम बरोबरीचे, असं तूच म्हणालास. म्हणजे दुर्योधन बावन्न-त्रेपन्न वर्षांचा. लग्नानंतर सात-आठ वर्षं दुर्योधनाच्या आईला मुलं झाली नव्हती, म्हणे. म्हणजे सेनापती शकुनि पंचाऐंशी वर्षांचा तर निश्चितच असणार. कर्णही पासष्ट वर्षांचा तरी दिसतो, नाही का?"

"हो, हो. तेवढा असेल. मीही पाहिलंय् त्याला." वज्र म्हणाला.

"मला वाटतं, तुझा भाऊच सगळ्यांत लहान असेल. कृतवर्मा आणि सुदक्षण यांना मी पाहिलं नाही."

एवढ्यात रथ हमरस्ता सोडून आडरस्त्याला वळला. सैन्याच्या प्रवासात अडथळे येऊ नयेत, म्हणून माणसांची एक तुकडी पुढं जाऊन कोयत्यानं रस्त्यात येणाऱ्या झाडाच्या फांद्या आणि झुडुपं काढत होती. पावसाळा संपून तीन-चार महिने लोटले असले, तरी झाडांच्या खालच्या सावलीत अजूनही ओलसरपणा होता. त्यावरून एवढे रथ, घोडे, पायदळ गेल्यामुळं तिथं चिखल झाला होता. साहजिकच प्रवासाचा वेग मंदावत होता.

जाता जाता मध्येच मागच्या बाजूला असलेल्या हत्तींमध्ये गोंधळ माजल्याचे आवाज ऐकू आले. पण तिथवरचं काही दिवस नव्हतं. माघारी तिथपर्यंत जाऊन पाहणंही शक्य नव्हतं. शिकारीत निष्णात असलेला अजय म्हणाला,

"आजूबाजूच्या हिरव्या झाडात सोंड घातल्यामुळं काही तरी गोंधळ झालेला दिसतो. कदाचित घाई-गडबडीत हत्ती आणि हत्तिणी शेजारी शेजारी घेऊन चालल्यामुळं हत्तींच्या अंगात उत्साह संचारून गोंधळ झाला असावा!"

भूरी हसला आणि म्हणाला,

"युद्धाच्या वेळी आपल्या शिबिरांमधूनही दासींची व्यवस्था केली आहे, म्हणे!"

वज्रानं विचारलं,

"पण म्हाताऱ्यांपेक्षा तरुणच चांगलं युद्ध करतील ना?"

"विचार त्या म्हाताऱ्यांना! लगेच ते म्हणतील, या तरुणांना दारू आणि दासी याशिवाय काहीच नको असतं!" भूरी म्हणाला.

"आमचे तीर्थरूपही सारखं हेच ऐकवत असतात आम्हांला!"

"मोठ्यांचं ऐकणं दुर्योधनाच्या स्वभावात मुळीच नाही. त्याचा आत्मविश्वासही दांडगा आहे. मग या सगळ्या म्हाताऱ्यांना वेचून त्यानं का सेनापती केलंय्?" वज्रानं विचारलं.

"हा म्हाताऱ्यांचं ऐकत नाही आणि त्यांच्यावाचून याला राहवत नाही! तेही त्याला भरपूर बोलतात; पण बोलणी खायला हा नसेल, तर त्यांनाही करमत नाही! अशी गंमत आहे!"

रथांचा वेग पुन्हा कमी झाला. पुढं कुठं तरी रथ जमिनीत रुतून बसलाय् आणि त्यावर मागून येणारा रथ आदळलाय्, असं कुणी तरी म्हणालं. बराच वेळ गेल्यावर शेजारून वेगळा रस्ता करून त्यावरून रथ सोडण्याचं ठरतंय्, अशी बातमी पुढच्या रथातल्या माणसानं सांगितली. एवढा वेळ रथात बसून तरी काय करायचं, या विचारानं सगळेजण खाली उतरले. उंच वाढलेल्या गवातात जाऊन जलबाधा संपवली. मलबाधेसाठी जाणारे थोडे लांब जाऊन आले. पुन्हा रथ चालू लागले. भूरीच्या मांडीला एक लाल मुंगी डसली आणि आग होऊ लागली. तिघांचंही तिकडं लक्ष गेलं. अरण्यात रथ उभा असताना रथात मुंगळे, लाल मुंग्या आणि मोठाले डोंगळे चढले होते. रथाचे खांब, अंथरलेलं आच्छादन– सगळं त्या लाल मुंग्यांनी भरून गेलं होतं. सगळीकडे मुंगळे-मुंग्या. दहा-पंधरा नव्हे, असंख्य मुंग्या! रथात बसणं अशक्य झालं. तिघंही पायी चालू लागले. मागच्या हत्तींच्या सोंडांनाही लाल मुंग्या डसल्या असाव्यात. कारण ते सोंडा उंचावून नाचू लागले होते.

काही तरी विचारविनिमय होऊन व्यवस्था बदलण्यात आली. सर्वांत पुढे दोन-दोन हत्ती सोडण्यात आले. त्यांनी तुडवलेली झुडुपं बाजूला करणं थोडं सोपं जात होतं. डोक्यांना लागणाऱ्या फांद्याही त्या हत्तींकरवी मोडून काढत होते. त्या सपाट करण्यात आलेल्या रत्यांवरून थोडे घोडे पुढं पाठवण्यात आले. मग मागोमाग रथ निघाले.

चालत असताना वज्रानं विचारलं,

"पांडवांच्या सेनेलाही असाच त्रास होत असेल ना?"

क्षणभर विचार करून भूरी म्हणाला,

"ते चढाई करून येत आहेत. फारसा त्रास पडणार नाही, असा मार्ग शोधून

ते येत असतील. आता ते कुठपर्यंत आले असतील, ते मला ठाऊक नाही. पण उपप्लव्य नगरीहून ते कसे निघाले होते, हे मात्र आमच्या हेरांनी सांगितलं.''

''कसे येत होते?''

''सेनेच्या अग्रभागी भीमसेना होता, म्हणे. त्याच्या मागं कवच घातलेले नकुल, सहदेव, अर्जुनाचा मुलगा अभिमन्य; द्रौपदीची पाचही मुलं... प्रतिविंध्य, श्रुतसोम, श्रुतकीर्ति, शतानिक, श्रुतसेन फार छान युद्ध करतात, म्हणे. त्यांच्या मामानं धृष्टद्युम्नानंच शिक्षण दिलंय् त्यांना. अर्जुनाचा मुलगा अभिमन्यु आहे ना, परवा विराट नगरीत ज्याचं लग्न झालं, तो... नकुतीच सोळा वर्षं पूर्ण झाली आहेत त्याला. फारच तयारीचा आहे, म्हणतात! कुणावरही तुटून पडेल, अशा निधड्या छातीचा! त्यांच्या मागे जेवण्याचा संरजाम, सेवक, सामान. त्यांच्यामागे पांचाल देशाचं सैन्य, मग सैन्याचं सामान, शस्त्र-अस्त्रं, भरपूर वैद्य,... औषधांच्या गाड्या, त्यानंतर केकय राजकुमार, नंतर चेदी राजा धृष्टकेतू– पन्नाशीच्या आतलाच. त्यापाठोपाठ काशीराजाचा मुलगा अभिभू, श्रेणिमान, वसुदान, शिखंडी यांच्या संरक्षणात युधिष्ठिर...'' चालताना पायाखाली नीट पाहत जावं लागल्यामुळं त्यांचं बोलणं मध्येच थांबत होतं.

संपूर्ण सैन्य घाईघाईनं एकापाठोपाठ एक असं जात होतं. पण सगळीकडे नुसता गोंधळ उडाला होता. अगणित लोक, रथ, घोडे, गाड्या! नीटसा रस्ता नाही. पायाखालच्या ओलसर जमिनीवर चिखलाचा चिकचिकाट. निसरडी जमीन. त्यातच घाईनं जायच्या गडबडीत हत्ती पुढं घुसल्यामुळं घोड्यांमध्ये गोंधळ उडाला. त्यामुळं पायदळातले किती तरी जण जखमी झाले. रथ मागं पडले.

तीन दिवसांच्या अशा प्रवासानंतर कौरवसैन्य, पांडवांची छावणी पडली होती, तिथं येऊन पोहोचलं. एवढ्या अवधीत सैन्याचे सगळे भाग एकमेकात मिसळून गेले होते. आपापल्या हाताखालची माणसं, घोडे, हत्ती यांचा शोध घेत असताना पत्तीमुख्य, सेनामुख्य यांच्यामध्ये भांडणं सुरू झाली. रस्त्यात जेवणाची व्यवस्थाही अपेक्षेप्रमाणे झाली नव्हती. रात्रीच्या वेळी झोपण्यासाठी योग्य शिबिरंही नव्हती.

❑

पांडवांची सेना दोन कोस अंतरावर ठेवून कौरव-सेनेनं तळ ठोकला होता. जागा बरीच मोठी होती. सैनिकांनी गवत, झुडुपं कापून ती जागा सपाट आणि नीट केली. इथंच युद्ध होणार, असं सगळ्यांनाच वाटत होतं.

सारं सैन्य तिथं येऊन पोहोचलं, त्याच दिवशी भीष्मांच्या अध्यक्षतेखाली

सेनापतींचीं सभा भरली. घाईघाईनं बांबू रोवून, वर बांबूच्या तट्ट्यांवर पानं लावून भोवताली कापड लावलेल्या शिबिरात सभा भरली. हे शिबिर साऱ्या सैन्याच्या मधोमध होतं. थंडी बाधू नये, म्हणून जमिनीवर लाकडाच्या फळ्या घालून, त्यावर मऊ कापसाची गादी अंथरून, त्यावर लोड आणि उश्या ठेवण्यात आल्या होत्या. प्रवासामुळं थकलेले भीष्म एका लोडाला टेकून बसले होते. तसे प्रवासामुळं सगळेच थकले होते. पण दुर्योधन, कर्ण, जयद्रथादी काहीजण मात्र न थकता उत्साहानं वावरत होते. कृप, द्रोण, शल्य, अश्वत्थामा वगैरे सगळेजण गंभीर मुद्रेनं बसले होते. मस्तकावरचा किरीट उतरवून ठेवून बसलेल्या भीष्मांच्या डोक्यावरचे काळे मस त्यांचं वृद्धत्व दर्शवत होते. त्यांनी स्पष्ट शब्दात बोलायला सुरुवात केली,

"इथंपर्यंत तर येऊन पोहोचलो. युद्ध झालंच, तर इथं होईल..."

कुठलीही सूचना न देता, कुठलाही सल्ला न देता, एकही प्रश्न उपस्थित न करता, याहून अधिक काहीच न बोलता महासेनापतींनी आपलं बोलणं थांबवलं.

यावर दुर्योधन म्हणाला,

"युद्धासाठीच हे एवढे वीराग्रणी इथं जमले आहेत ना? युद्धासाठीच आपण हस्तिनावतीहून इथं धावत आलो ना?"

एक सावकाश जांभई दिल्यानंतर महासेनापती म्हणाले,

"तूच सांगितलं होतंस, आपण फक्त सैन्य उभं केलं, तरी पुरेसं आहे. ते पाहून शत्रू गुडघे टेकून दयेची भीक मागत येईल! आपलं सैन्य तर भरपूर जमलं आहे. आता ते गुडघे टेकून आले, तर युद्ध कसं होईल?"

"होय, होय!" शल्यराजा म्हणाला.

"पण ते तर युद्धाच्या तयारीनं आले आहेत..." शत्रूवर दोषारोप केल्याप्रमाणे दुर्योधन म्हणाला.

"तेच म्हणतोय् मी. युद्ध झालं, तर होईल. एवढं प्रचंड सैन्य जमलेलं यापूर्वी मी तरी कधी पाहिलं नव्हतं. त्यांचंही सैन्य काही कमी नाही..."

"पण आपल्याइतकं नाही. त्यामुळं घाबरायचं कारण नाही." मध्येच दुर्योधन घाईनं म्हणाला.

"घाबरायचा प्रश्न नाही... तू थोडा गप्प बैस, पाहू!..." म्हणत त्यांनी द्रोणाचार्यांकडे मान वळवून विचारलं, "आचार्य, तुम्हीच सांगा. युद्ध-विद्येत शास्त्र काय सांगतं? तुमच्यापेक्षा या बाबतीत कुणीच जाणकार नाही. एवढं प्रचंड सैन्य समोरासमोर ठाकलं, तर युद्ध होईल का?"

"नाही." द्रोण उतरले. त्यांच्या शरीरावर मांसापेक्षा हाडंच दिसत होती.

सडपातळ उंच शरीरयष्टी, पाठ न वाकवता अर्ध-पद्मासन घालून ते बसले होते.

"यापूर्वीचा आमचा युद्धाचा अनुभव, म्हणजे दोन-तीनशे रथ, पाच-एकशे योद्धे, थोडे हत्ती. पुढं घुसून, बाण मारून, शत्रूला जीव नकोसा करायचा किंवा गावाला वेढून टाकून नष्ट करायचं. एवढं प्रचंड सैन्य दोन्ही बाजूंनी समोरासमोर ठाकलं, तर युद्ध तरी कसं करायचं? काय हे सैन्य! किती देशांचे सैनिक! प्रत्येकाचा वेगळा वेश-प्रत्येकाचा वेगळा ध्वज! आता हे सगळं आपल्या लक्षात राहील. पण प्रत्यक्ष युद्धभूमीवर उभं राहून तलवार, भाले, खंजीर, धनुष्य-बाण घेऊन लढणाऱ्या सैनिकांच्या हे लक्षात असेल का? दोन्हीकडील सैन्य एकमेकांवर चाल करून जाईपर्यंत ही परिस्थिती. एकदा गोंधळ सुरू झाला, धुमश्चक्री उडाली, तर आपलेच सैनिक आपसात लढू लागतील! आपलेच पिसाळलेले हत्ती आपल्या सैनिकांना पायदळी घेऊन त्यांचा चेंदामेंदा करतील, सोंडेनं उचलून आपटतील. ह्याचं काय करायचं?"

"मीही तोच विचार करत होतो; पण उत्तर काही सुचत नाही!" गंभीर मुद्रेनं आचार्य म्हणाले.

सैंधव, शल्य वगैरे राजांना या समस्येची जाणीवच झाली नव्हती! एवढं मोठं सैन्य आहे, शत्रूला पायदळी तुडवणं म्हणजे किरकोळ गोष्ट आहे, याच समजुतीत ते होते.

एवढ्यात समग्र व्यवस्थापनाचा प्रमुख दाराशी वाट पाहत असल्याचं प्रहरीनं आत येऊन सांगितलं.

दुर्योधनाच्या अनुमतीनं आत आलेल्या व्यवस्थापन-प्रमुखानं महासेनापती आणि महाराजा दुर्योधनाला नमस्कार करून सांगितलं,

"युद्ध कुठं होणार आहे, ते समजलं, तर शिबिराची व्यवस्था कुठं करायची, ते ठरवता येईल. आता आपण इथं उतरलो आहोत, हे युद्धस्थान आहे, अशी सगळ्यांची समजूत झाली आहे. आपल्या आधी इथं तळ ठोकलेल्या शत्रूनं योग्य जागा शोधून घेतली आहे. समोर कोसभर अंतरावर हिरण्यवती नदी आहे. त्यांनी नदीच्या दोन्ही बाजूंनी तळ ठोकला आहे. प्रवाहाच्या वरच्या बाजूला माणसांचं प्यायचं पाणी, स्वयंपाकाचं, अंघोळीचं पाणी आणि खालच्या बाजूला घोडे, हत्ती यांना पाणी आणि धुवायची व्यवस्था केली आहे. नदीच्या प्रवाहाच्या वरच्या बाजूला चार कोसपर्यंत आपल्याला पाण्याला स्पर्शही करता येऊ नये, असा कडेकोट बंदोबस्त केला आहे. इथं आपल्यासाठी पाण्याची काहीच व्यवस्था नाही. आपल्या मागं तीन कोसावर वैशंपायन सरोवर आहे. एवढ्या माणसांसाठी इतक्या लांबून पिण्यासाठी किंवा स्वयंपाकासाठी किती म्हणून पाणी आणून पुरेल? हत्ती-घोड्यांना तर पाणी पुरवणं शक्यच नाही. सैनिकांच्या स्नानाचाही

प्रश्न आहेच. भरपूर पाण्याअभावी उद्या संध्याकाळपासूनच मल-मूत्राचा दुर्गंध पसरायला सुरुवात होईल.''

''नदीचं पाणी म्हणजे फक्त त्यांचीच मक्तेदारी आहे, की काय?...'' संतापलेल्या दुर्योधनानं उसळून विचारलं.

''हे पाहा, राज्यातला वाटा त्यांनी लढून मिळवायचा असेल, तर आपणही पाण्याचा वाटा लढूनच मिळवायला हवा!'' भीष्म शांतपणे म्हणाले.

पितामह आपले महासेनापती असताना त्यांच्या दृष्टीनं विचार करत असतील, तर आपण कसे जिंकणार, या विचारात दुर्योधन पडला असताना कृपाचार्यांनी विचारलं,

''त्यांना इथून पिटाळून आपल्याला सोईस्कर अशी युद्धभूमी तयार करून घेणं शक्य नाही का?''

''पण कसं करायचं म्हणता तुम्ही?'' द्रोणाचार्य परिस्थितीची नीटशी कल्पना आणून देत सांगू लागले, ''समजा, आपण उजवीकडे वळून अजूनही नदीच्या वरच्या बाजूला गेलो, तर ते पुढं होऊन सरळच हस्तिनावतीवर चढाई करतील, किंवा आणखी खालच्या बाजूला पाण्याच्या सोयीची जागा शोधली, तर आपल्या राज्यात यायला त्यांना आपणच मार्ग मोकळा करून दिल्यासारखं होईल. मागं वळलो, तरी एवढ्या सोयीची दुसरी कुठलीही नदी नाही, एवढ्या लोकांची अस्वच्छता धुऊन काढण्याची शक्ती वाहत्या पाण्यातच असते. साचलेल्या नव्हे. आपण इथं येऊन पोहोचण्याआधी तेही एक दिवसाचं अंतर काटून पुढं येऊ शकले असते. पण ती त्यांची इच्छा नाही. त्यांनी जाणूनबुजूनच नदीचे दोन्ही काठ व्यापले आहेत आणि तिथून न हलता आपली वाट पाहत राहिले आहेत!''

''नदीवरही अधून मधून त्यांनी कळकाचे साकव बाधंले आहेत. लाकडाच्या नावाही आणल्या आहेत, म्हणे. आता तर वाळलेल्या फळ्यांचा भक्कम सेतू बांधताहेत, म्हणे, रथ अलीकडे-पलीकडे न्यायला.'' व्यवस्थापन-प्रमुखानं सांगितलं.

''चांगल्याच पेचात पकडलंय् त्यांनी!'' महासेनापती उद्‌गारले, ''आता आपण या बाबतीत काहीही करू शकणार नाही, आणखी गाड्या लावून पाणी वाहून आणणं एवढाच एक मार्ग आहे! मलमूत्राची दुर्गंधी पसरू नये, म्हणून जमिनीत पुरायची व्यवस्था करा.'' एवढी त्याला आज्ञा करून नजरेनंच त्याला जायचा इशारा केला. तो निघून गेल्यावर ते पुन्हा मूळ विषयावर आले, ''आचार्य, हे महायुद्ध कसं पार पाडायचं?''

''पण शत्रुपक्षाचंही, आपल्याइतकं नसलं, तरी भरपूर मोठं सैन्य आहे ना?'' आचार्यांनी पुन्हा विचारलं.

''तुम्हीच शिकवत असता, त्याप्रमाणे युद्धात चढाई करणारा आणि त्याला

थोपवणारा असे दोन पक्ष असतात, नाही का? थोपवणाऱ्यापेक्षा चढाई करणारा अधिक विचार करून सज्ज झालेला असतो. आपण चढाई करणारे आहोत, की थोपवणारे?''

''चढाई करणारे.'' दुर्योधन म्हणाला.

''हे पाहा, त्यांच्यापासून कुरुराष्ट्र आणि हस्तिनावती वाचवण्यासाठी मी महासेनापतिपद स्वीकारलं आहे. आपण होऊन चढाई करायला मी कदापि संमती देणार नाही.'' भीष्मांनी निक्षून सांगितलं.

''इतक्या शुल्लक गोष्टींवरून एवढा ऊहापोह करत राहिलं, तर कुणीच युद्ध जिंकणार नाही. जिंकायचं असेल, तर आपल्याला चढाई केलीच पाहिजे.'' कर्णानं मध्येच विरोध केला.

''हे पाहा, कर्णा, द्रोणांसारखे ज्येष्ठ धनुर्धाऱ्यांचे गुरू विचार करत असताना मध्ये तोंड घालू नकोस! थोडा सभ्यपणे वागशील, तर सभेचाही मान राखला जाईल आणि तुझाही मान शिल्लक राहील!''

पितामह जाणूनबुजूनच हे बोलले, हे दुर्योधनाच्या लक्षात आलं. कर्णाचा चेहराही अपमान आणि संतापानं लालबुंद झाला होता. दुर्योधनाच्या नजरेशी नजर भिडताच त्यानं स्वत:ला कसंबसं सावरलं.

द्रोणांनीही क्षणभर विचार केला आणि म्हटलं,

''हे पाहा, आता तर दिवस बुडायची वेळ झाली. आज काही युद्ध सुरू होत नाही. माणसाला माणूसच दिसेनासं झालं, तर ते तरी कशी चढाई करतील? तरीही ते उगीच फार वेळ काढणार नाहीत. कारण त्यांच्या बाजूला कृष्ण आहे. या युद्धात त्यानं एकही अधिकाराचं पद स्वीकारलं नाही. याचाच अर्थ असा, की संपूर्ण युद्धाचे आराखडे तोच ठरवेल. लहान वयात त्यानं कंसासारख्या जबरदस्त राजाला मारलं आहे. जरासंधालाही सहज संपवलं. त्याचे डावपेच वास्तवात उतरवण्यासाठी जबदरस्त धैर्य हवं. भीम, अर्जुन, सात्यकी, चेकितान यांच्यासारखे खंदे वीर त्यांच्या बाजूनं लढणार आहेत. विजेप्रमाणे क्षणार्धात जे करायचं, ते करून मोकळं होणं हा कृष्ण-तंत्राचा एक विशेष आहे, असं आजवरचं माझं निरीक्षण सांगतं. त्यामुळं उद्या सकाळी ते आपल्यावर निश्चित चढाई करतील. आज रात्री जरी त्यांनी काही केलं, तरी आश्चर्य नाही. किंवा आपल्याला इथं अडचणीत टाकून आडव्या रस्त्यानं हस्तिनावतीत शिरतात, की काय, कोण जाणे!''

''पण कृष्ण तरी एवढ्या मोठ्या सेनेबरोबर याआधी कुठं लढलाय्?''

''तेह खरं आहे, म्हणा!''

काही क्षण स्तब्धतेत गेले.

भीष्म मुकाट्यानं बसून राहिले. त्यांचे खोल गेलेले डोळे अर्धवट मिटले गेले, पूर्णही मिटले. पण ही झोप नव्हे, हे द्रोणाचार्यांना चांगलं ठाऊक होतं. शल्यादी राजेही मुकाट्यानं पाहत बसले होते.

थोड्या वेळात भीष्मांनी डोळे उघडून सांगितलं,

"आजवर कधीही झालं नाही, एवढ्या मोठ्या प्रमाणात युद्ध करताना काही तरी नीती दोन्ही पक्षांनी मान्य केली, तर विनाकारण घडू पाहणारी हत्या चुकेल. दोन्ही बाजूंचा गोंधळ टळेल. मला वाटतं, आपण आणि शत्रुपक्षांपैकी काही प्रमुखांनी एकत्र बसून एक नीति-संहिता तयार करून उभय पक्षांनी त्याप्रमाणे चालायला हवं."

"शक्य तितक्या लवकर ती करायला हवी. अगदी या क्षणी शक्य असेल, तर या क्षणी!" द्रोणाचार्य म्हणाले.

"युद्ध करायचं ठरल्यावर त्याला नियम कसले? शिवाय आता त्यांच्याशी अवाक्षर बोलायची माझी इच्छा नाही!" दुर्योधनानं विरोध केला.

"एकदा मला महासेनापती नेमल्यावर युद्ध माझ्या विचारांप्रमाणे चालेल. आचार्यांनीही याला मान्यता दिली आहे!" भीष्म म्हणाले.

"हो, हो!" आचार्यांनी तात्काळ मान हलवली.

निरोपासरशी आलेल्या आपल्या पुरोहिताला भीष्मांनी निरोप सांगितला,

"युद्ध शक्य तेवढ्या धर्माप्रमाणे व्हावं. त्याचे नियम ठरवण्यासाठी आम्हांपैकी काहीजण आणि पांडवांपैकी काहीजणांनी बोलणी करावीत. त्याकरता कुठं भेटायचं, ते धर्मराजाला विचारून ये. ते इथं आले, तरी घातपात न होता, बंदी न बनवता सुरक्षितपणे माघारी पाठवण्याची जबाबदारी या भीष्माची! जर ते येणार नसतील, तर तिथं यायची आमची तयारी आहे, हेही सांग. रथ घेऊन जा. त्यांच्या रक्षकांना तुझी ओळख दे. ते तुला धर्मराजाकडे घेऊन जातील. तातडीनं ह्या गोष्टी ठरवायला हव्यात, असाही माझा निरोप सांग."

पुरोहित लगेच निघाला.

"त्याला तिथपर्यंत जाऊन यायला निदान सहा घटका तरी लागतील. आता सगळेजण आपापल्या शिबिरात जाऊन विश्रांती घ्या. तसंच आपापल्या सैन्याचीही व्यवस्था पाहा." असं सांगून भीष्म उठून उभे राहिले. त्यांनाही विश्रांतीची आवश्यकता होती. त्या शिबिरालगतच त्यांच्या निवासाची व्यवस्था करण्यात आली होती.

सगळे निघून गेल्यावर ते पुन्हा आसनावर बसून लोडावर रेलले.

इतर चौकशी करण्यासाठी दुर्योधनही बाहेर पडला होता. थोड्या वेळानं भीष्मांनी नोकराला हाक मारून संध्याकाळच्या होमाची व्यवस्था करायला सांगितली.

त्यांच्या अंदाजाप्रमाणे पुरोहितानं सात घटकांनी निरोप आणला.

"धर्मराजा आणि इतरांनी तुम्हांला अभिवादन कळवलं आहे. तुमचे आणि आचार्यादी ज्येष्ठांचं कुशल विचारलं आहे. हा सूर्यास्त झाल्यानंतर बारा घटकांनी दोन्ही पक्षांच्या शिबिरांच्या मध्यभागी असलेल्या मोकळ्या जागेत एकमेकांना भेटता येईल. ते चौघंजणं येतील. तुम्हीही चौघांपेक्षा जास्त जणांनी येऊ नये, असं त्यांनी सांगितलं आहे. तुमच्या रथाबरोबर वेगळा सारथी असता कामा नये. पितामह आणि आचार्यांच्या वचन-शक्तीवर संपूर्ण विश्वास असला, तरी या प्रसंगी दुर्योधन त्या चौघांच्या जिवाला हानी पोहोचवणार नाही, याची तुम्ही काळजी घ्यावी, अशी त्यांची प्रार्थना आहे."

"हे शेवटचं वाक्य कुणी सांगितलं?"

"यादवांच्या कृष्णानं."

"हा निरोप तू आमच्यापैकी आणखी कुणाला सांगितलास?"

"दुर्योधन महाराज रस्त्यातच वाट पाहत होता. त्यानं सगळी चौकशी केली."

काही वेळ भीष्म विचारात गढून गेले आणि नंतर म्हणाले,

"पुन्हा रथ घेऊन याच पावली पांडवांकडे जा. त्यांनी मोकळ्या जागेत यायची आवश्यकता नाही, म्हणावं. आम्हीच त्यांच्या शिबिरात जाऊ. तिथंच त्यांना हजर राहू दे... आणि हे पाहा, यातलं अवाक्षरही आपल्यापैकी कुणालाही समजणार नाही, याची दक्षता घे. रस्त्यातल्या राखणदारांनी किंवा दुर्योधनानं विचारलं, तर सांग, निश्चित वेळ ठरवायला जात आहे, म्हणावं. चल. लवकर नीघ."

भीष्मांनी द्रोण आणि शल्याला निरोप पाठवले. फक्त तिघांनीच जायचं ठरलं. शल्यही खरं तर तिथं यायला नाराजच होता. आधी पांडवांकडे येतो, असं सांगून नंतर कौरवांच्या बाजूला गेल्याचं शल्य त्याच्या मनात खुपू लागलं. पण भीष्मांना न येण्याबद्दल काय कारण सांगायचं, ते न सुचल्यामुळं तोही तयार झाला.

तिघांनीही एकत्र जेवण केलं.

या खेपेला पुरोहित लवकर परतला. त्याचंही होमकार्य आणि जेवण झाल्यावर तोही निघायला तयार झाला. चौघंजण चार घोड्यांच्या एका मोठ्या रथात बसून निघाले.

चांदण्यांच्या अस्पष्ट उजेडात भोवतालचा परिसर अंधूक दिसत होत. वृक्षा-झुडुपांचे आकार पुसट दिसत होते. जमिनीवर वाढलेल्या खुरट्या गवताची कल्पना येत होती. दोन्ही बाजूंना घोड्यांच्या खिंकाळण्याचे आवाज ऐकू येत होते. चूड पेटवून थोडं अंतर गेल्यावर पांडवांच्या शिबिरातले पलिते दिसू

लागले. कुत्र्यांचा आवाज ऐकू आला. राखणदार जवळ आला. या चौघांना रथातून उतरवून घेऊन नदीच्या सेतूवरून पलीकडे घेऊन गेले. त्यांचं शिबीर आपल्यापेक्षा नेटकं असल्याचं पाहताक्षणीच लक्षात येत होतं. पांडवांना इथं येऊन दोन दिवस होऊन गेल्यामुळं सारी स्थिर-स्थावर झालेली दिसत होती.

एका मध्यम आकाराच्या मांडवात प्रवेश करताच धर्मादिकांनी या चौघांच्या पावलांना स्पर्श करून नमस्कार केला आणि आदरानं आत घेऊन गेले.

सगळे स्थानापन्न झाल्यावर पांडवांचा सेनापती धृष्टद्युम्न आत आला. वयाचा मान राखण्यासाठी त्यानं हात जोडून सगळ्यांना नमस्कार केला; पण त्या नमस्काराच्या पद्धतीवरून पांडवांच्या मनात आपल्याविषयी जेवढी गुरूभक्ती आणि आदर आहे, तेवढा तर नाहीच; उलट, या धृष्टद्युम्नाच्या मनात आपल्याविषयीचा अनेक वर्षांपासूनचा द्वेष साठलेला असल्याचं द्रोण आणि भीष्मांच्या लक्षात आलं.

सुखकारक आसनावर बसून मधुपर्कादी दिल्यानंतर धर्मराजाही आपल्या आसनावर बसला. इतरही सगळेजण बसले.

बोलायला कशी सुरुवात करावी, हे कुणालाच कळत नव्हतं. रस्ताभर मूकपणे बसलेले भीष्म इथंही मूकच बसून होते. द्रोणांनाही काय बोलावं, ते सुचत नव्हतं.

अखेर धर्मराजाच म्हणाला,

"पितामह! आचार्य! चौदा वर्षं झाली होती तुम्हांला पाहून! मामा, तू तर आम्हाला फारच महाग झालास. परकाही!"

त्या तिघांचंही आतडं कुठं तरी पिळवटल्यासारखं झालं.

चौदा वर्षांपूर्वीचा चाळिशीतल्या धर्मराजाचा देह आणि चेहरा रसरशीत होता. डोळे तृप्त होते.

पस्तीस-छत्तीस वर्षांचा अर्जुन तर समस्त आर्य जगतात उत्साह, शौर्य आणि देखणेपणाचा मूर्तिमंत अवतारच होता.

आता धर्मराजा बांबूसारखा बारीक आणि उंच वाटत होता. चेहऱ्यावरची दाढीही बरीच वाढली होती. पहिल्यापासनूच त्याचा शांत स्वभाव. शांत स्वभावाचे निदर्शक असलेले त्याचे शांत डोळे आता निराशेनं भरले होते. त्यात असहायतेची भावनाही डोकावत होती. विदुराकडून समजलं होतं, त्याप्रमाणे खरोखरच त्याच्यावर भीमाचं दडपण दिसत होतं.

पण तो भीम कुठं आहे? शत्रुपक्षाचा महासेनापती असलेल्या त्या म्हाताऱ्याला येऊन भेटावं, एवढाही विवेक त्याच्या मनात निर्माण होणं कसं शक्य आहे? राज्यापासून वंचित होऊन, बारा वर्षं रानात वनचरांसारखं, दुसऱ्यांच्या दारात

नोकर म्हणूनही राहावं लागलं. याला जबाबदार कोण? कुठल्या क्षणापर्यंत द्यूत क्रीडा असते आणि नेमक्या कुठल्या क्षणी ते प्रतिस्पर्ध्याला लुटायचं साधन होतं?

भीष्म काही बोलले नाहीत. द्रोणही गंभीरपणे बसले होते. शल्यराजा तर संकोचानं दडपून गेला होता.

काही क्षण अशाच विचित्र अवस्थेत गेले.

अखेर कृष्णानं ते मौन मोडून बोलायला सुरुवात केली,

“पितामह, विनाकारण होणारी नरहत्या टाळण्यासाठी चर्चा करावी, म्हणून आपण सगळे इथं जमलो आहोत. याविषयी तुम्ही निश्चितच काही तरी विचार केला असेल. आपण आपला विचार सांगितलात, तर आमचा अभिप्राय सांगणं आम्हालाही बरं पडेल.”

विचारातून बाहेर येत ते म्हणाले,

“खरंय्, कृष्णा! आम्ही त्याचसाठी आलो आहोत. आजवर एवढ्या मोठ्या प्रमाणात सैन्य कधीच एकमेकांविरुद्ध उभं ठाकलं नव्हतं. रानटी श्वापदांप्रमाणे एकमेकांवर तुटून पडून, हात-पाय आणि इतर हाडं मोडून घेऊन, सगळ्यांनी मरून जाण्यात काय साध्य होईल? तेवढचं करायचं असेल, तर मला आणि धृष्टद्युम्नाला काही कामच नाही. या युद्धातली आमची जबाबदारी काय, हे आता आपण एकमेकांशी बोलून ठरवायला हवं.”

एकाएकी शल्य राजानं विचारलं,

“भीष्मा... सगळे तुला पितामह म्हणतात. मी काय म्हणू? पितामहच म्हणतो...”

“नको. भीष्मच म्हण. काय सांगत होतास तू?”

“सेनापतीच्या जबाबदारीविषयी तू म्हणालास, हे तर खरंच आहे. पण मला एक प्रश्न पडलाय्, हे युद्ध झालंच पाहिजे का? हे टाळणं शक्य नाही का?”

“हा प्रश्न तू कृष्णाला विचार. तो या युद्धाची अनिवार्यता तुला पटवून सांगेल. या आधी मी आणि त्यानं युद्ध टाळण्याचे प्रयत्न केले नाहीत, असं नाही; पण आम्हाला यश येऊ शकलं नाही. त्यामुळं आता युद्ध अटळ आहे.”

“पण, भीष्मा, तू का दुर्योधनाचा महासेनापती झालास?”

इतका वेळ अक्षरही न बोललेला नकुल मध्येच म्हणाला,

“मामा, आमच्या दूताला शब्द देऊन आयत्या वेळी तू का सैन्यासह शत्रुपक्षात गेलास आणि त्यांचा सेनापती झालास?”

शल्याची नजर नकुलाकडे वळली. आपल्या रुक्मरथाशी बरंच साम्य दर्शवणारा त्याचा चेहरा पाहून त्याचा जीव गलबलला.

धाकट्या बहिणीचा मुलगा. पन्नाशीच्या जवळपासचं वय. चेहऱ्यावरचे शांत भाव. छे:! थोरल्या भावांच्या दास्यात असलेलं एकही लक्षण त्या चेहऱ्यावर नव्हतं. म्हणजे दु:शासनानं सारं खोटंच सांगितलं? तो मनोमन कळवळला.

भीष्मांनीही विचारलं,

"शल्या, सांग. काहीही लपवून न ठेवता सांग. भाचरांना मदत करणं ही स्वाभाविक गोष्ट असताना कुठल्या कारणासाठी तू आमच्या बाजूला आलास?"

शल्यराजा गोंधळात पडला.

का आपण या पक्षाला मिळालो?

साऱ्या घटना नीट आठवून पाहिल्या. सारं सांगायची इच्छा झाली. तसा निश्चय करून तो म्हणाला,

"माझ्या मुलांची आणि त्रिगर्तच्या राजपुत्रांची गाढ मैत्री आहे. त्यांची दुर्योधनाशी मैत्री... ते जाऊ दे. मी आधी पांडवांच्या बाजूनंच लढायचं, असं ठरवलं होतं. नंतर एक दिवस दुर्योधनानं त्याच्या भावाला पाठवून दिलं. त्यानं सांगितलं, 'कुंतीची मुलंच सारं पाहतात आणि माद्रीच्या मुलांच्या नशिबी घोड्याची लीद भरणंच आहे. आम्ही जिंकलो, तर माद्रीच्या मुलांनाच राज्य देऊ.' शिवाय त्यानं सांगितलं होतं, हे युद्ध होणारच नाही. फक्त बलप्रदर्शन होईल. मुलांनीही हट्ट धरला. पांडवांनी दूत पाठवला आणि दुर्योधनानं मात्र भावाला पाठवलं, हेही त्यांनी बोलून दाखवलं. तुम्ही स्वत: का आला नाही?"

"त्यांची किती तरी वर्षं युद्धाची तयारी चालली होती, मामा! वनवास-अज्ञातवासात आम्ही कसली तयारी करणार? प्रत्येक ठिकाणी स्वत: जाण्याइतका वेळ तरी कुठं होता आम्हाला? तू आमच्या दूताला शब्द दिल्यामुळं आम्ही निश्चिंत राहिलो होतो." नकुल म्हणाला.

आपण मूर्ख ठरलो, या भावनेनं शल्याला पुढं काय बोलावं, तेच सुचेना. नकुल पुढं म्हणाला,

"कुंतीचा थोरला धर्मराजा. त्यानंतर मी, तिसरा सहदेव आणि भीमार्जुन शेवटचे, असं समज तू. आता तरी तुला वस्तुस्थिती समजली ना? आता तरी तुझ्या सैन्यासह माझ्याकडे निघून ये."

भीती आणि समाधानाच्या संमिश्र भावनेनं शल्यराजा गोंधळून गेला. तो म्हणाला,

"इतके दिवस दुर्योधनाकडून एवढा मान-सन्मान आणि आदरातिथ्य करून घेऊन आता आयत्या वेळी– मी आर्य नाही का, बाळ?"

तिथं पसरलेल्या नीरव शांततेला तडा देत कृष्ण म्हणाला,

"पितामह, हे युद्ध शक्य तितकं धर्मयुद्ध व्हावं, हीच तुमची इच्छा आहे ना?"

“होय, कृष्णा!”

“या युद्धात आपण का भाग घेत आहोत, या विशिष्ट बाजूनं का लढत आहोत, हेच स्पष्टपणे समजलं नसेल, तर ते धर्मयुद्ध कसं होईल? शल्यराजासारख्या जवळच्याच व्यक्तीच्या मनात जिथं याविषयी गोंधळ आहे, तिथं तुमच्याकडच्या इतरांना आपली भूमिका नीटपणानं ठाऊक असेल, असं तुम्ही म्हणू शकाल का? तसंच आमच्या पाठीराख्यांनाही आम्ही कदाचित खोटं सांगितलं असेल! आम्ही तुमच्या पक्षातल्या राजांना ‘आम्ही अमुक कारणासाठी युद्ध करत आहोत. यायचं असेल, तर आमच्या बाजूला यावं,’ अशी विनंती करू आणि तुम्हीही तुमच्या बाजूच्या राजांना तसं सांगा. त्यानंतर युद्धाला सुरुवात होऊ दे. हाच धर्मयुद्धातला पहिला नियम असावा. शल्यराजा, खोटेपणाच्या आधारानं केलेल्या आदरातिथ्यासाठी आर्यानं बांधील राहण्याची आवश्यकता नाही.”

द्रोण काही वेळ विचारात गढून गेले होते. ते म्हणाले,

“कृष्णाचं बोलणं न्यायाला धरून आहे, पण दुर्योधन यासाठी तयार होणार नाही.”

“म्हणजे खोट्या कारणासाठी किती तरी जण लढून मरतील. आपण ते चुकवायला नको का?”

“आचार्य, आपण ही गोष्ट दुर्योधनाला पटवायला पाहिजे.” भीष्म म्हणाले.

लगेच कृष्ण म्हणाला,

“पितामहांना, काय न्याय्य आहे, याचा नेमका अर्थ उमगला आहे!”

घडून गेलेल्या घटना आठवत असलेला शल्यराजा म्हणाला,

“मी या पक्षात आलो, त्याला आणखी एक कारण आहे. भीष्माइतका आर्यधर्म मला उमगलेला नाही. प्रत्यक्ष तो भीष्मच जेव्हा दुर्योधनाच्या बाजूनं उभा राहिल्याचं समजलं, तेव्हाच मी या पक्षाच्या बाजूनं लढायचा निर्णय घेतला.”

“मलाही ही गोष्ट विचारायची होती.” धर्मराजानं नम्रपणे विचारलं. “हे राज्य आमचं नव्हे, असं दुर्योधन म्हणतो, हे धर्माला धरून आहे का? नाही तर तुम्ही कसे त्याच्या बाजूनं लढायला सज्ज झालात? तुम्ही संपूर्ण राज्याचे स्वामी आहात. तुम्ही हस्तिनावती सांभाळून वाढवलीत! म्हातारपणी घासभर अन्न खाऊन शांतपणे जीवन व्यतीत करणं हा तुमचा हक्क आहे. तिथं ऋणाचा प्रश्न नाही. त्यामुळं तुम्ही तिथं राहिलात, याला धर्माचंच काही तरी कारण असलं पाहिजे. तसं असेल, तर सांगा. आम्ही युद्धच करणार नाही.”

“मी दुर्योधनाच्या बाजूचं महासेनापतिपद का स्वीकारलं, हे मी माझ्या तोंडानं सांगणार नाही. ही जबाबदारी स्वीकारली, तरच धर्माचं रक्षण करता येईल, अशी माझ्या मनानं ग्वाही दिली, एवढंच मी सांगतो. जसा तो, तशीच

तुम्हीही माझी नातवंडंच आहात. या नात्याला मी कधीच नकार दिलेला नाही!''

धर्मराजा भावनेनं भिजलेल्या स्वरात म्हणाला,

"आम्हीही हे युद्ध पुकारलंय्, ते आम्ही तुमची नातवंडं आहोत, हे जगाला दाखवून देण्यासाठीच! हे युद्ध काही फक्त राज्यासाठी नाही!''

भीष्मांच्या चेहऱ्यावर समाधान पसरलं.

एव्हाना मध्यरात्र उलटून गेली होती. प्रवासामुळं भीष्म, द्रोण, आणि शल्य दमले होते. अर्जुनाशिवाय इतर पांडवही पेंगुळले होते. त्यामुळं लवकर युद्धाचे नियम ठरवण्यात सगळे गढून गेले होते. आर्य-युद्धात प्रचलित असलेले नियम दोन्ही पक्षांनी विरोधाशिवाय मान्य केले. शिवाय काही नियम नव्यानं बनवावे लागले. युद्ध फक्त दिवसाच करायचं. अंधार होण्याच्या वेळी शंख फुंकून सगळ्यांनी आपापल्या शिबिरात परतायचं. युद्ध न करता किंवा थकल्यामुळं कुणी रणांगणातून बाहेर पडत असेल, तर त्याला कुणी मारायचं नाही. रथी, घोडेस्वार, पायदळ यांनी एकमेकांशीच युद्ध केलं पाहिजे. हत्तीवरच हत्ती सोडण्यात यावा. पाठ दाखवून पळून जाणाऱ्यांना किंवा ज्यांची शस्त्रं संपली आहेत, अशांना, ज्यांची संरक्षक कवचं पूर्णपणे फाटली आहेत, त्यांना ठार मारायचं नाही. घोड्याच्या सेवेत मग्न असलेल्या सूतांना, शस्त्रं आणून देणाऱ्या नोकरांना, शंख फुंकणाऱ्यांना, भेरी वाजवणाऱ्यांना ठार करायचं नाही. ज्याच्या हातात शस्त्र नसेल, त्याच्यावर शस्त्र उगारायचं नाही... असे किती तरी नियम ठरले.

रात्र संपत आली होती. बोलायला बरेच विषय होते; पण कुणीच काही बोललं नाही. हे तिघंही उठून उभे राहिले. त्या चौघांनीही त्यांच्या पावलांना स्पर्श करून नमस्कार केला.

शल्याची पावलं धरताना धर्मराजानं विचारलं,

"मामा, आता तरी तुला, खरं काय, ते समजलंय्. जेव्हा आम्ही खरं कारण सांगून पक्ष बदलण्याची विनंती करू, तेव्हा तू सैन्यासह आमच्याकडे निघून ये.''

शल्याच्या चेहऱ्यावरचे भाव निरखत असलेला कृष्ण म्हणाला,

"राजन्! तू तुझ्या सैन्यासह आलास, तर आम्हांला आनंदच वाटेल, पण तुझ्या मुलांचा तीव्र विरोध असताना सैन्य तिकडं ठेवून इथं येणंही तुला त्रासदायक होतंय्! आयुध नसलेल्या बाहूची शक्ती आणि सैन्याशिवाय राजाची शक्ती सारखीच! तू तुझ्या सैन्यासह तिथंच राहा. तुझा आशीर्वाद मात्र धर्माकडे असू दे. पितामह भीष्मांचा आहे, तसा. सेनापतिपदावर असलात, तरी, आचार्य, आपल्यालाही आमची हीच प्रार्थना आहे.''

दुसऱ्या शिबिरातल्या एका कोपऱ्यात झोपलेल्या पुरोहिताला जागं करून सगळेजण रथात बसले. पांडवांपैकी चौघंजण त्यांना आपल्या शिबिराच्या हद्दीपर्यंत

जाऊन निरोप देऊन आले. रथ कौरवांच्या शिबिरात येऊन पोहोचला, तेव्हा उजाडलं होतं. तिघंही आपापल्या विश्रांतिस्थळी जाऊन झोपले. पण कुणालाही नीटशी झोप लागली नाही. भोवताली हत्तींचे चित्कार, खिंकाळणारी घोडी, व्यवस्थापकांच्या माणसांचा गोंधळ, सैनिकांचं आपसातलं बोलणं! शिवाय मनातही गोंधळ माजला होता.

शरीराला आवश्यक तेवढी विश्रांती देऊन भीष्म उठले, तेव्हा सूर्य चार-सहा हात वर आला होता. स्नान करून पुरोहितानं सिद्ध केलेल्या अग्नीला अर्घ्य देत असताना व्यवस्थापन-प्रमुख येऊन म्हणाला,

"पितामह, आधीच आपल्याकडे पाण्याची चणचण आहे. त्यात काय झालंय्, ठाऊक आहे का?"

त्यांनी प्रश्नार्थक मुद्रेनं त्याच्याकडे पाहिलं.

"आज सकाळपासून युद्धाला सुरुवात होईल, अशी सगळ्या सैनिकांची खात्री होती. आजवर कधीच झालं नाही, असं युद्ध! काल रात्री आपसात 'उजाडताच युद्ध सुरू होईल... हाडं मोडतील. रक्ताचे पाट वाहतील... मांसाचा चिखल होईल...' असं बोलत होते सगळे. किती तरी सैनिकांना रात्री एकाएकी जुलाब होऊ लागले. बसल्या बसल्या अंगातून घामाच्या धारा वाहत असतानाच आपोआप लघवी होऊ लागली! अजूनही गुण आलेला नाही. एवढ्यातच बऱ्याच ठिकाणी दुर्गंधी सुटली आहे. काहीजण मनोविकारामुळं 'मेलो-मेलो' असं ओरडून इतरांनाही घाबरं करत आहेत. तुमचं विश्रांतीस्थान थोड्या बाजूला असल्यामुळं तुम्हाला इथं दुर्गंधी येत नाही. शिवाय इथं नुकताच होम झालेला असल्यामुळं तुपाचा वास येतोय्."

महासेनापतींनी विचारलं,

"यांनी पूर्वी कधी युद्धच पाहिलं नाही, की काय?"

"तसं काही नाही. यापैकी काही जणच नवे असतील. काल सकाळपासून आपलं सैन्य इथं येऊन पोहोचायला सुरुवात झाली. तेव्हापासून एकापाठोपाठ एक इथल्या उंच उंच वृक्षांवर चढून भोवताली पाहत होते. इकडं आपलं दृष्टिपथात न मावणारं सैन्य आणि तिकडं शत्रूचं क्षितिजापर्यंत पसरलेलं सैन्य! एवढं सैन्य, म्हणजे केवढं युद्ध होईल, याचीची प्रत्येकाला धास्ती! एवढं सैन्य कुणीच कधी पाहिलं नव्हतं. म्हणूनच भीती पसरली आहे, आजवर यांना ठाऊक असलेलं युद्ध, म्हणजे सगळ्यांनी मिळून धावून जायचं आणि समजायच्या आधी जिंकायचं किंवा मरून जायचं. एवढी दीर्घ प्रतीक्षा, कातरता, एवढा मोठा सैन्याचा सागर यापूर्वी कधीच एकत्र जमला नव्हता. खरं सांगू! मीही कधी पाहिला नव्हता."

पुन्हा काही क्षण तसेच गेले.

नंतर त्यांनी सांगितलं,

"आचार्य आणि दुर्योधनाला इकडं पाठवून दे. सगळीकडे स्वच्छतेची मात्र नीट काळजी घे."

"किती म्हणून स्वच्छता राखणं शक्य आहे? त्यात पाण्याची अशी परिस्थिती असताना..."

"जेवढी शक्य आहे, तेवढी..." असं म्हणून ते पुन्हा अग्नीकडे वळले आणि त्यांनी आणखी एक पळीभर धृत अग्नीला अर्पण केलं.

अग्नी चेतावला गेला. त्यातून उठलेला तुपाचा मधुर वास आसमंतात पसरला. मोठ्या प्रेमानं त्यांनी एकदा दीर्घ श्वास घेतला.

आपणही एका मोठ्या झाडावर चढून... छे:! या वयात ते शक्य नाही.

अग्नीपुढून उठून ते पुढच्या बाजूला असलेल्या आपल्या आसनावर बसले. बाहेर येऊन आपलं सैन्य किंवा भोवतालचा युद्धाचा परिसर बघायची त्यांना इच्छा झाली नाही.

थोड्या वेळानं दुर्योधन द्रोणासह तिथं आला. द्रोण समोरच्या आसनावर बसले. तो आपल्या आजोबांच्या जवळ बसत म्हणाला,

"आचार्यांनी सगळं सांगितलं. युद्धाचं कारण सांगायचं वगैरे... पण सगळ्यांना साऱ्या गोष्टी सांगत बसलं, तर राज्य कसं करायचं? राज्यही कदाचित करता येईल. पण युद्ध कसं करायचं?"

"तुला इथल्या सैनिकांची हकीकत ठाऊक आहे ना? किती तरी सैनिकांची रात्री घाबरगुंडी उडाली, म्हणे. मल-मूत्र विसर्जनही केलं, म्हणे, त्यांनी! भीती हा संसर्गजन्य रोग आहे. त्यांना सैन्यात राहू दिलं, तर इतरही सैनिक घाबरून जातील. त्यामुळं ज्यांची लढायची इच्छा नाही किंवा भीती वाटते, त्यांना आताच पाठवून देणं चांगलं. युद्ध-प्रसंगी शत्रूपेक्षाही आपल्या भित्र्या सैनिकांपासूनच अधिक धोका उद्‌भवतो."

"भित्र्या सैन्यामध्ये उत्साह भरणं सेनापतीचंच काम असतं, नाही का?"

"बाळ, माझं काम काय आहे, हे तू आठवण करून देऊ नकोस. मी जितकी युद्ध जिंकली आहेत, तेवढी तू पाहिलीही नाहीस!"

"त्याचसाठी मी तुम्हांला महासेनापती होण्याची विनंती केली होती...!"

"त्याचसाठी मीही तुला सांगतोय्! युद्ध करणाऱ्याला या युद्धाचं कारण स्पष्टपणे आणि प्रामाणिकपणे ठाऊक असलं पाहिजे. अंतरंगाची निष्ठा नसेल, तर देहधैर्य कुठून येणार? आपण का लढत आहोत, हे त्यांनाही ठाऊक असलं पाहिजे. काही जण त्यांच्याकडून तुझ्याकडे येतील, तर काहीजण इथून तिथं

जातील. हे सगळं झाल्यावरच युद्धाला सुरुवात होईल. अर्धवट मनानं लढणारे आतून तुला शापणार नाहीत कशावरून? हे पाहा, आजवर मी कुठल्याही युद्धात हरलो नाही आणि तू कुठल्याही युद्धात जिंकला नाहीस, ही वस्तुस्थिती आहे!''

''माझा जाणूनबुजून अपमान करायचं ठरवलंय्, की काय, तुम्ही...''

''खऱ्या क्षत्रियानं युद्धात जिंकून घ्यायला पाहिजे, बाळ! द्यूत खेळून हिसकावून घेऊ नये.'' त्याच्या मस्तकावरून हात फिरवत भीष्म उद्गारले.

त्यांच्या खोल गेलेल्या डोळ्याकडे पाहताना त्याला कसं तरी झालं.

द्रोण मध्येच म्हणाले,

''महाराजा, पितामहांचं ऐकशील, तर युद्धात तुझाच विजय होण्याची शक्यता जास्त आहे. काल रात्री जाऊन आम्ही युद्धाचे नियम बनवले नसते, तर आपण निश्चितपणे हरलो असतो. या नियमाप्रमाणे आपण सूचना देईपर्यंत आता ते चढाई करणार नाहीत. काल रात्रीची आपल्या सैनिकांची परिस्थिती त्यांना निश्चितच ठाऊक असेल. जर त्यांनी काल रात्री किंवा आज पहाटे चढाई केली असती, तर? आपलं सैन्य घाबरून सैरावैरा पळत सुटलं असतं आणि आपले रथ, घोडे, हत्ती आणि इतर युद्धसामग्री अलगद त्यांच्या हाती पडली असती. आपल्या निःशस्त्र सैनिकांवर एवढ्या तयारीनिशी चढाई करून हस्तिनावतीपर्यंत पोहोचणं त्यांच्या दृष्टीनं फारच सोपं गेलं असतं.''

भीष्मांचीही दृष्टी दुर्योधनाच्या चेहऱ्यावर खिळली होती. तो गंभीरपणे विचार करत होता. त्यांनी विचारलं,

''याचं उत्तर तू स्वतः देणार आहेस, की तुझ्या सल्लागारांना विचारणार आहेस? राजाला स्वतःची बुद्धी असणं आवश्यक असतं. एक गोष्ट सांगून ठेवतो. सल्लागारांचं ऐकून तू याला नकार दिलास, तर हे युद्ध जिंकणं ही त्यांची जबाबदारी ठरेल. त्या तबकातलं महासेनापतीचं खड्ग परत करायला मी कुठल्याही क्षणी तयार आहे.''

थोडा वेळ विचार करून दुर्योधन म्हणाला,

''युद्ध जिंकण्याची जबाबदारी तुम्ही दोघे घेत असाल, तर तुम्ही जे काही सांगाल, ते मी ऐकेन.''

टाळी वाजवून भीष्मांनी बाहेर उभ्या असलेल्या प्रहरीला हाक मारली आणि हत्तीवरून दवंडी पिटणाऱ्यांना बोलवायला सांगितलं.

थोड्याच वेळात चौघंजण आले. भीष्मांनी त्यांना आज्ञा केली,

''नियोगापासून जन्मलेले पांडव कुरु-वंशाचे नाहीत, त्यांना खांडवप्रस्थ दिलं, तेच अन्यायकारक होतं, दुर्योधन महाराजानं ते द्यूत खेळून माघारी

मिळवलं. आता त्यांना राज्य द्यायची काहीही आवश्यकता नाही. आम्हाला युद्ध करायचं नसतानाही त्यांनी आम्हावर चढाई केली आहे. पुरातन कुरुवंश या परकीयांपासून वाचवणं हेच धर्मरक्षण, असं ज्यांना वाटतं, त्यांनी आमच्या बाजूनं युद्ध करावं. ज्यांना त्यांची बाजू न्यायाची वाटत असेल, त्यांनी तिकडं जावं. ज्यांना हे युद्धच नको असेल, त्यांनी आपापल्या गावी निघून जावं. जे उद्या सूर्यास्तापूर्वी निघून जाणार नाहीत, ते युद्धाला तयार आहेत, असं आम्ही समजू. परवा सकाळी ठीक सूर्योदयाच्या वेळी युद्धाला सुरुवात होईल... चारही दिशांना एकेकजण जा आणि प्रत्येक सैनिकाला आणि सेनापतीला ऐकू येईल, अशी दवंडी पिटून या.''

''एवढं सगळं कशाला सांगत बसायचं?...'' दुर्योधनानं विचारलं.

''असंच झालं पाहिजे!'' एवढं सांगून भीष्मांनी त्या चौघांनाही बाहेर जायला सांगितलं.

थोड्या वेळानं दुर्योधनही बाहेर पडला.

तो निघून गेल्यावर द्रोण भीष्मांपाशी सरकले आणि म्हणाले,

''ते पाचजणही कौरवच आहेत, असा माझ्या ज्ञानाप्रमाणे तरी धर्म सांगतो; पण म्हणून मी या युद्धात त्यांच्या बाजूनं लढू शकत नाही. तुम्हालाही ठाऊक आहे, म्हणा! एक, म्हणजे अन्नाचं ऋण; आणि दुसरं, म्हणजे द्रुपदावरचा माझा राग अजूनही संपला नाही. पांडवांची मूळ सेना पांचालांचीच आहे, नाही का?''

''आचार्य, तुम्ही जन्मानं ब्राह्मण आहात. धनुर्विद्या हा पेशा आहे तुमचा! इतकी वर्षं लोटली. तुमचा अपमान करणाऱ्या द्रुपदाला शिक्षाही झाली. त्यानं क्षमाही मागितली त्या वेळी. एवढं सगळं होऊनही तुमचा संताप तसाच आहे? हे काही ब्राह्मणाचं लक्षण नाही. यापेक्षा तुम्ही क्षत्रिय का होत नाही?''

''अधूनमधून तूप ओतत राहिलं, तर अग्नी शांत कसा होणार? माझ्या शिष्याकडून-अर्जुनाकडून-माझा पराभव करायला तो आसुसलाय्. आपल्या मुलाकडून माझा वध करवल्याशिवाय त्याचं समाधान होणार नाही, असं असंख्य वेळा बोलून दाखवतो तो!''

''कधी ना कधी पडून जाणारा हा देह द्रुपदाच्या मुलाच्या हातून पडला, म्हणून काय बिघडलं, असा का विचार करत नाही? किंवा तुम्ही त्याला निरोप पाठवा, माझा काही तुझ्यावर किंवा तुझ्या मुलावर किंचितही राग नाही, म्हणावं!''

''मला एवढं सांगता. मग तुमचा कसा पांचालांवर राग आहे?''

''मी क्षत्रिय आहे; पण तुम्ही ब्राह्मण आहात!''

आचार्य फक्त हसले. त्यांना ब्राह्मण-जन्म आणि क्षत्रियवृत्ती यावर भीष्मांनी टीका करायची ही काही पहिली वेळ नव्हती. अशी टीका करण्याइतकं मित्रभावाचं

आणि ज्येष्ठ वयाचं आणखी कुणीच नव्हतं. त्यामुळं त्यांना पितामहांच्या या बोलण्याचा आनंदच वाटत होता.

त्यांनी विचारलं,

"माझी आपली अन्नाची लाचारी म्हणा, हवं तर. द्रुपदावरचा माझा द्वेषही मी काही लपवून ठेवला नाही. पण काल तिथं धर्मराजा म्हणाला, तसं संपूर्ण राज्याचे स्वामी असल्यामुळं तुमचा काही घासभर अन्नाच्या लाचारीचा प्रश्न नाही. द्रुपदाबाबत तुमचा वैयक्तिकही द्वेष नाही. मग का तुम्ही या पक्षात आलात? शिवाय महासेनापतिपदाचाही स्वीकार केलात. ती पाच मुलं तुमच्या वंशाची नाहीत, असा किंतु तर तुमच्या मनात नाही ना आला?"

"आचार्य, असा विचार माझ्या मनाला स्पर्शून गेला, तरी मी आर्य धर्माचाच धिक्कार केल्याच्या पापाचा धनी होईन! आज नाही, पुन्हा कधी तरी सांगेन, मी हे पद का स्वीकारलं, ते! तुमची आन्हिकं आटोपली का?"

"सकाळी उशिरा उठलो, तेव्हा दुर्योधन आला होता. माझ्या शौर्याचं तोंड फाटेपर्यंत कौतुक करून विचारत होता, 'या युद्धात किती हजार शत्रूंचा संहार करणार आहात, ते सांगा!' तो माझी तोंडपूजाही बांधतो आणि लगोलग वरही मागतो!"

"आता तुम्ही जाऊन आन्हिक उरका..." म्हणताच द्रोण तिथून बाहेर पडले.

भीष्मांनीही प्रहारीला हाक मारून आपलं जेवण मागवलं.

जेवण आटोपल्यावर कुणालाही आत न सोडण्याविषयी सांगून ते विश्रांती घेऊ लागले.

जांभई आली. आळस दिला. आता झोप येणार नाही, हे ठाऊक असूनही त्यांनी डोळे मिटून घेतले. कान आणि डोळ्याभोवती त्रास देणारी चिलटं आणि डास.

असं राजवाड्याबाहेर झोपून किती वर्षं झाली? सत्तर वर्षं तर निश्चित. त्यानंतरची ही वर्षं मात्र धूप आणि चंदनाच्या धुरानं डास पळवून लावल्यावर निवांतपणे झोपायचं. असं राजवाड्याचं सुख उपभोगून नंतर बारा वर्षं नीटसं अंथरूण-पांघरूण नसताना रानावनात झोपायचं, म्हणजे–

किती रोडलाय् धर्म! नावच धर्म त्याचं! आर्य ऋषींनी ठेवलेलं नाव.

हा मात्र राज्य द्यावं लागेल, या भीतीपोटी अधर्म म्हणतोय्! सगळे अधर्म जन्मतात, ते मत्सराच्या पोटी, नव्हे– अहंकारापोटी! किंवा स्वार्थापोटी. काहीही म्हटलं, तरी तेच म्हणा! मग त्यासाठी सत्राशेसाठ बाह्य कारणं शोधायची आणि धर्मकर्माचा लेप चढवायचा! आर्य धर्मालाच अधर्म म्हणायचा काळ आला!

ते कुशीवर वळले.

माझ्या मनात किंतु आला आहे का? माझी श्रद्धा शिथिल झाली आहे का?

कुशीवर वळून श्वासोच्छ्वास झाल्यावर दुर्गंधी जाणवेनाशी झाली.

वारं त्या बाजूनं वाहत असेल.

फुस्सकन ओठातून हसू बाहेर पडलं.

क्षत्रियत्वच क्षीण होतंय्! नाही तर– थू:!

त्यांनी नाक झाकून घेतलं. थोडा श्वासोच्छ्वास झाल्यावर दुर्गंधी जाणवेनाशी झाली.

रथातून दौडत असताना बलशाली बाण मारताना घामाच्या रूपानं जे पाणी वाहायचं, ते असं मूत्ररूपानं वाहावं का, हा खरा प्रश्न... प्रश्न तरी कसला, म्हणा! ऋषींनीच धर्म हे नाव ठेवलंय् त्याचं! हा काही एकटाच हा प्रश्न विचारत नाही. इतरही किती तरी जणांच्या डोळ्यामध्ये हाच प्रश्न दिसत असतो. मग ती माझी नातवंडंच नव्हेत का? अजूनही ऐकू येत आहे नगारा वाजवून पुकारण्याचा आवाज– 'युद्धच नको, असं ज्यांना वाटतं, ते आपापल्या गावी जाऊ शकतात...' किती जण जातील? सगळेच निघून गेले, तर युद्धच होणार नाही. धर्माचा विजय होईल. गोळाभर अन्न खायचं माझ्यावर काही ऋण नाही म्हणाला धर्म. सगळंच राजाचं असताना– संपूर्ण राज्याचा मूळ राजा! पण राज्यत्व नको, म्हणून सर्वस्व त्यागून दूर राहिलो. आता पुन्हा आजोबा म्हणवून घेऊन उभयतांकडून– 'अंहं! आम्हीच फक्त तुमची नातवंडं! ते नव्हेत!' मूर्ख! अंहं, स्वार्थ!

कानाशी गुणगुणणारे डास आता शांत झाले होते. तशीच थोडा वेळ झोप लागली. दुर्गंधीची जाणीव नसलेली, डासांच्या गुणगुणीपासून दूर असलेली झोप.

जाग आली, तेव्हा सहा घटका तरी उलटून गेल्या असाव्यात, असं वाटत होतं. झोपेतच केव्हा तरी जन्मलेला आणि आता रूप घेऊ पाहणारा एक प्रश्न मनात उभा राहिला.

द्वैपायनवन इथून किती दूर आहे, कोण जाणे! किती का अंतरावर असेना, रथात झोपून विश्रांती घेत तिथपर्यंत जाऊन यायचं. कृष्णद्वैपायन ऋषी तिथं आपल्या शिष्यांबरोबर राहतो. तसं पाहिलं, तर भाऊच. आजवर धर्मासंबंधी कुठलीही समस्या सामोरी आली, तरी मला तोच योग्य मार्ग दाखवतो. त्याला भेटून या प्रश्नाची उकल करून घेऊन उद्या संध्याकाळपर्यंत माघारी येता येईल.

ते कुशीवर वळले.

फार वेळ झोपावंसं वाटलं नाही. उठून बसले. टाळी वाजवल्यावर आत

आलेल्या प्रहरीला सांगून त्यांनी दुर्योधनाला निरोप पाठवला.

"युद्ध परवावर येऊन ठेपलं आणि आमचे महासेनापती कुठल्या तरी ऋषींना शोधत भटकाताहेत! याचा अर्थ काय!" दुर्योधन संताप आवरत म्हणाला.

"कुठल्या तरी ऋषीला नव्हे. ज्यानं वीर्यदान करून तुझ्या आणि धर्मराजा वगैरेंच्या वडिलांना जन्म दिला, ते ऋषी! ज्यानं निर्वंश होऊन जाणाऱ्या कुरु-वंशाला अंकुर दिला, तो कृष्णद्वैपायन! या महासेनापतीला युद्धात जय मिळवायचा असेल, तर त्याला भेटून, त्याचा आशीर्वाद घेऊन यायलाच हवं मला!"

दुर्योधन काही बोलला नाही.

भीष्मांनी व्यवस्थापन-प्रमुखाला निरोप देऊन चार घोड्यांचे दोन रथ सज्ज करण्याची आज्ञा दिली. सोबत दहा घोडेस्वार. रक्षणासाठी आणखी सैनिक घ्यावेत, असं दुर्योधनाचं मत होतं. पण त्यांनी निक्षून सांगितलं,

"ऋषींच्या दर्शनाला जाताना सैन्य घेऊन जाऊ नये. रस्त्यात कुणी काही करणार नाही..."

–आणि पुढच्या रथातल्या मृदु गादीवर ते लोडाला रेलून बसले.

मागच्या रथात आहाराची सामग्री होती. आपल्या शिबिरातून बाहेर पडून दक्षिणेला जाताना डावीकडे सैन्याचा एक विभाग दिसत होता. हत्ती उंच-उंच वृक्षांच्या फांद्या मोडून पानं खात होते. दवंडीचा आवाज अजूनही ऐकू येतच होता. पण आता त्यांचं मन वेगळ्याच विचारांमध्ये गढलं होतं.

दुर्योधनानं आपल्या भाऊबंदांना राज्य देणार नाही, असं म्हटलं असतं, तर ती एक व्यवहारातली घटना झाली असती. धर्माचा प्रश्न झाला नसता. पण आता त्यानं धर्माविषयी मूलभूत प्रश्न उपस्थित करून आपण धर्मासाठी युद्ध करत असल्याचा अनेक वेळा उच्चार केला होता. त्याचं बोलणं खरं मानणं म्हणजे आपल्या इतक्या वर्षांच्या श्रद्धा म्हणजे अधर्म होता, असं नव्हे, तर संपूर्ण जीवनच विफल ठरायला पाहिजे! पांडवांचं हरणं किंवा जिंकणं, एवढं प्रचंड सैन्य ठार होणं याहीपेक्षा आपल्या जीवनाच्या विफलतेचा प्रश्न त्यांना विद्ध करत होता.

छे:! मीही कृष्णद्वैपायनाप्रमाणे पूर्ण ऋषी होऊन, हस्तिनावती सोडून, वनवासी व्हायला हवं होतं. तसं तर केलंच नाही, इथं पूर्ण संसारीही झालो नाही आणि संसारापासून पूर्णपणे अलिप्तही व्हायला जमलं नाही. किती गुंतागुंत ही!

त्यांनी पाय थोडे सरळ केले.

द्वैपायन वनाला जायला रस्ता आहे. दोन्ही बाजूंनी पसरलेली शेतं, मधूनच काही ठिकाणी दिसणारी झाडी... किती हलतो हा रथ!

गादी कितीही मऊ असली, तरी शरीर इतकं थकलंय्, याची त्यांना नव्यानंच जाणीव झाली.

किती वर्षांची काया ही! जगून जगून अलीकडे तर हिशेब ठेवायचंही सोडून दिलंय्. चिरंजीवी म्हणावं, एवढी जुनी काया. आठवायचं म्हटलं, तरी वृद्धत्व– त्यामागे थोडं कमी वृद्धत्व– त्यामागे आणखी कमी... माझ्या जीवनात तारुण्य आणि बाल्य कधी आलं होतं, की नव्हतं? जीवनातले बहुतेक सगळे दिवस प्रौढत्व आणि वृद्धत्वानंच व्यापले आहेत. आठवणींची चूड पेटवून मागं मागं जावं... पण तरी किती मागं जाणार? अगदी तान्हेपणी आईच्या मांडीवर झोपून केलेल्या मल-मूत्राची कुणाला आठवण असते, म्हणा! त्यावेळी बुद्धी असेल, तर आठवणार ना! आईपासून वेगळं झोपायला सुरुवात केल्यानंतरच आठवणी साठायला सुरुवात होते. त्यात मी तर कधीच आईच्या मांडीवर झोपलो नाही, म्हणे! लहानपणी तर किती राग यायचा आईचा! मुलाला जन्म देऊनही त्याला जवळ न घेता, पान्हा न पाजता माहेरी निघून जाणारी कसली आई म्हणायची? माझ्या वडिलांना तरी कुठली आर्य कन्या भेटली नाही का? गोऱ्या, उंच, नाकेल्या, काळ्या डोळ्यांच्या आर्य कन्यांपेक्षा त्यांना आर्येतर स्त्रियांचाच मोह! दोन्ही बायका आर्येतरच! एवढं काय विशेष असतं त्या रानटी मुलींमध्ये? माझ्यासारख्या ब्रह्मचाऱ्याला काय ठाऊक असणार या बायकांच्या बाबतीत? पहिल्यापासूनच राज्यकारभाराची सूत्रं हातात धरून निष्ठावंत ब्रह्मचारी झालो. स्त्रीच्या नावासरशी चढणाऱ्या माझ्या कपाळावरच्या आठ्या पाहून माझ्याबरोबर कोण या विषयावर बोलणार?

त्यांनी आधी लग्न केलं गंगा नावाच्या स्त्रीशी– माझ्या आईशी. धाकटी आई असेपर्यंत ती मला गंगातनयच म्हणत होती. आता हा नात्यानं धाकटा भाऊ असलेला, पण ऋषी असल्यामुळं माझ्याहून मोठा असलेला कृष्णद्वैपायन तेवढा मला नावानं हाक मारतो. इतर सगळ्यांच्या दृष्टीनं मी भीष्मच. माझ्या खऱ्या नावाचा सगळ्या जगालाच विचार पडलाय्. कुणा परक्याचं नाव वाटावं, एवढं दूर गेलंय् माझं देवव्रत हे नाव. शिकारीसाठी गंगेच्या काठावरून हिमालयाच्या पायथ्यापर्यंत जाणारा माझा पिता. तरुण वय. माझ्यासारखाच उंच देह आणि आडवा बांध त्याचा आणि ती डोंगरातल्या एका जनसमुदायातली. गंगा, म्हणे, तिचं नाव. 'राजा, माझंही तुझ्यावर प्रेम आहे. पण तुझे आणि माझे कुलाचार वेगवेगळे आहेत.'

भर तारुण्यात माझा पिता म्हणाला,

"मग काय बिघडलं?"

"तसं नव्हे. आम्हा लोकांमध्ये मुलीच्या पोटी जी मुलं जन्मतील, ती तिच्या

आईच्या घराण्याची असतात. आणि तुमच्याकडे नवऱ्याची मालमत्ता. मी तुझ्याबरोबर येईन; पण आमचा कुलाचार सोडणार नाही. आपल्याला जी मुलं होतील, ती मी माझ्या आईच्या घरी पाठवून देईन. याला तुझी तयारी आहे का?''

"सुंदरी! मला तू हवी आहेस. मुलं नव्हे!''

"तरुण रसिका, तू ज्या दिवशी मुलांवर आपला अधिकार सांगशील, त्याच दिवसापासून आपले संबंध संपले, असं समज.'' अशी अट घालूनच आली होती, म्हणे, माझी आई.

चिंतेत बुडून गेलेल्या भीष्माच्या मनानं पुन्हा प्रश्न केला :

मुलं आईची, की वडिलांची?

हेलकावे खाणाऱ्या रथात ते उठून बसले.

सुकलेली पानं जमिनीवर पसरणारे वृक्ष, पुढं पाच घोडेस्वार, मागं रथ, पुन्हा पाच घोडेस्वार. घोड्यांच्या टापांचा आवाज. रथांच्या चाकाखाली चुरली जाणारी सुकलेली पानं.

वडिलांची, की आईची?

बीजाची, की क्षेत्राची?

भर तारुण्यात माझ्या पित्याला हा प्रश्नच पडला नाही. माझी आई गरोदर राहिली, बाळंतपणासाठी माहेरी गेली आणि जन्मलेलं मूल माहेरी ठेवून स्वतःचं शरीर पूर्ववत करून माघारी आली.

पुन्हा मोह, पुन्हा गरोदरपण. पुन्हा माहेरी बाळंतपण आणि मूल माहेरी ठेवून भर तारुण्यात या राजाला साथ द्यायला पुन्हा माघारी! एक, दोन, तीन... सहा, सात!

बारा-चौदा वर्षांच्या अखंड मोहाच्या खेळानंतर राजाला अखेर राज्याची आठवण झाली! माझ्या पित्याला वंशाची आठवण झाली!

स्वतःकडे भीष्मांनी अलिप्तपणे अंतर्मुख होऊन पाहिलं. त्यावेळी असं वाटलं खरं, पण एवढंच काही खरं नाही. फक्त राज्याचा उत्तराधिकारी किंवा वंशाचा अंकुर म्हणून माझ्या वडिलांनी अशी अपेक्षा केली नाही. आपल्या बीजाचं फळ! त्याला उचलून, खेळवून मोठं करायचं सुख मिळायला नको का?

यावर तिचं उत्तर सोपं होतं,

"तसं असेल, तर तू माझ्या आईच्या घरी येऊन राहा.''

"मी सासुरवाडीत पडून अन्नाचे तुकडे मोडायचे? आर्य आहे मी! शिवाय राजा!''

"पण आधीच मी आमच्या कुलाचाराविषयी तुला सांगितलं होतं, की नाही?''

"माझ्यासाठी तू तुझे कुलाचार सोडून दे." त्यानं प्रार्थना केली, म्हणे.

"नवऱ्यासाठी सगळं काही सोडून देणं हा तुम्हा क्षत्रिय स्त्रियांचा कुलाचार झाला. मी तशी का वागू?"

मुलं आईची, की वडिलांची? क्षेत्राची, की बीजाची?

भर तारुण्यात न जाणवलेला हा प्रश्न आता माझ्या वडिलांना ग्रासू लागला. त्यांनी हट्ट धरला,

"मी आर्य आहे. मुलं बीजाची. क्षेत्राची नव्हेत."

तिचा हट्ट कायम होता,

"मी पर्वतसीमेकडची आहे. कुठला पक्षी, कुठलं बीज आणून टाकून उडून जाईल, हे कुणी सांगावं? पोटात नऊ महिने वाहून वाढवणाऱ्या क्षेत्राचंच संतान असतं. माझं मूल माझंच राहील. मी माझ्या आईची. तुम्हा लोकांच्या रीतींशी मला कर्तव्य नाही. स्त्रीवर असे निष्ठुर निर्बंध घालणं आमच्या कुळाचाराला धरून नाही."

किती झालं, तरी हा राजा. शिवाय आता ती त्याच्याच राज्यात राहत होती. मग कोण जिंकणार?

आठव्या खेपेला त्यानं सांगून टाकलं,

"हे बाळंतपण इथंच होईल. माहेरी पाठवणार नाही!"

ती रडली, भेकली, संतापली.

आठवं बाळंतपण हस्तिनावतीतच झालं. मुलाला पहारेकऱ्यांमध्ये सुरक्षित ठेवण्यात आलं.

एक दिवस स्वत:च्या पोटात रुजलेलं आणि पोसलेलं मूल इथंच टाकून ती पळून गेली, म्हणे. यानंही तिला शोधायचा प्रयत्न केला नाही, त्यानं शोधून काढलं असतं, तरी ती आली असती का?

पुन्हा उशीवर रेलून त्यांनी पाय लांब सोडले.

उत्तम जातिवंत घोडे. गांधार, बाल्हिक, सिंधु देशाचे घोडे म्हणजे खरे जातिवंत! दु:शलेला जयद्रथाला देऊन नातं जोडल्यामुळं जातिवंत घोड्यांची मुळीच कमतरता नाही. ही जातिवंत घोड्यांची पैदास करायची विद्या आम्हाला का आली नाही?

खोल गेलेले डोळे मिटून घेऊन ते रथाच्या हेलकाव्यांबरोबर डोलू लागले.

लहान वयात किती तापदायक व्हायची आईची आठवण! जन्म दिलेल्या मुलाला टाकून निघून गेली ती पाषाणहृदयी आई! ती कसली स्त्री म्हणायची? दाया शापत होत्या, वडील बोलत होते, मीही संतापत होतो तेव्हा. आता मात्र राग येत नाही. पहिल्या सात मुलांना... सगळे मुलगेच होते, म्हणे... जन्म

दिल्यावर आईपाशी ठेवून माझ्या वडिलांकडे येत होती आणि मला जन्म दिल्यावर जन्मदात्याकडे ठेवून आपल्या आईपाशी निघून गेली. कुठल्याच मुलाविषयी तिच्या मनात मातृत्वाची भावना नव्हती का?

मागं एकदा पन्नाशीच्या घरात असताना दिग्विजयासाठी हिमालयाच्या दिशेनं गेलो असता तिथल्या एका जनसमूहात अशीच प्रथा असल्याचं समजलं होतं. मनही कोमेजून गेलं होतं. त्या प्रदेशात युद्ध करत असताना एखादा उंच योद्धा सामोरा आला, की वाटे, हा माझा भाऊ तर नसेल? असल्या भ्रमापेक्षा दुसरा कुठलाही भ्रम परवडला, असं किती तरी वेळा वाटलं होतं मला त्या वेळी.

आई निघून गेली. पण वडिलांची माया मात्र फारच मोठी! कितीही दाया आणि दास-दासी असल्या, तरी मला खरं वाढवलं, ते त्यांनीच. पुरुषानं सांभाळलेलं बाळच म्हणायचे मला सगळे. किती लहान वयात धनुर्विद्या, रानातलं युद्ध... किती तरी प्रकारचं शिक्षण दिलं त्यांनी. भय म्हणजे काय, याचा वाराही न लागलेलं माझं जीवन. आईनं टाकल्यामुळं माझ्या मनाचा कोंडमारा होऊ नये, म्हणून सतत मला जपणाऱ्या आणि अगदी लहान वयात मोठ्या हौसेनं मला युवराज्याभिषेक करणाऱ्या माझ्या वडिलांना उतारवयात पुन्हा कसा मोह पडला? तोही मासेमारी करणाऱ्या मुलीचा मोह! नावच काली! काळा रंग. माझ्याएवढ्या उंचीचा आर्यलक्षणांनी परिपूर्ण असा माझा पिता! उतारवयात मोह पडणं ही काही एवढ्या आश्चर्याची बाब नाही. पण माझ्या पित्याला पहिला मोह पडला, तो एका रानटी स्त्रीचा आणि दुसऱ्यांदा मोह पडला, तो कोळ्यासारख्या हीन जातीतल्या मुलीचा! कसलं विचित्र आकर्षण म्हणायचं हे! एवढं काय आकर्षण आहे या आर्यपुरुषांना? शिकारीला गेले, युद्धावर गेले... किंवा काहीही कारण नसतानाही इतर जातीतल्या स्त्रिया... हेच होतच आलंय् नेहमी! बरोबर, की चूक? माझ्यासारख्या ब्रह्मचाऱ्याला कसं समजणार हे?

धुरळा उधळत चाललेल्या रथातून त्यांची दृष्टी बाहेर फिरली.

मिळेल तिथली जागा आक्रमून कृषिभूमी क्षितिजापर्यंत विस्तारली होती.

एकाएकी रोगानं ग्रासून गेल्याप्रमाणे अंथरूण धरून पडून राहिलेल्या पित्याची किती सेवा केली, तरी गुण येत नव्हता. अखेर पित्याच्या सारथ्याकडून सगळं समजलं. धन्याच्या मनातली चलबिचल सारथ्याशिवाय कुणाला अधिक समजणार? त्यानंच सांगितलं,

"युवराजा, तुझ्या पित्याला मनोरोग झाला आहे. आम्ही दक्षिण दिशेला शिकारीसाठी गेलो होतो. तिथं यमुना नदी ओलांडताना एक पंचवीस-सव्वीस वर्षांची तरुणी नाव वल्हवत होती. तिच्यावर तुझ्या पित्याचं मन बसलंय्. तुझ्या पित्यानं तिची बरीच मनधरणी केली. पण तिनं निक्षून सांगितलं, महाराजा, तुम्ही

माझ्याशी विवाह करणार असाल, तरच मी तुम्हाला वश होईन. ती तुझ्या पित्याला आपल्या बापाकडेही घेऊन गेली. तो त्या समाजाचा प्रमुख आहे. सुरुवातीला त्यानं सारं मुकाट्यानं ऐकून घेतलं आणि नंतर म्हणाला, महाराजा, तुझं तर आता वय झालं. एक तरुण मुलगा आहे तुझा. माझ्याप्रमाणंच उताराकडं झुकलेला तू. तुझ्याबरोबर लग्न करून माझ्या मुलीला काय मिळणार?''

''का? राजवाड्यातलं वास्तव्य, दागदागिने, समृद्ध सुखी जीवन!''

''आता यावर भाळून, नंतर सावत्र मुलाच्या बायकोची दासी व्हायला माझी मुलगी मुळीच तयार नाही. तिच्या पोटी जन्मलेल्या मुलाला राज्यभिषेक करशील, अशी तू आणि तुझ्या तरुण मुलानं तुम्हाला पूज्य असलेल्या अग्नीची शपथ घेऊन सांगितलं, तर मी माझी मुलगी तुला देईन. नाहीतर आम्ही आमच्यापुरते सुखात राहू!''

''असं संभाषण होताच तुझे वडील तिथून निघून रथात बसले आणि मला गावी चलण्याची आज्ञा केली. पण तिच्यावरचा मोह कधी गेला नाही. असं असलं, तरी युवराज्याभिषेक झालेल्या तरुण मुलाला राज्याचा त्याग करायला तरी कसं सांगायचं, अशा काळजीत ते पडले आहेत. त्यांचं तुझ्यावरचं प्रेमही काही कमी नाही. आई आणि वडील अशा दोन्ही स्थानी राहून त्यांनी तुला वाढवलं आहे ना!''

त्या धीवराला भेटायला गेलो, त्याच सारथ्याला सोबत घेऊन. किती वर्षं झाली? आठवण मागं सरत होती. झाली असतील शंभरापेक्षा जास्तच. मी बाविशीचा आणि वडिलांची साठी जवळ आलेली. त्या वेळी रथात बसून जाताना मनात नेमक्या काय भावना होत्या, त्या आता कशा नीटशा आठवतील? 'विचित्र...' असं मनात म्हणत ते मांडी बदलून उशीवर नीटसे रेलून बसले. किती ताठ बसत होतो रथात किंवा घोड्यावर! किंचितही न वाकता. पित्यानं वात्सल्याचा वर्षाव करून दिलेलं प्रेम माघारी देण्याची इच्छा? रुग्णशय्येवर पडलेल्या पित्याला गुण देणारी औषधी मुळी नाना संकटांना तोंड देऊन, जिथं असेल तिथून मिळवून आणून द्यायचा उत्साह? या वयात माझ्या पित्याला मोहात पाडणाऱ्या त्या तरुणीचं रूप पाहायचं कुतूहलही मनात कुठं होतं का? काहीही आठवत नाही आता त्यातलं.

मी आणि सारथी तिथं गेलो, तेव्हाही ती नावच वल्हवत होती. काळा रंग, उन्हात तापून, पाण्यात भिजून घट्ट झालेलं शरीर, मांड्या, पोटऱ्या, दंड... 'हीच ती काळी!' असं सारथ्यानं सांगताच मात्र मनात आश्चर्य आणि पाठोपाठ पराकोटीचा तिरस्कार निर्माण झाला होता, हे मात्र चांगलंच लक्षात आहे. त्यातच नावेत तिच्या लगत बसल्यावर नाकाला झोंबणारी ती माशाची दुर्गंधी! नदीच्या

पलीकडे असलेल्या तिच्या पित्याच्या झोपडीत– झोपडी, की घर? सुरकुतलेल्या चेहऱ्यावर आणखी आठ्या घालून आठवायचा प्रयत्न केला, तरी आठवत नाही. ओवरीत बसवून, दोन्ही हात जोडून, साष्टांग नमस्कार घालून... तिच्या वडिलांचं ते नाटकी बोलणं! धैर्य, शौर्य आणि शक्ती यांचा परमावधी असला, की औदार्यही प्रमाणाबाहेरच ओसंडणार, नाही का! त्या दिवसापासून आजवरचा अनुभव तरी दुसरं काय सांगतो? हे हीन लोक आपल्यापेक्षा श्रेष्ठांचे पाय धरतात, तू धनी-मी दासानुदास वगैरे बोलून त्यांचा अहंकार फुलावतात आणि अल्प भिक्षेच्या नावाखाली एकेक करून लुटून घेतात!

बाहेरच्या कट्ट्यावर घोडघासाची चटई अंथरून मला बसवलं होतं. आत सगळीकडे माशांचा वास! कंबर वाकवून, हात जोडून लाचारपणे तो म्हणत होता,

"राजकुमारा, तू आल्यामुळं या गरिबाचा उद्धार झाला. तुझ्या पित्याचं माझ्या मुलीवर मन गेलंय्. मला यात एकच खोट दिसते. कितीही बलवान शत्रूला सहज मोडून काढशील, असा समर्थ आहेस तू!"

"याला खोट कशी म्हणता येईल, धीवरा?"

"उद्या तू त्या शक्तीच्या जोरावर राज्य हिसकावून घेतलंस, तर या गरिबाच्या मुलीनं काय करावं, बाबा?"

"ठीक आहे! तिच्या पोटी जन्म घेईल, तोच मुलगा राज्याचा उत्तराधिकारी. मी राज्याचा कायमचा त्याग केला आहे. युवराजपदही या क्षणापासून त्यागलं आहे! हा माझा शब्द आहे."

"व्वा व्वा! पोटी मुलगा असावा, तर असा! मी किती करंटा! माझ्यापोटी असा मुलगा नाही जन्मला..." म्हणत त्यानं लीन होऊन, पुन्हा पुन्हा वाकून हात जोडले. मुक्तकंठानं स्तुती केली. अखेर पुन्हा कंबर वाकवून, चेहऱ्यावर लीन भाव आणून म्हणाला,

"मी दरिद्री माणूस! एकेक करून मागतोय्, म्हणून रागावू नकोस. तूच रागावलास, तर इथंच मरून जाईन मी!"

"काय सांगायचं, ते लवकर सांग."

"राज्य नको, असं तू म्हणालास, बाबा! फार मोठ्या मनाचा तू! आता इकडचं जग तिकडं गेलं, तरी तुझा शब्द फिरणार नाही! पण तुझ्या मुलांचं काही सांगता येईल का? आता तुझंही लग्नाचं वय आहे. म्हणजे माझी नातवंडं आणि तुझी मुलं बरोबरीचीच असतील. नंतर अकारण त्रास होणार नाही का?"

"मीच नकार दिल्यावर माझी मुलं तरी कसा हक्क सांगतील?"

"या काळातली मुलं वडिलांचं ऐकतात! आता तुला मुलंच झाली नाहीत, तर गोष्ट वेगळी. पण पुढच्या काळातली मुलं कुठं बापाचं ऐकतील? बाबा, रे!

तुम्ही मोठी माणसं! आम्ही गरीब. एवढ्या मोठ्या घरी मुलगी देणंही नको; आणि उद्या नसता गोंधळही व्हायला नको. दुसरी कुठली तरी मुलगी बघ, म्हणून सांग तुझ्या बापाला...''

''धीवरा, माझ्या पित्यासाठी मी प्रतिज्ञा करत आहे, ती ऐक. आजन्म ब्रह्मचारी राहीन आणि राजा होणार नाही. तू घाबरू नकोस. तुझ्या मुलीला माझ्याबरोबर पाठवं.''

हे बोलणं कसं निघालं माझ्या तोंडातून? त्या वेळी तर एवढाही विचार मनात आला नाही.

रथातून तिला घेऊन जातानाही माशांचा वास पाठ सोडत नव्हता. राजरथात बसायची नीट पद्धतही ठाऊक नसलेल्या त्या मुलीला पित्यापुढं घेऊन जाताना औषधी वनस्पती रोगी पित्यापुढं ठेवल्याचा उत्साह वाटत होता. जन्म देऊन निघून गेलेली आई कुठं गेली होती, कोण जाणे! पण माझं मायेनं पालन-पोषण केलेल्या पित्याच्या चेहऱ्यावर बावीस वर्षांनंतर पसरलेला आनंद, संकोच! त्यानं तिला पाहिलं, माझ्याकडे पाहिलं आणि खाली मान घातली.

काही वर्षांनंतर मात्र माझा पिता माझ्याजवळ येऊन माझा दंड धरून आपण होऊन म्हणाला,

''अशी कशी भीष्मप्रतिज्ञा केलीस, रे! हे सैन्य घेऊन जा. वेगवेगळी राज्यं जिंकून घे आणि तिथला राजा हो. तिच्याकडून आणि तिच्या पित्याकडून तुला वचनमुक्त करवेन. तू लग्न कर.''

पण एवढ्या अवधीत ब्रह्मचर्य माझ्या जीवनाचा एक भागच होऊन गेलं होतं. माझ्या खऱ्या 'देवव्रत' या नावापेक्षा भीष्म हेच नाव वेगानं पसरत चाललं होतं. 'लोकोत्तर पुत्र' अशी ख्यातीही पसरली होती. आता देवव्रत म्हटलं, तर कुणाला ऐकू येणार? मी तरी त्या हाकेला पटकन ओ देईन का? त्या झोपडीच्या ओसरीतच त्या देवव्रताचा बळी गेला होता. आता उभा होता, तो फक्त भीष्म. बोलण्याच्या तंत्रात विशीच्या युवराजापेक्षा म्हातारा धीवर अधिक हुशार ठरला होता!

रस्त्यात एक ओढा आडवा आला. घोडेस्वार घोड्यावरून न उतरता, तसेच घोड्यांना पाणी पाजून पुढं गेले. रथाची चाकं निम्मी बुडतील, एवढं पाणी होतं. रथाचे घोडेही वाकून पाणी पिऊ लागले. सारथ्यानं-सुकेशानं विचारलं,

''आजोबा, घोडे बदलतो. तुम्ही थोडी विश्रांती घेता का?''

पाण्याकडे लक्ष जाताच त्यांचं मन पुन्हा युद्धभूमीकडे वळलं. शिबिरातली मलमूत्राची दुर्गंधी कमी झालीय्, की नाही, कोण जाणे! दवंडी पिटल्यावर सगळे भेकड पळून जातील आणि नंतर तरी दुर्गंधी कमी होईल.

ओढ्यापलीकडे गेल्यावर ते रथातून खाली उतरले. थोड्या अंतरावर जाऊन जलबाधा उरकून, पाय धुऊन, चूळ भरून पुन्हा रथात येऊन बसल्यावर त्यांनी विचारलं,

"आणखी किती लांब आहे?"

सारथी सुकेश म्हणाला,

"खूप वेगानं आलो आहोत आपण. आता आठ-दहा घटकांमध्ये तिथं जाऊ. रस्ता नीट ठाऊक आहे. जवळ पलित्याचीही व्यवस्था आहे. दिवस मावळला, तरी मंद प्रकाश असेलच. दमणूक झाली का, आजोबा?"

"वेळ कसा गेला, तेच समजलं नाही."

"कौतुक म्हणून सांगत नाही मी! एकदा हातात लगाम घेतला, की कुठलाही घोडा असो, सुतासारखा सरळ धावतो..."

मोठ्या घरी मुलगी देऊन त्याद्वारे अधिकार मिळवणं हा तर हलक्या लोकांचा मार्ग आहे! त्या धीवरानं तरी काय केलं? मुलीच्या पाठोपाठ आपणही येऊन हजर झाला. त्या घरात माझ्यात हातात एकही अधिकार राहिला नाही. तिरस्कार, संताप, वैराग्य... कुठल्या कुठल्या भावना उसळल्या होत्या माझ्या मनात! पिता तर तिच्यामध्ये पूर्णपणे रमून गेला होता. एक मुलगा झाला. एवढ्या अवधीत माझ्या पित्यालाही आपल्या चुकीची जाणीव झाली होती. मनोरुग्ण झाल्यासारखाच झाला होता तो. मी तर घराबाहेरच राहत होतो. वेदाध्ययनात बुडून गेलो होतो. लौकिक राज्यापेक्षा अध्यात्माचं राज्यच आपलंसं करायच्या इच्छेपोटी कठोर एकाग्रतेत गढून गेलो होतो. पित्याचं दर्शनही झालं नव्हतं किती तरी दिवसात. माझ्या मनात त्याची इच्छाही नव्हती. तिला दुसरा मुलगा झाला आणि माझा पिता मरण पावला. मनोरोगामुळं. की उतारवयातल्या अतिकामक्रीडेचा परिणाम, म्हणून, कोण जाणे! माझ्या मनात मात्र स्त्रीविषयी पराकोटीचा तिरस्कार तसाच राहिला होता. जन्म देऊन निघून गेलेली आई आणि इथं येऊन माझ्या पित्याचा बळी घेणारी ही सावत्र आई! दिवसेंदिवस ब्रह्मचर्य अधिकाधिक कठोर होत होतं...

छी:! आज सतत याच गोष्टी आठवताहेत! माझ्या डोक्यात याहून वेगळं काही नाहीच का?

त्यांनी एकवार मान हलवली.

शंभर वर्षांपूर्वीच्या गोष्टी.

परवापासून युद्ध सुरू होणार. उद्या संध्याकाळपर्यंत शिबिरात पोहोचेपर्यंतच दमणूक होईल. कृष्णद्वैपायनाला एक प्रश्न विचारायचा, म्हणून मी बाहेर पडलो.

पूर्णपणे वेदाध्ययनाला वाहून घेतलं असतं, तर मीही कृष्णद्वैपायनासारखाच झालो असतो. पुन्हा या संसाराच्या गोंधळात पडलो. पिता मरण पावला, तेव्हा तर मी दूरच होतो. त्याआधी चौदा वर्षं– छे:!

पुन्हा त्याच आठवणी!

नको!

त्यांनी पुन्हा डोकं हलवलं आणि डोळे उघडून सभोवताली पाहिलं.

संध्याकाळ होत आली होती. झाडं-झुडुपं लालसर दिसत होती. सुकलेल्या पानांवरून एकाच लयीत वाजणाऱ्या घोड्यांच्या टापा. थोडा वेळ त्या टापांवर त्यांचं लक्ष खिळलं हातं. एकाएकी त्यांना हसू आलं. सारथ्यानं मागं वळून पाहिलं आणि पुन्हा आपलं चुकल्यासारखं वाटून पुन्हा समोर पाहू लागला.

काली! त्यांच्या भाषेत हे कसलं नाव होतं, कोण जाणे! सगळ्या आधी तिला मत्स्यगंधा म्हणून हाक मारली, ती मीच. तीही सारथ्यासमोर! तेच नाव राजवाड्यात सगळ्यांच्या नाकांनाही जाणवलं! तिलाही जाणवलं. त्यामुळं रोज शरीराला चंदन-अगरूचा सुगंध लेपू लागली ती! त्या सुगंधानं डोकं दुखू लागावं, एवढ्या प्रमाणात! ज्यांना योग्य संस्कार नाहीत, त्यांच्या हाती सुगंध, अलंकार, भारी वस्त्रं मिळाली आणि त्यांच्या वापराचं नेमकं ज्ञान नसेल, तर काय होणार? योजनगंधा असं प्रतिनाम प्रचारात आणून नंतर माझ्या पित्यानं तिच्याशी विवाह केला आणि तिचं नाव सत्यवती ठेवलं. तो मरण पावल्यावर– नाही तर काय होणार, म्हणा, हिच्या पाठोपाठ शिरलेल्या हिच्या पित्यानं राजकारभार पाहायला सुरुवात केल्यावर राज्याची प्रतिष्ठा तरी काय राहणार? प्रजा मुळी त्याला घाबरतच नव्हती. सारं राजभांडार रिकामं! कुणी करच देत नव्हतं. लोकांना दमदाटी करताना मात्र माझ्या नावाचा वापर करत होता, म्हणे!

या कृष्णद्वैपायनाला घेऊन त्याचे वडील पराशर हस्तिनावतीला आले होते, तेव्हा बाबांना जाऊन किती वर्षं झाली होती? कितीही आठवायचा प्रयत्न केला, तरी आठवत नाही. किती वर्षं, कोण जाणे. गावात आला होता, म्हणे, आई-मुलाची भेट घडवावी, म्हणून. त्यानंतरच किती तरी गोष्टी समजल्या. एक दिवस तीच समोर बसून सारं काही सांगत होती.

सोळा वर्षांची मुलगी नाव वल्हवत होती, तेव्हा नदी ओलांडण्यासाठी नावेत चढलेले पराशर ऋषी तिची देहयष्टी पाहून भाळून गेले. विकारविवश होऊन त्यांनी 'तरुणी, तुला पाहून मी उद्युक्त झालोय्. ये.' अशी मागणी केली, तेव्हा तिनं नदीकाठाच्या एका झुडुपाआड आडोशाला नाव बांधून स्वत:ला त्यांच्या स्वाधीन केलं, म्हणे. त्यानंतरही ते तिला भेटतच होते. तिला दिवस

राहिल्याची खात्री होताच पुन्हा यायचं वचन देऊन ऋषी कुठं तरी निघून गेले, म्हणे. आई-वडिलांनी मुलीचं बाळंतपण केलं आणि तिघंही मोठ्या मायेनं त्या मुलाला सांभाळू लागले. काही वर्षांनी ऋषींनी येऊन मुलाची मागणी केली.

"नाही देणार. तू लगेच निघून गेलास. तिच्याशी लग्न केलं नाहीस." धीवर उत्तरला, म्हणे.

"लग्न झालं नसलं, म्हणून काय झालं? माझ्या बीजापासून जन्मलेला हा मुलगा माझा आहे. मुकाट्यानं दिला नाहीस, तर शाप देईन..." अशी भीती घातली.

अंगावर पिणारं मूल द्यायला तिघंही तयार नव्हते, म्हणे. म्हणजे त्या पर्वतसीमेकडच्या स्त्रियांपेक्षा ही बरी म्हणायची. एवढ्या लहान मुलाला तो तरी कसा पोसणार? अखेर त्यानं सांगितलं,

"मुलगा आठ वर्षांचा होईपर्यंत तुम्ही सांभाळा. त्यानंतर मी घेऊन जाईन आणि उपनयन, विद्याभ्यास वगैरे करवेन."

आठव्या वर्षी पुन्हा आला आणि त्या रडणाऱ्या मुलाचा हात धरून त्याला घेऊन निघून गेला. आईसारखाच काळा रंग. त्यामुळं कृष्ण असं नामकरणही केलं, म्हणे. कोळ्याला राग येणं साहजिकच होतं. त्यानं अश्रू ढाळणाऱ्या मुलीला ताकीद दिली,

"आता कुणीही तुला स्पर्श करायला आला, तरी आधी मला विचार. लग्नही न करता बी पेरून वाढलेलं पीकही उचलून घेऊन जातात हे! आणि पोटात नऊ महिने वाढवलेल्या भूमीच्या नशिबी मात्र फक्त दुःखच!"

त्यानं तसं सांगितलं नसतं, तर माझ्या पित्यानं तिच्याशी लग्न करायचा प्रश्नच आला नसता.

पहिल्यांदा कृष्णद्वैपायनाला हस्तिनावतीला आणलं, तेव्हा त्याचं काय वय होतं? बारा की तेरा? निश्चित आठवत नाही. पण किती ओघवती वाणीनं वेदपठण करत होता! त्या लहान वयात वेदांमधल्या किती तरी ऋचा तोंडपाठ म्हणून दाखवत होता. अर्थही सांगत होता. पित्यानं फक्त उचलून नेलं नाही, तर योग्य शिक्षणही दिलं होतं त्याला. त्या वेळी पराशर राजवाड्यातच उतरला होता. त्याच्या मुलाची आई विधवा होऊन फक्त एक वर्षंच झालं होतं. दोन लहान मुलं तिच्या पदरात होती. त्यानं तिची अपेक्षा केली नाही आणि तिनंही तसं सुचवलं नाही... नोकर सांगत होते. माझी जाणून घ्यायची इच्छा नसतानाही मुलानं आईला भक्तिभावानं नमस्कार केला, म्हणे. त्याची तिच्यावरची श्रद्धा आजही अविचल आहे.

गंगेपलीकडच्या पर्णकुटीत राहून मी वेदाध्ययन करत होतो तेव्हा. बाप

आणि मुलगा दोघंही मला भेटायला माझ्या पर्णकुटीत आले होते.

"अलीकडे क्षत्रियांमध्ये वेदाध्ययन करण्याचं प्रमाण कमी होत आहे. भीष्मा, तू नाही तरी ब्रह्मचर्याची प्रतिज्ञा केलीच आहेस. आता तू ब्राह्मण हो. तुझा पिता राजा झाल्यावर त्याचा भाऊ भार्गव गोत्रातल्या अर्ष्टिषेण कुटुंबात गेला नाही का? आता नाही तरी तुझा धाकटा भाऊच राजा होणार आहे. तूही माझ्याबरोबर चल आणि ब्राह्मण होऊन राहा."

पराशर मुनीचं हे बोलणं मी का ऐकलं नाही? त्याच वेळी मी ब्राह्मण होऊन गेलो असतो, तर ही कुरुवंशाची डोक्यावर पडलेली जबाबदारी तरी चुकली असती. आता ब्रह्मचारी होऊनही गृहस्थाच्या कुठल्याच जबाबदाऱ्या मला टाळता आल्या नाहीत.

पराशरानं मुलाला उचलून नेलं नसतं, तर कृष्ण तिचा मुलगा म्हणून तिच्याकडेच राहिला असता. माझ्या पित्याशी तिचं लग्न झालं, तेव्हा त्याला मुलगा झाला असता, नात्यानं माझा भाऊ झाला असता. आताही त्याचं आणि माझं भ्रातृत्व नात्यापुरतं राहिलं आहे. आजकाल क्षत्रिय कानीन-पुत्राला हीन मानतात. तेव्हा असं नव्हतं. किती वेगानं बदलतंय् हे जग! हा नवा विचार त्यांना सुचला तरी केव्हा? असा बदल होत राहिला तर सनातन धर्माचं काय? 'महर्षी, या मुलाला तुम्ही का उचलून घेऊन गेलात? आईपाशी का सोडलं नाही?' या आपल्या प्रश्नावर पराशरांनी काय उत्तर दिलं? हो आठवलं, 'एक तर हा माझा मुलगा आहे. माझ्या बीजाचा. त्यामुळं त्याला सोडायचा प्रश्नच येत नाही. दुसरं, म्हणजे त्याला तिथंच सोडलं असतं, तर तोही कोळी झाला असता. आता एवढ्या लहान वयात तो कसा वेदाभ्यासक झालाय्, हे तूच पाहिलंस. पुढं अत्यंत थोर वेदान्ती होईल हा! तिसरी गोष्ट अशी, की सुरुवातीला तिच्यावर मोहित झालो, तो कामभावनेमुळं, हे खरं असलं, तरी त्यानंतर ती गर्भवती होईपर्यंत मी तिला पुन्हा पुन्हा का भेटलो, ठाऊक आहे का? मला माझी वेदविद्येची परंपरा पुढं घेऊन जाण्यासाठी एक मुलगा हवा होता. प्रकृतीनं प्रेरित केलं, ते क्षेत्र स्वीकारून मी तिथंच राहिलो.'

त्याचं खरं आहे. आज कृष्णद्वैपायनाच्या तोडीचा एकही वेदान्ती नाही. पराशराचं ऐकून मीही ब्राह्मण झालो असतो, तर एवढा मोठा वेदान्ती झालो असतो, की नाही, कोण जाणे!

भीष्मांच्या मनात खिन्नता दाटली. मन कृष्णद्वैपायनाच्या आकृतीनं भरून गेलं.

काय तेज! किती ज्ञान भरलंय् त्या काळ्या रंगाच्या देहात! पराशराचं खरं आहे. पीक नेहमी बीजाचंच. नाही तर हा मुलगा कोळी व्हायला हवा होता; पण पाठोपाठ दुसऱ्या विचारानं आक्रमण केलं– आईचा काळा वर्ण घेऊन आलेला

मुलगा फक्त बीजाचाच कसा होईल?

रात्र झाली होती. चांदण्यांच्या अस्पष्ट उजेडात रस्ता अस्पष्ट दिसत होता. सगळ्यांत पुढं जाणाऱ्या दोन्ही घोडेस्वारांच्या हातात दोन पलिते होते.

भीष्मांनी सारथ्याला विचारलं,

"रस्ता नीट दिसतो ना?"

"होय, आजोबा. शिवाय चांगलाच माहितीचा रस्ता आहे हा..." म्हणत तो उठून त्यांच्यापाशी आला आणि एक मृदु लोकरी वस्त्रं त्यांना पांघरून पुन्हा आपल्या जागेवर बसून घोडे हाकू लागला. आता कुठं वेगात धावणाऱ्या रथाच्या वेगामुळं जाणवणारा गारठा त्यांच्या लक्षात आला.

पुन्हा कृष्णद्वैपायनाची आठवण. तसंच आपण का पूर्णपणे परमार्थाच्या मार्गानं गेलो नाही, याचं शल्य.

नदीच्या पलीकडे पर्णकुटीत ब्राह्मणासारखाच राहत होतो ना! राजवाड्याशी असलेले मानसिक संबंधही तोडले होते तेव्हा. एवढ्या वर्षांत एकदाही नावेची आठवण झाली नाही. पित्याला जाऊन चौदा वर्षं झाली होती. सत्यवतीच्या थोरल्या मुलाला एका गंधर्वानं ठार मारलं, म्हणे. दुसरा विचित्रवीर्य तेरा वर्षांचा मुलगा... अंहं. कोवळं बालकच! रडत आली धाकटी आई. आजारानं तडफडत असलेल्या त्या कोवळ्या मुलाला तशीच चालवत आली आणि जमिनीला स्पर्श करत म्हणाली,

"भीष्मा, तुझी आई असूनही तुला नमस्कार करते. इकडं माझ्याकडे वळून पाहा!"

सख्ख्या आईविषयी जिथं मनात भक्ती नव्हती, हिच्याविषयी कसा आदर निर्माण होणार? पण मधल्या अवधीत वेदाध्ययन केलं होतं ना! मग कुणी दया-याचना करत असेल, आणि जर ती व्यक्ती स्त्री असेल, तर दया दाखवायला नको का?

अश्रू ढाळत ती सांगू लागली,

"तुझ्या धाकट्या भावाला, चित्रांगदाला एका गंधर्वानं द्वंद्वयुद्धाचं बोलावणं पाठवून क्षणार्धात ठार केलं. परवाच घडलंय् हे. अजून मृतात्म्याला पाणीही सोडलं नाही! त्या गंधर्वानं आपला उत्तरेकडचा भाग हिसकावून घेतलाय्, म्हणे. आणि आता दोन दिवसात हस्तिनावतीही हिसकावून घेणार आहे, म्हणे. तुझ्याशिवाय कोण वाचवणार आता? तुझ्या या धाकट्या भावानं कुणाच्या तोंडाकडं पाहायचं?"

तापानं फणफणत असलेल्या मुलाला तिनं जमिनीवर झोपवलं होतं.

“राज्यसिंहासनाला स्पर्शही करणार नाही, अशी प्रतिज्ञा केलेला माझ्यासारखा ब्रह्मचारी काय करणार?”

“म्हणजे तुझे वडील, आजोबा, पणजोबा वगैरे मागच्या शंभर पिढ्यांनी उभारून विस्तारलेलं हे राज्य पर्वतसीमेकडच्या रानटी लोकांच्या हाती जाईल. मी बाईमाणूस काय करणार? माझा पिताही वारला. या मुलाला आता मासेही धारायला येत नाहीत. जगण्यासाठी मासे धरायला शिकवणं एवढंच आता माझ्या हाती आहे.”

“त्याची आवश्यकता नाही. तुझं आणि तुझ्या मुलाचं पोट भरण्याची जबाबदारी माझी.”

“फक्त स्वत:चं पोट भरण्याचा प्रश्न सोडवण्यासाठी मी आले नाही. तुला या राज्याचा मोह नसेल. आता तो मलाही राहिला नाही. दोन नावा आणि चार वल्ही पेलण्याची कुवत असणाऱ्याच्या खांद्यावर न पेलणाऱ्या जबाबदारीचं ओझं टाकलं, तर काय होतं, हे मला पुरेपूर समजलं आहे. राज्याची आशा नसली, तरी तुझ्या पित्याचा हात धरून, या घरी येऊन एकोणीस वर्षं झाली. तीन वर्षं त्यांची बायको होते मी. त्यामुळं हे राज्य असं नष्ट होऊ नये, असं वाटतं. ते नीट सांभाळलं नाही, तर तुझ्या पित्यावर आणि इतर पितरांवर अन्याय केल्यासारखं होणार नाही का? म्हणून पदर पसरतेय्. हात धरून आलेल्या माझ्यासारख्या धीवर-कन्येला एवढं वाटतं, तर प्रत्यक्ष त्या पित्यापासून जन्मलेल्या, राजवाड्यातच वाढलेल्या आणि कुरुवंशातला वीराधिवीर म्हणून बिरुद मिरवणाऱ्या तुझ्यासारख्याला काहीच वाटत नाही का?”

एवढ्या धर्माच्या गोष्टी ती शिकली तरी केव्हा? सुरुवातीला राजवाड्यातलं तिचं बोलणं-वागणं मी पाहिलं होतं. किळस वाटली होती. मनात हसलोही होतो तिला. पण आता ती सुसंस्कृतासारखी वागत-बोलत होती. मलाच धर्म-कर्तव्य आणि पितृऋणाचा प्रश्न घालत होती. माझ्यापेक्षा सुसंस्कृतपणे वागत होती आणि मीच अनार्य असल्यासारखी बोलत होती.

मनाचा एक कोपरा संतापानं पेटला. आनंदही झाला. समाधान वाटलं. भीती ओसरली.

“मी उद्या सांगेन. आता तू जा.”

“तेवढ्यात हस्तिनावती गंधर्वांच्या तावडीत सापडली, म्हणजे?” तिनं विचारलं.

एका स्त्रीनं केलेल्या प्रार्थनेनं अगोदरच मी अवघडून गेलो होतो. शिवाय गंधर्व म्हटलं, की पहिल्यापासूनच माझ्या मनात राग, तिरस्कार. माझ्या जन्मदात्रीच्या भागातले लोक ना ते?

"चल. हस्तिनावतीचं रक्षण करून माघारी वळेन..." म्हणत मी उभा राहिलो.

त्या दिवशी नाव चालवताना मी एका कडेला उभा होतो. ती मध्ये बसली होती. नदीच्या लाटांना न घाबरता. मुलगा विचित्रवीर्य मात्र लाटांना घाबरून आईच्या पायांपाशी बसून राहिला होता.

मी राजवाड्यात आल्याची बातमी पाहता पाहता गावभर पसरली. शंतनूचा वीर पुत्र, निष्ठावान ब्रह्मचारी सोळा वर्षांनंतर नदी ओलांडून गावी परतल्याचं समजल्यावर मला बघायला ही गर्दी जमली!

मी तातडीनं सैन्य बोलावलं. राज्यात योग्य सैनिकच नव्हते. खेड्या-पाड्यातून ग्राम-प्रमुखांना निरोप पाठवून युद्धाचं शिक्षण देणाऱ्यांपैकी कोण असेल, त्यांना बोलावून घेतलं. मीही विसरून गेलेल्या धनुर्विद्येचा पुन्हा सराव करून त्यांनाही शिक्षण देऊन गंधर्वांची वाट पाहत बसलो. पण गंधर्व काही आलाच नाही. उलट, बळकावलेला उत्तर भागही सोडून पळून गेला. ही बातमी कानांवर येताच मी स्वत: सैन्य घेऊन उत्तर भागाला गेलो. तिथल्या लोकांकडून गंधर्वाची सीमा कुठं आहे, ते विचारून चढाई करून गेलो आणि त्याला पूर्णपणे संपवूनच माघारी फिरलो. डोंगरावरचं युद्ध म्हणजे काही साधी गोष्ट नाही. चढताना छाती फुटेल, की काय, अशी धडधडते, लवकर थकायलाही होतं. त्या लोकांना मात्र त्याची सवय असते. अखेर त्याला ठार मारलंच. कुरुवंशाचा सन्मान राहिला.

गावी परतून गंधर्वाचा वध केल्याचं धाकट्या आईला सांगितलं आणि त्याच दिवशी पुन्हा नदी ओलांडून पूर्ववत पर्णकुटीत आलो. कर्तव्य पार पाडून आणि पितृऋण संपवून.

दुसऱ्या दिवशी सकाळी पुन्हा ती मुलाबरोबर आली.

"भीष्मा, तू चिरंजीवी हो. मीही आर्य होऊन तुझी माता या नात्यानं तुला आशीर्वाद देते. राज्य वाचवलंस, पण पुन्हा इथं का येऊन बसलास? तुझा नियम मला ठाऊक आहे. तू राजसिंहासनावर बसून व्रतभंग करावास, असं मीही म्हणत नाही. जवळ राहून राज्यकारभार पाहा. या मुलाला नीट उभं केल्यावर पुन्हा हवंतर इथं ये. जर हे केलं नाहीस, तर तू त्या गंधर्वाचा जो वध केलास, त्याला अर्थच राहणार नाही."

राज्याचा त्याग करून निघून जाऊनही पुन्हा नशिबी राज्यकारभार पाहणं आलं. राज्यकारभार पाहायला सुरुवात केल्यानंतर त्या वेळेपर्यंत राज्यात काय काय चाललं होतं, हे लक्षात येऊ लागलं. तो म्हातारा कोळी राजवाड्यात येऊन राहिला. जावई आधीच मोहवश होऊन चार दिवस अंत:पुरात राहिला होता.

नंतर आजारपणामुळं त्याच अंथरुणाला खिळून राहिला. नंतर मरण पावला. एकूण काय, सासऱ्याचा कारभार सुरू झाला. योग्यता नसलेल्या व्यक्तीच्या हाती अधिकार गेले आणि त्या अधिकारस्थानाची व्याप्तीच कुजून गेली. सुरुवातीला आपली न्यूनता लक्षात येताच त्या पदाला शोभणार नाही, एवढ्या नम्रपणे वागत होता, म्हणे. नंतर हळूहळू पराकोटीचा उद्धट झाला. वसुलीसाठी गेला, तरी अधिकार अपरिमित प्रमाणात वापरत होता, म्हणे. लोकांचा राज्यकारभारावरचा विश्वासच कमी झाला. यापेक्षा कुणीतरी दुसऱ्यानं राज्य जिंकलं, तर बरं, असं प्रजेला वाटू लागलं. उत्तरेकडे गंधर्वानं चढाई केली, ती याच प्रकारातून. याच कोळ्यानं चित्रांगदाला राज्यकारभाराचं शिक्षण दिलं होतं, म्हणे. गंभीरता, अभिमान आणि अहंकार यातला फरकही न जाणणारा तो मुलगा बारा वर्षांचा असताना आजोबा मरण पावले. मी तर नदीच्या पलीकडे असूनही याविषयी कशातही लक्ष घालत नव्हतो.

अखेर चित्रांगद सिंहासनावर बसला. त्या कोळ्याची इच्छा एकदाची पूर्ण झाली! त्याच्या मुलीची इच्छाही फळाला आली. सैन्यात भरती होण्यासाठी कुणीही तरुण पुढं येत नव्हता. पहिल्यापासून वेदविद्येच्या क्षेत्रातही नावाजलेला देश. पण राजाश्रय नाही आणि परिस्थिती सुधारायची लक्षणं नाहीत. त्यामुळं सारे वेदान्ती इतरत्र– त्यातही बरेचसे शेजारच्या पांचाल देशात निघून गेले. राजभांडारात व्यवस्थित धन जमा होत नव्हतं. स्वत: राजा घोड्यावरून जाऊन प्रत्येक घरापुढं उभा राहून असंस्कृत पद्धतीनं आरडा-ओरडा करत होता! त्यानंतर घरातला कर्ता माणूस चार मापटी धान्य देत होता, म्हणे! हा राजा उत्तर भागावर गंधर्वाचा बिमोड करायला गेला, तेव्हा त्यानं विचारलं, म्हणे,

"तुझं नाव काय, रे!"

"चित्रांगद महाराजा."

"हे चित्रांगद महाराजाचं राज्य आहे ना?"

"हो!"

"माझंही नाव चित्रांगदच आहे. म्हणजे हे राज्य माझं आहे, असं तूच आता कबूल केलंस!"

"ए! माझं नाव चित्रांगद आहे!"

"हे पाहा, गेली चाळीस वर्षं मला सगळे चित्रांगद म्हणून ओळखतात. तुला?"

"सतरा वर्षं."

"म्हणजे कुणाला आधीपासून त्या नावानं ओळखतात, तूच सांग! हे पाहा, माझं नाव चोरून ते तुझ्या बापानं तुला ठेवलंय्. आधी घरी जा आणि आईला म्हणावं, वेगळं नाव ठेव. मग बोल माझ्याशी!"

काय बोलायचं, ते न सुचल्यामुळं गोंधळून गेलेल्या आपल्या राजाची फजिती पाहून त्याचेच प्रजाजन हसत होते, म्हणे! त्यानंतर जेव्हा त्या गंधर्वानं हातात तलवार घेऊन त्याचं मुंडकं हवेत उडवलं, तेव्हा त्याचे सैनिक झुडुपांमागे पळून गेले, म्हणे! लोकांनी सुटकेचा नि:श्वास सोडला, म्हणे!

झाडं-झुडुपं विरळ होऊन थोडं सपाट मैदान लागलं. थंडगार वारं वाहू लागलं. भीष्म पांघरलेल्या लोकरी वस्त्रात अधिकच गुरफटून बसले. सुकेशानं विचारलं,

"आजोबा, आणखी एक कांबळं देऊ का?"

"नको, हेच खूप जड वाटतं..." म्हणत ते त्यातच गुरफटून, चेहराही त्यानं झाकून घेऊन, पाय लांब करून झोपले. रथ उसळत होता. रस्ता नीट ठेवला नाही. तपोवनात जाणारा रस्ता, म्हणून त्याकडे दुर्लक्ष केलं असेल का? ते पुन्हा उठून बसले. एवढ्या खडबडीत रस्त्यावर झोपण्यापेक्षा बसणंच बरं!

किती कष्ट घेतले ते राज्य पुन्हा सुस्थितीला आणायला! पुन्हा पुन्हा आठवत होतं. लोकांकडून शेतसारा वसूल करणं म्हणजे काही फार कठीण गोष्ट नव्हती. प्रामाणिक आणि विवेकी माणसं शोधून त्यांना राज्यकारभाराचं शिक्षण द्यायला हवं होतं. सारंच नव्यानं उभारावं लागत होतं. जमलेला शेतसारा, लोकांना पटेल, अशा रीतीनं वापरावा लागत होता. लोक आपलं कौतुक करतात, हा भ्रम प्रत्येक राजाचाच असतो. पण त्याचं नेमकं मन कुठं आहे, ते संकटप्रसंगीच समजणार. देश सोडून बाहेर गेलेल्या विद्वानांना पुन्हा माघारी बोलवायचं होतं. म्हणजे शक्तीबरोबरच बरीच कामं चतुराईचीही होती.

आणखी एक अतिशय महत्त्वाचं काम समोर होतं. ते म्हणजे विचित्रवीर्याला तयार करणं. फक्त सुसंस्कृत करणं एवढंच नव्हे, तर क्षत्रियही करायचं होतं आणि हे काम सगळ्यांत कठीण होतं...

रथ फारच उसळू लागला. अंगाची हाडं पार मोडून जातील, असं वाटत होतं. सारथ्याचा काही दोष नाही. हेही समजलं होतं. रस्ताच वाईट असला, तर सारथी कितीही कुशल असेल, तरी काय करणार?

त्यांची नजर भोवतालच्या उंच वाढलेल्या वृक्षांवरून फिरत होती.

❑

# १०

हत्तीवरून वाजवल्या जाणाऱ्या नगाऱ्याचा आवाज कानावर पडताच सैनिक आपलं बोलणं आणि गोंधळ थांबवून तिकडं कान देत होते. ओझं वाहणारे बैल, युद्धाचे घोडे-हत्ती, उत्साह-आशंकेत बुडालेले सैनिक– सगळ्यांनी ऐकलं. ज्यांना ते नीट समजलं नाही, त्यांनी शेजाऱ्यांना विचारलं,

"पांडव पित्यापासून जन्मले नाहीत. ते कौरव वंशातले नाहीतच, म्हणून त्यांना राज्य देणार नाही, असं दुर्योधन म्हणतो. ज्यांना हे मान्य आहे, त्यांनी दुर्योधन महाराजाच्या बाजूनं लढावं. ज्यांना पटत नाही, त्यांनी शत्रु-पक्षाकडे जावं किंवा घरी निघून जावं."

सैनिकांची मनं एकाएकी हलकी झाली. एकीकडे ते गोंधळातही पडले. युद्धाची वाट पाहता पाहता जे वैतागून गेले होते, त्यांना, एकाएकी अंगात चढलेला ताप उतरावा, तसं वाटत होतं. उत्साहित झाले होते, ते मात्र निराश झाले. जेव्हा त्यांना सांगितलं, 'तसं नव्हे, ज्यांना जायचं आहे, युद्ध करायचं नाही, त्यांनी निघून जावं,' तेव्हा मात्र त्यांची निराशा थोडी कमी झाली.

किती तरी घोडदळांच्या रांगांमागे असलेल्या कृषकांच्या पायदळाच्या समूहाला ही दवंडी ऐकूच आली नाही. पोटात अन्न नाही, प्यायला पाणी नाही, म्हणून वैतागलेले ते सैनिक रथिक आणि घोडेस्वारांना मिळणाऱ्या सुखसोयींवरून त्यांना शिव्या हासडत होते.

"त्यांना कसं भरपूर खायला-प्यायला मिळतं? इथं आपल्याला मात्र कुणी खायला देत नाही. सगळ्या युद्धात नेहमी असंच चालतं! त्यांचाच थाट पाहून घ्यावा!"

तोच मलविसर्जनासाठी लांबवर गेलेले काहीजण घोड्यांच्या मार्गानं माघारी घोडेस्वारांच्या तळाजवळून येताना दवंडीची बातमी घेऊन आले. बातमी ऐकताच सगळे उत्साहित झाले. एकमेकांना त्यांनी पुन्हा पुन्हा ती बातमी सांगितली. पाहता पाहत्या त्या समूहातल्या सहाशे लोकांना ती बातमी समजली.

अंग धुऊन स्वच्छ कपडे घालायला पाणी नसल्यामुळं अंगावरच्या घामावर चढलेला धुळीचा थर बोटांनी चोळून चोळून काढत असलेला एकजण म्हणाला,

"हस्तिनावतीला नदी होती. पण आम्हाला जागा मिळाली होती, ती नदीपासून कोसभर अंतरावर! यापेक्षा आपल्या देशात किती बरं! पाहाल, तिथं नदी आणि पाणी! हा कसला दरिद्री देश! चल, निघून जाऊ या आपण."

"हो, हो! आम्हीही येणार." समोर बसलेला एकजण म्हणाला.

"म्हणजे कुंतीची मुलं कुरुवंशाचीच आहेत, असं तुझं म्हणणं आहे का?" आणखी एकानं विचारलं.

"कोण कुंतीची मुलं? आणि कौरव वंश कुठला?" काळ्या मळाची एक गोठी जमिनीवर पडणार नाही, अशी चिमटीत उचलत पहिल्यानं विचारलं.

"एवढंही ठाऊक नाही, मूर्खा! आता आपण युद्ध करायचं, ते कुंतीच्या मुलांबरोबर. कौरव म्हणजे हस्तिनावतीचे." समोर बसलेल्यानं आपलं ज्ञान पाजळलं.

"म्हणजे, कुंती म्हणायचा, तो कौरव वंशातला नाही आहे का?" एवढ्यातच नव्यानं त्या गप्पात सामील झालेल्यानं विचारलं.

ज्याला थोडंफार ठाऊक होतं, तो एकटाच हसला. तो का हसतोय्, हे न कळल्यामुळं इतर सगळे त्याच्या चेहऱ्याकडे नवलानं पाहू लागले. त्यानं त्यांची आणखी टर उडवत म्हटलं,

"बावळट, मूर्ख! म्हणूनच आपल्याला डोंगरातली रानटी माणसं म्हणतात. कौरवांच्या घरातली हकीकत ठाऊक नाही तुम्हांला! असले कसले आर्य तुम्ही!"

"आम्ही काही या आर्यावर्तातले आर्य नाही. नाही म्हटलं, तरी पंचवीस दिवसांचं अंतर. गांधार देशाच्या पलीकडचा आमचा देश. आपल्याकडची हवाही इतकी उष्ण नसते. त्यांचं काय असेल, ते आपल्याला कसं ठाऊक असणार?" मळाची घामट गोळी एकदा हुंगून त्या दुर्गंधीनं किळस आल्यासारखा चेहरा करून, गोळी फेकून देऊन, पुन्हा डाव्या हाताच्या बोटानं कंबर चोळत पहिला म्हणाला,

"काही का असेना! ज्यांना जायचं असेल, ते जाऊ शकतात, म्हणाले ना? तेवढं पुरे. आपण सगळे निघून जाऊ या." त्यांच्यापैकी एकानं सांगितलं.

सगळ्यांनी त्यात आपले आवाज मिसळले.

टर उडवणारा पुन्हा म्हणाला,

"मूर्ख! बावळट! कौरव कोण आणि कुंतीची मुलं कोण, हेही ठाऊक नाही आणि आपल्याला जाता येणार नाही, हेही ठाऊक नाही!"

"का जाता येणार नाही!" चेहरा, मान, गळा, खांदे यावरचा घामाचा आणि धुळीचा लेप चढलेल्यानं मारल्यासारखा हात उगारत विचारलं.

मागच्या बाजूला एक घोडा खिंकाळला. दुसराही खिंकाळला. पाठोपाठ आठ, दहा-पंधरा, वीस– किती तरी घोडे कामभावना व्यक्त करत मृदुपणे खिंकाळले.

ते ऐकून एकजण म्हणाला,

"त्यांचंच आपलं बरं!" आणि फिस्कन हसला, "युद्धासाठी घोडेही आणातात घोड्याही..."

"म्हणूनच म्हणायचं, या आर्यावर्तातल्या आर्यांना घोड्यांचं मर्म ठाऊक नाही, म्हणून..."

मारल्यासारखा हात उगारणाऱ्यानं पुन्हा विचारलं,

"का ठाऊक नाही, सांग, पाहू."

शहाण्यानं आणखी थोडा भाव खाल्ला,

"बावळट नाही ना? मग हे तरी सांगा आता!"

"ते काय फार मोठं वेद-रहस्य आहे? मी सांगतो, ऐका..." डोक्याला उष्णीष गुंडाळलेला एकजण म्हणाला, "आपल्या राजाची बायको गांधार राजाच्या घराण्यातली आहे. गांधार राजाच्या मुलीचा मुलगा इथला महाराजा. म्हणजे आपला राजा याच्याच बाजूनं युद्ध करणार. राजा सांगेल, त्या बाजूनं आपण युद्ध करायला पाहिजे. गावी जातो म्हटलं, तर कोण सोडणार?"

"मग दवंडी का पिटली?" तिघांनीही एकाच आवाजात विचारलं, तरी उष्णीष गुंडाळलेल्याचं म्हणणं खरं असल्याचं सगळ्यांनाच मनोमन पटलं होतं. मघाशी हलकं वाटणारं मन पुन्हा जड झालं.

मागच्या बाजूला घोड्यांच्या टापांचा आवाज ऐकू आला.

सगळ्यांनी मागं वळून पाहिलं.

अश्वपरिचारक लांब बांबूच्या साहाय्यानं चेकाळलेल्या घोड्यांना दूर करत होते.

घोड्यांची एकमेकांशी चाललेली सलगी थांबली, तरी एकमेकांकडे मान वळवून पाहणं मात्र थांबलं नाही.

आपल्याकडच्या लोकांच्या अश्वरहस्याविषयी बोलणारा म्हणाला,

"इथं आल्यापासून मी पाहतोय्. इथंही काहीजण आपल्यासारखेच अश्व-रहस्य जाणणारे आहेत. तो पाहा, तिथं आलाय् ना पांढऱ्या घोड्यावर बसून! तो तांबूस रंगाचा! घोड्याचं पोट, पाहा, कसा घट्ट धरतोय्. इतर कुणी पाहिलं, तर त्यांना समजणारही नाही. हा आपल्या भागातल्या कुणाकडून तरी शिकला असणार, हे नक्की! कुठल्याही शर्तीवर सांगायला तयार आहे मी!"

घोड्यावरून आलेल्या त्या माणसानं गडबड करणाऱ्या त्या घोड्यांना चुचकारून कह्यात आणलं आणि तिथल्या नोकरांना घोडे कशा प्रकारे वेगवेगळे बांधायचे, याच्या सूचना दिल्या.

नोकरांचं त्याच्याशी असलेलं आदराचं वागणं पाहताक्षणी तो प्रमुख असल्याचं लक्षात येत होतं.

पन्नाशीच्या आत-बाहेरचं वय, तांबूस वर्ण, भरपूर उंची, घट्ट आवळून घातलेला घोडेस्वाराचा वेश, चेहऱ्यावर राजवंशाची चिन्हं, पण मस्तकावर राजदर्शक मुकुट नव्हता. राजकुमारांचा लहान मुकुटही नव्हता. डोक्याला फक्त उष्णीष होतं.

घोड्यावर बसूनच युयुत्सु दुर्योधनाकडच्या सगळ्या घोड्यांची पाहणी करत

होता. घोड्यांचा जबडा, डोळ्यांतली चमक, लीद यांची स्वत: परीक्षा करून, मुताच्या रंगाची चौकशी करत होता. प्रत्येक घोड्याच्या प्रकृतीची चौकशी करून रोगाचा किंचितही संशय आला, तरी योग्य औषध सांगून तो पुढं जात होता.

रथापाशी निघाला, तेव्हा समोरून येणाऱ्या दु:शासनानं विचारायचं, म्हणून विचारलं,

"युयुत्सु, सारं ठीक आहे ना? रथांचे घोडे पाहिलेस?"

युयुत्सूनं काहीच उत्तर दिलं नाही.

तोही पुन्हा काही न विचारताच दुसऱ्या कामाच्या घाईत असल्यामुळं निघून गेला.

रथांना घोडे जोडले नव्हते. त्या घोड्यांच्या दिशेनं निघालेल्या युयुत्सूचं मन एकाएकी बदललं. पुढं जायचा उत्साह नव्हता. कुठं जावं, तेही समजत नव्हतं. आपला घोडा उजवीकडे वळवून तो निघाला. जवळच कुठं तरी दवंडीचा आवाज ऐकू येत होता. सारं ठाऊक असलं, तरी दोन वेळा ऐकलेली दवंडी आता पुन्हा घोड्याचा लगाम ओढून तो ऐकू लागला.

"...दुर्योधन महाराजाचा पक्ष ज्यांना मान्य नसेल, त्यानं शत्रुपक्षात जावं... ज्यांना युद्ध नको असेल, त्यांनी गावी निघून जावं..."

उद्या सकाळपर्यंत जे ठरवायचं, ते ठरवलं पाहिजे. या गोंधळापासून कुठं तरी लांब जाऊन शांतपणे विचार करायला पाहिजे. पण कुठं म्हणून जाणार? कितीही दूर गेलं, तरी सैनिक, घोडे, रथ, हत्ती, हस्तिनावतीहून अजूनही येत असलेल्या सामानाच्या असंख्य गाड्या! खरं तर आपली बुद्धी घोड्यावरून फिरतानाच नीट काम देत असते. मग आजच का बरं काहीही सुचेनासं झालय्? थकल्यामुळं असेल का? तीन रात्रींच्या जागरणामुळं अथवा... अथवा... पुन्हा काही सुचेनासं झालं. पन्नाशी उलटल्यावर घोड्यावर बसून विचार करणं शक्य नाही, की काय, कोण जाणे. तसंही असेल कदाचित.

"युद्ध नको असेल, त्यांनी गावी निघून जावं... अथवा शत्रुपक्षात जावं..."

सहा महिने होऊन गेले युद्धाच्या बातम्या दुमदुमायला लागून. दुर्योधनाच्या निश्चयाविषयी मला तर मुळीच संशय नव्हता. पांडवांकडे मात्र कौरवांविरुद्ध लढण्याइतकी शक्ती आहे, की नाही, याविषयी मन शंकित होतं. आता त्यांनीही सात विभागांचं सैन्य जमवून उभं केलं आहे. किती तरी राजेही त्यांच्या बाजूनं लढत आहेत. पहिल्यापासूनच माझा या युद्धाला विरोध आहे. तसं दुर्योधनालाही मी सांगितलं होतं.

त्याचा घोडा खिंकाळला. पुढचे दोन्ही पाय उचलून आळस दिल्यासारखा उभा राहिला.

काय झालंय् याला? असं मनात म्हणत त्यानं मांड घट्ट केली.

आपल्याला युद्धच नको, असं वाटलं, की आणखी काही? अंहं. युद्ध हवं, की नको, हा प्रश्न कधीच महत्त्वाचा नव्हता. या घरात जन्मलो. धृतराष्ट्रापासून. गांधारीच्या दासीच्या पोटी. आई नेहमी धृतराष्ट्राचा उल्लेख 'तुझा पिता' असा करते. अगदी विधिवत विवाह झाला असावा, अशा पतिव्रतेच्या निष्ठेनं त्याच्याशी वागते. लग्नाच्या वेळी राजकन्येबरोबर वधूच्या सेवेसाठी... त्याहीपेक्षा तिच्या पतीच्या करमणुकीसाठी... काही सुंदर दासीही पाठवतात ना? माझी आई तशीच गांधारीची खास दासी होती. सखी होती. गांधार देशाचा राजा गरीब असल्यामुळं त्यानं फक्त दहाच दासी पाठवल्या होत्या आपल्या मुलीबरोबर. आजही गांधारी आपल्या सखीला स्पर्शावरून ओळखते. डोळे बांधून घेतलेल्या गांधारीचा हात धरून फिरवायची ती...

मांड घट्ट आवळून ठेवल्यामुळं घोड्यानं पुढचे पाय जमिनीवर टेकवले.

घोड्यालाही विश्रांती मिळालेली नाही. पिता म्हणवून घेणारा मला 'बाळ...' म्हणतो; पण राजकुमार म्हणत नाही. तो मान फक्त सोबत सप्तपदी चाललेल्या गांधारीच्या चौदा मुलांना! सगळ्यात धाकट्या दुःशलेला! आम्ही इतर सगळेजण मात्र फक्त मुलं. धृतराष्ट्र-पुत्र. कौरव नव्हे. राजकुमारही नव्हे. ह्यालाही विश्रांती नाही. हा कितीही दमला तरी दुसरा घोडा घ्यायची मला इच्छाच होत नाही. माझं असलं प्रेम, म्हणजे या बिचाऱ्या घोड्याला त्रासच!

समोरून दुर्योधन येत होता. युयुत्सूला पाहताच त्यानं आपला घोडा तिकडं वळवला. त्याच्या पाठोपाठ त्याचे रक्षकही आले. दुर्योधन आपण होऊन म्हणाला, "सहोदर युयुत्सु, घोडे चांगले आहेत ना? आचार्य द्रोण आताच सांगत होते, या युद्धात खरं महत्त्व आहे, ते घोड्यांच्या कामगिरीचंच. त्यामुळं सगळा भार संपूर्ण अश्वदळाचं अधिपत्य स्वीकारलेल्या तुझ्याच खांद्यावर आहे. घोड्यांना सामुदायिक रोग होणार नाही, याकडे तुझं लक्ष असेल, याची मला खात्री आहे. नवी जागा, नवी माती, नवं पाणी, खायला नव्या जातीचं गवत. गवताची व्यवस्था नीट आहे ना?"

जास्त काही बोलायची इच्छा नव्हती. तरी तो उत्तरला,

"सारं काही ठीक आहे."

दुर्योधनानं त्याच्या चेहऱ्याकडं पाहिलं. आपला घोडा त्याच्यापाशी घेऊन जाऊन त्याच्या दंडावर हात ठेवत प्रेमानं भरलेल्या स्वरात विचारलं,

"एवढा कसला विचार चाललाय्, बंधो?"

युयुत्सु काही बोलला नाही. अधिक खोदून विचारायची इच्छा नव्हती, की सोबत असलेल्या इतर सरदारांसमोर फारसं बोलणं योग्य वाटलं नाही, म्हणून, कोण जाणे! पण दुर्योधनही पुढं काही बोलला नाही.

"पूर्वेकडचे काही राजे येऊन पोहोचलेत, म्हणे. त्यांना सामोरं जायला हवं..." म्हणत तो निघून गेला.

युयुत्सूनं त्या दिशेला वळूनही पाहलं नाही.

सहोदर युयुत्सु! बंधो! व्वा! गेल्या सहा महिन्यांपासून खोलवर मनात ठसठसणाऱ्या जखमेला आता तोंड फुटत होतं. युद्ध हवं, की नको, हा प्रश्न त्याला कधीच एवढा मोठा वाटला नव्हता. त्यासंबंधीचा अंतिम निर्णय घेणं त्याच्या हातातही नव्हतं. किती केलं, तरी दासीपोटी जन्मला होता तो. इतर शहाऐंशी मुलांप्रमाणे. दुर्योधनानं कधीच त्यांना आपली भावंडं मानली नव्हती. घोड्यांच्या चाकरांवरचा, रथांच्या नोकरांवरचा, माहुतांवरचा अधिकारी असाच उल्लेख करत होता. सवयीमुळं त्यात आम्हालाही काही वाईट वाटत नव्हतं. दासीच्या पोटी जन्मल्यावर लग्नाच्या बायकोच्या पोटी जन्मलेल्या मुलांशी बरोबरी होऊ शकत नाही, हे मला समजत नाही का?

द्रुपदाचा दूत आला, त्या वेळी पहिल्यांदा दुर्योधन म्हणाला ना?

"ते पाचजण असतील. मला नव्व्याण्णव भाऊ आहेत, हे लक्षात ठेवा, म्हणावं. फक्त तेरा नव्हे!"

नंतर यादवांचा कृष्ण बोलणी करायला आला होता, त्यावेळीही त्यानं असंख्य वेळा याचाच पुनरुच्चार केला. त्याच्या तोंडून असे उद्‌गार ऐकत असताना पित्याच्या चेहऱ्यावर किती समाधान पसरलं होतं! थोरल्या भावाच्या मनात, थोडं का होईना, बंधुप्रेम निर्माण झालं, म्हणून! पण माझ्या मनात मात्र त्या वेळी का अस्वस्थता निर्माण झाली?

कृष्ण वासुदेवाबरोबरची बोलणी अयशस्वी होऊन युद्ध होणार, हे निश्चित झाल्यावर दुर्योधनाचं वागणं तर किती बदलून गेलं! उर्मटपणा नाहीसा झाला आणि आम्हा इतर भावंडांना हाक मारताना भ्रातृप्रेम ओसंडून वाहू लागलं अगदी! आमची साधी, मातीच्या भिंतींची घरं कुठल्या दिशेला आहेत, हेही ठाऊक नसलेला हा महाराजा नोकराला बरोबर घेऊन आमच्या घरी आला! आमच्या बायका-मुलांची आस्थेनं चौकशी केली! मग काय! हे दासी-पुत्र आणि त्यांच्या त्याच कुलातल्या बायका आनंदानं किती फुलून गेल्या होत्या! माझी बायको आणि मुलंही धन्य धन्य झाली होती! प्रत्यक्ष महाराजा घरी आला! बायकोनंही त्या वेळी मला विचारलं ना,

"साक्षात महाराजा घरी आले असता तू असा का चेहरा करून बसून होतास?"

खुलासा केला, तरी तिला कसा समजणार माझ्या मनात निर्माण झालेला तिरस्कार?

घोड्यानं पुन्हा पुढचे दोन्ही पाय उचलले.

फार दमवलं, तर अधिकच हट्टी होईल, असा विचार करून तो घोड्यावरून

खाली उतरला. लगाम शेजारच्या नोकराच्या हाती दिला.

तिथं असलेल्या दुसऱ्या नोकरानं विचारलं,

"दुसरा घोडा आणून देऊ?"

कशाला हवा दुसरा घोडा? आपण कुठं जाणार आहोत?

युयुत्सूला काही समजेनासं झालं होतं.

माझ्याच मनात का तिरस्कार निर्माण झाला? इतर भावंडांच्या मनात त्याचा लवलेशही का नसावा?

प्रश्नाबरोबर उत्तरही सुचलं. पण स्वतःच्या मनातही त्यानं त्याचा उच्चार केला नाही.

एकाएकी विदुरकाकाची आठवण झाली.

एका अर्थी लहानपणापासून त्यानंच मला मोठं केलं. बायकोच्या पोटच्या चौदा आणि दासींच्या पोटच्या शहाऐंशी मुलांना जन्म दिलेल्या अंध राजाला कुठल्या मुलांना उचलून खेळायचं लक्षात असणार? शिवाय बायकोच्या पोटी जन्मलेल्या मुलांना जसं मांडीवर उचलून लाड करतात, तसं कुणी दासीच्या पोटातून गळून पडलेल्यांना उचलून त्यांचा लाड करेल का? मी वर्षाचा होतो, तेव्हापासून विदुरकाकाला माझ्याविषयी अधिक माया वाटत होती, म्हणे. चुणचुणीत मूल, म्हणून. आई किती सांगत असते, त्यानं आंजारून गोंजारून चार शब्द सांगितले नसते, तर मीही इतरांसारखाच झालो असतो, एवढं खरं. तिरस्कार म्हणजे काय, तेही समजलं नसतं.

फक्त हस्तिनावतीच नव्हे, सर्व क्षत्रियांच्या भोवताली दासी-पुत्रांचा एक मोठा समूह आहे. विदुरकाका नेहमी सांगत असतो, या सूतपुत्रांची निष्ठा नसेल, तर कुठलंही राज्य उभं राहू शकणार नाही. आता मलाही त्याचा अर्थ समजतो.

पुन्हा एकवार तिरस्काराची लहर मनात लाटा उठवून गेली.

कसलं जीवन हे! राणीबरोबर राजाच्या सेवेत रत होणारी स्त्री. तिच्या पोटी जन्म घेणारी मुलं. सर्वसाधारण वैश्यांप्रमाणे स्वतंत्र शेती-व्यापार किंवा इतर व्यवसाय करायचं स्वातंत्र्य नाही आणि राजपुत्र म्हणून अधिकारही नाही! मुली जन्मल्या, तर राजकन्येच्या दासी किंवा सखी. तिच्याबरोबर तिच्या पतीच्या घरी जाऊन त्यांच्या इच्छेप्रमाणे सूत कुलाचा प्रसार करायचा!

नोकरानं आणखी एक घोडा आणून त्याच्यापुढं उभा केला.

हुशार आहे! माझ्या आवडीच्या घोड्यांपैकी एक आणलाय्.

युयुत्सु घोड्यावर स्वार झाला; पण कुठं जायचं, हे त्याच्या मनात नव्हतं. राहिलेल्या घोड्यांची पाहणी करायची नव्हती. एकाएकी विदुरकाकाला भेटायची इच्छा झाली.

इतर सगळेजण युद्धासाठी आले आहेत. वयोवृद्ध पितामह, घट्ट हिरड्यांचे आचार्य– इतरही सगळेजण आले आहेत. पण विदुरकाका का आला नाही? या युद्धासाठी आलेले सगळे वृद्ध आजही तेवढेच मोठे वीर असतील का? इतरांना उत्साहित करणं आणि आपल्या काळच्या युद्धाच्या कथाा सांगून त्यांच्या मनात आवेश निर्माण करणं याचसाठी ते आले आहेत. विदुरकाका मात्र आला नाही. भीष्म पितामह आणि द्रोणांनी आधी युद्धाला विरोध केला. आता मात्र महासेनापती-सेनापती अधिकार घेऊन युद्धासाठी उभे राहिले आहेत. विदुरकाका मात्र युद्धाला विरोध करून गावातच राहिला आहे.

युयुत्सूच्या मनात विदुरकाकाविषयीचा आदर पुन्हा वर आला.

'ज्यांना युद्ध नको असेल, त्यांनी गावी निघून जावं किंवा शत्रुपक्षाला मिळावं...' अशी का दवंडी पिटली? त्यामागं कोण असेल?

त्यानं घोडा महासेनापतींच्या डेऱ्याकडे वळवला. व्यवस्थापकाकडून ते कृष्णद्वैपायनांना भेटण्यासाठी गेल्याचं समजलं. हा व्यवस्थापक-सोमरथही युयुत्सूप्रमाणे सूत होता. तो धृतराष्ट्रापासून जन्मला नव्हता. पांडुराजाच्या लग्नाआधी तो हस्तिनावतीमधल्या एका दासीच्या पोटी जन्मला होता. पांडुराजापासून. पांडवांविषयी त्याच्या मनात एक प्रकारचं वात्सल्य होतं. युयुत्सुविषयीही प्रेम होतं. मागं द्यूताच्या वेळी युयुत्सु भर सभेत उभा राहून धर्माविषयी बोलला होता, तेव्हापासून सोमरथाला त्याच्याविषयी अभिमान वाटत होता. सूत असूनही एवढ्या भरलेल्या सभेत भीष्म, द्रोण, विदुर, पिता धृतराष्ट्र यांच्या समक्ष दुर्योधन महाराजाला चार गोष्टी सुनावण्याचं युयुत्सूचं धैर्यच सोमरथाला त्याच्याविषयी आदर वाटण्यास कारणीभूत झालं होतं. आता त्याच्याकडून युयुत्सूला त्या दवंडीमागं घडलेल्या साऱ्या घटना समजल्या. सारं ऐकून त्यानं सोमरथाला विचारलं,

"काय वाटलं तुला ही दवंडी ऐकून?"

"म्हणजे?"

"तुझा पिता पांडुमहाराजा. आता हवं, तर ते तुझ्या भावंडांच्या बाजूला निघून जाऊ शकतोस."

सोमरथ गोंधळात पडला. त्यानं अस्वस्थ होऊन विचारलं,

"काय म्हणतोस तू?"

"नाही म्हटलं, तरी भावंडांचं प्रेम मोठं!"

"चेष्टा करू नकोस. त्यांची माझ्याशी ओळखही नाही. त्यांनी कधी मला दादा म्हणून हाकही मारली नाही."

"व्वा! मग धर्मराजाऐवजी मीच राजा व्हायला पाहिजे, म्हणून तू हट्ट धरलास, तर?..."

"अरे, दासीच्या पोटी जन्मल्यावर मी कसा असं म्हणे? का, रे युयुत्सु, आज फारच थट्टा सुचतेय्!"

युयुत्सु पुढं काही बोलला नाही.

का विचारलं मी याला?

त्याला उत्तरही सुचलं नाही.

पुन्हा घोडा घेऊन तो पुढं निघाला. कुठं, ते त्यालाही ठाऊक नव्हतं. कारणाशिवाय घोड्याला दमवू नये, हेही समजत होतं. आपल्या राहुटीत जाऊन स्वस्थपणे झोपावंसं वाटत होतं.

त्यानं घोडा आपल्या राहुटीकडे वळवला.

एकाएकी विदुरकाकाला भेटायची इच्छा प्रबळ झाली. हस्तिनावतीपर्यंतचं अंतरही काही कमी नाही, हे समजत होतं. कितीही भरधाव वेगात घोडा दौडला, तरी अठरा-वीस घटकांचा रस्ता होता. मुकाट्यानं घोडा थांबवून आपल्या राहुटीत जाऊन झोपला. लगेच झोप लागली. गाढ झोप.

पण थोड्याच वेळात आतून अंधार दाटून आल्यासारखं होऊन तो चटकन उठून बसला. विदुरकाकाला भेटलंच पाहिजे, असं वाटून चेहऱ्यावर साचलेला घाम थोड्या पाण्यानं धुऊन, घोड्यावर मांड टाकून तो निघाला. कुठं जाणार, हे सेवकाला न सांगता. सैनिक, रथ, गाड्या, घोडे, हत्ती यांचे समूह मागं टाकून सरळ रस्त्यानं त्याला जाता आलं असतं. पण तसा गेला नाही. रस्ताभर हस्तिनावतीहून येणाऱ्या सामानाच्या गाड्यांची अखंड रांग भेटतच होती. सामान वाहून आणणारे हत्तीही एकापाठोपाठ एक येत होते.

उजवीकडे वळून त्यानं घोड्याला टाच मारली. सैन्याचा गोंधळ असलेली धुराळ्यानं भरलेली जमीन आणि धुरकटलेलं आकाश मागं टाकून हिरवी जमीन आणि निळं निरभ्र आकाश यांच्या सान्निध्यात आल्यावर थोडं बरं वाटलं. मनातले विचार आता स्पष्ट झाले.

नाही तरी दवंडी पिटलीच आहे. त्यामुळं पांडवांच्या बाजूनं लढायला निघून जायला काहीच हरकत नाही; पण त्याआधी विदुरकाकाला भेटायला पाहिजे. त्याचसाठी आपण निघालो आहोत, हेही आता मनात स्वच्छ दिसू लागलं. पांडव आपल्याला आलिंगन देऊन आपलं स्वागत करतील, याविषयी त्याला मुळीच संशय नव्हता.

एक खेडं मागं पडलं. रस्त्याची एकदा खात्री करून घेऊन पुढं निघाला.

फक्त बायकोच्या पोटी जन्मलेल्या मुलांविषयी का जास्तीचं प्रेम वाटावं?

डोळे बांधून घेतलेल्या बायकोपेक्षा माझी आईच किती सेवा करत होती त्याची!

हरकत नाही. चांगला घोडा आहे. खूप वेगानं धावत असला, तरी फारसा उडवत नाही.

पत्नीच्या पोटी जन्मलेल्या चौदाही मुलांची नावं त्याच्या ओठावर असतात. तीही अगदी क्रमानं! दुर्योधन, दु:शासन, दु:सह, दु:शल, दुर्धर्ष, दृष्टधर्षण, दुर्मर्षण, दुर्मुख, दुष्कर्ण, दुर्भद, दुर्विग, दुर्विरोचन, दुष्टराजय, दुराधर आणि शेवटची दु:शला. या मुलीवर तर त्याचं अपरिमित प्रेम! ते साहजिकच आहे. कन्यारत्न ते! पण दासींच्या पोटी जन्मलेल्या मुलांची नावं लक्षात ठेवण्याएवढी तरी आस्था नको का? मी, जलसंध्र, सम, सह, विंद, अनुविंद एवढ्यांची नावं तेवढी ठाऊक आहेत. तीही गांधारीच्या सखीची मुलं आहोत, म्हणून! पण इतरांचं काय? त्या मुलांना मनात येईल, तेव्हा पित्याला भेटायचा अधिकारही नाही. तशी इच्छाही नाही. किती विचित्र हे!

पुन्हा त्याच्या मनातला तिरस्कार उफाळला.

–आणि वर सहोदर युयुत्सु, म्हणे! बंधो म्हणे! व्वा! किती प्रेमळ बोलणं! पिता मात्र जवळ गेलं, तर मला छातीशी कवटाळतो; पण मस्तक हुंगत नाही. आपल्याला तरी सगळ्या दासीपुत्रांची नावं कुठं आठवतात?

त्या विचारासरशी परिस्थितीचं स्वरूप अधिकच विचित्र वाटू लागलं त्याला.

❑

युयुत्सु हस्तिनावतीत शिरला, तेव्हा सारा गाव झोपेच्या अधीन झाला होता. एका दृष्टीनं बरंच झालं, म्हणा! रस्त्यातच त्यानं आपल्या घरी न जाता सरळ विदुरकाकाच्या घरी जायचं ठरवलं होतं. गावात प्रवेश न करता उजवीकडे वळून सरळ नदीच्या काठावर गेला. अंधूक उजेडात घरापासून नदीकाठापर्यंत उतरणाऱ्या पायऱ्यांवर दोघं बसल्याचं दिसलं. काका आणि कुंतीच असतील, असं वाटलं. कुंती तर सतत घराच्या उंबऱ्यात किंवा नदीच्या काठावर बसून एकटक नदीच पाहत असते. विदुरकाकालाही रात्री लवकर झोप येत नाही. तोही नदीकाठीच बसून असतो. दोघंही नदीकाठी बसले असले, तरी मूकपणेच बसलेले असतात. काका तर आधीपासूनच अबोल आहे. अलीकडे कुंतीही तशीच झाली आहे. काकू पारसवी बिचारी सतत आजारीच असते. झोपली असेल आता. मुलं-सुना, नातवंडंही झोपली असतील.

घोडा थांबवून, त्याला बांधून ठेवून, पायऱ्या चढत असतानाच विदुरकाकानं ओळखलं,

"युयुत्सु?" म्हणत तो पायऱ्या उतरू लागला.

युयुत्सुही धावत पायऱ्या चढून वर गेला आणि त्यानं विदुरकाकाला आणि कुंतीला वाकून नमस्कार केला.

काकानं चौकशी केली.

"युद्धभूमीपासून सरळ इथंच येत आहेस ना?"

खरं तर काकाला सगळ्या बातम्या पोचत असतात. सूत आणि इतरही कितीतरी जणांना त्याच्याविषयी विशेष आत्मीयता आहे. नदीत हात, पाय, तोंड धुऊन वर आल्यावर कुंती त्याला स्वयंपाकघरात घेऊन गेली आणि एका पानात जेवण वाढून तिनं त्याच्यापुढं आणून ठेवलं.

गेले किती तरी दिवस युयुत्सु तिला पाहत होता. विदुरकाकाच्या घरी आल्यावेळी तिच्या शेजारी बसून बऱ्याच गप्पाही मारत होता. पण तिचा हात किती सढळ आहे, हे त्याच्या लक्षातच आलं नव्हतं. या वयातही गदा मावेल, एवढा रुंद तळवा. दोन मुठी भात वाढला, की पार तळापासून गळ्यापर्यंत येईल.

युद्धाविषयी तिनं काहीच विचारलं नाही.

स्वत:च्या हातानं युयुत्सुच्या घोड्याला पाणी पाजून, त्याला गव्हाच्या भिजवलेल्या कण्या घालून, शेजारी बसत काकानं हलक्या आवाजात विचारलं,

"एकाएकी निघून आलास!... आणि तेही या रस्त्यानं!"

दवंडीची हकीकत सविस्तरपणे सांगून युयुत्सु म्हणाला,

"मन गोंधळून गेलं होतं. तुला भेटून थोडं शांत करावं, म्हणून तिथून निघालो. रस्त्यात निश्चय केला. आता मी पांडवांच्या बाजूनं लढेन."

विदुर काहीच बोलला नाही. तसं काही सांगायचा त्याचा स्वभाव नाही, हे युयुत्सुलाही ठाऊक होतं.

त्यानं कुंतीकडे पाहिलं. तिनं विचारलं,

"तू एकटाच या पक्षात येणार?"

"इतर कुणाबरोबर मी बोललो नाही. बोललो, तरी ते त्यांना नीट समजणार नाही, असं वाटतं."

एवढं बोलून युयुत्सूनं मान वाकवून दूध-भाताचे सात-आठ घास एकापाठोपाठ एक खाल्ले. नंतर थांबून म्हणाला,

"काका, युद्धाला तू, पितामह भीष्म, आचार्य– सगळ्यांनीच विरोध केला. आता ज्याला ते अधर्म म्हणत होते, त्याच युद्धासाठी ते गेले आहेत. एवढंच नव्हे, तर युद्धात सैन्यातल्या प्रमुख जागाही मिळवून बसले आहेत. फक्त तूच एकटा असा आहेस, की ज्यानं आत्म्यानं ज्याला संमती दिली नाही, ते काम करायला ठामपणे नकार देऊन घरात बसणं स्वीकारलं आहे. तुला भेटून माझा विचार

सांगावा, म्हणून आलो मी.''

विदुर काही न बोलता तसाच बसून होता. त्याचं नेसलेलं आणि अंगावर पांघरलेलं वस्त्र शुभ्र होतं. डोक्यावरचे आणि दाढीचे केस सुतळीच्या धाग्यासारखे राठ होते. ते निरखत युयुत्सूनं विचारलं,

''युद्धामध्ये भाग घ्यायला नकार दिलास, म्हणून इथं कुणी तुला त्रास देत नाही ना?''

''कसला त्रास देणार?'' उपेक्षेच्या स्वरात त्यानं तो प्रश्न उडवून लावला.

''त्रास दिल्याशिवाय कसे राहतील?'' कुंती म्हणाली, ''वयाचं कारण सांगून आणि युद्धाचा अनुभव नाही, एवढंच कारण सांगून मुकाट्यानं राहिला असता, तर त्यांना राग आला नसता. पण 'तुझं वागणं अन्यायाचं आहे, म्हणून या पापात मी किंवा माझी मुलं सहभागी होणार नाही', असं सांगितलं, तर कोण गप्प बसेल? हा म्हातारा दासीपुत्र आला नाही, तरी काही बिघडणार नाही... म्हणत दुर्योधन युद्धावर निघून गेला. इथं त्याचा अंध बाप मात्र झोपेतही विदुराला शापत असतो, म्हणे. राजसेवकांना पाठवून इथली काही दुभती जनावरं त्यानं चोरून नेली आहेत. जनावरांच्या चाऱ्याचा ढीगही जाळून टाकलाय्. धान्याचा साठा मात्र आत सुरक्षित असल्यामुळं त्याचं फारसं नुकसान करता आलं नाही त्याला.''

''पण चोरून का केलं हे? राजाज्ञेनं सरळच शिक्षा करता आली असती.''

''या विदुराविषयी आंधळ्याच्या मनात विचित्र वात्सल्य आहे. शिवाय लोक नावं ठेवतील, अशीही भीती.''

विदुर म्हणाला,

''धृतराष्ट्रानं असं केलं, त्यात काहीच आश्चर्य नाही. पण आता हस्तिनावतीचे लोकही मला राष्ट्रद्रोही म्हणू लागले आहेत. राजा युद्धावर गेला, तर साऱ्या प्रजेनंच त्याच्या पाठोपाठ जायला पाहिजे ना!''

कुंतीनं पुन्हा दोन वेळा भात वाढला. पुन्हा वाढू लागली, तेव्हा युयुत्सुनं अडवलं. आता त्याचं लक्ष स्वयंपाकघर, दूध, दही, लोणी यांच्या संमिश्र वासाकडे गेलं. विदुर विचारत होता,

''युद्ध, म्हणजे राजभक्तीचा ज्वर! तो सगळ्यांनाच चढायला हवा का? ज्यांना युद्ध नको आहे, त्यांना त्यापासून दूर राहायची संधीही मिळणार नाही का?''

''इथं राहण्यापेक्षा तू मुलं, बाळं, बायको आणि कुंतीला घेऊन पांडवांकडे उपप्लव्य नगरीला का जात नाहीस?''

''का जायचं? या गावातच मी जन्मलो, वाढलो. माझी मुलं याच गावाच्या

जवळपासच्या जमिनी लागडवीखाली आणून पिकं पिकवत आहेत. माझी गुरं-ढोरं या नदीचं पाणी पिऊन शांतवली आहेत. हे सगळं सोडून बेवारश्यासारखं मी का निघून जायचं? शिवाय असं मी म्हटलंय् तरी काय? हस्तिनावती पांडवांना द्या, असं म्हटलं नाही. त्यांच्या वाट्याचं त्यांना देऊन आपलं आपण ठेवून घेऊ या, असं म्हटलं, तर तेही त्यांना रुचत नाही. त्यांच्या दृष्टीनं, कुणावर अन्याय होण्यापेक्षा एवढं मोठं राज्य विभागलं जाऊन आपली शक्ती कमी होईल, ही त्यांची काळजी!''

युयुत्सूनं तांब्यातल्या पाण्यानं हात धुऊन चूळ भरली.

कुंतीनं त्याचं ताट उचलून ठेवलं.

तिघंही तिथंच बसू राहिले. विदुर म्हणाला,

''तुला पांडवांच्या बाजूनं लढावंसं वाटतं ना? मग जरूर जा. निष्ठेनं युद्ध कर. इथं तुझ्या बायको-मुलांना त्रास होणार, हे तर खरंच. पण करणार काय?''

युयुत्सूनं याचा विचार केला नव्हता. महासेनापतींनी तशी दवंडी पिटली, तरी तसं जाणं फारसं सोपं नाही, हे त्याच्या आता लक्षात येत होतं.

कदाचित बाहेरून आलेल्या राजांना हे स्वातंत्र्य मिळू शकेल. पण याच देशातलं अन्न-पाणी खाऊन जगलेल्या प्रजेसाठी ही दवंडी नाही, असा तर याचा अर्थ नाही ना? माघारी जाऊन भीष्मांनाच का विचारू नये? या राज्यातील वीरांना हे स्वातंत्र्य नाही, असं त्यांनी स्पष्टच सांगितलं, तर पुढं काय करायचं?

युयुत्सूला झोप येऊ लागली. तीन दिवसांपासून त्याचा डोळ्याला डोळा लागला नव्हता. एवढ्या लांबच्या प्रवासाचा थकवा, शिवाय कुंतीनं भरभरून वाढलेलं जेवण.

विदुर सांगत होता,

''चोरटेपणानं जाऊ नकोस. राजरोसपणे जा. मला पटत नाही, म्हणून न्यायाच्या बाजूनं लढायला जातो, असं सांगून जा...''

''बरं...''

म्हणून मान हलवत युयुत्सूनं एक लांबलचक जांभई दिली. ते पाहून कुंती म्हणाली,

''चल. झोप बरं तू!''

❑

# ११

बांधून ठेवलेल्या घोड्यांच्या टापांचा जागीच नाचल्यामुळं होणारा आवाज वातावरणात भरून राहिला होता. हत्तींच्या रांगा बऱ्याच दूरवर होत्या. नोकर घोड्यांची लीद भरत असले, तरी ती कुठं टाकायची, ते न समजल्यामुळं त्यांचे जागोजागी ढीग साचले होते. आता भोवताली त्याची दुर्गंधी पसरायला सुरुवात झाली होती. पण द्रोणाचार्यांसाठी म्हणून मुद्दाम उभारलेल्या राहुटीत दरवळलेल्या होमाच्या सुगंधानं अजूनही बाहेरची दुर्गंधी बाहेरच थोपवली होती.

सकाळचं स्नान आटोपून अग्नीजवळ बसलेल्या द्रोणांनी अजून हवनाला सुरुवात केली नव्हती. उजवीकडे समिधांची जुडी पडली होती. तुपाचा मोठा वाडगाही होता. कुठला तरी मंत्र आठवणीतून वर यायला धडपडत होता. पण नीटसा आठवत नव्हता. आता या वेळी या आठवणीनं असं छळावं, याचा त्यांना राग आला होता. या आठवणीची आपल्याला आवश्यकताही नाही.

कुंडातल्या निखाऱ्याला मंद वारा घालून, त्यातला अग्नी प्रज्वलित करून त्यावर रचलेले समिधेचे छोटे छोटे तुकडे पेटवले. ऐंशी वर्ष, आपल्याला समजू लागलं, तेव्हापासून, संस्कार झाल्यापासून ह्या अग्नीचं रक्षण करत असल्याची आठवण झाली. पुन्हा गारगोटी आणि लाकडांच्या साहाय्यानं नवा अग्नी निर्माण करण्याचा प्रश्न आला नव्हता. कुठंही गेलं, तरी घरचा अग्नी जपून घेऊन जात होते.

बाहेर घोडे उभ्या-उभ्याच थयथयाट करत होते. रोज पाठीवर स्वार होऊन, धावून, व्यायाम करून, अंग हलकं ठेवणाऱ्या घोड्यांना असं बांधून ठेवलं, तर काय करतील बिचारे! सकाळपासून आपणही घोडदौड केली नाही, हे आठवून त्यांचं अंग ठसठसल्यासारखं झालं. अधूनमधून भीष्म त्यांची चेष्टा करत : 'आचार्य, घोडदौडीमुळं फक्त तुम्हांलाचा व्यायाम होतो. घोड्याला नव्हे!' मुळातच अंगावर मांस कमी. हाडांची रचनाच स्पष्टपणे दिसत होती. कृश, सुरकुतलेला देह. हेच शक्तीचं आश्रयस्थान नाही का!

त्यांची दृष्टी स्वत:च्या शरीराकडे वळली.

कातडी फारशी सुरकुतली नव्हती.

जाड माणसाचीच कातडी सुरकुतणार?

धूर हलला आणि भक्कन अग्नी पेटला.

हो! आठवलं. 'गर्भोयो अपां गर्भोवनानां गर्भश्च स्थानां गर्भशर्च थां आपनंपात... संज्ञक होऊन पाण्यात आहे, दावाग्नीच्या रूपानं रानातल्या झाडाझुडुपांमध्ये आहे,

स्थावर रूपात काष्ठांमध्ये आहे, जठराग्नीच्या स्वरूपात संचारशील प्राण्यांमध्ये आहे.' इतका चांगला मंत्र पार विस्मरणात गेला होता! अलीकडे फक्त नित्यकर्माचेच मंत्र लक्षात राहिले आहेत. इतर वेदातल्या ऋचांशी संबंधच येत नाही अलीकडे! भीष्म म्हणतात, ते खरं आहे का? खरोखरच मी क्षत्रिय झालोय् का? शिकलेले सगळे मंत्र विसरून गेलोय् का? तारुण्यात वेदाध्ययन केलं असलं, तरी नंतर अध्यापन आणि धनुर्विद्येच्या आहारी गेलो आहे का?

बाहेर घोड्याच्या खिंकाळण्याचा आवाज आला.

माझाच घोडा. हजार घोड्यांच्या खिंकाळण्यामधून त्याचा खिंकाळण्याचा आवाज ओळखता येतो. हजार जणांमध्ये उभं राहून त्याला हाक मारली, तरी तो माझा आवाज ओळखतो!

कान ताठ करून आवाजाचा वेध घेणारी त्याची मुद्राही आता त्यांच्या डोळ्यांसमोर उभी राहिली.

होमाला सुरुवात झाली. रोज म्हणायचे मंत्र सराईत धनुर्धाऱ्याच्या बोटांमधून लीलया सुटणाऱ्या बाणांप्रमाणे तोंडातून बाहेर पडत होते. नाकपुड्या भरून टाकणाऱ्या त्या विशिष्ट खमंग वासातून आठवणारे तेच तेच मंत्र... गर्भोयो... अपाम्... शेवटी उरलेलं सारं तूप अग्नीत ओतल्यावर छातीपर्यंत भडकलेल्या ज्वालांना 'अग्नेयन सुपाधाराये अस्मान्...' म्हणत उठून, प्रदक्षिणा घालून ते आपल्या राहुटीबाहेर आले.

हो. त्यांचाच घोडा. होम करत असताना म्हणत असलेल्या मंत्राचा आवाज ओळखून खिंकाळत होता.

त्याच्याजवळ जाऊन, त्यांनी त्याच्या मानेवरून हात फिरवला.

किती प्रेमानं फुरफुरत होता तो!

भिजलेल्या कण्यांनी माखलेलं त्याचं तोंड कुरवाळलं.

हो. हाच तो मघाशी येणारा वास. रथ दुरुस्त करणाऱ्या सुताराची खटखट. आता राहुटीत होमाचा सुगंध. पापण्या मिटून दृष्टी अंतर्यामी वळवावी आणि दीर्घ श्वास घ्यावा, असं वाटतं. बाहेर आलं, की मात्र मन बाहेरच रमून जातं. एकाच दिवसात ही गत. इथं आणखी राहिलं, तर काय होईल?

भरपूर श्वास आत घेऊन एक-दोन घटकाही राहणं शक्य नसल्याचं त्यांच्या लक्षात आलं. दुर्गंधीकडे दुर्लक्ष करून ते पूर्ण श्वासोच्छ्वास करू लागले.

मागं येऊन उभ्या राहिलेल्या सेवकानं आदरानं दबलेल्या आवाजात हाक मारली,

"आचार्य...."

त्यांनी मागं वळून पाहिलं.

"स्वयंपाक निवून जात आहे. आपल्या स्नान-आन्हिकालाही आधीच उशीर झाला होता..."

"निवून गेला. म्हणून काय झालं?" स्वत:च्या न कळत त्यांचा आवाज चढला; पण सेवकाच्या दृष्टीनं यात काही नवं नव्हतं. तो तसाच उभा राहिला.

"चल, आलोच..." असं त्यांनी म्हणताच तो वळला. राहुटीच्या दारापाशी तो पोहोचला, तेव्हा त्याला पुन्हा हाक मारून त्यांनी विचारलं, "अश्वत्थामा जेवायला आला, की नाही?"

"सकाळी घोड्यावरून गेले, त्यानंतर परतले नाहीत. अजून स्नानही झालं नाही त्यांचं."

"गाढवा, त्याला सोडून मी जेवत नाही, हे ठाऊक नाही तुला?" ते ओरडले.

काही क्षण थांबून खालच्या मानेनं तो म्हणाला,

"अन्न निवून चाललंय्, पुन्हा गरम करायचं म्हटलं, तर दूध फाटून जाईल. काल रात्रीचं दूध आहे. आज संध्याकाळपर्यंत दूध मिळणं कठीण आहे, असं व्यवस्थापकांनी सांगितलं आहे."

"पण तो गेलाय्, कुठं?" लालसर घोड्याची मान खाजवत त्यांनी विचारलं.

उन्हाचा हा कडाका. आणखी घटकाभरातच सूर्य डोक्यावर येईल.

"त्यांच्या वाहिनीतले रथ सगळीकडे विखरून गेले आहेत, अशी बातमी एका सारथ्यानं येऊन सांगितली. सूर्य उगवण्याआधीच उठून, चूळही न भरता, घोड्यावर स्वार होऊन निघून गेले. आता घोडे आणि रथ यांची नीट व्यवस्था लावल्याशिवाय येतील, असं वाटत नाही."

आचार्य 'हं...' म्हणाले.

सेवक आत निघून गेला.

द्रोणांना मुलाचा राग आला.

घोड्यानं मान आणखी लांब केली. गळ्याभोवतीचा दोर सैल करून त्याची मान आणि गळा फरफर घासताना त्यालाही धुवावं, असं वाटलं. पण पाणी नसल्याचंही आठवलं.

आपल्या अधिकारातले रथ आणि घोडे सज्ज करून ठेवणं आवश्यकच आहे. युद्धाची सूचना मिळताच चढाई करायला हवी. पण तरीही सकाळी उठल्यावर स्नान न करता, अग्निकार्य न करता, तोंडही न धूता गेलाय्, म्हणे! हा कसला आचार्य म्हणायचा!

आता त्यांना आपल्या संतापाचं कारण लक्षात आलं. ते मनोमन म्हणाले, 'हा कधीच ब्राह्मण होणार नाही!' सेवक पुन्हा दाराशी दिसला. अन्न पुन्हा गरम

केलं, तर दूध फुटेल असं त्यानं सांगितलेलं आठवलं. रथ, घोडे, हत्ती, सैन्य यांच्या गोंधळात तो कदाचित संध्याकाळपर्यंतही येणार नाही. कदाचित दुधाबरोबरचं हे शेवटचं जेवणही असू शकेल. या जीवनातलं शेवटचं जेवण.

एकाएकी आतून एक शंका उसळी मारून वर आली. फराफरा सात-आठ वेळा त्याच्या मान-गळ्यावरून हात फिरवून, त्याच्या पोटावरून, मांडीवरून दोर फिरवून, पुन्हा त्याला बांधून, ते राहुटीच्या दारापाशी येऊन म्हणाले,

"थोडं पाणी आण. हात धुऊन मी जेवायला बसतो."

दुधात शिजवलेला भात हा त्यांचा खास आवडीचा पदार्थ होता. हा भात पाण्यात शिजवून नंतर गरम दुधात घातल्याचं समजत होतं. तसं केलं नाही, तर रात्रीचं दूध फाटून जाईल, हे समजत असल्यामुळं ते मुकाट्यानं जेवत होते. नीट चावून जेवता येण्यासारख्या त्यांच्या दोनही बाजूंच्या दाढा अजूनही शाबूत होत्या. दोन्ही बाजूंचे सुळे मात्र पडून गेले होते.

किती वर्षं झाली त्याला? दहा? ...छे: नऊ वर्षं झाली.

भात ओरपून खाताना मुलाची आठवण झाली.

त्याला सोडून आपण जेवत नाही, हे त्यालाही ठाऊक आहे. हे क्षत्रिय! सारं बदलून टाकलंय् त्यांनी! स्वत:च्या हातानं अग्निकार्य करावं, एवढाही नियम आता त्यांच्यात राहिला नाही अलीकडे. पुरोहितानं तेवढं केलं, तरी चालतं. स्नानाच्या बाबतीतही त्यांचं असंच! पण अश्वत्थामाही एवढा वेळ झाला, तरी अग्नीला हविस न देता... असला कसला मुलगा जन्मलाय्, माझ्या पोटी! छे:! इथं जेवायला बसायलाच नको होतं. कुजलेल्या लिदीची दुर्गंधी... घोड्यांची घाण, की माणसांचीही? थू:! थोडं लांबवर जाण्याएवढी शुचिताही नाही या सैनिकांत; पण भोवताली दृष्टी जाईल, तिथपर्यंत सैनिक पसरले असता किती म्हणून लांब जाणार? त्यापेक्षा आपणच हवन केलेल्या कक्षात जेवायला बसायला हवं होतं. तो जेवायला इथं येईल, याचीही खात्री नाही. एव्हाना दुर्योधन, दु:शासन किंवा कर्णाकडे त्याचं जेवणही झालं असेल. एवढा वेळ कसली भूक आवरते त्याला! घरच्या अग्नीला हविस अर्पण न करता कुठंही, काहीही खातो!

त्याच्या नियमरहित दिनचर्येचा त्यांना संताप आला.

उपनयन झालेल्या दिवसापासून जपून ठेवलेल्या या अग्नीचं अस्तित्व तरी आपल्या माघारी राहील का?

जेवणाकडे त्यांचं फारसं लक्ष राहिलं नव्हतं. आवडलंही नव्हतं. पण अन्न टाकून उठणं त्यांच्या नियमात बसत नव्हतं... अन्नं न निंद्यात्, भुक्तं न परित्यज्ये... पण अश्वत्थामा असा नाही. आशेपोटी पात्र भरून भोजन वाढून घेतो. पुन्हा मागून घेतो. तिसऱ्या खेपेला वाढून घेताना त्याचा अंदाज चुकतो आणि उरलेलं

अन्न टाकून मोकळा होतो! आता पंचावन्न वर्षांचा झाला हा. इतकी वर्षं माझ्याबरोबरच आहे. कितीही रागावलं, तरी असा कसा त्याला आपल्या पोटाचा अंदाज येत नाही? बुद्धी वाढलीय्; पण वागणं मात्र पशू...

आता त्यांना एक वेगळाच मुद्दा आठवला.

ही क्षत्रियांची सवय याला लागली नसेल? माझ्यापुढं कबूल करायचं नाही, म्हणून मुकाट्यानं बोलणी खातो का? एकदा परीक्षा घेतली पाहिजे याची!

त्यांचा उजवा हात भराभर चालू होता. पात्र रिकामं करून, बाहेर येऊन हात धूत असताना सैनिक, घोडे, हत्ती, रथ यांच्या कोलाहलातूनही स्पष्टपणे ऐकू येणारा नगाऱ्याचा आवाज कानांवर आला.

युद्ध सुरू झालं, की काय? म्हणजे भीष्मांनी आपल्याशी चर्चा न करताच युद्धाला सुरुवात केली, की काय?

या विचारासरशी अपमानाची भावना मनात येऊन ते संतापले. त्यांनी कान देऊन ऐकायचा प्रयत्न केला. पण दवंडीचे शब्द नीटसे ऐकू येत नव्हते. सगळ्या गोंधळातून फक्त नगाऱ्याची डग् डग् ऐकू येत होती.

आत जाऊन त्यांनी जेवणाचं पात्र उचलत असलेल्या सेवकाला आज्ञा केली,

"हव्यका, बाहेरचा नगाऱ्याचा आवाज ऐकू आला? कसली दवंडी आहे, पाहून ये, बरं."

कमरेला गुंडाळलेलं वस्त्र वर बांधत हव्यक धावला.

फक्त नावापुरताच आचार्य म्हणतो हा म्हातारा! मुख्य निर्णयाच्या वेळी नेमका मला वगळतो. धृतराष्ट्रही तसाच आणि माझा शिष्य म्हणवणारा दुर्योधनही तसलाच! या हवन-कुंडापाशी बसलं, की बरं.

अग्नीनं लिदीची दुर्गंधी दूर ठेवून आपल्या जवळचं वातावरण शुद्ध ठेवलं होतं. त्या हवेतला दीर्घ श्वास घेताना त्यांना जांभई आली. जेवणानंतरच्या वामकुक्षीची त्यांची नेहमीची सवय होती. जवळच गुंडाळून ठेवलेली घोडघासाची चटई पसरून त्यांनी त्यावर अंग टाकलं. लक्ष देऊन ऐकलं, तरी नगाऱ्याचा आवाज स्पष्टपणे ऐकू येत नव्हता. फक्त गोंगाट. 'तुला अलीकडे ऐकायला येत नाही...' असं अश्वत्थामा म्हणतो, ते खरं असावं.

आणखी एक जांभई आली. त्यांनी डोळे मिटून घेतले. बाहेर घोडा खिंकाळत होता.

फिरणं नसल्यामुळं त्याचं अंग ठणकत असेल का?

डोळ्यावर झापड आली.

माघारी धावत आलेला हव्यक जवळ उभा राहून म्हणाला,

"हत्तीवरून नगारा वाजवत दवंडी पिटताहेत, नियोगापासून जन्मलेले ते पाचजण कुरुवंशातले नाहीत. ते आमच्याशी लढायला आले आहेत. पुरातन कुरुकुलाचं रक्षण करणं हा धर्म आहे, असं ज्यांना वाटतं, त्यांनी आमच्या बाजूनं युद्ध करावं. ज्यांना त्यांचं खरं वाटत असेल, त्यांनी त्यांच्या बाजूनं युद्ध करावं. आणि ज्यांना हे युद्धच नको आहे, त्यांनी आपापल्या गावी निघून जावं."

म्हणजे मला वगळून त्यांनी कुठलाही निर्णय घेतलेला नाही, म्हणायचा!

द्रोणांच्या मनातील किल्मिश कमी झालं.

"बरं..." म्हणत ते कुशीवर वळले.

झोप आली होती. सुळे पडलेल्या मोकळ्या जागेमुळं ऐकू येणारा घोरण्याचा आवाज ऐकू न येण्याइतकी झोप आली. दोन-तीन वेळा कूस बदलून, मध्येच उताणं होऊन, पुन्हा कुशीवर वळून ते झोपी गेले.

जाग येताच आळस देऊन, हाता-पायांचे सांधे सैल करून, ते उठून बसले. हव्यक दरवाज्यात उभा असलेला दिसला. तो काही तरी बोलण्याच्या इच्छेनं उभा राहिल्याचं लक्षात येताच त्यांनी विचारलं,

"काय?"

दोन पावलं पुढं येऊन भय-भक्तीनं वाकून उभा राहत तो म्हणाला,

"ज्यांना युद्ध नको आहे, त्यांनी गावी निघून जावं, अशी दवंडी पिटली आहे. म्हणून आपली अनुमती घ्यायला आलो आहे."

पटकन खुलासा न झाल्यानं त्यांनी पुन्हा विचारलं,

हव्यकानंही पुन्हा एकदा सांगितलं.

"ए भित्रटा! ती दवंडी सैनिकांसाठी होती. जे प्रत्यक्ष युद्ध करतात, त्यांच्यासाठी."

"पण एकदा युद्धाला सुरुवात झाली, की एवढं कुणाला भान राहतं? आमच्यावरही चाल करून येतात. त्यावेळी मी सेवक आहे– योद्धा नाही, असा कितीही कंठशोष केला, तरी कुणाला ऐकू जाणार? एवढं भानावर तरी कोण असतं?"

"पण या युद्धाची गोष्ट वेगळी आहे. लढण्यासाठी सिद्ध होऊन आलेल्यांनीच फक्त एकमेकांशी युद्ध करायचं, असं उभयपक्षात झालेल्या करारानुसार ठरलं आहे. तू घाबरू नकोस." असं म्हणत असताना त्यांच्याही मनात करार-पालनाविषयी शंकेची पाल चुकचुकत होती.

हव्यकही तेच म्हणाला,

"आचार्य, तुमच्यापुढं हे सांगतोय्, म्हणून रागावू नका... पण एकदा

वातावरण तापलं, तर हे नियम कोण पाळणार?''

द्रोण हस्तिनावतीला येऊन राजकुमारांना धनुर्विद्या शिकवू लागले, त्याच वेळी या हव्यकाच्या पित्याला– नलाला– त्यांच्या घरी परिचारक म्हणून नेमण्यात आलं होतं. द्रोणांची बायको जिवंत असली, तरी अंथरुणाला खिळलेली असल्यामुळं त्या वेळी स्वयंपाकही नलच करत होता. हा हव्यक आठ वर्षांचा होता तेव्हा. द्रोणांच्याच घरी घोड्यांचा खरारा करत होता. नलाच्या माघारी स्वत: द्रोणांनीच त्याला घोड्यांवरच्या कामावरून काढून स्वयंपाकाच्या कामावर नेमलं होतं. एवढ्या वर्षांच्या परिचयामुळं तो थोडा मोकळेपणानं वागत होता.

त्यांना राग आला असला, तरी त्याच्या बोलण्यातला तथ्यांश त्यांच्याही लक्षात येत होता. त्यामुळं ते मुकाट्यानं मांडी घालून बसून राहिले. मनात कुतूहल निर्माण झालं. या दवंडीमुळं कितीजण पक्ष बदलतात किंवा तटस्थ राहतात, कोण जाणे! हस्तिनावतीचे सैनिक तर तटस्थ रहाणं शक्यच नाही. कारण ते सगळे दुर्योधनाच्या अन्नावरच वाढले आहेत.

इतर राज्यांच्या सैनिकांच्या निष्ठेविषयीच्या विचारात गढून जात असतानाच त्यांचं अजूनही तिथंच उभ्या असलेल्या हव्यकाकडे लक्ष गेलं. अजूनही आपण त्याच्या प्रश्नाला उत्तर दिलं नसल्याचंही आठवलं. ते म्हणाले,

''हव्यका, एवढी वर्षं दुर्योधन महाराजाचं अन्न खाल्लं आहेस. अशा प्रसंगी त्याची बाजू सोडून जाणं अधर्माचं आहे.''

तो काही बोलला नाही.

त्यांनी एक मोठी जांभई देऊन पाणी प्यायला मागितलं. त्यानं आणलेल्या पाण्यानं बाहेर जाऊन चूळ भरून आत आले आणि त्याच चटईवर बसून उरलेलं पाणी प्यायले.

त्यांच्या हातातलं रिकामं फुलपात्र आत ठेवून येऊन हव्यक पुन्हा त्यांच्यापाशी येऊन उभा राहिला.

त्यांचं त्याच्याकडे लक्ष गेलं. आपल्या उत्तरानं त्याचं तोंड बंद झालं नाही, हे त्यांच्या लक्षात आलं.

त्यांचा प्रश्नार्थक चेहरा पाहून तो नम्रपणे म्हणाला,

''तुमची सेवा करून मी अन्न खाल्लंय्. आजही तुमचंच अन्न खातोय्. दुर्योधन महाराजाचं खात नाही. शिवाय पांडव कुरुवंशातले नाहीत, असं म्हटलं, तर धर्मदेवता मान्य करेल का? माझ्या काकाचा एक जावई खांडवप्रस्थात पांडवांची सेवा करत होता. तो सांगत होता, यज्ञ-याग आणि नित्यकर्म करण्यात पांडवांच्या थोरल्या धर्मराजाची कुणालाच सर येणार नाही, म्हणून. तेही जाऊ दे. धर्माचा एवढा सूक्ष्म विचार मला कुठून समजणार? सांगून सवरून मी तर वैश्य.

शेतीवाडीची कामं करणारा. तुम्ही परवानगी दिली, म्हणून तुम्हांला शिजवून वाढत, तुमची सेवा करत वाढलो. युद्धाची भानगड मला कशाला हवी?''

त्यांनी पुन्हा एकदा त्याच्याकडे पाहिलं.

थोडं घुटमळत तो म्हणाला,

''खरं सांगायचं, तर मला युद्ध म्हणजे काय, तेच ठाऊक नव्हतं. आता बायको-मुलांची आठवण येते. मी मरून गेलो, तर त्यांचं कसं होईल?''

त्यांची दृष्टी त्याच्यावर खिळली होती.

तिला नजर द्यायला जमणं शक्य नसल्यामुळं तो काही क्षण खाली मान झुकवून स्तब्धपणे उभा होता. नंतर स्वयंपाकघराकडे निघून गेला.

त्यांच्याही मनातली प्रसन्नता गढुळली होती. 'पांडव कुरुवंशातले नाहीत, असं म्हटलं, तर धर्मदेवता मान्य करेल का?' या त्याच्या प्रश्नानं त्यांना आनंदच झाला होता. जर दुर्योधनानं 'या भावंडांना राज्य देणार नाही...' असं निक्षून सांगितलं असतं, तर त्याला त्यांचा मुळीच आक्षेप नव्हता. पण त्यांच्या जन्मावरच– पर्यायानं आर्य धर्मावरच– आक्षेप घेण्याच्या त्याच्या वृत्तीचा त्यांनाही उद्वेग आला होता. पण तसा स्पष्टपणे विरोध करायला न जमल्यामुळं ते गप्प होते, एवढंच.

त्यांनी एक दीर्घ श्वास घेतला. शेजारच्या होमकुंडातून दरवळणाऱ्या तुपाच्या सुगंधानं त्यांच्या नाकपुड्या फुलल्या.

खूप खूप मागची एक आठवण वर तरंगून आली. त्याचबरोबर आणखीही एक गोष्ट आठवली.

असा दीर्घ श्वास घेतल्यावर मागं घडलेल्या घटना आणि आठवणी वर तरंगून येतात. हो. किती तरी वेळा असंच होतं. या दोहोंचा एकमेकांशी काय संबंध असेल?

नाकानं पुन्हा एकदा हवनाचा वास ओढून घेतला.

माझी ही पूर्ववासनाच. सारं सोडून धनुर्विद्येसाठी उभा राहिलो. सोबत त्यामागच्या आठवणी. वडिलांच्या– भारद्वाजांच्या– स्नेह्यानं, सत्यव्रताच्या सांगितलेल्या आठवणी. माझ्यावर किती प्रेम होतं त्यांचं!

माझा पिता गंगाद्वारी स्नान करत होता, म्हणे. पलीकडेच नदीत एक अप्सरा जलक्रीडा करत होती. रूप मिश्र जातीतल्या लोकांसारखं होतं, म्हणे. देवजातीतला पुरुष आणि गंधर्व विद्याधर जातीतल्या स्त्रीपासून जन्मलेल्या स्त्रीचं रूप अप्रतिम असले, तर त्यात नवल कसलं? शिवाय नर्तन-गायन-विलासामुळं वाढलेला आकर्षकपणा वेगळाच. नदीत मनमुराद क्रीडा करून, काठावर येऊन, निवांतपणे अंग कोरडं करून, कपडे नेसत असताना खालच्या बाजूला उभा

असलेला माझा पिता तिला दिसला नाही, की काय, कोण जाणे! हा कामोत्तेजित झाला, म्हणे. तेही साहजिकच आहे, म्हणा! त्याच्या मागणीचा अव्हेर करून तिरस्कारानं ती निघून गेली, म्हणे. या गंधर्व स्त्रिया म्हणजे काय सांगावं! कुणी आर्य क्षत्रिय राजा असता, तर त्याला आपल्या विविध विभ्रमांनी संमोहित करणाऱ्या या स्त्रियांमध्ये दरिद्री ब्राह्मणाला सरळपणे उत्तर देण्याइतकं सौजन्य तरी कुठून असणार? घृताची, म्हणे. तिचं नाव.

त्यांनी पुन्हा एकदा श्वास ओढून घेतला.

कितीही मिनत्या केल्या, तरी त्याच्याकडे पाठ वळवून, चढ चढून निघून गेली, म्हणे. कामभावनेच्या अधीन झालेल्या त्या ब्राह्मणानं करावं तरी काय? त्याऐवजी एखादा क्षत्रिय राजा असता, तर त्यानं तिला अडवून जबरदस्तीनं आपली इच्छा पूर्ण करून घेतली असती. पण सत्त्व-गुणांनी परिपूर्ण असे माझे पिता असं कसं करतील? मुळातच त्यांचा स्वभाव शांत. अजूनही नीट लक्षात आहे. मला तर किती वेळा सांगत, संतापाच्या आहारी जाऊ नकोस, म्हणून! त्यांचा स्वभाव वेगळा आणि माझा वेगळाच. घृताची निघून गेलेल्या दिशेला पाहत ते उभे राहिले असता यज्ञासाठी आवश्यक असलेल्या वस्तू आणून देणारी एक कुंभार स्त्री तिथं आली, नाव काय माझ्या त्या आईचं? कोण सांगणार? तिला पाहिल्याचंही आठवत नाही मला. मी पाच वर्षांचा असतानाच आपल्या विद्येचा उत्तराधिकारी म्हणून आपल्यापासून जन्मलेल्या मला माझा पिता घेऊन आला. अगदी पुसट आठवण आहे त्या प्रसंगाची; पण तिच्या चेहऱ्याची आठवण मात्र नाही. सत्यव्रतांनीच अनेकदा म्हटलं होतं... तुझ्या चेहऱ्याची ठेवण वडिलांसारखी नाही, आईसारखी आहे.

'हे स्त्रिये, माझी परिस्थिती जाणून तू माझ्यावर दया कर. तू एकटीच आहेस. पण तुझ्यावर पाशवी वृत्तीनं बलात्कार करायची माझी इच्छा नाही. तू आपण होऊन माझ्यावर दया कर.' अशी माझ्या पित्यानं विनंती करताच संमती देऊन ती गर्भवती राहिली. मला जन्म दिला आणि 'माझ्या बीजापासून जन्मलेलं मूल' म्हणून मागायला आला. तेव्हा पाच वर्षं सांभाळलेलं मूल तिनं भरल्या डोळ्यांनी त्याच्या हाती दिलं! तिला पाहिल्याचं आठवत नाही आणि नावही आठवत नाही! बीजाचं नाव महत्त्वाचं. भूमीचं काय एवढं महत्त्व! तरीही त्यांचं मन चार-आठ नावं आठवून पाहत होतं. माझ्यासारखाच चेहरा होता, म्हणे. उठून दिसणारी हाडांची ठेवण, तसाच चेहरा. एकाएकी आठवलं, भीष्मांची आईही पर्वताच्या तिकडच्याच भागातली होती, म्हणे. तिकडची पद्धतच वेगळी. जन्मलेलं मूल क्षेत्राच्या वंशाच्या मालकीचं. त्यामुळं भीष्माचे थोरले भाऊ गंधर्वच होऊन गेले, म्हणे. माझ्या पित्याच्या हाकेला त्या घृताचीनं संमती दिली असती,

तर तिनं आपलं मूल माझ्या पित्याला मुळीच दिलं नसतं. मग मी कसा झालो असतो?

आजवर कधीच मनात न आलेल्या या प्रश्नानं ते कुंठित होऊन गेले.

लहानपणीची गरिबी, त्यानंतरचं आचार्यपद, अन्नाची लाचारी... तिथलं जीवनचं वेगळं. भावंडं, भाऊ, बहिणी सगळे असले असते. पण वडील?

मन गोंधळून गेलं. आत आत गुरफटल्यासारखं झालं. मांडी घालून ते बसल्या जागी तसेच मूर्तीसारखे बसून राहिले.

त्यानंतर त्यांनी चटकन् उजवीकडे वळून पाहिलं.

हव्यक आत निघून गेला होता. जेवायला बसला असावा.

त्यांचं मन मात्र मार्ग न सापडल्यामुळं वाळवंटातच सुकून गेलेल्या झऱ्याप्रमाणे झालं होतं.

बाहेर घोड्यांच्या टापांचा आवाज ऐकू आला, तेव्हा ते भानावर आले. तो टापांचा आवाज, येऊन थांबण्याची पद्धत, जमिनीवर उडी घेऊन चालत येण्याची पद्धत. यावरून अश्वत्थामा आल्याचं लक्षात आलं. तो दारात येताच दरवाजा बंद व्हावा, तसा आत अंधार पसरला. ही राहुटी बांधणाऱ्यांना त्याच्या देहाचा अंदाज आला नसावा. शिवाय हे काही प्रत्येकाच्या नावानं वेगवेगळे उभारलेले डेरे नव्हेत. सरसकट सेनाप्रमुखांसाठी उभारलेल्यांपैकी एक आपल्यासाठी ठेवलाय्, एवढंच. अश्वत्थाम्याचा चेहरा पाहताच त्यानं स्नान केलं नाही, हे कुणीही सांगितलं असतं. अश्वारोहणासाठी म्हणून घट्ट काचा मारून नेसलेल्या अंगावरच्या वस्त्राचा मूळ रंग कुठला असावा, हे सांगणं सर्वस्वी अशक्य होतं. पांढरी दाढी आणि डोक्यावरचे केस धुरळ्यामुळं तांबूस झाले होते. सुटलेल्या पोटावर आवळून बांधलेलं मौंजी-बंधनही घामानं भिजून गेलं होतं.

"जेवल्याशिवाय कुठं गेला होतास?"

"या गोंधळात रथ आणि घोडे विखरून गेले होते. त्यांना शोधून नीट व्यवस्था लावून आलो."

"जेवण?"

"दुर्योधन महाराजाच्या राहुटीत झालं." त्यांच्या जवळ बसता बसता तो म्हणाला. घामाची दुर्गंधी पसरली. "दुर्योधन महाराजानं कितीही सांगितलं, तरी न ऐकता भीष्म एकाएकी कृष्णद्वैपायनांना भेटायला गेले आहेत. कसली तरी धर्म-विचारांची चर्चा करण्यासाठी. उद्या संध्याकाळी परतणार आहेत, म्हणे. परवा सकाळी युद्धाला प्रारंभ."

कसला धर्म-विचार? ह्या विचारात ते गढून गेले असता होमाचा गंध झाकाळून टाकण्याइतकी घामाची दुर्गंधी राहुटीत पसरल्याचं त्यांच्या लक्षात आलं.

दीर्घ श्वासोच्छ्वास करणाऱ्या द्रोणांचा श्वास अडखळल्यासारखा झाला. बाहेरची लिदीची दुर्गंधी आतही पोहोचली, की काय, अशी शंकाही आली. पण लिदीची दुर्गंधी आणि घामाची दुर्गंधी यातला फरक समजत नाही, की काय, असा विचार करत त्यांनी विचारलं,

"तुझी अंघोळ कुठं झाली?"

"नाही. युद्धभूमीवर अशा सगळ्या गोष्टी कुठून जमणार?"

"म्हणजे अग्नि-कार्यही केलं नाहीस?"

अश्वत्थामा काहीच बोलला नाही. उकाड्यानं उबल्यावर घोडा जसा निःश्वास टाकतो, तसा त्यानं उच्छ्वास टाकला. एवढा उकाडा मुळीच नव्हता. उलट, उन्हाळा संपून पावसाचा थोडा शिडकावा होऊन सारी झाडं पालवलेल्या या ऋतूत रात्री पांघरूण घ्यावंसं वाटावं, अशी हवा होती. दिवसाही हवा आल्हाददायक होती.

"तू ब्राह्मण आहेस, की चांडाल..." या वाक्यातून व्यक्त होणाऱ्या रागापेक्षाही पित्याला जास्त राग आल्याचं त्याच्याही लक्षात आलं होतं.

त्यांनाही ते समजलं.

लगेच त्या विचाराची जागा दुसऱ्या विचारानं आक्रमली.

या रणांगणावर भीष्मांना छळणारा विशेष धर्म-विचार कुठला असावा? नियोगापासून जन्मलेले पांडव कुरुवंशातलेच नव्हेत, या म्हणण्याविषयी भीष्मांना काय वाटतं, ते यांना चांगलं ठाऊक होतं, या प्रश्नासाठी त्यांना कृष्णद्वैपायनांना भेटायची मुळीच आवश्यकता नाही. मग महासेनापतीचं पद स्वीकारून युद्ध सुरू होण्याची वेळ तोंडावर येऊन ठेपली असता मला भेटायचं सोडून एवढ्या लांब का निघून गेले?

मनात एक प्रकारची अपमानाची भावना निर्माण झाली.

सर्वसाधारण धर्म-जिज्ञासेची उकल करण्यासाठी ते नेहमी मलाच निरोप पाठवतात. माझ्याशीच चर्चा करतात. चर्चा म्हणजे काय? बहुतेक सगळं तेच सांगत असतात. गंगेपलीकडे कुटीमध्ये राहून सतत पंधरा वर्षं वेदाध्ययन केलंय्, म्हणे, त्यांनी. त्यानंतरही त्या विचारांचा त्यांनी त्याग केलेला नाही. वेद, राजनीती आणि पुरातन जीवन याविषयी जेवढा तपशील त्यांना ठाऊक आहेत, तो केवळ अवाक करणारा आहे. धनुर्विद्येच्या मागं लागून मी वेदाध्ययन, अध्यापन सोडून दिलं, त्याला किती वर्षं झाली. द्रुपदाकडून अपमानित झाल्यानंतर तर पूर्णपणेच सोडून दिलं, तरीही वेद-विद्येविषयी आणि वेदांच्या अंतर्विचारांविषयी एखादा प्रश्न निर्माण झाला, की भीष्म मला निरोप पाठवल्याशिवाय राहत नाहीत. मग आता का कृष्णद्वैपायनांकडे गेले? तेही मला न कळवता. सोबत

मलाही घेऊन जाता आलं असतं. 'तुमचा ब्राह्मण-स्वभाव नाही. तुम्ही क्षत्रिय का होऊ नये?' असं आजच सकाळी म्हणत होते. त्या वेळी मला ती थट्टा वाटली होती. पण त्यांनी खरोखरच माझं ब्राह्मण स्थान डावललं का?

त्यांनी आपलं आसन उगीच दोन वेळा बदललं. पुन्हा नेहमीप्रमाणे अर्धपद्मासनात बसले. नेहमीप्रमाणे एक पाऊल दुसऱ्या मांडीवर ठेवत असताना अश्वत्थामा निघून गेल्याचं लक्षात आलं. आता स्वयंपाकघरात त्याचा मोठा आवाज ऐकू येत होता, '...हव्यका, चल. जेवायला वाढ लवकर...' दुर्योधन महाराजाकडे जेवण झालंय्. तरीही इतक्या लवकर पुन्हा खाण्यासाठी घाई चाललीय्! त्याची भोजनप्रियता त्यांना ठाऊक नव्हती, असं नव्हे. पण स्नान आणि हवनातही अनियमितपणा? आपल्यातच नाही, तर त्याच्यात कुठून येणार?

आतून उमटलेल्या या प्रश्नांचा त्यांना राग आला. पुन्हा एकदा त्यांनी पावलांची जागा बदलली.

माझे वडील वेद आणि धर्मवेद... दोहोंतही पारंगत होते. मला दोन्हीही सारख्या प्रमाणात शिकवत होते आणि वरचेवर सांगत होते, 'बाळ, तुझ्या प्रवृत्तीप्रमाणेच यापैकी एकाचा व्यासंग वाढव; पण दुसऱ्याकडे पूर्णपणे दुर्लक्ष मात्र करू नकोस.' या दोहातही सारखीच गती असतानाही त्यांनी गरिबीचा आनंदानं स्वीकार केला होता. मोठमोठ्या राजांनी बोलावणी पाठवली, तरी कुणाच्याही राजवाड्यात राहिले नाहीत. ज्यांना आवश्यकता असेल, त्यांनी त्यांच्या आश्रमात जावं. पण तिथं राहायचं, म्हणजे त्या आश्रमाचे नियम आणि शिस्त पाळायला हवी. मरेपर्यंत त्यांचं असंच होतं. ते म्हणत, 'विद्वान हा कुठल्याही राजाची प्रजा नव्हे. तो कुठल्याही राजाच्या अधीन नसतो. अरण्यात असलेला त्याचा आश्रम, म्हणजे त्याचं स्वतंत्र राज्यच.' त्यांचं हे बोलणंच समजत नव्हतं मला. नंतरही किती तरी वर्षं समजत नव्हतं. हेच खरं माझं दुर्दैव!

आता राग शांत झाला होता. बाहेरून आलेला वाऱ्याचा झोत शरीराला सुखावून गेला, तरी नाकाला मात्र असह्य झालं. ते हवन-कुंडाच्या आणखी जवळ गेले.

दीर्घ श्वास घेतल्यावर थोडं बरं वाटलं.

पित्याच्या मृत्यूनंतर मी धनुर्विद्येचा अभ्यास करण्यासाठी अग्निवेशांकडे का गेलो? धनुर्विद्येतली नाना तंत्रं का आत्मसात केली? तेलात भिजवून बाणाच्या टोकाला गुंडाळलेल्या वस्त्राला आग लावून बाण सोडण्याची किमया, भर वेगानं जातानाही अशा कुशलतेनं तो बाण सोडण्याचं प्रयोग-तंत्र, कितीही वारं असलं, तरी वाऱ्यापेक्षा बाणाचा वेग जास्तच असतो ना? पण मी अग्नेयास्त्र शिकायला अग्निवेशांकडे जाण्याऐवजी अग्नि-मंत्र शिकायला एखाद्या वेद-महर्षींकडे का

गेलो नाही? वेदांत-पारंगत ख्यातनाम कृष्णद्वैपायनांकडे गेलेल्या सहपाठ्यांकडे दुर्लक्ष करून अग्नेयास्त्राच्या अपेक्षेनं अग्निवेशांकडे का गेलो? माझी प्रवृत्तीच ती म्हणायची, त्यात काय चुकलं?

या विचारासरशी थोडं बरं वाटलं.

पित्याच्या मृत्युचं दुःखही मागं सरावं, एवढ्या उत्साहानं शिकलो. सकाळ, दुपार, संध्याकाळ साधना केली. गुरूनं शिकवलं, तरी त्याचे पुन्हा वेगवेगळ्या प्रकारे चार-चार प्रयोग करून पाहत होतो. नवी नवी तंत्रं शोधून काढत होतो. सैन्याची व्यूह-रचना, रचनेची हालचाल, चढाई करणं, तुटून पडणं, रक्षण करणं... किती तरी! मागं अग्निवेश माझ्या पित्याकडे शिकले होते. गुरुऋण गुरुपुत्राच्या स्वाधीन करण्याची संधी मिळाल्यावर त्यांनी मोठ्या आस्थेनं, जेवढं शक्य आहे, तेवढं सगळं मला शिकवलं. नाही तर आणखी कुणी एवढे कष्ट घेतले असते?

त्यांचं मन गुरुविषयीच्या भक्तिभावानं भरून गेलं होतं. डोळे मिटून मनाला आठवणींच्या गढीत सोडून ते गुरूची मूर्ती डोळ्यांसमोर आणू लागले. चार-सहा क्षण मन तिथंच निश्चल झालं. त्यानंतर सुर्र सुर्र आवाजानं त्यांचं लक्ष वास्तवात आलं. स्वयंपाकघरात अश्वत्थामा जेवत होता. क्षीरान्न ओरपून ओरपून खात होता.

किळसवाणा आवाज केल्याशिवाय जेवणं याला शक्यच नाही, की काय?

थोड्या वेळानं मन पुन्हा आत वळलं.

हो. आता समजतंय्. द्रुपदानं माझ्याबरोबर का एवढा स्नेह वाढवला, ते.

नवा विचार सुचताच आतापर्यंत दिसत असलेल्या घटना वेगळ्याच दृष्टिकोनातून उमजू लागल्या. एवढ्या दिवसांत हा विचार का सुचला नाही, याचं आश्चर्यही वाटलं.

बुद्धिवान विद्यार्थ्यांशी मंद बुद्धीचे विद्यार्थी मैत्री करतात, हे तर नेहमीचंच आहे. त्यातही गुरूच्या मर्जीतल्या हुशार विद्यार्थ्याशी मंद बुद्धीचे विद्यार्थी विशेष मैत्री जोडतात. पण द्रुपद काही मंद बुद्धीचा नव्हता. किती त्याचा विनय! काय तो मित्रभाव! 'द्रोणा, तुझी सोबत नसती, तर मी इथून पळूनच गेलो असतो, बघ! आता विद्याभ्यास संपल्यावर तुला सोडून मी एकटाच कसा गावी जाऊ? तिथं तुझ्याशिवाय एकटा कसा राहू? पाण्यात पोहता पोहता नेम मारण्यासाठी गेले पंधरा दिवस धडपडतोय् मी. नाकात पाणी जाऊ नये, म्हणून प्रयत्न करावा, तर नाका-तोंडात पाणी जातं, बघं. मला नीट समजावून सांगशील का?' 'गुरू, माझ्यावर संतापले आहेत. ते शांत असताना सांगशील का, मी अंगचुकारपणा करत नाही, म्हणून?' 'द्रोणा, तू माझा थोरला भाऊच असल्यासारखा आहेस. इथलं अध्ययन संपल्यावर कुठंही जाऊ नकोस. मी सिंहासनावर बसलो, तर त्याच्या अर्ध्या भागावर तू बैस. का अविश्वास दाखवतोस? सूर्य-चंद्राची

शपथ!’ इतरही स्नेही असेच स्नेहाचे बोल बोलत. पण त्याचा मात्र थोडा अतिरेकच. त्याचा पिता पृषतनु माझ्या पित्याचा स्नेही होता, म्हणे. ‘दोन स्नेह्यांची मुलं, म्हणजे स्नेहीच...’ असं किती तरी वेळा तो बोलून दाखवत होता. माझ्या पित्याला शोधत किती तरी राजे आमच्या आश्रमात येत होते. पण त्यातल्या प्रत्येकाची माहिती कुठं होती? पित्यानं तर कधीच अशा राजा-महाराजांच्या स्नेहाला अवाजवी महत्त्व दिलं नव्हतं. तोच खरा विवेकी.

दाराशी सावली, त्यानंतर संपूर्ण दरवाजा झाकल्यासारखा अंधार झाला.

त्यांनी मान वर करून पाहिलं.

अश्वत्थामा जेवण उरकून बाहेर आला. तसाच बाहेर गेला. घोड्याच्या पाठीवर थोपटू लागला. त्यांची दृष्टी अचाकन समोरच्या भिंतीवरच्या शस्त्रास्त्रांच्या रांगेकडे गेली.

एका रांगेत उभ्या असलेल्या धनुष्यांच्या कमानी. विविध आकारांचे बाण, तलवारी, गदा, भाले, परशू... फक्त शस्त्रांनीच भिंती बांधल्यासारखं वाटत होतं.

एका दृष्टिक्षेपात सारी शस्त्रं सामावली.

अग्निवेशांकडे शिकल्यानंतर सगळेजण आपापल्या गावी परतले. मी पुढचा विद्याभ्यास करण्यासाठी भार्गवांना शोधत होतो. समस्त अस्त्रां-शस्त्रांमध्ये पारंगत होण्याची माझी आकांक्षा! मी द्रोणाला अवगत नसलेलं आणि याची पूर्ण पकड नसेललं एकही शस्त्र नाही, असा लौकिक मिळवण्याची महत्त्वाकांक्षा! अग्निवेशांपेक्षाही अग्निबाणांमध्ये भार्गवांचं ज्ञान अधिक होतं. शिवाय किती तरी अंतरावरून फेकून नेमक्या ठिकाणी हव्या त्या वजनाचा आघात करणारा परशू. किती तरी पिढ्यांपासून आजही क्षत्रियांना अस्त्रविद्या न शिकवण्याची शपथ पाळणारं घराणं. ‘अंगिरस गोत्रोद्भव, भरद्वाजस्य पुत्रः द्रोणशर्मन्... ’ असा गोत्रोच्चार करून अभिवादन केल्यानंतरच त्यांनी नजर वर करून माझ्याकडे पाहिलं होतं. यांची क्षत्रियवंश-द्वेषाची भावना थोडी अधिकच तीव्र असल्याचं ठाऊक असल्यामुळं मीही किती जपूनच होतो तिथं! त्यांना तसा पुसट संशय जरी आला असता, तरी त्यांनी मला बाहेरच ढकललं असतं.

त्यांची दृष्टी अजूनही त्या शस्त्रांवरच होती.

अल्पविद्या असली, तरी क्षत्रिय राजा होतो, धनी होतो, राज्यकारभार पाहतो! आणि अनेक विद्यांमध्ये पारंगत असलेले खरेखुरे पंडित पोटापाण्यासाठी अशा राजांपुढं हात पसरतात, नाही तर माझ्यासारखे उपाध्याय होतात! धनी मात्र होत नाहीत! किती विचित्र हे! सुंदर राजवाडे, भोगोपकरणं, दासी, पत्नी म्हणून येणाऱ्या सुंदर राजकुमारी... सगळं या क्षत्रिय राजकर्त्यांसाठी! शस्त्र-अस्त्रांमध्ये पारंगत असलेल्या माझ्यासारख्यांशी विवाह करायला एक देखणी, सुदृढ मुलगीही

मिळाली नाही. हा द्रोण काही कुरुप नाही, खुरटाही नाही. अंगकाठी थोडी सडपातळ, एवढंच. दहा क्षत्रियांना एकाच वेळी भुईसपाट करणारं आयुध-सामर्थ्य! जमिनीवर लोळण घ्यायला लावणारी बाणशक्ती! पण स्वयंवराच्या स्पर्धेत उतरण्याचा अधिकार नाही. स्वयंवराचं स्वातंत्र्य क्षत्रिय-कन्यांसाठी! फक्त क्षत्रियांनाच त्यात भाग घेण्याचा अधिकार! आमची कितीही योग्यता असली, तरी विवाहाच्या वेळी पाणिग्रहणाचे मंत्र ओरडणं एवढंच काम! वर्षभर सुका दुष्काळ पडला किंवा आणखी दुसरी कुठली आपत्ती आली, की त्याच्या निवारणासाठी ब्राह्मणाला आकर्षित करण्यासाठी किंवा गौरवसूचक म्हणून आपली मुलगी ब्राह्मणाला देणारे एखाद-दुसरे राजे असले, तरी कामभावना भरून वाहत असलेल्या वयात सकल-शस्त्र-अस्त्रपारंगत अशा द्रोणाला एक सुंदर कन्याही मिळाली नाही! नाहीतर या हस्तिनावतीच्या राजवाड्यात एखाद्या आश्रितासारख्या राहत असलेल्या गरीब ब्राह्मणाच्या–कृपाचार्याच्या– बहिणीशी, फक्त कामभावना उद्दीप्त झाली असतानाच सुंदर दिसणाऱ्या कृपीशी का लग्न करायची पाळी आली असती! गरिबीत वाढलेल्या अशा मुलीमध्ये नवऱ्याबरोबर विशेष प्रेम करून सलगीनं वागण्याइतका मोकळेपणा तरी कुठून असणार? गौतम गोत्रातला शरद्वान नावाचा एक ब्राह्मण होता, म्हणे. माझ्यासारखाच वेदाभ्यास सोडून धनुर्विद्येच्या मागं लागला होता. बाणासाठी काठ्या कापून तयार करणाऱ्या जातीतली एक रानटी स्त्री याच कुरुराज्याच्या रानात उडणाऱ्या पक्ष्यांची एकटीच शिकार करत होती, म्हणे. तिला पाहताच उफाळलेली कामभावना अनावर होऊन तिला बोलावलं, तरी ती आली नाही, म्हणे. तिनं नकार दिला, तरी त्यानं तिच्यावर जबरदस्ती केली, म्हणे. ती गरोदर राहिली आणि तिला दोन जुळी मुलं झाली. या मुलांचा जन्मदाता नंतर कुठं निघून गेला, हे कुणाला ठाऊक असणार? ती जन्मदात्री खूप आजारी पडली. तिनं दोन्ही मुलं वृद्ध शंतनु राजाकडे आणून दिली आणि मरताना सांगितलं, 'तुझी प्रजा आहे, पित्याप्रमाणे सांभाळ कर.' या वृद्ध राजाचा मुलांवर भारी जीव होता. पर्वतसीमेकडच्या बायकोनं जन्म दिलेल्या मुलांना माहेरी दिल्यामुळं त्याला लहान मुलांची एवढी अपरूपाई वाटत होती, की काय, कोण जाणे! दोन्ही मुलांना राजवाड्यात आणल्यानंतर काही दिवसातच– किती दिवसात, कोण जाणे!– शंतनु राजाही मरण पावला. राजवाड्यात उष्टं खाऊन वाढणारी ती मुलं. तीही रानटी आईच्या पोटी जन्मलेली. तेच रूप. तशीच काळी, बुटकी आणि खुरटलेली. दहा वर्षं मध्ये गेली आणि त्यानंतर त्यांचा जन्मदाता तिच्या आजूबाजूच्या झोपड्यांमध्ये चौकशी करत राजवाड्यात येऊन मुलांना घेऊन गेला. मुलाला धनुर्विद्या शिकवली, म्हणे. कृपाचं जेमतेम सहा-सात वर्षांचं शिक्षण झालं असेल, तेव्हा तो मरण पावला. हा कृप आपल्या

बहिणीबरोबर पुन्हा हस्तिनावतीला आला आणि सूत, सैनिकांना अस्त्र-शस्त्र-विद्या शिकवू लागला. स्वतःला आचार्य म्हणवून घेऊ लागला. एखाद्या साध्या रथिकाला मिळावी, एवढीच त्याची मिळकत होती. काही का असेना, आपलं आणि आपल्या बहिणीचं पोट भरण्याची तर व्यवस्था झाली! अशा गरिबाघरच्या मुलीमध्ये काय मोठं वैशिष्ट्य असणार?

पत्नीची आठवण येताच द्रोणांचं मन खिन्न झालं.

तशी वाईट नव्हती ती. मला घाबरायची बिचारी. थरथर कापायची. गरिबीला जीवनाचा अविभाज्य भाग म्हणून स्वीकारलेल्या कृपीनं नंतरचं आयुष्यही किती संयमानं काढलं! कुठलीही आशा नसलेली स्त्री. भावासारखीच. लग्नानंतर मेहुण्यापाशी किती दिवस राहायचं? शिवाय त्याच्याही घरची परिस्थिती ही अशी! मस्तक, बाहू आणि बोटांमध्ये एवढी प्रचंड विद्या असताना पोटासाठी गावोगाव भटकायचं, म्हणजे...

बाहेर मोठ्यानं घोड्याच्या खिंकाळण्याचा आवाज आणि पाठोपाठ जागीच थयथयाट करणाऱ्या टापांचा आवाज. काय घडलं असेल, याची कल्पना न येऊन ते चटकन उठून डेऱ्याबाहेर आले.

अश्वत्थाम्यानं त्याच्या दणकट घोड्याला जबरदस्तीनं मागच्या दोन्ही पायांवर उभं केलं होतं. त्याचे पुढचे पाय जमिनीवर टेकू नयेत, म्हणून त्याच्या पुढच्या मांड्यांपाशी आपला हात धरला होता.

भेदरून घोडा खिंकाळत होता.

पंचावन्न वर्षांचा अश्वत्थामा पंधरा वर्षांच्या मुलानं कुत्र्याच्या पिल्लाला छळावं, तसा त्याला छळत होता.

संताप आला. अभिमानही वाटला. अविवेकी म्हणावंसं वाटलं.

ते तसेच उभे राहिले.

तोही तसाच हातावर घोडा पेलून उभा होता. अखेर त्याला पाय खाली टेकू दिले.

नाठाळ घोडे नव्या स्वाराला पाठीवरून फेकून देण्यासाठी जे करतात, तेच त्यानं जबरदस्तीनं घोड्याला करायला लावलं. हे नेहमीचंच. ठेवलेलं नाव मात्र योग्य आहे. अश्वासारखीच शक्ती. घोड्यांवरचं प्रेमही भरपूर. गरिबीनं खुरटून गेलेल्या आईच्या पोटी जन्मलेला हा अश्वत्थामा झाला, तेव्हाच केवढा उंच होता! किती सशक्त होता. अशा बाळाला उचलून घेणंही अशक्य होत होतं बिचारीला. जन्म देतानाच निःत्राण होऊन गेली होती. त्या वेळी जगली कशी, हेच आश्चर्य! नंतरही फार दिवस जगली नाही. का इतक्या लवकर गेली? गरिबीमुळं, हे तर खरंच. पण गरिबीतच समरस झालेल्या कृपीला एवढी गरिबी

केव्हा सलली? क्षणभर आठवण धूसर झाली. पुन्हा स्पष्ट झाली. हो. त्या वेळी वृकस्थळी होतो. वृकस्थळ हे जुनं नाव होतं, तेवढंच. भोवतालचे लांडगे शिकारीमुळं नाहीसे झाले होते. जवळपास एखादं हरिणही सापडत नव्हतं. भीक मागण्याचा मनस्वी तिटकारा असलेला माझ्यासारखा अभिमानी नवरा. पण स्वयंपाकघरातली चूल तर पेटायला पाहिजे ना! तीच चार घरी हात पसरून नवरा आणि मुलाला भुकेच्या वेळी दोन घास मुखात पडतील, हे पाहायची. कपाळाला हात लावून बसण्यापलीकडे मलाही काय करावं, ते समजत नव्हतं. त्याच वेळी घडलं ते. लहान लहान मुलं एकमेकाला सांगत होती, म्हणे, ‘मी दूध प्यायलो... मीही प्यायलो...’ सहा वर्षांचा अश्वत्थामाही झोपडीत येऊन आईपाशी रडून हट्ट करू लागला, ‘मलाही दूध पाहिजे!’ कुठून आणणार ती दूध? कुणाकडून तरी मागून आणलेलं गव्हाचं पीठ पाण्यात कालवून दूध म्हणून त्याला प्यायला दिलं. एव्हाना ती मुलंही दारात येऊन पोहोचली होती. ‘मीही दूध प्यायलो...’ म्हणून अभिमनानं नाचणाऱ्या अश्वत्थाम्याला पाहून ती मुलं खूप हसली, म्हणे. अगदी गडबडा लोळून! लहानग्या अश्वत्थाम्याला यातलं फारसं काही समजलं नाही, तरी त्याच्या आईला समजलं. यानंतर मात्र तिला जगणं नकोसं झालं, की काय, कोण जाणे. दोनच महिन्यात मुलाला माझ्या हाती देऊन, तोंडातून अवाक्षर न काढता, काहीही चाहूल न देता, मरून गेली.

त्याच वेळी नाही का द्रुपदाची आठवण झाली? सहपाठी, शिक्षण संपल्यावरही गावी राहू, म्हणून तळमळणारा सखा! ज्यानं स्वत:च्या सिंहासनाचा अर्धा भाग देण्याचा शब्द दिला होता, असा मित्र! त्याच्या स्नेह-दर्शनाचा खरा अर्थ त्याच वेळी समजला असता, तर मी आणि अश्वत्थामा मरून गेलो असतो; पण त्याच्या दाराशी गेलो नसतो. अशा दांडग्या मुलाला खांद्यावर घेऊन एवढं अंतर ओलांडून गेलो. पाच वर्षांचा मुलगा; पण किती जड होता! किती दिवस चालत होतो, कोण जाणे. कसं आठवणार? पन्नास वर्षं तर होऊन गेली. उन्हाच्या चटक्यानं सर्वांग भाजून घेत, लक्तरं झालेले, घामानं मेणचटलेले अंगावरचे कपडे... द्रुपदाच्या घरी कुणी प्रवेशही करू देईनात. अखेर नाव, गोत्र, प्रहर... सगळं प्रहरीला सांगितल्यावर आतून अनुमती मिळाली. साध्या खोलीत साधारण सिंहासनावर बसून आगंतुकाला न भेटता भर दरबारातच राजसिंहासनावर बसून राहिला होता.

“मित्रा यज्ञसेन द्रुपदा, तुला भेटायला शोधत आलो, बघ. आता तूच सिंहासनावर बसला असशील, याची मला कल्पना नव्हती. तुझे वडील कधी वारले?... आधी भुकेनं व्याकूळ होऊन रडणाऱ्या माझ्या अश्वत्थाम्याची भोजनाची

व्यवस्था कर. खूप खूप बोलायचंय् तुझ्याशी!''

माझ्या या बोलण्यावर तो प्रहरीला म्हणाला,

''प्रहरी, सिंहासनापासून किती अंतरावर, कसं अदबीनं उभं राहायचं असतं आणि कसं बोलायचं असतं, याची नीट कल्पना न देता याला तू कसं आत सोडलंस?''

माझ्या आवेगानं भरलेल्या बोलण्यावर त्याचं हे उत्तर!

अवाक् होऊन मी पुन्हा म्हणालो,

''अजून तू मला ओळखलं नाहीस का? गुरु अग्निवेशांच्या आश्रमात तू ज्याला परमआदरानं बंधो म्हणून संबोधत होतास, तो द्रोण आहे मी. तुझा परम सखा!...''

''तू माझ्या गुरुंचा शिष्य असशील. त्यांनी तुला फक्त धनुर्विद्याच शिकवलेली दिसते! पण कुणाशी किती आदरानं वागावं, याचं शिक्षण मात्र दिलेलं दिसत नाही!''

उर्मट-पण जाणूनबुजून गांभीर्य आणलेला त्याचा तो चेहरा! वर म्हणतो कसा,

''तू दु:स्थितीत असशील, तर मी तुला आश्रय देईन. पण बंधो... सखा वगैरे समानतेच्या गोष्टी सोडून दे आणि राजापुढं ज्या भयभक्तीनं मान खाली घालून राहायला पाहिजे, तसा उभा राहा. प्रहरी, या दोघांनाही घेऊन जा आणि सैनिकांच्या भोजनशाळेत त्यांना जेवू घाल.''

हा द्रोण असला अपमान सहन करणं शक्य आहे का? 'यज्ञसेना! तुझी ही मस्ती उतरवली नाही, तर मी अग्निवेशांचा शिष्य म्हणवून घेणार नाही!' म्हणत मुलाचा दंड पकडून तिथून तरातरा बाहेर पडलो.

या क्षत्रियांची मस्ती केव्हा उतरेल? फक्त हा द्रुपदच नव्हे... प्रत्येक क्षत्रिय राजा असाच!

पुन्हा देशोदेशीची भटकंती... हो, याच भटकंती नंतर या त्रिगर्तदेशात सूत...क्षत्रियांना शस्त्रविद्या शिकवत असतानाच हा विचार सुचला. फक्त पोट भरून कितीही दिवस जगलं, तरी त्याचा काय उपयोग आहे! ज्यानं अपमान केला, त्या द्रुपदाला चांगला धडा शिकवला नाही, तर माझ्या धनुर्विद्येचा तरी काय उपयोग आहे! त्याची मस्ती उतरवायलाच हवी. हा विचार प्रबल झाला, तो तिथंच. त्या वेळीच आपला मेहुणा कृप धृतराष्ट्र आणि पांडु यांच्या मुलांचा गुरू असल्याचं समजलं. त्यालाही भेटून बरेच दिवस झाले होते. मधली दहा-बारा वर्षं मी कुठं आहे, हे कुणालाच ठाऊक नव्हतं. शिवाय आता एक कृप सोडला, तर आस्थेचं असं आणखी कोण राहिलं होतं? त्याच्या आठवणीसरशी तिची

आठवण. तिच्या आठवणीसरशी त्याला भेटायची आतुरता. हाही विचारत होता, 'माझा एक मामा आहे ना?' अखेर कृपाला भेटण्यासाठी निघालो. खांद्यावर धनुष्य लटकावून, पाठीवर बाणांचा भाता आणि उजव्या हातात परशू पेललेला असा अश्वत्थामा पुढं चालत असताना वाघ-चित्ते किंवा कुठल्याही हिंस्र प्राण्याला घाबरायची आवश्यकताच नव्हती. तेव्हा हा एवढा स्थूल नव्हता. भरपूर उंची, रुंद शरीरयष्टी, माझ्यासारखाच सडपातळ, चपळ होता त्यावेळी!

आमच्या कृपाला पहिल्यापासूनच अंत:करण आहे, पण बुद्धी नाही. त्याला क्षत्रियांचा मस्तवालपणा कसा ठाऊक नाही? पहिल्यापासूनच हस्तिनावतीच्या राजांच्या आश्रयाखाली असल्यामुळं त्यांच्याविषयी एवढी लाचारी मनात भरून गेली असेल? चार ठिकाणी भटकून चार आश्रम पाहिले असते, तर आचार्य-स्थानाचा खरा गौरव समजला असता त्याला. हा आपला नावापुरताच आचार्य! भीष्मांनी दिलेलं एक साधं बिरुद. तेही आपल्या नातवंडांना शिक्षण देणारा आचार्य पदवीपेक्षा कमी दर्जाचा असेल, तर आपल्या राजघराण्याला कमीपणा येईल, म्हणून! बाकी धनप्राप्ती, सवलती, पुरस्कार, अधिकार मात्र पन्नास घोडेस्वारांवरच्या अधिकाऱ्याएवढेही नाहीत! तोच महाप्रसाद मानला या कृपाचार्यानं! सूतपुत्रांना शिकवण्याऐवजी धृतराष्ट्र आणि पांडु यांच्या मुलांना शिकवण्याची संधी मिळाली, यातच बिचारा कृतकृत्य होऊन गेला! 'नाही तरी तुम्हीही शस्त्र-अस्त्र विद्येत पारंगत आहात. याच राजकुमारांना शिकवा. माझ्याबरोबर इथंच राहा. काही तरी करून भीष्मांना भेटून त्यांच्या कानावर घालेन. आपलं नातंही सांगेन. ते मोठे कृपावंत आहेत. नकार देणार नाहीत. राहायला घर, आवश्यक तेवढं धान्य, दुभती गाय आणि वर थोडी नाणी दिली, तर पुरेसं आहे, नाही का! मी तर लग्नच केलेलं नाही. दोघंही एकत्र राहिलो, तर दोन्हीकडे तोंडाला काळं माखून चूल फुंकायचे कष्ट तरी चुकतील!' आजही तसाच आहे. बहिणीसारखाच. कुठलीही आशा नाही. आचार्य म्हणून हाक मारली, की मूळचाच संतृप्त चेहरा आणखी रुंद होतो! त्याच वेळी ऐकलं असतं, तर त्या त्रिगर्तात पोट भरण्याऐवजी या कुरुराज्यात पोट भरलं असतं, एवढंच. त्यापलीकडे या द्रोणाला काहीच साध्य झालं नसतं. मग मीही कृपाबरोबर भीष्मांपुढं हात जोडून– काय त्यांचा दारारा! आजन्म ब्रह्मचारी! वेदाध्ययनसंपन्न! काशीराजाच्या स्वयंवरात जमलेल्या समस्त राजांना पराभूत करून आपल्या भावांसाठी मुली घेऊन येणारा वीर! समोर उभ्या असलेल्या व्यक्तीकडे दुर्लक्ष करून आकाशात दृष्टी खिळवून घनगंभीरपणे बोलण्याची त्याची पद्धत! ऐटबाज धीरोदात्तपणा!

त्या वेळी पांडु आणि धृतराष्ट्राची मुलं पक्षी-किड्यांसारखी धनुर्विद्या शिकत होती. बारीक धागा बांधलेला छोटा बाण विहिरीत पडलेल्या खेळातल्या चेंडूला

टोचून एकाच झटक्यात चेंडू वर काढता येईल, एवढं तरी त्या कृपाच्या शिष्यांना कुठून सुचणार? दाम, तसा गुण! ' पूज्य हो! आम्हालाही असा बाण शिकवाल?' कुणी विचारलं हे आर्जवानं! अर्जुनानं? हो. त्यानंच विचारलं असणार. धनुर्विद्येच्या कौशल्याला सहजपणे भुलणारा आणि पाहताक्षणीच नवं तंत्र आत्मसात करण्यासाठी जिवाचं रान करणारा त्याच्याशिवाय दुसरा कोण आहे?

''बाळ, विधिवत शिष्यत्व पत्करल्याशिवाय शिकवणं शास्त्रसंमत नाही.''

''हा या क्षणी आपल्या चरणांना स्पर्श करून विनंती करत आहे. माझा शिष्य म्हणून स्वीकार करा.''

''लहान मुलांची विनंती मी कशी मान्य करू? कुणा तरी मोठ्या माणसांना घेऊन ये.''

दुसऱ्या दिवशी सकाळी मुलं पुन्हा मला शोधत त्याच जागी आली,

''आमच्या आजोबांनी आपल्याला घेऊन यायला सांगितलंय्. चला.''

''मी काही तुमच्या आजोबांची प्रजा नाही. त्यामुळं त्यांची आज्ञा पाळण्याची माझ्यावर सक्ती नाही. मी विद्योपासक आहे आणि विद्योपासक कुठल्याही राजाच्या अधीन नसतो. तुम्ही लहान मुलं आहात. तुम्हाला नाही हे समजणार. जा. सांगा, तुमच्या आजोबांना. हवं तेव्हा मी हे राज्य सोडून जाईन.''

नंतर मात्र दोन घटकातच भीष्म धावत आले! या द्रोणाचा जीवनविषयीचा विश्वास आणि व्यवहाराविषयीचा आत्मविश्वास आणखी वाढला.

भेटायला आलेले भीष्म म्हणाले,

''बाणकौशल्य आणि तुमचे धर्म-विषयक विचार ऐकल्यावरून तुम्ही एक धर्म-विद्वान आणि धनुर्विद्या-आचार्य आहात, असं वाटतं. तुमचं अस्त्र-विद्येचं कौशल्य दाखवावं. तुमची अपेक्षा असेल, तेवढं बक्षीस आणि गौरव राजघराण्याकडून मिळेल.''

''महाराजाला आमचा आशीर्वाद आहे. गौरव आणि बक्षिसाच्या अपेक्षेनं कौशल्य-प्रदर्शन करायला आम्ही काही डोंबारी नाही.''

''पण उपाध्यायांना नेमण्यापूर्वी त्यांची ज्ञानपरीक्षा घेणं तर शास्त्रसंमत आहे ना?''

''हे राज्यकर्त्या, तुमच्याकडे उपाध्याय म्हणून राहायची माझी मुळीच इच्छा नाही. राज्यकर्त्यांच्या इच्छेप्रमाणे शिष्यही स्वीकाराची इच्छा नाही. गुरूला आपल्या इच्छेप्रमाणे शिष्य निवडण्याचे अधिकार आहेत. आता तो विषयच नको. तुम्ही श्रेष्ठ क्षत्रिय आहात. उत्तम अस्त्र-विद्या संपन्न आहात, असं मीही ऐकलं आहे. तुम्ही तुमचं कौशल्य दाखवलंत, तर मीही माझी कला दाखवेन. त्यामुळं

परस्परांना आनंद होणार असेल, तर त्याला माझी ना नाही.''

कितीही म्हटलं, तरी भीष्म गुणग्राही. गुणग्राही म्हणायचं, की इतर कुणालाही न मिळालेली अस्त्र-शस्त्र-विद्या आपल्या नातवंडांना मिळावी, हे वात्सल्य म्हणायचं? दोन्हीही खरंच. त्यांनी चटकन सांगितलं,

''आर्य, तुम्ही अमाच्या देशातच राहिलं पाहिजे. आचार्यांच्या वसति-स्थानापाशीच अध्ययन-अध्यापन चालेल. त्यांच्या उपजीविकेसाठी जी जमीन आणि मालमत्ता दिली जाईल, तिच्यावर त्यांचाच हक्क राहील. त्यावर राजाचा हक्क राहणार नाही. हा माझा शब्द आहे. विद्याभ्यास संपल्यावर आपण म्हणाल, ती गुरुदक्षिणा देण्यास मी वचनबद्ध राहीन. आमच्या हस्तिनावतीत दुसऱ्या आश्रमाची स्थापना होऊ द्या. आमच्या मुलांना तुमचं ज्ञान मिळू द्या.''

❑

बाहेर अश्वत्थाम्याचा आवाज ऐकू आला,

''काय, मामा! चालत आला?''

कृपाचार्य आल्याचं द्रोणांच्या लक्षात आलं.

आठवणीतून वर्तमानात यावं लागल्यामुळं ते वैतागले. आठवणींमधून निर्भेळ आनंद मिळत नसला, तरी एक प्रकारची एकाग्रता येत होती. आणि कशीही आली, तरी या एकाग्रतेवर द्रोणांचं अतिशय प्रेम होतं.

बाहेरून कृपाचा आवाज ऐकू आला,

''काय करू, बाळा! या युद्धाच्या गडबडीत मल रथ कोण देणार? एखाद्या घोड्यावरून यावं, म्हटलं, तर भीतीच. बिनसवयीच्या घोड्यानं उलथून टाकलं, म्हणजे?''

कुठं राहतो, कोण जाणे! चौकशी करायचीच राहून गेली. आता आलाय्, ते बरं झालं.

त्यांनी ओरडून सांगितलं,

''अश्वत्थामा, तुझ्या मामांना आत पाठवं.''

सावळ्या रंगाचे, सुरकुतलेल्या कातडीचे, हडकुळ्या शरीरयष्टीचे कृपाचार्य आत आले. सुस्कारा सोडत तिथल्या जमिनीवर बसले आणि म्हणाले,

''किती हे रथ! किती घोडे, काय हे सैन्य! मागं देवेंद्राच्या नायकत्वाखाली आपलं असुरांशी युद्ध झालं होतं, तेव्हा तरी एवढं सैन्य जमलं होतं, की नाही, कोण जाणे!''

मध्येच द्रोणांनी हव्यकाला सांगून एक चटई अंथरायला सांगितली. चटई अंथरून तो आत गेला आणि तूप-मध आणि पाणी घेऊन आला. ते पाहून

कृपाचार्य म्हणाले,

"व्वा! तूप-मधाचा थाट आहे! स्वतंत्र वसति-स्थान आहे! सेवकही आहे! राजे आहात तुम्ही..." आणि त्यांनी मध-तुपाचं पान उचलून घेतलं.

"तुम्ही कुठं उतरलात?"

"कुठं म्हणून सांगू? तुम्ही तो भाग पाहिलात का? नसेल बहुतेक. माहिष्मतिपुराच्या सैन्याच्या पलीकडे एक झोपडी आहे. अगदी छोटीशी. आता माझ्यासारख्याला लहान काय आणि मोठी काय! रात्री किती तरी जण घुसले होते मुक्कामासाठी. त्यांचे घोरण्याचे आवाज काय विचारता! त्यातच घामाची दुर्गंधी! इथं तुमच्याकडे बरं आहे. फक्त लिदीचा वास आहे. तिकडं तर सगळीकडे माणसांची विष्ठा पसरलीय्!"

"जेवण?"

"हे शरीर कुठं जेवलं, तरी त्याचं काय, म्हणा! त्यात अलीकडे घासभर अन्न जास्त झालं, तरी पचेनासं झालंय्. जे सैनिकांसाठी शिजवलं होतं, त्यातलंच घासभर मिळालं झालं. आता या वयात मला ते चावायला तरी येईल का? माझ्यासाठी म्हणून वेगळं कोण शिजवून देणार? न चावता गिळलं, की पोटदुखी!"

द्रोणांचे दोन्ही बाजूंचे सुळे पडले होते. त्याच्या पलीकडच्या दाढा थोड्या हलत असल्या, तरी त्यांचा काही फारसा त्रास नव्हता. त्यांच्यापेक्षा पाच वर्षांनी लहान असलेल्या कृपाचार्यांच्या तोंडातले मात्र सात-आठ दात हलत होते. ते पडून जाईपर्यंत त्यांना आहार-स्वातंत्र्यच नव्हे, तर उच्चार-स्वातंत्र्यही नव्हतं. द्रोणांनी आपल्या सेवकालाच इथं आणलं होतं. हव्यक त्यांचा सेवक असला, तरी त्याचं वेतन मात्र राजवाड्याकडूनच दिलं जाणारं होतं. कृपाचार्य हस्तिनावतीतही आपलं अन्न स्वत:च शिजवून खात असल्यामुळं सेवकाला आणण्याचा प्रश्नच नव्हता.

"हा डेरा किती प्रशस्त आहे! शिवाय हव्यकाला सांगितलं, तर तो मऊ अन्न शिजवून देईल. कुडाच्या कडेला झोपलं, तर झोपही लागेल..." असं म्हणताना त्यांचा चेहरा संकोचानं एवढासा झाला होता.

आजवर त्यांनी कधीच अशी विनंती केली नव्हती.

द्रोणांनाही त्यांची दया आली. हस्तिनावतीत येऊन स्वत:साठी आचार्यपद निर्माण करून त्या अधिकारावर असतानाही ते कृपाचार्यांच्या घरी राहू शकले असते. कृपाचार्यांनी तसा आग्रहही केला होता. पण पहिल्यापासून राजवाड्याच्या कृपाछत्रात वाढलेल्या या कृपाबरोबर राहिलं, तर आचार्यपदाचा दबदबा राहणार नाही, हे त्यांना ठाऊक होतं. वनवासी आईच्या पोटी जन्मलेल्या या मुलांना सांभाळायची शंतुन महाराजांच्या कृपेनं व्यवस्था झाली, तरी त्यांचं नामकरणही

झालं नव्हतं. राजपुरोहितानं ठेवलेलं कृप हे नाव तो अजूनही कृपेचा भार वाहून फिरत होता. जन्मदात्यानं धनुर्विद्या शिकवल्यानंतरही शरद्वंताचा मुलगा शारद्वंत किंवा गौतम गोत्रात जन्मल्यामुळं गौतम असं नाव त्यानं प्रचारात आणलं नाही. नंतरही आपलं नाव सांगताना 'गौतम गोत्रोत्पन्नस्य शरद्वंतस्य पुत्रः कृपः' म्हणत होते. या नावाचा उगम ठाउक नसलेले अलीकडचे हस्तिनावतीचे लोक कृपा म्हणजे दैवकृपा किंवा असंच आणखी काही तरी असेल, असं समजत होते.

द्रोणांनी त्यांच्याकडे पाहिलं.

वय झालेला तो देह विश्रांती नसल्यामुळं, पोटात व्यवस्थित अन्नही नसल्यामुळं गांजल्यासारखा झाला होता. ते दर्भाच्या चटईवर बसून पानावरचा मध चाटून खात होते.

द्रोणांनी विचारलं,

"तुम्ही इथं का आलात?"

कृपाचार्यांना याचा अर्थ समजला नाही. द्रोणांनी पुन्हा खुलासा करत विचारलं,

"हातून काही होत नाही. अशा परिस्थितीत तुम्ही का इथं युद्धभूमीवर आलात?"

हातातलं पान जमिनीवर ठेवून, तांब्याच्या फुलापात्रातून पाणी पिऊन, ओठ पुसत कृपाचार्य म्हणाले,

"खुद्द दुर्योधन महाराजाचाच निरोप आला. 'आम्ही युद्ध करू, पण आशीर्वाद द्यायला, मार्गदर्शन करायला तुम्ही यायलाच पाहिजे...' म्हणून. फारच मोठ्या मनाचा! न येऊन कसं चालेल?"

"आता कुठल्या बाबतीत त्यानं तुमचा सल्ला विचारला? आणि तुम्ही मार्गदर्शन केलं?"

हाही प्रश्न त्यांना चटकन समजला नाही. अंहं. प्रश्न समजला, तरी चटकन उत्तर आठवलं नाही.

"इथं घटकाभर निवांतपणानं बसून पाय पसरायला जागा नाही. इथं राहण्यापेक्षा तुम्ही सुखानं गावी का जात नाही? हवं तर मी स्वतः तुमच्यासाठी रथाची व्यवस्था करून देईन."

द्रोणांचं बोलणं त्यांना चटकन् पटलं. आपल्या मनातलं असमाधान दुर्योधनाला दर्शवण्याच्या हा मार्ग आहे, असं मनात येताच तातडीनं निघून जावंसं वाटलं. गावी परतल्यावर शांतपणे झोप काढता येईल. फुलपात्रभर दूध तर पिता येईल. या दुर्योधनानं उगीच मला यायला भाग पाडलं. इथं आल्यावर विचारणारं कुणीच नाही! युद्धभूमीवर हात-पाय धड नसलेल्या या म्हाताऱ्याचं काय काम? निघावं, अशा विचारापर्यंत ते येत असतानाच द्रोणांनी हव्यकाला हाक मारली,

"हे पाहा, कृपाचार्यांसाठी मऊ भात शिजव किंवा लाह्या असतील, तर मध-दुधात कालवून दे. दूध आहे ना?"

"अगदी थोडंसं आहे."

"व्वा! लाह्याचं पीठ तर फारच रुचकर असतं!" कृपाचार्यांनी मोठ्या उत्साहानं अनुमोदन दिलं.

राहुटीच्या दारापाशी जाऊन, हव्यकानं दिलेल्या पाण्यानं पाय धुऊन, स्वयंपाकघरात जाऊन लाह्या-मध-दूध खाणाऱ्या कृपाचार्यांना दूध कमी पडल्यामुळं गरम पाणी घातल्याचं समजलं नाही.

चावण्याचे कष्टही न घेता ते रुचकर खाद्य पोटात जाऊन स्थिरावू लागलं, तसं तोंडातला घास निवांतपणे घोळून घोळून त्याची चव अनुभवू लागले.

माघारी जाता येईल. पण लोक काय म्हणतील? धनुर्विद्येत हात चालला नाही, तरी युद्धविद्येत आपल्याइतकं कुणीच पारंगत नाही, असं भोवतालची बायका-मुलं कौतुक करत होती. आता मी निघून गेल्यावर युद्ध झालं, तर? अथवा दुर्योधनानं मला पुन्हा निरोप पाठवून बोलावून घेतलं नाही, तर?

"दूध संपलंय्. मध भरपूर आहे. आणखी द्रोणभर वाढू का?" हव्यकानं आस्थेनं विचारलं.

"नको. फार गोड खाल्लं, की जिभेवर राप चढतो." त्यांनी नंतर बाहेर हवनशालेत बसलेल्या मेहुण्यांना ओरडून सांगितलं, "एवढं मोठं युद्ध! एवढ्या सगळ्यांची व्यवस्था करायची घाई आहे, म्हणून! नाही तर स्वतः दुर्योधन महाराजानं येऊन माझी चौकशी केली असती. शिवाय मी कुठं उतरलोय्, हे त्याला तरी ठाऊक आहे, की नाही, कोण जाणे."

पुन्हा बाहेर नगाऱ्याचा आवाज ऐकू आला. आणखी काही नवी दवंडी आहे, की काय म्हणून तिकडे लक्ष देऊन ऐकणाऱ्या द्रोणांचं कृपाचार्यांच्या बोलण्याकडे लक्ष नव्हतं.

ते उठून बाहेर जाऊन उभे राहिले.

तिथं अश्वत्थामा आणि त्याचा घोडा नव्हता. उन्हात एकाच जागी बांधून ठेवल्यामुळं घोडे खुंटांपाशी धडपड करत होते. लिदीबरोबरच कुजलेल्या गवताचा वास वातावरणात भरला होता. यानंतर युद्ध संपेपर्यंत ही दुर्गंधीच अंगवळणी पाडून घेतली पाहिजे, असं स्वतःला बजावत असतानाच त्या घोड्यांना पाणी पाजलं नाही, हे लक्षात आलं. कदातिच अश्वत्थामा आपल्या घोड्याला पाणी पाजायला गेला असेल.

नगाऱ्याचा आवाज जवळ आला.

त्या तिथं... हो! हत्तीवर नगारा ठेवून बडवताहेत, घोडे भेदरून हिसडे

मारत जागच्या जागी नाचताहेत. नगाऱ्याचा हत्ती जवळ आला, तर एवढे घाबरताहेत! उद्या युद्ध सुरू झाल्यावर काय करतील! कुणी तालीम दिलीय् यांना?

हत्ती थांबला. नगाराही वाजायचा थांबला. कुणीतरी ओरडून सांगत होतं :

"... पांडव या वंशाचे नाहीत, असं ज्यांना वाटतं..."

किती वेळा हीच दवंडी पिटताहेत! कदाचित एका बाजूनं निघालेले दवंडीवाले फिरून फिरून इथं येत असतील.

नाक त्या विशिष्ट वासाला सरावल्याची जाणीव झाली. एकदा त्यांनी दीर्घ श्वास ओढून घेतला.

हो. नाक खरोखरच सरावलं होतं.

तिथंच उभं राहून त्यांनी सभोवताली नजर फिरवली.

...व्वा! हत्तींच्या रांगाच्या रांगा! कुठून आले हे हत्ती? एवढं सगळं जमेल, असं मलाही वाटलं नव्हतं.

जवळच्या झाडावर चढून पाहण्याची तीव्र इच्छा झाली. उजवीकडे एक सावरीचा उंच वृक्ष दिसत होता. काहीही केलं, तरी आपल्याला त्यावर चढता येणार नाही, हे लक्षात येऊन ते निराश झाले. नगाऱ्याचा आवाज दूर दूर जात होता.

एकाएकी लीद आणि कुजलेल्या गवताची दुर्गंधी मनात प्रचंड किळस निर्माण करून गेली.

किती विचित्र आहे हे नाक! या विचारासरशी स्वतःच्या चेहऱ्याचा बराच भाग नाकानंच व्यापल्याची आठवण झाली.

पुन्हा नगाऱ्याचा आवाज. पुन्हा तेच तेच सांगताहेत. इथं ऐकू येत नाही, एवढंच.

ते आत आले, तेव्हा कृपाचार्य दर्भाच्या चटईवर पडले होते. त्यांचा नुकताच डोळा लागला असावा.

द्रोण आपल्या चटईवर जाऊन बसले. ते आत आल्याचं अंतर्मनानं जाणल्यासारखे कृपाचार्य चटकन उठून बसले. होमाच्या कुंडापाशी बसल्यामुळं त्यांच्या नाकपुड्यांच्या हालचालीची लय बदलून उच्छ्वासही दीर्घ होत होता. समोर बसून त्यांची दृष्टी आपल्यावरच खिळल्याची जाणीव द्रोणांना होत होती. एक प्रकारची तडफड. आतून उन्मळून आलेलं अनामिक दुःख. कारण मात्र उमगत नव्हतं. बाहेरची लीद, कुजलेलं गवत, मूत्राची दुर्गंधी आणि आत हा वास! सगळ्यांच्या मिश्रणामुळं पोटात डचमळत असल्याचा भास होत होता.

"तुमचं आपलं बरं आहे! काल आणि आज मी तर अग्निकार्य केल्याशिवाय

पोटात अन्न ढकललं. माझ्यासारख्याच्या अग्निकार्याची कुठं सोय होणार या गर्दीत? आज संध्याकाळी तुमच्याबरोबर अग्निकार्य केलं, तर मनाला तेवढंच बरं वाटेल. नाही तरी तुम्ही घागरभर तूप आणलंच आहे!...''

द्रोणांच्या पोटात खरोखरच डचमळायला सुरुवात झाली. मळमळणं, जुलाब, विनाकरण मल-मूत्रविसर्जन होणं, डोकेदुखी, हात-पाय दुखणं वगैरे युद्धकाळात दिसून येणारे सर्वसामान्य बदल असतात, हे त्यांनाही ठाऊक होतचं. यावरच्या उपचारांची आपल्याइतकी आणखी कुणालाच माहिती नाही, हेही त्यांना ठाऊक होतं. आतल्या कक्षात काही औषधीही होत्या. त्या काय प्रमाणात आणि कशा घ्यायच्या, याची माहिती हव्यकालाही होती; पण आता आपल्या पोटात ढवळतंय्, ते युद्धाच्या भीतीपोटी नव्हे, हे त्यांना स्पष्टपणे समजत होतं. संपूर्ण आर्यावर्तात खळबळ उडवून देणाऱ्या या महायुद्धातल्या उभय पक्षातल्या श्रेष्ठ वीरांना शस्त्रविद्येत पारंगत केलेला हा देह अशा बदलांच्या अधीन जाणं शक्यच नाही, अशी त्यांच्या मनानं ग्वाही दिली. तरीही पोटातली डचमळ काही थांबत नव्हती.

"आता सूर्य पश्चिमेकडे झुकलाय्. म्हणजे संध्याकाळ झाली, असं म्हणता येईल. मी आता लगेच हवन करतो. तेवढचं मनाला समाधान वाटेल...'' म्हणत कृपाचार्य उठले, आतल्या समिधा आणून कुंडाच्या शेजारी ठेवल्या. अग्नी शांत होणार नाही, अशा रीतीनं राख झटकून, त्यावर समिधा नीट रचून, ते दाराबाहेर गेले. हात पाय धुऊन, चूळ भरून, पुन्हा आत आले. तुपाचं पात्र आणि पळी शेजारी ठेवून घेऊन बसले.

पंख्यानं वारा घालताच समिधेनं पेट घेतला. मंत्र म्हणून पळीभर तूप अग्नीत ओतताच चट् चट् आवाज करत राहुटीत तुपाचा खमंग वास भरून टाकत ज्वाला उठली.

त्यांचं हवन कार्य सुरू होतं, तेव्हाही द्रोणांच्या जिवाची तगमग वाढतच होती. समोर अग्निकार्य चाललं असता उठून जाऊन ओकारी काढत बसू नये, म्हणून त्यांनी स्वत:ला आवरलं होतं. मन सैरभैर होऊन धावत होतं. ते डोळे मिटून बसून राहिले.

कृपाचार्यांचं नित्यकर्म काही फार वेळ खाणारं नव्हतं. वडिलांकडून आलेले आणि स्वत: पाठ केलेले चार मंत्र हविस अर्पण करण्याआधीच संपून जात होते.

आग्नेनय म्हणत उरलेलं तूप अग्नीत ओतून, प्रदक्षिणा संपवून, ते पुन्हा आपल्या दर्भाच्या आसनावर बसले. द्रोणानांच काही तरी बोलावंसं वाटलं, म्हणून त्यांनी विचारलं,

"दवंडी ऐकलीत ना?''

"हो. मी राहतो, तिथंही आला होता हत्ती.''

“तुम्हाला काय वाटतं याविषयी? यापैकी खरा धर्म कुठला आहे, असं वाटतं?”

“त्यावर आता विचार करून सांगायची आवश्यकताच नाही. पांडवांची बाजूच खरी धर्माची आहे. पांडूच्या नावानं त्याच्या पत्नीच्या पोटी नियागोनं मुलं झाली आहे. तो त्याआधीच मरण पावला असता, तरीही ही त्याचीच मुलं. त्यांना कुरुवंशातलीच नव्हेत, असं म्हणणं म्हणजे शुद्ध अधर्म आहे. पण ज्याचं अन्न खाल्लं, त्याची बाजू राखायला नको का? लहान बाळ असल्यापासून ज्यांनी सांभाळलं, त्या घराशी माझी निष्ठा राहिली पाहिजे, की नाही?”

“तुम्हाला सांभाळलं, ते शंतनु राजानं. दुर्योधन तुमच्या मुलाच्या वयाचा नाही का? शंतनूनंतर भीष्मांनी सांभाळलं. यात दुर्योधनाशी निष्ठेनं राहण्याचा प्रश्नच कुठं आला.”

“पांडव खांडव-प्रस्थाला गेले, त्यावेळी मीही त्यांच्याबरोबर गेलो असतो, तर बरं झालं असतं. पण त्यानंतर दुर्योधनाच्या राज्यातच राहिलो ना!”

हा मुद्दा सहजपणे डावलण्यासारखा द्रोणांनाही वाटला नाही. आपणही दुर्योधनाच्या राज्यातच राहिलो ना!

कृपाचार्य पुढं सांगत होते.

“शिवाय दुर्योधन महाराज अजूनही मला भरपूर मान देतो. राजसभेत माझ्यासाठी एक स्वतंत्र आसनच ठेवलं आहे. वर्षातून एकदा माझी वस्त्रंही राजवाड्यातूनच येतात.”

या कृपाचार्यपेक्षा आपला सन्मान मोठा आहे. आपलं निवास-स्थान म्हणजे भीष्मांच्या निवासस्थानाएवढाच भव्य प्रासाद आहे. नोकर-चाकर, गाई-गुरं, घोडे, चार रथ. सगळं त्याच्या कृपेनंच चाललंय्. याशिवाय किती तरी सोनं आहे. पांडव खांडवप्रस्थाला गेले, त्याच वेळी आपणही प्रिय शिष्य अर्जुनाबरोबर का तिथं गेलो नाही.

अखेरीस ओतलेल्या तुपामुळं उठलेली ज्वाळा निखाऱ्यात रूपांतरित झाली. तुपाचा भरपूर धूर वातावरणात पसरला. संपूर्ण राहुटीभर तोच वास भरून राहिल्यामुळं मुद्दाम दीर्घ श्वास घेऊन तो गंध नाकात भरून घेण्याची आवश्यकता राहिली नाही.

“आणखी एक गोष्ट अशी... मला लहानपणापासून वाढवलं, ते भीष्मांनी. आपण काही त्यांच्याइतकं वेदाध्ययन केलं नाही. आम्हाला त्यांच्याइतकं धर्माचं ज्ञान आहे का? ज्या अर्थी ते स्वतः दुर्योधनाचे प्रमुख सेनापती म्हणून उभे राहिले आहेत, त्या अर्थी याहीमागं काही तरी कारण असेल. कदाचित आपल्याला वाटतं, तसा पांडवांचा राज्यावरचा हक्क एवढासा समर्थनीय नसेलही.”

ते बोलणं क्षणभर खरं वाटलं, तरी पाठोपाठ त्यांना राग आला. रागामागचं कारण लक्षात आलं नाही. आपण कुणाचे इतके मिंधे नाही, ह्या विचारानं थोडं बरंही वाटलं. त्याच वेळी कृपाचार्य म्हणाले,

"मी तर भीष्मांच्या कृपाछत्राखाली वाढलो; पण तुम्ही त्यांची प्रार्थना स्वीकारून गुरुस्थान स्वीकारलं आहे. शिवाय स्वतंत्र राज्याचे अधिपती आहात. त्यामुळं माझ्यापेक्षा आपला निर्णय घ्यायला आपण स्वतंत्र आहात."

"कुठलं स्वतंत्र राज्य?..." प्रश्न संपण्याआधीच त्यांना उत्तरही सुचलं.

कृपाचार्यही म्हणाले,

"अहिच्छत्रातला उत्तर पांचाल. द्रुपदाकडून जिंकून घेतलेलं राज्य!"

द्रुपदाकडून जिंकलेलं राज्य! दुर्योधनादी धार्तराष्ट्र आणि धर्म-भीम-अर्जुनादी पांडव, धृतराष्ट्राचे दासीपुत्र– सगळ्यांचा विद्याभ्यास संपला... संपला म्हणजे काय, संपूर्ण आर्यावर्तात चपळपणा, लक्ष्यभेद, धैर्य आणि धनुर्विद्येत द्रोण-शिष्यांची ख्याती पसरली होती. विविध देशींचे शिष्य माझ्या पायांशी येऊन विद्येची याचना करत हाते. नातवंडांच्या कौतुकानं भारावून गेलेले भीष्मही प्रसन्न झाले होते. त्यांनी गुरू-पूजोत्सव साजरा करायचं ठरवलं. त्या उत्सवासाठी माझी अनुमती विचारायला ते माझ्याकडे येईपर्यंत मी माझ्या इच्छेचा त्यांना मागमूसही लागू दिला नव्हता. जेव्हा मी द्रुपदराजाला पकडून आणून माझ्या मंचकाला बांधून ठेवायची इच्छा गुरुदक्षिणा म्हणून बोलून दाखवली, तेव्हा भीष्मांना किती अभिमान वाटला होता! हस्तिनावती आणि पांचालांचा एकमकांविषयीचा द्वेष साधण्यासाठी मिळालेल्या या संधीमुळं त्यांच्या मनात आनंदाच्या उकळ्या फुटल्या, तरी बाह्यात्कारी त्यांनी गंभीर मुद्रेनं सगळ्या नातवंडांना एकत्र जमवलं. धार्तराष्ट्र आणि पांडवांनी एकत्रितपणे चढाई केली पांचालांवर. त्या सगळ्यांनी एकत्रितपणे चढाई करून जाण्याचा तो पहिला आणि शेवटचाच प्रसंग! या भावंडांमध्ये ऐक्यभाव राहिला असता, तर हे कुरुराष्ट्र किती प्रबल झालं असतं! त्या वेळी मात्र फक्त माझ्या इच्छेसाठी भीमाचं धैर्य, अर्जुनाचं चापल्य आणि चातुर्य, दुर्योधनादिकांचा अपार उत्साह– खरं तर तेवढंच कुठं हवं होतं मला? खरा शिष्य म्हणजे माझा अर्जुनच! आपल्या गुरूच्या अंतर्यामीची नेमकी इच्छा जाणून घेऊन त्यानं पुढचे सगळे डावपेच आखले होते. त्याच्या सैनिकांनी ते यशस्वी केले. द्रुपदराजाला पकडून, त्याची गठडी वळून, रथात टाकून ते घेऊन आले, तेव्हा मी गाढ झोपलो होतो. माझ्या मंचकाच्या दणकट पायाला द्रुपदाला बांधून वर म्हणतो कसा, 'अरे ए कुत्र्या! गुरुजींची झोपमोड होईल आमच्या!'

गुडघे वाकवून मान झुकवून बसलेला द्रुपद राजा म्हणत होता,

"चूक झाली, प्रिय मित्रा! किरीट ठेवलेल्या या मस्तकाला लाथ मारू नका."

पायाला काही तरी लागलं, म्हणून मी उठून बसलो आणि पाहिलं, तर...

"...ओ हो! प्रिय सखा! द्रुपद! तू! माझ्या मंचकाच्या पायापाशी? एकाच गुरूकडे ज्ञान घेणारे दोन शिष्य एकत्रच बसतील! मंचकाच्या पायाशी किंवा सिंहासनावर!"

बांधलेले हात-पाय सोडताच त्यानं साष्टांग दंडवत घातला. मनात कुठून औदार्य आलं, कोण जाणे! 'अर्जुना, दोर सैल कर. बिचारा माझा सहपाठी! आम्ही दोघंही समानच आहोत.'

'गंगेमुळं समान असे दोन भाग झालेल्या पांचालाचा उत्तर भाग पूर्णपणे तुझाच असू दे. दक्षिणेकडचा भाग मात्र माझा असू दे. वडलोपार्जित राज्यापासून पूर्णपणे भ्रष्ट होण्याच्या कलंकापासून तूच माझी सुटका कर. मला लाथ मारू नकोस. नमस्कार करतो तुला...'

"का? विसरलात, की काय? पांचालाचा अर्धा भाग स्वत:कडे ठेवून उरलेला तुम्हाला दिला... छे:! तसं तरी कसं म्हणायचं? सगळं पांचाल राज्य तुम्हीच जिंकून घेतलं होतं. एकूण काय, तुम्हाला राज्य आहे. जरी हस्तिनावतीत राहायचं नसेल, तरी तुम्ही अहिच्छत्राला निघून जाऊ शकता..." म्हणत असतानाच कृपाचार्यांना खोकला आला.

या युद्धात भाग घेण्यास नकार दिला होता, तेव्हा दुर्योधन म्हणाला होता,

"प्राणीही धन्याला त्याच्या पडत्या काळात सोडून जात नाही. आपण असं म्हटलं, तर माझी काय गत होईल, गुरूदेव!"

खाल्लेल्या अन्नाची त्यानं जाणीव करून दिली होती.

आता आठवतंय्! आधी फक्त धनुष्यानं शरसंधान करणारा दुर्योधन शब्दांचे बाण सोडण्यातही तरबेज आहे. त्या वेळी भीष्मही कसे मुकाट्यानं बसले होते! हा भीष्म आचार्यवेषात असला, तरी त्यानं कसा सहजपणे पांचाल देशाचा तो भाग कुरुराष्ट्राला जोडून घेतला! मलाही का सुचलं नाही त्या वेळी? त्याच वेळी हस्तिनावती सोडून अहिच्छत्राला जाऊन, सिंहासन स्थापून, राजा म्हणून राहू शकलो असतो. यज्ञयागांपासून मिळणारं सारं पुण्य स्वत:च मिळवलं असतं. छे:! महामूर्ख ठरलो मी! या भीष्मानं माझं राज्य काबीज केलं...

खोकला शांत झाल्यावर कृपाचार्यही तेच म्हणत होते,

"एक सिंहासन स्थापून तुम्ही त्यावर का बसला नाही?..."

हातानं त्यांना खूण करून थांबवत द्रोण पुन्हा आपल्या आठवणीत गढून

गेले. 'आचार्य, त्या द्रुपदानं तुमचा अपमान केला होता, हे आधीच का सांगितलं नाही? तुम्ही मोठं औदार्य दाखवून त्याला त्याचं अर्ध राज्य परत केलंत. नाही तर तो भिकारी झाला असता! तुमचं औदार्य मोठं. पण ते तुम्ही योग्य ठिकाणी दाखवलं नाही. नाही तर संपूर्ण पांचाल कुरुराष्ट्रात एकरूप होऊन गेला असता!'

व्वा! किती सहजपणे त्यानं आपल्या राज्याचा विस्तार केला! किती कपटीपणे! आणि द्रुपदाला माझ्या मंचकाच्या पायाला बांधलं असता त्याला माझा पाय लागला, तेवढीच मला मिळालेली कोरडी गुरुदक्षिणा! राज्याची दक्षिणा मात्र या भीष्मानंच हडप केली! माझं युद्ध-तंत्र, माझं ज्ञान, माझं नायकत्व... सगळ्यांची फळं तर गिळंकृत केली आणि वर मीच अन्नासाठी यांच्या घरचा आश्रित! काय बुद्धिमत्ता ही!...

कृपाचार्य उठले. 'मी तिकडं झोपतो...' म्हणत आपली उशी आणि चटई उचलून स्वयंपाकघराकडे गेले.

हवन-शाळेत द्रोण एकटेच राहिले होते. त्यांच्या मनात राजकर्त्यांविषयी संताप उफाळून आला होता.

जगातले सगळे भोग यांच्यासाठी! राजवाडा म्हणून प्रशस्त घर! पट्टराणी म्हणून सर्वालंकारांनी लगडलेली रूपवती पत्नी! घरभर दासी! देशाच्या रक्षणाच्या नावाखाली रथ, घोडे, हत्ती! रक्षण आणि नगरपालनाच्या नावाखाली लोक पिकवतील, त्यातलं धान्य! एवढं पुरेसं नाही, म्हणून राज्यात चालतील, ते सगळे यज्ञयाग यांच्याच नावानं चालणार! त्यातलं पुण्य यांच्या परलोकाची संपत्ती! आणि संपूर्ण आयुष्य अध्ययन आणि अध्यापनात काढणारे आम्ही... आम्ही यांचं जीवनचरित्र रचायचं, राष्ट्रात घडणाऱ्या प्रत्येक चांगल्या गोष्टी यांच्या कर्तृत्वामुळंच घडल्या, असं मानून त्यांचं कौतुक करायचं, त्यांच्या आजोबा-पणजोबांचे पराक्रम अतिशयोक्तीनं भरून अज्ञ जनांना सांगण्यात आयुष्य खर्ची घालायचं... थू:! मीच मूर्ख! त्याच वेळी उत्तर पांचालाला जाऊन मी का राज्यकारभार सुरू केला नाही? यांना सगळी ऐहिक सुखं हवीत. सगळ्या सुंदर स्त्रिया हव्यात! पूर्वी भार्गव-जामदग्न्य परशुरामानं केलं, तेच योग्य होतं. हो क्षत्रियसंहार!

द्रोणांना आपल्या विद्यार्थिदशेची आठवण झाली.

अग्निवेशांकडे शिक्षण घेतल्यानंतर याच भार्गव गोत्रातल्या आणि जमदग्नी कुलातल्या गुरूंकडे ते शिकायला गेले होते. किती कठोर परीक्षा घेतली होती त्यांनी! या गोत्रातल्या गुरूंचा कडवा हट्ट– क्षत्रियाला आपली विद्या शिकवणार नाही, असा. त्यांच्या तोंडूनच ऐकायला हवी ती क्षत्रिय-संहाराची रसभरित कहाणी! रेणुका क्षत्रिय स्त्री होती, म्हणे. अध्ययनात सतत निमग्न असणाऱ्या जमदग्नीशी विवाह होताच तिच्या कुळात अंगवळणी पडलेली सुखासीनता नष्ट

होईल का? ज्ञानाकांक्षी जमदग्नीनं तर सहजच गरिबीचा स्वीकार केला होता. तिच्या अंतर्यामी दडपली गेलेली सुखेच्छा जाणून चित्ररथानं डाव साधला. ज्ञानाकांक्षेचं निमित्त करून, वरचेवर आश्रमात येऊन, त्यानं पदोपदी शिष्याची नम्रता दाखवली आणि विश्वास संपादन केला. पूर्वायुष्यात सुखाचा पुरेपूर उपभोग घेतलेल्या क्षत्रिय कुळातल्या स्त्री-पुरुषांमध्ये संयम कुठून येणार? आई असली, तरी परशुरामानं तिचं मस्तक उडवलं!...

या विचारासरशी द्रोणांचं मस्तक झुकलं.

अखेर चित्ररथाचा वध करून त्यानं पापाची दोन्ही मुखं नाहीशी केली. आश्रमावर चाल करून आलेल्या कार्तवीर्यार्जुनाला ठार केलं. आपल्या गैरहजेरीत येऊन पित्याचा वध करणाऱ्या कार्तवीर्यार्जुनाच्या मुलांवर सैन्य उभारून चालून गेला! आर्यावर्तातल्या सगळ्या राजांना ठार करून, क्षत्रिय-रक्ताचा महापूर वाहवला! परशू चालवण्यात तर पूर्वी कुणी त्याच्यासारखं झालं नाही आणि यानंतर होणार नाही! या राज्यकर्त्यांपासूनच या जगातलं प्रत्येक पाप जन्म घेतं. अन्यायाचे आणि अधर्माचे ते जनकच म्हणायला हवेत. पुन्हा एकदा परशुरामानं जन्म घेतला पाहिजे. पुन्हा तशी एकवीस युद्ध करून संपूर्ण क्षत्रिय-वंशच नष्ट व्हायला पाहिजे! मद्य, जुगार, कामोन्मत्तता, त्यांचं राज्य, त्यांचं ऐश्वर्य सगळ्या-सगळ्याचा दाह व्हायला पाहिजे!

या विचारासरशी ते तटकन् उठून उभे राहिले. भिंतीवर लावलेल्या शस्त्रांच्या मधोमध असलेला भरपूर लांब दांड्याचा परशू उचलला.

आज तरी कोण आहे असा परशू पेलणारं? त्यांच्याकडून शिकून घेणारा मी एकटाच!

अभिमान वाटला.

फिरवू लागलो, तर कुणीही जवळ येऊ शकणार नाही. एकच घाव शरीराच्या ज्या भागावर खच्कन बसेल, तिथला तुकडाच पडणार! अलीकडे तर या शस्त्राच्या सामर्थ्याची महती ठाऊक असणारी माणसंही कमी होताहेत. दूरवर उभं राहून शत्रूचा घात करणाऱ्या बाणांचंच वर्चस्व वाढलंय् अलीकडे. पूर्वापार चालत आलेली शस्त्रंही अलीकडे पहिल्यासारखी उत्तम तयार होत नाहीत.

उजव्या हातात परशू पेलून त्यांनी सभोवताली फिरवला. या वयात हातात घ्यायचं शस्त्र नव्हे हे. त्यासाठी तारुण्याची रग हवी. हो! आमच्या अश्वत्थाम्याच्या हातात शोभणारं शस्त्र आहे हे! खांद्यावर टाकून निघाला, तर प्रति-परशुराम व्हायची ताकद आहे त्याची! फक्त एकाच गोष्टीची कमतरता आहे. स्वतंत्रपणे काही करायची संकल्पशक्तीच नाही. म्हणून तर दुर्योधनाच्या घरचा पोटार्थी होऊन राहिलाय् हा!

भीष्मांवरचा संताप पुन्हा उफाळून आला.

राज्यकर्त्यांचा संपूर्ण वंशच नष्ट व्हायला पाहिजे. परशुरामानं एकवीस वेळा तसं केलं होतं, म्हणे. पण पुन्हा अंकुर फुटले या वंशाला! भलामोठा वृक्ष होऊन राहिलाय् पुन्हा! इतर झाडावेलींमधला जीवन-रस शोषून स्वत: वाढत राहिले. परशुरामानं का त्यांना पुन्हा पुन्हा वाढू दिलं? एवढी नरहत्या केल्याचं प्रायश्चित्त म्हणून भलामोठा यज्ञ करून दक्षिणेच्या रूपानं सारं राज्य पित्यासमान असलेल्या ऋषी आणि आचार्यांना देऊन स्वत: दीर्घ तपश्चर्येसाठी निघून गेला. समाजात पुरुषच न राहिल्यामुळं क्षत्रिय स्त्रियांनी याच ऋषी, मुनी, आचार्य यांच्यापासून नियोगाद्वारे यछेच्छ मुलांना जन्म देऊन आपली प्रजा वाढवली, म्हणे. ऋषी-मुनी ज्ञानार्जन करत राहिले आणि राजकर्त्यांचा वंश पुन्हा फोफावला. पुन्हा इतिहासाचीच पुनरावृत्ती झाली. परशुरामानं का राज्य केलं नाही? का राजकारणात धर्म आणला नाही? मुनींपासून क्षत्रिय क्षेत्रात जन्मलेले राजे ज्ञान आणि धर्म यासाठी का झटले नाहीत?

मस्तकात गर्दी करून उठलेल्या असंख्य प्रश्नांना उत्तर सापडण्याआधीच द्रोणांचा मेंदू निष्क्रिय झाला. संतापाची छाया मात्र नंतरही जाणवत राहिली.

अशा मन:स्थितीत शतपावली घालण्याची त्यांची नेहमीची पद्धत. हातातला परशू पूर्ववत ठेवून ते राहुटीतच शतपावली घालू लागले. पण सात-आठ पावलं टाकताच संपून जाणाऱ्या त्या जागेची अडचण वाटू लागली. ते बाहेर आले. बाहेरही कुठं फिरायला जागा नव्हती. घोडे, माणसं, लीद आणि मूत्र यात कुजलेल्या गवताची दुर्गंधी! रथात बसून या गोंधळापासून कुठं तरी लांब गेलं, तरच शतपावली किंवा सहस्त्रपथ घालणं शक्य आहे. कुठल्याच दिशेनं निघालं, तर त्यातल्या त्यात लवकर मोकळी जागा मिळेल, हे त्यांना ठाऊक नव्हतं. शिवाय समोर युद्ध ठाकलं असता असं बाहेर जाऊ नये, अशी आपणच ताकीद दिल्याचंही आठवलं.

सूर्यास्ताची वेळ झाली होती. लाल उजेडात वातावरणात उठलेली धूळ दिसत होती. धूळच धूळ! एवढ्यात हव्यकानं हाक मारली.

"संध्याकाळ झाली आहे. हवनाची सिद्धता झाली आहे..."

ते उभे होते, तिथंच त्यानं पाणी आणून दिलं. हात-पाय धूत असताना जलबाधेची भावना झाली. पण कुठं जायचं? जिथं माणसं नाहीत, असं स्वच्छ स्थान कुठं आहे? तिथून आठ-एक पावलं चालत जाऊन, तिथल्या एका दगडापाशी लघुशंका संपवून, माघारी येऊन, हात-पाय धुऊन आत आले आणि हवनाच्या कुंडापाशी बसले, तेव्हा नाकाला वातावरणातला फरक समजला.

कुंडातल्या समिधेला वारं घालताना पुन्हा मनात प्रश्न आला :

त्या वेळी मी का अहिच्छत्राला जाऊन राजा झालो नाही? द्रुपदानं तर स्पष्टच सांगितलं होतं, 'द्रोणा, संपूर्ण पांचाल तुझाच. त्यातला अर्धा भाग तू मला दे. उरलेला अर्धा तू घे. राज्यकारभारासाठी आवश्यक ते सगळं साहाय्य मी तुला करीन.' हो. आता लक्षात येतंय्. मी त्यावर राज्य करावं, हे त्याला फारसं मनापासून वाटत नसलं, तरी हे राज्य कुरुवंशातल्या भीष्मांना मिळू नये, ही त्याची सुप्त इच्छा त्या बोलण्यामागं दडली होती. आणि मी मूर्ख! मला एवढंही समजलं नाही त्या वेळी. त्यानं मुद्दाम हिणवण्यासाठीच तसं म्हटलं, असा ग्रह करून घेऊन डोळे झाकून घेतले मी! या क्षत्रियांना जेवढं व्यवहार-चातुर्य असतं, तेवढं आचार्य-पदावर असलेल्या माझ्यासारख्यातही नाही.

समिधा पेटली.

मंत्र म्हणत असतानाही मन त्याच विचारांमध्ये गुरफुटलं होतं.

उरलेलं तूप अग्नीत समर्पित केल्यावर अग्निज्वाला उभी राहिली. सूंपर्ण परिसर तिच्या प्रकाशानं भरून गेला.

त्यांच्या मनानं निक्षून सांगितलं,

ही फक्त माझी गोष्ट आहे, असं नव्हे. आचार्याला व्यवहारबुद्धी कमीच असते. परशुरामानं तरी काय केलं? संतापानं पेटून उठल्यावर सगळ्या क्षत्रियांना मारून टाकलं. राज्य करणाऱ्या कुलाचा निर्वंश केला; पण स्वत: काही राज्य करायला उभा राहिला नाही. त्वेषानं राज्य जिंकायचं आणि माघारी निघून जायचं, हेच आचार्य-कुलाचं कर्तृत्व, की काय, कोण जाणे! कुठल्या तरी संतापाच्या तिरीमिरीसरशी फडा उगारायचा आणि त्यानंतर अंतराळात दृष्टी लावून स्वप्नं पाहायची! जुने मंत्र जपायचे आणि नवे निर्माण करायची आशा बाळगायची! घासभर अन्न आणि हातभर वस्त्रापलीकडे सगळ्या जगाविषयी उदासीनता! कुणी आपल्यासाठी थोडं-फार केलं, तरी त्याला अगणित उपमा-उत्प्रेक्षांनी गौरवायचं आणि तोंडभरून आशीर्वाद द्यायचे!

ज्वाळेचा रंग पिवळसर होत होता. एकसारखी ताठ उभी राहिली, नंतर थोडा वेळ चंचलपणे नाचली, हळूहळू लहान होऊन अखेर निखाऱ्यात लपून गेली. दाट पसरलेला वास.

त्यांनी दीर्घ श्वास घेतला. बाहेर सतत घोड्यांच्या खिंकाळण्याचे आवाज. दूरवर हत्तींचे चीत्कार. इतका वेळ यापैकी कुठलाच आवाज ऐकू येत नव्हता.

"हव्यका, अंधार झालाय्. दिवा आणून ठेव. तिथं नको. इकडच्या कोपऱ्यात. वाऱ्यानं विझून जाईल. दूध आलं का? येणं शक्यही नाही, म्हणा. मला भात नको. लाह्या पाण्यात कालवून, त्यावर मध ओतून दिलास, तरी चालेल.

आणखी थोड्या वेळानं. कृपाचार्य काय करताहेत?''

"अजून उठले नाहीत. काल रात्रभर त्यांना झोपच लागली नव्हती, म्हणे.''

❑

काही न बोलता द्रोणाचार्य कडुलिंबाच्या तेलाच्या दिव्याच्या ज्योतीकडे पाहत बसले होते. बाहेरचा हत्ती-घोड्यांचा गोंधळ मधूनच ऐकू येईनासा होत होता. काही वेळानं राहुटीचा दरवाजा पूर्णपणे बंद झाल्यासारखा झाला आणि कुणी तरी आत आलं. दारातच उभं राहून त्या व्यक्तीनं त्यांच्याकडे पाहिलं.

दुर्योधन महाराज तर नव्हे?... की तोच आहे? तसाच दिसतो खरा. किरीट, भुजकीर्ती, चमकदार वस्त्राचा अंगरखा, छातीवर बांधलेलं लोह-कवच, कमरेला वीर-काचा मारलेलं वस्त्रं, त्याला लटकलेली तलवार, डाव्या खांद्यावर लटकत असलेलं धनुष्य, पाठीवर बाधलेला बाणांचा भाता... अंहं, त्यापेक्षा लहानसर देहयष्टी. छातीची रुंदीही कमी. कधी काळी अतिशय तीक्ष्ण असलेली माझी दृष्टी आता ऐंशी उलटल्यावर मंदावली, वाटतं. 'कोण...?' असं विचारण्याआधीच साष्टांग नमस्कारासाठी वाकलेलं मस्तक. छातीचं लोखंडी कवच आणि भुजरक्ष एकाच वेळी जमिनीला स्पर्श करेल, अशी नमस्काराची पद्धत. माझ्याविषयी एवढी भक्ती मनात ठेवणारा हा कोण राजा असेल? आजवर किती तरी विद्यार्थ्यांना विद्यादान केलंय्. पण त्यांच्यापैकी कुणीच आता असा असा साष्टांग नमस्कार करत नाही. एकदा मस्तकावर किरीट चढला, की अंगात मस्ती संचारते त्यांच्या. फक्त हात जोडून, शरीर झुकवल्यासारखं करून, नमस्काराचं नाटक करतात!

"गुरुदेव, मला ओळखलं नाही का?''

शुद्ध आर्यांची भाषा. उच्चारात मात्र थोडा फरक आहे. कुठल्या भागाचा आहे, कोण जाणे. प्रत्येक भागाची बोलायची ढबच वेगळी. ओळख लागणं मात्र कसं शक्य आहे?

"राजन्, ऊठ. उठून बैस. क्षेम आहेस ना? हव्यका, मधुपर्कादी घेऊन ये, पाहू...''

तो जवळ येऊन त्यांनी दर्शवलेल्या दर्भासनावर बसला, तरी त्यांना ओळख पटली नाही. पणतीच्या मंद प्रकाशात आगंतुकाचा चेहरा दिसत होता. काळा रंग आणि आर्य वेष.

"आपण मला ओळखलेलं दिसत नाही. माझं नाव एकलव्य. आपला शिष्य.''

कोण हा एकलव्य? त्यांनी तसं स्पष्टपणे विचारलं नाही.

तो मात्र एकटक त्यांच्या चेहऱ्याकडे पाहत होता.

"हे पाहा, बाळ, आजवर असंख्य विद्यार्थ्यांना वेगवेगळ्या ठिकाणी आणि वेगवेगळ्या वेळी मी शिक्षण दिलं आहे. त्यात वय वाढलं, की तुम्हा मुलांचे चेहरेही बदलून जातात आणि आमची स्मरणशक्तीही पूर्वीसारखी राहिलेली नसते. फक्त नाव सांगून मला आठवणं कठीण आहे. रागावू नकोस. पण मला सांग, तू कधी आणि कुठं माझा शिष्य होतास? माझं आता वय झालंय्. तुझ्या वयावरून तर तू तीस-पस्तीच वर्षांपूर्वीचा विद्यार्थी असावास, असं दिसतं. आणखी काही आठवण सांगितलीस, तर..."

"ही पाहा खूण!" म्हणत त्यानं आपल्या उजव्या हाताचा तळवा पुढं केला. त्या तळव्याला चार बोटं होती. अंगठ्याची जागा रिकामी दिसत होती. जन्मत:च... नव्हे! अंगठा छाटल्याची खूण स्पष्टपणे दिसत होती!

आता आणखी कसल्या ओळखीची आवश्यकताच राहिली नव्हती.

क्षणभर त्यांच्या मनाची तगमग झाली. सर्वांगाला सूक्ष्म कंप सुटला. दृष्टी क्षणभर अंधूक झाली. कुरु-पांचाल देशांमध्ये असलेल्या अरण्यात राहणाऱ्या निषादांच्या कुल-प्रमुखाचा मुलगा. देशोदेशीचे राजकुमार माझ्याकडे धनुर्विद्येचं शिक्षण घेण्यासाठी येऊन राहिल्याचं समजल्यावर स्वत: निषाद-राजा मुलाला घेऊन आला होता. मी धनुर्विद्या शिकवावी, म्हणून त्याला माझ्या पायांवर घालण्यासाठी. घागरी भरभरून मध, टोपल्या भरभरून फळं, हस्तिदंत, हरणांची कातडी, सांबरांची शिंग, वाघांची बारा कातडी... किती त्यांची भक्ती! मुलगा इथं आला, त्याच वेळी झेपावणाऱ्या वाघाला आडवा जाऊन त्यावर बाणांची बरसात करण्याएवढा प्रवीण होता. आणि त्याचं धैर्य तर किती! अरण्यातच जन्मल्यामुळं वाघ-सिंह-सापांबरोबर वाढताना आपोआप येणारं धैर्य! रथ-घोड्यांची माहिती नसलेली रानटी माणसं. याला पाहताच– याला, की त्याच्या पित्याला?– माझ्या मनात प्रेम निर्माण झालं होतं. माझ्या मृत पत्नीच्या चेहऱ्याशी बरंच साम्य. तसाच तोंडावळा. तशीच गालांची ठेवण, तसाच नाकाचा उंचवटा, तसेच डोळे, तोच काळा रंग, तसेच हसताना चमकून जाणारे चमकदार शुभ्र दात. शरद्वंतापासून कृप-भावंडांना जन्म देणारी आई याच रानटी लोकांपैकी असेल का?

"ओळख पटली का, गुरूदेव?"

"हो, पटली..." म्हणत असताना त्यांना गुदमल्यासारखं झालं होतं. त्यांनी अंधूक प्रकाशात पुन्हा एकवार त्याच्याकडे टक लावून पाहिलं. त्याच्या चेहऱ्यावर कडवटपणा अथवा तिरस्कार किंवा उद्धटपणा यांचा लवलेशही नव्हता. भक्तिभाव मात्र मुळीच लपत नव्हता.

"आता... या वेळी कसा आलास?"

"या युद्धासाठी म्हणूनच आलो. माझ्या सैन्यासह तुमच्या बाजूनं लढायला आलोय्."

"आता तू राजा झालास का?"

"हो. झाली वीस वर्षं. पित्याच्या मृत्यूनंतर मी सिंहासनावर बसलो. राज्याभिषेकाच्या वेळी आपल्याला बोलवायची अतिशय इच्छा होती. पण आपला पट्टशिष्य अर्जुन काय म्हणेल, असं वाटलं. मग आपल्यालाही अवघडल्यासारखं झालं असतं. म्हणून गप्प बसलो. अशा क्षणी आपले शुभाशीर्वाद मिळावेत, एवढा मी नशीबवान नव्हतो."

त्यांनी पुन्हा एकवार त्याच्याकडे पाहिलं. याचा पिता निषादांचा प्रमुख होता. पण तो असा किरीट आणि इतर सारा वेष आर्य राजांसारखा परिधान करत नव्हता. राज्याभिषेकाआधी कशी पद्धत होती, कोण जाणे; पण त्या वेळचा मात्र त्याचा वेष कमरेला मृदुचर्म, उघडी छाती, डोक्यावर विविधरंगी पिसांचा मुकुट, अंगावर हस्तिदंती दागिने असा होता. सर्वसाधारण लोकांच्या डोक्यावर वेताची विणलेली टोपली, गळ्यात रंगीत फुलांच्या माळा... आता यानं हाता-मनगटांवर सोन्याचे दागिने घातले आहेत.

सुरुवातीला वाटणारी अस्वस्थता हळूहळू कमी होऊन आता पूर्वस्मृती मन:पटलावर साकार होत होत्या. याचं चापल्य, धैर्य, गुरुभक्ती यांची परीक्षा घेऊन याला धनुर्विद्या शाळेत घेतलं, तेव्हा इतर जातीच्या विद्यार्थ्यांनी कसं नाक मुरडलं होतं! एका आर्य नसलेल्या विद्यार्थ्याला आर्य मुलांबरोबर शिक्षण? त्या वेळी हाही किती अवघडल्यासारखा झाला होता! आर्य-भाषा येत नसल्यामुळं प्रत्येक शब्द शिकून सावधपणे बोलायचा प्रयत्न करत होता, तेव्हा त्याचे विचित्र उच्चार ऐकून कसे खदाखदा हसायचे सगळे! पण त्यानंच एकदा धनुष्य उचललं, की कसे निमूटपणे बसायचे!

एक दिवस भीष्मांनीच नाही का सांगितलं? 'आचार्य, राजकुमारांना कुठल्या तरी रानटी मुलाबरोबर शिक्षण देताहात, म्हणे, तुम्ही! आमच्या मुलांना ते मुळीच आवडत नाही. शिवाय त्यामुळं राजकुलाची अप्रतिष्ठा होत आहे!' त्या वेळी तर मला त्यांच्या बोलण्याचा आशयच समजला नव्हता. त्या बोलण्यातला फक्त शब्दार्थ लक्षात घेऊन मी त्याला एकट्यालाच शिकवू लागलो. जन्मजात धनुष्य-बाणाविषयी पराकोटीची ओढ असलेल्या आणि एवढ्या भक्तिभावानं शिकणाऱ्या विद्यार्थ्याला विद्यादान करण्याहून मोठा आनंद कुठला! गंगेपलीकडे अरण्यात राहत असलेल्या या एकलव्यालाही आता अवघडल्यासारखं वाटेनासं झालं होतं. सवडीनं नावेत बसून, नदी ओलांडून जाऊन, त्याला चार सूचना देताना मलाही विशेष आनंद होत होता. जेव्हा राजपुत्र नदी ओलांडून पलीकडे

शिकारीसाठी गेले, तेव्हाच त्यांना एकलव्याच्या शिक्षणात खंड न पडल्याचं समजलं.

"गुरुदेव, त्या वेळी आपण अर्जुनाला आपला परमशिष्य मानून त्याच्यासाठी आपण माझा हा उजव्या हाताचा अंगठा मागितला होता. आता तोच अर्जुन आपल्याविरुद्ध युद्ध करायला ठाकला आहे!"

एकलव्याच्या आवाजात हेटाळणीचा सूर– नव्हे, त्याची छायाही डोकावत नव्हती; पण द्रोणांचा जीव कासावीस झाला. त्यांना वस्तुस्थिती काय आहे, हे आठवलं; पण कसं आणि काय सांगायचं, असं वाटून ते तसेच बसून राहिले.

"फार वर्षं झाली त्याला. आठवत नाही का, गुरुदेव?" तो पुन्हा म्हणाला, "त्या दिवशी सगळे राजपुत्र नदी ओलांडून मी असलेल्या अरण्यात आले. त्यांच्या कुत्र्याला माझा वास आला, की काय, कोण जाणे, त्यांचा कुत्रा माझ्यावर भुंकू लागला. कुणाचा कुत्रा, हे मला कसं ठाऊक असणार? असेल रानटी कुत्रा, असं वाटून त्यावर अंदाजानं बाण मारला. सुदैवानं तो त्याच्या तोंडात शिरला. राजकुमारांना फारच आश्चर्य वाटलं असावं. विचारलं, 'एकलव्या, इथं काय करतोस?' म्हटलं, 'अभ्यास!' त्यांनी विचारलं, 'पण गुरू कोण?' मी झोपडीकडे बोट करून दाखवलं. तिथ तुमची एक मातीची मूर्ती मी तयार करून नव्हती का ठेवली? तुम्ही न आलेल्या दिवशी प्रणाम करायला? 'पाहिलंत? आपल्यापेक्षा चांगलं शिकवलंय् या रानटी मुलाला...' असं आपसात बोलत ती मुलं निघून गेली. खरं सांगायचं, तर हे शब्दवेधी विद्येचं ज्ञान काही आपण मला दिलं नव्हतं. प्राण्यांचे सूक्ष्म आवाज हेरून, दिशा जाणून, त्यानुसार बाण मारण्याचं ज्ञान आम्हा रानटी लोकांना सहजच अवगत असतं. त्याला शब्दवेधी हा शब्द तेवढा तुम्ही तुमच्या भाषेतला सांगितला, एवढंच! तुमच्या त्या विद्यार्थ्यांना हे नाव ठाऊक होतं; पण विद्या ठाऊक नव्हती. तीन दिवस मध्ये गेले आणि एक दिवस आपण कोमेजलेल्या चेहऱ्यानं माझ्याकडे येऊन म्हणालात, 'वत्सा, मी वचनभ्रष्ट होण्याची वेळ आली आहे. माझी तू सुटका करशील का?'

'तुमची सुटका करण्यासाठी मी माझं मस्तक देईन.' आपल्या पावलांना स्पर्श करून मी सांगितलं. आपण काहीच बोलत नाही, हे पाहून मी पुन्हा पुन्हा विनंती केली, तेव्हा आपण मन मोकळं केलंत. 'बाळ! सर्वश्रेष्ठ धनुर्धारी बनवेन, असा मी अर्जुनाला शब्द दिला होता. तुझं धनुर्विद्येतलं कौतुक बघून तो मला हिणवू पाहत आहे. मला माझा शब्द पाळायला तू मदत करशील का?' आपण या विद्येचे गुरू नाही, असं म्हणावंसं मला वाटलं नाही. गुरूला त्रासदायक असं काही बोलण्यासाठी माझी जीभ उचलणं अशक्यच होतं. आपण माझ्या उजव्या हाताचा अंगठा मागितलात. माझी संपूर्ण धनुर्विद्याच हिरावून घेणारी होती

ती मागणी! मी अंगठा कापून दिला. नंतर आपणच त्या जखमेवर औषधी मुळी वाटून बांधल्यात. जखम बरी झाल्यावर चार बोटांनी बाण मारण्याची विद्या शिकवलीत, ती मात्र अधून मधून चोरून येऊन..."

पुढं काय बोलावं, ते न सुचून तो मुकाट्यानं बसून राहिला.

त्यांनीही मान वर केली नाही.

राहुटीत जळणारी पणती. बाहेर घोड्यांचं खिंकाळणं. हत्तींचे चित्कार. पण ते आत प्रवेश करून शकत नव्हते.

विचित्र मौनात द्रोण तळमळत असतानाच एकलव्य पुढं म्हणाला,

"त्यानंतर मी माझ्या अरण्यात निघून गेलो. हे आर्यांचं भांडण आणि त्यांची असली गुरुभक्ती आणि निष्ठा नको, म्हणून. माझ्या पित्यानं तर यांच्या रीती कधीच स्वीकारणार नाही, अशी शपथ घेतली होती. पण मी राजा झाल्यानंतर मात्र मी हस्तिनावतीतल्या राजकारणावर लक्ष ठेवून होतो. आता दुर्योधन आणि पांडवांचं युद्ध होणार, हेही मला समजलं. माझा घात करणाऱ्या अर्जुनाच्या विरोधात शक्य तेवढ्या सामर्थ्यानिशी लढायचं आणि शक्य असेल, तर सैन्यासह त्याच्यावर तुटून पडून त्याचा वध करायचा, या इच्छेनं मी आपण होऊन इथं आलो. इथं आल्यावर आपणही अर्जुनाच्या विरोधात लढणार असल्याचं समजलं."

आता मात्र द्रोणांना गप्प बसणं अशक्य झालं. मागं कधी तरी आपण सांगितलेलं एक खोटं– राजतंत्रात सापडून सांगितलेलं खोटं– स्पष्ट करून सांगावंसं वाटलं. ते म्हणाले,

"बाळ, या युद्धात भाग घेण्यासाठी किती तरी देशांचे राजे आले आहेत. तुलाही दुर्योधनाच्या बाजूनं लढायचं असेल, तर माझं काहीही म्हणणं नाही. मीही त्याच्याच बाजूनं लढत आहे. पण अर्जुनावर सूड घ्यायचा तुझा विचार मात्र बीजाशिवाय वाढलेल्या वृक्षासारखा आहे. अर्जुन काही तुझा अंगठा काढायला कारणीभूत झालेला नाही."

"आपल्याहून श्रेष्ठ धनुर्धारी कुणीही असू नये, असं मी तिथं असतानाही त्यानं असंख्य वेळा बोलून दाखवलं होतं." न कळत एकलव्याचा आवाज चढत होता.

"प्रत्येक बुद्धिवान विद्यार्थ्याची प्रथम स्थानावर राहण्याची धडपड असतेच. मग अर्जुनाला तसं वाटलं, तर त्यात आश्चर्य ते कसलं? अर्जुन माझा लाडका विद्यार्थी असल्यामुळं तो माझ्यापुढं येऊन तसा बडबडला होता, हे खरं. पण त्यानं तसं म्हटलं, म्हणून मी माझ्या दुसऱ्या लाडक्या विद्यार्थ्याच्या धनुर्विद्येचं सर्वस्व असलेला उजव्या हाताचा अंगठा मागेन का? आणि असं काही तरी सुचवण्याइतकं अर्जुनाचं तरी त्या वेळी वय होतं का?"

"आता तरी खरं काय घडलं, ते सांगा, गुरुवर्य! आता तुम्हाला कुणाची भीती? मी आहे ना!"

"आता कुणाचंही भय वाटू नये, अशा मानसिक स्थितीत मी पोहोचलो आहे. आता सांगतो, काय घडलं, ते! तुझ्या शब्दवेधी कलेनं क्षत्रिय मुलं दिपून गेली, हे खरं. त्याहीपेक्षा त्या वेळी तुझ्या हातात असलेल्या तांब्याच्या धनुष्यानं तुझा घात केला. तुम्हा लोकांना वेताच्या धनुष्याशिवाय दुसरं धनुष्य ठाऊक नसतं. तुम्हा लोकांच्या हाती लोखंडाचं धनुष्य दिलं, तरी ते टणक धनुष्य योग्य रीतीनं खेचण्याची विद्या ठाऊक नसते. फक्त वेताच्या धनुष्यानं बाण कितीसा लांब जाणार? तुमच्या बाणांच्या टोकांना विष माखलेलं असतं. पण त्या बाणांना लोखंडाची धार आणि वजन नसतं. आणि वजनाचं नीटसं गणित न करता सोडलेल्या बाणाची शक्ती ती किती असणार? तू कुत्र्याला मारलेला बाण लोखंडी होता. मीच आणून दिला होता तो. हातातलं धनुष्य होतं तांब्याचं. हा तपशील मुलांकडून भीष्मांना समजला. त्याच रात्री त्यांनी मला बोलावून घेतलं आणि म्हणाले, 'अलीकडे राजांना रानटी लोकांचा बराच उपद्रव होत आहे. खेड्यात घुसून आमचं धान्य लुटतात ते. आमच्या स्त्रियांनाही पळवून घेऊन जातात. अशा लोकांच्या प्रमुखाला आर्यांची धनुर्विद्या शिकवली, तर तो आपल्याच राज्यावर अन्याय नाही का ठरणार?' याचबरोबर त्यांनी आजवर शिकवलेली विद्याही माघारी आणण्यासाठी अंगठा कापून आणायला सांगितलं. एवढ्या अवधीत तुम्हा लोकांचा आणि हस्तिनावतीच्या लोकांचा व्यापार वाढला होता. वाघासारख्या प्राण्यांना मारून त्यांचं कातडं सोलून देणं, रानटी हत्तींना माणसाळवणं, मध पुरवणं आणि त्याऐवजी आमचा गहू घेऊन जाणं असा व्यवहार चालायचा. अशा परिस्थितीत, भीष्मांनी निषाद-प्रमुखाच्या मुलाचा अंगठा कापायला लावला, ही बातमी फुटू नये, म्हणून त्यांनी कुठंही आपलं नाव येणार नाही, याची काळजी घ्यायला सांगितली. त्यामुळं मी अर्जुनाला दिलेल्या शब्दाचं निमित्त सांगितलं, एवढंच!"

अवाक होऊन एकलव्य बसून राहिला होता.

द्रोणांचं मनही एका विचित्र भावनेत सापडलं होतं. याचं पूर्ण स्वरूप मात्र समजत नव्हतं.

काही क्षण दोघंही एकमेकांसमोर असूनही एकमेकांना अपरिचित असल्यासारखे वेगवेगळ्या मन:स्थितीत बसले होते.

एवढ्यात आतल्या दारापाशी हव्यक येऊन उभा राहिला आणि म्हणाला,

"अजूनही कृपाचार्य झोपले आहेत. हाक मारली, तरी मान हलवून, जेवण नको, म्हणून पुन्हा झोपले आहेत. उशीर केला, तर लाह्या भिजून फारच मऊ होतील."

"आम्हा दोघांसाठी इथंच घेऊन ये. हा माझा शिष्य आहे. निषादराजा!"

एकलव्यानं कालवलेल्या लाह्या यांत्रिकपणे खाल्ल्या. द्रोणांचंही त्यात लक्ष नव्हतं. ते हात धूत असताना अश्वत्थामा आला. दरवाजा उघडताच वाऱ्यानं नाचणारी पणतीची ज्योत, तो दरवाजा झाकून टाकत उभा राहिला, तेव्हा पुन्हा शांतपणे जळू लागली. त्याला एकलव्याची ओळख पटली नाही. एकलव्यानंही त्याला ओळखलं नाही. तो आत येऊन द्रोणांना म्हणाला,

"बाबा, एकाएकी युयुत्सु दिसेनासा झाला आहे. पहिल्यापासूनच तो शत्रूची बाजू घेऊन बोलत होता. आता त्यांच्याकडेच निघून गेला, की काय, कोण जाणे! दुर्योधन महाराजानं त्याला शोधण्यासाठी माणसं पाठवली आहेत."

अश्वत्थामा आणि एकलव्याला जुनी ओळख सांगून, नव्यानं परिचयही करून देण्याचं न सुचून, द्रोण मुकाट्यानं हात धुऊन आत आले.

एकलव्यही पुन्हा एकदा सर्वांगाचा जमिनीला स्पर्श करून उठत म्हणाला,

"लवकर येईन, असं माझ्या सैनिकांना सांगून आलो होतो. आपली राहुटी शोधेपर्यंत बराच वेळ गेला. आमच्यापैकी बहुतेकांना इथली आर्य-भाषा समजत नाही. भरपूर झाडं-झुडुपं नसलेल्या या मोकळ्या मैदानावर ते वैतागून गेलेत अगदी! आता निघायला हवं मला. उद्या पुन्हा भेटेन."

निघून जाताना दरवाजा बंद करून न घेतल्यामुळं वाऱ्याचा झोत आत शिरला आणि पणतीतली ज्योत शांत झाली. द्रोणांनी हव्यकाला हाक मारली.

अश्वत्थामाही जेवला नाही. येताना दुर्योधनाच्या प्रशस्त राहुटीत यथेच्छ मांसाहार आणि गोड-धोड खाऊनच तो परतला होता. पिता-पुत्र हवन शाळेत शेजारी-शेजारी झोपले. द्रोणांनी हवन कुंडापाशी डोकं केलं असलं, तरी दुर्गंधी कालच्यापेक्षा वाढल्याचं लक्षात येत होतं. त्यातच मुलाच्या अंगाच्या घामाचा वासही मिसळला होता.

आज दिवसभरात त्यानं अंघोळच केलेली नाही. काल-परवा तरी केली होती, की नाही, कोण जाणे! अग्निकार्याविषयी तर विचारायलाच नको!

त्याचं मोठ्यानं घोरणं सुरू झालं.

आता रात्रभर झोप लागायचा प्रश्नच नाही! गावात आपलं बरं होतं. मोठं दोन-मजली घर होतं. त्यात वरच्या मजल्यावर त्यांची झोपायची जागा. इथं काय करणार? दुसरा उपाय नाही.

एकाएकी प्रकर्षानं त्यांना वाटलं :

याचा स्वभाव तर ब्राह्मणाचा नाही. क्षत्रियही म्हणता येणार नाही. आर्यांचा दर्प आणि अभिमानही याच्या अंगी नाही आणि त्यांचं व्यवहारचातुर्यही नाही. शरीरात भरपूर ताकद मात्र आहे. मुलाला सगळ्यांपेक्षा शहाणं करावं, म्हणून

इतर शिष्यांपासून लपवून सकल-शास्त्रप्रयोगाचं तंत्र एकट्याला शिकवलं, तर हा भरपूर खायला-प्यायला देणाऱ्या सहपाठ्यांना सगळं सांगून येत होता. याचं काय होणार शेवटी? का हा असा झाला?

त्यांनी कूस बदलली.

रात्री किती तरी वेळानं शेजारचा घोरण्याचा आवाज असला, तरी त्यांचा डोळा लागला. त्यातच वडिलांची आठवण जन्मली.

अरण्यात पर्णशाळा बांधून राहिलेला पिता. हवं असेल, त्यांनी स्वत: शोधत जाऊन त्या पर्णकुटीत जाऊन विद्याभ्यास करायचा. राजा-महाराजांविषयीही दुर्लक्ष दर्शवणारं त्याचं स्वातंत्र्य. आपल्याला पटेल, त्याचा शिष्य म्हणून स्वीकार करत होता, तर न पटेल, त्याला पिटाळून लावत होता. अमक्याला शिकव आणि तमक्याला शिकवू नकोस, असं कोण सांगणार त्याला?

चार-पाच वेळा पिता स्वप्न बनून छळून गेल्यावर जाग आली.

मुलगा घोरत होता. यांत्रिकपणे तो आवाज ऐकू येईनासा झाला आणि पुन्हा डोळा लागला, तेव्हा आपणही पित्याप्रमाणे एक स्वतंत्र आश्रम उभारण्याचं स्वप्न आकार घेऊ लागलं. त्या स्वप्नाच्या गुंगीतच गाढ झोप लागली.

पहाटे लवकर जाग आली.

बाहेर अजूनही अंधार होता. लीट, कुजलेलं गवत, मल-मूत्राची दुर्गंधी वातावरणात दाट होऊन पसरल्यामुळं ओकारीची भावना होत होती. काही जण इकडं तिकडं मल-विसर्जनासाठी बसत असल्याचं दिसत होतं.

द्रोणांना संताप आला.

पण ही माणसं तरी कुठं जाणार? या विचारासरशी संताप ओसरून गेला. आपण कुठं तरी लांब जावं, असं वाटलं.

पांडव हुशार. त्यांनी योग्य जागा पटकावली आहे.

द्रोणांनी त्यातल्या त्यात मोकळी जागा शोधून प्रातर्विधी उरकले. माघारी येऊन हव्यकाला उठवून पाणी घेऊन ते आत आले. सूर्य उगवला असला, तरी अजूनही अश्वत्थामा उठला नव्हता. एवढ्यात उठणार नाही, हे त्यांनाही ठाऊक होतं. एवढ्या अवधीत आपण अंघोळ तरी उरकून घ्यावी, म्हणून ते मागच्या बाजूला गेले, तेव्हा हव्यक म्हणाला,

"थोडंसं पाणी शिल्लक आहे. काल संध्याकाळी प्यायचं पाणी आलेलं नाही. आता हे पाणी संपवलं, तर गुदप्रक्षालनालाही पाणी राहणार नाही."

जेमतेम हात-पाय आणि चेहरा पाण्यानं धुऊन ते आत आले, तेव्हा एकलव्य आला होता. त्याच्या मागं दोन दृढकाय सेवक होते. जमिनीवर मधानं भरलेली दोन गाडगी. वाघांची दोन मऊसूत कातडी. शिवाय एक टोपली भरून

रानातली फळं. कालच्याप्रमाणे आजही त्यानं साष्टांग नमस्कार घातला. बसायची अनुज्ञा मिळाल्यावरच जमिनीवर बसला.

मध्य लयीत घोरणारा अश्वत्थामा. या बाजूला द्रोण. उघड्या दारातून आलेली सूर्याची किरणं त्याच्या अंगावर पडली होती.

द्रोणांनी एकलव्याकडे नीट पाहिलं.

त्याच्या मस्तकावर कालचा लखलखणारा मुकुट नव्हता. इतर दागिनेही नव्हते. सुती वस्त्र, कमावलेल्या कातडीच्या मनगट आणि दंडांना पट्ट्या, त्याच कातडीचं छातीवर बांधलेलं संरक्षक कवच. दाराबाहेर उभ्या असलेल्या नोकरांच्या अंगावरचे वेशही रानटीच होते. खांद्यावरचं लोखंडी धनुष्य मात्र त्यांनी उतरवलं होतं.

वेळ न दवडता एकलव्य म्हणाला,

"रात्रभर मी विचार करत होतो. अर्जुनावर सूड घ्यायची संधी म्हणून मी या युद्धात उतरलो होतो. पण माझ्यावर अन्याय केला, तो भीष्मांनी. त्यांच्याच अधिपत्याखाली हे युद्ध होणार आहे. त्यांच्यावर सूड घ्यायचा असेल, तर मला अर्जुनाची बाजू घ्यावी लागेल. काल सगळीकडे दवंडी पिटली, म्हणे. पांडव जन्मले, ते... त्या कुठल्या पद्धतीनं?"

"नियोग..."

"हं! नियोग, म्हणे, नियोग! तुम्हा लोकांचा विचित्र धर्म! मुलं न होता मेलं किंवा वंश वाढला नाही, तर त्यात काही तरी पाप वगैरे आहे, असं आम्ही मानत नाही. आमच्याकडे मुलांसाठी जमवून ठेवायला जमीन-जुमला किंवा वाडे नाहीत. त्यामुळं यात अर्जुनाची बाजू धर्माची आहे, की दुर्योधनाची, याला आमच्या दृष्टीनं काहीच अर्थ नाही. रात्रभर झोप लागली नाही आम्हाला! एवढी जमलेली माणसं त्यांचं गू-मूत... एवढ्या माणसांच्या घामाच्या वासाचीही आम्हाला सवय नाही. शत्रूची अशी वाट पाहत बसणं आणि नंतर युद्ध करणंही आमच्या युद्धाच्या पद्धतीत बसत नाही. त्यामुळं मी माझ्या लोकांसह माघारी निघून जात आहे."

बधिर झाल्यासारखे द्रोण बसून होते. त्याच्या बोलण्यातला वेगळाच अर्थ त्यांना जाणवत होता. काही तरी आठवून एकलव्य म्हणाला,

"पांचाल आणि कुरुराष्ट्र यांच्या मधलं अरण्य आमचं. आमचे माणसाळलेले हत्ती यांनाही हवे आणि त्यांनाही. अर्जुनानं पांचालांच्या मुलीशी लग्न केल्याचं समजल्यावर मी त्यांना हत्ती देणं बंद केलं. एकेका हत्तीसाठी दोन-दोन गाड्या धान्य आणि पाचपाच निष्क जास्तीचे देतो म्हटलं, तरी मी हत्ती कमी किमतीला हस्तिनावतीमध्येच विकत होतो. चुकलंच ते. या नंतर मात्र मी कुणालाच

विकणार नाही. एका झाडावर चढून पहिलं, दोन्ही बाजूंना किती तरी हत्ती जमवले आहेत. सामान वाहून नेण्यासाठी म्हणून आणले गेलेले हे सगळे हत्ती या युद्धात मरून जाणार आहेत! छे:! याच हत्तींच्या बदल्यात मिळालेल्या सोन्यापासून तयार केलेले दाग-दागिने मी आर्य राजासारखा मिरवत होतो! काल रात्रीच उतरवले सगळे दागिने मी!"

त्याचे गुरू अजूनही काही न बोलता तसेच बसून होते. सांगण्यासारखं काही राहिलं नव्हतं, की काही सुचत नव्हतं, कोण जाणे. तोही तसाच किती तरी वेळ बसून होता.

द्रोण टक लावून त्याच्याकडेच पाहत होते.

तो उठला. अश्वत्थ्याम्याला ओलांडून त्यांच्यापाशी आला. पुन्हा एकवार साष्टांग नमस्कार घालून तिथून निघून गेला.

दारापाशी उभे असलेले सेवकही त्याच्या पाठोपाठ निघून गेले.

द्रोण तसेच बसून होते. अश्वत्थाम्याचं घोरणं कमी झालं होतं. पण श्वासाच्या लहरी छातीपासून बेंबीपर्यंत दिसत होत्या. त्यांना त्याचा राग आला.

हा ब्राह्मण नव्हे!

शाप द्यावासा वाटला. पण आपल्या मुलाला शाप देण्याची शक्ती आपल्या अंगी नाही, याची जाणीव झाली.

एवढ्यात हव्यक आत आला आणि त्यानं विचारलं,

"हवनाची तयारी करू?"

ते काहीच बोलले नाहीत. त्यानं तुपाचं पात्र आणि समिधा हवनकुंडापाशी आणून ठेवल्या. गावाहून येताना व्याघ्रचर्म आणायला विसरल्याचं आठवलं. त्यानं आता एकलव्यानं आणून दिलेल्या व्याघ्रचर्मांपैकी एक भिंतीपाशी अंथरलं. मध आणि फळं घेऊन तो आत गेला. द्रोण दर्भाच्या आसनावर बसले. समिधा होमकुंडात रचून ते वारा घालू लागले. थोड्या वेळात समिधा पेटल्या. मंत्रोच्चार करत त्यांनी त्यात तूप ओतताच अग्नी उठला. पण बाहेरून आलेल्या वाऱ्याच्या मंद झुळुकीनं आणलेली दुर्गंधी नाकाला झोंबली. नाक घट्ट दाबून धरलं, तरी असह्य होणारी दुर्गंधी! मंत्रशक्तीच नष्ट झाल्यासारखी झाली. आणखी चार-सहा वेळा तूप ओतून ज्वाळा नाकापर्यंत येतील, अशा उठवल्या. थोड्या सुखकर वाटणाऱ्या त्या होमाच्या धगीनं मंत्र आपोआप तोंडातून बाहेर पडू लागले. मनात पुन्हा पुन्हा एकलव्याचं बोलणं घोळत होतं.

"भीष्मांच्या बाजूनं लढण्यात काही अर्थ नाही आणि अर्जुनाकडूनही लढण्यात अर्थ नाही."

तो आपल्या अरण्यात निघून गेला.

मनाला थोडं बरं वाटलं. त्यानं योग्यच केलं, असं वाटलं. प्रज्ञापूर्वक मंत्रपठन करत असताना, अग्निकार्याचे पुढचे विधी करत असताना त्यांच्या मनातला एक निर्धार निश्चित रूप घेऊन उभा राहत होता.

पांडवांची बाजू अन्यायाची नाही, अशी माझी श्रद्धा आहे. अन्नाच्या ऋणापायी दुर्योधनाच्या बाजूनं उभा होतो; पण माझा उत्तर पांचाल गिळंकृत करणारे कुरुराजेच माझ्या अनंत उपकारांखाली दबलेले आहेत!

निर्धाराचं स्वरूप अधिकच स्पष्ट झालं होतं. मन थोडं हलकं झालं होतं.

निवांतपणानं उरलेल्या मंत्रांचं पठण करून, हवन पूर्ण करून, प्रदक्षिणा घालत असताना अश्वत्थामा जागा झाल्याचं दिसलं. उरलेलं तूप अग्नीला अर्पण केल्यावर उठलेल्या ज्वाळेनं त्यांच्या मनातही उत्साह निर्माण केला होता.

"बाळ, उठून बैस. एक गोष्ट सांगायची आहे तुला." ते म्हणाले.

तो उठून बसला.

"हे पाहा, पांडव ज्या पद्धतीनं जन्मले, ती पद्धत न्यायसंमत आहे, असं आर्य धर्म सांगतो. पण आता आपण न्यायाच्या विरोधात उभे आहोत. मला वाटतं, आपण यांच्या बाजूनंही लढू नये आणि त्यांच्या बाजूनंही जाऊ नये. त्यापेक्षा दूरवर कुठं तरी एक आश्रम बांधून राहू या. खरं, की नाही?"

"मी दुर्योधनाची साथ सोडणार नाही." एक भली मोठी जांभई देत तो म्हणाला.

"का? असे काय मोठे उपकार केलेत त्यानं तुझ्यावर? तू शुद्ध ब्राह्मण्य पाळलं नाहीस, म्हणून कुणा ऋषी-मनीनं तुला मुलगी दिली नाही आणि निलाजरेपणानं क्षत्रियांच्या घरचं अन्न गिळत भटकतोस, म्हणून कुणा क्षत्रियानंही मुलगी दिली नाही! आता पंचावन्न वर्षांचा झालास! भारद्वाज वंश आता तुझ्याच ठायी नष्ट होणार..." संतापामुळं त्यांचा आवाज राहुटीबाहेर गेला होता.

अश्वत्थाम्याला आणखी एक जांभई आली. वासलेला जबडा मिटून तो महणाला,

"बाबा, तुमच्या बुद्धीला काही तरी झालंय्! तिकडं तो पांडवांचा मेहुणा 'माझ्या पित्याला मंचकाच्या पायाला बांधणाऱ्या आणि लाथ मारणाऱ्या द्रोणाला ठार केलं नाही, तर मी पांचालच नव्हे...' अशा डरकाळ्या फोडत फिरतोय्, म्हणे! आता युद्ध नको, म्हणून पळून जाऊन, आश्रम बांधून राहिलं, तर धनुर्विद्येचे महान गुरू भेकड आहेत, असंच म्हणतील ना सगळे? त्या धृष्टद्युम्नाची गुर्मी उतरवायला नको का?"

निरुत्तर होऊन ते तसेच बसून राहिले. अखेर त्याचा जाड दंड धरून त्याला उठवत म्हणाले,

"उठून तोंड धू. उत्तम मध आणि फळं आली आहेत."

❑

# १२

“आश्रम आला. त्या तिथं झोपड्या दिसताहेत ना, तिथंच.” सारथी सुकेशानं सांगितलं.

भीष्मांनी सगळ्या घोडेस्वारांना खाली उतरून पायी चालत येण्याची आज्ञा केली. ते स्वत:ही रथातून खाली उतरले. रथाच्या हेलकाव्यांमुळं पाठ, कंबर आणि कूस दुखत असली, तरी रथातून उतरून पावलं टाकताना बरं वाटत होतं. मशालीच्या उजेडात सुकेशाच्या हाताचा आधार घेऊन ते चालत होते. मध्येच ते त्याला म्हणाले,

“मशाल मागं धाड. तिचा वास नको.”

मशालवाला मागं गेल्यावर त्यांनी सावकाश श्वास ओढून घेतला. गाईचं भरपूर तूप अर्पण करून होम केल्यावर उठणारा खमंग वास कुठल्याही आश्रमापासून हजार पावलांवर असतानाच वातावरणात भरलेला जाणवतो. दीर्घ श्वास घेऊन तो वास छातीत भरून घेणं हाच एक मोठा आनंद असल्याचं आठवत होतं. कधी काळी पाठ केलेली अग्नि-सूत्रंही या वातावरणात क्रमवार आठवत होती.

“आणखी किती लांब आहे?” त्यांनी विचारलं.

“शंभर पावलंही नाही. तो तिथं... समोरच आहे.”

सारथी असं म्हणाला, तरी त्यांचा त्यावर विश्वास बसला नाही. चालता चालता थांबून दीर्घ श्वास घेतला, तरी तसं वाटलं नाही. कसला तरी वेगळाच वास होता तो. पटकन ओळखता न येणारा वास.

अनपेक्षित ठिकाणी, अनपेक्षित प्रसंगी... कसला? हो. प्रेत जळत असल्याचा वास. जळत असल्याचा, की जळून संपल्यावर जाणवणारा वास?

“सुकेशा, माणसाचं मांस आणि हाडं अग्नीत जळत असल्याचा वास आहे ना हा?”

समोरून वाऱ्याचा झोत आला.

“होय, आजोबा. आश्रमात कुणी तरी मरण पावलेलं दिसतं. अग्नि-संस्काराचाच वास हा.”

कोण असेल बरं? कृष्णद्वैपायन तर मेला नसेल ना?

भीष्मांच्या मनात येऊन गेलं.

अंतर्मनानं प्रार्थना केली : असं घडलेलं असू नये. पण त्यांच्या मनातली आशंका कमी झाली नाही.

माझ्यापेक्षा लहान असला, तरी एकशे आठ-एकशे दहा वर्षं वय आहे त्याचं. सुकलेलं काष्ठ कुठल्याही क्षणी खट्कन मोडून जाईल.

पावलं जशी आश्रमाच्या जवळ जात होती, तसा नाकात शिरणारा तो वास मनालाही व्यापून टाकत होता. क्षीण चांदण्यात आश्रमाच्या झोपड्या अधिकच गूढ वाटत होत्या. पक्ष्यांची किलबिल नव्हती. गाईंचं हंबरणंही ऐकू येत नव्हतं. मानव-देहातली हाडं आणि मांस जळत असताना वेदघोष तर निषिद्धच. या मृत्यूनं भरून राहिलेल्या वातावरणात फक्त घुबडाचा आवाजच नैसर्गिक वाटेल, असं वाटलं; पण तोही आवाज ऐकू येत नव्हता.

तरीही ते आश्रमापाशी पोहोचताच माणसं जमली. साठ, सत्तर, ऐंशी वर्षांचे वेदपारंगत, तीस-चाळीस वर्षांचे ब्रह्मचारी, काळ्या-पांढऱ्या दाढी-मिशा आणि जटा असलेले, थंडी असल्यामुळं छातीवर कांबळं गुंडाळलेले वृद्ध.

दोन-तीन पेटलेल्या चुडी तिथं आल्या. भीष्मांची ओळख पटली. एक चूड धावत गेली. ती माघारी आली, तेव्हा तिच्याबरोबर कृष्णद्वैपायनांची पावलं होती.

पांढऱ्या शुभ्र दाढी-मिशा, काळा देह. प्रेतासारखा शांत चेहरा.

"कृष्णा, आश्रमात कुणाचा तरी मृत्यू घडलेला दिसतो. मी अयोग्य घटकेवर आलो आहे, वाटतं. कोण वारलं?"

"मी."

मृत शवानं उत्तर द्यावं, तसा होता त्यांचा आवाज. चेहरा आणि डोळेही.

दोघांमध्ये असलेल्या चुडेचा चढ-उतार दर्शवणारा पिवळा प्रकाश. तेल जळून गेल्यावर येणारा करपट वास. भोवताली प्रेतांप्रमाणे उभे असलेल्यांचं चंचल मौन.

"तुला कशी बातमी समजली?"

द्वैपायनांचा हा प्रश्न भीष्मांना समजला नाही, तरीही ते म्हणाले,

"असाच निघालो. लवकर निघून दुपारपर्यंत पोहोचलो असतो, तर चेहरा तरी पाहायला मिळाला असता. रात्री थोड्या लवकर आलो असतो, तर प्रेताचं तरी दर्शन झालं असतं."

बोलता बोलता भीष्मांच्या मनातली निगूढता अधिकच गहिरी झाली.

"पाहून काय होणार?" स्वत:लाच सांगावं, तसं ते म्हणाले, "...असं मी म्हणत नाही. तोच म्हणायचा." एवढं बोलून ते पुन्हा स्तब्ध झाले.

भोवतालची धावपळ कमी झाली असली, तरी सावल्यांच्या हालचाली पूर्णपणे थांबल्या नव्हत्या.

कृष्णद्वैपायनांचा मुलगा शुकदेव तर मरण पावला नसेल?

ही शंका मनात येताच त्यांनी उजव्या बाजूला उभ्या असलेल्या ऐंशी वर्षांच्या, गोल चेहऱ्याच्या, काळं कांबळं गुंडाळलेल्या आश्रमवासीयांकडे पाहिलं.

तो म्हणाला,

"शुकदेव म्हणजे महाज्ञानी! इच्छामरणी! स्वत:च्या इच्छेनं त्यानं देह त्यागला."

द्वैपायन कोसळल्यासारखे मटकन जमिनीवर बसले.

जवळ असलेल्यांनी चटकन बसून त्यांच्या पाठीला आधार दिला.

समोर बसून त्यांच्या कृश पाठीवरून हात फिरवत, त्यांना सावरत भीष्म त्यांचं सांत्वन करू लागले,

"कृष्णा, मी तुझ्याहून वयानं मोठा आहे, हे खरं. नात्यानंही थोरला भाऊ आहे; पण समस्त वेदांचं सार आत्मसात केलेल्या तुझ्यासारख्या विद्वानाला काही सांगावं, अशी योग्यता कुणाची आहे? जन्माला आल्यावर कुणाला मरण चुकलंय्? काही जण पुढं जाताहेत आणि बाकीचे पाठोपाठ जाणार आहेतच. किती तरी वर्षं जगलोय् मी. किती तरी पाहिलंय्. काही वेळा असह्य होतं मलाही! पण मरण आपल्या हातात आहे का? शुकदेव इच्छामरणी, असं हे मघाशी म्हणाले. ती काही सामान्य साधना आहे का? चल, ते आश्रमात जाऊ या."

चुडेच्या उजेडात द्वैपायनांचा चेहरा मृदु-गंभीर दिसत होता. भेदक दृष्टीमध्ये थोडाही देवांश राहिला नव्हता. त्यांचे दोन शिष्य आणि भीष्म यांनी त्यांना सावरून धरलं आणि ते आश्रमाकडे निघाले.

द्वैपायन स्वत:च्या पायावर भार टाकत पावलं टाकत होते.

ऐंशी वर्षांचे, गोल चेहऱ्याचे शिष्य आग्रह करत म्हणाले,

"ह्या लाह्या आणि दूध तुम्ही घ्यायलाच हवं. त्यानं उपवासाला सुरुवात केली, तेव्हाच मृत्यू निश्चित झाला होता, नाही का? आज पडून गेला, तो फक्त देह. आपण ज्ञानी आहात. दु:खाच्या आहारी जाऊन या वयात आपण निराहारी राहिलात, तर इथलं उरलेलं सारं कोण पाहणार?"

❑

संपूर्ण आश्रमात अंधार पसरला होता. जवळ जळणाऱ्या चितेतून उठणारा धूर आणि वास यामुळं सुतकाचं वातावरण पंचेंद्रियांना स्पर्श करत होतं. भीष्मांच्या मनातही मृत्यूसारखीच भीती भरून राहिली होती. स्वत:च्या मरणाची भीती नव्हे. त्यांच्या एवढ्या प्रदीर्घ जीवनात मृत्यू ही काही कधीच न अनुभवलेली घटना राहिली नव्हती. आपल्याच घरातली आपल्याहून लहान अशी किती तरी माणसं मरण पावली आहेत! त्या वेळी आपणच पुढाकार घेऊन, सारी जबाबदारी अंगावर घेऊन, कुरु-वंशाचा एवढा विस्तार घडवून आणला, नाही का? पण त्या वेळी कधीच मृत्यू असा अंतर्बाह्य भरून राहिल्याचा अनुभव आला नव्हता. इथं आल्यावर आपली विचारपूस करणाऱ्या ह्या सुमंतु ऋषींच्या तोंडून सारं ऐकल्यापासून मात्र

बेंबीच्या नाळेतून मृत्यूचा धूर दिसतो आहे. स्वत:च्या मृत्यूची भीती नव्हे. आजवर ज्या जमिनीवर जगलो, ती जमीन; प्यायलो, ते पाणी; खाल्लेलं अन्न, पाहिलेलं आकाश, सूर्य-चंद्र, झाडं-वेली... सगळी सगळी मृत्यूचीच छाया असल्याची भावना मनात दाटून येत होती. अशा विलक्षण वातावरणातच हा आश्रम करीत असलेल्या कार्याचाही परिचय होत होता.

"कृष्णद्वैपायनांचे चार प्रमुख शिष्य. ते ऐंशी वर्षांचे गोरेपान, कांबळं पांघरलेले, आता गुरुजींच्या कुटीत अशा दु:खात ते एकटे राहू नयेत, म्हणून त्यांच्या सोबत राहिले ना? त्यांचं नाव पैल. ज्यांनी गुरुजींना दूध-लाह्या आणून दिल्या, ते वैशंपायन. इथं ज्यांनी दिवा आणून ठेवला, ते जैमिनी; आणि मी सुमंतु. आम्हा चौघांनाही गुरूंनी एकेक वेद शिकवला आहे. शिकवलाय्, म्हणजे अगदी पक्का करून घेतला आहे..."

भीष्मांनी मध्येच विचारलं,

"एकेक वेद, म्हणजे? एकंदर आहेत तरी किती वेद? वेद म्हणजे एकच, नाही का?"

कधी काळी म्हणजे सुमारे ऐंशी वर्षांपूर्वी केलेलं वेदाध्ययन आठवून त्यांनी हा प्रश्न विचारला, तरी त्यामागचा खरा हेतू मनात भरून राहिलेल्या मृत्यूच्या भयपासून सुटका करून घ्यायचा होता. अंतर्यामीचा हा हेतू त्यांनीही जाणला होता. म्हणूनच त्यांनी चर्चा पुढं वाढवली,

"कुठल्या आधारावर त्यांनी वेदाची चार भागात विभागणी केली? नंतरही प्रत्येकाला एकच का शिकवला? प्रत्येकाला चारही वेद का शिकवले नाहीत?"

"असं काही गुरुजी म्हणाले नाहीत. पण तेवढी शक्ती कुणामध्ये असणार? तुम्हालाही गुरुजींची माहिती आहेच. वयाच्या आठव्या वर्षीच त्यांच्या पित्यानं– पराशर मुनींनी, त्यांना वेद शिकवायला सुरुवात केली. जन्मत:च कुशाग्र बुद्धी आणि असामान्य स्मरणशक्ती. पित्याबरोबर त्यांनी किती देश पालथे घातले असतील, कोण जाणे! पित्याच्या माघारीही सतत फिरणं सुरूच होतं. कुठल्या कुठल्या देशात कुठला वेदपाठ प्रचलित आहे, ते शोधून त्या त्या ठिकाणी राहून ते शिकले. तुम्हालाही ठाऊकच आहे, प्रत्येक यज्ञाच्या वेळी म्हणायचे, प्रत्येक देशातले मंत्र वेगवेगळे असतात. प्रत्येक प्रदेशाची उच्चाराची पद्धतही वेगवेगळी असते. फलप्राप्ती, अर्थ याविषयीही वेगवेगळं विवरण केलं जातं. मग यातून वाद निर्माण होतात. फक्त वादच नव्हे, भांडणंही! किती तरी शतकांपासून विस्तार पावत आलेले असंख्य ऋषिसंप्रदाय आहेत. प्रत्येकाचं स्वत:चं असं वैशिष्ट्य असतं. या सगळ्या गोष्टींचा समग्र विचार करून त्यांनी ही विभागणी केली आहे. वेदांमधला एकही पोटभेद गुरुजींना ठाऊक नाही, असं नाही! या

सगळ्यांचा अंतरार्थ जाणून घेऊन, विरोधार्थाचा समन्वय करून, समग्र संप्रदायाला विशिष्ट क्रम ठरवून देणं ही काय सामान्य बाब आहे? आपल्या जीवनाचं हेच ध्येय ठरवून ते श्रमले. एकट्यानं सारं समजून घेतलं. पण यानंतर एवढे कष्ट घेऊन समग्रपणे वेदांचं आकलन करणारं कुणी जन्माला येईल का? त्यांनी विभागून ठेवलेल्या चारही भागांचं आकलन करून घेण्याची माझी फार इच्छा होती. पण एक शिकता शिकताच माझी शक्ती संपून गेली. ''

भीष्मांना आठवलं, हा कृष्ण आईला भेटण्यासाठी हस्तिनावतीत आला होता, तेव्हा तेरा वर्षांचा होता. पण त्याच वेळी त्यानं वेदाचा बहुतेक भाग तोंडपाठ केला होता. अंबिका, अंबालिकेसाठी नियोगास हाच योग्य आहे, असा विचार करून बोलावून घेतलं, तेव्हाही अठ्ठावीस-तीस वर्षांचा होता. दिवस उजाडला, की वेदांच्या पाठांतराखेरीज दुसरं काही कामच नसे. हस्तिनावतीतल्या ब्राह्मणांना बोलावून त्यांना ठाऊक असलेले मंत्र ऐकून शिकून घेत होता. मला येत होतं, तेही यानं आत्मसात केलं. नंतरही लग्न केलं नाही. अविवाहित. पण जेव्हा आपल्या विद्येसाठी उत्तराधिकारी हवा, असं वाटलं, तेव्हा अप्सरा जातीतल्या एका स्त्रीचं गर्भाशय नऊ महिन्यांसाठी तात्कालिक दान म्हणून मागून आपला असा एक मुलगा मिळवला, म्हणे, त्यानं. पित्यापेक्षाही प्रचंड बुद्धी-शक्तीचा वेदविद्वान! मी त्याला पाहिलं नाही... की पाहिलं होतं? अंहं. तो काही हस्तिनावतीत आला नाही. आला असतानाही मी पाहिलं नाही, असं तर झालं नसेल ना?

पण त्यानं हा निराहाराचा निर्णय का घेतला? सुमंतूला विचारावंसं वाटत होतं. पण त्याचीही एक प्रकारची भीती वाटत होती. मृत्यूचा वास पुन्हा मन व्यापून टाकेल, अशी असह्य भावना. पण कुतूहल अनावर झालं. अखेर त्यांनी विचारलं.

शेजारचा तिळाच्या तेलाचा दिवा काजळी ओकत अंधार छेदून जगत असल्याचा भास होत होता. अंधारात वितळून जाणं हाच आपला सहजगुण असल्याप्रमाणे. समोर बसलेल्या वृद्ध सुमंतूची शुभ्र दाढी, सुरकुतलेलं कपाळ, डोळ्यांखालची ओघळलेली कातडी दुर्बल उजेडातही दिसत होती.

सुमंतु बोलू लागला,

"शुकदेव पित्यापेक्षाही प्रचंड बुद्धिवान होता. पित्याचा शिष्यही होता. त्यानंही देशोदेशी भटकून ज्ञान संपादन केलं होतं. फक्त वेदच नव्हे, तर वेदांचा तिरस्कार करणारे जे विचार होते, तेही तो श्रद्धेनं शिकला. आणि तेच या सगळ्याला कारणीभूत झालं. श्रद्धाहीन व्यक्ती कधी सुखी होणं शक्य आहे का?"

"कसा सुखी होणार? पण त्याची श्रद्धा कशी नष्ट झाली?"

"तसं पाहिलं, तर त्याला श्रद्धाहीनही म्हणता येणार नाही, म्हणा! ब्रह्मचर्य, गृहस्थाश्रम आणि वानप्रस्थाश्रम यापैकी सुरुवातीला त्यानं ब्रह्मचर्यच सर्वश्रेष्ठ आहे, असं प्रतिपादन केलं. याचा पूर्णपणे धिक्कार करता येणारच नाही, खरं, की नाही?"

आपण इतकी वर्षं शपथपूर्वक अनुसरलेल्या आश्रमाचं प्रतिपादन करणाऱ्या श्रेष्ठ ऋषीविषयी ऐकताना भीष्मांचं अंत:करण भरून आलं होतं. ते म्हणाले,

"कसा करता येईल?"

"गृहस्थाश्रम म्हणजे त्यात गुंतणं आलं. माझी बायको, माझी मुलं, असा स्वार्थही आला. आपण होऊन या संसारात गुंतत जायचं, सगळे मोह वाढू द्यायचे आणि अखेरीस वृद्धपणी रानात जाऊन त्यापासून सुटकेसाठी प्रयत्न करायचे, हे बोलणं जेवढं सोपं आहे, तेवढं घडणं सोपं नाही. त्यामुळं गृहस्थाश्रमात न अडकणं हाच खरा विवेक आहे आणि म्हणून सगळ्यांनी ब्रह्मचारी राहावं, असा तो वादही घालत होता..."

"होय. खरं आहे ते." भीष्म मान डोलावत म्हणाले.

"किती तरी ठिकाणी असा वाद घालून तो जिंकूनही आला. वादामध्ये त्याचे मुद्दे खोडून काढण्याची कुणाचीही कुवत नव्हती. विदेहकडचा प्रदेश वादासाठी प्रसिद्ध असल्याचं तुम्हालाही ठाऊक असेलच. तिथंही जाऊन हा जिंकून आला. तिथं तर त्याच्या बोलण्याच्या सत्यासत्यतेचीही परीक्षा घेण्यात आली. कामकलेत निपुण आणि भल्याभल्यांना भुरळ पाडणाऱ्या वारांगनांना याच्या सेवेसाठी नेमण्यात आलं होतं. ऋषींनी स्त्रियांचा उपभोग घेणं काही चूक नाही; पण त्या वारांगना असल्याचं फारच लपवून ठेवण्यात आलं होतं. सेवा करायच्या निमित्तानं त्यांनी आपण होऊन स्पर्श करून त्याच्या भावना भडकवण्याचा कितीही प्रयत्न केला, तरी हा फक्त देहानंच नव्हे, आंतरिक दृष्ट्याही अविचल राहिला! याची दृष्टी आणि शरीरातल्या प्रत्येक रोमाची सूक्ष्म हालचाल अवलोकून त्या वारांगनांनी आपण होऊन तशी वर्दी दिली, म्हणे."

"जन्मत:च नपुंसक?" भीष्मांनी संशयनिवारण्याच्या दृष्टीनं विचारलं.

"निश्चितच नाही. चेहऱ्यावर, उठण्या-बसण्यात, वावरण्यात पूर्ण पुरुषत्व भरलेला पुरुष. तसाच संयम, तसाच मनावर ताबा!"

हे ऐकत असताना भीष्मांना स्वत:चीच आठवण झाली. त्यांनी शुकाला पाहिलं नव्हतं.

पण भर तारुण्यातच नव्हे, तर आतासुद्धा आपल्याला कोण पुरुष-सिंह म्हणायला नकार देईल? किती विलक्षण संयमानं आपण जगलो! विचित्रवीर्यासाठी जिंकून आणलेल्या सुंदर कन्या. रोगट नवरा. तो मरण पावल्यावर वंशाचा

विस्तार करण्यासाठी धर्माला अनुसरून त्यांच्याशी नियोग करायची सत्यवतीनं परोपरीनं विनंती केली, तरी मी नाही का अविचल राहिलो! भीष्म म्हणजे ब्रह्मचर्य आणि ब्रह्मचर्य म्हणजे भीष्म, असं समीकरणच निर्माण झालंय्!

या विचारांसरशी त्यांच्या मनातला शुकाविषयीचा आदर द्विगुणित झाला.

"विचारांमध्ये जन्म घेऊन त्यानंतर भावनेनं दृढमूल झालेलं त्याचं ब्रह्मचर्य!" सुमंतु पुढं सांगू लागला, "गुंतून पडणं हे वाईटच. कशातही गुंतून न पडता जगण्यावर त्याचा परम विश्वास! यानंतर तो पुढच्या पायरीचं प्रतिपादन करू लागला. एकदा संसार... मुलं... नातवंडं यांच्यामध्ये अर्थच नाही, असं मानलं, तर ब्रह्मचारी होऊन कितीही वर्षं जगलं, तरी त्याचं काय? आता मेलं काय किंवा आणखी पन्नास वर्षांनंतर मेलं, म्हणून काय झालं? जन्म-मरणाच्या विषचक्रापासून सुटका करून घेणं हेच जीवनाचं ध्येय. हा मोहमयी संसार त्यागल्याशिवाय गत्यंतर नाही. याचा त्याग केल्यावर जगण्यातही काही अर्थ नाही! ज्याला मृत्यूची भीती वाटते, तो हवं तर जगू शकेल, पण अशा व्यक्तीला पूर्णपणे नि:संग म्हणता येणार नाही. हे विचार त्यानं मांडायला सुरुवात केली. त्याला वादामध्ये कोण हरवणार, आणि कसं हरवणार? याच आश्रमात राहत होता. गुरूंबरोबर वाद घालत होता. आम्हा चौघांनाही चर्चेत खेचत होता. अखेर एक दिवस आपल्या या विचारांना अनुष्ठान देण्यासाठी त्यानं अन्नपाण्याचा त्याग केला. आम्ही किती विनंती केली, जन्मदात्या पित्यानं डोळ्यात पाणी आणलं. खरं तर आमचे गुरू कुठल्याही कारणानं दु:खाच्या आहारी जात नाहीत. त्यांच्या डोळ्यात अश्रू पाहून तो म्हणाला, 'जे मी करत आहे, त्यात काहीही चूक नसताना तुम्ही डोळ्यात पाणी आणलंत, तर त्याला काही अर्थ नाही. तुमच्या वेदाभ्यासाचा काय उपयोग मग?' अखेर अन्न-पाण्याचा त्याग करून पडून राहिला. शरीर किती दिवस तग धरणार? आज दुपारी..."

त्यांचं बोलणं संपत असताना भीष्मांना पुन्हा मृत्यूचा वास जाणवू लागला. कदाचित हा मृत्यूचा वास नसेल, असंही वाटलं. या आश्रमात पाऊल टाकल्यापासून मनाला व्यापून टाकणारी मृत्यूची दाट छाया आतापर्यंतच्या बोलण्यात थोडी विरळ झाल्यासारखी झाली होती. आता मात्र बाहेर जाण्यासाठी गवाक्षच नसल्यासारखी पुन्हा दाट झाली आहे. पाहण्यासारखं समोर काहीच नसल्यामुळं त्यांचे डोळे यांत्रिकपणे सुमंतूवर खिळले होते. मृत्यूचं बिंब पाहत असल्यासारखे. शेजारी स्वत:च्या अस्तित्वासाठी दुर्बलपणे झगडणारा दिवा. आपलं अस्तित्व म्हणजे परमसत्य, असं प्रतिपादन करत असल्यासारखा भोवतालच्या वातावरणात भरून राहणारा अंधार.

थोडा वेळ गप्प बसलेला सुमंतु पुढं म्हणाला,

"असं झालं हे. मुलगा तर निराहारी झाला. गुरूंना दररोज बाहेरच्या जगात काय घडतं, हे समजत नाही. तिकडं युद्ध चाललंय्, म्हणे! तुमच्या नातवंडांमध्ये. तुम्ही इथं आलात, त्यामागं काही कारण आहे का? कंटाळून आलात का?"

चारही बाजूंनी वेढून टाकलेल्या त्या मृत्यूच्या आवरणात भीष्मांना आपल्या समस्येचा विसर पडला होता, आता आठवण झाली, तरी ती समस्या आता गौण वाटत होती. त्या समस्येविषयी आता काही बोलावं, असंही त्यांना वाटेना. सुमंतूनंही पुन्हा त्याविषयी विचारलं नाही. भोवताली मौन पसरलं होतं. अंधारातून साकारणारं मौन. यातून सुटका करून घेण्यासाठी तरी काही तरी बोललं पाहिजे, असं वाटून भीष्म बोलू लागले. आपण रणांगणातून एकाएकी इथं का आलो, हे सांगून त्यांनी समस्येविषयीही सांगितलं आणि म्हणाले,

"उद्या दुपारी मला निघायलाच हवं. अशा परिस्थितीत माझी समस्या कृष्णांसमोर मांडणं योग्य नाही. आलो आहे, तसा तुमच्या कानांवर घालतो. तुम्ही वेदपारंगत आहात. माझ्यामध्ये एक प्रकारचं परिवर्तन होत आहे. पण त्याचं नेमकं स्वरूप मात्र मला समजत नाही..."

त्यांचं बोलणं संपलं, तेव्हा मध्यरात्र टळून चार-पाच घटका लोटल्या होत्या. सुमंतूनं नियोगाच्या धर्माविषयी कुठलाच निश्चित असा विचार सांगितला नाही. तो म्हणाला,

"जसं वेदांच्या संदर्भात आमच्या गुरूंनी कार्य केलं आहे, तसाच याही विषयाचा समग्र विचार व्हायला पाहिजे, असं दिसतं. तोपर्यंत..." पुढं काय बोलावं, ते न समजल्यामुळं तो मुकाट्यानं बसून राहिला.

पुन्हा मौन. छोट्याशा दीपज्योतीभोवतालचा भाग सोडता सगळीकडे भरून राहिलेला विशाल अंधकार.

"तुम्हीही प्रवास करून थकला असाल. रात्रही बरीच झालीय्. उद्या सकाळी आणखी बोलू या. ही समस्या गुरूंच्या पुढं मांडल्यावर ते दुःखातून थोडे बाहेर आले, तर तेवढंच बरं होईल." म्हणत तो उठून उभा राहिला. पर्णकुटीचा दरवाजा अर्धवट उघडत म्हणाला, "इथं रानटी प्राण्यांचं भय नाही. सांगून सवरून आश्रम असल्यामुळं चोराचिलटांची भीती तर मुळीच नाही." आणि दरवाजा ओढून घेत तो बाहेरच्या अंगणात दिसेनासा झाला.

आता भीष्म एकटेच राहिले. लहानसा मिणमिणता दिवा. त्यातलं तेलही संपत आलेलं. भोवताली व्यापून टाकणारा जीव घुसमटून टाकणारा अंधार. प्रवासामुळं पाठ थोडी दुखत असली, तरी गवतामुळं मृदु असलेलं अंथरूण मऊ होतं. भाताचा कोंडा भरून केलेली उशी उशाला घेऊन त्यांनी उबदार कांबळं गळ्यापर्यंत ओढून घेतलं.

काळं कांबळं का ठेवलं इथं? यांना दुसरं पांढरं काही पांघरायला मिळालं नाही का?

ते कासावीस झाले.

कुठल्या रंगाचं असलं, म्हणून काय झालं? ऊब तर तीच आहे ना!

या विचाराला मनानं मान्यता दिली नाही. कांबळ्याचा रंग काळा असला, तरी तो काही येऊन अंगाला चिकटत नाही. हाही विचार न पटणारी एक विलक्षण भावना मनाला भरून राहिली होती. कांबळं पायानं दूर लोटून द्यावंसं वाटत होतं. पण थंडी आणि बाहेर वाहणारं गार बोचरं वारं भोवताली चोंदून राहिलेल्या अंधाराचंच रूप बनून राहिलं होतं. शुक विनाकारण मरण पावला नाही, असं राहून राहून मनात येत होतं. त्यानं मृत्यूला का आलिंगन दिलं, त्यामागचं कारण जाणून घेण्याची इच्छा प्रबल झाली.

तोही आपल्यासारखाच ब्रह्मचारी. गृहस्थानं, हवं तर, जगावं. मुलांना मोठं करावं, नातवंडांना चार विवेकाच्या गोष्टी सांगाव्यात, पणतवंडांच्या खेळातला सांगाती व्हावं. ब्रह्मचर्यच सर्वश्रेष्ठ असेल, तर का जगायचं? किती जगायचं? ब्रह्मचर्याच्या संदर्भात आपलं मन शुकाच्या मनाशी एकरूप होऊन गेलं आहे. आता आपणही ही अखेरची पायरी चढून जावं, असं प्रकर्षानं वाटलं. पित्याच्या कामतृप्तीसाठी मी ब्रह्मचारी राहिलो. गृहस्थाश्रमापेक्षा हा आश्रम श्रेष्ठ आहे, या भावनेनं नव्हे. 'ब्रह्मचारी राहा. माझ्या मुलीच्या घरात कुठलाही अधिकार चालवू नकोस.' त्याप्रमाणे नदीच्या पलीकडे पर्णकुटी बांधून राहत होतो. त्यानंतर माता सत्यवतीच्या विनंतीचा आदर करून पुन्हा राजवाड्यात येऊन... पण माझं काम संपलं, असं वाटल्यावर मी पुन्हा का माघारी गेलो नाही? एखाद्या विशिष्ट क्षणी 'आता माझं काम संपलं...' असं का मला वाटलं नाही? एक कडी दुसऱ्या कडीत अडकावी, तसा साखळीत गुंततच गेलो... दिवा शांत होईल आता.

जवळच्या भांड्यातलं तेल त्यात ओतून वातीवरची काजळी झटकण्याची इच्छा झाली, तरी आता झोपताना दिवा कशाला हवा, असा विचार करून ते तसेच स्वस्थ पडून राहिले. अखेर तेल संपून वात जळून गेल्याचा करपट वासही त्यांच्या नाकाला जाणवला. प्रेत जळाल्यासारखा करपट वास. सर्वांग झाकणारं काळं कांबळं. संपूर्ण झोपडीत आपण एकटेच झोपल्याची जाणीव तीव्रपणे झाली.

या आश्रमाची रचना कशी आहे, हेही अंधारात नीटसं समजलं नाही. अशा किती झोपड्या आहेत, कोण जाणे. एकमेकीपासून किती लांब आहेत, तेही समजत नाही. ही झोपडी एका बाजूला, सगळ्यांपासून दूर आहे का?

मनाचा एक प्रकारचा गोंधळ उडाला होता.

हस्तिनावतीत एवढ्या मोठ्या भवनात एकटाच झोपत नव्हतो का? तसे

कुठल्या तरी कोपऱ्यात चार सेवक असायचे. मग आजच या भीष्माला अंधाराचं भय का वाटावं?

या विचारासरशी पुन्हा धैर्य एकवटलं गेलं. तरीही त्यातून व्यापून राहणारा मृत्यूचा वास मुळीच कमी झाला नाही. या वासाचं मूळ हुंगून पाहण्याचं विलक्षण कुतूहल!

म्हणजे काय?

त्यांनी स्वत:लाच विचारून पाहिलं; पण स्पष्ट उत्तर समजलं नाही.

थोड्या वेळात डोळे पेंगुळले. त्याचबरोबर शुकाच्या चित्राची कल्पना उभी राहिली.

कसा असेल तो? काळ्या क्षीण देहाचा पिता आणि अप्सरा जातीमधली माता. कसा असेल, कोण जाणे.

कुतूहलाची पूर्तता व्हावी, असं काही चित्र डोळ्यांपुढं आलं नाही.

एक दिवस आधी आलो असतो, तर त्याची भेट झाली असती. तो मृत्यूच्या इतक्या लगत पोहोचला असता त्याला भेटून तरी काय झालं असतं? त्यानं अन्नत्याग केला, त्याच वेळी किंवा त्याआधी त्याला प्रत्यक्ष भेटायला हवं होतं.

या इच्छेबरोबरच डोळे मिटले गेले.

आता निश्चित झोप येईल. स्वप्नात तरी त्याला पाहता येईल का? तो खरोखरच स्वप्नात आला आणि आपण घाबरून किंचाळलो, तर? तरीही हळूहळू ते झोपी गेले.

❑

शिष्यांनी आग्रह करून लाह्या-दूध-गूळ खायला लावल्यावर द्वैपायनांच्या शरीरात थोडा प्राण भरल्यासारखं झालं. त्यांच्या पर्णकुटीत त्यांना बळेच घेऊन जाऊन शिष्यांनी घोडघासाची चटई अंथरली. त्यावर मृगचर्म अंथरून उशी ठेवली. त्या अंथरुणावर द्वैपायनांना झोपवून त्यांच्या अंगावर कांबळं पांघरलं. पैल, वैशंपायन, आणि जैमिनी– तिघंही त्यांच्या भोवताली मूकपणे बसून राहिले. जवळच एका खांबावर जळणारा दिवा. शुकाच्या मृत्यूच्या छायेत बोलावं, असं काही त्यांना सुचत नव्हतं. पुन्हा पुन्हा त्याविषयी बोलून पुन्हा मनाला खाद्य पुरवायची कुणाचीच इच्छा नव्हती.

शरीराचा श्वास थांबला, तो त्या दुपारी; पण त्याच्या मृत्यूचा निश्चय होऊन काही महिने लोटले होते. निश्चय आणखी पक्व होण्यासाठी तो इतके दिवस थांबला होता, की काय, कोण जाणे. विचारांनी कार्यरूप घेण्यासाठी इतके दिवस लागले असतील का? की त्याची जगायची इच्छा इतके दिवस त्याच्या

विचारांवर मात करून राहिली होती?

त्यांना काहीच समजेनासं झालं.

"सुमंतु कुठं आह?" वैशंपायनांनी विचारलं.

"अतिथी भीष्मांच्या आतिथ्यासाठी गेला आहे." जैमिनी उत्तरला.

"आता तुम्ही झोपा जा."

"तुम्हाला एकट्याला सोडून?"

गुरूजी काही बोलले नाहीत. थोड्या वेळानं म्हणाले,

"त्यानं अन्नत्याग केला, त्याच दिवशी मी मनाची तयारी केली होती. आज काही अनपेक्षित नवं घडलं नाही. तुम्ही आता जा."

तरीही कुणी उठलं नाही.

गुरूंनी डोळे मिटून घेतले.

झोप आली नसतानाही एकटं राहायची इच्छा असल्यामुळं त्यांनी डोळे मिटले आहेत, हे त्या तिघांनाही समजत होतं.

पैलानं डोळ्यांनीच खूण केली. तिघंही आवाज न करता तिथून निघून गेले. अखेरीस बाहेर पडलेल्या जैमिनीनं हलकेच पर्णकुटीचा दरवाजा ओढून घेतला.

आता झोपलेल्या द्वैपायनांनी डोळे उघडले.

जमिनीवर रोवलेल्या खांबावरचा दिवा जळत होता. त्या मंद प्रकाशात छत आणि भिंती दिसत होत्या. खांबाच्या तळाशी मात्र अंधार होता.

त्यांची दृष्टी त्या अंधारावरच खिळली होती.

मनात भरलेला शून्य भाव. फारसं दुःख नव्हतं. तळमळ नव्हती. वेडं करणारं दुःखं नव्हतं. दुःखाच्या उबेत असलेलं निश्चेतन, सुखामुळं न स्पंदणारी भावरहित अवस्था.

काही वर्षांपूर्वीच शुक या अशा मनःस्थितीत पोहोचला होता, की काय, कोण जाणे!

जळणारा दिवा. त्याच्या भोवताली साचलेल्या अंधाराकडे टक लावून पाहत उजव्या कुशीवर झोपले असता एकाएकी वाटलं,

मला का दुःख होत नाही? मी का घळाघळा रडलो नाही? शोक असह्य होऊन धावत जाऊन का कुठल्या नदीत पडलो नाही? उंच डोंगरावरून दरीत का उडी घेतली नाही? मोठ्या सुकलेल्या ओंडक्यांना आग लावून, धगधगते निखारे करून– ते जाऊ दे. असं काही करावं, असा विचारही का मनात आला नाही? शुकाचं कार्य म्हणजे माझ्याच गुणाचं क्रियारूप आहे का?

मनात आश्चर्य भरलं.

माझे पणजोबा– वसिष्ठ. त्यांच्या मुलांना राजा कौशिकानं युद्धात ठार केलं,

तेव्हा दु:ख असह्य होऊन त्यांनी स्वत:ला दोरखंडानं बांधून घेऊन नदीत उडी मारली होती. पाण्यात उडी मारून, पोहत जाऊन, त्यांना गाठून त्यांच्या हाता-पायांचे दोर तोडणाऱ्या नावाड्यांवर संतापले होते, म्हणे. उंच डोंगरावर चढून खाली दरीत झेप घेतली होती, म्हणे. एवढं करूनही जीव गेला नाही, म्हणून मोठाले ओंडके पेटवून त्यांच्या धगधगीत निखाऱ्यांवर– मला का त्याच्या शतांशही दु:ख जाणवलं नाही? ते संसारी, बायकोवर पराकोटीचं प्रेम होतं, म्हणे, त्यांचं. चांडाळाची मुलगी असली, तरीही. त्या अरुंधतीवर त्यांनी प्रेमाचा वर्षाव केला होता, म्हणे. तिच्याशी विवाहबद्ध झाल्यावर त्यांना काही मुलंही झाली होती. आश्रमात येणाऱ्या सगळ्या विद्यार्थ्यांची आई होणारी त्यांची पत्नी. कदाचित त्यामुळंच मुलांवरही त्यांचं एवढं प्रेम असावं. मुलं मरण पावताच दु:खानं वेडावल्यासारखे झाले होते. वेदमंत्रांचे द्रष्टे आणि अद्वितीय ऋषी असूनही. खरं म्हणजे त्यांना एवढा पुत्रशोक व्हायला नको होता. पण ते एखाद्या सामान्य गृहस्थाप्रमाणे दु:खानं वेडेपिसे व्हावेत! असं असेल, तर वेदमंत्र अंगात पूर्णपणे भिनले, याला खूण तरी कुठली? की गृहस्थ म्हटलं, की एवढं वात्सल्य-दौर्बल्य अपरिहार्यच आहे? मी गृहस्थ झालो नाही, यामुळं हा फरक असेल का?

थकलेले डोळे मिटू पाहत होते. बाहेरच्या उजेडाचा त्रास नसल्यामुळं आतल्या आठवणी स्पष्ट होऊ लागल्या.

वसिष्ठांच्या मुलांचाही पित्यावर अतिशय जीव असला पाहिजे. एवढ्या प्रेमळ स्वभावाची आई आणि वात्सल्य ही प्रमुख भावना असलेला पिता. मुलांनीही त्यांना तसाच जीव लावला असला पाहिजे.– मला? वडिलांनी आईपासून उचलून नेलं, तेव्हा केवढा होतो मी? आठ वर्षांचा? स्पष्टपणे नाही आठवत. सतत वाहणारी नदी, पूर्वेच्या काठावर– पूर्व, की दक्षिण? नीटसं आठवत नाही– एका उंचवट्यावरचं घर. सुकलेले मासे. छोट्या माशांची रास. मलाही नावेत बसवून नदी ओलांडत असताना मध्येच नदीत जाळं फेकून, हळूच फासा खेचून– हो! पसे भरभरून– तर कधी रिकामं जाळं. मासे सोडवणारे काटक काळे हात. मानेवरून वाहणारे घामाचे ओघळ. बस्स. याशिवाय काहीही न आठवणारं बाल्य. त्यानंतर स्मृतीत भरून राहिले आहेत, ते फक्त वेद-मंत्र आणि पाठांतर! काही देशांमध्ये केल्या जाणाऱ्या असंख्य रीतींविषयीचा तपशील आणि मतं. वडिलांचा हात धरून नदीकाठच्या त्या माशांच्या घरातून बाहेर पडताना रडल्याची आठवण. त्यावेळी नदी ओलांडतानाही– हो. आठवलं– नदी ओलांडतानाही कुणी आलं नव्हतं. आई रडत घरातच बसून होती, असं वाटतं. पिताच सुकाणू हाती घेऊन, माझा हात धरून नावेत बसून वल्हवत घेऊन निघाला. त्यानंतर अभ्यास, प्रवास, व्याख्यानं. प्रवचनं– पंचविसाव्या वर्षीच भरगच्च वेदज्ञांच्या

सभेत वडिलांनी मला उभं करून स्पष्ट शब्दात वेद-घोष करायला लावला होता. 'साधु-साधु'चा गजर. त्यानंतर जीवनातल्या सगळ्या आठवणी त्या वेद-मंत्रांच्याच. या कृष्णाचं जीवन म्हणजे वेदांची अखंड आठवण. कुठल्याही ऋषीनं केला नसेल, एवढ्या प्रमाणात संग्रह केला. मी हे कार्य केलं नसतं, तर त्यापैकी आतापर्यंत किती लुप्त होऊन गेलं असतं, कोण जाणे! त्यांच्या शोधार्थ किती देशांमधून फिरलो. किती ठिकाणी प्रत्यक्ष जाऊन शिकलो! त्यातही सगळेजण, जे येतं, ते सहज सांगतात का? ज्ञानकृपणता!

डुलकी आली. पुन्हा शुकाची आठवण.

त्यानं वेदांचा चुकीचा अर्थ जाणला का? पण तसं त्याला पटवून देणं मला तरी कुठं जमलं? एखाद्या मंत्रावर किंवा मंत्रमंडलाच्या आधारे त्याने वाद घातला असता, तर त्याला ते पटवता आलं असतं. पण त्याचा मार्गच वेगळा. वेदांचं लक्ष्य काय? स्वर्गसंपादन? मुक्ती? स्वर्गसंपादन म्हणजे काय? मुक्ती म्हणजे काय? मायेपासून सुटका, म्हणजे काय? या सगळ्यांसाठी वेदाचाच आधार का हवा? वाद घालून त्याला हरवणं शक्य नव्हतं, तरीही अंतरात्मा सांगतो, त्याचा मार्ग चुकीचा होता.

अंतरात्म्याचे बोल वाचेत व्यक्त करणं कठीण असल्याचं त्यांना जाणवलं. एक नवा विचार सुचल्यासारखं वाटलं. डुलकीचं रूपांतर गाढ झोपेत झालं. उशीवरचं डोकं हलवून ते उताणे झाले. शिष्यांनी पांघरलेलं उबदार पांघरूण सुखावह वाटलं.

किती वेळानं जाग आली, कुणास ठाऊक. किती वेळ झोपेत गेला असेल? ते तिघंही अजून दाराबाहेर बसून आहेत. थंडी. झोप आली असेल. हलक्या आवाजात बोलताहेत. कुणाचा आवाज? पैलचा, की जैमिनीचा? बाहेर पहारा देताहेत या थंडीत न झोपता. शिष्यांपेक्षा वेगळी कुणी आपली मुलं आहेत का?

पूर्ण जाग आली. दिवा कधीच विझला होता.

एका दृष्टीनं बरं झालं. शांत वाटलं. आतलं मन स्वतंत्र असल्यासारखं वाटतं. बाहेर आवाज ऐकू आला.

"...नियोगाद्वारे जन्मलेले पांडव कुरु-कुलातलेच नव्हेत, असं दुर्योधनाचं म्हणणं आहे, म्हणे. याचाच निर्णय करायला ते गुरुजींपाशी आले आहेत."

होय, सुमंतूचा आवाज.

"ए! हळू बोल. गुरुजींचा डोळा लागला असेल." हलकेच कुजबुजल्याच्या आवाज.

"भीष्मांनी कौरवांचं महासेनापतिपद स्वीकारलं आहे, म्हणे. 'पांडव कुरु-

कुलातले नव्हेत, यावर विश्वास ठेवणाऱ्यांनी आमच्याकडे राहावं आणि इतरांनी त्यांच्याकडे जावं–' अशी दवंडी पिटायला सांगून इथं आले आहेत."

अगदी हलक्या आवाजात बोलत असला, तरी हा सुमंतूचा आवाज.

"इथं नको, हवनशाळेत जाऊन तिथं बोलत बसू या." आणखी एकदा हलक्या आवाजाची सूचना.

नंतर अंधारात दूर दूर जाणाऱ्या पावलांचा आवाज.

डोळे उघडले.

किती वेळ गेला असेल?

मिटलेल्या आणि उघडलेल्या डोळ्यांचा फरकही समजणार नाही, असा सभोवताली पसरलेला अंधार. फक्त पापण्यांची हालचाल जाणवते, एवढेच.

झोपडीत हे असंच असतं, असा विचार करत त्यांनी डोळे मिटून घेतले.

एवढ्या अवधीत सारं काही जळून कोळसा होऊन गेला असेल. निखारेही विझत आले असतील. अन्न-पाणी वर्ज्य करून, हाडं-मांस वाळवून फक्त हाडांचा सांगाडा राहिलेलं शरीर जळायला कितीसा उशीर लागणार? हाडंच जळायला उशीर लागतो, म्हणा! अन्न-पाणी नसल्यामुळं नि:शक्त झालेल्या त्या शरीराला सुमंतु, पैल, जैमिनी, वैशंपायन आणि मी– त्याचा प्रत्यक्ष जन्मदाता– किती आग्रह केला! जबरदस्तीनं दूध पाजायचा प्रयत्न कमी का केला? पण किती त्याची संकल्पशक्ती! आता सगळं जळून गेल्यावर काय राहिलं त्या संकल्पशक्तीचं? काय साधलं त्यानं?

एकाएकी भस्मस्थान पाहून येण्याची इच्छा झाली. ते सावकाश उठून बसले. हातानं चाचपडताच शेजारी ठेवलेली काठी सापडली. कांबळं पांघरून हळूहळू पावलं टाकत झोपडीचं दार उघडून बाहेर आले.

सभोवताली निश्चळ मृत्यू गोठून गेला होता. काळोख.

सगळेजण हवन-शाळेत बसले असतील. भीष्माच्या प्रश्नाची चर्चा करत.

ते झोपडीच्या मागच्या बाजूला गेले.

आश्रमातील सगळ्या झोपड्या, खालच्या बाजूला दूरवर असणारी गोशाळा, उत्तरेकडची पाकशाला आणि धान्याचं कोठार– सारं काही त्या अंधारातही स्पष्टपणे दिसावं, एवढ्या स्पष्टपणे लक्षात आहे. पण आज मात्र भ्रमिष्टासारखं झालंय्. या दक्षिण दिशेलाच चिता रचून, त्यावर त्याला झोपवून... त्याला म्हणजे तरी काय? आत्म्यानं त्यागलेला देह ठेवून.

का, कोण जाणे, चक्कर आल्यासारखं वाटतं आहे. देहपासून सुटका करून घेण्यासाठी हा आत्मा इतका का आतुर झाला होता? आता तो आत्मा कुठं गेला? कोण पाहू शकेल त्याला?

या विचारासरशी किती तरी मंत्रांची आठवण झाली. हातातली काठी टेकत पुढं जाताना भीष्मांची आठवण झाली. नियोग हा धर्म आहे, की अधर्म, हे मला विचारायला आला आहे, म्हणे! त्याचा धाकटा भाऊ... काय त्याचं नाव? विचित्रच होतं ते... हो, विचित्रवीर्य. मुलं होण्याआधी हा विचित्रवीर्य मरण पावला आणि कुरु-कुलाचा नाश होण्याची वेळ येऊन ठेपली होती त्या वेळी– त्या वेळी यानं तर आजन्म ब्रह्मचर्याची शपथ घेतली होती. त्या वेळी नियोगानं वंश वाढवणं हा एकच धर्म-मार्ग, असा निश्चय करून– भीष्मानं निश्चय केल्यानंतरच आईच्या सल्ल्यानं मला तिकडं बोलावून घेतलं ना? त्या वेळी ज्या भीष्माच्या मनात धर्माविषयी निश्चित श्रद्धा होत्या, त्याच कुरुपितामहाच्या मनात आपल्या धाकट्या भावाच्या बायकोच्या सुनेला पतीच्या संमतीनं झालेल्या मुलांविषयी का संशय उत्पन्न झाला? संशय निर्माण झाला नसता, तर हे विचारायला तो एवढ्या लांबवर का आला असता? त्या वेळी मी फक्त नियोग हा शब्द ऐकला होता, एवढंच. त्याचा अर्थ मला समजला नव्हता. नाही तरी ती क्षत्रिय पद्धत. आपण उभारलेलं राज्य आचंद्रार्क आपल्याच नावानं राहावं, या मूळ हेतूमधून आलेली ती पद्धत. वाढलेल्या केसांच्या जटा वळून कृष्णजिन आणि कमंडलू याखेरीज या लोकातल्या दुसऱ्या कुठल्याही संपत्तीकडे ढुंकूनही न पाहणाऱ्या आमच्यासारख्यांना त्यातलं काय ठाऊक असणार? मला कुठं ठाऊक होता या नियोगाचा पूर्ण अर्थ? 'बाळ, माझ्या विचित्रवीर्याचा तू थोरला भाऊ आहेस. शिवाय वेदज्ञ ब्राह्मण. माझ्या दोन्ही सुनांच्या ठायी नियोगाद्वारे संतान निर्माण कर. म्हणजे त्या दोघींपैकी कुणाच्याही मनात पक्षपात केल्याची भावना येणार नाही.' किती तरी वर्षांनी भेटलेल्या आईच्या शब्दांचं उल्लंघन करणं अशक्य असल्यामुळं मी याला मान्यता दिली ना? त्या वेळी या नियोग-पद्धतीतले सगळे बारकावे या भीष्मानंच विवरण करून सांगितले ना! 'मध्यरात्रीची वेळ असली पाहिजे. नियुक्त आणि नियुक्ता– दोघांनीही अंगभर तूप चोपडलं पाहिजे. डोक्यावरच्या केसांमधूनही गळेल, एवढं तूप लावलं पाहिजे. संपूर्ण शरीर कुरूप असलं पाहिजे. इंद्रियं संपूर्णपणे कह्यात हवीत. नियोगीच्या मनात पितृभाव आणि नियोगिनीच्या मनात सुनेची भावना असली पाहिजे. परस्परांच्या शरीरांना अगदी कमीत कमी स्पर्श घडला पाहिजे. शब्द-स्पर्शही होता कामा नये. वैद्यानं रोग्याच्या तोंडात निर्विकारपणे औषध ओतून निघून जावं, तसं नियुक्तानं माघारी निघून जावं. दोघांनीही एकमेकांना पाहता कामा नये. द्वैपायना, ऋषी असलास, तरी नात्यानं तू माझा धाकटा भाऊ आहेस. या नियोगामुळं तुझं ब्रह्मचर्यही नष्ट होणार नाही. मीही तुझ्यासारखा ब्रह्मचर्यात स्थित झालो आहे. तू व्रतभ्रष्ट झालास, तर त्यात मलाही दुःखच आहे. नियोग-क्रियेनंतर किंचितही आनंदाची भावना राहता कामा नये. निर्विकार

राहता आलं, तर परमश्रेष्ठ. जर तसं राहणं शक्य झालं नाही, तर जी भावना राहील, ती असह्य अशी भावना राहिली पाहिजे. तुझ्या ब्रह्मचर्याची ही परीक्षाच!' अगदी या शब्दात नसलं, तरी याच अर्थाचं बरंच काही त्यानं सांगितलं होतं. ऐंशी वर्षं होऊन गेली त्या घटनेला. पहिल्या रात्री अंबिकेची पाळी. खोलीत गेल्यावर काय करावं, हे मला समजलं नाही. ती तर त्या दुपारीच माझ्या दाढी-मिशा आणि जटा पाहून घाबरली होती. मी तुपानं थबथबून उभा राहिलो होतो. तीही घाबरून एका कोपऱ्यात बसून राहिली होती. बोलायचं नाही, इंद्रियोद्रेकाला थारा द्यायचा नाही... अंधारात बराच वेळ उभा राहिलो. मागं वळलो. दरवाज्यात ठेवलेलं वस्त्र उचलून अंधूक प्रकाशात अंगाभोवती गुंडाळलं आणि बाहेर आलो. आई उत्सुकतेनं विचारत होता, 'बाळ? असा का भावनाहीन होऊन उभा राहिलास? नियोग फलप्रद झाला नाही, वंश वाढला नाही, तर मी केवढ्या अपकीर्तीची लक्ष्य ठरेन, ठाऊक आहे? राणीपद म्हणजे स्वर्गसुख समजत होते. आता मला नाव चालवून मासे पकडण्यातलं सुख समजतंय्! तुझी सारी तपश्चर्या पणाला लावून हा वंश वाढव आणि मातृऋण फेड...' म्हणून अश्रू ढाळत होती. दोघांच्याही सर्वांगाला तूप माखून, इंद्रियनिग्रह करून, पितृभावाचा भार शिरावर देऊन कुणी या धर्मनियमांची निर्मिती केली? भीष्मानं? हो. अजून विझली नाही. अग्नी विझला, तरी निखाऱ्यांचा ढीग स्पष्टपणे दिसत आहे. धगही जाणवते आहे.

ते चिताभस्माच्या ढिगापाशी येऊन उभे राहिले.

अखेर हे एवढंच राहायचं. जळून, करपून, राख होऊन... म्हणजे तो म्हणत होता, ते खरं म्हणायचं? जळून चिमूटभर राखच व्हायची असेल, तर ती आज झाली काय किंवा पन्नास वर्षांनी झाली, तर काय!

ते तसेच उभे राहिले. वाऱ्याच्या झोतामुळं राख बाजूला झाली, की निखारे अधिकच धगधगत होते. मधूनच एखाद-दुसरी दुर्बल ज्वालाही दिसत होती.

हाडं जळायला एवढा उशीर लागतो का?

हातातल्या काठीनं त्यांनी निखाऱ्यातला मधला भाग दाबून पाहिला.

काही नीट समजत नाही.

समोरच्या धगीमुळं एकाएकी उकाडा जाणवू लागला. छातीवर गुंडाळलेलं कांबळं सैल करून ते जमिनीवर बसले.

नि:शब्दता. राखेच्या ढिगासारख्या नि:शब्दतेत मन गाडल्यासारखं झालं होतं. थोड्याच वेळात मन... होय. मन निश्चल करणं ही तर साधनेची पहिली पायरी. तोही हेच सांगत होता. मग त्याच्या आणि माझ्या विचारात नेमकी कुठं फूट पडत होती?

या विचाराबरोबर मन कुठं तरी भरकटू लागलं. अखेरीस भीष्मांच्या समस्येचा विचार करू लागलं.

काय विचार करत होतो मी? हो. नियोगाविषयी, नाही का! याविषयी प्रत्येक देशात वेगळेच आचार असतात का? माझ्या पणजोबांनी– वसिष्ठांनी कल्माषपाद राजाच्या पत्नीला नियोगानं पुत्रप्राप्ती करून दिली होती, म्हणे. स्वत: कल्माषपाद राजानं आपल्या पत्नीला विविधरंगी वस्त्रांनी नटवून, केसात सुगंधी फुलं माळून, अंगाला कस्तूरी-पुनगु-चंदनाचे लेप लावून, गळ्यात-हातात-दंडावर-कमरेवर सोन्याचे दागिने चढवून, मृदु अंथरुणावर बसवलं होतं, म्हणे. तसंच वसिष्ठांनाही आपण होऊन सुंदर वस्त्रं नेसवून, त्यांचे लांब कसे मागं फिरवून, विंचरून, अंगाला चंदनाचा लेप, गळ्यात सुगंधानं घमघमणाऱ्या फुलांचे हार घालून, त्याचा हात धरून खालीत घेऊन गेला, म्हणे. पत्नीच्या शेजारी त्याला बसवून त्यानं प्रार्थना केली, म्हणे, 'ब्रह्मन्, माझ्या क्षेत्रात तू तेजस्वी पुत्राला जन्म देऊन माझ्यावर उपकार कर!' आणि बाहेर येऊन त्यानं खोलीचा दरवाजा बंद करून घेतला, म्हणे. पत्नी गर्भवती राहीपर्यंत दररोज हे असंच चाललं होतं. गर्भ राहिल्याचं स्पष्टपणे लक्षात येताच दोघंही पति-पत्नी नतमस्तक झाले. त्या दोघांनी वसिष्ठांची कृतज्ञतेनं पूजा केली. शंभर शुभ्र गाई, वस्त्रं, कांबळी वगैरे दान देऊन स्वत: राजा त्यांना गावालगतच्या नदीपर्यंत पोहोचवून आला, म्हणे. नंतर राजाला सुंदर आणि तेजस्वी मूल झालं, म्हणे.

मग या नियोग-पद्धतीत हा इंद्रिय-निग्रह, हे तुपाचं थबथबणं कुणी घातलं?

आठवण मागं मागं जात होती.

ऐंशी वर्षं... त्याहीपेक्षा मागं? असेलही कदाचित. हो. भीष्मानंच केलेली ही धर्म-विकृती. दासीनं नाही का सांगितलं? थोरल्या सुनेला– अंबिकेला– एवढी किळस आली होती, की दुसऱ्या दिवशी सासू कितीही रागावली, विनवू लागली, तरी न ऐकता आपल्या ऐवजी तिनं आपल्या दासीला पाठवलं आणि स्वत: दुसऱ्या दरवाज्यानं निघून गेली. परस्पर मुखदर्शन नाही आणि आवाजाचाही परिचय नाही. संभाषणही निषिद्ध असताना मालकीण आहे, की दासी आहे, हे कसं समजणार? हट्ट, संताप, की किळस? अंबिकेनं दासीला पाठवलं नसतं, तर कुठलाच नियोग घडणं शक्य नव्हतं. स्त्रीबरोबर कसं वागावं, हे मला तरी कसं ठाऊक असणार? तेही पितृभाव आणि घृतस्नान यासारख्या विचित्र परिस्थितीत! तीच नाही का हळूच म्हणाली, 'मुनी, माझा तुम्हाला साष्टांग नमस्कार. हा तुपाचा ओशटपणा तुम्हाला बरा वाटतो का?'

"बोलू नकोस. धर्म-निषिद्ध आहे ते!"

"असं कुणी सांगितलं?"

"भीष्मानं."

"या विषयातलं भीष्मांसारख्या हटब्रह्मचाऱ्याला काय समजणार? तुम्हालाही यातलं काही समजणार नाही. हे अंगभर ओघळणारं तूप, संभाषण-निषेध... मी अंबिकेची दासी आहे. कालपासून ती तुमच्या या अवताराला घाबरून लपून बसली आहे. तिची धाकटी बहीण अंबालिकाही घाबरली आहे. त्यांनीही याचा खरा अनुभव घेतलेला नाही. एवढ्या सौष्ठवपूर्ण सुंदर राजकन्यांना भीष्मानं पौरुष गाजवून जिंकून आणलं आणि रोगट विचित्रवीर्याच्या गळ्यात बांधलं. मग त्यांच्या मनात तरी याविषयी कशी आवड निर्माण होणार? आधीच त्या दोघींना या प्रकाराचा तिरस्कार आहे. त्यात तुमच्या केसांच्या या जटा, ह्या दाढी-मिशा, ऊन्ह आणि थंडीमुळं फुटून निबर झालेली ही कातडी... तुम्हाला त्यांनी चोरून पाहिल्यापासून त्यांच्या मनातला तिरस्कार किळस होऊन राहिला आहे. नियोग म्हणजे मध्यरात्री घाईत उरकून लगेच फळ धारण करणं आहे का? त्यासाठी काही दिवस लागतात. तुम्हालाही यातलं काहीच ठाऊक नसावं, असं दिसतं. आता माझं ऐका. सारं काही मी शिकवेन. मालकिणीच्या मनातला तिरस्कारही कमी करेन. भीष्मांचे विचार त्यांच्याकडेच राहू द्या. प्रतिकूल परिस्थितीत नुसती घाई केली, तर पीक येत नाही, हे थोरल्या मालकिणीलाही ठाऊक आहे."

मूकपणे जळत असलेल्या शुकाच्या देहाच्या निखाऱ्यांसमोर उभा असताना त्यांना दासीनं जागृत केलेल्या सर्जन-शक्तीची आठवण स्पष्टपणे येत होती. एका मोठ्या वस्त्रानं तिनं त्यांचा तुपानं माखलेला देह पुसून काढला होता. स्वतः तर ती सर्वांगाला चंदनाचा लेप लावून आली होती. भावनांना ऊब देत अंगांगाला स्पर्श करत अंधारात मार्गदर्शन करून त्या दासीनं भीष्माचं धर्म-बंधन खोटं असल्याचं दाखवून दिलं हातं.

दुसऱ्या दिवशी दुपारी तिनं स्वतः त्यांचे केस धुऊन, स्वतः विंचरले होते. हात-पाय-पाठ सर्वांगाला तिळाचं तेल लावून सर्वांगाची कातडी आपल्या मालकिणींना सुसह्य होईल, अशी नरम केली होती. तरीही त्या दोघी मात्र वैद्याचं कडूजहर कषाय सहन करावं, अशाच वागल्या. किंवा पशुतुल्य बलात्कार सहन करणाऱ्या दुर्बल स्त्रियांप्रमाणे वागल्या. त्या दासीनं मात्र प्रेम केलं. प्रेम, की भक्ती? सहजपणे चेहऱ्यावरून ओसंडणारा संतोष चेहऱ्यावर स्पष्टच दिसत होता मला. त्या दोघींबरोबरचा अनुभव रोग्याला नाक दाबून उपचार म्हणून औषध घालण्याच्या कर्तव्यभावनेचा होता. तर चवीनं जेवणाऱ्या रसिकाला अधिक रुचकर स्वयंपाक करून वाढणाऱ्या तज्ज्ञाचा आनंद तिच्याबरोबर मलाही होतच होता ना! 'मुनी, माझी एक इच्छा सांगू? मी तर दासी आहे. राजाच्या उपभोगासाठी नियुक्त केलेली. राजा जिवंत असता, तर त्याच्यापासून मुलं झाली असती, ती सूत

जातीची. आताही मी राजवाड्याची दासीच आहे. तुम्हाला काही माझ्यासाठी बोलावलं नाही. आता माझ्या पोटात रुजलेलं बी उद्या दासीपुत्रच होणार! 'या दासीच्या पोटी मी स्वत:साठी बीज पेरलंय्, आईची आवश्यकता नाहीशी झाल्यावर मी त्याला घेऊन...' असं आताच तुम्ही तुमच्या आईला सांगाल का? पूज्य मुनी, माझ्या मुलानं सूत व्हावं, अशी माझी मुळीच इच्छा नाही. त्यातही तुमचा मुलगा! माझ्या पोटचा तुमचा मुलगा ब्राह्मण झाला, तर मी कृतकृत्य होऊन जाईन. क्षत्रिय झाला, तरी हरकत नाही. पण आमच्यासारख्या... आमच्यासारख्याच नव्हे, तर आमच्याहूनही हीन स्त्रीच्या पोटी जन्मलेलं मूल ब्राह्मण होऊ शकतं... तुम्हीच नाही का झालात?... पण क्षत्रिय मात्र अशी जबाबदारी स्वीकारत नाहीत.'''

तिची प्रार्थना माझ्या अंत:करणापर्यंत का पोहोचू शकली नाही?

अजूनही धगधगत असलेल्या प्रेताच्या निखाऱ्यांवर दृष्टी रोवून ते ऐंशी वर्षांपूर्वी घडलेल्या घटनेचा आढावा घेऊ लागले.

सारं काही अस्फुट. ती काय बोलली, तेही नेमक्या शब्दात सांगणं शक्य नाही. पण ती जे काही म्हणाली, त्याचं तात्पर्य हेच असलं पाहिजे. वेदपाठातले प्रत्येक श्लोक पाठ आहेत. एकशे आठाव्या या वयालाही! पण असलं मात्र काहीच स्पष्टपणे आठवत नाही. का?

त्यांना हसू आलं.

त्या वेळी मुलगा हवा, असं मुळीच वाटलं नाही. उलट, वेदाभ्यासाठी देशोदेशी भटकणाऱ्या या देहाला कशाला हवा मुलगा अडसर, असंच वाटलं. तिचं ऐकलं असतं, तर विदुर माझा मुलगा झाला असता. आताही त्याचा चेहरा-मोहरा, डोळे, डोळ्यांच्या खालचा उतरता भाग माझ्यासारखाच आहे. स्वभावही तसाच आहे. विचित्रवीर्याच्या नावानं जन्मलेल्या पांडु आणि धृतराष्ट्राची गोष्टच वेगळी. रूप, देहयष्टी, स्वभाव... कशातही साम्य नाही. किती विचित्र हे! असं का झालं असेल?

चार-पाच शक्यता सुचल्या, तरी त्यापैकी कुठलंच उत्तर समर्पक वाटलं नाही. वेगळं समर्पक कारण शोधता शोधता मन वेगळ्याच विचारावर उडालं.

माझे पणजोबा वसिष्ठ... त्यांनी चांडाळकन्या अरुंधतीशी ज्याप्रमाणे विवाह केला, त्याप्रमाणे मीही तिच्याशी विवाह करून... नाव काय तिचं? दासी म्हणवत होती स्वत:ला. मी तरी कुठं फारसं बोलत होतो तिच्याशी? तिचं नाव जाणून घ्यावं, एवढीही आस्था निर्माण झाली नाही तिच्याविषयी. अंहं, आस्थेचा प्रश्न नाही; लक्षातच आलं नाही ते. आता तिचा चेहराही स्पष्टपणे आठवत

नाही. कशी होती, कोण जाणे! आता विदुर संसारी झाला आहे. मुलं, नातवंडं, पणतवंडंही झाली आहेत, म्हणे. हस्तिनावतीत गेलो होतो, तेव्हा... किती वर्षं झाली त्याला? धृतराष्ट्र नमस्कार करतो. वेदज्ञाला किरीटधारी राजानं नमस्कार करावा, तसा. पण जेव्हा विदुर दोन्ही तळव्यांनी पावलं घट्ट धरतो, तेव्हा जाणवणारा त्याचा उबदार स्पर्श! इतक्या दिवसात हा फरक इतक्या प्रकर्षानं कधीच कसा जाणवला नव्हता?

त्यांना आश्चर्य वाटलं.

ब्राह्मण व्हायला योग्य. धर्माचा बराच अभ्यास केलाय्, म्हणे, त्यानं. चेहरा तर स्पष्ट आठवतो. हस्तिनावतीला मी गेलो, की भयभक्तीनं धर्माविषयी काही ना काही विचारत असतो. पण त्याच्या आईचा चेहरा मात्र मुळीच आठवत नाही. विदुराला पाहतानाही आठवत नाही.

अशी भावना मनात आली, तरी या भावनेचा नेमका अर्थ त्यांना समजला नाही.

मनोनिग्रहाचा अभिमान, की दुसरी कुठली भावना? जाऊ दे. आता काय त्याचं?

त्यांनी मनाला शांत करायचा प्रयत्न केला. पण एक अनामिक म्लानता अंत:करण व्यापून राहिली. कधी तरी विदुरालाच, त्याच्या आईचं नाव काय होतं, याविषयी विचारावंसं वाटलं.

पण हा प्रश्न विचारायला तोंड उघडेल का त्याच्यापुढं? असं का व्हावं पण?

काही सुचलं नाही. थोडा गारठा वाटल्यामुळं त्यांनी कांबळं नीट गुंडाळून घेतलं.

किती वेळ गेला, ते समजलं नाही. कुठला तरी पक्षी एकटाच ओरडत होता.

पुन्हा तोच विचार.

विचार, की आठवण? दोन्ही एकमेकांत गुंतले होते.

त्या वेळी मुलगा नको होता, तो नंतर का हवासा वाटला? त्यानंतर वीस-बावीस वर्षांनी पन्नाशीच्या जवळपास तसं वाटायला सुरुवात झाली, नाही का? एक मुलगा हवा. अपार ज्ञानाची आपल्या वंशात आलेली परंपरा पुढं नेणारा मुलगा. त्यावेळेपर्यंत मनात नसलेली एक इच्छा निर्माण झाली. आकाशाला भिडणारी उंची, नजरेत न मावणारी देहयष्टी. 'अप्सरे, मला एक मुलगा हवा आहे. तुझं गर्भाशय नऊ महिन्यांसाठी मला देशील का? शिवाय त्याला आईच्या दुधाची आवश्यकता भासेपर्यंत पाळायलाही हवं.' तिच्या जातीच्या पद्धतीप्रमाणे

जन्मलेली मुलं आईच्या घरची असतात, म्हणे. मग ऋषी म्हणून भयभक्तीनं तयार झाली, की काय, कोण जाणे! तरीही परवानगी घेण्यासाठी मग आपल्या आईपाशी घेऊन गेली. पर्वताच्या उतारावरून खळाळत उतरणारी ती कुठली नदी? गंगेच्या एका उपनदीजवळच्या स्वच्छ कातळावर अधूनमधरून बीजाचा स्वीकार करताना सुरुवातीला तिचा चुकीचा समज झाला. मी कामक्रीडेच्या अपेक्षेनं तिला जवळ केलं, असाच ग्रह झाला तिचा पहिल्या दिवशी. किती दिवस होतो तिच्याबरोबर? एक पंधरवडा गेल्यावर ती आपण होऊन म्हणाली, 'ऋषी, तुमचा हेतू पूर्ण झाला आहे. तुम्हांला मुलगा हवा आहे. पण मुलगी झाली, तर काय करायचं?' 'आजपासून चार वर्षांनी याच जागी येईन. मुलगा झाला असेल, तर मला दे. मुलगी झाली असेल, तर तसं सांग. तुझ्याकडेच राहू दे. दाखवायचीही गरज नाही. खोटं बोलशील, तर मात्र खबरदार!' तीन वर्षांच्या शुकाला त्याच्या आईपासून तिचा हात सोडवून घेऊन येताना किती रडला! माशांनी भरलेल्या घरातून माझ्या वडिलांनी मला आणलं, तेव्हा मीही असाच रडलो होतो. पण त्या वेळी माझ्या वडिलांचं वय कमी होतं. धनुर्विद्येनं काटक झालेली छाती आणि बाहू. माझ्यासारखा त्यांचा देह अशक्त नव्हता, की तारुण्य ओसरणारं वयही नव्हतं. तोही माझ्यासारखाच. आईपासून निघताना रडला. चार दिवस तिच्या आठवणीनं म्लान राहिला. त्यानंतर मात्र अतिशय वेगानं वेद आत्मसात करू लागला. बारा वर्षांचा होण्याआधीच मी म्हणत असलेले सगळे वेद त्यानं ऐकून पाठ केले होते. कानावर पडताच तोंडपाठ होण्याइतकी असामान्य बुद्धिमत्ता. बालिश खेळांमध्ये कालव्यय न करता त्यानं स्वत:ला अध्ययनाला वाहून घेतलं. मी ब्रह्मचारी असलो, तरी ब्रह्मचर्याश्रमच सर्वश्रेष्ठ, असं प्रतिपादन करत नव्हतो. यानं मात्र तसं प्रतिपादन करायला सुरुवात केली. गृहस्थ होऊन त्यानंतर वानप्रस्थाश्रम स्वीकारणं वगैरे पायऱ्या अनावश्यक आहेत, असं सांगू लागला. एकदा गळ्यात पडल्यावर झटकत बसण्याचा उपद्व्याप करण्यापेक्षा आधी गळ्यात का बांधून घ्यायचं, हे त्याचं म्हणणं मलाही पटत होतं, पण पितृऋण? मुलगा हवा अशी इच्छा तरी का धरायची? पितृऋणातून मुक्त होण्यासाठीच ना? पितृऋण आणि गुरुऋणातून एकाच वेळी मुक्त व्हायचं, म्हणून याला जन्म दिला. काही काळानंतर तोही ही कर्तव्यं पूर्ण करेल, अशी माझी खात्री होती. विश्वास होता, की दुर्लक्ष केलं होतं? वेदांचा अर्थ मीही शोधत होतो आणि तोही शोधत होता.

"सगळ्या वेदांचा अभ्यास केला. जन्म आणि एकदा जन्मल्यावर पाठोपाठ मरण हे दोन्ही सत्याचेच चेहरे नाहीत का? मध्ये सगळं चिंतन. का जन्मलो? का

जगायचं? केव्हा मरायचं? या प्रश्नांचं चिंतन. याहून अधिक काही तात्पर्य मला तरी दिसत नाही. तुम्हाला दिसतं?''

''हाच प्रमुख प्रश्न आहे, बाळ. जिज्ञासा असू द्यावी...''

''काहीही उपयोग नाही. तुम्ही मला का जन्म दिला, असा माझा मुळीच आक्षेप नाही. पण संतान निर्माण करण्यात मला तरी काही अर्थ दिसत नाही. त्यामुळं ब्रह्मचर्यच श्रेष्ठ, हा विचार आणखी बळकट होतो.''

''आणि पितृ-ऋण?''

''जीवनात काही अर्थ नसताना जन्म देण्यात तरी काय अर्थ आहे? आणि आपण त्यांना देणार तरी काय?''

त्या वेळी समजलं नाही. अभावात्मक जिज्ञासेची केवळ एक बाजू ही.


काही दिवसानंतर माझा मुलगा माझ्यासमोरच अन्न-पाण्याचा त्याग करून शून्य भावानं झोपला, त्याच वेळी त्याच्या अंतरंगाची खरी दृष्टी...दृष्टी कसली? मग काय म्हणायचं त्याला? समजून तरी काय करता आलं?

''आणखी तीस-चाळीस नव्हे, साठ वर्षांनी येणारं मरण आजच आलं, तर त्यात काय फरक पडणार आहे? तुमच्या समाधानासाठी सांगू नका. जीवनाचा प्रमुख प्रश्न म्हणून विचार करून सांगा. तुमच्यासारख्या ज्ञानी माणसाला रडणं शोभत नाही.''

आतून उन्मळून येणारं दुःख हुंदक्यात परिवर्तित होण्याआधी त्यांनी स्वतःला बजावलं,

माझ्यासारख्या ज्ञान्याला रडणं शोभत नाही.

दुःख घशातच अडकलं.

पण वेड्यासारखा आक्रोश करणारे, नदीत उडी मारणारे, कड्यावरून स्वतःला झोकून देणारे, निखाऱ्यांवर देह ठेवण्यासाठी झेपावणारे वसिष्ठ अज्ञानी होते का?

घशात अडकलेलं दुःख आत गेलं. मनात शून्यभाव भरून राहिला.

सून अदृष्यंती सासऱ्यांना शोधत धावत येऊन म्हणाली होती, म्हणे,

''माझ्या पोटात चार महिन्यांचा कोंब आहे. तुम्हीही निघून गेलात, तर त्याचं पालन-पोषण कोण करणार?''

सुनेच्या या विनंतीसरशी धगधगत्या निखाऱ्यांना मिठीत सामावायला निघालेले वसिष्ठ मागं सरले आणि गर्भारशी सुनेच्या सेवेसाठी सिद्ध झाले, म्हणे.

मी कुणाची सेवा करू?

त्यांच्या निर्विकार मनात हा प्रश्न मूकपणे उभा राहिला. मन काही वेळ

निर्विकार राहिलं. नंतर आत खोल खोल उतरलेलं दु:ख हुंदक्याच्या रूपानं बाहेर आलं. ताठ पाठीनं एवढा वेळ बसलेल्या द्वैपायनांचं अंग लुळं पडल्यासारखं झालं आणि त्या दाट पसरलेल्या अंधकारात वर्ण, छंद, स्वर, मात्रा यांच्या बंधनातून मुक्त होऊन ते गळा काढून रडू लागले.

❑

किती तरी वेळ त्या राखेच्या ढिगाऱ्यापुढं बसून नंतर ते सावकाश उठले. माघारी येऊन पुन्हा आपल्या पर्णकुटीत झोपले, तेव्हा रात्र संपत आली होती.

थोडा वेळ झोप लागली.

पुन्हा जाग आली, तेव्हा सूर्योदय होत होता.

भीष्म आणखी थोड्या उशिरा उठले. सकाळी परस्परांना भेटताना त्या दोघांनाही काय बोलावं, ते सुचत नव्हतं.

भीष्मांच्या दृष्टीनं सकाळच्या कोवळ्या सूर्य किरणांमध्येही मृत्यूचा काळोख पसरला होता. त्या काळोखात ज्या कारणासाठी आपण आलो, ते सांगून त्यावर द्वैपायनांशी चर्चा करण्याचाही उत्साह झाकाळून गेला होता.

भीष्मांना पाहताच द्वैपायनांच्या ते लक्षात आलं, तरी त्याविषयी न बोलता त्यांनी चौकशी केली,

"झोप लागली होती?"

आश्रमातले सगळेजण जवळच्या सरोवरापाशी शुकाला तर्पण द्यायला निघाले, तेव्हा भीष्मही त्यांच्याबरोबर निघाले.

आता आश्रमाचं नेमकं स्वरूप त्यांच्या लक्षात आलं.

एका उंचवट्यावर आश्रम वसला होता. भोवताली शेतीची जमीन.

वैशंपायन म्हणाला,

"आश्रमाला आवश्यकत तेवढं धान्य पिकवण्याइतकी जमीन लागवडीखाली आणली आहे. त्या तिथं खालच्या बाजूला शंभर-एक गाई आहेत. मोठी गोशाळा आहे तिथं. तिकडे वरच्या बाजूला मात्र अरण्य आहे. द्वैपायन, पैल, जैमिनी, सुमंतु यांच्यासारख्या महापंडितांबरोबर इतर पन्नास-एक उपाध्याय आहेत. पाचशे शिष्य आहेत. सगळे विद्यार्थी गोपालन आणि कृषीची कामं करतात. गुरूंनी आपण होऊन आश्रम स्थापला नाही. पण वेदांच्या सखोल अभ्यासासाठी आम्ही चौघंजण इथं येऊन राहिलो. आमच्या पाठोपाठ इतर शिष्यही आले. शिवाय या वेळेपर्यंत गुरुजींचंही देशोदेशी प्रवास करायचं वय राहिलं नव्हतं. त्याची आवश्यकताही राहिली नव्हती. आम्हा चौघांच्या आग्रहामुळं हा आश्रम वसला..."

सगळेजण सरोवरात अंघोळ करून मांड्यांएवढ्या पाण्यात उभं राहून मृताला

जलतर्पण देत असतानाच ऋषीप्रमाणे दिसणारे, पांढरे वस्त्र नेसून पांढरं अंगावर पांघरलेले, दाढी-मिशा नसलेले, डोक्यावरचे केस मात्र राखलेले दोघंजण जवळ आले. सुमारे पन्नास वर्षांचं वय असावं, हे पाहताक्षणीच लक्षात येत होतं. दोघंही भीष्म, कृष्णद्वैपायन, पैल वगैरे उभे होते, त्या काठावर उभे राहिले. पण पाण्यात उतरले नाहीत. तर्पणक्रियेत भागही घेतला नाही. हे पैलच्या लक्षात आलं. कुठल्या देशातले, कोण जाणे. या विचारांबरोबरच सामूहिक मंत्रोच्चाराबरोबर त्यानंही पाणी सोडलं. सगळे काठावर आले, आगंतुकांपैकी एकजण पुढं आला आणि त्यानं स्वत:ची ओळख करून दिली,

"माझं नाव वृष. हा अनरण्य. थोडा-फार वेदांचा अभ्यास केलाय्. त्यात काही शंका आहेत. तुमच्या गुरूंना विचारायची इच्छा आहे. पण आता अशा परिस्थितीत इथं येऊन पोहोचलो आहोत. आमचा देश दूर आहे. चार दिवस इथंच राहतो. तुमच्या गुरूंचं मन थोडं शांत झाल्यावर चर्चा करू या. आम्हाला कसलीही घाई नाही."

"तुम्हाला उपदेश हवा, अनुवादाचा परिहार, की चर्चा?" पैलनं विचारलं.

"या तिन्हींत काही फारसा फरक आहे, असं आम्ही मानत नाही. काही फरक असला, तरी हरकत नाही..."

"पण आता आमचे गुरू वेदार्थचर्चेत भाग घेण्याच्या परिस्थितीत नाहीत. कालच त्यांचा पुत्र..."

"ते आम्हालाही ठाऊक आहे. त्यांना फार त्रास होईल, एवढा वेळ नको. पण या चर्चेमुळं त्यांचंही मन शोकातून बाहेर यायला मदत होईल, नाही का?"

थोड्या अंतरावरून हातातल्या काठ्या टेकत भीष्म आणि कृष्णद्वैपायन मूकपणे येत होते.

इतर शिष्य आणि उपाध्याय आपापल्या कामाला निघून गेले.

द्वैपायन, चार शिष्य आणि भीष्म हवनशाळेच्या एका भागात बसले होते. गुरू कृष्णाजिनावर बसले होते. भीष्म व्याघ्रचर्मावर आणि इतर चौघं घोडघासाच्या चटईवर बसले होते. आगंतुकांसाठी समोरच्या बाजूला एक जाडसर वस्त्र अंथरलं होतं. गुरुजींनी चौकशी केली,

"अतिथींचं भोजन झालं?"

"नुकतंच झालं. या आश्रमात गाईचं दूध फारच रुचकर आहे!" कौतुकानं कृतज्ञता व्यक्त करत अनरण्य म्हणाला.

"वेदांमधल्या कुठल्या मंत्रांचा अर्थ स्पष्ट करायला हवा?" पैलानं विषयाला आरंभ केला.

बाहेरचा कुणी जिज्ञासू आला, की चर्चेला आरंभ तोच करत होता आणि

चर्चेत मुख्य भागही तोच घेत होता. त्याच्या विद्वत्तेवर सगळ्यांचाच विश्वास होता.

"मंत्रांच्या अर्थाविषयी आपण नंतर बोलू. काही वेळापूर्वी तुम्ही सगळेजण पाण्यात उभे राहून ओंजळीत पाणी घेतलंत आणि मंत्र म्हणून पुन्हा पाण्यात सोडलं. त्याचा काय अर्थ?"

"गुरुजींचा मुलगा मरण पावला, हे तुम्हालाही समजलं असेलच. त्याला मार्गात दाह होऊ नये, म्हणून आम्ही पाणी सोडलं, का? तुमच्या देशात ही पद्धत नाही का?"

"पण इथून तिकडं कसं पाणी जाईल?"

"त्यालाच मंत्रशक्ती म्हणायचं."

"असं असेल, तर आपण असं करू... आता मला प्यायला पाणी हवं आहे. या माझ्या साथीदाराबरोबर तुमच्यापैकी कुणी तरी सरोवरापाशी जा. तिथं मंत्र म्हणून पाणी सोडा. इथं माझ्यापुढं एक पात्र ठेवा. तिकडे सोडलेलं पाणी या पात्रात येऊन पडेल का? किंवा माझ्या पोटात जाऊन माझी तहान भागेल का?"

"मृत्युलोकात असलेल्या प्रेतासंबंधीचे मंत्र या भौतिक जगातल्या परीक्षेस उतरणं शक्य नाही." पैल उत्तरला.

"तुम्ही मृत्युलोक पाहिला आहे का?"

"पाहायलाच कशाला हवा या भौतिक दृष्टीनं? वेदांत म्हटलं आहे..."

पैलाचं बोलणं तिथंच अडवून वृष म्हणाला,

"वेदांमध्ये अमुक एक म्हणणाऱ्यांनीही स्वत: पाहिलंय्, याला आधार काय? नाक, कान, जीभ, डोळे आणि चर्म या पंचेंद्रियांना जे अनुभवाला येत नाही, त्यावर विश्वास कसा ठेवायचा?"

पैल वाद घालतच होता.

कृष्णद्वैपायनांचं मन मुलाच्या आठवणीत बुडालं होतं. तोही एकदा असाच वाद घालत होता. अगदी वेद रचणाऱ्या ऋषींच्या प्रामाण्याविषयी संशय व्यक्त केला नव्हता. या जन्माआधी जन्म होते आणि यानंतरही पुढचा जन्म आहे आणि याला कर्मांची साखळी जबाबदार आहे, एवढं त्यालाही मान्य होतं. मान्य होतं, की मान्य केलं होतं? निराहारानं या शरीराचा नाश केला, तरी कर्मांची साखळी तुटली, असं होणार नाही, हे त्याला समजत नव्हतं का! समजलं असतं, तर त्यानं असं केलं नसतं. की जन्म-जन्मांतर, कर्म वगैरेही फक्त कल्पना आहेत?

त्यांच्या अंतर्मनात भलंमोठं शून्य गरगरत होतं.

ही फक्त पुत्रनिधनाची भावना नव्हे. जीवनाला काही अर्थच राहिला नाही, असं वाटत होतं. अर्थशून्यतेच्या भावनेनं अंत:करण व्यापून गेलं होतं. ते मुकाट्यानं डोळे मिटून बसून राहिले.

चाललेला वाद भीष्मांनाही ऐकायला आकर्षक वाटत होता; पण हा आगंतुक म्हणतो, तसे सगळे वेद खोटे असतील, तर त्यात सांगितलेली यज्ञादी कर्मंही खोटीच म्हणायची का? आपल्या पूर्वीच्या राजांनी केलेले राजसूय, आपण केलेला दिग्विजय, नातवंडं पांडवांनी केलेला आणि ज्यात आपण स्वत: भाग घेतला, तो राजसूय यज्ञ, त्याद्वारे स्वर्गात पितरांना मिळणारी कीर्ती, स्वर्गसुख– हे सगळं खोटंच आहे का? असला कसला याचा वाद!

कृष्णद्वैपायन म्हणाले,

"सुमंतु, या तिघांची चर्चा चालू दे. मला गरगरल्यासारखं वाटत आहे. मला घेऊन चल. थोडा वेळ विश्रांती घेतो."

वृषानं आपलं बोलणं थांबवलं आणि म्हणाला,

"श्रेष्ठ हो, मुलाच्या मृत्यूचं दु:ख एवढं ताजं असताना आजच चर्चा करत असल्याचं मला दु:ख होत आहे. हवं तर चार-सहा दिवसांनी सुरुवात करू या. तोपर्यंत आम्ही इथंच राहू."

"नको. तुमचं पुढं चालू द्या. माझे शिष्यही माझ्याइतकेच विद्वान आहेत. उलट, वयपरत्वे माझीच बुद्धी बधिर होते..." म्हणत ते उठले.

सुमंतूनं त्यांना आधार दिला. त्याच्या आधारानं आपल्या झोपडीत जाऊन तिथं अंथरलेल्या जाड अंथरुणावर कांबळं टाकून, त्यावर झोपल्यावर त्यांनी सुमंतूला सांगितलं,

"माझ्या अंगावर एक कांबळं टाक आणि तू जा."

"ही नवीच पद्धत आहे, गुरुजी. मंत्रार्थावरच नव्हे, मंत्रसमूहावरच अविश्वास आणि तिरस्कार दाखवायची पद्धत." सुमंतु म्हणाला.

गुरुजी काही बोलले नाहीत.

तो निघून गेला.

त्यांच्या मनात भरून राहिलेलं शून्य क्षणाक्षणाला दाट होत होतं.

काल मुलगा गेला, तेव्हा एक व्यक्ती गेल्याची भावना मनात कुठं तरी खोलवर अनामिक समाधान निर्माण करत होती. आता मृत्यू हेच परमसत्य, अशी भावना मनाला आक्रमून टाकत होती. त्याच्या पलीकडे काही नाही. त्यामुळं जितके दिवस रहायचं, तितके दिवस सुखानं राहायचं का? मग सुख म्हणजे काय? इंद्रियांना न जाणवणाऱ्या कशावरही विश्वास ठेवायचा असेल, तर फक्त इंद्रियातूनच जाणवणाऱ्या सुखालाच सुख म्हणायला हवं. एकशे आठाव्या वर्षी कातडं सुरकुतून, दात पडून, तोंडाचं बोळकं झालं असता, जेवणात काहीही असलं, तरी चालेल, अशी निरासक्ती निर्माण होऊन... निर्माण होऊन, म्हणजे तरी काय? त्याविषयी माझ्या मनात आसक्ती होती तरी कधी? आता या

वयात इंद्रिय-लभ्य-सुख म्हणजे तरी काय?

आत भरून राहिलेला मृत्यूभाव गाढ होत गेला आणि विचार करायची प्रवृत्तीही पूर्णपणे थांबल्यासारखी झाली.

कसला विचार करत होतो मी?

आठवण्यासाठी ते मनोमन धडपडू लागले. स्मृती अंधकारात बुडून गेली होती. डोळे उघडे ठेवून उताणं झोपलं असता वाटू लागलं :

इंद्रियसुखासाठी संपूर्णपणे असमर्थ असा मी आज मेलो काय किंवा यानंतर दहा वर्षांनी मेलो काय? काय बिघडणार आहे?

या विचारांचा प्रभाव प्रचंड वाढला आणि मन वाढलेल्या ओझ्याखाली अचल होऊन पडून राहिलं.

काही वेळ, शुकाचंच बरोबर होतं, त्याचाच मार्ग योग्य होता, असं वाटत राहिलं.

अन्नाचा-पाण्याचा त्याग करून मीही या गलितगात्र देहाचा दोन-तीन दिवसात त्याग– आणि नंतर? प्रचंड अंधार. आकाशात सगळी नक्षत्रं असतानाही ती नसल्यासारखा, अमावस्येसारखा अंधार.

अंगाला सूक्ष्म कंप सुटला. एक प्रकारची भीती. आजवर एकदाही अनुभवायला न आलेली भीती.

निदान ही भीती तरी असू दे. तारे-चांदण्या नसलेल्या अंधकारमय अमावस्येत गाडलं जाणं, म्हणजे.... गाडलं जाणं, म्हणजे तरी काय? गाडायला तरी काय शिल्लक राहणार? काहीच राहणार नाही. काहीच राहणार नसेल, तर भीती वाटायचं तरी काय कारण?

काहीच नसण्यापेक्षा भीतीच सुखकर आहे, अशी भावना मनात आली.

या झोपडीत एकट्यानं असं झोपून राहण्यापेक्षा उठून बाहेर जावं, असं वाटलं.

पायांनी कांबळं बाजूला सारून ते उठून बसले. उशाशी ठेवलेली काठी घेऊन हळूहळू उभे राहिले आणि काठी टेकत टेकत बाहेर निघाले.

समोर दूरवर असलेल्या हवन-शाळेत अजूनही चर्चा चालली असेल. असेल काय, आहेच. पैल हुशार आहे, पण ह्या समस्येवर कशी तोड काढायची? मन या पद्धतीच्या विचारात गुंतायला तयार नव्हतं.

एवढ्यात उजव्या बाजूनं एक वासरू येत असलेलं दिसलं.

अगदी कोवळं. महिन्याचं तरी आहे, की नाही, कोण जाणे. गोशाळेतून सुटून टणाटण उड्या मारत इथं आलं आहे.

त्याचा कोवळ्या सूर्यकिरणात चमकणारा तांबूस कोवळा रंग. जवळ जाऊन

त्याला जवळ घेऊन कुरवाळावंसं वाटलं. हातातली काठी पाहून ते घाबरून पळून जाईल, असा विचार करून हातातली काठी जमिनीवर ठेवून ते सावकाश पुढं निघाले. चाहूल लागताच ते वासरू पटकन बाजूला पळालं, पण लांब गेलं नाही. तिथंच चरू लागलं. 'ये ये' म्हणत ते त्याच्याजवळ गेले. ते पुन्हा निसटून पळेल, म्हणून, त्यांनी दोन्ही हात पसरून त्याला गपकन कवेत घेतलं. पण या प्रकारात ते तोल जाऊन खाली पडले. वासरू क्षणभर कवेत आलं आणि पुन्हा टुणकन उडी मारून पळून गेलं.

घाबरून पळालं, की मला खेळवतंय्? मांडीला खरचटल्याचं लक्षात आलं. किती मुलायम शरीर!

आणखी थोडा वेळ घट्ट धरून कुरवाळण्याची अपेक्षा मनात निर्माण झाली. जमिनीवर उठून बसत ते त्या वासराकडे पाहत बसले. हातात सापडलं नाही, तरी असं पाहत बसता येईल, याची जाणीव झाली.

आहा! किती लवलवत वावरत आहे! एका जागी काही थांबत नाही. जमिनीवरचं खुरटं गवत नाजूक दातांनी न चावता उगीच हुंगत आहे!

एवढ्यात तिथं सुमंतु आला. म्हणाला,

"भीष्म आले आहेत, उशीर होईल, म्हणे. त्यामुळं आपण झोपलेल्या ठिकाणी येऊन दोन शब्द बोलून निघण्याची अनुमती घेण्यासाठी ते चौकशी करताहेत."

"येऊ दे त्यांना. पण त्या आधी मला झोपडीपर्यंत घेऊन चल."

शेजारची काठी त्यांच्या हातात देऊन, त्यांच्या डाव्या दंडाला धरून, सुमंतुनं त्यांना उठवलं. त्यानंतर ते हळूहळू झोपडीत जाऊन बसले.

अंथरलेल्या मृदु गादीवर कांबळं पांघरून बसताना झोपडीतला अंधार जाणवत होता.

धुराप्रमाणे सगळीकडे भरून राहणारा मृत्यूसारखा अंधार...!

असं आत बसून राहायलाच नको, असा विचार करत असताना तिथं भीष्म आले. त्यांना द्वैपायनांच्या समोर अंथरलेल्या जाड वस्त्रावर बसायला सांगून सुमंतु तिथून बाहेर गेला.

"आणखी थोड्या वेळात मी निघतो."

"तू आलास, पण थोडा वेळ निवांत बोलत बसायलाही जमलं नाही. काही तरी विचारायला आला होतास ना?"

"हो. पण आता त्या प्रश्नात मला फारसा अर्थ दिसत नाही. काल या आश्रमात आल्यापासून मन वेगळ्याच विचारांनी भरून गेलं आहे. शिवाय तू तरी त्याचं उत्तर देऊ शकशील, की नाही, कोण जाणे. पण आता विचारतोच..."

द्वैपायनच म्हणाले,

"संततीसाठी नियोग हा धर्मच आहे. तूच अशा निर्णयाप्रत येऊन, माझ्या आईला सांगून, मला बोलावून घेतलं होतंस. ज्यावर ऐंशी वर्षांपूर्वी तुझा पूर्णपणे विश्वास होता, त्याविषयी आता मला विचारून निरसन करून घ्यावं, असं वाटण्याएवढी तरी शंका तुझ्या मनात का निर्माण झाली? इतरांचं जाऊ दे. तुझ्या मनात काय आलंय्, ते सांग."

भीष्मांना त्या क्षणी काय उत्तर द्यावं, ते सुचलं नाही. आपलं अंतरंग शोधून पाहण्यासाठी ते अंतर्मुख झाले.

धृतराष्ट्र आणि पांडु यांच्या जन्माविषयी आपल्या मनात कणभरही साशंकता नव्हती. पांडव जन्मले, त्या वेळीही नव्हती. आताही दुर्योधन म्हणतो, ते चुकीचं आहे, असं आपण स्पष्टपणे सांगितलं आहे. तरीही हे विचारायला मी इथवर का आलो?

त्यांना आपली वागणूक विचित्रपणाची वाटली. आपल्या श्रद्धेला फुटणारा सूक्ष्म फाटा मोडून काढण्यासाठी आलो का?

द्वैपायन पुढं म्हणाले,

"आता माझीच जीवनश्रद्धा एका संकटात सापडली आहे. तुझ्यासारखा सोबत असला, तर यातून मार्ग सापडेलही कदाचित. मला एकवचनानं संबोधून प्रेमानं बोलत बसण्यासारखा संपूर्ण जगात तू एकटाच आहेस. नात्यानंही थोरला भाऊ आहेस. आयुष्यभर ब्रह्मचर्याचं निष्ठेनं पालन करणारा. एवढ्यातच का माघारी निघालास? चार-सहा दिवस राहा इथं माझ्याबरोबर. किंवा संपूर्णपणे आश्रमवासी होऊन राहा."

"पण दुर्योधनाच्या बाहूनं महासेनापतिपदाची जबाबदारी स्वीकारली आहे मी. आज रात्रीच्या आधी युद्ध-स्थानी जाऊन पोहोचायला हवं. उद्या सकाळी युद्धाला सुरुवात करायला हवी."

"तू?" त्यांनी आश्चर्यानं विचारलं.

"हो." खाली मान घालून भीष्म उत्तरले.

पुन्हा मौन पसरलं. स्मशान-शांतता.

थोड्या वेळानं द्वैपायन म्हणाले,

"म्हणजे दुर्योधनाच्या बाजूनं महासेनापतिपद स्वीकारून तू, नियोग म्हणजे अधर्म आहे, असंच म्हटलंस, म्हणायचं! कुरुकुल वाढवण्यासाठी मी जे केलं... तुझ्याच विनंतीवरून... तोही अधर्मच होता, म्हणायचा!"

भीष्मांचं मन वेगळ्याच विचारात गढून गेलं असावं.

त्यांची दृष्टी द्वैपायनांवर खिळली होती.

पुन्हा झोपडीत मौन पसरलं. निर्जीव मौन.

द्वैपायनही त्यांच्याकडे पाहत होते.

सरळ नाक– कुठल्याही क्षणी मृत्यूनंतरच्या मौनात व्यापले जातील, असं वाटणारे खोल गेलेले डोळे. हेच डोळे शतकापेक्षाही अधिक काळ जीवनाचे साक्षीदार होऊन राहिले आहेत, असा द्वैपायनांना भास झाला.

आपले डोळे कसे आहेत? कसे दिसत असतील?

त्यांच्या मनात कुतूहल निर्माण झालं.

कोण सांगणार? जी भावना आपल्या मनात निर्माण झाली आहे, तीच सांगणाऱ्याच्याही मनात येईल कशावरून?

मनात हे विचार असतानाच मौन मोडण्याच्या दृष्टीनं ते म्हणाले,

"काल मुलाला जाळल्यापासून मी विचारात पडलो आहे. आज सकाळी आलेल्या अतिथींबरोबरही चर्चा चालली आहे. तेव्हापासून विचारांचा भार अधिकच वाढला आहे. त्यापुढं नियोग हा धर्म, की अधर्म, हा प्रश्न अतिशय गौण वाटतो. मुख्य प्रश्नाचं उत्तरच सुचत नसताना इतर तपशिलात शिरण्यात काय अर्थ आहे?"

भीष्मांच्या चेहऱ्यावरचं प्रश्नचिन्ह स्पष्ट दिसत होतं.

द्वैपायनांनी खुलासा केला,

"मृत्यूला काही अर्थ असेल, तर जीवनाला अर्थ आहे. जीवनाला अर्थ असेल, तर जन्मणं आणि जन्म देणं या क्रियांना अर्थ आहे. त्या वेळी जन्म देण्याच्या पद्धतींची तुलना करून त्यात उत्तम-मध्यम ठरवता येईल."

भीष्मांची दृष्टी त्यांच्या चेहऱ्यावर खिळली असली, तरी खोल गेलेली त्यांची दृष्टी अनिश्चिततेच्या धुक्याआड फिकुटल्यासारखी दिसत होती. कालपासून त्यांच्या मनाला ग्रासून टाकणारा मृत्यूचा वासही आता विरल्यासारखा झाला होता.

आपापल्या भूतकाळावर अंतर्दृष्टी खिळवून दोघेही त्याच हवेत श्वासोच्छ्वास करत मूकपणे बसून राहिले.

थोड्या वेळानं भीष्म उठले आणि म्हणाले,

"मी प्रयाणाची तयारी करतो आता."

तरीही मृत्यूच्या छायेनं झाकोळलेले द्वैपायन बसूनच होते. उत्तराची अपेक्षा न करता भीष्म वळले आणि काठी टेकत बाहेर येऊन आपल्या झोपडीकडे वळले.

काही वेळात गुरुजींच्या झोपडीबाहेर कुणी तरी धावत आल्याचा आवाज

ऐकू आला. दुसऱ्याच क्षणी पुलह धापा टाकत आत येऊन उभा राहिला. संपूर्ण आश्रमाचा कारभार पाहण्याची जबाबदारी त्याच्यावर होती. आश्रमाची पिकं, धान्य आणि गाईंची देखभाल आणि रक्षणाची जबाबदारीही त्याच्यावरच होती. शिवाय तो दहा विद्यार्थ्यांच्या एका समूहाला प्रवचनही सांगत होता. डोक्यावरच्या विखुरलेल्या केसांची पुन्हा गाठ मारत, धापा टाकत तो म्हणाला,

"आश्रमावर आक्रमण होत आहे! राजाचे सैनिक आले आहेत. काहीही सांगितलं, तरी ऐकत नाहीत. राजाज्ञेचं सगळ्यांनी पालन केलं पाहिजे, म्हणताहेत!"

"काय आहे राजाज्ञा?"

"दुर्योधन महाराजाच्या प्रांतपालकाबरोबर घोडेस्वारही आले आहेत धनुष्य-बाणांसह! तिथं युद्ध सुरू होणार आहे, म्हणे. देशोदेशींचे साहायक राजे आणि त्यांचं सैन्य जमलं आहे, म्हणे, राज्याच्या गौरवाचा प्रश्न आहे, त्यामुळं सगळ्या प्रजेनं आपल्याकडे असलेलं धन-धान्य आणि पशू त्यांच्या स्वाधीन करावेत, अशी राजाज्ञा झाली आहे, म्हणे. या आज्ञेपासून आश्रमांचीही सुटका नाही. आज्ञेचं पालन करण्यासाठी आणि आश्रम म्हणून गौरव दर्शवण्यासाठी स्वत: प्रांतपालक आला आहे."

द्वैपायनांना बसलेल्या धक्याची जागा आश्चर्यानं घेतली. पण भीती वाटली नाही.

त्यांनी प्रांतपालकाला बोलावून आणण्यास सांगितलं. पुलह पुन्हा धावत निघून गेला.

काही वेळात घोड्यांच्या टापांचा आवाज ऐकू आला.

द्वैपायन काठी टेकत झोपडीबाहेर आले. तिथल्या एका दगडावर बसत होते, तेव्हा जवळ आलेला प्रांतपालक घोड्यावरून उतरून त्यांच्या समोर बसला. प्रणाम करून निवेदन करावं, तसा म्हणाला,

"माझ्या येण्याचा उद्देश आपल्याला समजला असेलच. राजकार्यात आपल्या सहकार्याची आवश्यकता आहे."

"सहकार्य म्हणजे काय?"

"आश्रमात बरंचसं धान्य साठवून ठेवलं आहे, म्हणे. पाचशे गाईही आहेत, असं समजलं. शिवाय असंख्य बैल आणि वासरं. राज्याच्या अस्तित्वाचाच प्रश्न असलेल्या या युद्ध-प्रसंगी हे सारं राज्यकर्त्यांच्या हाती सोपवलं, तर ते सहकार्यच ठरेल. महाराजानं स्वत: आपल्याला प्रणाम कळवले आहेत."

"पण हा आश्रम आहे. आश्रमाची मालमत्ता ही राजाची नसते."

"कसं? थोडं समजावून सांगाल का?"

"मी काही राजाकडून निष्काची मदत किंवा भेट घेतली नाही. आम्ही

आश्रमवासीच शेती करून पीक काढतो. गोपालन करून दूध, दही, मांस यांचीही व्यवस्था केली जाते.''

''पण समस्त भूमी राजाची असते. आपण ज्या भूमीवर कृषी करता, जिथं आपल्या गाई चरतात, जिथं आपण बसला आहात, ती भूमी राजाची आहे. आपण घेत असलेल्या हवेवरही राजाचाच अधिकार आहे. अशा परिस्थितीत राजाकडून मदत घेत नाही, असं म्हणणं म्हणजे राजनिंदा आहे. असं म्हणण्यानं प्रजेच्या कर्तव्यच्युतीचा अपराधही होत आहे.'' प्रांतचालकाच्या आवाजात जाणीवपूर्वक अपमान करण्याचा हेतू दिसत नसला, तरी एरवी त्यात दिसणाऱ्या आदराचा लवलेशही तिथं नव्हता. सर्वसाधारण नागरिकाला एखाद्या नियमाची जाण द्यावी, तसा त्याचा आवाज होता.

''तुझ्या राजाला धर्मसूक्ष्मता समजत नाही. ज्ञानार्जन-अध्यापन यात मग्न असणारे ऋषी आणि विद्वान म्हणजे कुठल्याही विशिष्ट राजाची प्रजा नसते. त्यांचे आश्रम म्हणजे कुठल्याही राजाचा मालमत्ता नसते. विद्येची वृद्धी करणारा बुद्धीचा अधिपती बुधदेव... या देवाला आम्ही आमचा राजा मानतो. जा, दुर्योधनाला हा माझा निरोप सांग.''

''पूज्य हो! अजूनही मी आपल्याविषयी आदर बाळगतो. मी फक्त कायद्याचं पालन करणारा एक अधिकारी आहे. आपण न्याय-सूक्ष्मतेविषयी प्रत्यक्ष राजाशी चर्चा करू शकता. एवढं मात्र सांगतो, आपण, आपण होऊन धान्य आणि गोधन आमच्या स्वाधीन केलं नाही, तर आम्हाला नाइलाजानं बळाचा वापर करावा लागेल. विचार करायचा असेल, तर त्यासाठी आपल्याला वेळ देणं एवढंच माझ्या हातात आहे. याहून जास्त माझ्या हातात काहीच नाही...'' एवढं म्हणून हात जोडून, नमस्कार करून तो वळला आणि घोड्यावर स्वार होऊन पाकशाळेजवळच्या धान्य-संग्रह केलेल्या पर्णकुटीच्या दिशेनं निघून गेला.

द्वैपायनांच्या पायाखालची जमीन निसटल्यासारखी झाली. अपमानाची भावना मनात दाटून आली.

सकाळपासूनच हे असं चाललंय्. पण हा धक्का त्या हवनशाळेत बसून वेदांच्या प्रामाण्यावरच आक्षेप घेणाऱ्या त्या दोन आगंतुकांच्या बोलण्यापेक्षाही मोठा होता. त्यांच्याबरोबर वाद घालता येईल, नवे मुद्दे मांडता येतील आणि त्यांना जिंकता येईल. कदाचित हारही मानावी लागेल. हरल्यावर पुन्हा जिंकण्याइतकी स्वत:ची प्रगती करून घेता येईल. पण राजाच्या या अधिकाराचं काय? उद्या आश्रमात दुधाचा थेंब नाही किंवा धान्याचा कण नाही. म्हणजे आश्रमच बंद करून...

त्यांच्या डोळ्यांपुढं अंधारी आल्यासारखं वाटलं. प्रचंड संताप. 'धिक राजकुलम्!'

ते पुटपुटले, दुर्योधनाला शापलं. मागच्या ऋषींनी आपल्यावर अन्याय केलेल्या राजांना जे शाप दिले, त्या शापांचे मंत्र आठवले. तगमग थोडी कमी झाली. एकाएकी या क्षणी आश्रमात हजर असलेल्या भीष्मांची आठवण झाली. प्रांताधिकारी समोर असताना का आठवण झाली नाही, याचा खेद झाला, तरी मनावरचं दडपण एकदम कमी झालं.

ते उठले आणि काठीच्या आधारानं भीष्मांच्या झोपडीच्या दिशेनं निघाले. तिथं पोहोचताच–

"आत्ता प्रांताधिकारी आला होता..." अशी सुरुवात करून सारी हकीकत सांगितली आणि अखेर म्हणाले, "त्याला बोलावून तू या आश्रमाला हात लावायला मनाई केलीस, तर हा आश्रम शिल्लक राहील."

पण भीष्मांनी चटकन उत्तर दिलं नाही. त्यांचे खोल गेलेले डोळे अंधारच नव्हे, तर समोरच्या या प्रचंड वेदविद्वानालाही प्रतिबिंबित करत होते. नव्हे, त्याहूनही आणखी काही शोधत होते. त्या खोल गेलेल्या डोळ्यांकडे पाहत द्वैपायनांनी विचारलं,

"का गप्प बसलास? दुर्योधनाला रोखण्याची शक्ती तुझ्यात नाही का?"

"तो प्रश्न नाही. वसिष्ठ तुझे पणजोबा, नाही का?"

"होय."

"त्यांच्या आश्रमातल्या समृद्ध गोधनात एक अतिशय सुरेख गाय होती, म्हणे. गाडग्याएवढं तिचं आचळ. दिवसातून तीन वेळा दाट दूध द्यायची, म्हणे. दाट म्हणजे किती? बोट बुडवलं, तर त्यावर शुभ्र आणि चांगला जाड लेप बसायचा, एवढं दाट दूध! एकदा आश्रमात आलेल्या राजा कौशिकानं तिचं दूध चाखलं आणि दूध देण्याची पद्धतही पाहिली. त्यानं ही गाय स्वत:साठी मागितली. 'राज्यात जे आहे, ते तत्त्वश: राजाचंच, त्याला जेव्हा जे हवं असेल, ते मिळवायचा अधिकार आहे–' असा वादही घातला. जेव्हा वसिष्ठांनी गाय देण्यास नकार दिला, तेव्हा त्यानं आपल्या सेवकांना आज्ञा केली. दिङ्मूढ होऊन राहिलेला वसिष्ठ भानावर आला. त्यानं आश्रमातल्या विद्यार्थ्यांना, अध्यापकांना, बायका-मुलांना एकत्र केलं, हातात लांब-जाड काठ्या घेऊन राजाच्या सेवकांना तर पळवून लावलंच, शिवाय कौशिकाचंही सर्वांग ठणकावं, इतकं झोडपून पळवून लावलं. एवढंच नव्हे, तर पळून गेलेला कौशिक पुन्हा मोठ्या सैन्यासह चालून येईल, याचा विचार करून आश्रमवासी आणि भोवतालच्या प्रजेला आपल्याकडे वळवून राजाशी लढा दिला आणि आश्रमाचे हक्क राखले. या पराजयामुळं कौशिकाचं गर्वहरण होऊन तोही अध्यात्माकडे वळला. याच युद्धात वसिष्ठाची मुलं मरण पावली. पण त्यानं गाय काही दिली नाही. मला ही

कथा कुणी सांगितली?'' क्षणभर विचार करून त्यांनी विचारलं, ''मागं कधी तरी तूच सांगितलीस ना?''

''हो, हो! माझ्या पणजोबांनी असा लढा दिला.''

''मग आता तूही तसंच कर. प्रांताधिकाऱ्याला बोलावून इशारा दे. त्यानं ऐकलं नाही, तर त्याला आणि त्याच्या सैनिकांना ठार कर. त्यानंतर दुर्योधन सैन्यासह इथं येईल. त्या वेळेपर्यंत तूही युद्धासाठी सज्ज हो!''

''पण मला धनुर्विद्या येत नाही. या आश्रमतल्या कुणालाही धनुर्विद्येची सवय नाही.''

''का?''

''विद्वद्जनांच्या रक्षणाची जबाबदारी आयुधांचा संग्रह आणि वापर करणाऱ्या राजाची असते. नाही का? शांतता आणि अहिंसा यांनी भरलेल्या वातावरणात राहावं, अशी माझी इच्छा होती.''

भीष्म काही बोलले नाहीत.

द्वैपायन त्यांच्या चेहऱ्याकडे टक लावून पाहत होते. भीष्म आपल्याला मनातल्या मनात हसताहेत, असं त्यांना वाटत होतं.

एवढ्यात दुसरा आश्रमवासी धावत येऊन म्हणाला,

''कोठारातलं धान्य गाड्यांमध्ये भरताहेत. गाईंनाही दावी सोडून घेऊन जाताहेत.''

द्वैपायन उद्विग्न झाले. ते चढ्या आवाजात म्हणाले,

''भीष्मा, लवकर चल. तुझ्या आज्ञेनंच हा आश्रम तरला पाहिजे. ऊठ. नाही तर प्रांताधिकाऱ्यांना, तू इथं आला आहेस, असा निरोप पाठवू का''''

द्वैपायनांच्या उद्विग्नतेपासून पूर्णपण अलिप्त राहून भीष्मांनी विचारलं,

''वसिष्ठ वगैरे देवर्षी होते, असं मी ऐकलंय् . त्यांनी रचलेले काही मंत्र मीही शिकलो असल्याचं आठवतं. तू वेदर्षी आहेस ना? म्हणजे मंत्रद्रष्टा, की मंत्रसंग्राहक?''

''अशा दुर्धर प्रसंगी मदत करायचं सोडून असे अर्थ-व्यत्यासाचे प्रश्न का उपस्थित करत आहेस?'' द्वैपायनांनी अधिकच चडफडत विचारलं.

''कृष्णा, असा उद्विग्न होऊ नकोस... '' म्हणत ते धावत आलेल्या आश्रमवासीयाकडे वळले आणि म्हणाले, ''हे पाहा, मी इथं असल्याचं सांगून प्रांताधिकाऱ्याला इथं बोलावून घेऊन ये. आश्रमातल्या एकाही वस्तूला हात लावू नये, अशी माझी आज्ञा असल्याचंही सांग.''

आश्रमवासी धावत निघून गेल्यावर ते पुन्हा द्वैपायनांकडे वळले आणि म्हणाले,

''वेदर्षीची गुणलक्षणं कुठली, या प्रश्नाचा मी विचार करत होतो.''

विचारात गढून गेलेल्या द्वैपायनांच्या लक्षात या प्रश्नातली खोली आली

नाही. ते, आश्रमवासी धावत गेला, त्या दिशेला पाहत बसले होते. भीष्मही काही बोलले नाहीत. थोड्या वेळात टापांचा आवाज ऐकू बाला. प्रांताधिकाऱ्यानं आल्या आल्या उतरून वाकून अभिवादन केलं. भीष्मांनी त्याला विचारलं,

"युद्धकाळी परिस्थितीची निकड म्हणून प्रजेकडून धान्य, गाई मिळवणं साहजिकच आहे. पण आश्रमातलं धान्य आणि गाई का घेऊन जात आहात?"

"महाराजा, तू इथं असल्याची माहिती मला नव्हती. शिवाय एवढ्या प्रसिद्ध आश्रमात शिरण्याचं साहस मी एकटा माझ्या अधिकारात करणं शक्य आहे का?"

"म्हणजे?"

"राजाज्ञेचं पालन करत होतो मी."

"आता मी सांगतो, की या आश्रमाला हात लावू नकोस. आताच्या आता तुझ्या माणसांसह इथून निघून जा. महाराजानं विचारलं, तर माझं नाव सांग."

तरीही प्रांताधिकारी तिथंच उभा होता.

"माझी आज्ञा आहे. जा..."

असं त्यांनी पुन्हा सांगताच वाकून नमस्कार करून तो माघारी निघून गेला.

टापांचा आवाज ऐकू येईनासा झाल्यावर तेही उठून उभे राहत म्हणाले,

"कृष्णा, मी या क्षणी निघालो नाही, तर रात्रीपर्यंत युद्धभूमीवर पोहोचता येणार नाही. उद्या सकाळी युद्धाला सुरुवात होत आहे."

यांत्रिकपणे निरोपाची बोलणी झाली.

"युद्ध संपल्यावर तू इथंच राहायला ये..."

असं द्वैपायन सांगत असतानाच रथ जवळ आला. सारथ्यानं भीष्मांना आधार देऊन रथात चढवलं. पाहता पाहता रथानं वेग घेतला. घोड्यांनी उठवलेल्या धुरळ्याचा ढग पुढं पुढं जात असलेला दिसू लागला.

❑

आलेल्याच रस्त्यानं रथ हेलकावे खात माघारी वळला. सुरुवातीचा रस्ता फारसा बरा नसल्यामुळं हेलकाव्यांचं प्रमाण बरंच होतं. आश्रमापसून चार-पाच कोस गेल्यावर चांगला रस्ता लागेल, असं सुकेशानं सांगितलं होतं. लोडाला टेकून बसलेल्या भीष्मांच्या पाठीत आणि कमरेत पुन्हा वेदना जाणवत होती. आदल्या रात्रीही थोडी पाठ दुखतच होती. त्याच वेळी तेल लावून चोळून घ्यायला हवं होतं. कमरेला उशीचा आधार देऊन ते बसून राहिले.

सुकेशही खडकाळ रस्त्यावर घोड्यांचे लगाम धरून रथ हळूहळू हाकत होता. उठलेल्या धुळीचा त्यातल्या त्यात कमी त्रास व्हावा, म्हणून पुढचे घोडेस्वार तीस-चाळीस पावलं पुढंच राहत होते. मागचेही वीस-एक पावलांवर होते. तशी

भीष्मांची आज्ञाच होती.

आश्रमापासून बरंच अंतर गेल्यावरही भीष्मांच्या मनात भरून राहिलेली मृत्यूची भावना कमी झाली नव्हती. काल रात्री अंधूक प्रकाशात आश्रमात प्रवेश केल्यापासूनच ती मागं लागली होती. सकाळी त्या दोघा आगंतुक नास्तिकांचा वाद ऐकताना काही क्षण दूर झाली होती, की काय, कोण जाणे; पण अजूनही वेगवेगळ्या स्वरूपात तिची जाणीव होतच होती.

आकाश भरून राहिलेले आणि क्षणाक्षणाला वेगवेगळे आकार धारण करणारे ढग, रस्त्याच्या पलीकडे अस्पष्ट दिसणारे वृक्ष, रस्त्यात उठणारा धुरळा... सगळ्या मृत्यूच्याच आकृत्या भासत होत्या. मनानं कितीही, हा भ्रम आहे, असं समजवायचा प्रयत्न केला, तरी पुन्हा पुन्हा वाटत होतं, मृत्यू काही खोटा नाही... जे खोटं नाही, तो कसा भ्रम असेल? निराहारी राहिलेल्या शुकदेवालाही... अंहं, त्याला मृत्यू आला नाही. त्यानंच प्रज्ञापूर्वक मृत्यूला आव्हान देऊन, म्हणजेच मृत्यूतला भीषणपणा काढून टाकून... अंहं, मृत्यूची भयानकता आणि जीवनाची सुखावहता या दोहोंची सांगड घातली. भावविमुक्त होऊन मृत्यूला सामोरा गेला.

रथ हेलकावत होता. मन कुठं तरी भरकटत होतं. कुठल्या तरी आठवणी. विचार.

तो मृत्यू मला कुठल्या स्वरूपात सामोरा येईल?

हा भीष्म कधी मरणारच नाही, असं म्हणण्याइतका दीर्घकाळ जगल्याची जाणीव तीव्रतेनं दाटून आली. वीर क्षत्रियांप्रमाणे रणांगणात युद्ध केलं पाहिजे, हे खरं. पण हातात धनुष्य उचलण्याची शक्तीच राहिली नाही, तर लढायचं कसं?

एकाएकी एक खूप खूप जुनी घटना आठवली.

कितीं वर्षं झाली त्या घटनेला.? आता धृतराष्ट्रच एक्याऐंशी किंवा ब्याऐंशी वर्षांचा झाला. त्याची आई आणि तिच्या दोन्ही बहिणी अशा तिघींना पळवून आणून– म्हणजे धृतराष्ट्राच्या जन्माआधी तीन-चार वर्षांपूर्वीची हकीकत. स्वयंवर म्हणजे आपल्याला हव्या त्या राजकुमाराला वरमाला घालण्याचं स्वातंत्र्य. शाल्व राजाला वरमाला घालायचं निश्चित ठरलं होतं, म्हणे. त्या दोघांमध्ये अनुरागही वाढला होता, म्हणे. असं असताना तिच्या पित्यानं तिचं का स्वयंवर योजलं? फक्त उरलेल्या दोघींचं का योजलं नाही? अशा प्रसंगी आपल्याला हव्या त्या राजकुमारींना पळवून घेऊन जाणं हाही राजधर्म आहे, हे कुणी नाकारू शकेल का? तिघींना रथात घालून, भोवताली घोडेस्वारांच्या मध्ये त्यांना घेऊन, हस्तिनावतीला आल्यावर त्यांचे हात-पाय सोडले, तेव्हा हात, पाय, दंड, पोटऱ्या, मांड्यांवर

दोराचे वळ उठले होते. नशीब, मेल्या नव्हत्या! 'छी:! आमच्या राजधर्माचा धिक्कार असो. बलप्रयोगानं हवी ती वस्तू, हव्या त्या व्यक्तीला देता येईल, असं वाटलं का? मला पशूच्या पातळीवर खेचून, हात-पाय बांधून, या राजवाडा नावाच्या कैदेत टाकलंस, तरी तू मला जिंकलंस, असं मुळीच नव्हे. माझं मन दुसरीकडे आहे. बळाच्या आधारे निर्जीव वस्तू जिंकता येतील; पण मन असलेल्या जिवंत व्यक्तीला जिंकता येणार नाही, एवढंही न समजण्याइतका तू अविवेकी आहेस?' किती तिरस्कार होता तिच्या चेहऱ्यावर? त्या क्षणापर्यंत स्त्रीच्या समोर उभं राहताना शरम वाटू शकते, हे समजलंच नव्हतं.

एकाएकी वसिष्ठ ऋषींची आठवण झाली.

बळाचा वापर करून कौशिक राजा गाईला ओढून घेऊन जाऊ लागले, त्या वेळी तेही असंच म्हणाले असतील का? पण मी अंबेला तातडीनं पाठवून दिलं ना शाल्व राजापाशी? माझं काय चुकलं? स्वत: राजा असूनही लग्नमंडपात लढून न जिंकता आलेल्या राजकुमारीचा असा स्वीकार करण्यात त्याला अपमान वाटला? हो, याच कारणासाठी त्यानं तिला स्वीकारलं नसणार. तोही क्षत्रिय राजाच. अधिकारस्थानावर राहिल्यावर शक्तीवर आधारलेल्या स्वप्रतिष्ठेच्या भावनेनं कोण ताठणार नाही? पण त्याच्याकडून तिरस्कृत झालेल्या अंबेनं घडलेल्या सर्व प्रसंगाचं खापर माझ्या माथी का फोडलं? क्षत्रियद्वेषी परशुरामासारख्या भार्गवाची तिनं प्रार्थना केली, म्हणे. त्यांनी विचारलं, 'बाळ, तुझ्यावर अन्याय कुणी केला? शाल्वानं की भीष्मानं?'

'शाल्वावर माझं प्रेम आहे; पण त्यानं माझा धिक्कार केला आहे. ज्यानं मला बळाच्या आधारावर पकडून नेलं, त्या भीष्मानंच माझ्याशी विवाह करावा, तरच माझ्यावर घडलेल्या अन्यायाचं परिमार्जन झालं, असं मी मानेन.'

भार्गवांनाही हेच हवं होतं, की काय, कोण जाणे! या भीष्माच्या ब्रह्मचर्याची कीर्ती त्यांना सलत होती का? त्यांनी आव्हान दिलं, 'हिच्याशी विवाह कर किंवा माझ्याशी युद्ध करायला सिद्ध हो.' माझा द्वेष करणारी अंबा माझ्याशी विवाह करून सुखानं राहिली असती? मला व्रतभ्रष्ट करणं एवढंच हवं होतं तिला. पण भीष्माचा पराभव करणं... तेही ब्राह्मणांना... शक्य आहे का? परशुरामानं क्षत्रियलोकच नष्ट केला होता, तेव्हा हा भीष्म नव्हता. त्यानं खरोखर किती क्षत्रिय नष्ट केले, कोण जाणे! त्यातलं खरं किती आणि या ब्राह्मणांनी केलेली अतिशयोक्ती किती, कोण जाणे! भार्गव हरल्यावर निराशेच्या भरात तिनं जीव दिला, म्हणे, आगीत उडी मारून. मला ठार करण्यासाठी पुन्हा जन्म घेण्याचा उच्चार करून ती आगीत शिरली, म्हणे! त्यानंतर या द्रुपदाच्या घरात जन्मली,

की मध्ये आणखी एक जन्म घेऊन पुन्हा मरण पावली? मागं कधी तरी ऐकलेली वंदता विसरूनच गेलो होतो. आता आठवंतय्. उद्यापासून सुरू होणाऱ्या युद्धात हे खरं झालं, तर? क्षणभर त्यांचा देह थरकापला. जिला मी जिंकून आणली होती, तिच्या हातून मरायचं? मृत्यूचं भय नाही. पण हार!

त्यांच्या पाठीत शिरशिरी उठली. एकवार रथ हेलकावून पुन्हा संथपणे पुढं जाऊ लागला. दूरवर सतत दिसणाऱ्या डोंगरांच्या शिखरावर त्यांची दृष्टी खिळली होती.

हे जन्म आणि पुनर्जन्म खरे असतील का? सकाळी ते दोघे वाद घालत होते, 'जे इंद्रियांच्या अनुभवाला येत नाही, ती फक्त कल्पनाच.' तेच खरं असावं. मन थोडं हलकं झालं. द्रुपदाच्या पोटी नपुसंक मूल जन्मलं आहे. अशी किती तरी मुलं जन्माला येत असतात. द्रुपदानंच माझ्या विरुद्ध तशी दंतकथा उठवली असेल का?

फिस्स्कन हसू आलं.

असं एखादं युद्ध पुढं होईल, हे त्याला कसं ठाऊक? मी या युद्धात भाग घेईन, असं कुणाला स्वप्न तरी पडलं होतं का? मला मारायचंच असेल, तर त्या नपुसंकानं हस्तिनावतीत येऊन, संधी साधून मला मरायला हवं होतं. नपुंसक जन्मल्यामुळं झालेला अपमान झाकण्यासाठीच त्यानं अशी दंतकथा उठवली असणार.

रस्ता सरळ होता. उंच-सखल किंवा वळणांचा नव्हता. दोन्ही बाजूंना उंच उंच वृक्ष. घोड्यांच्या टापांची धूळही फारशी उडत नव्हती. सरळ रस्त्यावर समोर दृष्टी ठेवून जाताना पुन्हा मृत्यूचे भाव जाणवले. त्या आश्रमात जायलाच नको होतं, असं वाटून गेलं.

शुकानं ब्रह्मचर्यच सर्वश्रेष्ठ, असं प्रतिपादन केलं, म्हणे. आपल्या जीवनाचा पुन्हा अभिमान वाटला. एकाएकी मृत्यू हाच खरा मार्ग, असं वाटून मन म्लान झालं. कधीही न पाहिलेल्या शुकाची मूर्ती मनापुढं निर्माण होऊ लागली.

त्याचंच बरोबर आहे, ही भावना मनात स्थिरावत असतानाच समोरचा घोडेस्वार एकाएकी रस्त्याच्या उजवीकडे वळला आणि कशाचा तरी पाठलाग करावा, तसा धावला. सुकेशालाही आश्चर्य वाटलं. त्यानं घाईनं रथ थोडा पुढं घेतला. मागचे घोडेस्वारही धावत येऊन रथाला घेरून उभे राहिले. काही क्षणात एवढं घडून गेलं. पुढच्या घोडेस्वारांनी दोघांना पकडून आणलं. पैकी एक साठ वर्षांचा आणि दुसरा तिशीचा दिसत होता. तो त्या प्रौढाचा मुलगा असावा. फाटके, मळके कपडे, उन्हानं करपून गेलेले आणि काळे पडलेले दोघांचे चेहरे, खांदे-दंड. दंड आणि छाती पाहताच कष्टाचं काम करायची सवय असावी, हे

लक्षात येत होतं. दोघेही भेदरून हात जोडून रथापुढं उभे राहिले होते.

एका घोडेस्वारानं खुलासा केला,

"महाराजा, यांच्या दोन बैलगाड्या आहेत. दोन-दोन बैल जुंपलेल्या. वर कातडी पडदा. पैकी एका गाडीत तीन पोती धान्य आहे. दुसऱ्या गाडीत लोहाराच्या कामाची हत्यारं आहेत. लोखंडाचे तुकडे, पत्रे वगैरे. वारा घालायचा कातडी भाताही आहे. पन्नाशीची एक आणि पंचविशीची एक अशा दोन स्त्रिया आणि तीन मुलं. रस्त्यानं समोरून येत होते. आपल्याला पाहताच चोरांप्रमाणे रानात लपू पाहत होते. चोर असावेत, म्हणून त्यांना बांधून आणलं आहे."

भीष्मांनी त्यांना विचारलं,

"खरं सांगा. तुम्ही कोण आहात? कुठून आलात? कुठं निघालात? का लपून बसलात?"

म्हातारा अजिजीनं म्हणाला,

"आम्ही लोहारांपैकी आहोत, महाराजा! देशोदेशी हिंडून, कामं करून धान्य मिळवतो आणि त्यावर जगतो."

"लपून का बसलात?"

"युद्ध होणार आहे, म्हणे. आम्हांला काय ठाऊक? याच रस्त्यानं येताना काल एका खेड्यात आम्हाला राजाच्या सेवकांनी पकडलं. प्रत्येक सशक्त माणसानं युद्ध करायलाच पाहिजे, म्हणून माझ्या मुलाला पकडू लागले. आम्हाला कधी युद्ध करून, हातात धनुष्य घ्यायचंही ठाऊक नाही, आम्ही लोहार आहोत, असं विनवलं, तर म्हणाले, 'मग बाणांची टोकं तासून द्यायचं काम करा.' बरं, येतो, असं सांगितलं आणि ते खेड्यात शिरताच आम्ही मागच्या मागं पळून आलो. लांबून पाहिलं, तर वाटलं, तीच माणसं आली. म्हणून रानात दडायचा प्रयत्न केला, महाराजा."

"का?"

"युद्धासाठी काम करवून घेतात; पण धान्य देत नाहीत. शिवाय राजदर्पाची भीती. जबरदस्तीनं राबवून घेतात. दुसरं म्हणजे युद्धभूमीवरच मागच्या बाजूला आम्हाला राहुट्या बांधून देतात. शत्रुपक्षाकडून येऊन पडलेले भाले आणि बाण यांना हवे तसे करून द्यायला हवं ना! मोडलेल्या रथांचीही दुरुस्ती करायला पाहिजे. पण पाठीमागून येऊन शत्रु आम्हाला मारणार नाहीत कशावरून? तिथं काम करायचं, तर बायका-मुलांना कुठं ठेवायचं? तिथं घेऊन गेलो, तर सैनिक आमच्या बायकांना जिवंत ठेवतील का? मेल्यावरही सोडणार नाहीत! कसंबसं जीवन जगणाऱ्या आमच्यासारख्यांना कशाला हवं ये युद्ध?"

भीष्मांची दृष्टी त्या दोघांवरून फिरली. ते स्वत: रथातून खाली उतरले. त्या

दोघांचे तळहात त्यांनी उघडून पाहिले. घट्टे पडलेले तळवे.

"किती दूर आहेत तुमच्या गाड्या?"

"तिथं, त्या झाडांच्या सांदीत..."

ते त्या दिशेनं चालू लागले. मागोमाग सुकेश आणि इतर चार जण घोड्यांवरून उतरून निघाले. पायात पादत्राण नव्हतं. पावलांना कोवळ्या गवताचा स्पर्श सुखकर वाटत होता. मधूनच एखादा खडा किंवा काडी रुतत असली, तरी अशा गवतावरून चालणं बरं वाटत होतं. त्यातच मन मग्न झालं होतं. सेवकाच्या बोलण्यानं ते भानावर आले. तो सांगत होता,

"त्या पाहा, तिकडे आहेत गाड्या..."

बैलांच्या मानेवरचं जू तसंच होतं. ते मुळीच बावरले नव्हते. मुकाट्यानं रवंथ करत होते. ताणून बसवलेल्या कातडी कमानीत सेवकानं सांगितलेलं सामान होतं. पण बायका आणि मुलं नव्हती.

"बायका-मुलं कुठं आहेत?" भीष्मांनी विचारलं.

"घाबरून पळून गेलीत. त्यांना काही करणार नाही, असं अभय दिलं, तर त्यांना बोलावतो." थोरला लोहार म्हणाला.

"तुझ्या आजोबाच्या वयाचा मी! माझ्याकडून तुला अभय हवं?"

"तुम्ही राजे दिसता. ते सेवक..." बोलता बोलता दोन्ही हातांची बोटं एकमेकात गुंफून तो खाली मान घालून उभा राहिला.

"कोणीही कुणालाही काही करणार नाही. जा, बोलाव त्यांना."

त्यानं मोठ्यानं तीन वेळा 'ओ हो-हो!' अशी आरोळी ठोकली आणि ओरडला, 'या, गाडीपाशी या!' त्यानं दोन-तीन वेळा बोलावल्यावर झाडांच्या सांदीतून पानांची सळसळ ऐकू आली. सेवकानं सांगितल्याप्रमाणे एक पन्नाशीची स्त्री, सहा वर्षांची एक मुलगी, चार वर्षांचा एक मुलगा, त्याच्या हातात दोन वर्षांचं एक मूल– बाहेर आले. प्रौढेच्या खांद्यावर एक साधारण लांबीचं धनुष्य होतं. सहा वर्षांच्या मुलीच्या हातातही तिला पेलेल, असा धनुष्य-बाण होता. त्यांच्या मागून आलेल्या तरुणीच्या खांद्यावर थोड्या मोठ्या आकाराचं लोखंडी धनुष्य आणि पाठीवर भाता लटकत होता. भीष्मांनी दृष्टी त्या तरुणीवर खिळली होती. दिवस भरत आलेली गर्भारशी. मोठाल्या पोटाचं ओझं सावरत पावलं टाकत होती. खांद्यापासून छातीच्या खालच्या बाजूला उतार आणि त्याखाली उभारलेलं टपोरं पोट.

सगळेजण आले आणि त्या पुरुषांच्या पाठीशी उभे राहिले.

"हे कोण?" भीष्मांनी विचारलं.

"ही माझी बायको, ती सून आणि ही तीन नातवंडं." तो म्हातारा म्हणाला.

"हातात धनुष्य धरायला येत नाही म्हणत होतास. इथं तर बायका-

मुलांच्याही हातात दिसतंय्.''

''आत्मरक्षणापुरतं येतं, एवढंच. शिवाय लहान-सहान प्राणी मारण्यापुरतं...''

पुन्हा एकदा भीष्मांनी त्या गर्भारशीला आपल्या खोल गेलेल्या दृष्टीत भरून घ्यायचा प्रयत्न केला. त्यानंतर म्हणाले,

''तुमच्यापुरते तुम्ही निघून जा. पण हा युद्धाचा प्रसंग आहे. मोठ्या रस्त्यानं जायचं टाळा. चार-आठ दिवस कुठल्या तरी लहानशा खेड्यात काढा. जवळ असलेलं धान्य लपवून ठेवा.''

– आणि आपल्या रथाकडे जायला निघाले.

आताही पावलांना गवताचा स्पर्श सुखकारक वाटत होता. रथातून जाण्यापेक्षा असं गवतातून चालत राहिलं, तर किती छान!

सुकेशानं त्यांचा दंड धरून त्यांना रथात बसवलं. टेकायचा लोडही त्यानं नीट ठेवला.

पुन्हा प्रवासाला सुरुवात झाली.

रस्त्याच्या दोन्ही बाजुंना वृक्ष. त्यामधून दिसणारं निळंभोर आकाश. पण भीष्मांच्या दृष्टीत भरून राहिलं होतं, ते त्या स्त्रीचं गर्भ-भारानं भरून राहिलेलं टपोरं पोट. रथ वाळूमिश्रित रस्त्यावरून धावत असल्यामुळं विशिष्ट आवाजाच्या पार्श्वभूमीवर रथ समतोलपणे धावत होता. डोळ्यांवर झापड आली. लोडावर डोकं ठेवून ते पुढं सरकून झोपले. पांघरुणाची आवश्यकता नव्हती.

डोळा लागला. गाढ झोप. त्यातच रथ चालत असल्याची जाणीव. किती तरी दूर दूर गेल्याची भावना.

एक चाक धावत एका दगडावर चढून उतरलं, तेव्हा ते दचकून जागे झाले.

आतून एक विचार उसळून वर आला.

विचित्रवीर्य मेल्यावर नाही तरी तिनं मला विवाह करायची आज्ञा दिली होती. 'निदान धाकट्या भावाच्या दोन्ही बायकांशी तू नियोग कर. मी आपण होऊन सांगत असताना ब्रह्मचर्याची प्रतिज्ञा मोडण्याचा प्रश्नच नाही...' असंही ती म्हणाली.

त्या वेळी तिचं ऐकायला हवं होतं का?

त्यांनी डोळे उघडले.

बाहेर पसरलेलं अनंत निळं, नव्हे-काळं आकाश. अजूनही आश्रमात निर्माण झालेला मनातला भ्रम गेला नाही, याची जाणीव. त्यांनी पुन्हा डोळे मिटून घेतले.

❑

द्रष्टा आणि संग्राहक यातील फरकाचा विचार करताना मृत्यूच्या विचारापासून थोडी सुटका झाल्यासारखं वाटून द्वैपायन आपल्या झोपडीत कांबळं पांघरून झोपले. एकापाठोपाठ एक येणाऱ्या आपत्तींचाही विसर पडू पाहत होता. मुलाचा मृत्यू सहन करणं शक्य आहे. वेदांवर आक्षेप घेणाऱ्यांशी वाद घालता येईल. पण... आश्रमाचा सत्यनाश करणाऱ्या राजाज्ञेचा त्यांना संताप आला. आपल्या पणजोबांची आठवण. भीष्मानंच ती करून दिली नाही का? धनुष्य धरू न शकणारा मंत्रद्रष्टा असू शकणार नाही का? संपूर्ण दुर्योधनाच्या पक्षाचा नाश होऊ दे, असा शाप द्यायची इच्छा झाली.

एवढ्यात पुन्हा तोच आश्रमवासी धावत, धापा टाकत येता येता ओरडला,

"गुरुवर्य, पुन्हा तोच प्रांताधिकारी आपल्या माणसांसह आला आहे. एक अक्षरही न बोलता धान्य गाड्यांमध्ये भरताहेत."

"भीष्मानं माझ्यासमोरच त्याला आज्ञा केलीय् ना!" म्हणत द्वैपायन उठून बसले.

"आम्हीही हेच सांगत त्यांना अडवत होतो. पण तो म्हणतो, 'म्हाताऱ्याचा अपमान नको, म्हणून आम्ही तेवढ्यापुरते गप्पा बसलो. राजसिंहासनाचीच आज्ञा आम्ही जाणतो. म्हाताऱ्या-कोताऱ्यांना कोण विचारतं? उद्या उजाडण्याआधी युद्धभूमीवर पोहोचवलं पाहिजे.' "

"त्याला अडवणं अशक्य आहे का?" असं म्हणताना द्वैपायनांच्या मनात शापाचे मंत्र येऊन उभे ठाकले. पण हवनशाळेत बसून वाद घालणाऱ्या त्या दोघांची आठवण झाली. शापामध्ये परिणामशक्ती आहे का?

"ते सैन्यासह आले आहेत." आश्रमवासी म्हणाला.

वसिष्ठही मंत्रद्रष्टेच होते. मग त्यांनी शाप देण्याऐवजी हातात शस्त्रं का घेतलं? दुसऱ्या वेळी धनुष्य-बाण घेऊन लोक जमवून युद्ध का केलं? या विचाराबरोबर काही तरी गमावत असल्याचं त्यांना दुःख झालं. काल रात्री आतून उन्मळून येणारं रडू पुन्हा दाटून आलं, तरी रडावंसं वाटलं नाही. घोड्यांवर स्वार होऊन हातात शस्त्रं घेऊन आलेल्या राजाच्या सैनिकांशी लढायची शक्ती आपल्या आश्रमवासीयांमध्ये नाही, याची जाणीव होताच बसण्याचीही शक्ती नष्ट झाल्यासारखं वाटलं. अंथरलेल्या कांबळ्यावर ते पडून राहिले. बुद्धी बधिर झाल्यासारखी झाली.

मेंदूत पाणी भरलं, की अंतकाळ जवळ आला? एक प्रकारची गुंगी आली.

किती तरी वेळ ते तसेच पडून राहिले.

संध्याकाळी पुलह आत आला. त्याच्यापाठोपाठ चार शिष्यही आले. पैल, वैशंपायन, जैमिनी आणि सुमंतु. शिवाय दोन आगंतुक नास्तिक. त्यांची नावं

काय बरं? वृष आणि अनरण्य नाही का? हो.

द्वैपायनांच्या अंगात उठून बसण्याइतकंही त्राण राहिलं नव्हतं. सगळे भोवताली बसले. पुलह म्हणाला,

"आज रात्रीचा स्वयंपाक होईल, एवढं धान्य आश्रमात आहे. तेही आम्ही हाता-पाया पडून विनवलं, म्हणून त्यांनी ठेवलं. आता सगळ्यांना इथून दुसरीकडे पाठवणं हाच एक मार्ग आहे. पण प्रश्न असा आहे, आता सगळे इथून निघून गेले, तर पुढच्या पेरणीच्या वेळी कृषीची कामं कोण करणार? त्या वेळी पेरणी करणं जमलं नाही, तर पीकही मिळणार नाही आणि त्यानंतर कधीही इथं आश्रम वसणार नाही."

"आपल्यापैकी काहीजण कंदमुळं खाऊन इथंच राहू या. किती तरी जणांना स्वत:चं गाव नाही, की घर नाही. ते कुठं जाणार?" पैलनं विचारलं.

"त्यांनी काही फक्त आश्रमातलंच धान्य नेलं नाही. शेजार-पाजारच्या खेड्यांमधूनही अशीच परिस्थिती झाली आहे. त्या सगळ्यांनाही कंदमुळं शोधण्याव्यतिरिक्त दुसरा मार्ग नाही. मग आपल्याला किती दिवस कंदमुळं मिळतील? शिकारीसाठी प्राणी तरी किती म्हणून मिळणार? शिवाय आपल्याला शिकार करता येत नाही, हाही मुद्दा आहेच."

सुमंतूचं हे बोलणं वास्तवाचं दर्शन करून देत असल्याचं सगळ्यांनी मान्य केलं.

"दुर्योधनाचा पक्ष हरू दे, असा आपण सगळेजण आपल्या वेदाध्ययन-शक्तीनं शाप देऊ या." जैमिनीनं सूचना केली.

यावर आगंतुक वृष म्हणाला,

"आम्ही पांचाल देशावरून आलो. तिथंही याच प्रकारे खेड्यापाड्यातून धन-धान्य जबरदस्तीनं गोळा करताहेत. तो पक्ष पांडवांचा आहे ना? तिथलेही लोक असाच शाप देताहेत. जर शापात काही शक्ती असेलच, तर दोन्ही पक्ष नष्ट व्हायला हवेत. पण युद्धात दोन्ही पक्ष कसे हरतील?"

"पण वेदाध्ययनाची आमची शक्ती अधिक आहे..." जैमिनी वाद घालू लागला.

"मग प्रांताधिकाऱ्याला आणि त्याच्या सैन्याला इथंच शाप देऊन का नष्ट केलं नाही? निदान दिङ्मूढ तरी का केलं नाही?" अनरण्यानं विचारलं.

या प्रश्नाचा सगळ्यांना राग आला, तरी सगळ्यांचे चेहरे भेदरल्यासारखे झाले. कुणी काही बोललं नाही, तरी आसमंत उद्ध्वस्त झाल्यासारखं वाटत होतं. झोपडीत पसरलेली नि:शब्दता आणि अंधूक प्रकाशातही ती उद्ध्वस्तता जाणवत होती.

काही वेळ अशा उद्ध्वस्त शांततेत गेल्यावर पुलह एका निश्चयाप्रत आल्याप्रमाणे म्हणाला,

"आता आपण असं करू या... आपल्याकडे किती शूर माणसं आहेत, याचा अंदाज घेऊ या आणि त्यांना एकत्र करू या. रात्रीच्या अंधारात त्या सैनिकांवर हल्ला करू या. अजून ते युद्धभूमीच्या मार्गावरच असतील. आग लावून गोंधळ उडवून त्यांच्यापैकी काही जणांना तरी ठार मारू या. त्याच गाड्यातलं धान्य गाड्यांसह आणून झाडा-झुडुपांमध्ये लपवून ठेव या. शक्य तेवढी जनावरंही पळवून आणू या. उद्या राजाचं सैन्य आलं, तरी त्यांना काहीच सापडता कामा नये. आज रात्री घडणारा गोंधळ मात्र चोरांनी केल्याची भास निर्माण करायला हवा. पैल, सुमंतु, जैमिनी, वैशंपायन... काय म्हणणं आहे तुमचं?"

चौघांपैकी कुणीच बोललं नाही. ते विचारात गढून गेले.

एवढ्यात गुरुजी म्हणाले,

"या चौघांपैकी एकाला जरी काही झालं, तरी मी आयुष्यभर मिळवलेल्या वेदांचा एक भाग नष्ट होईल. पुढच्या पिढीपर्यंत योग्य पद्धतीनं पोहोचवणारं कुणी राहणार नाही. हे चौघंही नकोत."

दोघं आगंतुक फिस्सकन हसले.

पुलह वेगळ्याच विचारात गढून गेल्यामुळं त्याचं तिकडे लक्ष नव्हतं. तो पुढं म्हणाला,

"आणखी एक करता येईल. आपण एवढेजण आहोत... साधारण पाचशे पन्नासजण. सगळे वेगवेगळ्या दिशांना जाऊ या. जिथं अजून राजाची माणसं जाऊन पोहोचली नसतील, तिथं जाऊन तिथलं धान्य मडक्यामधून भरून, वर झाकण लावून शेजारच्या अरण्यात पुरून ठेवू या. काही तरी करून सगळं धान्य लपवून ठेवू या. उद्ध्वस्त खेड्यांमध्यल्या गावकऱ्यांना एकत्र जमवून त्यांच्या मनात धैर्य निर्माण करू या आणि रात्रीच्या वेळी राजाच्या माणसांना ठार करू या. लोकांचा निकराचा विरोध असेल, तर त्यांच्यामध्ये एकता असेल, तर राजसेवक फक्त राजाज्ञेचं पालन केल्याचं नाटक करतील. लोक जगू शकतील."

"पण हे काही आश्रमाचं काम नाही..." वैशंपायन म्हणाले.

"पण हे काम आश्रमानं केलं नाही, तर या आश्रमाच्या अस्तित्वालाच अर्थ उरणार नाही!" पुलह निग्रहानं म्हणाला.

"हे पाहा, अर्थाविषयी तू मला सांगावंस, अशी काही परिस्थिती अजून तरी आली नाही! गुरुवर्यांनी मला जेवढं शिकवलंय्, त्याचं आकलन तुझ्यासारख्या शेती आणि गोपालनावर देखरेख करणाऱ्याला समजणं शक्य नाही."

वैशंपायनांच्या या उत्तरावर पुलह संतापून उठला. शब्दाला शब्द भिडला. पुलह हात उगारून उभा राहिला.

वैशंपायनही उठून उभा राहिला.

अखेर सुमंतु त्या दोघांमध्ये उभा राहिला आणि दोघांनाही आवरत म्हणाला,

"आपण भांडून काहीच उपयोग नाही. आश्रमाची कर्तव्यं काय, यावर विचार करून ती निश्चित करण्याचं काम गुरुवर्यांचं. आपण आता काय करायचं, तेही गुरुजीच सांगतील."

गुरुजी डोळे मिटून झोपले होते. त्यांची बुद्धी आश्रमाची कर्तव्य कोणती, हे सांगण्याइतकी काम करेनाशी झाली होती. मन कुठं तरी भरकटत होतं.

पुलह तिथून बाहेर पडला. त्याच्या चेहऱ्यावर मरणासाठी सिद्ध झाल्याचा निश्चय स्पष्टपणे दिसत होता.

दोघे आगंतुकही त्याच्या पाठोपाठ बाहेर पडले.

❑

# १३

हिवाळ्याची सुरुवात असली, तरी घामानं थबथबलेला संजय सरळ धृतराष्ट्राच्या राजवाड्यापाशी थांबला. घोड्यावरून खाली उतरला. त्याचे हात-पाय-चेहरा-केस धुळीनं माखले होते. घोडा बांधण्याआधीच आतून धावत आलेली दासी म्हणाली,

"घोड्यांच्या टापांवरूनच महाराजा आणि महाराणीनं तू आल्याचं ओळखलं आणि मला इथं पाठवलं. विदुरकाकाही इथंच आहे."

"घोड्याला पाणी पाजायची व्यवस्था कर. मलाही घोटभर पाठव..." म्हणत पायऱ्या चढून धावतच तो आत आला.

त्यानं काही म्हणण्याआधीच धृतराष्ट्रानं आक्षेप घेतला.

"तीन दिवस उशिरा आलास तू. इथं आम्ही उत्सुकतेनं डोळ्याला डोळा न लावता... ते जाऊ दे. काय झालं, सांग."

रुंद मंचकावर एक उशी ठेवून त्यावर रेललेला धृतराष्ट्र चाचपडत उठून बसला. त्याच मंचकावर आणखी एका उशीवर रेलून बसलेली गांधारीही सावरून बसली आणि पांढऱ्या वस्त्रानं डोळे बांधलेला आपला चेहरा तिनं संजयाची चाहूल लागली, त्या दिशेला वळवला.

समोरच्या भिंतीवरच्या कोनाड्यात एक मोठी पणती जळत होती. खाली एका लाकडी रुंद पाटावर पांढरं वस्त्रं अंथरून त्यावर विदुर बसला होता.

"आज सकाळी युद्धाला सुरुवात झाली. दुपारपर्यंत काय घडलं, ते पाहून मी तिथून निघालो."

"उशीर का झाला? तीन दिवसांपूर्वीच भीष्म कृष्णद्वैपायनांच्या आश्रमातून परतले ना?" धृतराष्ट्रानं विचारलं.

"हो. आपल्याकडचे सगळे सिद्ध झाले होते. पण युद्धाला सुरुवात कुणी करावी, याविषयी निश्चित असं काही ठरलं नव्हतं. भीष्मांचा हट्ट होता, ते युद्धासाठी आले आहेत, तर आपण चढाई करायची नाही. अखेर झालंही तसंच. त्यातच परवा सकाळपासून शुत्रपक्षात एकाएकी निरुत्साही पसरला. एकाएकी युद्धच नको, जमलेलं सगळं सैन्य पुन्हा माघारी जाऊ दे, आपण वनवासाला निघून जाऊ या, असं वारं उठलं होतं, म्हणे. त्यामुळं युद्ध सुरू व्हायला उशीर झाला."

"तसं केलं असतं, तर अकारण होणारा इतक्या लोकांचा मृत्यू टळला असता. नाही का, देवी?" पत्नीची सहज-संमती विचारल्यानंतर त्यानं पुढं विचारलं, "या अनुत्साहाला सुरुवात कशी झाली? त्यांच्यामध्ये पुन्हा उत्साह कसा आला? सगळं नीट, सविस्तर सांग."

"आपल्याकडच्या बातम्या मला सहज समजतात. किती तरी वेळा स्वत: दुर्योधन महाराजा सांगतो. आपल्या विजयाची यशोगाथा महाराजा आणि देवीला जाऊन सांग, असंही वरचेवर सांगतो. युद्धाच्या गडबडीत तो सांगत असतो– मी दिसलो, की. आपले काही हेर शत्रूच्या शिबिरातही सोडले आहेत. त्या हेरांशीही मी संपर्क ठेवून असतो. त्यामुळं मला समजलेली समग्र माहिती मी सांगत आहे. शत्रूचे हेरही आपलं बल जाणून घेण्यासाठी आपल्यात मिसळलेले असतात. तेरवाच्या रात्री अर्जुनाच्या मनात एकाएकी एक प्रश्न निर्माण झाला, म्हणे. समोरच्या पक्षाचे महासेनापती आहेत, लहानपणापासून ज्यांनी अंगाखांद्यावर वाढवलं, ते पितामह भीष्म. त्यांच्या उजव्या हाताच्या जागी आहेत– ज्यांनी धनुर्विद्या शिकवली, ते द्रोण. दुर्योधन वगैरे तर भावंडंच. राज्याच्या मोहापायी त्यांना ठार करणं हा धर्म आहे का? या मोठ्या युद्धात कुणीही जिंको; पण आर्यावर्तातले पुरुष मोठ्या संख्येनं मारले जाणार. त्यामुळं नंतर आमच्या पवित्र आर्य स्त्रियांना हलक्या जातीतले, त्यातही आर्येतर लोक पळवून घेऊन जातील. पुरुष नसल्यामुळं कामतृष्णेत तळमळणाऱ्या आपल्या स्त्रियाच त्यांच्या मागं लागतील. त्या वेळी वर्ण-संकर होऊन अधर्म घडेल. फक्त राज्याच्या आशेपोटीच हे घडणार ना? नाही तरी आता तारुण्य ओसरतच आहे. मग एखाद्या वनात आश्रम बांधून वेदाध्ययन करत आयुष्य काढलं, म्हणून काय बिघडलं? काही झालं, तरी दुर्योधन आपलाच भाऊ आहे. त्यालाच

राज्याचा उपभोग घेऊ दे. रात्रभर असा विचार करून अर्जुनानं सकाळी उठताच निक्षून सांगितलं, 'मी तर युद्ध करणार नाही. हे युद्धच नको.' धर्मराजा गोंधळून गेला. तोही धर्मबुद्धीचाच आहे ना!''

''हो, हो!'' मंद पणतीच्या उजेडात धृतराष्ट्रानं मान डोलावत म्हटलं.

''नकुल-सहदेवांना हे पटलं नसलं, तरी त्यांनी थोरल्या भावांना कधीच विरोध केला नाही. भीम मात्र त्या वेळी तिथं नव्हता. सकाळी लवकर उठून युद्धाला गेल्यावर रात्री परतेपर्यंत काहीही खायला मिळणार नाही, याचा विचार करून तो स्वयंपाकाच्या शिबिरात जाऊन बसला होता, म्हणे.''

''तू काहीही म्हण, विदुरा, पहिल्यापासूनच अर्जुनाचा स्वभाव थोडा सालसच आहे. होय ना?''

पण या प्रश्नाला विदुराकडून कुठलंच उत्तर आलं नाही. अजूनही तो टेकून बसलेल्या खांबाप्रमाणेच मूक होता.

त्याचं मौन धृतराष्ट्राच्या लक्षात आलं. त्याचा अर्थही समजला.

''पुढं काय झालं, संजया?''

''शत्रूच्या सेना-प्रमुखात गोंधळ उडाला. युद्धाच्या आदल्या दिवशी बारीक ताप येतो ना, तसं. काही जणांना बरं वाटलं. सुटल्यासारखं वाटलं. सैन्यातही ही बातमी पसरली. युद्ध होणार नाही... आपापल्या गावी निघून जाऊ या, अशी कुजबुज सुरू झाली. नंतर तर मोठ्यानं खिदळून उंच उंच उड्याही मारू लागले.''

''भीमाला ही हकीकत समजली. जेवता जेवता हातातला मांसाचा तुकडा तसाच टाकून तो धावत आला आणि त्यानं विचारलं, 'काय चाललंय्, अर्जुना? तुला भीती वाटत असेल, तर तू उपप्लव्य नगरीत जाऊन मुकाट्यानं झोप. मी युद्धाचं पाहून घेईन.'

'''भित्रा नेहमीच धर्मामागं लपतो...' या भीमाच्या उत्तरावर अर्जुन संतापला आणि दोघंही हमरीतुमरीवर आले, म्हणे...''

''भांडले दोघं?'' धृतराष्ट्रानं मध्येच विचारलं.

''भांडले असते, की काय, कोण जाणे! एवढ्यात तिथं धृष्टद्युम्न आला. द्रौपदीचा थोरला भाऊ. द्रौपदीही आली. तिनंही अर्जुनाचा पाणउतारा केला, म्हणे. हा कसला भेकड धर्म, म्हणून. अर्जुन तिच्यावरही संतापला. या बायकांमुळंच अनर्थ होतो, म्हणत त्यानं संपूर्ण स्त्री-जातीचीच नालस्ती केली. अखेर कृष्ण म्हणाला, 'आता कुणीही त्याच्याशी बोलू नका. मी बोलतो अर्जुनाशी...' आणि त्याला एकट्याला आपल्या राहुटीत घेऊन गेला, म्हणे. संपूर्ण दिवसभर म्हणजे दुपारी, संध्याकाळी आणि रात्रीही त्याला बरंच काही सांगत होता आणि काल सकाळपर्यंत

त्यानं अर्जुनाचं मन पूर्वस्थितीला आणलं, म्हणे.''

"असा काय उपदेश केला असेल त्यानं?'' विदुरानं प्रथमच आपलं मौन सोडलं.

"हा कृष्ण पहिल्यापासून असाच कपटी लेकाचा...'' धृतराष्ट्र म्हणाला.

"आधी त्यानं अर्जुनाला सांगायला सुरुवात केली. नंतर बरेचजण जमले, म्हणे, ऐकायला. इतर सेनाप्रमुख आणि अक्षत्रियही आत जाऊन बसले होते. ते काही फक्त गुपित राहिलं नव्हतं. सांगितलेलंच पुन्हा सांगत होता... युद्ध म्हटलं, की पुरुष मरणार आणि स्त्रिया असहाय होणर. त्यानंतर स्त्रिया इतर पुरुषांच्या मागं लागणार. बलात्कारानं किंवा स्वत:च्या इच्छेनं हे सगळं घडणं अटळ आहे. पण फक्त क्षत्रिय स्त्रियांपुरताच विचार करून, त्याला अधर्म का म्हणतोस? फक्त आर्य स्त्रियांच्या पावित्र्याचाच का विचार करतोस? तुझी पणजी सत्यवती आर्य होती का? भीष्माची आई गंगा आर्य होती का? तू लग्न करून वर्षभर जिच्याशी संसार केलास, ती उलूपी आर्य आहे का? आपल्या घराण्यात किती तरी अनार्य मिसळून गेले आहेत, नाही का? तू जिला सून म्हणून स्वीकारलं आहेस, त्या उत्तरेची आई आर्य असली, तरी सूत कुलातली आहे ना? पावित्र्याचाच प्रश्न असेल, तर सगळ्या स्त्रियांचा आहे. त्याऐवजी हा प्रश्न फक्त आर्य स्त्रियांच्या पावित्र्याचा मानणं म्हणजे मस्तवालपणा आहे.'' कृष्णाच्या या बोलण्यानं सर्वसाधारण सैनिकांना फार आनंद झाला आणि त्यांनी टाळ्या वाजवल्या, म्हणे.''

"अरे कपटी!'' धृतराष्ट्र उद्गारला. त्याचा चेहरा निराशेनं भरला होता.

शेजारी खाली बसलेला विदुर त्याच्या चेहऱ्याकडे पाहत होता.

दिसत नसलं, तरी विदुराची दृष्टी आपल्या चेहऱ्याकडे खिळली असणार, हे धृतराष्ट्रालाही समजत होतं. त्यानं गांधारीला विचारलं,

"खरं, की नाही, देवी?''

काय उत्तर द्यावं, ते न समजल्यानं तिनं निरर्थक मान हलवली. मनात मात्र आपली दोन्ही पावलं घट्ट धरून नमस्कार करणाऱ्या कृष्णाचा स्पर्श आठवत होता.

"कृष्ण पुढं अर्जुनाला म्हणाला...'' संजय पुढं सांगू लागला. "'तुम्ही पांडु-पुत्र नाही, असं दुर्योधन आणि इतरांचं म्हणणं आहे. याला भीष्म-द्रोणांनीही मान्यता दिली आहे. हे तर स्पष्टच आहे. नाही तर ते त्याच्या बाजूला गेले नसते. त्यांना सगळा धर्म समजतो किंवा ते म्हणतील, तोच खरा धर्म आहे, असं तुला वाटत असेल, तर तुम्ही सगळेजण स्वैराचारातून जन्मला आहात, हे मान्य करावं लागेल! तुमच्या माता कुंती आणि माद्री या दोघी स्वैराचारिणी असल्याचं तुम्हीच मान्य केल्यासारखं होईल. यावर तुझं म्हणणं काय आहे, ते स्पष्टपणे

सांग.' या कृष्णाच्या बोलण्यावर अर्जुन खवळून उठून उभा राहिला, म्हणे. त्यानं गर्जना केली, 'काय बोलतोस तू हे, कृष्णा!'

"'ओरडू नकोस. तुझी धर्म-कल्पना तुलाच थोड्या विस्तारानं सांगतोय् मी. राज्यापेक्षा धर्म श्रेष्ठ असल्याचे पोवाडे तूच गात होतास ना? आजोबा, गुरू, भावंडं या सगळ्यांपेक्षा धर्म मोठा आहे, हे लक्षात ठेव. धर्मसमर्थनाच्या आड येणारे हे सगळे कदाचित मरतीलही. कुणी सांगावं? या प्रयत्नात तूही मरशील. यात खरं महत्त्व आहे, ते समर्थनाचं. म्हणजे तू युद्ध न करणं हाच खरा अधर्म होईल. एवढंच नव्हे, तर साऱ्या जगात तुझी भेकड म्हणून संभावना होईल. तू निवृत्त झालास, तरी भीम युद्ध करेल. धृष्टद्युम्नही करेलच. नकुल-सहदेवही आहेत. धर्मराजाही हातून होईल तेवढं लढेल. शिवाय मी आहे, युयुधान आहे, अभिमन्यु आहे, घटोत्कच आहे, तुमची पाच मुलं आहेत. तू हवी तर धर्माची उलट-सुलट व्याख्या करत विश्रांती घे, जा!' कृष्णाच्या बोलण्यानं अर्जुनाचं मन पालटू लागलं, म्हणे.''

"खरोखर फारच छान बोलतो तो!''

गांधारीच्या बोलण्यामुळं धृतराष्ट्र कासावीस झाला. असंमतिदर्शक चेहरा त्यानं बायकोकडे वळवला.

डोळ्यावर पांढरी पट्टी बांधलेला तिचा चेहरा समोरच्या भिंतीकडे वळल्याचं त्याला समजलं नाही.

आत मौन पसरलं होतं. बाहेर मात्र अजूनही दिवस असल्यासारखा माणसांचा वावर जाणवत होता. गाड्यांचे आवाज, चाकांची खडखड. घोड्यांच्या टापांचा आवाज. गाड्यांमध्ये सामान ठेवत असताना होत असेलला माणसांचा आरड्या-ओरड्याचा आवाज, 'हो... हो! उचल... हं... टाक! फेक... हां...!'' अजूनही युद्धासाठी सामान नेलं जात होतं. धृतराष्ट्राचं लक्ष तिकडं वेधलं गेलं.

गांधारीला कृष्णाचं बोलणं फसवणुकीचं वाटत होतं. मला आणि कुंतीला तागडीच्या दोन बाजूंना टाकून दोघींनाही सारख्याच ठरवण्याचा कृष्णाचा डाव आहे, हा विचार मनात येताच तिला वाटलं, आपल्यापेक्षा आपला नवराच अधिक बुद्धिमान आहे. दुर्योधन तर आपल्या मातेचं विशेष पावित्र्य सिद्ध करण्यासाठीच युद्ध करत असल्याचा साक्षात्कार झाल्यासारखं झालं क्षणभर! पण मध्येच धृतराष्ट्र बोलल्यामुळं तो क्षण पूर्ण होण्याआधीच झाकाळून गेला.

"संजया, आज सकाळपासून युद्ध सुरू झालं म्हणालास ना काका भीष्मांच्या निर्देशनाखाली? तू तिथून निघेपर्यंत युद्ध कसं चाललं होतं? एवढ्या अवधीत ते कुंतीपुत्र किती मागं हटले आहेत? कितीजण मरण पावले आहेत? सविस्तरपणे सांग.''

"ओह्! काय वर्णन करू मी! आपलं सैन्य तर सागरासारखं विस्तीर्ण! या महासेनेचे महासेनापती पितामह भीष्म म्हणजे सागराला सतत जल पुरवणाऱ्या सकल नद्यांचा आश्रयदाता, असा उत्तुंग हिमालयच! असे भीष्म रणांगणाच्या मधोमध आपल्या युद्धरथावर उभे होते, त्याचं कसं वर्णन करू? उत्तुंग पर्वतशिखर! त्यांच्या रथाला जोडलेल्या चंद्रसदृश शुभ्र घोड्यांचा तो अपरिमित उत्साह! रणोत्साहात तुपाची धार ओतत असलेले महासेनापतींना घेरून राहिलेले इतर महा-महावीर! त्या सर्वांवर कळस ठेवल्याप्रमाणे असलेल्या महासेनापतींच्या पराक्रमाचं मी काय वर्णन करू? पूर्वी गंधर्वांना एकाच चढाईत नामोहरम करून यमलोकी पाठवलं होतं. काशीराजानं योजलेल्या स्वयंवरात तिथं जमलेल्या समस्त वीरगणांशी एकाकी समर्थ लढा देऊन, अभूतपूर्व साहस दाखवून, तीन राजकन्यांना जिंकून कुरुकुलाची कीर्ती ज्यानं मध्यान्हीच्या सूर्याप्रमाणे तळपत ठेवली, असा तो अजेय महान सेनानी! अशा महान सेनानीनं आपल्या रथात उभं राहून पुरुषभर उंचींच्या लोखंडी धनुष्यावर आपली प्रत्यंचा चढवली आणि तिच्या ताणाची परीक्षा घेण्यासाठी बोटांनी छेडून जो टणत्कार केला, त्याचं वर्णन किती म्हणून करू मी! या टणत्कारासरशी आपल्या सैनिकांचं शौर्य-वर्धन तर झालंय, शिवाय समस्त शत्रु-सैन्याच्या छातीतली धडधड भीतीपोटी किती तरी पटीनं वाढली! अशा वेळी..."

धृतराष्ट्र गांधारीकडे वळून म्हणाला,

"देवी, ऐकतेस ना?"

संजयाच्या दिशेनं वळलेल्या तिच्या चेहऱ्यावर हर्ष, उत्साह, विषाद अशा विविध भावनांचं विचित्र मिश्रण पसरलं होतं. संजयाचं तिकडं लक्ष नव्हतं. आपल्या आवाजातले प्रभावी चढ-उतार आणि भाषेच्या स्रोतात स्वत: तोही रंगून गेला होता. खाली जवळच बसलेला विदुर तिथं नसल्यासारखा मूकपणे बसून होता. कोनाड्यातली पणती न डोलता नि:शब्दपणे जळत होती.

"अजेय सेनापतीच्या पुरुषभर उंचीच्या धनुष्याचा टणत्कार होताच आपल्या इतर सेनापतींनी आपापले शंख फुकले. ताशे वाजले, रणशिंग फुंकली गेली. रणांगणात उतरण्याआधीच सगळेजण इंद्रशक्तीचं आवाहन करणारं सोमपान करून उत्तेजित झाले होते. दुर्योधन महाराजाच्या इंद्र-औदार्याला काही अंत आहे का? त्यानं गाड्या भर-भरून आणलेले सोमरसाचे घट सैन्यामध्ये मुक्त हस्तानं वाटले होते. सोमरसानुग्रहामुळं मृत्यूचा धिक्कार करणारा सैन्याचा महासागर कसा उसळत होता, त्याचं कसं वर्णन करू मी! सागर चाल करून आला, तर य:कश्चित वृक्ष-वेलींचा पाड लागेल का? सारं शत्रु-सैन्य गडबडून गेलं. शत्रु-सैन्यामधले घोडे घाबरून घामानं थबथबले आणि पाठीवरच्या स्वारांना फेकून

देऊन त्यांच्यावर नाचू लागले. त्यांचे हत्ती भेदरून माघारी वळून पळू लागले, तेव्हा त्या हत्तींच्या पायाखाली शत्रूचं असंख्य सैन्य चिरडलं गेलं. रथ एकमेकांत गुंतून त्यांचे अग्रभाग मोडून गेले. आणि चाकं निखळून गेली. रथींचा हाहाकार माजला! छे:! किती भेकडपणा हा! हे भेकड का आले युद्धासाठी?''

"प्रमुखांपैकी कुणी मारलं गेलं का?''

"...किती हजार सैनिक मारले गेले, ते मोजण्याचं व्यवधान मला राहिलं नाही. पण शत्रुपक्षापैकी एक महारथी, पांडवांच्या.... नव्हे, कौंतेयांच्या-नव्या पाहुण्यांच्या, विराटाच्या थोरल्या बायकोचा मुलगा श्वेत यानं युद्धभूमीवरच मृत्यूला कवटाळलं, असं समजलं. इथं तुम्ही बातमी ऐकण्यासाठी आतुर होऊन वाट पाहत असल्याचं आठवलं. त्यामुळं लगेच मी घोड्यावर स्वार होऊन तिथून निघालो. त्यानंतर आणखी कितीजण मरण पावले असतील, कोण जाणे! सागरापुढं वाळूचे कण, भयंकर वादळापुढं सुकलेला पाचोळा किंवा मदोन्मत्त गजराजापुढं कोवळी केळ कशी तग धरेल? खरोखर या युद्धासाठी ठाकलेल्या कौंतेयांएवढे अविवेकी या धरतीवरच नव्हे, तर स्वर्ग-नरक-पाताळादी लोकातही शोधून सापडणार नाहीत...''

संजयानं बातमी सांगण्याचं काम संपवलं, तरी ते धृतराष्ट्राच्या काना-मनात गुणगुणत होतं.

खोलीत नि:शब्दता पसरली होती. कोनाड्यात जळणारी पणतीची वातही नि:शब्द होती. बाहेरचे घोड्यांचे आणि सारथ्यांचे आवाज आतली नि:शब्दता अधिक वाढवत होते.

एक मुहूर्त गेल्यावर धृतराष्ट्रानं टाळी वाजवली. खोलीबाहेर उभी असलेली दासी आत येऊन जवळ उभी राहिल्याचं समजताच त्यानं सांगितलं,

"शुभवार्ता घेऊन आलेल्या संजयाला सिंधुदेशाचे दोन घोडे मी बहुमान म्हणून दिल्याचं अश्वपालकाला सांग. संजया, रोज अशाच आनंदाच्या बातम्या घेऊन यायची जबाबदारी तुझीच आहे.''

"महाराजा, रोज तुझ्याकडून बक्षीस मिळवायची संधी मलाच मिळो. पण इथून जाऊन बातम्या जमवून त्याच दिवशी माघारी येणं शक्य नाही. बातम्या काढण्यासाठी हेर कुठं कुठं गेलेले असतात. इथं येऊन सांगण्याएवढ्या बातम्या जमताच, तू दिलेल्या घोड्यावर बसून दौडत इथं येईन. देवाचीही माझ्यावर कृपा असू दे. माझी बायको, म्हणजे एकही दागिना माहीत नसलेली दरिद्री बाई आहे...''

"त्याला काही तरी दे...'' धृतराष्ट्रानं शिफारस केली.

गांधारीनं आपल्या डाव्या हातातली एक सोन्याची बांगडी काढून त्याच्या

हाती दिली. तिचा स्वीकार केल्यावर एवढा वेळ उभं राहून बोलणारा संजय म्हणाला,

"आता घरी जातो. तीन दिवसांपासून झोप नाही. सकाळपासून जेवणही मिळालं नाही..." आणि तिथून बाहेर पडला.

त्याच्या पावलांचा लांब जाणारा आवाज ऐकू येईनासा झाल्यावर धृतराष्ट्र म्हणाला,

"विदुरा, तुझं मौन असमाधानदर्शक आहे, हे मला समजत नाही, असं तुला वाटतं का? संजय एवढी आनंदाची बातमी सांगत होता, तेव्हा तू तोंडातून ब्रही काढला नाहीस! अश्रू ढाळत बसला होतास, वाटतं!"

"आता घरी जाऊन कुंतीला सांगताना ढसाढसा रडेल!" गांधारी म्हणाली.

"हे पाहा, आनंद वाटून घेण्यासारखं निर्मळ हृदय नसेल, तर उद्यापासून तू इथं येऊन नकोस!" धृतराष्ट्रानं आज्ञा केली.

"आजही तुझा निरोप आला, म्हणून मी आलो, महाराजा!" विदुर उत्तरला.

"तुझ्याविषयी वाटणारी कणव हीच माझ्या जीवनातली एकुलती एक चूक!"

विदुर बोलला नाही. थोडा वेळ तसाच बसून राहिला.

या मौनाला अर्थ आहे, हे इतरांपेक्षा धृतराष्ट्राला अधिक समजतं, हे विदुर जाणून होता.

नंतर तो उठून उभा राहिला आणि म्हणाला,

"घरी जायची अनुज्ञा मागत आहे. देवी, आज्ञा दे." उत्तराची वाट न पाहता घसरणारं वस्त्र डोक्यावरून घेऊन, दोन्ही खांद्यांवरून पांघरून घेत तो बाहेर पडला.

दाराबाहेरचं पादत्राण पायात घालून अंगणातून बाहेर पडत असताना तिथं संजय आपली वाट पाहत असल्याचं त्याला दिसलं. काळ्या घोड्यावरून खाली उतरून, विदुराजवळ येऊन तो त्याच्याबरोबर पावलं टाकू लागला.

डाव्या बाजूच्या सूतवस्तीत सामान भरत असलेल्या जागी चुडी नाचत फिरत होत्या. नदीकाठच्या विदुराच्या वाड्याच्या रस्त्यावर मात्र चिटपाखरूही नव्हतं.

विदुर संजयाला म्हणाला,

"चल, आमच्या घरीच जेवून घे. तिथंच बोलत बसू."

❑

सगळेजण गाढ झोपी गेले होते. कुंतीही. फक्त एक स्वयंपाकी मालकाची वाट पाहत दिव्यापाशी बसून पेंगत होता. संजय आणि विदुराला पाहताच तो उठला. विदुराला वयानुसार रात्री फारसं खाल्लं, तर नीट पचत नव्हतं. त्यामुळं

त्याला लाह्या, मध आणि दूध दिलं आणि संजयाला दशमी आणि दुधात शिजवलेला भात वाढला. संजय दशमीचा तुकडा चघळत होता, तेव्हा विदुरानं विचारलं,

"युद्धाची बातमी सांगताना एवढं खोटं का बोलत होतास?"

खोटं?

संजयाला आश्चर्य वाटलं. दाढांची हालचाल थांबली. खालच्या बाजूला वाहणाऱ्या नदीचं अस्तित्व जाणवू लागलं.

विदुरकाकांच्या घरी नेहमीच ऐकू येतो हा आवाज. तीन दिवसात युद्धभूमीवरच्या घोडे, हत्ती, रथ, माणसं यांच्या कोलाहलामुळं कानात दडे बसल्यासारखे झाले होते. त्यात ती मल-मूत्राची दुर्गंधी...

"सैन्यामध्ये उभे राहून महासेनापती भीष्मांनी पुरुषभर उंचीच्या लोखंडी धनुष्याची प्रत्यंचा छेडल्यामुळं झालेल्या टणत्कारामुळं शत्रूची हृदयं धडधडू लागली, म्हणून सांगत होतास! पुरुषभर उंचीचं लोखंडी धनुष्य उचलून, त्याला वाकवून, प्रत्यंचा लावण्याइतकी शक्ती एकशेवीस वर्षांच्या कुक्ष वृद्धाच्या देहात आहे का? कुठल्याही अगदी तरण्याबांड वीर योद्ध्यानं धनुष्याचा टणत्कार केला, तरी भोवतालच्या गोंधळातून असा कितीसा लांब जाणार आहे तो आवाज? मग किती तरी लांब असलेल्या शत्रूच्या सैनिकांना ऐकू जाणं शक्य तरी आहे का? शिवाय सागर, सोसाट्याचा वारा, पर्वत, सागराची भरती... या सगळ्या उपमाही तशाच!"

विदुराचं बोलणं पूर्णपणे लक्षात यायला संजयाला थोडा वेळ लागला. पुन्हा त्याच्या दाढांची हालचाल सुरू झाली. चावलेला चिवट, घट्ट दशमीचा लगदा जिभेनं तोंडात फिरवत त्यानं विचारलं,

"मग कसं वर्णन करायचं?"

"जसं असेल, तसं. जसं दिसेल, तसं."

तो पुन्हा घास चावू लागला. पुन्हा नदीचा आवाज ऐकू येऊ लागला.

दोन्ही काठांवर वाळू असली, तरी असा आवाज ऐकू येतो, की दोन्ही बाजूंना घाट बांधल्यामुळं ऐकू येतो? लवकर घरी जाऊन बायकोला सोन्याची बांगडी दाखवायला पाहिजे. एव्हाना गाढ झोपली असेल, की माझी काळजी करत अंथरुणावर पडून तळमळत असेल? सकाळी युद्धा सुरू झाल्यावर त्याला दिसला होता, तो सैन्यात मागच्या बाजूला चाललेला उत्साहवर्धक आरडा-ओरडा, हत्तींचे चीत्कार, बाणांचे सुंई... सुंई आवाज. मध्येच जखमींचं किंचाळणं ऐकू येत होतं, एवढंच. प्रत्यक्ष डोळ्यांना काहीच दिसलं नव्हतं. भयंकर युद्ध सुरू आहे, असं सांगणाऱ्या सैनिकांचा पांढराफटक पडलेला चेहराच फक्त त्यानं

पाहिला होता. प्रत्यक्ष पाहण्यासाठी पुढं गेलं असता एखादा बाण लागला, म्हणजे! बातमीदारानं का उगाच मरणाच्या तोंड जावं? मोठी शिकार पडल्यावर सगळे शिकारी जसा हर्षोद्‌गार काढतात, तसा हलकल्लोळ ऐकू आला, तेव्हा अधिक चौकशी केली. विराटाचा थोरला मुलगा श्वेत मेल्याचं समजलं. आता विराट, म्हणजे तोच... ज्यानं गोग्रहणासाठी जाऊन नंतर पांडवांपैकी अर्जुनाच्या मुलाला आपली मुलगी दिली, तोच म्हातारा! एवढी माहिती काढण्यासाठी दहा जणांपाशी धाव घेतली, तेव्हा कुठं...

तोंडातला घास गिळून त्यानं सांगितलं,

"काका, पितामह शुभ्र घोडे जोडलेल्या रथात बसून गेल्याचं मी पाहिलं. लोखंडी धनुष्य समोर आडवं पडलं होतं. तेही एका जाड उशीवर टेकून बसले होते. या वयात त्यांना प्रत्यक्ष युद्ध करता येणं कसं शक्य आहे? पण ते आपल्या बाजूला आहेत, या विचारानं तरुणांनाही उत्साह वाटतो, हे तर खरं ना?"

"तूही एवढंच सांगायला हवं होतंस."

"तुलाही ठाऊक आहे, माझे वडील जिवंत असताना धृतराष्ट्राचे मंत्री होते. मरण्याआधी ते माझा हा उजवा हात हातात घेऊन सांगत होते. त्यांनी बरंच काही सांगितलं. त्यातलाच एक मुद्दा, म्हणजे अधिकारस्थानावर असलेल्यांना नेहमीच आनंददायक बातम्या सांगाव्यात. राजाशी बोलताना हा मुद्दा तू कधीच विसरू नकोस. काका, आपण सूत. राजाच्या आणि राजसेनेच्या पराक्रमाचं कौतुक करून पोवाडे रचणं हाही आपला पिढीजात धंदाच नाही का?"

नदीच्या प्रवाहाच्या आवाजाकडे विदुराचंही लक्ष गेलं. गावात राजवाड्याजवळ राहणं नकोस होऊन इथं राहायला आल्यापासून हा नदीचा आवाज कानावर अखंड येत आहे. इथं येण्याऐवजी तिथंच राहिलो असतो, तर रोज सकाळी उठल्यापासून धृतराष्ट्राच्या समोर बसून तो सांगेल, त्याला बैलाप्रमाणे मान हलवत किंवा अप्रिय काही सांगितल्यामुळं बोलणी खात... काही का असेना. हा नदीचा आवाज कानांवर आला नाही, की काही तरी गमावल्यासारखं वाटू लागतं. हे घर, पुढचा मोकळा भाग, घाटाच्या पायऱ्या, नदी... बस्स! एवढंच पुरे समाधानी राहायला.

संजयानं पुन्हा विचारलं,

"पिढीजात धंदा आहे. होय ना?"

"संजया, तुझा पिता गवल्गण माझ्यापेक्षा लहान होता. शिवाय सूत असलो, तरी मी तसं पाहिलं, तर धृतराष्ट्राचा धाकटा भाऊ आहे. सहा-सात दिवसांनी मी लहान आहे, म्हणे. तू म्हणतोस, तसा सूत कुलाचा मी धंदा केला असता, तर मी मंत्रीच व्हायला हवा! हे गुण माझ्या अंगी नाहीत, म्हणूनच महाराजानं तुझ्या

पित्याला मंत्री केलं. पहिल्यापासून मला जे सत्य वाटेल, ते अप्रिय असलं, तरी मृदु शब्दांत सांगत आलो आहे.''

''पण तू राजाचा भाऊ आहेस...''

''कसला भाऊ– त्याची चर्चा आता नको. सगळे सूत राजघराण्याचे भाऊच! एक लक्षात ठेव. खोटी मुखस्तुती एवढाच सूतधर्म नाही. तू म्हणालास, तो सूतधर्म पाळूनही तुझा पिता श्रीमंत झाला नाही. ते जाऊ दे. तू काही राज्यकर्ता किंवा मंत्री नाहीस. राजपित्याचा बातमीदार आहेस, एवढंच. तू पाहिलेलं सत्य किंवा विश्वासार्ह व्यक्तीकडून ऐकलेलं सत्य जसंच्या तसं सांगणं, एवढंच तू कर. महाराजा रागावला, तरी घाबरू नकोस. अथवा या असल्या सोन्याच्या बक्षिसाचीही आशा धरू नकोस.''

''म्हणजे बातम्याच सांगायला नकोत! प्रिय वा अप्रिय बातम्या सांगितल्यास, तर त्यासाठी धन देईन, मध्येच संतापून कामावरून काढून टाकणार नाही, असं महाराजानं आश्वासन दिलेलं नाही! तो देत असलेलं बक्षीस माझ्या कष्टाचंच फळ आहे. अकारण एवढ्या लांब घोडा पळवून त्या दुर्गंधीमध्ये राहून बातम्या गोळा करून यायचं, म्हणजे... आज दुपारी निघून कुठंही क्षणभरही न विसावता घोडा दौडत आल्यामुळं माझ्या बसायच्या जागचं सालडं सोलून निघालंय्, ठाऊक आहे?'' एवढं म्हणून तो भात खाऊ लागला.

भाताचा घास दशमी एवढा चावून खायची आवश्यकता नसली, तरी चावायचं भान नसल्यासारखा तो भराभर भात गिळत होता.

मूकपणे बसलेल्या विदुराला नदीचा मृदु आवाज ऐकू येत होता.

अप्रिय बोलत असलो, तरी माझे आणि धृतराष्ट्राचे संबंध कधीच पूर्णपणे तुटले नाहीत. तो मला कृतघ्न म्हणून रागावतो आणि मीही मौनाद्वारे, किंवा काही वेळा अप्रिय बोलून आपलं म्हणणं त्याला समजावून सांगत असतो. चार दिवस बोलणं सोडून माझ्यापुरता मी घरात राहतो. अखेर तोच निरोप पाठवतो. किती तरी वेळा असं घडलंय्. एकादाही मी आपण होऊन त्याच्याकडे गेलो नाही; पण त्याचा निरोप आल्यावर तरी मी का जातो? पूर्णपणे संबंध का तोडून टाकत नाही? भाऊ-भाऊ वगैरे सगळ्या सौजन्याच्या गोष्टी. पहिल्यापासून खऱ्या भावाविषयी... पांडूविषयी... याच्या मनात फारसा बंधुभाव वाढलाच नाही. मी याचा दास असल्यामुळं याची सेवा करणं हे तर माझं कामच. समवयस्क अंध राजकुमाराचा हात हातात धरून राजवाड्याच्या प्राकारात किंवा मधूनच कधी तरी नदीच्या काठी फिरायला जाणं, त्याला गोष्टी सांगणं, तो विचारत असलेल्या असंख्य प्रश्नांना उत्तरं देणं, त्याच्याबरोबरच जेवण-खाण करून त्याला चालायला मदत करणं... या दीर्घकाळात तो माझ्यावर फारच अवलंबून राहू लागला, की

काय, कोण जाणे! मलाही त्याच्या सहवासाची सवय होऊन गेली का? भरपूर स्वतंत्र कृषिभूमी, गाई-गुरं, घरं नसती आणि माझीही उपजीविका राजवाड्यातून येणाऱ्या धनावरच अवलंबून असती, तर माझीही गत या संजयासारखीच झाली असती, की काय, कोण जाणे.

संजयाचं भात खाणं आटोपलं होतं. अखेर त्यानं लाकडी ताटली उचलून, तीतलं दूध पिऊन, उरलेले अन्नकणही निपटून खाल्ले.

"हे पाहा, संजया, धृतराष्ट्राला युद्धाची फक्त शुभवार्ताच हवी असेल. मला मात्र तिथली वस्तुस्थिती जाणून घ्यायची आहे. शक्य तेवढ्या खऱ्या बातम्या जमवून त्या तू मला सांग. संपूर्ण युद्धाच्या एकंदर बातम्यांसाठी मी दहा निष्क देईन. याचा महाराजांच्या बातम्यांशी काही संबंध नाही."

त्याला मध्ये थांबवत संजय म्हणाला,

"विदुरकाका, आमच्या कुलातला तू सगळ्यात ज्येष्ठ आहेस. प्रमुख आहेस. तुझ्याकडून धन घेऊन तुला बातम्या सांगायच्या का? खऱ्या बातम्या जाणून घ्यायचं कुतूहल माझ्याही मनात आहेच. जे समजेल, ते तुझ्या घरी यथावत् सांगून जाईन. तिथं मात्र जे महाराजाला हवं आहे, तेवढं आणि ज्या स्वरूपात हवं आहे, तसं सांगून मिळेल तेवढं पटाकावून..."

"महाराजा देवो अगर न देवो, तुला जे द्यायचं, ते मी देईन. तू त्यालाही खरं तेच सांगायला हवं. ऐकून त्याला राग आला, की 'उद्यापासून तोंड दाखवू नकोस...' म्हणेल. मग खरोखरच तोंड दाखवू नकोस. फक्त मला बातम्या सांग. का एवढ्या आग्रहानं सांगतोय्, ठाऊक आहे? सूत म्हणजे तोंडपुजेपणा करणारे, अशी अपख्याती व्हावी, अशी माझी मुळीच इच्छा नाही. सत्य सांगू शकणारे धैर्यवान, असं त्यांना म्हटलं गेलं पाहिजे. तुला युयुत्सूची हकीकत समजलेली दिसत नाही. स्वतः धृतराष्ट्र महाराजाचा मुलगा. म्हणजे दासीपोटी जन्मलेला. दुर्योधनासारख्या गर्विष्ठ राजाच्या समोर उभं राहून नेहमीच स्वत:ला जे सत्य वाटेल, तेच सांगत आलाय् आजवर. आताही तो पांडवांच्या पक्षाला येऊन मिळाला आहे, आपल्याला जे न्याय्य वाटतं, त्या बाजूनं लढायचं, म्हणून..."

"हो?" संजयानं आश्चर्यानं विचारलं.

"त्याच्यासारखं अंगी धैर्य असेल, तर तूही स्वत:ला धैर्यशाली म्हणवून घेशील!"

जेवणं झालं, तरी संजय तसाच बसून होता. जमिनीवर दृष्टी खिळवून.

"स्वयंपाकी बिचारा झोपू दे..." म्हणत विदुर उठला.

संजयही उठून उभा राहिला.

दोघांनीही बाहेर येऊन हात धुतले. स्वयंपाक्यानंही भराभरा आवरून घाईनं

दरवाजा बंद केला.

आपल्या घोड्यापर्यंत गेलेला संजय पुन्हा माघारी आला आणि म्हणाला,

"महाराजाला सांगण्यासारखं नाही; पण... कर्ण आणि पितामहांचं भांडण झालं, म्हणे. हा भीष्म महासेनापती असेपर्यंत युद्ध करणार नाही, अशी शपथ घेऊन कर्ण आपल्या शिबिरात जाऊन बसला आहे, म्हणे."

"अशा गोष्टीही लपवून न ठेवता महाराजाला बातमी सांग. का भांडण झालं?" म्हणत विदुरानं अंगाभोवतीचं कांबळं अधिकच घट्ट लपेटून घेतलं.

घराच्या अंगणात थंड वारं वाहात होतं. घाटाच्या पायऱ्यांलगत वाहणाऱ्या नदीचा आवाज अधिक स्पष्टपणे ऐकू येत होता.

"दुर्योधन महाराजानं भीष्म पितामहांना विचारलं, 'आजोबा, शत्रूकडील शक्ती केवढी आहे, याचा कसा हिशेब केलाय् तुम्ही? आपल्याकडच्यांचं बळ कसं मानायचं? त्यांच्या तुलनेनं आपण किती बलवान आहोत?' जमलेल्या साऱ्या योद्धयांच्या बळाचं वर्णन करताना त्यांनी कर्ण महाराजाचा उल्लेखही केला नाही, म्हणे. कर्ण महाराज समोर असताना! 'आपल्या वीराग्रणी महारथीलाच तुम्ही विसरलात...' अशी दुर्योधन महाराजानं आठवण करून दिली, तेव्हा ते उदगारले, 'रथी, अतिरथी आणि महारथी अशा तीन भागात मी रथींची विभागणी करतो. हा सूत जातीला तुझा मित्र साधारण रथीही नाही. फार तर अर्धरथी म्हणता येईल, एवढंच. कृतीपेक्षा गर्जनाच फार याच्या!' कर्ण महाराज संतापला. शब्दानं शब्द वाढत गेला. 'तुम्ही घरात घुसलेला साप आहात. तुमची सगळी माया शत्रूकडेच आहे!' असा कर्ण महाराजानं पितामहांवर आरोप केला, तेव्हा पितामह गरजले, 'अर्जुनासारख्या महारथीचा सारथी होण्याचीही तुझी योग्यता नाही!' अखेर 'तुमच्यासारख्या नीच सेनापतीच्या वर्चस्वाखाली लढणं हा माझ्या पुरुषत्वाचा अपमान आहे! तुम्ही या स्थानावरून उतरेपर्यंत मी युद्धात भाग घेणार नाही...' असं म्हणत कर्ण महाराजा ताडताड आपल्या शिबिरात निघून गेला, म्हणे. प्रत्यक्ष दुर्योधन महाराजानं समजूत घातली, तरी ऐकलं नाही. 'लटलटत्या मानेचा हा थेरडा त्या आसनावरून उतरू दे किंवा त्याला माझ्याकडे येऊन माझी क्षमा मागू दे. तरच मी परत येईन...' असं उत्तर दिलं. पितामहांविषयी असे उद्‌गार काढल्यावर महाराजालाही राग आला. पण ही रागावत बसायची वेळ नव्हे. शिवाय कर्ण हा त्याचा प्राणसखा! त्यामुळं तो गप्प बसला असावा."

"कर्णाच्या बाबतीत हे नेहमीचंच आहे..." विदुराच्या तोंडून सहज शब्द आले, तरी त्यानं शेवटचे काही शब्द गिळल्याचं संजयाच्या लक्षात आलं. संपूर्ण सूत जातीत गौरवल्या जाणाऱ्या दोनच व्यक्ती. धर्म, नीती, न्याय याविषयी बोलताना विदुराविषयी आदर दर्शविणारा सूतसमाज वीरता आणि शौर्य यांचा

विषय निघाला, की कर्णाचं नाव आदरानं घेत होता. विदुराला काका म्हणून संबोधण्यात सूत समाजाला आनंद होत होता, तर कर्णाला महाराजा म्हणून गौरवताना त्याच समाजाला अभिमान होता, त्या दोघांचं एकमेकांशी पटत नाही, हे सगळ्यांना ठाऊक होतं. तरीही दोघं आपलेच आहेत, असं मानून दोघांनाही सारखाच आदर दर्शवणं त्यांना मुळीच कठीण वाटत नव्हतं. आपण तरुण असल्यामुळं झुकतं माप कर्णाकडेच देणार, हे ठाऊक असल्यामुळंच विदुरकाकानं शेवटचे शब्द गिळल्याचं संजयाच्या लक्षात आलं होतं. तिकडं फारसं लक्ष न देता तो म्हणाला,

"उद्या थोडी विश्रांती घेऊन परवा पुन्हा युद्धभूमीवर जाईन..." आणि घोड्यावर स्वार होऊन तो निघाला.

❑

हिवाळ्याची सुरुवातीची सुखकर थंडी असल्यामुळं गरम वस्त्रं पांघरून सगळे झोपले होते. नदीच्या काठालगतच्या आपल्या खोलीत झोपलेल्या विदुराला प्रशांत वातावरणात नदीचा आवाज ऐकू येत होता. अलीकडे, अलीकडे कसलं म्हणा, या पंधरा-वीस वर्षांत त्याच्या कित्येक रात्री झोपेशिवाय जात होत्या. कधी लवकर झोप लागली, तरी मध्यरात्री कधी तरी जाग येत होती आणि नंतर पहाटेपर्यंत पुन्हा झोपेचा पत्ताच नसे. त्यानंतर थोडी डुलकी आली, तरी सकाळी पक्षी, गाई-वासरं, घोडे, मुलं-नातवंडं यांचा एकदा वावर सुरू झाला, की त्या डुलकीचं गाढ झोपेत परिवर्तन होणं शक्यच नसायचं. आता केवढी रात्र सरलीय्, कोण जाणे. बाहेर जाऊन नक्षत्रं पाहायची इच्छा झाली, तरी पुन्हा उठून थंडीत बाहेर जावंसं वाटलं नाही. धृतराष्ट्राचं कटु बोलणं आठवलं. 'आनंद वाटून घेण्यासारखं निर्मळ हृदय नसेल, तर उद्यापासून इथं येऊ नकोस!...' हे काही फार तीक्ष्ण बोलणं म्हणता येणार नाही. म्हणा! मागं शंभर-हजार... नव्हे, अगणित वेळा याहूनही तीक्ष्ण शब्दांचे वार केले आहेत त्यानं! मी पांडवांचा पक्षपाती असल्याचा निर्वाळा तर असंख्य वेळा दिला आहे. न्यायाचा असं कधीच म्हणणार नाही तो! 'घरी गेल्यावर कुंतीला सांगताना ढसाढसा रडेल तो...!' हे गांधारी देवीचं बोलणं! एवढा महान त्याग केलेल्या देवीसारख्या महान पतिव्रतेच्या मनातही सामान्य स्त्रीप्रमाणे मत्सर?

विदुराच्या मनात विषाद दाटून आला. आपल्या मनात कुंती आणि देवी गांधरी यांच्याविषयी काय भावना आहेत, याकडेही तो वळून पाहू लागला.

कुंतीबरोबर सहज-स्नेह आहे. कुठल्याही विषयावर मोकळेपणानं बोलण्याचं अंत:करण आहे. मन:क्लेश होत असताना तिच्यापुढं मन मोकळं केलं, की

हलकं हलकं वाटतं. या बाबतीत पत्नी पारसवीबरोबर बोलतानाही न जाणवलेला क्षेमभाव. पण गांधारी खरोखर देवी आहे. पती अंध असताना आपण का दृष्टिभाग्य अनुभवायचं, म्हणून माहेराहून येतानाच डोळ्यांना कापड बांधून आली. गेली साठ वर्षं असाच संसार करणारी महासती! तिच्याविषयी असा स्नेह वाटणं शक्यच नाही. कुंतीबरोबर वाटते, तशी आत्मीयताही वाटत नाही. तरीही ती पूज्य आहे. आजवर तिनं कधीच माझ्यावर असा तीक्ष्ण शब्दांचा वार केला नव्हता. पण आज!

त्यामुळंच त्याच्या अंत:करणाला कष्ट होत होते. एखाद्या भव्य प्रतिमेचा टवका निघून ती कुरूप व्हावी, तसं त्याला दु:ख होत होतं. एक प्रकारची उदास भावना मनाला व्यापत होती. डोक्यावरून कांबळं ओढून घेऊन, हात-पाय दुमडून, मनातलं शल्य विसरायचा तो प्रयत्न करू लागला. थोड्या वेळात झोप आली.

पण भरपूर झोप झाल्याची तृप्तता मनात निर्माण होण्याआधीच त्याला जाग आली. पशु-पक्ष्यांची चाहूल नसलेल्या त्या रात्रीच्या नीरवतेत नदीचा आवाज नि:शब्दता अधिकच दाट करत होता.

किती वर्षांपासून या आवाजाची सवय झाली आहे! नव्हे, माझ्या जीवनाचं एक अविभाज्य अंगच होऊन गेलीय् ही नदी.

त्या क्षणी पांडवांची आठवण आली.

त्यांना लाखेच्या घरात मारायचा कट करून वारणावतात पाठवलं, त्याच वेळी नाही का धृतराष्ट्रापाशी राहण्याचा तिटकारा येऊन लोकवस्तीपासून दूर असलेल्या या नदीच्या काठावर राहायला आलो! त्या वेळी वाड्यापाशी वाघ, अस्वलं येत होती. आता हस्तिनावती किती वाढली! वन्य पशूंच्या डरकाळ्या ऐकून तर किती तरी वर्षं होऊन गेली. दहा-पंधरा वर्षं तरी निश्चित होऊन गेली.

पांडवांना पाठवल्याची आठवण पुन्हा एकवार झाली.

लहान वयात युवराजाच्या पदवीला चढलेला धर्मराजा न्याय-नीतीमुळं लोकांची मनं जिंकत असल्याचं समजताच महाराजा किती चिंतेत पडला! त्याला असंच राहू दिलं, तर उद्या राज्यावर त्याला बसवण्याची मागणी प्रजेकडून होऊ लागली, तर? 'तुमच्या पोटी जन्मून आम्ही मात्र भिकारीच राहू!' मुलानं कशी पित्यापुढं तक्रार मांडली! ज्यांनी लहान वयात कष्ट भोगलेत, त्यांनाच खरा विवेक असतो. धृतराष्ट्र किंवा त्याच्या मुलांमध्ये तो कुठून असणार? पण याच धर्मराजाला राजसूय यज्ञानंतर किती अहंकार आला! 'धर्मराजा, द्यूत खेळण्यासाठीच तुला बोलावून आणण्यासाठी महाराजानं मला पाठवलं आहे. तुझ्यासमोर ते शकुनीला

बसवतील. धाकट्या बहिणीच्या घरी भाकर-तुकडा खाऊन जगणाऱ्या गांधार देशाच्या लोकांना त्याशिवाय दुसरा काहीच उद्योग नसतो. सकाळपासून रात्रीपर्यंत फासे टाकून, हवं तसं दान पडेल, एवढी चलाखी त्यांना आलेली असते. त्याच्यापुढं तू निश्चितच हरशील.' 'द्यूत खेळणं अन्यायकारक आहे, मी येत नाही...' असा निरोप माघारी जाऊन सांगतो, म्हटलं, तरी त्यानं ऐकलं का? 'समस्त आर्यावर्तात श्रीमंत असलेल्या राजानं एवढ्याशा सोंगट्याच्या खेळाला येणार नाही, म्हटलं, तर माझा काय गौरव राहील?' म्हणत निघालाच तो! त्यानंतर घडलेल्या प्रत्येक घटनेला तोच जबाबदार नाही का? दुर्योधन-धृतराष्ट्रापेक्षाही तोच नैतिकदृष्ट्या जबाबदार नाही का?

विदुराच्या अंतर्मनानं सवाल टाकला. त्या दोघांपेक्षा धर्मराजाची नैतिक जबाबदारी कणभरही कमी नाही, असा त्याच्या मनानं निर्वाळा दिला.

घरात कुणी तरी उठलं. पुढचा दरवाजा उघडल्याचा कोयंड्याचा आवाज.

कुंतीच असावी. होय. खात्री झाली. समोरच्या घाटाच्या पायऱ्या उतरल्याची चाहूल. दिवस-रात्र, ऊन्ह-थंडी न म्हणता असं नदीकाठावर जाऊन बसायची सवय आणखी कुणाला आहे?

बाहेर जाऊन, तिच्याजवळ बसून, तिला काल युद्ध सुरू झाल्याची बातमी सांगावी, असं वाटलं. तीही ऐकण्यासाठी आतुरली असेल, असं वाटून तो उठला. अंगभर कांबळं लपेटून, खोलीचा दरवाजा उघडून, बाहेर आला.

अंधार. तारे स्पष्टपणे चमकत होते. पूर्वेकडे शुक्राची चांदणीही दिसत होती.

तो घाटाच्या पायऱ्या उतरू लागला. अंधारातही पाण्यात निरखून पाहत असलेल्या कुंतीनं मागं वळून पाहिलं.

शेजारी बसून जेव्हा विदुरानं सारी हकीकत सांगून संपवली, तेव्हा तिनं एक नि:श्वास सोडला.

नदीचा आवाज इथल्यापेक्षा घरातच अधिक गंभीरपणे ऐकू येतो, हे विदुराच्या लक्षात आलं.

कुंती म्हणाली,

"अर्जुनानं अशा प्रकारानं युद्ध दोन दिवस पुढं ढकलायला नको होतं."

त्याच वेळी विदुर म्हणाला,

"मला आश्चर्य वाटतं, ते कर्णाच्या वागणुकीचं. तो कसा आहे, हे मला चांगलं ठाऊक आहे. तरी आपला अहंकार पुढं करून युद्धप्रसंगी आपल्या धन्याची अशी वंचना करण्याइतका नीचपणा करेल, असं मात्र वाटलं नव्हतं मला. किंवा भित्राच आहे, की काय, हा?"

"कशावरून?"

"पहिल्यापासून दुर्योधनाच्या प्रत्येक नीच कृत्याला तो हातभार लावतो. त्यानंच तुझ्या सुनेला दरबारात ओढून आणायचा सल्ला दिला होता. तिची राजवस्त्रं खेचून घेण्याचा सल्लाही त्याचाच! त्याच्यात ताकदीच्या जोरावर दुर्योधनानं युद्ध सुरू होईल, असं केलं आहे. आता भीष्मांच्या बोलण्याचं निमित्त करून..."

"विदुरा, तुझा स्पष्ट अभिप्राय सांग. कर्ण खरोखर अर्धरथी आहे का?"

"त्याचा अहंकार मोडून काढण्यासाठी त्यांनी तसं म्हटलं असेल. पण म्हणून आपल्या धन्यावर काय परिणाम होईल, याचा थोडा तरी विचार नको का करायला? त्यामुळं पांडवांचा फायदा होईल. पण मी म्हणालो, तो नि:पक्षपाती दृष्टीनं."

कुंती पुन्हा मूक झाली.

विदुर कासावीस झाला. घरच्यापेक्षा इथं नदीपाशीच थंडी कमी आहे, असं वाटलं.

कुंतीनं पांढरं कांबळं पांघरलं होतं.

आकाशात थोडं फटफटल्यासारखं वाटतं. पण अजून पक्ष्यांची किलबिल सुरू झाली नाही. थंडीमुळं पक्षीही आपापल्या घरट्यात गुरफटून झोपले, की काय, कोण जाणे.

कुंतीनं नि:श्वास सोडल्याचं तिच्या पांढऱ्या कांबळ्याच्या हालचालीवरून दिसलं.

"...नाही का?" न राहवून विदुरानं समर्थनाच्या अपेक्षनं विचारलं.

"विदुरा, तुझा-माझा मतभेद शक्यच नाही, असं वाटण्याइतका खोलवर रुतलाय् आपल्या दोघांचा स्नेह! तुझी वृत्ती हीन आणि चिडखोर असल्याचं मी कधीच पाहिलं नाही. तू लहान असल्यापासून, लग्न होऊन सासरी आल्यापासून पाहतेय् मी. त्या वेळी तूही अठरा वर्षांचा होतास ना? एक गोष्ट स्पष्टपणे सांगू का?"

विदुर अवाक् झाला. आजवर कधीच कुंतीनं त्याला असं म्हटलं नव्हतं. आजचा तिचा आवाजही त्याला वेगळाच भासला. त्यानं काही म्हणायच्या आत ती पुढं म्हणाली,

"तुमच्या जातीत तू आणि कर्ण दोघंही प्रमुख आहात. धर्मज्ञ म्हणून फक्त तुझेच लोक नव्हे, तर इतर लोकही तुझं कौतुक करतात. त्याच्या शौर्याचा अभिमान बाळगतात. तुझ्याविषयी त्याच्या मनात संताप आणि तिरस्कार असेल, कदाचित. पण मत्सर असणं शक्य नाही. तुझ्या मनात मात्र त्याच्याविषयी मत्सर आहे. गेल्या तेरा वर्षांहूनही अधिक काळ तुझ्या सोबत तुझ्या घरात राहणाऱ्या मला हे उमजलंय्."

सभोवतालच्या अंधारातून कुणी तरी अवचित तोंडात मारावं, तसं झालं विदुराला. आणखी कुणी असं म्हटलं असतं, तर ते इतक्या खोलवर मर्मावर रुतलं नसतं. समोर बसलेल्या कुंतीचं बोलणं निक्षून नाकारायचं धैर्य आपल्या अंगी नसल्याचं त्याला जाणवलं आणि कांबळ्यात लपेटलेल्या शरीराला सूक्ष्म घाम सुटला.

नदीच्या पाण्यावर रोखलेली दृष्टी न काढता थोड्या वेळानं ती, स्वत:शीच बोलावं, तसं म्हणाली,

"...साडेतेरा वर्षांपासून तुझ्या घरचं अन्न खात आहे. शत्रूच्या आईला घरात आसरा दिल्यामुळं दुर्योधनाची तुझ्यावर संपूर्ण अवकृपा असल्याचं मलाही समजतं. या औदार्याची तुला भारी किंमत द्यावी लागली, हेही मला ठाऊक आहे. तुला दुखावलं, तर कृतघ्नतेचं पाप माझ्या शिरावर येईल, याचीही मला जाणीव आहे. तरीही हे वाक्य तोंडातून आपोआप बाहेर पडलं. फक्त स्नेहामुळंच!"

विदुर आणखी खिन्न झाला. कुंतीच्या या क्षमा मागण्यामुळं तो अधिकच घायाळ झाला.

"या थंडीत असा का बसलास? आत झोप जा..." असं त्याला सांगत ती उठली आणि नदीकाठच्या झुडपांच्या आडोशाला गेली.

विदुर तिथंच बसून राहिला.

माझ्या मनात कर्णाविषयी जी भावना आहे, ती मत्सराची आहे का? आता तिथं सुरू असलेल्या युद्धाचं मूळही मत्सर असल्याचं मीच सांगितलं होतं. हो. साडेतेरा वर्षांपूर्वी दुर्योधनाला मीच म्हटलं होतं, "पांडवांचा उत्कर्ष न पाहवल्यामुळं तुझ्या मनात उपजलेल्या या मत्सरामुळं पुढं भयंकर रक्तपात घडेल" धृतराष्ट्रालाही सांगितलं होतं. जेव्हा भर सभेत 'कर्णा, अर्जुनाच्या युद्धकौशल्याविषयी तुला मत्सर वाटत असल्यामुळं तू असं बोलत आहेस आणि तुझ्या मित्रालाही आडमार्गाला खेचत आहेस.' असं ठणकावून सांगताच भीष्मही 'साधु साधु' म्हणाले नव्हते का? अशा परिस्थितीत माझ्या मनात मत्सर असणं शक्य आहे का?

आठवणींची चूड पेटवून मनाचा कानाकोपरा शोधला, तरी त्याची सावलीही कुठं दिसली नाही.

बाहेर आणखी थोडं फटफटलं. पक्ष्यांची किलबिल ऐकू येऊ लागली. समोर नदीच्या पात्रावर पातळ धुराप्रमाणे एक धुक्याचा थर पसरला होता.

पण एवढा हिवाळा सुरू झाला आहे का?

त्यानं दाढा निखळलेलं तोंड उघडून जोरानं फुंकर मारली.

होय. धुकं दिसतंय्. फुंकलं, की पुन्हा दिसतं.

बऱ्याच वेळा फुंकून छाती-पोटात दुखल्यासारखं झाल्यामुळं तो थांबला.

जागी झालेली मुलं-नातवंडं एकेक करून पायऱ्या उतरू लागली. तोंड धुऊन तो पायऱ्या चढू लागला. पायऱ्या संपल्या, तेव्हा त्याला धाप लागली होती.

होय. पाण्याचा आवाज तिथल्यापेक्षा इथं जास्त ऐकू येतो. एवढ्या दिवसात ही गोष्ट लक्षात आली नव्हती.

याच विचाराच्या तंद्रीत तो प्रातर्विधी उकरण्यासाठी गावाबाहेरच्या दिशेनं चालू लागला.

काही आशा असेल, तर मत्सर असणं शक्य आहे. आपल्यापेक्षा एखाद्याकडे जास्त काही असेल, तर मत्सर वाटणं शक्य आहे. कर्णाकडे माझ्याहून काय जास्त आहे? वय? धर्मप्रज्ञा? मानसन्मान? मग मला का मत्सर वाटावा?

आता त्याचं मन प्रत्येक बाबतीत कर्णाशी तुलना करू लागलं.

तो धनुर्धारी आहे. असेल. मी आपण होऊन त्याग केलेलं क्षेत्र ते. स्वत:च्या रक्षणापुरतं तेही ज्ञान मला आहे. सगळे एकजात युद्धावर गेले असता– जायलाच पाहिजे, अशी राजाज्ञा असतानाही मला अधर्म वाटलेल्या या युद्धात माझी मुलं-नातवंडं भाग घेणार नाहीत, असं निक्षून सांगण्याचं धैर्य या कर्णाच्या अंगात आहे?

त्याच क्षणी आठवलं, कर्णानंही भीष्म पितामहांविरुद्ध शपथ घेतली आहे.

अंधारात अचानक कशावर तरी आदळावं, तसं त्याला वाटलं. पण दुसऱ्या क्षणीच सुचलं, त्यानं आपल्या अहंकारापायी तशी शपथ घेतली आहे. थोडं बरं वाटलं. अहंकारच सगळ्या पापाचं आणि आणि अनीतीचं मूळ आहे, या तत्त्वात कर्णाचं सगळं वागणं बसवल्यावर मनाला समाधान वाटलं.

दिवसभर विदुर आपल्या खोलीत कांबळं पांघरून झोपून राहिला होता. सहज खिडकीतून डोकावलं, तरी पायरीवर नेहमीप्रमाणे बसलेली कुंती दिसत होती.

ही नेहमीचीच जागा तिची. त्यात युद्ध होणार, हे निश्चित झाल्यापासून तर नदीचा काठच तिचं निवासस्थान झाला आहे.

आज प्रथमच ती नदीच्या प्रवाहाबरोबर दूर दूर जात असल्यासारखं त्याला वाटत होतं. 'तुला कर्णाचा मत्सर वाटतो...' या वाक्यापेक्षा 'तुझं अन्न खात आहे...' या वाक्याचा उच्चार करून दोघांमधल्या स्नेहाला एक रूप देऊन तिनं त्याला विलक्षण संकोचाच्या भावनेत लोटून दिलं होतं. काही तरी गमावल्याची भावना त्याच्या मनात भरून राहिली होती.

हिला घरात ठेवून घेतल्यापासून दुर्योधनानं माझं स्थान किती निकृष्ठ करून ठेवलं आहे! कर्णानं तर स्पष्टच बोलून दाखवलं होतं, 'सापाच्या आईला आश्रय

देणारा...' आणि आता तीच म्हणते, मला कर्णाचा मत्सर वाटतो!

विदुराला राग आला. पण राग जिंकलेला असा आपला नावलौकिक आठवताच त्यानं रागाला झटकण्याचा प्रयत्न केला. त्यानं स्वत:च भरलेल्या सभेत 'सगळ्या अनर्थाला संतापच कारणीभूत असतो...' असं किती तरी वेळा सांगितलं होतं; आणि प्रत्येक वेळी भीष्मांसारख्या वेदज्ञानंही मान डोलावली होती.

जेवताना कुंतीही सगळ्यांबरोबर जेवायला बसली होती. काही तरी बोललंच पाहिजे, अशी मुळीच प्रथा नव्हती. तिनं विमनस्क मन:स्थितीत दोन घास घशाखाली सारले. कुणीच बोलत नव्हतं. घास तोंडात घालताना विदुराला आठवलं... 'हे कुंतीला सांगताना ढसाढसा रडेल, गांधारीच्या मनात कुंतीविषयी मत्सर असल्याबद्दल त्याच्या मनात मुळीच संशय नव्हता. पण असंख्य वेळा वाटत होतं:'

एवढा असीम त्याग करणारी महापतिव्रता साध्वी! हा एवढा काळा डाग नसता, तर किती छान झालं असतं! पण कुंती? माद्री हयात असताना, तिच्याविषयी, षंढ नवऱ्याच्या संसारात दामटली गेलेली आपल्यासारखीच एक अभागिनी म्हणून अनुकंपा असली, तरी तिच्याविषयी हिच्या मनात प्रचंड मत्सर होता. पण नवऱ्याबरोबर राख झाल्यावर त्या मत्सराचीही राख झाली असावी. त्यानंतर आपल्यापेक्षा चांगल्या स्थितीतल्या कुणाला पाहून तिला मत्सर वाटला असला, तर ते मला ठाऊक नाही. ज्या सिंहासनावर आरूढ होऊन आपल्या मुलानं राजसूय केला, त्या सिंहासनाचा त्याग करून तो आपल्या भावंडांबरोबर निघून गेला आणि गांधारीचा मुलगा अधिकार मिरवू लागल्यावर एकदाही तिच्या मनाला मत्सराचा स्पर्श झाला नसेल का?

संध्याकाळी विदुराची प्रकृती आणखी थोडी बिघडली. अंगात ताप भरून डोकं भ्रमल्यासारखं व्हावं, तसं त्याला वाटत होतं. अंगाला सूक्ष्म कंपही सुटला होता.

रात्रीही कुंती आपल्यापुरतं घासभर अन्न खाऊन उठली. नंतर तिनं त्याच्याजवळ येऊन विचारलं,

"आता पुन्हा युद्धाच्या बातम्या केव्हा समजतील?"

त्याला थोडं बरं वाटलं. तो म्हणाला,

"उद्या पहाटे संजय इथून निघेल. परवा पुन्हा येईल. त्याआधीही सामान घेऊन जाणाऱ्या गाडीवानांकडून काही बातमी समजली, तर कळवीन."

ती त्याच्या आजारी बायकोपाशी जाऊन बसली.

विदुराच्या मनात भरलेली एकलेपणाची जाणीव आणखी गडद झाली.

रात्री नीटशी झोपही झाली नव्हती. दुसऱ्या दिवशी डोकं भणभणत होतं. त्यादिवशी पहाटेच धृतराष्ट्राची दासी आली आणि म्हणाली,

"महाराजा बोलावत आहे."

"मला बरं नाही. झोपलोय्, म्हणावं."

चार घटकांनी तीच दासी पुन्हा आली आणि म्हणाली,

"चालायला होत नसेल, तर रथातून यायला सांगतलंय्. तुझा रथ सिद्ध नसेल, तर राजवाड्यातून रथ पाठवायला सांगते."

उठून रथात बसण्याइतकी शक्तीही अंगात नसल्याचं सांगितलं, तरी दासी तिथून हलली नाही.

विदुरानं कूस बदलली. भिंतीकडे तोंड वळवून त्यानं तोंडावरून कांबळं ओढून घेतलं.

संताप आला. संताप नव्हे. निश्चय.

त्यानं स्वतःला बजावलं :

यापूर्वीही असं अनेकदा घडलं होतं. आज 'माझ्या राजवाड्याचा उंबरा ओलांडू नको,' म्हणणारा धृतराष्ट्र चार-आठ दिवसांनी असाच निरोप पाठवत होता. घडलेल्या घटनेचा उल्लेख केला, तर पाठीवरून हात फिरवून, 'ते जाऊ दे, आता सगळं विसरून जा...' म्हटलं, की मोकळा! मध्येच कधी तरी आग्रह धरी, 'तू मला महाराजा का म्हणतोस? मी तुझा थोरला भाऊ आहे ना?' तर कधी हेटाळणी करी... 'मला भाऊ मानण्याइतकी सलगी? माझ्या नियोग-पित्यानं कुठल्या तरी अनार्य स्त्रीच्या पोटी जन्म दिला, म्हणून तू माझा भाऊ कसा होशील?' कधी उतू जाणारं भ्रातृत्व, तर कधी अंतःहृदयाला सलणारी उपेक्षा! या क्षत्रियांपासून भरपूर दूर राहणंच उत्तम!

दासी निघून गेल्याचं पावलांवरून समजलं.

कुंतीची आठवण झाली. तीही क्षत्रियच. या विचारानं मनातला भेद थोडा भरून आल्यासारखा वाटला.

❏

विदुर निघून गेल्यावर धृतराष्ट्र आणि गांधारी आपापलं उबदार पांघरूण पांघरून त्याच मोठ्या मंचकावर झोपले. पांघरुणाबरोबरच उश्याही वेगवेगळ्या होत्या. रुंद खांद्याच्या धृतराष्ट्राला उंच उशी लागत होती. नेहमीच्या जागेवर भिंतीच्या कडेला तो झोपला. जागा बदलली, की त्याला झोप येत नसे.

त्यानं दासीला विचारलं,

"माझं काळं पांघरूणच पांघरलंय् ना?"

काळं पांघरूण अधिक उबदार असतं, यावर त्याचा विश्वास होता, थोडा उकाडा वाढला, की दासीला सांगून काळ्याऐवजी पांढरं पांघरूण पांघरायला मागत असे. गांधारीला मात्र या काळ्या-पांढऱ्या पांघरुणाची अदलाबदल करण्यात फारसं स्वारस्य नव्हतं.

त्यानं पुन्हा दासीला विचारलं,

"दिवा जळतोय् ना? त्यातल्या तेलाकडे लक्ष असू दे. झोपू नकोस."

दासी मनोमन चरफडली.

या आंधळ्याला दिवा असला... नसला, तरी काय फरक पडणार?

पण मध्येच दिवा विझला, तर वासावरून त्याला समजेल आणि त्यावरून उगाच बोलणी खावी लागतील, हे सगळ्या दासींना ठाऊक होतं.

दासी खोलीबाहेर गेल्याची चाहूल लागताच तो बायकोला म्हणाला,

"पाहिलेस विदुराचे गुण?"

"त्यात नव्यानं काय बघायचं?"

तिथंच तो विषय थांबला.

त्याचे गुण ठाऊक असूनही तूच त्याच्या गळ्यात गळा घालतोस, असं ती म्हणेल, असं त्याला वाटलं होतं. पण ती पुढं काही बोलली नाही. म्हणजे तिला थोडा जास्तच राग आला असेल, की ती दुसऱ्या कुठल्या विचारात गढली असेल?

आता त्याचंही मन विदुराऐवजी गांधारीच्या मन:स्थितीचा विचार करण्यात गढून गेलं.

खरं तर अशा वेळी कुणाबरोबर तरी काही ना काही बोलायला हवं. पण हिची लहर कशी असेल, ते सांगता येत नाही. झोपही येत नाही. यापेक्षा विदुर बरा. किती वेळ बोलत बसलं, तरी शांतपणे ऐकत असतो. मध्ये काही त्याला पटलं नाही, तरी हिच्यासारखं कुत्सितपणे बोलत नाही. पण आज त्याला नव्यानं काय पााहयचं? 'आज संध्याकाळीही तू निरोप पाठवलास, म्हणून मी आलो आहे, महाराजा!...' म्हणाला, तेवढंच त्याचं चुकलं. त्याच्या वागण्यात याहून काही वेगळं नाही, अशा निर्णयापर्यंत तो आला.

अजूनही राजवाड्याबाहेरच्या राजमार्गावरचा रहदारीचा आवाज ऐकू येत होता. गाड्यांना जुंपलेल्या बैलांना हाकारल्याचे, चुचकारल्याचे आवाज. चाकांची करकर. सामान उचलून गाडीत चढवणाऱ्यांचं उत्साहानं ओरडणं.

हो. मशाली जळत असलेला वास. एवढा सारा सरंजाम त्या पांडवांना... अंहं, त्या कुंतीच्या मुलांना कुठून मिळणार? दरिद्री पांचाल तरी किती म्हणून देईल? आणि दिलं, तरी त्यातलं किती म्हणून इतकं लांब ते आणू शकतील?

त्याला एकाएकी थोरल्या काकाच्या... भीष्माच्या... शूरपणची आठवण झाली. हा संजयच योग्य प्रकारे बातम्या सांगतो. याच्या बापापेक्षा गवल्गणापेक्षाही छान सांगतो. अगदी मनात भरून राहील, असं वर्णन करतो.

पुन्हा पुन्हा चवीनं त्याचं बोलणं आठवत असताना मध्येच न कळत त्याच्या तोंडून प्रश्न गेला... तो कानांवर आला, तेव्हाच त्याला त्याची जाणीव झाली.

"तू थोरल्या काकांना... भीष्मांना... पाहिलंस?"

"का?" गांधारीनं विचारलं.

"खूप उंच देहयष्टी आहे, म्हणे, त्यांची! या वयातही उत्तुंग पर्वत-शिखरांप्रमाणे उभे राहतात, म्हणे. पर्वत-शिखर पाहिलंस तू?"

"आमचा सगळा प्रदेश डोंगराळच, नाही का? मला तर सपाट भू-प्रदेश म्हणजे काय, तेच ठाऊक नाही. ते उंच उंच डोंगर! डोंगर झाकून टाकणारे हिरवेगार उंच उंच मोठे मोठे वृक्ष! त्या वेली, फुलं, ती उत्तुंग शिखरं..."

"आपलं कुरुराज्य सपाट मैदानासारखं आहे?"

"असं म्हणतात. मी तरी कुठं पाहिलंय्?"

संजयानं केलेलं वर्णन थोडं फार आपल्या जाणिवांवर तोलून धृतराष्ट्र समजावून घ्यायचा प्रयत्न करत असतानाच ती पुढं म्हणाली,

"माझं तुझ्याशी लग्न लावून द्यायचा माझ्या पित्यानं निश्चय केला, तेव्हाच मी माझे दोन्ही डोळे बांधून घेतले, नाही का! मी पाहिलंय्, ते माझं माहेर. माझा गांधार देश!"

"म्हणजे भीष्मांना पाहिलं नाहीस?"

"कसं बघणार? तो काही स्वतः मुलगी मागायला आला नव्हता. फक्त सैन्य, सेनानायक, वस्त्राभरणं, लोखंडाची भांडी, इथं पिकणाऱ्या धन-धान्यानं भरलेल्या गाड्या पाठवल्या होत्या. तुझ्या कुठून लक्षात राहणार, म्हणा, हा तपशील!"

एव्हाना धृतराष्ट्राचं मन भक्तिभावानं भरून गेलं होतं. पतीला नसलेलं दृष्टिभाग्य आपण का घ्यायचं, म्हणून लग्न ठरताच डोळे बांधून घेतलेली, डोळे बांधलेल्या अवस्थेतच याच हस्तिनावतीत, याच वाड्यात अग्नीच्या साक्षीनं आपली पत्नी झालेली, महापतिव्रता म्हणून सकल कुरु-कुलातच नव्हे, तर संपूर्ण आर्य जगतात प्रसिद्धी पावलेली–

आपल्या पत्नीविषयीच्या अभिमानानं त्याला भरून आलं. तिच्या महान त्यागाच्या जाणिवेनं मनात कृतज्ञताही दाटून आली.

झोपल्या झोपल्या त्यानं तिच्या दिशेनं हात पसरला.

खरखरीत स्पर्श. तिनं पांघरलेलं पांघरूण काळं आहे, की पांढरं? स्पर्शानं रंग का समजू नये?

तिनं विचारलं,

"काय?"

"देवी! ह्या महान कुरुकुलाचा उद्धार करायला तू आली आहेस!"

त्याच्या या भावुक बोलण्यावरही ती काही बोलली नाही.

धृतराष्ट्रही गप्प बसला.

फक्त स्पर्शानं रंग समजत नाही. अशी टोचणी त्याच्या मनाला टोचून गेली.

गांधारीचा रंग अगदी शुभ्र आहे, म्हणे. पर्वत-सीमेकडचे लोक असेच गोरे असतात, म्हणे. मृदू त्वचा. पण घट्ट, काटक शरीरयष्टी! आपल्याला तिचा गोरा रंग जाणवतो, तो एवढाच.

त्या दासीनं काळ पांघरूण घातलंय्, असं म्हणून पांढरं तर पांघरलं नसेल?

त्याच्या मनात संशय निर्माण झाला.

हिनंही डोळे बांधले आहेत, त्यामुळं याचा नेमका कुठला रंग आहे, हे सांगणारं कुणीच आप्त नाही. सगळ्या दासींनी ठरवून खोटं सांगितलं असेल, तर? नाही. हे उबदार आहे. काळंच असणार. नाही तर काय शिक्षा होईल, याची भीती त्यांना असेलच ना!

थोडं समाधान वाटलं.

हे कुरुकुल वाचवलं, तेच मुळी थोरल्या काकांनी. आता या वयातही पराक्रम गाजवून तेच कुलाचं रक्षण करताहेत.

हा विचार त्याच्या तोंडून बाहेर पडला, तरी त्यावर गांधारी काही बोलली नाही.

आपल्या बोलण्याचं समर्थन करून त्यात तिनं थोडी भर घालावी, या अपेक्षेत असलेल्या धृतराष्ट्राची निराशा झाली. तरीही त्यानं विचारलं,

"नाही का?"

"हं..." म्हणत तिनं आपल्याकडे पाठ वळवल्याचं पांघरुणाच्या सळसळीवरून आणि श्वासोच्छ्वासाच्या अंतरावरून त्याच्या लक्षात आलं. तिला झोप लागत असल्याचंही त्याच्या लक्षात आलं. तो गप्प राहिला.

युद्धाला सुरुवात झालेल्या दिवशीच ती इतक्या लवकर गाढ झोपी जात असल्याचं पाहून त्याला असमाधान वाटलं. तोंडावरून पांघरूण ओढत तो उताणा झाला. झोप येत असताना उताणं झोपायची त्याची नेहमीची सवय.

संजयानं सांगितलेलं सारं प्रयत्नपूर्वक आठवत अभिमानानं फुलून जात असताना अकस्मात त्याला पांडवांच्या सैन्याची आठवण झाली.

संख्येनं कमी असले, तरी त्यांचे प्रमुख शक्तीनं मुळीच कमी नाहीत, म्हणे.

तो धृष्टद्युम्न कसलेला योद्धा आहे, म्हणे. तसाच योग्य सेनाप्रमुखही आहे, म्हणे. तो कृष्ण तर महाकपटी! सात्यकी महान वीर आहे, म्हणे. भीमाचा मुलगाही आला आहे, म्हणे. तो भीम तर रथाचे तुकडे करून, त्याची चाकं उखडून, शत्रूवर भिरकावून देतो, म्हणे. अर्जुनाची धनुर्विद्या, नकुल-सहदेव, द्रौपदीची पाच मुलं... संजय म्हणतो, तेवढं सोपं नाही, की काय, कोण जाणे!

या संशयासरशी त्याचा जीव कासावीस झाला.

वयाच्या एक्याऐंशीव्या वर्षी मलाच अलीकडे अधून मधून गरगरणं, अशक्तपणा जाणवतो, मग एकशेवीस वर्षांच्या थोरल्या काकांना... माझ्या आजोबांच्या वयाच्या भीष्मांना खरोखरीच युद्ध करायला जमेल का? संजयानं खोटं तर सांगितलं नसेल?

आतून तळमळ वाटली, तरी तसं नसावं, असं त्याला पुन:पुन्हा वाटत होतं. किती केलं, तरी मी संसारी आहे. चांगली सशक्त बायको आणि शिवाय दासी... आजन्म ब्रह्मचारी भीष्मांना म्हातारपण कसं स्पर्श करेल? ह्या विचारानं वाटणारं समाधान त्यानं अत्यंत समजंसपणे मनोमन स्वीकारलं. भीष्म म्हणजे महान व्यक्तिमत्त्व! उत्तुंग पर्वतशिखराप्रमाणे!

या विचारांबरोबर डोळ्यावर गुंगी आली.

गुंगी, की झोप? काही का असेना. काही क्षणांपुरता सगळ्या जगाशी असलेला संबंध तुटल्यासारखा झाला.

गांधारीच्या घोरण्याच्या आवाजानं त्याला जाग आली. त्यानं हात लांब करून पाहिलं.

हो. उताणी झोपली आहे. म्हणूनच घोरते आहे!

त्यानं तिला हलवून कुशीवर वळून झोपायला सांगितलं. ती कुशीवर वळली. पण गाढ झोपेतच होती. दंतविरहित तोंडातून बाहेर पडणाऱ्या श्वासाचा चमत्कारिक आवाज येत होता. तिचा राग आला होता. डोळा लागता लागता अशी मध्येच जाग आली, तर नंतर किती तरी वेळ झोप येत नाही, असा अलीकडचा अनुभव होता. त्याची आठवण होताच संताप अधिकच वाढला. तिला जागं करून रागवावं, असं वाटलं. पण तेवढाच मुद्दा घेऊन, 'तू कुठं कमी घोरतोस!...' म्हणून पाणउतारा करेल, असं वाटून तो काही बोलला नाही. बोलायला कोणी नसल्यामुळं वेळ जाणं मात्र कठीण झालं.

असा किती वेळ गेला, कोण जाणे. जलबाधेसाठी जाण्याची भावना झाली. पडल्या पडल्या गाढ झोप लागली नाही, तर हा एक त्रासच! त्यानं दासीला हाक मारली.

दोन वेळा हाक मारल्यावर तिचा आवाज ऐकू आला.

"आले..."

गांधारीच्या श्वासाचा वेग वाढला होता. दासीचा हात धरून जाताना वाटलं, दिवा जळत असावा. नाही तर ही कशी इतक्या सहज घेऊन आली असती? खोलीबाहेर येऊन उजव्या व्हरांड्यामधून... होय... बरोबर तीस पावलं चालून गेल्यावर दासीनं सांगितल्याप्रमाणे उंबरा ओलांडला. थोडं पुढं जाऊन तिथल्या खडबडीत फरशीवर बसून, जलबाधा संपवून उठल्यावर तिनं पायावर पाणी टाकलं. पाय पुसून माघारी वळताना त्यानं तिला विचारलं,

"ए! तुझं नाव काय, ग?"

ती काही बोलली नाही. त्यानं पुन्हा विचारलं,

"ए दासी, तुला विचारतोय् मी."

"चारु..." ती उत्तरली.

"व्वा! छान नाव आहे! वय काय तुझं?"

तिनं पुन्हा मौन स्वीकारलं. त्यानं पुन्हा विचारलं, तेव्हा म्हणाली,

"पासष्ट."

"हो? पण तुझा मृदु तळवा हातात घेतला, तर वाटलं, फार तर सोळा वर्षांची असशील." म्हणत तो जागीच थबकला. दासीही थांबली. नंतर तोच म्हणाला, "पण काय करणार! संपूर्ण म्हातारपण आलंय् मला."

तरीही ती मूकच होती. तिच्या स्पर्शातून आणि पकडीतून त्याला काहीच समजलं नाही. नंतर म्हणाला,

"एक्क्याऐंशीव्या वर्षी फक्त मलाच म्हातारपण आलंय् का? इतर सगळ्या पुरुषांना कितव्या वर्षी असं म्हातारपण येतं?"

चारु तरीही काही बोलली नाही. त्यानं पुन्हा तिला बोलायचा आग्रह केला, तेव्हा मात्र किंचित मोठ्यानं म्हणाली,

"ते मला कसं ठाऊक असणार, महाराजा! तुझ्या वयाच्या कुणा पुरुषाला विचारलंस, तर तुलाच समजेल. असा थंडीत उभा राहू नकोस. आत झोप, चल..." म्हणत त्याला ओढत ती पुन्हा चालू लागली.

गांधारीचं घोरणं पुन्हा सुरू झालं होतं.

त्याला झोपवून, पांघरूण अंगावर घालून, दासी निघून गेल्याचं तिच्या पावलांच्या आवाजावरून ऐकू आलं. आता कुठं तिच्या पावलातल्या साखळ्यांचा नाजूक आवाज त्याच्या लक्षात आला. पांघरूण काळंच असावं, अशी खात्रीही वाटली.

आता राजवाड्याबाहेरच्या राजरस्त्यावरचे आवाज ऐकू येत नव्हते.

सारं सामान भरून पाठवलं, की मध्यरात्र झाली, म्हणून काम थांबवलं? एवढं सामान त्या कुंतीच्या मुलांना कुठून मिळणार?

त्यानं फक्त श्वासोच्छ्वासापुरती जागा मोकळी ठेवून, डोक्यावरून पांघरूण ओढून घेतलं.

काय म्हणाली ती? 'तुझ्या वयाच्या कुणा पुरुषाला विचार...' कुणाला विचारायचं? एकही नाव आठवेना. थोरले काका तर ब्रह्मचारी. त्यांना यातलं काय ठाऊक असणार? शिवाय त्यांच्याशी बोलायचा हा विषय नव्हे. द्रोणही मोठाच. त्याच्याशी एवढा स्नेहही नाही. गरीब बिचारा ब्राह्मण कृप तर उंचवट्याबाहेरूनच बोलणारा लाचार. ज्या काय चार गोष्टी आत्मीयतेनं बोलायच्या, त्या विदुराबरोबरच. पण ह्या विषयावर त्याच्याशीही बोलता येणार नाही. 'गृहस्थानंही ब्रह्मचाऱ्यासारखंच राहिलं पाहिजे. एक बायको सोडली, तर इतर स्त्रियांशी सलगीनं वागू नये...' वगैरे सांगत होता एक दिवस. आता आहे कोण समवयस्क जवळचा मित्र? सारथी किंवा त्याच्या बापाला विचारणं... माझ्यासारख्या महाराजाला हीन सेवकाबरोबर या विषयावर बोलणं कसं शोभेल? म्हणजे मला कुणी आप्त नाहीच का?

त्याला आश्चर्य वाटलं. विषादही वाटला.

गांधारीचं घोरणं सुरूच होतं.

फक्त बायको असणं पुरेसं नाही. एक स्नेहीही हवाच. अंतरंगातल्या भावनांची देवाण-घेवाण करायला, आपले अनुभव सांगून 'माझं असं आहे, तुझं कसं?' असं बोलण्याइतका मोकळेपणा वाटावा, असा मित्र हवा. असा कुणीच मित्र नाही मला.

या विचारासरशी पांघरूणाच्या उबदारपणात एकलेपणा भरून राहिला. इतक्या वर्षांत कधीच असा विचार आला नाही, असं आठवताच एकलेपणाची भावना तीव्र होऊन झोप पूर्णपणे नष्ट झाली.

सकाळी जाग आली. बाहेरच्या गोंधळावरून सूर्य उगवून चार घटका झाल्याचा त्यानं अंदाज बांधला. दासीला विचारताच तिनं तो खरा असल्याचंही सांगितलं. सुस्मितेनं त्याचा हात धरून त्याला घेऊन जाऊन, अंघोळ उरकून, त्याला धुतलेली वस्त्रं नेसवून पुन्हा त्याला त्याच्या मंचकावर आणून बसवलं.

गांधारी जवळच बसल्याचं त्याला चाहुलीवरून समजलं.

सुस्मिता बाहेर गेली. खोलीत मौन पसरलं. राजवाड्याच्या परिसरात निःशब्दता जाणवत होती. काही तरी ओकं ओकं वाटत होतं.

थोड्या वेळानं आत आलेल्या सुस्मितेनं विचारलं,

“पुरोहित होम करताहेत. जाऊ या का?”

धृतराष्ट्र आणि गांधारी उठून उभे राहिले. दोघांचेही हात हातात घेऊन ती तिथून बाहेर पडली. दारातून बाहेर पडून, उजवीकडे वळून, हवन-मंडपात घेऊन गेली.

अग्नीला लाह्या अर्पण केल्या, पुरोहितानं दिलेलं आज्य अर्पण केल्यानंतर दोघंही पुन्हा माघारी आले. मंचकावर बसल्यावर त्यानं बायकोला विचारलं,

“संपूर्ण राजवाड्यात आणखी कसलीच चाहूल नाही. हवन-मंडपातही आपण दोघंच होतो...”

“सगळ्या सुना आणि नातसुना युद्धशिबिराबरोबर गेल्या आहेत.”

“या का गेल्या? दासी नव्हत्या का?”

“आपापल्या नवऱ्यांना दासींच्या हाती सोपवायला त्यांनी काय माझ्यासारखी डोळ्यावर पट्टी बांधून घेतली आहे?”

ती असं का म्हणाली, हे नेमकं समजलं नाही, तरी तिच्या आवाजातली अप्रसन्नता त्याच्या लक्षात आल्याशिवाय राहिली नाही. मुद्दाम विचारावंसंही वाटलं नाही.

एवढ्यात सुस्मिताही जेवणासाठी घेऊन जाण्यासाठी तिथं आली.

दिवसभर त्याला कसं तरी वाटत होतं. अंगात कसकस वाटत होती. संध्याकाळी राजवाड्याच्या अंगणात फिरलं, तर बरं वाटेल, असा विचार करून त्यानं दासीला हाक मारली. दोन-तीन हाकांनंतर एकीनं 'आले...' म्हटलं. आवाजावरून ती चारु असल्याचं लक्षात आलं. त्यानं विचारलं,

“कुठं गेली होतीस?”

“महाराणीपाशी बसले होते.”

“ती कुठं आहे?”

“संध्याकाळच्या उन्हात विभावरी दासीबरोबर बोलत बसली आहे.”

“काय बोलताहेत?”

“कुठल्या तरी महाराणीच्या बालपणीच्या गोष्टी चालल्या आहेत. गांधार देशातल्या डोंगर-दऱ्या, डोळे शांतवणारा त्यांचा हिरवा रंग, तिथला सुखद गारवा, सगळं आठवून महाराणीचे डोळे पाणावले.”

त्याचा जीव कासावीस झाला. लग्न करून इथं आल्यावर एकदाही माहेरी गेली नाही. कधी विषय निघाला, तर उत्तर ठरलेलं, '...तिथं जाऊन तरी कुणाला बघायचं बांधलेल्या डोळ्यांनी? नाही तरी भावंडंही इथंच आली आहेत आता...'

“चारु, चल. मला उन्हात फिरव... पण महाराणी असलेल्या भागात नको.”

संध्याकाळचं उतरतं ऊन्ह बरं वाटत होतं.

पण संपूर्ण गावात कसलीही चाहूल नाही. कुठल्याही राजवाड्यात कुणाचीच चाहूल नाही. सगळे पुरुष युद्धावर गेले आहेत. बायकाही युद्धभूमीवर गेल्या आहेत, म्हणे. आपापल्या नवऱ्यांची काळजी घ्यायला! मला विचारलं असतं, तर मी निश्चित नकार दिला असता. की युद्धाची गंमत बघायला गेल्या आहेत? आपापल्या पतीनं शत्रुपक्षाची जमिनीवर लोळवलेली मुंडकी बघायला गेल्या आहेत, की काय? कसं असतं युद्ध?

त्याचं विचारलं,

"चारु, तू एखादं युद्ध पाहिलंय्स?"

"अंहं. युद्धावर जाणाऱ्या नवऱ्याला मात्र पाहतेय्!" ती पुटपुटली.

"किती वर्षांचा आहे तो?"

"स..." बोलता बोलता तिनं जीभ चावल्याचं त्याच्या लक्षात आलं.

"खरं सांग!" त्यानं आग्रह केला.

ती पुटपुटली,

"सव्वीस..."

"म्हणजे तुझं वय किती? काल खोटं सांगितलंस."

ती काही बोलली नाही. मुकाट्यानं त्याचा हात धरून त्याला चालवू लागली. नंतर आपण होऊन म्हणाली,

"तुझी मुलं-नातवंडं तरुण आहेत. त्यांच्या राजवाड्यात सेवा करू नकोस, असं माझ्या नवऱ्यानं सांगितलं आहे. तुझ्या वाड्यात काम करायला लागून फक्त एक महिना झाला. काल रात्री तू माझं वय विचारलंस. तसं सहज विचारलं असतंस, तर प्रश्न नाही. पण विचारायच्या पद्धतीवरून मला वासनेचा वास आला. म्हणून मी खोटं सांगितलं."

तिचा स्वर शांत असला, तरी धृतराष्ट्राला मात्र शक्तिपात होऊन खोल गर्तेत पडत असल्यासारखं वाटलं. तो जागीच थबकला. तिनं आधार दिला नसता, तर पडलो असतो, असंही वाटलं. डोकं भण्ण झालं. एकाएकी उन्हाची झळ जाणवून अंग घामेजावं, तसं झालं. मटकन खाली बसावंसं वाटलं. पण आपली अवस्था तिच्या लक्षात येईल, असं वाटून तो सावकाश पावलं टाकू लागला. सात-आठ पावलं चालेपर्यंत शरीर सावरलं.

तिन्हीसांजा होत आल्या असतील. गावात कसलीही चाहूल नाही. सगळेजण युद्धावर गेले? बायकासुद्धा? आजवर एकही दासी असं बोलली नव्हती. दासी तर राजाच्या भोगासाठीच असतात. जसं राज्य असतं, तशा दासी असतात. हिला कामावरून काढून टाकायला पाहिजे. शिक्षाही द्यायला... कसली शिक्षा

द्यायची? ती कशी अंमलात आणायची?

या विचारात गढून गेला असतानाच त्याच्या लक्षात आलं,

हिच्या आवाजाला विलक्षण गोडवा आहे. रात्री त्या गोड, कोवळ्या आवाजावरून तिच्या वयाविषयी संशय आला होता.

त्याला स्वत:चं कौतुक वाटलं. थोडं चालून तो आपल्या मंचकापाशी आला आणि 'आता पांघरलंस, ते काळंच आहे ना?' अशी खात्री करून घेऊन झोपला.

रात्रीचं जेवण आणि इतर कामासाठी सुस्मिता आली. त्यानं तिला विचारलं, "तू आलीस? ती... काय नाव तिचं? कुठं आहे?"

"विचित्रच आहे ती! नवरा युद्धावर गेलाय्. इथं राहून काय करायचं, म्हणून एकाएकी माहेरी निघून गेली."

"कुठल्या गावाचं माहेर तिचं?"

"कोण जाणे."

धृतराष्ट्रानंही फारशी आस्था दाखवली नाही. शेजारी झोपलेली गांधारी जागी आहे, म्हणून नव्हे. ती सकाळपासून आपला मूकपणे धिक्कार करत असल्याची त्याला जाणीव होती. आपण प्रत्यक्ष महाराजा असताना त्या दीडदमडीच्या दासीनं धिक्कारलं.

अपमान आणि संताप यानं त्याचं मन भरून आलं.

सगळीकडे नि:शब्दता भरली होती.

दिवा जळतोय्, की विझला?

सुस्मितेला विचारायचा विचार त्यानं डावलला. गांधारीचा घोरण्याचा आवाज ऐकू येत नव्हता.

झोप आली नाही, तरी एकटीच न बोलता पडून राहते, पण माझ्याशी बोलत नाही.

राग आला. तोंडावरून पांघरूण ओढून सगळं काही आत आत ओढून झोपायचा प्रयत्न करत असतानाच दुसरा विचार वर आला.

संजय कधी येणार? उद्या, की परवा? तो कधी आला होता? काल, की परवा?

काही नीटसं आठवेना. मन संशयात बुडून गेलं. देवीला विचारावं, असं एकदा वाटलं. पण आपण होऊन का बोलायचं, असं वाटून तो तसाच पडून राहिला.

सावकाश येऊ दे त्याला. महासेनेसह महापराक्रमी भीष्म शत्रूवर तुटून पडून, शत्रूचा संपूर्ण नि:पात झाल्यावर अखेरची विजयाची बातमी घेऊन आला,

तरी हरकत नाही. ब्रह्मचर्यच त्यांच्या पराक्रमाचं रहस्य आहे.

पाठोपाठ आणखी एक आठवण.

विदुरानं, की– होय, त्यानंच सांगितलं, होतं, लग्न झालेल्या द्रौपदीखेरीज पांडवांनी दुसऱ्या कुठल्याही स्त्रीला स्पर्श केला नाही, म्हणे. फक्त अर्जुनाचीच स्वत:ची अशी आणखी एक वेगळी बायको आहे. शस्त्राभ्यास करत असताना आपली मुलं दासींच्या मोहात पडतील, की काय, या भीतीपोटी ती सापाप्रमाणे लक्ष ठेवून होती, म्हणे. 'कामवासनेच्या पराकोटीच्या अतिरेकामुळं तुमच्या वडिलांना आजार झाला...' अशी पदोपदी मुलांना ताकीद देत होती, म्हणे! इंद्रप्रस्थ उभारल्यानंतरही ते पाचजण कुठल्याही दासीला स्पर्श करत नव्हते, म्हणे. शिवाय द्यूत खेळून वनवासाला गेले. म्हणजे ब्रह्मचर्य आलंच! म्हणजे भीष्मांप्रमाणेच शक्तिमान!

हा हिशेब लक्षात येताच त्याच्या छातीची धडधड वाढली. स्वत:च्या मुलाला शहाणपणाच्या गोष्टी सांगताना तो म्हणत होता, 'बाळ, एवढा संपन्न देश आहे, एवढ्या दासी आहेत. आणखी हव्या असतील, तर धन-सुवर्ण देऊन वेगळ्या देशातून आणखी दासी मागवून आनंद लूट. उगाच का त्यांचा मत्सर करतोस? धाकट्या भावाच्या मुलांवर अन्याय केल्याची लोकनिंदा माझ्याही वाट्याला यायला नको...' धृतराष्ट्राला हे सारं सारं आठवलं. दुर्योधन-दु:शासनादींच्या राजवाड्यात वावरणाऱ्या मुबलक दासी म्हणजे कुरुराज्याच्या संपत्ती आणि संपन्नतेचं प्रतीक असल्याचा अभिमान एकाएकी गळून गेला आणि त्याची जागा भयानं व्यापली. भीष्मांचं ब्रह्मचर्य आणि कुंतीच्या मुलांचं संयमी जीवन यांची तुलना केलीच, तर आपली बाजू चढ ठरते, या विचारावरही विसंबण्यास त्याच्या मनानं नकार दिला.

किती तरी वेळानं गाढ झोप लागली. पण एकाएकी जाग आली.

स्वप्न? अस्पष्ट काही तरी– आपली सगळी मुलं एकेक करून युद्धात चिरडली जात आहेत...

फक्त अशीच स्वप्नं. हे काही सत्य नाही, स्वप्नंच आहे, अशी स्वत:ची समजूत घालून तो कुशीवर वळला. जलबाधेसाठी जायची भावना झाली. दासीला बोलावून तिच्या आधारानं जायचं– नको वाटलं. तसाच पुन्हा झोपायचा प्रयत्न करू लागला.

ती घोरत नाही. पण तिला झोप लागली आहे... की जागी असेल? थू:! वय झाल्यावर जलबाधा आवरताही येत नाही.

त्यानं दासीला हाक मारली. कुणीही आलं नाही. पुन्हा मोठ्यानं दोन-तीन

हाका मारल्या. सुस्मिता उठून आली.

गांधारी कुरकुरली,

"हे काय! माझ्या झोपेचा सत्यनाश झाला की!"

जलबाधा उरकून येऊन अंथरुणावर बसला.

एवढ्या शक्तीचं मूळ ब्रह्मचर्य असतं, त्याला कारण काय असावं?

एक अनामिक समाधान मनात तरळून गेलं.

विदुरच बरा. अशा शंकांना छान उत्तरं देतो. आज दिवसभरात तो आला नाही. उद्या त्याला निरोप पाठवायला पाहिजे.

गांधारीचा श्वासोच्छ्वास संथ चालला होता. तरीही तिला गाढ झोप लागली असेल, याविषयी त्याला संशय वाटला. एकाएकी एकाकीपणाची भावना व्यापून गेली.

विदुर येईल का? कुंतीनं काही तरी चहाडी करून त्याचं मन कलुषित केलं असेल का? जाऊ नको, असा हट्ट धरला असेल का?

पहाटेच्या नीरव शांततेतही त्याचा डोळा लागला नाही.

पुन्हा सुस्मिता आली, तेव्हा तो म्हणाला,

"एक रथ घेऊन जा. विदुराला म्हणावं, तुझ्या भावाला बरं नाही. तू आला नाहीस तर तो जगणार नाही, असंही सांग."

थोड्या वेळानं रथ माघारी आल्याचा आवाज. पावलांचा आवाज. फक्त सुस्मितेचा नव्हे. हो– विदुराच्या पावलांचाच आवाज हा. आत आलेल्या विदुरानं विचारलं,

"काय झालं?"

चटकन उठून बसत धृतराष्ट्रानं बाहू पसरले आणि म्हटलं,

"जवळ ये..."

विदुराची छाती, खांदे, मान गळा किती उबदार आहेत!

धृतराष्ट्राच्या दृष्टिहीन डोळ्यातून ओघळणारे अश्रू पाहून विदुराचे डोळेही पाणावले.

❑

"आज तीन दिवसानंतर येतोहेस, संजया! बातमी न समजल्यामुळं आम्ही किती कातर होऊन गेलो आहोत! तू दररोज येऊन बातमी सांगावी, म्हणूनच तुला दोन घोडेही दिलेत ना?"

"सांगण्यासारखं काही नसेल, तर नुसता धावत येऊन काय करू? आज सांगण्यासारखं घडलं. आजपासून खऱ्या अर्थानं युद्ध सुरू होईल." घाम पुसत

संजय दासीकडे वळला आणि तिला म्हणाला, "पन्हं किंवा काही तरी दिलंस, तर बोलायला शक्ती येईल. पोटात भुकेचा डोंब उसळलाय् नुसता, महाराजा, बसून बोलायला परवानगी आहे ना?"

"बैस, बैस. दासी, एक पाट दे पाहू बसायला. प्यायला मधमिश्रित पाणीही दे. थोड्या लाह्या, मध, दूधही दे त्याला. स्वयंपाक्याला म्हणावं, आज हा इथंच जेवेल..." एवढं एका दमात सांगून धृतराष्ट्रानं विचारलं, "संजया, आजपर्यंतची काय बातमी!"

पाटावर खांबाला टेकून बसलेला विदुर म्हणाला,

"स्पष्टपणे सांग. गेल्या खेपेला सांगितलं, तसं."

"युद्ध-भूमीतून भीष्मांची निवृत्ती. द्रोण सेनापती होण्याची शक्यता. दुर्योधनाच्या सेनेची झालेली हानी. पांडवांचं युद्धतंत्रातलं कौशल्य." संजयानं एका दमात महत्त्वाच्या बातम्या सांगितल्या आणि नंतर त्याच बातम्या तो सविस्तरपणे सांगू लागला.

"आज युद्धाला सुरुवात होऊन चार घटका झाल्यावर पितामहांनी आपण युद्ध करत नसल्याचं सांगितलं. त्यांनी सेनापतिपदावरून निवृत्त होत असल्याचीही घोषणा केली आणि आपला रथ युद्धभूमीवरून माघारी वळवण्याची आज्ञा सारथ्याला दिली. तिथून आपल्या शिबिरात न जाता युद्ध-क्षेत्राच्या मागच्या बाजूला, जिथं युद्धाचा गोंधळ किंवा धुरळा पोहोचत नव्हता, मेलेल्या हत्ती-घोड्यांच्या सडलेल्या देहांची दुर्गंधी येणार नाही, इतकं मागं... पण कितीही मागं गेलं, तरी पूर्वाभिमूख वाऱ्यामुळं दुर्गंधीपासून सुटका होणं अशक्य असल्याचं लक्षात आलं, तरी दूर गेल्यामुळं त्याची तीव्रता बरीच कमी झाली होती. खूप अंतरावर गेल्यावर पाण्याचा पुरवठा करणाऱ्या सरोवरापाशी गेल्यावर तिथल्या एका वृक्षाखाली बसले आहेत आणि अन्न-पाण्याचा त्याग करून त्यांनी देहत्याग करायचा निश्चय केला आहे. सेनापती नसलेल्या युद्धभूमीवर कर्णानं प्रवेश केला आहे. युद्ध सुरू आहे... एवढं कानावर येताच मी निघालो."

"असं का केली त्यांनी?" विदुरानं विचारलं.

अखंड ब्रह्मचारी, पौरुषाची परिपूर्ण मूर्ती असलेले थोरले काका समर्थपणे युद्ध तडीस नेतील, अशी आशा असलेल्या धृतराष्ट्राला बसलेला हा धक्का काही लहान-सहान नव्हता.

गांधारीही अवाक् होऊन ऐकत होती.

"शत्रूच्या शिबिरात सोडलेल्या आपल्या हेरांनी आणलेली याच संदर्भातली बातमी अशी : भीष्म सेनापतिदावर असेपर्यंत काहीच निर्णायक घडणार नाही, हे पांडवांच्या लक्षात आलं. पाचजणांपैकी कुणीच शत्रूवर त्वेषानं हल्ला करत

नव्हतं. पितामहांनी युद्धाचं स्वरूप अशाच प्रकारे योजलं आहे. पितामहांवर चढाई करून त्यांना ठार करणंही पांडवांना शक्य नव्हतं. किती केलं, तरी त्यांनीच पांडवांना लहानाचं मोठं केलं. शिवाय हातात शस्त्र घेऊन युद्ध करणाऱ्याला ठार करता येईल. रथात गादीवर बसून, उशीवर रेलून, फक्त सल्ला– सल्ला तरी कुठला, म्हणा! तेही इतरच सगळे करत होते. अशा वृद्धाला मारायचं तरी कसं?''

''अशा प्रकारे सगळे पांडव गोंधळून गेले असता त्यांच्या बाजूला असलेल्या यादव कृष्णानं एक युक्ती सांगितली, म्हणे. भीष्माला ठार करून सूड उगवण्यासाठी अग्नि-प्रवेश करून द्रुपदाच्या पोटी शिखंडीच्या रूपानं जन्म घेतलेल्या अंबेच्या हाती... पुरुषही नाही आणि स्त्रीही नाही, अशा द्रुपदाच्या थोरल्या अपत्याच्या हाती... आजच्या युद्धाचं नेतृत्व दिलं, तर ईप्सित साध्य होईल, असा विचार करून त्यानं 'आज शुत्रपक्षाच्या सेनानीचा मृत्यू अटळ आहे, त्यासाठी जन्मलेला विशेष मानव आज आपला सेनापती असेल', असा प्रचार करून आपल्या सैनिकांना उत्तेजित केलं...''

''अंबा?'' मध्येच गांधारीनं विचारलं.

''तुला ठाऊक नाही, ती थोरल्या काकांच्या क्रूरपणाची कथा? माझ्या आणि पांडूच्या आईपेक्षा ती थोरली. काकांनी त्या तिघींनाही स्वयंवर-मंडपातून दोरखंडानं हात-पाय बांधून रथात टाकून इथं आणलं...''

''सगळं ऐकलंय्! खूप कौतुक ऐकलंय् तुझ्या थोरल्या काकाचं! फक्त तिचं नाव लक्षात नव्हतं, म्हणून विचारलं, एवढंच!'' गांधारी म्हणाली.

तिच्या बोलण्यातला आणि आवाजातला स्पष्टपणे दिसणारा तिरस्कार... धृतराष्ट्राला तो जाणवला, तरी त्याचा नेमका अर्थ त्याच्या लक्षात आला नाही. युद्धाची हकीकत ऐकत असताना त्याविषयी विचारत बसणं त्याला योग्य न वाटून तो पुन्हा संजयाकडे वळला.

''मग पुढं काय झालं?''

''तो दूध-लाह्या खात आहे.'' विदुर उत्तरला.

घाईघाईनं, गपागप लाह्या-दूध खाणाऱ्या संजयाला मध्येच हसू आलं. तोंडातला घास भोवताली उधळून जोराचा ठसका लागला. 'अरे, सावकाश...' म्हणणाऱ्या विदुराकडे लक्ष न देता वर छताकडे पाहत, ठसका आवरत, मध्येच येणारं हसू आवरत तो पुढं सांगू लागला,

''मीही कुतूहलापोटी पुढं जाऊन पाहिलं. लांबूनच. वरचं छत नसलेल्या उंच रथावर उभा असलेला शिखंडी. कमरेखाली बायकांसारखं लुगडं आणि वर पुरुषांसारखं कवच. डोक्यावर वीरपुरुष घालतात, तसं उष्णीष आणि मागे

सोडलेली लांब वेणी! लचकणारी कंबर! राणीवासाच्या मनोरंजनासाठीच योग्य असलेला शिखंडी हातात धनुष्य-बाण घेऊन आपल्या विचित्र आवाजात गर्जना करत होता, 'अरे, ए मस्तवाल भीष्मा! मला, अबला स्त्रीला पकडून आणून देशोधडीला लावलंस– माझा सत्यनाश केलास! आता तुला संपवायला स्त्रीत्वाचा त्याग करून आले आहे. पुरुष असशील, तर हातात धनुष्य-बाण, तलवार, खंजीर किंवा गदा घेऊन द्वंद्व-युद्धासाठी ये! माझं आव्हान स्वीकारायचं धैर्य नसेल, तर जमिनीला हात लावून नमस्कार कर!' त्या नपुंसकाच्या या वल्गना. एकाकडून दुसऱ्याला, तिथून तिसऱ्याला अशा प्रकारे दोन्ही सैन्यात पसरल्या. सगळीकडे जो हास्याचा महापूर लोटला, तो अर्धी घटका झाली, तरी ओसरला नाही! दहा दिवसांपासून युद्धभूमीवर असलेल्या त्या घोर युद्धात दोन्हीकडच्या सैनिकांची मोठीच करमणूक झाली! सगळ्यांना तेच हवं होतं, की काय, कोण जाणे! पुढच्या रांगेतून उठलेलं हसू ऐकून विचारणाऱ्या मागच्या रांगेतल्या सैनिकांना प्रत्यक्ष पाहिल्या-ऐकल्यापेक्षाही रसभरित वर्णन करून सांगत होते आणि ते ऐकून मागच्या रांगेतल्या सैनिकांचीही हसून हसून मुरकुंडी वळत होती. संपूर्ण यद्धभूमी म्हणजे खो खो हास्याचा समुद्रच होऊन गेला. मी भीष्मांकडे वळून पाहिलं. या सगळ्या प्रकारामुळं त्यांचा अपमान झाला, की काय, कोण जाणे! नपुंसकाशी युद्ध करणं त्यांना अपमानास्पद वाटलं, की प्रेतात्म्यांना आपल्यापेक्षा अधिक शक्ती असते, म्हणून भीती वाटली, कोण जाणे! काही का असेना, जेव्हा सगळ्यांचं हसणं अनावर झालं, तेव्हा त्यांनी त्यामागचं कारण विचारलं. पुढं जाऊन सारथ्यानं शोध लावला, तेव्हा तोही हसू लागला. हास्याच्या लाटांवर लाटा उसळू लागल्या. काही जण धनुष्य खांद्याला लटकवून, टाळ्या वाजवत खिदळत होते, तर काही जण शिखंडीसारखे कंबर लचकावून नाचू लागले! बेशिस्तपणे नाचणाऱ्या आपल्या सैनिकांकडे पाहून भीष्म गंभीर झाले. काही क्षण ते अंतर्मुख झाले. नंतर उभे राहून गरजले, 'या भीष्माला भय म्हणजे काय, ते ठाऊक नाही! पण नपुंसकाचं आव्हान हा भीम कधीच स्वीकारणार नाही. मी महासेनापतिपदापासून निवृत्त होत आहे. सारथी, रथ माघारी घे.' सैन्यात गोंधळ माजला. त्यातच शत्रुपक्षातले काही जण ओरडले, 'शिखंडी जवळ येऊन हात धरेल, म्हणून घाबरला ब्रह्मचारी!' या बोलण्यावर शत्रूच्या सैन्यात पुन्हा हास्य-कल्लोळ उडाला. अखेर शुत्र-सैन्याच्या पुढच्या बाजूला असलेल्या अर्जुनानं एकामागोमाग एक असे पाच बाण आकाशात सोडून सैन्याचं लक्ष आपल्याकडे वेधून घेतलं आणि गरजला, 'पूज्य पितामहांच्या बाबतीत कुणी असं बोलाल, तर खबरदार! हसू नका!' यावर थोडी शांतता पसरली, तरी कुजबुज आणि हसणं सुरूचं होतं. काही का असेना, एक नपुंसक आजच्या

युद्धातला महान वीर ठरला! मीही भीष्मांच्या पाठोपाठ बाहेर पडलो. त्यानंतर कर्णानं युद्धभूमीवर प्रवेश केल्याचं कानावर आलं. प्रत्यक्ष पाहिलं मात्र नाही.''

युद्धातल्या बाकी घटना लगेच न आठवल्यामुळं संजय बोलणं संपवून उभा राहिला. लाकडी पात्रातल्या दूध-लाह्या खायचं विसरून.

भीष्मांच्या निवृत्तीमुळं धृतराष्ट्राच्या मनात भीती उमटली होती.

त्यांना मारण्यासाठीच अंबेनं जन्म घेतला आहे. तोही आपल्या वैऱ्याच्या... द्रुपदाच्या पोटी! मित्रही, वेळ आली, की शत्रूचाच आश्रय घेतात, तसं! पण नपुंसक म्हणजे कशी अवस्था म्हणायची? पुरुषही नाही आणि स्त्रीही नव्हे, एवढं तर त्यालाही ऐकून ठाऊक होतं, पण याहून स्पष्ट शब्दात कोण समजावून सांगणार? पाठोपाठ आठवलं, द्रोणाला मारण्यासाठी धृष्टद्युम्नानं विशेष अग्निपूजा केली आहे, म्हणे. शिखंडी असला, म्हणून काय झालं, भीष्मांनी युद्धभूमी सोडायला नको होती.

विदुरानं विचारलं,

''भीष्मांच्या नायकत्वाखाली काय काय घडलं?''

''कसं सांगू? गेल्या दहा दिवसांच्या युद्धात मृत झालेल्या आणि हात-पाय-दंड मोडून विव्हळत रक्ता-मासांच्या चिखलात पडलेल्या सैनिकांचा कोण हिशेब ठेवणार? जिथं दिवसभर युद्ध चालत होतं, तिथं दुसऱ्या दिवशी युद्ध करणं शक्य नाही. माणसांची प्रेत, मेलेल्या हत्ती-घोड्यांचे मृतदेह सडल्यामुळं तिथलं आणि भोवतालचं वातावरण दुर्गंधीनं भरून जातं. पण म्हणून फार दूरही जाता येत नाही. कारण सामान आणि शस्त्रं आणून पोहोचवणं काही फारसं सोपं काम नाही. शिवाय आपण बाजूला गेलो, तर शत्रू आत शिरेल, ही भीती! शत्रूकडचे बरेच सैनिक मरण पावले आहेत. पण आपली नुकसानी फारच झाली आहे. सुरुवातीला आपलं सैन्य अकरा भाग, तर त्यांचं सात भाग होतं. आता दोघांचंही समप्रमाणात राहिलं आहे. आता दोघांचंही सैन्य पाच-पाच भाग राहिलंय्. असं द्रोण म्हणाले.''

''एवढं सैन्य नष्ट झालं?'' खोलीबाहेर ऐकू जाईल, एवढ्या मोठ्यानं किंचाळत धृतराष्ट्रानं विचारलं, ''पण असं कसं होईल? एवढे उत्तुंग शिखरासारखे थोरले काका असताना?''

''पांडवांचा तडाखाच एवढा जबरदस्त आहे! त्या तडाख्याच्या निव्वळ भयानंच घाबरगुंडी उडून एकमेकांवर पडून गोंधळ उडाला. त्या गोंधळातच किती तरी जण मेले, तर किती तरीजण पळून गेले, म्हणे. धनुष्य पेलण्याचीही शक्ती नसलेल्या वृद्धाच्या नेतृत्वाखाली जिंकणं अशक्य आहे, असं वाटून किती तरीजण घाबरूनच गेले! शिवाय त्यांचा भीम आहे ना! जिवाची किंचितही पर्वा

न करणाऱ्या पन्नासजणांची एक तुकडीच केली आहे त्यानं. ही तुकडी एका जागी उभी राहून युद्धच करत नाही. सरळ आपल्या सैन्यात घुसून तुटून पडते. त्या भीमाच्या हातात तर एक लांबलचक वजनदार गदा असते. तो सैन्यात घुसून सरळ हत्तींवर चालून जातो. त्याच्या त्या गदेचा एक तडाखा मस्तकावर बसला, की हत्ती तिरमिरून जातात! वेडे होतात आणि आपल्याच सैन्यावर तुटून पडतात. माहुतांच्या सूचनांनाही जुमानेनासे होतात. अर्जुनाच्या नेमबाजीविषयी तर बोलायचीच सोय नाही! हत्तींच्या बारीक डोळ्यांमध्ये तो नेम धरून बाण मारतो आणि आपले हत्ती आपल्याच सैन्याचा चेंदामेंदा करत सैरावैरा धावू लागतात. आपण जमवलेले हत्तीच आता आपले सगळ्यांत मोठे शत्रू होऊन बसले आहेत.'' काही तरी आठवण्यासाठी संजय थांबला आणि पुन्हा सांगू लागला, ''हत्ती म्हटला, की भीम आणि भीम म्हणजे हत्तीची आठवण! माझ्या डोक्यात तर या दोहोंचा गोंधळच होऊन जातो! त्यानं आतापर्यंत तुझ्या सतरा मुलांना ठार करून भिरकावून दिलं आहे. तेही मला इतरांकडून समजलं...''

त्यानं पुढं काही सांगण्यासाठीच गांधारीनं किंकाळी फोडली.

संजय, धृतराष्ट्र, विदुर घाबरून गेले.

दासी धावून आली. गांधारीची डोळ्यांवरची पट्टी ओली झाली होती. संजयाला आपल्या चुकीची जाणीव झाली. स्वत:ला सावरून त्यानं गडबडीनं खुलासा केला.

''देवी, मी सांगितलं, महाराजाची सतरा मुलं मेली, म्हणून. त्यात तुझा एकही नाही. तुझी मुलं क्षेम आहेत.''

एवढ्या अवधीत दासीनं जवळच्या भांड्यातलं पाणी गांधारीच्या डोक्यावर थापलं होतं.

संजयानं पुन्हा एकदा समजावून सांगितलं, तर ती कातरपणे विचारत होती,

''खरं सांग! माझ्या मुलांपैकी सगळे जिवंत आहेत ना?''

''खरं सांगतो, देवी!'' तो पुढं सांगू लागला, ''परवा... म्हणजे युद्धाचा आठवा दिवस असेल. एकूण आठजणांना त्यानं ठेचून भिरकावून दिलं. सुनाभ, आदित्यकेतु, कुंडधारा, ब्रह्माशी, महोदर, अपराजित, पंडितक... एकूण कितीजण झाले?'' म्हणत पुन्हा तीच नावं बोटांनी मोजत म्हणाला, ''...सात नाही का! आणखी एक विसरलो नाव. त्यानंतर काल... किंवा परवा. मला नक्की आठवत नाही... नऊ जणांना तसंच मारलं. व्युधोरस्क, कुंडलिनी, अनाधृष्टि, कुंडभेदी, दीर्घबाहू, शिवाय... महाराजा, एकही नाव विसरू नये, म्हणून रस्ताभर पुटपुटतच आलो; पण आता नेमकी ती निसटून जाताहेत... हो, कनकध्वज– त्यानंतर– कोण बरं? आठवत नाही. आठवलं, की धावत येऊन सांगेन.''

संजय आठवण पिंजून नावं शोधत होता, त्याच वेळी धृतराष्ट्र महाराजाचं मनही आठवणी धुंडाळत होतं.

कुठली ही सगळी नावं? कुणी ठेवली? माझीच मुलं असतील, नाही तर संजयानं इतक्या निश्चितपणे सांगितलं नसतं. पण यांच्या आया कोण? हे सगळं फक्त संजयच चौकशी करून सांगू शकेल. दासीला नाव विचारून ते लक्षात ठेवण्याची आपल्याला कुठं सवय होती? अलीकडेच नाव विचारावंसं वाटतं. सुरुवातीला काही नावं लक्षात होती; पण किती वर्षांपूर्वीची हकीकत, कोण जाणे! कशी लक्षात राहणार? त्यानं एकदम संजयाला विचारलं,

''या सगळ्यांची वयं काय होती?''

''पहिली आठ नावं सांगितली, त्यातला थोरला पन्नाशीचा आणि इतर सगळे त्याच्यापेक्षा दीड-दीड वर्षांनी लहान. आठहीजण एकाच आईच्या पोटची. सगळेजण मिळून भीमावर चाल करून गेले. त्याला ठार केलं किंवा पकडून आणलं, तर थोरला भाऊ काही तरी बक्षीस देईल, असं त्यांना वाटलं असावं. त्यानं मात्र सगळ्यांना ठार करून त्यांची मुंडकी कौरवसेनेत भिरकावून दिली. रक्ताची धार लागलेली मुंडकी एकापाठोपाठ एक येऊन पडत असलेली पाहून सगळे सैनिक भेदरून गेले... दुसऱ्या दिवशी मारले गेले, ते नऊजणही एकाच आईच्या पोटचे. दुर्योधन महाराजानं भावंडांच्या अंगात जोश भरून पाठवून दिलं होतं, म्हणे. तीही...''

गांधारी मध्येच म्हणाली,

''कुणाची भावंडं! असं तो म्हणाला, की तूच सूतजातीचा गौरव करण्यासाठी मनचंच सांगतोय्स? महाराजाविषयी आदारनं बोलायला पाहिजे, हे लक्षात ठेव.''

कोनाड्यात संथपणे जळणारी पणतीची ज्योत वेडीवाकडी झाली. बाहेरच्या दारात उभी असलेली दासी आत आली आणि काजळी झटकून तिनं वात नीट केली. आत नि:शब्दता भरून राहावी, एवढी ज्योत मोठी झाली.

विदुर म्हणाला,

''हे काही संजय आपल्या मनचं सांगत नाही, दुर्योधनानं भर राजसभेत गर्जना केली होती, ते पाच असतील, तर आम्ही शंभर आहोत. ते चालून आले, तर आम्ही त्यांना सहज नष्ट करू...''

गांधारी काही बोलली नाही.

महाराजाचं मन कुतूहलात मग्न होतं. देवी गांधारीच्या पोटी जन्मलेले चवदा आणि एक मुलगी. हा हिशेब निश्चित आहे. मग उरले किती?

''विदुरा, शंभरातले चौदा गेले, तर किती राहिले?''

संदर्भ नीटसा लागला नाही, तरी विदुर उत्तरला,

"शहाऐंशी."

आपली ही भावंडं शहाऐंशीच आहेत... त्याहून कमीही नाहीत आणि जास्तही नाहीत... हा हिशेब या दुर्योधनाला कसा ठाऊक? की त्याचाच हिशेब बरोबर असेल? मला तरी कुठं आठवतं? त्याला गरज होती, म्हणून त्यानं हा हिशेब केला असेल. आणि मला?

महाराजा विचारात गढून गेले असताना संजय म्हणाला,

"इथं येण्याआधी बायकोला फक्त तोंड दाखवून आलो. घोड्यावरून उतरलोही नाही. घरी जाऊन झोप घेईन. उद्या विश्रांती घेऊन, परवा... नाही, नाही. उद्याच पुन्हा युद्धभूमीवर जाईन. आता अनुमती द्यावी."

❑


झोप लागून जेमतेम घटका गेली असेल, नसेल, एवढ्यात एकाएकी जाग येऊन धृतराष्ट्रानं मोठ्यानं हाक मारली.

"दासी..."

पेंगत असलेली दासी दचकून जागी झाली आणि धावत जवळ आली. त्यानं तिला विचारलं,

"दिवा जळतोय्?"

"होय, महाराजा."

"खोटं सांगतेस!"

"कसं पटवून देऊ, महाराजा! महाराणीला जागं करून खात्री करावी म्हटलं, तर तिलाही दिसत नाही. आता इथं दुसरी कुणी दासीही नाही."

"मग वास कसा येत नाही?"

"दिवा लावताना वास येतो. विझल्यावर तर नाकपुड्या भरून जातील, एवढा वास येतो. पण दिवा शांतपणे आपल्यापुरता जळत असताना कसा वास येईल?"

हिच्याशी वाद घालून काय करायचं, या विचारानं तो गप्प बसला.

ती निघून गेल्याचं समजलं.

आपण झोपेत बडबडलो का? अथवा... अथवा... अशी कशी एकाएकी जाग आली?

त्यानं कूस बदलली. निःशब्दता.

मध्यरात्री हे असंच असायचं.

एकाएकी राजवाड्यात आणखी कुणीच नसल्याची जाणीव झाली.

मुलं, नातवंडं, सुना– मागच्या सूतवस्तीतही कुणी पुरुष नाही, म्हणे. विदुरच म्हणाला होता. एवढ्या मोठ्या राजवाड्यात मी एकटाच!... हिला जाग आली नसेल? एवढा ओरडलो, एवढ्या मोठ्यानं दासीबरोबर बोलत होतो, तरी? घोरण्याचा आवाज ऐकू येत नाही. झोप लागल्याचा संथ श्वासोच्छ्वासही ऐकू येत नाही. मुद्दामच मला असा एकटा ठेवते ही!

राग आला, तरी तिला तसं म्हणावंसं वाटलं नाही.

दासीच एवढा वाद घालते, मग...

ती आठवण येताच तो थोडा अस्वस्थ झाला. पुन्हा स्वत:चीच समजूत घातली,

तिला नक्कीच झोप लागली असेल.

पुन्हा झोपायचा प्रयत्न केला, तर झोप लागणार नाही. असा मनानं स्पष्ट निर्वाळा दिला.

भीष्मांसारखे महान ब्रह्मचारी शिखंडीला घाबरले... का? त्यांनी युद्ध केलं नाही. भीष्मांनी यात एवढा अपमान का समजावा? शिखंडी म्हणजे काय?

त्यांचं मन चरफडू लागलं.

अकरा भागांपैकी सहा भाग नष्ट होऊन पाच भाग सैन्य राहिलंय्, म्हणे. त्यांचे फक्त दोन भाग नष्ट झाले आहेत, म्हणे.

या आठवणीसरशी सर्वांगाला सूक्ष्म कंप सुटला.

त्या भीमाचं ते नरडं! द्यूतसभेत किती मोठ्यानं ओरडला तो! मला तर त्या वेळेपर्यंत माणसाचा आवाज एवढा मोठा असतो, हेच ठाऊक नव्हतं!

त्या गर्जनेच्या आठवणीसरशी पोटात कसं तरी झालं! अगदी असह्य कळ नसली, तरी मूक यातना.

सकाळी, दुपारी किंवा संध्याकाळी खाण्यात काय आलं होतं?

त्यानं आठवायचा प्रयत्न केला. घट्ट मांस किंवा न शिजवलेलं धान्य यातलं काहीच खाल्लं नव्हतं. तशी शक्यताही नव्हती. दात नसल्यामुळं गेली सात-आठ वर्षं मांसाचं पाणीच पीत असल्याचं आठवलं.

अंहं, ही पोटदुखी नव्हे. फक्त पोटातच नव्हे, हात-पाय-डोकं-छाती सगळ्या शरीरातच कसं तरी होतंय्. दासीला हाक मारायला नको. नेहमीच हिडीसफिडीस करते ही.

पुन्हा उताणा होऊन झोपेची आराधना करू लागला.

मेलेल्या सतरा मुलांची आठवण झाली. एकाच वेळी.

आधी आठ. नंतर नऊ. एकेका वेळी एवढी मुंडकी उडवली, म्हणे, आमच्या सैन्यात!

आत भीतीनं कापरं भरल्यासारखं झालं होतं. त्याचबरोबर आतून होणारी पोटातली डचमळ.

हो. पोटदुखी नव्हे. अस्वस्थता.

काहीच सुचेना.

कोणती नावं ती? संजयानं सांगितलं, पण तेव्हा तिकडं लक्ष नव्हतं. त्यालाच नीटसं आठवत नव्हतं. मग मला कुठून आठवणार? पोटातली डचमळ पित्तामुळं असले का? लेह किंवा पन्हं घेतलं, तर? पण आता दासीला त्यासाठी पाठवायचं, म्हणजे संपूर्ण राजवाडा रिकामा? राजवैद्याला बोलावून... पण तो तरी आहे, की युद्धभूमीवर गेलाय्? आठ भावंडं, म्हणे. एकाच आईच्या पोटची, म्हणे. थोरला... किती? हो. पन्नास वर्षांचा... कोण असेल त्याची आई? सुनाभि? दीर्घकेशी? अथवा... अं... नावंच आठवत नाहीत. किती वर्षं झाली, कोण जाणे! वय झाल्यावर खाशी सेवा चुकवून इतर कामांवर पाठवून... जिवंत तरी आहे, की नाही? थोरला पन्नास वर्षांचा, म्हणजे तिचं वय साधारण पंच्याहत्तरीचं असेल. कुणाचीच नीट आठवण नाही. कसं आठवणार? त्यांच्यांतला फरकही आवाजावरून... मृदु, रडवा, चिडवल्यासारखा, ठाम आवाज... शरीरातल्या फरकावरून, उंची, जाडी, अवयवांच्या घट्टपणावरून जाणून घ्यायचा! एकमेकींचा मत्सर करत, आपण होऊन पुढाकार घेऊन येणाऱ्या दासींपैकी कुणाची आठवण राहणं शक्य आहे? फक्त विशाखेची आठवण. प्रेमळ स्वभावाची विशाखा. पण तिचा मुलगा युयुत्सु शत्रुपक्षाकडे निघून गेला, म्हणे. माझा मुलगा... माझ्या रक्तापासून झालेला! आणि माझ्याशी द्रोह! नीचपणाची साक्षच ही! युद्धात आधी तो ठार व्हायला पाहिजे. सतराजणही माझ्याच रक्ताचे...!

पोटातली वेदना उन्मळून वर आली. तिची नेमकी जाणीव होण्याआधीच ती हुंदक्याच्या रूपानं बाहेर पडली. हुंदक्याच्या पाठोपाठ पोटातली अस्वस्थताही कमी झाल्यासारखी वाटली. जीव पिळवटून टाकणारी नि:शब्दता.

दिवा जळत असावा. नाही तर तिनं का एवढा वाद घातला असता? संजय आला, की सगळी नावं विचारून घ्यायला पाहिजेत. त्यांच्या आयांचीही नावं. जिवंत आहेत, की नाहीत, कोण जाणे! किती तरी दासी मुलांना जन्म देता देता लवकर मरतात, म्हणे. देवी गांधारी पंधरा मुलांना जन्म देऊन नाही का जगली? काही का असेना, संजय आला, की... शेजारी झोपलेल्या बायकोचा राग आला. माझा हुंदका ऐकू आला, तरीही ही... म्हणजे हिला खरोखरच झोप लागली असेल का? संजय बोलत असतानाच संतापून... थू:! ही कसली बाई!

तो कुशीवर वळला. झोप येत नव्हती. थोड्या वेळात जलबाधेला जाण्याची भावना झाली. शिवाय मलबाधाही. त्यानं दासीला हाक मारली.

एक हाक मारताच पावलांचा आवाज आला. म्हणजे झोपली नाही.

तिनं दंड धरला. नेहमीच्या जागी गेल्यावर त्यानं विचारलं,

"राख घेतलीय्, की नाही?"

"नेहमीच घेतलेली असते." ती उत्तरली.

पण मल-वित्सर्जन झालं नाही. वायू गेल्यामुळं हलकं वाटलं. उठून चार पावलं आल्यावर त्यानं विचारलं,

"सुस्मिता, संजय सांगत होता, तेव्हा तूही ऐकत होतीस ना?"

"थोडं-फार कानावर आलं."

"आठ नावं सांगितली त्यानं. भावंडंच. भीमानं एकापाठोपाठ ठार केलं, म्हणे, त्यांना! त्यांची नावं तुझ्या लक्षात आहेत का?"

"सुनाथ, अर्त्यकेतु, ब्रह्माशी, कुंडधारा, महोदर, अपराजित, पंडितक, विशालाक्ष..."

"खरी हुशार आहेस तू! संजय सुद्धा मध्ये विसरला होता. पण तू मात्र सगळी नावं सांगितलीस. शिवाय त्यानं न सांगितलेलंही सांगितलंस! तुला कशी लक्षात राहिली ही नावं?"

"माझ्या घरापाशीच त्यांचं घर आहे. त्यानं नंतर आणखी नऊ नावं सांगितली, त्यांचंही घर आमच्या घरामागंच आहे. हवं तर त्यांचीही नावं सांगते."

"त्यांच्या आयांची नावं काय?"

"आता कशाला हवीत ती?"

"माझी ही मुलं तर मरून गेली. निदान त्यांच्या आयांना बोलावून त्यांचं सांत्वन तरी..."

ती फिस्स्कन् मध्येच हसली, तसा धृतराष्ट्र बावचळल्यासारखा झाला. त्यानं विचारलं,

"का हसलीस?"

"महाराजा! देवला, पाटली, अश्विनी यांच्या पोटी जन्मलेलं कुठलं मूल आपलं असल्याचा निर्वाळा कुठला पुरुष देऊ शकेल! त्यांच्या कथा आई सांगायची मला. शिवाय दासी गरोदर राहिली, की राजकुटुंबातल्या पुरुषांची नावं सांगून आपल्या मुलाला मोठेपणा मिळवून देण्याची आमच्याकडे पद्धतच असते. त्यात तुला तर दिसतही नाही. कितीजणी किती वेळा तुझं नाव सांगतात, कुणास ठाऊक! शिवाय मुलगा जन्मला, की राजाचं नाव सांगायचं आणि मुलगी जन्मली, की दुसऱ्या कुणाचं तरी नाव सांगायचं, अशीही आमच्याकडे सर्वमान्य पद्धत आहे. कारण आपल्या वडिलांपासून झालेली मुलगी म्हटली, की राजकुमार तिला सेवेसाठी ठेवणार नाहीत ना! मग उपाशी मरायचीच पाळी. माझी आई

जिवंत असती, तर तिनं तुझ्या नावानं जन्मलेल्या मुलांच्या संख्येचा नेमका हिशेब सांगितला असता!''

''खरं...?'' असं विचारताना त्याचे हातपाय कापत होते.

''अंगावर पांघरूण घे. थंडी आहे. चल, झोप! चल.'' जांभई देत सुस्मिता म्हणाली.

अंथरुणही नि:शब्दतेप्रमाणे थंड होतं. पांघरूण पांघरल्यावर किती तरी वेळानं उबदार वाटलं. उद्यापासून खोलीच्या एका कोपऱ्यात निखाऱ्याची शेगडी ठेवायला सांगायला पाहिजे.

संपूर्ण दासी-कुलाचा त्याला राग आला.

नाव काय म्हणाली त्यांचं? देवला, पाटली, अश्विनी... हलकट रांडा!

मनोमन असंख्य शिव्यांचा भडिमार केला, तरी मनात निर्माण झालेली अपमानाची भावना कमी झाली नाही.

लग्न होईपर्यंत... लग्नही उशिराच झालं. अंधाला कोण मुलगी देणार? अखेर थोरल्या काकांनी हिला आणून दिली. तोपर्यंत स्त्रीसहवासाची चवच ठाऊक नव्हती. त्यानंतर भोगलेल्या दासींची संख्या कुणी लक्षात ठेवलीय्? त्यापैकी किती तरी जणी येऊन सांगायच्या, 'या पोटाला स्पर्श करून पाहा, महाराजा! तुझ्यापासून गर्भ राहिला आहे.' त्या पोटावरून हात फिरवताना किती अभिमान वाटत होता! जीवनात याहून मोठा आनंद कोणता? सुस्मितेनं सांगितलेलं खरं असेलही; पण माझ्यापासून झालेली मुलंही काही कमी नाहीत. काही दासी असा खोडसाळपणा करत असल्या, तरी माझ्या अनुभवातल्या सत्याचं निराकरण का करायचं?

या विचारासरशी थोडं समाधान वाटलं. तेच घट्ट धरून त्यानं झोपायचा प्रयत्न केला.

किती तरी वेळ असाच तळमळून काढल्यानंतर पापण्या मिटल्या. त्याचंच रूपांतर निद्रेत झालं.

❑

सकाळी उठल्यावर गरम पाण्यानं अंघोळ करून, दासीचा हात धरून धृतराष्ट्र हवन-शाळेत गेला. दररोज शक्य तितक्या वेळा इंद्रसूक्ताचं पठन करून आज्य अर्पण करायचा त्यानं आदेश दिला. युद्धात आपल्या सैन्याचा विजय व्हावा, म्हणून त्यानंही इंद्राची प्रार्थना केली.

तिथून बाहेर येऊन आपल्या खोलीत आला. जेवण उरकत आलं, तरी गांधारीचं मौन असल्याचं त्याच्या लक्षात आलं.

काही तरी बोलण्यासाठी तो धडपडत असतानाच तिनं दासीला हाक मारली,

"दासी, इथं थंडी आहे. मला बाहरे उन्हात घेऊन चल, बघू."

धृतराष्ट्राच्या लक्षात आलं.

ती बाहेर गेल्यावर मुकाट्यानं पांघरूण घेऊन मंचकावर पडून राहिला. रात्री बोचणारी चिंता पुन्हा वर आली.

थोड्या वेळात पावलांचा आवाज आला. तो ओळखून धृतराष्ट्र आवेगानं म्हणाला,

"ये, ये! विदुर ना?"

"रात्री झोप लागली ना नीट? कसा आहेस पाहावं, म्हणून आलो होतो."

"इथंच जवळ ये. मंचकावर. नाही तर असं करू या... उन्हात थोडं फिरून येऊ या, चल."

"चल. मीच घेऊन जातो तुला."

मन हलकं हलकं व्हावं, असं सुखद उन्ह होतं.

धृतराष्ट्र म्हणाला,

"बंधो, आपण लहान असतानाही तू असाच माझा हात धरून गावाबाहेर नदीपाशी घेऊन जात होतास ना! आठवंतय् सगळं. असेच आणखी लांब फिरून येऊ या?"

विदुर उजव्या हातानं त्याचा दंड धरून चालला होता.

धृतराष्ट्रही न धडपडता व्यवस्थित पावलं टाकत होता.

विदुरानं विचारलं,

"महाराजा, आता कुठल्या दिशेनं जाऊ या? खालच्या बाजूनं गेलो, तर गावात जाऊ आणि सरळ गेलो, तर गंगेच्या काठावरून जाऊ या."

"किती वेळा सांगितलं, महाराजा म्हणू नको, म्हणून! लग्नानंतर कधीच गावात गेलो नाही मी. चल, तिथंच जाऊ या."

"पण कुठल्याही राजचिन्हांशिवाय? आणि रस्त्यानं पायी?"

क्षणभर धृतराष्ट्र गडबडला. नंतर म्हणाला,

"मी काही राजसिंहासनावर बसत नाही. चल."

मृदु माती, कचरा, अधून-मधून मल-मूत्राची दुर्गंधी, निःशब्दता.

धृतराष्ट्रानं विचारलं,

"विदुरा, हा वास कसला? कुणी स्वच्छता ठेवत नाही का?"

"घरात माणसं असली, तर स्वच्छतेचा प्रश्न! सगळे पुरुष युद्धावर किंवा युद्धाच्या कामासाठी गेले आहेत. या वस्तीतल्या बायकाही युद्धभूमीवर सेवा

करण्यासाठी गेल्या आहेत. घरात फक्त वृद्ध, लहान मुलं आणि आजारी माणसंच आहेत. तेही कुठल्या तरी एखाद्या घरात.''

''कसली वस्ती ही?''

''दासींचीं. त्यांची मुलं याला सूत-वस्ती म्हणतात.''

धृतराष्ट्राचा हात धरून विदुर दोन-तीनशे पावलं चालून गेला. नंतर उजवीकडे वळून थोडं चालल्यावर, पुन्हा उजवीकडे वळून, पुन्हा तेवढंच अंतर काटल्यावर डावीकडे वळला. तिथून थोडं गेल्यावर पुन्हा डावीकडे वळला. धृतराष्ट्रानं विचारलं,

''एकसारखा डावी-उजवीकडे वळवत कुठं घेऊन चालला आहेस?''

''या सूत-वस्तीचे एकूण पाच रस्ते आहेत. दोन्ही बाजूंना छोटी छोटी घरं, झोपड्या. सगळ्या रस्त्यांमधून आपण जात आहोत. का? पाय दुखले? राजवाड्यात परतायचं?''

काही तरी आठवत महाराजानं विचारलं,

''विदुरा, मी लहान असताना तू मला गावात फिरवून आणत होतास, त्या वेळी ही सूत-वस्ती नव्हती ना?''

विदुरही आठवू लागला. साठ-पासष्ट वर्षांपूर्वीची हस्तिनावतीची आठवण हळूहळू वर तरंगू लागली.

''त्या वेळीही सूत होते. पण त्यांची अशी स्वतंत्र वस्ती नव्हती. या जागी तेव्हा झाडं-झुडुपं होती. आता तू राहतोस, तो राजवाडा तरी तेव्हा कुठं होता? भीष्मांचं एकच भवन होतं. तुझी आई राहत होती, ते– हो. तोच राजवाडा होता. अलीकडे तुझ्या चौदा मुलांसाठी चौदा राजवाडे बांधले आहेत. तुम्हा सगळ्यांसाठी हव्या असलेल्या दासींसाठी राजवाड्याच्या मागची बाजू झाडं-झुडुपं तोडून जागा मोकळी केली होती. तिथं त्यांच्या झोपड्या होत्या. त्यांना मुलं होऊ लागली आणि पाहता पाहता ती सूत-वस्ती पाच मोठमोठ्या रस्त्यांनी भरून गेली. आता मला वाटतं, हस्तिनावतीत सूतांची संख्याच अधिक आहे.''

इथंही निःशब्दता नांदत होती. रात्री तर किर्रर्र शांतता. उन्हाचा चटका नसता, तर धृतराष्ट्राला दिवस आणि रात्रीतला फरकही जाणवणार नाही, अशी निःशब्दता! धृतराष्ट्रानं विचारलं,

''संपूर्ण सूत कुलच युद्धावर गेलंय् का?''

''हो. फक्त माझ्या घरातले सोडून.''

धृतराष्ट्राचं मन कडवट झालं. ते सावरण्यासाठी त्यानं विचारलं,

''पुरुष गेले, त्यात आश्चर्य नाही. पण बायकांनाही नेलंय् ना? चार दिवस बाईशिवाय काढणं शक्य नाही का?''

"ते तूच सांग!..." विदुर उत्तरला. नंतर काही तरी आठवून म्हणाला, "काल रात्री मी गेलो, तेव्हा संजय भेटला होता. तो सांगत होता– सैनिक मृत्यूनं घेरूनच राहत असतात. आजूबाजूचा, पुढचा-मागचा बाणाच्या मारामुळं, तलवारीच्या पात्यानं, हत्तीच्या पायाखाली चिरडून, पेटवून दिलेल्या अग्नीत होरपळून प्रत्येक क्षणी मरत असतो. त्या मृत्यूनं आपल्यावर झडप घातली नाही, हे एका दिवसापुरतं सुदैवच. मृत्यूनं घेरलेल्या सुदैवात जर स्त्री समोर आली, तर पिसाळल्याप्रमाणे तिच्यावर सगळे तुटून पडतात, म्हणे! मृत्यूचं अस्तित्व विसरण्याचा आणि दुसऱ्या दिवशी मृत्यूला सामोरं जाण्यासाठी धैर्य गोळा करण्याचा वेडा प्रयत्न हा!"

धृतराष्ट्र अंतर्मुख झाला होता. त्याच्या न कळत तो उद्‌गारला,

"खरंय्..."

विदुर पुढं सांगत होता,

"युद्धभूमीवर कितीही बायका पाठवल्या, तरी पुरेनाशा झाल्या आहेत, म्हणे! एरवी फक्त क्षत्रियांच्याच सेवेसाठी असणाऱ्या दासी आता सामान्य सैनिकांनाही दिल्या जातात. काही विशेष पराक्रम केला, तर त्या रात्री खास स्त्रिया दिल्या जातात, म्हणे. हे युद्ध कुणीही जिंकलं, तरी प्रत्येक दासी गरोदर राहील, यात शंका नाही. सगळे क्षत्रिय-वीर या युद्धात मरून जाणार आहेत. त्यानंतर हे गर्भ म्हणजेच त्यांची पुढची पिढी!"

बोलणं नीति-बोधाकडे वळू लागलं, तसा धृतराष्ट्र तिरमिरला.

याचं नेहमीचंच आहे हे! स्वतःला फार मोठा धर्मज्ञ समजतो! थोडी सवलत दिली, की कुत्रं मांडीवर चढून... पण आता त्याच्याशी तोडून वागलं, तर न टळणारा वेळ अंगावर येईल, याची जाणीव असल्यामुळं त्यानं कुठलेच कटु उद्‌गार काढले नाहीत.

पुढं चालत असताना समोरून घोड्यांच्या टापांचा आवाज ऐकू आला. समोरून एक घोडेस्वार दौडत येत असलेला दिसला. विदुराला महाराजाचा हात धरून येत असलेला पाहून त्यानं लगाम खेचला आणि तो खाली उतरला.

"कोण तू?" धृतराष्ट्रानं विचारलं.

"कर्ण महाराजाचा दूत."

"कर्ण कधी महाराजा झाला?"

"आम्ही त्याला तशी हाक मारतो. दुर्योधन महाराजानंही तशी परवानगी दिली आहे."

"कुठून येत आहेस?"

"युद्धभूमीवरून. त्याच्या घरी बातमी सांगायला. काल भीष्मांना

महासेनापतिपदावरून काढल्यानंतर द्रोणांना महासेनापती म्हणून अभिषेक करण्यात आला. कालपासून कर्ण महाराजा युद्धात उतरला आहे. त्याचा निग्रह असताना एकही हस्तिनावतीचा सूत युद्धात उतरला नव्हता. इथल्या एकाही दासीनं मनापासून उत्साहवर्धनाचं काम केलं नव्हतं. कालपासून मात्र दृश्य पालटलं आहे! आमचे सैनिक किती आवेशानं लढताहेत!''

''कुठं आहे कर्णाचं घर?''

''तिकडे... पुढच्या रस्त्याला. तो इथून दिसतो ना दोनमजली भव्य वाडा!''

सगळ्या सूतांनी कर्णाला पाठिंबा देऊन युद्धात भाग घेण्याचं नाकारल्याची बातमी विदुराला नवी होती.

संजयानं मुद्दामच ती बातमी आपल्यापासून लपवून ठेवली असेल का? ही बातमी त्याला ठाऊक नाही, असं होणं शक्य नाही. तोही सूतच.

सूत-समाजावरचा कर्णाचा हा प्रचंड प्रभाव विदुराचा थरकाप उडवून गेला.

संजयानं हे माझ्यापासून का लपवून ठेवलं असेल? मला मत्सर वाटेल, म्हणून? कुंतीनंही हाच आरोप केला होता माझ्यावर. माझ्या जातीतली ही माणसं मला मान देतील. पण त्यांचं प्रेम मात्र कर्णानंच हिरावून घेतलं आहे. मी तर त्यांच्यापासून दूर नदी-काठी एकटाच राहतो.

या जाणिवेसरशी तो पुन्हा एकदा थरकापला.

विदुर घरी परतला, तेव्हा दुपार झाली होती. कुंतीकडे पाहणं त्याला जमलं नाही. घरात बसून वेळ काढणंही अशक्य वाटलं त्याला.

उजव्या बाजूला सरोवर टाकून थोडं पुढं गेल्यावर रथ थांबवून सारथी खाली उतरला आणि गलितगात्र भीष्मांचा हात धरून त्यानं त्यांना रथातून खाली उतरवलं. ते पाण्याजवळ असलेल्या एका उंच जागेवर बसले. सारथ्यानं धावत जाऊन रथातली मऊ गादी आणून अंथरल्यावर ते त्या गादीवर बसले. उशीवर रेलत ते म्हणाले,

''आता मला काहीही नको. तू आता माघारी जा.''

तरी काहीही न बोलता तो तसाच उभा राहिला.

भीष्मांच्या मनात एकाएकी विचार आला.

मी क्षत्रिय आहे. अंथरुणावर पडून का मरायचं? त्यापेक्षा रथात बसून माघारी युद्धभूमीवर उभं राहिलं, तर एखादा बाण लागून वीरमरण येईल. पण कर्ण सेनापती असताना एखाद्या सामान्य सैनिकासारखं मरायचं? छे:!

एका क्षणात उपाय सुचला.

ते सारथ्याला म्हणाले,

"हे पाहा, रथात बाण आहेत ना?"

"वेगवेगळ्या आकारांचे तीन आहेत– शास्त्रापुरते."

"रथ घेऊन जा आणि भरपूर बाण घेऊन ये. कुठल्याही आकाराचे असले, तरी चालतील. आता रथात असतील, ते धनुष्य-बाण इथं ठेव आणि ही गादी-उशी घेऊन जा."

जमिनीवर बसून लांब जात असलेल्या रथाकडे खोल गेलेल्या दृष्टीनं पहात होते.

फक्त उडणारा धुरळा दिसत होता. रथ दिसतच नव्हता. वर आकाशात... ओह! आकाशात लक्षच गेलं नव्हतं त्यांचं एवढा वेळ!

भूमंडळातील सगळी रण-गिधाडं आणि कावळे इथंच जमलेत, की काय, कोण जाणे! पावसाळ्यात काळ्या ढगांनी आकाश व्यापून अंधेरून यावं, तसं रण-गिधाडांनी भरून गेल्यामुळं अंधेरून आलं होतं. ही गिधाडं वासामुळं येतात, की त्यांच्या सूक्ष्म दृष्टीला इथली प्रेतं दिसतात? एकमेकांना कसा निरोप पाठवतात आणि सगळी जमतात, कोण जाणे!

मागच्या बाजूला कसला तरी आवाज आला. त्यांनी मागं वळून पाहिलं.

दोन रण-गिधाडं जमिनीवर उतरली होती. एक कुत्रं. फक्त वीस-पंचवीस पावलांवर.

मीही मेलोय्, असं त्यांना वाटलं, की काय? की माझा निश्चय त्यांनाही समजला? पशु-पक्ष्यांना मृत्यूची चाहूल खूप लवकर लागते, म्हणे. महत्प्रयासानं उठून हातवारे केले तरी न घाबरता त्यांच्याकडेच पाहत बसलेली तुळतुळीत गळ्याची दोन गिधाडं. कुत्रं पडल्या पडल्या निरीक्षण करत होतं. उभं राहणं अशक्य झालं, तसे ते पुन्हा बसले. धुनष्यापाशी बसले. न उचलता येण्याएवढं जड. लोखंडाचं.

एकाएकी आपलं जीवनही असंच जडशीळ झाल्यासारखं वाटलं.

भूमीला भार वाटावा, एवढी वर्षं जगलो.

रण-गिधाडं दोन-तीन वेळा उड्या मारत इकडेच येत असल्याचं पंखांच्या आवाजावरून समजत होतं. मागं वळून बघायची किंवा हाकलायची इच्छा झाली नाही.

सरोवराच्या पलीकडे काठावर गाड्यांमध्ये पाणी भरायचं काम चाललं होतं.

आता शिबिरं कुठल्या बाजूला राहिली? दररोज प्रेतांचे ढीग पडून रक्त-मांसांत ते कुजू लागले, की ती जागा सोडून वेगळ्या भूमीवर युद्धाला सुरुवात करायची. ती पहिली जागा कोल्ह्या-कुत्र्यांच्या आणि गिधाडांच्या स्वाधीन करायची. दिशा कळत नाही, असं वाटलं. सुरुवातीला वाकून, हात जोडून, तोंडपुजेपणानं

प्रार्थना करणारा दोन दिवसांपासून कसा ताठ झालाय्! 'पितामह, पराभवामुळं खरा अपमान होतो, तो सेनापतीचाच. तुमचं प्रेम त्यांच्या बाजूला असताना आम्हाला कसा विजय मिळेल, म्हणा!' कधी म्हणाला असं? काल, की परवा? दिवसातून चार चार वेळा येऊन तोंडपुजेपणा करणाराच म्हणाला ना! 'तुमच्या पराक्रमाच्या बळावर विसंबून मी कर्णाला दूर केलंय्! माझी परिस्थिती तुम्ही जाणून घ्या!'

पुन्हा गिधाडांच्या पंखांचा आवाज ऐकू आला.

तिकडे हजारोंच्या संख्येनं पडलेल्या माणसांच्या, घोड्यांच्या, हत्तींच्या प्रेतांऐवजी अजूनही न मेलेल्या माझी का अपेक्षा आहे यांना? एवढी प्रचंड प्रमाणात प्रेतं यांच्या आजोबा-पणजोबांनी तरी पाहिली असतील का? सगळी माणसं मेली, असं समजून माझ्या सजीव देहावरही झेपावताहेत! मी सर्वस्व ओतून वाचवलेली, वाढवलेली हस्तिनावती! ज्याला राखण्यासाठी मी जिवाची पराकाष्ठा केली, तो कुरुवंश! मध्यरात्री उठवून युद्धभूमीवर नेलं, तरी विजय मिळवणाऱ्या सेनापतीलाही काढून टाकण्याचा आणि हवा तो सेनापती नेमण्याचा अधिकार राजाला निश्चित आहे; पण... 'एवढ्या दीर्घ काळापर्यंत भीष्म हे नाव गौरवानं मिरवणाऱ्या तुमचा अपमान करायची माझी मुळीच इच्छा नाही. पण उद्याचा तुमचा पराक्रम पाहून काही तरी निर्णय घेण्याची जबाबदारी राजा या नात्यानं माझ्यावर आहे.'

''मी काय करावं, असं तुझं म्हणणं आहे?''

''कर्णानं माघारी आलं पाहिजे. तुम्ही तुमचा रथ युद्ध-मुखाशी उभा करा!''

''म्हणजे? कर्णाच्या शिबिरात जाऊन मी त्याची क्षमा मागावी, असं तुझं म्हणणं आहे?''

मी स्वत: उभारलेल्या आणि वाढवलेल्या कुरु-कुलाच्या सिंहासनानं मला केलेली ही आज्ञा!! कुणालाही कशीही आज्ञा करायचा याचा अधिकार! राजाच्या अधिकाराखाली गुरू आणि जीवदात्यांनाही...

एकाएकी त्यांना हिवाळ्याची जाणीव झाली.

ऊन्ह नाही. मळभ आलंय्. जीवरक्षक, वंशरक्षक, राज्यरक्षकांनाही... सुरकुतलेली कातडी आणखी सुरकुतून जाईल, अशी थंडी. सैन्याच्या मध्ये असताना एवढी जाणवत नव्हती. आणि या काळ्या ढगांच्या पार्श्वभूमीवर... अंहं, काळे ढगच गिधाडांचं रूप घेऊन उतरण्यासाठी गर्दी करताहेत, वाटतं. हिवाळ्यातला पाऊस आला नाही. तोही युद्ध संपायची वाट पाहतोय्, की काय, कोण जाणे! जमीन स्वच्छ करण्यासाठी... थंडगार वारं. त्याबरोबर येणारी मरणाची दुर्गंधी! ही जीवघेणी गिधाडं... जिवंत माणसांपेक्षा हीच जास्त आहेत का?

मागच्या बाजूचे पंखांचे आवाज जवळ जवळ येत होते. ते वळून बसले.

जवळ आलंय्. त्याच्यावर झेप घेऊन त्याला ठार करून... खायची घाई नाही. पोट भरलेली तृप्त गिधाडं! कुत्रंही थोडं जवळ आलं. पुन्हा टक लावून पाहत बसलं. भीष्म उद्गारले, 'उत्तम!' कुत्र्यानं बसल्या जागी शेपूट हलवलं. मग काय हेतू असेल याचा? जीव गेल्याशिवाय गिधाडं तुटून पडणार नाहीत, असा मनोमन विश्वास वाटत होता. ब्रह्मचर्याची प्रतिज्ञा करून नदीपलीकडे जाऊन वेदाध्ययनात गढून गेलेला हा भीष्म...

बसल्या जागीच पंख हलवताहेत. आता पुढं येणार नाहीत...

पुन्हा नदी ओलांडून अलीकडे येऊन, हस्तिनावती राखली. म्हातारपणी झालेल्या मुलांची शक्ती तरी किती असणार? अशा राजासाठी सुंदर मुली जिंकून... अंबे, तुझ्यावर अन्याय झाला. 'भीष्मांनी माझ्याशी लग्न केलं, तर माझ्यावरच्या अन्यायाचं परिशीलन होईल.' या तुझ्या हट्टापुढं मी हार मानायला हवी होती. मग मात्र कुरु-संतती अशी जन्मली नसती. फक्त रक्षक होऊनच राहिलो मी. शिक्षा करायचा अधिकारही असलेला पिता झालो नाही. आवश्यकता संपली आणि सिंहासनानं रक्षकाला हुसकून काढलं.

त्यांचं तोंड उघडं होतं.

हे हसू आहे?

कुत्रं शेपूट हलवत होतं.

सुरकुतलेल्या देहातली अस्थिरचनाच हलवून टाकणारी थंडी! रक्ताला पाण्याप्रमाणे वाहण्याची शक्ती असती, तर हे सरोवर...

बसल्या ठिकाणी अवघडलेल्या हाता-पायांची हालचाल करून दुःख थोडं हलकं करून घेत असताना रथाचा आवाज ऐकू आला. त्यांनी तिकडे वळून पाहिलं.

राजरथ. अलंकृत शुभ्र घोडे. दुर्योधनच येत आहे. मागं तीन, अंहं... चार रथ. अंगरक्षक.

रथातून उतरून त्यांच्यापाशी येऊन महाराजा जमिनीला स्पर्श करून त्यांच्या पायाशी बसला. रथ लांबच उभे होते.

"बाणांचं अंथरूण पसरून त्यावर झोपायचा निश्चय केलाय्, म्हणे, तुम्ही. क्षत्रिय कुलाच्या औचित्याविषयी तुम्हाला जेवढं ज्ञान आहे, तेवढं या आर्यावर्तात आणखी कुणाला असणार? तरीही तुम्ही सरळ हस्तिनावतीला राजवाड्यात जावं..."

ते काही बोलले नाहीत. त्यांची दृष्टी रण-गिधाडांवर खिळली होती.

दुर्योधनाचंही तिकडं लक्ष गेलं. त्यानं टाळ्या वाजवून आरडाओरडा केला, तरी काही उपयोग झाला नाही. जवळच पडलेलं धनुष्य उचलून त्यानं आपल्या भात्यात हात घातला. पण भीष्म म्हणाले,

"त्यांना मारू नकोस.''

"का?''

त्यांनी त्याचं लक्ष आकाशात वेधलं आणि म्हणाले,

"आता या रण-गिधाडांची धाड थोपवणं कुणालाही शक्य नाही!''

"म्हणूनच म्हणतोय् राजवाड्यात...''

"मी उभारलेली हस्तिनावती आता वाचणार नाही! तू जिंकलास किंवा हरलास, तरी...''

"त्याच हस्तिनावतीसाठी माझीही धडपड चालली आहे...''

"...असं असेल, तर तुला ही अखेरची संधी आहे! मी मेल्यानंतर पांडवांना पटवून सांगणारं कुणीही राहणार नाही. तुझ्या मिशीचा केसही वाकडा होणार नाही, किंवा त्यांचाही अपमान होणार नाही, अशा रीतीनं समेट घडवून आणू शकणारा मी फार तर आणखी एखादा दिवस जिवंत राहीन. अन्नपाणी न घेता याहून अधिक काळ जगायचं त्राण या गलितगात्र देहात राहिलेलं नाही.''

"मला वाटलंच होतं, तुम्ही असं काही तरी सांगाल, म्हणून! आणखीही एक वाटलं होतं. सांगू? रागावणार नाही ना?''

"मी काही दुर्योधन नाही!''

"माझं सैन्य-बळ त्यांच्याबरोबरीनं आणून ठेवल्यावर मी समेटासाठी तयार होईन, याच विचारानं तुम्ही आमचं महासेनापतिपद स्वीकारलं होतं आणि त्याप्रमाणे दहा दिवसात माझी सेनाही निम्म्यावर आणून ठेवली!''

त्यांची दृष्टी त्याच्यावर खिळली. त्याला आकाश व्यापून राहिलेल्या रण-गिधाडांच्या डोळ्यांची आठवण झाली. तरीही त्यानं दृष्टी हलवली नाही.

"...व्वा! फारच हुशार आहेस तू! देशोदेशी माझ्या महासेनापती होण्याचा प्रचार करून एवढं प्रचंड सैन्य जमवलंस! मला पुढं केलं, तर पांडव धर्मसंकटात सापडून चढाई करणार नाहीत आणि सहजच विजय पदरात पडेल, या विचारानं माझ्या पाया पडत होतास, 'सेनापती हो', म्हणून! नाही का!''

त्यानं आपली दृष्टी सरोवराकडे वळवली. वाचा बसल्यासारखी झाली, तरी आपण गप्प बसल्यामुळं आपण गुन्हा कबूल केल्याप्रमाणे होईल, असं वाटून तो म्हणाला,

"आज शिखंडीचे तुमच्यावर मोठेच उपकार झाले आहेत!''

त्याच्या बोलण्यात काही अर्थ नसल्यासारखे ते बोलू लागले,

"आजवरच्या युद्धाचं विवेचन करून सांगतो, ऐक. तुझी हार होत आहे, त्याचं कारण तू माझ्यावर लादू नकोस. आपण जिंकलो नाही, तर आपल्याला जीवनच नाही, या त्वेषानं लढणारं तुझ्याकडे तुझ्याशिवाय दुसरं कुणीही नाही.

आणि तुझं सगळं लक्ष प्रत्यक्ष युद्धापेक्षा युद्धाच्या राजकारणाकडेच आहे. तो भीम पाहा! मृत्यूची किंचितही फिकीर न करता लढतो तो! मृत्यूचं त्याला भयच नाही. आता आपण जिंकलो नाही, तर आपल्याला जीवनच नाही, ह्या भावनेनंच त्याच्या देहानं परमशक्तीचं रूप घेतलं आहे. अरे, योद्धा म्हणून फारशी ख्याती नसलेला धर्मराजाही सैनिकांना उत्साह येईल, असा लढत आहे. हरल्यावर होणाऱ्या अपमानाचं भय तर सगळ्यांनाच आहे. नकुल-सहदेव फारसे बोलत नसले, तरी तेही आजवरच्या जीवनामुळं वैतागून गेले आहेत. धृष्टद्युम्नाचा कुरूंवर फार जुना द्वेष तर आहेच; त्यात द्रोणानं द्रुपदाचा केलेला अपमान आणि बहिणीच्या विटंबनेची भर पडली आहे. परिणामी तो सूडानं नुसता धगधगतोय्! पांडवांच्या मुलांचीही तीच गत आहे. घटोत्कचाच्या बाबतीतही हेच म्हणता येईल. आता द्वारकेहून आलाय्, तो युयुधान-सात्यकी म्हणतात ना त्याला?... आपलं सैन्य शत्रुपक्षाला देणाऱ्या बलरामाला धडा शिकवण्याच्या त्वेषानं तो युद्धात उतरला आहे. कोण आहे तुझ्याकडे असा त्वेषानं फुललेला? एक तरी व्यक्ती दाखवून दे मला.''

दुर्योधनाची दृष्टी दूरवर असलेल्या रण-गिधाडांवर खिळली होती. दृष्टी अंतर्मुख झाली. तरीही पटकन म्हणाला,

''त्याचसाठी तर द्रोणांना महासेनापती केलंय्.''

''द्रोणांना महासेनापती केलंस? त्यांचा राग होता द्रुपदावर. द्रुपदाला पकडून आणून त्याचं अर्धं राज्य हिरावून घेतलं, तेव्हाच तो सूड उगवला होता. धृष्टद्युम्नाला जेवढा द्रोणांविषयी द्वेष आहे, तेवढा द्रोणांमध्ये नाही. जरी असला, तरी तो द्रुपदाविषयी आहे. पांडव त्यांचे शिष्यच आहेत. शिवाय तू अनेक वेळा त्यांच्या खाल्लेल्या अन्नाचा उल्लेख केला आहेस. आजच्या परिस्थितीत त्यांच्याशिवाय महासेनापती करावं, असं आणखी आहे तरी कोण? तुझ्या कर्णाला केलं असतंस, तर द्रोण निवृत्त झाले असते. त्यांच्याबरोबर त्यांचा मुलगा अश्वत्थामाही. शिवाय क्षत्रियत्वाचा अभिमान बाळगणारे इतरही किती तरी क्षत्रिय राजे. सूताच्या हातांखाली कुठला क्षत्रिय युद्ध करेल? त्यामुळं द्रोणांना महासेनापती करण्याशिवाय तुझ्याकडे दुसरा पर्यायच नव्हता.''

''हे पाहा, उबदार कपडे घालून, व्यवस्थित जेवण करून तुम्ही इथंच राहा. इथंच तुम्हाला एक झोपडी उभारून देतो. निदान कर्ण कसा युद्ध करतो, ते पाहण्यासाठी तरी तुम्ही हा उपवासाचा आग्रह सोडून द्या!''

''तुझा तो कर्ण महामूर्ख आहे. त्याला मी अर्धरथी म्हटलं. कदाचित माझं त्या वेळी चुकलंही असेल. पण आपल्या धन्याचं एवढं नुकसान होत असतानाही भीष्माच्या हाताखाली युद्ध करणार नाही, असा हट्ट धरून बसलाय् इतके दिवस!

जर त्याचा पांडवांवर खरा राग असता, तर तो असा बसला असता का? ते शक्य झालं असतं का? मला वाटतं, युद्धभूमीवरून पळून जायला तेवढं निमित्तच हवं असावं त्याला!''

''पहिल्यापासूनच तुम्ही त्याची जाणूनबुजून अवहेलना करत आलात आणि आताही तेच करत आहात. त्याला अभिमान असू नये का?''

''धन्याच्या पराभवापेक्षाही?'' त्यांना धाप लागल्याचं दुर्योधनाच्याही लक्षात आलं होतं. थोडं सावरल्यावर आवाज खाली आणून ते पुढं म्हणाले, ''तुझ्याबरोबर वाद घालून मला काय करायचंय्? बोलत असताना मरायची माझी इच्छा नाही. आता फार तर एक दिवस मी जिवंत असेन. थंडी वाढली, तर आज रात्रीच सगळा खेळ संपेल. अखेरची गोष्ट सांगतो. मी मरायच्या आत तू त्यांना भावंडं मानायला तयार असशील, तर मी अजूनही समेट घडवून आणेन. माझ्या माघारी तू दोन्ही हात आकाशात पसरून समेटासाठी आक्रोश केलास, तरी समेट घडणार नाही!''

त्यांचे डोळे दुर्योधनाच्या रथावर खिळले होते.

होय. तिथं उभा आहे.

बोटानं खूण करताच बाण आणण्यासाठी गेलेला सारथी जवळ आला. त्याला त्यांनी विचारलं,

''आणलेस?''

''होय. आणले आहेत.''

''इथं शरशय्या सज्ज कर.''

चार सैनिकांनी दाबून दाबून हातभर जाड, दोन हात रुंद आणि दहा हात लांब अशी शरशय्या तयार केली. सारथ्यानं त्यावर पुन्हा एकदा हात फिरवला आणि नंतर भीष्म उठून त्यावर जाऊन बसले. थकलेल्या हाडांना बाण बोचताहेत. तसेच पाय लांब करून उत्तरेकडे डोकं करून झोपले. दृष्टी आकाशाकडे वळली. दुर्योधन जवळ येऊन उभा असल्याचं लक्षात आलं, तरी त्यांनी तिकडं लक्ष दिलं नाही. त्यानं हाक मारली, तरी तिकडं पाहिलं नाही. तरीही तो म्हणाला,

''अशा मरण्यात काय अर्थ आहे?''

''जेव्हा जगण्यातच अर्थ नाही, तेव्हा मृत्यू म्हणजे काही अनर्थ राहत नाही. निराहारी होऊन मृत्यूला भेटण्याशिवाय उत्तम मार्ग अजून तरी मला समजलेला नाही. या बाणांना अग्नी लावता येईल किंवा या सरोवरात उडी घेता येईल. पण ती हिंसा होईल. असं क्षणाक्षणाला जीवनापासून दूर दूर जाऊन मृत्यूत शिरणं... तुझ्यासारख्याला ते शक्य नाही. आता मला बोलायला लावून अधिक दमवू नकोस. मनातला प्राण आत उतरण्याआधी थोडं अंतर्मुख होण्याची माझी इच्छा

आहे.'' म्हणत त्यांनी डोळे मिटून घेतले.

काही वेळानं तो निघून गेल्याचा आवाज, पाठोपाठ रथाच्या चाकांचा आणि घोड्यांच्या टापांचा दूर दूर जाणारा आवाज. अखेर तोही ऐकू येईनासा झाला.

त्यांनी डोळे उघडून वर आकाशात पाहिलं.

भरून राहिलेल्या काळ्या ढगांमुळं मनात उद्विग्नता दाटली. या वेळी आकाश कसं शुभ्र असलं पाहिजे. किंवा तेजस्वी निळ्या रंगाचं.

पुन्हा डोळे मिटले.

माझ्या कुरुकुलाला वाचवण्यासाठी या दहा दिवसात हजारो माणसांची हत्या घडवायला मीच कारणीभूत झालो ना!

ही दोष-भावना मनात भरून राहिल्यामुळं सर्वांग घामेजून गेलं. काही क्षण शरीरातला रक्तप्रवाह थांबून सर्वांगाला मुंग्या आल्यासारखं वाटलं.

नि:शब्दता.

त्यानंतर जाग आली, तेव्हा शुकाची आठवण मनाला व्यापून राहिली होती. त्याला एकदाही न पाहिल्याचा खेद मनात व्यापला.

हा कसला मोह त्याच्यावरचा? तसं नातं पाहिलं, तर तोही पुतण्याच नाही का!

पुन्हा डोळे उघडले.

तेच आकाश. झडप घालण्यासाठी चार-पाच रण-गिधाडं घिरट्या घालताहेत. त्यापैकी एखादं अंगावर बसून लचके तोडू लागलं, तर आताच खेळ संपेल.

क्षणभर सर्वांग थरकापलं.

उजव्या बाजूनं पुन्हा पंखांचा आवाज.

त्यांनी मान वळवून पाहिलं.

ती दोन गिधाडं जवळ जवळ येत होती. त्यांच्या पाठोपाठ कुत्रं.

या रणांगणात मरणाऱ्या लक्ष लक्ष जीवांच्या हत्येच्या पापाची भावना प्रबल होत असताना कुणी तरी बाण मारल्याचा आवाज ऐकू आला. बलशाली पंखांचाही आवाज आला. त्यांनी सभोवताली नजर फिरवली.

एक सैनिक हातात धनुष्य घेऊन येणाऱ्या गिधाडांवर बाण मारत होता. हातानं खूण करून त्यांनी त्याला जवळ बोलावलं. जवळ येताच विचारलं,

''कोण तू?''

''सैनिक. तुमच्याजवळ कुत्री आणि गिधाडं येऊ नयेत, म्हणून महाराजानं मला इथं थांबायला सांगितलं आहे. रात्री माझ्याबरोबर आणखी एका सैनिकालाही पाठवणार आहे. अकस्मात तू मरण पावलास, तरी त्याला कळवण्याची त्याची आज्ञा आहे. गिधाडांच्या तोंडी न देता अग्नि-संस्कार करणार आहे, म्हणे.''

काही क्षण तसेच गेले.

आकाशात घिरट्या घालणारी रणगिधाडं बाणाच्या कक्षेबाहेर होती.

"मला कुणाचंही रक्षण नको. माझ्यापुरता मी मरेन."

"राजाज्ञा झाली आहे."

"नको, माझ्यापुरता मला राहू दे. तू जा."

"राजाज्ञा झालेय्, आजोबा! इथून गेलो, तर मला शिक्षा होईल."

ते काही बोलले नाहीत डोळे पुन्हा आकाशात फिरले. तो सैनिक पुन्हा म्हणाला,

"हवं, तर मी लांब राहीन."

तो लांब गेल्याचा पावलांचा आवाज.

पांढरं शुभ्र आकाश. निळं तेजस्वी आकाश. काळ्या ढगांच्या पार्श्वभूमीवर काळी रण-गिधाडं. एकमेकांत मिसळून जाणारी.

पायापासून मांड्यांपर्यंतचा भाग बधिर झाला. ते सावकाश उठून बसले. सरोवराकडे तोंड करून बसले. पाण्यावरून हिवाळ्यातलं वारं वाहत होतं. त्यांनी डोक्यावरचं उष्णीष काढून उजव्या हातानं दूर फेकलं. ते चार हात अंतरावर जाऊन पडलं. अंगातलं युद्धकवच आणि पाठोपाठ कवचही काढून फेकलं. कमरेला गुंडाळलेला पट्टा सोडून वीरकाचा मारून नेसलेलं धोतर सोडून, गुंडाळून, तीन हात लांब फेकलं. आता कमरेला फक्त कौपिन राहिलं होतं. गलितगात्र देह थंडीनं कापू लागला. रक्षणासाठी उभा असलेला सैनिक भेदरून पाहत राहिला होता. वातावरण भरून राहिलेली रण-गिधाडं.

पांढरी दाढी, पांढरे केस, तोंडात दात नसलेला हा म्हातारा किती वर्षांचा! कुणालाही ठाऊक नाही, म्हणे. कुरुकुलाचा पितामह! असा का उभा राहिलाय् सगळी वस्त्रं फेडून? रणगिधाडं जवळ येऊन देहाचे लचके तोडू देत, म्हणून?

पिवळसर गोरा सुरकुतून गेलेला देह. देहावरची विरळ शुभ्र लव.

सैनिक डोळे फाडून पाहत होता. त्याला रण-गिधाडांनी या म्हाताऱ्याचं रूप घेतलंय्, की हा म्हाताराच त्यांचं रूप घेऊ पाहतोय्, ते कळेनासं झालं होतं.

लाल-लाल, ताज्या लुसलुशीत मांसापासून बनवल्यासारख्या दिसणाऱ्या लांब माना. पंख पसरून उड्या मारत जवळ येताहेत. आता बाण मारून त्यांना दूर हाकलावं, की नाही ते समजत नाही. जवळ आली. आकाशात उडणारीही आता संथपणे जमिनीवर उतरली. याच बाजूला येताहेत. पण झडप घालण्याची आतुरता मात्र दिसत नाही. शांतपणे जमिनीवर बसून पुढं पुढं येताहेत.

सैनिक भेदरून गेला होता.

आपण एखाद्या गिधाडाला मारू शकू. तोही बाण एवढ्या मोठाल्या पंखांमधून

देहाला लागणार नाही. पण त्यामुळं संतापून सगळी चाल करून आली, तर? लचके तोडू लागली, तर?

त्याच्या जिवाचा थरकाप उडाला. धनुष्य खाली घेताना त्यानं पाहिलं.

पितामहांच्या कमरेची कौपिनही आता जमिनीवर पडली होती. गिधाडं आणखी थोडी जवळ सरकली.

म्हाताऱ्याला वेड लागलंय्! फक्त पाठ दिसतेय्. चेहरा दिसला असता, तरी वेड्यासारखा दिसला असता.

तोच त्याच्या डोक्यावरून खाली उतरणाऱ्या गिधाडांच्या पंखांचा आवाज त्याच्या कानात घुमला. त्यांचे पंख डोक्याला आपटतील, या भीतीनं अर्धमेला झाला. आपली जागा सोडून तो उजवीकडे वळला आणि धावत सुटला. सरोवराच्या पाण्याजवळ येताच तो थांबला आणि त्यानं मागं वळून पाहिलं.

गेल्या दोन दिवसात युद्ध झालेल्या जागी जमलेली सारी गिधाडं तिथं जमली होती. सगळी जागा व्यापून, गोंधळ न करता, शांतपणे जमिनीवर बसत होती. सभोवताली सगळीकडे लाल जिवंत मांसाच्या मानेची टक लावून पाहणारी गिधाडं! मध्ये कौपिनाचा आधारही सोडून देऊन, मौंजही नसलेला वृद्ध पितामह संपूर्णपणे विवस्त्र होऊन उभा होता! दोन्ही डोळे मिटून तपश्चर्येसाठी उभा राहावा, तसा!

आता त्यानं दोन्ही बाहू आकाशाकडे उचलले. काही तरी ओरडून सांगावं, तसे. किंवा उचललेले हात आकाशात पसरून स्वतःला कुणाच्या तरी अधीन करावं, तसं!

भीती अनावर झाल्यामुळं आता मात्र सैनिक तिथं थांबला नाही. सरोवराच्या काठाकाठानं तो शक्य तेवढ्या वेगानं निघाला. मागं वळून न पाहता–

❑

रथात बसून माघारी येत असताना दुर्योधनाला युद्धाची चौकटच वितळून गेल्यसारखं वाटत होतं. सुरुवातीला असलेली आपल्या सैन्याला एक नेटक्या व्यवस्थेत बांधून शिस्तीत बद्ध केल्याची कल्पना पार कोसळून गेली होती. अशी काही समस्या निर्माण होईल, असं वाटलंच नव्हतं.

शत्रूचीही हीच समस्या असेल का? आजवर कधीही न जमलेल्या प्रचंड सेनेचा योग्य वापर कसा करायचा, हेच पितामहांना उमजलं नाही, की काय? पण सगळं त्यांनीच केलं, असंही नाही. आचार्य, मी, अश्वत्थामा, दुःशासन, जयद्रथ– सगळेजण सल्ला देत होतो. म्हणजे आम्हा कुणालाच युद्ध समजलं नाही, की काय? नरकसदृश वातावरण निर्माण करणारे प्रेतांचे ढीग, सडलेल्या

मृतदेहांची दुर्गंधी, रणगिधाडं– युद्धाच्या दुसऱ्या दिवशीच या आपत्ती समोर आल्या. की तिसऱ्या दिवशी? आज युद्ध झालेल्या जागेपासून बऱ्याच लांबवर उद्या युद्ध सुरू करायला हवं. त्यांना सामान आणि शस्त्रपुरवठ्यात गैरसोय व्हावी, म्हणून त्यांना त्यांच्या शिबिरापासून लांब नेलं पाहिजे. तेही आम्हाला पाण्यापासून लांब नेण्याचा प्रयत्न करताहेत. रणांगण कुठं कुठं पसरत चाललंय्. ते कह्यात आणलं नाही, तर– पण कसं आणायचं?

रथ चढ चढत होता.

येताना हा उतार लक्षातच आला नाही. उताराकडे पाण्याचा ओघ असतो, नाही का? कुजलेल्या प्रेतांचा वास वाढतच आहे. मागं वळून पाहिलं, तर त्या तिथं पाण्याची चकाकी. इथंच रस्ता निम्मा असावा.

आता चढही संपला होता. पुढं थोडा उतार. त्या पलीकडेच रणांगण. घोड्यांना धाप लागल्याचं त्याच्या लक्षात आलं. तो सारथ्याला म्हणाला,

"थोडा थांब. घोड्यांना विश्रांती घेऊ दे."

त्यालाही स्वत:ला सावरायला थोडा वेळ हवाच होता. नि:श्वास सोडून त्यानं सभोवताली पाहिलं.

हा उजवीकडचा वटवृक्ष किती मोठा आहे!

युद्धभूमीपासून लांब जाऊन शुद्ध हवेत श्वासोच्छ्वास करून आल्यामुळं आता दुर्गंधी अधिकच तीव्र वाटत होती. एक दीर्घ श्वास घेत असतानाच एक घोडा मुतला. लगेच दुसरा– पाठोपाठ मागच्या रथांचेही घोडे.

मनात एक विचार येऊन तो चटकन रथातून खाली उतरून सारथ्याला म्हणाला,

"या वृक्षावर चढून, त्या वरच्या फांदीवरून एकदा सगळी युद्धभूमी पाहतो. जवळून तितकंसं नीट समजत नाही. तुम्ही इथंच थांबा."

"महाराजा, जपून. फांद्यांवर रण-गिधाडं आहेत. टोचून काढतील."

"कमरेला तलवार आहे..."

"आम्हीही चौघं चढतो."

त्या वृक्षाचं भलंथोरलं खोड चढून जाईपर्यंत अर्धी घटका सरली. शिवाय धापही लागली. पहिल्यांदा लागलेल्या आडव्या फांदीवर बसून दम खात असताना त्रेपन्न वर्षं झाल्याची आठवण झाली. आडव्या फांदीवरची बैठक नीट करत त्यानं सारथ्याला सांगितलं,

"कुणीही चढू नका. तुमचा महाराजा गिधाडांना घाबरत नाही."

"ही रण-गिधाडं आहेत, महाराजा!"

"ठाऊक आहे. तुम्ही तिथंच थांबा."

थोडा वेळ दम खाऊन तो पुन्हा मधल्या उंच फांदीवर चढू लागला. कमरेला तलवार लटकत होती. ती सावरत, फांद्यांचा आधार घेत वर चढत असताना गार वारं जाणवलं. फांद्यांच्या टोकांवर बसलेली गिधाडं पंख हलवून गोंधळ माजवू लागली. या क्षणी सगळी एकाच वेळी चालून आली, तर? क्षणभर भीती स्पर्श करून गेली. पण दुसऱ्याच क्षणी वाटलं, डाव्या हातानं फांदीचा आधार घेऊन उजव्या हातातली तलवार सपकन फिरवली, की त्यांच्या रक्तरंजित माना... खाली उभ्या असलेल्या सारथी आणि सैनिकांना गिधाडांच्या मांसाची मेजवानी! आणखी वर चढल्यावर खालचे रथ लहान दिसू लागले. अजूनही एवढं चढायची शक्ती अंगात आहे, म्हणायची! मध्यंतरीच्या काळात सवय मोडली, तरीही.

एकाएकी भीमाची आठवण झाली.

एवढ्या उंच नव्हे, लहान वटवृक्षांवर रंगलेला सूर-पारंब्यांचा खेळ. त्याच वेळी स्वत:ची प्रचंड शक्ती दाखवण्यासाठी झाडाच्या फांद्या गदागदा हलवून सगळ्यांना टपाटप खाली पाडून... वर त्याचं ते अपमानित करणारं खदाखदा हसणं! माझ्याइतकी उंच फांदीवर चढण्याची चपळाई किंवा धैर्य नसलेला ढेरपोट्या!

रथापाशी सैनिक पाय पसरून बसले होते.

किती लहान दिसतात ते! एक-दोन-तीन– नीट मोजताही येत नाही. एवढे लहान.

आमच्या जुन्या हस्तिनावतीपाशी असलेला जुना वटवृक्ष याहून लहान आहे, की मोठा? त्याच्या टोकाला लाकडी पक्षी लटकावून त्याच्या डोळ्यावर नेम धरून... खरा गर्विष्ठ अर्जुनच! त्या दिवसापासून तर आपल्याएवढा महान धनुर्धारीच नाही, अशा अहंकारानं नुसता फुलून जात असतो! आचार्यांनीही त्याच्या या अहंकाराला खत-पाणीच घातलंय्. गुरूला पाहताच जमिनीला हात लावून नमस्कार करणाऱ्यावरच त्यांची मर्जी असणार!

त्याची दृष्टी युद्धभूमीकडे वळली.

मध्ये झाडं आल्यामुळं पूर्णपणे दिसत नाही. पण जागा निश्चित ओळखता येते. आम्ही आधी मुक्काम केला होता, त्या तिथं, त्या झाडापलीकडे... अंहं, त्याच्या शेजारी राई दिसते... तिच्या बाजूला दूरवर दिसणाऱ्या उताारापाशी शत्रूचं शिबिर. त्यांनी जागाच बदलली नाही, म्हणे. युद्ध होत आहे, ते आमच्या शिबिराजवळच. प्रेतं सडल्याची दुर्गंधी, रणगिधाडांचा उपद्रव आमच्या सैन्यालाच होत आहे. त्या बाजूनं इकडं... होय. चेहऱ्यावर जाणवतंय्... वारं वाहत असल्यामुळं त्यांना दुर्गंधीचाही त्रास होत नाही. शिवाय रात्री थकलेल्या शरीराला हलकं करायला स्नानासाठी नदी. युद्ध त्यांच्या शिबिरापर्यंत नेऊन त्यांच्याही सरंजामात

गोंधळ उडवून द्यायला हवा. आतापर्यंत व्यूह रचून आव्हान देत होतो आम्ही. वर चढाई करून ते ठोकून काढणार! हीही पद्धत बदलायला पाहिजे.

एकाएकी त्याचं लक्ष तिकडं गेलं.

त्या तिथं असंख्य रण-गिधाडं पंख न हलवता घिरट्या घालताहेत, काळ्या ढगात मिसळून जाताहेत. ठराविक कालावधीत सेनापतीनं एवढं असं काही केलं पाहिजेच. नाही तर फक्त अधिकारपदावर राहता कामा नये. 'आचार्य, तुम्ही आणखी काहीही करू नका. धर्मराजाला जिवंत पकडून आणलंत, की पुरे. त्याची जुगाराची सवय अजून गेली नाही, म्हणे. इथं या रणांगणावरच द्यूत खेळायचं. या खेपेला जास्त काही नाही. फक्त हरलेल्यानं आठ वर्षं वनवासाला जायचं...'

व्वा! स्वत:वर खूश होऊन त्यानं डाव्या हातानं चुटकी वाजवली. भोवतालच्या फांद्यांवर बसून त्याच्याकडे पाहणाऱ्या रण-गिधाडांनी पंख फडफडले. दूरची ती आठ-दहा गिधाडं...

भीमाला मारण्यासाठी माझ्या माणसांनी घेरलं, तसं. त्या वेळी अर्जुन मदतीला आला नसता, तर तो ढेरपोट्या नक्कीच आमच्या कैदेत आला असता. आर्षेय युद्धाचे नियम नसतानाही... आता या क्षणी युद्ध सुरू असल्याची जागा दृष्टीला पडली. कर्ण गेलाय् आज. द्रोणही उभे आहेत. सैन्य-शक्तीही तुल्यबळ आहे. धैर्य वठलेल्या आमच्या सैन्यात नव्यानं उत्साह भरून...

फक्त एका हातानं फांदी धरून हात अवघडल्यामुळं त्यानं दुसऱ्या हातानं फांदी धरली. वळून बसला, तेव्हा युद्धस्थान मागच्या बाजूला राहिलं. मान वळवून तिकडे बघण्याआधी दृष्टी समोरच्या बाजूला गेली.

त्या फांद्यांमधल्या फटीतून स्पष्ट दिसत आहे. सरोवर खूप मोठं आहे. एवढे दिवस इतक्या लोकांना पाणी पुरवूनही अजून भरलेलंच आहे.

त्याची दृष्टी शरशय्येवर झोपलेल्या पितामहांचा वेध घेत होती. आकाशात तरंगणारी गिधाडं. एवढ्या अंतरावरून एवढ्या रण-गिधाडांमध्ये काहीच ओळखता येत नाही. सगळीकडेच आहेत ही गिधाडं.

इथपर्यंत आलेल्या रस्त्याचा मागोवा घेत त्याची दृष्टी एका विशिष्ट जागी थबकली.

हो. तीच जागा असावी. आज सकाळी घासभर अन्न खाल्लं होतं. रात्री फक्त गोठवणारी थंडी. पांघरूणही नाही. अंथरूणही नाही. फार तर एक दिवस जगेन, असं त्यांनीच सांगितलं. वाईट वाटलं. कंटाळलेत ते. एक सिंहासनाधिष्ठित राजा म्हणून मलाही काही कर्तव्यं आहेत, हे विसरून... काय म्हणाले ते? 'मी मेल्यावर समेटासाठी आकाशाकडे दोन्ही हात पसरून टाहो फोडलास, तरी त्या वेळी त्यांना पटवून देणारं कुणीही नसेल.' थकला असला, तरी किती ठाम होता

म्हाताऱ्याचा आवाज!

त्यानं तशीच मान वर केली.

काळ्या ढगानं भरलेलं आकाश डोक्यावर आहे.

क्षणभर हाताची पकड सटकली आणि सगळ्या फांद्या थरकापल्या. खाली पडलो, तर हाडाच्या सांगाड्याचीही ओळख पटणार नाही! रथांचे घोडे सोडून त्यांना मोकळं करताहेत. सैनिकही तिथंच जमिनीवर झोपले आहेत. बसले नाहीत.

सावकाश, जपून, तो पुन्हा पहिल्यासारखा बसला. डाव्या हाताची फांदी छातीशी घट्ट धरून.

पुन्हा रणांगण समोर दिसू लागलं.

आता खाली उतरावंसं वाटलं.

भोवतालच्या फांद्यांवर बसून एकटक बघणारी गिधाडं. काळं आकाश.

फांदीला घट्ट पकडून बसलेला स्वतः दुर्योधन.

खाली उतरावंसं वाटलं नाही.

त्यांचं म्हणणं खरं असावं. त्या सगळ्यांच्या मनांत द्वेष आणि त्वेष आहे. आमच्याकडे एक मी सोडला, तर... असे दहा दिवस रुसून बसलेला कर्ण खरोखरच वेडा आहे का? की त्याचा त्वेष पुरेसा नाही? युद्ध असंच चालणार. माझे सगळे सैनिक जमीनदोस्त झाल्यावर, सहायक राजे मरून किंवा पळून गेल्यावर मी एकट्यानं जाऊन समेट करण्यापेक्षा आताच त्यांना पुढं करून... पण अशा वेळी ते दहा दिवसात अकरापैकी फक्त पाच भाग सैन्य राहिलं, म्हणून हा मस्तवाल समेटासाठी आलाय्, असं म्हटल्याशिवाय राहील काय? आता असं हिणवून संधी केल्यावरही माझे सहायक राजे आपापल्या गावी निघून गेल्यावर खांडवप्रस्थाहून-इंद्रप्रस्थ, म्हणे! हूं:!– येऊन चढाई करून हस्तिनावती काबीज करणार नाहीत कशावरून? भीम थोरल्या भावाचं न ऐकता... द्यूतानंतर थोरलाही त्याचंच ऐकतो, म्हणे. त्यांचं वात्सल्य खरं आहे; पण त्यांना पुढचं काही समजणार नाही.

फांदीवरच्या अडनिड्या जागेची आता सवय झाली होती. एवढा वेळ लोंबत असलेले दोन्ही पाय ठेवायलाही तिथंच एक छोटी फांदी मिळाली.

दूरवर जळणारे बाण उडताना दिसताहेत. तिथं युद्ध चाललंय्. कर्णाचेच बाण असावेत ते.

या युद्धाची जबाबदारी आपल्याच शिरावर असल्याची जाणीव एकाएकी उफाळून आली. 'अरे माझ्या नातवा, युद्ध नको;' 'अरे शिष्या दुर्योधन महाराजा, हे युद्ध नको;...' 'दुर्योधना, तू तर मला दासीपुत्र मानतोस. तरीही माझं ऐक.

हे युद्ध नको...'

यांना काय कळतं राजकारणातलं? यांनी कधी राज्य केलं आहे काय? पितामह राज्य करत होते, तेव्हा त्यांना आव्हान देणारं राजवाड्यात कुणीच नव्हतं. धर्माला युवराजपदाचा अभिषेक झाल्यावर 'दादा, आता आपली स्थिती सूताहून वेगळी नाही...' असं सांगणारा दुःशासन, वारणावतात ते सगळे जळून गेल्याचं समजल्यावर, किती फुलून आला होता! 'थोरल्यालाच का युवराज-पद? एवढ्या मोठ्या कुरुराज्याला एकच राजा का असला पाहिजे? नाहीतरी अहिच्छत्राचा पांचाल आपलाच आहे, नाही का? मला त्या भागाचा राजा कर...' असा वादही घालू लागला माझ्याशी! त्याचं पाहून स्वतंत्र सिंहासनाची अपेक्षा करणारा दुःसह– याला अंत कुठला? या दुर्योधनाचं सुदैव, म्हणून पांडव मेले नव्हते! द्रुपदाचे जावई होऊन आले आणि आमच्याच राज्यातल्या एका कोपऱ्यावर नवं राज्य उभारून राहू लागले.

शत्रू असलाच पाहिजे. राज्याबाहेरचा शत्रू असलाच पाहिजे. नसेल, तर बाहेरचा एक शत्रू निर्माण केला पाहिजे. नाही तर राज्यात एकतेची भावना कशी निर्माण करणार? अधिकार-स्थान पक्कं कसं करणार?

ते अग्नीचे बाण कर्णाचेच असतील का? कुठून कुठल्या बाजूला ते उडताहेत? युद्धात कुणीच एका जागी कायम राहत नाही. जागा बदलली, की दिशाही बदलते. की अर्जुनाचे? भीमही असे बाण सोडत असतो.

खाकरून घशात अडकलेला कसला तरी कण थुंकल्यावर मन पुन्हा आठवणीत गुंतलं. काही क्षण अस्पष्टतेत गेल्यावर पुन्हा स्पष्टपणे आठवू लागलं.

भीमा, अर्जुना, मूर्ख धर्मा! अरण्य नष्ट करून, शेतीची जमीन तयार करून, तुमच्यापुरते तुम्ही राहिला असतात, तर मी मुकाट्यानं बसलो असतो. तुम्ही आम्हाला चिरडणार आहात, अशी धाकट्या भावंडांना सतत भीती घालत, अंतर्यामी मात्र तुम्हाला कृतज्ञ होऊनच राहिलो असतो. मिरवण्याचा अहंकार तुमच्या मनात का निर्माण झाला? राजसूय! जरासंधाचा वध! '...दादा, शत्रू एवढे बलवान होऊन मिरवत राहिले असता आपण मुकाट्यानं राहिलो, तर ते आमच्या गळ्याचा फास होणार नाहीत का?' दुःशासनानं आशंकेनं विचारलं होतं. तुम्ही चौघं थोरल्या भावाशी ज्या निष्ठेनं राहत होता, तीच निष्ठा राजसूय यज्ञाच्या वेळी प्रत्यक्ष डोळ्यांनी पाहून आलेली माझी भावंडंही माझ्याशी त्याच निष्ठेनं वागत असताना त्याची ती शंका खोडून तरी कशी काढायची? ही शंका खोडून काढायच्या प्रयत्नात त्यांची माझ्यावरची निष्ठा कमी झाली, तर? स्वतंत्र सिंहासनाचं स्वप्न अजूनही दुःशासनाच्या मनात ठाण मांडून आहेच. 'दादा, नाही तरी ते तेरा वर्षांसाठी राज्यापासून दूर गेलेच आहेत. इंद्रप्रस्थ मोकळं ठेवलं, तर

त्या बाजूनं देशाचं रक्षण करणंही कठीण होईल. मी तिथं राहून त्या भागाची काळजी घेईन...' किती हुशारीनं सुचवत होता तो! जेव्हा त्याला छातीला कवटाळून सद्गदित स्वरात म्हटलं, 'प्रिय बंधो! त्यांनी मोठ्या गर्वानं इंद्रप्रस्थ असं नाव ठेवलं आहे. त्याचं पुन्हा खांडववनात परिवर्तन झालं, तरच खऱ्या अर्थानं शत्रूचं नाक कापल्यासारखं होईल. तू का बरं आमच्यापासून दूर राहून तिथला केरवारा करत राहतोस?' तेव्हा मात्र काय बोलायचं, ते न सुचल्यामुळं गप्प बसला तो. या दुर्योधनाला राजकारणात हरवणं दुःशासनाला शक्य आहे का? 'प्रिय बंधुजन हो! तेरा वर्षानंतर निश्चितच युद्ध होणार. पांचाल देशात आतापासूनच तयारीला सुरुवात झाली आहे. शिवाय तो यादवांचा कृष्ण! आता पासून तुम्हीही शक्तिसंचयाच्या मागे लागा. आपल्या सेनेचे तेरा भाग करून आतापासूनच तुम्ही समर्थ व्हा...' असं समजावून इतरांनाही किती चलाखीनं जुंपलं! पण या दुःशासनाचा त्रास मात्र अजूनही आहेच. राजरहस्याच्या अंतरंगातल्या समालोचनात वाट न मिळणं त्याला किती कमीपणाचं वाटत होतं! त्याला आत घेऊनही जाणीवपूर्वक चतुराईनं दूर ठेवण्यासाठी सुरुवातीला बरेच कष्ट पडले, तरी नंतर सरावानं ते अंगवळणी पडलं.

हळूच वाऱ्याची झुळूक येत होती. थंड गार वारं.

दुर्योधन शून्य दुष्टीनं रणांगणाकडे पाहत बसला होता. खाली उतरायलाच विसरल्यासारखा.

थोड्याच वेळात वाऱ्याचा वेग वाढला. तो बसला होता, ती फांदी हलू लागली. प्रचंड वेगानं पाऊस यावा, तसा आवाज करत त्या प्रचंड वृक्षाची एकजात सगळी पानं हलू लागली. वावटळ सुटली होती. युद्धभूमीवरचा सगळा कचरा घेऊन याच बाजूला येत होती. या वृक्षावरूनही पिकलेली पिवळसर पानं गळून खाली पडू लागली. क्षणभरात शेकडो... नव्हे, हजारो पानं जमिनीवर पडू लागली. त्याच्यावर लक्ष ठेवून बसलेलं एक गिधाड उडालं... पाठोपाठ इतरही सगळी उडाली.

फांद्या तुटून खाली पडतील, अशी त्यांना भीती वाटली असेल का? एकाएकी भीती दाटून आली. पितामह नावापुरते सेनापती असले, तरी सगळं आम्हीच पाहत होतो. तरीही निम्मं सैन्य मारलं गेलं! त्यांच्या माघारी समेट अशक्य आहे. आतासुद्धा खाली उतरून, त्यांना पुढं करून समेट केला, तर?

आत हलकं वाटलं. शरीराचा भारही एकाएकी हलका वाटू लागला. आपण बसलेली फांदी मोडणार नाही, असं वाटू लागलं. वरच्या फांदीवरून तो खाली उतरू लागला. एका जाड फांदीपाशी आल्यावर तिथं थोडा वेळ बसावंसं वाटलं.

आता समेट केला, तरी माझी मांडी फोडण्याची, दुःशासनाची आतडी

बाहेर काढण्याची आपली प्रतिज्ञा पूर्ण केल्याशिवाय तो राहणार नाही. त्याला मोठ्यांच्या दडपणाखाली धर्माच्या चौकटीत अडकवून ठेवणं शक्य नाही.

समाधान वाटलं. मनाला थोडं बरं वाटलं. दुसऱ्याच क्षणी आत सगळं ओकं ओकं वाटू लागलं.

अर्धं सैन्य गमावल्यावर हस्तिनलावतीला परतून तरी काय करायचं? या प्रश्नाचं नेमकं स्वरूप आकलन होण्याआधीच त्याचं मन वेगळ्या दिशेला वळलं. बाहेरचा शत्रू निर्माण करणं ही त्या वेळी राजकारणासाठी आवश्यक गोष्ट होती. सुरुवातीला निमित्तमात्र म्हणून तयार केलेला शत्रू कालांतरानं खराच होऊन बसला. ते माझे खरे शत्रू झाले आहेत. माझ्या मनात त्यांच्याविषयी पराकोटीचा द्वेष रुजला आहे. मी, दुःशासन आणि इतर भावंडांनी या द्वेषाच्या आधारावरच आमचं बंधुप्रेम पोसलं आहे. आता ते खुडून– छे:! किती निराशा होईल त्यांची! कर्णाची किती निराशा होईल, माझ्या शत्रूशी लढायची त्याला संधी मिळाली, नाही तर?

आतलं रिकामंपण कमी होऊन थोडं बरं वाटू लागलं.

माझी भीती नसती, तर त्या पाच जणात तरी एकात्मता राहिली असती का? माझ्या भीतीपोटीच कुंतीनं आपल्या मुलांत एकी राहावी, म्हणून पाचजणात एक बायको केलीय्, म्हणे! वनवासात जातानाही 'धर्मानं चूक केली असली, तरी त्याचा तिरस्कार करून अंतर्गत कलहाला थारा देऊ नका, शत्रूचा विसर पडू देऊ नका...' अशी ताकीद दिली होती, म्हणे!

मनात पूर्ण समाधान वाटलं.

खाली रथाजवळचे सैनिक आणि मोठ्यानं हाका मारत होते. धुरळ्याआड झाडापलीकडे उभे होते.

तो फांदीवरून उतरू लागला. आता भीती नाही. हातात भलामोठा बुंधा लागला. पण त्याचे हात-पाय कापू लागले. एवढा प्रचंड बुंधा... कसं उतरायचं? तो तिथंच बसला. ही मोठी झाडं तशीच. यावर चढता येतं; पण उतरणं कठीण. त्यानं सभोवताली दृष्टी फिरवली. सारथी झाडाजवळ आला आणि ओरडून म्हणाला,

"तसं उतरता येणार नाही. दोन्ही रथांमधला दोरखंड सोडतो. त्या फांदीला बांधून त्याला धरून खाली उतरा."

एवढं बोलेपर्यंत सारथ्याच्या तोंडात धूळ गेली होती. दुर्योधनाच्या डोळ्यातही धुरळा उडाला होता. डोळे उघडणंही कठीण झालं.

"मी खाली उतरल्यावर गाठ सोडून दोरखंड कसा काढून घेणार?" त्यानं ओरडून विचारलं.

"तेही खरंच. रथाला दोरखंड हवाच."

"उडी मारतो. जे व्हायचं, ते होऊ दे."

"नको, नको! महाराजा! हात-पाय मोडेल." सारथी पुन्हा ओरडला. तोंडात आणखी धुरळा गेल्यानं त्यानं तोंड मिटून घेतलं.

❑

"अगदी शोभेलसं काम केलंस, धृष्टद्युम्ना! शरम नाही वाटत?" आपल्या रथावरून अर्जुन गरजला.

रक्ताळलेल्या तलवारीसह रथातून झेप घेऊन, खाली पडलेलं द्रोणाचं रक्त गळणारं मुंडकं उचलून, दुर्योधनाच्या सैन्यामध्ये भिरकावून आपल्या रथात चढत असलेल्या धृष्टद्युम्नानं आश्चर्यानं त्याच्याकडे वळून पाहिलं.

"काय पाहतोस! तुम्ही पांचाल किती नीच आहात, हे मलाही ठाऊक होतं. पण नीचपणाचा हा परमावधी मात्र ठाऊक नव्हता मला. दहा यज्ञ करूनही पुसणार नाही तुझं हे अनार्यत्व!" या अर्जुनाच्या बोलण्यावर तो गोंधळून गेला. सारथी, भोवतालच्या रथांचे सारथी, घोडेस्वार... एवढंच नव्हे, तर थोड्या अंतरावर असलेला सात्यकीही 'साधु, साधु, धृष्टद्युम्ना' असा ओरडा करत असताना, पांडवांचं सैन्य रण-गिधाडांच्या कल्लोळाप्रमाणे जयजयकार करत असताना, आपल्या महासेनापतीचं रक्त गळणारं मस्तक आपल्यामध्ये पडल्यामुळं दुर्योधनाचं सैन्य सैरावैरा धावत असताना आपला मेहुणा असा का ओरडत आहे, हे त्याला समजलं नाही. तसा तोही संतापीच; पण बहीण दिली आहे, त्यामुळं मेहुण्याचा एखादा कठोर शब्द सहन केलाच पाहिजे, असा विचार करून तो गप्प बसला.

पण अर्जुन गप्प बसला नाही. तो गर्जतच होता,

"तुझ्या बापाचा सूड घेणं एवढंच तुला हवं होतं. जगद्वंद्य पूज्य गुरूचं महत्त्व तुझ्या सारख्या अर्धनागरिकाला कसं समजणार? अशा गुरूच्या पायाला स्पर्श करायची संधी संपूर्ण आयुष्यात एकदा जरी मिळाली असती, तरी तुझा वंश उद्धारला असता! अशा गुरूचा वध केलास आणि वर त्यांचं मस्तक कुत्र्या-लांडग्यांपुढं टाकावं, तसं तू... तू..." त्याच्या तोंडून पुढचा शब्द फुटणंही कठीण झालं.

अवाक् होऊन पाहत राहिलेल्या धृष्टद्युम्नावर एक बाण रोखून पुन्हा तो गरजला,

"तुझं मस्तक उडवून तुला यमपुरीला... नव्हे, कुजलेल्या प्रेतांच्या नरकात उडवून देतो आता!"

त्याच्या डोळ्यातल्या शुभ्र भागात रक्त उतरलं होतं.

"अर्जुना! काय बोलतोस हे!" न राहवून युयुधान ओरडला.

त्याकडे दुर्लक्ष करून अर्जुन पुन्हा काही तरी म्हणत असलेला पाहून त्यानं आणखी आवाज चढवला.

"मेहुणा आहेस, म्हणून धृष्टद्युम्न गप्प राहिला आहे, हे लक्षात ठेव. आमच्या सुभद्रेचा नवरा म्हणून आम्ही मान देतो, तसं..."

या ओरडण्यानं गळ्याच्या शिरा ताणून आवाजाबरोबर दमही कमी होत असल्याचं लक्षात येऊन, हातातल्या धनुष्यासह तो रथातून उसळून खाली उतरला आणि अर्जुनाच्या रथाकडे धावला. कमरेला लटकवलेली तलवारही त्याच्या वेगात बाधा आणू शकली नाही. अर्जुनाच्या रथाभोवतीच्या अश्वारोहींनी त्याला रस्ता करून दिला. रथाच्या पुढ्यात उभा राहून युयुधान गरजला,

"या द्रोणाला लोळवण्यासाठी आम्ही सगळे धडपडत होतो. तुझा थोरला भाऊ तर माझा, या धृष्टद्युम्नाचा हात धरून द्रोणाला संपवण्याची विनंती करत होता. अशा परिस्थितीत तू असा विचित्रासारखा..."

"ए युयुधाना! काही समजतंय् का तुला? तोंड मीट आधी..."

अर्जुनाच्या या बोलण्यानं मात्र युयुधानाचा आवाजही पराकोटीला गेला,

"ए अर्जुना! कणभरही शरम नाही तुला आणि क्षत्रिय म्हणवतोस! कुत्र्याएवढीही कृतज्ञता नाही तुला! तुझ्यासाठी इथं येऊन प्रत्येक क्षणी जीव पणाला लावून लढतोय् मी! तेही आमच्या यादव-सेनेच्या विरुद्ध! हा धृष्टद्युम्न नसता, तर युद्धाला सुरुवात करायची तरी तुझी प्राज्ञा होती का! सैन्य, रथ, हत्ती, घोडे, तलवारी, धनुष्यं, गाड्या भरभरून बाण, जमलेल्या सैनिकांना आहार– सारं आणून तुमच्यासाठी ओतलंय्. स्वत:ही सतत युद्ध करत आहे. याचा भाऊ नसता, तर भीष्मांना हरवणं शक्य तरी होतं का? या रात्रीच त्याचा पिता– वृद्ध द्रुपद आमचं न ऐकता युद्धात उतरून मरून गेलाय्. अशा परिस्थितीतही सेनापती असूनही आपल्या सगळ्यांच्या सल्ल्याचा यथोचित आदर ठेवणाऱ्या आणि त्वेषानं लढणाऱ्या धृष्टद्युम्नाला तू... तू... एवढं सगळं एखाद्या कुत्र्यासाठी केलं असतं, तर पाय चाटले असते त्यानं..." आपण जवळ जातोय् याचं भान न राहून किंचाळणाऱ्या युयुधानाचा घसा बसून आतून अक्षरही निघेनासं झालं.

या वेळेपर्यंत धृष्टद्युम्नाचा मेंदू कार्यान्वित झाला होता. हातातल्या रक्ताळलेल्या तलवारीसह तो रथातून पुन्हा उडी मारून खाली आला. युयुधानापाशी येऊन उभा राहिला आणि म्हणाला,

"सात्यकी, हा मेला, म्हणून माझी बहीण काही विधवा होणार नाही. आणखी चौघं आहेत तिला! आता आधी यालाच संपवतो. ए अर्जुना! रथातून

खाली उतर. हातात तलवार घेऊन ये. अजून द्रोणाच्या ताज्या रक्तानं माखलेल्या याच तलवारीनं तुझ्या नरड्याचंही रक्त...''

एवढ्यात कुठून तरी धावत आलेल्या भीमानं आपल्या रुंद, बलिष्ठ तळव्यात धृष्टद्युम्नाचे दोन्ही हात घेतले आणि म्हणाला,

''माझ्या दलात गोंधळ उडाला, मुंडकं उडालं, म्हणून. मी चौकशी केली. सारथ्यानं बातमी दिली, आमच्या महासेनापतीनं द्रोणाचं मुंडकं उडवलं, म्हणून! तुझ्या रथाचा ध्वज शोधत इथं आलो! खऱ्या बापाचा मुलगा तू! आता माझ्या श्वशुरांना वेगळं तर्पण द्यायची आवश्यकता नाही...'' म्हणत त्यानं आनंदातिशयानं त्याला छातीशी घट्ट कवटाळलं. त्याच्या गालाला, कपाळाला, मानेला लागलेलं रक्त धृष्टद्युम्नाच्या मुकुटाला लागलं.

हाताता तलवार घेऊन झेप घेत जाणाऱ्या अर्जुनाच्या पाठोपाठ कृष्णानं धाव घेतली. अर्जुन आणि भीमाच्या मिठीत असलेल्या धृष्टद्युम्नाच्या मध्ये जाऊन उभा राहिला आणि म्हणाला,

''युयुधाना, गेल्या चौदा दिवसात कुणालाही नीटशी झोप मिळाली नाही. गेल्या दोन दिवसात तर कुणालाच पापणी मिटायला मिळालं नाही. सगळ्यांचीच डोकी बिथरली आहेत. असं कर, आता तू शिबिराकडे जा. थोडी झोप काढ. अर्जुना, कितीही दिवस निद्रेशिवाय काढू शकतो, असा तुलाही अभिमान होता ना? आता तुलाही झोप आवश्यक आहे. पण ही काही तू झोपायची वेळ नव्हे. महासेनापती मेल्यामुळं शत्रूच्या सेनेत गोंधळ माजला आहे. या संधीचा फायदा घेऊन आपण सगळीकडून चढाई करायला हवी. शत्रूला पिटाळायला हीच संधी योग्य आहे.''

गोंधळलेल्या भीमानं धृष्टद्युम्नाला मिठीतून मोकळं करत विचारलं,

''आता इथं काय झालं, कृष्णा?''

''तसं काही विशेष नाही! अर्जुनाला जरा गुरुप्रेमाचा ज्वर चढला होता एकाएकी! आता उतरलाय्. धृष्टद्युम्ना, तू या डाव्या बाजूनं चढाई कर. मी आणि अर्जुन सरळ शत्रूच्या गोंधळलेल्या सैन्यात घुसतो. भीमा, तू कुठं होतास?''

''नुकताच सात धृतराष्ट्र-संतानांना संपवून आलोय्. क्षणभर या धृष्टद्युम्नाला मिठी मारून जावं, म्हणून आलो होतो. मी माझ्या दलाबरोबर शत्रूच्या मागच्या बाजूनं घुसतो...''

''नको. मागच्या बाजूनं नको. आपापल्या देशात पळून जाणाऱ्यांसाठी तो रस्ता मोकळा राहू दे. उगीच हत्या करू नको. शिल्लक राहिलेल्या हत्तींना मारलंस, तरी हरकत नाही.''

भीम निघून जाताच कृष्ण युयुधानापाशी आला. त्याच्या खांद्यावर ममतेनं

थोपटत म्हणाला,

"सरळ शिबिरात जा. आपण होऊन जाग येईपर्यंत उठवू नको, असं तिथल्या पहारेकऱ्याला सांग आणि डोळे मिटून घे. आपोआप जाग येईल, तेव्हा सेनापती सांगेल, तिथं जाऊन युद्ध कर."

खरोखर आपल्याला निद्रेची नितांत आवश्यकता आहे, हे युयुधानाच्याही लक्षात आलं. काहीही न बोलता तो आपल्या रथात जाऊन बसला. कुठं तरी दूरवर नकुलाचा रथ दिसला. तिथंच राहून युद्ध करायला आपल्या दलाला सांगून त्यानं सारथ्याला रथ नकुलाच्या रथापाशी घ्यायला सांगितला. नकुलाचं दळ मार खाऊन विखुरलेलं होतं. तो मात्र थकल्यासारखा दिसला नाही. आपलं दळ त्याच्या हाती सोपवून त्यानं रथ थेट शिबिराकडे घ्यायला सांगितला. आतापर्यंत न आलेल्या जांभया आता एकापाठोपाठ एक येऊ लागल्या. सारथ्याला समजलं. त्याला आनंद झाला. घोडेही नव शक्ती संचारल्याप्रमाणे चालू लागले.

युयुधाननं एकवार सभोवती पाहिलं.

ऊन्हं एवढं पिवळं का वाटतंय्? सूर्याला कसला आजार झालाय्, की काय? नाही तर सूर्याचा प्रकाश चूड पेटवल्यासारखा पिवळट का?

सभोवताली नजर टाकली, तर काहीच दृष्टीत सापडत नव्हतं.

त्यानं विचारलं,

"सारथी, संपूर्ण रणांगण असं का पिवळं झालंय्?"

"झोप झाली नाही, म्हणून..." म्हणत सारथ्यानं रथ थांबवला.

त्यानं रथ का थांबवला, हे युयुधानाला समजलं नाही. या मोकळ्या उंचवट्यावरून रथ कुठल्याही दिशेला जाऊ शकला असता. मधून मधून पडलेले घोडे आणि माणसांचे मृतदेह सोडले, तर रथ वळवायची किंवा चालवायचीही आवश्यकता नव्हती. युद्धभूमीच्या या भागाला मारून पडलेल्या हत्ती-घोड्यांची संख्या कमी होती. मोडल्यामुळं तसेच पडून राहिलेले रथही नव्हते. या बाजूला फारसं युद्ध झालंच नाही, हे आठवताच रथ का थांबला, याचा विचार करू लागला.

रथ थांबवून सारथी जागीच उठून उभा राहिला. त्यानं सभोवताली नजर फिरवली.

युयुधाननंही भोवताली पाहिलं.

हिवाळ्यातलं सुखद पिवळं ऊन. झोप नाही, त्यामुळंही असं पिवळं दिसत असेल. उजव्या बाजूला आकाशात आणि जमिनीवर विपुल प्रमाणात दिसणारी गिधाडं. डावीकडे विरळ प्रमाणात. अधून मधून दिसणारे पाच-सहा रथ.

"काय पाहतोस, रे?"

"शिबिर कुठल्या दिशेला राहिलं, हे नीटसं लक्षातच येत नाही. काल पहाटे

सूर्योदयाआधी अंधारातच निघालो होतो. त्यानंतर कुठं, कसे, कसे फिरलो, कोण जाणे! त्यामुळं आता कुठली दिशा कुठल्या बाजूला आली, तेच उमजेना. इथं काही रथ दिसताहेत खरे. पण ते आपले, की शत्रूचे? जवळ जाऊन विचारावं म्हटलं, तर– हो. तेच योग्य ठरेल. गिधाडं उजवीकडेच आहेत ना? म्हणजे रात्री युद्ध झालेली जागा तीच असावी. पण त्यांना ताजी, न सडलेली, उबदार प्रेतं आवडत नाहीत, म्हणे!'' म्हणत तो पुन्हा थांबला. पुन्हा विचार करून म्हणाला, ''हातातला धनुष्य-बाण सज्ज ठेव. त्या रथांपाशी जाऊ या. आपली माणसं असतील, तर प्रश्नच नाही. शत्रूची असतील, तरी आपण होऊन चढाई करतील, अशी खात्री देता येत नाही. युद्धाबाहेर उगाच मारायची त्यांनाही हौस नसणार. पण तू मात्र धनुष्य-बाण सज्ज ठेव, त्यांना दिसणार नाही, असं.'' आणि तो त्यांच्या दिशेनं रथ चालवू लागला.

चार घटका रथ चालवल्यानंतर, नदीपाशी येऊन, नदी ओलांडून पलीकडे गेल्यावर शिबिर-पालकांनी ओळखलं आणि दरवाजा उघडला.

वृत्ताकार लहान लहान झोपड्या. झोपड्यांमधल्या मोकळ्या जागेत बायका जमल्या होत्या. सुभद्रा, द्रौपदी, अभिमन्यूची गर्भार बायको उत्तरा, इतरही किती तरी अनोळखी दासी.

''काय काय झालं, दादा?'' सुभद्रेनं उठून येऊन विचारलं.

''पाच घटकांपूर्वी द्रोण पडला. युद्धाला जोर चढलाय्.''

''तू का आलास?''

''थोडी झोप काढून जातो. डोकं भणभणतंय्.''

''कुणी मारलं द्रोणाला?''

द्रौपदी उठून त्याच्याजवळ आली. डोळ्यात अश्रू नसले, तरी तिचा चेहरा रडून रडून सुजल्यासारखा झाल्याचं युयुधानाच्या लक्षात आलं. रात्रीच्या युद्धात द्रुपदराजा धारातीर्थी पडल्याचं तिला समजलंय्, हे लक्षात येऊन युयुधान म्हणाला,

''पांडवांच्या महासेनापतीनं– तुझ्या भावानं आपल्या तलवारीनं द्रोणाचं मस्तक आकाशात उडवून दिलं.''

तिच्या काळवंडलेल्या चेहऱ्यावर क्षणभर वीज चमकून गेल्याप्रमाणे समाधान दिसलं, पण ते विजेइतकंच क्षणजीवी होतं. पुन्हा तिचा चेहरा काळवंडला.

युयुधान आपल्या झोपडीकडे आला.

पाठोपाठ आलेल्या सेवकानं एका वाडग्यात थंड झालेली तांदळाची पेज आणून दिली. ती गपागपा पोटात ओतत असतानाच द्रौपदीनं आत येऊन विचारलं,

"माझी मुलं कुठं आहेत, ते पाहिलंस का?"

"धृष्टद्युम्नाच्या बरोबर आपले रथ ठेवून ते लढताहेत. मामाच्या सैन्यापासून फारसे लांब जात नाहीत."

"तू येताना त्या पाचहीजणांना पाहिलंस?"

"एवढं काही लक्षात नाही. पण क्षेम आहेत. नाही तर मला समजलं असतं."

"त्यांना झोप आली नाही?"

काय उत्तर द्यावं, ते युयुधानाला सुचलं नाही. आपल्यालाही जेव्हा कृष्णानं सांगितलं, तेव्हाच झोपेची किती आवश्यकता आहे, ते समजलं. त्यांना कुणी असं सांगितलं, की नाही, कोण जाणे. किती सांगितलं, तरीही... किती केलं, तरी स्वत:चं राज्य, स्वत:च्या आई-वडिलांच्या अपमानाचा सूड...

त्यानं पुन्हा पेजेचा वाडगा तोंडाला लावला.

द्रौपदी मूकपणे तिथून निघून गेली.

युयुधान हलके हलके गाढ झोपी गेला. देहाचंही त्याला भान नव्हतं. रात्री पेज पिऊन झोपी गेल्याची अस्पष्ट आठवण.

रात्री केव्हा तरी एकाएकी गोंधळ होऊन त्याला जाग आली. काय चाललंय्, कसला गोंधळ, याचं आकलन होण्याआधीच कुणी तरी झोपडीचं दार ढकललं आणि हाका मारत आत आलं. द्रौपदी हाक मारत होती.

"युयुधान, युयुधान! भावंडांचं भांडण चाललंय्, लवकर ऊठ! चल..."

पटकन उठून पांघरलेलं कांबळं अंगाभोवती गुंडाळत तो बाहेर आला, तेव्हा गोंधळातला चढलेला आवाज अर्जुनाचा असल्याचं त्याच्या लक्षात आलं. आवाज जवळच्या मोठ्या झोपडीतून...

धर्मराजाची झोपडी नाही का?

द्रौपदीबरोबर धावतच तो त्या झोपडीत शिरला. आत दंड-हात-कपाळावर किरकोळ जखमा झालेला धर्मराजा गवतानं केलेल्या अंथरुणावर झोपला होता. पणती जळत होती. समोर उभा असलेला अर्जुन हातातल्या तलवारीनं धर्मराजावर वार करण्यासाठी सिद्ध झाल्यासारखा उभा होता.

हे स्वप्नं की भास?

युयुधानाला काही अर्थबोधच होईना. अर्जुनाच्या शेजारी कृष्ण उभा होता. संयमानं.

"घटकाभरात मी जेवढे बाण मारतो, तेवढे तू तुझ्या संपूर्ण आयुष्यात तरी मारलेस का? दोन किरकोळ जखमा झाल्या, म्हणून पळून येऊन झोपणारा भेकड तू! आणि मला भित्रा म्हणतोस? संपूर्ण युद्धात तू कितीजणांना ठार

केलंस, तेवढं एकदा तोंड उघडून भुंक.'' अर्जुनाचा आवाज वाक्या-वाक्याला चढत होता. ''वनवासात असताना भीम सांगत होता, तेच खरं! थोरला भाऊ म्हणून आम्ही वाकून मान देत होतो. आता मस्ती आलीय् तुला! आमचं काहीही न ऐकता दर्प दाखवत होतास. जुगार खेळून आमची ही अवस्था केलीस! मत्सयंत्र भेदून द्रौपदीला मी जिंकलंय् आणि याच द्रौपदीसमोर भेकड म्हणून माझा पाण-उतारा करतोस? काय वाटलं तुला, कर्ण म्हणजे? त्याचा एक बाण टोचला, म्हणून धूम ठोकून इथं येऊन झोपलास? माझ्याऐवजी तू त्याला मारणार आहेस का?''

युयुधानाला द्रौपदीनं आपल्याला भांडण थांबवण्यासाठी बोलावल्याचं आठवलं. भांडणाचा मूळ मुद्दा त्याला ठाऊक नव्हता. अर्जुनाला बोलायला लावून त्याचं लक्ष आपल्याकडे वेधून घेतलं, तर त्याचा राग कमी होईल आणि भांडणाचं कारणही समजेल, असा विचार करून त्यानं अर्जुनाला विचारलं,

''अर्जुना, संतापायला काय झालं एवढं?''

हा प्रश्न विचारत असतानाच द्रोणाच्या वधानंतर त्याच्याशी झडलेली चकमकही युयुधानाला आठवली.

पण अर्जुनाच्या ते लक्षात असावं, असं काही दिसलं नाही. तो युयुधानाकडे वळला आणि म्हणाला,

''काय सांगू, युयुधान! माझं चुकलं असेल, तर तूच सांग. हा कृष्णही इथं उभा आहे. हे आमचे थोरले बंधू काल रात्री कर्णाला छेडायला गेले होते, म्हणे! त्याच्या बाणांना सामोरं जायची याची ताकद आहे का? दोन बाण टोचले, चार रक्ताचे थेंब सांडले आणि हे महाशय युद्धभूमीवरून पळून येऊन इथं झोपले! तिथं मला भीम भेटला. मला सतत याचीच काळजी. याला पकडून नेण्याची पूज्य आचार्यांची प्रतिज्ञा तुलाही ठाऊक आहे ना? तीच प्रतिज्ञा कर्णानंही केली नसेल कशावरून? त्यानं याला पकडून नेलं, तर? ही काळजी मला. म्हणून शक्यतो मी याला नजरेआड होऊच देत नव्हतो. पण युद्धप्रसंगी सगळ्या गोष्टी नेहमीच आपल्या मनाप्रमाणे कुठं होत असतात? भीम दिसताच मी याची चौकशी केली. त्यानं सांगितलं... चेहऱ्यावर थोडं रक्त दिसलं, शिबिराकडे गेला. तूच सांग, जखमी होऊन विश्रांतीसाठी शिबिराकडे गेला, याचा काय अर्थ होतो! काही तरी गंभीर घडलं असणार, असं मला वाटलं, तर त्यात काय चुकलं? गंभीर दुखापत झाल्याशिवाय कुठला क्षत्रिय युद्ध निम्म्यावर टाकून शिबिराकडे निघून जाईल? माझं सैन्य नकुलाकडे सोपवून याला पाहण्यासाठी कृष्णाबरोबर भरधाव वेगानं इथं आलो. आधीच अंधार. त्यात दोनदा रस्ता चुकलो. इथं येऊन पाहतो, तर या याच्या जखमा!'' म्हणत हातातल्या तलवारीच्या टोकानं त्यानं

धर्मराजाच्या कपाळावरच्या आणि दंडावरच्या जखमा दाखवल्या.

"काहीजणांना आपलं एवढंसं रक्त वाहिलं, तरी आकाश कोसळल्यासारखं होतं. त्यासाठी तू का एवढा संतापतोस?" म्हणताना धृष्टद्युम्नावर संतापणाऱ्या अर्जुनाची आठवण होत होती.

"फक्त एवढ्याच कारणासाठी मी नाही चिडत. पुढं काय झालं, ते ऐक. मी आणि कृष्ण घाबऱ्या घाबऱ्या नदी ओलांडून इथं आलो. तुझ्या शिबिरातली कुत्री अंगावर धावून आली. रात्री बाण लागून आमच्या शरीरावर असंख्य जखमा झाल्या आहेत. तुझाही चेहरा जखमांनी भरून गेलाय् हे तू पाहिलंस का? इथं येऊन पाहिलं, तर द्रौपदीकडून शुश्रूषा करून घेत पडले होते राजेश्री! वर आमची चाहूल लागताच म्हणतो कसा, 'कोण? अर्जुन का?' कर्णाला ठार केलं? त्याचं मस्तक उडवलं?' 'अजून नाही' असं मी म्हणताच हा म्हणाला, '... अवाक्षरही बोलू नकोस! कर्णाला सामोरं जायचं धैर्य अंगात नाही, म्हणून पळून आलास! या तुझ्या गांडीव धनुष्याला शरम वाटली पाहिजे. आपला पिता पांडुराजाच्या कीर्तीला काळिमा फासलास तू! आता मला तुझं तोंड दाखवू नकोस. माझी आज्ञा आहे ही!...' एखाद्या कुत्र्याला हटकावं, तसा बोलला हा! आता सांग, आधी या मुर्दाडाचं मुंडकं उडवायला पाहिजे, की नाही? भीम म्हणतो, तेच खरं आहे. थोरला, थोरला, म्हणून याच्यापुढं वाकतो, तेच चुकीचं आहे. भीमाचं ऐकून त्याचवेळी जयद्रथाला ठार केलं असतं, तर त्यानं माझ्या अभिमन्यूला ठार करण्याचा प्रश्नच आला नसता. या मूर्खाचा उपदेश ऐकून त्या वेळी भीमाला विरोध केला आणि मीही मूर्खपणाचा धनी झालो! खरं, की नाही, द्रौपदी?"

बोलणं बरंच वाढल्यामुळं आता तो हत्याराचा वापर करणार नाही, याची द्रौपदीचीही खात्री झाली होती. युयुधानाच्या हे आधीच लक्षात आलं होतं.

कृष्ण मात्र काहीही विशेष घडत नसल्यासारखा शांतपणे उभा होता.

झोपलेला धर्मराजा आता चटकन उठून बसला. दुसऱ्याच क्षणी दोन्ही हातांनी छाती पिटत बडबडू लागला,

"अर्जुना, क्षमा मागायची माझी लायकी नाही. नीच, नालायक आहे मी! तुमच्या या अवस्थेला जबाबदार असलेला परमपापी मी! तुझ्या खड्गानं माझे प्राण गेले, तर तेच मला योग्य प्रायश्चित्त होईल. पुढच्या जन्मी तरी नीट बुद्धी येईल मला. तूच योग्य शिक्षा दे मला..." म्हणत तो खाली वाकला आणि दोन्ही हात अर्जुनाच्या पायापाशी नेत, साष्टांग नमस्कार घालत, हुंदके देत क्षमायाचना करू लागला. "माझी चौकशी करायला तू एवढ्या आवेगानं आलास, हे मला ठाऊक नव्हतं, बंधो! हवं तर द्रौपदीला विचार. त्या कर्णाच्या भीतीपोटी रात्री

झोपेतही मी बडबडत होतो. तो मला पकडून दुर्योधनाच्या स्वाधीन करेल, म्हणून घाबरून गेलो होतो. आता युद्धाचे नियमही राहिले नाहीत. त्यामुळे तो इथं येऊन मला पकडून घेऊन गेला, तर इथले शिबिररक्षक माझं रक्षण करू शकणार नाहीत, असं वाटून त्या भीतीपोटी तुझ्यावर मी रागावलो. साक्षात इंद्रासमान तू असताना तुला भीती वाटणं शक्य आहे का? तुझ्या या गांडीवाच्या टणत्कारानं सारं भूमंडळ कंपित होत असताना...''

आता पहिल्यांदा कृष्णानं तोंड उघडलं,

''जरी तुला पकडून त्यानं दुर्योधनाच्या हाती दिलं, तरी काय करणार आहे तो? तू का एवढा घाबरतोस?''

''रात्री अर्धवट झोपेत असताना वाटलं, आता पुन्हा त्याच्या हाती सापडलो, तर त्याच्या शिबिरात बसवून खदाखदा हसत 'पुरुष असशील, तर द्यूत खेळायला ये...' असं आव्हान दिल्याशिवाय तो राहणार नाही!''

''असं झालं, तर 'खेळणार नाही,' असं स्वच्छ सांगायचं.''

''राजसूय यज्ञ केलेल्या माझ्यासारख्या क्षत्रिय राजाला असं कसं म्हणता येईल?'' हे म्हणताना लालबुंद झालेल्या धर्मराजाच्या डोळ्यातली बुबुळं असहायपणे फिरत होती.

''अर्जुना, तू काय म्हणतोस?'' कृष्ण त्याच्याकडे वळून विचारण्याआधीच अर्जुन हुंदके देऊन रडू लागला.

''का? काय झालं तुला?''

कृष्णानं विचारताच उसासे टाकत तो म्हणाला,

''पितृसमान ज्येष्ठ बंधूला किती अपमानास्पद बोललो मी! आता या जगात जगायचा मला अधिकार राहिला नाही. मृत्यूच योग्य शिक्षा आहे माझ्यासाठी.'' म्हणत त्यानं हातातली तलवार मानेकडे नेली.

उजव्या बाजूला असलेल्या सात्यकीनं क्षणार्धात त्याचा दंड पकडला आणि त्याच्या हातातली तलवार हिसकावून घेतली.

आणखी हुंदके देत अर्जुन म्हणाला,

''वडिलांना पाहिल्याचं तर मला आठवतच नाही. आजवर थोरल्या भावालाच पितृस्थानी मानत आलो आहे. अशा पितृसमान भावानं माझ्या पायाला स्पर्श केला! आता हे पाप मी कसं धुऊन काढू? शिवाय आम्हा भावंडांमध्ये असं भांडण झाल्याचं समजल्यावर शत्रुपक्ष खदाखदा हसणार नाही का! युयुधान, मला माझी तलवार दे!'' त्याच्या दोन्ही डोळ्यांमधून अश्रूंचा महापूर वाहत होता.

सात्यकीला मोठंच अवघड झालं. शिवाय पुरुष असे रडतात, हे पाहून तो आश्चर्यचकितही झाला होता.

त्याची दृष्टी द्रौपदीवर गेली.

म्लान मुद्रेनं खाली मान घालून उभी असलेली द्रौपदी नि:श्वास टाकत असल्याचं तिनं अंगाभोवती गुंडाळलेल्या वस्त्राच्या हालचालींवरून दिसत होतं.

काही क्षण कुणीच बोललं नाही. भरून राहिलेल्या शांततेतून युद्धभूमीवरून ऐकू येणारा क्षीण आरडाओरडा किंवा हत्तींचा चित्कार. मध्येच नि:शब्दता. कुठल्या तरी पक्ष्यांची किलबिल.

नंतर कृष्ण म्हणाला,

"युद्ध सुरू होऊन पंधरा दिवस झाले. कुणालाही झोप नाही. तीन दिवसांपासून तर कुणाचाही डोळ्याला डोळा लागलेला नाही. बुद्धी कशी ताळ्यावर राहणार? अर्जुना, सात्यकी काल संध्याकाळपासून विश्रांती घेऊन थोडा ताजातवाना झाला आहे. निदान त्याचं डोकं तरी शांत आहे. मी त्याचा रथ चालवेन. तो तुझं सैन्य घेऊन लढत राहील. तूही थोडी झोप काढ, जा."

"काय म्हणालास, कृष्णा?"

"झोप नसल्यामुळं तू बिथरल्यासारखा झाला आहेस. थोडी झोप झाली, म्हणजे बरं वाटेल."

"या अर्जुनानं निद्रेवर विजय मिळवलाय्, हे का विसरतोस तू? अजून पंधरा दिवस असाच जागा राहीन मी! आता माझी प्रतिज्ञा ऐक. कर्णाला ठार केल्याशिवाय शिबिरात परतून मी धर्मराजाला तोंड दाखवणार नाही. तुझ्या पायाची शपथ, धर्मराजा!" म्हणत तो वाकला आणि धर्मराजाचे दोन्ही पाय घट्ट धरले.

धर्मराजानंही त्याला छातीशी कवटाळलं.

"तुझ्या प्रतिष्ठा-पूर्तीसाठी तू कालमर्यादा घातली नाहीस, हे नशीब!"

कृष्णाच्या या बोलण्याचा युयुधानाला लगेच उलगडा झाला; पण एकमेकांच्या बाहुपाशात बद्ध असलेल्या त्या भावंडांच्या कानात मात्र ते शिरलं नाही.

द्रौपदीही त्यांच्याकडे एकटक पाहत उभी होती.

"असं असेल, तर चल, शत्रूला विश्रांतीची संधी देता कामा नये..." अर्जुनाचा दंड धरून त्याला उठवत कृष्ण म्हणाला, "युयुधाना, तुझी विश्रांती झाली असेल, तर प्रातर्विधी संपवून युद्धभूमीवर ये. आपल्यापैकी प्रत्येकाला थोडी थोडी विश्रांती हवी. धृष्टद्युम्नानं आपल्या सैनिकांनाही पाळी-पाळीनं झोप मिळण्याची व्यवस्था केली आहे."

डोक्यावरून उबदार कांबळं गुंडाळून युयुधान प्रातर्विधीसाठी बाहेर पडला, तेव्हा उजाडत होतं. गिधाडांची चाहूलही लागत होती. त्याची दृष्टी गेल्या पंधरा

दिवसापासून युद्ध चाललं होतं, त्या जागेवरून फिरली.

अंधूक प्रकाशात नीटसं दिसत नाही, की खाऊन खाऊन त्यांची पोटं भरली, म्हणायची. आकाशातही दिसत नाहीत. नदीच्या या बाजूला सडलेल्या प्रेतांची दुर्गंधी बरीच कमी होती.

एकाएकी गावाकडच्या समुद्राची आठवण झाली.

तिथं असताना सकाळी प्रातर्विधीसाठी जाताना समुद्र दिसायचा. तो फेसाळणारा समुद्र बघून किती युगं लोटली?

त्याचा जीव व्याकुळला.

हे युद्ध लवकर संपवून गावी जायला पाहिजे, असं आतून वाटलं. अर्थात जगलो, तर जायचा प्रश्‍न, म्हणा! जगणं किंवा मरणं, काही का वाट्याला येईना, पण हे युद्ध लवकर संपू दे एकदाचं! कृष्ण म्हणतो, ते अगदी खरं आहे. शत्रूला विश्रांती घ्यायची संधी न देता सगळीकडून एकदम चढाई केली, तर युद्ध लवकर संपेल. भीमाचंच बरोबर आहे. संपवणं एवढंच त्याचं ध्येय. धनुष्य-बाणाचं कौशल्य, प्रताप मिरवण्याचा मोठेपणा, पाहणाऱ्यानं अवाक व्हावं, असं नेत्रदीपक चापल्य, आपले पराक्रम पुन्हा पुन्हा ऐकायची हौस, शूर-प्रतिज्ञा यापैकी कशाच्याही मागं न लागता एकदम शत्रूच्या सैन्यात शिरून हाणून... त्याच्या डोळ्यांसमोर नुकतंच पाहिलेलं धर्म-अर्जुनाचं दृश्य तरळून गेलं. आपण कृष्णाबरोबर उपप्लव्य नगरीत आलो, त्या वेळी पाहिलेल्या पांडवांमध्ये आणि आता युद्धभूमीवर स्पष्ट होणाऱ्या त्यांच्या व्यक्तिरेखांमध्ये किती तरी फरक असल्याचं त्याच्या लक्षात येत होतं. कमी बोलणारे नकुल-सहदेव महान योद्धे नसले, तरी दृढ मनाचे आहेत. भित्रे नव्हेत. अगदी जीव गमावण्यासारखी परिस्थिती असेल, तर माघार घेऊन थोड्या विश्रांतीनंतर पुन्हा नव्या जोमानं लढायला सुरुवात करतात. सावध; पण कौतुकास्पद योद्धे. महान योद्धा आणि वीर असला, तरी अर्जुनाच्या स्वभावातली चंचलता इतक्या पराकोटीची आहे, याची एरवी कल्पनाही येणं कठीण आहे! धर्मराजाही, आपल्याला वाटला होता, तेवढा दुर्बल मनाचा नाही. जुगाराविषयीचा आपला कमकुवतपणा त्यालाही ठाऊक आहे. पण अर्जुनाप्रमाणे तो पराकोटीचा स्वजनप्रीतीत गुरफटून जात नाही. उद्या भीष्मांना ठार केलं पाहिजे, अशी त्यानंच धृष्टद्युम्नाला सूचना दिली होती. द्रोणांना संपवलं पाहिजे, हेही त्यानंच सांगितलं होतं. आता कर्णाला संपवलं पाहिजे, हाही आग्रह त्याचाच आहे. पण हे सगळं स्वत: करण्याइतकं शारीरिक सामर्थ्य त्याच्या ठायी नाही.

त्याला भीष्मांच्या निवृत्तीनंतर आजवर घडलेल्या घटना स्थूलमानानं आठवू लागल्या.

धर्मराजाला पकडून घेऊन जाणं हेच ध्येय ठेवून द्रोण युद्धात उतरल्याचं

आमच्या हेरांकडून आम्हाला समजलं होतं. धर्मराजा तर घाबरून गेला होता! 'अर्जुना, तू सतत माझ्या जवळच राहिलं पाहिजेस. कुठल्या तंत्रानं आचार्य मला वेढतील, कोण जाणे!' अर्जुनाला वेगळा काढण्यासाठी वेगळं दळ पाठवून त्याला 'पुरुष असशील, तर ये...' असं आव्हान दिलं, तेव्हा कृष्णानं किती विरोध केला त्याला! पण त्या वेळी या अर्जुनाला आपल्या ज्येष्ठ भावाच्या रक्षणापेक्षा आपल्या पुरुषार्थाची कीर्तीच मोठी वाटली होती. परिणामी द्रोणांचा चक्रव्यूह भेदण्याची कुशलता आम्हा कुणाच्याच अंगी नसल्यामुळं तरुण अभिमन्यूचा बळी द्यायची पाळी आली. तसंच, आपल्या मुलाच्या मृत्यूला कारणीभूत झालेल्या जयद्रथाला दुसऱ्या दिवशी सूर्यास्ताआधी ठार करायची त्याची प्रतिज्ञा! सारासार विचार न करता केलेली प्रतिज्ञा! एवढ्या वर्षांत या अर्जुनाचा स्वभावच समजला नव्हता, म्हणायचा, मला.

पुन्हा आकाशात गिधाडं दिसू लागली.

थंडीची रात्र, म्हणून कुठं विश्रांती घेत बसली होती, की काय, कोण जाणे! कदाचित रात्रभर प्रेतांमध्येच बसून राहिल्यामुळं शरीराची थोडी हालचाल करावी, म्हणून आता उडत असतील. लवकर युद्धावर जायला पाहिजे.

प्रक्षालन आटोपून तो अंघोळीसाठी नदीच्या पाण्यात उतरला, तेव्हा हात-पाय, दंड, चेहरा, वगैरे भागांवरच्या जखमा झोंबू लागल्या. चटकन तो नदीबाहेर आला. बाणांनी केलेल्या लहान-लहान जखमांबरोबर धनुष्याची प्रत्यंचा ओढून बोटं आणि डाव्या तळव्यावरची कातडी सोलून, त्यावर खपली धरून आता ती खपलीही निघाल्याचं तो विसरूनच गेला होता. सोबत आणलेल्या सुती वस्त्रानं सर्वांग हळुवारपणे टिपल्यावर तो आपल्या झोपडीत गेला. गरम दशमी खाऊन झाल्यावर, नदी ओलांडून पलीकडे आला आणि सारथ्याला हाक मारली. तो जवळ येताच त्यानं सांगितलं,

"दोन दिवस पुरतील, एवढ्या दशम्या आणि पाण्याचं तांब्याचं भांडं भरून ठेवलंय्. हे एवढे बाण पुरतील ना?"

❑

"महाराजा, भीष्मांच्या दहा दिवसांच्या सैनापत्याखाली कुणीही सेनादलप्रमुख मारला गेला नाही. फक्त सैनिकांचीच शिबिरं रिकामी झाली. महा-समुदायासाठी स्वयंपाक करताना आधी मेंढ्या-बकऱ्यांची मुंडकी उडावीत, तसं चाललं होतं. पण द्रोणांच्या साडेचार दिवसांच्या अवधीत प्रमुखांची मस्तकंही जमिनीवर लोळली आहेत. सर्वसाधारण योद्ध्यांची संख्याही काही कमी नाही..."

संजयाचं बोलणं थोपवत धृतराष्ट्रानं विचारलं,

''कोण कोण प्रमुख? आधी त्यांची नावं सांग.''

''सांगतो...'' आपल्या बोलण्यात खंड पडल्यानं गडबडलेल्या संजयानं पुन्हा एकवार सारं आठवलं आणि सांगू लागला, ''अर्जुनाचा मुलगा अभिमन्यु, भीमाचा मुलगा घटोत्कच, आचार्य द्रोण, सिंधुराजा जयद्रथ, इतर काही मित्र राजे...''

मध्येच गांधारी किंचाळली,

''माझ्या दुःशलेचा नवरा...''

''होय, महाराणी...'' निर्विकारपणे संजय उत्तरला. आपल्या बोलण्यामध्ये वरचेवर येणाऱ्या या अडथळ्यांमुळं तो कासावीस झाला होता.

''कुणी ठार केलं त्याला?''

''अर्जुनानं त्याला ठार करून आपली प्रतिज्ञा पूर्ण केली.''

''माझ्या दुःशलेला विधवा करणाऱ्या अर्जुनाची बायकोही...'' गांधारीच्या शोकानं शापाचं रूप घेतलं.

धृतराष्ट्राचं आतडंही कळवळलं.

रात्रीची पणती मूकपणे कोनाड्यात जळत होती.

खांबाला टेकून बसलेल्या विदुराला धृतराष्ट्र म्हणाला,

''विदुरा, तू तरी तिची समजूत घाल, रे!''

''शापता शापता महाराणी आपोआप सावरेल. अभिमन्यूची बायको, घटोत्कचाची बायको– त्याही विधवा झाल्याच ना! आजवर मरण पावलेल्या असंख्य सैनिकांच्या बायका, मित्र राजांच्या बायकाही विधवा झाला आहेत. देवी, दूर आपापल्या देशात, आपापल्या घरांमध्ये बसलेल्या, आपापल्या शेतात राबणाऱ्या असंख्य स्त्रियांना एकाच वेळी वैधव्य देणाऱ्या या युद्धाची बातमी आपण पुढं ऐकू या.''

विदुराच्या या बोलण्यानं गांधारीचे शाप तोंडातच जिरले. तिचा गोरा चेहरा पांढराफटक पडला.

तिकडे एकवार पाहून विदुरानं आदेश दिला,

''संजया, पुढं सांग.''

''सेनापतिपदावर येताच द्रोणांच्या चेहऱ्यावर कृतार्थतेचे आणि कृतज्ञतेचे भाव उमटले. त्याच भरात त्यांनी विचारलं, 'महाराजा, तू दर्शवलेल्या या विश्वासाच्या आणि गौरवाच्या बदल्यात मी तुला काय देऊ?' तो उत्तरला, 'आणखी काहीही नको. धर्मराजाला पकडून घेऊन या. मी त्याच्या जीवाला मुळीच धक्का लावणार नाही. त्यानंतर हे युद्ध थांबवून, शांतता कशी प्रस्थापित करायची, ते मी पाहीन.' आचार्यांनाही महाराजाच्या बोलण्याचा आनंद वाटला. युद्धात धर्मराजाला पकडून आणल्यावर, त्याला त्याच्या वाट्याचं राज्य देऊन,

क्षत्रियोचित औदार्य दाखवण्याचा महाराजाचा उद्देश त्यांनाही पटला. त्यांनी सांगितलं, 'धर्मराजाला पकडणं हाच आपला मुख्य हेतू राहील. त्यासाठी मी एक व्यूह रचला आहे. त्याचं मर्म जाणून तुम्ही सगळ्यांनी युद्ध करायला हवं.' दळपतींनी आपापल्या सैन्यातल्या प्रमुखांना तंत्राचा प्रमुख भाग समजावून सांगितला. चक्रव्यूह, म्हणे, त्याचं नाव. पण एक अडचण उभी राहिली. इतर तंत्रांबरोबर अर्जुनाला या चक्रव्यूहाचीही माहिती दिली होती ना! त्यानं हा व्यूह ओळखून व्यूह भेदत चढाई केली, तर? शिवाय त्याचा रथ चालवणाऱ्या कृष्णाच्या तीक्ष्ण बुद्धीला याची चाहूल लागली, तर या व्यूहामुळं आपलीच हानी होईल, असं काही तरी तो करेल! या सगळ्याचा विचार करून ते एका निर्णयाप्रत आले, की काही तरी करून त्या वेळी कृष्ण आणि अर्जुनाला तिथून कुठं तरी लांब गुंतवून ठेवायला हवं. पण कसं? त्रिगर्ताचा राजा सुशर्मा, त्याचे धाकटे भाऊ सत्येशु, सत्यकर्म, सत्यदेव, सत्यरथ हे पाचही जण महाराजाचे आप्त. दुसऱ्या दिवशी पहाटे युद्ध सुरू होण्याच्या वेळी त्यांच्यापैकी थोरल्या सुशर्मानं अर्जुनाला आव्हान द्यायचं, 'पुरुष असशील, तर माझ्याशी द्वंद्वयुद्ध खेळायला ये.' असं आव्हान टाळणं अर्जुनाच्या स्वभावात नाही. साहजिकच अर्जुन आणि त्याच्याबरोबर कृष्ण मुख्य रणांगणातून दूर होतील. इतर कुणालाही व्यूह-तंत्र समजणार नाही. अशा परिस्थितीत धर्मराजाला पकडणं सहज शक्य आहे. असा विचार करून सगळं त्याचप्रमाणे करण्यात आलं...''

"व्वा! व्वा! छान! आता पकडलेल्या धर्मराजाला माझ्यापुढं आणून उभा करायला सांग दुर्योधनाला.'' उतावळेपणानं मध्येच धृतराष्ट्र म्हणाला.

"पण ते जमलं नाही. मध्येच काही अनपेक्षित घटना घडल्या. त्रिगर्तच्या राजानं आव्हान देताच अर्जुन अपेक्षेप्रमाणे तिकडे निघून गेला. खूप दूर. मोडलेले रथ, बाणांचे तुकडे, प्रेतांची दुर्गंधी... सगळं ओलांडून पलीकडे असलेल्या मोकळ्या मैदानावर. इकडे पांडवांना हा व्यूह आहे, एवढी बातमी लागली होती. व्यूहाची फारशी माहिती नसताना तो भेदण्याचा प्रयत्न करू नये, म्हणून धर्मराजा आपल्या सेना-दळासह मागेच राहिला. पण अशी माघार घेणं म्हणजे क्षत्रिय समाजात टीकेला लक्ष्य होणंच. नकुल-सहदेव, युयुधान, धृष्टद्युम्न सगळेच गोंधळून गेले. भीम मात्र म्हणाला, 'शत्रूची अपेक्षा असेल, अशाच पद्धतीनं व्यूह भेदला पाहिजे, असं कुणी सांगितलं? जिथून शक्य आहे, तिथून त्यांना ठेचून काढू या. चला...' आणि त्यानं कुठल्याशा बाजूनं तसं करायलाही सुरुवात केली. इतर सगळे मात्र तिथंच घुटमळत राहिले. अशावेळी अर्जुनाचा मुलगा पुढं आला आणि म्हणाला, 'या चक्रव्यूहाचं तंत्र मला ठाऊक आहे. उपप्लव्य नगरीत माझ्या पित्यानं मला वाळूवर रेषा मारून त्याच्याविषयी सगळी माहिती दिली

होती. मी व्यूहात प्रवेश करेन. तुम्ही सगळे माझ्यापाठोपाठ या.' वयानं कोवळा असला, तरी अतिशय उत्साही असा अभिमन्यु. धनुष्य गोलाकार होईल, एवढी प्रत्यंचा खेचून तो मारत असलेल्या बाणांची ताकद फक्त त्याच्या पित्याच्याच बाणात होती! नेमबाजीतही तेवढाच कुशल. काही क्षण धर्मराजाला काय सांगावं, ते सुचलं नाही. पण मानाचा प्रश्न होता हा! त्याच्यापाठोपाठ सगळे निघाले. दिशा चुकवणं हाच चक्रव्यूहाचा एक विशेष गुण. अभिमन्यू व्यूह भेदून पुढं निघाला. भेदून म्हणजे काय, मुद्दाम त्याला तसं दाखवून आत घेण्यात आलं. इकडे धर्मराजाच्या दोन्ही बाजूंना यादवांचा युयुधान आणि पांचालांचा धृष्टद्युम्न. मागे नकुल आणि पुढं सहदेव. सगळे आपापल्या सेनेसह धर्मराजाला घेरून होते. त्यामुळं त्याला पकडणं जमलंच नाही. व्यूहात शिरलेल्या अभिमन्यूला मात्र एकटं घेरून ठार करण्यात आलं. त्या अभिमन्यूचा पराक्रम काय म्हणून सांगू! आपल्या वयाचे तरुण जमवून त्यानं एक स्वतंत्र दलच तयार केलं होतं उपप्लव्य नगरीत असताना. सगळे वीस किंवा त्याहून कमी वयाचे बछडे. धोका स्पष्टपणे दिसत असतानाही डोळे मिटून स्वत:ला झोकून देण्याचा उत्साह! मोठ्यांप्रमाणे आजूबाजूला बघायचा प्रश्नच नाही. चढाई करायची, ती समोरच्याचं नरडं उडवायलाच, असा त्यांचा आवेश! जिंकण्याचं कौशल्य, क्षत्रिय समाजाकडून वाहव्वा वगैरे मिळवायची अपेक्षा नसलेला प्रचंड आवेश! व्यूहद्वारात जयद्रथाला पाहताच अभिमन्यु उसळून त्याच्यावर बाण सोडत म्हणाला, 'थोरल्या आईचा अपमान करणारा नराधम तूच नाही का!' सगळ्या मुलांनी त्वेषानं त्याच्यावर चढाई केली. त्या बाणवर्षावाचा वेग इतका प्रचंड होता, की स्वत:ला सावरून त्याला तोंड द्यायला जयद्रथालाही काही क्षण जावे लागले. हे पुढं घुसले. इक्ष्वाकु वंशातल्या राजाला– नाव लक्षात राहिलं नाही... त्याच्या सैन्याला ठार केलं. फारशा आवेगानं युद्ध न करता फक्त शोभेसाठीच उभ्या राहिलेल्या शल्यराजाला एक बाण लागताच तो मूर्च्छित होऊन रथात पडला. पुढं घुसून द्रोणांच्या सेनेवरच त्यांनी चढाई केली. तिथंही गोंधळ माजला. सगळे सैनिक सैरावैरा पळू लागले. हा अर्जुनाचा मुलगा आहे, हे समजताच द्रोणांच्या तोंडूनही आपोआप शाबासकी गेली. त्यांनी दु:शासनाला त्याच्यावर हल्ला करायला सांगितलं. दु:शासनही या तुकडीपुढं पराभूत झाला. आश्चर्य, म्हणजे कर्णमहाराजही हरला! का, कोण जाणे, कर्णमहाराज अभिमन्यूला पाहण्यातच रंगून गेला होता. त्या रूपावर भाळला, की काय, कोण जाणे! त्यानं बाणच नीट मारले नाहीत. पण त्याचं त्या मुलांना काय! जो हाती सापडत होता, त्याला पकडून मारणं एवढंच त्यांचं काम! त्याचबरोबर 'हो' असा उत्साहाचा आरडा-ओरडा! आपल्यापैकी किती तरी मेले. मद्रदेशाच्या शल्याचा एक मुलगा मेला. शिवाय किती तरी

राजकुमार. वृंदारक नावाचा एक राजा, अश्वकेतु, शत्रुंजय, चंद्रकेतु, मेघवेग, सुवर्च, सूर्यभास... आणखी किती जणं आणि त्यांची नावं काय, कोण जाणे! किती म्हणून नावं लक्षात ठेवू? हो. मुख्य नावच विसरत होतो. दुर्योधन महाराजाचा मुलगा लक्ष्मण, आणखी... आणखी...''

''माझा नातू लक्ष्मण!'' धृतराष्ट्र किंचाळला.

आपण कुणापुढं सांगतो आहोत, याचं भान न राहून सांगण्यातच रंगून गेलेला संजय म्हणाला,

''होय. या मुलांचा मारा सहन न झालेल्या शकुनीनं एक सूचना दिली...''

''थांब-थांब, संजया! सांगू नको आता...'' धृतराष्ट्र ओरडून म्हणाला.

गांधारीही दोन्ही ओठ आवळून रडत होती.

संजय थांबला. आतल्या आत रडणारी गांधारी नि:शब्द होती. ती संपूर्ण खोली नि:शब्द होती. राजवाडा नि:शब्द होता. हस्तिनावती नि:शब्द होती. पणतीही नि:शब्दपणे जळत होती. दासी दाराबाहेर बसून पेंगत होती.

थोडा वेळ असाच गेल्यावर संजय म्हणाला,

''आता इथंच थांबता. झोपून किती तरी युगं लोटलीत, असं वाटतंय्, घरी जातो. पण पुन्हा बातम्या मिळवून आणायच्या विचारात झोप लागते, की नाही, कोण जाणे! एक दिवस गेला, तर एवढ्या सगळ्या गोष्टी लक्षातही राहणार नाहीत.''

स्वत:ला आवरत धृतराष्ट्र म्हणाला,

''हा अभिमन्यु कसा मेला, तेवढं सांग आणि नंतर जा.''

''त्याला आणि त्याच्या संपूर्ण दळाला एकाच वेळी घेरून मारलं नाही, तर त्यांना मारणं शक्य नाही, हा शकुनीचा सल्ला सुरुवातीला द्रोणांना पटला नाही. अखेर दुर्योधनानं हट्ट धरला, 'तसं असेल, तर तुम्ही एकटेच जाऊन त्याला ठार करा. आता मी माझी आणखी सेना गमवायला तयार नाही. शिवाय त्यानं माझ्या मुलाला ठार केलंय्! तो ठार झाल्याचं डोळ्यांनी पाहीपर्यंत मी स्वस्थ राहणार नाही...' तेव्हा ते तयार झाले. अशा रीतीनं द्रोण, कर्ण, कोसल राजा बृहद्बल, कृपाचार्य, अश्वत्थामा आणि द्वारकेहून आलेला यादवांचा सेनापती कृतवर्मा... हे सहाजण आपापल्या सेनेसह सगळ्या बाजूंनी त्यांच्यावर चालून गेले. याच युद्धात कोसल राजा बृहद्बल मारला गेला. एवढ्या अवधीत अभिमन्यूच्या दलातलीही बरीच मुलं मारली गेली होती. तारुण्याच्या उत्साहात अशा युद्धासाठी शक्तीचा बेतानं वापर करावा, एवढा विवेक तरी कुठून असणार? तसंच बाणांचा साठाही संपत आला होता. अभिमन्यूच्या रथात तर नावापुरताही बाण शिल्लक राहिला नव्हता. अखेर तो तलवार घेऊन रथातून बाहेर पडला. सगळ्यांनी नेम

धरून त्याच्यावरच बाण मारले. पण विशेष, म्हणजे त्यानं, त्याचा पिता घालतो, तसं कवच घातलं होतं. या कवचाच्या ओझ्यानं छाती, मान, कंबर आणि पाठीला त्रास झाला, तरी तिथं बाण मारले, तर शरीराला टोचत नाहीत. बाण मारला, तरी 'खण्ण' असा आवाज येत होता. अखेर फक्त चेहरा, मांड्या, पोटऱ्या या जागी असंख्या बाण मारण्यात आले. अपरिमित रक्त वाहिलं आणि त्याला तसंच ठार करण्यात आलं. उरलेल्या मुलांपैकीसुद्धा किती तरी मेले. आपला नायक पडताच उरलेले पळत सुटले. पण चक्रव्यूहात सापडलेले पळणार तरी कुठं? एकेकाला वेचून टिपण्यात आलं. त्यांना शरण येण्याचीही संधी दिली नाही. बाणांचा नुसता पाऊस पाडला! तिथं पडलेल्या बाणांना आग लावली असती, तर तिथल्या समस्त मृतदेहांचं दहन झालं असतं, की काय, कोण जाणे!''

धृतराष्ट्रानं निःश्वास सोडला.

गांधारीचे आवळलेले ओठ थोडे सैल झाले होते.

संजयाच्या आवाजातून बोलणं संपल्याचा सूर दिसत होता.

पुन्हा मौन पसरलं. पण त्यानं उभं केलेलं डोळ्यासमोरचं दृश्य अजून तसंच तरळत होतं.

असा किती वेळ गेला, कोण जाणे! नंतर विदुरानं विचारलं,

''भीम व्यूहाच्या कुठल्याशा बाजूनं चाल करून गेला, असं म्हणालास ना? तिथं काय झालं? त्याच्या चढाईमुळं व्यूहाची रचना अस्ताव्यस्त झाली का?''

''मला त्या बाजूची युद्ध-वार्ता समजली नाही. भीमाचं लक्ष्य आता स्पष्टपणे समजलं आहे. धृतराष्ट्र महाराजाच्या मुलांना शोधून काढून त्यांना ठार करणं. आपल्या सैनिकांनाही आता ते समजलं आहे. तो आणि त्याचं सैन्यदळ आलं, की ते सैरावैरा पळत सुटतात. भीम घुसून महाराजाच्या मुलांना ठार करतो. अशा रीतीनं आतापर्यंत त्यानं एकतीस जणांना ठेचून मारलं आहे. शत्रुंजय, शत्रुसह, चित्रबाण, चित्रायुध वगैरे आठ जणांचा एक समूह; शिवाय दुर्जय, दुर्मुख, दुर्मर्षण, दुःसह, दुर्भद या पाच जणांचा आणखी एक समूह. नंतर...''

''अरे देवा! पाचही माझीच मुलं...'' गांधारी जोरात किंचाळली. किंकाळीबरोबरच ती धाडकन मंचकावर कोसळली.

''माझी मुलं...'' म्हणत धृतराष्ट्रानं तिला मिठीत घेतलं. त्याचाही श्वास घुसमटल्यासारखा झाला होता.

❑

"माझा मुलगा...?" मागं वळून विचारताना अर्जुनाचा आवाज भरून आला होता.

झोपडीत पाऊल टाकताच जमिनीवर पडून आक्रोश करणाऱ्या सुभद्रेकडे पाहताच त्याची खात्री झाली. हाता-पायातली शक्ती नाहीशी होऊन तो मटकन तिच्या शेजारी बसला. आसवांनी भरलेल्या चेहऱ्यानं सुभद्रेनं पतीची मांडी कवटाळली. झोपडीचा दरवाजा उघडा असल्यामुळं कोनाड्यातली पणतीची ज्योत फडफडत होती. पाठोपाठ आलेली द्रौपदी, कृष्ण, धर्मराजा भोवताली उभे राहिल्यामुळं ती पुन्हा स्थिर झाली. तिच्या बाहूंवर पडणारे त्याचे अश्रू आणि मांडीवर सांडत असलेले तिचे अश्रू आणि हुंदक्यांमुळं हिंदकळणारे त्या दोघांचे देह पाहून धर्मराजाला काय बोलावं, ते सुचत नव्हतं.

द्रौपदीच्या डोळ्यांनाही धार लागली होती.

उद्विग्न कृष्ण अवाक्षर न बोलता स्तब्ध उभा होता.

"तुझ्या प्रिय पुत्राचा... माझ्या अभिमन्यूचा बळी गेला!... तुझ्या भावानं त्याला युद्धावर पाठवलं. तू जिवंत असताना माझा मुलगा मेला! थूः तुझा भाऊ! थूः तुझी ती अमोघ बाण-शक्ती! थूः त्या भीमाचं बाहुबल!..." मध्येच उद्वेगानं टाहो फोडणारी सुभद्रा पुन्हा पुन्हा हुंदक्यात बुडून जात होती. तिला जवळ घेतल्याशिवाय अर्जुनाला आणखी काहीही सुचत नव्हतं.

अश्रू ढाळून बायकोचं सांत्वन केल्यावर तो उठला आणि शेजारच्या झोपडीत गेला. कोनाड्यात जळणाऱ्या मंद दिव्याच्या उजेडात द्रौपदीच्या मांडीवर डोकं ठेवून उत्तरा सुन्न होऊन उताणी पडली होती. द्रौपदीची बोटं तिच्या केसांमधून हळूहळू फिरत होती. नऊ महिन्यांचं पोट वर करून झोपलेल्या उत्तरेचं रडू आतल्या आत जिरून गेलं होतं. सासरा अर्जुन झोपडीत येताच पटकन पाय पोटाशी घेऊन ती उठून बसली. खाली मान घालून बसलेल्या उत्तरेवर खिळलेली नजर काढून घेत अर्जुन द्रौपदीला म्हणाला,

"द्रौपदी, हिचं सांत्वन करायची शक्ती तुझ्याशिवाय कुणाच्याच ठायी नाही..."

द्रौपदी मूकपणे बसून होती, दरवाजा उघडल्यामुळं दिव्याची ज्योत पुन्हा अस्थिर झाली. तो तिथून बाहेर निघून गेला.

धर्मराजाच्या मोठ्या झोपडीत बसून सारी हकीकत सविस्तरपणे ऐकल्यावर अर्जुनानं विचारलं,

"अभिमन्यूच्या वधाला कारणीभूत कोण?"

"जयद्रथ. त्यानं आम्हाला व्यूहाच्या द्वारापाशी अडवलं नसतं, तर आत अभिमन्यू एकाकी पडला नसता."

"पापी! चांडाळा! आमच्याकडून जिवाची भिक्षा मागून जिवंत राहिलेल्या जयद्रथानं माझ्या मुलाला मारलं!..." अर्जुनाची गर्जना साऱ्या आसमंतात घुमली.

धर्मराजा काही बोलला नाही. पण भीम म्हणाला,

"त्यांनी व्यूह रचून आव्हान दिलं, म्हणून आम्हीही तो भेदून आमचं तंत्र-कौशल्य दाखवायलाच पाहिजे, असं कुठं आहे? ही क्षत्रियांची अहंकारी बुद्धी. द्रोणांसारख्या आचार्यांनी आपलं तंत्रज्ञान दाखवण्यासाठी निर्माण केलेल्या पद्धती. अरे, युद्ध म्हणजे संहार. जिथून; जसं शक्य आहे, तसं घुसून संहार करणं, एवढंच. त्यात कसली आलीय् कला? "

अर्जुन भीमाच्या चेहऱ्याकडे पाहत बसला होता. धर्मराजाची दृष्टी तर कधीच भीमाच्या दृष्टीला भिडत नव्हती. सारं काही मूकपणे पाहत-ऐकत कृष्ण बसला होता. नकुल-सहदेव, सात्यकी-धृष्टद्युम्न– सगळेजण आपापल्या युद्धज्ञानाची चाचपणी करत होते. पुन्हा भीम म्हणाला,

"द्रौपदीला उचलून घेऊन जाण्यासाठी तो आला असता त्याला ठार करण्यासाठी किती धडपडलो मी! त्या वेळी तुम्हीच मला थोपवलंत... बहिणीच्या कुंकवाचा धनी, म्हणून! त्यावेळी थोरल्या बंधुराजांच्या कीर्तनाला तूही साथ देत चिपळ्या वाजवल्या होत्यास, नाही का! त्याच वेळी माझं ऐकलं असतं, तर!"

खाली मान घालून अर्जुन विचारात गढून गेला होता.

धर्मराजाची नजर जमिनीवर खिळली होती.

भीम म्हणाला,

"कसंही करून उद्या जयद्रथाचा बळी घेतला, तर आम्ही अभिमन्यूच्या मृत्यूचा सूड घेतल्यासारखं होईल. आणखी चार दिवसांनी मारलं, तर तो सूड ठरणार नाही. इतर असंख्य सैनिकांबरोबर तोही युद्धात मारला गेला, असं होईल. हा सूड तू घेणार आहेस, की मी घेऊ? त्या वेळी ठार करत असताना तू त्याला वाचवलंस. अभिमन्यूचा जन्मदाताही तूच आहेस."

अर्जुनाचा संताप अनावर झाला. त्यानं भीमाकडे पाहिलं.

भीमाची नजर दृढ दिसत होती.

डिवचलेल्या नागासारखा अर्जुन ताडकन उभा राहिला. उजव्या हाताची घट्ट आवळलेली मूठ छताकडे उभारून, आकाशाला ऐकू येईल, एवढ्या जोरात तो कडाडला,

"उद्या संध्याकाळच्या आत मी त्या पापी जयद्रथाला ठार केलं नाही, तर मी पांडव म्हणून जगणार नाही. युद्धभूमीवरच अग्निप्रवेश करेन!"

अर्जुनाचा आवाज एवढा मोठा आहे, हे त्या वेळेपर्यंत कुणालाच ठाऊक नव्हतं. प्रतिज्ञेचा उच्चार झाल्यावरही, तो तशीच मूठ उगारून, अचल उभा

होता. झोपडीचं कोसळतं छत सावरत असल्यासारखा!

अर्जुनाच्या गर्जनेनंतरची शांतता जीव कोंडून टाकणारी होती. सर्वांत आधी भानावर आला, तो कृष्णच. तो म्हणाला,

"अर्जुना, हे काही तू योग्य केलं नाहीस! हा विवेक नाही. उद्या दिवसभरात जयद्रथाला मारणं हे आपलं ध्येय असलं पाहिजे, प्रतिज्ञा नव्हे. प्रतिज्ञा म्हटली, की तिची पूर्तता करण्याचा प्रश्न आला. पूर्तता केली नाही, तर आपलं स्थान काय राहील? अशा वेळी आपलंच अंतरंग आपल्याला अशक्त करतं. '...पांडवच नव्हे... अग्निप्रवेश करेन...' वगैरे उद्‌गारांची काय आवश्यकता होती? संपूर्ण शिबिरालाच नव्हे, तर नदीपलीकडे ऐकू जाईल, एवढ्या आवाजात गर्जना केलीस तू! शत्रू काय मूर्ख असतात? आपल्या शिबिरात त्यांचे हेर असतील किंवा आपले नोकरही त्यांच्या हेरांच्या संपर्कात असतील. त्यांना ही बातमी समजली, तर शत्रूच तुझी ही प्रतिज्ञा युद्धभूमीवर पसरवतील. उद्या जयद्रथाला युद्धावर न पाठवता त्याच्या रक्षणाची विशेष काळजी घेतील. दिवस मावळला, की तुलाच हिणवतील, 'काय म्हणतेय् तुझी प्रतिज्ञा! चल, आम्ही तुझ्यासाठी अग्निकुंड तयार करतो!' त्या वेळी काय करशील तू?"

कृष्णाच्या प्रश्नामुळं तिथली स्तब्धता अधिकच गंभीर झाली. उद्याचं युद्ध कसं रचायचं, हा मोठाच प्रश्न धृष्टद्युम्नापुढं येऊन उभा राहिला. उद्याच्या दिवसात अर्जुनाची प्रतिज्ञापूर्ती झाली नाही, तर? या विचारानं धर्मराजाही भेदरून गेला. एका प्रकारची भीती झोपडी व्यापून राहिली होती. अर्जुनाचा जणू पुतळाच बनला होता.

युयुधानानं काही तरी बोलण्यासाठी तोंड उघडलं, पण विचार बदलून तो पुन्हा गप्प राहिला.

"सात्यकी, काय सांगणार होतास?" धृष्टद्युम्नानं विचारलं.

"काही नाही."

"तू जात्याच अबोल आहेस; पण अशा प्रसंगी ज्याला जे सुचतंय्, ते सांगावं, हे बरं. उद्याच्या प्रतिज्ञेची पूर्तता करण्याची जबाबदारी आपल्या सगळ्यांचीच आहे."

"प्रतिज्ञेविषयी नव्हे..."

"काय असेल, ते सांग!" सगळ्यांनीच आग्रह केला. नकुल, सहदेव, धृष्टद्युम्न, विराट– सगळेजण घुसमटणाऱ्या स्तब्धतेपासून सुटका करून घेण्यासाठी त्याला म्हणाले.

"एक वेगळाच विचार माझ्या मनात छळत होता. उपप्लव्य नगरीत आल्यावर त्या भागातल्या क्षत्रियांशी बोलताना उलगडा झाला. जरासंधाला पाठ दाखवून पळून मथुरेला गेलेल्या यादवांना इकडचे क्षत्रिय हीन लेखतात. पळून गेल्याची

संपूर्ण जबाबदारी स्वत:च्या शिरावर घेणाऱ्या या कृष्णाविषयी तर भेकड, अक्षत्रिय, वाघ-चित्ते आले, म्हणून आपली गुरं पिटाळून पळून जाणारा गुराखी म्हणून हेटाळणी करतात, म्हणे. कृष्णानं केलं, ते योग्य, की अयोग्य, हा प्रश्न माझ्याही मनात त्या वीस-बावीस वर्षांच्या गरम रक्तात होताच. आज सकाळी त्रिगर्त देशाच्या राजानं अर्जुनाला द्वंद्व-युद्धाचं आव्हान दिलं, ते त्यानं स्वीकारलं नसतं, तर युद्धाचं चित्र वेगळं झालं असतं, की काय, कोण जाणे! कदाचित अभिमन्यूला गमवायची वेळही आली नसती. कृष्णा, निदान तू तरी अर्जुनाला सांगायचंस, हे आव्हान स्वीकारू नकोस, म्हणून!''

''कृष्णानं असंख्य वेळा सांगितलं. पण अर्जुनाचा क्षत्रिय धर्म...'' धर्मराजाला हे वाक्य पूर्ण करणं जमलं नाही.

युयुधानही पुढं काही बोलला नाही.

पुन्हा वातावरणात मौन भरून राहिलं.

अखेर सेनापती धृष्टद्युम्न म्हणाला,

''यानंतर आपण क्षत्रिय धर्माच्या नावाखाली येणाऱ्या किती तरी गोष्टींचा त्याग केला पाहिजे. भीम म्हणतो, ते खरं आहे. शत्रूनं रचलेला व्यूह भेदण्यासाठी अकारण शक्तिव्यय का करायचा? आपल्याला अनुकूल होईल, अशा रीतीनंच युद्धाची परिस्थिती आपण वळवून घ्यायला हवी. शत्रूनं रचलेल्या तंत्राचे बळी का व्हायचं? युद्ध म्हणजे काही क्रीडा-स्पर्धा नव्हे!...''

नकुल-सहदेवांनीही होकारार्थी मान हलवली. विराटानंही होकार भरला. द्रुपदानंही मान हलवली; पण काही बोलला मात्र नाही. अर्जुन मात्र अजूनही तसाच उभा होता.

कृष्ण म्हणाला,

''आता आपण सगळे जेवून लवकर झोपू या. शक्य तेवढ्या झोपेची सगळ्यांनाच आवश्यकता आहे. उद्याचं युद्ध प्रचंड संहारक ठरणार आहे...''

''हे ठाऊक असताना झोप कशी येईल?'' धृष्टद्युम्नानं विचारलं.

''तरीही झोप आलीच पाहिजे! नाहीतर उद्या युद्ध करणं शक्यच नाही. भीमाकडे पाहा! बसल्या जागी पेंगतोय् तो! भीमा, जेवण झालं?''

भीमाला हे ऐकू आलं नाही.

नकुलानंच उत्तर दिलं,

''नाही.''

याच वेळी अर्जुन पुटपुटला,

''कितीही दिवस मी झोपेशिवाय राहू शकतो!''

''थोडा सोमरस मिळाला असता, तर बरं झालं असतं. सगळ्यांनाच झोप

मिळाली असती. तांदळाचा असला, तरी हरकत नाही...'' धर्मराजाची ही सूचना जाणून सहदेव उठून बाहेर पडला.

''कदाचित भीमाच्या झोपडीत शिंदीची सुराही असेल एखादं गाडगंभर! त्याच्यासाठी शिकार करून रोज ताजं मांस आणणारे भिल्ल देत असतात काही वेळा...'' नकुलानं हे गुपित फोडताच सगळ्यांच्या चेहऱ्यावर प्रसन्नता पसरली.

❑

''संजया, हे युद्ध थांबवणं शक्य नाही का?'' गांधारीचा आवाज खूप खोल गेला होता.

''हे शक्य नाही, देवी! आजवर हा फक्त राज्याचा प्रश्न होता. आता परिस्थिती वेगळी आहे. अर्जुनाचा मुलगा मारला गेला, भीमाचा मुलगा मारला गेला. इकडं दुर्योधन महाराजाचाही मुलगा मारला गेलाय्. पित्याच्या वधाच्या सूडापेक्षा पुत्राच्या वधाचा सूड अधिक दाहक असतो, नाही का! शिवाय त्यांचा महासेनापतीचा पिता द्रुपदही मारला गेला आहे. त्यामुळं आता पांडव तयार झाले, तरी त्यांचा सेनापती युद्ध थांबवायला तयार होणार नाही, हे निश्चित! पांडवांच्या सेनेत प्रमुख भाग त्याचाच आहे. पांडवही तयार होणार नाहीत, म्हणा! शिवाय मुलाच्या मृत्यूनंतर दुर्योधन महाराजाही सर्पाप्रमाणे फूत्कार टाकत आहे.''

''अशा परिस्थितीत आपण काय करायचं?''

''मी मिळवून आणलेल्या बातम्या ऐकणं एवढंच करता येण्यासारखं आहे.''

संजयाच्या बोलण्यावर गांधारी काहीच बोलली नाही.

संजयही गप्प बसला होता.

खांबाला टेकून बसलेला विदुरही मौनच होता.

तेल अपुरं असल्यामुळं पणतीची ज्योत वेडीवाकडी जळत होती.

धृतराष्ट्र म्हणाला,

''वास येतोय्. दिवा जळतोय् ना? दासी...''

ती पेंगत होती. पुन्हा एकदा मोठ्यानं हाक मारल्यावर ती उठून आली आणि म्हणाली,

''दिवा विझायला आलाय्; पण राजवाड्यात तेल नाही. उद्या आमच्या वस्तीत कुणाकडे असेल, तर मागून आणेन थोडं.''

''राजवाड्यात तेल नाही? याचा अर्थ काय?'' महाराजानं संतापून विचारलं.

''युद्धासाठी हवं, म्हणून संध्याकाळीच सगळं तेल घेऊन गेले. कुठल्या तरी गाडग्याच्या तळात हात घालून मिळालं, तेवढं निपटून आज पणतीत घातलंय्.''

“मग आज रात्रीचं कसं?”

झोपमोड झाल्यामुळं आधीच दासी वैतागली होती. ती म्हणाली,

“डोळ्यांना दिसत नाही, मग दिवा असला काय किंवा नसला काय! मी तर इथंच आहे. संपूर्ण राजवाडा माझ्या पायांखालचा आहे. अंधार असला, तरी तुला जलबाधेसाठी, मलबाधेसाठी घेऊन जाईन मी!”

धृतराष्ट्राचा चेहरा लालबुंद झाला.

एवढ्यात विदुर म्हणाला,

“हे पाहा, आमच्या घरी जाऊन भांडंभर तेल घेऊन ये. एकटीला जायची भीती वाटत असेल, तर मीही येतो. किंवा बाहेर कुणी पहारेकरी असेल, तर पाठव.”

“विदुरा, तुझ्याकडून राजवाड्याला दान? नको, नको...” तो दासीकडे वळून म्हणाला, “जा, ऋण म्हणून घेऊन ये. मला अंधारात राहवत नाही.”

दासी निघून गेल्याचं पावलांच्या आवाजावरून समजलं, तरी धृतराष्ट्राचं मन तेल संपत असल्यामुळं दरवळत असलेल्या वासाभोवतीच घुटमळत होतं.

सुरुवातीपासूनही असंच. हा वास फार अस्वस्थ करतो.

त्याच्यापासून सुटका करून घेण्यासाठी त्यानं विचारलं,

“माझ्या जावयाला ठार मारण्याची अर्जुनानं प्रतिज्ञा केली, असं म्हणालास. मृतांमध्ये जयद्रथाचं नावही सांगितलंस. आपल्या सेनेनं योग्य ती काळजी घेतली नाही का? दुर्योधनाचा तर बहिणीवर खूप जीव आहे...”

“होय, खरं आहे. दोघांमध्येही भरपूर सलगी होती. जयद्रथ महाराजा द्रौपदीला पळवून घेऊन जात होता, तेव्हा...”

मध्येच गांधारीनं विचारलं,

“कधी? काय ती हकीकत?”

“अजून पुरती दोन वर्षंही झाली नाहीत त्याला. पांडव अज्ञातवासात जाण्याआधीची गोष्ट. एकदा जयद्रथ महाराजा संधी साधून, कुणी नसल्याचं पाहून, द्रौपदीला उचलून घेऊन निघाला होता, म्हणे. वेळीच धावून आलेल्या पांडवांनी महाराजाला पकडलं. भीम तर त्याला मारायलाच उठला होता, म्हणे! पण घरचा जावई, म्हणून ठार केलं नाही. त्याऐवजी केसात तीन पाट काढून, त्याचा अपमान करून, पाठवून दिलं, म्हणे. त्याच रागाच्या भरात...”

“असं कसं शक्य आहे? तिचं वय काय आणि माझ्या जावयाचं वय काय? तेव्हा पस्तीस-छत्तीसाचा असेल हा आणि ती पन्नाशीच्या जवळपासची...” गांधारी म्हणाली.

“मला तरी काय ठाऊक यातलं? ज्यानं बातमी आणली, त्यानंच ही

पार्श्वभूमीही सांगितली.''

गांधारी काहीच बोलली नाही.

बोलण्याच्या ओघात खंड पडल्यामुळं संजयही गप्प बसला.

धृतराष्ट्रानं विचारलं,

''संजया, मला तर डोळ्यांना दिसत नाही. द्रौपदी खरोखरच एवढी अद्वितीय सुंदर आहे का? एवढं आकर्षण वाटण्याएवढं आहे तरी काय तिच्यात?''

''महाराजा, मीही तिला कधी पाहिली नाही. एकापेक्षा अधिक पुरुषांशी संग करणारी स्त्री पाहिली, की इतर पुरुषांनाही तिच्याविषयी तात्काळ आकर्षण वाटतं. हा माझा अनुभव. द्रौपदी पाच नवऱ्यांची...''

कठोर स्वरात विदुर म्हणाला,

''संजया! युद्धभूमीवरच्या बातम्या सांगणं तुझं काम आहे! इतर बाबतीत तोंड घालू नकोस!''

''काका, युद्धाच्या बातम्यांच्या संदर्भातच ही गोष्ट आली, म्हणून सांगितली. तेही महाराजानं विचारलं, म्हणून. मला असल्या गप्पांमध्ये कणभरही रस नाही.''

धृतराष्ट्रानं विचारलं,

''संजया, आपल्या लोकांनी अधिक काळजी घेतली नाही का? असं कसं घडलं? नेमकं कुठं चुकलं? सगळं सविस्तरपणे सांग.''

''दुर्योधन महाराजानं जयद्रथाला वाचवण्याचा आदेश द्रोणांना दिला, यात दुहेरी फायदा होता. आपल्या मेहुण्याचा जीव वाचवणं आणि दुसरं म्हणजे अर्जुनाचा अग्नि-प्रवेश करायला भाग पाडणं! एकदा अर्जुन मेला, की युद्ध जिंकायला सोपंच! त्यातच 'गुरूंना ठाऊक असलेली सगळी युद्धतंत्र मला ठाऊक आहेत...' अशी अर्जुनानं बढाई मारली होती, ती आचार्यांच्या कानावर आली. ते महाराजाला म्हणाले, 'आज मी व्यूह रचणार आहे, तो पाहा! हा व्यूह भेदून आज संध्याकाळपर्यंत जयद्रथापर्यंत पोचणं प्रत्यक्ष इंद्रालाही अशक्य आहे!' चक्र-शकट-व्यूह. हत्ती, घोडे, रथ आणि समस्त सैन्य भोवताली एकमेकात गुंतवून मध्ये कमलपुष्पाच्या आकारात प्रत्यक्ष जयद्रथाची सेना रचली. त्यांच्यामध्ये जयद्रथ. कुठल्याही बाजूनं, कसंही शिरलं, तरी संध्याकाळपर्यंत जयद्रथापर्यंत पोहोचणंच शक्य नाही. असंच काही तरी केलं असेल, हे पांडवांनाही ठाऊक झाल्याशिवाय कसं राहील? त्यांनीही आपलं सगळं सैन्य युद्धभूमीवर आणलं. मध्येच जयद्रथानं पळून जाऊ नये, म्हणून, सभोवताली रथिकांनी आपापल्या सेनादळासह वेढा घातला. भीम, नकुल, सहदेव... फक्त पकडतील, म्हणून धर्मराजा तेवढा तिथं नव्हता. धृष्टद्युम्न, सात्यकी, वृद्ध द्रुपद, विराटही युद्धभूमीवर

आले होते. युद्धाला सुरुवात होऊन एवढे दिवस झाले, तरी युद्धानं एवढं कराल रूप घेतलं नव्हतं! अर्जुनाच्या मनात मुलाच्या मृत्यूचा सूड खदखदत होता. दुर्योधन महाराजालाही मुलगा गेल्याचा द्वेष होताच. त्यांचा चढाई करण्यचा त्वेष आणि यांचा त्यांना थोपवण्याचा संकल्प! त्या दिवशी मोडून पडलेल्या रथांची संख्या सांगणंही अशक्य! पाय मोडल्यामुळं निष्क्रिय झालेल्या आणि जमिनीवर लोळण घेत असलेल्या घोड्यांना युद्धभूमीवरून माघारी आणणंही शक्य नव्हतं. तेवढं जमलं असतं, तर तेवढंच त्यांचं मांस मिळालं असतं. रक्ता-मांसाचा चिखल माजल्यामुळं घोडे गोंधळून गेले होते आणि ते रणांगणावरच्या गोंधळात आणखी भर घालत होते. मरणोन्मुख सैनिकांच्या किंकाळ्या आणि विव्हळणं त्या सगळ्या गोंधळातूनही ऐकू येत होतं. अर्जुनाचा तडाखा सहन न होऊन दुःशासन महाराजा मागं हटला. त्याच्या स्थानी आलेल्या द्रोणांवर अर्जुनानं फारशा त्वेषानं चढाईच केली नाही. त्याऐवजी फक्त शत्रूचं सैन्य थोपवावं, एवढाच त्यानं आपल्या सैन्याला आदेश दिला. पांढरी वस्त्रं ल्यायलेले आचार्य श्रमामुळं थकून हातातल्या धनुष्यानं एकेक बाण मारत होते. पण धनुष्य संपूर्ण ओढण्याएवढी ताकद त्यांच्या देहात आता राहिली नव्हती. त्यामुळं त्यांचे बाण लक्ष्यापर्यंत जाऊन पोहोचण्याआधी मध्येच पडून जात होते. काही वेळात त्यांनी बाण मारणंही थांबवलं. मग अर्जुनाच्या सारथ्यानं... कृष्णानं त्याचा रथ दुसरीकडे नेला. तिथं अर्जुनाचं दल यादवांच्या कृतवर्म्याच्या समोर आलं. रथ चालवणाऱ्या कृष्णाला पाहताच यादव-दलपती कृतवर्म्यानं आपल्या दळासह बाजूला होऊन अर्जुनाच्या दलाला पुढं जाण्यासाठी रस्ता मोकळा करून दिला. त्यानंतर अर्जुनानं कांबोजच्या राजाचा– सुदक्षणाचा वध करून त्याच्या दळातल्या एकाही सैनिकाला पळू न देता बाणांनी टिपून काढलं. तिथून पुढं कलिंग देशाचा राजा श्रतायु, त्याचे धाकटे भाऊ अच्युतायु-नियतायु-दीर्घायु यांच्याबरोबर अर्जुनाच्या दलाला सामोरे आले. चौघंही भाऊ मेले. त्यांचं सैन्य सैरावैरा पळून इतरांच्या दळात मिसळून गेलं. एवढ्यात धृष्टद्युम्नानं द्रोणांवर चढाई केली. द्रोणांना ठार करण्याचा त्याच्या पहिल्यापासूनच हेतू होता. तो साध्य करून घेण्यासाठी तो प्रचंड वेगानं त्यांच्यावर चाल करून आला. पांडवांची पाच मुलंही आपापल्या मामाच्या बरोबरीनं स्वतंत्र पाच रथांमधून द्रोणांच्या दळावर कोसळली. या युद्धात द्रोणांचं दळ आपल्या स्वामीच्या रक्षणासाठी वीरवेशानं लढलं. द्रोणांच्या आदेशाप्रमाणे दळानं दोन भाग करून धृष्टद्युम्नाला आत येण्याची संधी दिली आणि त्यानंतर त्यावर चढाई केली. त्या वेळी दूर असलेला यादव सात्यकी आपल्या सेनेसह इकडे धावून आला नसता, तर पांडव सेनापतीची कथाच संपली असती! इकडं अनुपदेशाचे राजे विंद आणि अनुविंद अर्जुनाकडून मरण पावले. अर्जुनाच्या

चढाईचा वेग आणि जोर पाहताच स्वत: दुर्योधन महाराजाच आपल्या सेनेसह त्याच्यासमोर ठाकला. महाराजाला पाहताच अर्जुन गरजला, 'आलास का, षंढा!...' आमचा महाराजा तरी कसा गप्प बसेल? तोही गरजला, 'पांडूच्या बीजापासून जन्मला असशील, तर पुढं ये...' पुन्हा युद्धाचा जोर वाढला. अर्जुनाच्या सेनेला त्या वेळेपर्यंत मिळालेल्या विजयाचा उन्माद चढला होता. शिवाय आपल्या सेनाप्रमुखाच्या बाण-शक्तीवर असलेला अपार विश्वास! संपूर्ण युद्धभूमीवर त्याच्या तोडीचा दुसरा कोण आहे! फक्त नेम नव्हे, फक्त वेग नव्हे, त्यानं त्वेषानं सोडलेल्या बाणाच्या पहिल्या आघातामध्येच जीव गेला पाहिजे! असं शक्तिवान धनुष्य याचं! दुर्योधन महाराजालाही बाजूला सरून त्याला मार्ग मोकळा करून द्यावाच लागला. इकडं पांडुपुत्रांनी बाल्हिक देशाच्या भूरीच्या धाकट्या भावाला– शलाला संपवलं. तिकडं अलंबुष नावाच्या एका राक्षसप्रमुखाला भीमाच्या मुलानं... घटोत्कचानं... ठार केलं..."

"कोण अलंबुष हा?"

"मला ठाऊक नाही."

"तो बकाच्या भावाचा मुलगा. एकचक्रा नगरीत असताना भीमानं या बकाला ठार केलं होतं. त्याचा भाऊ किर्मीर. किर्मीराचा हा मुलगा. आपल्या भावाचा वध करणाऱ्या भीमाचा वध करण्यासाठी त्या किर्मीरानं पांडव वनवासात असताना त्यांच्यावर चढाई केली होती, म्हणे. भीमानं त्यालाही ठार केलं, तेव्हा. आपल्या पित्याच्या आणि काकाच्या वधाचा सूड घेण्यासाठी हा अलंबुष या युद्धात दुर्योधनाच्या बाजूनं युद्धात उतरला होता." विदुरानं खुलासा केला.

संजयानं पुन्हा पुढं सांगायला सुरुवात केली.

"आपल्या पित्याला ठार करण्यासाठी चालून आलेल्या अलंबुषाला घटोत्कचानं झेप घेऊन ठार केलं. इथं धृष्टद्युम्नाच्या मदतीसाठी आलेला सात्यकी द्रोणांच्या सेनेबरोबर थोडा वेळ लढून, अर्जुनाचं सैन्य कमी झालं असेल, तर त्याला मदत करावी, म्हणून तिकडे धावला. खरोखरच अर्जुनाचं सैन्य कमी झालं होतं. अर्जुनाचं कपाळ, दोन्ही मनगटं आणि मांड्यांवरून रक्त ओघळत होतं. सारथी कृष्णाच्या अंगालाही काही बाणांमुळं किरकोळ जखमा झाल्या होत्या. अशा वेळी कृतवर्मा आपल्या सैन्यासह सात्यकीसमोर आडवा आला..."

"हा कोण कृतवर्मा?" धृतराष्ट्रानं विचारलं.

"मघाशी नाही का सांगितलं? यादवांचा सेनाप्रमुख. यादवसेनेबरोबर आपल्याकडे नाही का आला? कृष्णानं बलरामाला चोरून भेटून सांगितलं, म्हणे, 'तू सैन्य आणलंस खरं. मी पांडवांच्या बाजूला असताना यादव सेनेचं नेतृत्व तू स्वीकारलंस, तर आपल्यालाच एकमेकांसमोर ठाकण्याची पाळी येईल. तेव्हा

लोक काय म्हणतील? तुला लाज वाटत नाही का?' बलरामाला खरोखरच लाज वाटली, की काय, कोण जाणे! त्यानं आपलं सैन्य कृतवर्म्याकडे सोपवलं आणि स्वत: काशीयात्रेला निघून गेलाय्. आता जिच्यावर आपण कधी काळी सेनापती होतो, त्या आपल्या द्वारकेच्या सेनेवर चढाई करणं सात्यकीलाही अवघड झालं. सैनिकही प्रत्यंचा ओढताना मागं-पुढं पाहू लागले. परिणामी सात्यकीनं आपल्या सेनेला यादव सेनेवर चढाई न करण्यास सांगितलं आणि स्वत: कृतवर्म्यावर बाणांचा वर्षाव केला. सैन्य एकमेकांशी लढलं नाही. सात्यकीच्या सेनेनं आपल्या प्रमुखाचं ऐकलं. कृतवर्म्याच्या सेनेनं त्याचं ऐकलं नाही. कृतवर्मा अपमानित होऊन मागं सरला. तसेच समोर आलेल्या मगधच्या जलसंधाला ठार केल्यावर सात्यकी पुढं निघाला. समोर आलेले द्रोण सात्यकीला अडवण्यासाठी पुढं सरसावले. पण ते दमल्यामुळं बाजूला सरले. पण याचा परिणाम म्हणून त्यांचा अभिमान उफाळून आला, की काय, कोण जाणे! आपल्या सेनेला उत्तेजित करून अतिशय वेगात ते निघाले. पांडवांच्या बाजूनं लढणाऱ्या शिशुपालाच्या मुलाला– दुष्टकेतूला त्यांनी ठार केलं. त्यानंतर केकय देशाचा राजा बृहक्षेत्र याला यमसदनी पाठवलं. जरासंधाच्या मुलाला– सहदेवाला संपवलं. समोर आलेल्या धृष्टद्युम्नाच्या मुलाला– क्षत्रधर्मालाही मारलं. म्हणजे युद्ध कुठवर आलं? अर्जुनाचा मुलगा मेला, दुर्योधनाचा मुलगा मेला, सेनापती धृष्टद्युम्नाचा मुलगा मेला. आता युद्ध शांत होईल का? त्या वेळी धृष्टद्युम्नानं हे पाहिलं नाही. पण जवळच लढणाऱ्या भीमानं पाहिलं. सोसाट्याच्या झंझावाताप्रमाणे धावत येऊन त्यानं एका मोडलेल्या रथाचं चक्र द्रोणांच्या रथावर भिरकावलं. त्यामुळं द्रोणांचा सारथी जागीच गतप्राण झाला. रथही मोडून गेला. द्रोण मात्र वाचले. आचार्यांना वाचवायला तुझी अकरा मुलं भीमावर तुटून पडली. तुझी मुलं. देवीच्या पोटी जन्मलेली. त्यापैकी कुणीच वाचलं नाही. झाडावरची फळं ओरबाडावीत, तसा भीम तुझ्या एकेका मुलाचं मस्तक पिरगाळून तोडत होता आणि आपल्या सैन्यात फेकत होता. नुसता हाहाकार उसळला! गोंधळाला तर सीमाच राहिली नाही. त्याच्या सैनिकांचं बळ किती तरी पटींनी वाढलं. ते अधिकच उत्साहानं चाल करून आले. त्यानंतरचं घनघोर युद्ध म्हणजे भीम आणि कर्णाचं. अखेर कर्ण बाजूला सरला आणि गर्दीत दिसेनासा झाला. त्यानंतरच भीमानं देवींच्या दुर्मुख, दुर्जयादी पाच मुलांना ठार केलं. याच वेळी चंद्रावंशातल्या सोमदत्ताचा मुलगा भूरिश्रवा सात्यकीवर चाल करून आला. सात्यकीही थकला होता. तरीही त्यानं भूरिश्रवाचं मुंडकं उडवलं. पण त्याआधी लांबून कृष्णानं अर्जुनाला सांगून भूरिश्रवाच्या उजव्या पायाला बाण मारायला लावला होता. त्या वेगवान बाणामुळं भूरिश्रवा खाली पडला. 'मी तुझ्याशी लढत नसताना तू का हल्ला केलास,'

असं तो अर्जुनाला विचारण्यासाठी वळला असता त्याची खाली पडलेली तलवार घेऊन सात्यकीनं त्याचं मस्तक उडवलं. त्या वेळेपर्यंत संध्याकाळ होत आली होती. रक्ता-मासांच्या चिखलानं बरबटलेल्या युद्धभूमीला संध्याकाळच्या किरणांमुळं भयाण रूप आलं होतं. अजूनही अर्जुन जयद्रथाहून बराच लांब होता. आपल्या सैन्याला फक्त त्याला अडवण्याचंच काम होतं. एकापाठोपाठ दुसरं दळ, ते थकलं, की तिसरं... अशा वेळी अर्जुन आपल्या रथात उभा राहून म्हणाला, 'संध्याकाळ झाली. आजचं युद्ध थांबवा.' त्याचं वाक्य आमच्या सैनिकांनीही ऐकलं. युद्ध थांबवायचं, म्हणजे कुठल्या सैनिकाला आनंद होणार नाही? आपल्या दलपतींनीही तोच आदेश दिला. अखेर युद्ध थांबलं. आता अर्जुनाला हिणवणं एवढंच राहिलं होतं. दुर्योधन महाराजानं जयद्रथाला आपल्या रथात घेतलं आणि दूर राहून ओरडला, 'अरे अर्जुना! हा पाहा इथं जयद्रथ आहे! तुला अग्निकुंड आम्ही सज्ज करून द्यावं, की तूच करून घेशील?' आणि डोळ्याचं पातं लवण्याआधी अर्जुनाच्या बाणानं जयद्रथाच्या गळ्याचा वेध घेतला! अर्जुनाची चपळाई, त्याच्या बाणाचा वेग, त्याच्या नेमबाजीविषयी काय सांगू मी! त्यानं सोडलेला लोहशर जयद्रथाच्या गळ्यात तीन अंगुळं खोल रुतला होता, म्हणे! पाठोपाठ तसेच आणखी आठ-दहा बाण सुटले. हा अर्जुन बाण कसा उचलतो, केव्हा धनुष्याला लावतो, केव्हा प्रत्यंचा खेचतो... छे:! काहीही समजत नाही. सगळा क्षणार्धाचाच कारभार! काही समजण्याआधीच जयद्रथ जमिनीवर पडला होता आणि अर्जुनाचा सारथी कृष्ण उंच आवाजात सांगत होता, 'दुर्योधना, अजूनही सूर्य मावळला नाही, तो पाहा!' म्हणजे हे सगळं षड्यंत्र त्या यादवांच्या कृष्णाचंचं!...''

''पण फसवणूक आहे ही! निव्वळ फसवणूक!'' धृतराष्ट्र ओरडला.

''यालाच ते तंत्र म्हणतात. ते फक्त जयद्रथाला मारून राहिले नाहीत. इकडे आपले सैनिक धनुष्याच्या प्रत्यंचा सैल करून थोडे विसावत होते. काहीजण तिथंच बसून पाय पसरत होते. अशा वेळी अकस्मात शत्रूचं सैन्य चाल करून आल्यावर जो गोंधळ उडाला, त्यातच किती तरी जखमी झाले, मेले. किती तरी जण आपल्या हातात धनुष्यबाण आहे, हे विसरून पळू लागले. या सगळ्या गोंधळात रचलेला व्यूह एकमेकात मिसळून गेला! आपल्या सैनिकांच्या मनात भय आणि त्यांच्या सैनिकांच्या मनात विजयामुळं संचारलेला उत्साह! या धामधूमीत युद्धस्थळ मूळ जागेपासून दोन कोस आपल्याकडं सरकलं. सकाळपासून युद्ध चाललेली जागा रिकामी झाली. ती जागा पाहण्यासाठी मीही गेलो होतो. गेलो खरा, पण नंतर इतका घाबरून गेलो, म्हणून सांगू! मला भीती वाटली, ती अजून जीव न गेल्यामुळं तळमळणाऱ्या माणसांची नव्हे किंवा चारही पाय

पसरून, हातभर जीभ बाहेर काढून मरून पडलेल्या असंख्य घोड्यांचीही नव्हे! मी खरा घाबरलो, तो अजूनही ताजं रक्त गळणाऱ्या प्रेतांवर ताव मारण्यासाठी आलेल्या रानटी कुत्र्यांना आणि लांडग्यांना बघून! मला वाटू लागलं, हजारोंच्या संख्योनं मरून पडलेल्या रक्ताळलेल्या प्रेतांमध्ये आणि त्यामध्ये चालणाऱ्या या एकाकी वार्ताहरामध्ये या कुत्र्या-लांडग्यांना काही फरक जाणवेल, की नाही? की मृत्यूनं थैमान मांडलेल्या या रणांगणावरच्या यःकश्चित सजीवालाही ते प्रेतच समजतील? तरीही क्षणभर थांबून मी भोवताली नजर फिरवली. तो रक्ता-मांसाचा चिखल, ती गळून पडलेली असंख्य कवचं, गळ्यातले हार! कानातली कुंडलं लोंबणारी मुंडकी! त्यांच्या डोक्यांवरची अर्धवट सुटून जमिनीवर लोळणारी उष्णीषं; मधूनच दिसणारा एखाद-दुसरा किरीट-चुडामणी! चमकणारे दंडपट्टे, लखलखणारे सोन्याचे निष्क, रथावरची निशाणं, रथांवरचे अलंकृत कपडे, आता मातीत लोळणारी आसनं, बांधलेले दोरखंड, मोडलेली रथांची चाकं, घोड्यांच्या लाळेमुळं भिजलेले... अजूनही ओले असलेले लगाम, अंकुश, शक्तिशूल, प्रास, तोमर, तलवारी वगैरे असंख्य आयुधं, त्यातच अजूनही बाणांनी भरलेले रथ, हत्तींच्या गळ्यातल्या घंटा, पाण्याची लाकडी भांडी... काय काय म्हणून आठवून सांगू! सगळं काही मोडून गेलं आहे! एवढ्या प्रचंड प्रमाणात रक्त-मांस सांडलं असतानाही एकमेकांवर भयाण सुळे दाखवून चालून जाणारे लांडगे आणि कुत्रे! फिरून फिरून प्रेतावर बसून मांसांचे लचके तोडणारी ती लाल लसलसत्या मानेची गिधाडं!...''

''...थांब, संजया! माझं डोकं गरगरायला लागलं आता!'' धृतराष्ट्रानं त्याला अडवलं.

संजय गप्प बसला. सतत पडणारा गारांचा पाऊस थांबावा, तसं झालं. युद्धानं व्यापून टाकलेली हिंसक शांतता!

थोड्या वेळानं धृतराष्ट्रानं विचारलं,

''दिवा जळतोय्!''

''माझ्या घरून तेल आणून घातलं आहे.''

''पण वास येत नाही.''

''महाराजा, राजवाड्यातल्या दिव्यासाठी वापरायच्या तेलात सुगंधी द्रव्यं घातलेली असतात. माझ्या घरातलं साधं तेल आहे. सुवास नसला, तरी प्रकाश तेवढाच पडतोय्...''

धृतराष्ट्रानं दीर्घ श्वास घेतला. सारं काही मरून गेल्याचा भाव आत भरून राहिला होता. तो पुढं काही बोलला नाही.

''मी घरी जातो आता. उद्या पहाटे येऊन इतर हकीकत सांगतो. बोलून

बोलून घसा दुखायला लागलाय्...''

''नको, नको! मन सांगतंय् , दुःखद वार्ताच आहे, म्हणून. तरीही कुतूहल आवरत नाही. एवढं सगळं ऐकल्यावर रात्री झोप येणार नाही. थोडा वेळ थांब.'' म्हणत धृतराष्ट्रानं दीर्घ श्वास घेतला.

❑

''भीती वाटली, म्हणून पळून गेले?'' दुर्योधनानं विचारलं.

प्रेतांच्या सडलेल्या दुर्गंधीवर पातळ पापुद्रा ओढावा, तसा कोपऱ्यात जळणाऱ्या हातभर उंचीच्या मशालीचा मंद वास शिबिरात पसरला होता. सेनापती द्रोण आणि कर्ण उभे होते. मोठ्या उशीवर रेलून बसलेला महाराजा आपल्या दोघांकडे एकटक पाहत आहे, हे त्या अंधूक प्रकाशातही त्यांना स्पष्टपणे दिसत होतं.

''तुम्ही युद्धात काय करताहात, किती धैर्यानं लढता आहात, कसे पलायन करताहात, ते मीही पाहतच आहे! बातम्याही समजताहेत!''

द्रोणांनी मान खाली घातली.

''आचार्य, धर्मराजाला पकडणं तर जमलं नाही!''

''पण जयद्रथ मेला, तो काही माझ्या चुकीनं नाही.'' आचार्य म्हणाले.

''शत्रू फसवणूक करत आहे, हे मला कसं समजणार? ते जाऊ द्या. तुम्ही काय केलंत, ते सांगा. तुम्ही का अर्जुनाला ठार केलं नाही? कर्णाचा घास, म्हणून?''

ते पुन्हा काही बोलले नाहीत.

''ज्येष्ठ आहात, म्हणून इतके दिवस प्रार्थना करत होतो! भीष्मांची प्रार्थना करून दहा दिवसात सात अक्षौहिणी बल गमावलं! आता तुमच्यामुळं आज एका दिवसातच किती सैन्य गेलंय् , त्याचा अजून हिशेब लागला नाही! दोन अक्षौहिणी तर निश्चितच गेलं असणार. असं सैन्य गमावणाऱ्या सेनापतीविषयी समरशास्त्र काय सांगतं?'' त्याचा आवाज चढला होता.

''महाराजा, हे युद्धच एवढं भयंकर आहे, की शत्रूचं सैन्यही याच प्रमाणात नष्ट झालं आहे.''

''पण त्यांचा कुणीही प्रमुख मारला गेलेला नाही.'' त्याचा आवाज अधिकच चढला.

''प्रमुखाचा मृत्यू ही अकस्मात घडणारी नशिबाची गोष्ट आहे. त्यांचीही काही सेनादलं हरली आहेत.''

''हे पाहा! चाळीस वर्षांहून अधिक काळ झाला ना तुम्हाला हस्तिनावतीत येऊन? तेव्हापासून राजालाही मिळणार नाहीत, असे सुखोपभोग तुम्ही अनुभवले

आहेत. पितृऋण, देवऋण, ऋषिऋण, याबरोबरच राजऋण नावाचीही गोष्ट हवी, की नाही!''

दूरवर ऐकू येणारा... हो... असा आवाज. त्या दिशेनं वारं आलं, की मधूनच ऐकू येणारा बाणांचा आवाज. मध्येच थोरली शिकार पडल्यावर व्हावा, तसा आरडाओरडा. झोपडीबाहेर अंधार होता. आता वेगवेगळ्या रंगांच्या वस्त्रांनी अलंकृत केलेलं छत, भिंती, खांबांना गुंडाळलेलं शुभ्र कापड धुरकट रंगानं माखून गेलं होतं.

''आपल्याकडे लढवय्यांची मुळीच कमतरता नाही. आपण जर हरलो, तर तो दोष फक्त अयोग्य मार्गदर्शनाचाच. तुमची ख्याती आर्यावर्तात पसरली आहे. हरलो, तर त्या ख्यातीला काळिमा लागेल, याची तरी भीती हवी, की नाही?'' महाराजाचा आवाज आसमंत भेदून जात होता. घसा फाटून जाईल, की काय, असं वाटण्याएवढा मोठा आवाज. ''भीष्मांप्रमाणे तुम्ही निवृत्त होणार, की काही तरी करून दाखवणार? आताच पूर्ण विचार करून सांगा.''

द्रोणांनी पुन्हा खाली मान घातली.

त्या बाजूनं येणारं वारं पुन्हा एकदा युद्धाचा गोंधळ घेऊन आलं. मशाल वाऱ्यानं विझेल, असं वाटलं, तरी ती विझली नाही. दारापाशी उभा असलेला सेवक धावला आणि त्यानं त्या मशालीवर दोन पळ्या तेल ओतलं. काजळीही झटकली.

''समर-विशादर आचार्य आहात...'' स्वत:शी बोलावं, एवढं दुर्योधनाचा आवाज खाली आला होता, ''...युद्धात मध्ये सेनापती बदलणं योग्य नाही, हे तुम्हीच शिकवलंय्. सेनापती मरण पावला, तर गोष्ट वेगळी. त्यांच्याकडे पाहा! अजूनही एकच सेनापती युद्धाचं नेतृत्व करत आहे!''

''महाराजा, मी मरायला घाबरतो, असा चुकीचा समज तू करून घेऊ नकोस. तो सेनापती किंवा त्याच्या बापाला ठार करेन, याची खात्री देतो मी.''

''म्हणजे पांचालांवरचा जुना सूड घेतल्यासारखं होईल! राज्यासाठी तुम्ही काय करणार आहात!''

''माझ्या वयाचा विचार करता धृष्टद्युम्नही फारच तरुण आहे. पांडवांच्या तोडीचा तर फक्त तूच आहेस. हे शरीर वाजवीपेक्षा जास्त ओझं पेलू शकणार नाही.''

महाराजाला पुढं काय बोलावं, ते सुचलं नाही. सुचलं, तरी बोलायची इच्छा नसावी. तो काही बोलला नाही. आता आवळल्यासारखं होत होतं. मुकाट्यानं बसणंही अशक्य वाटून तो म्हणाला,

''भीष्मादिकांनी केलेले सगळे नियम शत्रूंनी पायदळी तुडवले आहेत. आता

या युद्धाचं स्वरूप यानंतर रात्रंदिवस, विश्रांती न घेता, आहार-निद्रेचाही विचार न करता युद्ध सुरू राहील, असं वाटतं. तुम्हीही दोघं त्यात सामील व्हा. मीही येतोच.''

वाकून, यथोचित राजगौरव दर्शवून, द्रोण तिथून बाहेर पडले.

दाट अंधार, अधून मधून झोपड्यांशी जळणाऱ्या मशाली अंधाराचा दाटपणाच दाखवत होत्या.

कर्ण आतच राहिला.

काही वेळ आचार्य तिथंच वाट पाहत राहिले. नंतर तोही बाहेर आला. दोघंही दूर उभ्या असलेल्या आपल्या रथांपाशी आले.

द्रोण म्हणाले,

''महाराजा बोलत होता, तेव्हा तूही तिथंच होतास. ते बोलणं काही फक्त माझ्यासाठी नव्हतं!''

कर्ण काही बोलला नाही; पण त्याच्या चेहरा गंभीर झाल्याचं सारथ्यानं पेटवलेल्या मशालीच्या उजेडात त्यांच्या लक्षात आलं.

❑

''संजया, दिवसेंदिवस तू अधिकच निष्ठुर होत आहेस.''

''का? असं का म्हणतोस, महाराजा?''

''ऐकून माझ्यासारख्या म्हाताऱ्याची आणि या देवीची परिस्थिती काय होईल, याचा विचार न करता तू बातम्या सांगत आहेस.''

''बातम्या पोहोचवणं एवढंच माझं काम. जे घडलं नाही, ते मी कसं ऐकवणार?''

''माझा मुलगा हरत आहे, म्हणून तुलाही आमच्याविषयी नीरसता आली का?''

''तसं समजू नकोस, महाराजा. तुला नको असेल, तर मी बातम्या सांगायचं बंद करतो.''

''तसं मात्र करू नकोस. प्रत्यक्ष पाहणं शक्य नाही. बातम्याही समजल्या नाहीत, तर काय गत आमची?''

''मग पुढं सांगू का? काय सांगत होतो मी?''

धृतराष्ट्राला आठवलं नाही. विदुरानं आठवण करून दिली,

''दुर्योधनाच्या चुकीमुळं फार संहार घडला...''

''हो. रात्री अंधारात चाललेल्या युद्धात दोन्ही पक्ष तुल्यबळ असणं शक्य नव्हतं. पाचही पांडव बारा वर्षं वनात राहिले होते. रात्रीच्या वेळी चुडेच्या

उजेडाशिवाय रानात फिरायची त्यांना सवय आहे. धृष्टद्युम्नाच्या सैनिकांपैकी तर बरेचसे रानातच राहणारे आहेत. भीमाचा मुलगा घटोत्कच आणि त्याचे सवंगडी तर सांगून सवरून राक्षसच. रात्रीच्या अंधारात त्यांच्या बहुतेक सगळ्या हालचाली. दिवसा झोपा काढतात ते. त्यामुळं शत्रूचे सैनिक अंधारात न डगमगता आपल्या सैनिकांचा वेध घेऊ लागले. आमच्यापैकी कुणाही दलप्रमुखाला अशी सवय नव्हती. सैनिकही नगरात वाढलेले. शिवाय घटोत्कचाचे सोबती वाघ, चित्ते, कुत्री, घुबडं वगैरे प्राण्यांचे चित्रविचित्र आवाज काढत होते. भुंकल्याचे, खिकाळल्याचे, डरकाळी फोडल्यासारखे आवाज. त्यांचे ते विचित्र आवाजातले चीत्कार. जिव्हारी मार बसल्यासारखं किंचाळणं, पिशाच्याचा भास होईल, असे चित्रविचित्र आवाज काढणं, विचित्र आवाजात मोठ्यानं हेल काढून रडणं– अशा विचित्र आवाजांमुळं आपल्या सैनिकांच्या मनात भीतीनं ठाणच मांडलं होतं. ते राक्षस काही फक्त समोरासमोर लढत नव्हते, मधूनच मोडलेल्या रथांची चाकं आणून आपल्या सैन्यात फेकून देत होते. काही जण तर ताजं मांस खाण्यासाठी आलेल्या रानटी कुत्र्यांना आणि लांडग्यांना दरादरा ओढून आणून आपल्या सैन्यांमध्ये भिरकावून देत होते! गोंधळ किती पटींनी वाढला असेल, याची तूच कल्पना कर. अंधारात काहीच न समजणारे आपले सैनिक अखेर आपल्यातच लढू लागले. शत्रू आपल्या एवढ्या जवळ येऊन पोहोचला, असंच त्यांना वाटू लागलं. अशा अंधारात युद्ध करायचं म्हटलं, तर असं; आणि आपण लढायचं नाही, असं ठरवलं, तरी ते घुसून आपली शिबिरं जाळून टाकतील, रथ जाळतील, घोडे पळवून नेतील आणि बाणांच्या साठ्याला आग लावून देतील. कदाचित हस्तिनावतीवरही चालून येतील! शत्रूचा उद्देश नेमका काय आहे, हे कसं समजणार? त्यामुळं दुर्योधनानं तेलात भिजवलेले हजारो पलिते पेटवून आणायची आज्ञा दिली. मध्यरात्रीपर्यंत पलिते आले. मधून मधून एकेका सैनिकानं पलिता घेऊन उजेड दाखवायला सुरुवात केली...''

''छान, छान!'' धृतराष्ट्र म्हणाला.

''पण त्याचा परिणाम वेगळाच झाला.'' धृतराष्ट्राचं बोलणं कानावर न आल्याप्रमाणे पण त्यामुळं आपल्या सांगण्याच्या ओघात बाधा आली असल्याप्रमाणे आवाज चढवून संजय पुढं सांगू लागला,

''त्या पलित्यांच्या उजेडात शत्रूला आपले सैनिक नीट दिसू लागले आणि सहजच त्यांच्या बाणाला बळी पडू लागले. आणि पलित्यांचा उजेड असा कितीसा लांब जाणार? फक्त आपलेच सैनिक मरू लागले. मध्येच तेलाचे बुधले नेऊन पलित्यांना तेल घालण्याची महाराजानं आज्ञा दिली. या माणसांना बाण लागून तेलाचे बुधले फुटले आणि ती माणसं तेलानं माखून गेली. अशा

माणसांपैकी काहींना पलित्याचा स्पर्श झाल्यामुळं जिवंत दहन पत्करावं लागलं. काही का असेना, आपले लोक शत्रूला स्पष्टपणे दिसू लागले. त्याच उजेडात दुर्योधन भीमावर तुटून पडला, म्हणे. नकुल शकुनीवर, शिखंडी वृद्ध कृपाचार्यावर, घटोत्कच अश्वत्थाम्यावर, द्रुपदराजा कर्णाच्या मुलावर– सुषेणावर, विराट शल्यराजावर, उपपांडवांपैकी एकजण शतानिक तुझ्या एका मुलावर– चित्रसेनावर. द्रोणांवर स्वत: धृष्टद्युम्न. असे एकेकजण एकेका दलावर चढाई करून संहार करू लागले. एवढ्यात द्रोणांना परिस्थितीची कल्पना आली. युद्धभूमीवर मागं येऊन ते गरजले, 'कुणा मूर्खानं हे पलिते लावायला सांगितले!' जेव्हा प्रत्यक्ष महाराजानं ही सूचना केल्याचं समजलं, तेव्हा त्यांनी आज्ञा केली, 'त्याला इकडं बोलवा आणि पलिते विझवा!' 'विझवा-विझवा' असा आरडाओरडा आपल्या सैन्यात भरून गेला. एकेक करत सगळे पलिते विझवण्यात आले. आता वेगळाच त्रास सुरू झाला. एवढा उजेड एकाएकी नाहीसा झाल्यामुळं आपल्या सैनिकांना काहीच दिसेनासं झालं. शत्रू तर चढाई करून संहार करतच होता. युद्धभूमीवरच सेनापती द्रोणांनी दुर्योधन महाराजाला बोलावलं, म्हणे. भीमाविरुद्ध लढता लढता विखुरलेलं सेनादळ दु:शासनाकडे सोपवून महाराजा सेनापतीपाशी आला. द्रोण त्याच्यावर ओरडले, 'जे समजत नाही, ते का करतोस? सेनापतीचं काम म्हणजे उशीवर रेलून सुखात बसणं एवढचं आहे, असं तुला वाटलं, की काय! मला न विचारता पलिते पेटवायची आज्ञा तू का दिलीस? तुझं राजेपण जे असेल, ते हस्तिनावतीच्या सिंहासनावर! युद्धभूमीवर सेनापतीशिवाय कुठल्याही आज्ञेचं पालन होता कामा नये.' त्या वृद्धाचा आवाज एवढा मोठा आहे, हे कुणाला ठाऊकच नव्हतं त्याआधी. ही बातमी सांगणाऱ्यानंच सांगितलं तसं. मध्ये थोडीही विश्रांती न घेता द्रोण महाराजाला फाडफाड बोलत होते. महाराजाही खाली मान घालून उभा राहिला होता. हे दृश्य पाहून महाराजाचा अंगरक्षक तिथून पळाला आणि अंधारात धडपडत कर्ण महाराजाला गाठून सगळी हकीकत सांगितली. आपलं सैन्य आणखी कुणाकडे तरी सोपवून कर्ण महाराजा धावत तिथं आला. पलित्याच्या उजेडात चमकदार किरीट धारण केलेला महाराजा मूकपणे उभा होता आणि वेड लागलेल्या म्हाताऱ्याप्रमाणे द्रोण किंचाळत होते. भोवताली काही सैनिक उभे राहून ते दृश्य पाहत होते. क्षणार्धात सगळी परिस्थिती जाणून कर्ण महाराजा द्रोणांना म्हणाला, 'चूक झाली, हे खरं. पण ती महाराजाची चूक आहे. सिंहासनाकडून झालेली एखादी चूक आपण प्रजेनं सहन केली पाहिजे. असा आरडाओरडा करायचं कारण नाही. सेनापतीचे अधिकार मिळाले, म्हणून मस्ती आली का? विनय वगैरे गोष्टी शिकून घ्या आधी!' यावर द्रोण त्याच्यावर ओरडले, 'ए! तुला सेनापतिपद मिळालं नाही, म्हणून बडबडतोस

का, सूता!’ कर्ण महाराज गरजला, ‘ए थेरड्या! तुझ्याएवढा दीन नाही मी! आणि एवढी आशाही नाही मला. जीभ आवर. महाराजाचा उचित मान ठेवला नाहीस, तर जीभ कापून हातात देईन!’ म्हणत कर्ण महाराज द्रोणांवर चालून आला. आचार्य तरी शांत कसे राहतील? अखेर दुर्योधन महाराजाच मध्ये पडला आणि त्यानं दोघांचीही समजूत घातली. सेनापतीला विचारल्याशिवाय आज्ञा देणार नाही, असंही त्यानं कबूल केलं. द्रोण लांब गेल्यावर मात्र त्यानं कर्ण महाराजाला मिठी मारली, तेव्हा महाराजाच्या डोळ्यांत पाणी साचलं होतं, म्हणे!...’’

‘‘कर्णा, मी चौदा मुलांना जन्म दिला नाही. पंधरा मुलांना!’’ किती तरी वेळानं गांधारीनं तोंड उघडलं.

‘‘होय देवी! ते रात्रीचं युद्ध कर्णानंच जिंकलं. तीच हकीकत सांगत होतो आता.’’

‘‘सांग, सांग! कर्णाचा प्रताप ऐकला, की मला दुर्योधनाचा पराक्रम ऐकावा, तसा आनंद होतो.’’ असं म्हणताना गांधारीच्या चेहऱ्यावरची म्लानता थोडी कमी झाली होती.

‘‘कर्ण आपल्याला किती अपमानकारकपणे बोलला, हे द्रोणांनी मुलाला सांगितलं असावं. त्यामुळं अश्वत्थामा युद्ध सोडून कर्णावर चाल करून गेला. दुर्योधन महाराजानं त्यालाही शांत केलं, ही गोष्ट वेगळी. एकूण काय, त्या रात्री विचारविनिमय केल्यानंतर एक गोष्ट लक्षात आली, की या प्रचंड संहाराला खरा जबाबदार आहे, तो भीमाचा मुलगा घटोत्कच. त्याला ठार केल्याशिवाय आपल्या सैन्याचं मनोबल सावरणार नाही, याविषयी सगळ्यांचं एकमत झालं. आधीच राक्षस दल, रात्रीची वेळ. हाताला सापडेल, ते भिरकावून देऊन लढायची त्यांची पद्धत. किती तरी वेळा तर मृत सैनिकांचे देहच सैन्यात फेकून देत. प्रेतांची मुंडकी चेंडूप्रमाणे भिरकावून देत. चित्र-विचित्र आरडाओरडा! शिवाय राक्षसांना अनेक मायावी शक्ती वश असतात, अशा समजुती. साधारण सैनिकच काय, क्षत्रिय राजकुमारही राक्षसांच्या मायावी शक्तीवर विश्वास ठेवून भेदरून गेले होते. आपले किती तरी सैनिक अंधाराचा फायदा घेऊन आपापल्या देशात पळून गेले. काही क्षत्रिय राजांनीही काढता पाय घेऊन आपापल्या देशाची वाट धरली. घटोत्कचाला संपवलं नाही, तर उजाडेपर्यंत आपलं संपूर्ण सैन्य नष्ट होईल, हे दुर्योधनालाही स्पष्ट दिसत होतं. कर्ण महाराजानं हे काम स्वत:कडे घेतलं. आमच्या इथल्या सूत वस्तीतल्या तरुणांचं एक दळ बनवलेलं आहेच. इकडे दुर्योधनानं आणखी एक काम केलं. भीमानं ठार केलेल्या बकासुरापैकी एकाला– अलायुध त्याचं नाव– भीमावर सूड उगवण्यासाठी आपण होऊन युद्धात सामील

झालेला एक राक्षस. पण सेनापतीची आज्ञा पाळून शिस्तीनं युद्ध करणारी ही जमातच नव्हे. तो आणि त्याचे साथीदार कुठं तरी जाऊन झोपले होते. त्यांना शोधून काढून महाराजानं घटोत्कचाला आणि त्याच्या साथीदारांना मारायचा आदेश दिला. अलायुधाच्या सोबत्यांची संख्या बरीच कमी होती. पण जिवाची पर्वा न करता तुटून पडणं हा त्यांचा स्वभाव. हे राक्षस असेच. झेप घेणारा वाघ जसा मागचा-पुढचा विचार न करता येतो, तसेच. शिवाय आपल्या राक्षसकुलावर अन्याय केलेल्या हिडिंबेचा तो मुलगा असल्याचा क्रोधही त्यांच्या मनात खदखदत होता. अलायुध आपल्या दळासह घटोत्कचाच्या दळावर चालून गेला. त्यांच्याप्रमाणेच हेही किंचाळत, गर्जना करत, भुतांसारखे चित्र-विचित्र आवाज काढू लागले. आपल्या सैनिकांना तर काहीच समजेना. राक्षसांनी आपल्यामध्येही काही भुतं निर्माण केली, असं वाटून ते भेदरून सैरावैरा धावू लागले. जवळच कुठं तरी भीमही याच तंत्रानं युद्ध करत होता. त्याला ओळखून अलायुध आणि सोबत्यांनी सूडाच्या त्वेषानं त्याच्यावर चढाई केली. भीमाच्या दलातल्या सैनिकांना या राक्षसांची भीती वाटली. अलायुधानं सरळ भीमावरच चढाई केली. युद्धाच्या पहिल्या दिवसापासून लढणारा भीम, त्यातही आदल्या सकाळपासून क्षणाचीही विश्रांती न घेता लढत होता. बराच थकला होता तो. अलायुध मात्र सुखानं कच्चं मांस खाऊन झोपा काढत होता. त्याच्या पहिल्याच धडकेत भीम तिरमिरला. डोळ्यांसमोर काजवे चमकून खाली पडला. एव्हाना तिथं आलेला घटोत्कचही हा राक्षससमूह पाहून आश्चर्यचकित झाला. त्याच्या चढाईतला वेग त्याच्याही लक्षात आला होता. आता हा अलायुध आपल्या पित्याला जमिनीवर पाडून, त्याच्या छाताडावर बसल्याचं दिसताच तो सावध झाला. आपण हालचाल करायला वेळ लावला, तर हा आपल्या बापाच्या छातीतलं रक्त शोषून काढील, हे लक्षात येताच निमिषार्धात त्यानं अलायुधावर झेप घेतली आणि त्याचं नरडं आवळलं. दोघांचाही भार भीमाच्या अंगावर पडला. एवढ्यात अलायुध वळला आणि भार कमी झाला. ते दोघेही एकमेकांच्या अंगावरून लोळत चार-पाच हात लांब गेले. उठून अलायुधावर चढाई करण्याची ताकद शरीरात राहिली नसल्यामुळं भीम उठून बसून धापा टाकत होता. एवढ्यात तिथं आलेल्या कर्णानं हे पाहिलं. धावत येऊन, आपल्या तलवारीनं घटोत्कचाच्या मानेवर एक वार करून, तो पुन्हा दिसेनासा झाला. श्वास कोंडून अलायुध मेला. मानेतून रक्त गळत असतानाच घटोत्कचानं विचित्र किंकाळी फोडली. अलायुधाच्या मृत शरीरावर त्यानं देह टाकला...''

''व्वा! व्वा! कर्णा!'' धृतराष्ट्र उद्‌गारला, ''दुसऱ्याबरोबर लढणाऱ्या भूरिश्रवाच्या दंडाला अर्जुनानं बाण मारून फसवलं होतं, नाही का?''

''कर्ण महाराजानं फसवलं, असं मी सांगत नाही. फक्त वर्दी देत आहे.

घटोत्कचाला कर्णानं मारल्याची बातमी दुर्योधन, दुःशासन, कृपाचार्य, अश्वत्थामाचार्य, द्रोणाचार्य, शकुनि... सगळ्यांनी ओरडून एकमेकाला सांगितली. इतरही ओरडू लागले. आपल्या सैनिकांची भीती किती तरी पटीनं कमी झाली..."

❑

'कर्ण हातातली तलवार उगारून झेप घेऊन येत आहे. घटोत्कचा, मागं वळून पाहा.' असं ओरडलं, तरी त्याला ऐकू येत नाही. अलायुधाचा श्वास कोंडून त्याला ठार करण्यात तो मग्न झाला आहे. उठून कर्णाला मारायला हवं... पण ही डोळ्यापुढची अंधारी! घटोत्कचाचा आवाज! प्राणांतिक वेदनेनं किंचाळलेला आवाज!

कर्ण माघारी निघून गेला. काळ्या अंधारात दिसेनासा झाला. घटोत्कचाच्या गळ्यातून... ही अंधारी... हात-पाय आपटून तडफडणारा घटोत्कच...

भीम ताडकन् उठला. त्यानं घटोत्कचाला हात लावून पाहिलं. अर्ध्याहून अधिक कापल्या गेलेल्या गळ्यातून भळाभळा वाहणारं रक्त तळव्यानं घट्ट दाबून धरलं, तरी थांबायला तयार नव्हतं.

घटोत्कचाचं किंचाळणं थांबलं. हात-पाय ताठ झाले. भीम तसाच उठून उभा राहिला.

भोवतालच्या अंधारातून एक बाण येऊन दंडात शिरला. अगदी जवळून दुसरा बाण सणसणत निघून गेला. दंडात रुतलेला बाण उपटून काढून भीम खाली वाकून बसला. त्यानं घटोत्कचाचा देह पाठीवर ओढून घेतला. त्याचे दोन्ही हात छातीवर येतील, असे ओढून घेऊन उभा राहिला. घटोत्कचाचं तोंड भीमाच्या डोक्यावर टेकलं होतं. भीम मागं वळला आणि चालू लागला.

अंधारात कुणी तरी ओरडलं, 'भेकड! भेकड...', 'षंढ...', 'भित्रट...', 'पळून जातोय्, पाहा!...'

कोण? कर्ण? आवाज ओळखता येत नाही.

भीम वेगानं पावलं टाकू लागला. पाहता पाहता वेग वाढला आणि तो धावू लागला. पायात येणारी सैनिकांची प्रेतं, घोड्यांचे मृतदेह, मोडून पडलेले रथ... सगळे अडथळे बाजूला सारून भीम पळत होता. पाठीवरचा देह बोटभरही सरकला नव्हता. अंगा-खांद्यांवरून घाम पाझरून वाहू लागला.

अंहं, गळ्यातून वाहणारं रक्त आपल्या पाठीवरून, खांद्यांवरून ओघळून चिकटत आहे.

किती घट्ट रक्त! पाठीवर डिंकासारखा थर चढलाय्. दंड कसे लोखंडाच्या कांबीसारखे आहेत!

वेग कमी झाल्यासारखं वाटून भीमानं आणखी वेग वाढवला. पाठीमागून उजेड आला. कुणी तरी चूड घेऊन धावत आलं. त्याच्या पुढं रस्ता दाखवत. भीमानं मान वर करून पाहिलं.

डोक्याच्या कवटीच्या मागच्या बाजूला चेहऱ्याचा स्पर्श होतोय्. चूड घेऊन धावणारा नील आहे. धावून धावून... अंहं, दमणूक जाणवत नव्हती, की धाप लागत नव्हती. डोळ्यांसमोर अंधारी नाही, घाम नाही. रक्त. अंगावरच्या जखमांमध्ये झिरपणारं घटोत्कचाचं रक्त...

चढ चढून, पुढच्या मैदानात उतरून, तो धावत होता. खांदे, छाती, कंबर, पोट, मांड्या-सगळीकडे चिकटून आता वाळत आलेल्या उबदार रक्तावरून घसरणारा देह पुन्हा एकदा सारखा वर घेऊन, पाठ आणखी थोडी वाकवून पुन्हा धावू लागला.

नील म्हणाला,

"महाराजा, कळकाच्या सेतूवरून नदी ओलांडायची आहे, तुम्ही दोघं आणि मी– तिघांचं वजन... धावू नकोस. सावकाश चल."

सावकाश सेतू ओलांडून पुन्हा धावत... 'ए! भीम आलाय्. हा सेवक नील. आत येऊ द्या...' आपल्या झोपडीपुढं हत्तीप्रमाणे बसला. मृतदेह सावकाश उतरवला.

"नीला, स्वयंपाक्यांना सांगून वरच्या बाजूला चितेची तयारी कर."

झोपडीच्या समोर चटईवर उताणा घटोत्कच.

याचा चेहरा किती उबदार आहे!

दोन्ही हात पसरून, डावा हात पाठीकडे ठेवून, उजवा हात त्याच्या कमरेपाशी धरून छातीशी घट्ट कवटाळताना...

"भीमा, आपला घटोत्कच गेला?"

पाठीवरचे हात कृष्णाचेच. छातीशी डोकं टेकवून चेहरा छातीशी...

अंहं. धडधड नाही. तो उबदारपणाही नाही. काळंभोर निःशब्द वातावरण.

डोळ्यापुढं पुन्हा अंधारी आली, की मूर्च्छा! कुणी तरी म्हणत होतं... डोकं भणभणारी थंडी...

"भीमा, जागा झालास का? इकडं पाहा. मी कृष्णा. तुझे भाऊ, पाहा, इकडे आहेत."

लांबून येणारा आवाज.

"...असं झाल्याचं ऐकलं. चंद्रोदयापर्यंत विश्रांती, असं शत्रूला सांगून युद्धाची जबाबदारी सात्यकीवर टाकून आलो तसाच घोड्यावरून दौडत. अर्जुना, तू भीमाला त्या बाजूनं धर."

पुन्हा नि:शब्दता. ही अंधारी नव्हे.

"महाराजा, चिता सिद्ध झाली आहे."

चटकन उठून हत्तीप्रमाणे बसून देह पहिल्याप्रमाणे पुन्हा खांद्यावर ओढून... 'नको, नको! आम्ही सगळे धरू...' खांद्यावर ओढून घेऊन पुन्हा धावत, पलित्याच्या उजेडात चढ चढून बऱ्याच अंतरावर ठेवलेल्या मोठाल्या ओंडक्यांच्या अग्निराशीत देह व्यवस्थित ठेवून भीम खांबाप्रमाणे उभा राहिला.

त्या बाजूला द्रौपदी-अर्जुन, इकडे कृष्ण-धर्मराजा, कोसळणारे ओंडक्यांचे निखारे कळकानं आत सारणारे नोकर. गोरा देह काळा होऊन, करपून जाऊन आतलं रक्त-मांस शिजल्याप्रमाणे खदखदून ठिणग्या उडवत असतानाच तो ताडकन उजवीकडे वळला आणि त्यानं कठोर स्वरात विचारलं,

"अर्जुना, कर्ण ही तुझी शिकार आहे, असं आजवर म्हणत होतो. तू शिकार करणार आहेस, की मी त्याचा घास घेऊ?"

"ती माझी शिकार आहे! मला माता कुंतीची शपथ आहे. तू त्याला हात लावू नकोस. त्याचं मुंडकं तुझ्या डाव्या पायाशी येऊन पडेल, याची खात्री बाळग. आता फार गोंधळ-घाई करायला नको. खरं, की नाही, कृष्णा?"

मृतदेहाला अग्नीनं सगळीकडून घेरल्यामुळं लाकडं आणि देहात फरक दिसत नव्हता. तरीही हात, पाय, डोक्याचे आकार पुसले गेले नव्हते.

"याची पूर्ण राख होईपर्यंत तू इथंच राहा, नीला. त्यानंतर ती राख नदीत सोडून दे. एकही हाड कुत्र्या-तरसांच्या तोंडी पडता कामा नये." अशी आज्ञा देऊन तो चटकन मागं वळला आणि भराभरा चालू लागला.

मागून धावत आलेल्या कृष्णानं विचारलं,

"कुठं चाललास, भीमा?"

"युद्धावर. अलायुधाकडच्या इतर राक्षसांनाही संपवायला पाहिजे. घटोत्कचाच्या सोबत्यांना कुणी पुढारी राहिला नाही..."

"आम्ही तिकडे पाहून घेऊ. तुझा चेहरा कसा झालाय्, ठाऊक आहे? जा. थोडी झोप घे. नंतर त्या सगळ्यांची जी वाट लावायची, ती लावता येईल. द्रौपदी, भीमाचा हात धरून त्याला झोपडीत घेऊन जा. आता त्याला झोपेची नितांत आवश्यकता आहे. या क्षणी त्याच्या मनात फक्त संताप खदखदत आहे... आणि युद्ध काही फक्त तेवढ्यावर होत नसतं."

द्रौपदीनं त्याच्यापाशी जाऊन त्याचा हात धरला आणि ती झोपडीकडे निघाली.

भीमही निमूटपणे मोठ्या वासरासारखा तिच्या पाठोपाठ गेला.

त्याला झोपडीत घेऊन गेल्यावर पणती पेटवून, चटई आणि कांबळं

जमिनीवर अंथरल्यावर ती त्याच्याकडे वळून म्हणाली,

"तुझ्या डोक्यावर, हाता-पायांना, खांद्यावर, पाठीवर, छातीला रक्त लागलंय्. स्नान करशील का?"

"नको."

"स्वयंपाकाची चूल सतत पेटलेली असते. पाणीही गरम असेल."

"धुऊन काढलं, तरी या रक्ताचा वास जाईल का?" मटकन खाली बसत भीम म्हणाला.

द्रौपदी त्याच्यापाशी बसली. आपले दोन्ही पाय दुमडून त्याचं डोकं बळेच आपल्या मांडीवर घेऊन बसली.

पडल्या पडल्या भीमानं डोळे मिटून घेतले.

अंधार. दोन वेळा दीर्घ श्वासोच्छ्वास केला. डोकं तिच्या मांडीवर ठेवूनच तो उजव्या कुशीवर वळला. बाण रुतलेली जागा ठसठसली. उताणा झाला. क्षणार्धात पुन्हा उजव्या कुशीवर वळला आणि दुसऱ्याच क्षणी हुंदक्यांवर हुंदके देऊ लागला.

द्रौपदीनं वाकून आपल्या छातीनं त्याचं डोकं झाकलं.

"भीमा, हे युद्ध कुणाकुणाला गिळणार आहे, कोण जाणे! रडू नको. काल अभिमन्यु नाही का गेला?" तिलाही पुढं काही बोलणं शक्य झालं नाही.

हुंदका देत भीम म्हणाला,

"तो गेला, म्हणून नव्हे! कर्णाच्या हातातली तलवार मला दिसत होती; पण उठून त्याला अडवण्याइतकी शक्ती नव्हती. मृत्यूनं माझ्या अंगातलं त्राणही नेमक्या त्याच क्षणी हिरावून घेतलं, बघ! माझ्या डोळ्यासमोर माझा मुलगा मारला जात होता आणि मी... मी काहीच करू शकलो नाही... हा भीम षंढ आहे... निर्वीर्य आहे..." रडू आवरण्याचा प्रयत्न न करता तो मोठ्यानं रडू लागला.

तिनं त्याचा चेहरा आणखी छातीशी दाबून धरला. त्याच्या उष्ण अश्रूंनी तिच्या छातीवरचं वस्त्रं ओलं होऊन गेलं.

काहीही बोलणं अशक्य होऊन गेलं होतं. तिचेही गाल, हात, छाती रक्तानं माखून गेली होती.

भीमाचं रडू ओसरू लागलं. हळूहळू पूर्णपणे थांबलं. तो दीर्घ श्वास घेऊ लागला.

काही क्षण तसेच गेले.

द्रौपदीनं पाहिलं, त्याला झोप लागत होती. पाहता पाहता तो घोरूही लागला.

❑

"कुठल्या दिशेनं नेऊ?"

उत्तर नाही.

"आचार्य, कुठं जायचं, ते तुम्ही सांगितलं नाही, तर मला कसं समजणार?"

"हं!"

आचार्यांचा हा हुंकार आपल्या प्रश्नावरचं उत्तर नाही, हे सारथ्याच्याही लक्षात आलं होतं.

*त्यानं रथ थांबवला. युद्ध होत असलेल्या स्थानापासून किती तरी मागच्या बाजूला. फक्त आवाजावरूनच युद्धाची दिशा समजावी, एवढ्या अंतरावर.*

*अंधारात सभोवतालचं दिसत नाही.*

*त्याला जांभई आली.*

डोळ्यांनाही खूप ताण पडतोय्. बसल्या ठिकाणी थोडा वेळ डोळे मिटून स्वस्थ बसायची संधी मिळाली, तर त्याच्या बदल्यात संपूर्ण जीवनच दान म्हणून द्यावं, असं वाटतं. चाबूक आणि लगाम व्यवस्थित बांधला आहे, त्यामुळं खाली पडून जाणार नाहीत, याचं समाधान.

द्रोणांची अवस्था मात्र झाकण काढून टाकल्यावर हवा निघून गेलेल्या पात्रासारखी झाली होती.

या वृद्ध गुरूला समोर उभं करून स्वत: सिंहासनाच्या मस्तीत राहणारा... काय वाटलं याला महासेनापतिपद, म्हणजे! अखेर मी रथात बसून त्याला समोर उभं केलं, तेव्हा कसा खाली मान घालून उभा होता!

समाधान वाटलं.

या समाधानातच त्यांनी भोवताली नजर फिरवली.

एवढ्या दूर– तो रथ आहे, की झाड? अंधार. दिवसासुद्धा ठरावीक अंतरानंतरचं लाटांप्रमाणे दिसतं. कसा लक्ष्यावर नेम धरता येणार? या वयात युद्धावर यायला नको होतं...

बसल्या जागीच जांभई आली. झोपडीत जाऊन गाढ झोपायची इच्छा प्रबल होत असतानाच मागोमाग येणारी सेनापतीची भावना सारं व्यापून गेली.

रथात पाय पसरून बसताना भीष्मांची आठवण.

एक जाड उशी घेऊन रथात बसून राहत होते. बिचारे! सेनापतिपदावरून काढून टाकण्याची धमकी दिली, म्हणे. मला तसं काढून टाकायचं धैर्य तर दाखवू दे! अश्वत्थाम्याला गमावण्याइतका अविवेकी नाही तो.

रथाच्या मागच्या पीठाला टेकून त्यांनी नि:श्वास सोडला.

तिन्ही बाजूंनी ऐकू येणारा कोलाहल, चीत्कार, किंकाळ्या हळूहळू ऐकू येईनाशा झाल्या. मध्येच आणखी थोडं नीट सरकून पाठीच्या आधारानं कुशीवर

वळून झोपल्याची आठवण.

थंडी. कापरी बोचरी थंडी. तरीही थोडं विसावताना...

'सेनापती आचार्य! घटोत्कचावर आपल्याकडच्या अलायुध राक्षसाला सोडावं, असं महाराजाच्या मनात आहे. आपली अनुमती विचारण्यासाठी त्यानं पाठवलं आहे.'

'हं...'

जाग आली. सावकाश. हात-पाय गारठले आहेत. पांघरायला एखादं उबदार वस्त्र असतं, तरी... सारथीही बसल्या जागी डुलकी काढतोय्, वाटतं. काही का असेना, अनुमतीशिवाय काहीही करायचं नाही, एवढं तरी त्यानं कबूल केलंय्, म्हणायचं. आता उजव्या बाजूला आवाज ऐकू येत नाही. पुढचा बाजूला– हो. थोडा. डाव्या बाजूचंही युद्ध खूप दूर गेलंय्. अंधारात कसलं तंत्र? या थंडीत असाच राहिलो, तर सर्दी-पडसं, हाता-पायांच्या सांध्याचं दुखणं पुन्हा आल्याशिवाय राहणार नाही.

''सारथी! ए तपन! ऐकू आलं का? कुणाला तरी बोलावून एक गरम वस्त्र आणायला सांग. लवकर. तोपर्यंत एखाद्या मोडक्या रथाची लाकडं पेटवं. थंडी सहन होत नाही.''

रथाचं लाकूड छान जळतंय्. उत्तम रथ मोडून पडला, तरी अखेरीस उपयोगाला आला. कांबळं आलं. तेही थंडगार पडलं होतं.

''हे थोडं धगीपाशी धरून नंतर मला पांघर. हं... असं. कुठलं तरी एखादं वस्त्र घेऊन ते गरम करून माझ्या मांड्या शेक. हं! थोडं तिळाचं तेल नाही का? मांडीला चोळलं असतं, तर दुखणं कमी. आता जाऊ दे. एकसारखं धगीपाशी बसलं, की गरगरतं. पोटातही मळमळतं.''

कांबळं उबदार आहे. हा रथच बरा.

''तपना, यातले सगळे बाण एका बाजूला सार आणि झोपण्यापुरती जागा कर.''

''सेनापती महाराजा, घटोत्कचाला कर्ण महाराजानं ठार केल्याची बातमी तुझ्या कानावर घालायला महाराजानं सांगितली आहे.''

''उत्तम! त्यामुळं आलेली कीर्ती त्या दोघांनाच वाटून घ्या, म्हणावं.''

घटोत्कच मेल्यामुळंच कोलाहल कमी वाटतोय्. म्हणजे युद्ध लांब गेलंय्,ही माझी कल्पना चुकीची असावी. अंथरण्यासाठीही काही तरी आणलं असतं, तर... का, कोण जाणे! झोपल्यानं समाधान वाटत नाही. पण उगीच उठून बसून तरी काय करायचं? कुठून तरी ऐकू येणारा '...हो...' असा आवाज. वारा वाहत असल्यामुळं नेमकी जागा समजत नाही.

''तपना, युद्ध सुरू असलेल्या ठिकाणी रथ घेऊन चल.''

वयानं लहान आहे. त्याला थोडं तरी दिसेल.

"घोडे असे का उभे राहताहेत पुढचे पाय उचलून!"

"रस्त्यात प्रेत पडलंय्."

"मग बाजूनं रथ घे."

"तेच करतोय्. पण तरीही मध्ये मध्ये..."

दुर्गंधी. हवनाची आठवण येतेय्.

"हिवाळ्यातला पाऊस का आला नाही अजून?"

"मला कसं ठाऊक असणार? तूच सांग."

घटोत्कच मेला, तरी युद्ध थांबलेलं दिसत नाही. पांडवांपैकी कोण कुठं उभं राहून बाण सोडतंय्. तेच समजत नाही. का, कोण जाणे, आपले सैनिक त्यांच्यावर चाल करून जात नाहीत. त्यांना रोखणं एवढंच आपलं काम आहे, असं त्यांनाही वाटतं, की काय, कोण जाणे!

"तपना, मी इथं आल्याचं आपल्याकडच्या सगळ्यांना कळवण्याची व्यवस्था कर."

सैन्य कमी झाल्यासारखं वाटतंय्. अंधार झाला, म्हणून झोपायला गेले, की काय? हे अंधारातलं युद्ध म्हणजे एक प्रकारचं क्रौर्यच. नव्हे... न दिसणाऱ्या नशिबाशी खेळलेला तो जुगारच. आम्ही का यात सापडलो? आम्ही नाही सापडलो, त्यांनी पाडलं यात. अजूनही अधून मधून युद्ध चाललंय्. इथं थंडी...

"आपल्यालाही विश्रांती हवी?..."

कुणाचा हा आवाज? आपल्यापैकी कुणाचा?

"तपना, रथ आणखी पुढं घे. कुणा तरी दळपतीला विचार, हा कसला आवाज आहे? कुणाचा आरडाओरडा हा?"

अश्वत्थामाच भेटला.

"अर्जुन मोठ्यानं ओरडून विचारत आहे. दोन्हींकडचे सैनिक थकले आहेत. पहाटेच्या पूर्वार्धात चंद्र दिसेपर्यंत दोन्ही पक्ष विश्रांती घेऊ देत. तुमची परवानगी आहे? आपलेही सैनिक विश्रांतीची मागणी करताहेत. हत्तींवर, घोड्यांवर, रथात— जिथं असतील, तिथं पेंगताहेत. परवा रात्री चक्रशकट व्यूहासाठी त्यांना उभं करण्यात आलंय्, तेव्हापासून त्यांना मलबाधेसाठी जायलाही अवधी मिळालेला नाही."

"हे युद्ध-तंत्र नाही ना अर्जुनाचं? माझी शपथ घेऊन शब्द देतो का, ते विचारून ये."

अश्वत्थाम्यानं घोड्याला टाच मारली आणि भरधाव वेगानं नाहीसा झाला.

पन्नास वर्षांचा झाला, तरी दृष्टी उत्तम आहे याची. एक तरी लग्न झालं

असतं, तर!–

आत सगळं किण्ण झालं होतं. भोवताली कितीही पाहिलं, तरी काहीच दिसत नाही. थोडा वेळ 'सेनापतीचं भलं होवो, आचार्यांचं भलं होवो...' चा जल्लोश वेगवेगळ्या आवाजातून ऐकू येत होता. आत मात्र किण्ण नि:शब्दता.

"हे तंत्र नव्हे, चंद्रोदयाबरोबर युद्ध सुरू होईल, गुरुजींच्या पायांची शपथ... असं अर्जुनानंच ओरडून सांगितलं. मी आवाज ओळखला."

"तूही आता रथात बसून विश्रांती घे. मी शिबिरात जातो. शरीर थकून गेलं आहे."

झोपडीतल्या करंजाच्या तेलाच्या दिव्याच्या उजेडात ते आपल्या पायांकडे पाहत होते.

नुसत्या हाडांचं काटकुळं शरीर. खरंय्. कातडंही कसं फुटून राठ झालंय्. सापाच्या अंगावरच्या खवल्यांसारखं दिसतंय्. त्यातून दिसणाऱ्या सुरकुत्या. आतल्या हाडांनाही म्हातारपण आलंय्. त्यांच्या बेचक्यातही दुखतंय्. चटईवर पसरलेलं दर्भ. त्यावर कृष्णाजिन. एकलव्य दीर्घायु होवो. उबदार आहे. हात-पाय पसरून अंग मोडल्यावर थोडं बरं वाटतं. लोकांची संख्या कमी झाल्यामुळं दुर्गंधीही कमी झाली आहे. शिबिराची जागा बदलली, म्हणून असं वाटतं, की काय, कोण जाणे! काही का असेना, थोडं बरं वाटतं खरं! घोड्यांच्या टापांचा आवाज.

"आचार्य! महासेनापती असा झोपला, तर..."

आता का आला इथं? झोपडीचं दार उघडून आत येतोय्. मंद पणतीच्या उजेडातही चमकणारा राजकिरीट, कंठी-हार, छातीवरचं रुंद पदक, बाहु-भूषण! असाच पाय पसरून झोपतो. उभा राहूनच बोलू दे त्याला! सिंहासनाधीश्वर!

"आम्ही एक तंत्र रचलंय्. सकाळी तुम्ही पुन्हा 'महासेनापतीला का विचारलं नाही,' म्हणून आरडाओरडा करू नये, म्हणून गुप्तपणे तुमच्या कानावर घालायला आलोय्."

"सांग..." भली मोठी जांभई. "आता शत्रु-सैन्य झोपलंय्. रथात, मातीत, धुळीत पडलेल्या प्रेतांपाशीही. घोडेही जागीच मुतत, मोकळेच आहेत. आता आपण एकदम चढाई करून त्यांच्या सैनिकांना ठार करू या."

महाराजा दार उघडून आत आल्यामुळं पणतीची ज्योत नाचतेय्, अगदी वातीला चिकटून–

"महाराजा, थोडा दरवाजा ओढून घेशील का?"

...हां! पाय लांब सोडले, की बरं वाटतं.

"तुम्ही लवकर परवानगी द्या."

"ते शक्य नाही. अर्जुनानं माझ्या पायांची शपथ घेऊन सांगितल्यावर मी कबूल झालो आहे."

"जयद्रथाला मारताना त्यांनी खोटेपणा नाही का केला?"

"प्रतिज्ञा-पूर्तीसाठी त्यांनी तसं केलंही असेल."

दरवाजा बंद झाल्यामुळं दिव्याची ज्योत स्थिर झाली आहे. डोळे मिटले, तरी आतल्या बाजूला थोडा लालसरपणा. आत उतरता उतरता गाढ काळोख.

"आचार्य, लवकर सांगा!..."

"सेनापतिपदाचा आदर न ठेवता तुला काही करायचं असेल, तर कर जा!" म्हणत कुशीवर वळून तोंडावरून पांघरूण घेतलं, तरी त्याच्या चेहऱ्यावरचा कैफ, नाकाचा रुबाब, दृष्टीची ऐट मिटल्या डोळ्यांसमोरून जात नाही. गर्रर्रकन वळल्याचा, धपाधप पावलं टाकत बाहेर गेल्याचा आणि घोड्याला टाच मारून तिथून गेल्याचा आवाज. त्यानंतर मात्र झोपडीत भरून राहिलेलं घोरणं.

तोंडावरचं पांघरूण दूर केल्यावर आधी थंडीची तीव्र जाणीव. दरवाजा अर्धवट निखळलेला. दिव्याची ज्योत मोडून पडेल, असं वाटण्याइतकी पिंगा घालत आहे.

"हव्यका, हव्यका..." हाका मारल्या, तरी तो येत नाही. अखेर वाऱ्यानं ज्योत विझल्यामुळं झोपडीत अंधार. फक्त वातावरणात भरून राहिलेला तेलाचा कडवट वास. तरीही हव्यकाचा पत्ता नाही.

सकाळी जाग येते, तेव्हा सगळं अंग खाजत असतं. नव्हे, अंग खाजत असल्यामुळं सकाळी जाग येते. टराटरा अंग खाजवलं, तर सहन न होण्याइतकी जुनी शक्तिहीन कातडी. एकाएकी आठवण.

हे महासेनापतिपद स्वीकारल्यापासून अंघोळ केली नाही.

"हव्यका, गरम पाणी आहे का स्नानासाठी?"

त्याची चाहूल नाही. उठून आतल्या भागात जाऊन पाहिलं, तर तिथंही पत्ता नाही. कुठंच नाही. कालच न सांगता-सवरता... न सांगता-सवरता असं काही म्हणता येणार नाही. गेल्या दहा-बारा-पंधरा दिवसात किती तरी वेळा विचारलं होतं. परवाही भुणभुणत होता. तरीही अशा परिस्थितीत मला सोडून गेला! कृतघ्न. संताप आला. मागच्या बाजूला झोपलेल्या तपनला उठवून पाणी तापवायला सांगितलं, तर म्हणतो,

"हंड्यात पाणी नाही."

अखेर ते आज्ञा करतात,

"काही तरी करून थोडं पाणी मिळवं. आज स्नान करायलाच पाहिजे."

तपन घोड्यावरून निघून जातो. दिवस उजाडून एक घटका लोटल्यावर गरम उकळतं, वाफा निघणारं पाणी. अंगावर पडताच आधी आग. नंतर मात्र थोडं बरं वाटतं.

"पाठ नीट चोळ... एवढ्या जोरात नको."

धुतलेलं वस्त्र मिळालं, तर अंग खाजणार नाही.

"हं. पुरे. हवनाची सिद्धता कर."

"तूप नाही."

"म्हणजे काय?"

"हवनाची तयारीच नाही."

"आज मला हवन केलंच पाहिजे!" आपला चढलेला आवाज आपल्यालाच ऐकू येतोय्. "महाराजाच्या पाकशाळेतच फक्त तूप मिळेल. जा. घेऊन ये."

घृत अर्पण करताना, हवन करताना तुपाचा वास. मध्येच विसरले जाणारे मंत्र. त्या तरंगत येणाऱ्या आठवणी. महाराजाच्या पाकशाळेतल्या खायच्या तुपानं होम करावा लागला.

छे:! सारं असह्य आहे हे! तरीही प्रत्येक बाबतीत येऊन विचारतो. भीष्म घाबरले असतील. हा द्रोण घाबरणार नाही, म्हणावं!

हवन झाल्यावर तपन तांदळाची पेज आणून देतो.

दुधाची व्यवस्था कोलमडून– किती? आठ-दहा दिवस झाले. महाराजाच्या स्वयंपाकघरातही दूध नाही का? लाह्याही संपल्यात. एकलव्यानं आणून दिलेला मध मात्र भरपूर आहे. अश्वत्थामा भरभरून पीत असला, तरी मध घालून पेज पिऊन बाहेर येतात.

सुखावह वाटणारं कोवळं ऊन्ह. या उन्हातच झोपी जायची प्रबल इच्छा.

आपली ही एकाकी झोपडी. इतर सगळ्यांपेक्षा दूर. आता सैनिक, घोडे, हत्ती यांना निश्चित अशी वसतिस्थानंच राहिली नाहीत. लीद, मूत, विष्ठा सगळीकडे पसरली आहे.

एकाएकी आठवलं, दिवस उगवून सहा-सात घटका झाल्या ना? युद्धाची काहीच बातमी समजली नाही. कुणीच येऊन अनुमतीही विचारली नाही, वर्दीही पाठवली नाही. हो! माझी उपेक्षा केलीय् त्यानं. तोंडानं न सांगता सेनापतिपदाचे अधिकार हिरावून घेतले आहेत. की मीच निवृत्त झाल्यासारखा इथं राहिलो?

ते सावकाश श्वास ओढून घेतात. लीद-मल-मूत्राची दुर्गंधी नाही. सुखावह कोवळं ऊन्ह. आता तो येणार नाही किंवा कुणाला पाठवणार नाही.

मनात ओकं ओकं वाटू लागतं. आपल्या अंतर्यामी डोकावत, चटचट पावलं टाकत येरझाऱ्या घालू लागतात. कोवळ्या उन्हात. सगळीकडे रिकामं

रिकामं. दूरवर कुठं तरी युद्धाचा आवाज.

हा आवाज खरोखर ऐकू येतोय्, की हा भास आहे? मीच दूर राहिलो. सेनापतिपदाहून दूर राहिलो. इथं झोपून राहिलो. युद्ध सुरू असताना झोपी जाणारा कसा सेनापती राहील?

ते घाईनं आत येतात.

"माझं कवच बांध, ये."

"पण याचं वजन आणि बंधन सहन करणं कठीण आहे. बांधलेलं पुन्हा सोडायला लावलं होतं. पहिल्याच दिवशी."

"आता बांध. या द्रोणाचं क्षात्रतेज पाहू दे जगाला!"

कापसानं तयार केलेलं जाड कवच छातीवर ठेवून मागं मान-पाठ-कमरेभोवती बांधतो.

ते एकदा आपला सुकून सपाट झालेला देह एकवार पाहतात.

छाती भारदार वीराच्या छातीसारखी दिसते!

"लवकर चल...."

घाईनं आपणच शिजवलेली पेज पिऊन, पाण्याचं भांडं रथात ठेवून येऊन, घोडे बांधतो.

"आणखी थोडे बाण भरून घे."

आज द्रोणाचं पौरुष जग पाहील. फक्त कपट नव्हे. उत्साह रथाच्या खडखडाटातही दिसतो. एकाएकी हव्यकाची आठवण येते.

कृतघ्न-कृतघ्न! 'मी तुमची सेवा करून अन्न गिळतोय्. यात दुर्योधन महाराजाचा काहीही संबंध नाही...' म्हणत होता. परवाही म्हणाला होता, 'तुमच्या सेवेत आहे, हे खरं. अजूनही घरी चला. सेवा करीन. कुठं तरी येऊन जीव देण्यात कसला विवेक आहे?'

....कातडीबचाऊ...

ही शिवी अर्ध्यावरच थांबते.

मग तोच विवेकी म्हणायचा का? हा प्रश्न निम्म्यावरच तटवून त्यांचं मन युद्धाच्या गोंधळात बुडून जातं.

युद्ध सतत चाललं आहे. अश्वत्थामा सात्यकीबरोबर, दुःशासन नकुलाबरोबर लढताहेत. दूर कुठं तरी भीमाच्या दळाचा परिणाम दिसत आहे. आपण कुठं जायचं? आपलं दळ कुठं आहे? हो. दुर्योधन जवळच आहे.

"तपना, रथ महाराजाच्या रथाजवळ घेऊन चल."

"महाराजा, युद्ध कुठल्या स्थितीत आहे?"

तो काहीच बोलत नाही.

"लढाई कशा परिस्थितीत आहे? थोडक्यात सांग.''

"आपण विश्रांती घेऊ शकता.''

"विश्रांती संपवूनच आलोय्. आज वीरावेशानं लढलं पाहिजे.''

"तसं असेल, तर आपला प्रतिस्पर्धी शोधून घेऊ शकता.''

तो उपेक्षा करत आहे. शूरपणे लढून त्याच्या उपेक्षेला योग्य उत्तर देईन.

"माझं सैन्यदळ कुठं आहे?''

"आपलं असं स्वतंत्र सैन्यदळ कुठं होतं?''

आपलाच अपमान होतोय्. आपलं असं स्वतंत्र सैन्य दळ नाही. दळपती नाही, तो सेनापती कसा होईल? का, कोण जाणे, पायाखालची जमीन हलल्यासारखी झाली.

दुर्योधन सभोवताली नजर फिरवत उभा होता. सेनापतीसारखा! आपल्या पायाखाली जीमनच नसल्यासारखं झालंय्. आत काही तरी पिळवटल्यासारखं झालंय्.

"महाराजा, मला एक छोटं का होईना, एक सैन्यदळ दे... मला माझा पराक्रम दाखवायला!''

तो तिकडं तोंड वळवतोय्. तोंड लपवून हसतोय् का? की तिरस्काराचं हसू लपवण्यासाठी तिकडे वळला?

मिळालेल्या थकलेल्या दळाबरोबर युद्धभूमीला लांबूनच फेरी घालतात.

कुणाला डिवचायचं? भीम? नको. अर्जुन? तो माझ्याशी लढणार नाही. आधीच दमून गेलेल्या या सैनिकांना मात्र मारून टाकेल. नकुल? सहदेव? छी:! या द्रोणानं अशांबरोबर लढायचं? खरं तर अर्जुनाशीच लढायला पाहिजे. कुठं तरी धर्मराजा लढतोय्. जवळचा शुभ्र घोड्यांचा रथ अर्जुनाचा. मी थोरल्या भावाला पकडेन, म्हणून अजून घाबरतो! बरं वाटतं. या एकट्यानं काय ती गुरूभक्ती ठेवली आहे. कोण तो या बाजूचा? पांढरी दाढी, चमकदार मुकुट, सुरकुतलेला वृद्ध चेहरा.

"तपना, तो कोण राजा? आपल्याकडच्या कुणाबरोबर लढतोय्?''

"पांचालचा द्रुपदराजा शकुनीशी लढत आहे.''

"माझा रथ आणि सैन्यदळ त्याच्यावर घाल. शत्रू तर मिळाला. सैन्याला मोठ्यानं गर्जना करायला सांग.'' त्वेष पेटत आहे. अंगात उष्णता निर्माण होत आहे. "शकुनीला निरोप पाठव, म्हणावं, त्याला माझ्यासाठी सोड... चला, सैनिकहो!... ए पांचाला, आता तुझ्यासमोर आलाय्, तो द्रोण आहे, समजलास!'' गर्जना करतात. गळ्याच्या शिरा निम्म्यालाच तटल्यासारख्या होतात. तरीही सैन्यात उत्साह निर्माण होतो. धनुष्याला प्रत्यंचा चढवून सर्व शक्तीनिशी सोडलेला बाण कुठं तरी निघून जातो.

कुणाला लागला? जवळच असलेल्या विराट राजाला. त्याच्या उजवीकडे अडलेल्या द्रुपदावर पुन्हा नेम धरून बाण सोडतात. लाटांप्रमाणे त्याचा रथ हलतो. समोर असलेले सैन्यदळ.

हो. द्रुपदाचा रथही. एवढी शक्ती या बाहूंत आहे, हे ठाऊकच नव्हतं! एक-दोन-तीन-चार, असेच एकापाठोपाठ एक बाण देत राहा. संपेपर्यंत थांबणार नाही. धाप लागल्यासारखं होतं आहे.

"आचार्य, द्रुपद पडला. तुझ्या बाणामुळं मेला."

"माझ्या बाणामुळं? आणखी कुणाच्या नव्हे ना?"

"बरोबरीच्या योद्ध्यावर बाण सोडावा, हा नियम या दळातले सैनिक पाळताहेत. आणखी कुणीही द्रुपदराजावर बाण सोडला नाही."

होय. लाटांप्रमाणे डोलणाऱ्या रथात खांबाप्रमाणे बसलेल्या द्रुपदाचा सोनेरी किरीट कुठंच दिसत नाही. द्रुपदा, पाहिलीस ना द्रोणांची शक्ती? माझा अपमान केला होतास तू!

आतून उकाडा वाढल्यासारखं वाटतंय्. वेगानं भरभरून येणारा श्वास. असह्य उकाडा. घाम.

"तपना, हे कवच अंगावर सहन होत नाही. थोडं सैल कर."

"आचार्य, माघारी जाईपर्यंत असू द्या. अकस्मात एखादा बाण लागला, तर?"

उकाडा क्षणा-क्षणाला असह्य होतोय्. हो. रथातला किरीट दिसत नाही. माझा अपमान केला होता!

एकाएकी डोळ्यापुढं अंधारून येतं. डोकंही फिरल्यासारखं होतं. मंचकाच्या पायाला बांधून अर्धं राज्य हिरावून घेतलं होतं. त्या वेळी अपमानाचा बदला घेऊन झाला होता... आतली बुद्धी सांगते, भीष्मांना मारायला हवं होतं. असंच! खेद वाटतो. मला फसवलं त्यांनी!

"तपना, माझा रथ-दल दुर्योधनावर चालव. त्याच्याबरोबर लढेन!"

उकाडा. हे कवच काढेपर्यंत स्वस्थ बसणं शक्य नाही. 'कुठल्या तरी नदीच्या काठावर आश्रम बांधून...' का ऐकलं नाही?

"महाराजावर प्रजेनं चढाई करायची, का, आचार्य?"

"तो महाराज नाही! माझं राज्य त्याच्या हाती आहे. युद्ध केल्याशिवाय सोडवून घेणं शक्य नाही."

"आचार्य, रात्री नीटशी झोप झाली नाही, असं दिसतं."

हे तपनाला समजणार नाही. कुणालाच समजणार नाही. माझ्या अश्वत्थाम्यालाही याचा अर्थ समजणार नाही. संतापानं अंगाची लाही होत आहे. रडावंसं वाटतं.

आपला दलपती मेला, म्हणून असेल, समोरचे सैनिक सैरावैरा पळताहेत. युद्ध जिंकलं. विराटालाही बाण लागला, म्हणे! त्या बाणानं तो मेला असेल, तर मी दोन दलपतींना मारलंय्!

सुंई... हो. उजव्या हाताला नीट टोचला.

"तपना, कुणी मारला हा बाण?"

"कुणा तरी एका सामान्य सैनिकानं. धावणाऱ्या द्रुपदाच्या सैनिकांपैकी कुणी तरी असेल."

अधर्म. समानांनी समानांवरच चढाई केली पाहिजे. मला एका सामान्य सैनिकानं मारलं? बाण काढून टाकलेल्या जागी रक्त ओघळत आहे. पातळ रक्त. या सुकलेल्या शरीरात कितीसं रक्त असणार? चुरचुरतंय्. मुंग्या आल्यासारखं वाटतंय्. काही तरी संपूर्ण शरीराला व्यापून टाकतंय्. बाण विषात बुडवला होता? आतून रडू उन्मळून येतंय् . ...ओ! मृत्यू जवळ येतोय्! द्रोणाचं मरण आणि तेही एका सामान्य सैनिकाच्या हातून! भीष्मांची आठवण. मीही निवृत्त होऊन... दुर्योधनानं जबरदस्तीनं निवृत्ती दिल्याची भावना.

आतून येणारा हुंदका रोखला जातो.

हव्यकच विवेकी म्हणायचा का? समोरचा गोंधळ, कोलाहल.

"आचार्य, द्रुपदाचा मुलगा धृष्टद्युम्न चाल करून येत आहे."

माझं सगळं सैन्य सैरावैरा धावत आहे.

"धृष्टद्युम्न महाराजा, आचार्यांना बाण लागून रक्त वाहत आहे. आणखी अर्ध्या घटकेत ते आपण होऊन मरण पावतील."

रथ हलतोय्. घोडे खिंकाळताहेत. रुंद बांध्याचा धृष्टद्युम्न. द्रुपदही असाच दिसायचा तेव्हा. उजव्या हातात तलवार.

डाव्या हातानं डोक्यावरचं उष्णीष काढून भिरकावून दिलं. उरलेले चार केस मुठीत धरून... जीव गुदमरतोय् ... डोळयासमोर अंधार...

"तू आपण होऊन मरणार आहेस, हे ठाऊक आहे..." रुक्ष ध्वनी... "पण तरीही मी तुझं मुंडकं काढून फेकून देणार आहे! त्या वेळी माझ्या पित्याचा अपमान केलास, आणि आता त्याचा जीवही घेतलास..."

उगारलेल्या तलवारीवर खिळलेली दृष्टी.

❑

घरी गेला, तेव्हा सकाळची वेळ. सारं गाव नि:शब्द असल्यामुळं सूर्य उगवून चार हात वर चढला आणि घरामागच्या झाडांच्या बुंध्यावरून तळपू लागला, तरी संजयाला जाग आली नाही. अखेर कंटाळून बायकोनं त्याला

हलवून उठवलं. त्या दिवशी युद्धभूमीवर जाण्यास तिनं विरोध दर्शवला. त्याचं मन मात्र युद्धाच्या पुढच्या विचारात गढून गेलं होतं. दुपारी गरम गरम चार घास खाऊन पुन्हा झोपला. रात्रीच बायकोशी ज्या व्हायच्या, त्या चार गप्पा झाल्या.

पहाटे लवकर उठून, भाकऱ्या बांधून घेऊन, घोड्यावर बसून, टाच मारून, तो भरधाव वेगानं युद्धभूमीकडे निघाला. युद्धभूमीवर सामान आणि शस्त्रं पोहोचवणाऱ्या गाड्यांची संख्या आता बरीच कमी झाली आहे. पाठवण्यासारखं आता हस्तिनावतीत तरी काय राहिलंय्, म्हणा! सूर्य उगवून सात-आठ घटका झाल्या, तेव्हा तो मागंच पाहून ठेवलेल्या पाण्याच्या ओढ्यापाशी पोहोचला. खाली उतरून, घोड्याला पाणी पाजून, ओढ्याच्या काठच्या हिरवळीवर त्याला चरायला सोडलं. आपलेही हात-पाय धुऊन तो भाकरी खायला बसला.

त्याचं खाणं संपत आलं असता समोरून एक रथ आला आणि ओढ्यापाशी घोड्यांना पाणी पाजण्यासाठी थांबला. रथावर एकाला हात-पाय बांधून चोराला बांधावं, तसं बांधून ठेवलं होतं. रथ चालवणारा कोण, कुठला आहे, कोण जाणे, पण त्या बांधून ठेवलेल्या माणसाशेजारी... अरे! सकाळी सकाळीच पिऊन तर्रर्र झालेला दिसतो! संजयानं सहजच वज्रधराला ओळखलं.

"वज्रधरा, इकडं कुणीकडे? कोण हा?"

"हा-चो-चोर! राजभांडाराची चोरी करत होता." त्यानं अडखळत सांगितलं. त्याची दृष्टी संजयाकडे गेली. त्यानंही त्याला ओळखलं.

"...अरे ...संजया! एवढ्या भाकऱ्या बांधून आणल्यास. तूपही घातलं असेल... मला दो-दोन देशील? फक्त दोनच! आठ मुलं होऊ देत... तु-तुझ्या बायकोला!"

म्हणत तो रथातून खाली उतरून संजयाच्या पुढ्यात येऊन बसला.

रथाचा सारथी घोड्यांना सोडून पाणी पाजत होता. संजयानं वज्रधराला दोन भाकऱ्या दिल्या. सारथ्यालाही एक दिली पाहिजे. पण पुरतील का? बातम्या आणून सांगणाऱ्यांना प्रत्येकी दोन-दोन अशा हिशेबानं मोजूनच आणल्या आहेत. अर्धी भाकरी पोटात गेल्यावर जीभ सरळ झाल्यासारखी झाली. उरलेले तुकडे चघळत वज्रधरानं विचारलं,

"युद्धभूमीवर निघालास? का बरं? महाराजाची तर हार होत आहे."

"कर्णमहाराजाच्या अधिकाराखाली काय घडलं, ठाऊक आहे का?"

"काल भीमानं धृतराष्ट्राच्या एकवीस मुलांना ठार केलं, म्हणे. सगळी आपल्या जातीतलीच. रिकाम्या पोटी दारू पिऊ नये, हे अगदी खरं... कर्ण महाराजाच्या मुलाला. सुषेणाला अर्जुनानं मारलं, म्हणे. तुझी भाकरी पोटात गेल्यावर जिवात जीव आला, बघ! म्हणूनच कर्णमहाराजानं अर्जुनाला ठार

करण्याची प्रतिज्ञा केली आहे. त्याला शल्यमहाराज सारथी...'' खिक्कन हसत तो म्हणाला, ''पाहिलास आपल्या कर्णराजाचा पराक्रम! क्षत्रिय राजा... सिंहासनाधिपती आपल्या कर्ण महाराजाचा रथ हाकणार!''

संजयाच्या मनात कुतूहल निर्माण झालं. पण समवयस्क, काही प्रमाणात मित्र असलेल्या सुषेणाच्या मृत्यूचा त्याला चटका बसला. मध्येच वज्रधरानं विचारलं,

''आपली का हार होत आहे, ठाऊक आहे?''

''सेना-दलपतींमध्ये एकमत नाही, भीष्म-द्रोणांचा''

त्याला मध्येच अडवत वज्रधर म्हणाला,

''वेद ऐकलेस?''

''थोडेफार. तुझ्याएवढे नाही.''

''मी सांगतो, ऐक. जेव्हा इंद्र जन्मला, तेव्हा त्याला आईचं दूध देण्याआधी सोमरस पाजला होता. मोठा झाल्यावर तो एकेका वेळी तीस तीस घागरी भरून सोमरस प्यायचा... 'एकया प्रतिधापिवत्साकं सरांसि त्रिशतं! इंद्रः सोमस्यकाणुकाः...' त्यामुळंच त्यानं एवढे मोठे मोठे पराक्रम केले. 'यस्तीमदौ युज्यश्चारुस्ति येन वृत्राणि हर्यश्व हंसि! सत्वामिंद्र प्रभू वसो ममतु।।' अरे इंद्रा, जो सोमरस पिऊन वृत्रादींना तू ठार करतोस, तसा मद चढवणारा रुचकर असा सोम इथं आहे, तो तुला हर्ष देवो! तूच सांग हर्ष नसताना विजय शक्य आहे का?''

''काय सांगतोस तू?''

''आपल्याकडे युद्ध सुरू झाल्यानंतर फक्त दोन दिवस सुरेची व्यवस्था करण्यात आली. त्यानंतर थांबवण्यात आली. एवढ्या लोकांना कुठून पुरवणार, असं त्याचं म्हणणं. पण सुरा नसेल, तर भीती दडपून युद्ध करणं शक्य आहे का? सुरुवातीला आपल्या सेनेनं जो प्रताप दाखवला, तो नंतर का नाही दाखवला?''

त्याच्या प्रश्नाला त्या क्षणी संजयाला उत्तर सुचलं नाही. त्यानं विचारलं,

''तू का युद्धभूमी सोडून निघालास?''

''त्याचसाठी. नाही तरी सोमरस नाही, म्हणजे युद्ध हरणारच आहोत. मग मी कशाला मरावं तिथं? इंद्रदेव आणि सोमदेवाच्या शापाचा अधिकारी होऊ मी?''

''आता कुठं मिळाली मग?''

''रस्त्यातच. म्हणजे अगदी रस्त्यातच नव्हे. रस्त्याच्या कडेला कुणाला दिसणार नाही, असं लपवून शिंदीच्या झाडाला गाडगं बांधलं होतं कुणी तरी. पहाटेच सापडलं, बघ. रथ थांबवून काढून घेतलं. रथाच्या धक्क्यानं गाडगं फुटू

नये, म्हणून त्याच्या भोवताली पाला-गवत घालून ठेवलंय्. तुला पाहिजे? थोडी देईन तुलाही. एका भाकरी तर दे. मुकाट्यानं दे! नाही तर सगळा सोमरस पिऊन तुझ्याबरोबर युद्ध करेन. सोमरसामुळं शक्ती येते, ठाऊक आहे ना!'' न हसता गंभीरपणे म्हणाला.

संजयालाही मोह पडला.

एवढ्यात घोड्यांना पाणी पाजून सारथीही जवळ आला. हा प्रवीर वृकप्रस्थाचा, म्हणे. म्हणूनच ओळख पटली नाही. त्यानंच रथापाशी जाऊन गाडगं आणून समोर ठेवलं. त्या द्रव-पदार्थामुळं गाडग्याचा मात्र बराच भाग बाहेरूनही भिजला होता. एक भांडंभर पोटात गेल्यावर संजयाचं मन हलकं झालं. दृष्टी रथाकडे गेली. त्यानं विचारलं

''कोण तो?''

''सांगितलं ना... राजाच्या वस्तू चोरून घेऊन चालला होता. हा रथ, हे घोडे त्यानंच चोरलेले. आता त्याला घेऊन धृतराष्ट्र महाराजापुढं उभं करतो. मग याला शिक्षा होईल आणि मला बक्षीस मिळेल.''

''काय चोरत होता?''

''इकडं ये, दाखवतो...'' म्हणत तो उठला.

संजयही त्याच्याबरोबर उठून रथापाशी गेला.

तीसेक वर्षांच्या एका तरुणाचे हात-पाय जखडून त्याला तिथं टाकलं होतं. त्या युद्ध-रथाच्या आतल्या बाजूला एक बाणांचा आणि शरशिरांचा ढीग होता. रथचक्राच्या धावा होत्या. रथाला बसवायच्या लोखंडी पट्ट्या होत्या. आणखीही असं बरंच मोडकं सामान पडलं होतं.

''युद्धभूमीवरून एवढं सामान घेऊन पळून निघाला होता तो. हा रथ आणि घोडेही युद्धभूमीवरचेच. राजाची संपत्ती चोरली, म्हणून याचा उजवा हात तोडणार नाही का महाराजा! तूच सांग.'' वज्रधरानं विचारलं.

''याला मोकळा कर. मी सांगतो तुला...'' म्हणत संजय वाकून त्याचे हात-पाय मोकळे करू लागला. त्याला उठवून बसवून नंतर म्हणाला,

''ए! खरं सांग. तू कोण आहेस? का चोरलंस हे?''

या तरुणाला रडू आलं. हुंदके देत तो म्हणाला,

''खरं सांगतो! बायकोच्या पोटातल्या बाळाची शपथ घेऊन सांगतो. उजवा हात कापला, तर मी पोट कसं भरू?''

''काय काम करतोस?''

''लोहार आहे, जी!''

''हे चोरायला गेला होतास?''

“नाही जी! युद्ध कसं असतं, ते पाहावं, म्हणून गेलो होतो. सैनिकांच्या लक्षावधी कुजलेल्या प्रेतांमध्ये असंख्य बाण पडले होते. त्यांच्या टोकांचं लोह गंजून चाललं होतं. हाती लागलं, तेवढं काढून घेतलं. ह्या पट्ट्या, हा रथ तर अगदी मोडून पडला होता. तो दुरुस्त करून त्यात हे लोह भरून घेतलं. युद्धासाठी निरुपयोगी, म्हणून सोडून दिलेले हे घोडे लंगडत होते, म्हणून त्यांना रथाला जुंपलं...”

“काय करणार होतास या लोहाचं?”

“महाराजा जमिनीतलं लोखंड काढून ते वेगळं काढणं फार कठीण! हेच वितळवून दारांच्या कड्या, नांगरांचे फाळ करून खेड्यांमध्ये विकले, तर पोटाला काही तरी मिळेल, म्हणून...”

संजय क्षणभर त्याच्याकडे पाहत राहिला आणि म्हणाला,

“वज्रधरा, याला सोडून दे.”

“राजसंपत्ती पळवणाऱ्याची बाजू घेतोस?”

“याला घेऊन तू धृतराष्ट्र महाराजापाशी घेऊन गेलास, तर आधी तुलाच शिक्षा होईल.”

“का?”

“युद्ध अर्धवट टाकून आलास, म्हणून!”

वज्रधराचा चेहरा पांढरा फटक पडला. संजयानं त्या लोहाराला आपल्याकडची एक भाकरी दिली. नंतर गाडग्यातलं एक भांडंभर मद्यही दिलं.

❑

उलटी झाली, तर पोटातल्या मळमळीपासून मोकळीक मिळेल, अशी अस्पष्ट जाणीव. दोन वेळा बाहेर जाऊन ओकायचा प्रयत्न केला, तरी उलटी होत नाही.

“...का, महाराजा?”

दारापाशी उभ्या असलेल्या चैत्यानं आपुलकीनं चौकशी केली, तरी उत्तर देण्याची इच्छा न होऊन आत येऊन झोपला आहे.

कांबळं उबदार आहे. झोपडी तर युद्धाचा आवाज ऐकू येणार नाही, एवढ्या दूर आहे. नि:शब्द अंधार. झोपडीत मात्र जाड वातीची तिळाच्या तेलाची पणती. रात्री शांत झोप लागू दे, म्हणून स्वत: महाराजानं तीन भांडी सुरा पाजली आहे. स्वत: मात्र प्यायला नाही. ‘उद्याचं युद्ध तुझं. आज रात्री नीट झोप काढ. तू घे. मी आज रात्रीचं युद्ध पाहून घेईन.’ किती स्नेह महाराजाचा! पण उलटी होईल, अशी पोटातली अस्वस्थता. झाडावरून उतरवलेली शुद्ध सुरा, म्हणे. आंबूसपणा

सोडला, तर कुठलाही आडवास किंवा चव नाही. तरीही उबदार पांघरूण घेऊन झोपलं, तरी झोप येत नाही. शत्रुपक्षानं रात्रीही चढाई करून युद्ध सुरू ठेवलं, तेव्हापासून डोळे मिटले, तरी झोप येत नाही.

कर्ण डाव्या कुशीवर वळतो. पुन्हा उजव्या कुशीवर. त्यानं कूस बदलली, की झोपडीतलं त्याचं कुत्रं उठून कुईं कुईं करतं.

आपल्याला पाहून पाच दिवस झाले, म्हणूनच त्याला एवढं प्रेम वाटत असेल.

त्यानं त्याच्या मानेवरून हात फिरवताच ते जवळ येऊन त्याच्या अंथरुणात झोपतं. त्याला झोपही लागते. पण आपल्याला झोप येत नाही. डोक्यात काही तरी वाहवत गेल्याचा भास. पोटात स्पष्टपणे जाणवणारी मळमळ. उद्याही, आजवर झालं, तसं असमान युद्ध होणार अथवा... त्यांना नातं ठाऊक नाही. एकीकडे द्वेषाची प्रचंड शक्ती आणि दुसरीकडे रक्ताच्या जाणिवेमुळं आलेला अशक्तपणा.

मनातला द्वेष प्रबल होऊ लागला.

आतडं वगैरे सगळं खोटं. कानीन म्हणून जन्म दिला, नंतर त्याग केला आणि आता जिंकण्यासाठी नातं सांगितलं! आईच्या माघारी स्वत: आई होऊन माझी देखभाल करणाऱ्या पोटच्या मुलापेक्षा ते आतडं जास्तीचं म्हणायचं? सुषेणाला मुद्दाम नेम धरून मारलंय् त्यानं! माझं आतडं जाणीवपूर्वक दुखवायचं, म्हणून! उद्या दाखवतोच त्याला.

मन एकाएकी घट्ट होतं.

'...ए कर्णाच्या पोरा! तुझा बाप माझ्यासमोर यायला घाबरतोय्, म्हणून तुला पाठवलं काय त्यानं!...' अशी गर्जना करून त्यानं बाण मारला, म्हणे. 'तुझ्या बापानं माझ्या अभिमन्यूला मारलं... आमच्या घटोत्कचाच्या मानेवर वार केला आणि पळून गेला, म्हणे! आता मी तुला...' असं ओरडत त्यानं मारलेल्या बाणानं माझ्या सुषेणाच्या गळ्याचा वेध...

आठवणीसरशी आतून रडू उन्मळून येतं.

मी रडणार नाही! मी काही स्त्री नाही. सुषेणा, तू काही पोरका नाहीस. तुझ्या आत्म्याला तळमळत ठेवणारा पिता नाही मी! जयद्रथाला मारून अभिमन्यूच्या मृत्यूचा बदला घेतला नाही का त्यानं? तू काही अनाथ नाहीस, बाळ! संपूर्ण सैन्य एकत्र करून, उद्या त्याचं मस्तक आकाशातून त्याच्या सैन्यात भिरकावलं नाही, तर मी तुझा बाप नाही!

या निश्चयानं मन थोडं स्थिरावलं.

मळमळ कमी होऊन, नसांवरचा ताण कमी झाल्यासारखं वाटून झोप येईल, असं वाटत असतानाच बाहेर कुजबुज ऐकू येते.

"चित्रसेन, सुशर्म? सावकाश बोल. महाराजाला झोप लागली आहे. आपण पलीकडे जाऊ या, चल."

पावलांचा आवाज. पडल्या पडल्या कर्ण ओरडतो... किंचाळल्यासारखा...

"माझ्या चित्रसेन, सुशर्माला काय झालं?"

कुणीही उत्तर देत नाही.

"चैत्य, ऐकु नाही आलं? आत येऊन वर्दी दे."

किंचाळल्यामुळं घशाच्या नसांना ओढ बसते.

दिव्याला वारा लागणार नाही, इतपतच उघडून चैत्य आत येतो.

"महाराजा, दु:खाची बातमी आहे. तुझ्या कानावर घालू नये, म्हणून कितीही काळजी घेतली, तरी त्या निर्बुद्ध दूतानं..."

"कुणी मारलं त्यांना?"

"तुझ्या शत्रुनं, अर्जुनानं. मुद्दामच तुझ्या मुलांना वेचून वेचून मारत आहे."

कर्ण तसाच पडून राहतो. थोड्या हलक्या होणाऱ्या नसा तापून लाल होतात. कर्ण बोलत नाही. आतडं पिळवटून टाकणारी पोटातली मळमळ पुन्हा सुरू होते. समाधानही त्यातून तरंगत वर येतं. युद्ध म्हणजे मृत्यू.

दुर्योधन-दु:शासनाची मुलं नाही का मरण पावली. मी अभिमन्यूला ठार मारल्याची अफवा पसरली आहे. त्यानंही त्यावर विश्वास ठेवला असेल का? पण त्याला कसं सत्य कळवायचं? आणि कळवलं, तरी तो माझ्या मुलांचा वध घेणं सोडून देईल का? सेनापती झालो आहे ना! 'तुझ्या मुलांना एकेक करून मारतोय्, पाहा! काय करणार आहेस...' असा सवाल तर टाकत नसेल तो? असंच असावं. अर्जुना, उद्याचा दिवस उजाडू दे. तुझ्यावर चालून येईन. सम-युद्ध करेन. इतर चौघंही कुंतीचीच मुलं असली, तरी माझ्या मुलांना एकेक करून ठार करणारा तूच माझा खरा शत्रू आहेस!

आता रात्रभर झोप येणं अशक्य असल्याचा निर्वाळा मन देतं.

नाही तरी रात्रीच्या वेळीही युद्ध सुरूच आहे. आता याच क्षणी त्याच्यावर चढाई करून... चित्रसेन, सुषेणाचं रक्त सुकण्याआधीच...

तो ताडकन उठून बसतो.

पण उद्याच्या युद्धासाठी विश्रांती घेत असलेल्या सेनादळाला कसं उठवायचं? उठवलं, तरी ते लढतील का?

त्याचा उत्साह ज्वर उतरावा, तसा उतरतो.

शल्यही रात्रभर झोप काढण्यासाठी गेलाय् यातलीच सुरा पिऊन. तो उठेल का? फक्त या कर्णाला झोप नाही.

पुन्हा झोपून डोळे मिटून घेतो. पुन्हा पोटातली मळमळ. वांती होऊन बाहेर

पडू पाहणारी मळमळ. ओकारी काढली, तरी बाहेर पडणार नाही, हे ठाऊक असूनही उठून झोपडीबाहेर येतो. झोपडीच्या शेजारी उकिडवा बसतो.

भोवताली किर्रर अंधार. समोरच्या काही अंतरावर असलेल्या राजशिबिरातही शांतता आहे. कुठंही दिवा दिसत नाही. तेलाचा साठा संपून गेल्याची आठवण.

सुषेणाला तर दिवसाच्या उजेडातच मारलं. या असल्या काळ्या मिट्ट अंधारात त्यानं कसं सुशर्मा-चित्रसेनाला ओळखलं? अंदाजानं मारलेले बाण लागल्यामुळं हे मरण पावले असतील का? मग बातमी आणणाऱ्यानं अर्जुनाचंच नाव का घेतलं? सेनादलाचे सगळे पराक्रम सेनाप्रमुखाच्या नावावर नोंदवावेत, तसं? काहीच आठवत नाही. विचारही करता येत नाही.

पोटातली मळमळ थोडी कमी झाल्यासारखी होते. पोटाबाहेर फेकायला बाहेर येऊन बसलो, की अशी कमी होते. आत जाऊन झोपलं, की पुन्हा ढवळायला लागतं.

पुन्हा उठून आत जातो. कुत्रं एकवार डोळे उघडून पाहतं आणि पुन्हा डोळे मिटून घेतं.

तिळाच्या तेलाचा दिवा सतत जवळ आहे. चैत्यानं तेल घातलं, की काय, कोण जाणे. तराजूच्या दोन्ही पारड्यातलं वजन सारखं करायची इच्छा होती. पण कसं? काही समजत नाही. 'अर्जुना, तुझ्या आईनं माझी भावदृढता उधळून लावली आणि तुझी मात्र तशीच ठेवली आहे. हवं तर तुझा रथ चालवणाऱ्या कृष्णालाच विचार...' असं ओरडून सांगून नंतर युद्धाला सुरुवात करायची?

क्षणभर हा विचार बरा वाटला, तरी दुसऱ्याच क्षणी संपूर्ण कोसळून गेल्याची भावना. कौरव-सेना आणि दुर्योधनाच्या दृष्टीनं. एकाच थपडेत मन असं होणं शक्य नाही, एवढं सांगून मोकळं होतं. चैत्य तिथंच उभा आहे.

"महाराजा, आमच्या संपूर्ण सूत कुलाचाच तू गौरव वाढवला आहेस. आजवर कधीच असं घडलं नव्हतं..."

कर्ण कुशीवर वळून झोपतो.

"आजपर्यंत क्षत्रियांचे सारथी होणं हेच आमच्या नशिबी होतं. उद्या क्षत्रिय आणि सिंहासनाधिष्ठित शल्य महाराजा तुझा सारथी होणार आहे! तुझ्यासारख्या एका रत्नामुळं आमच्या जातीचा गौरव वाढला!"

अभिमान. तिरस्कार. सूत सेनापती झाला, म्हणून आपापल्या गावी जायला निघाले होते. दुर्योधन महाराजानं किती हुशारीनं सगळ्यांना वळवलं! त्यात हा म्हातारा तर गर्जत होता नुसता! '...मी या सूताचा सूत होऊ? काय वाटलं तुला, मद्रराजा म्हणजे!' यावर समजूत घालायची दुर्योधन महाराजाची पद्धत तर अगदी नामी! 'सूत म्हणजे युद्धाचा सूत्रधार असतो! या कामाला तू हलकं

मानतोस, मामा?'

"महाराजा, आता शांतपणानं झोपा. उद्या तुला तिन्ही मुलांच्या वधाचा सूड घ्यायचा आहे..."

दरवाजा अर्धा उघडून बाहेर गेल्यावर, पुन्हा बंद करून, चैत्य निघून जातो. उबदारपणा जाणवतो.

लहानपणी किती गुटगुटीत आणि गोड होता! त्याचे आजी-आजोबा तर त्याला क्षणभरही खाली ठेवत नसत. छातीशी कवटाळून मुके घेत असत. थोडा मोठा झाला, तेव्हा माझ्या हातचा मारही खायचा किती तरी वेळा! भर तारुण्यात पहिल्या मुलाला शांतपणे रमवण्याइतका शांतपणा कुठल्या तरुण बापात असतो? चित्रसेन-सुशर्माप्रमाणे त्याला उचलून कधी त्याच्यावर प्रेमाचा वर्षावच केल्याचं आठवत नाही. तरीही पित्यावर किती जीव! उद्या सम-युद्धच करेन. तुझी आई, तुझा सूत कृष्ण यांच्या शपथा मोडून टाकेन. या विचारानं बरं वाटलं. झोपही येतेय्.

थोड्या वेळानं एक स्वप्न. सुषेण, चित्रसेन आणि सुशर्मा सूर्यमंडलात पोहोचले आहेत. सकाळच्या कोवळ्या किरणांनी भरलेलं सूर्यमंडल. खाली नदीचं रुंद पात्र. गोल सूर्यबिंबाच्या किरणांचा एक भाग बाळाचं रूप घेऊन हलकेच उतरतो. नदीचा प्रवाह आतून उचंबळून आल्यासारखा– डोक्यात नदीचा खळखळाट भरलेला.

चटकन जाग येते. ओठांच्या कोपऱ्यात चिकटपणा जाणवतो. किळस वाटते. पटकन डोळे उघडून पाहतो.

दिवा विझला आहे. वाऱ्यामुळं, की तेल संपल्यामुळं? पोटातली मळमळ पुन्हा उन्मळत आहे. झोप येण्यासाठी म्हणून महत्प्रयासानं मागवलेली ही सुराच झोपेला मारक होत आहे. मनाचा एक कोपरा सांगतोय्, नाही तरी झोप आलीच नसती. पडून राहणं अशक्य वाटावं, एवढी पोटातली मळमळ वाढते. चैत्यानं सुषेणाला लहानपणी अंगा-खांद्यावर खेळवंलय्. चित्रसेन सुशर्मालाही घेऊन फिरलाय्.

कर्ण उठून बाहेर जातो. जलबाधेची भावना.

कांबळं पांघरलं, तर! चैत्य जागा आहे. म्हणजे झोपडीत तेल नाही. मळमळ तशीच आहे. फक्त पोटातच नव्हे, छाती-डोक्याची कवटी... सगळीकडेच अस्वस्थता झोप तर येणार नाही.

एकाएकी विचार येतो.

चैत्याला आत बोलावून कुणाला सांगणार नाही, अशी शपथ घ्यायला लावून, त्याला सगळी हकीकत सांगितली, तर! सगळं सांगायचं. जन्म कसा झाला... इथपासून ते परवा कुंतीनं येऊन कसं सांगितलं... तिथपर्यंत सगळं सांगायचं. आता चाललंय्, हे विषम युद्ध अर्जुनाला ठाऊक नाही आणि आपल्याला

ठाऊक आहे. ही गोष्ट त्याला सांगायची कुंतीची तयारी नाही. मीही सांगू शकत नाही. तो माझ्या एकेक मुलांना मारतोय्. मला डिवचण्यासाठी. किंवा भर सभेत द्रौपदीला अपमानकारक बोललो, म्हणून. किंवा दुर्योधनाचा मी उजवा हात आहे, म्हणून. कुणाला सांगू नकोस, असं सांगून तो ऐकेल.

सारं सांगून मोकळं व्हायचं, या विचाराबरोबर मनातली मळमळ शांत होत असल्याची भावना.

उद्याच्या युद्धात तो मरेल किंवा मी. उद्या संध्याकाळपर्यंत चैत्यानं हे गुपित सांभाळलं, तरी पुरे. त्यानंतर हवं, तर...

एकाएकी छातीत धस्स झालं.

मी गेल्यावर 'कर्ण या कारणासाठी मेला', असं महाराजाला समजलं, तर!

छातीतली वाढलेली धडधड त्याला ऐकू येते. स्पष्ट नकार मनात उमटतो. कुशीवर वळून झोपतो.

वारं थंड आहे. बाहेर किती थंडी आहे!

चैत्याची आठवण येते.

त्यानं का बाहेर बसून राहायचं? त्याला आत बोलावलं पाहिजे. पण सेनापती झोपला असता राखण हवीच. झोपडीबाहेर काही अंतरावर आणखीही रक्षक असतील. वीस-तीस तरी निश्चित. 'क्षत्रिय राजाला आपला सारथी करून तू आमच्या सूतकुलाचा गौरव केलास!' माझा जन्म सूतकुलातला नाही, असं समजलं, तर चैत्याला काय वाटेल?

कर्ण पुन्हा कूस बदलतो.

सकाळ व्हायला आणखी किती वेळ आहे, कोण जाणे!

अशी चडफड होत असतानाच पुन्हा पोटातली मळमळ सुरू होते. उलटी झाली, तर बरं होईल, ही आशा; पण होत नाही.

बाहेर चैत्य दरवाज्याला पाठ लावून बसल्याचा हलका आवाज.

माझ्या आई-वडिलांनी एकदाही माझ्या जन्माचा उच्चार केला नाही. कुंतीला शब्द दिला असल्यामुळं? काही का असेना, पोटातच ठेवून गेले ते. मीही तसंच केलं पाहिजे. दुसरा मार्गच नाही.

कुत्रं उठल्याची चाहूल. लोंबणारे दोन्ही कान मानेवर फटाफट आपटत डोकं हलवतं.

का उठलं हे? त्याचा स्वभावच असा आहे. उगीच उठतं, काही तरी पडल्यासारखं भोवताली पाहतं. नको असलेलं काही तरी झटकल्यासारखं अंग झटकून पुन्हा अंथरुणावर झोपी जातं. डोकं पोटापाशी घेऊन.

❏

“तुझ्या आणखी दहा मुलांची मुंडकी आपल्या सेनेत भिरकावून... एकंदर किती झाली? माझ्या नीट लक्षात नाही... तो आपल्या सेनेबरोबर दुःशासनाच्या सेनेवर कोसळला. खरं तर एकापाठोपाठ एक अशी मुंडकी आपल्या सेनेत येऊन पडत असल्याचं पाहून दुःशासनही खवळला होता. तोही आपल्या सेनेसह भीमावर चाल करून गेला. 'दळ नसलेल्या त्या सामान्य सैनिकांप्रमाणे लढणाऱ्या माझ्या भावांना चिरडून मारायला लाज वाटत नाही, बैला!...' अशी दुःशासनानं गर्जना करताच भीम त्याच्याकडे वळला. 'आम्ही वनात निघालो, तेव्हा तूच बैल... म्हणून नाचत होतास, नाही का! आठवलं मला...' म्हणत तो दुःशासनावर चाल करून गेला. दुःशासनानं युद्धतंत्रात एक चूक केली, असं मला वाटतं. भीम आणि त्याचं दळ म्हणजे मुंडकी पिरगाळून सैन्यामध्ये भिरकावून देणं, असं पक्कं समीकरण आपल्या सैनिकांच्या मनात बसलं होतं. त्याला दुःशासनाच्या दळातले सैनिकही अपवाद नव्हते. साहिजकच भीमाला त्याच्या दळासह चालून येताना पाहून त्याचं सैन्य भेदरून गेलं. भीमाप्रमाणेच गर्जना करत येणाऱ्या त्याच्या सैनिकांना बघून घाबरून विखरून गेलं. दुःशासन एकटाच त्याच्या हातात सापडला. भोवताली भीमाचं सैन्य. भीमानं सरळच त्याच्यावर झेप घेतली. आपण एकटेच राहिलोय्, या जाणिवेनं घाबरलेल्या दुःशासनाला काय करावं, तेच सुचेना. जवळ आलेल्या भीमानं तलवारीच्या एका घावासरशी त्याचा उजवा हात उडवला. नंतर वाकून, त्याच्या कमरेत हात घालून त्याला वर उचललं. दहा-वीस वेळा गरागरा फिरवला. त्याचा त्वेष आणि वेग इतका होता, की श्वास कोंडूनच प्राण जावा!

भीमाचे सैनिकही आता विखुरले आणि त्यांनी मध्ये मोकळी जागा करून दिली. भोवताली जमले. खेळ बघायला भोवताली जमून उत्तेजन देणाऱ्या प्रेक्षकांसारखे. दुःशासनाला जमिनीवर उताणं पाडून भीम गरजला, 'तुझी छाती फोडून रक्त पिईन, अशी प्रतिज्ञा केली होती. ती पाहा, आता पूर्ण करतोय्...' म्हणत त्यानं उजव्या हाताची मूठ वळली आणि त्वेषानं दुःशासनाच्या छातीवर डाव्या बाजूला मारली. छातीच्या बरगड्या पिचल्याचा आवाज झाला. छातीचं कवच सैल करून आणखी एक गुद्दा मारण्याआधीच त्याची हालचाल थांबली होती. आतून रक्त उसळून आलं! उसळून वाहणारं लालभडक रक्त! भोवताली आनंदोल्हासानं ओरडणारं भीमदळ. तिथंच जवळपास लढणाऱ्या दुर्योधनानंही तिकडं वळून पाहिलं. इतर सैन्याचंही तिकडं लक्ष गेलं.”

“छातीतून उसळून वाहणारं ताजं रक्त दोन्ही हातात गोळा करून भीमानं दोन-तीन वेळा तोंडाला लावलं. उष्ण रक्ताच्या खारट चवीमुळं त्याच्या चेहऱ्यावर किळस उमटली. मिशा, हनुवटी, गाल, ओठ यांना रक्त लागल्यामुळं तो भयंकर

दिसत होता. 'अरे ए दुर्योधना! ये, सोडव, ये! कर्णा, तू ये याला सोडवायला! शकुनि, कृतवर्मा, अश्वत्थामा! या, सोडवा, या याला!...'

"रक्तानं माखलेल्या तोंडानं गरजणाऱ्या भीमाचा तो अवतार पाहून सगळेच थरथर कापू लागले.

"भीमानं त्याचं मुंडकं पिरगाळून सैन्यात भिरकावलं नाही. तुझ्या मुलांपैकी ते पहिलंच मस्तक, जे आमच्या सैन्यात येऊन पडलं नाही.

"नंतर उठून त्यानं आपल्या सैन्याला खूण केली आणि पुन्हा सगळे युद्धासाठी सिद्ध झाले. त्यानंतर ते सरळ दुर्योधनाच्या सैन्यावरच जाऊन कोसळले. कर्णाबरोबर फक्त अर्जुनानंच लढायचं, असं ठरलं असावं.

"दुःशासनाचं रक्त पिणाऱ्या भीमाला पाहून दुर्योधनाचं सैन्यही घाबरून गेलं. शिवाय ओठ, गाल, मिशांना लागलेलं लालभडक रक्त! कुणीच युद्ध केलं नाही, 'अरे, बाप, रे! राक्षस आला... राक्षस आला!' म्हणत पळून जात असताना एकमेकांच्या अंगावर कोसळत होते. त्या रात्री घटोत्कच आणि त्याच्या सोबत्यांनी जे कराल वातावरण निर्माण केलं होतं, त्याची भयानकता दहा नव्हे, शंभर पटीनं वाढली होती.

"दुर्योधनही दुसरा उपाय न राहिल्यामुळं पळून गेला. रथाच्या वरच्या भागावर बसून हे दृश्य पाहत असलेला मीही सर्रकन खाली उतरून पळून आलो नसतो, तर ही बातमी तुला येऊन सांगणारंही कुणी राहिलं नसतं."

पणतीच्या मंद उजेडात आतापर्यंत त्याची दृष्टी गांधारीकडे गेली नव्हती.

बातमी ऐकता ऐकता तिला मध्येच झोप लागली होती. तिची शुद्ध हरपली, की काय, असं वाटून तो उठून तिच्यापाशी गेला आणि हलवत त्यानं विचारलं,

"देवी महाराणी! जाग्या आहात ना?"

खांबाला टेकून बसलेला विदुरही उठून आला.

धृतराष्ट्र खांबाप्रमाणे अचल बसून होता.

गांधारी काही बोलली नाही, तरी तिनं हात-पायांची हालचाल केली. इतरांच्या जिवात जीव आला.

काही क्षण तसेच गेले आणि ती एकदम किंचाळली,

"...देवा, रे! माझ्या दुर्योधनाची मांडी फोडणाऱ्या नराधमा..."

"देवी महाराणी! अशी का ओरडत आहेस? कर्णाच्या मृत्यूनंतर युद्धभूमीवर काय घडलंय् ते मलाही ठाऊक नाही. मी तिथून निघालो, तेव्हा दुर्योधन महाराजा सुखरूप होता."

काही क्षण पुन्हा स्तब्धतेत गेले.

पुन्हा संजयानं तिचा दंड धरून तिला हलवलं, तेव्हा ती सावकाश एकेक

अक्षर उच्चारत म्हणाली,

"आता तेवढी एकच प्रतिज्ञा राहिली ना भीमाची?"

❑

"का? नाही ओळखता आलं? या जगात एवढे लांब हात आणखी कुणाचेच नाहीत. रुंद चेहरा..." कुंती भरलेल्या आवाजात म्हणत होती.

खालच्या बाजूला वाहणाऱ्या नदीचा आवाज वरच्या खोलीत घुमत होता. पणतीच्या ज्योतीच्या उजेडात कुंतीच्या चेहऱ्याकडे विदुर टक लावून पाहत होता.

कर्ण म्हणजे कुंतीचंच प्रतिरूप आहे, असं आज भासणारं चित्र या आधी कधीच का सुचलं नाही? मलाच नव्हे, कुणालाच हे सुचलं नाही.

आश्चर्य आणि विषादानं मन भरून गेलं.

कल्पना करणंही अशक्य आहे, ते सुचणार तरी कसं? कुंती म्हणत होती, 'आई असून जातसंस्कार केला नाही. निदान शव-संस्कार तरी...' वाक्य अर्धवट राहिलं आणि त्याची जाग हुंदक्यानं घेतली; पण तिनं तो हुंदका बाहेर पडू दिला नाही.

त्या रात्री नंतरही विदुराला झोप आली नाही. सगळे उबदार पांघरूणात गुरफटून झोपले असता विदुर आणि कुंती त्यांच्या खोलीत मुकपणे बसून होते. खाली वाहणाऱ्या नदीचा आवाज. अधून मधून विदुरच पणतीत तेल घालत असल्यामुळं तीही त्यांच्याबरोबर जागी होती.

पहाटेच विदुराचा रथ जोडून ते दोघं निघाले. कालच्या युद्धाची निश्चित जागा ठाऊक असणारा संजयच सारथ्याच्या जागी बसला होता. हिवाळ्यातला सूर्य उगवण्याआधीच त्यांनी दोन घटकांचा रस्ता मागं टाकला होता.

विदुराला अतिशय आश्चर्य वाटत होतं. रथ चालवणाऱ्या संजयालाही. युद्धाच्या आरंभापासून मृत्यूपर्यंतच्या कर्णाच्या वागण्याच्या दोघंही आपापल्या परीनं अर्थ लावायचा प्रयत्न करत होते.

फक्त भीष्मांनी केलेल्या अपमानासाठीच कर्णानं पहिले दहा दिवस हातात शस्त्र घेतलं नसेल का? या प्रश्नानं विदुर गोंधळला होता, तर संजयाचं मन अखेरच्या युद्धात कर्णासारख्या कसलेल्या योद्ध्याच्या हातून घडलेल्या असंख्य चुकांमागील कारण सापडल्यानं सुन्न झाल्यासारखं झालं होतं. कुंतीच्या थोरल्या मुलाच्या भरवशावर उभारलेलं कुंतीच्या इतर पाच मुलांविरुद्धचं युद्ध!

विचारांमुळं डोकं भ्रमल्यासारखं होऊन दोघंही मुकाट्यानं बसून होते. रस्ताभर

अधून-मधून बोडके रथ आणि युद्धातून नजर चुकवून पळून आलेले आणि दमून-भागून जखमी अवस्थेत झाडाखाली विव्हळत पडलेले सैनिक दिसत होते.

"कुंती, इतकी वर्षं हे गुपित तू एकटीनं कसं पोटात ठेवून घेतलंस?"

विदुरानं विचारलं; पण ती काही बोलली नाही. कच्च्या रस्त्यावरून जाताना रथाची चाकं धडाड धडाड उडत होती. कुंतीच्या पोटात मळमळू लागलं.

"मी रथात बसून तेरा वर्षं होऊन गेली, नाही का! इंद्रप्रस्थाहून येऊन तुझ्याकडे राहिले त्याला..." म्हणत तिनं रथाबाहेर तोंड काढलं.

संजयानं लगाम खेचून रथ थांबवला. उलटी झाल्यावर संजयानं दिलेल्या पाण्यानं चूळ भरून तिनं पुन्हा त्याला रथ हाकायला सांगितला.

विदुरानं वेग कमी ठेवण्यास सांगितलं, पण कुंतीच म्हणाली,

"नको, लवकर चल. गिधाडं, कावळे त्याचा चेहरा टोचून काढतील."

पुन्हा पहिल्यासारखाच वेगानं रथ थावू लागला. चाकं धडाड धडाड उडू लागली. स्वतःशीच बोलावं, तसं ती म्हणाली,

"तो म्हणाला, तेच खरं आहे. गू-मूत काढून, मायेचा वर्षाव करून, एवढंच नव्हे, प्रसंगी मारही देऊन... यांच्यासाठी मी त्याला विनंती केली. पण यांना मात्र त्याच्याविषयी काहीच सांगितलं नाही. मी आई होऊ शकले नाही; पण तो मात्र माझा मुलगा झाला..."

नीट वाक्यरचना नसलेल्या या वाक्याचा अर्थ विदुराला समजला, तरी संजयाला मात्र ते कोडंच वाटलं.

किती तरी वेळानं कुंतीनं एकाएकी विचारलं,

"तो धनुर्विद्येत अर्जुनाएवढा प्रवीण नव्हता का? अखेरच्या युद्धात त्यानं मारलेले बाण कुठं तरी जाऊन पडत होते, म्हणालास ना!"

"हं." म्हणत विदुर संजयकडे पाहू लागला.

"होय. मलाही आश्चर्य वाटत होतं. एवढ्या महान वीराचे हात, एखाद्या कृषकानं नव्यानं हातात धनुष्य घ्यावं, तसे बाण सोडत होते. त्यातच त्याचा सारथीही त्याला अपमानकारक बोलत होता. रणांगणावर जायला निघताना योद्ध्याचा वीरोत्साह वाढेल, असं बोलतात, नाही का! तसा कर्ण महाराजा मोठ्यानं ओरडला, 'कुठं आहे तो पळपुटा अर्जुन!...' मध्ये बाणांनी भरलेला त्याचा रथ. भोवताली त्याच्यासाठी म्हणून आदल्या रात्री पोटभर जेवून, भरपूर झोप काढून सज्ज झालेलं सैन्य. आपल्या सूतवस्तीतलेच तरुण अधिक. 'जो त्या अर्जुनाचा ठाव-ठिकाणा सांगेल, त्याला माझ्या अंगावरचे सगळे सोन्याचे दागिने बक्षीस म्हणून देईन. एवढं पुरेसं वाटत नसेल, तर एक गाव देईन. तेही पुरणार नसेल, तर वर शंभर गाई. हेही पुरेसं नसेल, तर नुकत्याच ऋतुमती

झालेल्या चौदा वर्षांच्या चौदा सुंदर मुली देईन. सैनिकहो, तो कुठल्या दिशेला आहे, ती दिशा दाखवा!...' रथी रणयात्रेचा रणघोष करत असताना सारथ्यानं प्रत्येक वाक्यानंतर 'साधु-साधु' असं ओरडायला हवं, की नाही? पण त्या थेरड्या शल्यानं उत्साह वठून जाईल, अशीच आडमुठ्यासारखी बडबड केली, 'कर्णा, वाघाची गुहा दाखवा, म्हणून कुत्र्यानं भुंकावं, तसा तू भुंकू नकोस. समस्त क्षत्रियांमध्येच अर्जुनाची बरोबरी करू शकणारा कुणी नाही. आणि तू तर सूत कुलात जन्मलेला आणि फक्त रथ हाकायचीच लायकी तुझी! वाघच कुत्र्याला शोधत येईल. गप्प बैस तू...!' या बोलण्यामुळं कर्ण महाराजाचा उत्साह भुईसपाट झाला. सूतजातीचा असा अपमान केल्यामुळं त्याच्या दळातल्या आपल्या लोकांना संताप आला. त्यापैकी दोघं तर रथावर चढून शल्यावर चालून गेले. अखेर कर्ण महाराजानंच त्यांना आवरलं..."

"शल्य... शल्य म्हणजे आमच्या माद्रीचा थोरला भाऊ, नाही का!"

"होय, तोच. बहिणीच्या मुलांच्या बाजूनं लढायचं सोडून दुर्योधनाच्या बाजूनं लढणारा अविवेकी!" विदुरानं खुलासा केला.

"त्याला सारथी म्हणून घेतलं, तिथंच चूक झाली." संजय पुढं सांगू लागला, "युद्ध सुरू असतानाही त्यानं नीटसं सहकार्य दिलं नाही. लवकर लवकर योग्य ते बाण शोधून देत नव्हता. शत्रूच्या व्यूहात सापडणार नाही, अशा प्रकारे रथ हाकत नव्हता. अमुक बाजूनं जोराचा मारा होतोय्... त्या बाजूला योग्य त्या बाणांचा वापर कर, असंही सांगत नव्हता. अखेर भांडण काढून रथातून खाली उतरून निघून गेला. उलट, अर्जुनाचा सारथी कृष्ण! त्याच्याविषयी आणखी काही सांगायची आवश्यकता आहे का? 'आता शत्रू अडचणीत सापडलाय्. आत्ताच मार. हा बाण घे. त्यापाठोपाठ हे दोन बाण जाऊ देत.' म्हणून लक्ष्य दाखवून त्यानं बाण सोडायला लावले, म्हणे!"

"होय. कृष्णानंच मारायला लावलं..." कुंती स्वतःशीच पुटपुटली.

ओढ्याजवळ रथ थांबवला, तेव्हा कुंतीनं काहीही खायला नकार दिला. विदुरानंही काही खाल्लं नाही. संजयानं मध-भाकरी खाल्ली. वर पाणी पिऊन तिघं पुन्हा रथात बसले. रथ पुन्हा पुढं निघाला.

दुपार उलटली. सूर्य पश्चिमेकडे कलू लागला, तेव्हा नाकाला दुर्गंधी जाणवू लागली. संजय म्हणाला,

"वारा तिकडून येतोय्. त्यामुळं वास येत आहे. अजून बरंच अंतर आहे. तीन-चार घटका तरी गेल्या पाहिजेत."

काल कर्णार्जुनाचं युद्ध झालं होतं, तोच नव्हे, तर तिथला सगळाच परिसर निर्मनुष्य झाला होता. युद्ध रोज वेगवेगळ्या जागी सरकत असलं, तरी आज युद्ध कुठं चाललं असेल, हे सांगणं संजयालाही शक्य झालं नाही. काल युद्ध झालेल्या मैदानाची मात्र ओळख पटली. प्रेतं फारशी सडली नव्हती. कुत्रे-लांडगे तर उरलेली सगळी प्रेतं टाकून तिथंच जमले होते. आकाशच नव्हे, तो परिसर व्यापून टाकणारी गिधाडं कुत्र्या-लांडग्यांबरोबर सलोख्यानं राहत असलेली दिसली. तरीही संजयाला वेगळ्याच गोष्टीचं आश्चर्य वाटलं होतं. तिथं किती तरी कुत्री मरून पडली होती. गिधाडंही मेली होती. काही अखेरचे आचके देत होती!

माणसाचं मांस कुजलं, तर विषारी होतं का? की इतके दिवस नरमांस खाऊन पोटाला तडस लागल्यामुळं ही मरताहेत?

संजय या विचारात गढून गेला असता विदुरानंही त्याच प्रश्नांचा उच्चार केला.

रथ थोड्या अंतरावर थांबवून तिघंही खाली उतरले. पुढं संजय, मध्ये कुंती आणि मागं विदुर.

कुंतीची नजर सूर्यप्रकाशात जमिनीवर पडलेल्या शेकडो प्रेतांवरून फिरत होती.

एकाएकी संजय चमकला आणि म्हणाला,

"चालताना जपून पावलं टाका. विषारी बाणांची टोकं जमिनीवर पडलेली आहेत. पायाला टोचली, तर आपल्याला कुत्र्या-गिधाडांप्रमाणे तडफडून मरावं लागेल!"

त्याचं लक्ष कुंतीच्या पावलांकडे गेलं. ती अनवाणी चालत होती. विदुराच्या पायात पादत्राणं होती. तिघंही थांबले होते.

संजय चटकन उजवीकडे वळला. तिथल्या पडलेल्या प्रेताच्या पायात रुतून बसलेली पादत्राणं खेचून काढली आणि तिच्यापुढं ठेवून म्हणाला,

"एकेक पाऊल ठेव. बांधतो."

ती कणभरही हलली नाही. विदुरानंही आग्रह केला, तेव्हा मात्र म्हणाली,

"अशीच मेले, तरी चालेल. पण मृतदेहावरून ओरबाडून घेतलेल्या पादत्राणांनी जीव वाचवायचा नाही मला!"

संजय म्हणाला,

"तसं असेल, तर हळूहळू, लक्ष देऊन पावलं टाक. मी सांगेन, तिथं." आणि तो पुढं चालू लागला.

चार पावलं गेल्यावर एकदम थांबला आणि विदुराला म्हणाला,

"काल रात्रीची हकीकत सांगायला विसरलो होतो. इंद्रप्रस्थ वसवताना

अर्जुनानं नागांना मारलं होतं ना! त्यांच्यापैकी जे वाचले, त्यांनी इतर नागांना जमवून आपलंच एक सैन्यदळ तयार केलं होतं आणि ते आपण होऊन दुर्योधन महाराजाकडे आले होते. काल कर्ण महाराजाबरोबर महाराजानं तेच दळ पाठवलं होतं. हे नाग आपल्या बाणांची टोकं विषारी द्रवात बुडवून ठेवतात. फक्त विषारी पाल्याच्या रसातच नव्हे, तर सापाची मान मुरगळल्यावर त्यानं ओकलेल्या गरळाची पुटंच्या पुटं बाणांच्या टोकांना माखतात आणि वाळवून ठेवतात. काल पांडवांकडचे बरेच सैनिक या बाणांमुळंच मेले. अर्जुनालाही लागला असता; पण त्याला प्रत्यक्ष कर्ण महाराजा ठार करणार असल्यामुळं कुणी त्याच्यावर बाण सोडला नाही, असं वाटतं. अखेरच्या क्षणी कर्ण आपल्या दळापासून दूर गेला. त्या शल्याच्या वाईट सारथ्यामुळंच! ही विषारी बाण लागून मेलेल्या सैनिकांची प्रेतं पाहा. कशी हिरवी-निळी पडली आहेत! ही प्रेतं खाऊनच हे कुत्रे-लांडगे आणि गिधाडं मरताहेत.''

''अर्जुनाला चुकूनही असला बाण लागला नसेल ना?'' कुंतीनं एकाएकी आशंकेनं विचारलं.

तिच्या मनाची परिस्थिती संजयानं जाणली आणि तो उत्तरला.

''लागला असता, तर घटकाभरातच खाली कोसळायला हवा होता तो. पण कर्ण मेल्यावर दोन्ही हात उभारून 'आमच्या बायकोचा अपमान करणाऱ्या कुत्र्या! मरून पडलास ना!' असं तो एवढ्या जोरात गरजला! विषारी बाण लागल्यावर एवढ्या मोठ्यानं गरजण्याची शक्ती कुठळून राहणार?''

एवढ्यात दोन कुत्री त्यांच्यावर चाल करून आली. आपण धोकादायक जागी आलो आहोत, हे आता संजयाच्या लक्षात आलं होतं. त्यानं सभोवताली पाहिलं.

कुत्र्यांना हटकण्यासाठी एकही वस्तू नजरेला पडली नाही. अखेर त्यानं आपली तलवार उपसली आणि कुंतीच्या अंगावर चालून जाणाऱ्या कुत्र्यावर फेकली. त्याची पाठ अर्ध्याहून अधिक कापली गेली. भुंकण्यासाठी उघडलेला जबडा तसाच उघडा टाकून ते जमिनीवर कोसळलं. दुसरं जीव गेल्यासारखं केकाटत दूर पळून गेलं. ते तसेच पुढं जाऊ लागले.

माश्यांचा सुळसुळाट प्रचंड प्रमाणात होता. घाबरून पळालेल्या कुत्र्याचं केकाटणं ऐकून आलेली इतर पाच-सहा कुत्रीही लांबच राहिली. तुळतुळीत लालभडक मानेची गिधाडं मात्र जागची न हलता या तिघांच्या हालचालींकडे पाहत होती.

कुंतीच्या पोटात मळमळू लागलं. ओकारी होणार, असं वाटून ती जागीच खाली बसली.

समोर एक प्रेत सडत पडलं होतं. बसल्यावर त्याच्या तोंडपाशीच चेहरा

आल्यामुळं पोटातली मळमळ पराकोटीला पोहोचली. पण उलटी झाली नाही.

विदुरानं तिचा दंड धरला. संजय भोवताली दृष्टी फिरवत राहिला.

काल युद्ध याच मैदानावर झालं, हे खरं. पण अर्जुन नेमका कुठल्या बाजूला होता? त्याचं सैन्य नंतर कुठं सरकलं? नागांनी कुठून शर-वर्षाव केला? हो. नागांची प्रेतं ओळखता येतील. पक्ष्यांच्या रंगीबेरंगी पिसांची शिरोभूषणं– ते ज्या बाजूला असतील, तर अर्जुनाचं सैन्य या बाजूला असलं पाहिजे. म्हणजे कर्णाचा रथ... पण त्याचा रथ मोडून पडला ना! सारथी नसल्यामुळं घोडे वेडेवाकडे पळत होते, त्यात त्यांना बाणही लागले होते. त्यात ही नतद्रष्ट रण-गिधाडं दिशाही चुकवतात. ही आकाशात घिरट्या घालू लागली, की सगळं आकाशाच कालवून गेल्यासारखं होतं. छे:! काही समजत नाही. बरं! कर्णराजाच्या रथावरून तरी ओळखावं, म्हटलं, तर अर्जुनानं युद्धारंभीच तीन बाण सोडून त्याचा ध्वजच फाडून टाकला होता. शिवाय कर्ण महाराजा रथातून उतरून खाली गेल्यावरच त्याला बाण लागला, नाही का?

"संजया, अशा जागी कुंतीला उभं राहणं शक्य नाही. लवकर दाखव; नाही तर तिला आपल्या रथापाशी घेऊन जाऊ या. नंतर तू आणि मी कर्णाचं शव शोधून रथापाशी जाऊ या. अर्थात तेवढी शक्ती काही माझ्या अंगात नाही. तू देह उचललास, तर मी पाय धरेन. एवढंच."

"त्याचाच विचार करतोय् मी." संजय आपल्याच विचारात म्हणाला, "सूर्य या बाजूला आहे, म्हणजे ही पश्चिम. पण काल मी दिशा लक्षात ठेवल्या नाहीत. विदुरकाका, तू आणि मी शोधलं, तरी आता कर्ण महाराजाचं शव शोधणं शक्य नाही, असं मला वाटतं. या हजारो अर्धवट सडलेल्या, कुत्र्या-कोल्ह्यांनी लचके तोडलेल्या आणि गिधाडांनी– पाहिलंत? चेहऱ्याची काय अवस्था करताहेत, ते! आधी डोळ्यातच चोच खुपसून बुबळं काढतात..."

"लांबसडक हात, रुंद चेहरा..." पोटातल्या मळमळीसह कुंतीनं उसासा टाकला.

"हो. मीही त्याला पाहिलंय् ना! तरीही..."

कुंती चटकन उठून उभी राहिली. एकदा तिनं सभोवताली पाहिलं आणि म्हणाली,

"कर्णाचा रथ कुठल्या बाजूला होता, ते सांग."

"मीही तेच आठवायचा प्रयत्न करतोय् , पण आठवत नाही."

ती तरातरा चालू लागली. एकापाठोपाठ प्रेतं ओलांडत, प्रेतांचे हात आणि चेहरे पाहत पुढं निघाली. कुठं तरी प्रेताला अडखळून किंवा अंधारी येऊन, अथवा शुद्ध हवेच्या पुरवठ्याअभावी ती खाली कोसळेल, या भीतीनं विदुरही

घाईनं तिच्या पाठोपाठ निघाला. संजयही ढांगा टाकत निघाला. तशीच चालत रणांगणाच्या जवळ जवळ मध्यावर आल्यावर ती थांबली आणि तिनं सभेवताली नजर टाकली. मोडून पडलेल्या रथांमधून शोधू लागली.

"कुंती, निदान पायात पादत्राणं तरी..."

हे विदुराचं वाक्यही तिच्या कानात गेलं नाही. कुठल्याही रथापाशी, ती ओळखू शकेल, असं शव तिला दिसलं नाही. अखेर खांबासारखी अचल उभी राहिली. सूर्य मावळला होता आणि सारा परिसर सावकाश अंधारात बुडून जात होता. त्या उजेडात सगळ्या प्रेतांचा रंग सारखाच दिसत होता. सगळे चेहरेही सारखेच दिसत होते.

एकाएकी अगतिक होऊन कुंती रडू लागली. मोठ्यानं गळा काढून.

काल मध्यरात्री कर्णाच्या मृत्यूची बातमी समजल्यापासून ती रडली नव्हती, हे विदुराच्या आता लक्षात आलं. तिचा उजवा दंड धरला आणि संजयानं डावा. कुंती छाती फुटून जाईल, अशी रडत होती. सारा आसमंत तिच्या रडण्यानं भरून गेला होता. भोवतालची प्रेतं तशीच पडून होती. गिधाडं मात्र मान वळवून तिकडं पाहत होती.

अखेर संजयनंच सावध केलं.

"काका, आता फारच उशीर होत आहे. आपला रथ कुठं आहे, ती जागाही सापडेनाशी झाली, तर कठीण होईल." त्या दोघांनी तिचे दोन्ही दंड धरून उभं केलं. ती निर्जीवपणे पाय ओढत त्यांच्याबरोबर चालू लागली.

संजयानं दोन घटका रथ हाकल्यावर दुर्गंधीची तीव्रता थोडी कमी झाली. एका वडाच्या झाडाखाली रथ उभा करून तो म्हणाला,

"अंदाजानं इथपर्यंत रथ आणलाय्. आता या अंधारात हस्तिनावती कुठल्या दिशेला आहे, तेच समजत नाही. उजाडल्यावर आपण निघावं, हे बरं. अंधारात कुठल्या तरी खड्ड्यात रथ जाऊन घोड्यांचे पाय मोडले, म्हणजे..."

विदुरानं आग्रह केला, तरी कुंती खायला नकार देत होती. अखेर त्यानं जबरदस्तीनं तिला थोड्या लाह्या आणि मध खायला लावल्या. विदुरानंही खाऊन घेतलं.

अंधारात भाकरी खाताना संजयाला एक विचार सुचला. थोड्या वेळातच तो असह्य वाटावा, एवढा वाढला. त्या दोघांनाही पाणी प्यायला देऊन आपणही प्यायला. नंतर म्हणाला,

"लक्ष देऊन ऐकलं, तर कुठं तरी माणसांचा आवाज ऐकू येतोय् ना?"

विदुरानं लक्ष देऊन ऐकायचा प्रयत्न केला, तरी काहीच ऐकू आलं नाही.

"तुझं वय झालंय्, काका! मला ऐकू येतंय्. तू आणि महाराणी रथातच बसून राहा. मी एका घोड्यावर बसून आजच्या युद्धाची काही बातमी समजते का, ते पाहून येतो. जर सामान पोहोचवणाऱ्यांपैकी कुणी भेटलं, तर बातमी समजेल."

विदुराला कुतूलह वाटलं.

कुंती मूकपणे बसून होती.

"महाराणी, तुला भीती वाटेल?" संजयानं विचारलं.

तिनं शुभ्र केसांचं मस्तक नकारार्थी हलवल्याचं त्या अंधारातही दिसलं.

एवढ्या अवधीत घोड्यांनीही गवत खाल्लं होतं. एक घोडा तिथंच बांधून, दुसऱ्या घोड्यावर स्वार होऊन, कमरेची तलवार सावरत संजय निघून गेला.

काही क्षणानंतर तो कुठल्या दिशेला गेला, तेही न समजण्याइतका काळोख भरून गेला.

तो निघून गेल्यावर भोवतालचा अंधार अधिकच घनदाट वाटू लागला. सभोवताली मैदान. कुठूनही वाऱ्याची झुळूक आली, तरी प्रेतांची दुर्गंधी घेऊन येत होती. धुळीमुळं आकाशातले तारेही दिसत नव्हते. शेजारच्या वृक्षावर काही तरी हालचाल जाणवली.

हो. गिधाडंच. त्यांच्याच पंखांचा आवाज हा.

"कुंती, भीती वाटते?"

"कसली भीती?"

"हा अंधार, जवळपास पडलेली हजारो प्रेतं, या झाडांवरची गिधाडं..."

कुंतीनं एक दीर्घ जांभई दिली.

"काल रात्रभर झोप नाही. दिवसभराचे प्रवासाचे श्रम! रथात थोडा वेळ झोप तू. मी जागाच राहीन."

विदुरानं सांगताच रथातलं कांबळं पांघरून ती झोपली. लवकरच तिला झोप लागली. विदुरही बसल्याजागी पेंगू लागला. त्या अर्धवट झोपेत किती तरी विचारांच्या लाटा मनावर उमटून गेल्या.

मध्येच कुंती ताडकन उठून बसली आणि म्हणाली,

"हे पाहा, आपण पाहिलेल्या सगळ्या शवांना एकत्र, एकाच वेळी अग्नि-संस्कार केले, तर चालणार नाही का? मनात किंतु राहणार नाही."

हे अशक्य असल्याचं विदुराला समजत होतं.

एवढी प्रेतं एकत्र करायला माणसं तरी कुठं आहेत? आणि एवढ्या प्रमाणात सुकलेली लाकडं तरी कुठून आणायची? युद्धाची अखेर गाठण्यासाठी

उभय पक्षांची तळमळ चालली असता अशा कामाकडे कोण लक्ष देईल?

विदुराचे विचार स्पष्ट रूप घेऊन तोंडातून बाहेर पडण्याआधीच कुंती पुन्हा झोपी गेल्याचं तिच्या संथ श्वासोच्छ्वासावरून त्याच्या लक्षात आलं; पण विदुराचं मन मात्र त्याच विचारांच्या पाठलागात गढून गेलं. संपूर्ण युद्धात मरण पावलेल्या सैनिकांना अग्नी देणं ही जेत्याची जबाबदारी असते. पण या युद्धात कुणीही जिंकलं, तरी हे अशक्य आहे. आता आम्ही पाहिलं, ते फक्त एक युद्धस्थान. संजय सांगतो, की अशी शंभर मैदानं तरी भरून गेली असतील! किती तरी ठिकाणी तर प्रेतांचं सडलेलं मांस झडून फक्त अस्थीच राहिल्या असतील!...

विदुरालाही आता डुलकी येऊ लागली. रथातच तिच्या पायांशी झोपून त्यानंही एक कांबळं पांघरलं.

त्याची चाहूल लागून कुंती म्हणाली,

"कर्ण हयात असेपर्यंत युद्धाविषयी जी काळजी वाटायची, ती आता राहिली नाही. कर्णाच्या हातून माझी मुलं मरतील, म्हणून नव्हे, माझीच मुलं माझ्या दुसऱ्या मुलाशी लढतात, म्हणून. आता युद्धाविषयी काहीच वाटेनासं झालंय्."

"दुर्योधन जिंको किंवा धर्म जिंको, असं म्हणतेस?"

"आता दुर्योधन जिंकायचा प्रश्नच नाही. मला म्हणायचं होतं..." पण ती पुढं काही बोलली नाही.

विदुर तिच्याकडे पाहत होता. नंतर म्हणाला,

"घाबरू नकोस. मी काही कसलेला योद्धा नाही. पण प्रसंग आला, तर गिधाडं, लांडगे, कुत्री निश्चित मारेन. अंधाराचीच भीती असते. येताना एखादा पलिता किंवा चूड तेलात भिजवून आणायला विसरलो, बघ."

"वर्षभर हिडिंब-वनात राहिल्यावर अंधाराची भीषणता नष्ट होऊन गेली. कालपासून तर मृत्यूचीही भीती वाटेनाशी झाली आहे."

विदुर गप्प बसला. मधूनच ऐकू येणारा झाडांवरच्या गिधाडांच्या पंखांचा आवाज सोडला, तर अंधार नि:शब्द होता. ते दोघंही रथात खांबाप्रमाणे अचल बसले होते. बांधून ठेवलेला घोडाही झोपला असावा. काही तरी बोलत राहिलं, तर अंधाराचा दाटपणा वितळेल, असं विदुराला वाटत असलं, तरी काय बोलावं, ते सुचत नव्हतं.

किती तरी वेळानं कुंतीच म्हणाली,

"घटोत्कचाचा पराक्रम, त्यानं सांडलेलं रक्त... तूच सांगितलंस ना सगळं? मी पापी आहे, असं वाटतं मला."

"का?"

"जन्मलेल्या मुलावर भीमाची भारी ममता होती. याला इथंच राहू दिलं, तर हा या राक्षस कुलाशीच एकरूप होऊन जाईल, आपल्याला पुन्हा आर्यसमाजात स्थानच मिळणार नाही, असा विचार करून हट्टानं त्याला तिथून घेऊन बाहेर पडलो, तेव्हा हे बाळ केवढं मोठं झालं होतं, म्हणून सांगू! उचलून छातीशी घ्यायचं, म्हणजे धाप लागत होती माझ्यासारखीला. त्याला सांभाळलं नाही, उचलून जवळ घेतलं नाही, माया केली नाही. जन्म देऊन तिथंच टाकून आलो. आता जन्मदात्यानं दिलेला जीव त्यालाच परत देऊन निघून गेला तो! पित्यानं दिलेल्या थेंबभर रक्ताच्या बदल्यात घागरी भर-भरून गरम रक्त ओतून गेला! मोठा झाल्यावर त्याचा एकदाही चेहरा पाहिला नाही मी..."

तिचा गळा भरून आला होता; पण ती रडली नाही. अंधाराची निःशब्दता ढवळू नये, म्हणून हुंदका दाबून बसून राहिली.

विदुराचा श्वास हलका झाला. झाडावरचाही आवाज थांबला होता. वाऱ्यावरून येणारा मृत्यूचा वास सोडला, तर सगळं स्तब्ध होतं.

किती तरी वेळ मौनाचा भार सहन करून म्हणाली,

"कर्णही तसाच! जन्म दिल्यावर त्याला दूर करण्यापूर्वी जेवढं केलं... मी काही घाबरले नव्हते. पण त्यांनीच भीती घातली मला... नऊ महिने पोटात वाढण्यासाठी माझं थोडं रक्त त्यानं घेतलं होतं, की काय, कोण जाणे! तेही काही त्यानं मागितलं नव्हतं. आता माझ्यासाठी घागर भरून रक्त सांडून मी दिलेलं जीवन त्यानं मलाच परत केलं. मी मागितलं, म्हणून! विदुरा, लाजेनं माझ्या अंगाचा थरकाप उडतोय् ..." आता तिचा आवाज सद्‌गदित नव्हता. स्वतःशीच बोलावं, एवढ्या हलक्या आवाजात ती बोलत होती.

पुन्हा निःशब्द.

विदुराची दृष्टी अंधारातून दिसणाऱ्या तिच्या पांढऱ्या केसांवर खिळली होती.

"विचित्र, म्हणजे माझ्या घटोत्कचाला माझ्या कर्णानंच मारलं, म्हणे! मानेवर वार करून..." नंतर स्वतःलाच पटवून द्यावं, अशा स्वरात म्हणाली, "माझी मुलं जिंकावीत, ही माझी प्रार्थना आहेच. पण माझ्यापुरती मी तरी हरले! नीटसं समजत नाही, पण त्यांच्या विजयात मी सहभागी होऊ शकणार नाही, हे खरं!"

अंधार नाहीसा होऊन सूर्य उगवायची वेळ झाली, तरी संजय आला नाही. आपण तिथून जावं, म्हटलं, तर दुसरा घोडा नाही. राहिलेला घोडा पाणी पिण्यासाठी धडपडत होता. कुठल्या दिशेला जावं, हे विदुराला सुचत नव्हतं.

रथात असलेल्या भांड्यातल्या पाण्यानंच त्या दोघांनी तोंड धुऊन घेतलं. कुंती मागच्या बाजूला आकाशात घिरट्या घालणारी गिधाडं एकटक बघत होती.

विदुराची दृष्टी कुठं भरकटत होती, कोण जाणे!

थोड्या वेळानं संजय आला. त्याचा घोडा सावकाश चालत होता. समोर येऊन थांबला, तेव्हा त्याच्या तोंडावर माराचे वण दिसले. हातही नीट हलवता येणार नाही, असा मार बसलेला दिसत होता. पाऊलही नीट उचलून टाकता येत नव्हतं. झोप नसल्यामुळं तारवटलेल्या डोळ्यांतून अश्रू वाहिल्याच्या स्पष्ट खुणा दिसत नव्हत्या. डोळे लाल झाले होते. जवळ आल्यावर जमिनीवर बसकण मारत तो म्हणाला,

"कर्णाच्या मृत्यूनंतर शल्याला सेनापती केलं होतं, म्हणे. कालच्या युद्धात धर्मराजानं शल्याला ठार केलं, म्हणे. सहदेवानं शकुनीचा वध केला. उरलेलं किरकोळ सैन्यही शत्रू... अं... पांडवांनी चेचून नष्ट केलं, म्हणे. दुर्योधन बेपत्ता झाला आहे. कुठं तरी मरून पडलाय्, की जिवाच्या भीतीनं कुठं तरी तोंड लपवून बसलाय्, हे कुणालाही ठाऊक नाही. त्याला शोधण्यासाठी पांडव प्रयत्नांची पराकाष्ठा करत आहेत. त्यांच्याकडचे जेमतेम शंभर-दोनशे सैनिक, तीस-चाळीस घोडे, दहा-पंधरा रथ राहिले असतील."

"म्हणजे युद्ध संपल्यासारखंच!" विदुर म्हणाला, "पण रात्रभर तू कुठं गेला होतास? एवढा जखमी कसा झालास?"

संजय काहीच बोलला नाही. खाली मान घालून सावलीकडे टक लावून पाहत बसला.

"दुर्योधनाच्या बाजूनं लढायला गेला होतास का? तसं असेल, तर मला राग येणार नाही. त्याचंच अन्न खाल्लं आहेस. त्याच्या पित्याकडून बक्षीसही मिळवलं आहेस. काय झालं, ते खरं सांग."

संजय खाली मान घालून बसला होता. खरं सांगून टाकायची इच्छा त्याच्याही मनात होतीच.

विदुरानं पुन्हा म्हटलं,

"सांग, संजया. ही काही महाराणी गांधारी नाही."

माग मात्र संजय भावुकपणे सांगू लागला,

"माझ्या चुकीची मला शिक्षा मिळाली, एवढंच."

"काय झालं?"

"रात्री इथून निघालो, तेव्हा युद्धाची बातमी मिळवून आणणं हा एक उद्देश होताच. शिवाय कर्ण हा तुमचा भाऊ, असं पांडवांनाही सांगायचं मनात होतं. या विचारामुळंच तुम्हांला इथं ठेवून मी धावत सुटलो..."

"सांगितलंस त्यांना?..." कुंतीचा चेहरा पांढरा फटक पडला होता.

"कसा सांगणार? त्यांना भेटायचं तरी कुठं? दुर्योधनाला शोधण्यासाठी ते सगळीकडे फिरताहेत, म्हणून नाही का सांगितलं? त्यांच्या शिबिरात गेलो. तिथल्या रक्षकांनी अडवलं. मी धर्मराजाला भेटायला आल्याचं सांगितलं. 'पण तू कोण?' त्यांनी दरडावून विचारलं. म्हटलं, 'एक महत्त्वाची बातमी द्यायची आहे.' 'काय बातमी? आधी इथं सांग.' 'सगळ्यांना सांगणार नाही,' मी म्हटलं. शत्रुपक्षाचा हेर समजून त्यांनी मला बांधून घातलं. शिवाय काठीनं इथं, या इथं... इथं... आणि इथं... सगळीकडे बेदम झोडपून काढलं! पुन्हा वर कारण विचारू लागले. मार असह्य झाला, तसं मी सांगून टाकलं, 'कर्ण कुंती महाराणीचा थोरला मुलगा. लग्नाच्या आधी झालेला. हे गुपित मला समजलंय्...' 'काय हवं ते खोटंनाटं उठवतोस?...' म्हणत त्यांनी पुन्हा ठोकून काढलं. जीव वाचवण्यासाठी वेड्यासारखा बडबडू लागलो. अखेर पहाटेस 'वेडा दिसतोय्...' म्हणत त्यांनी सोडून दिलं. मोकळा होताच लंगडत घोड्यावर बसून..." म्हणताना संजयाच्या लालबुंद डोळ्यात पुन्हा पाणी साचलं.

तो थोडा शांत झाल्यावर विदुरानं विचारलं,

"एवढी वर्षं कुंतीनं पोटात बाळगलं होतं. कर्ण तर पोटात ठेवूनच मेला. जागा दाखवायला म्हणून तुला घेऊन आलो. फक्त रथ चालवायचा प्रश्न असता, तर माझा मुलगा आला असता. तू का या भानगडीत पडलास?"

"तोच विचार करत होतो येताना रस्ताभर! मला वाटतं, इतके दिवस जे काम केलं, त्याच्याच सवयीचा हा परिणाम असावा. पोटात ठेवून घेणं शक्य झालं नाही. बातमी काढायची उत्सुकता! आणि मुख्य म्हणजे बातमी सर्वप्रथम पोहोचवली, तर पांडवांकडून कौतुक होईल, अशीही आशा वाटली असेल." एवढं म्हणून तो पुन्हा खाली मान घालून बसला.

थोडा वेळ तसाच गेला.

तो पुन्हा म्हणाला,

"आता हे बातम्या पोहोचवण्याचं काम सोडून द्यायचं ठरवलं आहे. लपून बसलेल्या कोल्ह्याला शिकारी जसे घेरून मारतात, तसं दुर्योधनाला मारलं, एवढी बातमी नाही तरी धृतराष्ट्राला समजेलच. मी सांगायची आवश्यकता नाही." त्याची नजर विदुराकडे खिळली.

पण विदुर म्हणाला,

"बाळ संजया! रात्री भरपूर मार खाल्ल्यामुळं तुझ्यामध्ये एकाएकी आत्मजागृती झाली आहे, असं दिसतं! त्याचबरोबर आणखी एका दृष्टीनंही तू स्वतःची परीक्षा घे. तू बातम्या आणायला सुरुवात केलीस, त्याच दिवशी मी सांगितलं होतं,

सत्य तेवढं सांग... त्याला प्रियाचं लोणी लावू नकोस. महाराजाची मुलं हरणार, हे निश्चित झाल्यावर तुझ्या बातम्यांमध्ये तू अप्रिय बातम्या मुद्दाम तर मिसळत नव्हतास? आताही दुर्योधनाची तुलना तू लपून बसलेल्या कोल्ह्याशी केलीस. महाराजा हे गौरवदर्शक संबोधन सोडून फक्त धृतराष्ट्र असा उल्लेख केलास. हा फरक का?''

संजय पुन्हा शरमून गेला. शिवाय न उलगडणारा गोंधळ. संताप.

कुंतीला घरातच ठेवून घेतलंय् यानं. आता तिची मुलं सिंहासनावर बसायचे दिवस जवळ आले असता या कुंतीपुढंच धृतराष्ट्राविषयी गौरवानं बोलत आहे!

विदुर स्वत: हातात लगाम घेऊन सारथ्याच्या जागेवर बसला होता. हाता-पायांची हालचाल न करता येणारा संजय मागं कुंतीबरोबर पाय लांब सोडून बसला होता. वाटही दाखवत होता. पाण्यासाठी व्याकुळलेले घोडे रथ वेडावाकडा ओढत होते. त्यांना आवरता आवरता विदुराला दम लागत होता.

तीन घटका रथ चालल्यावर संजयानं सांगितलं,

''डावीकडे एक ओढा आहे.''

घोड्यांना पाणी पाजून त्यांनीही पाणी भरून घेतलं. संजय कोरडी भाकरी चघळून खाऊ लागला. कुंतीनं लाह्या पाण्यात भिजवल्या. त्यावर मध घालून थोड्या विदुराला दिल्या आणि थोड्या स्वत: खाल्ल्या. पुढची वाट दाखवायचा प्रश्न नव्हता. रथांच्या चाकांमुळं जमिनीवर उठलेला रस्ता स्पष्टपणे दिसत होता. घरची वाट असल्यामुळं पाणी पिऊन तरतरीत झालेले घोडे आजूबाजूला न पाहता एका वेगात धावत होते. संजय बसल्या बसल्या पेंगत होता. थोडं बाजूला सरून कुंतीनं त्याला झोपण्यासाठी जागा करून दिली. तिनं आग्रह केल्यावर तो संकोचून झोपला. पण हलणाऱ्या रथामुळं पाठीवर मार बसलेल्या जागी धक्का बसतो, म्हणून पुन्हा उठून बसून पेंगू लागला.

पुन्हा तीन घटका रथ धावल्यावर सूर्य माथ्यावर येत असताना समोर एक मोठा समूह हस्तिनावतीच्या दिशेनं चालत असलेला दिसला. फक्त स्त्रिया. डोक्यावरून पदर घेऊन पावलापर्यंत वस्त्र नेसलेल्या क्षत्रिय स्त्रिया, फक्त मांडीपर्यंत वस्त्र नेसून पोटऱ्या, दंड वगैरे भाग मोकळ्या ठेवलेल्या दासीही. लहान मुलांना उचलून घेतलेल्या वृद्ध दासीही त्यात होत्या.

किती असतील? पन्नास-साठ किंवा शंभर... अंहं. त्याहूनही जास्त. ओहो! पुढंही किती तरी बायका दिसताहेत. तिघी-चौघींचे घोळके करून जाणाऱ्या.

घोड्यांचा आवाज ऐकून त्या मागं वळल्या. ओळख पटली. मधोमध उंच,

डोक्यावरून पदर घेऊन आहे, ती दुर्योधनाची बायको– भानुमती. तिच्या मागं रडत चालली आहे... वैधव्याचं दुःख डोळ्यांवाटे सांडत– ती दुःशासनाची बायको...

विदुराची ओळख पटल्यामुळं त्या सगळ्या थांबल्या. आपल्या लक्षातच आलं नव्हतं. त्यांच्याबरोबर हातात धनुष्य-बाण आणि कमरेला तलवार लटकवून वीरकासा कसलेला एक पुरुष... आता तोही मागं वळला. अरे! युयुत्सु! पांडवांच्या बाजूनं लढायला गेला होता, तो इथं कसा?

''विदुरकाका, कुठं गेला होतास?'' युयुत्सुच्या चेहऱ्यावर विषाद पसरला होता.

''तू इकडं कुठं?''

''काल शल्य मेल्यावर दुर्योधनाचं सगळं सैन्य नाश पावलं. शिबिरात पहारा करणाऱ्यांनाही कालच्या युद्धात भाग घ्यावा लागला. आम्हाला ही बातमी समजली. पळून जाणारे दुर्योधनाचे सैनिक किंवा आमच्यातले योद्धे युद्धातला थकवा आणि संताप यांना वाट करून देण्यासाठी यांच्या शिबिरात घुसले, तर काय होईल, असा विचार करून मी सगळी हकीकत धर्मराजाला सांगितली. तेव्हा तोही म्हणाला, 'युयुत्सु, ही गोष्ट माझ्या लक्षातच आली नव्हती, बघ. तूच जा. तुझी त्या बायकांशी ओळखही आहेच ना? सगळ्या स्त्रियांना सुखरूपपणे हस्तिनावतीला पोहोचवण्याची जबाबदारी तुझी!' धावत शिबिरात गेलो, तर तिथं एकही रथ नाही. घोडा नाही. चूल पेटून दोन दिवस झाले होते, म्हणे. सारं सामान संपून गेलं होतं. स्वयंपाकीही पळून गेले होते. कालचा दिवसभर त्यांना चालवत घेऊन तिथून निघालो. रात्री सगळ्यांना एका झाडाखाली झोपवून मी धनुष्य-बाण घेऊन पहारा देत बसलो.''

विदुर रथातून उतरून दुर्योधनाच्या पत्नीपाशी जाऊन उभा राहिला. आपली परिस्थिती लक्षात येऊ नये, म्हणून तिनं मान खाली घातली. तिच्यामागे... आता विदुराला ओळख पटली. डोक्यावर धड पदर नसलेली दुःशला. भावजयीमागं स्वतःला लपवू पाहत होती.

ती कोण? दुर्योधनाची सून. ती या बाजूची? ओह? ओळखच पटत नाही आपल्याला! दुःशासनाची सून नाही का? काहीच न कळून तो तसाच उभा राहिला.

सोन्याचा किरीट, केयूर, कंठीहार, पायात कडी घातलेल्या भानुमतीनं विचारलं,

''विदुरा, कुणाच्याच बाजूनं लढणार नाहीस, असं सांगितलं होतंस, म्हणे! या बाजूनं येत आहेस! शत्रुपक्षात आहेस का?''

"नाही युद्धभूमी पाहण्यासाठी गेलो होतो."

"रथात कोण बसलंय्? तुझ्या बायकोची प्रकृती तर रथात बसण्याएवढी बरी नाही, असं ऐकलंय्! शिवाय ही विधवा दिसते!"

"ही?" सांगायची इच्छा नव्हती. पण आता सांगितलं नाही, तर परिस्थिती आणखी अवघड होईल, असा विचार करून तो म्हणाला,

"गेली साडे तेरा वर्षं ही कुंती माझ्याकडेच राहते. तुम्ही कुणी पाहायचा प्रश्न आला नव्हता, एवढंच."

भानुमती शरमून गेली. राजसूय यज्ञाच्या वेळी राजमाता कुंतीला तिनं पाहिलं होतं. आता समोर असलेली विरक्त, शुभ्र वस्त्र ल्यालेली, शुभ्र शुष्क केस असलेली ही वृद्धा...

तिनं खाली मान घातली.

"रथात सहा-सातजणींना बसता येईल. ज्या थकल्या असतील, त्यांनी यावं." कुंती म्हणाली.

कुणीच मान वर केली नाही. उत्तरही दिलं नाही.

"भानुमती, ये. दुःशले, ए... तुझं नाव काय? भानुमतीच्या शेजारची. या, या." कुंतीनं पुन्हा एकदा बोलावलं.

"आम्ही पायीच आमच्या गावी जाऊ." दुःशला मान वर करून दात चावत म्हणाली.

त्या येणार नाहीत, हे विदुराच्याही लक्षात आलं होतं. जास्त वेळ थांबलं, तर परिस्थिती आणखी विचित्र होईल, हे लक्षात येऊन '...गावात भेटू या'... म्हणत तो रथात चढला आणि त्यानं घोड्यांना चालण्याचा इशारा केला.

❑

"महाराजा कर्ण मरण पावला. सारथी नसल्यामुळं रथाचं चाक रुतलं, घोड्यांना वेसणाचा फास बसल्यासारखं झालं, म्हणून खाली उतरून तो चाक नीट करत असताना अर्जुनाचा बाण लागून खाली पडला, म्हणे. आपलं सगळं सैन्य घाबरून सैरावैरा धावत सुटलं, म्हणे..."

सेवक बातमी सांगत असताना शल्याला जमिनीवर कोसळल्यासारखं झालं. कर्णाचं सारथ्य सोडून युद्धभूमीवरून माघारी येऊन अजून चार-पाच घटकाही झाल्या नाहीत. मरून पडला, म्हणे. मद्रदेशात स्त्रिया जेवढ्या सहज मिळतात, तेवढ्या आणखी कुठंच मिळत नाहीत, म्हणाला तो मस्तवाल! सूत! या आठवणीसरशी थोडं समाधान वाटलं, तरी पाठोपाठ संपूर्ण अंतरंगाला एक प्रकारची टोचणी लागली. युद्ध सुरू असताना रथीला सोडून सारथ्यानं कधीच

निघून जाता कामा नये. माझंच चुकलं. पण शुद्ध क्षत्रिय, किरीटधारी अभिषिक्त राजा असताना मला सूताचा सारथी व्हायला सांगितलं, यात दुर्योधनाचं काहीच चुकलं नाही का? या आत्मसमर्थनाबरोबरच दुर्योधनाची वाद घालण्यातली हुशारी आठवली. किती व्यवस्थित पटवून देतो तो एखादी गोष्ट! अगदी कावळ्याचा रंग शुभ्र आहे, असं डोळ्यांनाही स्पष्ट दिसावं, असं शब्दांचं जाळं विणतो हा! रस्त्यात गाठून स्वागत करून त्यानं गोड बोलायला सुरुवात केली, त्या दिवसापासूनचं दुर्योधनाचं बोलणं आणि वागणं एकापाठोपाठ एक आठवू लागलं. झोपडीत असलेल्या अग्नीपाशी उबदार वातावरण होतं. नुकतीच हिवाळ्याला सुरुवात झाली होती. बाहेर युद्धरथात बसून धावपळ करत असताना जाणवत नाही; पण आत येऊन बसलं, तर मात्र शरीराचा थरकाप उडतो. सूर्य मावळलाय्, की नाही, कोण जाणे! तरीही मी चूक केली.

तळपाय अग्नीशेजारी ठेवून शेक घेत असताना तो मनोमन चडफडला.

हे दरिद्री युद्ध आणखी किती दिवस चालणार आहे, कोण जाणे! शांतपणे गावातच राहायला हवं होतं. मीही तसंच म्हणत होतो. पण रुक्मरथानं ऐकायला हवं ना! हे वज्र-अजयही तसेच. मरणानंच आतून तशी बुद्धी दिली, की काय, कोण जाणे! आपल्या राज्याशी काहीही संबंध नसलेल्या या युद्धात... आपल्या मद्र देशापेक्षा या कुरुराज्यात थंडी जास्त आहे का? दरिद्री देश हा! कसलं सुख नाही, की कशात सौंदर्य नाही!

तळपायांना चटका बसू लागला, तसे त्यानं दोन्ही पाय ओढून घेतले.

चूक केली मी. पुन्हा पुन्हा मन सांगत होतं. माझ्या दोन्ही मुलांवर बाण सोडून ठार करणाऱ्या त्या चांडाळ अर्जुनाला फक्त कर्णच मारू शकला असता. त्याचा अवसानघात करण्यापेक्षा त्याचा उत्साह वाढेल, असं बोलून उत्तेजित केलं असतं, तर! मुलांचं रक्त सांडणाऱ्या शत्रूचा सूड घेण्याइतकी शक्ती माझ्या म्हाताऱ्याच्या अंगी कुठून असणार? हे दोघं शल्यराजाचे मुलगे आहेत, हे त्याला समजलं नसेल का? त्याला समजलं नसलं, तरी मी पितृऋण पाळायला पाहिजे, की नाही? अविवेकी मी! ही आग पेटवणंच चुकीचं. फार लवकर दमायला होतं.

असं म्हणत आगीपासून चार हात दूर झोपडीच्या भिंतीपाशी जाऊन बसला.

आता गावी जाऊन... मूर्ख! जळलं तुझं ते राजकारण! कुठल्या तरी युद्धावर सारं सैन्य आणि पाठचे दोन भाऊ गमावले...

पाठीवर खाजल्यासारखं होऊ लागलं.

किती दिवस झाले अंघोळ करून?

डावा हात मागं नेऊन अर्ध-कवचातून आत सारून खाजवू लागला.

आमची हिरण्यवतीच बरी. 'हा, तिकडंच. थोडं वरच्या बाजूला... आणखी थोडं वर. थोडं डावीकडे...' किती व्यवस्थित... खाजणारी जागा शोधून नखानं रक्त न काढता व्यवस्थित खाजवते. त्यानंतर किती मृदुपणे बोटानं ती जागा चोळून देते! तिच्या बोटातच औषध आहे. चार महिने झाले तिला पाहून. कशी आहे, कोण जाणे! कशी असणार, म्हणा! आणखी एवढी ऋतुचक्रं नष्ट होऊन गेली असतील, एवढंच. गावी गेल्या गेल्या मूर्ख रुक्मरथाच्या पाठीत एक हाणायला पाहिजे. त्याची बायकोही तसलीच! नवरा सांगतोय् आणि ही नाचते!...

सेवक पुढं म्हणाला,

"तू कर्णाचा धिक्कार करून रथातून उतरून आलास, तेव्हा शत्रुपक्षानं आनंदोद्गार काढून तुझा जयजयकार केला, म्हणे."

जयजयकार केल्याशिवाय कसे राहतील? म्हणजे अर्जुनाला ठाऊक नसेल; ती माझी मुलं, म्हणून! संपूर्ण आर्यावर्तातला चतुर धनुर्धारी म्हणून ख्यातनाम असलेल्या अर्जुनाला मारल्याची कीर्ती मिळवण्यासाठी यांनीच पुढं होऊन त्याला मारायचा प्रयत्न केला असेल. कुणाच्या तरी युद्धात यांनी का पुढं होऊन जीव द्यावा? पोरकटपणा नुसता!

जांभई देण्यासाठी वासलेलं तोंडाचं बोळकं मिटून हिरड्या एकमेकांवर आवळताना बाहेर अंधार झाल्याचं लक्षात आलं.

सेवकाला दिवा लावण्याची आज्ञा द्यायची गरज नाही. तेलाचा पुरवठा थांबून चार दिवस होऊन गेले. 'निप, जाग शांत होईल. त्यात एक-दोन लाकडाचे तुकडे टाक. नाहीतर डासा-चिलटांचा त्रास होईल. कुठल्या तरी रथाची लाकडं मोडून आण...' म्हणताना जांभई... किती वेळा येतेय् ही जळ्ळी जांभई! काल रात्रभर झोप न लागल्याची आठवण झाली. सूताचा सारथी हो, म्हणून परवा सांगून गेला. 'मामा, पुत्रशोकात शत्रूच्या वधाची अपेक्षा करतोस, की क्षत्रियत्वाच्या नसत्या गौरवाला चिकटून राहणार आहेस?' तरीही संपूर्ण रात्रभर... पुन्हा हिरड्या एकमेकींवर आवळून बसल्या. बाहेर रथाचा आवाज. पाठोपाठ 'दुर्योधन महाराजाचा विजय असो...' चा उद्घोष. चमकणारा कुरूंचा राजमुकुट, गळ्यात हार... यालाही अंघोळ करून किती दिवस झालेत, कोण जाणे! समोर चटईवर बसला, तरी घामाची दुर्गंधी!

आत जळत असलेल्या अग्नीचा लाल रंग त्याच्या डोळ्यात उतरलेला. अग्नीच्या रेखा त्याच्या दृष्टीशी नातं जोडत होत्या. नजर चुकवण्यासाठी त्यानं दृष्टी जमिनीवर वळवली. तेव्हा दुर्योधन म्हणाला,

"मामा, दोषारोप करण्यासाठी मी आलो नाही. कर्ण माझा किती जवळचा मित्र होता, हे तुलाही ठाऊक आहे. तो मरण पावल्याची जबाबदारी, अर्जुन

जिवंत असल्याची जबाबदारी, आजच्या आपल्या पराभवाची जबाबदारी तुझीच आहे!''

वृद्ध शल्यराजाचं मन गोंधळून गेलं. कुवतीपेक्षा अधिक जबाबदारीचं ओझं अंगावर आल्यानं तो कोसळून गेला होता. कानात विचित्र आवाज भरून राहिला. बाहेर उभ्या असलेल्या घोड्यांचं खिंकाळणं, टापांचे जागच्या जागी नाचल्याचे आवाज कानांच्या अस्थिरचनेवर फक्त पडत होते.

नंतर तो आवाजही थांबला. दुर्योधनाच्या बोलण्यानं त्यात खंड पडला.

''आरोप-प्रत्यारोपाचा काही उपयोग नाही. तुझ्या मुलांना ठार करणाऱ्या अर्जुनाला मारायची तू शपथ घेतली आहेस ना? आजच्या युद्धात निम्मे नाग-सैनिक जिवंत राहिले आहेत. आपलंही सैन्य आहे. उद्या तू सेनापती होऊन तुझी शपथ पूर्ण केलीस, तर तुझ्या मुलांना स्वर्ग प्राप्त होईल.''

कोसळून गेलेल्या शल्याच्या मनानं थोडी उभारी घेतली. त्याला दिशा दिसू लागली.

''कर्णाला तू सूत म्हणून हीन लेखू शकशील. पण हे सेनापतिपद... तूच पाहिलंय्स... आचार्य द्रोण, स्वत: पितामह भीष्मांनी अलंकृत केलं होतं. आता मी हे तुला देत आहे.'

शल्यानं मान वर करून दुर्योधनाकडे पाहिलं.

त्याच्या मुखावर असलेले भाव आपल्याला समजले नाहीत. आगीच्या उजेडात फक्त त्याचा किरीट चमकत होता. पण आपल्यातच एक भाव भरभरून येत आहे, गळ्याच्या नसा ताणल्यासारख्या होऊन काही तरी भरून आल्याची भावना. त्या मागचं कारणही समजत नाही.

''उद्याच्या युद्धाचं तंत्र वगैरे गोष्टी मीच पाहीन. आता आपल्या गोंधळून गेलेल्या सैनिकांना आणि नाग-लोकांना धैर्य देऊन... तू सेनापती झाल्याची बातमी कृपाचार्य, अश्वत्थामा, कृतवर्मा यांना सांगतो. तू हवी तर विश्रांती घे. मी सेनापती– खड्ग आणि मंत्रोच्चार करणाऱ्या पुरोहिताबरोबर येतो. चालेल ना?''

भरून आलेल्या अगम्य भावनेमुळं दाटून आलेल्या गळ्यामुळं मान न हलवता आणि तोंडून काहीही न बोलता बसलेल्या शल्याकडे 'हे आधीच ठाऊक होतं...' अशा मुद्रेनं हसून पाहून दुर्योधन उठला आणि बाहेर निघाला.

रथ निघून गेल्याचा आवाज ऐकू येईनासा झाल्यावर सेवक आत आला आणि म्हणाला,

''महाराजा, मद्रदेशाच्या वाट्याला हा गौरव आलाय्. नकार देऊ नकोस!''

तेव्हा त्या अनामिक भावनेची शल्यालाही ओळख पटली. अभिमान! कुरुराज्याचं सेनापतिपद! भीष्मांसारख्या ज्येष्ठ वीराधिवीरांनी अलंकारलेलं पद आपोआप

जवळ आल्याचा अभिमान! या विचारासरशी त्याच्या तोंडात लाळ भरून राहिली.

राजासाठी चालवलेल्या पाकगृहात जाऊन सेवक माघारी आला आणि म्हणाला,

"महाराजा, स्वयंपाकाची सगळी सामग्री संपून गेली आहे. आज दुपारपासून चूल पेटली नाही, म्हणे. आता तिथं फक्त लाकडंच शिल्लक आहेत– तीही मोडक्या रथांची, असं तिथल्या स्वयंपाक्यानं सांगितलं."

हे ऐकत असताना शल्यराजाला भुकेची तीव्रपणे आठवण झाली. दुसरा मार्ग नसल्यामुळं सेवक अंथरुण पसरून देत होता. दोन दिवसांपूर्वीच मरण पावलेल्या मुलांचं सुतक तर होतंच, शिवाय होम करायला शिबिरात तूपही नव्हतं. उबदार पांघरुणात गुरफटून झोपल्यावर पोटातली भूक जागृत झाली. सैन्यासह मद्रदेशाहून हस्तिनावतीला येत असताना रस्त्यात गाठून दुर्योधनानं जे स्वागत केलं, त्याचा तपशीलही आठवू लागला. आठवणींमुळं पोट भरत नाही, याची जाणीवही झाली.

तो कुशीवर वळला. आता हे युद्ध संपेपर्यंत कुणालाही काहीही खायला मिळणार नाही, याची मनोमन खात्री झाली होती. अथवा युद्धात नुकतेच मरण पावलेले घोडे कापून त्यांचं मांस तरी शिजवून... पण आता असला आहार पचवायचं वयही राहिलं नाही. पोटदुखी किंवा अपचन व्हायचं. किंवा त्या घोड्याला विषारी बाण टोचला असेल, तर? आता घोड्यांची संख्याही अगदी मोजकीच राहिली आहे. जांभई आली, तरी आता झोप उडून गेली होती. किंवा भीष्मांप्रमाणे निराहारी होऊन... स्वत: भीष्मांनी अलंकृत केलेलं पद!

तोंडाच्या बोळक्यातून खुक्कन हसू आलं. एवढं वय झालं, तरी भीष्मांचे दात घट्ट होते! या विचारासरशी पोटातल्या भुकेचा विसर पडला. अर्धी घटका कुठल्याही विचाराशिवाय मन रिकामं झाल्यासारखं झालं. एकाएकी एक प्रश्न, एक फरक एकत्रितपणे... नव्हे, एकाच रूपाच्या दोन बाजू होऊन जन्मल्या. सनातन आर्य धर्माची एवढी जाण असणारा भीष्म पांडवांच्या विरोधात दुर्योधनाच्या बाजूनं का उभा राहिला? धर्म या बाजूला आहे, म्हणून? त्याच्या सेनापतित्वाच्या दहा दिवसात त्यानं असं कोणतं क्षत्रियत्व दाखवलं? दुर्योधनाचं सैन्य निम्म्याहून कमी केलं, नंतर एकाएकी निवृत्त झाला आणि अन्न-पाणी त्यागून असल्या थंडीच्या तोंडी देह देऊन मरून गेला. काय उद्देश होता त्यात त्याचा? याविषयी प्रत्येकजण काही ना काही बोलतो. त्याच्यावरचं प्रेम आणि याच्यावरचं मन, अन्नऋण आणि धर्मऋण यात दोलायमान झालेलं त्याचं मन... एवढं मोठं सैन्य घेऊन लढायची अक्कल जेवढी त्यांना होती, तेवढी यांना नव्हती का? काही का असेना, गावाहून निघताना मनात भीष्मांविषयी जी उत्तुंग भावना होती, ती

आता राहिली नाही, याची स्पष्ट जाणीव मनाला झाली. दुरून पर्वत साजरे, हेच खरं! आता भीष्मांनी अलंकृत केलेलं सेनापतिपद या वाक्यातलं स्वारस्यच निघून गेलं. आणखी एकदा कूस बदलताना दूरचे रथ-घोडे, माणसांची अस्पष्ट गडबड अधिक स्पष्टपणे ऐकू येऊ लागली. अजूनही फारशी रात्र झाली नाही. अंहं, नीटशी रात्रच झाली नाही. पोटात फिरत असलेला भुकेचा गोळा पुन्हा आपलं अस्तित्व दाखवू लागला.

त्याच वेळी कुणी तरी शोधत आल्याचा आवाज ऐकू आला,

"मद्रदेशाच्या शल्यराजाचं वसतिस्थान कुठं आहे, हो?"

आवाज ओळखीचा होता. हो. आमच्या होमदत्ताचा आवाज हा! निपलाही ओळख पटली. त्यानं आत येऊन, निखारे फुंकून, त्यावर लाकडाचे दोन ढलपे ठेवून पुन्हा अग्नी पेटवला. त्याच्या लाल उजेडात पुरोहिताचा थकून गेलेला चेहरा दिसला.

धुरळ्यानं माखलेला चेहरा, दाढी आणि डोक्यावरचे केस, मळलेले कपडे...

"होमदत्ता, गावात आणि राज्यात सारं क्षेम आहे ना?" उठून बसत शल्यराजानं विचारलं.

आशीर्वचनं उच्चारून जवळच बसत पुरोहित म्हणाला,

"तेच सांगण्यासाठी आलो आहे. घोड्यावर बसून बसून माझ्या बसायच्या जागचं सालडं निघून जखम झाली आहे... ओह! तुझं हे वसतिस्थान शोधता शोधता पुरेवाट झाली. ती हजारो गिधाडं, भोवताली कुत्री-कोल्हे-लांडगे, दुर्गंधी..."

"ते असू दे. गावाकडची काय बातमी?"

"सैन्यासह तुम्ही इथं येऊन तीन... अं... चार महिने होत आले ना? तिकडचे त्रिगर्तचे राजे येऊनही तेवढेच दिवस झाले. आपल्या उत्तरेकडचे नाग अशा संधीची वाटच बघत होते, वाटतं. आता दहा दिवसांपूर्वीच त्यांनी त्रिगर्त आणि त्याच्या पश्चिमेची राज्यं ताब्यात घेतली. त्रिगर्तचा सुशर्म इथल्या युद्धात मारला गेला ना?..."

शंकित मनानं शल्यराजानं विचारलं,

"आपलं राज्य क्षेम आहे ना?"

"क्षेम आहे. अजूनही आपल्याच हातात आहे. रुक्मरथ महाराजा सावधपणे रक्षण करत आहे. दोन राजकुमारांसह सेनेचा निम्म्याहून अधिक भाग तुझ्या बरोबरच पाठवला होता ना? महाराजानं सगळ्यांना घेऊन माघारी यायला सांगितलं आहे."

"राहिलंय् काय घेऊन जायला!"

"का? आपलं सैन्य, वज्र-अजय हे राजकुमार..."

“तूच म्हणालास ना, डोक्यावर हजारो गिधाडं आणि भोवताली कुत्री-लांडगे-कोल्हे जमलेत, म्हणून?”

पुरोहित पुढं काही बोलला नाही. शल्यराजा गावाच्या परिस्थितीचा विचार करत बसला. अर्ध सैन्य तिथं ठेवलं असतं, तरी नागांच्या तोंडीच पडलं असतं, की काय, कोण जाणे. आम्ही इथं आल्याची सविस्तर माहिती नागांना ठाऊक झाली असेल. अर्जुनानं अरण्याला वेढून सगळीकडून एकाच वेळी पेटवून दिलं, म्हणे. आमच्या उत्तर दिशेलाही किती दाट अरण्य आहे! व्वा! अर्जुना! असं मनोमन म्हणत असताना त्यानं विचारलं,

“गावात बाकी सर्व क्षेम आहे ना? अजय-वज्राच्या मृत्यूची बातमी अजून गावी पोहोचली नाही का?”

“महाराजा, इतर सगळं क्षेम आहे. पण आपल्या राज्याच्या, मद्रदेशाच्या क्षत्रिय-कुलाला अवमानास्पद अशी एक घटना घडली आहे. त्यामुळं रुक्मरथ राजा अन्न-पाणी त्यागून खंगत आहे. तेही सांगून टाकतो. आपल्या राजकुमारीला... हिरण्यवतीला... नाग लोक पळवून घेऊन गेले.”

“म्हणजे? आपल्या नगरीतल्या राजवाड्यावर ते चालून आले होते?” शल्यराजाचा चेहरा काळाठिक्कर पडला.

“नाही. ते आपल्या राज्यावर चढाई करून आले नाहीत.”

“मग ही मुलगी एकटीच गावाबाहेर गेली होती, की काय? भरपूर अंगरक्षक नसताना राजस्त्रियांनी गावाबाहेर विहारासाठी...”

“तसंही घडलं नाही. जे घडलं, ते सांगून मोकळा होतो. हाता-पायाला आणि शरीराला रंग लेपून, गळ्यात-मनगटात-केसात फुलांचे गजरे घालून, केसात रंगीबेरंगी पिसांचे तुरे अडकवून अधून मधून नागपुरुष गावात येत आणि नृत्य करून लोकांचं रंजन करून आपल्या रुचकर खाद्यपदार्थांची भिक्षा मागत, लक्षात आहे ना? तसाच एक तरुण जवळजवळ दररोज राजवाड्यात येत होता. राजवाड्याच्या अंत:पुराच्या दरवाज्यात नृत्य करून, बासरी वाजवून सगळ्यांना आकर्षित करत होता. आपली राजकुमारी त्याच्याकडे टक लावून पाहत असायची, म्हणे. एक रात्री राजकुमारी नेहमीप्रमाणे आपल्या कक्षात झोपली होती. सकाळी पाहिलं, तर ती दिसेनाशी झाली होती. कुठं म्हणून शोधायचं? दिवसभर आम्ही नदीचे काठ, भोवतालची रानं आणि खेड्यात शोधत होतो. तरी तिचं नखही दृष्टीला पडलं नाही.”

“पण नागांनीच अपहरण केलं, असं कसं समजलं?” शल्यराजाच्या कुतूहलाचं संतापात रूपांतर झालं होतं.

“दुसऱ्या दिवशी एक नाग जातीची म्हातारी राजवाड्यासमोर येऊन उभी

राहिली. भविष्य सांगते, म्हणून सांगू लागली, राजकुमारी नाग-कुमारावर मोहित होऊन निघून गेली आहे आणि आता रानात त्याच्याबरोबर लग्न करून सुखानं राहत आहे.''

''तिला पकडली नाही का?'' अरण्याला आग लावून नागांना जाळणाऱ्या अर्जुनाला बरोबर घेऊन जावं, अशी इच्छाही मनात रूप घेत होती. सभोवताली एकच वेळी पेटलेला अग्नी– थंडीचे दिवस असले, तरी सुकलेला पाचोळा– भोवताली धनुष्य रोवून राहिलेले आमचे सैनिक–

''नाग-लोकांनी मुद्दामच या म्हातारीला पाठवलं होतं. तिला पकडलं, की ते चाल करून येतील. एव्हाना भोवतालची सगळी राज्यं व्यापून टाकलेल्या नागांना डिवचल्यासारखाच प्रकार होईल. म्हणून मीच रुक्मरथ राजाला, पकडू नको, म्हणून सांगितलं. त्यालाही ते पटलं. मीच त्या स्त्रीपाशी जाऊन म्हणालो, 'तुझं हे भविष्य थोतांड आहे. मला घेऊन जाऊन दाखवशील का? एक गाडीभर गव्हाचं पीठ, दोन तुपाचे बुधले आणि सोन्याची साखळी देतो.' दुसऱ्या दिवशी उत्तर सांगेन, म्हणून ती निघून गेली. दुसऱ्या दिवशी धीटपणे माझं घर शोधत आली आणि म्हणाली, 'आज रात्री माझ्याबरोबर आलास, तर दाखवेन.' एकट्यानंच जायला पाहिजे. ठार केलं, तर? महाराजाला विचारलं. त्यानंही जायचा आग्रह केला. रात्री तिच्याबरोबर एकटाच निघालो. अंधार. गावाबाहेर घेऊन गेल्यावर तिनं माझे दोन्ही डोळे बांधले. नंतर तिनं मला जागीच कितीतरी वेळा फिरवलं आणि माझा हात धरून ती चालू लागली. रात्रभर चालत होतो. मध्यरात्री एखाद्या अरण्याच्या मध्ये जाऊन पोहोचलो असणार. तिथून पुढं आमच्याबरोबर चार पुरुष असल्याचं त्यांच्या बोलण्याच्या आवाजावरून समजत होतं. दिवस उजाडेपर्यंत चालणं, दिवस उगवल्यावर झोप. जेवायला दिलं, झोपायला चटई आणि पांघरायला कांबळं दिलं. सगळं नीट होतं. पण डोळे मात्र सोडले नाहीत. मी आपण होऊन सोडले, तर मरायची भीती! असे तीन रात्री चालत होतो. कुठल्या अरण्यात, किती चाललो, याचा अंदाजही करणं अशक्य होतं. त्यांनी डोळ्यांवरची पट्टी सोडली, तेव्हा समोर बांबूच्या झोपड्या, बांबूची भांडी, बांबूचं छत, बसायला बांबूची चटई. स्वच्छ परिसर. राजवाड्यासमोर बासरी वाजवणारा तो तरुण आणि त्याच्याबरोबर आपली हिरण्यवती. तिनंही नाग-स्त्रियांप्रमाणे वस्त्राचा एक तुकडा कमरेभोवती गुंडाळला होता. सर्वांगाला रंग लेपला होता. वेणीत, गळ्यात, हातात रंगीत फुलांच्या माळा गुंडाळल्या होत्या. किती सुंदर दिसत होती ती! माझ्याजवळ येऊन, वाकून नमस्कार करून तिनं आशीर्वाद मागितला. त्या मुलालाही नमस्कार करायला लावला. मला म्हणाली, 'पुरोहित हो, आर्य-संप्रदायातल्या लग्नातले मंत्र म्हणाल?' तिच्या चेहऱ्यावर हसू होतं. दुःख मुळीच

नव्हतं. तिच्या अंगावरच्या फुलांप्रमाणे टवटवीत दिसत होती ती!...''

''बस्स कर! ती आपण होऊन पळून गेली आहे! तिलाही आत ठेवून रान पेटवून द्यायला पाहिजे! कुठलं अरण्य, ते ठाऊक आहे तुला?'' म्हातारा वैतागून म्हणाला.

''माघारी येतानाही डोळ्यावर बांधलेलं वस्त्रं तसंच होतं. गावापाशी येईपर्यंत सोडलं नाही. फक्त रात्रीच्या वेळीच प्रवास करत होतो. महाराजा, मग दिशेची शुद्ध कुठून राहणार? डोळ्यावर पट्टी बांधल्यावरही वीस-पंचवीस वेळा फेऱ्या मारायला लावून मग चालायला सुरुवात करायचे. गावी पोहोचल्यावरही अशाच वीस-बावीस फेऱ्या मारून मग पट्टी सोडली आणि म्हातारी निघून गेली.''

''तू त्या रांडेबरोबर काही बोललास?''

''एकटीलाच भेटणं शक्य झालं नाही. तिचा नवरा तिच्याबरोबरच होता. इतरही चार-पाच बायका होत्या. तिथं मी होतोच फक्त दोन घटका. तेवढ्यात मधुपर्क दिला, जेवायलाही वाढलं. मी निघालो, तेव्हा म्हणाली, 'माझ्या नवऱ्याचे लोक माझ्या माहेराला धक्का लावणार नाहीत, हे मी पाहून घेईन. त्यांनाही म्हणावं, माझ्या नवऱ्याच्या माणसांचं नाव काढू नका.'''

शल्याच्या मनात अर्जुनाची आकृती भरून राहत होती. त्याची ती धनुर्विद्या, त्याच्या बाणांचा तो वेग! त्याची नेमबाजी! आपल्या युद्धात त्याचे बाण कर्णाकडच्या नाग लोकांवर येऊन आदळत होते, तेव्हा ती रानटी माणसंही कशी बावचळून जात होती. त्याच्याबरोबरच्या सैनिकांमध्येही कसा उत्साह भरून राहिला होता! शल्याच्या मनात आपला खरा शत्रू कोण, याविषयी गोंधळ उडून गेला होता. हे नाग-लोक आज ना उद्या आमचं राज्य गिळंकृत करायचा प्रयत्न करणारच. संपूर्ण नाग-कुळाचा शत्रू अर्जुन. ते सगळे दुर्योधनाच्या बाजूनं लढताहेत. मूर्ख! मूर्ख आहे मी! शतमूर्ख! आताच्या आता पांडवांकडे जाऊन अर्जुनाच्या मदतीनं...

होमदत्त म्हणाला,

''फार भूक लागलीय्.''

हे बोलणं शल्याच्या मनापर्यंत पोहोचलं नाही.

थोड्या वेळानं शल्यानं त्याला विचारलं,

''गावाकडून आलास. काही आणलं नाहीस का खायला? थोड्या लाह्या किंवा आणखी काही!''

''घोड्यावर खाद्यपदार्थांची ओझी लावूनच निघालो होतो. त्यातलं एक चतुर्थांशही संपलं नव्हतं. युद्धभूमी दोन दिवसांवर असतानाच सैनिक सामोरे आले. युद्धभूमीवरून पळून आलेले सैनिक. त्या बाजूच्या आपापल्या गावांकडे

निघालेले सैनिक. कुणी तरी चौघांनी घेरलं आणि त्यांनी माझी गाठोडी धर्माच्या नावाखाली मागायला सुरुवात केली. मी काही म्हणण्याच्या आत ते माझ्यावर तुटून पडले आणि सारं हिरावून घेऊन गेले. मी आरडाओरडा केला. तो ऐकून आणखी एक दहा-बारा जणांचं टोळकं आलं आणि सगळे त्या चौघांवर तुटून पडले. माझं गाठोडं मला मिळवून देतील, या आशेनं मी बसलो होतो. पण ते सगळी गाठोडी घेऊन पळून गेले. हे चौघंजण, का ओरडलास, म्हणून माझ्यावरच तुटून पडत होते. अखेर घोड्यावर बसून पळून येता येता पुरेवाट झाली माझी! दोन दिवसांपासून पोटात अन्नाचा कण नाही गेला!''

सेवकानं अग्नीत आणखी दोन ढलपे टाकले.

आपला खरा शत्रू कोण? आता आपण कुणाशी वैर साधलं पाहिजे?

शल्य विचारात गढून गेला होता.

मध्येच होमदत्त म्हणाला,

''महाराजा, युद्धाची आजची परिस्थिती काय आहे, हे मला रस्त्यातच समजलं. राजकुमारांच्या मृत्यूविषयी मात्र समजलं नव्हतं. आता तू इथं राहून काय करणार आहेस? मुकाट्यानं गावी जाऊ या, चल. तिथं तू नुसता येऊन राहिलास, तरी किती तरी धैर्य वाटेल. शिवाय रुक्मरथही खेडोपाडी हिंडून लोकात धैर्य भरून नवं सैन्य उभं करेल. राज्यही स्थिर राहील. त्यानंतर नागांच्या हाती गेलेला आपला प्रदेशही सोडवून घेता येईल.''

वृद्ध राजाला एकाएकी स्वच्छ मार्ग दिसू लागला. आपलं गाव, राजवाडा, मुलगा, सुना, नातवंडं, प्रजा... सगळ्यांना पाहण्याची इच्छा एकाएकी आकाशाला भिडली. अर्जुन कितीही वीर असला, तरी शत्रूच. माझ्या दोन मुलांना त्यानंच मारलंय्. दुर्योधन तर नागांवरच अवलंबून आहे.

एकाएकी त्याच्या मनात या कुरुराज्याविषयी किळस दाटून आली.

''ही रात्र संपू दे. अंधार आणि थंडी आहे. तुझा घोडा थोडा हुशार होऊ दे. पहाटे मी एक रथ आणि घोड्यांची जोडी कुठून तरी मिळवून आणतो. दिवस उजाडताच आपण दोघं आणि निप... तिघंही इथून निघून जाऊ या...'' वाक्य संपण्याआधीच त्याची पाठ खाजू लागली. डावा हात पाठीमागं जाण्याआधीच मनात शिवी उमटली, 'हलकट रांड!'

एवढ्यात बाहेर रथाचा आवाज.

दुर्योधनाचा?

निपानं आत येऊन तेच सांगितलं. सेनापति-खड्गाबरोबर आला असावा. नाही तरी भीष्म कुठला एवढा मोठा सेनानी लागून गेला होता? या युद्धात त्यानं काय फार मोठे पराक्रम गाजवलेत?

आत आलेल्या दुर्योधनापाठोपाठ अश्वत्थामा आणि कृपाचार्य होते.

“दुर्योधना, ही पाहा माझ्या राजवाड्यातल्या पुरोहितानं एवढ्यात बातमी आणलीय्. आमच्या शेजार-पाजारच्या राज्यांवर नागांनी आक्रमण केलं आहे. रुक्मरथाची परिस्थिती फारच नाजूक झाली आहे, म्हणे. ते केव्हा आमच्या राज्यावर चढाई करतील, याचा नेम नाही. नागांना भोवताली वेढून जाळायला पाहिजे. त्यासाठी अर्जुनच योग्य आहे. मी आता त्याच्या शिबिरात जातो आणि त्याला घेऊन...”

“मामा, ज्यानं कालच तुझ्या दोन मुलांना ठार केलंय्, त्याचं साहाय्य मागायला जाणं क्षत्रियोचित आहे का?”

शल्याला अडखळल्यासारखं झालं. तरीही तो म्हणाला,

“तसं असेल, तर नको. मी एकटा तरी गावी परततो. एवढं सैन्य आणि दोन मुलांचा बळी दिला ना!”

“तुझं दुःखं मलाही समजतंय्, मामा! ज्यानं तुझ्या मुलांना मारलं, त्याला उद्या संपवू या. त्यानंतर आपलं सैन्य घेऊन तुझ्या जवळपासची राज्यं नागांच्या तावडीतून सोडवू या. मीच करेन ते काम.”

“पण तुझ्या सैनिकांमध्ये नागच आहेत ना!”

“ते अर्जुनाला मारण्यासाठी आले आहेत. नंतर त्यांनाही घेरून मारून टाकू. तुझ्याही गावी जाऊ या. आता उठून उभा राहा. या सेनापति-खड्गाचा स्वीकार कर.”

शल्यराजा उठला नाही. मदत केल्याप्रमाणे दुर्योधनानं त्याचा उजवा दंड धरून त्याला उभं केलं. कृपाचार्य म्हणाले,

“मद्रराजा, तू सेनापती असलास, तरी खरं युद्ध महाराजाच पाहून घेईल. पांडवांकडे पाहा. सुरुवातीपासून जो सेनापती आहे, तोच अजूनही जगला आहे. आपलं दुर्दैवं. राजानं स्वतः सेनापती होणं, म्हणजे आपल्या बाजूला कुणीच राहिलं नाही, असं सूचित करणं. तू कबूल हो. आता तुझ्याशिवाय आणखी कुणीही किरीटधारी आमच्याकडे राहिला नाही! इतके दिवस हस्तिनावतीचं आतिथ्य उपभोगलंय्, त्या बदल्यात एवढंही करायला नकार दिलास, तर आर्य धर्म शिल्लक राहील का?”

शल्याला कुणी तरी डिवचल्यासारखं झालं. हिरण्यवती, नाग, अर्जुन, त्याच्या हातून मेलेली दोन मुलं, भोवताली घेऊन जाळून टाकायचं अरण्यं... किती तरी आठवणी आणि कल्पना एकमेकीत मिसळून गेल्या. एकाएकी भीष्मांचा राग आला. सगळं सोडून त्याचा का राग करायचा, असंही वाटलं. अखेर म्हणाला,

"होमदत्ता, तू उद्याचा एक दिवस विश्रांती घे. परवा सकाळी तिघंही निघून जाऊ या."

❑

एका दासीनं येऊन सांगितलं,

"गावात कृपाचार्य आलेत."

"घेऊन ये त्यांना. जा पळ! या संजयाचीही काही बातमी नाही." धृतराष्ट्रानं गडबडीनं सांगितलं.

गांधारी मंचकावर झोपली होती.

थोड्याच वेळात दासी माघारी आली आणि म्हणाली,

"आले."

"आचार्य, ये. सरळ राजवाड्यात यायचं सोडून कुठं गेला होतास?" धृतराष्ट्रानं विचारलं,

"अजून अंगणात आहेत. फार दमले आहेत, लवकर चालण्याइतकी शक्ती त्यांच्या अंगात नाही." दासीनं उत्तर दिलं.

आत येऊन आशीर्वचनांचा उच्चार करून कृपाचार्य कोसळल्यासारखे खाली बसले.

"आचार्य, तू युद्धभूमीवरून आला असशील. मी बातमी ऐकण्यासाठी तळमळत आहे. तुला जे ठाऊक आहे, ते लवकर सांग."

आचार्य थकले होते. धाप कमी झाल्यावर ते म्हणाले,

"सांगण्यासारखी महत्त्वाची बातमी आहे; पण बोलायची शक्ती नाही. तीन दिवस झाले, पोटात काही तरी पडून, युद्धशिबिरात तर चूल पेटून चार दिवस होऊन गेले."

"माझ्या सुनांनीही सांगितलं ते. या राजवाड्याच्या आश्रयाखाली तुला कधी उपाशी राहिल्याचं आठवतं का? त्याच वाड्यात आता काय परिस्थिती आली आहे, ते तूच पाहा!" महाराजाचा आवाज भरल्यासारखा झाला होता, "राजवाड्यात कालपासून कुणालाही खायला अन्न मिळालं नाही. संपूर्ण हस्तिनावतीत अन्नाचा दाणा शिल्लक नाही. काही दासींना आजूबाजूच्या खेड्यांमध्ये पाठवून दिलं. पण या खेड्यांमधली माणसं किती नीच आहेत, म्हणून सांगू! 'तुम्ही राजप्रतिनिधी आहात ना? या, या! आमची घरं नीट शोधून पाहा...' म्हणून सगळी घरं दाखवतात, म्हणे. वर म्हणतात, 'जे काही होतं, ते तुम्हीच युद्धासाठी म्हणून हिसकावून घेऊन गेलात. आम्हीच कडकडीत उपवास करत आहोत, राजवाड्याच्या कोठारातून आम्हांलाच काही तरी दिलंत, तर आमची मुलं-बाळं वाचतील!'

सगळं धान्य गाडग्या-मडक्यांमधून कुठं लपवून ठेवलंय्, कोण जाणे! अशी देशद्रोही माणसं ही! आमच्या श्रेष्ठ कुरुवंशानं उभारलेल्या राज्यातली सगळी प्रजा देशद्रोहीच आहे. नाही का?'

आचार्य मुकाट्यानं बसले होते. महाराजा पुढं म्हणाला,

"या लोकांमध्ये देशप्रेम निर्माण करून ते वाढवणं हीच आपल्यापुढची खरी समस्या आहे. नाही का, आचार्य!"

मग मात्र न राहवून आचार्य म्हणाले,

"महाराजा, आता काही तरी करून घासभर अन्न पोटात ढकलणं ही माझी समस्या आहे! देशप्रेमामुळंच गेले अठरा दिवस मी रणांगणावर होतो, नाही का? आज पहाटे घरी येऊन पाहिलं. जाण्याआधी घरात थोडं फार जवस आणि थोडं पीठ ठेवलं होतं. पण घुशींनी गाडगीच फोडून टाकली आहेत. वीस पंचवीस-तीस दिवस घरात नसल्यामुळं संपूर्ण घराच्या भिंती घुशींनी पोकळ करून ठेवल्या आहेत. आता एक पाऊस आला, की घर मातीत मिसळायला वेळ लागणार नाही. मग या वयात माझी काय गत?"

जवळ उभी असलेली दासी आचार्यांना खूण करून, चाहूल लागू न देता हलक्या पावलांनी बाहेर गेली.

तेही तिच्या पाठोपाठ गेले.

त्यांच्या कानात दासी अगदी हलक्या आवाजात म्हणाली,

"महाराजाला लवकर बातमी सांगा. मलाही ऐकायचंय्. नंतर माझ्या घरी नेऊन तुम्हाला शिजवलेले कंद देईन. माझ्या सुनेनं रानातून शोधून आणले आहेत. मात्र कुणाला सांगू नका."

आचार्यांच्या चेहऱ्यावर स्पष्टपणे कृतज्ञता उमटली.

"तुझा वंश उदंड वाढू दे..." असा आशीर्वाद देऊन ते पुन्हा आत आले. आपल्या जागी बसले, तेव्हा धृतराष्ट्रानं विचारलं,

"कुठं गेला होतास?"

"जलबाधेसाठी."

"युद्धाची बातमी सांग. दासी, आचार्यांना भांडंभर पाणी आणून दे. तेवढं तरी पिऊ दे."

"पहिल्यापासून सांगू?"

"नको, नको! दुःशासन आणि कर्ण मरण पावल्याचं ठाऊक आहे. नंतर शकुनि आणि शल्य मेल्याचंही समजलं. पुढं काय झालं?"

"शकुनि आणि शल्य मेल्यावर युद्धच झालं नाही. काही राहिलं असेल, तर युद्ध होणार ना? सैन्य, रथ, घोडे, हत्ती... काही तरी शिल्लक हवं, की नको?..."

"दुर्योधन शत्रूच्या हाती सापडला?"

"तेच सांगतोय्."

"त्याला मारलं नाही?"

"नाही."

"तर मग सविस्तरपणे सांग. देवी गांधारी, ऐकलंस! दुर्योधनाला मारलं नाही, म्हणे. जिवंत आहे, म्हणे! ऐक, ऐक! आपला वंश पूर्णपणे नष्ट झाला नाही!"

गांधारी उठून बसली. दासीनं गुळाचा खडा आणि पाण्याचं भांड कृपाचार्यांपुढं ठेवलं. तेवढ्यानं आचार्यांना बोलण्याची शक्ती आल्यासारखं झालं. ते सांगू लागले,

"दुर्योधन महाराजा कुठं तरी नाहीसा झाला. काय करील बिचारा! शल्य आणि शकुनीला ठार केल्यावर आपला एकही सैनिक जिवंत राहणार नाही, अशा प्रकारे शत्रूनं वेढलं आणि एकेकाला वेचून ठार मारलं. एक घोडासुद्धा शिल्लक ठेवला नाही. आपल्या शिबिरालाही आग लावून दिली. त्या आगीत उरला-सुरला बाणांचा साठाही नष्ट होऊन गेला. महाराजाचे खास सेवक-युद्ध करू शकतील, असं नव्हे. माझ्यासारखेच म्हातारे... चारपाच जण राहिले असतील. शत्रू युद्धभूमीच्या एका बाजूनं संपूर्ण रणांगण विंचरून काढत निघाले. त्यांच्याकडे पाच पांडव, त्यांची पाच मुलं, कृष्ण, धृष्टद्युम्न, सात्यकी, शिवाय शंभरेक सैनिक, वीस-तीस रथ, साठ-सत्तर घोडे एवढं राहिलं आहे. दुर्योधन कुठं तरी मरून पडला असेल, असाही त्यांना विश्वास वाटेना. अखेर शिबिर जाळून टाकलं, म्हणून सांगितलं ना, तिथून सगळे पूर्वेकडे जाऊ लागले. प्यायला पाणी नाही, कित्येक दिवसात अंघोळ नाही, सर्वांगाला खाज सुटलेली, असा मी सरोवराकडे निघालो होतो. थंडी असली, तरी स्नान करायचंच, असं ठरवून. सरोवर जवळ आलं असताच मला त्यांनी घेरलं. एक सैनिक तर मलाच दुर्योधन महाराज समजून अंगावर धावून आला. एवढ्यात घोड्यावर बसलेला धर्मराजा तिथं आला. त्यांनी मला ओळखलं, 'आचार्य, इथं एकटेच काय करताय?' मी तर तत्क्षणी हात पसरून म्हणालो, 'धर्मराजा, तुझो विजय असो! तू राजसूय केला आहेस! खाल्लेल्या अन्नाला जागण्यासाठी म्हणून मी तुझ्या शत्रूच्या बाजूला गेलो. आता एकटा सापडलो, म्हणून मारू नकोस.' यावर तो म्हणाला, 'आचार्य, तुम्ही शत्रूच्या बाजूनं लढला असलात, तरी संपूर्ण युद्धात तुम्ही आमच्या एकाही सैनिकाला ठार किंवा जायबंदी केलं नसेल. घोड्यालाही दुखावलं नसेल. शिवाय आरंभीच्या काळात आम्हा सगळ्यांना तुम्हीच धुनर्विद्या शिकवली आहे. आता दुर्योधन कुठं लपून बसलाय्, तेवढं सांगा, म्हणजे झालं.' 'पवित्र वेदांची शपथ घेऊन सांगतो, मला ठाऊक नाही.' मी म्हटलं. एवढ्यात

भीम आणि कृष्णही तिथं आले. अर्जुनही आला. अर्जुनानं तर तिथंच माझे पाय धरून साष्टांग नमस्कार घातला मला! त्यानंतर सगळ्यांनी सरोवरास अर्धवर्तुळाकार वेढा दिला आणि प्रत्येकजण चढ्या आवाजात दुर्योधनाला शिव्या घालू लागले, '...ए भित्र्या कुत्र्या!' 'लपून का बसलास?...' 'बाहेर ये...!' सैनिकही हीन शिव्या हासडून त्याच्या नावानं ओरडू लागले. एवढ्या शिव्या मी तर कधी आयुष्यात ऐकल्याच नव्हत्या. आश्चर्य, म्हणजे दुर्योधन महाराजा तिथंच एका ठिकाणी लपून बसला होता. सरोवराच्या मधोमध बेटासारखी जागा होती, तिथल्या झुडुपांमध्ये दडून बसला होता. शिव्यांचा भडिमार असह्य होऊन तो तिथून बाहेर आला. हातात गदा घेऊन सरोवराच्या पाण्यातून चालत आला. चमचमणारा राजमुकुट, सोन्याची बाहुभूषणं, भिजून चिंब झालेलं छातीवरचं कवच. बर्फासारख्या थंडगार पाण्यातून आल्यामुळं शरीराला कंप सुटला होता.''

युधिष्ठिरानं विचारलं,

'''ए भेकडा, क्षत्रिय असूनही लपून बसला होतास, नाही का!''

'''लपून बसलो नव्हतो. अखेरच्या युद्धासाठी विश्रांती घेत होतो. आता युद्धासाठी सिद्ध झालो आहे. पण एकटा आहे. मला एकट्याला एवढ्या सगळ्यांनी मिळून घेरायला लाज वाटत नाही का?''

क्षणभर धर्मराजा विचारात पडला आणि म्हणाला,

'''बरं, तुला औदार्य दाखवतोच! आमच्यापैकी कुणाही एकाबरोबर तू द्वंद्वयुद्ध कर. तू निवडशील, त्याच्याशी. जर त्या द्वंद्वयुद्धात तू विजयी झालास, तर तुझा विजय मी मान्य करेन.'

'''हो?' महाराजानं उत्साहानं विचारलं. त्याक्षणी कृष्ण धर्मराजापाशी येऊन उभा राहिला आणि म्हणाला, 'धर्मराजा! अजूनही जुगार खेळायची हौस फिटली नाही? शत्रूनं एवढा वेळ विश्रांती घेतली आहे. जर त्यानं तुलाच द्वंद्वयुद्धासाठी बोलावलं, तर तू त्याला समबल ठरू शकशील का! याला विजयी म्हणून मान्य करतो, याचा अर्थ काय! आतापर्यंत चाललेल्या युद्धाच्या फळावर पाणी सोडून, राज्य त्याच्या हाती सोपवून, तुम्ही पुन्हा पोटा-पाण्याला काही नाही, म्हणून अरण्यवासी होणार, असा याचा अर्थ आहे! तुझी बुद्धी थाऱ्याला आहे, की नाही?'

''मग मात्र धर्मराजा कावराबावरा होऊन पाहू लागला. एवढा वेळ जमिनीवर पाय पसरून बसलेला भीम उठून उभा राहिला आणि म्हणाला,

'' 'कृष्णा, आताच सांगतो. हा थोरला, म्हणून याला सिंहासनावर बसवू, एवढंच. राज्यकारभार किंवा भांडाराच्या संदर्भात मी याचं काहीही चालू देणार नाही. थोरला भाऊ म्हणून पित्याच्या जागी मानलं आणि सगळं याच्या हाती

सोपवलं, तर यानं द्यूत खेळून आमची ही गत केली. आता ही ढिलाई चालणार नाही. आता हा जे काही बोलला, ते आमच्यावर बंधनकारक नाही.'

"हे ऐकताच दुर्योधन महाराजाचा चेहरा काळाठिक्कर पडला.

"अखेर कृष्णच म्हणाला,

"'एवढ्या सगळ्यांनी एकेक दगड जरी मारला, तरी तू मरून पडशील. पण आम्ही वीर आहोत. आमच्यापैकी एकेकाला बोलावून द्वंद्वयुद्ध कर. तुझी मांडी फोडायची भीमाची प्रतिज्ञा आहे. त्याच्याशी लढणार आहेस का? नाही तरी त्याच्याही हातात गदा आहे."

"'कृष्णा, मीही क्षत्रिय वीर आहे. माझ्या सगळ्या भावंडांना मारल्याच्या अहंकारानं हा नीच नराधम छाती फुगवून उभा आहे! त्याला मारायची मलाही एक संधी मिळेल. मला सामोरा ये, म्हणून सांग त्याला!' आपण सरळ सांगितलं, तर आपला अपमान होईल, असं वाटून महराजा म्हणाला..."

"शिवाय कुरुकुलाचा सगळा धीरोदात्तपणा माझ्या मुलाच्या रूपानंच जन्मलाय् ना!" धृतराष्ट्र उद्गारला.

"भीमानं हातात गदा पेलली आणि एकाच उसळीत तो दुर्योधन महाराजाच्या पुढ्यात येऊन उभा राहिला. दुर्योधन महाराजाच्या दृष्टीला दृष्टी भिडवून उभा राहिला. एक-दोन नव्हे, किती तरी क्षण! सगळे श्वास रोखून युद्धारंभाची वाट पाहत होते. एकाएकी भीमानं हातातली गदा जमिनीवर फेकून दिली आणि म्हणाला, 'हा मरून गेलाय्! याचा चेहरा पाहा, कृष्णा! हे जग सोडून किती तरी दिवस झालेत याला! याचे डोळे मृत्यूच्या काळोखानं भरून गेले आहेत. नाही तरी तो पाण्याच्या तळात जाऊन पोहोचला आहे. मुलं-नातवंडं नसलेल्यानं स्वयं-तर्पण द्यावं, तसा. अशा शत्रूशी माझ्यासारख्यानं युद्ध करायचं? चला सगळेजण. जाऊ या. युद्ध कालच संपलंय्... ' म्हणत माघारी वळून तो चालू लागला.

"'पण, भीमा, तुझी प्रतिज्ञा?' कृष्णानं आठवण करून दिली.

"'आता त्या प्रतिज्ञेत अर्थ राहिला नाही', म्हणत त्यानं चालण्याचा वेग वाढवला.

"त्याचं बोलणं कुणालाही समजलं नाही. सगळेजण खांबाप्रमाणे उभे राहिले. नंतर कृष्ण भीमाच्या पाठोपाठ गेला. धर्मानं कृष्णाचं अनुकरण केलं. सगळे त्याच दिशेला निघून गेले."

"देवी गांधारी! ऐकलंस ना? भीम दुष्ट असेल, पण पराक्रमी नाही. ठामपणे उभ्या राहिलेल्या माझ्या मुलाला सामोरं जाण्याची छाती नाही त्याची! दुर्योधना, तू चुकलास! त्याला डिवचून, युद्धाला प्रवृत्त करून, त्याला ठार करायला हवं

होतंस! तुझ्या एवढ्या भावंडांच्या अनाथ मस्तकांना आदर दाखवण्यासाठी तरी तू... एकूण काय, आम्ही युद्धात जिंकलो! नाही का, आचार्य!''

आचार्य दासीला आपल्या पोटाची खळगी दाखवून आठवण करून देत होते. तिनं त्यांना उठून येण्याची खूण केली.

''आचार्य, कुठं निघालास? संपली बातमी?''

''आता मलबाधेसाठी जाऊन येतो! नदीकाठी जाऊन आलो, की सांगतोच पुढची हकीकत...'' उंबऱ्याच्या पलीकडून आचार्यांचा आवाज ऐकू आला.

❑

किती वेळ गेला, कुणास ठाऊक. वातावरण भरून टाकणाऱ्या अंधूक उजेडात दुर्योधन सरोवरात उतरला. मांडीभर पाण्यात गेल्यावर पाण्यातल्या प्रतिबिंबाकडे नजर गेली, तेव्हा आपली काळी आकृती दिसली.

चेहरा, नाक, किरीट, एवढंच नव्हे, तर डोळ्यातली चकाकीही काळीठिक्कर पडली आहे.

त्यानं सभोवताली नजर फिरवली.

बाहेर सगळीकडे अंधार भरत असताना पाण्यातली सावली आणखी कशी असणार?

हसू आलं. सगळं सरोवर पिऊन टाकावं, एवढी तहान. त्यानं वाकून ओंजळीत पाणी घेतलं. ओंजळ ओठांना लावताना वाटलं,

हे स्वयंतर्पण आहे? पितामह गेले, दु:शासन गेला, उरलेले भाऊ गेले, मुलं, मेहुणा जयद्रथ, आचार्य, कर्ण, त्याची मुलं... या सगळ्यांना तर्पण देणारं कुणी नाही. या सगळ्यांना आपणच तर्पण द्यावं. या रात्री योग्य ते मंत्र आपल्याला कुठं ठाऊक आहेत?

ओठापर्यंत आणलेलं पाणी आपोआप खाली पडून पुन्हा पाण्यात मिसळून गेलं. तो काठावर आला. अंधार. पाय रुततील, असा चिखल. वीस-पंचवीस पावलं चालून गेल्यावर तो कुठल्या तरी वस्तूला अडखळला. आठवलं. वाकून त्यानं ती उचलून घेतली. आपली गदा. वाकला असता दुसरीही गदा दिसली होती. तीही उचलून हातात घेतली.

आपल्यापेक्षा अधिक वजनदार आहे! वास! ओकारी येईल, इतकी दुर्गंधी!

हातात घेऊन तिचा वास पाहिला. फक्त माणसांच्याच नव्हे, अनेक घोड्यांच्या आणि हत्तींच्या माखलेल्या सुकलेल्या रक्ताची दुर्गंधी. लोखंडी गदा. लांबलचक मूठ.

आपली गदा खांद्यावर टाकून ती रक्तानं माखलेली गदा मुठीत पकडून चार वेळा वेगानं फिरवली...

जड आहे. गेल्या दोन दिवसात पोटातही अन्न नाही, म्हणून एवढी जड वाटते... त्यानं स्वतःला समजावलं.

आता कुठं जायचं? काय करायचं? संध्याकाळपर्यंत लपून तरी बसलो होतो. आता लपून बसायचीही आवश्यकता राहिली नाही. पण कुठं जायचं?

आत रिकामी भावना. वैताग.

तसाच उभा राहिला. नंतर दोन्ही हातात गदा घेऊन उजवीकडे चालू लागला. अंधार झाला असला, तरी अंधूकपणे दिसत होतं.

इथून थोडं वर गेल्यावर... हो. तिथंच. राख दिसतेय्. अंधारातही भुरकट राख. हीच जागा. बाणांची शय्या. त्यावर स्वयंपाकाच्या शिबिरातून गाडीवर वाळलेली लाकडं आणून जाळलं, म्हणून सांगितलं ना? तो कशाला खोटं बोलेल? तीच जागा. किती दिवस झाले? एकमेकात मिसळून जातंय् सगळं. 'मी मरायच्या आधी तू त्यांना भावंड मानलंस, तर मी अजूनही... त्यांनतर तू दोन्ही हात आकाशाकडे पसरून ओरडलास, तर...' आठ दिवस झाले असतील. आठव्या दिवशी आत्मा कुठल्या लोकी पोहोचतो? तर्पण सोडेपर्यंत मेलेल्यांचा आत्मा मेलेल्या जागी अंतरिक्षात...

त्यानं मान वर करून पाहिलं.

फक्त अंधार. काहीही दिसलं नाही.

भोवताली कितीही टक लावून पाहिलं, तरी फक्त अंधार. एखादं गिधाड नाही, की कुत्रंही नाही. मेल्यावर किती दिवस राहतील ही गिधाडं? कुतूहल? नव्हे. मग? भीती? नाही. मग कसली भावना? समजत नाही. जाऊ दे. मेलेल्या जागी राहायलाच नको.

तो भराभर चालू लागला.

दाट अंधारात दोन अस्पष्ट रेषा. रथ धावल्याची आठवण. त्या दिवशी परतताना याच रस्त्यानं गेलो होतो. रस्ता सापडला. पण कुठला रस्ता?

पुन्हा गोंधळ उडाला. उभं राहण्यापेक्षा चालणं बरं, असं वाटून दोन रेषांमध्ये पावलं टाकत निघाला. दोन्ही हातात एकेक गदा घेऊन. उजव्या हातातली दुर्गंधीनं माखलेली गदा, म्हणजे गाढवाचं ओझं! मनात तिरस्कार उमटला. पुढं चालत असताना समोरच्या अगाध अंधारात अंधाराचा एक भाग घनरूप घेऊन, आकाशाएवढा उंच होऊन, आडवा झाल्याचं जाणवलं. छाती धडधडली. उजव्या हातातली गदा उभारून तो उभा राहिला. लगेच ती आपली नाही, याची जाणीव होऊन ती डाव्या बाजूला ठेवून, आपली गदा उजव्या हातात उचलून घेतली. अशा शत्रूशी लढायला तीच योग्य आहे, रक्त पिऊन पिऊन समोरच्याच्या मनात धडकी भरवणारी ही गदा! असं मनात येताच पुन्हा त्यानं गदेचे हात बदलले. शरम

वाटली. पुन्हा गदा बदलून त्यानं समोरच्या शत्रूकडे पाहिलं आणि त्याला तो मोठा वटवृक्ष असल्याचं लक्षात आलं. याच झाडाखाली रथ थांबवून, त्यावर चढूनच संपूर्ण युद्धभूमी पाहिली होती. उंच वृक्ष असल्यचं लक्षात येऊन त्यानं गदा जमिनीवर टेकवली आणि मान वर करून पाहिलं.

एकही गिधाड नाही... की या अंधारामुळं आपल्याला नीट दिसत नाही? त्या दिवशी तर काळे ढगच रणगिधाडांचं रूप घेऊन... की अंधारच रणगिधाडाचं रूप घेतो?

झाडावर चढून रणांगण पाहण्याची इच्छा निर्माण झाली. चढलं, तरीही उतरणं कठीण असल्याचं आठवलं. वरच्या फांदीवर चढलं, तरी काही दिसणार नाही, याची जाणीव झाली.

काही तरी सर्रर्र आवाज झाला. वरच्या अंधारात काही तरी खाली उतरत असल्याचा आवाज. अंगाचा थरकाप उडवणारा काळा आवाज. हळूच जन्मलेला. हळूहळू सारं व्यापून टाकणारा. संपूर्ण अंगावर कोसळणारा... ओह! वारं वाहतंय्. मोठ्या काळ्या वृक्षाची पानं गळून पडताहेत. वाऱ्याची झुळूक नव्हे, सोसाट्याचा वारा. किती तरी पानं गळून गळून... वृक्षाची सगळी पानं अंगावर, भोवताली गळून पडताहेत. वृक्षही उन्मळून पडेल का? पुढं पाऊल टाकलं, तर रथाच्या चाकांच्या खुणा पुसून टाकणारी वृक्षाची गळलेली पानं. सर्र सर्र आवाज करत बोलवताहेत. वृक्ष उभाच आहे. पानं तर गळून गळून...

तो भराभरा पुढं निघाला. दिशेचा विचार न करता सरळ एका दिशेनं चालू लागला. पानं ढळत असलेल्या त्या काळ्या प्रचंड वृक्षापासून दूर जायचं, म्हणून.

पानं गळत असल्याचा आवाज मागं पडला. अंत नाही, एवढी पानं ढाळत असलेला तो आकाशाएवढा काळा वृक्ष अंधारात वितळून गेला होता. अंगावरून वारा वाहत होता. आता त्या अंत नसल्यासारखी पानं ढाळणाऱ्या वृक्षापासून दूर असल्याच्या विचारानं मन हलकं झालं. पण नाकाला वास जाणवू लागला.

कितव्या दिवसाचं युद्ध झाल्याची जागा ही?

आठवलं नाही.

इथून पळून जायला पाहिजे. पण कुठंही, कितीही धावलं, तरी या दुर्गंधीपासून सुटणं शक्य नाही. मागं जावं, तर अंत नाही, एवढी पानं ढाळत असलेला तो प्रचंड काळा वृक्ष!

अंग शहारलं.

तो पुन्हा दुर्गंधीच्या दिशेनंच पुढं चालू लागला. दूरवर चकाकणाऱ्या दोन मोठ्या डोळ्यांमधून ऐकू येणाऱ्या काळ्याभोर हाका.

"...महाराजा .... महाराजा..."

गदा डाव्या हातात घेऊन डोक्यावर हात लावून पाहिला, तर...

...हो. किरीट इथंच आहे. भीती वाटली. कोण हाका मारत असेल?

काही क्षण तिथंच विचार करत उभा राहिला.

दूरवर दोन मोठे डोळे. एकमेकांपासून किती तरी अंतरावर. भूत? त्यानं भोवताली फिरून पाहिलं. उजव्या बाजूला कोपऱ्यात एकच मोठा डोळा! हलला, तरी आवाज नाही. हाकाही मारत नाही. डाव्या बाजूला अंगावर कोसळू पाहणारा भलामोठा अंधार. कुठं तरी जायला पाहिजे. हे सगळं चुकवून. कुठंही गेलं, तरी प्रेतांचंच राज्य! मागं फिरलं, तर अंत नाही, एवढी पानं ढाळणारा काळा प्रचंड वृक्ष! जागीच उभं राहिली, तर पुन्हा त्या दोन डोळ्यांमधून ऐकू येणारी भुताची हाक :

'महाराजा...'

अंगाचा थरकाप होऊन हातातल्या गदा गळून पडल्या. एकाएकी आपणही मृतात्मा असल्याची भावना आभाळाला जाऊन भिडली. काही तरी गमावल्यासारखं आतून रडू येऊ लागलं.

एवढ्यात दोन गदा एकमेकींवर आदळल्याचा आवाज ऐकू आला. दोन्ही लोखंडी गदा.

तो चटकन खाली वाकला. आपली गदा शोधून हातात घेतली. दुसरी जड, लांब आणि रक्त पिऊन भयंकर झालेली... रक्ता-मांसानं माखलेल्या गदेची दुर्गंधी. हातातल्या गदेनं त्या रक्ता-मांसानं माखलेल्या गदेवर प्रहार करू लागला. त्या खण् खण् लोहघातानं भीती दूर झाली.

मी अजून मेलो नाही. तुला मारल्याशिवाय मरणार नाही...

तो त्वेषानं त्या गदेवर आपल्या गदेचे प्रहार करत होता. एक-दोन-दहा-पंधरा वेळा... खण्-खण्-खण्-खण्.

समोरून चालत येणारा एक प्रेतात्मा!

"ए प्रेतात्मा, का आलास तू? तू मला घाबरवू शकणार नाहीस! मी मेलो नाही... मेलो नाही..."

"पण तू कोण आहेस? असा का मारतोहेस?"

"तू कोण आहेस, ते आधी सांग!" तो किंचाळला.

"तुझाच धर्म चालवणारा!" आपला आवाज ऐकू येणार नाही, इतक्या मोठ्यानं तो प्रेतात्मा किंचाळला.

"म्हणजे वीर आहेस का?"

"म्हणजे तू वीर योद्धा आहेस का?"

"तुझी भुताटकीची हुशारी माझ्यापुढं दाखव नकोस! खरं काय, ते सांग!

प्रेतात्म्यांचेही वेगवेगळे व्यवसाय असतात?''

''लोहार आहे मी. रणांगणात पडलेले लोखंडाचे तुकडे गोळा करत आहे.''

''मी मरणाला घाबरत नाही. मरणारही नाही.''

''तू कोण आहेस, हे सांगितलं नाहीस. बरं, जाऊ दे...'' म्हणत तो प्रेतात्मा दूर गेला.

महाराजा पुन्हा पुन्हा रक्त पिऊन भयंकर झालेल्या आणि सगळ्या रक्ता-मांसाच्या वासाबरोबर वातावरणात भीती भरून टाकणाऱ्या मोठ्या गदेवर एकामागून एक आघात करू लागला.

लांबवर दिसणारे डोळे लांब लांब जात होते. एकमेकांपासूनही लांब. चेहरा रुंद रुंद होत असल्यासारखे. अंगातली थंडी ओसरून सारं शरीर उबदार झालं. लोहाघाताचा आवाज थांबला.

किती तरी वेळानं लोहार पुन्हा तिथं आला. दोन जडशीळ लोखंडी गदा! एकावर दुसरी पडली होती. त्यानं दोन्ही एकदम उचलायचा प्रयत्न केला. शक्य झालं नाही. आधी वरची उचलून खांद्यावर टाकली. आपला रस्ता स्पष्ट ठाऊक असल्याप्रमाणे अंधारातून निघाला. बरंच अंतर चालून गेल्यावर त्याला आपली गाडी दिसली. आपल्या खांद्यावरचं ओझं त्यात ठेवून तो पुन्हा प्रेतांमधून चालत येऊन दुसरीही गदा उचलून घेऊन निघाला. आपल्या शक्तीपलीकडचं ओझं असल्याचं लक्षात आलं. मध्ये मध्ये उतरवून ठेवत, दम खात, गाडीत नेऊन ठेवून विश्रांती घेत असतानाच रात्रभर शोधूनही सापडला नाही, एवढा प्रचंड साठा सापडल्याचा आनंद झाला. अभिमान वाटला. आता उशीर होईल, असा विचार करून गाडीचं जू बैलांच्या मानेवर ठेवून घाईघाईनं निघाला.

थोड्याच वेळात उजेड होण्याची लक्षणं दिसू लागली. आणखी थोड्या वेळात चांगलंच फटफटलं. रस्त्यात कुणीच दिसत नव्हतं. तरीही सावध असावं, असा विचार करून त्यानं गाडी थांबवली. शेजारच्या झाडाच्या काही फांद्या आणि पालापाचोळा आणून त्यानं गाडीतलं लोखंड झाकून टाकलं. पुन्हा निघाला. आकाशात मोठमोठी गिधाडं दिसू लागली. ती कुठून कुठं जातात, हे कुतूहलानं पाहत राहिला.

खालूनच उडत असलेल्या एका रणगिधाडाच्या चोचीत एक चमचमणारी वस्तू दिसली. काय असेल ते? तो अधिकच टक लावून पाहू लागला. होय. आकार तर मुकुटाचाच आहे. मुकुट घेऊन ते गिधाड उडतंय्. वर वर, उंच उंच. दृष्टी पोहोचणार नाही, इतक्या वर जाऊन ते घिरट्या घालू लागलं. लोहारानं

दृष्टी खाली वळवली आणि पुन्हा आपले बैल हाकू लागला. बराच अमूल्य साठा सापडल्याच्या आनंदात.

❑

"आचार्य, पहिल्यापेक्षा तुझा आवाज मोठा येतोय्! काही खाल्लंस का?"

"कुठं मिळणार, महाराजा, खायला? गंगेचं पाणी पिऊन आलो."

"पुढं काय झालं, सांग. माझ्या मुलाबरोबर युद्ध करायला घाबरून भीम प्रतिज्ञाही पूर्ण न करता निघून गेला, म्हणालास ना! त्यानंतर सगळे त्या भित्र्या भीमापाठोपाठ निघून गेले. पुढं काय झालं?"

"मीही त्यांच्या पाठोपाठ गेलो..."

"का? राजनिष्ठा बदलून टाकलीस?"

"तसं नव्हे. ते कुठं जाताहेत, काय करताहेत, ते पाहण्यासाठी गेलो होतो. सगळे निघाले. सगळ्यांच्या डोळ्यांत झोप भरली होती. ते त्यांच्या शिबिराच्या दिशेनं निघाले होते. निम्म्या रस्त्यात मी थांबलो. पुढं पाऊल टाकण्याचं त्राण नव्हतं, त्यामुळं जमिनीवर बसून राहिलो. किती वेळ असाच बसलो होतो, कोण जाणे! तोच अश्वत्थामा आणि यादवांचा कृतवर्मा येत असलेले दिसले. अंधार पडायला सुरुवात झाली होती. त्यांचं माझ्याकडे लक्षच नव्हतं. मीच ओळखून त्यांना हाक मारली. त्यांनी विचारलं, 'महाराजा कुठं आहे?' घडलेली सगळी हकीकत मी त्यांच्या कानावर घातली. अश्वत्थाम्याला हे सहन झालं नाही. 'आपण सगळे जिवंत असताना आपला महाराजा कसा मरून जाईल? युद्ध कसं संपेल? चला, महाराजाला भेटून पुढं काय करायचं, ते ठरवू या.' तिघंही सरोवराच्या काठावर गेलो. तिकडं सगळीकडं शोधलं. महाराजा तिथं नव्हता. पुन्हा आपल्या शिबिरात गेलो. शिल्लक राहिलेल्या काटक्या आणि चिंध्या जमवून दोन-तीन चुडी तयार केल्या. तिघंही युद्ध झालेल्या मैदानावर आलो. महाराजाला हाका मारत शोधत फिरलो. एकीकडे मी आणि कृतवर्मा, दुसरीकडे अश्वत्थामा चुडी घेऊन हाका मारत भटकत होतो..."

"अखेरपर्यंत सापडला नाही?"

"नाही."

"मग कुठं गेला असेल हा? आणखी कुणी मित्र-राजांकडून सैन्य मिळवायला गेला का? नागांकडून? राक्षसांकडून? पिशाचांकडून? गंधर्वांकडून? किन्नरांकडून?"

"मला ठाऊक नाही."

"होय. तो मदत मिळवण्यासाठीच गेलाय्. अखेर धर्माचाच जय होणार ना? मग झालं, तर. पुढं काय झालं?"

''आम्ही बांधून नेलेल्या चुडी विझून गेल्या. अंधारात जळणारी चूड विझली, की किती निबिड अंधार पसरतो, म्हणून सांगू! आयुष्यात कधीच तसा अंधार मी अनुभवला नव्हता. मी कृतवर्म्याला म्हटलं, 'मला काहीच दिसत नाही. आपण इथंच बसून राहू या.' एवढ्यात अश्वत्थामाही आमच्याजवळ आला. आवाजावरून आम्ही त्याला ओळखलं, एवढंच. तो मात्र न अडखळता सरळ आमच्यापाशी आला. आल्या आल्या म्हणाला, 'महाराजाला नंतर शोधू या. आता मला एक युक्ती सुचली आहे. युद्ध संपलंय्, असं ते म्हणाले ना? म्हणते आता ते सगळे आपापल्या शिबिरात जाऊन शांतपणे झोपले असतील. बहुतेक पाचहीजण एकाच जागी. अंधारात हळूच जाऊन पाचही जणांची मुंडकी कापू या! त्यातही धृष्टद्युम्नाचं डोकं अधिक महत्त्वाचं! माझ्या पित्याला ठार करणारा चांडाळ आहे तो!' हा विचार मला पटला नाही...''

''का पटला नाही?''

'''गाढ झोपलेल्यांना असं मारू नये. तो क्षत्रिय धर्म नव्हे...' असं मी सांगितलं. यावर अश्वत्थामा म्हणाला, 'मी तर क्षत्रिय नाही ना!' कृतवर्मा म्हणाला, 'तू ब्राह्मण आहेस. असं ठार करणं ब्राह्मण धर्मातही बसत नाही.' यावर तो निक्षून म्हणाला, 'आता कसलीही चर्चा नको. युद्धात जिंकणं महत्त्वाचं असतं. या माझ्याबरोबर मुकाट्यानं!' आणि आम्हा दोघांचे दंड पकडून चालू लागला. अंधार. फक्त अश्वत्थामाच सुलभपणे चालू शकेल, असा अंधार! माझ्या छातीत धडधडत होतं. कृतवर्मा मागंच राहू पाहत होता. तसेच पांडवांच्या शिबिरापाशी गेलो. समस्त सैनिक झोपले होते. काय तो घोरण्याचा आवाज, म्हणून सांगू! नदी ओलांडून पलीकडे गेलं, की राज-शिबिर. आम्ही नदी ओलांडली, पण नावेतच बसून राहिलो. अश्वत्थामा शिबिरात गेला. घटकाभर सारं शांत होतं. नंतर एकाएकी गोंधळ उसळला. आरडाओरडा... गर्जना. अश्वत्थामा धावत आला. त्याच्या हातातल्या तलवारीवरचे चार थेंब माझ्याही अंगावर पडले. आम्ही लगेच नाव हाकली. पलीकडे किंकाळ्या-ओरडणं यांचा गोंधळ उसळला होता. 'अरे... अरे... पकडा... पकडा...' असा ओरडा उसळला, तरी नदीच्या पलीकडच्या सैनिकांना जाग आली नव्हती. आम्ही सहजच नदी ओलांडून पळून आलो. धावून धावून माझी छाती फुटते, की काय, असं मला झालं होतं. या वयात एवढं पळणं म्हणजे...''

''म्हणजे सहाही जणांना त्यानं संपवलं, म्हणायचं!'' धृतराष्ट्रानं उत्सुकतेनं विचारलं.

''सांगतो. थोडं अंतर धावत गेल्यावर अश्वत्थामा कसा, कुठं पळाला, कोण जाणे! आम्हा दोघांना ते समजलंच नाही. मी आणि कृतवर्मा धावत होतो. तो

एकाएकी थांबला आणि म्हणाला, 'आचार्य, भल्या मोठ्या सैन्यासह मी द्वारका सोडली होती. आता मी एकटाच राहिलोय्. अश्वत्थाम्यानं पांडवांना अशा प्रकारे मारलंय्. आमच्या द्वारकेचा कृष्ण आणि सात्यकी जिवंत राहिले आहेत. त्यांचं थोडं सैन्यही शिल्लक आहे. या अंधारात आपण सापडणार नाही. पण दिवस उजाडल्यावर ते शोधून काढतील आपल्याला. आता मी द्वारकेला पळून जातो आणि बलरामाचा आसरा घेतो.' आणि तोही अंधारात दिसेनासा झाला. त्याच्या पावलांचे आवाज आले खरे, पण तो कुठल्या दिशेला पळाला, ते काही समजलं नाही. गाढ अंधार. शिवाय माझे वृद्ध डोळे. या वयात मी कुठं म्हणून पळणार? मुकाट्यानं बसून राहिलो. तिथंच झोपावंसं वाटत होतं. पण काकडून मरेन, या भीतीपोटी झोपलो नाही. झोपलेल्यांना मारलं अश्वत्थाम्यानं! माझा भाचा किती नीच आहे, असं वाटलं..."

"शत्रूसंहार केला, याचा तुला आनंद वाटला नाही?" उद्विग्नता आणि उत्साहानं भरलेल्या आवाजात धृतराष्ट्र म्हणाला.

"सांगतो. संहारालाही काहीतरी क्रम हवा. तिथंच बसलो होतो पांडवांच्या शिबिराकडे पाहत. थोड्या वेळात चुडींची धावपळ सुरू झाली. आठ-दहा चुडी निघाल्या. विखुरल्या गेल्या. त्यातली एक माझ्या दिशेनंही येऊ लागली. मी उठून उभा राहिलो. चूड घेऊन आलेली व्यक्ती भीम होती! माझ्या छातीत धस्स झालं. मी भीमाला भ्यायचं कारण नव्हतं. कारण मी काही त्याचा शत्रू नव्हे. शिवाय सुरुवातीला मीच त्याला शिक्षण दिलं होतं ना! पण नुकतंच मुंडकं छाटलेला भीम इतक्या लवकर प्रेतात्मा बनून आल्याचं बघून घाबरलो मी! भीतीनं मरायचाच! तेवढ्यात त्यानं मला ओळखलं आणि म्हणाला, 'आचार्य, कुणी मारलं आमच्या मुलांना आणि धृष्टद्युम्नाला? खरं सांगा? तुम्ही असलं काम करणार नाही, हे ठाऊक आहे मला!' "

"'पाच मुलांना? तुम्ही पाचही जण सुखरूप आहात?'

"'दुर्योधनाला ठार न केल्याच्या माझ्या अविवेकीपणासाठी आम्हावर छाती पिटायची वेळ आली आहे! त्याचंच काम हे! कुठं गेलाय् तो?'

"'दुर्योधन कुठं गेला, ठाऊक नाही. पण तुमच्या शिबिरात शिरून हत्या केली, ती अश्वत्थाम्यानं! मी आणि कृतवर्म्यानं कितीही नको म्हटलं, तरी! आता एवढ्यात अंधारात पळून गेला. कृतवर्मा द्वारकेला जातो, म्हणून निघून गेला.' भीमानं तात्काळ सर्व दिशांनी पळणाऱ्यांना ऐकू येईल, असं गर्जून सांगितलं, 'अश्वत्थामा... अश्वत्थामा... अश्वत्थाम्याला पकडा...' आणि स्वत:ही चूड घेऊन पळत गेला. पुढं काय झालं, ते मलाही ठाऊक नाही. काल उजाडेपर्यंत तिथंच बसून होतो. नंतर इकडं आलो. रस्त्यात कुणी तरी शिकाऱ्यानं सशाचं मांस

दिलं. तेवढ्या आधारावर इथपर्यंत येऊन पोहोचलो.''

धृतराष्ट्र काहीच बोलला नाही. गांधारीही स्तब्ध होती.

❑

संपूर्ण शिबिर विस्कटून, त्याचे वासे गोळा करून वरच्या बाजूला एक भली थोरली चिता रचण्यात आली होती. निम्मा गळा कापल्यामुळं रक्तानं भिजलेले आणि आता रक्त सुकून काळे पडलेले मृतदेह एका ओळीत ठेवले होते. सूर्य चार हात वर चढला होता. प्रेतांपासून चार हात अंतरावर हात-पाय करकचून बांधलेल्या अश्वत्थाम्याला टाकलं होतं. आता तयार केलेल्या चितेत सहा प्रेतांबरोबरच आपलाही अंतर्भाव होणार आहे, ह्याविषयी त्याच्या मनात आता संशय राहिला नव्हता. रडून-भेकून, स्वत:चं ब्राह्मणत्व सांगून जीव वाचवायचा प्रयत्न विफल ठरला होता. गुरु-पुत्र या विशेष पात्रतेचाही काही उपयोग झाला नव्हता.

सहाही प्रेतांना एकाच वेळी कवटाळण्यासाठी हात पसरून द्रौपदी पालथी पडली होती. भोवताली पाचही पांडव बसले होते. सकाळपासून प्रेतं अशीच पडली आहेत. आणि त्यांच्यावरची द्रौपदीही. ते पाचहीजण कपाळाला हात लावून बसले आहेत. मागं सुभद्रा. उभा असलेला युयुधान. भोवताली उभे असलेले मोजकेच सैनिक. स्मशानशांतता. खालच्या बाजूला वाहणारी नदीही नि:स्तब्ध आहे. कुणी तरी ही स्मशान-शांतता मोडायला हवी! उभ्या असलेल्या कृष्णानं तेच केलं. तो म्हणाला,

''सुभद्रे, कृष्णेला तिथून ओढून बाजूला घे. खाली घेऊन जा. कृष्णे, जे घडलंय्, ते सहन करण्यावाचून दुसरा उपाय आहे का? मृतदेह कुजताहेत. रक्त ओहोळून वास यायला सुरुवात झालीय्.''

जवळ असलेल्या सुभद्रेनं तिचा दंड धरून उठवत सांत्वन केलं,

''ताई, अभिमन्यु गेला, नाही का? मी सहन नाही का केलं? तू तर माझ्यापेक्षा समजूतदार आहेस. चल...''

तरीही द्रौपदी तशीच मिठी मारून झोपली होती.

अखेर कृष्ण तिच्याजवळ आला. तिचा दंड धरून, तिला उठवून, बळेच बाजूला घेऊन गेला. तिला बसवून तिच्या समोर बसला.

तिच्या डोळ्यात पाणी तरारल्याचा भास झाला.

अंत:करण भरलेल्या मृदु आवाजात कृष्ण म्हणाला,

''मध्यरात्रीपासून अशी मिठी मारून झोपली आहेस! पाठचा भाऊ आणि पोटची मुलं! तरीही एवढ्या दिवसांचं युद्ध पाहिलंस ना! आपल्या दाराशी आलेल्या मृत्यूचा स्वीकार करायलाच हवा, नाही का? याचा अर्थ तुझ्याशिवाय

आणखी कोणती स्त्री समजू शकेल?''

ती बोलली नाही. तरीही मृत्यूचा स्वीकार केल्याचा भाव अश्रूचं टिपूस नसलेल्या तिच्या डोळ्यात दिसत होता.

धुरकट रंगाचं आकाश. त्यातली नि:शब्दता. त्या नि:शब्दतेत तरंगणारी चार-सहा गिधाडं. नवी प्रेतं पाहून घिरट्या घालणारी.

तिनं मान वर करून पाहिलं.

खाली उतरायला आतुरलेली गिधाडं. भोवतालच्या जिवंत माणसांना पाहून खाली उतरायला घाबरणारी.

त्यांच्यावर दृष्टी खिळवून ती म्हणाली,

''स्वीकार केलाय्.''

कृष्णाची दृष्टी तिच्यावर खिळली होती. त्या पाचजणांचीही दृष्टी तिच्यावर खिळली होती. सुभद्रा तिचा दंड धरून बसली होती.

एकाएकी द्रौपदीनं मोठ्यानं रडायला सुरुवात केली. मुलं ठार झाल्याची बातमी ऐकल्यावर रात्रीचा अंधकार कोलमडून पडेल, असा आक्रोश केल्यावर ती पुन्हा रडली नव्हती. सकाळपासून नि:शब्दपणे डोळ्यातले अश्रू पिऊन कोरड्या डोळ्यांनी ती पडली होती. आता पुन्हा डोळे भरून अश्रू वाहू लागले.

कृष्ण तिच्याजवळ सरकला. तिचे दोन्ही दंड धरून सांत्वन केल्याच्या आवाजात म्हणाला,

''तर मग रडू नकोस, कृष्णे!''

''तुलाही समजत नाही, कृष्णा!'' ती आकांत करत म्हणाली, ''अभिमन्यु गेला, तेव्हा अर्जुनानं आपल्या बायकोला, सुभद्रेला मिठी मारून आपल्या अश्रूंनी चिंब केलं होतं. तूही होतास तेव्हा! घटोत्कचाला वीरमरण आलं, तेव्हा या भीमानं त्याचं प्रेत वाहून आणून आपल्या अश्रूंनी त्याच्या शरीरावरचे रक्ताचे डाग धुऊन काढले होते. तेही पाहिलंस ना? आता या पाचही मुलांवर मी एकटीनंच अश्रू ढाळून संपवले. पण भोवताली बसलेल्या या पाचही पित्यांपैकी एकजणही त्यांच्यावर पडून रडला नाही, रे! अर्जुनानं जसा सुभद्रेला मिठीत घेऊन अश्रुपात केला, तसा कुणीही केला नाही! सगळे लांब बसले, पाहा! प्रेक्षकांसारखे!''

नि:शब्दता पहिल्यापेक्षा किती तरी पटींनी वाढली.

कृष्णाची नजर पाचही जणांवरून फिरली. त्यांच्या चेहऱ्यावर आपल्या हातून चूक घडल्याची भावना होती!

भीम सर्वप्रथम उठला आणि तिच्याकडे धाव घेऊन त्यानं तिला मिठीत घेतलं. अश्रूंना वाट करून दिली.

अर्जुनही तिच्यापाशी आला. पाठोपाठ धर्मराजा, नकुल-सहदेव...

पण द्रौपदी ताडकन उठून उभी राहिली. खाली बसलेल्या पाचही जणांच्या माना वर झाल्या. ते तिच्याकडे पाहत असतानाच ती निश्चयानं भरलेल्या स्वरात म्हणाली,

"या नीच अश्वत्थाम्यानं मला पुत्रशोक दिलाय्. तसंच फार मोठं सत्यही त्यानं दाखवून दिलं! कृष्णा, त्याचे हात-पाय मोकळे कर. कुठं तरी जाऊन जगू दे त्याला! सात्यकी, एकेक करून सगळी प्रेतं चितेवर रच. लाकडांनी झाक. या माझ्या मुलांचा अग्निसंस्कार मीच करायला हवा. हवं तर तुमच्या सेनापतीला तुम्ही अग्निसंस्कार करा. नाही तरी तो माझा भाऊच आहे. त्यानंच माझ्या मुलांनाही घडवलं होतं. अखेर त्यांच्याबरोबरच झोपून मेला. हवं तर त्याचाही शव-संस्कार मीच करेन!"

युयुधान टक लावून द्रौपदीकडे पाहत होता.

उभ्या असलेल्या द्रौपदीचे केस वाऱ्यामुळं अस्ताव्यस्त उडत होते. भावनावेगामुळं खाली-वर होणारी छाती, उतरते खांदे, दृढ दृष्टी, दृष्टीतला पराकोटीचा धिक्कार! द्यूतानंतर दु:शासनानं भर सभेत ओढलं, तेव्हाही ही अशीच उभी असेल!

खाली जमिनीवर बसलेल्या पाचही नवऱ्यांच्या चेहऱ्यावरही तेच पराभवाचे भाव पसरले होते. आदल्या दिवशी दुर्योधनावर विजय संपादून चालत आलेला भीमही पार हरून गेल्यासारखा बसला होता.

❑

"महाराजा, आता अशी कटु वचनं बोलून काहीच फायदा नाही. तू त्यांना आपल्या मुलांच्या जागी मानलं असतंस, तर हे युद्ध झालं नसतं. समेटासाठी आलो होतो, तेव्हाही हेच सांगितलं होतं मी! आता तरी त्यांना मुलाप्रमाणे मान. तुझ्यावरचा त्यांचा राग पुसण्यासाठी मी त्यांची समजूत घालेन. जेते सुलभपणे कटवटपणा विसरतात." कृष्ण सांगत होता.

धृतराष्ट्र दगडासारखा बसला होता.

सकाळची किरणं खिडकीतून आत येत होती.

कृष्णानं पुन्हा तेच सांगताच धृतराष्ट्र म्हणाला,

"मग आता समेट करू या. त्यांना खांडव-वनात जाऊ दे."

"हस्तिनावतीवर कोण राज्य करणार?"

"माझा मुलगा! तो येईल. सैन्य घेऊन येईल. मग यांची निशाणीही शिल्लक ठेवणार नाही. तुझ्या बोलण्याला मान देऊन मी त्याला शांती स्थापित करायला सांगेन..."

"महाराजा! तुझी भ्रमात राहायची शक्ती मात्र उदंड आहे! अरे, दुर्योधन मरण

पावला आहे. त्याचा मृत्यू आधी भीमानं पाहिला. नंतर मी ओळखला. तो ओळखण्याचा अनुभव मीही घेतलाय्, म्हणून सांगतो. तो आता जिवंत नाही.''

धृतराष्ट्र रडला नाही. गांधारी म्हणाली,

''मला वाटलंच होतं, कृपाचार्य खोटं बोलेल, म्हणून!''

''कृपाचार्यानं खरं तेच सांगितलं. पण तुम्ही हट्टीपणानं तुमच्या इच्छेप्रमाणे अर्थ लावून घेतला आहे. जाऊ दे! त्यांना बोलावून आणू का? आता त्यांना हस्तिनावतीत प्रवेश करायला आडकाठी घालणं कुणालाही शक्य नाही. द्वेष साधण्याचा आग्रह धरून तुम्ही तरी कसे जगणार आहात?'' कृष्णानं गांधारीचा हात धरून म्हटलं.

थोड्या वेळानं गांधारी म्हणाली,

''जा, कृष्णा त्यांना बोलावू घेऊन ये. मी त्या प्रत्येकाचं मस्तक कुरवाळून जुनं सगळं विसरून जायची प्रार्थना करेन.''

कृष्ण गेला.

धर्मराजा लगेच तयार झाला. अर्जुनही तयार झाला. नकुल-सहदेवांनी असंमती दर्शवली, तरी हट्ट केला नाही. भीम मात्र यायला मुळीच तयार नव्हता. तो कृष्णावरच ओरडला,

''त्या आंधळ्या थेरड्यामुळंच एवढं सारं घडलं आहे. युद्धाच्या आधीही मी त्याला हात जोडले नाहीत. आता जिंकल्यावर का जोडायचे? वयानं मोठे असले, तरी सगळेच पूज्य असतात का?''

अखेर कुंतीनं आग्रह केला, म्हणून निघाला. कृष्ण म्हणाला, म्हणून कुंतीही निघाली. द्रौपदीही मूकपणे निघाली. विदुरही आला. आधी कृष्ण, नंतर पाच पांडव एकेक करून आले. पाठोपाठ सात्यकी, कुंती, द्रौपदी, अखेर विदुर. विदुराला थोड्या अंतरावर घेऊन जाऊन दासी त्याच्या कानात म्हणाली,

''काका, मी सांगितलं, म्हणून कुणाला सांगू नकोस. एक गोष्ट सांगायचीय्.''

''माझ्या कानावर पडलेल्या कुठल्याही शब्दाला बाहेर पडायची खोड नाही.'' विदुर उत्तरला.

''आता तो महाराजा इथं येऊन गेल्यावर धृतराष्ट्र महाराजानं एक खंजीर आणून आपल्या अंथरुणाखाली लपवून ठेवला आहे. मुलं मेल्याच्या दुःख-संतापात तो काही तरी करेल.''

विदुर हलकेच आत आला आणि त्यानं कृष्णाला खुणेनं बाहेर बोलावून त्याच्या कानावर ही गोष्ट घातली. कृष्ण आत गेला आणि धृतराष्ट्राच्या उजव्या बाजूला मंचकावर बसला. डाव्या बाजूला डोळे बांधून बसलेली गांधारी. कृष्ण म्हणाला,

"महाराजा, तुझी पाचही मुलं आली आहेत. धर्मराजा, ये. पित्याच्या पायावर मस्तक ठेव."

धर्मराजानं भक्तिभावानं दोन्ही पावलांना स्पर्श केला. धृतराष्ट्रानं त्याचा चेहरा कुरवाळून डोक्यावरून हात फिरवून आशीर्वाद दिला,

"दीर्घायु हो, बाळा!"

धर्मराजा उठला आणि आपल्या जागेवर बसला.

"भीमा, तू ये..." कृष्णानं हाक मारली

पण भीम जागचा उठला नाही.

कृष्णानं उठून त्याचा दंड धरला आणि ओढून आणत म्हणाला,

"महाराजा, तू क्षमा करशील, की नाही, म्हणून संकोचानं भीम मागं राहत आहे, बघ! त्याला क्षमा करून तू याला आलिंगन दिलं पाहिजेस!"

कृष्णानं बळेच भीमाला धृतराष्ट्राच्या पायांशी वाकवलं. धृतराष्ट्रानं डावा हात भीमाच्या पाठीवर ठेवला आणि त्याचा उजवा हात अंथरुणात गेला. तो हात वेगानं बाहेर येण्याआधीच कृष्णानं त्याचं मनगट घट्ट धरलं होतं.

विद्युत्वेगानं मागं सरलेला भीम गरजला,

"कृष्णा, या थेरड्या सापाची लायकी तुझ्यापेक्षा मला अधिक ठाऊक आहे! याचसाठी यायला तयार नव्हतो मी!"

एवढ्या अवधीत नेमकं काय घडलं, हे सगळ्यांनाच समजलं होतं. भीम, अर्जुन, नकुल, सहदेव यांचा नुसता थरकाप उडाला होता. धृतराष्ट्र मोठ्यानं किंचाळला,

"तुझा कुटिलपणा मला ठाऊक आहे, कृष्णा! माझ्या शंभर मुलांचं रक्त सांडणाऱ्या नराधमाचा वध करायचा अधिकार मला निश्चितच आहे! या माझ्या कामात आड आलास! शाप आहे तुला माझा! मुलांचं मरण म्हणजे काय, ठाऊक आहे तुला! शंभर मुलं! माझ्या रक्तापासून जन्मलेली शंभर मुलं या एकट्यानं ठार केली! दुर्योधनही मेला असेल, तर त्यालाही यानंच ठार मारलंय्! तेजोभंग करून मारलंय्! सोड माझा हात..." किंचाळत तो उठून पुढं झेपावला.

त्याच्या हातातला खंजीर काढून घेऊन, विदुराच्या हाती देत, सांत्वन करावं, तशा स्वरात कृष्ण म्हणाला,

"महाराजा, भीमाकडे पाहायला तुला तर दृष्टी नाही. मी सांगतो तुला, तो कसा आहे, ते! त्याचं कपाळ, गाल, हनुवटी, दंड, हात, मांड्या, पोटऱ्या, पाय, खांदे, तळवे– शरीराच्या प्रत्येक भागावर जखमा होऊन– सुकून– पुन्हा जखमा होऊन सुकल्या आहेत. वरचेवर जखमा होऊन, रक्त वाहून, पुन्हा सुकलेल्या खुणांमुळं त्याचं सर्वांग निबर झालं आहे! असंख्य प्रकारच्या असंख्य

बाणांचे आघात आणि मार सोसून कणखर झालेला त्याचा देह म्हणजे नेमकं काय आहे, याची तू कल्पना करू शकणार नाहीस! तुझ्या दुर्बल हातातला खंजीर त्याला लागला असता, तरी त्याचं काहीच बिघडलं नसतं. आणखी एक जखम होऊन रक्ताचे चार शिंतोडे उडाले असते, एवढंच! पण तुझ्या खंजिराच्या टोकाचा स्पर्श होता क्षणीच त्यानं तुला उचलून जमिनीवर आदळलं असतं! त्याच्या हालचालीतला वेग तसाच आहे! त्याचा स्वभावही तसाच आहे! मी त्याला वाचवलं नाही, महाराजा! मी तुला वाचवलं!''

मंचकावर कोसळलेला धृतराष्ट्र मोठमोठ्यानं आक्रोश करत होता. त्याच्या दृष्टिहीन डोळ्यातून अश्रू गळत होते. हुंदक्यांचा आवेग कमी झाल्यावर म्हणाला,

''कृष्णा, तेवढं तरी करायला सांग भीमाला! शंभर मुलांच्या मृत्यूनंतर मी...''

कृष्णानं मध्येच विचारलं,

''गांधारी, शंभर मुलांना ठार केलेल्या पांडवांना तू क्षमा करू शकशील? त्यांनी काही युद्धाची मागणी केली नव्हती. तू खरं सांग, तुझ्या शंभर मुलांना...'' तिच्या मंचकावर शेजारी बसून तिचा हात धरत पुढं म्हणाला, ''हे पाहा, तुझ्या थोरल्या धर्मराजापेक्षा दोन वर्षांनी लहान आहे मी! तू मलाही क्षमा केली पाहिजेस.''

गांधारी रडली नाही. गंभीरपणे बसून राहिली. नंतर सावकाश म्हणाली,

''शंभर मुलं महाराजाची... तसा त्याचा हिशेब. या गांधारी नावाच्या दासीनं जन्म दिला, तो फक्त चौदा जणांना. शिवाय एक जावईही मरण पावला आहे. माझं दुःखं छोटं आहे. महाराजाएवढं मोठं नाही!''

''कदाचित माझ्या शापात शक्ती नसेल! पण या देवीचा शाप कुंतीच्या मुलांना देशोधडीला लावेल!'' धृतराष्ट्र म्हणाला.

''देवी गांधारी, तुझ्याशी एका अतिशय खाजगी विषयावर बोलायची फार दिवसांपासूनची माझी इच्छा आहे. तू खरं सांगणार असशील, तर विचारतो. काहीही लपवून न ठेवता सारं सांगून टाकायची वेळ जीवनात एकदा तरी यायला हवी. मला वाटतं, आता तू त्या मनःस्थितीला पोहोचली आहेस. खरं सांगशील का?''

''काय?''

''हवं तर आपण दोघंच एका खोलीत बसून बोलू...''

''काय विचारायचंय्, ते आधी सांग.''

''महाराजा तर अंध म्हणूनच जन्मला. तू का आपले डोळे बांधून घेतलेस?''

''महान पतिव्रता आहे ती! पतीला नसलेलं दृष्टि-सौख्य आपल्यालाही नको म्हणून...''

''महाराजा, तिला बोलू दे! तू थोडा थांब. तिचं अंतरंग तिला मोकळं करू दे.''

''खरं सांगून काय होणार आहे, कृष्णा?'' गांधारी पुटपुटली.

"भ्रम निघून जाईल. भ्रम गेला की, मनाला शांती मिळेल. हवं तर तुला एकटीला घेऊन वेगळ्या खोलीत जाऊ का? सगळ्यांना बाहेर पाठवू का?"

गांधारी काही बोलली नाही.

जमिनीवरच्या चटईवर सगळे नि:शब्दपणे बोलले होते.

"लग्न ठरल्यावर तू असे डोळे बांधून घेतलेस का?"

"जाऊ दे, कृष्णा!" गांधारीचा आवाज भिजून चिंब झाला होता.

"माते, तरीही सांग. मन शांत करून सांग." अंत:करणाला स्पर्श करणाऱ्या स्वरात कृष्णानं आग्रह केला.

विखुरलेल्या भावना एकत्र करत गांधारी सांगू लागली,

"लग्न ठरलं. मी नको म्हटलं, तरी ठरलं. घरातून पळून जायचाही विचार केला. पण तसं केलं, तर मुद्दाम मुलीला लपवून ठेवलंय्, म्हणून भीष्मांच्या सैनिकांनी आमचं गाव जाळून भस्मसात करून टाकलं असतं! म्हणून पळून गेले नाही. कृष्णा, तू खूप देश पाहिले आहेस, म्हणे. माझा गांधार देश पाहिलास?"

"हो! सुंदर टेकड्या, सगळ्या ऋतुत हिरवीगार राहणारी ती झाडं..."

"ते निळंभोर आकाश, प्रत्येक ऋतुत रंगीत फुलांनी डवरणारी ती झाडं आणि वेली! ते गोड, रुचकर पाणी, वनातली ती मधुर फळं, ती उन्हाचा ताप नसलेली आल्हाददायक हवा... कृष्णा! इतका सुंदर देश दुसरा कुठला आहे?" गांधारीनं उत्कटतेनं विचारलं.

"कुठलाही नाही." कृष्ण मनापासून उद्‌गारला.

"गरीब माणसं आम्ही! इथल्यासारखी सपाट जमीन नाही, गाड्या भरभरून येणारं धान्य नाही, सोनं-लोखंडाची संपत्ती नाही. डोंगराळ भागात कुठून येणार हे ऐश्वर्य? जिथं संपत्ती नाही, तिथं मोठं सुसज्ज सैन्य तरी कुठून येणार? भीष्मानं मोठं सैन्य पाठवलं होतं. शिवाय गाड्या भरून धान्य, लोखंडाची भांडी, सोन्याचे दागिने ह्या सगळ्या वस्तू मैत्रिसूचक होत्या. आणि अंध पुतण्याला मुलगी दिली नाही, तर सैन्य-भयसूचक! माझे वडील भ्यायले. त्यांना मोहही पडला. लोभ नसता, तर सैन्याला घाबरायचं काही कारण नव्हतं. डोंगरातल्या रानातले लोक लपून लढू लागले, तर मैदानावरचे सैनिक किती दिवस लढू शकतील? तेही एवढ्या लांबून येऊन. खरं, की नाही? "

"खरंय् तुझं."

"वडील लोभाला बळी पडले. त्यांच्यासमोर मी पांघरलेल्या उत्तरीयाचा तुकडा टर्रर्रकन फाडला आणि डोळे बांधत म्हणाले, 'आंधळ्याला देणार असाल, तर मी त्याचं तोंडही पाहणार नाही.' पण पित्याचं आतडं कळवळलं

नाही. मुलीचा हट्ट चार दिवसात ओसरेल, असं वाटलं, की काय, कोण जाणे! तसंच मेण्यात बसवून मला पाठवून देण्यात आलं. डोंगराळ प्रदेश संपल्यावर रथात बसवण्यात आलं. कधीच पाहिला नव्हता मी रथ! त्यानंतरही असंख्य वेळा बसले, तरीही पाहिला नाही. कृष्णा, मी किती रूपवती होते, ठाऊक आहे? आमच्या डोंगरातल्या स्वच्छ, स्थिर पाण्यात स्वत:चा निष्कलंक देह पाहून अभिमानानं फुलून फुलून येत होते मी! मैत्रिणी माझ्या रूपावर स्वप्नांच्या कथा रचत होत्या!... तिथंच अंत झाला माझ्या रूपाचा! त्यानंतर मीही पाहिलं नाही आणि त्या रूपाचं कौतुक करणारा नवराही मिळाला नाही. रूप म्हणजे काय, ते न समजणाऱ्या नवऱ्याची झाले मी! नंतर? लवकर दिवस राहिले नाहीत, म्हणून भीष्मांची चडफड! मला काहीच समजत नव्हतं आणि माझ्या नवऱ्यालाही. नंतर एका दासीनं समजावून सांगितलं, म्हणे. नंतर मीही गरोदर राहू लागले. एकापाठोपाठ दुसरा-तिसरा-चौथा– राजवाड्यातल्या दासीही. शंभर, म्हणे. कुणास ठाऊक! कुणाला ठाऊक, किती असणार डुकरांच्या पिल्लांची संख्या? मी चौदा मुलांना जन्म दिला आणि नंतर एक मुलगी.''

"इथं येऊन सगळी स्थिर-स्थावर झाल्यावर तू का डोळ्यांवरची पट्टी सोडली नाहीस?''

"तेच तर! तेही सांगते, ऐक, कृष्णा! इथं आल्यानंतर भीष्मांपासून सगळ्यांनीच मला देवीचं स्थान बहाल केलं. महासाध्वी मानलं. पतीला नसलेलं दृष्टिभाग्य नाकारणारी महापतिव्रता! तिनं पाऊल ठेवलेली जागा पवित्र! ती राहत असलेल्या राष्ट्राची भरभराट होते. एक ना दोन! असंख्य कौतुकं! सुरुवातीला मीही संतापत होते. नंतर या कौतुकाची चटक लागली असावी. देवीचं स्थान गमावण्याची मनाचीही तयारी नव्हती. दिवसेंदिवस मीही त्या सगळ्या कौतुकावर विश्वास ठेवू लागले. जिथं मी असेन, तिथं हमखास जय ठरलेला! जिथं मी असेन, तिथं भरपूर संपत्ती असेल! हा विश्वास दिवसेंदिवस दृढ होत गेला. पण या युद्धानं माझी सगळी मुलं-नातवंडं-जावई सगळे मारले. एवढ्या प्रचंड सैन्याचा नाश झाला. या राजवाड्यात दोन घास अन्न मिळू नये, अशी परिस्थिती आली! तुला ठाऊक आहे, कृष्णा? परवा रणांगणावरून आलेल्या सुनांना जेवायला अन्न नाही! आम्ही जेवल्यालाही चार दिवस होऊन गेले! माझं वास्तव्य असलेली जागा एवढी पावन असेल, तर हे भोग का यावेत नशिबी? डोळे बांधून घेतल्यामागचं खरं कारण विसरून या हस्तिनावतीनं निर्माण केलेल्या पावनतेच्या भ्रमात पूर्णपणे बुडून गेले होते मी! या युद्धामुळं भानावर आले. नेमक्या अशा वेळी तूही माझ्या मनाला स्पर्श करून सांगायचा आग्रह केलास! खरं सांगू? आजवर कधीही माझ्या मुलांनी, 'आई, तू का डोळे बांधून जगतेस? निदान

आम्हाला बघण्यासाठी तरी डोळे सोड...' असं म्हटलं नाही! आता तू जसा हात धरून हट्ट केलास, तसं कुणीच आग्रहानं विचारलं नाही. मुलीनंसुद्धा! आईच्या अंधत्वावरच पावनता उभी आहे, एवढंच त्यांनीही मानलं होतं. म्हणून पायांना स्पर्श करून मोकळे होत.''

गांधारी बोलायची थांबली. खोलीत नि:शब्दता पसरली होती.

धृतराष्ट्र भिंतीला टेकून पाय लांब करून बसला होता.

थोड्या वेळानं कृष्णानं विचारलं,

''माते! म्हणजे तू गांधार सोडलास, तर दुसरी जमीन पाहिली नाहीस! वेगळे लोकही पाहिले नाहीस. तुझ्या पोटातून जन्म घेतलेल्या मुलांना पाहावं, असं वाटलं नाही तुला?''

''वाटल्याशिवाय कसं राहील? पण पावनतेचा भ्रम! देवीपणाचा लोभ! कृष्णा, भ्रमात जी शक्ती आहे, ती वास्तवाला असते का? पतीला पाहिलं नाही. मुलांनाही पहिलं नाही. जन्मली, की छातीशी कवटाळून पाजत होते. दूध घ्यायचं वय सरल्यावर आंधळ्या आईची त्यांना तरी कुठं आवश्यकता होती! त्यांना मी कथा तरी कुठल्या सांगणार? माझ्या गांधार देशातलं जेवढं पाहिलं होतं, तेवढंच. त्याहून जास्त मी तरी काय सांगणार? मग काय! दासी त्यांच्या आधी आया झाल्या आणि नंतर बायका! माझ्या पतीला जशा त्या बायका झाल्या, तशा! मुलं मोठी झाली. त्यांच्या बायका आल्या. दासीही आल्या. राज्यही आलं. अधिकार आले. राजकारणाची जबाबदारी आली. मग काय! ही आंधळी आई एकटीच अंधारात चडफडत राहिली. तारुण्याची मस्ती ओसरल्यावर पतीला बोलण्यापुरती तरी माझी आठवण येऊ लागली! युद्ध सुरू होऊन दडपण वाढू लागलं, तसा सतत माझ्या शेजारीच बसून आहे! मुलांकडून मिळत होता अधून मधून पूज्यतेचा... नव्हे, पावनतेचा स्पर्श. तोही पावलांना. सुनांकडून, दासींकडूनही! माझ्या पतीला शृंगाराच्या खेळात खेचणाऱ्या दासीही इकडे माझ्या पाया पडत होत्या... ते जाऊ दे! जन्म दिला, छातीशी धरून दूध पाजलं, मुलं वाढली, मोठी झाली. त्यांनी सांगितलं, तेच न्याय्य, असं समजून राहिले. त्यांच्याशिवाय दुसरा कुठला मार्ग होता जग जाणण्याचा? मोठी झाली आणि युद्ध करून मरून गेली! ती जिवंत असताना त्यांचं रूप पाहिलं नाही. माझी मुलं माझ्यासारखीच देखणी होती, म्हणे! दासी सांगत होत्या. कदाचित माझी मर्जी संपादन करण्यासाठी त्या खोटंही सांगत असतील. कृष्णा, खरं सांग. दुर्योधन, दु:शासन, दुर्मुख वगैरे देखणे होते का? माझी मुलगी सुंदर आहे का?''

गांधारी प्रश्नामागून प्रश्न विचारत होती. पण उत्तराच्या अपेक्षेनं थांबत नव्हती.

''मुलांच्या समोर आईनं देह ठेवायला हवा. पण माझ्याआधीच सगळी मुलं मेली! जन्म दिला, दूध पाजलं, आता मरणाची बातमी ऐकली! एवढंच! पण

एकदाही त्यांना पाहिलं नाही.''

गांधारी बोलायची थांबली.

तिच्या अंतर्यामीची हकीकत ऐकून तिथं बसलेले सगळेच निश्चल झाले होते.

खिडकीतून येणारं लांबलचक ऊन आता खिडकीपाशीच थकबलं होतं. त्यात धुळीचे कण नि:शब्दपणे गरगरत होते.

एवढ्यात धृतराष्ट्राच्या हुंदक्यानं तिथली शांतता ढवळली गेली. कृष्णानं विचारलं,

''का, महाराजा?''

''सगळी मुलं मरून गेली, राज्य गेलं. म्हणून आता हिनंही माझी साथ सोडली...''

''मी कुठं साथ सोडली?''

''तू कधी साथ धरली होतीस?'' महाराजानं विचारलं.

''एवढी वर्षं तुझ्याबरोबर काढल्यावर आता मलाही वेगळं जीवन राहिलं नाही, हे मला ठाऊक नाही का? तू वनवासात गेलास, तरी मी तुझ्या पाठोपाठ येईन.'' गांधारी म्हणाली.

तो गप्प बसला.

कृष्णानं विचारलं,

''माते, तू जन्मांध नाहीस. डोळ्यावरून वस्त्रं बांधलं, म्हणून दृष्टी नष्ट होत नाही. आता तरी तू ते वस्त्र काढून भोवताली का पाहत नाहीस?''

''इतक्या वर्षांच्या अंधत्वानंतर?''

''का? काय हरकत आहे?''

''इतक्या वर्षांच्या अंधत्वानंतर पाहायचं तरी काय?''

''आता तुझ्यासमोर बसलेल्या मला, इथं समोर बसलेल्यांना. ही हस्तिनावती, तुझ्या मनात असेल, तर युद्धभूमीही. तुझ्या प्रत्यक्ष डोळ्यांनी पाहून तू स्वत: महाराजाला सांगितलंस, तर तो तुझ्या डोळ्यांनी सारं पाहू शकेल.''

''त्याला दासीचं साहाय्य आहे.''

''दासींच्या दृष्टीनं, मुलांच्या दृष्टीनं आजवर खूप पाहिलंस ना! आता प्रत्यक्ष तुझ्या डोळ्यांनीच पाहा. महाराजालाही दाखव...'' म्हणत कृष्णानं तिच्या डोळ्यावरच्या वस्त्राला हात लावला.

त्याच्या बोटांचा स्पर्श होताच तिनं 'नको... नको' म्हणत विरोध केला. तरीही कृष्णानं वस्त्राची गाठ सोडली.

वस्त्र निघालं, तरी तिचे डोळे मिटलेलेच होते.

कृष्ण म्हणाला,

''डोळे उघड, माते! माझी प्रार्थना ऐक. डोळे उघड. तू अंध नाहीस. डोळे बांधण्याआधी झोप संपल्यावर डोळे उघडत नव्हतीस का? तसे डोळे उघड...'' म्हणत त्यानं आपली दोन बोटं तिच्या पापण्यांवरून अलगद फिरवली.

तिनं हळूहळू डोळे उघडले. समोरची चित्रं एकमेकांत मिसळून जाऊ लागली. उजेड सहन न होऊन तिनं डोळे मिटून घेतले.

''कृष्णा, नको! अशक्य आहे ते? मला माझे डोळे बांधू दे.''

''आजारातून उठल्यावर चालणं कठीण वाटतं, तसं झालंय् तुझं. आता पुन्हा डोळे बांधून घेऊ नको.'' तो उठला आणि त्यानं खिडकीचा दरवाजा ओढून घेतला.

उन्हाची तीक्ष्ण किरणं बाहेर थोपवून फक्त थोडासा प्रकाश आत रेंगाळला.

गांधारीनं पुन्हा डोळे उघडले. काही क्षण त्यांची उघडझाप झाली. इतक्या वर्षांचा चिरपरिचित थंड काळोख जाऊन एकाएकी उष्ण प्रकाशामुळं डोळ्यांना टोचल्यासारखं झालं. आत हुरहूर भरून राहिली. डोळे बांधताना मनात दाटून आलेला रोष आणि तिरस्कार, असहाय भावना मनात दाटून आल्या. बोलणं थांबलं. ओठ कापू लागले. त्या वेळी असलेल्या हट्टानं निश्चयपूर्वक ती पापण्या उघडू लागली.

दृष्टी हळूहळू स्थिरावली.

मूकपणे तिनं खोलीत नजर फिरवली.

समोरचा दरवाजा, त्याच्या बाहेरचं मोकळं अंगण, पणती ठेवलेला कोनाडा, समोर बसलेली एवढी माणसं.

अजूनही आपल्या कानशिलांवर बोटं ठेवून असलेला हा... हाच नाही का कृष्ण!

सात-आठ वेळा पापण्यांची उघडझाप केल्यावर दृष्टी आणखी स्थिरावली. मुक्यासारखं बसणं असह्य होऊन तिनं विचारलं,

''कृष्णा, हे सगळे कोण कोण आहेत?''

''प्रत्येक जण उठून येऊन नमस्कार करा. धर्मराजा, तू ये.''

तिच्या पावलांना घट्ट धरून नमस्कार करताना धर्मराजाचा चेहरा तिच्या डोळ्यांसमोर आला. त्याच्या सर्वांगावरून तिची नजर फिरली.

भीमाला हाक मारताच तो उठून आला आणि त्यानं आपल्या जाड आणि रुंद हातांनी तिच्या पावलांना स्पर्श केला.

ती मूकपणे पाहत बसली.

अर्जुन आला. नकुल-सहदेवही आले. नंतर कृष्णानं हाक मारली,

''कुंती! तूही ये.''

''कुंतीही इथं आहे?'' गांधारीनं विचारलं.

कुंती उठली आणि तिच्याशी येऊन तिचा दंड धरत म्हणाली,

"मीच कुंती. तुझी बहीण."

गांधारीनं तिच्याकडे टक लावून पाहिलं. नंतर कुंतीनं हाक मारली,

"बाळ, कृष्णे! ये. नमस्कार कर. गांधारी, हीच द्रौपदी."

गांधारीनं द्रौपदीला जवळ घेतलं. तिच्या केसातून बोटं फिरवताना गांधारीचे डोळे डबडबले होते.

कृष्णानं सांगितलं,

"माते, आज एक दिवस तू उन्हात जाऊ नकोस. खिडक्याही पूर्ण उघडू नकोस. अंधाऱ्या खोलीतच राहा. डोळ्याना सवय होऊ दे."

गांधारीनं उजवीकडे वळून पाहिलं.

पाय लांब सोडून भिंतीला टेकून धृतराष्ट्र बसला होता. पांढरी दाढी, डोक्यावरचं टक्कल, दात पडलेले, डोळ्यांच्या खाचा, मोठे-पांढऱ्या नसांनी भरलेले तळवे.

तिची दृष्टी त्याच्यावर खिळली.

नंतर आपले दोन्ही हात डोळ्यांशी घेऊन जाऊन तळहातानं मनगटावरील सुरकुत्या पुन्हा पुन्हा चाचपून पाहू लागली.

एवढ्यात धृतराष्ट्रानं विचारलं,

"गांधारी, तुला आता दिसतं?"

"हो. या कृष्णानं डोळ्यांवरची पट्टी सोडून टाकली. हे सगळे दिसतात. तूही दिसतोस."

"कृष्णा, पापी आहेस तू!" धृतराष्ट्र आक्रोश करत किंचाळला, "मुलं तर गेलीच! आता बायकोलाही माझ्यापासून दूर करायचं कारस्थान तुझं! गांधारी, तू तर देवीच्या पूज्य स्थानी पोहोचली होतीस. तुला हे शोभत नाही. तुला सर्वसाधारण स्त्रियांच्या पातळीवर खेचायच्या याच्या कारस्थानाला तू बळी पडू नकोस!"

डोळ्यांच्या खाचांमधून अश्रू ढाळत तो ओक्साबोक्शी रडू लागला.

❑

संपूर्ण दिवसभर ती मूकच होती. मंचकावर नेहमीप्रमाणे धृतराष्ट्र बसला, एका अंगावर झाला. तीही थोडा वेळ बसली होती. नंतर उठून राजवाड्यातल्या सगळ्या खोल्यांमधून फिरून आली. खांब, भिंती, जमीन– प्रत्येक वस्तूकडे टक लावून बघत होती.

आपल्या गांधार देशाच्या राजवाड्यापेक्षा हा राजवाडा... फारसा तो आठवत नाही.

किती वर्षं झाली त्या गोष्टीला?

ती मध्येच स्तब्ध राहून विचार करत होती.

एवढ्यात हातात एक पात्र घेऊन एक पुरुष समोर आला.

वृद्ध, सावळा, पांढरी दाढी, शुभ्र कपडे... ओळख पटली नाही. त्यानंच विचारलं,

"ओळखलं नाहीस? सकाळी पाहिलं होतंस ना!"

"ओह्! विदुर! नाही ओळखलं बरं!" ती उद्गारली.

त्यानं आणलेल्या पात्रातली पेज दोन कटोऱ्यात ओतून घेऊन, त्यातला एक धृतराष्ट्राच्या हातात दिला. दुसरा आपण घेतला. दासीची वाट पाहत बसली नाही. पोटात अन्नाचा कणही नसल्यामुळं दोघांच्याही पोटात भुकेनं खड्डा पडला होता. तरीही पेज ओरपायची त्याची पद्धत तिला कशी तरी वाटली. पण तिनं तसं सांगितलं नाही.

रिकाम्या कटोऱ्या दारापाशी ठेवल्यावर ती पुन्हा मंचकावर येऊन बसली. दमल्यासारखं वाटत होतं. सगळं काही गमावून काही तरी मिळाल्यासारखं वाटत होतं. झोप येत असली, तरी डोळे ताणून आढं, दिव्याचा कोनाडा, दरवाजे पुन्हा पुन्हा पाहत होती.

थोड्या वेळात डोळे आपोआप मिटले. झोप लागली. किती वेळ निर्भेळ झोप लागली आणि किती वेळ एकमेकांत मिसळून जाणारी असंबद्ध स्वप्नं पडत होती, ते तिला समजलं नाही.

जाग आली, त्या वेळी शेजारी धृतराष्ट्र घोरत होता, की या घोरण्यामुळं आपल्याला जाग आली? जाग आली, तरी डोळे मिटलेलेच होते. आता नेहमीचा चिरपरिचित अंधार. किती तरी वेळानं आठवलं आणि तिनं डोळे उघडले.

खोली दिसतेय् . खोलीबाहेर गेलं, तर इतर जगही दिसतं.

उठून तिनं खिडकी उघडली. संध्याकाळ झाल्यामुळं बाहेरच्या उन्हात दाहकता नव्हती किंवा आता आपल्यालाही थोडी-फार सवय झाल्यामुळं जाणवत नसेल. खिडकीतून पलीकडे एका भवनाचा वरचा सुशोभित भाग दृष्टीला पडत होता. तेच राज्य-सभाभवन नाही का!

थोडा वेळ तशीच खिडकीतून पाहत उभी राहिली. नंतर बाहेर अंगणात भिंतीलगत कठड्यापाशी अंथरलेल्या चटईवर एकटीच जाऊन बसली. मोठ्या अंगणात आपण एकटेच बसलोय्, याची जाणीव होताच तिला आपण कुणी तरी वेगळीच व्यक्ती असल्यासारखं वाटलं.

आता तो वेगळा आणि मी वेगळी. आजपर्यंत त्याला पाहिलं नव्हतं. त्याच्या मुलांना जन्म देऊन बायको झाले होते. आता ती सगळी मुलं तर मरून गेली. मी आता पाहू शकते. समान अंधत्व सोडलं, तर आम्हा दोघांमध्ये बांधून ठेवणारा दुसरा कुठला तंतू होता?

गलितगात्र शरीराला पंख फुटल्यासारखं वाटलं.

एकदम कुंतीची आठवण झाली.

किती उंची! किती रुंद शरीरयष्टी! आतासुद्धा कुणी पाहिलं, तर महाराणी म्हणावं, म्हणूनच एवढी बलदंड मुलं तिच्या कुशीत पोसली! आपल्या मुलांना मात्र एकदाही डोळे उघडून पाहिलं नाही. कशी होती? आवाज आठवतोय्. उंची, देहयष्टी, चेहरा, रंग यांचं कुठलंच चित्र उभं राहत नाही. शक्यही नाही.

डोळ्यासमोर भीम, अर्जुन, नकुल, सहदेवांची चित्रं उभी राहिली. पांडु वनवासात असताना त्यांना धन-धान्य देणारा तिथल्या बातम्या सांगत होता, ते आठवलं.

किती वर्षांपूर्वी? छपन्न संपली असतील. हा धर्मराजा क्षत्रिय म्हणून शोभण्यासारखा नाही. शूर, पराक्रमी असा मुलगा पाहिजे, म्हणून स्वत: पांडुराजानं देवलोकाच्या सेनापतीला महाशक्तिवान मरुताला– बोलावून आणलं, म्हणे.

भीमाची आकृती पुन्हा पुन्हा डोळ्यासमोर येत होती. पुन्हा एकदा त्याला पाहावंसं वाटत होतं.

किती उंच! किती रुंद छाती! रुंद खांदे, बलिष्ठ दंड... संपूर्ण युद्धात तळपणारं त्याचं पुरुषत्व! अर्जुनाचं रूप! या वयातही-पन्नास संपली, नाही का? दु:शासनाच्या बरोबरीचा. या वयातही किती देखणा आहे तो! देवलोकाच्या राजाला पांडूनं शोधलं, की कुंतीनं? भीमासारखं मूल जन्मल्यावर पुन्हा नियोग? तरीही नियोगानं तिसऱ्यांदा गर्भार राहिलेल्या कुंतीविषयी दासींसमोर अनुदार उद्गार काढत असल्याच्या आठवणीनं गांधारी शरमून गेली.

नकुल-सहदेवांचं मोहक रूप! अजूनही भर पस्तिशीतलेच वाटतात दोघं. फार उंच नाहीत, की बुटके नाहीत. फार दणकट नव्हेत; पण काटकुळेही नव्हेत. असा मध्यम बांधा.

पुन्हा पुन्हा त्या पाचही जणांना बोलावून पाहायची इच्छा होत होती.

तीच पद्धत योग्य, की काय, कोण जाणे! आपल्याला हव्या त्या गुण-स्वभावाच्या पुरुषाला आवाहन करून त्याच्यापासून मुलं होऊ द्यावीत, असं वाटलं.

आपल्या बाळाचा रंग, रूप, आकार, स्वभाव वगैरे ठरवून तशी मुलं मिळवणं जमलं, तर किती छान! मनात असो ना नसो. आंधळ्यासारखं डोळे बांधून हीन, अंध पतीपासून हीन मुलांना जन्म देऊन त्यांचा तिरस्कार सहन

करण्यापेक्षा... कुंती! नशीबवान आहेस तू! जर मला अशी संधी मिळाली असती, तर मीही धृतराष्ट्राला विवेकी आणि शूर मुलं दिसली असती. असा पराभवच होऊ शकला नसता, अशी मुलं.

आतून धृतराष्ट्राचा आवाज ऐकू आला,

"दासी..."

पण दासी नव्हती.

पोटात घालायला काही नाही, म्हणून तिला काम करणं अशक्य झालं, की या वैभवनष्ट राजवाड्यात राबलं, तर कुणी वेतन देणार नाही, असं वाटल्यामुळं आली नाही, कोण जाणे!

संपूर्ण राजवाडा भरून जाईल, एवढ्या कर्कश आवाजात त्यानं पुन्हा हाक मारली.

ती उठून आत गेली. तिनं विचारलं,

"काय हवंय्?"

"दासी कुठाय्?"

"नाही आली."

"दिवा जळतोय्?"

"अजून दिवस मावळला नाही."

"खोटं!" तो किंचाळला. "अंधारात मला एकट्याला टाकून जातेस!"

ती काही बोलली नाही.

"आताही तुझे डोळे बांधलेले नाहीत?"

"सकाळीच सोडलेत ना."

"दिसतंय् तुला?"

"हो."

तो बोलला नाही. एक दीर्घ निःश्वास मात्र सोडला.

त्याच्या डोळ्यांच्या खाचा ओलसर झाल्याचं तिच्या लक्षात आलं. तिनं विचारलं,

"का बरं?"

"सगळी मुलं मेली. तूही दूर झालीस!..." म्हणत भिंतीकडे तोंड वळवून तोंडावरून पांघरुण घेऊन तो झोपला.

ती तिथंच उभी राहिली. मी दूर गेले नाही, असं त्याला सांगावंसं वाटलं, तरी तिच्या तोंडून शब्द बाहेर पडला नाही.

थोड्या वेळानंतर त्यानं पुन्हा दासीला हाक मारली.

"कुठलीही दासी नाही. काय हवंय्?"

"जलबाधेसाठी जायचं होतं."

"चल..." म्हणत पुढं होऊन तिनं त्याचा हात धरला.

"नको..." त्यानं आपला हात ओढून घेतला. "दासीलाच बोलाव. तुझ्याबरोबर यायला लाज वाटते. तुला आता दिसतं ना!" म्हणत त्यानं पुन्हा डोक्यावरून पांघरूण घेतलं.

थोडा वेळ ती तशीच उभी होती; पण तो वळला नाही. त्याला जलबाधा आवरणं कठीण जातं, हे आठवून ती बाहेर निघाली. मोठ्या अंगणात आली. ते ओलांडून, सोपा ओलांडून बाहेर आली.

किती मोठा राजवाडा हा!

मोठा दरवाजा ओलांडून बाहेर ओसरीत आली. दिवस मावळत होता. राजभवनापाशी कुणी तरी... दासीच असावी. हातानं खूण केल्यावर ती जवळ आली.

होय. दासीच. डोक्यावर पदर नाही. मांड्यांच्या खालचे पाय उघडे आहेत. दंडही उघडे आहेत. जवळ येऊन उभी राहिली.

"आमच्या राजवाड्यातली दासी ना तू?"

"होय, देवी."

"महाराजा बोलावत आहे. जा."

ती निघून गेली.

सूर्य मावळतोय्. पिवळा रंग. राजसभाभवन पलीकडे आहे. नाही तर दिसलं असतं.

आपल्या गावातल्या डोंगरावर चढून पाहत असलेला सूर्योदय आणि सूर्यास्त आठवत होते.

लग्न झाल्यावर मुली वर्षा-दीडवर्षातून एकदा तरी माहेरी जातात. मी एकदाही गेले नाही. काय बघायला जायचं तिथं बांधलेल्या डोळ्यांनी? शिवाय भित्र्या आणि स्वार्थी वडिलांना भेटू नये, असा हट्ट. आता गेले, तरी गांधार माझा नाही. सगळंच बिघडून गेलंय्.

या विचारासरशी तिचे डोळे पाण्यानं तुडुंब भरले. समोरचं दृश्यही भिजून गेलं.

दासी माघारी आली.

तिला गांधारी म्हणाली,

"हे पाहा, विदुराच्या घरी पांडवांबरोबर कृष्ण नावाचा एकजण आला आहे. त्याला मी बोलावलंय्, म्हणून सांगशील?"

दासी समोरचं मैदान ओलांडून डावीकडे वळली.

अस्सं! विदुराचं घर या दिशेला आहे, तर. नदीच्या काठावर घर बांधून निघून गेला. या गावातली नदी पाहायला पाहिजे. खूप मोठी आहे, म्हणे. आमच्या गांधारमधल्या नद्यांसारखी नाही, म्हणे. प्रवाह शांतपणे वाहतो, म्हणे.

सूर्य पूर्णपणे मावळला. अंधूक उजेड होता.

आणखी थोड्या वेळात पूर्ण अंधार होईल. दिवा नसला, तर डोळे बांधल्यासारखंच.

थंडीनं अंग शहारलं. ती आत वळली.

कृष्ण आला, तेव्हा बराच उशीर झाला होता. आत येताच त्यानं विचारलं, "माते, डोळे कसे आहेत आता?"

"संध्याकाळी सूर्य मावळायच्या वेळी बाहेर गेले होते. थोडे दुखत होते."

"दोन दिवसात सवय होईल."

"कृष्णा, माझ्या मनात एक इच्छा निर्माण झाली आहे. ती पूर्ण करण्यासाठी आमच्याकडचा एकही पुरुष शिल्लक राहिला नाही. कुंतीच्या मुलांना सांगणं अवघड वाटतं; म्हणून तुला निरोप पाठवला मी."

"काय?"

"शक्य असेल, तर माझ्या मुलांची प्रेतं पाहायला जमेल का?"

कृष्ण काही बोलला नाही. खाली मान घालून उभा राहिला.

तिनं भिजलेल्या स्वरात विचारलं,

"का, कृष्णा?"

"कुठं, कोण मरण पावलं, हे अंदाजानं सांगता येईल... पण गिधाडं, कुत्री, कोल्हे, लांडगे यांनी राजा आणि सामान्य सैनिक असा भेद न करता प्रेतांची अशी अवस्था करून ठेवली आहे, की प्रेतांची ओळख पटू नये. शिवाय मृतदेह कुजूनही जातात."

"ठाऊक आहे; पण तरीही प्रयत्न करून पाहावेसे वाटतात. युद्धभूमी कशी असते, तेही डोळ्यांनी पाहता येईल, अशी आशा वाटते."

दुसऱ्या दिवशी पहाटेच रथासह येईन, असं सांगून कृष्ण निघून गेला.

❑

काकडून टाकणाऱ्या पहाटेच्या थंडीत कृष्णाच्या हाताचा आधार घेऊन रथात चढत असताना आत कुणी तरी स्त्री बसल्याचं दिसलं.

गांधारीनं तिला विचारलं,

"कोण तू?"

"दृष्टीची आठवण नीट बसायला थोडा अवधी हवा. ही कुंती नाही का!" सारथ्याच्या जागेवर बसत कृष्ण म्हणाला. त्यानं घोड्यांना चलण्याचा इशारा केला.

हस्तिनावतीतून बाहेर पडून, डाव्या बाजूला वळून, शेतातल्या रस्त्यानं जाताना गांधारीला ओकं ओकं वाटत होतं. थोडं अवघडल्यासारखंही वाटत होतं.

माझ्या मुलांच प्रेतं शोधायला मी जात आहे; आणि ही आपल्या मुलांनी मारलेल्या शत्रूंची प्रेत बघायला येतेय्! तेही माझ्याबरोबर.

मनात तिरस्कार दाटून आला. ती म्हणाली,

"कृष्णा, मला काही नाही बघायचं! चल, माघारी जाऊ या."

पण कृष्ण म्हणाला,

"आता आपण निघालो आहोत. प्रवासासाठी आवश्यक तेवढा आहारही बांधून घेतला आहे. तुम्ही दोघी एका घरच्या जावा आहात. एकमेकीला सोबत होईल, म्हणून घेऊन आलो तिला. तिच्या मनात जुनं वैषम्य नाही आणि तुझ्याही मनात नाही. खरं ना?"

गांधारी गप्प बसली.

या कृष्णाची बुद्धिमत्ता म्हणजे!... दुसऱ्याच्या मनाचा लगेच अंत लागतो याला!

कुंती म्हणाली,

"गांधारी, कर्णाविषयी तुला ठाऊक आहे, की नाही? तो तुला आई मानत होता!"

"विदुरानं सांगितलं. तो तुला युद्धभूमीवर घेऊन गेला होता, म्हणे." तिच्या चेहऱ्याकडे टक लावून पाहत गांधारी म्हणाली, "त्याचा चेहरा, बाहु तुझ्यासारखेच लांब होते, म्हणे. विदुर सांगत होता. माझ्या पावलांना घट्ट धरणारे त्याचे हातांचे तळवे मात्र रुंद आणि बलिष्ठ होते, एवढं पक्कं आठवतं मला. बाकी सगळं कानांनी ऐकलंय्."

कुंतीनं गांधारीचे दोन्ही हात धरले. तिचे डोळे तुडुंब भरले होते.

गांधारीचे डोळेही भरून आले.

कृष्ण काही न बोलता घोड्यांचे लगाम हातात धरून बसला होता.

सात-आठ घटकांनंतर एका ओढ्यापाशी रथ थांबवून घोड्यांना पाणी पाजलं. कुंतीनं सोबत आणलेला मऊ भात गांधारीला दिला. कृष्णाला दशम्या देऊन स्वत:ही भात खायला बसली.

पुन्हा रथ निघाला. गांधारी बोलत होती,

"कुंती, माझं धृतराष्ट्राशी लग्न लावून दिलं, तेव्हा लवकर मूल झालं नाही,

तर राज्य मिळणार नाही, म्हणून तू चडफडलीस ना? पांडूनंही त्याचसाठी तुला नियोगाचा सल्ला दिला, म्हणे. खरं ना? आम्हा दोघांनाही ही बातमी समजली होती. माझ्याविषयी तुझ्या मनात मत्सर होता, आधी तुला मुलगा झाला, म्हणून माझ्या मनातही तुझ्याविषयी मत्सर होता. नंतरही दिवसेंदिवस तो वाढतच गेला. आता तुझी मुलं जिंकली, तरी त्यामुळं अभिमानानं फुलून जाण्याऐवजी तू निर्लिप्त राहिलीस, असं विदुर सांगत होता..."

दुपारच्या वेळी रथ युद्धभूमीवर पोहोचला. आता तिथली रण-गिधाडांची संख्या बरीच कमी झाली होती. कुत्री आणि लांडगे-कोल्हेही कमी होते. किती तरी प्रेतांवरचं मांस सडून झडून गेलं होतं. तिथं फक्त हाडांचे सांगाडेच शिल्लक राहिले होते. दुर्गंधीचं प्रमाणही कमी झालं होतं. काही ठिकाणी मात्र दुर्गंधी पूर्ववत होती. एकेक रणांगण दाखवत कृष्ण युद्धामधल्या प्रमुख, महत्त्वाच्या घटना सांगत होता.

पुन्हा एका रणांगणात किती तरी माणसं काही ना काही शोधत होती. प्रेतं ओढून उलथी-पालथी करत होती. बाजूला सारून शोधत होती. मोडलेले रथ ओढून शोधणं चालूच होतं. ते पाहून गांधारीनं विचारलं,

"कृष्णा, काय करताहेत ते?"

"द्रोणांचा वध झाला, त्या दिवशीचं मोठं युद्ध झाल्याची ही जागा आहे. त्यादिवशी किंवा जयद्रथ मेला, त्या दिवशी अनेक राजे आणि प्रमुख व्यक्ती मारल्या गेल्या. त्यांचे दाग-दागिने, कपडे, बाणांचं लोखंड, रथ आणि घोड्यांचे अलंकार शोधत असतील."

"कोण आहेत ते?"

"शेजार-पाजारची माणसं. तुमच्या कुरुराज्याचीच प्रजा असेल."

गांधारीनं टक लावून पाहिलं.

दुपारच्या उन्हात डोळे दुखत होते; पण स्पष्टपणे दिसत होतं. प्रेतांना लाथांनी उलथं-पालथं करून वस्त्रं फेडून घेत होते. काहीजण कानातली कुंडलं काढून घेण्यासाठी प्रेतांचे कान कापत होते. कुणी किरीट काढून घेऊ पाहत होता. दुसरा कुणी तरी घोड्याच्या नाकातला अलंकार कापून काढून घेत होता.

"कृष्णा, राजवाड्यात आम्ही एवढा शोक अनुभवत आहोत आणि आमचे हे प्रजाजन मात्र त्या दुःखाशी काहीही संबंध नसल्यासारखे  प्रेतांच्या अंगावरचं सोनं लुटताहेत!" गांधारी म्हणाली.

"माते, त्यांचेही सगे-सोयरे याच युद्धात मरण पावले आहेत!"

किती तरी वेळ गांधारीची नजर त्या दृश्यावर खिळली होती.

नंतर ती उद्गारली,

"तुझं म्हणणं खरं आहे. इथल्या कुठल्याही शवाची ओळख पटणं शक्य नाही. माझ्या मुलांचीही. चल, माघारी जाऊ या."

कृष्णानं रथ फिरवला.

परतीच्या प्रवासात गांधारी थकून गेली होती. कुंतीही थकली होती. कुणीही काही बोललं नाही. धावणाऱ्या रथात दोघीही एकमेकीशेजारी झोपल्या होत्या. कृष्ण आपल्यापुरता रथ चालवत होता. घोडेही थकले होते.

गांधारी हुंदके देत असल्याचा आवाज आला, म्हणून कृष्णानं मागं वळून पाहिलं.

ती खरोखरच झोपेत हुंदके देत होती.

मध्ये घोड्यांना पाणी पाजताना तीही जागी झाली.

पुन्हा घोडे जोडून कृष्ण रथ हाकू लागला. मध्येच त्यालाही डुलकी लागली. थोडं अंतर गेल्यावर जाग आली. थोडं पाणी प्यावं, म्हणून तो मागं वळला. आश्चर्य वाटलं.

गांधारी उठून बसली होती. तिचे दोन्ही डोळे उघडे होते. पापण्यांची उघडझाप होत होती; पण चेहऱ्यावर काहीही दिसत नसल्यासारखा अंध भाव पसरला होता.

कृष्ण तिच्याकडे टक लावून पाहत राहिला.

ती आपल्या तळव्यांनी डोळे मिटून पुन्हा बोटांनी उघडून पाहत होती.

"का? काय झालं?" कृष्णानं विचारलं.

"एकाएकी जाग आली. उठून बसले. काहीच दिसत नाही. मी खरोखरच अंध झाले, वाटतं!"

कुंती गाढ झोपेत होती. कृष्ण मूकपणे बसून होता. घोडे आपल्यापुरते चालले होते.

किती तरी वेळानं गांधारी म्हणाली,

"कृष्णा, यानंतर मात्र मला पुन्हा दृष्टी मिळणार नाही, असं मन खचित सांगतंय्. मी अशीच पहिल्यासारखी राहीन. धृतराष्ट्राबरोबर. तीच एक श्रद्धा आता!"

कृष्णाला काय बोलावं, ते सुचत नव्हतं. तो तिच्याकडे एकटक पाहत होता.

कुठलेही भाव नसलेला, हनुवटी, गाल, ओठ, नाक, कपाळ यांनी बनलेला चेहरा आपल्या मानेवर वाहून ती तशीच बसून होती...

❑

# १४

काळे ढग. सगळीकडे पसरलेले काळे ढग. आकाश खाली खेचून मोठ्या वृक्षांना स्पर्श करायला लावणारे काळे ढग. हिवाळ्यातला वळवाचा पाऊस आज निश्चित येणार, म्हणून सांगणारे काळे ढग. सगळेजण मान वर करून पाहत असतानाच विदुराच्या दाराच्या आतल्या खोलीत मध्यरात्रीपासून कळा देणारी उत्तरा.

सकाळची वेळ. कुंती गोंधळून गेली आहे. सुईणीच्या कामात मुरलेल्या दोन दासींना विदुरानं निरोप पाठवला आहे.

अजून विधियुक्त संस्कारानं सिंहासनावर न बसलेला धर्मराजा हस्तिनावतीच्या एका भवनाच्या आसनावर बसून तीन आगंतुकांचं स्वागत करत आहे. तिघांपैकी एकजण धर्मराजाला आशीर्वाद देऊन आपल्या आसनाचा स्वीकार करून म्हणत आहे,

"माझं नाव पुलह. कृष्णद्वैपायनांच्या आश्रमाचा मी निर्वाहक आहे. हे दोन जिज्ञासू."

धर्मराजा तात्काळ उठून उभा राहतो. मधुपर्कादी आणायला सांगतो.

"परमवेदज्ञ असे आमचे तात द्वैपायन महर्षी कुशल आहेत ना?"

पावसाच्या पहिल्या मंद शिडकाव्यानं भिजून गेलेल्या सुईणी धावत येऊन आतल्या खोलीत जातात.

"किती दिवसांपासून अशीच अपेक्षा वाढवून खेळ करत होता. आजही थोडे थेंब शिंपडून पुन्हा निघून जातो, की काय, कोण जाणे!"

म्हणत खेड्यापाड्यातली माणसं झोपड्यांमधून बाहेर येऊन आकाशाकडे दृष्टी लावत आहे. पसरलेल्या ढगांमुळं थंडी कमी झाली आहे. उबदार वस्त्रं काढून टाकून बाहेर येऊन मोठमोठ्यानं 'पाऊस आला... पाऊस आला!' असं ओरडत आहेत. ढगांच्या गर्भालाही ऐकू येईल, अशा आवाजात.

"महाराजा, त्या बाजूनं येताना मोठ्या खडकांची रांग दिसली होती. राक्षस-वनात या बाजूनंही जाता येतं का?" नील विचारतो.

कानावर पडलेलं हे बोलणं भीमाच्या मनात उतरत नाही. नदी तर इथूनच ओलांडली होती. ओळख पटतेय्. सुमारे तीस वर्षांपूर्वीची पुसट आठवण.

भयाकुल-शंकाकुल अशा त्या वेळच्या अवस्थेत भोवताली नीट पाहून मार्ग लक्षात ठेवण्याचं भान कुणाला असणार? मागचं सारं आठवतं. सहा महिन्यांपूर्वीही याच रस्त्यानं गेल्याची आठवण. आठवणीसरशी शरम.

मागण्याआधीच तिनं मुलगा दिला. इतर मुलंही दिली. 'तीही तुझीच मुलं. मी वेगळं लग्न केलं नाही...' म्हणाली होती. आता तिला तोंड दाखवायचं. कामकटंकटीपुढं उभं राहून काय सांगायचं? फक्त लाज नव्हे. आतून येणारी ओशाळवाणेपणाची भावना.

रस्ता समजत नाही. निश्चितपणे हाच रस्ता, असं सांगता येत नाही. सरळ दक्षिणेकडे, नाही का? की थोडं पूर्वेकडे जायला हवं? अशा वेळी घोडाही पुढं न जाता जागीच उभा राहत आहे. नीलचा घोडासुद्धा. कुठल्या श्वापदाची चाहूल लागली का?

"नील, धनुष्य रोखून सज्ज राहा. घोडे पुढं पाऊलच टाकत नाहीत."

"महाराजा, समोर पाहा! उजवीकडेही. संपूर्ण अरण्य पेटलंय्! वारं आपल्याकडून त्या बाजूला वाहतंय्."

नील घाईनं सांगत असताना भीमाच्या छातीत धडधडतं.

हिवाळ्यात हा कसला वणवा? कुणी तरी जाणीवपूर्वक पेटवून दिलंय्. जनावरांना घाबरवण्यासाठी? की मधमाश्यांच्या पोळ्यांना झळ दाखवताना अशी आग पसरली असेल?

भीम टक लावून पाहत राहतो.

आगीचा फक्त धूरच नव्हे, आकाश व्यापून टाकणारा खरा ढग. हिवाळ्यात पाऊस येईल, असं वाटलं असलं, तरी आत अनामिक तळमळ. कर्णा, भावाचा मुलगा आहे, हे ठाऊक असूनही दुसऱ्याशी लढत असताना का मान कापलीस? की भाऊ म्हणून मी तिथंच कोसळलेला असूनही माझ्यावर वार केला नाहीस? सालकटंकटी, आतापर्यंत तुला ही बातमी समजली आहे, की तेही कर्म माझ्याच वाट्याला आहे?

स्वत:च्या नकळत तो घोड्यावरून खाली उतरतो.

"नीला, दोन्ही घोडे सांभाळत इथंच राहा. धनुष्य-बाण सिद्ध असू देत. जपून राहा. मी पायीच जातो."

नीलाच्या उत्तराची वाट न पाहता तो चालू लागतो.

दिवस उजाडलाय् ना? सूर्य किती वर चढलाय्? आकाश ढगांनी भरून गेलं आहे.

"शेती करायचा विचार नसताना काय करायचाय् पाऊस?"

शेतकऱ्यांपैकी काहीजण विचारताहेत.

"कंदमुळांसाठी तरी हवा ना!" असं इतरांनी सांगितल्यावर मात्र सगळेच पर्जन्यघोषात आपला आवाज मिसळताहेत.

"दुर्योधनानं अशा किती तरी गोष्टी केल्या आहेत. माझ्या राज्यात ऋषी-आश्रमांना सर्वाधिक आदर मिळेल. यानंतर तुम्ही आश्रमासाठी वेगळा काही व्यवसाय करायची आवश्यकता नाही. पशुशालेचं ओझंही सांभाळायची आवश्यकता नाही. गुरू, अध्यापक आणि समस्त शिष्यांना लागेल, तेवढं धान्य आणि वस्त्रं वगैरे वस्तू राजभांडारातून पुरवल्या जातील."

पुलहाचा चेहरा फुलतो.

"तूर्त भांडार रिकामं झालं आहे. कोठारात राजवाड्याला पुरेल, एवढंही धान्य नाही. परिस्थिती सुधारल्यावर मी स्वत: धान्य घेऊन, महर्षींचे आशीर्वाद घ्यायला येईन. त्यांच्यासमोर बसून वेदांताचं अर्थ-विवेचन ऐकेन, असं सांगा."

एक नास्तिक मध्येच तोंड घालतो,

"महाराजांचं औदार्य मोठं आहे; पण आश्रमाला भांडारातल्या धनधान्याची आवश्यकता नाही. पहिल्याप्रमाणे आश्रमाच्या गोशाळा आणि स्वत:चं असं कृषि-क्षेत्र असावं. आश्रम-क्षेत्रात राज्यकारभाराची ढवळाढवळ नको. कुठल्याही परिस्थितीत आक्रमण करणार नाही, याची हमी पाहिजे."

म्हणजे?

धर्मराजाला याचा अर्थ समजत नाही.

"आश्रम कुठल्याही परिस्थितीत राज्याच्या अधीन असता कामा नये. राजानं चूक केली, तर ठामपणे तसं सांगायचा अधिकार आश्रमाला हवा. कुठल्याही राज्याचा भाग नसलेलं स्वतंत्र अस्तित्व."

पाऊस आला, की बस्स! गावाच्या रस्त्या-रस्त्यांमध्ये सडत असलेली घाण धुऊन स्वच्छ होईल.

शहरातले लोक आकाशाकडे पाहत असताना छोटे छोटे थेंब मोठे होऊ लागतात.

किती गर्जून कोसळत आहे!... हो... गारा! फटाफट खड्यांनी मारावं, तसा मार बसत आहे. वणवा निश्चित पूर्णपणे विझून जाईल. पर्जन्या, योग्य वेळी तू आलास! नाही तर इतकी दाट वनराई होरपळून गेली असती.

वेगानं कोसळणाऱ्या पावसाच्या विरुद्ध बाजूला जातोय् वणवा. एका वृक्षाच्या

आडोशाला उभा राहून पाहत असलेल्या भीमाच्या मनातली भीती आपोआप शांत होते.

पाप वाढल्यामुळं आजपर्यंत पाऊस आला नव्हता. आज येत आहे, तो पितरांच्या पुण्याईमुळं... वृद्धांची बोळकी बडबडतात.

उजाडण्याआधी वेताच्या झोपडीबाहेर येऊन... कितीही आवरली, तरी न आवरणारी ओकारी. मागोमाग उठून आलेला तो पाठीवर हात ठेवून हसत आहे. हिरण्यवतीला संताप. मध्येच आपल्याला हसू आलं, म्हणून आणखी संताप. तो संताप दाखवून देण्याआधी आतून वेगानं येणारी ओकारी. ही कसली ओकारी? तिच्या ओकारीचा आवाज ऐकून आजूबाजूच्या वेताच्या झोपड्यातल्या सगळ्या बायका उठून बाहेर येतात. रांगडी गाणी म्हणत तिच्या गर्भारपणाचं कौतुक करतात.

दासी कुंतीला सांगतात. उबेसाठी सुकलेली लाकडं जाळतात. गवताच्या मऊ अंथरुणावर पसरलेलं कांबळं.

झाडा-झुडुपांवर, रानावर पडणारे थेंब. पावसाची मोठी सर येते. जमिनीवरून, मातीतून येणारा खमंग वास.

"म्हणजे भूमीला एक राज्यकर्ता हवा, की दोघं?" धर्मराजाचा प्रश्न.
नास्तिक अनरण्य लगेच उत्तर देतो,
"बुधदेवच ब्राह्मणांचा राजा. या जमिनीवरच्या राजांना त्याच्या राज्यात ढवळाढवळ करायचा अधिकार नाही, असं ते म्हणतात. बुधदेव वगैरे पुराण-कल्पनांवर आमचा विश्वास नाही. पण जिज्ञासूनं अन्नासाठी सुद्धा राज्याच्या ऋणात राहू नये."
बाहेर वीज चमकते.
पाऊस येऊ दे, या आशेनं धर्मराजा खिडकीतून बाहेर बघतो. पुलह पर्जन्यस्तुती गाऊ लागतो.
दोघेही नास्तिक गालातल्या गालात हसतात.
पुलहाला राग येतो.

समुद्राकाठच्या लाटा एकाएकी वेगानं किनाऱ्यावर झेपावून वाळूच्या काठावर आदळू लागतात.

आकाशात काळे ढग. गंगेच्या काठावर बसलेला अर्जुन पाण्यातलं आपलं प्रतिबिंब पाहतो. अधून-मधून पडणाऱ्या थेंबांमुळं पाण्याचा आरसा हलत असला, तरी; जखमा भरून आल्या असल्या, तरी चेहऱ्यावरचे जखमांचे राहिलेले डाग दिसत आहेत.

नदीच्या काठावर उंच दर्भ आणि घोडघास. माडीवरच्या खोलीच्या भिंतीवर टेकवून ठेवलेलं, आपण हात वर केल्यावर होईल, एवढ्या उंचीचं लोखंडाचं धनुष्य चकाकी जाऊन काळपट झाल्याचं अर्जुनाच्या लक्षात येतं. पावसाच्या पाण्यात धुतलं, तर त्यावरचा थर जाऊन पुन्हा चकाकी येईल, असं वाटून तो पायऱ्या चढून वर जातो आणि ते धनुष्य आणून बाहेरच्या पायरीवर ठेवतो.

"महाराजा, युद्धासाठी कुणीही धान्य देऊ नये, म्हणून शेतकऱ्यांची संघटना बांधताना, राजाच्या सैन्याबरोबर लढून धान्याचा थोडा-फार भाग गोळा करून आणताना या दोघांनी आम्हाला खूप मदत केली आहे, हे खरं; पण या दोघांची कशावरही श्रद्धा नाही." पुलह सांगतो.

"माझ्या धर्मश्रद्धेवरही नाही?" चेहरा शांत ठेवण्यात धर्मराजा यशस्वी झाला, तरी त्यावा आवाज तप्त होतो.

"तुला राग आलाय्. श्रद्धा नाही, असं म्हटलं, म्हणजे अपमान केला का?" वृष स्पष्टच विचारतो.

बाहेर गडगडाट सुरू झाला आहे. लखलखणारी वीज सापासारखी दिसते.

कातड्यानं झाकलेल्या दोन गाड्या पाऊस कोसळत असतानाही नदीकाठच्या उंच भागवर उभ्या आहेत. एका गाडीखाली बाळंतपणाच्या कळा देणारी सून. तिच्या कमरेवरून हात फिरवणारी सासू. शेजारच्या गाडीत छोट्या नातवंडांना घेऊन बसलेला म्हातारा आजोबा.

"गावात भट्टी तापवत असेल. जाऊन बोलावून घेऊन ये." म्हातारी नवऱ्याला ओरडून सांगते.

म्हातारा पळत सुटतो. पावसाच्या किरकोळ सरींमधूनच.

किती मोठमोठ्या डोंगरासारख्या आहेत या लाटा!

कृष्ण समुद्राकडे टक लावून पाहत आहे.

"प्रहरी, धाव! विदुरकाका घेऊन ये! पाऊस वाढला, तरी कांबळं पांघरून ये, म्हणावं!" धर्म आज्ञा देतो.

आतल्या खोलीत वेदनेनं विव्हळणाऱ्या उत्तरेच्या कळा पाहत असताना

सुभद्रेला अभिमन्यूचं शिशुरूप आठवतं.

"आपल्या अरण्याला वणव्यानं घेरलंय्."

"एकाच वेळी सगळीकडून पेट घेतंय्, या हिवाळ्यात."

पुरुष हातात धनुष्य-बाण घेऊन आणि बायका-मुलांना पाठीशी बांधून पळताहेत.

"उत्तरेकडे पळा. तिकडे आग किंवा धूर दिसत नाही."

बायकांच्या हातातही धनुष्य-बाण.

"हिरण्यवती, धनुष्य धरायला शिकली नाहीस तू?"

"तुमच्या वनाला कधी वणव्यानं घेरलं नाही?"

धुराचा वास.

पावलांखाली येणाऱ्या सुकलेल्या पाचोळ्याचा चुरूचुरू आवाज.

थेंब गळताहेत. टपटप पडणाऱ्या थेंबांमुळं नदीच्या वरच्या अंगाला छिद्र पडताहेत. उजव्या बाजूला दूरवर द्रौपदी उभी आहे.

"द्रौपदी, पावसात का उभी आहेस? हिवाळ्यातला पाऊस हा. वर चल." अर्जुन सांगतो.

पण ती मान वळवून बघत नाही. काळ्या ढगांनी भरलेल्या नदीकडे टक लावून पाहत राहिली आहे. चेहऱ्यावर उपेक्षेचे भाव स्पष्ट दिसत आहेत.

अर्जुन कासावीस होतो. पायऱ्या चढून वर जाऊन गच्चीत बसतो.

धाप लागते.

कृष्णाच्या मनातल्या लाटा विरुद्ध दिशेनं उठून पुन्हा आदळत आहेत.

विदुर भेंडांपासून केलेलं कांबळं पांघरून जायला निघतो.

अर्जुनाचं लोखंडी धनुष्य भिजत आहे. ते पाहत बसलेल्या अर्जुनाला समोरच्या गच्चीत बसलेली सुभद्रा दिसत नाही.

अर्जुन नि:श्वास टाकत आहे.

आतून बाळाचा आवाज ऐकू येईल, म्हणून कुंती कान देऊन बसली आहे.

पावसाचा जोर वाढल्याचा आवाज आसमंत भरून टाकत आहे.

कोसळत्या पावसात लोहार धावत येतो. गाडीच्या चाकाच्या फटीत डोकं घालतो.

"...ए! तू पाहू नयेस बाळंतपणाच्या कळा! कुठून तरी एक घागर दारू घेऊन ये.'' आई ओरडते.

तो पुन्हा धावत सुटतो.

"महाराजा, हा काही असा थांबणारा पाऊस नाही. हिवाळ्यात असा पिसाळल्यासारखा कोसळणारा पाऊस आम्ही कधी पाहिला नाही. आता कुठं वळायचं, तेच समजत नाही.''

दोन्ही घोडे थरथरतात. चेंडूएवढे मोठाले थेंब, गारा.

एकाएकी भीमाच्या अंतर्यामी एक अबोध भावना उफाळून वर येते.

"नील, मला थंडी वाजत नाही. हे कांबळं पांघरून मी पायीच जातो. आता रस्ता समजत आहे. तू इथंच राहा.'' एवढं सांगतो आणि डोकं-खांदे-पाठीवरून काळं कांबळं घेतो. कातडी पादत्राणांचे बंद आवळून घेतो आणि पाण्यात पावलं टाकत सप सप चालू लागतो.

कृष्ण एकटाच समुद्राच्या लाटांकडे पाहत बसला आहे.

"तुझ्या अर्जुनानं भूरिश्रवाला फसवून मारलं, नाही का! तू आणि कृष्ण शत्रूच्या बाजूनं लढलात आणि आमच्या यादव-सेनेचा नाश केलात.''

कितीही समजूत घातली, तरी युयुधान कृतवर्म्यावर चालून जातो.

"कृष्णा, माझी मुलगी वत्सला आपल्याला दिली नाही, म्हणून सूड घेण्यासाठी अभिमन्यूनं लक्ष्मणाला ठार करून तिला विधवा केली, नाही का? माझ्या घरचं अन्न खाल्लेल्या त्या पाप्याला योग्य तीच शिक्षा झाली!''

कृष्ण बलरामाकडे वळून पाहतो.

"काय पाहतोस? कपटी!''

बलरामाचा चेहरा समुद्रापलीकडून आणलेल्या मद्यामुळं लालबुंद झाला आहे.

द्रौपदी हळूहळू पावलं टाकत पायऱ्या चढून वर येते. अर्धवट सुटलेल्या केसांमधून पाणी गळत आहे. भिजून चिंब झालेल्या चेहऱ्यावर एकटेपणाची भावना भरून राहिली आहे.

अर्जुन नदीकडे पाहत आहे. काळ्या ढगांतून कोसळणाऱ्या शुभ्र धारा काळ्या नदीला छिन्नविछिन्न करत आहेत.

पाऊस बघायला घराबाहेर आलेल्या सूत-स्त्रियांना उभ्याउभ्या मळमळल्यामुळं त्या ओकत बसल्या आहेत.

"प्रत्येकीच्या पोटी शंभर-शंभर मुलं जन्मला येणार आहेत या खेपेला! तुमच्या ओकाऱ्याच सांगताहेत..." एक म्हातारी ओरडून सांगते.

द्रौपदी तशीच पावसात भिजत उभी आहे. केसातून पाणी तसंच गळत आहे.

होय. हाच तो कातळ. इथंच हिंडिबाला ठार केल्यानंतर सालकटंकटीनं मला प्रथम पाहिलं. इथलीसुद्धा भोवतालची झाडं-झुडुपं जळून खाक झाली आहेत. जळलेली खोडं उभी आहेत. पावसात भिजत. पाणी शोषून घ्यायची मुळांची शक्ती नष्ट झाली आहे.

भीम आपले हात-पाय निरखून बघतो, युद्धात जखमा होऊन रक्त वाहिलं. त्या जखमांचे डाग भरून गेलेले हात, पाय, मांड्या, दंड, छाती, मान, खांदे, चेहरा. आता कुणी पाहिलं, तर घाबरून पळून जातील, असं वाटतं.

चटकन उचलून घेतलं, तर कामकटंकटीचा मुलगा... बर्बराही... घाबरून किंचाळेल, असं वाटून मनात दुःख दाटून येतं. इथून पुढचा प्रत्येक चढ-उतार, दगड-धोंडे माझ्या ओळखीचे आहेत. सालकटंकटीच्या हातात हात गुंफून असंख्य वेळा धावलेला परिसर आहे हा. आता तिचे सगळे केस पांढरे... सगळी मुलं मेल्याची बातमी मीच सांगायला हवी, की आधी समजली असेल?

निसरड्या जमिनीवर जपून पावलं टाकत आहे. रानातल्या संततधार पावसाचा आवाज नाही. सगळीकडे जळून खाक झालेल्या झाडांच्या सांगाड्यांवरून गळणारं पाणी. जमिनीवरून वाहणारं... काळी राख घेऊन वाहणारं काळं पाणी. प्रेत जळालेल्या जागी पाणी ओतल्यावर वाहावं, तसं पाणी.

आत चल, म्हणून पुन्हा सांगण्याचं धैर्य नसल्यामुळं अर्जुन डोळे मिटून घेतो.

आत उत्तरेचा चीत्कार. पावसाचा मोठा आवाज फाडून बाहेर ऐकू येणारा चीत्कार.

पाऊस आला. पाऊस आला. येऊ दे. आणखी येऊ दे. वणवा विझू दे.

"इदं वच: पर्जन्याय स्वराजे, हृदो: हृदोऽत्वंतरं..." हिरण्यवती मोठ्यानं पर्जन्यघोष म्हणते. पानांवर पडून संततधार धरलेल्या पावसाच्या आवाजाचा भेद करून, ढगांना ऐकू जाईल, एवढ्या मोठ्यानं.

"ए! पळायचं सोडून हे काय ओरडतेस?"

"मोठ्यानं पाऊस आणणारा मंत्र. हा मंत्र म्हटला, की आकाशातून धडाधडा पाऊस कोसळतो. वणवा विझून जातो."

पाऊस येतो. वेगानं सरींवर सरी कोसळतात. झाडा-झुडुपांवर कोसळतात. धुराचा वास नाहीसा होतो. झाडा-झुडुपांवर नाचणारा अग्नी जमिनीत जाऊन लपतो. धोधो पाऊस कोसळू लागतो.

"द्रौपदीच्या झोपलेल्या मुलांना ठार करायला मदत करून, नंतर पळून आलेला भेकड!" युयुधन कृतवर्म्यावर धावून जातो.

युयुधानावर बलरामाचे समर्थक कोसळतात. मद्यपात्रं शस्त्र बनतात. रुक्मिणीचा मुलगा प्रद्युम्न युयुधानला वाचवण्यासाठी पुढं सरसावतो. सगळेच हाती मिळेल, त्या वस्तूंनिशी एकमेकांवर तुटून पडतात. मुसळी, पहारी, तलवारी, कुऱ्हाडी.

मोठमोठ्या लाटा काठांवर आदळणाऱ्या समुद्रापलीकडची सुरा.

सगळे पुरुष एकमेकाचं रक्त वाहतं करतात. पावसाच्या पाण्याच्या थेंबा-थेंबात रक्त.

जीव घेणाऱ्या बाळंतपणाच्या कळा. त्या सहन न झाल्यामुळं किंचाळणं, विव्हळणं.

"द्रौपदी, तू तरी ये. ही तर वेदना असह्य होऊन तळमळतेय्; पण अजूनही लक्षणं दिसत नाहीत. सुईणीही काहीही न समजून नुसत्याच बसल्या आहेत."

कुंती धावत येते.

अर्जुन वळून पाहतो.

पावसाचा जोर वाढला आहे.

ओह! हे वृक्षही जळून खाक झाले आहेत. सालकटंकटी आणि मी वर्षभर ज्या झाडावरच्या झोपडीत राहिलो, ते झाड. सहा महिन्यांपूर्वी आलो होतो, तेव्हा समोरच्या झाडावर इतर मुलं आणि सुना-नातवंडांच्या झोपड्या होत्या. सगळीकडे घनदाट अरण्य होतं.

"ए सालकटंकटी... ऐकू आलं का? मी भीम आलो आहे."

वय झाल्यामुळं तिला नीटसं ऐकू येत नाही का? की या पावसामुळं माझा आवाज फार दूर गेला नसेल?

"कामकटंकटा... कामकटंकटा..."

कुणीच नाही. या अरण्यात कुणीही राहिलेलं नाही.

त्याच्या छातीत धस्स होतं. पाऊस एकसारखा कोसळत आहे.

उंचावरची जागा असल्यामुळं पाणी साठत नाही. खाली पाणी वाहून जात आहे.

भीम मान वर करून पाहतो.

आकाशात घुसलेल्या प्रचंड वृक्षांची पानं-फांद्या जळून गेल्या आहेत. त्यावर बांधलेल्या झोपड्यांची खूणही दिसत नाही.

"सालकटंकटी..."

ढगांच्या पलीकडच्या आकशापर्यंत हाक ऐकू जाते.

पावसाचे थेंब त्याच्या गालावर, कपाळावर, ओठांवर पडतात.

कांबळं पांघरलेला विदुर सावधपणे पावलं टाकत आहे. रस्त्यावर पाऊलभर पाणी साचलं आहे. त्या पाण्यातही दुर्गंधी मिसळली आहे. जुनं कांबळं गळत आहे.

अर्जुन नदीवर दृष्टी खिळवून बसला आहे.

काळंभोर, शुभ्र पाणी लालभडक झालं आहे.

इतक्या लवकर संपूर्ण गावातली घाण धुऊन निघत आहे का?

तो टक लावून पाहत आहे.

कानात दडे बसतील, अशा कोसळणाऱ्या पावसात गाव तरी राहील का?

त्याची नजर नव्यानं बांधलेल्या घराच्या छताकडे जाते.

"भिजू नका. सगळे आपापल्या झोपडीत पळा."

"हिरण्यवती, आणखी मोठ्यानं म्हण."

थंडी-पावसात उलट्या-ओकाऱ्या.

पिळवटणाऱ्या वेदना असह्य होऊन उत्तरा निपचित पडली आहे.

रडायची शक्ती नाही. दासी तेल चोळायला पुढं येते.

"नको-नको..." ती किंचाळते.

नदीचा प्रवाह चढू लागतो. एकाएकी कितीतरी पायऱ्या वरपर्यंत चढतो. केर-कचरा, काटक्या, माणसांची प्रेतं... पुरुषांची नव्हे, बायकांची प्रेतं.

पुन्हा कुठल्या विधवेनं नदी जवळ केली?

अर्जुन उठून उभा राहतो.

प्रवाहात उडी घेउन तिच्यापर्यंत जाऊन पोहोचलं, तरी उपयोग नाही. ती मेलेली असेल. मेली नसेल, तरी प्रवाहात पोहत जाऊन तिला ओढून आणायची शक्ती नाही, असं वाटतं.

पुन्हा धाप आणि दमणूक जाणवू लागते.

"विदुरकाका, या सगळ्या प्रमुखांना तूच सांग. मी सकाळपासून सांगतोय्. कधीही मी तुमच्या खेड्यांना लुटणार नाही, आता प्रत्येक खेड्यानं एकेक गाडीभर धान्य द्यावं. आज थोडा-फार पाऊस पडायला सुरुवात झाली आहे. सगळ्यांनी जमिनी नांगरून पेरणी करावी, पिकं काढावीत. सहाव्या भागपेक्षा जास्तीचा कर कधीच घेणार नाही. असं सांगतोय्. तूच बोल आता त्यांच्याशी."

राजभवनाच्या बाहेर सगळीकडे लाल पाण्यावर केर-काड्या तरंगत आहेत.

तो पाहा... समोरच्या खडकाच्या सांदीतून धावत येत आहे. पाण्यापासून बचावासाठी डोळ्यांवर आडवा हात ठेवून पाहतो. ओळख पटल्यावर धावत जवळ येतो. मांडीपर्यंत वाकून म्हणतो,

"महाराजा, मला ओळखलं नाहीस का? मीही घटोत्कचाबरोबर युद्ध केलं. तू ओळखणार नाहीस."

भीम शून्य दृष्टीनं पाहत राहतो.

"आमचा राजा मेला. सगळे मेले. मी एकटा काय करू? तिथून निघून, रात्री प्रवास करून इथं येऊन पाहिलं, तर त्यांनी आमचं अरण्य जाळून राख केलं आहे."

"कुणी जाळलंय् हे?" भीम विचारतो.

"मलाही समजलं नाही. पांचालकडच्या खेड्यांमध्ये माझ्या ओळखीचे काहीजण आहेत. ते गुरं राखायला गावाबाहेर आले असता मी त्यांना विचारलं. कुरुराज्यातलीच माणसं होती, म्हणे. तिकडच्या बाजूला खांडववनाकडचीही माणसं होती, म्हणे. आमच्या या अरण्याची जमीन फारच सुपीक आहे. हे अरण्य जाळून, इथं नांगरून शेती करायची त्यांची इच्छा होती. आम्हालाही हे ठाऊक होतं. आमचा राजा घटोत्कच जिवंत असेपर्यंत इथं प्रवेश करायची कुणाची छाती होती! आम्ही सगळे तरुण आणि प्रौढ तुझ्या बाजूनं युद्ध करायला आलो ना! सालकटंकटीचाच तसा आदेश होता. ही वेळ गाठून तुमच्या आर्यजनांनी दोन्ही बाजूंनी भोवताली आग पेटवून दिली. हिवाळा असला, तरी सुकलेल्या काटक्या, पानं, गवत, लाकडं

यांची इथं कुठं कमतरता? तीन दिवस आणि तीन रात्री...''

भीम मध्येच विचारतो,

''इथले सगळे कुठे गेले? बायका, वृद्ध माणसं, तान्ही मुलं...''

अंत नसलेल्या काळ्या ढगातून कोसाळणाऱ्या जोराच्या पावसामुळं सगळी युद्धभूमी धुऊन नदीच्या दिशेला उतार असल्यामुळं पाणी तिकडे वाहू लागतं. वाहून गेलेले हाडांचे सांगाडे अधेमधे अडकून राहिले आहेत.

सुरेचा बुधला हातात घेऊन लोहार पावसात नाचत नाचत येत आहे. चामड्याच्या आडोशाच्या गाडीत 'मी नाही... मी नाही..' म्हणून किंचाळणाऱ्या सुनेला सासू दटावत आहे,

''तीन-तीन बाळंतपणं झाल्यावर आता मी नाही, म्हणजे काय? नीट कळा दे... हां! अस्सं!'' ती नवऱ्यालाही ओरडून सांगते, ''त्या गाडीच्या आडोशाला चूल पेटवून थोडं पाणी तापव.''

आतापर्यंत पडणाऱ्या बापुडवाड्या पावसानं आता उग्र रूप धारण केलं आहे. मुसळानं बडवावं, तसा तो बडवत आहे.

''पळून गेले असतील, असं मला वाटलं होतं. मी अरण्यात पूर्ण फिरून पाहिलं. जळून राख झालेले किती तरी मनुष्यदेह, वाघ, चित्ते, हत्ती यांचे देह दिसले. या मृतदेहांची ओळख कशी पटणार? माझी बायको, लहान मुलं, महाराजा...'' कोसळणाऱ्या पावसातही लांबवर ऐकू येईल, असा रडू लागतो.

साऱ्या आसमंताला ऐकू जाईल, अशा आवाजात भीम ओरडतो, ''खोटं असेल ते! सगळे मेले नसतील. हे अरण्य सोडून दुसऱ्या कुठल्या तरी अरण्यात गेले असतील.'' तो स्वत:लाच धैर्य देण्याचा प्रयत्न करतो. ''चारही बाजूंनी वणवा धगधगत जवळ येत असताना कसे आणि कुठं पळून जाणार?'' म्हणत तो हुंदके देत असताना पुन्हा भीम हाका मारू लागतो.

''सालकटंकटी... सालकटंकटी... सालकटंकटी...!''

उत्तरेची तळमळ थांबते. ती एक दीर्घ नि:श्वास सोडते. दासी कुंतीला बाहेर घेऊन जाऊन कुंतीच्या कानात कुजबुजते.

कुंतीच्या डोळ्यात अश्रू डबडबतात. भिजून चिंब झालेल्या, केसांमधून पाणी वाहणाऱ्या द्रौपदीसमोर मटकन बसते.

''मेलेलं मूल बाहेर आलंय्, म्हणे!'' म्हणताना हुंदके आवरत नाहीत.

पावसाच्या आवाजात रडण्याचा आवाज ऐकू येत नाही.

"महाराजा, आमच्यापैकी कुणी शोधत आलंच, तर; म्हणून मी इथंच आहे. शिकारीसाठी एक हरिणही जिवंत राहिलं नाही. अशा जळलेल्या अरण्यात कंदमुळं खणून काढून खातोय्. सरोवराच्या पाण्यातही राख भरून गेली आहे. आता पाऊस आला ना? आता पेरणी करायला लागतील. त्यासाठी आले, की एकेकाला ठार करून रक्त-मांस खाऊन जगेन."

"बाळ, तुझी पाचही मुलं गेल्यावर हा गर्भच या वंशाचं आशास्थान होता..." म्हणून मोठ्यानं गळा काढून कुंती रडू लागते.

गच्चीत बसलेला अर्जुन पायऱ्यांकडे वळून पाहतो.

आपण आकाशाकडे हात केल्यावर होईल, एवढ्या उंचीचं लोखंडी धनुष्य दिसत नाही. पावसाळा सगळा केर-कचरा घेऊन जाणाऱ्या लाल पाण्याचा प्रवाह दिसतो.

तो पायऱ्यांकडे धडपडत जातो. बाणांच्या वर्षावाप्रमाणे कोसळणाऱ्या पावसांचा मारा सहन न होऊन पुन्हा माडीवर गच्चीत जाऊन उभा राहतो.

"ए! आम्हालाही शिकव ना तुझं पावसाला बोलवायचं गाणं!"

"उत्तरेला नियोग घडवा."

द्रौपदी कुंतीचे दंड धरून सांत्वन करते.

"नको, नको! आता ते नको!" कुंती मान हलवून सांगते.

समुद्राच्या लाटा पराकोटीच्या उंच उंच होऊन काठावर आदळताहेत. नवं नगर द्वारका वाहून जाईल, अशी भीती स्पष्ट दिसू लागते.

"बर्बरका आता एक वर्षाचा आहे ना? जगला असेल या आगीत." भीम उद्वेगानं विचारत आहे. गळा आणि डोळे भरून आले आहेत.

"बाळ, तू अजून ऋतुमती होतेस का?" कुंती विचारते.

"आता तूच गर्भार राहायला हवं. नाही तर वंश इथंच नष्ट होईल."

द्रौपदी मान हलवते. तिच्या डोळ्यात धिक्कार भरून राहिला आहे.

कुंती उठून सुभद्रेपाशी जाते.

"सांगितलं ना? करपून राख झालेले किती तरी मनुष्यदेह, मुलांचे देह... कुठला कुणाचा कसं समजणार?"

गाडीवरच्या कातड्यावर आदळणाऱ्या थेंबांच्या आवाजात आत ओरडल्याचे आवाज शेजारच्या गाडीपर्यंत ऐकू येत नाहीत.

म्हातारी बाहेर डोकावून किंचाळते,

"गरम पाणी आण, गरम पाणी... बाळ रडल्याचा आवाज नाही का ऐकू आला?"

चुलीवर उकळत असलेलं गरम पाण्याचं भांडं नुसत्या हातानं उचलून वृद्ध लोहार बायकोपाशी देत स्वत: डोकं आत घालून पाहतो. त्यानंतर पुन्हा बाहेर काढून पावसात नाचायला सुरुवात करतो.

कुंती पुन्हा द्रौपदीपाशी येऊन तिच्या ओल्या केसांतून हात फिरवत म्हणते,

"सुभद्रा गर्भार राहणार नाही. अर्जुनाचं तारुण्य ओसरून गेलंय्, म्हणे! आता तूच वंशाला तारू शकशील."

"ए! पावसात भिजून गेलोय् मी. मला अर्ध भांडं मद्य तरी दे." म्हातारा ओरडून सांगतो.

कोसळणाऱ्या पावसात असंख्य बायका सभा-भवनात घुसतात.

"कोण आहेत या?" धर्मराजाच्या प्रश्नाला एक म्हातारी उत्तर देते,

"सैनिकांच्या मनोरंजनासाठी युद्धभूमीवर नेण्यात आलेल्या खेड्यातल्या बायका. युद्धात या सगळ्या गर्भार राहिल्या आहेत. आता त्यांना त्यांचे नवरे घरात घेत नाहीत. आता यांची काय गत?"

धर्मराजा मूकपणे पाहत राहिला आहे.

शंभर, पाचशे, हजार असंख्य... पावसात थरथरत कापत, आत जागा नाही, म्हणून बाहेरच उभ्या आहेत... ओह! मोजता येणार नाहीत, इतक्या!

"महाराजा, तुमच्या वंशाच्या युद्धात आम्ही सगळ्याजणी हिंसेचे गर्भ वाहत आहोत. या आमच्या मुलांनी पिता म्हणून कुणाचं नाव लावायचं?" एक स्त्री तक्रार करत किंचाळते.

इतर सगळ्याजणी पुन्हा पुन्हा तोच प्रश्न विचारतात,

"यांचा पिता कोण? कोण?"
सभाभवन बुडून जातं.

"हा वंश इथंच थांबला, तर काय होईल?" या द्रौपदीच्या प्रश्नाचा कुंतीला राग येतो.
"ते शक्य नाही. तू गर्भवती राहिलीच पाहिजेस! या घराण्याची सून होऊन आलीस, तू असं म्हणू शकशील?"
कुंतीच्या डोळ्यात संताप उसळतो.
आपली जळजळती नजर सासूच्या तप्त नजरेत मिसळून द्रौपदी विचारते,
"आई, या घराण्याची सून म्हणून येऊन तू असं म्हणू शकतेस?"

समुद्राला उधाण आलं आहे. पाणी बेबंदपणे गावात शिरत आहे.
दिङ्मूढपणे पाहत असलेला कृष्ण पुटपुटतो,
"मी उभारलेलं नगर..."
एका क्षणात संपूर्ण गावभर भरलेल्या स्त्रियांची... विधवांची आठवण होते.

गाडीच्या आडोशाला पेटवलेल्या चुलीपाशी बसलेल्या तिन्ही मुलांना उचलून घेऊन लोहारही बापाबरोबर कोसळणाऱ्या पावसात नाचू लागतो.
"हिवाळ्यातल्या या पावसात लहान मुलांना भिजवतोस?" म्हणत बाप मुलाच्या पाठीत धपाटा घालतो.
रस्त्यातलं पाणी घोट्यापेक्षाही वर चढतं. मांडीएवढं.

राजभवनात भरून राहिलेल्या बायकांना काय उत्तर द्यायचं, ते न समजून धर्मराजा बाहेरच्या पावसाकडे एकटक पाहत बसतो.

❑